ದಕ್ಷಿಣ ಕರ್ನಾಟಕದ ಜನಪದ ಕಥೆಗಳು

ಒಳಬದಿಯ ರಕ್ಷಾಪುಟಗಳಲ್ಲಿ ಕಾಣಿಸಿರುವ ಶಿಲ್ಪಕಲೆಯಲ್ಲಿ ರಾಜ ಶುದ್ಧೋದನನಿಗೆ ಮೂವರು ಕಾಲಜ್ಞಾನಿಗಳು ರಾಣಿ ಮಾಯೆಯ ಕನಸಿನ ಅರ್ಥವನ್ನು ವಿವರಿಸುವ ದೃಶ್ಯವಿದೆ. ಅವರ ಕೆಳಗೆ ಕುಳಿತಿರುವ ಲಿಪಿಕಾರನು ಅರ್ಥವಿವರಣೆಯನ್ನು ದಾಖಲಿಸುತ್ತಿದ್ದಾನೆ. ಪ್ರಾಯಶಃ ಇದು ಭಾರತದಲ್ಲಿ ಲಭ್ಯವಿರುವ ಮೊಟ್ಟಮೊದಲ ಲೇಖನ ಕಲೆಯ ಚಿತ್ರಾತ್ಮಕ ದಾಖಲೆ.

ದೊರಕಿರುವ ಸ್ಥಳ : ನಾಗಾರ್ಜುನಕೊಂಡ, ಕ್ರಿ.ಶ. ೨ನೇ ಶತಮಾನ.

ಕೃಪೆ : ರಾಷ್ಟ್ರೀಯ ವಸ್ತುಸಂಗ್ರಹಾಲಯ, ನವದೆಹಲಿ.

ದಕ್ಷಿಣ ಕರ್ನಾಟಕದ ಜನಪದ ಕಥೆಗಳು

ಸಂಪಾದಕರು

ಜೀ.ಶಂ.ಪರಮಶಿವಯ್ಯ

ಸಾಹಿತ್ಯ ಅಕಾದೆಮಿ

Dakshina Karnatakada Janapada Kathegalu : *(Folk Tales of South Karnataka comprising old Mysore area, Kodagu, North and South Kanara Districts)* Compiled and edited by J.S.Paramashivaiah, Sahitya Akademi, 2020, Rs. 230

ಕೃತಿ ಸ್ವಾಮ್ಯ : © ಸಾಹಿತ್ಯ ಅಕಾದೆಮಿ
ಪ್ರಕಾರ : ಜನಪದ ಕಥೆಗಳು
ಪ್ರಕಟಣೆ : ಸಾಹಿತ್ಯ ಅಕಾದೆಮಿ
ಪ್ರಥಮ ಮುದ್ರಣ : ೧೯೭೯
ದ್ವಿತೀಯ ಮುದ್ರಣ : ೨೦೨೦
ಸಂಪಾದಕರು : ಜೀ.ಶಂ.ಪರಮಶಿವಯ್ಯ

ISBN : 978-81-260-0026-0

ಬೆಲೆ : ಇನ್ನೂರ ಮೂವತ್ತು ರೂಪಾಯಿಗಳು

ಸಾಹಿತ್ಯ ಅಕಾದೆಮಿ

ಮುಖ್ಯ ಕಛೇರಿ: ರವೀಂದ್ರ ಭವನ, ೩೫, ಫಿರೋಜಶಾಹ ರಸ್ತೆ, ನವದೆಹಲಿ ೧೧೦ ೦೦೧
secretary@sahitya-akademi.gov.in, 011-23386626/27/28

ಮಾರಾಟ ವಿಭಾಗ: 'ಸ್ವಾತಿ', ಮಂದಿರ ಮಾರ್ಗ, ನವದೆಹಲಿ ೧೧೦ ೦೦೧
sales@sahitya-akademi.gov.in, 011-23745297, 23364204

ಕೊಲ್ಕತ್ತ: ೪, ಡಿ.ಎಲ್.ಖಾನ್ ರಸ್ತೆ, ಕೋಲ್ಕತ್ತ ೭೦೦ ೦೨೫
rs.rok@sahitya-akademi.gov.in, 033-24191683/ 24191706

ಚೆನ್ನೈ: ೪೪೩, ಗುಣ ಕಾಂಪ್ಲೆಕ್ಸ್, ಅಣ್ಣಾಸಾಲೈ, ತೇನಾಂಪೇಟ್ಟೈ, ಚೆನ್ನೈ ೬೦೦ ೦೧೮
chennaioffice@sahitya-akademi.gov.in, 044-24311741

ಮುಂಬೈ: ೧೭೨, ಮುಂಬೈ, ಮರಾಠಿ ಗ್ರಂಥ ಸಂಗ್ರಹಾಲಯ ಮಾರ್ಗ, ದಾದರ್, ಮುಂಬೈ ೪೦೦ ೦೧೪
rs.rom@sahitya-akademi.gov.in, 022-224135744/ 24131948

ಬೆಂಗಳೂರು: ಸೆಂಟ್ರಲ್ ಕಾಲೇಜು ಆವರಣ, ಡಾ. ಬಿ.ಆರ್.ಅಂಬೇಡ್ಕರ್ ರಸ್ತೆ, ಬೆಂಗಳೂರು ೫೬೦ ೦೦೧
rs.rob@sahitya-akademi.gov.in, 080-22245152, 22130870

ಮುಖಪುಟ : ಚಂದ್ರಕಾಂತ ಪಟ್ಟಣ

ಅಕ್ಷರ ಜೋಡಣೆ : ನೀತು ಗ್ರಾಫಿಕ್ಸ್, ಬೆಂಗಳೂರು | ಮುದ್ರಣ : ಕೃತಿಕಾ ಪ್ರಿಂಟ್ ಏಡ್, ಬೆಂಗಳೂರು

Website:http://www.sahitya-akademi.gov.in

ಅನುಕ್ರಮಣಿಕೆ

೨. ಮಲೆನಾಡಿನ ಜನಪದ ಕಥೆಗಳು

ಪ್ರಸ್ತಾವನೆ

ಜಗತ್ತಿನ ಎಲ್ಲ ಸಂಸ್ಕೃತಿಗಳಲ್ಲೂ ಜಾನಪದದ ಪ್ರಮುಖ ಪ್ರಕಾರವಾದ ಜನಪದ ಕಥೆಗಳು ಹೇರಳವಾಗಿ ದೊರೆಯುತ್ತವೆ. ಮೌಖಿಕ ಸಂಪ್ರದಾಯದಲ್ಲಿ ಪರಂಪರಾನುಗತವಾಗಿ ಸಾಗಿಬಂದ ಈ ಕಥೆಗಳು ಶಿಷ್ಟ ಸಾಹಿತ್ಯದ ಉಗಮಕ್ಕೆ ಪೂರ್ವದಲ್ಲಿಯೇ ಆವಿರ್ಭವಿಸಿ ಜನಜೀವನದಲ್ಲಿ ಹಾಸುಹೊಕ್ಕಾಗಿ ಉಳಿದುಬಂದಿವೆ. ಮನರಂಜನೆಯ ಸಾಧನವಾಗಿ, ಜ್ಞಾನಾರ್ಜನೆಯ ವಾಹಕವಾಗಿ, ಸಮಾಜದ ಕಟ್ಟುಪಾಡುಗಳ ಸಂವಹನದ ಮಾಧ್ಯಮವಾಗಿ, ಸಂಸ್ಕೃತಿಯ ಸೆಲೆಯಾಗಿ ಇವು ಜನಪದ ಜೀವನದ ಮೇಲೆ ತಮ್ಮ ಪ್ರಭಾವ ಮುದ್ರೆಯನ್ನು ಒತ್ತುತ್ತಾ ಬಂದಿವೆ. ಭಾಷೆಯಿಂದ ಭಾಷೆಗೆ, ದೇಶದಿಂದ ದೇಶಕ್ಕೆ ನಿರಂತರ ಪ್ರವಾಹವಾಗಿ ಹರಿದು, ಒಂದು ಬಗೆಯ ವಿಶ್ವವ್ಯಾಪಕ ಗುಣವನ್ನು ರೂಢಿಸಿಕೊಂಡ ಈ ಕತೆಗಳು ಸಹಸ್ರಾರು ವರ್ಷಗಳಿಂದಲೂ ಬೇರೆ ಬೇರೆ ಉದ್ದೇಶಗಳಿಗಾಗಿ ಬಳಕೆಗೊಂಡಿವೆ. ಪ್ರೌಢಕವಿಗಳು ಈ ಕಥೆಗಳನ್ನು ಸ್ವೀಕರಿಸಿ, ಪರಿಷ್ಕರಿಸಿ ಕಾವ್ಯಗಳನ್ನು ರಚಿಸಿದರು; ಧರ್ಮ ಪ್ರಸಾರಕರು ಇವುಗಳನ್ನು ಎತ್ತಿಕೊಂಡು, ಧರ್ಮದ ಚೌಕಟ್ಟನ್ನು ತೊಡಿಸಿ ತಮ್ಮ ಪ್ರಚಾರದ ಮುಖ್ಯ ಅಸ್ತ್ರವನ್ನಾಗಿ ಮಾಡಿಕೊಂಡರು. ಅನೇಕ ಆದಿವಾಸಿ ಸಮಾಜಗಳು ಮಕ್ಕಳ ರೀತಿನೀತಿಗಳನ್ನು ತಿದ್ದಲು, ಲೋಕಜ್ಞಾನವನ್ನು ಬಿತ್ತಲು ಈ ಕತೆಗಳನ್ನು ಆಶ್ರಯಿಸಿದರು. ಅನೇಕ ರಾಜಕೀಯ, ಸಾಮಾಜಿಕ ಉದ್ದೇಶಗಳಿಗಾಗಿ ಈ ಕತೆಗಳು ಬಳಸಲ್ಪಟ್ಟವು. ಭಾಷಾಶಾಸ್ತ್ರ ಮೊದಲಾದ ಕೆಲವು ವಿಜ್ಞಾನಗಳಿಗೆ ಈ ಕತೆಗಳು ಮುಖ್ಯ ಸಾಮಗ್ರಿ ಎನಿಸಿದುವು. ಜನಪದ ಕಥೆಗಳು ಕೇವಲ ಮಕ್ಕಳ ಕತೆಗಳಾಗಿ ಮಾತ್ರ ಉಳಿಯದೆ, ಅಜ್ಜಿಯ ಕತೆಗಳಾಗಿ ಮಾತ್ರ ಪರಿಗಣಿತವಾಗದೆ ವಿವಿಧ ರೀತಿಯ ಮೌಲ್ಯಗಳಿಗಾಗಿ ಅಧ್ಯಯನ ನಡೆಸುವ ವಿದ್ವಾಂಸರಿಗೆ ಮೂಲ ಸಾಮಗ್ರಿ ಎನಿಸಿದವು. ಹೀಗೆ ಜಾನಪದ ಅಧ್ಯಯನದ ಹಿನ್ನೆಲೆಯಲ್ಲಿ ಜನಪದ ಕಥೆಗಳಿಗೆ ಒಂದು ಪ್ರಮುಖ ಸ್ಥಾನವಿದೆ. ಜಾನಪದ ಅಧ್ಯಯನ ರೂಪುಗೊಳ್ಳಲು ಪ್ರೇರಣೆಯನ್ನು ನೀಡಿದ ಪ್ರಧಾನ ಪ್ರಕಾರವೇ ಇದು ಎನ್ನಬಹುದು.

ಗ್ರಿಮ್ ಸಹೋದರರ ಜರ್ಮನಿಯ ಜನಪದ ಕಥೆಗಳ ಸಂಕಲನಗಳು ೧೮೧೨ರಲ್ಲಿ ಪ್ರಕಟವಾದ ಮೇಲೆ ಜಾನಪದ ಅಧ್ಯಯನ ಒಂದು ವೈಜ್ಞಾನಿಕ ತಿರುವನ್ನು ಪಡೆದುಕೊಂಡಿತು ಎಂದು ಹೇಳಲಾಗಿದ್ದರೂ ಜನಪದ ಕಥೆಗಳ ಸಂಗ್ರಹ ಪ್ರಕಟಣೆ ಪಾಶ್ಚಾತ್ಯ ದೇಶಗಳಲ್ಲಿ ಹದಿನೇಳನೆಯ ಶತಮಾನದ ಆದಿಭಾಗದಿಂದಲೇ ಆರಂಭವಾಯಿತು. ಭಾರತದಲ್ಲಿ ಕಥಾ ಸರಿತ್ಸಾಗರ, ಪಂಚತಂತ್ರಗಳು ಒಂದು ರೀತಿಯಲ್ಲಿ ಜನಪದ ಕಥಾಕೋಶಕಗಳೇ. ಕನ್ನಡದ ಆದ್ಯಗದ್ಯ ಗ್ರಂಥ ವಡ್ಡಾರಾಧನೆಯೇ ಜನಪದ ಕಥೆಗಳ ಆಶಯಗಳನ್ನೂ ಮಾದರಿಗಳನ್ನೂ

ಒಳಗೊಂಡ ಒಂದು ಗಮನಾರ್ಹ ಕೃತಿ. ಅಲ್ಲಿಂದೀಚಿನ ಅನೇಕ ಕಾವ್ಯಗಳು ಜನಪದ ಕಥೆಗಳನ್ನು ಆದರಿಸಿಯೇ ರಚಿತವಾದುವು.

ಕಳೆದ ಶತಮಾನದಲ್ಲಿ ಜನಪದ ಕಥೆಗಳ ಅಧ್ಯಯನಕ್ಕೆ ಪಾಶ್ಚಾತ್ಯ ವಿದ್ವಾಂಸರು ಹೊಸ ಸತ್ವವನ್ನು ತುಂಬಿದರು. ಥಾಮಸ್ ಕೈಟ್ಲೆ ಮೊದಲಾದವರು ಯೂರೋಪಿನ ಕಥಾ ಮಾದರಿಗಳನ್ನು ಅಭ್ಯಸಿಸಿದರೆ, ಮ್ಯಾಕ್ಸ್‌ಮುಲ್ಲರ್, ಥಿಯೋಡರ್ ಬೆನ್ಫೆ ಮೊದಲಾದವರು ತಮ್ಮ ಸಂಸ್ಕೃತ ಜ್ಞಾನದಿಂದ ಭಾರತೀಯ ಕಥೆಗಳತ್ತ ವಿಶ್ವದ ವಿದ್ವಾಂಸರ ದೃಷ್ಟಿಯನ್ನು ಸೆಳೆದರು. ಆಂಡ್ರೂಲಾಂಗ್ ಮೊದಲಾದ ಗಣ್ಯ ಮಾನವಶಾಸ್ತ್ರಜ್ಞರು ಈ ಕ್ಷೇತ್ರವನ್ನು ಪ್ರವೇಶಿಸಿ ಜನಪದ ಕಥೆಗಳ ಬಗ್ಗೆ ಹೊಸ ವಿಶ್ಲೇಷಣೆಯನ್ನು ನೀಡಿದರು. ಹೀಗೆ ಜಾನಪದಕ್ಕೆ ಸಂಬಂಧಿಸಿದಂತೆ ಪುರಾಣ ಮೂಲ ಸಿದ್ಧಾಂತ, ಭಾರತ ಮೂಲ ಸಿದ್ಧಾಂತ, ಮಾನವ ಶಾಸ್ತ್ರೀಯ ಸಿದ್ಧಾಂತಗಳು ಹುಟ್ಟಿಕೊಳ್ಳಲು ಜಾನಪದದ ಇತರ ಪ್ರಕಾರಗಳಿಗಿಂತ ಜನಪದ ಕಥೆಗಳೇ ಪ್ರಮುಖ ಸಾಮಗ್ರಿಯಾಗಿ ಬಳಕೆಗೊಂಡವು. ಮುಂದೆ ಜನಪದ ಕಥೆಗಳ ಅಧ್ಯಯನ ತೀವ್ರಗೊಂಡು ಮನಶ್ಶಾಸ್ತ್ರೀಯ ಹಿನ್ನೆಲೆಯಲ್ಲಿ ಅವುಗಳ ವಿಶ್ಲೇಷಣೆ ನಡೆಯಿತು. ನೈಸರ್ಗಿಕ ಘಟನೆಗಳಿಗೂ ಜನಪದ ಕಥೆಗಳಿಗೂ ಸಂಬಂಧವನ್ನು ಕಲ್ಪಿಸಲಾಯಿತು. ಧಾರ್ಮಿಕ ವಿಧಿಗಳಲ್ಲಿ, ಸಾಮಾಜಿಕ ನಡಾವಳಿಗಳಲ್ಲಿ ಅವುಗಳ ಮೂಲವನ್ನು ಶೋಧಿಸ ಲಾಯಿತು. ಜನಪದ ಕಥೆಗಳಿಗೆ ಸಂಬಂಧಿಸಿದಂತೆ ಫಿನ್‌ಲೆಂಡ್ ದೊಡ್ಡ ಅಧ್ಯಯನ ಕೇಂದ್ರವೆನಿಸಿತು. ಕಾರ್ಲೆಕ್ರಾನ್ ಮತ್ತು ಆರ್ನೆ ಆಂಟಿ ಅವರು ಕೈಗೊಂಡ ಅಧ್ಯಯನಗಳು ಜಗತ್ತಿನ ಜಾನಪದ ವಿದ್ವಾಂಸರ ದೃಷ್ಟಿಯನ್ನು ಸೆಳೆದವು. ಜನಪದ ಕಥೆಗಳ ಜೀವನಚರಿತ್ರೆಯನ್ನು ನಿರ್ಧರಿಸುವ ಚಾರಿತ್ರಿಕ ಭೌಗೋಳಿಕ ಕ್ರಮವನ್ನು ರೂಪಿಸಿದ ಕೀರ್ತಿ ಫಿನ್‌ಲೆಂಡಿನದು. ಕಥಾವರ್ಗಗಳ ಅಧ್ಯಯನಕ್ಕೆ ಆರ್ನೆ ಆಂಟಿ ವಿಶ್ವದ ಕಥೆಗಳನ್ನೆಲ್ಲ ಬಳಸಿಕೊಂಡ ಪ್ರಯತ್ನ ಜನಪದ ಕಥೆಗಳ ಅಧ್ಯಯನದ ಇತಿಹಾಸದಲ್ಲಿ ಒಂದು ಮಹತ್ವದ ಹೆಜ್ಜೆ. ಮುಂದೆ ಸ್ಟಿತ್ ಥಾಂಸನ್ 'ಆಶಯ'ಗಳ ಅಧ್ಯಯನವನ್ನು ನಡೆಸಿ ಜನಪದ ಕಥೆಗಳು ಹೇಗೆ ಇವುಗಳನ್ನು ಅವಲಂಬಿಸಿ ರೂಪುಗೊಳ್ಳುತ್ತವೆ ಎಂಬುದನ್ನು ಸ್ಥಾಪಿಸಿದರು. ಅತ್ಯಂತ ವಿವರವಾಗಿ ಜನಪದ ಕಥೆಗಳ ಆಶಯಗಳನ್ನು ಗುರುತಿಸಿ ಆಶಯ ಸೂಚಿಯನ್ನು ಪ್ರಕಟಿಸಿ ಈ ಕ್ಷೇತ್ರದ ಮಹತ್ವದ ಸಾಧನೆಯನ್ನು ಅವರು ತೋರಿದರು.

ಜನಪದ ಕಥೆಗಳ ವರ್ಗಗಳು ಮತ್ತು ಆಶಯಗಳ ಅಧ್ಯಯನ ಒಂದು ಮುಖವಾದರೆ, ಅವುಗಳ ರಚನಾತತ್ವವನ್ನು ಕುರಿತು ವಿಶ್ಲೇಷಣೆ ಇನ್ನೊಂದು ಮುಖ. ಲೆವಿಸ್ಟ್ರಾಸ್ ಮತ್ತು ಪ್ರಾಪ್ ಈ ಕ್ಷೇತ್ರದ ಅಧ್ವರ್ಯರು. ಇಬ್ಬರೂ ಬೇರೆ ಬೇರೆ ದೃಷ್ಟಿಯಿಂದ ಜನಪದ ಕಥೆಗಳ ರಚನಾತತ್ವವನ್ನು ಕುರಿತು ಅಭ್ಯಾಸ ಮಾಡಿದರು. ಅಮೇರಿಕೆಯಲ್ಲಿ ಅಲನ್ ಡುಂಡೆಸ್ ರಚನಾತತ್ವವನ್ನು ರೆಡ್ ಇಂಡಿಯನ್ ಕಥೆಗಳಿಗೆ ಅನ್ವಯಿಸಿ ಅಭ್ಯಾಸ ನಡೆಸಿದರು. ಇಂದು ರಚನಾತತ್ವ ಆಧುನಿಕ ಜಾನಪದ ವಿದ್ವಾಂಸರನ್ನು ವಿಶೇಷವಾಗಿ ಆಕರ್ಷಿಸಿದೆ.

ಭಾರತದಲ್ಲಿ ಜನಪದ ಕಥೆಗಳ ಸಂಗ್ರಹಕಾರ್ಯ ಕಳೆದ ಶತಮಾನದಲ್ಲಿಯೇ ಆರಂಭ ವಾಯಿತು. ಅಬ್ಬೆಡುಬೋಯಿಯ 'Hindu Customs Manners and Ceremonies'

ಎಂಬ ಗ್ರಂಥ ಭಾರತೀಯ ಜಾನಪದ ಅಧ್ಯಯನದ ಆದ್ಯಗ್ರಂಥ ಎನಿಸಿದೆ. ಈ ಗ್ರಂಥದಲ್ಲಿ ವಿವಿಧ ಶಿಷ್ಟ ಹಾಗೂ ಜಾನಪದ ಸಂಪ್ರದಾಯಗಳನ್ನು ಅಭ್ಯಾಸ ಮಾಡಿರುವ ಡುಬೋಯಿ ಕೆಲವು ಜನಪದ ಕಥೆಗಳನ್ನೂ ತನ್ನ ಗ್ರಂಥದಲ್ಲಿ ಪರಿಚಯಿಸಿದ್ದಾನೆ ಇದರ ಅನಂತರ ಅನೇಕ ಪಾಶ್ಚಾತ್ಯ ಹಾಗೂ ಭಾರತೀಯ ಪಂಡಿತರು ಈ ಕ್ಷೇತ್ರವನ್ನು ಪ್ರವೇಶಿಸಿ ಜನಪದ ಕಥೆಗಳ ಸಂಗ್ರಹವನ್ನು ನಡೆಸಿದ್ದಾರೆ. ದಕ್ಷಿಣ ಭಾರತದ ಕಥೆಗಳನ್ನು ಸಂಗ್ರಹಿಸಿದವರಲ್ಲಿ ಮೇರಿ ಫ್ರೀರೆ ಮತ್ತು ನಟೇಶಶಾಸ್ತ್ರೀ ಇವರು ಮುಖ್ಯರು.

ಮೇರಿ ಫ್ರೀರೆಯ 'Old Deccan days' ೧೮೬೦ರಲ್ಲಿ ಪ್ರಕಟವಾದ ಜನಪದ ಕಥಾ ಸಂಕಲನ, ಅನ್ನಾಲಿಬೆರ್ಟಾ ಎಂಬ ಸ್ಥಳೀಯ ಆಯಾ, ಅವಳಿಗೆ ಈ ಕಥೆಗಳನ್ನು ಹೇಳಿದವಳು. ಮೂಲತಃ ಲಿಂಗಾಯತ ಮತಕ್ಕೆ ಸೇರಿದ ಲಿಬೆರ್ಟಾ ಕನ್ನಡಿತಿಯೇ ಇರಬೇಕು. ತನ್ನ ಅಜ್ಜಿಯಿಂದ ಕೇಳಿದ ಕತೆಗಳನ್ನು ಅವಳು ಫ್ರೀರೆಗೆ ಹೇಳಿದ್ದಾಳೆ. ಲಿಂಗಾಯತ ಮತಕ್ಕೆ ಸೇರಿದ್ದ ಅವರ ಅಜ್ಜಿ ಕನ್ನಡಿತಿಯೇ ಆಗಿದ್ದರೆ ಮೇರಿ ಫ್ರೀರೆ ಸಂಗ್ರಹಿಸಿದ ಕತೆಗಳು ಕನ್ನಡ ಜನಪದ ಕಥೆಗಳು ಎಂಬುದರಲ್ಲಿ ಅನುಮಾನವಿಲ್ಲ. ಈ ದೃಷ್ಟಿಯಿಂದ ಈ ಸಂಕಲನ ಕನ್ನಡ ಜನಪದ ಕಥೆಗಳ ಮೊದಲ ಸಂಕಲನ ಎನಿಸುತ್ತದೆ.

ಕಳೆದ ಶತಮಾನದ ಈ ಸಂಕಲನವನ್ನು ಬಿಟ್ಟರೆ ಒಂದು ಶತಮಾನದವರೆಗೆ ಕರ್ನಾಟಕದ ಜನಪದ ಕಥೆಗಳ ಭಂಡಾರ ಭದ್ರವಾದ ಬೀಗಮುದ್ರೆಗೆ ಒಳಗಾಗಿತ್ತು. ಗಾದೆಗಳು, ಗೀತೆಗಳು ಹಾಗೂ ಲಾವಣಿಗಳ ಕ್ಷೇತ್ರದಲ್ಲಿ ಅಷ್ಟಿಷ್ಟು ಕೆಲಸ ನಡೆದರೂ ಕನ್ನಡದ ಸಂಗ್ರಹಕರಾರೂ ಜನಪದ ಕಥೆಗಳಂಥ ಫಲವತ್ತಾದ ಕ್ಷೇತ್ರದ ಕಡೆ ಗಮನ ಹರಿಸಲೇ ಇಲ್ಲ. ಪಾಶ್ಚಾತ್ಯ ದೇಶಗಳಲ್ಲಿ ವ್ಯಾಪಕವಾದ ಅಧ್ಯಯನ ಈ ವಿಷಯಕ್ಕೆ ಸಂಬಂಧಪಟ್ಟಂತೆ ನಡೆಯುತ್ತಿದ್ದರೂ ನಮ್ಮಲ್ಲಿ ಸಂಗ್ರಹದತ್ತಲೂ ದೇಶೀಯ ವಿದ್ವಾಂಸರು ಗಮನಹರಿಸಲಿಲ್ಲ. ಜನಪದ ಸಾಹಿತ್ಯವೆಂದರೆ ಜನಪದ ಗೀತೆ ಮತ್ತು ಲಾವಣಿ ಎಂದಷ್ಟೇ ಭಾವಿಸಲಾಯಿತು. ಜನಪದ ಕಥೆಗಳನ್ನು 'ಅಜ್ಜಿಯ ಕತೆ' ಎಂದು ಪರಿಗಣಿಸಿ ಅವು ಕೇವಲ ಮಕ್ಕಳಿಗಾಗಿ ಹೇಳಲ್ಪಡುವ ಕಥೆಗಳು ಎಂದು ಭಾವಿಸಲಾಗಿತ್ತು. ಜಾನಪದದ ಒಂದು ಪ್ರಮುಖ ಪ್ರಕಾರವಾಗಿ ಗದ್ಯ ಕಥನಗಳು ಹೇಗೆ ಗುರುತಿಸಲ್ಪಟ್ಟಿವೆ, ಅಧ್ಯಯನಕ್ಕೆ ಒಳಗಾಗಿವೆ ಎಂಬುದರತ್ತ ಯಾರೂ ದೃಷ್ಟಿ ಹರಿಸಲಿಲ್ಲ. ಇಂಗ್ಲಿಷ್ ಮೂಲದಿಂದ ಜನಪದ ಕಥೆಗಳನ್ನು ಆರಿಸಿ ಕನ್ನಡಕ್ಕೆ ಅನುವಾದಿಸುವ ಪ್ರಯತ್ನಗಳು ೧೯೪೭ರಿಂದಲೇ ಕನ್ನಡದಲ್ಲಿ ನಡೆದಿದೆ. ಎಚ್.ಎಂ.ಶಂಕರ ನಾರಾಯಣರಾವ್, ಜಿ.ಪಿ.ರಾಜರತ್ನಂ, ಎಂ.ರಾಮರಾವ್ ಮುಂತಾದವರು ಬೇರೆ ಬೇರೆ ದೇಶದ ಜನಪದ ಕಥೆಗಳನೇಕವನ್ನು ೧೯೪೭ರ ಸುಮಾರಿಗೇ ಕನ್ನಡಕ್ಕೆ ಪರಿಚಯಿಸಿದ್ದಾರೆ. ಗ್ರಿಮ್ ಸಹೋದರರ ಕಥೆಗಳೇ ಹೆಚ್ಚಾಗಿ ಅನುವಾದ ಕಂಡಿವೆ. ಇದಕ್ಕೂ ಎರಡು ವರ್ಷ ಮುಂಚಿನಿಂದ ಕನ್ನಡ ಜನಪದ ಕಥೆಗಳನ್ನು ಸಂಗ್ರಹಿಸುವ ಪ್ರಯತ್ನಗಳು ನಡೆದವು. ಎಂ.ರಾಮರಾಯರ 'ಎರಡು ಕತೆಗಳು,' ಹುಲ್ಲೂರು ಶ್ರೀನಿವಾಸಜೋಯಿಸರ 'ನಾಡಕತೆಗಳು,' ಸೇಡಿಯಾಪು ಕೃಷ್ಣಭಟ್ಟರ 'ಪಳಮೆಗಳು' ಮುಂತಾದ ಕೃತಿಗಳು ಜನಪದ ಕಟ್ಟುಕಥೆ ಮತ್ತು ಐತಿಹ್ಯಗಳ ಸಂಗ್ರಹದ ದಿಕ್ಕಿನಲ್ಲಿ ನಡೆದ ಮೊದಲ ಪ್ರಯತ್ನಗಳು. ವಯಸ್ಕರಿಗಾಗಿ

ಅಥವಾ ಮಕ್ಕಳಿಗಾಗಿ ಇಂಥ ಕಥೆಗಳನ್ನು ಕಲೆಹಾಕಿ, ಪರಿಚಯಿಸುವ ಈ ಪ್ರಯತ್ನಗಳು ಜನಪದ ಕಥೆಯ ಕ್ಷೇತ್ರಕ್ಕೆ ಸಾರ್ಥಕವಾದ ಕೆಲಸವನ್ನೇನೂ ಮಾಡಲು ಸಾಧ್ಯವಾಗಲಿಲ್ಲ. ಉಷಾದೇವಿ ಮಿರ್ಜಿಯವರ 'ಜಾನಪದ ಕಥೆಗಳು' ಎಂ.ಚಂದ್ರಶೇಖರ ಅವರ 'ಬೆಪ್ಪು ತಕ್ಕಡಿ ಬೆಳವ' ಮುಂತಾದ ಕೆಲವು ಸಂಕಲನಗಳು ಜನಪದ ಕಥೆಗಳನ್ನು ಒಳಗೊಂಡಿದ್ದರೂ ಎದ್ದು ತೋರುವ ಪ್ರಯತ್ನಗಳೆನಿಸಲಿಲ್ಲ. ಹೀಗಾಗಿ ಜನಪದ ಕಥೆಗಳ ಸಮರ್ಪಕವಾದ ಅಧ್ಯಯನ ಆರಂಭವಾಗಲು ೧೯೬೬ರವರೆಗೆ ಕಾಯಬೇಕಾಯಿತು.

೧೯೬೬ರಲ್ಲಿ ಮೈಸೂರು ವಿಶ್ವವಿದ್ಯಾನಿಲಯದಲ್ಲಿ ಜನಪದ ಸಾಹಿತ್ಯವನ್ನು ಕನ್ನಡ ಎಂ.ಎ.ತರಗತಿಯ ಪಠ್ಯ ವಿಷಯಗಳಲ್ಲೊಂದನ್ನಾಗಿ ಆರಿಸಿದ ಮೇಲೆ ಸ್ಫೂರ್ತಿಗೊಂಡ ಅನೇಕರು ಈ ಕ್ಷೇತ್ರದಲ್ಲಿ ಕಾಲಿರಿಸಿ ಅತ್ಯುತ್ತಮ ಕೃಷಿಯನ್ನು ಮಾಡಿದರು. ಇದಕ್ಕೆ ಮೊದಲು ಪ್ರಕಟವಾದ ಸಂಕಲನಗಳಲ್ಲಿ ಜನಪದ ಕಥೆಗಳನ್ನು ಜಾನಪದೀಯ ಹಿನ್ನೆಲೆಯಲ್ಲಿ ನೋಡದೆ ಸಾಹಿತ್ಯಿಕ ಆಸಕ್ತಿಗಾಗಿ, ಮುಖ್ಯವಾಗಿ ಮಕ್ಕಳ ರಂಜಕ ಕಥೆಗಳಾಗಿ ಮಾತ್ರ ನೋಡುವ ಪ್ರಯತ್ನಗಳು ತೋರುತ್ತವೆ. ಈ ಕಾರಣಕ್ಕಾಗಿ ಅವುಗಳ ಪರಿಷ್ಕರಣ ಕಾರ್ಯ ನಡೆದು, ಕತೆ ಹೇಳಿದವರ ನಿರೂಪಣಕ್ರಮ, ಮೂಲದ ಚೌಕಟ್ಟು, ಶೈಲಿಗಳನ್ನು ಅಲ್ಲಿ ನಿರೀಕ್ಷಿಸಲು ಸಾಧ್ಯವಿಲ್ಲವಾಯಿತು. ಜನಪದ ಕಥೆಗಳು ಒಂದು ಅಧ್ಯಯನದ ಸಾಮಗ್ರಿಯಾಗಿ ಮಹತ್ವದ ಪಾತ್ರ ವಹಿಸುತ್ತವೆ ಎಂಬುದರ ಕಲ್ಪನೆ ಬಂದದ್ದು ೧೯೬೬ರ ಅನಂತರ.

ಮೂಲಕ್ಕೆ ನಿಷ್ಠವಾಗಿ ಜನಪದ ಕಥೆಗಳನ್ನು ವ್ಯಾಪಕವಾಗಿ ಸಂಗ್ರಹಿಸಿ ಮೊದಲು ಎರಡು ಸಂಕಲನಗಳನ್ನು ಪ್ರಕಟಿಸಿದ ಕೀರ್ತಿ ಧವಳಶ್ರೀ ಅವರದು. ಜಾನಪದ ಕಥಾಮೃತ–ಭಾಗ–೧(೧೯೬೭) ಮತ್ತು ಜಾನಪದ ಕಥಾಮೃತ–ಭಾಗ–೨(೧೯೬೮) ಈ ಎರಡು ಸಂಕಲನಗಳಲ್ಲಿಯೂ ಅತ್ಯುತ್ತಮ ಜನಪದ ಕಥೆಗಳು ಸಂಕಲನಗೊಂಡಿವೆ. ಜನಪದ ಕಥೆಗಳ ನೈಜ ಸ್ವರೂಪವನ್ನು ಧವಳಶ್ರೀಯವರು ತಮ್ಮ ಸಂಕಲನಗಳ ಕತೆಗಳಲ್ಲಿ ಚೆನ್ನಾಗಿ ಉಳಿಸಿಕೊಂಡ ಮೊದಲಿಗರು.

ಜನಪದ ಕತೆಗಳ ಅಪಾರ ಸಂಕಲನಗಳು ಮುಂದೆ ಪ್ರಕಟವಾದುವು. ವೈವಿಧ್ಯಮಯವಾದ ಜನಪದ ಕಥೆಗಳನ್ನು ಅವುಗಳ ವಸ್ತುವನ್ನೋ ತಂತ್ರವನ್ನೋ ಅನುಸರಿಸಿ ವರ್ಗೀಕರಿಸಿ ನೀಡಲಾಯಿತು. ಕನ್ನಡ ಜನಪದ ಕಥೆಗಳು (ಡಾ.ಜೀಶಂಪ), ಆಯ್ದ ಜನಪದ ಕಥೆಗಳು (ಡಾ.ಜೀಶಂಪ), ಕರ್ನಾಟಕ ಜಾನಪದ ಕಥೆಗಳು (ರಾಗೌ) ಗ್ರಾಮಾಂತರ ಕಥೆಗಳು (ಬಳದರೆ ಬೋರೇಗೌಡ), ಜನಪದ ಕಥಾವಳಿ (ಎಚ್.ಜೆ.ಲಕ್ಕಪ್ಪಗೌಡ), ದಾಳಿಂಬೆರಾಣಿ ಮತ್ತು ಇತರ ಕಥೆಗಳು (ಟಿ.ಎಸ್.ರಾಜಪ್ಪ), ನಾಗೇಂದ್ರ ಮತ್ತು ಇತರ ಕಥೆಗಳು (ಕೃ.ಯ. ಶಿವಕುಮಾರ್), ಪಡಿನೆರಳು, ಮಣ್ಣಿನ ಮಿಡಿತ (ಡಿ.ಲಿಂಗಯ್ಯ), ಹಾವಾಗಿ ಹರಿದ ಅಣ್ಣಯ್ಯ, ಜನಪದ ವಿವರಣಾತ್ಮಕ ಕಥೆಗಳು (ಜಿ.ವಿ.ದಾಸೇಗೌಡ), ಬೆಳಗಾಂ ಜಿಲ್ಲೆಯ ಜನಪದ ಕಥೆಗಳು, ಧಾರವಾಡ ಜಿಲ್ಲೆಯ ಜನಪದ ಕಥೆಗಳು (ಟಿ.ಎಸ್.ರಾಜಪ್ಪ), ಉತ್ತರ ಕನ್ನಡ ಜಿಲ್ಲೆಯ ಜನಪದ ಕಥೆಗಳು, ನಮ್ಮ ಜನಪದ ಕಥೆಗಳು (ಎಲ್.ಆರ್.ಹೆಗಡೆ) ಸಂಕೀರ್ಣ ಜನಪದ ಕಥೆಗಳು (ತೀ.ನಂ.ಶಂಕರನಾರಾಯಣ) ನಮ್ಮೂರಿನ ಜನಪದ

ಕಥೆಗಳು (ದೊ.ನ.ರಾಮೇಗೌಡ), ಒಬ್ಬನೇ ಹೇಳಿದ ೨೨ ಜನಪದ ಕಥೆಗಳು (ಸಿ.ವೀರಣ್ಣ), ಎಪ್ಪತ್ತೊಂದು ಜನಪದ ಕಥೆಗಳು (ಶಿವಕುಮಾರ್) ಮುಂತಾಗಿ ಅನೇಕ ವೈವಿಧ್ಯಮಯ ಸಂಕಲನಗಳು ಹೊರ ಬರತೊಡಗಿದವು. ಪ್ರಾದೇಶಿಕ ಹಿನ್ನೆಲೆಯಲ್ಲಿ ಜನಪದ ಕಥೆಗಳ ಸಂಗ್ರಹ ಕಾರ್ಯವನ್ನು ಮೈಸೂರು ವಿಶ್ವವಿದ್ಯಾನಿಲಯದ ಕನ್ನಡ ಅಧ್ಯಯನ ಸಂಸ್ಥೆ ಆರಂಭಿಸಿ ಅನೇಕ ಜಿಲ್ಲೆಗಳಿಗೆ ಸಂಬಂಧಿಸಿದಂತೆ ಸಂಕಲನಗಳನ್ನು ಹೊರತಂದಿದೆ. ಇಂಥ ಸಂಕಲನಗಳ ಶ್ರೇಣಿಯಲ್ಲಿ ಶಿವಮೊಗ್ಗ ಮತ್ತು ಬೀದರ್ ಜಿಲ್ಲೆಯ ಸಂಕಲನಗಳು ಇತ್ತೀಚೆಗೆ ಪ್ರಕಟವಾಗಿವೆ. ಸಿಂಪಿಲಿಂಗಣ್ಣನವರು ಸಂಪಾದಿಸಿರುವ 'ಉತ್ತರ ಕರ್ನಾಟಕದ ಜನಪದ ಕಥೆಗಳು' ಆ ಭಾಗದ ವೈವಿಧ್ಯಮಯ ಕತೆಗಳನ್ನು ಬೆಳಕಿಗೆ ತಂದಿದೆ.

ಕನ್ನಡದಲ್ಲಿ ಸ್ವಾತಂತ್ರ್ಯೋತ್ತರ ದಿನಗಳಲ್ಲಿ ಐವತ್ತಕ್ಕೂ ಹೆಚ್ಚು ಸಂಕಲನಗಳು ಪ್ರಕಟಗೊಂಡಿವೆ. ಆರಂಭದ ಕೃತಿಗಳನ್ನು ಬಿಟ್ಟರೆ ಈ ದಶಕದಲ್ಲಿ ಪ್ರಕಟವಾದ ಕೃತಿಗಳು ಕನ್ನಡ ಜನಪದ ಕಥೆಗಳ ಹುಲುಸಾದ ಬೆಳೆಯನ್ನು ಪ್ರತಿನಿಧಿಸುತ್ತವೆ. ಎಲ್ಲ ಬಗೆಯ ಜನಪದ ಕಥೆಗಳೂ ಕನ್ನಡದಲ್ಲಿ ದೊರಕುತ್ತಿರುವುದು ಗಮನಾರ್ಹ ವಿಷಯವಾಗಿದೆ. ಅತಿಮಾನುಷ ಕಥೆಗಳು, ಮಾಂತ್ರಿಕ ಅಥವಾ ಅದ್ಭುತ ಕಥೆಗಳು, ರಮ್ಯ ಕಥೆಗಳು, ವಾಸ್ತವಿಕ ಕಥೆಗಳು, ವಿನೋದ ಕಥೆಗಳು, ಬುದ್ಧಿವಂತಿಕೆಯ ಕಥೆಗಳು, ದಡ್ಡರ ಕಥೆಗಳು, ಪ್ರಾಣಿ ಕಥೆಗಳು, ಒಗಟಿನ ಕಥೆಗಳು, ಗಾದೆಯ ಕಥೆಗಳು, ನೀತಿ ಕಥೆಗಳು, ಸಂಚಿತ ಕಥೆಗಳು, ಸೂತ್ರ ಕಥೆಗಳು, ವಿವರಣಾತ್ಮಕ ಕಥೆಗಳು, ಸ್ಥಳ ಕಥೆಗಳು, ಹೀಗೆ ಜನಪದ ಕಥೆಗಳ ಎಲ್ಲ ವರ್ಗಗಳನ್ನೂ ಗುರುತಿಸಲು ಸಾಧ್ಯವಾಗುವಷ್ಟು ಅಪಾರ ಸಂಖ್ಯೆಯಲ್ಲಿ ಇತ್ತೀಚೆಗೆ ಸಂಕಲನಗಳು ಹೊರಬರುತ್ತಿವೆ. ಜನಪದ ಗೀತೆ, ಲಾವಣಿಗಳ ಅನಂತರ ಜನಪದ ಸಾಹಿತ್ಯದ ಮತ್ತೊಂದು ಪ್ರಮುಖ ಪ್ರಕಾರ ಜನಪದ ಕಥೆಯ ಕ್ಷೇತ್ರವೂ ಅಭ್ಯಾಸಿಗಳ ದೃಷ್ಟಿಯಲ್ಲಿ ಈಗ ಮೈದುಂಬಿಕೊಳ್ಳುತ್ತಿರುವುದು ಗಮನಾರ್ಹ ಅಂಶವಾಗಿದೆ.

ಆಶಯ ಮತ್ತು ವರ್ಗಗಳ ದೃಷ್ಟಿಯಿಂದ ಈಗ ಜನಪದ ಕಥೆಗಳನ್ನು ಅಧ್ಯಯನ ಮಾಡುವ ಪ್ರಯತ್ನಗಳು ನಡೆಯುತ್ತಿವೆ. ರಚನಾತತ್ವದ ಹಿನ್ನೆಲೆಯಲ್ಲಿ ಇವುಗಳ ವಿಶ್ಲೇಷಣೆ ಅಗತ್ಯವಾಗಿದೆ. ಅನೇಕ ವಿಶ್ವ ಮಾದರಿಗಳು ಕನ್ನಡ ಜನಪದ ಕಥೆಗಳಲ್ಲಿ ಗುರುತಿಸಲ್ಪಟ್ಟಿವೆ. ಈ ಸಾಲಿನ ಅತ್ಯುತ್ತಮ ಭಿನ್ನ ರೂಪಗಳು (Variants) ದೊರೆತಿವೆ. ಒಂದೇ ಕತೆಯ ಅನೇಕ ಪಾಠಗಳು ಈಗ ಲಭ್ಯವಾಗುತ್ತವೆ. 'ದೊಂಬರ ಹುಡುಗ' ಕತೆಯ ಅಪಾರ ಸಂಖ್ಯೆಯ ಭಿನ್ನ ಪಾಠಗಳು ಕರ್ನಾಟಕದ ನಾನಾ ಕಡೆಗಳಲ್ಲಿ ದೊರೆತಿವೆ.

ವಿಶ್ವ ವರ್ಗಗಳ ಜೊತೆಯಲ್ಲಿ ಕನ್ನಡ ಜನಪದ ಕಥೆಗಳ ತೌಲನಿಕ ಅಧ್ಯಯನವನ್ನು ನಡೆಸುವುದರ ಜೊತೆಗೆ ಕರ್ನಾಟಕ ಸಂಸ್ಕೃತಿಯ ಹಿನ್ನೆಲೆಯಲ್ಲಿಯೂ ಅವುಗಳ ಅಧ್ಯಯನ ನಡೆದು ಜನಪದ ಕಥೆಯ ಕ್ಷೇತ್ರಕ್ಕೆ ನಮ್ಮ ಕಾಣಿಕೆಯೇನು ಎಂಬುದನ್ನು ನೋಡಬೇಕಾಗಿದೆ.

ಪ್ರಕೃತ ಸಂಕಲನದಲ್ಲಿ ದಕ್ಷಿಣ ಕರ್ನಾಟಕ, ಕೊಡಗು ಮತ್ತು ಕರಾವಳಿಯ ಕತೆಗಳನ್ನು ಆಯ್ದು ಸಂಕಲಿಸಲಾಗಿದೆ. ಕತೆಗಳ ಆಯ್ಕೆಯಲ್ಲಿ ಈ ರೀತಿಯ ಪ್ರಾದೇಶಿಕ ದೃಷ್ಟಿಯನ್ನು ಇಟ್ಟುಕೊಳ್ಳಲು ಮುಖ್ಯ ಕಾರಣ ಒಂದೊಂದು ಪ್ರದೇಶದ ಪ್ರಾತಿನಿಧ್ಯವಿರಲಿ ಎಂಬುದು.

ಇಲ್ಲಿ ಸಂಕಲನಗೊಂಡಿರುವ ಒಂದೊಂದು ಜಿಲ್ಲೆಯ ಅಥವಾ ಪ್ರದೇಶದ ಒಂದು ಅಥವಾ ಎರಡು ಕತೆಗಳು ಆಯಾ ಭಾಗದ ಕತೆಗಳನ್ನೆಲ್ಲ ಪ್ರತಿನಿಧಿಸಲು ಸಾಧ್ಯವಾಗುವುದಿಲ್ಲ. ಒಂದೊಂದು ಭಾಗಕ್ಕೆ ಸಂಬಂಧಿಸಿದಂತೆ ಒಂದೊಂದು ದೊಡ್ಡ ಸಂಕಲನವನ್ನು ಪ್ರಕಟಿಸಿದಾಗ ಮಾತ್ರ ಆಯಾ ಪ್ರಾದೇಶಿಕ ಕಥೆಗಳ ನೈಜ ಸ್ವರೂಪವನ್ನು ಅರಿಯಲು ಸಾಧ್ಯವಾಗುತ್ತದೆ. ಆದುದರಿಂದ ಈ ಸೀಮಿತ ಅವಕಾಶದಲ್ಲಿ ಕತೆಗಳನ್ನು ವಸ್ತು ಅಥವಾ ರಚನಾ ದೃಷ್ಟಿಯಿಂದ ವರ್ಗೀಕರಿಸಲು ಸಾಧ್ಯವಾಗಿಲ್ಲ. ಪ್ರಾದೇಶಿಕ ವರ್ಗೀಕರಣವೂ ಇಲ್ಲಿ ಅಪ್ರಕೃತ. ಸಂಗ್ರಹಕರು ನೀಡಿದ ಕತೆಗಳನ್ನು ಸಂಕೀರ್ಣ ಕಥೆಗಳು ಮತ್ತು ಸರಳ ಕಥೆಗಳು ಎಂದು ವರ್ಗೀಕರಿಸ ಬಹುದಿತ್ತು. ಆದರೆ, ಕೆಲವು ಸರಳ ಕಥೆಗಳೂ ಅನೇಕ ಸಂದರ್ಭದಲ್ಲಿ ಇಲ್ಲಿ ಸಂಕೀರ್ಣ ಕಥೆಗಳಾಗಿಯೇ ಬೆಳವಣಿಗೆಯನ್ನು ಪಡೆದುಕೊಂಡಿವೆ. ಉಳಿದ ಸರಳ ಕಥೆಗಳ ಸಂಖ್ಯೆ ಗೌಣ. ಅತಿ ಮಾನುಷ ಕಥೆಗಳ ಸಂಖ್ಯೆ ಇಲ್ಲಿ ಹೆಚ್ಚಾಗಿದೆ. ಮಾಂತ್ರಿಕ ಹಾಗೂ ರಮ್ಯ ಕಥೆಗಳ ಸಂಖ್ಯೆ ಒಂದು ಸ್ವತಂತ್ರ ಭಾಗಕ್ಕೆ ಸಾಲದಷ್ಟು ಕಡಮೆ ಸಂಖ್ಯೆಯಲ್ಲಿದೆ. ವಿನೋದ ಕಥೆಗಳು, ಬುದ್ಧಿವಂತರ ಕಥೆಗಳು, ನೀತಿ ಕಥೆಗಳು, ಪ್ರಾಣಿ ಕಥೆಗಳು ಈ ಸಂಕಲನದಲ್ಲಿ ಸೇರಿದ್ದರೂ ಪ್ರತ್ಯೇಕ ಭಾಗ ಮಾಡುವಷ್ಟು ಹೆಚ್ಚಾಗಿಲ್ಲ. ಅತಿಮಾನುಷ ಕಥೆ, ಮಾಂತ್ರಿಕ ಕಥೆ, ರಮ್ಯ ಕಥೆ, ವಾಸ್ತವಿಕ ಕಥೆ, ಬುದ್ಧಿವಂತಿಕೆಯ ಕಥೆ, ವಿನೋದ ಕಥೆ ಹಾಗೂ ಪ್ರಾಣಿ ಕಥೆ ಸೂತ್ರ ಕಥೆಗಳ ಕ್ರಮವನ್ನು ಅನುಸರಿಸಿ ಇಲ್ಲಿನ ಕತೆಗಳ ವರ್ಗೀಕರಣವನ್ನು ಕೊನೆಯಲ್ಲಿ ಸೂಚಿಸಲಾಗಿದೆ. ಆಯಾ ಕತೆಯ ಪ್ರಾದೇಶಿಕ ವಿವರಗಳನ್ನೂ ವಕ್ತೃಗಳ ವಿವರಗಳನ್ನೂ ಕೊನೆಯಲ್ಲಿ ನೀಡಲಾಗಿದೆ.

ಈ ಸಂಕಲನದ ಮೊದಲನೆಯ ಕಥೆ 'ದೊರೆಗಿಣಿ' ಒಂದು ವಿಶಿಷ್ಟ ಸ್ವರೂಪದ ಸಂಕೀರ್ಣ ಕಥೆ. ಕಥೆಯಲ್ಲಿ ಕಥೆಯನ್ನು ಹೆಣೆಯುವ ತಂತ್ರ ಭಾರತೀಯ ಶಿಷ್ಟ ಕಾವ್ಯಗಳಲ್ಲಿ ಸಾಮಾನ್ಯವಾದರೂ ಜನಪದ ಕಥೆಗಳಲ್ಲಿ ತೀರ ವಿರಳ. ಪ್ರಧಾನ ಕಥೆ ಒಂದು ಘಟ್ಟದಲ್ಲಿ ನಿಂತು ಬೇರೆ ಕಥೆಗಳು ಸಂದರ್ಭಾನುಚಿತವಾಗಿ ಸೇರಿಕೊಂಡು ಮತ್ತೆ ಕೊನೆಯಲ್ಲಿ ಪ್ರಧಾನ ಕತೆಯ ಸೂತ್ರ ಕೂಡಿಕೊಳ್ಳುವುದೇ ಇಂಥ ಕಥೆಗಳ ಸ್ವಾರಸ್ಯ. ಇಲ್ಲಿ ಪ್ರಧಾನ ಕಥೆಗಿಂತ ಒಳಗೆ ಬರುವ ಉಪಕಥೆಗಳ ಆಕರ್ಷಣೆಯೇ ಹೆಚ್ಚು. ಇಲ್ಲಿ ಒಂದು ಕಥೆ ಇರುವುದಿಲ್ಲ; ಒಂದು ಕಥಾಗುಚ್ಛವೇ ಇರುತ್ತದೆ. ಕಥೆಯನ್ನು ಅತ್ಯಂತ ಎಚ್ಚರದಿಂದ ಅನುಸರಿಸಿಕೊಂಡು ಹೋಗಿ ಅದರ ಕೊಂಡಿಯನ್ನು ಕೂಡಿಸಿಕೊಳ್ಳಬೇಕು. ಪಂಪತಂತ್ರ, ಕಾದಂಬರಿ ಕಾವ್ಯಗಳ ಕಥೆಗಳಲ್ಲಿ ಇಂಥ ಸ್ವರೂಪವನ್ನು ನೋಡಬಹುದು. ಶಿಷ್ಟ ಸಂಪ್ರದಾಯದಲ್ಲಿ ಸಾಧ್ಯವಾಗಬಹುದಾದ ಈ ತಂತ್ರ ಮೌಖಿಕ ಸಂಪ್ರದಾಯದಲ್ಲಿಯೂ ಉಳಿದು ಬಂದಿರುವುದು ಆಶ್ಚರ್ಯದ ವಿಷಯ. ಇಲ್ಲಿನ 'ದೊರೆಗಿಣಿ' ಹೇಳುವ ಕಥೆಗಳು ಒಂದೊಂದು ಸ್ವತಂತ್ರ ಕಥೆಯಾಗಿಯೂ ರಂಜಿಸುತ್ತವೆ. ಮುಖ್ಯ ಕಥೆಗೆ ಪೋಷಕವಾಗಿಯೂ ಇವೆ.

'ಪದಕದ ಕುಮಾರ' ಮತ್ತು 'ರತ್ನಾಜಿ' ಎರಡು ಕತೆಗಳೂ ಜನಪದ ರಮ್ಯ ಕಥೆಗಳ ಒಳ್ಳೆಯ ಮಾದರಿಗಳು. ಇಲ್ಲಿ ಅತಿಮಾನುಷದ ಪ್ರಭಾವ ಅಷ್ಟಿಷ್ಟು ಇದ್ದರೂ ಇಲ್ಲಿನ

ಆವರಣ ರಮ್ಯ ಕಥೆಯದೇ. 'ರತ್ನಾಜಿ'ಯ ಕಥೆಯ ಚೌಕಟ್ಟು ಜನಪದ ಕಥೆಗಳ ಸಾಮಾನ್ಯ ಗುಣಲಕ್ಷಣವನ್ನು ಹೊಂದಿದ್ದರೆ, ಪದಕದ ಕುಮಾರನ ಕಥೆ ಸ್ವಲ್ಪ ಮಟ್ಟಿನ ವೈವಿಧ್ಯವನ್ನು ಸಾಧಿಸಿಕೊಂಡಿದೆ. ಎರಡು ಕಥೆಗಳೂ ಅಪೂರ್ವವಾದುವೇ. ರತ್ನಾಜಿ ಕತೆಯ ರಾಜಕುಮಾರ ರತ್ನಾಜಿಯನ್ನು ತರಲು ಹೋಗಿ ವಿವಿಧ ರೀತಿಯ ಕಷ್ಟ ಪರಂಪರೆಯನ್ನು ಎದುರಿಸಿ ಕೊನೆಗೂ ಅವಳನ್ನು ಪಡೆಯುತ್ತಾನೆ. ಈ ನಡುವೆ ಬರುವ ಆಶಯಗಳಲ್ಲಿ ರಾಜಕುಮಾರನನ್ನು ಗಿಣಿಯನ್ನಾಗಿ ಸೂಳೆಯೊಬ್ಬಳು ಪರಿವರ್ತಿಸಿ ಇಟ್ಟು ಕೊಳ್ಳುವ ವೈಖರಿ ಗಮನಾರ್ಹವಾದುದು. ಪದಕದ ಕುಮಾರ ಕಥೆಯಲ್ಲಿಯೂ ಈ ಆಶಯ ಬರುತ್ತದೆ. ಆದರೆ ಎರಡು ಕಥೆಗಳಲ್ಲಿಯೂ ರಾಜಕುಮಾರ ಬಿಡುಗಡೆ ಪಡೆಯುವ ರೀತಿ ಭಿನ್ನವಾದುದು. 'ಪದಕದ ಕುಮಾರ' ಕಥೆಯ ನಾಯಕಿ ಸತ್ಯಭಾಮೆ, ರತ್ನಾಜಿಗಿಂತ ದಿಟ್ಟ ಹೆಣ್ಣು; ಸಾಹಸ ಪ್ರವೃತಿ ಅವಳದು. ಸೂಳೆಯಿಂದ ಅವನನ್ನು ಬಿಡುಗಡೆ ಮಾಡುವವರೆಗೆ ಅವಳು ತೋರುವ ಕಾರ್ಯಚತುರತೆ ಮೆಚ್ಚುವಂತಿದೆ. ರತ್ನಾಜಿ ಮುಗ್ಧಹೆಣ್ಣು. ತನ್ನ ಪತಿಯನ್ನು ದೂರಮಾಡಿಕೊಂಡು ಮರಣವನ್ನಪ್ಪಿ ಮತ್ತೆ ಅವಳು ಬದುಕಿಕೊಳ್ಳುವ ವಾತಾವರಣ ಅತ್ಯಂತ ಮೋಹಕವಾಗಿ ಈ ಕತೆಯಲ್ಲಿ ಮೂಡಿಬಂದಿದೆ. 'ಪದಕದ ಕುಮಾರ' ಕಥೆಯ ನಿರೂಪಕಿ ಕತೆಯನ್ನು ಸಾಕಷ್ಟು ವಿಸ್ತರಿಸಿದ್ದಾಳೆ. ರತ್ನಾಜಿ ಕತೆ ವಿಸ್ತಾರ ವಾಗಿದ್ದರೂ ಅಲ್ಲಿನ ಜನಪದ ಭಾಷೆಯ ಸೊಗಸು, ನಿರೂಪಣೆಯ ಚಾತುರ್ಯ, ಚಿತ್ತಾ ಕರ್ಷಕವಾಗಿವೆ. ಎರಡು ಕತೆಗಳಲ್ಲಿಯೂ ಬರುವ ಅಪಾರ ಸಂಖ್ಯೆಯ ಬೇರೆ ಬೇರೆಯ ಆಶಯಗಳು ಈ ಕತೆಗಳ ಸತ್ವವನ್ನು ಹೆಚ್ಚಿಸಿವೆ. ಈ ಎರಡೂ ಅಪರೂಪದ ಕತೆಗಳಾಗಿ ಇಲ್ಲಿ ರೂಪುಗೊಂಡಿವೆ.

'ಕಾಳಮ್ಮನ ವರದಲ್ಲಿ ಹುಟ್ಟಿದ ಮಕ್ಕಳು' ಕನ್ನಡದ ಕಾಡುಸಿದ್ದಮ್ಮನ ವರ್ಗದ ಕಥೆ. ಮಕ್ಕಳಿಲ್ಲದ ರಾಜನಿಗೆ ಒಬ್ಬಳು ರಾಣಿಯಲ್ಲಿ ಮಕ್ಕಳಾಗುವುದು, ಇತರ ರಾಣಿಯರು ಅದನ್ನು ಸಹಿಸದೆ ಹುಟ್ಟಿದ ಮಕ್ಕಳನ್ನು ಮರೆಮಾಚಿ ಯಾವುದೋ ವಸ್ತುವನ್ನು ತೋರಿಸುವುದು, ಮಕ್ಕಳ ತಾಯಿಯನ್ನು ರಾಜ ಅರಮನೆಯಿಂದ ಕಳಿಸಿ ದೂರಮಾಡುವುದು, ಮಕ್ಕಳು ಯಾರ ಯಾರ ಆಶ್ರಯದಲ್ಲೋ ಬೆಳೆಯುವುದು, ಕೊನೆಗೆ ಆ ಮಕ್ಕಳಲ್ಲಿ ಕೊನೆಯ ಮಗುವಾದ ಹೆಣ್ಣು ಮಗಳು ರಾಜನ ದೃಷ್ಟಿಗೆ ಬೀಳುವುದು, ಅವಳಿಂದ ಅಥವಾ ಇನ್ನಾವುದೋ ರೀತಿಯಿಂದ ಅವರು ತನ್ನ ಮಕ್ಕಳೆಂದು ತಿಳಿದು ಅವರನ್ನು ಪಡೆದ ತಾಯಿಯನ್ನೂ ಮತ್ತೆ ಪಡೆಯುವುದು, ಇತರ ರಾಣಿಯರನ್ನು ದಂಡಿಸುವುದು, ಆ ತಾಯಿ ಮಕ್ಕಳೊಡನೆ ಸುಖವಾಗಿರುವುದು—ಇದು ಕಥೆಯ ಸೂತ್ರ. ಕನ್ನಡದಲ್ಲಿ ಇಂಥ ಅನೇಕ ಕತೆಗಳು ಲಭ್ಯವಾಗುತ್ತವೆ. ಒಂದೊಂದು ಕತೆಯಲ್ಲಿ ಒಂದೊಂದು ರೀತಿಯ ಬೆಳವಣಿಗೆ ಕಂಡರೂ ಮೂಲಸೂತ್ರ ಒಂದೇ. ಪ್ರಕೃತ ಕತೆ ಅತ್ಯಂತ ವಿವರವಾಗಿ ಬೆಳವಣಿಗೆಯನ್ನು ಸಾಧಿಸಿರುವುದರ ಜೊತೆಗೆ, ಕಾಳಮ್ಮನ ವರ, ಋಷಿಯೊಬ್ಬನ ನೆರವು, ಕೀಲುಕುದುರೆಯ ಪ್ರಯಾಣ, ಹೊಸ ಅರಮನೆಯ ನಿರ್ಮಾಣ—ಇಂಥ ಹೊಸ ಆಶಯಗಳಿಂದ ವೈವಿಧ್ಯವನ್ನು ಪಡೆದಿದೆ.

'ಚಿನ್ನದ ಗಿಂಡಿ ಬೆಳ್ಳಿ ಗಿಂಡಿ' ಕೂಡ ಈ ವರ್ಗದ ಒಂದು ಒಳ್ಳೆಯ ಕತೆ. ಇಲ್ಲಿ ಹೆಣ್ಣು ಮಗುವನ್ನು ರಾಣಿ ಪಡೆಯುವುದಿಲ್ಲ. ಇಬ್ಬರು ಅವಳಿ–ಜವಳಿ ಮಕ್ಕಳು, ಗಂಡುಮಕ್ಕಳು ಮಾತ್ರ. ಮಕ್ಕಳನ್ನು ಕೆಲಕಾಲ ತಿಪ್ಪೆ, ಕೆಲಕಾಲ ಗಂಗಮ್ಮ ಸಾಕುತ್ತಾರೆ. ಅನಂತರ ಒಬ್ಬ ಪೂಜಾರಿ ಸಾಕುತ್ತಾನೆ. ಮುಂದೆ ಏಳು ಸಮುದ್ರದಾಚೆಯ ಅರಗಿಣಿಯನ್ನು ತರಬೇಕಾದ ಸಂದರ್ಭ ಬರುತ್ತದೆ. ಇಬ್ಬರೂ ಪ್ರಯಾಣ ಹೊರಟು 'ಚರಮಗಾರಿ,' 'ಕೀಲೂರು,' 'ಜೀವಗಾಳಿ' ಪಟ್ಟಣದ ರಾಜಕುಮಾರಿಯರನ್ನು ಅಣ್ಣ ಲಗ್ನವಾಗುತ್ತಾನೆ. ಮುಂದೆ ಗಂಡು ಭೇರುಂಡ ಅರಗಿಳಿಯನ್ನು ತರಲು ಸಹಾಯ ಮಾಡುತ್ತದೆ. ಆದರೆ ರಾಕ್ಷಸನಿಂದ ಅಣ್ಣ ಹತನಾಗುತ್ತಾನೆ. ತಮ್ಮ 'ಚರಮಗಾರಿ,' 'ಕೀಲೂರು', 'ಜೀವಗಾಳಿ' ಪಟ್ಟಣದ ರಾಜಕುಮಾರಿಯರಿಂದ ಅವನ್ನನು ಮತ್ತೆ ಬದುಕಿಸುತ್ತಾನೆ. ಮುಂದೆ ಕತೆ ಮೇಲಿನಂತೆಯೇ ಸುಖಾಂತವಾಗುತ್ತದೆ.

ಅರಗಿಳಿಯನ್ನು ತರುವ ಪ್ರಸಂಗದಿಂದ ಈ ಕತೆ ಇಲ್ಲಿ ಹೊಸ ತಿರುವನ್ನು ಪಡೆದುಕೊಂಡು ಸ್ವಾರಸ್ಯಕರವಾಗಿ ಬೆಳೆದುಕೊಂಡಿದೆ. ಸತ್ತ ಅಣ್ಣನನ್ನು ಬದುಕಿಸಿಕೊಳ್ಳಲು ರಾಜಕುಮಾರಿಯರನ್ನು ಬಳಸಿಕೊಳ್ಳುವ ರೀತಿ ಇಲ್ಲಿ ಹೊಸದು. ಅಲ್ಲದೆ ಸಾಹಸ ಯಾತ್ರೆಯೊಂದನ್ನು ಅಳವಡಿಸಿ, ಅಣ್ಣ ಅಪೂರ್ವ ರಾಜಕುಮಾರಿಯರನ್ನು ಪಡೆಯುವ ಸಂದರ್ಭಗಳೂ ವಿಶಿಷ್ಟ ರೀತಿಯಲ್ಲಿ ಈ ಕತೆಯೊಡನೆ ಬೆಸುಗೆಗೊಂಡು ಕತೆಗೆ ವಿಶೇಷ ಆಕರ್ಷಣೆಯನ್ನು ತಂದಿದೆ. ಇಲ್ಲಿನ ಚಿಕ್ಕನಾಗೇಂದ್ರ ಕಥೆ ಅತಿಮಾನುಷ ವರ್ಗಕ್ಕೆ ಸೇರುವ ವಸ್ತುವನ್ನೇ ಪಡೆದಿದ್ದರೂ ರಾಜಕುಮಾರನನ್ನು ನಾಯಕನನ್ನಾಗಿ ಪಡೆದಿಲ್ಲ. ಬಡವೆ ಹೆಣ್ಣೊಬ್ಬಳು ನಾಗಲೋಕದ ನಾಗರಾಜನ ನೆರವನ್ನು ಪಡೆದು, ತೌರಿನ ಸುಖವನ್ನು ಅನುಭವಿಸುವ ಕುತೂಹಲಕಾರಿ ಘಟನೆಗಳನ್ನೊಳಗೊಂಡಿದೆ. ಚಿಕ್ಕನಾಗೇಂದ್ರ ಇವಳನ್ನು ಅಕ್ಕನಂತೆ ಕಂಡು, ಅಪಾರ ಪ್ರೀತಿ ವಾತ್ಸಲ್ಯಗಳನ್ನು ತೋರುತ್ತಾನೆ. ಆ ಪ್ರೀತಿ ಇವಳಲ್ಲಿಯೂ ನಿರಂತರವಾಗಿರುವುದನ್ನು ಕಂಡು ತೃಪ್ತನಾಗುತ್ತಾನೆ. ಸರ್ಪಗಳ ಪರಿಸರದಲ್ಲೇ ಸಾಗುವ ಈ ಕತೆ ಇತರ ಕಥೆಗಳಿಗಿಂತ ಭಿನ್ನವಾಗಿ ವಿಶಿಷ್ಟವಾಗಿದೆ.

'ವಜ್ರಕಿರೀಟಿ' ಕಿರಿಯ ಮಗನೊಬ್ಬನ ಸಾಹಸದ ಕಥೆ. ಮಾಂತ್ರಿಕ ಕಥೆಯ ವರ್ಗಕ್ಕೆ ಸೇರುವ ಈ ಕತೆಯಲ್ಲಿ ಅತಿಮಾನುಷದ ಪ್ರಭಾವವೂ ಇದೆ. ಇಲ್ಲಿ ಅಣ್ಣಂದಿರೇ ತಮ್ಮನನ್ನು ಮೋಸಗೊಳಿಸುವ ಪ್ರಸಂಗ ಬರುತ್ತದೆ. ಮತ್ತೆ ನಾಯಕ ಅತಿಮಾನುಷ ಶಕ್ತಿಗಳ ನೆರವಿನಿಂದ ಬದುಕಿ ಬರುತ್ತಾನೆ. ನಾಲ್ಕು ಜನ ದೇವಕನ್ಯೆಯರನ್ನು ಕೂಡಿ, ತನ್ನ ಗುರಿಯನ್ನು ಎಟುಕಿಸಿಕೊಂಡು ಸುಖವಾಗಿರುತ್ತಾನೆ. 'ಬಸವೇಶ್ವರ–ಸಿದ್ದೇಶ್ವರ' ಹಸುವಿನಕರು–ಹುಲಿಯ ಮರಿಗಳ ಒಂದು ಕಥೆ. ಹಸುವನ್ನು ಹುಲಿ ಕೊಂದು ತಿಂದರೂ, ಇವೆರಡು ಮರಿಗಳೂ ಸ್ನೇಹದಿಂದ, ಪ್ರೀತಿಯಿಂದ ಜೊತೆಗೂಡಿ ಆಡಿ ಪಾರ್ವತೀಪರಮೇಶ್ವರರಿಂದ ಜೀವವನ್ನು ಮರಳಿ ಪಡೆಯುತ್ತವೆ. ಮುಂದೆ ಅವೆರಡೂ ಸಾಹಸ ಯಾತ್ರೆಯನ್ನು ಕೈಕೊಂಡು ರಾಕ್ಷಸರನ್ನು ಕೊಂದು, ಮತ್ತೆ ಎರಡೂ ಬೇರೆಯಾಗಿ, ಕೊನೆಯಲ್ಲಿ ಕೂಡಿಕೊಳ್ಳುತ್ತವೆ. ಈ ನಡುವೆ ಅನೇಕ ಕಷ್ಟ ಪರಂಪರೆಗಳನ್ನು, ವಿಪತ್ತುಗಳನ್ನು ಎದುರಿಸಬೇಕಾಗಿ ಬಂದು ಅವುಗಳಿಂದ

ಅವು ಪಾರಾಗುತ್ತವೆ. ಸಿದ್ದೇಶ್ವರನನ್ನು ಬಸವೇಶ್ವರ ಪಾರು ಮಾಡಿದ ಘಟನೆ ಕೊನೆಯಲ್ಲಿ ಬರುತ್ತದೆ. ಹಸುವಿನ ಕರು ಮತ್ತು ಹುಲಿಮರಿಗಳು ಅನಂತರ ಮಾನವರಾಗಿ ಪರಿವರ್ತನೆ ಹೊಂದಿ ಮುಂದೆ ಕತೆ ಇತರ ಅತಿಮಾನುಷ ಕಥೆಗಳ ಹಾದಿಯಲ್ಲೇ ನಡೆಯುವುದು ಇಲ್ಲಿನ ಗಮನಾರ್ಹ ಅಂಶ. ಕೊಡಗಿನ ಈ ಕತೆ ನಾಡಿನ ಅನೇಕ ಕಡೆಗಳಲ್ಲಿ ಗುರುತಿಸಲ್ಪಟ್ಟಿದೆ. ಡಾ.ಡಿ.ಕೆ.ರಾಜೇಂದ್ರ ಅವರು ಹಾಸನ ಜಿಲ್ಲೆಯಲ್ಲಿಯೂ, ಶ್ರೀ ಎನ್.ಆರ್.ನಾಯಕರು ಉತ್ತರ ಕನ್ನಡ ಜಿಲ್ಲೆಯಲ್ಲಿಯೂ ಈ ಕತೆಯ ಭಿನ್ನಪಾಠಗಳನ್ನು ಸಂಗ್ರಹಿಸಿದ್ದಾರೆ.

ಇಲ್ಲಿನ ಸಾಹಸ ಯಾತ್ರೆಯ ಕತೆಗಳೆಲ್ಲ ಪ್ರಾದೇಶಿಕ ಹಿನ್ನೆಲೆಯಲ್ಲಿ ಹೇಗೆ ವೈವಿಧ್ಯವನ್ನು ಸಾಧಿಸಿಕೊಂಡಿವೆ ಎಂಬುದನ್ನು ಮೇಲೆ ಪರಿಶೀಲಿಸಲಾಗಿದೆ. ಉಳಿದ ಕತೆಗಳಲ್ಲಿಯೂ ಇಂಥ ಅಂಶಗಳನ್ನು ಗುರುತಿಸಬಹುದಾಗಿದೆ. 'ಯಾರು ಹೆಚ್ಚು' ಕತೆ ಮಾತ್ರ ಈ ವರ್ಗದಿಂದ ಭಿನ್ನವಾದುದು. ಮೂರುಜನ ಸೋದರರು ಸಾಹಸದಲ್ಲಿ ತೊಡಗಿ ಪರಸ್ಪರ ಪೂರಕ ಸಾಹಸಗಳಿಂದ, ಮಡಿದ ನಾಯಕಿಯನ್ನು ಉಳಿಸುವರು. ಆದರೆ ನಾಯಕಿಯನ್ನು ಅವರು ಲಗ್ನವಾಗಲು ಸಾಧ್ಯವಾಗದೆ ಬೇರೊಬ್ಬರು ಅವಳ ಕೈಹಿಡಿಯುವ ಅವಕಾಶ ಇಲ್ಲಿ ಬರುವುದ ರಿಂದ ಈ ಕತೆ ಹೊಸ ತಿರುವನ್ನು ಪಡೆದಿದೆ ಎನ್ನಬಹುದು. 'ಮದುವೆ ಪಣ'ದಲ್ಲಿ ಇದೇ ರೀತಿಯ ವಸ್ತು ಬೇರೆಯ ರೀತಿಯಲ್ಲಿ ಕೆಲಸ ಮಾಡಿದೆ. ಸಾಹಸಗಳು ಭಿನ್ನವಾಗಿವೆ. ಹೆಣ್ಣನ್ನು ಉಳಿಸುವ ರೀತಿಯೂ ಬೇರೆಯದೇ. 'ದೊಂಬರ ಹುಡುಗ' ವರ್ಗದ 'ಜಯ–ವಿಜಯ' ಕತೆ ಆ ಕತೆಯನ್ನೇ ಇಲ್ಲಿಯೂ ಅನುಸರಿಸಿದಂತೆ ತೋರಿದರೂ ತಿರುಳಿನಲ್ಲಿ ವೈವಿಧ್ಯವನ್ನು ಪಡೆದುಕೊಂಡಿದೆ. ಆಶಯಗಳು ಭಿನ್ನವಾಗಿವೆ. ದೊಂಬರ ಹುಡುಗ ಕತೆ ಯಲ್ಲಿ ಗುರುವನ್ನು ಶಿಷ್ಯ ಕೊಂದುಹಾಕಿ ಗೆಲ್ಲುತ್ತಾನೆ. ಆದರೆ, ಇಲ್ಲಿ ಗುರುವನ್ನು ಗೆಲ್ಲುವ ಪ್ರಸಂಗ ಬಂದರೂ ಶಿಷ್ಯನಿಗೆ ಗುರು ಶರಣಾಗಿ ಪ್ರಾಣವನ್ನು ಉಳಿಸಿಕೊಳ್ಳುತ್ತಾನೆ. ನಾಯಕ ಮತ್ತು ನಾಯಕನ ಸೋದರ—ಇಬ್ಬರೂ ರಾಜನ ಇಬ್ಬರು ಮಕ್ಕಳನ್ನು ಮದುವೆಯಾಗುವಲ್ಲಿ ಕತೆ ಅಂತ್ಯವನ್ನು ಕಾಣುತ್ತದೆ. ಮೇಲಿನ ಅತಿಮಾನುಷ, ರಮ್ಯ ಮತ್ತು ಮಾಂತ್ರಿಕ ಕತೆಗಳಂತೆಯೇ ಈ ಸಂಕಲನದ ವಾಸ್ತವಿಕ ಕಥೆಗಳೂ ಹೊಸದಾಗಿ ಬೆಳಕಿಗೆ ಬರುತ್ತಿವೆ. ಹೊಸ ಸ್ವಭಾವದ ಪಾತ್ರಗಳನ್ನು ಪರಿಚಯಿಸುತ್ತವೆ. 'ಕಳ್ಳಿಂಗೇಗೌಡ' ಕಳ್ಳನೇ ಆದರೂ ಅವನ ಪ್ರಾಮಾಣಿಕತೆ ಆಶ್ಚರ್ಯಕರವಾದುದು. ಮನಮುಟ್ಟುವಂತೆ ಈ ಕತೆಯನ್ನು ಕತೆಗಾರ್ತಿ ನಿರೂಪಿಸಿದ್ದಾಳೆ. ನೀತಿ ಕಥೆಯಾಗಿ 'ಕೊಳಕಿಯ ಕಥೆ' ನಮ್ಮ ಮನಸ್ಸನ್ನು ಸೆಳೆಯುತ್ತದೆ. ಇಲ್ಲಿನ ವಿನೋದ ಕಥೆಗಳಲ್ಲಿ 'ಅಗಸನ ಸಾಹಸ'ಕ್ಕೆ ಸಂಬಂಧಿಸಿದ ಕತೆಯ ಮೂರುನಾಲ್ಕು ಭಿನ್ನ ಪಾಠಗಳು ದೊರೆತಿವೆ. ಇಲ್ಲಿ ಸಂಕಲಿತವಾಗಿರುವ ಹಾಸನ ಜಿಲ್ಲೆಯ ಕತೆ ಆ ಕತೆಗಳಲ್ಲೆಲ್ಲ ವಿಸ್ತಾರವಾದುದು, ಸೊಗಸಾದುದು. 'ಅದೃಷ್ಟವಿದ್ದರೆ ಅಗಸನೂ ರಾಜನಾಗಬಲ್ಲ' ಎಂಬ ಗಾದೆ ಈ ಕತೆಯಿಂದ ಹುಟ್ಟಿಕೊಂಡಂತೆ ತೋರುತ್ತದೆ. 'ಬುದ್ಧಿವಂತಿಕೆ' ಕತೆಗಳಲ್ಲಿ ಕಳ್ಳರ ಪಾತ್ರ ಮುಖ್ಯವಾದುದು. ಕೆಲವು ಕಡೆ ಕಳ್ಳರನ್ನು ಹಿಡಿಯಲು ಹೋದವರು ಮೋಸಹೋಗುತ್ತಾರೆ. ಕೆಲವು ಕಡೆ ಕಳ್ಳರೇ ಪರಸ್ಪರ ವಂಚಿಸಿಕೊಳ್ಳುತ್ತಾರೆ. ಕೆಲವೆಡೆ ನಾಯಕ ತಾನು ಶಾರೀರಿಕವಾಗಿ ದುರ್ಬಲನಾಗಿದ್ದರೂ, ಬುದ್ಧಿಯ ಬಲದಿಂದ ಜಯಶಾಲಿ ಯಾಗುತ್ತಾನೆ. 'ನಾಲ್ವರು ಕಳ್ಳರು' 'ಆಲೂರು ಕಳ್ಳ ಬೇಲೂರು ಕಳ್ಳ' ಕಳ್ಳರ ಕಥೆಗಳಿಗೆ

ಒಳ್ಳೆಯ ನಿದರ್ಶನವೆನಿಸುತ್ತವೆ. ಬುದ್ಧಿವಂತಿಕೆಯ ಕತೆಗಳಂತೆಯೇ ನಿಜವಾದ ದಡ್ಡರ ಕತೆಗಳೂ ಬರುತ್ತವೆ. ದಡ್ಡರಾದ ಕಥಾನಾಯಕರು ಅವಿವೇಕದಿಂದ ವರ್ತಿಸಿ ಹೇಗೆ ಹಾಸ್ಯವನ್ನು ಪ್ರಚೋದಿಸುತ್ತಾರೆ ಎಂಬುದು ಇಲ್ಲಿ ಮುಖ್ಯ. 'ದಡ್ಡಮಗ' ಈ ಮಾದರಿಯ ಕತೆಯಾಗಿದೆ. ಈ ಕತೆಗಳಿಗಿಂತ ಭಿನ್ನವಾಗಿ ಕೆಲವು ವಿನೋದಪೂರ್ಣ ಸನ್ನಿವೇಶಗಳಿಂದ ಹಾಸ್ಯವನ್ನು ಉಕ್ಕಿಸಿ ಅದರ ಹಿನ್ನೆಲೆಯಲ್ಲಿ ಮಾರ್ಮಿಕ ಸಮಸ್ಯೆಯೊಂದನ್ನು ಒಡ್ಡುವ ಕತೆಗಳೂ ಕೆಲವಿವೆ. 'ಅಲ್ಲಿ ಹಾಗೆ ಇಲ್ಲಿ ಹೀಗೆ' ಕತೆಯನ್ನು ಇಲ್ಲಿ ಗಮನಿಸಬಹುದು. ತನ್ನ ಹೆಂಡತಿಯ ದುರ್ನಡತೆಯನ್ನು ಗುರುತಿಸಿದ ನಾಯಕ, ರಾಜನ ಹೆಂಡತಿಯಲ್ಲೂ ಅದೇ ವರ್ತನೆಯನ್ನು ಕಾಣುತ್ತಾನೆ. ಆದರೆ, ಅದನ್ನು ರಾಜನಿಗೆ ಪರಿಚಯಿಸುವ ರೀತಿ ವಿನೋದ ಪೂರ್ಣವಾಗಿದೆ. ಈ ವಿನೋದದ ಹಿನ್ನೆಲೆಯಲ್ಲಿ ಎಂಥ ಸತ್ಯವನ್ನು ಅವನು ಬಯಲಿ ಗೆಳೆಯುತ್ತಾನೆ!

ಪ್ರಾಣಿ ಕಥೆಗಳ ಸಾಲಿನಲ್ಲಿ 'ಪಿಟ್ಟೇಕಾಟ' ಒಂದು ಸೂತ್ರ ಕಥೆ. ಮೇಲಿಂದ ಮೇಲೆ ಸೂತ್ರ ರೂಪದ ಮಾತುಗಳು ಬಂದು, ಹಕ್ಕಿ ಸತ್ತಂತೆ ತೋರಿದರೂ ಬದುಕಿ ಉತ್ತರಿಸುವ ರೀತಿ ಕುತೂಹಲಕಾರಿ. ಇಲ್ಲಿ ಕತೆಗಿಂತ ಮಾತಿನ ಸೊಗಸು ಮುಖ್ಯ. ಮೊಸಳೆ ನರಿಯ ಕತೆಯಲ್ಲಿ ಪೂರ್ವಾರ್ಧ ಹೊಸ ಆಶಯದ ಮೇಲೆ ರೂಪಿತವಾಗಿದೆ. ನರಿ ಇಲ್ಲಿ ತಂತ್ರಿಯಾಗಿ ವರ್ತಿಸಿದೆ.

ಈ ಸಂಕಲನದಲ್ಲಿ ಎಲ್ಲ ವರ್ಗಗಳಿಗೂ ಕತೆಗಳನ್ನು ಒದಗಿಸಲು ಸಾಧ್ಯವಾಗಿಲ್ಲ. ಸಂಗ್ರಹಕರು ಕಳಿಸಿದ ಕಥೆಗಳಲ್ಲಿ ಹೊಸ ಕತೆಗಳನ್ನು ಆಯ್ದು ಅಳವಡಿಸಲಾಗಿದೆ. ಸಂಗ್ರಹಕರಲ್ಲಿ ಕರ್ನಾಟಕದ ಪ್ರಸಿದ್ಧ ಜಾನಪದ ವಿದ್ವಾಂಸರೂ, ಕಿರಿಯ ಸಂಗ್ರಹಕರೂ ಇದ್ದಾರೆ. ನನ್ನ ಕೋರಿಕೆಯಂತೆ ತಾವು ಸಂಗ್ರಹಿಸಿ ಕತೆಗಳನ್ನು ಕಳಿಸಿಕೊಟ್ಟು ಉಪಕರಿಸಿದ ಈ ಎಲ್ಲರಿಗೂ ನನ್ನ ವಂದನೆಗಳು. ಈ ಸಂಕಲನವನ್ನು ಸಿದ್ಧಮಾಡಿ ಕೊಡುವ ಜವಾಬ್ದಾರಿಯನ್ನು ನನಗೆ ವಹಿಸಿದ ಸಾಹಿತ್ಯ ಅಕಾದೆಮಿಗೆ ನಾನು ಕೃತಜ್ಞನಾಗಿದ್ದೇನೆ.

ಜೀ.ಶಂ.ಪರಮಶಿವಯ್ಯ

ಕನ್ನಡ ಅಧ್ಯಯನ ಸಂಸ್ಥೆ
ಮಾನಸಗಂಗೋತ್ರಿ–ಮೈಸೂರು–೬

೧

ಬಯಲು ಸೀಮೆಯ ಜನಪದ ಕಥೆಗಳು

೧. ದೊರೆ ಗಿಣಿ

ಒಂದಾನೊಂದು ಪಟ್ಟಣ. ಅದಕ್ಕೊಬ್ಬ ದೊರೆ. ಹೊತ್ತಾರೆ ಎದ್ದರೆ ಕುದುರೆ ಹಾಕ್ಕೊಂಡು ಪಟ್ಟಣದ ಸುತ್ತ ಗೋಲು ಹೊಡೆಯೋದು ಪದ್ಧತಿ. ಒಂದು ದಿನ ವಾಜರ ಹುಡುಗ ಪಟ್ಟಣದ ಹೊರಗೆ ಬಂಡಮಾಂಕಾಳಮ್ಮನ ಗುಡಿ ಹತ್ತಿರ ನಿಂತಿದ್ದ. ದೊರೆ ಆ ಹುಡುಗನಿಗೆ 'ಕುದುರೆ ಹಿಂಗಿಡ್ಕೊ. ನಾನು ಹೋಗಿ ದೇವರಿಗೆ ಕೈಮುಗಿದು ಬತ್ತೀನಿ' ಎಂದ. ಅವನು ಕುದುರೆ ಹಿಡಿದುಕೊಂಡ. ದೊರೆ ಗುಡಿಗೆ ಹೋಗಿ ಬಂದ. ಬಂದೋನು 'ನೀನೂ ಸಮರ್ಥ ಕನ ನಾನೂ ಸಮರ್ಥ ಕನ. ಇಬ್ಬರೂ ಯುದ್ಧ ಮಾಡಬೇಕು' ಎಂದ. ವಾಜರ ಹುಡುಗ ಆಗಲಿ ಎಂದ. ತಮ್ಮ ದಟ್ಟ ಬಿಟ್ಟು ಬದಲು ದಟ್ಟ ಮಾಡಿಕೊಂಡು ಯುದ್ಧಕ್ಕೆ ನಿಂತರು. ವಾಜರ ಹುಡುಗ ದೊರೆ ದಟ್ಟಕ್ಕೆ ನುಗ್ಗಿ ಕುದುರೆ ಹಾಕ್ಕೊಂಡು ಹೊರಟುಹೋದ. ದೊರೆ ಒಂದು ಗಿಣಿಯಾದ. ಕಾಲ ಕೂಡಲಿ ಎಂದು ಕಾದ. ವಾಜರವನ ದಟ್ಟವನ್ನು ಹದ್ದು ಕಾಗೆ ತಿಂದವು. ಈ ಕಡೆ ನೂರು ಗಿಣಿ ಜೊತೆ ದೊರೆ ಗಿಣಿ ಸೇರಿಕೊಂಡಿತು. ಹಗಲೆಲ್ಲ ಮೇಯ್ಕೊಂಡು ಬಂದು ಇರುಳು ಆಲದ ಮರದ ಮೇಲೆ ಕುಳಿತುಕೊಳ್ಳುತ್ತಿದ್ದವು. ಮರದವನು 'ಇಷ್ಟು ಕಷ್ಟ ಬಿದ್ದು ಮರ ಮಾಡಿದೆ. ಯಾರಾದರೂ ಊಟಕ್ಕೆ ಒಂದೆಲೆ ಕಿತ್ತುಕೊಳ್ಳುವುದಕ್ಕೆ ಇಲ್ಲದ ಹಾಗೆ ಮಾಡಿದವು. ಹಕ್ಕಿ ಸಾಯಿಸಬೇಕು' ಅಂತ ಸಜ್ಜಾಗಿ ಅಲ್ಲಿಗೆ ಬರುತ್ತಾನೆ. ಏನು ಮಾಡಾನ? ಅಂತು ಉಳಿದ ಗಿಣಿಗಳು 'ಅವನು ಅರ್ಧ ಮರಕ್ಕೆ ಬಂದು ಮರ ಅಲ್ಲಾಡಿಸುತ್ತಾನೆ. ನಾವು ಕೆಳಕ್ಕೆ ಬೀಳಾನ. ಅವನು ಕೆಳಕ್ಕೆ ಇಳಿದು ಬರುವಾಗ ನಾವು ಹಾರಿ ಹೋಗಾನ' ಎಂದು ಹೇಳಿದವು.

ಮರದವನು ಬಂದು ಅರ್ಧಕ್ಕೆ ಮರ ಹತ್ತಿ ಮರ ಅಲ್ಲಾಡಿಸಿದ. ಎಲ್ಲ ತುಪ್ಪ ತುಪ್ಪನೆ ಕೆಳಕ್ಕೆ ಬಿದ್ದವು. ಅವನು ಕೆಳಕ್ಕೆ ಇಳಿದು ಬರುವಾಗ ನೂರು ಗಿಣಿ ಓಡಿ ಹೋದವು. ದೊರೆ ಗಿಣಿ ಅವನ ಕೈಗೆ ಸಿಕ್ಕಿತು. 'ಇವತ್ತು ನಿನ್ನ ಕೊಯ್ದು ಎಸರು ಮಾಡಿ ಉಣ್ಣುತ್ತೇನೆ' ಅಂತ ಮನೆಗೆ ತಗೊಂಡು ಹೋದ. ಹೆಂಡತಿ ಕೈಗೆ ಕೊಟ್ಟು 'ನಾನೆಲ್ಲೋ ಹೋಗಿ ಬರುತ್ತೇನೆ; ಇದನ್ನ ಕೊಯ್ದು ಎಸರು ಮಾಡು' ಎಂದು ಹೇಳಿ ಹೋದ.

ಆ ವಮ್ಮ ಬದುಕೆಲ್ಲ ಮಾಡಿ ಮನೆಯಲ್ಲಿ ಹಕ್ಕಿ ಜೀವ ಕೆಡಿಸಬಾರದು ಅಂತ ಚೂರಿ ತಗೊಂಡು ಆಚೆಗೆ ಹೋದಳು. ಗಿಣಿ 'ಅಕ್ಕ ನನ್ನ ಜೀವ ಕೆಡಿಸಬೇಡ. ನನ್ನ ಮಡಗಕ್ಕ. ಸಾವಿರ ರೂಪಾಯಿ ಕೊಡುತ್ತೇನೆ' ಅಂತು. ಅದರ ಮಾತಿಗೆ ಅವಳ ಹೊಟ್ಟೆಯೂ ಉರೀತು; ಹಣದ ಆಸೆಯೂ ಆಯಿತು. ಅದನ್ನು ಹಾಗೇ ಮಡಗಿ ಕಾಳುಕಡ್ಡಿ ಹಾಕಿ

ಎಸರು ಮಾಡಿದಳು. ಗಂಡ ಬಂದು ತತ್ತಾರೆ ಎಂದ. ಅವಳು 'ಹಕ್ಕಿ ಜೀವ ಕೆಡಿಸಲಿಲ್ಲ; ಸಾವಿರ ರೂಪಾಯಿ ಕೊಡುತ್ತೇನೆ ಅಂತು; ಹಾಗೇ ಇಕ್ಕಿದೀನಿ' ಎಂದಳು. ಓಹೋ ಅದು ಕೊಡುತ್ತದೆ ಲೊಟ್‌ಗಾಯಿ ಅಂತ ಚೂರಿ ತಗೊಂಡು ಜೀವ ಕೆಡಿಸಲು ಹೋದ. ಗಿಣಿ ಅವನಿಗೂ ಹಾಗೇ ಹೇಳಿತು. ಅವನಿಗೂ ಕರುಳು ಚುರಕ್ಕಂತು. ಹಾಗೇ ಮಡಗಿದ. ಎಂಟು ದಿನ ಆದರೂ ಅಲ್ಲೆ ಬಿದ್ದಿತ್ತು ಹಕ್ಕಿ. ಒಂದು ದಿನ ಅದು 'ನಿನಗೆ ಸಾವಿರ ಕೊಡುತ್ತೇನೆ ಅಂತ ಹೇಳಿದ್ದೇನೆ, ಮನೆಯಲ್ಲಿದ್ದರೆ ಹೇಗೆ ಕೊಡಲಿ? ಒಂದು ಪಂಜರ ತಂದು, ಅದರಲ್ಲಿ ನನ್ನಿಕ್ಕಿ ಪೇಟೇಲೆಲ್ಲಾ ತಿರುಗಾಡು. ಯಾರಾದರೂ ಕೇಳಿದರೆ ಸಾವಿರ ರೂಪಾಯಿ ಹೇಳು' ಅಂತು. ಪಂಜರ ಹೆಣಿಸಿಕೊಂಡ. ಹಕ್ಕಿ ಹಾಕಿಕೊಂಡ. ತಗೊಂಡು ಹೋದ ಮಾರೋಕೆ. ದಿನಕ್ಕೊಂದು ಸಾವಿರ ಜನ ಬಂದು ಕೇಳೋರು. ಬೆಲೆ ಕೇಳಿ ಹಿಂದಕ್ಕೆ ಹೋಗೋರು. ಪಟ್ಟಣ ಎಲ್ಲ ತಿರುಗಿ ಕೊನೆಗೆ ಬ್ರಾಹ್ಮಣರ ಕೇರಿಗೆ ಹೋದ; ಅಲ್ಲಿ ಯಾರೂ ತಗೊಳ್ಳದಿದ್ದರೆ ನನ್ನ ಸಾರು ಮಾಡಿ ಉಂಡುಬಿಡು ಅಂತು ಗಿಣಿ. ಅಲ್ಲಿ ಒಬ್ಬ ಬಡ ಬ್ರಾಹ್ಮಣ ಗಿಣಿ ನೋಡಿ ಹೆಂಡತಿಗೆ ಹೇಳಿದ—'ತಗೋಬಹುದಾಗಿತ್ತು; ಸಾವಿರ ರೂಪಾಯಿ ಎಲ್ಲಿ ತರಾನ?' ಎಂದು. ಹೆಂಡತಿ ಹೊರಬಂದು ನೋಡಿದಳು. ಅದರ ಮಾತುಕತೆ ಕೇಳಿ 'ನಿಮ್ಮ ಕೈಲಾದರೆ ತಗೊಳ್ಳಿ ಇಲ್ಲದಿದ್ದರೆ ನಾನು ತಗೋತೀನಿ' ಎಂದಳು. 'ನಮ್ಮ ಹೊಲ ಮನೆ ಮಾರಿದರೂ ಸಾವಿರ ರೂಪಾಯಿ ಬರಲ್ಲ ಹೇಗೆ ತಗೊಳ್ಳೋದು' ಎಂದ ಗಂಡ. 'ನಮ್ಮಪ್ಪ ಕೊಟ್ಟಿರೋ ಕಂಠಿಹಾರಾನ ಅಂಗಡೀಲಿ ಅಡವಿಟ್ಟು ಹಣ ತತ್ತ' ಎಂದಳು. ಗಂಡ 'ಆಗಲಿ' ಎಂದ. ಅಡವಿಟ್ಟು ಹಣ ತಂದ. ಗಿಣಿ ಕೊಂಡುಕೊಂಡು ಮನೇಲಿಟ್ಟುಕೊಂಡ.

ಎಂಟು ದಿನ ಕಳೆದ ಮೇಲೆ ಗಿಣಿ 'ನನ್ನೇನೋ ಸಾವಿರ ರೂಪಾಯಿಗೆ ಕೊಂಡುಕೊಂಡೆ. ಆದರೆ ಬಡ್ಡಿ ಏನಾಯಿತು? ಸುಮ್ಮನೆ ಮನೆಯಲ್ಲಿಟ್ಟುಕೊಂಡಿದ್ದೀಯಾ. ಒಂದು ಹತ್ತು ರೂಪಾಯಿ ಸಾಲ ತಗೋ. ಅಂಗಡಿ ದಿನಸು ತತ್ತ. ಒಂದು ಹಾಳು ಮನೆಗೆ ಆ ಸಾಮಾನು ಹಾಕು. ಒಬ್ಬ ಗುಮಾಸ್ತೆ ನನ್ನ ಕೈಗೆ ಕೊಡು. ನಿನ್ನ ದುಡ್ಡು ಹುಟ್ಟುವಳಿ ಮಾಡಿ ಕೊಡುತ್ತೇನೆ' ಅಂತು.

ಬ್ರಾಹ್ಮಣ ಹೋದ—ದಿನಸಿ ತಂದ. ಹಾಳುಮನೆಗೆ ಹಾಕಿದ. ಒಬ್ಬ ಗುಮಾಸ್ತೆ ತಂದ. ಗಿಣಿ ಪಂಜರ ತಂದು ಅಂಗಡೀಲಿ ಮಡಗಿದ. ದಾರಿಯಲ್ಲಿ ಹೋಗೋ ಜನಗಳನ್ನೆಲ್ಲ ಅಕ್ಕ ಅಣ್ಣ ಅಪ್ಪ ಅವ್ವ ಬನ್ನಿ ಎಂದು ಕರೆಯುತ್ತಿತ್ತು. ಉಳಿದ ಕಡೆಗಿಂತ ಒಂದು ಕಾಸು ಕಡಿಮೆ ಸಿಕ್ಕುತ್ತಿತ್ತು. ಎಲ್ಲ ಈ ಅಂಗಡಿಗೆ ಬರೋಕೆ ಮೊದಲು ಮಾಡಿದರು. ಉಳಿದ ಕೋಮಟಿಗರೆಲ್ಲ ಈ ಗಿಣಿಯಿಂದ ನಮ್ಮ ಯಾಪಾರ ಹಾಳಾಯಿತು, ಏನಾದರೂ ಮಾಡಿ ಗಿಣಿ ಅಂಗಡಿ ಕೀಳಿಸಬೇಕು ಅಂತ ಮಾತಾಡಿಕೊಂಡರು. ಎಲ್ಲ ಸೇರಿ ಅರ್ಜಿ ಹಾಕಿದರು. ಅದು ಇವನಿಗೆ ಮೋಸ ಮಾಡಿದ ದೊರೆಯ (ವಾಜರ ಹುಡುಗ) ಬಳಿಗೆ ಹೋಯಿತು. ಅವನು ಪರದಾನಿಗೆ ಅಪ್ಪಣೆ ಮಾಡಿದ. ಪರದಾನಿ ನೇರವಾಗಿ ಗಿಣಿ ಅಂಗಡಿ ಹತ್ತಿರ ಬಂದ. ಗಿಣಿ 'ಏನು ಬಿಸಿಲಾಗೆ ಬಂದರಲ್ಲ. ನೀವು ಬಂದ ಕಾರಣವೇನು. ನ್ಯಾಯವೇನು

ನಿಮಿತ್ತವೇನು' ಅಂತು. ಆ ಮೇಲೆ 'ಗುಮಾಸ್ತರೆ, ಪರದಾನಿ ಬಂದವರೆ ತಾಂಬೂಲ ಕೊಡಿ' ಅಂತು. ತಿನ್ನೋ ಅಂಥದನ್ನು ತಿಂದು ಹಾಕ್ಕೊಳ್ಳೋ ಅಂಥದನ್ನು ಹಾಕಿಕೊಂಡು ಅಂಗಡೀಲಿ ಆಗೋ ಯಾಪಾರವನ್ನೆಲ್ಲ ಕಣ್ಣಿಟ್ಟು ನೋಡಿದ ಪರದಾನಿ. 'ದೊರೆ, ಅಂಗಡಿ ಕಿತ್ತು ಹಾಕಿಸಿದೆಯ?' ಅಂತ ಕೇಳಿದ: 'ಇಲ್ಲ, ಅದರ ಯಾಪಾರ ಏನು ಸಾಪಾರ ಏನು? ಅದರ ಮಾತೇನು ಕತೆಯೇನು? ಅದರ ಏಣಿದೇಣಿಯೇನು? ನಮ್ಮನ್ನು ಸುಟ್ಟು ಬೂದಿ ಮಾಡಿ ಹಣೆಗೆ ಇಕ್ಕಿಕೊಳ್ಳುತ್ತದೆ ಬೇಕಾದರೆ. ಅದರ ಸುದ್ದಿ ಮಾತ್ರ ಬೇಡ' ಎಂದ ಪರದಾನಿ, ದೊರೆ ಸುಮ್ಮನಾದ.

ಹೊತ್ತಾರೆ ಕೋಮಟಿಗರೆಲ್ಲ ಒಟ್ಟಾಗಿ 'ಅವನೇನು ದೊರೆನೋ ಎಂಥೋನು? ನಮ್ಮ ಅಂಗಡಿ ಸಾಮಾನನ್ನೆಲ್ಲ ಹುಳುತು ಕೊಳಿತು ಹೋದವು. ಗಿಣಿ ಅಂಗಡಿ ಕೀಳಿಸುತ್ತಾನೋ ಇಲ್ಲವೋ' ಎಂದು ವರಾತು ಮಾಡಿದರು. ದೊರೆ ಪರದಾನಿಗೆ 'ಜನಬಾಧೆ ತಡೆಯುವು ದಕ್ಕಾಗುವುದಿಲ್ಲ ಆದ್ದರಿಂದ ನಮ್ಮ ದೊರೆಗೆ ಗೆಣಿಕಾರರಿಲ್ಲ ಅಂತ ಆ ಗಿಣಿಯನ್ನ ತೆಗೆದು ಕೊಂಡು ಬಾ' ಎಂದು ಹೇಳಿದ.

ಪರದಾನಿ ಬಂದಾಗ ಗಿಣಿ ಮೊದಲಿನಂತೆಯೇ ಬಾವಣಿಸಿತು. 'ಬಂದದ್ದೇನು?' ಎಂದು ವಿಚಾರಿಸಿತು. 'ಏನೂ ಇಲ್ಲ, ನಮ್ಮ ದೊರೆಗೆ ಬೇಜಾರು. ನೀನು ಒಂದು ಗೆಣಿಕಾರನಂಗೆ ಇರಬೇಕು' ಎಂದ. 'ನಾನು ಅಂಥಿಂಥ ಗೆಣಿತನ ಮಾಡಿದರೆ ಬರುಗಿರೋ ಅಂಥ ಗಿಣಿ ಅಲ್ಲ. ಅದಕ್ಕೊಂದು ತಂತ್ರ ಹೇಳುತ್ತೇನೆ ಕೇಳು' ಅಂತು ಗಿಣಿ. 'ಹೇಳು' ಅಂದ ಪರದಾನಿ.

ಹಿಂದೊಂದು ಪಟ್ಟಣ. ಅದಕ್ಕೊಬ್ಬ ದೊರೆ. ಒಬ್ಬ ಪರದಾನಿ. ದೊರೆಗೂ ಒಬ್ಬ ಮಗ ಪರದಾನಿಗೂ ಒಬ್ಬ ಮಗ. ಇಬ್ಬರಿಗೂ ಸಂಗೀತದ ಗೆಣಿತನ. ದೊರೆ ಪರದಾನಿ ಇಬ್ಬರಿಗೂ ಒಂದೇ ಕಡೆ ಹೆಣ್ಣು ನೋಡಿ ಮದುವೆ ಸೋಬನ ಮಾಡಿದರು. ಅವರ ಹೆಂಡತಿಯರು ಅತ್ತೆ ಮನೆಗೆ ಬರಲೇ ಇಲ್ಲ. ತೌರುಮನೆಯಲ್ಲೇ ಉಳಿದರು. ಈ ಗೆಣಿಕಾರರು ಅತ್ತೆ ಮನೆಗೆ ಹೋಗೋಣ ಅಂತ ರೊಕ್ಕ ತೆಗೆದುಕೊಂಡು ಕುದುರೆ ಮೇಲೆ ಹೊರಟರು. ಕಾಡು. ಆಯಾಸ ಆಯಿತು. ಅಲ್ಲೊಂದು ಹಿರಿ ಹೆಬ್ಬಾಲದ ಮರ. ಅದರ ನೆರಳಲ್ಲಿ ಪರದಾನಿ ಮಗ ಕೂತ್ಕೊಂಡನು. ದೊರೆ ಮಗ ಅವನ ತೊಡೆ ಮೇಲೆ ತಲೆ ಹಾಕಿಕೊಂಡು ಮಲಗಿಕೊಂಡ. ಆಲದ ಮರದ ಮೇಲೆ ಎರಡು ಹಕ್ಕಿ ಕುಳಿತಿದ್ದವು. ಒಂದು ಕತೆ ಹೇಳು ಅಂತ ಗಂಡು ಹಕ್ಕಿ ಹೆಣ್ಣು ಹಕ್ಕಿಯನ್ನು ಕೇಳಿತು. ಹೆಣ್ಣು ಹಕ್ಕಿ 'ಹಿಂದೆ ಆಗಿದ್ದು ಹೇಳಲೋ ಮುಂದೆ ಆಗೋದು ಹೇಳಲೊ' ಎಂದು ಕೇಳಿತು. ಮುಂದೆ ಆಗೋದು ಹೇಳು ಅಂತು ಗಂಡು ಹಕ್ಕಿ.

'ದೊರೆ ಮಗ ಪರದಾನಿ ಮಗ ಅತ್ತೆ ಮನೆಗೆ ಹೊರಟವರೆ. ಮುಂದೆ ಒಂದು ತಾವರೆ ಕಟ್ಟೆ ಸಿಗುತ್ತದೆ. ದೊರೆ ಮಗ ನೀರು ತರೋದಕ್ಕೆ ಹೋಗುತ್ತಾನೆ. ಕಟ್ಟೆಗೆ ಬಿದ್ದು ಸಾಯುತ್ತಾನೆ.'

ಗಂಡು ಹಕ್ಕಿ 'ಎಂಥ ಕೆಟ್ಟದ್ದು ಹೇಳಿತು. ಒಂದು ಪಕ್ಷ ಅದರಲ್ಲಿ ಉಳಿದುಕೊಂಡರೆ?' ಅಂತ ಕೇಳಿತು. ಅದಕ್ಕೆ ಹೆಣ್ಣು ಹಕ್ಕಿ ಹೇಳಿತು—'ಇಬ್ಬರೂ ಊಟ ಮಾಡುವಾಗ ದೊರೆ ಮಗನ ತುತ್ತಿನಲ್ಲಿ ಮೂರುಮಕದ ಗಂಡುಗಾರೆ ಮುಳ್ಳಿರ್ತದೆ. ಅದು ಎದೆಗೆ ನಾಟಿಕೊಂಡು ಸತ್ತುಹೋಗುತ್ತಾನೆ.'

'ಅದರಲ್ಲೂ ಉಳಕೊಂಡರೇ'

'ಅದರಾಗೂ ಉಳಕೊಂಡರೆ ಅಡಕೆಲಿ ಹಾಕಿಕೊಳ್ಳುವಾಗ ದೊರೆ ಮಗನ ಎಲೇಲಿ ಎಳೆನಾಗರ ಇರ್ತದೆ. ಅದರಿಂದ ದೊರೆ ಮಗ ಸಾಯುತ್ತಾನೆ.'

'ಅದರಾಗೂ ಉಳಕೊಂಡರೆ?'

'ಮುಂದೆ ಹೋಗುವಾಗ ಎರಡು ಕಡೆ ಆಲದ ಮರ ಇರುತ್ತವೆ. ಅವು ಮುರಕೊಂಡು ಮೇಲೆಬಿದ್ದು ದೊರೆ ಮಗ ಸಾಯುತ್ತಾನೆ.'

'ಅದರಾಗೂ ಉಳಕೊಂಡರೆ?'

'ಅವರತ್ತೆ ಊರ ಹತ್ತಿರ ಹೋಗಿ ಹೇಳಿಕಳಿಸ್ತಾರೆ, ಎದುರುಗೊಳ್ಳೋಕೆ. ಅವರು ಪಾಲಿಕೆ ಕಳಿಸ್ತಾರೆ. ಅವನ ಹೆಂಡಿರು ಪಾಲಿಕೆ ಹತ್ತೋ ಜಾಗದಲ್ಲಿ ಬಂದೂಕ ಬಾರು ಮಾಡಿ ಇಕ್ಕಿರ್ತಾಳೆ. ಆಗ ದೊರೆ ಮಗ ಸಾಯುತ್ತಾನೆ.'

'ಅದರಾಗೂ ಉಳಕೊಂಡರೆ?'

'ಅವರ ಊರ ಮುಂದೆ ಉಪ್ಪರಿಗೆ ಅದೆ. ಅದರಕಡೆ ಹೋಗುವಾಗ ಉಪ್ಪರಿಗೆ ಮೇಲೆಬಿದ್ದು ದೊರೆ ಮಗ ಸಾಯುತ್ತಾನೆ.'

'ಅದರಾಗೂ ಉಳಕೊಂಡರೆ?'

'ಅವನು ನೀರು ಹುಯ್ಕೊಳ್ಳೋಕೆ ಹೋದಾಗ, ಬಚ್ಚಲು ಕಲ್ಲಿನ ಅಡಿ ಇದ್ದ ಏಳೆಡೆ ಸರ್ಪ ಕಡಿದು ದೊರೆ ಮಗ ಸಾಯ್ತಾನೆ.'

'ಅದರಾಗೂ ಉಳಕೊಂಡರೆ?'

'ಅದರಾಗೂ ಉಳಕೊಳ್ಳಬೇಕಾದರೆ ಹಿಂದೆ ಬಂದೋನ್ನ ಮಾಯದಿಂದ ಉಳ ಕೊಳ್ಳಬಹುದು ಅಷ್ಟೆ' ಎಂದು ಹೇಳಿ, ಹಕ್ಕಿ ಹಾರಿಹೋಯಿತು; ಅದರ ಜೊತೆಯಲ್ಲೇ ಗಂಡು ಹಕ್ಕಿಯೂ ಹಾರಿಹೋಯಿತು.

ಪರದಾನಿ ಮಗನಿಗೆ ಗಿಣಿಯನ್ನು ಎಬ್ಬಿಸಲು ಮನಸ್ಸಾಗಲಿಲ್ಲ. ನಿದ್ದೆ ತಿಳಿದು ಅವನೆ ಎದ್ದ. ಹೊತ್ತು ಆಯಿತು ಎಂದ. ಪರದಾನಿ ಮಗ ಅತ್ತೆ ಮನೆಗೆ ಹೋಗೋಕೆ ನನಗಿಷ್ಟವಿಲ್ಲ ಎಂದ. ದೊರೆ ಮಗ ಪುಸಲಾಯಿಸಿದ, ನನ್ನ ಮಾತಿಗೆ ಉಗುಳು ಮೀರದಂಗೆ ಇರೋದಾದರೆ ನಿನ್ನ ಹಿಂದೆ ಬರುತ್ತೀನಿ ಇಲ್ಲದಿದ್ದರೆ ಬರಲ್ಲ ಅಂತ ಆಣೆ ಭಾಷೆ ತಗೊಂಡ. ದೊರೆ ಮಗ ಪರದಾನಿ ಮಗ ಕುದುರೆ ಹತ್ತಿ ಹೊರಟರು.

ಹೋಗುತ್ತಾ ಹೋಗುತ್ತಾ ಮುಂದೆ ತಾವರೆಕಟ್ಟೆ ಸಿಕ್ಕಿತು. ದೊರೆ ಮಗ ಇಲ್ಲಿ ನೀರು ತಂದು ಬುತ್ತಿ ಉಣ್ಣಾನ ಎಂದ. ಪರದಾನಿ ಮಗ ಇಲ್ಲಿ ಬೇಡ ಮುಂದೆ ಉಣ್ಣಾನ ಎಂದ. ಹತ್ತು ಹೆಜ್ಜೆ ಮುಂದೆ ಹೋಗಿದ್ದರೋ ಇಲ್ಲವೋ ತಾವರೆಕಟ್ಟೆ ಕಸಕೊಂಡು ಬೀಳುತ್ತದೆ. ಅದನ್ನು ನೋಡಿ ದೊರೆ ಮಗ 'ನೀರು ತರೋಕೆ ಅಲ್ಲಿಗೆ ಹೋಗಿದ್ದರೆ ನಮ್ಮ ಗತಿ ನೆಟ್ಟಗಾಗ್ತಿತ್ತು' ಎಂದ.

ಮುಂದೆ ಒಂದು ಕಲ್ಯಾಣಿ ಸಿಕ್ಕಿತು. ಪರದಾನಿ ಮಗನೇ ಹೋಗಿ ನೀರು ತಂದು, ಬುತ್ತಿ ಬಿಚ್ಚಿ ಎರಡು ಭಾಗ ಮಾಡಿ ಉಣ್ಣೋಕೆ ಕೂತುಕೊಂಡರು. ದೊರೆ ಮಗ ತುತ್ತು ಮಾಡಿ ಬಾಯಿ ಹತ್ತಿರ ತೆಗೆದುಕೊಂಡು ಹೋದ. ಪರದಾನಿ ಮಗ, ಅಣ್ಣ ಆ ತುತ್ತು ನನಗೆ ಕೊಡು ಅಂದ. ಕೊಟ್ಟ. ನೋಡಿದರೆ ಮೂರು ಮಕದ ಗಂಡುಗಾರೆ ಮುಳ್ಳಿತ್ತು. ಮಡಗಿಕೊಂಡ. ಅವನ ಭಾಗ ಅವನು ಉಂಡು ಇವನುಂಡು ಕೈಬಾಯಿ ತೊಳಕೊಂಡು ಅಡಕೆಲೆ ಹಾಕಿಕೊಳ್ಳುವುದಕ್ಕೆ ಕುಳಿತರು. ದೊರೆ ಮಗ ಎಲೆ ಮಡಿಚಿ ಬಾಯಿ ಹತ್ತಿರ ತೆಗೆದುಕೊಂಡು ಹೋದಾಗ ಪರದಾನಿ ಮಗ 'ಅದು ನನಗೆ ಕೊಡು, ಇದು ಕ್ವಾ' ಎಂದು ಅವನದನ್ನು ಈಸಿಕೊಂಡು ತನ್ನದನ್ನು ಕೊಟ್ಟ; ಹಕ್ಕಿ ಹೇಳಿದಂತೆ ಅದರಲ್ಲಿ ಎಳೆನಾಗರ ಇತ್ತು. ತೆಗೆದು ಭರಣಿಗೆ ಹಾಕಿಕೊಂಡ.

ಅಲ್ಲಿಂದ ಇಬ್ಬರೂ ಹೊರಟರು; ಮುಂದೆ ಒಂದು ಕಡೆ ಜೋಡಿ ಆಲದಮರ ಸಿಕ್ಕಿದವು. ಮೇಲಿಂದ ಕಾಗೆಗಳು ಕಸ ಹಾಕುತ್ತವೆ; ಆ ಕಡೆಯಿಂದ ಹೋಗೋಣ ಎಂದು ಬಳಸಿಕೊಂಡು ಹೋಗುವಾಗ್ಗೆ ಎರಡು ಮರಗಳೂ ಬುಡ ಮೇಲಾಗಿ ಬಿದ್ದವು. ಕೆಳಗೆ ಹೋಗಿದ್ದರೆ ನಮ್ಮ ಗತಿ ಏನು ಎಂದ ದೊರೆ ಮಗ. ಪರದಾನಿ ಮಗ ಮನಸ್ಸಿನಲ್ಲಿ ಗುಣಿತ ಹಾಕಿಕೊಂಡು ದೇವರೇ ಕಾಪಾಡಿದ ಎಂದ.

ಅತ್ತೆ ಊರು ಹತ್ತಿರವಾದಾಗ ಸುದ್ದಿ ಕೊಟ್ಟರು, ಬಂದು ಕರೆದುಕೊಂಡು ಹೋಗಲು ಅವರು ಪಲ್ಲಕ್ಕಿ ಕಳಿಸಿದರು. ದೊರೆ ಮಗನ ಹೆಂಡಿರು ಬಂದೂಕ ಬಾರು ಮಾಡಿ ಹತ್ತೋ ಕಡೆ ಇಕ್ಕಿದಳು. ಪರದಾನಿ ಮಗ ಅದನ್ನು ನೋಡಿದ. ಆ ಮೇಲೆ ದೊರೆ ಮಗನಿಗೆ ಹೇಳಿದ. 'ನಾವು ಕುದುರೆ ಮೇಲೆ ಹೋಗಾನ, ಜನ ಎಲ್ಲ ನೋಡುತ್ತಾರೆ. ಪಲ್ಲಕ್ಕೀಲಿ ಹೋದರೆ ಯಾರಿಗೂ ಕಾಣಲ್ಲ' ಎಂದು. ಪಲ್ಲಕ್ಕಿ ಹಿಂದಕ್ಕೆ ಹೋಯಿತು. ಹಗಲು ಬತ್ತಿ, ಮತಾಪು ಸೂಳೇರ ಮೇಳದ ಜೊತೆ ಕುದುರೆ ಹಾಕಿಕೊಂಡು ಹೋದರು.

ಊರ ಬಾಕಲಲ್ಲಿ ಉಪ್ಪರಿಗೆ ಸಿಕ್ಕಿತು. ಪರದಾನಿ ಮಗ 'ಅಣ್ಣ, ಛತ್ರಿ ವಂಸದೋರು ಇದರ ಕಡೆ ಹೋಗಬಾರದು. ಕುದುರೆ ಇದರ ಮೇಲೆ ನೆಗೆಸಿಕೊಂಡು ಹೋಗಬೇಕು' ಎಂದ. ಆಗಲಿ ಎಂದು ಕುದುರೆ ನೆಗೆಸಿಕೊಂಡು ಮುಂದೆ ಹೋದಾಗ ಉಪ್ಪರಿಗೆ ಬಿತ್ತು. ದೊರೆ ಮಗ ನೋಡಿ, ನಿನ್ನ ಮಾತು ಕೇಳದಿದ್ದರೆ ನೆಟ್ಟಗಾಗ್ತಿದ್ದೆವು ಎಂದು ಪರದಾನಿ ಮಗನಿಗೆ ಹೇಳಿದ.

ಅತ್ತೆ ಮನೆಗೆ ಕಾಲಿಟ್ಟಾಗ ಆರತಿ ಬೆಳಗಿದರು. ಆಮೇಲೆ ನೀರು ಹಾಕಿಕೊಳ್ಳುವುದಕ್ಕೆ ಕರೆದರು. ಪರದಾನಿ ಮಗ 'ನಿಮ್ಮ ಬಚ್ಚಲ ಕಲ್ಲು ಕೆಳಗೆ ಹಾವಿದೆ. ಅದನ್ನು ಹೊಡೆಸಿದರೆ ಮಾಡುತ್ತೇನೆ' ಎಂದ. ಆಗ ಕಾಮಾಟಗರನ್ನು ಕರೆಸಿ ಕಲ್ಲು ಮಿಣಗಿಸಿದರು. ಗೋದುವೆ ನಾಗರಹಾವು ತೆಕ್ಕೆ ಹುಯ್ಕೊಂಡು ಮಲಗಿತ್ತು. ಹೊಡೆಸಿದರು. ಆಮೇಲೆ ಇಬ್ಬರಿಗೂ ತಾನ ಮಾಡಿಸಿದರು. ಒಳ್ಳೊಳ್ಳೆ ಅಡಿಗೆ ಮಾಡಿಸಿ ಹಾಕಿದರು. ಅಷ್ಟೊತ್ತಿಗೆ ದೊರೆ ಮಗನ ಹೆಂಡರು ಹಾಸಿಗೆ ಅಣಿಮಾಡಿದ್ದಳು. ದೊರೆ ಮಗ ಮಲಗಿದ.

ಇಲ್ಲಿನವರೆಗೆ ದೊರೆ ಮಗ ಪರದಾನಿ ಮಗ ಜೊತೆಯಲ್ಲೇ ಮಲಗಿ ಏಳುತ್ತಿದ್ದರು. ಇವತ್ತು ಎಲ್ಲಿ ಮಲಗೋದು? ಮನೆಯವರು ಕೇಳಿದಾಗ ನಮ್ಮಣ್ಣನ ಹತ್ತಿರಾನೇ ಮಲಗುತ್ತೇನೆ ಎಂದ. ಪರದಾನಿ ಮಗ ಹೆಂಡಿರು ಇರುವಾಗ ನೀನು ಹೇಗೆ ಇಲ್ಲಿ ಮಲಗುತ್ತೀಯೇ ಎಂದರು ಮನೆಯವರು ಆಗ ಬಾಗಿಲಲ್ಲಿ ಮಲಗುತ್ತೇನೆ ಎಂದ. ಅಲ್ಲೇ ಮಲಗಿಕೊಂಡ. ದೊರೆ ಮಗನ ಹೆಂಡಿರು ತಟ್ಟೆಗೆ ಊಟ ಇಕ್ಕೊಂಡು ಹೊರಗೆ ಹೋದಳು. ಪರದಾನಿ ಮಗ ಹಿಂದೆಯೇ ಹೋದ. ಅವಳು ನೇರವಾಗಿ ಚಾವಡಿಗೆ ಹೋದಳು. ಇವನೂ ಹೋಗಿ ಚಾವಡಿ ಪಂಜೆ ತಬ್ಬಿಕೊಂಡು ನಿಂತುಕೊಂಡ. ಚಾವಡೀಲಿ ಒಬ್ಬ ಮರಪುಟ್ಟಿ ಹೆಣೆಯೋ ಮೇದರೋನು 'ಇಷ್ಟೊತ್ತುವರೆಗೆ ಏನೇ ಮಾಡುತ್ತಿದ್ದೆ? ಎಷ್ಟೊತ್ತು ಹಸಿ ಕೊಂಡಿರಬೇಕು?' ಎಂದು ಸಿಕ್ಕಾಪಟ್ಟೆ ಕೆಳಕ್ಕೆ ಕೆಡವಿಕೊಂಡು ಗುದ್ದಿದ. ಅವಳು ಕಯಕ್ ಕುಯಕ್ ಅನ್ನಲಿಲ್ಲ. ಆಗ ಮೇದರೋನು 'ನಾನು ಗುದ್ದಿದರೆ ಹೇಗಿರುತ್ತದೆ? ನಿನ್ನ ಗಂಡ ಗುದ್ದಿದರೆ ಹೇಗಿರುತ್ತದೆ?' ಎಂದು ಕೇಳಿದ. ಅದಕ್ಕೆ ಇವಳು ಹೇಳಿದಳು—'ನೀನು ಗುದ್ದಿದರೆ ಕೆಳಗೇಳು ಲೋಕ ಮೇಗೇಳು ಲೋಕ ಕಂಡಂಗಾಗ್ತದೆ. ನನ್ನ ಗಂಡ ಗುದ್ದಿದರೆ ಮುಂಗಾರು ಸಿಡಿಲು ಹೊಡೆದಂಗಾಗ್ತದೆ.'

ಅದೇ ವೇಳೆಗೆ ತನ್ನ ಕತ್ತೆ ಹುಡುಕುತ್ತಾ ಅಲ್ಲಿಗೆ ಬಂದಿದ್ದ ಅಗಸರವನು ಇವಳ ಮಾತನ್ನು ಕೇಳಿಸಕೊಂಡು 'ಅವ್ವ ಕೆಳಗೇಳು ಲೋಕ ಮೇಗೇಳು ಲೋಕ ಕಂಡಂತ ನನ್ನ ತಾಯಿ ನನ್ನದೊಂದು ಕರಿಕತ್ತೆ ಇಲ್ಲ, ಕಂಡೇನ್ ತಾಯಿ' ಅಂದ. ಇಲ್ಲ ಅಂದಳು. ಅಗಸರವನು ಮುಂದೆ ಹೋದ. ಈ ಕಡೆ ಇವಳು ಮೇದರವನ ಸಿಟ್ಟು ಇಳಿದ ಮೇಲೆ 'ಇವತ್ತಂತೂ ಗುದ್ದಿದೆ ಸಿಕ್ಕಾಪಟ್ಟೆ. ನಾಳೆ ಯಾರನ್ನು ಗುದ್ದುತೀ' ಎಂದಳು.

'ಅದ್ಯಾಕೆ? ನಾಳೆ ಏನು?'

'ನಮ್ಮವರು ಬಂದವರೆ ಕರಕೊಂಡು ಹೋಗಾಕೆ.'

'ಯಾರ್‍ಯಾರು ಬಂದವರೆ?'

'ಅವರು, ಅವರ ಗೆಣಿಕಾರ.'

'ಎಲ್ಲೆಲ್ಲಿ ಮಲಗವರೆ?'

'ನಮ್ಮೋರು ಮಂಚದ ಮೇಲೆ, ಗೆಣಿಕಾರ ಬಾಗಿಲಲ್ಲಿ.'

ಮೇದರವನು ಸರಸರನೆ ಉಂಡು ಕೈತೊಳೆದುಕೊಂಡ. ತನ್ನ ಮಚ್ಚನ್ನು ಚೆನ್ನಾಗಿ ಮಸೆದು ಅವಳ ಕೈಗೆ ಕೊಟ್ಟು 'ಇದರಿಂದ ನಿನ್ನ ಗಂಡನ ಕುತ್ತಿಗೆ ಕತ್ತರಿಸು. ನನ್ನ ಗಂಡನ

ಜೊತೆಯಲ್ಲಿ ಬಂದೋನು ಕತ್ತು ಕತ್ತಿರಿಸಿದ ಅಂತ ಕೂಗುಹಾಕು. ಅವನ್ನ ಗಲ್ಲಿಗೆ ಹಾಕುತ್ತಾರೆ. ನಾವು ಸುಖವಾಗಿರಬಹುದು' ಎಂದು ಹೇಳಿಕೊಟ್ಟ. ಪರದಾನಿ ಮಗ ಅದನ್ನು ಕೇಳಿಸಿಕೊಂಡು ಹಿಂದಕ್ಕೆ ಹೋದ. ಇದನ್ನು ತಪ್ಪಿಸುವ ದಾರಿ ಹೇಗೆ ಎಂದು ಮಲಗಿ ಯೋಚಿಸಿದ. ಕಾದ, ಅವಳು ಬರಲೇ ಇಲ್ಲ. ಕಾಯುತ್ತಲೇ ಅವನು ಅರಿವಿಲ್ಲದೆ ನಿದ್ದೆಹೋದ. ಇವಳು ಬಂದು ಗಂಡನ ಕುತ್ತಿಗೆ ಕತ್ತರಿಸಿ ಬಾಯಿ ಬಡಿದುಕೊಂಡಳು. ನನ್ನ ಗಂಡನ ಗೆಣೆಕಾರ ಕೊಂದ ಎಂದು ಲಲ್ಲೆ ಹಾಕಿದಳು. ಅತ್ತೆಮಾವ 'ಅದಕ್ಕೇ ಇವನು ಎಲ್ಲೂ ಮಲಗದೆ ಅಲ್ಲೇ ಮಲಗುತ್ತೇನೆ ಅಂದದ್ದು' ಎಂದು ಅವನನ್ನು ಹಿಡಿದು ಸೊಳ್ಳೆ ಮನೆಗೆ ಕೂಡಿದರು. ಹೊತ್ತಾರೆ ವಿಚಾರಣೆಗೆ ಕೂತರು. ಆಗ ಪರದಾನಿ ಮಗ 'ಯಾರು ಕತ್ತರಿಸಿದರೂ ಅನ್ನೋದು ಆಮೇಲೆ ಗೊತ್ತಾಗುತ್ತದೆ. ನಮ್ಮಣ್ಣನ ತಲೆ ಮುಂಡ ನನಗೆ ಕೊಡಿ' ಎಂದು ನೂರಾರು ಜನ ಸೇರಿದ್ದ ಗುಂಪಿನಲ್ಲಿ ಒಬ್ಬ 'ಹಿಂದೆ ಓಲೆಕಾರ ಒಂದು ನಾಯಿ ಸಾಕಿದಂಗಾದಾತು, ಕೊಟ್ಟು ಬಿಡಿರಿ ರುಂಡ ಮುಂಡಾನ' ಎಂದ. ಇನ್ನೊಬ್ಬ 'ಅದು ಹೇಗಯ್ಯ ಓಲೆಕಾರ ನಾಯಿ ಸಾಕಿದ್ದು' ಎಂದ.

'ಹಿಂದೆ ಒಬ್ಬ ಓಲೆಕಾರನಿಗೆ ಸಾಲವಿತ್ತು. ತನ್ನ ನಾಯಿಯನ್ನು ಅಡವಿಟ್ಟು ದುಡ್ಡು ತರಲು ಪಟ್ಟಣಕ್ಕೆ ಹೋದ.' ಸಾವುಕಾರರೆ ಈ ನಾಯಿ ಮಡಗಿಕೊಂಡು ದುಡ್ಡು ಕೊಡಿ ಅಂತ ಕೇಳಿದ. ನಾಯಿ ನಿಮ್ಮನೆಗೆ ಓಡಿಬಂದರೆ ನಾನೇನು ಮಾಡಲಿ ಎಂದ ಸಾವುಕಾರ. ನಾನು ದುಡ್ಡು ಕೊಡೋವರೆಗೂ ನಾಯಿ ನಿಮ್ಮ ಮನೆಯಲ್ಲಿ ಇದ್ದರೆ ಮುವತ್ತು ಕೊಡುತ್ತೇನೆ. ಅದಕ್ಕೂ ಮೊದಲು ಅದು ನಮ್ಮ ಮನೆಗೆ ಓಡಿ ಬಂದರೆ ಅದಕ್ಕೆ ಎರಡು ಪಟ್ಟು ಅರುವತ್ತು ಕೊಡುತ್ತೇನೆ ಎಂದು ಹಣ ಈಸಿಕೊಂಡು ಹೋದ. ಆ ಸಾವುಕಾರನ ಹೆಂಡಿರು ಒಬ್ಬನ್ನ ಮಡಕ್ಕೊಂಡಿದ್ದಳು. ಗಂಡ ಎಲ್ಲೋ ಹೋಗಿದ್ದ. ಮಿಂಡ ಮನೇಲಿದ್ದ. ಗಂಡ ಆಚೆಯಿಂದ ಬಂದು ಕೂಗಿದಾಗ ಮಿಂಡನ್ನ ಚಾಪೇಲಿ ಸುತ್ತಿ ಮೂಲೇಲಿ ನಿಲೆ ಹಾಕಿದಳು. ಆಮೇಲೆ ಕದ ತೆಗೆದಳು. ನಾಯಿ ಕುಯ್ ಅಂತ ಚಾಪೆ ಹತ್ತಿರ ಓಡಿ ಹೋಗೋದು, ಅಲ್ಲಿಂದ ಸಾವುಕಾರನ ಹತ್ತಿರ ಬಂದು ಕುಯ್ ಅನ್ನೋದು ಮಾಡ್ತಿತ್ತು. ಸಾವುಕಾರನಿಗೆ ಅನುಮಾನವಾಗಿ ಚಾಪೆ ತೆಗೆದ. ಮಾವ ನಿಂತಿದ್ದ. ತಿಗಣೆ ಸೇರಿಕೊಳ್ತವೆ ಅಂತ ಹೇಳಿದರೂ ಈ ಹರಕಲು ಚಾಪೆ ಇನ್ನೂ ಇಲ್ಲೆ ಇಕ್ಕೊಂಡಿದ್ದೀಯಾ ಅಂತ ಮಚ್ಚು ತಗೊಂಡು ತುಂಡುತುಂಡು ಮಾಡಿ ಹಾಳು ಹಗೇವಿಗೆ ತುಂಬಿದ ಸಾಹುಕಾರ. ಆ ಮೇಲೆ 'ನನ್ನ ಮುವತ್ತು ನನಗೆ ಬಂತು. ನಿನ್ನ ಮನೆಗೆ ನೀನು ಹೋಗಬಹುದು' ಎಂದು ಚೀಟಿ ಬರೆದು ನಾಯಿ ಕೊರಳಿಗೆ ಕಟ್ಟಿ ಹೋಗು ಎಂದ. ನಾಯಿ ತನ್ನ ಮನೆಗೆ ಓಡಿಬತ್ತಾ ಇತ್ತು. ಅತ್ತಲಿಂದ ಓಲೆಕಾರ ಮುವತ್ತು ರೂಪಾಯಿ ತಗೊಂಡು ಬತ್ತಾ ಇದ್ದ. ನಾಯಿಯನ್ನು ನೋಡಿ 'ಇನ್ನೊಂದು ಗಳಿಗೆ ಅಲ್ಲೆ ಇದ್ದಿದ್ದರೆ ಆಗುತ್ತಿರಲಿಲ್ಲವೆ? ಇನ್ನು ಮುವತ್ತು ರೂಪಾಯಿಗೆ ದಂಡ ತಂದಲ್ಲ? ಎಲ್ಲಿ ತರಲಿ?' ಎಂದವನೇ ತನ್ನ ಹೆಗಲ ಮೇಲಿದ್ದ ದೊಣ್ಣೆಯಿಂದ ಬೀಸಿ ಹೊಡೆದ. ನಾಯಿ ಸತ್ತುಬಿದ್ದಿತು. ಆಗ ಅದರ ಕೊರಳಲ್ಲಿದ್ದ ಚೀಟಿ ನೋಡಿದ. ಓದಿ ಅತ್ತ. ಹಂಗಾದೀತು ಆ ಹೆಣ ಅವನಿಗೆ ಕೊಟ್ಟುಬಿಡಿ' ಅಂದ.

‘ಅದೇಗಯ್ಯಾ ಕೊಡಲಿ? ನನ್ನ ಮಗಳು ಮುಂಡೆಯಾದಳಲ್ಲ?’

‘ಅದಕ್ಕೇನು ಮಾಡೋಕಾಗತ್ತದೆ? ಮನೇಲಿರಿಸಿಕೋ.’

ಅಲ್ಲಿ ನೆರೆದಿದ್ದವರ ಪೈಕಿ ಒಬ್ಬ ಹೇಳಿದ—‘ಕೊಟ್ಟು ಬಿಡಿರಿ ಹೆಣಾನ’ ಹಿಂದೊಬ್ಬ ಒಕ್ಕಲುಗಿತ್ತಿ ಮುಂಗಸಿ ಸಾಕಿದ್ದ ಹಾಗೆ ಆದಾತು.

‘ಅದೇನು ಒಕ್ಕಲುಗಿತ್ತಿ ಮುಂಗಸಿ ಸಾಕಿದ ಕತೆ?’ ಎಂದು ಮತ್ತೊಬ್ಬ ಕೇಳಿದ. ಮೊದಲನೆಯವನು ಹೇಳಿದ—

‘ಒಬ್ಬ ಒಕ್ಕಲುಗಿತ್ತಿ ಒಂದು ಮುಂಗಸಿ ಸಾಕಿದ್ದಳು. ಅವಳಿಗೆ ಬರೇ ಹೆಣ್ಣು ಮಕ್ಕಳು. ಒಂದು ದಿನ ಎಳೆಮಗುವಿಗೆ ಹಾಲು ಹುಯ್ದು ತೊಟ್ಟಿಲಿಗೆ ಹಾಕಿ ನೀರಿಗೆ ಹೋದಳು. ಆಗ ತೊಟ್ಟಿಲು ಹಗ್ಗದ ಮೇಲೆ ನಾಗರ ಹಾವು ಹೆಡೆಯಾಡಿಸಿಕೊಂಡು ಬತ್ತಿತ್ತು. ಮುಂಗಸಿ ಅದನ್ನು ಕಂಡು ಮೂರು ತುಂಡು ಮಾಡಿತು. ಮುಸುಡಿನೆಲ್ಲ ರಕ್ತ ಮಾಡಿಕೊಂಡಿದ್ದ ಮುಂಗಸಿ ಆ ಮಗುವಿನ ತಾಯಿಗೆ ತಿಳಿಸಲು ಓಡಿತು. ಅತ್ತಲಿಂದ ನೀರು ಹೊತ್ತು ತರುತ್ತಿದ್ದ ತಾಯಿ ‘ಯವ್ವ ಇಗಳೆ ಮಗ ತಿಂದು ಬತ್ತದೆ. ಇದರ ತಲೆಸೀಯ’ ಎಂದು ತುಂಬಿದ ಹರವಿಯನ್ನು ಅದರ ಮೇಲೆ ಎತ್ತಿಹಾಕಿದಳು. ಅದು ಗೊಟಕ್ ಅಂತು. ಮನೆಗೆ ಬಂದಾಗ ಮಗು ತೊಟ್ಟಿಲಲ್ಲಿ ಆಡುತ್ತಿತ್ತು. ಪಕ್ಕದಲ್ಲಿ ನಾಗರಹಾವು ಮೂರು ತುಂಡಾಗಿ ಬಿದ್ದಿತ್ತು. ಅವಳು ತನ್ನ ದುಡುಕಿಗೆ ನಾಚಿ ಗೋಳಿಟ್ಟಳು. ಹಂಗಾದಾತು ಆ ಹೆಣ ಕೊಟ್ಟುಬಿಡಿ’ ಎಂದ.

ಅವರಾಡಿ ಇವರಾಡಿ ಹೆಣ ಕೊಡೋ ಹಂಗಾಯ್ತು. ಪರದಾನಿ ಮಗ ಮೇದರೋನ ಹತ್ತಿರ ಹೋಗಿ ಒಂದು ಬಿದಿರ ಪೆಟಾರಿ ಹೆಣೆಸಿಕೊಂಡು ಬಂದ. ತಲೆ ಮುಂಡ ಅದಕ್ಕೆ ತುಂಬಿದ. ದೊರೆ ಮಗನ ಕುದುರೆ ಮೇಲೆ ಆ ಪೆಟಾರಿ ಹೇರಿ, ಇವನು ಕುದುರೆ ಹತ್ತಿ ಹೊರಟ. ಪರದಾನಿ ಮಗನ ಹೆಂಡಿರ ಮನೆ ಅಲ್ಲಿಗೆ ಒಂದು ಹರದಾರಿ ದೊರೆ ಮಗನ ಹೆಂಡಿರ ಮನೆಗೆ ಬಂದದ್ದಕ್ಕೆ ಇಷ್ಟು ಆಯಿತು. ನನ್ನ ಹೆಂಡಿರ ಮನೇಲಿ ಇನ್ನು ಎಷ್ಟು ಆಗಬಹುದು ನೋಡಾನ ಎಂದು ಅಲ್ಲಿಗೆ ಜೋಡುಗುದುರೆ ಸಾರೋಟು ಹೊರಟ. ಊರು ಹತ್ತಿರವಾಗುತ್ತಲೆ ಸುದ್ದಿ ಮುಟ್ಟಿಸಿದ. ಮಾವನ ಮನೆಯವರು ಎದುರುಗೊಂಡು ಕರಕೊಂಡು ಹೋದರು. ಆರತಿ ಬೆಳಗಿ ಬರಮಾಡಿಕೊಂಡರು. ಊಟವಾದ ಮೇಲೆ ಹೆಂಡಿರು ಮಂಚದ ಮೇಲೆ ಹಾಸಿಕೊಟ್ಟಳು. ಇವನು ಪೆಟ್ಟಿಗೇನ ಮಂಚದ ಕೆಳಗೆ ಇಟ್ಟು ಮಲಕ್ಕೊಂಡ. ಅವನ ಹೆಂಡಿರು ಹಣ್ಣು ಕಾಯಿ ಕಡ್ಡಿ ಕರ್ಪೂರ ತೆಗೆದುಕೊಂಡು ಮನೆಯಿಂದ ಹೊರಗೆ ಹೊರಟಳು. ‘ಇಗಳಪ್ಪೊ ದೊರೆ ಮಗನ ಹೆಂಡಿರು ಅಂತಿದ್ದೆ. ನನ್ನ ಹೆಂಡಿರು ಏನೋ ಮಾಡಿಕೊಂಡವಳೆ’ ಎಂದು ಎದ್ದು ಹಿಂದೇನೇ ಹೊರಟ.

ಅವಳು ಹೋಗೋ ಹಾದಿಲಿ ಒಂದು ಎತ್ತು ಸತ್ತುಬಿದ್ದಿತ್ತು. ‘ಯಾಕಪ್ಪ ಹೀಗೆ ಮಲಗಿದ್ಯ?’ ಎಂದು ತಟ್ಟಿ ಎಬ್ಬಿಸಿದಳು. ಏಳಲಿಲ್ಲ. ಕಣ್ಣಲ್ಲಿ ನೀರು ಹಾಕಿಕೊಂಡು ಬಂಡಿಮಾಂಕಾಳಮ್ಮನ ಗುಡಿಗೆ ಹೋದಳು. ಇವನು ಹೋಗಿ ಗುಡಿ ಪಂಜೆ ತಬ್ಬಿಕೊಂಡು ನಿಂತುಕೊಂಡ.

ಅವಳು ಕಾಯಿ ಹೊಡೆದು ಕರ್ಪೂರ ಹಚ್ಚಿ 'ತಾಯಿ ನನ್ನ ಗಂಡ ಮುಖ ತೋರಿಸಿದ ದಿನ ನಾನು ಗಂಡುಗತ್ರಿ ಹಾಯ್ತೀನಿ ಅಂತ ಮಾತು ಕೊಟ್ಟಿದ್ದೆ. ಇವತ್ತು ಬಂದವನೆ. ಆದ್ದರಿಂದ ನಾನು ಗಂಡುಗತ್ರಿ ಹಾಯಬೇಕು' ಎಂದಳು. 'ನಿನ್ನ ನಿಜ ನಾನು ಒಪ್ಪಿದೆ. ಗಂಡನ ಜೊತೆ ಒಂದು ಮಾತು ಆಡದ ಹಾಗೆ, ಕೊಟ್ಟ ಮಾತಿಗೆ ತಪ್ಪದ ಹಾಗೆ ಇಲ್ಲಿಗೆ ಬಂದಿದ್ದೀಯ. ಆದ್ದರಿಂದ ನೀನು ಗಂಡುಗತ್ರಿ ಹಾಯಬೇಡ. ಏನು ವರಬೇಕೋ ಕೇಳಿಕೊ' ಎಂದಿತು ದೇವರು.

ಇವಳು ದಾರೀಲಿ ಸತ್ತು ಬಿದ್ದಿದ್ದ ಮೂಗು ಜೀವವನ್ನು ಉಳಿಸಿಕೊಳ್ಳಬೇಕೆಂದು ಬಗೆದು 'ನಿನ್ನ ದಯದಿಂದ ನನಗೆಲ್ಲ ಅದೆ. ಏನೂ ಬೇಡ. ನನ್ನ ಕೈ ಸತ್ತಿದ್ದರ ಮೇಲೆ ಬಿದ್ದರೆ ಅದು ಉಳಕೊಳ್ಳೋ ಹಾಗೆ ಹರಸು' ಎಂದಳು. ದೇವರು ಹಾಗೇ ಆಗಲಿ ಎಂದಿತು.

ಗಂಡ ಇದನ್ನೆಲ್ಲ ಕೇಳಿಸಿಕೊಂಡು 'ಈಗ ಎತ್ತುಳಿದರೆ ನಮ್ಮಣ್ಣನೂ ಉಳಿಯುತ್ತಾನೆ' ಎಂದು ಓಡಿ ಹೋಗಿ ಎತ್ತು ಸತ್ತು ಬಿದ್ದಿದ್ದ ಕಡೆ ಮರೆಯಲ್ಲಿ ನಿಂತುಕೊಂಡ. ಇವಳು ಬಂದು ಆ ಬಸವನ ಮೈಮೇಲೆ ಕೈಯಾಡಿಸಿ ಬೆನ್ನು ತಟ್ಟಿದಳು. ಅದು ಗುಟರಿಕೆ ಹಾಕಿ ಮೇಲೆದ್ದಿತು. ಇವಳು ಮನೆಗೆ ಹೋಗುವ ಮೊದಲೇ ಗಂಡ ಹೋಗಿ ಮಂಚದ ಮೇಲೆ ಏನೂ ಕಾಣದವನಂತೆ ಮಲಗಿದ್ದ.

ಇವಳು ಎಲೆ ಅಡಿಕೆ ಹಣ್ಣು ತಗೊಂಡು ಮಂಚ ಏರಿದಳು. ಅಡಿಕೆ ಎಲೆ ಹಾಕುವಾಗ 'ಈ ಎಲೆ ಚೆನ್ನಾಗಿಲ್ಲ. ಚೆನ್ನಾಗಿರೋ ಎಲೆ ನಾನು ತಂದಿದ್ದೀನಿ. ಕೆಳಗೆ ಪೆಟ್ಟೀಲಿ ಅವೆ. ತಗೋ' ಎಂದ. ಹೆಂಡತಿ ಪೆಟ್ಟಿ ಎಳೆದು ಕೈಯಿಟ್ಟಳು. ದೊರೆ ಮಗ ಎದ್ದ. ಅವನ್ನ ತಬ್ಬಿಕೊಂಡು ಇವನೂ ಅತ್ತ. ಇವನ್ನ ತಬ್ಬಿಕೊಂಡು ಅವನೂ ಅತ್ತ. ಮಂತ್ರಿ ಮಗ ದೊರೆ ಮಗನಿಗೆ 'ಇಂಥಿಂಥ ಗಂಡಾಂತರ ಬಂದವು ಉಳಿಸಿದೆ. ಆದರೆ ನಿನ್ನ ಹೆಂಡತಿ ಹಾಗೆ ಮಾಡಿದಳು' ಎಂದು ಎಲ್ಲವನ್ನೂ ಹೇಳಿದ.

ಎಂಟು ದಿವಸ ಅಲ್ಲಿದ್ದು ಪರದಾನಿ ಮಗ ಮತ್ತು ಹೆಂಡತಿ ಒಂದು ಕುದುರೆ ಮೇಲೆ ದೊರೆ ಮಗ ಒಂದು ಕುದುರೆ ಮೇಲೆ ಕೂತು, ದೊರೆ ಮಗನ ಹೆಂಡತಿ ಪಟ್ಟಣಕ್ಕೆ ಹೋದರು. ಊರು ಹತ್ತಿರವಾದಾಗ 'ಸತ್ತ ನಿಮ್ಮಳಿಯ ಬಂದಿದ್ದೀನಿ. ಎದುರುಗೊಂಡು ಕರಕೊಂಡು ಹೋಗಿ' ಅಂತ ಮಾವನಿಗೆ ಸುದ್ದಿ ಮುಟ್ಟಿಸಿದ. ಅವರು ಎದುರುಗೊಂಡು ಕರಕೊಂಡು ಹೋದರು.

ಊಟ ಉಪಚಾರ ಆಯಿತು. ಪರದಾನಿ ಮಗ ಪಕ್ಷಿಗಳು ಹೇಳಿದ ಜಾತಕ, ಗಂಡುಗಾರೆ ಮುಳ್ಳು, ಎಳೆನಾಗರ ಮೊದಲಾದವುಗಳನ್ನೆಲ್ಲ ಮಾವನ ಮುಂದಿಟ್ಟ. 'ಇಂಥವನು ನನ್ನ ಅಳಿಯನ ಕೊಳ್ಳನ್ನು ಕತ್ತರಿಸಿರಲಾರ. ನನ್ನ ಮಗಳೇ' ಎಂದು ತೀರ್ಮಾನಿಸಿ ಅವಳನ್ನು ಮೇದರವನನ್ನು ಸಿಗಿದು ಊರ ಬಾಗಿಲಿಗೆ ತೋರಣ ಕಟ್ಟಿದ. ಹುಟ್ಟಿ ಬೆಳೆದು ಹನ್ನೆರಡು ವರ್ಷವಾಗಿದ್ದ, ಮೈನೆರೆದು ಮೂರು ತಿಂಗಳಾಗಿದ್ದ ತನ್ನ ಕಿರಿಯ ಮಗಳನ್ನು ದೊರೆ

ಮಗನಿಗೆ ಮದುವೆ ಸೋಬನ ಮಾಡಿ ಕಳಿಸಿದ. ದೊರೆ ಮಗ ಹೆಂಡತಿ ಒಂದು ಕುದುರೆ ಮೇಲೆ, ಪರದಾನಿ ಮಗ ಹೆಂಡತಿ ಒಂದು ಕುದುರೆ ಮೇಲೆ ಕೂತು ತಮ್ಮ ಪಟ್ಟಣಕ್ಕೆ ಹೊರಟರು. 'ಇಂಥ ಗೆಣಿತನ ಮಾಡಿದರೆ ಬತ್ತೀನಿ ಇಲ್ಲದಿದ್ದರೆ ಬರಲ್ಲ' ಎಂದು ಗಿಣಿ, ಅಂಗಡಿಯಲ್ಲಿ ಬಂದು ಕೂತಿದ್ದ ಪರದಾನಿಗೆ ಹೇಳಿತು. ಪರದಾನಿ ದೊರೆ ಬಳಿಗೆ ಹೋಗಿ ಹೇಳಿದ. ದೊರೆ ಆಗಲ್ಲ ಎಂದ.

ಪೇಟೆಯ ಕೋಮಟಿಗಳು ಮತ್ತೆ ತಕರಾರು ಮಾಡಿದರು. ಪಿರ್ಯಾದಿ ಕೊಟ್ಟರು. ಆಗ ದೊರೆ 'ಅಂಥ ಗೆಣಿತನ ಮಾಡೋಕೆ ನನ್ನಿಂದ ಆಗಲ್ಲ. ಅಣ್ಣತಮ್ಮನಂಗೆ ಇರಲಿ ಕರಕೊಂಡು ಬಾ' ಎಂದು ಮಂತ್ರಿಗೆ ಹೇಳಿದ.

ಪರದಾನಿ ಗಿಣಿ ಅಂಗಡಿಗೆ ಹೋದ. ಗಿಣಿ ಮೊದಲಿನಂತೆ ಉಪಚರಿಸಿತು. ಬಂದ ಕಾರಣ ವಿಚಾರಿಸಿತು. ದೊರೆ ಹೇಳಿ ಕಳಿಸಿದ್ದನ್ನು ಮಂತ್ರಿ ಗಿಣಿಗೆ ಹೇಳಿದ.

'ಅಂಥಿಂಥ ಅಣ್ಣತಮ್ಮತನ ಮಾಡಿದರೆ ನಾನು ಬರುಗಿರೋದಿಲ್ಲ. ಅದಕ್ಕೊಂದು ಉತಂತ್ರ ಹೇಳುತ್ತೇನೆ ಕೇಳು' ಎಂದಿತು ಗಿಣಿ.

ಹಿಂದೊಂದು ಪಟ್ಟಣ. ಅದಕ್ಕೊಬ್ಬ ದೊರೆ. ಅವನಿಗೆ ಮಕ್ಕಳಾಗಿರಲಿಲ್ಲ. ತಿರಿಯೋರು ಅವರ ಕೈಲಿ ಭಿಕ್ಷೆ ಇಕ್ಕಿಸಿಕೊಳ್ಳುತ್ತಿರಲಿಲ್ಲ ಒಂದಲ್ಲೊಂದುದಿನ ಒಬ್ಬ ಸಂನ್ಯಾಸಿ ಬಂದ. ಭಿಕ್ಷೆ ಕೊಡಲು ಹೋದಾಗ ಅವನು ಬೇಡವೆಂದ. ದೊರೆ ಹೆಂಡತಿ ಅತ್ತಳು. ಯಾಕಮ್ಮ ಎಂದು ಕೇಳಿದ. ನನಗೆ ಮಕ್ಕಳಿಲ್ಲ. ಅದಕ್ಕೇ ಯಾರೂ ಭಿಕ್ಷೆ ತಗಳಲ್ಲ ಎಂದಳು. ಸಂನ್ಯಾಸಿ 'ಹಾಗಾದರೆ ನಾನು ಎರಡು ಮಕ್ಕಳ ಫಲ ಕೊಡುತ್ತೇನೆ. ಹಿರೇಮಗನ್ನ ನನಗೆ ಕೊಡುತ್ತೀಯಾ?' ಎಂದ. ಆಗಲಿ ಎಂದಳು. ಹೆಂಗಸಿನ ಮಾತು ಏನು ಖಾತ್ರಿ ಎಂದು ನಾಲ್ಕಾರು ಜನರನ್ನು ಕರೆಸಿ ಕರಾರು ಬರೆಸಿದ. ಏನೋ ಒಂದಿಷ್ಟು ಹಣ್‌ಫಲ ಕೊಟ್ಟು, ಇದನ್ನು ಬಾಯಿಗೆ ಹಾಕ್ಕೊ ಎಂದು ಹೇಳಿ ಹೊರಟುಹೋದ. ಅವನು ಹೋದ ಒಂಬತ್ತು ತಿಂಗಳಿಗೆ ಒಂದು ಗಂಡುಮಗುವನ್ನು ಹೆತ್ತಳು. ಅತ್ತೊಂದು ವರ್ಷಕ್ಕೆ ಮತ್ತೊಂದು ಗಂಡು ಮಗುವನ್ನ ನೀರು ಹುಯ್ದುಕೊಂಡಳು. ಸಂನ್ಯಾಸಿ ಬರಲೇ ಇಲ್ಲ. ಎಲ್ಲೋ ಸತ್ತು ಹೋದ ಎಂದು ಚೆನ್ನಾಗಿ ಸಾಕಿದಳು. ಅವರು ಪಡ್ಡೆ ಹುಡುಗರು ಆದಾಗ ಸಂನ್ಯಾಸಿ ಬಂದು ಕೇಳಿದ. ತಾಯಿಗೆ ಹೊಟ್ಟೆ ಉರೀತು. ಹಿಂದು ಮುಂದು ನೋಡಿದಳು. ನ್ಯಾಯಸ್ಥರೆಲ್ಲ ಸೇರಿದರು. ಕೊಡುವಂತೆ ಆಯಿತು. ಒಳ್ಳೊಳ್ಳೆ ಅಡಿಗೆ ಮಾಡಿಕ್ಕಿ, ಒಳ್ಳೊಳ್ಳೆ ಬಟ್ಟೆ ಹೊಲೆಸಿಕ್ಕಿ ಕಳಿಸಿಕೊಟ್ಟರು. ಚಿಕ್ಕ ಹುಡುಗ ಅಣ್ಣನನ್ನು ತಬ್ಬಿಕೊಂಡು 'ಅಣ್ಣ,' ಆಡಿನ ಮೊಲೆಯ್ಹಂಗೆ ನಾವಿಬ್ಬರೂ ಹುಟ್ಟಿದೋ. ನನ್ನೊಬ್ಬನ್ನೇ ಬಿಟ್ಟು ಹೋಗುತ್ತೀಯಾ?' ಎಂದು ಅಳತೊಡಗಿದ. ಅಣ್ಣ 'ನನ್ನ ಹಣೇಲಿ ಅದು ಬರೆದಿತ್ತು. ನಾನು ಹೋಗುತ್ತೇನೆ. ವರ್ಷಕ್ಕೊಂದು ಸಾರಿ ಬಂದು ನೋಡುತ್ತೇನೆ. ನಮ್ಮ ಹಿತ್ತಲಿನಲ್ಲಿ ಮಲ್ಲಿಗೆ ಅಂಟದಲ್ಲ. ಅದನ್ನ ಆರೈಕೆ ಮಾಡು. ನಾನು ಸತ್ತರೆ ಅದು ಒಣಗಿ ಹೋಗುತ್ತದೆ. ಜೀವವಾಗಿದ್ದರೆ ಚೆನ್ನಾಗಿರುತ್ತದೆ. ನನ್ನ ಸಾವು ಬಾಳು ಅದರಿಂದ ತಿಳಿದುಕೊ' ಅಂತ ಹೇಳಿ ಹೊರಟುಬಿಟ್ಟ.

ಹೋಗುತ್ತಾ ಇರಬೇಕಾದರೆ ಒಂದು ಕಡೆ ದಾರಿ ಚಿಲ್ಲರೆ ಹೊಡೆದಿತ್ತು. ಆ ಸಂನ್ಯಾಸಿ ಹುಡುಗನನ್ನು 'ಈ ದಾರೀಲಿ ಹೋಗೋಣವೋ ಆ ದಾರೀಲಿ ಹೋಗೋಣವೋ' ಎಂದು ಕೇಳಿದ. ಹುಡುಗ 'ಈ ದಾರೀಲಿ ಹೋದರೆ ಏನದೆ? ಆ ದಾರೀಲಿ ಹೋದರೆ ಏನದೆ?' ಅಂತ ಹೇಳಿದ. ಅದಕ್ಕೆ ಸಂನ್ಯಾಸಿ 'ಈ ದಾರೀಲಿ ಹೋದರೆ ಹತ್ತಿರ ಆದರೆ ಹುಲಿ ಕರಡಿ ಅವೆ; ಆ ದಾರೀಲಿ ಹೋದರೆ ಬಳಸು. ಆದರೆ ಕಲ್ಲಿಲ್ಲ ಮುಳ್ಳಿಲ್ಲ' ಎಂದ.

'ಹುಲಿ ಕರಡಿ ಇದ್ದರೆ ನಮ್ಮನ್ನೇನು ಮಾಡುತ್ತವೆ? ನಡಿ ತಾತ ಹತ್ತಿರದ ದಾರೀಲಿ ಹೋಗೋಣ' ಎಂದ ಹುಡುಗ.

ಒಳ್ಳೆ ಬುದ್ಧಿವಂತ ಧೈರ್ಯವಂತ ಅಂತ ಹೆಗಲ ಮೇಲೆ ಹುಡುಗನನ್ನು ಕೂಡಿಸಿಕೊಂಡು ಹೊರಟ. ಆಡೋಂದಡವೀಲಿ ಸಂನ್ಯಾಸಿ ಮನೆ. ಮನೆ ಕಣ್ಣಿಗೆ ಬಿದ್ದಾಗ, ಹುಡುಗನನ್ನು ಕೆಳಕ್ಕೆ ಇಳಿಸಿ, ಅವನ ಕೈಗೆ ಮನೆ ಬೀಗದ ಕೈ ಕೊಟ್ಟು, ನಾನು ನೀರಿನ ಕಡೆ ಹೋಗಿ ಬರುತ್ತೇನೆ ಇಲ್ಲಿ ನಿಂತುಕೊ ಎಂದು ಹೇಳಿ ಹೋದ. ಹುಡುಗನ ಕಣ್ಣಿಗೆ ಮನೆ ಕಾಣ್ತು. ಹೋಗಿ ಮನೆಬಾಗಿಲು ತೆಗೆದ. ಒಂದು ಮನೇಲಿ ಬಂಡುಮಾಂಕಾಳಮ್ಮ ನಾಂಟ್ಯ ಆಡುತ್ತಾ ಅವಳೆ. ಇನ್ನೊಂದು ಮನೆಯಲ್ಲಿ ನೂರು ತಲೆ ನೂರು ಮುಂಡ ಬಿದ್ದವೆ. ಇವನನ್ನು ಕಂಡು ಪಕಪಕನೆ ನಗುತ್ತವೆ. ಯಾಕೆ ಎಂದು ಕೇಳಿದ ಆ ತಲೆಗಳನ್ನು.

'ನೂರೊಂದು ತಲಿ ಬಲಿಕೊಟ್ಟರೆ ನಾನು ನಿನಗೆ ಒಳಗಾಗ್ತೀನಿ ಅಂತ ಕಾಳಿಕಾದೇವಿ ಭಾಷೆ ಕೊಟ್ಟವಳಂತೆ. ನಮಗೆ ನೂರು ತಲೆ ಆಯಿತು. ನಿಂದು ಕಡಿದರೆ ನೂರೊಂದು ಆಯಿತು. ಇನ್ನೊಂದು ಗಳಿಗೇಲಿ ನಮ್ಮಂತೆ ನೀನೂ ಆಗ್ತಿಯ' ಅಂದವು.

'ಯಾಸೆಟ್ಟಿಗೋ ಬಿಡರಣ್ಣ... ನನ್ನ ಹಣೇಲಿ ಬರೆದದ್ದು.'

'ಹಾಗಾದರೆ ನಿನ್ನ ತಲಿ ಉಳಿಸಿಕೊಳ್ಳೋ ಸಂಗತಿ ಹೇಳುತ್ತೇವೆ ಮಾಡುತ್ತೀಯಾ?'

'ಮಾಡುತ್ತೇನೆ.'

'ಸಂನ್ಯಾಸಿ ಬರುತ್ತಾನೆ., ನಾವಿರೋ ಮನೆ ಬೀಗ ತೆಗೆಯುವುದಿಲ್ಲ ದೇವರ ಮನೆ ಬೀಗ ತೆಗೆಯುತ್ತಾನೆ. ಬಾರಪ್ಪ ಗುಡಿಸು ಸಾರಿಸು ಅಂತಾನೆ. ನಾನೆಂದೂ ಸಾರಿಸಿಲ್ಲ. ಇವತ್ತು ನೀನು ಸಾರಿಸಿ ತೋರಿಸು. ನಾಳೆಯಿಂದ ಸಾರಿಸುತ್ತೇನೆ ಅನ್ನು. 'ಹೂ' ಎಂದು ಕೊಂಡು ಬಾ ಅನ್ನುತ್ತಾನೆ. ಇವತ್ತು ಎತ್ತಿಕೊಂಡು ಬಂದು ತೋರಿಸು ನಾಳೆಯಿಂದ ಎತ್ತಿ ಕೊಂಡು ಬರುತ್ತೇನೆ ಅನ್ನು. ದೇವರ ಪೂಜೆ ಮಾಡು ಅನ್ನುತ್ತಾನೆ. ನನಗೆ ಬರಲ್ಲ. ನೀನೆ ಮಾಡಿ ತೋರಿಸು ಅನ್ನು. ಕಡೇ ಪಟ್ಟಿಗೆ ಅಡ್ಡಬೀಳು ಅನ್ನುತ್ತಾನೆ. ಇವತ್ತು ಅಡ್ಡಬಿದ್ದು ತೋರಿಸು ನಾಳೆಯಿಂದ ನಾನು ಅಡ್ಡಬೀಳುತ್ತೇನೆ ಅನ್ನು. ಅವನು ಅಡ್ಡಬಿದ್ದಾಗ, ದೇವರ ಹತ್ತಿರ ಚಂದ್ರಾಯುಧ ಅದೆ, ಅದನ್ನು ತೆಗೆದುಕೊಂಡು ಹಾಕಿಬಿಡು ಅಲ್ಲಿಗೆ ನಿನ್ನ ಕಡಿದರೂ ನೂರೊಂದು ತಲೆ, ಅವನ್ನ ಕಡಿದರೂ ನೂರೊಂದು ತಲೆ. ದೇವರು ನಿನಗೆ ಒಳಗಾಗುತ್ತಾಳೆ. ಓಡಿಹೋಗಿ ಬೀಗ ಹಾಕಿಕೊಂಡು ಕಾಣದವನಂತೆ ನಿಂತುಕೊ' ಎಂದವು.

ಇವನು ಏನೂ ಕಾಣದವನಂತೆ ನಿಂತಿದ್ದ. ಸಂನ್ಯಾಸಿ ಬಂದು ದೇವರ ಮನೆ ಬೀಗ ತೆಗೆದ. ಗುಡಿಸು ಸಾರಿಸು ಅಂದ. ತಲೆಗಳು ಹೇಳಿಕೊಟ್ಟ ಹಾಗೆ ಉತ್ತರ ಹೇಳಿದ. ಹೀಗೇ ಎಲ್ಲಕ್ಕೂ ಉತ್ತರ ಹೇಳೋದನ್ನ ಕೇಳಿ ಸಂನ್ಯಾಸಿ 'ಹೀಗೆ ಅಡ್ಡಬಿಳೋದು' ಎಂದು ತೋರಿಸಲು ಬಗ್ಗಿದ. ಹುಡುಗ ಚಂದ್ರಾಯುಧ ತೆಗೆದುಕೊಂಡು ಎರಡು ತುಂಡಿಗೆ ಹೊಡೆದ. ದೇವರು ಪಕಾರನೆ ನಕ್ಕು ಏನು ಕೇಳಿಕೊಳ್ಳುತ್ತೀಯೋ ಕೇಳಿಕೊ ಅಂತು. ಹುಡುಗ 'ನನಗೇನು ಬೇಡ. ಸತ್ತಿದ್ದು ಉಳಕೊಳ್ಳುವಷ್ಟು ಆಶೀರ್ವಾದ ಕೊಡು' ಎಂದ. ದೇವರು ಕೊಟ್ಟಿತು. ತಲೆಗೆ ತಲೆ ಮುಂಡಕ್ಕೆ ಮುಂಡ ಹೊಂದಿಸಿ ತೀರ್ಥ ಹಾಕಿದ. ಸತ್ತವರೆಲ್ಲ ಜೀವಂತವಾಗಿ ಮೇಲೆದ್ದರು. ತಮ್ಮ ತಮ್ಮ ಊರುಗಳಿಗೆ ಹೋದರು.

ದೇವರು ಹುಡುಗನಿಗೆ 'ಮುಂದೆ ಒಂದು ಊರಿನಲ್ಲಿ ಒಬ್ಬ ಹೆಂಗಸು ಮುಡಿದ ಹುವ್ವ ಮಾರುತ್ತಾಳೆ. ಹೆಂಗಸು ಮುಡಿದ ಹುವ್ವ ಅಂತ ಗುರುತು ಹಿಡಿದವನನ್ನ ಮದುವೆಯಾಗಬೇಕು ಅಂತ ಅವಳು ಇರುತ್ತಾಳೆ. ನೀನು ಗುರುತು ಹಿಡಿ. ಅವಳು ಮದುವೆಯಾಗುತ್ತಾಳೆ. ಚೆನ್ನಾಗಿ ಬದುಕಿ ಸುಖವಾಗಿರು ಹೋಗು' ಎಂದು ಹರಸಿ ಕಳಿಸಿತು.

ದೇವರು ಹೇಳಿದಂತೆ ಮುಂದೆ ಒಂದು ಊರಿನಲ್ಲಿ ಜನ ಹೂ ಕೊಳ್ಳುತ್ತಿದ್ದರು. ಇವನು 'ಹೆಂಗಸು ಮುಡಿದ ಹುವ್ವಾನ ಯಾಕೆ ತೆಗೆದುಕೊಳ್ಳುತ್ತೀರಿ ಬನ್ನಿ' ಎಂದ. ಈ ಸಂಗತಿಯನ್ನು ಕಾವಲುಗಾರರು ಆ ಹೆಂಗಸಿಗೆ ಹೋಗಿ ಹೇಳಿದರು. ಅವಳು ಇವನನ್ನು ಕರೆಸಿದಳು. ಇಬ್ಬರಿಗೂ ಮದುವೆಯಾಯಿತು. ಹೊತ್ತಾರೆ ಎದ್ದು ಕುದುರೆ ಹಾಕಿಕೊಂಡು ಪಟ್ಟಣದ ಸುತ್ತ ಗಂಡ ಸುತ್ತು ಹಾಕುವನು. ಹೆಂಡತಿ 'ಮೂರು ದಿಕ್ಕಿಗೆ ಹೋಗಿ. ಮೂಡಲ ದಿಕ್ಕಿಗೆ ಮಾತ್ರ ಹೋಗಬೇಡಿ' ಎಂದಳು. ಇವನು ಮೂಡಲ ದಿಕ್ಕಿನಲ್ಲಿ ಏನಿದ್ದೀತು ನೋಡೋಣ ಅಂತ ಹೋದ. ಅಲ್ಲಿ ಏಳು ಮೆಟ್ಟಿನ ವ್ಯಾಘ್ರ ಇತ್ತು. ಅದು ಕುದುರೆ ಸಮೇತ ಅವನನ್ನು ನುಂಗಿಬಿಟ್ಟಿತು. ಈ ಕಡೆ ಮನೆಯ ಹಿತ್ತಿಲಲ್ಲಿದ್ದ ಮಲ್ಲಿಗೆ ಅಂಟು ಒಣಗಿ ಹೋಯಿತು. ಅವನ ತಮ್ಮ ನಮ್ಮಣ್ಣನ ನೆಲೆ ತಿಳಿಯೋವರೆಗೂ ಬಾಯಿಗೆ ನೀರು ಹುಯ್ಯಲ್ಲ ಅಂತ ಮಂಚದ ಮೇಲೆ ಮಕಾಡೆಯಾಗಿ ಮಲಗಿದ. ತಾಯಿ ಅಣ್ಣನನ್ನು ನೋಡಿಕೊಂಡು ಬಾ ಅಂತ ಬುತ್ತಿ ಕಟ್ಟಿಕೊಟ್ಟಳು. ಸಂನ್ಯಾಸಿ ಹೋದ ದಾರಿಯಲ್ಲೇ ಹೋದ. ಅದೇ ದೇವಸ್ಥಾನಕ್ಕೆ ಬಂದ. ಪೂಜೆ ಮಾಡಿದ. ಬಂಡುಮಾಂಕಾಳಮ್ಮ ನಡೆದ ಸಂಗತಿ ತಿಳಿಸಿತು. ಆ ಮೇಲೆ 'ಮುಂದೆ ಒಂದು ಪಟ್ಟಣದಲ್ಲಿ ಹೆಂಡತಿ ಮಾತು ಮೀರಿ ಅವನು ಅವನ ಕುದುರೆ ವ್ಯಾಘ್ರನ ಹೊಟ್ಟೆ ಹೊಕ್ಕರು. ನನ್ನ ಆಶೀರ್ವಾದದಿಂದ ಹೊಟ್ಟೆಯಲ್ಲಿ ಹಾಗೇ ಇದ್ದಾರೆ. ನೀನು ಹೋಗು. ಆ ವ್ಯಾಘ್ರ ಹಾ ಅಂತ ಬಾಯಿ ತೆರೀತದೆ. ಈ ಚಂದ್ರಾಯುಧ ತೆಗೆದುಕೊಂಡು ಹೋಗಿ ಅದರ ಬಾಯಿಗೆ ತಿವಿದು ಬಿಡು. ಬಾಯಿ ಹೊಟ್ಟೆ ಸಿಗಿದು ಹೋಗುತ್ತದೆ. ನಿಮ್ಮಣ್ಣ ಕುದುರೆ ಸಮೇತ ಈಚೆಗೆ ಬರುತ್ತಾನೆ' ಎಂದು ಹೇಳಿತು.

ಚಂದ್ರಾಯುಧ ತೆಗೆದುಕೊಂಡು ಅಲ್ಲಿಗೆ ಹೋದ. ವ್ಯಾಘ್ರ ಬಂತು. ದೇವರು ಹೇಳಿದಂತೆ ಮಾಡಿದ. ಅಣ್ಣ ಕುದುರೆ ಸಮೇತ ಹೊರಬಂದ. ಅಣ್ಣ ತಮ್ಮ ಮನೆಗೆ ಹೋದರು.

ಹೆಂಡತಿ ಆರತಿ ತಂದಳು. ಇಬ್ಬರೂ ಒಂದೇ ಥರ ಇದ್ದದ್ದನ್ನು ಕಂಡು ಯಾರು ನನ್ನ ಗಂಡ? ಯಾರಿಗೆ ಬೆಳಗಲಿ? ಎಂದು ತಬ್ಬಿಬ್ಬಾಗಿ ನಿಂತುಕೊಂಡಳು. ಚಿಕ್ಕವನು 'ಯಾಕೆ ಅತ್ತಿಗಮ್ಮ ಹೀಗೆ ನಿಂತುಕೊಂಡೆ? ಅಣ್ಣಯ್ಯನಿಗೆ ಬೆಳಗು' ಎಂದ; ಬೆಳಗಿದಳು. ಊಟ ಉಪಚಾರ ಆಯಿತು. ಹೀಗೆ ಎಂಟು ದಿನ ಅಲ್ಲಿದ್ದರು. ಮೂವರು ಕೂಡಿ ತಮ್ಮೂರಿಗೆ ಹೋದರು. ಅಂತಂಬೋ ಅಣ್ಣ ತಮ್ಮತನ ಮಾಡಿದರೆ ನಾನು ಬರುತ್ತೇನೆ. ಇಲ್ಲದಿದ್ದರೆ ಇಲ್ಲ ಎಂದಿತು ಗಿಣಿ. ಪರದಾನಿ ಹೋದ. ದೊರೆಗೆ ಹೇಳಿದ. ದೊರೆ ಅದು ಆಗದ್ದು ಎಂದು ಸುಮ್ಮನಾದ.

ಪಟ್ಟಣದ ವ್ಯಾಪಾರಿಗಳು ಮತ್ತೆ ಪಿರ್ಯಾದಿ ಮಾಡಿದರು. ಆಗ ದೊರೆ ಪರದಾನಿಗೆ 'ಅಂತಂಬೊ ಗೆಣತನವೂ ನನ್ನ ಕೈಲಾಗಲ್ಲ. ಅಂತಂಬೋ ಅಣ್ಣ ತಮ್ಮತನವೂ ನನ್ನ ಕೈಲಿ ಆಗಲ್ಲ. ಯಾವ ಸೆಟ್ಟಿಗೋ ಹೆಂಡತನ ಮಾಡಲಿ. ಅದನ್ನ ಕರಕೊಂಡು ಬಾ' ಎಂದು ಹೇಳಿ ಕಳಿಸಿದ.

ಪರದಾನಿ ಹೋದ. ಗಿಣಿ ಯಥಾಪ್ರಕಾರ ಉಪಚಾರ ಮಾಡಿ ವಿಚಾರಿಸಿತು. ದೊರೆ ಮಾತನ್ನು ಪರದಾನಿ ಹೇಳಿದ. 'ಅಂಥಿಂಥ ಹೆಂಡರುತನ ಮಾಡಿದರೆ ನಾನು ಬರುಗಿರೋ ಗಿಣಿ ಅಲ್ಲ. ಅದಕೊಂದು ಉತಂತ್ರ ಹೇಳುತ್ತೇನೆ ಕೇಳು' ಅಂತು ಗಿಣಿ. 'ಹೇಳು' ಎಂದ ಪರದಾನಿ.

ಒಂದು ಪಟ್ಟಣ. ಅದಕ್ಕೊಬ್ಬ ದೊರೆ. ಅವನಿಗೆ ಏಳುಜನ ಗಂಡುಮಕ್ಕಳು. ಮೊದಲ ಆರು ಜನಕ್ಕೆ ಮದುವೆಯಾಗಿತ್ತು. ಚಿಕ್ಕವನಿಗೆ ಆಗಿರಲಿಲ್ಲ. ಅತ್ತಿಗೆಯರು ಅವನನ್ನು 'ಮದುವೆಯಾಗದೆ ಕುಳಿತವನೆ ಯಾರನ್ನೂ ಒಪ್ಪದೆ. ಈ ಪಟ್ಟಣದ ಮೂರು ಮಲ್ಲಿಗೆ ತೂಕದ ಹೆಣ್ಣು ಬಿದಿರೆಯೊಳಗಿನ ಚದುರೆ ತಂದಾನೇನೋ' ಎಂದು ಜರೆದರು. ನಾನು ದೇಶ ನೋಡಬೇಕು ಅಂತ ಬುತ್ತಿ ಕಟ್ಟಿಸಿಕೊಂಡು ಮೂರು ಮಲ್ಲಿಗೆ ತೂಕದ ಹೆಣ್ಣಿದ್ದ ಪಟ್ಟಣಕ್ಕೆ ಹೊರಟುಬಿಟ್ಟ. ಅಲ್ಲಿಗೆ ಹೋಗಿ, ಏನು ಮಾಡೋಕೂ ತೋಚದೆ ಬಂದು ಹೂವು ಕಟ್ಟೋ ಅಜ್ಜಿ ಮನೆಗೆ ಹೋದ. 'ಯವ್ವ ಯವ್ವ ಯಾರೊಳಗೆ' ಎಂದ. 'ಯಾರಪ್ಪ ಯವ್ವ ಅಂತೀರಾ? ಹೆಣ್ಣು ಹೆತ್ತೋಳಲ್ಲ ಗಂಡು ಹಡದೋಳಲ್ಲ' ಅಂತ ಈಚೆಗೆ ಬಂದು, ಯಾವೂರಪ್ಪ ಅಂತ ಕೇಳಿದಳು. 'ಯಾವೂರಾನ ಆಗಲಿ ಯಾಕೇರಿನಾರ ಆಗಲಿ. ತಂದೆತಾಯಿಲ್ಲ ಅಣ್ಣಿಲ್ಲ ತಮ್ಮಿಲ್ಲ. ಒಂದು ಚಾಕರಿ ಕೊಟ್ಟರೆ ಮಾಡುತ್ತೇನೆ. ಒಂದು ತುತ್ತು ಹಿಟ್ಟು ಕೊಟ್ಟರೆ ತಿನ್ನುತ್ತೇನೆ' ಎಂದ. 'ಹಾಗಾದರೆ ಹುವ್ವಿನ ತೋಟ ಮಾಡಿ ಹುವ್ವ ಬೆಳಕೊಡುತ್ತೀಯಾ? ನಾನು ಈ ಊರಿನ ಮೂರು ಮಲ್ಲಿಗೆ ತೂಕದ ಹೆಣ್ಣೀಗೆ ಹುವ್ವ ಕಟ್ಟಿ ಕೊಡಬೇಕು' ಎಂದು ಕೇಳಿದಳು. ಆಗಲಿ ಎಂದು ಒಪ್ಪಿಕೊಂಡ. ತೋಟ ಮಾಡಿದ. ಹುವ್ವ ಬೆಳೆದ. ಒಂದು ದಿನ ಮನೆಗೆ ಬಂದು 'ಹೊಟ್ಟೆ ಜಾಸ್ತಿ ಹಸೀತದೆ. ನೀನು ಅಡಿಗೆ ಮಾಡು ನಾನು ಹುವ್ವ ಕಟ್ಟುತ್ತೇನೆ' ಅಂತ ಹೇಳಿ, ಅದರಲ್ಲಿ ಒಂದು ಚೀಟಿ ಬರೆದಿಟ್ಟು ಕಟ್ಟಿಬಿಟ್ಟ 'ತಾಯಿ ತಂದೆ ಬಿಟ್ಟು ಎಷ್ಟು ದಿನ ಹೀಗೆ ಅಲೆಯಲಿ? ಏನು ಹೇಳುತ್ತಿಯೋ ಹೇಳು' ಎಂದು ಚೀಟಿಯಲ್ಲಿ ಬರೆದಿದ್ದ. ಬಿದಿರೆಯೊಳಗಿನ ಚದುರೆ ಅದನ್ನು ಓದಿಕೊಂಡು 'ನಾನಿರೋದು

ಏಳು ನೆಲೆ ಉಪ್ಪರಿಗೆ. ಏಳು ಸುತ್ತಿನ ಪಾರ. ಧೀರಶೂರ ಯಾರಿರಬಹುದು? ಬರೋ ಅಂಥೋರು ಬರಬಹುದು' ಎಂದು ಚೀಟಿ ಬರೆದು ಕಳಿಸಿದಳು.

ಇವನು ರಾತ್ರಿ ನೊಣ ಆಗಿ ಹಾರಿ ಹೋದ. ಕೋಳಿ ಕೂಗೋವರೆಗೂ ಅಲ್ಲಿದ್ದು ಆಮೇಲೆ ಕೆಳಕ್ಕೆ ಬಂದ.

ಹೊತ್ತು ಹುಟ್ಟಿದ ಮೇಲೆ ತೂಕದವರು ಬಂದು ತೂಕ ಹಾಕಿದರು. ಮೂರು ಹುವ್ವ ಹಾಕಿದರೆ ಏಳಲಿಲ್ಲ. ನಾಲ್ಕು ಹುವ್ವ ಹಾಕಿದರು. ಇದೇನಮ್ಮ ಇವತ್ತು ನಾಲ್ಕು ಹೂವ್ವಿನ ತೂಕ ಇದ್ದೀಯ ಎಂದರು. 'ಅಣ್ಣ ರಾತ್ರಿ ಹಸಿವಾಗಿತ್ತು ಹೆಚ್ಚು ಉಂಡೆ' ಎಂದಳು. ಹೀಗೇ ದಿನದಿನಕ್ಕೂ ಒಂದೊಂದು ಹೂವ್ವಿನ ತೂಕ ಹೆಚ್ಚಾಗುತ್ತಾ ಹೋಯಿತು. ತೂಕದವರು ದೊರೆ ಕೈಲಿ ಹೇಳುತ್ತೇವೆ ಅಂದರು. ಆ ರಾತ್ರಿ ಅವನು ಅವಳ ಉಪ್ಪರಿಗೆಗೆ ಬಂದಾಗ 'ದಿನಕ್ಕೊಂದು ಹುವ್ವಿನ ತೂಕ ಜಾಸ್ತಿ ಆಗುತ್ತಿದ್ದೇನೆ. ನಮ್ಮಪ್ಪ ಸಿಗಿದು ಹಾಕಿಬಿಡುತ್ತಾನೆ. ನಾವು ನಿಮ್ಮ ಸೀಮೆಗೆ ಹೊರಟು ಹೋಗೋಣ' ಅಂತ ಹೇಳಿ ತಿರುಪದ ಕುದುರೇಲಿ ಮುಗಿಲಾಗೆ ಹೊರಟು ಹೋದರು. ಊರು ಸಮೀಪದ ನೀರುಭಾವಿ ಹತ್ತಿರ ಇಳಿದು 'ಮೂರು ಮಲ್ಲಿಗೆ ತೂಕದ ಹೆಣ್ಣು ತಂದಿದ್ದೀನಿ. ಎದುರುಗೊಂಡು ಕರಕೊಂಡು ಹೋಗಿ' ಎಂದು ಮನೆಗೆ ಸುದ್ದಿ ಮುಟ್ಟಿಸಿದ.

ಆ ಊರಿನಲ್ಲಿ ಒಬ್ಬಳು ಕುರುಡು ಕುಂಬಾರಗಿತ್ತಿ. ಈ ಸಂಗತಿ ತಿಳಿದು ಹರವಿ ತಗೊಂಡು ಭಾವಿ ಹತ್ತಿರ ಬಂದಳು. ಹರವಿ ತುಂಬಿ, ದೊರೆ ಮಗನನ್ನು ತೊಡೆಮೇಲೆ ಮಲಗಿಸಿಕೊಂಡು ಕುಳಿತಿದ್ದ ಹೆಣ್ಣನ್ನು 'ಸ್ವಲ್ಪ ಹರವಿ ಹೊರಸು ಬಾ' ಅಂತ ಕರೆದಳು ನಮ್ಮೋರು ಮಲಗವರೆ ಆಗುವುದಿಲ್ಲ ಎಂದಳು. ಅವಳು ಒತ್ತಾಯ ಮಾಡಿದಾಗ ಬಟ್ಟೆ ಗಂಟನ್ನು ತಲೆಕೆಳಗೆ ಕೊಟ್ಟು ನೀರು ಹೊರಿಸಲು ಹೋದಳು. ಈ ಶ್ಯಾಲೆ ಈ ಒಡವೆ ನನಗೆ ಹೇಗೆ ಕಾಣುತ್ತವೋ ನೋಡಾನ ಕೊಡಕ್ಕ ಎಂದು ಗೋಗರೆದು ಈಸಿಕೊಂಡು, ಉಟ್ಟುತೊಟ್ಟು, ನಮ್ಮಿಬ್ಬರಲ್ಲಿ ಈಗ ಯಾರು ಚೆನ್ನಾಗಿ ಕಾಣುತ್ತೇವೆ, ನೀರಲ್ಲಿ ನೋಡಾನ ಬಾ ಅಂತ ಬಾವಿ ಹತ್ತಿರಕ್ಕೆ ಹೋಗಿ, ಬಗ್ಗಿ ನೋಡುವಾಗ ಅವಳನ್ನು ಬಾವಿಗೆ ತಳ್ಳಿ ತಾನು ಓಡಿ ಹೋಗಿ ದೊರೆ ಮಗನನ್ನು ತೊಡೆಮೇಲೆ ಮಲಗಿಸಿಕೊಂಡು ಕೂತಳು. ಅಣ್ಣ ಅತ್ತಿಗೆಯರು ವಾದ್ಯ ಸಮೇತ ಬಂದರು. ಇವನು ಎದ್ದು ತಾನು ತಂದವಳನ್ನು ನೋಡಿ 'ಆ ಸೀಮೆಯಿಂದ ಈ ಸೀಮೆಗೆ ಬಂದದ್ದಕ್ಕೆ ಹೀಗಾಯಿತೋ ಅಥವಾ ನನ್ನ ಗ್ರಹಚಾರವೋ' ಎಂದು ಪೇಚಾಡಿಕೊಂಡ. ಅತ್ತಿಗೆಯರು ಈ ಕುರುಡಿ ತರುವುದಕ್ಕೆ ದೇಶಾಂತರ ಹೋಗ ಬೇಕಾಗಿತ್ತ ಎಂದು ನಕ್ಕರು. ಕರಕೊಂಡು ಹೋಗಿ ಅವರಿಬ್ಬರಿಗೂ ಮದುವೆ ಮಾಡಿದರು.

ಅಣ್ಣತಮ್ಮಂದಿರೆಲ್ಲ ಬೇರೆ ಆದರು. ಏಳು ಜನವೂ ಬೇಟೆಗೆ ಹೋಗಿ ಬರುವಾಗ ಬಾವಿಗೆ ನೀರು ಕುಡಿಯೋಕೆ ಹೋದರು. ಚಿಕ್ಕವನು ಕಡೇ ಸಾರಿ ಹೋದ. ತಾವರೆ ಹೂವೊಂದು ಅವನ ಕೈಗೆ ಬಂತು. ಅದನ್ನು ತೆಗೆದುಕೊಂಡು ಜೇಬಿನಲ್ಲಿಟ್ಟುಕೊಂಡು ಮನೆಗೆ ಬಂದ. ಹೆಂಡತಿಗೆ ತೋರಿಸಿದ, ಎಷ್ಟು ಚೆನ್ನಾಗಿದೆ ನೋಡು ಅಂತ. ಅವಳು ಅದನ್ನು ಮೂಸಬೇಡ ಪೀನಾಸಿ ಬರುತ್ತದೆ ಎಂದು ಹೊಸಗಿ ಮನೆ ಹಿಂದಕ್ಕೆ ಎಸೆದಳು.

ಅದು ಅಲ್ಲಿ ಮಲ್ಲಿಗೆ ಅಂಟು ಆಯಿತು. ಅದನ್ನು ಕಂಡು ಕುರುಡು ಕುಂಬಾರಗಿತ್ತಿ ಕಾಯಿಲೆ ಅಂತ ಮಲಗಿದಳು. ಗಂಡ ಕೇಳಿದ. ನಮ್ಮನೆ ಹಿತ್ತಿಲಲ್ಲಿರೋ ಮಲ್ಲಿಗೆ ಅಂಟನ್ನು ಸುಟ್ಟು ಅದರ ಬೂದಿಯನ್ನು ಹಣೆಗೆ ಹಚ್ಚಿದರೆ ವಾಸಿಯಾಗುತ್ತದೆ ಎಂದಳು. ಗಂಡ ಹಾಗೇ ಮಾಡಿದ. ಆದರೆ ಸುಟ್ಟ ಜಾಗದಲ್ಲಿ ಅದು ಶ್ರೀಗಂಧದ ಮರವಾಗಿ ಹುಟ್ಟಿತು. ನೀರು ನಿಡಿ ತರುವಾಗ ಅದನ್ನು ನೋಡಿದಳು. ತಿರುಗಿ ನನಗೇನೋ ಬರಬಾರದ್ದು ಬಂತು ಅಂತ ಮಲಗಿಕೊಂಡಳು. ಗಂಡ ಕೇಳಿದ. ಊರ ಮುಂದಿನ ಸಿರಿಗಂಧದ ಮರ ಕಡಿದು, ಪಾಳ ಹೊಡೆದು, ಸುಟ್ಟು ಬೂದಿ ಮಾಡಿಕೊಟ್ಟರೆ ವಾಸಿಯಾಗುತ್ತದೆ ಎಂದಳು. ಒಬ್ಬ ಬಡ ಹಾರುವಯ್ಯನಿಗೆ ಆ ಮರ ಕಡಿದು, ಪಾಳ ಮಾಡಿ ಸುಡಲು ಹೇಳಿದ. ಹಾರುವಯ್ಯ ಮರ ಕಡಿದ. ಅವನು ತನ್ನ ಮಕ್ಕಳಿಗೆ 'ಒಳ್ಳೆ ಶ್ರೀಗಂಧದ ಮರ. ಅದರ ಒಂದು ಪಾಳ ಯಾರಿಗಾದರೂ ಕೊಟ್ಟರೆ ರಾಗಿ ಕೊಡುತ್ತಾರೆ. ನಾಳೆ ಬಂದು 'ಬಾರಪ್ಪ ಊಟಕ್ಕೆ' ಅಂತ ಎರಡು ಮೂರು ಸಾರಿ ಕರೀರಿ. ನಾನು ರೇಗಿದವನ ಹಾಗೆ ಹೋಗುತ್ತೀಯೋ ಇಲ್ಲವೋ ಅಂತ ಒಂದು ಪಾಳ ತೆಗೆದು ನಿಮಗೆ ಹೊಡೆಯುವವನ ಹಾಗೆ ಎಸೆಯುತ್ತೇನೆ. ಅದನ್ನು ತೆಗೆದುಕೊಂಡು ಬಂದು ಬಿಡಿ' ಎಂದು ಉಪಾಯ ಹೇಳಿಕೊಟ್ಟ.

ಆ ಮಕ್ಕಳು ಹಾಗೆಯೇ ಬಂದು ಕರೆದರು. ಇವನು ರೇಗಿದವನಂತೆ ಒಂದು ಪಾಳ ತೆಗೆದು ಅತ್ತ ಎಸೆದ. ಆ ಮಕ್ಕಳು ಅದನ್ನು ತೆಗೆದುಕೊಂಡು ಹೋದರು ಮನೆಗೆ. ಸಂಜೆ ಇವನು ಮನೆಗೆ ಹೋಗಿ 'ಎಲ್ಲಿ ಆ ಪಾಲು' ಎಂದ. ಮಡಕೆ ಸಂದಿಯಲ್ಲಿ ಇಕ್ಕಿದ್ದ ಅದು ಮೂರು ಮಲ್ಲಿಗೆ ತೂಕದ ಹೆಣ್ಣಾಗಿ ಕುಳಿತಿತ್ತು. ಅದನ್ನು ಎಳೆದು ತಂದು ಮುಂದೆ ಕೂಡಿಸಿದರು. 'ಅಯ್ಯೋ ತಾಯಿ ನನಗೆ ಒಂದು ಖಂಡುಕ ಮಕ್ಕಳಿವೆ. ದೊರೆಗಾದರೂ ಕೊಡುತ್ತೇನೆ ಇನಾಮು ಕೊಡುತ್ತಾರೆ' ಎಂದಾಗ ಆ ಹುಡುಗಿ 'ಕೊಡಬೇಡಿ' ಯಾರಿಗೂ ಕಾಣಿಸದಂತೆ ನನ್ನ ಮನೆಯಲ್ಲೇ ಇಟ್ಟುಕೊಳ್ಳಿ. ನೀವು ಮಣ್ಣು ಹಿಡಿದರೆ ಚಿನ್ನ ಆಗೋ ಹಾಗೆ ಮಾಡುತ್ತೇನೆ' ಎಂದಳು. ಅದೇ ರೀತಿ ಅವರು ಪುಣ್ಯವಂತರೂ ಆದರು.

ಒಂದು ದಿನ ಹಾರುವಮ್ಮ ಹೊರಗಡೆ ರಾಗಿ ಒಣಗಿ ಹಾಕಿ, ಕೋಳಿಗೀಳಿ ತಿಂದಾವು ನೋಡಿಕೊ ಅಂತ ಆ ಹುಡಿಗಿಗೆ ಹೇಳಿ, ನೀರಿಗೆ ಹೋದಳು.

ಕುರುಡು ಕುಂಬಾರಗಿತ್ತಿ ಹತ್ತಿರ ಒಂದು ಟಗರು ಇತ್ತು. ಅದು ಬಂದು ರಾಗಿ ತಿನ್ನುತ್ತಿತ್ತು. ಆ ಹುಡುಗಿ ಒಳಗಿನಿಂದಲೇ ಉಷ್ ಎಂದಳು. ಹೋಗಲಿಲ್ಲ. ಅವಳ ಹತ್ತಿರ ಇದ್ದ ಚಿನ್ನದ ಸೀರಣಿಗೆಯಿಂದ ಎಸೆದಳು. ಅದು ಅದರ ಕೊಂಬಿಗೆ ಸಿಕ್ಕಿಕೊಂಡಿತು. ಬೆದರಿ ಪರಾರಿ ಆಯಿತು. ಟಗರಿನ ಕೊಂಬಿನಲ್ಲಿದ್ದ ಸೀರಣಿಗೆ ನೋಡಿ ಕುರುಡಿಗೆ ಅನುಮಾನ ಆಯಿತು. ಟಗರನ್ನು ಮುಂದೆ ಬಿಟ್ಟುಕೊಂಡು ಹಿಂದೆ ಬಂದಳು. ಅದು ಮತ್ತೆ ರಾಗಿ ತಿನ್ನತೊಡಗಿತು. ಉಷ್ ಎಂದಳು ಹುಡುಗಿ. ಹೋಗಲಿಲ್ಲ. ರನ್ನದ ಬಾಚಣಿಗೇಲಿ ಹೊಡೆದಳು. ಅದೂ ಕೊಂಬಿಗೆ ಸಿಕ್ಕಿಕೊಂಡಿತು. ಕುರುಡಿ ಹುಡುಗಿಯನ್ನು ನೋಡಿಕೊಂಡಳು. ಮನೆಗೆ ಹೋಗಿ ಏನೋ ಕಾಯಿಲೆ ಅಂತ ಮಲಗಿಕೊಂಡಳು. ಗಂಡ ಕೇಳಿದ: 'ಶ್ರೀಗಂಧದ ಮರ ಕಡಿದನಲ್ಲ ಹಾರುವಯ್ಯ. ಅವನ ಮನೆಯಲ್ಲಿ ಒಂದು ಬುಡ್ಡು ಹುಡುಗಿ ಅದೆ.

ಅದರ ತಲೆ ಹೊಡೆದು ರಕ್ತ ತಂದು ನನ್ನ ಹಣೆಗೆ ಹಚ್ಚಿದರೆ ವಾಸಿ ಆಗುತ್ತದೆ. ಇಲ್ಲದಿದ್ದರೆ ಇಲ್ಲ' ಎಂದಳು. ದೊರೆ ಹಾರುವಯ್ಯನ್ನ ಕರೆಸಿದ. ನಿನ್ನ ಮನೆಯಲ್ಲಿರುವ ಬುಡ್ಡು ಹುಡುಗಿಯನ್ನ ಕೊಡುತ್ತೀಯ ಅಂದ. ಮನೆಯಲ್ಲಿ ಕೇಳಿ ನೋಡುತ್ತೇನೆ ಎಂದ ಹಾರುವಯ್ಯ. ಕೇಳಿದಾಗ ಆ ಹುಡುಗಿ. 'ಹೆಚ್ಚಿಗೆ ಇನಾಮು ಈಸಿಕೊಂಡು ಕೊಡು' ಎಂದಳು. ಕೊಟ್ಟಮೇಲೆ ಅವಳನ್ನು ದೊರೆ ಚಾಂಡಾಲರ ಜೊತೆ ಕಳಿಸಿದ. ಅವರು ಆಡೊಂದಡವಿಗೆ ಕರೆದುಕೊಂಡು ಹೋದರು. ಇನ್ನೇನು ತಲೆ ಹೊಡೆಯಬೇಕು. ಆಗ ಆ ಹುಡುಗಿ: 'ಹೇಗಿದ್ದರೂ ಹೊಡೆಯು ತ್ತೀರಿ. ಮೂರು ಸ್ಯಾರೆ ರಕ್ತ ತೆಗೆದುಕೊಂಡು ಮೂರು ಸುತ್ತು ಕೋಟೆ ಕಟ್ಟಿದ ಹಾಗೆ ಕಟ್ಟಿ' ಎಂದಳು. ಕಡಿದು, ಆ ಹುಡುಗಿಯ ಆಸೆಯಂತೆ ಮೂರು ಸುತ್ತು ರಕ್ತ ಹಾಕಿ, ಅರಮನೆಗೆ ರಕ್ತ ತಂದುಕೊಟ್ಟು ಹೋದರು.

ಕಡಿದ ಜಾಗದಲ್ಲಿ ಕಣ್ಣೆರಡು ಗಿಣಿಯಾದೊ. ಕಾಲು ಕದಲೀಕಂಬ ಆದೊ. ತೋಳು ಬಾಳೆಮರವಾದೊ. ಮೂಗು ಒಂದು ಹಾಲುಭಾವಿ ಒಂದು ನೀರುಭಾವಿ ಆಯಿತು. ಬಾಯಿ ಮಂಟಪ ಆಯಿತು. ಕುತ್ತಿಗೆ ಈಶ್ವರನ ಗದ್ದುಗೆ ಆಯಿತು. ಹೊಟ್ಟೆಯೊಳಗಿನ ಮಜ್ಜೆಮಾಂಸವೆಲ್ಲ ಮರುಗಮಲ್ಲಿಗೆ ಸರುಗಸಾವಂತಿಗೆ ಬಾಳೆಬದನೆ ಆಯಿತು. ಮೂರು ಸುತ್ತಿನ ರಕ್ತ ಮೂರು ಸುತ್ತಿನ ಬೇಲಿ ಆಯಿತು.

ಏಳು ವರ್ಷ ಕಳೆದವು. ಏಳು ಜನವೂ ಬೇಟೆಗೆ ಹೋಗಿ ಅಲ್ಲಿಗೆ ಬಂದರು. ಅಣ್ಣಂದಿರು ಹಾಲುಭಾವಿ ನೀರುಭಾವೀಲಿ ಕೈಕಾಲು ಮುಖ ತೊಳೆದುಕೊಂಡು ನೀರು ಕುಡಿದು ಹೋದರು. ಚಿಕ್ಕವನು ನೀರು ಕುಡಿಯಲು ಹೋದಾಗ ಬರೀ ರಕ್ತವೆ. ಇದೇಕೆ ಹೀಗಾಯ್ತು? ಅಂತ ಮಂಟಪದಲ್ಲಿ ಯೋಚನೆ ಮಾಡುತ್ತಾ ಮಲಗಿದ. ಅಲ್ಲಿಗೆ ಎರಡು ಗಿಣಿಗಳು ಬಂದವು. ಒಂದು 'ಯಕ್ಕ ಒಂದು ಕತೆ ಹೇಳೆ' ಅಂತು. ಮತ್ತೊಂದು 'ಹಿಂದೆ ಹೋದದ್ದು ಹೇಳಲೋ ಮುಂದೆ ಬರೋದು ಹೇಳಲೊ' ಎಂದು ಕೇಳಿತು. 'ಮುಂದೆ ಬರೋದು ಯಾರು ಕಂಡವರೆ ಹಿಂದೆ ಆದದ್ದು ಹೇಳು' ಎಂದಿತು ಮೊದಲನೆಯದು. 'ಏನು ಹೇಳೋದು. ಏಳುನೆಲೆ ಉಪ್ಪರಿಗೆ ಮೇಲೆ ತಪಸಿದ್ದ ಮೂರು ಮಲ್ಲಿಗೆ ತೂಕದ ಹೆಣ್ಣು ತಂದು ಈ ಹೆಡ್ಡ ದೊರೆ ಏನು ಅಧ್ವಾನ ಮಾಡಿದ?' 'ಏನು ಮಾಡಿದನಕ್ಕ?' ಎಂದಿತು. 'ಊರಿಗೆ ಕರಕೊಂಡು ಬಂದು ಬಾವಿ ಹತ್ತಿರ ಮಲಗಿಕೊಂಡ. ಆ ಊರಿನ ಕುರುಡು ಕುಂಬಾರಗಿತ್ತಿ ಅವಳನ್ನು ಬಾವಿಗೆ ತಳ್ಳಿ ತಾನು ಆ ದೊರೆ ತಲೆಯನ್ನು ತೊಡೆ ಮೇಲಿಟ್ಟು ಕೊಂಡು ಕುಳಿತಿದ್ದಳು. ಸರಿ ಎಚ್ಚರವಾದ ಮೇಲೆ ಅವರಿಬ್ಬರಿಗೇ ಪಟ್ಟಣದಲ್ಲಿ ಮದುವೆ ಯಾಯಿತು ಇಲ್ಲಿಗೆ ಏಳನೇ ವರ್ಷದಲ್ಲಿ ತಾವರೆಯಾಗಿ ಕೈಗೆ ಬಂದಳು ಮೂರು ಮಲ್ಲಿಗೆ ತೂಕದ ಹೆಣ್ಣು. ಆಗ ಆ ಕುರುಡಿ ಅದನ್ನು ಹೊಸಕಿ ಹಾಕಿದಳು. ಹೀಗೆ ಮಲ್ಲಿಗೆ ಅಂಟು, ಸಿರಿಗಂಧ, ಹಾರುವಯ್ಯನ ಮನೇಲಿ ಹುಡುಗಿ ಆದಾಗಲೂ ಗುರುತು ಹಿಡಿಯ ಲಿಲ್ಲವಲ್ಲ' ಎಂದು ಹೇಳಿ ಹಾರಿಹೋದವು. ಈ ಹಕ್ಕಿಗಳು ಸರಿಯಾಗಿ ಹೇಳಲಿಲ್ಲವಲ್ಲ ಎಂದು ಮತ್ತೆ ಕಾದು ಕೂತ. ಅವು ಬಂದವು, ಮತ್ತೆ ತಮ್ಮಲ್ಲಿ ಮಾತಾಡಿಕೊಂಡವು. ಈಗ ಮೂರು ಮಲ್ಲಿಗೆ ತೂಕದ ಹೆಣ್ಣನ್ನು ದೊರೆ ತಡೆಯುವುದು ಹೇಗೆ ಅಂದರೆ, ಎರಡು

ಖಂಡುಗ ಕುಟ್ಟಿ; ಎರಡು ಖಂಡುಗ ಬೀಸಿ, ಊರೊಳಗೆ ಬುರಕಿ ಹಾಕಿ, ಒಂದು ನರಪಿಳ್ಳೆ ಇಲ್ಲದಂತೆ ಹೊರಭೋಜನಕ್ಕೆ ಹೊರಡಬೇಕು. ಆ ಕುರುಡಿಯನ್ನೂ ಕರೆತರಬೇಕು. ಅಡಿಗೆ ಆದ ಮೇಲೆ ದೊರೆ ಹೋಗಿ ಬಾಳೆಕಂಬ, ಕದಲಿಕಂಬ, ಗಿಣಿಗಳು, ಮಂಟಪ, ಈಶ್ವರನ ಗದ್ದಿಗೆ, ಬೇಲಿ–ಎಲ್ಲ ಕಿತ್ತು ಆ ಬಾವಿಗೆ ಹಾಕಬೇಕು. ಅಷ್ಟು ಹೊತ್ತಿಗೆ ಪಂಕ್ತಿ ಮೇಲೆ ಅನ್ನ ಇಟ್ಟುಕೊಂಡು ಬರುತ್ತಾರೆ. ಪಂಕ್ತಿ ಹತ್ತಿರ ನಿಂತು: 'ಮೂರು ಮಲ್ಲಿಗೆ ತೂಕದ ಹೆಣ್ಣೆ, ಚಿನ್ನದ ತಪ್ಪಲೆಗೆ ರನ್ನದ ಸೌಟು ಹಾಕಿಕೊಂಡು ಸಭಾ ಪಂಕ್ತಿಗೆ ತುಪ್ಪ ಬಿಟ್ಟುಕೊಂಡು ಬಾ' ಅಂದರೆ ಬರುತ್ತಾಳೆ. ಉಂಡು ಬರುವಾಗ ಪಟ್ಟಣಕ್ಕೆ ನರಬಲಿ ಕೊಡದೆ ಹೋಗಬಾರದು. ಕುರುಡು ಕುಂಬಾರಗಿತ್ತಿಯನ್ನ ಸಿಗಿದು ತೋರಣ ಕಟ್ಟಿ ಹೋಗಬೇಕು' ಅಂತ ಹೇಳಿ ಗಿಣಿಗಳು ಹಾರಿಹೋದವು.

ಇವನು ಹೆಂಡತಿ ಮನೆಗೆ ಹೋಗದೆ ತಾಯಿ ಮನೆಗೆ ಹೋಗಿ: 'ಇಂಥ ದಿವಸ ಹೊರಭೋಜನ ಇಟ್ಟುಕೊಂಡಿದೆ. ಎಲ್ಲ ಬರಬೇಕು ತಪ್ಪದಂತೆ' ಎಂದು ಸಾರಿಸಿದ.

ಅವತ್ತು ಊರಲ್ಲಿ ಒಂದು ನರಪಿಳ್ಳೆ ಇಲ್ಲದಂತೆ ಹೊರಭೋಜನಕ್ಕೆ ಬಂದಿದ್ದರು. ಗಿಣಿಗಳು ಹೇಳಿದ ಹಾಗೆ ಇವನು ಮಾಡಿದ. ಮೂರು ಮಲ್ಲಿಗೆ ತೂಕದ ಹೆಣ್ಣು ಬಂದು ತುಪ್ಪ ಬಿಟ್ಟಳು. ಕೊನೆಗೆ ಕುರುಡು ಕುಂಬಾರಗಿತ್ತಿಯನ್ನು ಸಿಗಿದು ಊರು ಬಾಗಿಲಿಗೆ ತೋರಣ ಕಟ್ಟಿ ಊರು ಹೊಕ್ಕರು. ಅಂಥ ಹೆಂಡತಿತನ ಮಾಡಿದರೆ ಬರುತ್ತೇನೆ ಇಲ್ಲದಿದ್ದರೆ ಬರಲ್ಲ ಅಂತ ದೊರೆ ಗಿಣಿ ಪರದಾನಿಗೆ ಹೇಳಿ ಕಳಿಸಿತು. ಪರದಾನಿ ಹೋಗಿ ಹೇಳಿದ. ನನ್ನ ಕೈಲಿ ಅಂಥ ಹೆಂಡತಿತನ ಆಗುವುದಿಲ್ಲ ಎಂದ ದೊರೆ.

ಮತ್ತೆ ಕೋಮಟಿಗರು ತಗಾದೆ ಮಾಡಿದರು. ದೊರೆ ಯುದ್ಧಕ್ಕೆ ಬರುವಂತೆ ಹೇಳಿ ಕಳಿಸಿದ. ಪರದಾನಿ ಬಾಯಿಂದ ಮಾತು ಕೇಳಿದ ತಕ್ಷಣ ಬಡ ಹಾರುವಯ್ಯನ ಮಾತನ್ನೂ ಕೇಳದೆ ಯುದ್ಧಕ್ಕೆ ಹೋಯಿತು. ದಟ್ಟಬಿಟ್ಟು ಬೇರೆ ದಟ್ಟದಲ್ಲಿ ಯುದ್ಧ ಮಾಡಿದರು. ಗಿಣಿ ಕೂಡಲೇ ಹಿಂದಿನ ದಟ್ಟಕ್ಕೆ ಸೇರಿಕೊಂಡಿತು. ವಾಜರ ಹುಡುಗನ ದಟ್ಟವನ್ನು ಮೊದಲು ಹದ್ದು ಕಾಗೆ ತಿಂದು ಹಾಕಿದ್ದರಿಂದ ದಟ್ಟವಿಲ್ಲದೆ ಪಿಶಾಚಿಯಾಗಿ ಪರದಾಡಿದ.

**

೨. ಹುಲಿ, ಅಗಸ, ಕತ್ತೆ

ಒಂದು ರಾತ್ರಿ, ಅತಿ ಭಯಂಕರವಾದ ಗುಡುಗು ಸಿಡಿಲಿನಿಂದ ಕೂಡಿದ ಮಳೆ ಬಂದಿತು. ಗಾಳಿ, ಸರ್ರನೆ ಭರ್ರನೆ ತುಂಬ ಚಳಿಯೊಂದಿಗೆ ಬೀಸುತ್ತಿತ್ತು. ಹಳ್ಳಿಯ ಹುಲ್ಲು ಗುಡಿಸಿಲಿನಲ್ಲಿ, ಒಂಟಿಯಾಗಿ ಜೀವಿಸುತ್ತಿದ್ದ ಹೆಂಗಸಿಗೆ ಮಳೆಯನ್ನು ಕಂಡರೆ ಯಾವಾಗಲೂ ಭಯ. ಯಾಕಂದರೆ ನೀರು ಸೋರಿ ನೆಲವೆಲ್ಲ ಕೆಸರಾಗುತ್ತಿದ್ದಿತು. ಗಾಳಿ ಸೂರಿನ ಹುಲ್ಲನ್ನು ಹಾರಿಸಿಕೊಂಡು ಹೋಗಿಬಿಡುತ್ತಿತ್ತು. ಒಲೆ ಹತ್ತಿಸಲು ಆಗುತ್ತಿರಲಿಲ್ಲ. ದೀಪ ಉರಿಯುತ್ತಿರಲಿಲ್ಲ.

ಕಾಡಿನ ಒಂದು ದೊಡ್ಡ ಹುಲಿ, ತಾನು ಸಿಡಿಲಿನ ಸದ್ದಿಗೆ ಬೆಚ್ಚಿ ಬೆಚ್ಚಿ ಬೆದರುತ್ತ, ಚಳಿಯಲ್ಲಿ ನಡಗುತ್ತ ಮಳೆಯಲ್ಲಿ ನೆನೆಯುತ್ತ ಬಂದು, ಆ ಗುಡಿಸಲಿನ ಗೋಡೆಗೆ ಒರಗಿಕೊಂಡು, ಮಳೆಯ ಹೊಡೆತದಿಂದ ತಪ್ಪಿಸಿಕೊಳ್ಳಲು ಕುಳಿತಿತು. ಗುಡಿಸಲಿನ ಗೋಡೆ ಇದ್ದುದರಿಂದ, ಒಂದು ಕಡೆಯಿಂದಲಾದರೂ ಗಾಳಿ ಇರಚಲು ಬಡಿಯುವುದಿಲ್ಲವೆಂದು ಅದು ಅಲ್ಲಿಯೇ ಕುಳಿತಿದ್ದಿತು. ಮಳೆ, ಸ್ವಲ್ಪವೂ ಕಡಿಮೆಯಾಗದೆ ಒಂದೇ ಸಮನಾಗಿ ಹೊಡೆಯುತ್ತಲೇ ಇದ್ದಿತು. ಮನೆಯ ಹೆಂಗಸು ಸಾಮಾನುಗಳನ್ನು ಸೋರುತ್ತಿದ್ದ ಕಡೆಯಿಂದ ಮತ್ತೊಂದು ಕಡೆಗೆ ಬದಲಾಯಿಸುತ್ತ, ಅಲ್ಲಿಯೂ ಸೋರಿದರೆ ಅಲ್ಲಿಂದ ಇನ್ನೊಂದು ಕಡೆಗೆ ಬದಲಾಯಿಸುತ್ತ ಹೀಗೆ ಒಂದೇ ಉಸಿರಿಗೆ ಗುಡಿಸಲಿನೊಳಗೆ ತಿರುಗಾಡುತ್ತಲೇ ಇದ್ದಳು. ಅವಳು ತನ್ನ ಪಾಡಿಗೆ ತಾನು 'ಏನು ಬೇಕಾದರೂ ಸಹಿಸಬಹುದು. ಈ ಸೋರುವುದನ್ನು ಸಹಿಸಲಾರೆ. ಹುಲಿ ಸಿಂಹ ಕರಡಿ ಹಾವು ಬೆಂಕಿ ಬಿಸಿಲು ಯಾವುದೂ ಬೇಕಾದರೂ ಬರಲಿ, ಎದುರಿಸುತ್ತೇನೆ. ಆದರೆ ಈ ಸೋರುವುದನ್ನು ಎದುರಿಸಲು ಮನುಷ್ಯ ಮಾತ್ರದಿಂದ ಸಾಧ್ಯವಿಲ್ಲ. ಇದು ನನ್ನನ್ನು ಪೂರ್ಣವಾಗಿ ನಾಶ ಮಾಡಿಬಿಡುತ್ತದೆ' ಎಂದು ಹೇಳಿಕೊಳ್ಳುತ್ತಿದ್ದಳು. ಎಲ್ಲವನ್ನೂ ಕೇಳುತ್ತಿದ್ದ ಹುಲಿ 'ಈ ಸೋರುವುದು' ಎಂಬುದು ಯಾವ ಪ್ರಾಣಿ ಇರಬಹುದು. ಹುಲಿ, ಕರಡಿ, ಸಿಂಹ, ಹಾವಿಗಿಂತ ಬಲಶಾಲಿಯಾಗಿರ ಬೇಕಾದರೆ! ಪಾಪ, ಆ ದುಷ್ಟ ಜಂತು ಯಾಕೆ ಇವಳನ್ನು ಹೀಗೆ ಕಾಡುತ್ತಿದೆ' ಎಂದು ಕನಿಕರದಿಂದ ಯೋಚಿಸಿತು.

ಆ ವೇಳೆಗೆ ಅಲ್ಲಿಗೆ ಒಬ್ಬ ಅಗಸನೂ ನೆನೆದುಕೊಂಡು ಬಂದನು. ಆ ದಿನದ ಚಳಿ, ಗಾಳಿ, ಮಳೆಗಳಿಂದ ಅವನು ಅತಿಯಾಗಿ ಹೆಂಡವನ್ನು ಕುಡಿದಿದ್ದುದರಿಂದ, ಅವನಿಗೆ ಜಗತ್ತೆಲ್ಲ ತಿರುಗುವಂತೆಯೇ ಕಾಣುತ್ತಿದ್ದಿತು. ಆ ಬೆಳಗಿನಿಂದ ಅವನ ಕತ್ತೆ ಕೈಗೆ ಸಿಕ್ಕದೆ, ತಪ್ಪಿಸಿಕೊಂಡು ಹೋಗಿತ್ತು. ಅದನ್ನು ಹುಡುಕುತ್ತ ಹೊರಟಿದ್ದ ಅವನು, ಕೈಯ್ಯಲ್ಲಿದ್ದ

ಸೀಸೆಯಿಂದ ಮತ್ತಷ್ಟು ಹೆಂಡವನ್ನು ಕುಡಿದು, ಸುತ್ತಲೂ ಕಣ್ಣನ್ನು ಅರಳಿಸಿ ನೋಡಿದಾಗ, ಗುಡಿಸಲಿನ ಗೋಡೆ ಮಗ್ಗುಲಲ್ಲಿ ಅಡಗಿಕೊಂಡು ಬಿದ್ದಿದ್ದ ಹುಲಿರಾಯ ಅವನ ಕಣ್ಣಿಗೆ ಬಿದ್ದನು. ಕುಡಿತದ ಅಮಲಿನಲ್ಲಿ ಅಗಸನು 'ಎಲಾ ಮುಂಡೇದೆ, ಇಲ್ಲಿ ಅಡಗಿಕೊಂಡು ಕುಳಿತರೆ ಬಿಡುತ್ತೇನೆಯೆ? ಕೆಲಸದಿಂದ ಕದಿಯುವುದೇ ನಿನಗೆ ಅಭ್ಯಾಸವಾಗಿ ಹೋಯಿತು. ಈ ಸಲ ನಿನಗೆ ಸರಿಯಾದ ಬುದ್ಧಿ ಕಲಿಸಿ ಬಿಡುತ್ತೇನೆ' ಎಂದು ಹುಲಿಯನ್ನು ಹಿಡಿದು ಕೊಂಡು, ಅದನ್ನು ಚೆನ್ನಾಗಿ ಗುದ್ದಿ ಕೈಯಲ್ಲಿದ್ದ ಸೀಸೆಯಿಂದ ತಲೆಯ ಮೇಲೆ ಬಡಿದು, ಕಣ್ಣು ಮುಖ ಬೆನ್ನು ಯಾವುದನ್ನೂ ನೋಡದೆ ಬಾರಿಸಿಬಿಟ್ಟನು. ಅರ್ಧ ತೂಕಡಿಸುತ್ತಿದ್ದ ಹುಲಿಗೆ, ಚೆನ್ನಾಗಿ ಏಟು ಬೀಳುವವರೆಗೆ, ವಿಷಯವೇನೆಂಬುದೇ ಗೊತ್ತಾಗಲಿಲ್ಲ. ಅದು 'ಆ ಹೆಂಗಸು 'ಸೋರುವುದು' ಎಂದು ಹೇಳುತಿದ್ದಳಲ್ಲ, ಅದೇ ಇರಬಹುದು ಇದು. ಸದ್ಯ ಇದರ ಕೈಯಿಂದ ಪ್ರಾಣವುಳಿಸಿಕೊಂಡರೆ ಸಾಕಾಗಿದೆ. ಇನ್ನೂ ಏನು ಮಾಡುವುದೋ? ಎಂದು ನಡಗುತ್ತಲೇ ಇದ್ದಿತು. ಅನಂತರ ಅಗಸನು ಅದಕ್ಕೆ ಮೊಕವಾಡವನ್ನೂ ಬಾಯಿಗೆ ಹಗ್ಗವನ್ನೂ ಬಿಗಿದು ಕಟ್ಟಿ ಬೆನ್ನಿನ ಮೇಲೆ ಸೀಸೆಯಿಂದ ಇನ್ನೂ ಎರಡು ಬಡಿತ ಬಡಿದು 'ಬಾ ಮುಂಡೇದೆ, ಮನೆಗೆ ಹೋಗೋಣ' ಎಂದು ಅದರ ಮೇಲೆ ಹತ್ತಿ ಕುಳಿತು ಅದನ್ನು ತನ್ನ ಮನೆಗೆ ಕರೆತಂದನು. ಮನೆಯ ಹಿಂದಲ ಕತ್ತೆ ಕೊಟ್ಟಿಗೆಯ ಬಾಗಿಲನ್ನು ತೆಗೆದು, ಹುಲಿಯನ್ನು ಒಳಕ್ಕೆ ಹಿಡಿದುಕೊಂಡು ಹೋಗಿ, ಕತ್ತೆಯನ್ನು ಕಟ್ಟಿ ಹಾಕುತ್ತಿದ್ದ ಗೂಟಕ್ಕೆ ಕಟ್ಟಿ ಹಾಕಿ ಒಳಗೆ ಬಂದು ಮಲಗಿಕೊಂಡನು.

ಬೆಳಗಾದ ನಂತರ ಅಗಸನ ಹೆಂಡತಿ, ಕೊಟ್ಟಿಗೆಗೆ ಹೋಗಿ ನೋಡುತ್ತಾಳೆ! ಕತ್ತೆ ನಿಲ್ಲುವ ಜಾಗದಲ್ಲಿ ಭಯಂಕರವಾದ ಹುಲಿ ನಿಂತಿದೆ. ನಿದ್ರೆಯಿಂದ ವಿಶ್ರಾಂತಿ ಹೊಂದಿದ ಹುಲಿ, ಒಳ್ಳೆ ಲವಲವಿಕೆಯಿಂದಲೂ ಜೋರಿನಿಂದಲೂ ಹುಂಕರಿಸುತ್ತಿದ್ದಿತು. ಅವಳು ಹೆದರಿ ಒಳಗೆ ಬಂದು ಗಂಡನೊಂದಿಗೆ: 'ನೀವು ರಾತ್ರಿ ಏನನ್ನು ತಂದು ಗೂಟಕ್ಕೆ ಕಟ್ಟಿ ಹಾಕಿದ್ದೀರಾ?' ಎಂದು ಕೇಳಿದಳು. ಅಗಸನು 'ಅದೇ ನಮ್ಮ ಕಳ್ಳ ಕತ್ತೆ ಮತ್ತೇನು?' ಎಂದನು. ಅವನ ಹೆಂಡತಿಯು 'ಬಂದು ನೋಡಿ' ಎಂದು, ಅವನನ್ನು ಕೊಟ್ಟಿಗೆಗೆ ಕರೆದುಕೊಂಡು ಹೋದಳು. 'ಹುಲಿಯನ್ನು ನೋಡಿ ಅಗಸನ ಜಂಘಾಬಲವೇ ಉಡುಗಿಹೋಯಿತು. ಹುಲಿ, ರಾತ್ರಿ ಅಗಸ ಕಟ್ಟಿ ಹಾಕಿದಂತೆಯೇ ನಿಂತಿತ್ತು. ಸ್ವಲ್ಪ ಹೊತ್ತಿನೊಳಗಾಗಿಯೇ, ಆ ಪ್ರಾಂತದ ದನ ಕುರಿಗಳನ್ನೆಲ್ಲ ತಿಂದು, ಜನರನ್ನೆಲ್ಲ ಬೆದರಿಸುತ್ತಿದ್ದ ಹುಲಿಯನ್ನು ಅಗಸ ಹಿಡಿದು ಕಟ್ಟಿ ಹಾಕಿದ್ದಾನೆ' ಎಂಬ ಸುದ್ದಿ ಊರಿನಲ್ಲಿ ಹರಡಿತು. ಊರವರೆಲ್ಲ ಬಂದು ನೋಡಿ ಅಗಸನ ಶೌರ್ಯ ಪರಾಕ್ರಮಗಳನ್ನು ಹೊಗಳಿ, ಅವನಿಗೆ ಉಡುಗೊರೆ, ಉಪಾಹಾರ, ಹಣ ಎಲ್ಲ ವನ್ನೂ ಕೊಟ್ಟರು. ಒಂದೇ ವಾರದೊಳಗೆ, ಅಗಸನ ಪರಾಕ್ರಮ, ಆ ಪ್ರಾಂತದಲ್ಲೆಲ್ಲ ಜನ ಜನಿತವಾಯಿತು. ಜನ, ತಮಗೆ ತೋರಿದಂತೆ, ಕಥೆಗಳನ್ನು ಕಟ್ಟಿ ಹೇಳುತ್ತಿದ್ದರು. 'ಕಾಡಿ ನಲ್ಲಿ ಏಕಾಂಗಿಯಾಗಿ ನಿರಾಯುಧನಾಗಿ ಕಾಳಗದಲ್ಲಿ ಒಂದು ಹುಲಿಯನ್ನು ಕೊಂದು ಇನ್ನೊಂದನ್ನು ಹಿಡಿದುಕೊಂಡು ಬಂದಿದ್ದಾನೆ' ಎಂದೂ ಸಹ ಜನ, ಹೇಳುತ್ತಿದ್ದರು. ಅಗಸನು ಎಲ್ಲವನ್ನೂ ಕೇಳಿಕೊಂಡು ಮೌನವಾಗಿದ್ದನು.

ಇಂತಹ ಧೀರನ ವಿಷಯ, ರಾಜಧಾನಿಗೆ ತಲುಪುವುದು ಸಾವಕಾಶವೆ? ಕೊನೆಗೆ ರಾಜನೇ ಅವನನ್ನು ನೋಡಲು ಆ ಹಳ್ಳಿಗೆ ಬಂದನು. ಅಗಸನು ಹುಲಿಗೆ, ಹುಲ್ಲು ನೀರನ್ನು ತೋರಿಸುತ್ತ ಅದನ್ನು ಇನ್ನೂ ಕತ್ತೆಯ ಗೂಂತಿನಲ್ಲಿಯೇ ಕಟ್ಟಿ ಹಾಕಿದ್ದನು. ಆ ವೇಳೆಗೆ ಹುಲಿ ಆಹಾರದ ಅಭಾವದಿಂದ ಬಡಕಲಾಗಿದ್ದರೂ, ಅದು ಪ್ರಬಲವಾದ ದೊಡ್ಡ ಹುಲಿ ಎಂಬುದು ರಾಜನಿಗೆ ಗೊತ್ತಾಯಿತು. ರಾಜನು ಅಗಸನನ್ನು ರಾಜಧಾನಿಗೆ ಆಹ್ವಾನಿಸಿದನು. ಕೆಲವು ದಿನಗಳ ನಂತರ ಅಗಸನು ಅರಮನೆಗೆ ಹೋಗಿ ರಾಜನನ್ನು ಭೇಟಿಯಾದನು. ರಾಜನು ಅವನಿಗಾಗಿಯೂ ಅವನ ಸಂಸಾರಕ್ಕಾಗಿಯೂ, ಸೊಗಸಾದ ಮನೆ ಮಾಡಿಕೊಟ್ಟು, ಅವನಿಗೆ ಎಲ್ಲ ಸೌಕರ್ಯಗಳನ್ನೂ ಏರ್ಪಡಿಸಿಕೊಟ್ಟನು. ಅಗಸನು ದೊಡ್ಡ ಸರದಾರನಂತೆ ದಿವ್ಯಭೋಗದಿಂದ ರಾಜನ ಆಶ್ರಯದಲ್ಲಿ ಇರತೊಡಗಿದನು.

ಕೆಲವು ಕಾಲದ ನಂತರ ರಾಜನು 'ಇಷ್ಟೊಂದು ಸರದಾರರು, ಇಷ್ಟೊಂದು ಸೈನ್ಯ ಆನೆ, ಕುದುರೆ, ಪದಾತಿ, ರಥಗಳು, ಕಾಲಾಳು ಎಲ್ಲ ನಮಗೆ ಯಾಕೆ? ಈ 'ಹುಲಿ ಶಿಕಾರಿ' ಯೊಬ್ಬನೇ ಸಾಕು. ಇವನು ಹಿಂದಲ ಕಾಲದ ಭೀಮ ದುರ್ಯೋಧನ ಕೀಚಕರಂತೆ ಒಬ್ಬನೇ ಒಂದು ಸೈನ್ಯವನ್ನು ಸವರುತ್ತಾನೆ. ಏಕಾಂಗಿಯಾಗಿ ಹುಲಿಯನ್ನು ಹಿಡಿದು ಕಟ್ಟಿ ಹಾಕಿ, ಅದನ್ನು ಗೋವಿನಂತೆ ಪಳಗಿಸಿದವನು. ಸೈನ್ಯವನ್ನೆಲ್ಲ ಕಡಿಮೆ ಮಾಡಿ ಸರದಾರರ ಸಂಖ್ಯೆಯನ್ನು ಇಳಿಸಿ ಇವನನ್ನೇ ಸೈನ್ಯದ ಅಧಿಕಾರಿಯನ್ನಾಗಿ ಮಾಡೋಣ. ಸೈನ್ಯದ ವೆಚ್ಚದಲ್ಲಿ ತುಂಬ ಉಳಿತಾಯವಾಗುತ್ತದೆ' ಎಂದು ನಿಶ್ಚಯಿಸಿ, ರಜಕನಿಗೇ ಸೇನಾಧಿಪತಿಯ ಪಟ್ಟವನ್ನು ಕಟ್ಟಿದನು. ಸೈನ್ಯದ ಬಹುಭಾಗ ವಿಸರ್ಜಿತವಾಗಿ, ಸೈನ್ಯಾಧಿಪತಿಗಳೆಲ್ಲ ಅರಮನೆಯಿಂದ ವಿಮುಖರಾದರು.

ಆ ರಾಜನ ಮೇಲೆ ಯುದ್ಧಕ್ಕೆ ಬರಲು ಒಬ್ಬ ರಾಜನು ಕೆಲವು ಕಾಲದಿಂದ ಕಾಯುತ್ತಿದ್ದನು. ರಾಜನಲ್ಲಿ ಸೈನ್ಯ ಕಡಿಮೆಯಾಗಿರುವುದನ್ನು ಅರಿತು ಅವನು ರಾಜನಿಗೆ 'ಇಂತಹ ಬಯಲಿನಲ್ಲಿ ನಿನ್ನೊಂದಿಗೆ ಯುದ್ಧ ಮಾಡುತ್ತೇನೆ. ಸೈನ್ಯದೊಂದಿಗೆ ಬಂದು ನನ್ನನ್ನು ಸಂಧಿಸಿ. ಇಲ್ಲವಾದರೆ ನೇರ, ನಿಮ್ಮ ರಾಜಧಾನಿಯನ್ನು ಮುತ್ತುತ್ತೇನೆ' ಎಂದು ಓಲೆ ಕಳುಹಿಸಿದನು. ರಾಜನು, ತೆಗೆದು ಹಾಕಿದ್ದ ಸೇನಾಧಿಪತಿಗಳನ್ನೆಲ್ಲ ಬರಮಾಡಿ 'ಯುದ್ಧಕ್ಕೆ ಸೈನ್ಯವನ್ನು ಸಿದ್ಧಮಾಡಿ' ಎಂದು ಅಪ್ಪಣೆ ಮಾಡಿದನು. ಅವರು: 'ಸೈನ್ಯಕ್ಕೆ, ಯುದ್ಧ ಮಾಡುವ ಅಭ್ಯಾಸ ತಪ್ಪಿ ಹೋಗಿದೆ. ಆಯುಧಗಳೆಲ್ಲ ತುಕ್ಕು ಹಿಡಿದು ಬಿದ್ದಿವೆ. ಇದರಿಂದ ಈಗ ಯುದ್ಧ ಮಾಡವುದು ಸಾಧ್ಯವಿಲ್ಲ' ಎಂದು ಹೇಳಿದರು. ಬೇರೆ ಉಪಾಯ ಕಾಣದೆ ರಾಜನು ಹುಲಿ ಶಿಕಾರಿಗೆ (ಅಗಸನಿಗೆ) ಹೇಳಿ ಕಳುಹಿಸಿದನು. 'ಈಗ ನಮ್ಮ ರಾಜ್ಯವನ್ನು ಕಾಯುವ ಹೊಣೆ, ನಿನ್ನ ಮೇಲೆ ಬಿದ್ದಿದೆ. ನಿರಾಯುಧನಾಗಿ ಹುಲಿಯನ್ನು ಕಟ್ಟಿದವನಿಗೆ, ಶತ್ರು ರಾಜರನ್ನು ಸೋಲಿಸುವುದು ಒಂದು ದೊಡ್ಡ ಕೆಲಸವಲ್ಲ. ಸೈನ್ಯವನ್ನು ಸರಿಯಾಗಿ ವ್ಯವಸ್ಥೆಗೊಳಿಸಿ, ಯುದ್ಧಭೂಮಿಗೆ ಕರೆದುಕೊಂಡು ಹೋಗು' ಎಂದನು. ರಾಜನ ಶೀಘ್ರ ಕೋಪ ಶೀಘ್ರ ಪ್ರಸನ್ನತೆ ಕ್ಷಣಚಿತ್ತ ಕ್ಷಣಪಿತ್ಥ ಸ್ವಭಾವ, ಹುಲಿ ಶಿಕಾರಿಗೆ ಆ ವೇಳೆಗೆ ಗೊತ್ತಾಗಿತ್ತು. ಯಾವ ಮಾತನ್ನೂ ಅವರು ರಾಜನೊಂದಿಗೆ ಆಡಲು ಹೆದರಿದನು. ನಿಜ ಸಂಗತಿಯನ್ನು ಹೇಳಿದರೆ,

ರಾಜನು ತನ್ನನ್ನು ಕೊಲ್ಲಿಸುವನೆಂಬುದು ಅವನ ನಂಬಿಕೆಯಾಗಿತ್ತು. ಸದ್ಯಕ್ಕೆ ಏನಾದರೂ ಒಂದು ಉಪಾಯವನ್ನು ಮಾಡಿ ಸ್ವಲ್ಪ ಸಾವಕಾಶವನ್ನು ಪಡೆಯೋಣ ಎಂದು ಅವನು ನಿಶ್ಚಯಿಸಿ 'ರಾಜನೇ ನೀನು ಹೇಳಿದಂತೆಯೇ ಯುದ್ಧಭೂಮಿಗೆ ಸೈನ್ಯವನ್ನು ನಡೆಸುತ್ತೇನೆ; ಆದರೆ ಅದಕ್ಕೆ ಮುಂಚೆ, ನಾನು ಒಂದು ಸಲ ಯುದ್ಧ ಭೂಮಿಯನ್ನೂ ಅಲ್ಲಿ ಒಟ್ಟು ಗೂಡಿರುವ ಶತ್ರು ಸೈನ್ಯವನ್ನೂ ನೋಡಿಕೊಂಡು ಅವರ ಬಲಾಬಲಗಳನ್ನು—ಛದ್ಮ ವೇಷ ದಿಂದ ಹೋಗಿ ನೋಡಿ ಬರಲು ಅವಕಾಶ ಕೊಡಿ: ಹಾಗೆ ನೋಡಿದ್ದರೆ ನಾವು ನಮ್ಮ ಕಾರ್ಯಕ್ರಮವನ್ನು ರೂಪಿಸಿಕೊಳ್ಳಲು ಸಹಾಯಕವಾಗುವುದು' ಎಂದು ಬೇಡಿದನು. ರಾಜನು ಹಾಗೆಯೇ ಆಗಲೆಂದು ಒಪ್ಪಿ, ಅವನು ಯುದ್ಧಭೂಮಿಗೆ ಹೋಗಿ ಬರಲು ಅವನ ಮನೆಗೆ, ಬೆಟ್ಟದಂತಹ ಎತ್ತರವಾದ ಬಲಿಷ್ಠ ಕುದುರೆಯೊಂದನ್ನು ಕಳುಹಿಸಿದನು. 'ಇದು ನಮ್ಮಲ್ಲಿರುವುದರಲ್ಲೆಲ್ಲ ಉತ್ತಮವಾದ ಕುದುರೆ, ಇದು ಭೂಮಿಯನ್ನು ನೋಡುವುದೇ ಇಲ್ಲವೋ ಎನ್ನುವಷ್ಟು ವೇಗವಾಗಿ ಓಡುತ್ತದೆ. ಇದರ ಕಾಲಿನ ಧ್ವನಿ ಕೇಳಿದರೆ ಶತ್ರುಗಳ ಎದೆ ನಡುಗುತ್ತದೆ. ಬೇಗ ಹಿಂದಿರುಗು' ಎಂದು ರಾಜನು ಹೇಳಿ ಕಳುಹಿಸಿದನು.

ಮನೆಗೆ ಬಂದ ಕುದುರೆಯನ್ನು ನೋಡಿಯೇ ನಮ್ಮ ಹುಲಿ ಶಿಕಾರಿಗೆ ಭಯವಾಯಿತು. ಕುದುರೆಯ ಮಲತಮ್ಮನ ಮೇಲೆ ಮಾತ್ರ ಸವಾರಿಮಾಡಿ ಅವನಿಗೆ ಅಭ್ಯಾಸ. ಅವನು: 'ಈ ಕುದುರೆ ಏರಲು ನನಗೆ ಭಯ. ಇದನ್ನು ಹಿಂದಕ್ಕೆ ಕಳುಹಿಸಿ ಬಿಡುತ್ತೇನೆ' ಎಂದು ಕೊಂಡನು. ಅವನ ಹೆಂಡತಿ: 'ಬೇಡ ಬೇಡ, ನೀನು ಹೀಗೆ ಹೀಗೆ ಕುದುರೆ ಹತ್ತು; ಹೀಗೆ ಹತ್ತಿ ಕುಳಿತುಕೊ. ನಾನು ನಿನ್ನನ್ನು ಕುದುರೆ ಬೆನ್ನಿಗೆ ಸೇರಿಸಿ ಬಿಗಿದು ಬಿಡುತ್ತೇನೆ. ನೀನು ಬೀಳುವುದಿಲ್ಲ. ಅನಂತರ ಎಲ್ಲ ಸರಿಹೋಗುತ್ತೆ' ಎಂದಳು. ಹೀಗೆ ಕಟ್ಟಿಸಿಕೊಂಡು ಹೋಗುವುದನ್ನು ಯಾರೂ ಕಾಣದ ವೇಳೆಯಲ್ಲಿ ಹೊರಡಬೇಕಾದುದರಿಂದ ಅಗಸನು ಅರ್ಧರಾತ್ರಿಗೇ ಎದ್ದನು. ಅವನ ಹೆಂಡತಿ ರಿಕಾಪಿನ ಮೇಲೆ ಅವನ ಒಂದು ಕಾಲನ್ನು ಇಟ್ಟು ಮತ್ತೊಂದು ರಿಕಾಪನ್ನು ತಾನೇ ಹಿಡಿದುಕೊಂಡು, ಅವನನ್ನು ಕುದುರೆಯ ಮೇಲೇರಿಸಲು ಪ್ರಯತ್ನಿಸಿದಳು. ಹೀಗೆ ಮೂರು ನಾಲ್ಕು ಸಲ ಪ್ರಯತ್ನಿಸಿದ ಮೇಲೆ, ಒಂದು ಸಲ ಅಗಸನು ಕುದುರೆಯ ಮೇಲೆ ಸರಿಯಾಗಿ ಕುಳಿತನು. ಅವನು ಹೆಂಡತಿ ಯೊಂದಿಗೆ: 'ಕುದುರೆ, ಅಷ್ಟು ವೇಗವಾಗಿ ಹೋದರೆ, ಮುಂದೆ ನೋಡಲು ನನಗೆ ಭಯ ವಾಗುತ್ತೆ. ಆದುದರಿಂದ ಮುಖವನ್ನು ಬಾಲದ ಕಡೆಗೆ ಮಾಡಿ, ಕುಳಿತುಕೊಳ್ಳುತ್ತೇನೆ' ಎಂದನು. ಹೆಂಡತಿಯು 'ಬೇಡ ಬೇಡ. ಕುದುರೆಯ ಮುಖದ ಕಡೆ, ನಿನ್ನ ಮುಖ ಮಾಡಿಕೊ' ಎಂದು ಹಾಗೆಯೇ ಕೂರಿಸಿ, ಅವನ ಕಾಲು ಸೊಂಟಗಳನ್ನು, ಕುದುರೆಯ ಹೊಟ್ಟೆಗೆ ಬಲವಾಗಿ ಬಿಗಿದಳು. ಸವಾರನು: 'ಬೇಗ ಬೇಗ ಕಟ್ಟು, ಬೆಳಗಾದರೆ ಅದರ ಮನೆಯ ಮುಂದಲ ದಾರಿಯಲ್ಲಿಯೇ ಹೋಗಬೇಕಾಗಿರುವುದರಿಂದ, ರಾಜನು ಗುರುತಿಸಿ ಬಿಟ್ಟರೆ, ನಾನು ಅವನ ಎದುರಿಗೆ ಇಳಿದು ಮತ್ತೆ ಕುದುರೆ ಹತ್ತಬೇಕಾಗುತ್ತೆ' ಎಂದನು. ಅನಂತರ ಕುದುರೆ ಹೊರಟಿತು. ಸವಾರಿ ಮಾಡುವಾಗ ಹಾಗೆ ಕಟ್ಟಿಸಿಕೊಂಡು ಕುದುರೆಗೆ ಅಭ್ಯಾಸವಿಲ್ಲದುದರಿಂದ, ಅದು ಸ್ವಲ್ಪ ಹೊತ್ತು ಹಿಂದೆ ಮುಂದೆ ನೋಡಿ, ಅನಂತರ

ನಾಗಾಲೋಟದಲ್ಲಿ ಓಡಲು ಪ್ರಾರಂಭಿಸಿತು. ಅಗಸನು ಹೆಂಡತಿಗೆ: 'ನೀನು ನನ್ನ ಕೈಯನ್ನು ಕಟ್ಟಲಿಲ್ಲ. ಏನು ಮಾಡಲಿ?' ಎಂದು ಕಿರುಚಿದನು. ಅವಳು: 'ಕುದುರೆಯ ಕತ್ತಿನ ಕೂದಲನ್ನು ಹಿಡಿದುಕೊಳ್ಳಿ' ಎಂದು ಕೂಗಿ ಹೇಳಿದಳು. ಕುದುರೆ, ಮಿಂಚಿನ ವೇಗದಲ್ಲಿ ಹೊರಟಿತು.

ಅಸ್ವಾಭಾವಿಕವಾಗಿ ಬಿಗಿಸಿಕೊಂಡ ಸವಾರನ ಹೊರೆಯಿಂದ ಕುದುರೆಗೆ ಬಹು ರೀತಿಯ ಕಿರುಕುಳಗಳುಂಟಾಗಿ, ಅಂತೂ ಅದು ಹೇಗೋ ಬಹುವೇಗವಾಗಿ ಓಡುತ್ತಿತ್ತು. ಸವಾರನಂತೂ ಗಡಗಡನೆ ನಡಗುತ್ತ ಪ್ರಾಣವನ್ನು ಕೈಯಲ್ಲಿ ಹಿಡಿದುಕೊಂಡು ಕುಳಿತಿದ್ದನು. ಅವನ ಹೆಂಡತಿ, ಅವನನ್ನು ಬಲವಾಗಿ ಕಟ್ಟದೆ ಹೋಗಿದ್ದರೆ, ಕುದುರೆ ಅವನನ್ನು ಬೆನ್ನಿನಿಂದ ಕೆಳಕ್ಕೆ ಎಸೆದು ಎಷ್ಟೋ ಹೊತ್ತಾಗಿರಬೇಕಾಗಿತ್ತು. ಅಗಸನು ಸತ್ತೆ ಸತ್ತೆ ಎಂದು ಕಿರಚುತ್ತ ಹೋಗುತ್ತಿದ್ದನು. ದೂರದಿಂದಲೇ ಅವನ ಧ್ವನಿಯನ್ನು ಕೇಳಿದವರು: 'ಇದೇನೆಂದು ತಲೆಯೆತ್ತಿ ನೋಡುವ ವೇಳೆಗೆ ಕುದುರೆ ಆಗಲೇ ನೂರು ಮಾರು ಮುಂದೆ ಓಡುತ್ತಿದ್ದಿತು. ಕುದುರೆಗೇ ದಾರಿ ಗೊತ್ತಿದ್ದುದರಿಂದ ಅದನ್ನು ನಡೆಸುವ ಹೊಣೆ, ಸವಾರನಿಗೆ ಇರಲಿಲ್ಲ. ಆದರೆ ಹೀಗೆ ಇನ್ನೂ ಅನೇಕ ಯೋಜನ ದೂರ ಹೋದ ಮೇಲೆ ಇನ್ನೊಂದು ಗಳಿಗೆಯೂ ಇದರ ಮೇಲೆ ಕೂರುವುದಕ್ಕೆ ಆಗುವುದಿಲ್ಲವೆಂದು ಸವಾರನಿಗೆ ಗೊತ್ತಾಯಿತು. ಆ ವೇಳೆಗೆ ಕುದುರೆ, ಒಂದು ದಟ್ಟವಾದ ಕಾಡಿನ ಹಾದಿಯ ಮೂಲಕ ಹಾದು ಹೋಗುತ್ತಿದ್ದಿತು. ಸವಾರನು ಒಂದು ಮರದ ಕೊಂಬೆಯನ್ನು ಹಿಡಿದುಕೊಳ್ಳೋಣ ಎಂದು ಎರಡು ಕೈಗಳನ್ನೂ ಮೇಲಕ್ಕೆ ಎತ್ತಿದನು. ಹೀಗೆ ಅವನು ಇನ್ನು ಕೆಲವು ದೂರ ಹೋಗುವುದರೊಳಗಾಗಿ, ಒಂದು ಮರದ ಕೊಂಬೆ, ಅವನ ಕೈಗೆ ಸಿಲುಕಿತ್ತು. ಆದರೆ ಅವನನ್ನು ಅವನ ಹೆಂಡತಿ ಕುದುರೆಗೆ ಬಿಗಿದು ಕಟ್ಟಿದ್ದುದರಿಂದ ಅವನಿಗೆ ಕುದುರೆಯಿಂದ ಬಿಡುಗಡೆ ದೊರಕಲಿಲ್ಲ. ಮರದ ಕೊಂಬೆಗೂ ಕುದುರೆಯ ಶಕ್ತಿಗೂ ಜಗ್ಗಾಟವಾಗಿ ಕೊನೆಗೆ ಕೊಂಬೆಯೇ ಮುರಿದು ಅಗಸನ ಕೈಗೆ ಬಂದು ಕುದುರೆ, ಪ್ರಯಾಣವನ್ನು ಮುಂದುವರಿಸಿತು. ಆ ಕೊಂಬೆ ಅತಿ ಭಾರವಾಗಿದ್ದುದರಿಂದ ಅದನ್ನು ಕೆಳಕ್ಕೆ ಎಸೆಯಲು ಅವನಿಗೆ ಸಾಧ್ಯವಾಗಲಿಲ್ಲ. ಅವನು ಅದನ್ನು ಸಮತೂಕದಲ್ಲಿ ನಿಲ್ಲಿಸಿಕೊಂಡು ತಾನೂ ಕುದುರೆಯಿಂದ ಬೀಳದಂತೆ ಕುಳಿತುಕೊಂಡು ಹೋಗುತ್ತಿದ್ದನು.

ಅಗಸ ಸೇನಾಪತಿಗೆ ದೂರದಿಂದಲೇ ಯುದ್ಧಭೂಮಿ ಕಾಣುತ್ತಿದ್ದಿತು. ಕುದುರೆ, ಇದೇ ನನ್ನ ಪ್ರಯಾಣದ ಗಡಿ ಎಂಬುದನ್ನು ತಿಳಿದಿದ್ದಿತೋ ಎಂಬಂತೆ, ಅಲ್ಲಿ ತನ್ನ ವೇಗವನ್ನು ನಿಲ್ಲಿಸಿತು. ಶತ್ರು ರಾಜನ ಒಬ್ಬ ಕಾವಲುಗಾರ ಸೈನಿಕ, ಕುದುರೆಯ ಮೇಲೆ ಕುಳಿತು ಲಗಾಮನ್ನು ಸಹ ಹಿಡಿಯದೆ ಎರಡು ಕೈಗಳಿಂದಲೂ ದೊಡ್ಡ ಕೊಂಬೆಯನ್ನು ಎತ್ತಿಕೊಂಡು ತಮ್ಮ ಕಡೆಗೆ ಬರುತ್ತಿರುವುದನ್ನು ಕಂಡ ಅವನು: 'ಅಬ್ಬ! ನಮ್ಮ ಶತ್ರು ಸೈನಿಕರು ಹೀಗಿದ್ದಾರೆಯೆ? ಮರಗಳೇ ಅವರ ಆಯುಧಗಳೇ! ಲಗಾಮನ್ನು ಸಹ ಹಿಡಿಯದೆ ಅವರು ಹೀಗೆ ಇಂತಹ ವೇಗವಾದ ಕುದುರೆಗಳನ್ನು ಸವಾರಿಮಾಡುತ್ತಾರೆಯೇ? ಇವರು ಒಬ್ಬೊಬ್ಬರೂ ನೂರಾರು ಸೈನಿಕರನ್ನು ಸವರಿ ಹಾಕುತ್ತಾರೆ' ಎಂದು ಹೇಳಿಕೊಂಡು ತನ್ನ ಶಿಬಿರಕ್ಕೆ ಓಡಿದನು. ದಾರಿಯಲ್ಲಿ ಸೈನಿಕರಿಗೆಲ್ಲ 'ಒಬ್ಬೊಬ್ಬ ಶತ್ರು ಸೈನಿಕನೂ ಒಂದೊಂದು ಮರವನ್ನು ಎತ್ತಿಕೊಂಡು

ಕುದುರೆಯೇರಿ ಬರುತ್ತಿದ್ದಾನೆ. ಅವರು ಹೀಗೆ ಒಂದು ಕಾಡನ್ನೆಲ್ಲ ಬರಿದುಮಾಡಿದರು. 'ಬೆಟ್ಟ ನುಂಗುವವನಿಗೆ ಕದ ಹಪ್ಪಳ' ಎಂಬಂತೆ ನಮ್ಮಗಳನ್ನೆಲ್ಲ ನೊರಚಿನಂತೆ ಹೊಸಕಿ ಹಾಕುತ್ತಾರೆ' ಎಂದು ಹೇಳಿದನು. ಸೈನಿಕರು: 'ನೀನು ನೋಡಿದೆಯ ಎಂದು ಕೇಳಿದುದಕ್ಕೆ ಅವನು: 'ನಾನು ನೋಡಿದೆ. ಅಲ್ಲಿ ನೋಡಿ' ಎಂದು ನಮ್ಮ ಅಗಸ ಭೂಪತಿ ಬರುತ್ತಿದ್ದ ಕಾಡಿನ ಕಡೆ ಕೈ ತೋರಿಸಿದನು. ಸೈನಿಕರಿಗೆ ಮನುಷ್ಯರಾರೂ ಕಾಣಲಿಲ್ಲ. ದೂರದಲ್ಲಿ ದೊಡ್ಡ ಕಾಡು ಕಂಡಿತು. ಬಿರುಗಾಳಿ ಬೀಸುತ್ತಿದ್ದುದರಿಂದ, ಗಗನ ಚುಂಬಿಗಳಾದ ಮರಗಳ ತಲೆಗಳು, ಗಾಳಿಯಲ್ಲಿ ತೂಗಾಡುತ್ತಿದುದ್ದರಿಂದ, ಅವರಿಗೆ ಗಾಬರಿಯಲ್ಲಿ ಒಂದು ದೊಡ್ಡ ಸೈನ್ಯವೇ ತಮ್ಮ ಕಡೆಗೆ ಬರುತ್ತಿರುವಂತೆ ಭಾಸವಾಯಿತು. ಸೈನಿಕೆಲ್ಲ ಹೆದರಿ ಕಂಗಾಲಾಗಿ 'ನಾವು ಮನುಷ್ಯರೊಂದಿಗೆ ಯುದ್ಧ ಮಾಡುವವರೇ ಹೊರತು, ಕಲ್ಲು ಗುಂಡು ಬೆಟ್ಟ ಮರಗಳಿಂದ ಕಾದಾಡುವ ರಾಕ್ಷಸರೊಂದಿಗೆ ಅಲ್ಲ' ಎಂದು ಹೇಳಿ ಪ್ರಾಣ ಉಳಿದರೆ ಸಾಕೆಂದು ಓಡಿಬಿಟ್ಟರು. ಕಾಲಾಳುಗಳೂ ಅವರನ್ನು ಅನುಸರಿಸಿ ಹೊರಟುಹೋದರು. ತನ್ನ ಪಾಳೆಯದಲ್ಲಿ ನಡೆಯುತ್ತಿರುವ ಇದೊಂದೂ ರಾಜನಿಗೆ ತಿಳಿಯಲೇ ಇಲ್ಲ. ಅವನ ಅತ್ಯಂತ ಆಪ್ತರಾದ ಮೂರು ನಾಲ್ಕು ಮಂದಿ, ಅಂಗರಕ್ಷಕರ ಹೊರತು, ಪಾಳೆಯ ಬರಿದಾಗಿ ಹೋಯಿತು.

ವಿಷಯವನ್ನು ಅಂಗರಕ್ಷಕರು, ರಾಜನಿಗೆ ತಿಳಿಸಿದಾಗ ರಾಜನು: 'ನಾವು ಹೆದರಿ ಓಡಿಹೋಗುವುದಲ್ಲ. ಬಂದದ್ದಾಯಿತು. ನಾವು ಇಷ್ಟು ಜನವೇ, ಸಾಧ್ಯವಾದಷ್ಟು ಶತ್ರು ಸೈನಿಕರನ್ನು ಕತ್ತರಿಸಿ, ಯುದ್ಧಭೂಮಿಯಲ್ಲಿ ಮಡಿದು ವೀರ ಸ್ವರ್ಗವನ್ನು ಹೊಂದೋಣ ಎಂದನು.' ಅದಕ್ಕೆ ಅಂಗರಕ್ಷಕರು ಒಪ್ಪುತ್ತಾರೆಯೇ? ಅವರೂ ಸಹ 'ಇದು ಹುಚ್ಚು ಸಾಹಸ. ಸೈನ್ಯವೇ ಇಲ್ಲದೆ ನಾವು ಕಾದುವುದಕ್ಕಾಗುತ್ತದೆಯೆ? ವೀರತ್ವಕ್ಕೂ ಕಾಲ ಪರಿಸ್ಥಿತಿ ಇವುಗಳ ಪರಿಮಿತಿಯುಂಟು. ಹುಚ್ಚು ಧೈರ್ಯ, ಪ್ರಯೋಜನವಿಲ್ಲ' ಎಂದರು. ರಾಜನು: 'ನಾವೇ ಈಗ ಈ ರಾಜನನ್ನು ಕೆಣಕಿ ಬಂದು, ಹೇಳದೆ ಕೇಳದೆ ಓಡಿಹೋದರೆ ಅವನು ಸುಮ್ಮನಿರುತ್ತಾನೆಯೇ? ಅವನು ನಮ್ಮ ರಾಜ್ಯದ ಮೇಲೆ ದಂಡೆತ್ತಿ ಬಂದು, ನಮ್ಮನ್ನು ನಿರ್ನಾಮ ಮಾಡಿಬಿಡುತ್ತಾನೆ.' ಎಂದನು. ಅಂಗರಕ್ಷಕರ ಬಳಿ ಅದಕ್ಕೂ ಉತ್ತರ ಸಿದ್ಧವಾಗಿತ್ತು. ಅವರು: 'ಈ ಕಾಗದಕ್ಕೆ ರಾಜರ ಹಸ್ತಾಕ್ಷರವಿಟ್ಟು ಕಳುಹಿಸಿಬಿಟ್ಟರೆ ತಮ್ಮ ವೀರತ್ವದಲ್ಲಿ ಶತ್ರು ರಾಜನಿಗೆ ಸಂಶಯವೇ ಉಳಿಯುವುದಿಲ್ಲ' ಎಂದರು. ರಾಜನು ಅವರು ತೋರಿಸಿದ ಚೀಟಿಯನ್ನು ನೋಡಿದನು. ಅದರಲ್ಲಿ ಹೀಗೆ ಬರೆದಿತ್ತು : 'ನಮ್ಮ ರಾಜ್ಯದಲ್ಲಿ ಸಾಂಕ್ರಾಮಿಕ ರೋಗ ತಲೆದೋರಿರುವುದರಿಂದ, ಅಲ್ಲಿ ಪ್ರಜಾರಕ್ಷಣೆಯನ್ನು ಮಾಡಬೇಕಾಗಿರುವುದರಿಂದ ಹಿಂದಿರುಗುತ್ತಿದ್ದೇವೆ.'

ಅನಂತರ, ಅಂಗರಕ್ಷಕರು, ರಾಜನನ್ನು ಹೊರಡಿಸಿಕೊಂಡು, ತಾವೂ, ತಮ್ಮ ಸೈನ್ಯವನ್ನು ಹಿಂಬಾಲಿಸಿಕೊಂಡು ಹೊರಟು ಹೋದರು.

ಆ ವೇಳೆಗೆ ಅಗಸ ಸೇನಾಪತಿಯು ಅಲ್ಲಿಗೆ ಬಂದನು. ಕುದುರೆ ದಾರಿಯಲ್ಲಿ ಕೆರೆಯಲ್ಲಿ ನೀರು ಕುಡಿದು, ಅಷ್ಟು ಹೊತ್ತು ನಿಂತು, ಆಯಾಸ ಪರಿಹಾರ ಮಾಡಿಕೊಂಡುದರಿಂದ,

ಆ ವೇಳೆಗೆ ಶತ್ರುಪಾಳೆಯದಲ್ಲಿ ಇಷ್ಟೆಲ್ಲ ನಡೆದುಹೋಗಿತ್ತು. ಅಗಸ ಸೇನಾಧಿಪತಿಯು ರಾಜರ ಬಿಡಾರವನ್ನು ಹೊಕ್ಕು ನೋಡಿದಾಗ, ನೆಟ್ಟಿದ್ದ ಭರ್ಜಿಯ ತುದಿಗೆ ಸಿಕ್ಕಿಸಿದ್ದ, ಶತ್ರು ರಾಜ ತನ್ನ ರಾಜನಿಗೆ ಬರೆದಿಟ್ಟಿದ್ದ ಕಾಗದ ಇತ್ತು. ಸೇನಾಪತಿಯು ಅದನ್ನು ತೆಗೆದುಕೊಂಡು ತನ್ನ ಊರಿಗೆ ಹಿಂದಿರುಗಿ, ಸೇವಕನ ಜೊತೆಯಲ್ಲಿ ಕುದುರೆಯನ್ನು ಅರಮನೆಗೆ ಕಳುಹಿಸಿದನು. ಅನಂತರ ನಿಧಾನವಾಗಿ ಆಯಾಸ ಪರಿಹಾರ ಮಾಡಿಕೊಂಡು, ಭಲ್ಲೆ ಸಹಿತವಾದ ಚೀಟಿಯನ್ನು ಕೈಯಲ್ಲಿ ಹಿಡಿದುಕೊಂಡು ಅರಮನೆಗೆ ಹೋದನು. ಆ ವೇಳೆಗಾಗಲೇ, ಅವನು ಗೆದ್ದು ಬಂದ ಸುದ್ದಿ ಊರಿನಲ್ಲೆಲ್ಲ ಹರಡಿತ್ತು. ಅವನನ್ನು ನೋಡಲು ಊರಿನ ಜನ, ಸಾಲಂಕೃತರಾಗಿ ಸಾಲುಗಟ್ಟಿ ನಿಂತಿದ್ದರು. ಅವನು ಕೈಯಲ್ಲಿ ಠೀವಿಯಿಂದ ಹಿಡಿದಿದ್ದ ಭಲ್ಲೆಯಿಂದ, ಅವನ ವೀರ್ಯಕ್ಕೆ ವಿಚಿತ್ರವಾದ ಮೆರಗು ಉಂಟಾಗಿತ್ತು. ಜನ, 'ಈ ಮನುಷ್ಯ ಏಕಾಂಗಿಯಾಗಿ ಈ ಭಲ್ಲೆಯಿಂದ ಒಂದು ಸೈನ್ಯವನ್ನೆಲ್ಲ ಓಡಿಸಿಬಿಟ್ಟ. ಬಿರುಗಾಳಿಯೆದುರಿಗೆ ತರಗೆಲೆ ಉದುರಿ ಹೋಗುವಂತೆ, ಸೂರ್ಯಕಿರಣವನ್ನು ಕಂಡಕೂಡಲೇ ಮಂಜಿನ ಹನಿ ಪಲಾಯನವಾಗುವಂತೆ, ಶತ್ರು ಸೈನಿಕರು ಕಾಲಿಗೆ ಬುದ್ಧಿ ಹೇಳಿದರು' ಎಂದೆಲ್ಲ ಪ್ರಶಂಸಿಸುತ್ತಿದ್ದರು. ಅಗಸ ಸೇನಾಪತಿಯು ರಾಜನಿಗೆ ಗಂಭಿರವಾದ ಒಂದೇ ಮಾತಿನಲ್ಲಿ 'ಶತ್ರುಗಳು ಪಲಾಯನ ಮಾಡಿದರು' ಎಂದು ಹೇಳಿ, ಭರ್ಜಿ ಸಹಿತವಾಗಿಯೇ ಶತ್ರುರಾಜನ ಚೀಟಿಯನ್ನು, ರಾಜನ ಸಮ್ಮುಖಕ್ಕೆ ಸಮರ್ಪಿಸಿದನು. ಶತ್ರುಗಳನ್ನು ಹೀಗೆ ಓಡಿಸಿದನಲ್ಲ ಎಂದು ರಾಜನು, ಅವನಿಗೆ ಇನ್ನೂ ಹೆಚ್ಚಾದ ಅಧಿಕಾರವನ್ನು ಕೊಟ್ಟು, ಮರ್ಯಾದೆ ಮಾಡಿದನು. ಬೀಸುವ ದೊಣ್ಣೆ ತಪ್ಪಿದರೆ ಸಾವಿರ ವರುಷ ಆಯಸ್ಸು ಎಂಬಂತೆ ಅಲ್ಲಿಂದಾಚೆಗೆ ಅಗಸ ಸೇನಾಧಿಪತಿಯ ಕಾಲದಲ್ಲಿ ಯಾವ ಶತ್ರುಗಳೂ ಆ ರಾಜ್ಯದ ಮೇಲೆ ದಂಡೆತ್ತಿ ಬರಲಿಲ್ಲ. ಎಲ್ಲರೂ ಸುಖವಾಗಿದ್ದರು.

**

೩. ದಾಸಯ್ಯ

ಒಂದು ಊರಿನಲ್ಲಿ ಒಬ್ಬ ದಾಸಯ್ಯ ಇದ್ದ. ಅವನು ಯಾವಾಗಲೂ ಭಿಕ್ಷೆ ಮಾಡಿಕೊಂಡು ಜೀವನ ಮಾಡುತ್ತಿದ್ದ. ಒಂದು ದಿವಸ ಭಿಕ್ಷೆ ಮಾಡಿದಾಗ ಅರ್ಧ ಸೇರು ಅಕ್ಕಿ ಸಿಕ್ಕಿತು. ಮಳೆ–ಚಳೀಲಿ ಬೆಯ್ಸಿಕೊಳ್ಳುವುದಕ್ಕೆ ಆಗಲಿಲ್ಲ. ಅವನಿದ್ದ ಊರಿನಲ್ಲಿ ಒಬ್ಬ ಮುದುಕಿಗೆ ಈ ಅಕ್ಕಿ ಬೇಯಿಸಿಕೊಡವ್ವ ಅಂತ ಕೊಟ್ಟ. ಆ ಮುದುಕಿ ಅಕ್ಕಿ ಬೇಯಿಸುವುದಕ್ಕೆ ಮನೆಯಲ್ಲಿ ಮಡಕೆ ಇಲ್ಲ ಅಂತ ಅಂದಳು. 'ನನ್ನ ಜೋಳಿಗೆಯಲ್ಲಿ ಒಂದು ಮಡಕೆ ಐತೆ ತೆಗೆದುಕೊಳ್ಳವ್ವ, ಅದರಲ್ಲಿ ಬೇಯಿಸಿಕೊಡು' ಅಂತ ಕೊಟ್ಟ. ಆ ಮುದುಕಿ ಆ ಮಡಕೆಯಲ್ಲಿ ಬೇಯಿಸಿ ಅವನ ಮುಂದಕ್ಕೆ ತಂದಿಟ್ಟಳು. ಅರ್ಧಪಾವು ಅಕ್ಕಿ ಅನ್ನ ಕಡಿಮೆಯಿತ್ತು. ಅದಕ್ಕೆ ದಾಸಯ್ಯ 'ಇದ್ಯಾಕಮ್ಮ ಅರ್ಧಪಾವು ಅಕ್ಕಿ ತಗೊಂಡ್ಯೆತೆ ಅಂತ ಹೇಳುತ್ತದಲ್ಲ ಮಡಕೆ' ಅಂದ. ಅದಕ್ಕೆ ಅವಳು ಇದೇನಪ್ಪ ಮಡಕೆ ಮಾತನಾಡುತ್ತದೆಯೇ ಅಂತ ಕೇಳಿದಳು. ಅದಕ್ಕೆ ಅವನು 'ಅಯ್ಯೋ! ಈ ಮಡಕೆ ಮಾತಾಡೊದಿಂದ್ರಲೆ ಹೊಟ್ಟೆ ಹೊರಿತೀನಿಕನವ್ವ' ಅಂದ. ಇದಕೇಳಿ ಮುದುಕಿಗೆ ಬಹು ಸಂತೋಷವಾಯಿತು. ಆ ಮುದುಕಿ 'ದಾಸಯ್ಯ, ನಮ್ಮನೇಲಿ ಯಾರೂ ಇಲ್ಲ. ದಿಕ್ಕಿಲ್ಲದ ಪರದೇಶಿ. ಈ ಮಡಕೆನಾದರೂ ಕೊಡಪ್ಪ. ಇದರ ಜೊತೆ ಮಾತಾಡ್ತ ಕಾಲ ಕಳಿಯುತ್ತೇನೆ. ಇದಕ್ಕೆ ಯೇಟು ದುಡ್ಡಾದರೂ ಕೊಡುತ್ತೇನೆ' ಅಂತ ಅಂದಳು. 'ಇದಕ್ಕೆ ಒಂದು ಸಾವಿರ ರೂಪಾಯಿ ಆಗುತ್ತದೆ ಕಣವ್ವ. ಸಾವ್ರ ಕೊಟ್ಟರೆ ಕೊಡ್ತೀನಿ ಇಲ್ಲದಿದ್ದರೆ ಇಲ್ಲ' ಅಂದ. ಆಗ ಮುದುಕಿ ಆದರೂ ಆಗಲಿ ಅಂತ ಅವಳು ಮುಚ್ಚಿಟ್ಟುಕೊಂಡಿದ್ದ ಸಾವಿರ ಬೆಳ್ಳಿ ರೂಪಾಯಿಯನ್ನ ಕೊಟ್ಟಳು. ದಾಸಯ್ಯ ಆ ದುಡ್ಡು ತೆಗೆದುಕೊಂಡು ಹೊರಟು ಹೋದ. ಅವನು ಆ ಕಡೆ ಹೋದ ಮೇಲೆ ಮುದುಕಿ ಮಡಕೆ ಮುಂದಕ್ಕೆ ಬಂದು ಚಂಬು ತಂದಿಟ್ಟು 'ಮಡಕೆ ಮಡಕೆ ನಾನೇನು ತಂದಿಟ್ಟಿದ್ದೀನಿ ಹೇಳು' ಅಂದಳು. ಅದು ಮಾತಾಡಲಿಲ್ಲ. ಒಂದು ಗಂಗಳ ತಂದಿಟ್ಟಳು. ಆಗಲೂ ಅದು ಮಾತಾಡಲಿಲ್ಲ. ಆಗ ಆ ಪಾಪಿ ದಾಸಯ್ಯ ನನಗೆ ಮೋಸಮಾಡಿ ಹೋದ ಅಂದುಕೊಂಡು ಕೊರಗುತ್ತಾ ಇದ್ದಳು.

ಆ ದಾಸಯ್ಯ ಸಾವಿರ ರೂಪಾಯಿ ತೆಗೆದುಕೊಂಡು ಹೀಗೆ ಹೋಗ್ತಾಯಿದ್ದ. ಹೋಗ್ತ ಹೋಗ್ತ ಒಂದು ಕಾಡು. ಆ ಕಾಡಿನಲ್ಲಿ ಒಂದು ಕರಡಿ. ಅವನ ಕಾಲ ಸಂದಿ ಬಡಿತು. ದಾಸಯ್ಯ ಹೆದರಿಕೊಂಡಿದ್ದ; ಅದ ಹಿಡಿದುಕೊಂಡುಬಿಟ್ಟ. ಹೀಗೆ ಹೊಡ್ಕೊಂಡು ಅದರ ಮೇಲೆ ಕುಳಿತುಕೊಂಡು ಹೋಗುತ್ತಾ ಇದ್ದ. ಆ ಕಡೆಯಿಂದ ಒಬ್ಬ ಗೌಡ ಹೆಂಡತಿ ಮನೆ

ಯಿಂದ ಒಂದು ಒಳ್ಳೆ ಕುದುರೆ ಮೇಲೆ ಕುಳಿತುಕೊಂಡು ಬರುತ್ತಾಯಿದ್ದ. ಇಬ್ಬರೂ ಒಂದು ಕಡೆ ಸೇರಿಕೊಂಡರು. ಆಗ ಗೌಡ: 'ಲೇ ದಾಸಯ್ಯ ನನ್ನ ಕುದುರೆ ಚಂದವೋ ನಿನ್ನ ಕರಡಿ ಚೆನ್ನವೊ' ಅಂತ ಕೇಳಿದ. ಆಗ ದಾಸಯ್ಯ 'ನಿನ್ನ ಕುದುರೆ ಏನು ಚೆನ್ನಪ್ಪ! ಅದಕ್ಕೆ ಸದಾ ಹುಲ್ಲು ತಂದು ಹಾಕಬೇಕು, ನೀರು ಕುಡಿಸಬೇಕು ಮಾಲಿಸ್ ಮಾಡಬೇಕು, ಒಳ್ಳೆ ಜಾಗದಲ್ಲಿ ಕಟ್ಟಿ ಹಾಕಬೇಕು, ಯಾವಾಗಲೂ ಒಂದು ಆಳು ನಿಗ ನೋಡಬೇಕು. ನನ್ನ ಕರಡಿ ಆದರೆ ಹಾಗಲ್ಲ. ಬುಟ್ ಕಡೆ ಹೋಗಿ ಊರ ಹತ್ತಿರ ಹಳಸಿನಶ್ಯಾಡೆ, ಹಣ್ಣು ಕಾಯಿ ಬೀಜ ತಿಂದುಕೊಂಡು ಮನೆಗೆ ಬರುತ್ತದೆ. ನಾನೇನು ನಿಗ ಮಾಡಬೇಕಾಗಿಲ್ಲ. ಆದ್ದರಿಂದ ನನ್ನ ಕರಡಿ ಚೆನ್ನ' ಅಂದ. ಆಗ ಕುದುರೆಗೌಡ: 'ಹಾಗಾದರೆ ನನ್ನ ಕುದುರೆ ಕೊಡುತ್ತೇನೆ, ನಿನ್ನ ಕರಡಿ ಕೊಡಯ್ಯ' ಅಂತ ಅಂಗಲಾಚಿದ. ದಾಸಯ್ಯ ಆಗಲಿ ಅಂತ ಕರಡಿ ಕೊಟ್ಟು ಕುದುರೆ ಈಸ್ಕೊಂಡ. ಆಗ ಕುದುರೆಗೌಡ ಈ ಕರಡಿ ಮೇಲೆ ಹ್ಯಾಗಯ್ಯ ಕೂರೋದು ಅಂತ ಕೇಳಿದ. ಆಗ ದಾಸಯ್ಯ ನೋಡು: ಈ ಕರಡಿಗೆ ನನ್ನ ಮೇಲೆ ಬಲು ಪ್ರೀತಿ ಇರೋದರಿಂದ ನನ್ನ ನೋಡಿದರೆ ನಿನ್ನ ಜೊತೆ ಅದು ಬರೋದಿಲ್ಲ. ಆದ್ದರಿಂದ ನೀನು ಹಿಂದಕಡೆಯಿಂದ ಕುಳಿತುಕೊ ಅಂತ ಹೇಳಿ ಅವನಿಗೆ ಒಳ್ಳೆದೊಂದು ಗುಲಾಬಿಕೋಲು ಮುರಿದುಕೊಟ್ಟು ಇದರಲ್ಲಿ ನಾಲ್ಕು ಬಾರಿಸು ಅಂತ ಹೇಳಿದ. ಆ ಗೌಡ ಹಾಗೆ ಮಾಡಿದನೋ ಇಲ್ವೋ ಆ ಕರಡಿ ಕಲ್ಲು ಮುಳ್ಳು ಗುಂಡಿಗೊಸರು ಒಂದನ್ನೂ ನೋಡದೆ ಹೊತ್ತುಕೊಂಡು ಹೋಗಿದ್ದೇ ಒಂದುಕಡೆ ಎತ್ತಿಹಾಕಿತು. ಗೌಡ ಮೈ–ಕೈ ತರಿಸ್ಕೊಂಡು ಗೋಳಾಡ್ತಾ ಹೋದ. ಇತ್ತ ದಾಸಯ್ಯ ಕುದುರೆ ಮೇಲೆ ಧಿಮಾಕು ಮಾಡುತ್ತಾ ಮುಂದೆ ಹೊರಟ.

ದಾಸಯ್ಯ ಕುದುರೆ ಮೇಲೆ ಕುಳಿತುಕೊಂಡು ಒಂದು ದೊಡ್ಡ ಪಟ್ಟಣ ಸೇರಿದ. ಈ ಪಟ್ಟಣದಲ್ಲಿ ಯಾರಾದರೂ ಮನೆ ಕೊಡುತ್ತಾರ? ನಾಲ್ಕು ದಿನ ಬಿಡಾರ ಮಾಡಬೇಕು ಅಂತ ಅಲ್ಲಿ ಯಾರು ಯಾರನ್ನೋ ಕೇಳಿದ. ಈ ಪಟ್ಟಣದಲ್ಲಿ ಒಬ್ಬಳು ನಾಗಸಾನಿ ಅವಳೆ. ಅವಳನ್ನು ಕೇಳು ಕೊಡುತ್ತಾಳೆ ಅಂದರು. ದಾಸಯ್ಯ ನಾಗಸಾನಿ ಹತ್ತಿರ ಹೋಗಿ ನನಗೊಂದು ಮನೆ ಕೊಡು ಒಂದು ವಾರ ಬಿಡಾರ ಮಾಡುತ್ತೇನೆ ಅಂತ ಹೇಳಿ ಒಂದು ಮನೆ ಬಿಡಿಸಿ ಕೊಂಡ. ಕುದುರೆ ನಿಗಾ ನೋಡೋಕೆ ಒಂದಾಳು ಬೇಕು ಅಂತ ಹೇಳಿ ಅವಳಿಂದಲೇ ಒಂದಾಳನ್ನೂ ಗೊತ್ತುಮಾಡಿಕೊಂಡ. ಒಂದು ರಾತ್ರಿ ಕಳೆಯಿತು. ಆ ಆಳು ಕಸ ಬಾಚಕ್ಕೆ ಬಂದ. ಅವನನ್ನು ನೀನು ಮೊದಲು ಹುಲ್ಲು ತಗಬಾ, ಕುದುರೆಗೆ ಅಂತ ಹೇಳಿ ಅವನನ್ನು ಕಳಿಸಿ ದಾಸಯ್ಯ ಕುದುರೆಲಾಯ ಸೇರಿಕೊಂಡ. ಆ ಕುದುರೆ ಹಾಕಿದ್ದ ಲದ್ದಿಗೆಲ್ಲಾ ತನ್ನ ಹತ್ತಿರವಿದ್ದ ಸಾವಿರ ರೂಪಾಯಿಯನ್ನು ಒಂದೊಂದಾಗಿ ಸೇರಿಸಿದ. ಆ ಮೇಲೆ ಬಾಗಿಲು ಹಾಕಿಕೊಂಡು ನಾಗಸಾನಿ ಹತ್ತಿರ ಬಂದು ನನ್ನ ಕುದುರೆ ದುಡ್ಡು ಹಾಕುತ್ತದೆ ಬಂದು ನೋಡು ಬೇಕಾದರೆ ಅಂದ. ಅವಳು ಬಂದು ನೋಡುತ್ತಾಳೆ. ಒಂದೊಂದು ಲದ್ದಿಯೊಳಗೂ ಒಂದೊಂದು ಬೆಳ್ಳ ರೂಪಾಯಿ ಐತೆ. ಅವಳಿಗೆ ಆಶ್ಚರ್ಯ! ಆಗ ದಿನ ನಿನ್ನ ಕುದುರೆ ಎಷ್ಟು ದುಡ್ಡು ಹಾಕುತ್ತದೆ ಅಂದಳು. ನನ್ನ ಕುದುರೆ ದಿವಸಕ್ಕೆ ಸಾವಿರ ರೂಪಾಯಿ ಹಾಕುತ್ತದೆ ಅಂದ. ಹಾಗಾದರೆ ನಿನ್ನ ಕುದುರೆ ನನಗೆ ಕೊಟ್ಟುಬಿಡು ಏಟು ದುಡ್ಡಾದರೂ ಕೊಡುತ್ತೇನೆ ಅಂದಳು. ಐದು ಸಾವಿರ ಕೊಟ್ಟರೆ ಕೊಡುತ್ತೇನೆ ಅಂದ. ನಾಗಸಾನಿ ಐದು

ಸಾವಿರ ಕೊಟ್ಟು ತೆಗೆದುಕೊಂಡಳು. ದಾಸಯ್ಯ ಆ ಐದು ಸಾವಿರ ಇವನದು ಒಂದು ಸಾವಿರ ಒಟ್ಟು ಆರು ಸಾವಿರವನ್ನು ತೆಗೆದುಕೊಂಡು ಪರಾರಿಯಾದ. ಈ ಕಡೆ ನಾಗಸಾನಿ ಬೆಳಿಗ್ಗೆ ಎದ್ದು ಹೊತ್ನಂತೆ ಕುದುರೆ ಹತ್ತಿರ ಹೋಗಿ ನೋಡುತ್ತಾಳೆ, ಬರಿ ಲದ್ದಿ! ಅಯ್ಯೋ! ಕೆಟ್ನಲಪ್ಪೊ ದಾಸಯ್ಯ ಮೋಸ ಮಾಡಿದ ಅಂತ ತಲೆತಲೆ ಚಚ್ಚಿಕೊಂಡಳು.

ದಾಸಯ್ಯ ಅಲ್ಲಿಂದ ಮುಂದಕ್ಕೆ ಹೀಗೇ ಹೋಗುತ್ತಿದ್ದ. ಅಲ್ಲೊಂದು ಊರು ಸಿಕ್ಕಿತು. ಆ ಊರಲ್ಲಿ ಒಂದಂಗಡಿಯಿತ್ತು. ದಾಸಯ್ಯ ಆ ಅಂಗಡಿ ಹತ್ತಿರ ಹೋಗಿ ಏನಾದರೂ ತಿಂಡಿ ಇದೆಯೇನಪ್ಪ ಅಂದ., ಅಂಗಡಿಯವನು 'ಕಡಲೆ ಇದೆ. ಪುರಿ ಇದೆ, ಬಾಳೆಹಣ್ಣಿದೆ' ಅಂದ. ದಾಸಯ್ಯ 'ಪುರಿ ಹೇಗೆ' ಅಂದ. 'ಕಾಸಿಗೊಂದು ಸೇರು' ಅಂದ. 'ಕಡಲೆಗೆ?' ಅಂದ 'ಕಡಲೇನೂ ಹಾಗೆಯೇ' ಅಂದ ಅಂಗಡಿಯವನು. 'ಬಾಳೆಹಣ್ಣು ಹೇಗೆ' ಎಂದ. 'ಅದು ಹಾಗೆಯೇ ಕಣಯ್ಯ' ಅಂದ ಅಂಗಡಿಯವನು ಸಿಟ್ಟಾಗಿ. ದಾಸಯ್ಯ ಪುರಿ, ಕಡಲೆ, ಬಾಳೆಹಣ್ಣು ಇನ್ನು ಏನೇನು ಇತ್ತೋ ಅದನ್ನೆಲ್ಲಾನು ಪಟ್ಟಾಗಿ ತಿಂದುಬಿಟ್ಟು ಆ ಮೇಲೆ ಸುಮ್ಮನೆ ಎದ್ದು ಹೋಗುತ್ತಿದ್ದ. ಅಂಗಡಿಯವನು: 'ಅದ್ಯಾಕಯ್ಯ ದಾಸಯ್ಯ ದುಡ್ಡು ಕೊಡಯ್ಯ' ಅಂದ. 'ನಾನ್ಯಾಕೆ ದುಡ್ಡು ಕೊಡಲಿ. ನೀವು ಅದು ಹಾಗೆಯೇ ಇದು ಹಾಗೆಯೇ ಅಂದಿರಿ. ನಾನು ಪುಕ್ಕಟ್ಟೆ ಅಂತ ತಿಂದೆ. ನಾನೇನು ಮಾಡಲಿ. ನಂತಾವು ದುಡ್ಡಿಲ್ಲ' ಅಂದ. ಆಗ ಅಂಗಡಿಯವನು ಏನಯ್ಯ ನೀನು ಹೀಗೆ ಏಟೇಟು ಜನಕೆ ಮೋಸ ಮಾಡಿರಬಹುದು. ಇರು ಊರಲ್ಲಿ ಗೌಡ್ರನ್ನೆಲ್ಲಾ ಸೇರಿಸಿ ಪಂಚಾಯ್ತಿ ಮಾಡ್ತೀನಿ ಅಂತ ಹೇಳಿ ದಾಸಯ್ಯನನ್ನು ಅಲ್ಲಿ ಕೂರಿಸಿ ಗೌಡ್ರನ್ನೆಲ್ಲಾ ಸೇರಿಸುವುದಕ್ಕೆ ಹೋಗುತ್ತಿದ್ದ. ಅದೇ ಹೊತ್ತಿಗೆ ಆ ಮುದುಕಿ, ಕುದುರೆಗೌಡ ಮತು ನಾಗಸಾನಿ ಎಲ್ಲರೂ ಆ ಕಡೆಗೆ ಬರುತ್ತಿದ್ದರು. ಅವರು ದಾಸಯ್ಯ ಮಾಡಿದ ಮೋಸಾನಾ ಅಂಗಡಿಯವನಿಗೆ ಹೇಳಿದರು. ಹಾಗಾದರೆ ಎಲ್ಲ ಬನ್ನಿ ಊರ ಗೌಡ್ರನ್ನೆಲ್ಲ ಸೇರಿಸಿ ಪಂಚಾಯ್ತಿ ಮಾಡೋಣ ಅಂತ ದೊಡ್ಡಗೌಡ ಎಲ್ಲರ ಮಧ್ಯದಲ್ಲಿ ಕೂತುಕೊಂಡ. ಆಗ ಆ ಗೌಡ ದಾಸಯ್ಯನನ್ನ ಕರೆಸಿ: 'ಏನಯ್ಯ ದಾಸಯ್ಯ ನೀನು ಇವರನ್ನೆಲ್ಲ ಮೋಸಮಾಡಿದ್ದು ನಿಜಾನಾ' ಅಂತ ಕೇಳಿದ. ಆಗ ದಾಸಯ್ಯ ಏನೂ ಮಾತಾಡದೆ ಹಣೆ ಮೇಲೆ ಮೂರು ಬೆರಳನ್ನು ಇಟ್ಟುಕೊಂಡು ಆ ಗೌಡನಿಗೆ ತೋರಿಸಿದ. ಆಗ ಗೌಡ ಇದರಲ್ಲಿ ಏನೋ ಇದೆ ಇವನು ಮೂರು ಸಾವಿರ ಕೊಡುತ್ತೇನೆ ಅಂತ ಹೇಳುತ್ತಿದ್ದಾನೆ ಇವನನ್ನ ಏನಾದರೂ ಮಾಡಿ ಬಚಾವು ಮಾಡಿಬಿಡಬೇಕು ಅಂತ ಹೇಳಿ ಮನಸ್ಸಿನಲ್ಲಿ ಅಂದುಕೊಂಡು ಆ ಗೌಡ ಮೊದಲು ಮಡಕೆಯವಳನ್ನು ಕರೆಸಿದ. 'ಏನಮ್ಮ ಎಲ್ಲಾದರೂ ಮಡಕೆ ಮಾತಾಡದ ನೋಡಿದ್ದೀಯೇನಮ್ಮ' ಅಂದ. 'ಇಲ್ಲ' ಅಂದಳು. ಹಾಗಾದ ಮೇಲೆ ದಾಸಯ್ಯನಿಗೆ ದುಡ್ಡನ್ನ ಹೇಗೆ ಕೊಟ್ಟೆ? ಸುಳ್ಳು ಹೇಳು ತ್ತಿದ್ದೀಯ? ಹೀಗೆ ಎಷ್ಟು ಜನಕ್ಕೆ ಮೋಸ ಮಾಡಿದ್ದೀಯ ನೀನು? ಹೊರಟುಹೋಗು. ನೀನು ಇಲ್ಲಿರಬೇಡ ಅಂದ. ಮುದುಕಿ ಹೆದರಿಕೊಂಡು ಅಲ್ಲಿಂದ ಹೊರಟುಹೋಳು. ಆಮೇಲೆ ಕುದುರೆಯವನನ್ನು ಕರೆಸಿದ. 'ಏನಯ್ಯ ಸಾಕಿದ ಪ್ರಾಣಿ ಒಳ್ಳೇದೋ ಕಾಡು ಪ್ರಾಣಿ ಒಳ್ಳೇದೋ' ಅಂತ ಕೇಳಿದ. ಅದಕ್ಕೆ ಕುದುರೆಗೌಡ 'ಸಾಕಿದ ಪ್ರಾಣಿ' ಎಂದ. 'ನಿನಗೆ ಇದೆಲ್ಲಾ ಗೊತ್ತಿದ್ದರೂ ಹೇಗೆ ಕುದುರೆ ಕೊಟ್ಟೆ. ನೀನು ಹೇಳೋದೆಲ್ಲ ಸುಳ್ಳು. ಎಷ್ಟು ಜನಕ್ಕೆ

ಹೀಗೆ ಮೋಸ ಮಾಡಿರಬಹುದು. ನೀನು ಹೊರಟು ಹೋಗು ಇಲ್ಲಿ ನಿಂತುಕೊಳ್ಳಬೇಡ' ಅಂದ ಗೌಡನೂ ಹೆದರಿಕೊಂಡು ಸುಮ್ಮನೆ ಹೊರಟುಹೋದ.

ಆಮೇಲೆ ಆ ಗೌಡ ನಾಗಸಾನಿ ಕರೆಸಿದ. 'ಏನಮ್ಮ ಎಲ್ಲಾದರೂ ಕುದುರೆ ದುಡ್ಡಾಕದನ್ನು ನೋಡಿದ್ದೀಯ' ಅಂದ. 'ಇಲ್ಲ ಸ್ವಾಮಿ' ಅಂದಳು. 'ಹಾಗಾದ ಮೇಲೆ ನೀನು ದಾಸಯ್ಯನಿಗೆ ದುಡ್ಡು ಕೊಟ್ಟು ಕುದರೆ ತೆಗೆದುಕೊಂಡಿರೊದೆ ಸುಳ್ಳು. ನೀನು ಹೀಗೇ ಎಷ್ಟು ಜನಕ್ಕೆ ಮೋಸಮಾಡಿದ್ದೀಯ. ಸುಳ್ಳು ಹೇಳುತ್ತಿದ್ದೀಯ ಹೊರಟುಹೋಗು ಇಲ್ಲಿ ನಿಂತುಕೊಳ್ಳಬೇಡ' ಅಂದ. ನಾಗಸಾನಿ ನನ್ನ ಮೇಲೆ ಎಲ್ಲಿ ದೂರು ಬರುತ್ತದೋ ಅಂತ ಹೆದರಿಕೊಂಡು ಅಲ್ಲಿಂದ ಸುಮ್ಮನೆ ಹೊರಟುಹೋದಳು. ಕಡೆಗೆ ಗೌಡ ಅಂಗಡಿಯವನನ್ನು ಕರೆಸಿದ. 'ಏನಯ್ಯ ನಿನ್ನ ಸಮಾಚಾರ?' ಅಂದ. ಅವನು ನಡೆದಿದ್ದನ್ನೆಲ್ಲಾ ಹೇಳಿದ. ಆಗ ಗೌಡ 'ನೀನು ಹಾಗೆಯೇ ಅನ್ನ ಹೊತ್ತಿಗೆ ದಾಸಯ್ಯ ತಿಂಡಿ ತಿಂದ. ಅವನದು ತಪ್ಪೇನಿದೆ' ಅಂತ ಹೆದರಿಸಿಬಿಟ್ಟ. ಅಂಗಡಿಯವನೂ ಹೆದರಿಕೊಂಡು ಸುಮ್ಮನಾದ.

ಎಲ್ಲಾ ಹೋದ ಮೇಲೆ ಗೌಡ ದಾಸಯ್ಯನನ್ನ ಒಬ್ಬನನ್ನೇ ಕರೆದು 'ಏನಯ್ಯ ಮೂರು ಬೆರಳು ತೋರಿಸಿದಲ್ಲಾ ತತ್ತಾ ಮೂರು ಸಾವಿರವನ್ನ' ಅಂದ. ಅದಕ್ಕೆ ದಾಸಯ್ಯ ನಾನೆಲ್ಲಿ ಮೂರು ಸಾವಿರ ಕೊಡುತ್ತೇನೆ ಅಂದೆ. ನಾನು ಮೂರು ನಾಮದ ದಾಸಯ್ಯ ಅಂದೆ. ಓಹೋ ನೀನು ಹೀಗೆ ಬೇರೆ ಮಾಡುತ್ತೀಯ ತಡಿ ಎಲ್ಲರಿಗೂ ಹೇಳುತ್ತೇನೆ ಅಂತ ಜೋರಾಗಿ ಮಾತಾಡಕೆ ಶುರು ಮಾಡಿದ. ಆಗ ಗೌಡ 'ಬೇಡ ಕಣಪ್ಪ ಗಟ್ಟಿಯಾಗಿ ಮಾತಾಡಬೇಡ. ಯಾರಾದರೂ ಕೇಳಿಕೊಂಡಾರು. ನಾನು ಈ ಸುತ್ತಲ ಹಳ್ಳಿಗೆ ದೊಡ್ಡ ಗೌಡ. ನನ್ನ ಮಾನ ಹೋದರೆ ನೀನು ದುಡ್ಡು ಕೊಡದಿದ್ದರೆ ಬೇಡ ಸುಮ್ಮನೆ ಹೋಗಿಬಿಡು' ಅಂತ ಹೇಳಿದ. ಆ ದಾಸಯ್ಯ ಇವರನ್ನೆಲ್ಲಾ ಚೆನ್ನಾಗಿ ಮೇಯಿಸಿದೆ ಅಂತ ಹೇಳಿ ದುಡ್ಡನ್ನು ತೆಗೆದುಕೊಂಡು ತನ್ನ ಊರಿಗೆ ಬಂದು ಸುಖವಾಗಿದ್ದ.

**

೪. ಗಂಡ–ಹೆಂಡತಿ

ಒಂದು ಊರಿನಲ್ಲಿ ಗಂಡ–ಹೆಂಡತಿ ಇದ್ದರು. ಅವರು ಕಷ್ಟಪಟ್ಟು ಕೆಲಸ ಮಾಡಿ ದೊಡ್ಡ ಕುಳ ಆಗಬೇಕು ಅಂತ ಯೋಚನೆ ಮಾಡಿದರು. ಆದ್ದರಿಂದ ಇಬ್ಬರೂ ಕಷ್ಟಪಟ್ಟು ಕೆಲಸ ಮಾಡಬೇಕು. ಯಾರೂ ಕುಳಿತು ಕಾಲ ಕಳೆಯಬಾರದು. ಗಂಡ ಒಂದು ಕೆಲಸ ಮಾಡಿದರೆ ಹೆಂಡತಿ ಒಂದು ಕೆಲಸ ಮಾಡಬೇಕು. ಹೆಂಡತಿ ಒಂದು ಕೆಲಸ ಮಾಡಿದರೆ ಗಂಡನೊಂದು ಕೆಲಸ ಮಾಡಬೇಕು ಅಂತ ತೀರ್ಮಾನ ಮಾಡಿಕೊಂಡರು.

ಹೀಗೆ ಮಾಡಿಕೊಂಡು ಹೋಗುತ್ತಿರಬೇಕಾದರೆ, ಒಂದು ದಿನ ರಾತ್ರಿ ಗಂಡ ಊಟಮಾಡಿ ಕುಳಿತುಕೊಂಡು ಹೆಂಡತಿಯನ್ನು ಎಲೆ–ಅಡಿಕೆ ತೆಗೆದುಕೊಂಡು ಬಾ ಅಂದ. ಹೆಂಡತಿ ಎಲೆ–ಅಡಿಕೆ ತಂದು ಕೊಟ್ಟಳು. ಗಂಡ ಅಡಕೆ ಬಾಯಿಗೆ ಹಾಕಿಕೊಂಡು ಸುಣ್ಣ ತೆಗೆದುಕೊಂಡು ಬಾ ಅಂದ. ಹೆಂಡತಿ ಆಗ; ಎಲೆ ಅಡಿಕೆ ನಾನು ಕೊಟ್ಟಿದ್ದೀನಿ ಸುಣ್ಣ ನೀನು ತೆಗೆದುಕೊಂಡು ಬಾ ಅಂದಳು. ಸುಣ್ಣ ಮನೆಯಲ್ಲಿ ಇಲ್ಲ. ನಾನು ಗಂಡಸು ಇಷ್ಟು ಹೊತ್ತಿನಲ್ಲಿ ಸುಣ್ಣ ಕೇಳಲು ನೆರೆಮನೆಗೆ ಹೋಗಬಾರದು, ನೀನೇ ಹೋಗಿ ತೆಗೆದುಕೊಂಡು ಬಾ ಅಂದ. ಆದರೆ ಹಂಡತಿ ಕೇಳಿದಳು—ನಾನೊಂದು ತಂದು ಕೊಟ್ಟಿದ್ದೀನಿ, ನೀನೊಂದು ತೆಗೆದುಕೊಂಡು ಬಾ ಅಂದಳು. ಅಷ್ಟು ಹೊತ್ತಿಗೆ ನೆರೆಮನೆಯವನು ಹೆಂಡತಿ ಕೈಯಲ್ಲಿ ಜಗಳ ಮಾಡಿಕೊಂಡು ಇವರ ಮನೆ ಜಗಲಿ ಮೇಲೆ ಮಲಗಲು ಬಂದಿದ್ದ. ಇವರಿಬ್ಬರ ಜಗಳವನ್ನ ಕೇಳುತ್ತಾ ಇದ್ದ. ಇವರಿಬ್ಬರೂ ಮಾತನಾಡುತ್ತಾ—ಮಾತನಾಡುತ್ತಾ ಯಾರು ಮೊದಲು ಮಾತ ನಾಡುತ್ತಾರೆ ಅವರು ಸುಣ್ಣ ತಂದುಕೊಡುವುದು ಅಂತ ಒಪ್ಪಂದ ಮಾಡಿಕೊಂಡರು. ಬೆಳಗೂ ಇಬ್ಬರೂ ಮಾತನಾಡದೆ ಹಾಗೇ ಕುಳಿತಿದ್ದರು. ಮನೆ ಬಾಗಿಲು ತೆರೆದಿರಲಿಲ್ಲ. ಆಗ ಊರ ಜನರೆಲ್ಲ ಬಂದು ಬಾಗಿಲು ಒಡೆದು ಒಳಗೆ ಬಂದು ನೋಡಿದರೆ—ಇವರಿಬ್ಬರೂ ಹಾಗೇ ಕುಳಿತವರೆ! ದೀಪ ಉರಿಯುತ್ತಲಿದೆ. ಯಾರೂ ಮಾತನಾಡಿಸಿದರೂ ಮಾತನಾಡುವುದೇ ಇಲ್ಲ. ಆಗ ಊರಿನ ಗೌಡ ಇವರಿಗೆ ಏನೋ ಕಾಯಿಲೆ ಆಗಿದೆ. ಯಾರು ಇವರ ಕಾಯಿಲೆ ವಾಸಿ ಮಾಡುತ್ತೀರಿ ಅವರಿಗೆ ನೂರು ರೂಪಾಯಿ ಇನಾಮು ಕೊಡುತ್ತೇನೆ ಅಂದ. ಆಗ ರಾತ್ರಿ ಇವರ ಜಗಲಿ ಮೇಲೆ ಮಲಗಿದ್ದವನು ನಾನು ಈ ಕಾಯಿಲೆ ವಾಸಿ ಮಾಡುತ್ತೇನೆ ಅಂತ ಹೇಳಿ ಅವರನ್ನೆಲ್ಲ ಹೊರಕ್ಕೆ ಕಳಿಸಿ ಬಾಗಿಲು ಹಾಕಿಕೊಂಡು ಒಲೆಗೆ ಬರಗುಳ ಹಾಕಿ ಚೆನ್ನಾಗಿ ಕಾಯಿಸಿಕೊಂಡು ಹೆಂಡತಿಗೊಂದು ಬರೆ ಹಾಕಿದ. ಅವಳು ಮಾತನಾಡಲಿಲ್ಲ. ಗಂಡನಿಗೊಂದು ಬರೆ ಹಾಕಿದ. ಅವನೂ ಮಾತ

ನಾಡಲಿಲ್ಲ. ಮತ್ತೆ ಹೆಂಡತಿಗೊಂದು–ಗಂಡನಿಗೊಂದು ಬರೆ ಹಾಕಿದ. ಆಗಲೂ ಯಾರೂ ಮಾತನಾಡಲಿಲ್ಲ. ಇನ್ನೊಂದು ಬರಗುಳವನ್ನ ಜೋರಾಗಿ ಕಾಯಿಸಿಕೊಂಡು ಸರಿಯಾದ ಬರೆ ಹಾಕಿದ. ಆಗ ಹೆಂಡತಿ ಅಯ್ಯಯ್ಯೋ ಅಂತ ಕಿರಿಚಿಕೊಂಡಳು. ಗಂಡ ನಾನು ಗೆದ್ದೆ. ನೀನು ಸೋತೆ ಅಂತ ಎದ್ದ. ಊರನವರಿಗೆಲ್ಲ ಈ ವಿಷಯ ತಿಳಿದು ಅವರಿಗೆ ಸರಿಯಾಗಿ ಬುದ್ಧಿ ಹೇಳಿ ಹೊರಟು ಹೋದರು.

**

೫. ಆಲೂರು ಕಳ್ಳ–ಬೇಲೂರು ಕಳ್ಳ

ಆಲೂರಲ್ಲಿ ಒಬ್ಬ ಕಳ್ಳನಿದ್ದ. ಬೇಲೂರಲ್ಲಿ ಒಬ್ಬ ಕಳ್ಳನಿದ್ದ. ಆಲೂರಲ್ಲಿ ಒಬ್ಬ ಕಳ್ಳನಿದ್ದಾನೆ ಎಂಬುದು ಬೇಲೂರು ಕಳ್ಳನಿಗೆ ಗೊತ್ತಿತ್ತು. ಇವರಿಬ್ಬರಿಗೂ ಒಬ್ಬರನ್ನೊಬ್ಬರು ನೋಡಬೇಕು ಅಂತ ಆಸೆಯಾಯಿತು. ಹೀಗಿರಬೇಕಾದರೆ ಒಂದು ದಿವಸ ಆಲೂರಿನವನು ಬೇಲೂರ ಕಳ್ಳನನ್ನು ನೋಡಬೇಕೂ ಅಂತ ಬೇಲೂರ ಕಡೆ ಹೊರಟ. ಬೇಲೂರಿನವನು ಆಲೂರ ಕಳ್ಳನನ್ನು ನೋಡಬೇಕೂ ಅಂತ ಆಲೂರ ಕಡೆ ಹೊರಟ. ಹೀಗೆ ಬರುತ್ತಾ ಇರಬೇಕಾದರೆ ಒಂದು ದೊಡ್ಡ ಕಾಡು. ಅಲ್ಲೊಂದು ಆಲದ ಮರ. ಮಟಮಟ ಮಧ್ಯಾಹ್ನ ಹರಳು ಹಾಕಿದರೆ ಹರಳು ಸಿಡಿಯೋ ಅಂತ ಉರಿ ಉರಿ ಬಿಸಿಲು. ಆ ಬಿಸಿಲು ತಡೆಯಲಾರದೆ ಆಲೂರ ಕಳ್ಳನೂ ಮರದ ನೆರಳಿಗೆ ಬಂದ, ಬೇಲೂರ ಕಳ್ಳನೂ ಮರದ ನೆರಳಿಗೆ ಬಂದ. ಆಲೂರ ಕಳ್ಳ ಬೇಲೂರ ಕಳ್ಳನನ್ನು: 'ನೀನು ಯಾವೂರು?' ಅಂದ. ಅದಕ್ಕೆ ಅವನು 'ನಾನು ಬೇಲೂರಿನಲ್ಲಿ ದೊಡ್ಡ ಕಳ್ಳ; ನೀನು ಯಾವೂರು?' ಅಂದ. ಅದಕ್ಕೆ ಅವನು 'ನಾನೂ ಆಲೂರಿನ ದೊಡ್ಡ ಕಳ್ಳ ನಿನ್ನ ನೋಡಬೇಕು ಅಂತಲೇ ನಾನು ಬರುತ್ತಿದ್ದೆ' ಅಂದ. ಆಗ ಬೇಲೂರ ಕಳ್ಳ 'ನಾನೂ ನಿನ್ನನ್ನು ನೋಡಬೇಕು ಅಂತಲೇನೇ ಬರುತ್ತಿದ್ದೆ.' ನಾನು ನಿನ್ನ ನೋಡಬೇಕು ಅಂತ ಹೊರಟಾಗ ನನ್ನ ಹೆಂಡತಿಗೆ ಬುತ್ತಿ ಕಟ್ಟಿಕೊಡು ಅಂತ ಹೇಳಿದೆ. ಆದರೆ ಅವಳು ರೊಟ್ಟಿ ಕಟ್ಟಿಕೊಟ್ಟವಳೆ. ನನಗೆ ರೊಟ್ಟಿ ತಿನ್ನಲಿಕ್ಕೆ ಇಷ್ಟವಿಲ್ಲ. ನೀನೇ ತೆಗೆದುಕೊ ಅಂತ ತನ್ನ ಬುತ್ತಿ ಗಂಟ ಆಲೂರ ಕಳ್ಳನಿಗೆ ಕೊಟ್ಟ. ಆಗ ಆಲೂರ ಕಳ್ಳ –ನಿನ್ನ ನೋಡಬೇಕು ಅಂತ ಹೊರಟಾಗ ನನ್ನ ಹೆಂಡತಿಗೆ ರೊಟ್ಟಿ ಕಟ್ಟಿಕೊಡು ಅಂತ ಹೇಳಿದೆ. ಆದರೆ ಅವಳು ಬುತ್ತಿ ಕಟ್ಟಿಕೊಟ್ಟಿದ್ದಾಳೆ. ಬುತ್ತಿ ತಿನ್ನಲಿಕ್ಕೆ ನನಗೆ ಇಷ್ಟವಿಲ್ಲ. ನೀನು ಬುತ್ತಿ ತೆಗೆದುಕೊ ಅಂತ ತನ್ನ ಬುತ್ತಿ ಗಂಟನ್ನು ಬೇಲೂರು ಕಳ್ಳನಿಗೆ ಕೊಟ್ಟ. ಹೀಗೆ ಒಬ್ಬರಿಗೊಬ್ಬರು ತಮ್ಮ ತಮ್ಮ ಬುತ್ತಿ ಗಂಟ ಬದಲಾಯಿಸಿಕೊಂಡು ತಮ್ಮ ತಮ್ಮ ಊರ ಕಡೆಗೆ ಹೊರಟರು. ಹೀಗೆ ಸ್ವಲ್ಪ ದೂರ ಹೋದ ಮೇಲೆ ಬೇಲೂರ ಕಳ್ಳ ಬುತ್ತಿ ಬಿಚ್ಚಿದ. ಅದರಲ್ಲಿ ಸಗಣಿಯಿತ್ತು. ಆಗ ಬೇಲೂರ ಕಳ್ಳ ಎಲಾ! ಎಲಾ! ಇವನು ನನಗಿಂತ ದೊಡ್ಡ ಕಳ್ಳ ಎಂದು ಇವನನ್ನ ಮತ್ತೆ ನೋಡಲು ಹಿಂತಿರುಗಿದ. ಆಲೂರ ಕಳ್ಳ ಸ್ವಲ್ಪ ದೂರ ಹೋಗಿ ಬುತ್ತಿ ಬಿಚ್ಚಿದ. ಬುತ್ತಿಯಲ್ಲಿ ಬೆರಣಿ ಇದ್ದವು. ಆಗ ಆಲೂರ ಕಳ್ಳ ಎಲಾ! ಎಲಾ! ಇವನು ನನಗಿಂತ ದೊಡ್ಡ ಕಳ್ಳ. ಇವನನ್ನ ಮತ್ತೆ ನೋಡಬೇಕು ಅಂತ ಹಿಂತಿರುಗಿದ. ಇಬ್ಬರೂ ಮತ್ತೆ ಆಲದ ಮರದ ಹತ್ತಿರ ಸೇರಿದರು. ಆಗ ನಾವಿಬ್ಬರೂ ಸೇರಿ ಕಳ್ಳತನ ಮಾಡಿದರೆ ಬೇಕಾದಷ್ಟು ಸಂಪಾದಿಸಬಹುದು ಅಂತ ಇಬ್ಬರೂ ಮಾತನಾಡಿಕೊಂಡು ಜೊತೆಯಲ್ಲಿ ಹೊರಟರು.

ಹೀಗೆ ಹೋಗುತ್ತಾ ಇರಬೇಕಾದರೆ ಮಹದೇವಪುರ ಎಂಬ ಊರಿಗೆ ಬಂದರು. ಆ ಊರಿನಲ್ಲಿ ಒಬ್ಬಳು ಮುದುಕಿ ಇದ್ದಳು. ಅವಳಿಗೆ ಮಕ್ಕಳು–ಮರಿ ಯಾರೂ ಇರಲಿಲ್ಲ. ಜೀವನಕ್ಕಾಗಿ ಆರು ಎಮ್ಮೆ ಸಾಕಿಕೊಂಡು ಮನೆ ಹಿಂದುಗಡೆ ಹಿತ್ತಲಲ್ಲಿ ಹೂವಿನಗಿಡ ಹಾಕಿಕೊಂಡು ಕಾಲ ಹಾಕುತ್ತಿದ್ದಳು. ಈ ಇಬ್ಬರು ಕಳ್ಳರು ಸಂಜೆ ಹೊತ್ತಿಗೆ ಆ ಮುದುಕಿ ಮನೆ ಜಗಲಿ ಮೇಲೆ ಕುಳಿತುಕೊಂಡರು. ಮುದುಕಿ ಬಾಗಿಲು ತೆಗೆದು ಹೊರಗೆ ಬಂದಾಗ–ಇವರನ್ನು ನೋಡಿ: 'ನೀವ್ಯಾರಪ್ಪ' ಎಂದು ಕೇಳಿದಳು. ಅದಕ್ಕೆ ಆ ಕಳ್ಳರು ಬಹಳ ಸಂಕಟದಿಂದ ನಾವು ದಿಕ್ಕಿಲ್ಲದ ಪರದೇಶಿಗಳು ನಿನ್ನಂಗೆ ನಮಗೊಬ್ಬಳು ತಾಯಿ ಇದ್ದಳು. ಅವಳು ಸತ್ತುಹೋಗಿಬಿಟ್ಟಳು. ಆ ದುಃಖ ತಡೆಯಲಾರದೆ ಮನೆ–ಮಠ ಎಲ್ಲಾ ಬಿಟ್ಟು ಹೀಗೆ ಬಂದಿದ್ದೀವಿ. ನಿನ್ನ ನೋಡಿದ ಮೇಲೆ ನಮ್ಮ ತಾಯಿ ನೋಡಿದಷ್ಟೆ ಸಂತೋಷವಾಯ್ತು ಅಂತ ಹೇಳಿದರು. ಆಗ ಮುದುಕಿ ಇವರಿಗಿಂತ ಹೆಚ್ಚಿನ ದುಃಖದಿಂದ ನಿಮ್ಮ ಹಾಗೆ ನನಗೂ ಎರಡು ಜನ ಗಂಡುಮಕ್ಕಳಿದ್ದರು ಹೆತ್ತು ಹೊತ್ತು ಸಾಕಿ ಸಲಹಿ ಸುಖಪಡೋ ಕಾಲಕ್ಕೆ ಎರಡು ಮಕ್ಕಳೂ ಒಂದೇ ದಿವಸ ಸತ್ತುಹೋಗಿಬಿಟ್ಟರು. ನಿಮ್ಮನ್ನು ನೋಡಿದ ಮೇಲೆ ನನ್ನ ಮಕ್ಕಳನ್ನು ನೋಡಿದಷ್ಟೇ ಸಂತೋಷವಾಯ್ತು ಎಂದಳು. ಆಗ ಕಳ್ಳರು ಆ ಮುದುಕಿ ಕಾಲಿಗೆ ಬಿದ್ದು ನಮ್ಮಿಬ್ಬರನ್ನು ನಿನ್ನ ಮಕ್ಕಳೂ ಅಂತಲೇ ತಿಳಿದುಕೊಳ್ಳಬೇಕು; ನಾವಿಬ್ಬರೂ ನಿನ್ನ ಸೇವೆ ಮಾಡಿಕೊಂಡು ಇರುತ್ತೇವೆ ಎಂದರು. ಮುದುಕಿ ಅವರಿಬ್ಬರನ್ನು ಮನೆ ಒಳಗೆ ಕರೆದುಕೊಂಡು ಹೋಗಿ ಊಟ–ಉಪಚಾರ ಮುಗಿಸಿ ಮಲಗಿಕೊಂಡರು.

ಬೆಳಿಗ್ಗೆ ಮುದುಕಿ 'ಮಕ್ಕಳೇ ಬನ್ನಿ' ಎಂದು ಕರೆದಳು. ಆಗ ಆಲೂರ ಕಳ್ಳನಿಗೆ–'ನೀನು ಎಮ್ಮೆಗಳನ್ನು ಹೊಡೆದುಕೊಂಡು ಹೋಗಿ ಮೇಯಿಸಿಕೊಂಡು ಬರಬೇಕು' ಎಂದು ಹೇಳಿದಳು. ಬೇಲೂರ ಕಳ್ಳನನ್ನು ಕರೆದು–'ನೀನು ಬಚ್ಚಲ ಮನೆಯಲ್ಲಿರುವ ಕಡಾಯಕ್ಕೆ ನೀರು ತುಂಬಪ್ಪ' ಎಂದು ಹೇಳಿದಳು. ಆಲೂರ ಕಳ್ಳ ಎಮ್ಮೆ ಹೊಡೆದುಕೊಂಡು ಹೋದ. ಬೇಲೂರ ಕಳ್ಳ ನೀರು ತುಂಬುವುದಕ್ಕೆ ಹೋದ. ಮುದುಕಿ ಕಡಾಯದ ತಳಕ್ಕೆ ಮೂರು ತೂತು ಮಾಡಿ ಅದಕ್ಕೆ ಮೂರು ಕೊಳವೆ ಜೋಡಿಸಿ ಅಲ್ಲಿಂದ ನೀರು ಹೂವಿನ ಗಿಡಕ್ಕೆ ಹೋಗುವ ಹಾಗೆ ಮಾಡಿದ್ದಳು. ಬೇಲೂರ ಕಳ್ಳ ಕಡಾಯಕ್ಕೆ ಎಷ್ಟು ನೀರು ಹಾಕಿದರೂ ಅದು ತುಂಬಲಿಲ್ಲ. ನೀರು ಹೊತ್ತು ಹೊತ್ತು ಸುಸ್ತಾಗಿ ಬಂದು ಒಂದು ಮೂಲೆಯಲ್ಲಿ ಕುಳಿತಿದ್ದ. ಆಗ ಮುದುಕಿ 'ಮಗಾ' ಅಂತ ಕೂಗಿದಳು. ಬೇಲೂರ ಕಳ್ಳ ಸಣ್ಣ ದನೀಲಿ ಓಕೊಂಡ. ಕಡಾಯ ತುಂಬಿತೇನಪ್ಪ ಅಂತ ಕೇಳಿದಳು. ಇಲ್ಲಾ ಅಂದ. ಲೋ ಮಗ ನೀನು ನನ್ನ ಮಗ ಅಂತ ಹೇಳಿದೆ. ನನ್ನ ಮಗ ಹೇಳಿದ ಮಾತ ಕೇಳುತ್ತಿದ್ದ. ನನ್ನ ಮಗನೇ ಆದರೆ ನಾನು ಹೇಳಿದ ಹಾಗೆ ಕೇಳಬೇಕು. ನಾನು ಮಾಡಿದ ಶಿಕ್ಷೆ ಮಾಡಿಸಿಕೊಳ್ಳಬೇಕು ಎಂದು ಹೇಳಿ ಬರಲು (ಪೊರಕೆ) ತೆಗೆದುಕೊಂಡು ರಪಾರಪನೆ ಅವನ ಮುಖದ ಮೇಲೆ ಬಡಿದಳು. ಇವನು ಪೆಚ್ಚುಮೋರೆ ಹಾಕಿಕೊಂಡು ಜಗಲಿ ಮೇಲೆ ಕೂತಿದ್ದ.

ಈ ಕಡೆ ಎಮ್ಮೆ ಹೊಡೆದುಕೊಂಡು ಹೋಗಿದ್ದ ಆಲೂರ ಕಳ್ಳ ಎಮ್ಮೆಯನ್ನೆಲ್ಲ ಬಾರೆ ಮೇಲೆ ಬಿಟ್ಟು ಒಂದು ಆಲದ ಮರದ ಕೆಳಗೆ ಕುಳಿತುಕೊಂಡ. ಪಾಪ! ಈ ಕಳ್ಳನಿಗೆ ರಾತ್ರಿ

ಎಲ್ಲಾ ಕಳ್ಳತನ ಮಾಡಿ ಹಗಲು ನಿದ್ದೆಮಾಡಿ ರೂಢಿ ಇದ್ದಿದ್ದರಿಂದ ಇವನಿಗೆ ನಿದ್ದೆ ಬಂದು ಬಿಟ್ಟಿತು. ಎಮ್ಮೆಗಳೆಲ್ಲ ಅಲ್ಲೆ ಹತ್ತಿರದಲ್ಲಿದ್ದ ಗದ್ದೆಗೆ ಹೋಗಿ ಮೇಯುತ್ತಿದ್ದವು. ಗದ್ದೆಯ ಯಜಮಾನ ಬಂದು ಒಂದು ದೊಡ್ಡ ದೊಣ್ಣೆ ಮುರಿದುಕೊಂಡು ಇವನಿಗೆ ಆಗೋ ಹಾಗೆ ಬಾರಿಸಿದ. ಸಂಜೆ ಹೊತ್ತಿಗೆ ಎಮ್ಮೆಗಳನ್ನು ಹೊಡೆದುಕೊಂಡು ಮನೆಗೆ ಬಂದ. ಇಬ್ಬರೂ ತಮಗಾದದ್ದನ್ನು ಒಬ್ಬರಿಗೊಬ್ಬರು ಸುಳುವುಕೊಡದೆ ಮಲಗಿಕೊಂಡರು.

ಆಲೂರ ಕಳ್ಳನಿಗೆ ಏಟು ಬಹಳ ಬಿದ್ದಿತು. ನೋವು ತಡೆಯಲಾರದೆ ಆಕಡೆ ಈಕಡೆ ಒದ್ದಾಡುತ್ತಿದ್ದ. ಆಗ ಬೇಲೂರು ಕಳ್ಳ: 'ಅಣ್ಣ—ಯಾಕೆ ನಿನಗೆ ನಿದ್ದೆ ಬರಲಿಲ್ಲವೆ?' ಎಂದು ಕೇಳಿದ. 'ಬಾರೆ ಮೇಲೆ ಎಮ್ಮೆ ಬಿಟ್ಟುಕೊಂಡು ಆಲದ ಮರದ ಕೆಳಗೆ ಸುಖವಾಗಿ ಮಲಗಿದ್ದೆ. ನಿದ್ದೆಯೆಲ್ಲಾ ಮುಗಿದುಹೋಗಿದೆ. ನೀನು ಏಕೆ ಮಲಗಿಲ್ಲ?' ಎಂದು ಕೇಳಿದ. 'ಹನ್ನೆರಡು ಬಿಂದಿಗೆ ನೀರು ಸೇದಿ ಕಡಾಯಕ್ಕೆ ತುಂಬಿದೆ. ಕಡಾಯ ತುಂಬಿತು. ಬೇರೆ ಏನೂ ಕೆಲಸವೂ ಇರಲಿಲ್ಲ. ಸುಖವಾಗಿ ಮಲಗಿದ್ದೆ. ನನಗೂ ನಿದ್ದೆ ಮುಗಿದುಹೋಗಿದೆ' ಎಂದ. ಹಾಗಾದರೆ ಇಬ್ಬರೂ ನಮ್ಮ ನಮ್ಮ ಕೆಲಸ ಬದಲಾಯಿಸಿಕೊಳ್ಳೋಣ ಅಂತ ಮಾತನಾಡಿಕೊಂಡು ಮಲಗಿಕೊಂಡರು. ಬೆಳಗ್ಗೆ ಎದ್ದು ಎಮ್ಮೆ ಕಾಯಲು ಬೇಲೂರ ಕಳ್ಳ ಹೋದ. ಆಲೂರ ಕಳ್ಳ ಹೇಳಿದ ಹಾಗೆ ಆಲದ ಮರದ ಕೆಳಗೆ ಎಮ್ಮೆ ಬಿಟ್ಟುಕೊಂಡು ಮಲಗಿಕೊಂಡ. ಎಮ್ಮೆಗಳೆಲ್ಲ ಗದ್ದೆಗೆ ಹೋಗಿ ಮೇಯುತ್ತಿದ್ದವು. ಆಗ ಗದ್ದೆಯ ಯಜಮಾನ ದೊಣ್ಣೆ ಮುರುಕೊಂಡು ಬಂದು ನೆನ್ನೆ ದಿವಸ ಗದ್ದೆ ತಿನ್ನಿಸಿದೆ. ಈ ದಿನವೂ ಗದ್ದೆ ತಿನ್ನಿಸಿದೆ ಅಂತ ಸಾಯೋಹಾಗೆ ಬಡಿದ. ಈಕಡೆ ಆಲೂರ ಕಳ್ಳನಿಗೆ ಮುದುಕಿಯಿಂದ ನಿನ್ನೆ ದಿನ ಆದ ಸೇವೇನೆ ಆಯ್ತು. ರಾತ್ರಿ ಮತ್ತೆ ಇಬ್ಬರೂ ಸೇರಿಕೊಂಡಾಗ ನಾವಿಲ್ಲಿದ್ದರೆ ಕಳ್ಳತನ ಮಾಡುವುದಕ್ಕೆ ಆಗುವುದಿಲ್ಲ ಎಂದು ಮಾತನಾಡಿಕೊಂಡು ಆ ರಾತ್ರಿಯಲ್ಲೇ ಮನೆ ಬಿಟ್ಟು ಹೊರಟುಹೋದರು.

ಹೀಗೆ ಹೋಗುತ್ತಾ ಹೋಗುತ್ತಾ ಒಂದು ಊರು. ಆ ಊರಿನಲ್ಲಿ ಒಬ್ಬ ದೊಡ್ಡಗೌಡ ಇದ್ದ. ಅವನು ತುಂಬಾ ಧರ್ಮಿಷ್ಠ. ಅವನು ಸತ್ತುಹೋಗಿದ್ದ. ಅವನ ಎದೆ ಮೇಲೆ ಮಣ್ಣು ಹಾಕಬಾರದೆಂದು ಒಂದು ಅಟ್ಟುಮಾಡಿ ಅದರಮೇಲೆ ಮಣ್ಣು ಹಾಕಿ ಸಮಾಧಿ ಮಾಡಿ ಬಂದಿದ್ದರು. ಈ ಕಳ್ಳರು ಆ ಸಮಾಧಿ ಹತ್ತಿರ ಬಂದರು. ಆಗ ಆಲೂರ ಕಳ್ಳ ಹೀಗೆಂದು ಹೇಳಿದ: 'ನಾನು ಈ ಸಮಾಧಿ ಒಳಗೆ ಸೇರಿಕೊಳ್ಳುತ್ತೇನೆ. ನೀನು ಈಗ ಗೌಡನ ಮನೆಗೆ ಹೋಗಿ ಗೌಡರು ಇದಾರ ಎಂದು ವಿಚಾರಿಸು. ಅವರು ಸತ್ತುಹೋದರು ಅಂತ ಹೇಳುತ್ತಾರೆ. ಆಗ ನೀನು ಗೌಡರು ನನ್ನ ಹಳೆಯ ಸ್ನೇಹಿತರು. ಅವರು ಸತ್ತುಹೋಗಿಬಿಟ್ಟರೆ ಅಂತ ದುಃಖಮಾಡು. ಆಮೇಲೆ ಅವರು ನನಗೆ ಮೂರು ಸಾವಿರ ರೂಪಾಯಿ ಕೊಡಬೇಕಿತ್ತು ಅಂತ ಹೇಳು. ಗೌಡನಮಕ್ಕಳು ಲೆಕ್ಕದ ಪುಸ್ತಕ ನೋಡಿ ಇಲ್ಲಾ ಅಂತ ಹೇಳುತ್ತಾರೆ. ನಾವು ಯಾವ ಲೆಕ್ಕಾನೂ ಇಟ್ಟಿರಲಿಲ್ಲ. ನಮ್ಮದೆಲ್ಲ ಬಾಯಿಲೆಕ್ಕ. ಗೌಡರು ಸತ್ಯವಂತರು. ಈಗ ಅವರ ಸಮಾಧಿ ಹತ್ತಿರ ಹೋಗಿ ನೀವು ನನಗೆ ದುಡ್ಡುಕೊಡಬೇಕಲ್ಲವೆ ಗೌಡರೆ ಅಂತ ಕೇಳುತ್ತೇನೆ. ಅವರು ಒಪ್ಪಿಕೊಂಡರೆ ನೀವು ಕೊಡುತ್ತೀರ ಅಂತ ಅವರನ್ನು ಕೇಳು. ಅವರು

ಒಪ್ಪಿಕೊಳ್ಳುತ್ತಾರೆ' ಎಂದ. ಆಗ ಅವರನ್ನು ಸಮಾಧಿ ಹತ್ತಿರ ಕರೆದುಕೊಂಡು ಬಂದು ಸಮಾಧಿಯ ಮೂರು ಸುತ್ತು ಪ್ರದಕ್ಷಿಣೆಮಾಡಿ 'ಗೌಡರೆ—ನೀವು ಸತ್ಯವಂತರು. ನಾನು ನಿಮಗೆ ದುಡ್ಡು ಕೊಟ್ಟಿದ್ದನ್ನ ನಿಮ್ಮ ಮಕ್ಕಳಿಗೆ ಹೇಳಿ, ದುಡ್ಡು ಕೊಡಿಸಿಕೊಡಿ' ಅಂತ ಹೇಳಿದ. ಒಳಗೆ ಇದ್ದ ಆಲೂರ ಕಳ್ಳ 'ಹೌದು ಮಕ್ಕಳೆ! ನಾನು ಇವರಿಗೆ ಮೂರು ಸಾವಿರ ದುಡ್ಡು ಕೊಡಬೇಕು. ಅವರ ಋಣ ತೀರಿಸಿ ನನ್ನನ್ನು ಸ್ವರ್ಗಕ್ಕೆ ಹೋಗುವ ಹಾಗೆ ಮಾಡಿ' ಅಂತ ಹೇಳಿದನು. ಆಗ ಗೌಡನ ಮಕ್ಕಳು ಬೇಲೂರ ಕಳ್ಳನನ್ನು ಕರೆದುಕೊಂಡು ಬಂದು ಮರ್ಯಾದೆ ಮಾಡಿ ಮೂರು ಸಾವಿರ ರೂಪಾಯಿಗಳನ್ನು ಕೊಟ್ಟರು. ಬೇಲೂರ ಕಳ್ಳ ಅದನ್ನು ತೆಗೆದುಕೊಂಡು ಆಲೂರ ಕಳ್ಳನಿಗೆ ಕಾಣದ ರೀತಿಯಲ್ಲಿ ಹೋಗಬೇಕೆಂದು ಬೇರೆ ದಾರಿಯಲ್ಲಿ ಹೋಗುತ್ತ ಇದ್ದ. ಇದನ್ನ ಆಲೂರ ಕಳ್ಳ ನೋಡಿ ಅವನನ್ನು ಅಟ್ಟಿಸಿಕೊಂಡು ಹೊರಟ. ಹೀಗೆ ಓಡಿಹೋಗುತ್ತ ಇರಬೇಕಾದರೆ ಒಂದು ಸ್ಮಶಾನ ಸಿಕ್ಕಿತು. ಆಲೂರಿನಲ್ಲಿ ಕಾಲರದಿಂದ ಬೇಕಾದಷ್ಟು ಜನ ಸತ್ತುಹೋಗಿದ್ದರು. ಅವರನ್ನೆಲ್ಲ ಹೂಳಲಾರದೆ ಸ್ಮಶಾನದಲ್ಲಿ ಹಾಗೆ ತಂದು ಹೆಣಗಳನ್ನೆಲ್ಲ ಉರುಳಿಸಿದರು. ಬೇಲೂರಕಳ್ಳ ಹೆಣದ ಜೊತೆ ತಾನು ಸತ್ತ ಹಾಗೆ ಬಿದ್ದುಕೊಂಡ. ಆಗ ಆಲೂರ ಕಳ್ಳ ಇವನು ಇಲ್ಲೆ ಇದಾನೆ ಎಲ್ಲೂ ಹೋಗಿಲ್ಲ ಅಂತ ಅಂದುಕೊಂಡು ತನ್ನ ಜೇಬಿನಲ್ಲಿದ್ದ ಚಾಕು ತೆಗೆದುಕೊಂಡು ಎಲ್ಲರ ಮೂಗು ಕೊಯ್ದು ಕೊಂಡು ಬಂದ. ಇವನ ಮೂಗನ್ನೂ ಕೊಯ್ದುನು. ಇವನು ಹ್ಞೂ... ಅನ್ನಲಿಲ್ಲ. ಅದೇ ರೀತಿ ಕಿವಿಯನ್ನೂ ಕೊಯ್ದ. ಆಗಲೂ ಮಾತನಾಡಲಿಲ್ಲ. ಆಮೇಲೆ ಕುತ್ತಿಗೆ ಕೊಯ್ಯಲು ಕೈಹಾಕಿದ. ಆಗ ಆಹಾ! ಅಂತ ನಕ್ಕ. ಆಗ ಇಬ್ಬರೂ ದುಡ್ಡನ್ನು ಹಂಚಿಕೊಂಡು ಹೊರಟು ಹೋದರು.

**

೬. ಅತ್ತೆ–ಸೊಸೆ

ಒಂದೂರ್ನಲ್ಲಿ ಗಂಡ–ಹೆಡ್ತಿ ಅವ್ರವ್ವ ಇದ್ರು. ಅತ್ಗ್ಯೂ ಸೊಸ್ಗು ಆಗ್ತುರ್ಲಿಲ್ಲ. ಮಗ ಅವ್ವ ಹೇಳ್ದಂಗೆ ಕೇಳ್ತಾ ಇದ್ದ. ಮಗ ದಿವ್ಸಾ ಆರೂಡ್ಕಂಡೋಗನು. ಅತ್ತೆ ಸೊಸ್ಯುವೆ ಮನೆಲಿರರು. ಇಂಗೆ ಇರುತ್ಲುವೆ, ಮನೆಲಿ ಒಂದಿವ್ಸ ಹೆಸ್ರಕಾಳ ಪಾಯ್ಸ ಮಾಡಿದ್ರು. ಮಗ ಆರೂಡ್ಕಂಡು ಹೋಗಿದ್ದ. ಆಗ್ಲೆ ಮಧ್ಯಾಹ್ನಾಗಿತ್ತು. ಹೆಸ್ರಕಾಳ ಪಾಯ್ಸ ಒಲೆಮ್ಯಾಲೆ ಬೆಯ್ತಾ ಇತ್ತು. ಅತ್ತೆ ಒಲೆ ಮುಂದೆ ಕೂತುದ್ಲು. ಅವ್ಳ್ಗೆ ಏನಾದ್ರು ಮಾಡಿ ಎಲ್ಲರ್ಗಿಂತ ಮೊದ್ಲು ಒಂದ್ಚೂರು ಪಾಯ್ಸ ಕುಡಿಬೇಕು ಅನ್ನುಸ್ತು. ಪಕ್ದಲಿ ಸೊಸಿದ್ಲಲ್ಲ; 'ಲೇ ಏನ್ ನೋಡ್ತಿಯೆ ಅಲ್ಲಿ. ಈಗ ಮೂರ್ ದಿವ್ಸದಿಂದ ಹಟ್ಟಿ ಕಸ ಅಂಗೆ ಬಿದ್ದೈತೆ. ಏಳು ಮಧ್ಯಾಹ್ನಾತು. ಹೋಗು ಹಿಂದ್ಲಟ್ಟಿದು ಮುಂದ್ಲಟ್ಟಿದು ಎಲ್ಲನು ಬಾಚಾಕಿ ಬಾ; ಮಗ್ನು ಬತ್ತಲೆ ಆಮ್ಯಾಲೆ ಉಣ್ಣನ' ಅಂದ್ಲು. ಇವ್ಳು, ಸೊಸೆ ಕಸ ಗುಡಿಸ್ಗಂಡ್ ಗುಡಿಸ್ಗಂಡ್ ಹಿಂದ್ಲಟ್ಗೆ ಹೋಗದ್ನೆ ನೋಡ್ತಾ ಇದ್ಲು. ಸೊಸೆ ಹಿಂದ್ಲಟ್ಗೆ ಸರ್ಕಳನ, ತಟ್ಟಂತ ಬಂದು ಒಂದ್ ತಟ್ಗೆ ಪಾಯ್ಸ ಬುಟ್ಗಂಡು ಕದಿನಿಂದ್ಕೆ ಹೋಗಿ ಬಿರುಬಿರ್ನೆ ಕುಡ್ಯನ ಅಂತವ ಆರುಸ್ತಾ ಕುಂತ್ಗಡ್ಳು. ಸೊಸೇನ ಮಾಡಿದ್ಲು! ಅತ್ತೆ ಬಾಕ್ಲಲಿ ನಿಂತುದ್ದಳು ಎತ್ತಗೊ ಹೋದ್ಲು ಅಂತವ ಕಸಬರ್ಲ ಅಲ್ಲೆ ಎಸ್ದು, ದಡ ದಡ್ನೆ ಬಂದು ಒಲೆ ಪಕ್ದಲಿ ಇದ್ದ ಸಿಲ್ವಾರ್ ಬಟ್ಲಿಗೆ ಪಾಯ್ಸ ಬುಟ್ಗಂಡು ಅದೆ ಕದ್ನಿಂದ್ಕೆ ಹೋದ್ಲು. ಅತ್ತೆ ಅಲ್ಲೆ ಇದ್ಲಲ–'ಯಾಕೆ ಬಂದೇ...?' ಅಂದ್ಲು. ಇವ್ಳು 'ಇನ್ನೊಂದ್ ಸ್ವಲ್ಪ ಬುಡನಾ' ಅಂತವ ಅಂದ್ಲು.

**

೭. ಕತ್ಯಣ್ಣ—ಕಿರ್ಬಣ್ಣ

ಒಂದು ಕತ್ತು ಕಿರ್ಬುಗುವೆ ಬಾರಿ ಗೆಣೆತನ್ವಂತೆ. ಒಂದಿಸ ತಮಾಷ್ಗೆ ನೀನು ಮೂರ್ಗುದ್ದೊಡಿ ನಾನು ಮೂರ್ಗುದ್ದೊಡಿತೀನಿ ಯಾರು ಸೋಲ್ತರೆ ನೋಡನ ಅಂತ ಹಟ ಕಟ್ಗಂಡ್ವಂತೆ. ಕತ್ತೆ ಏನ್ಮಾಡ್ತು ಒಂದ್ ಬಗುಡ್ದ ಗುಂಡಿಲಿ ಬಿದ್ದು ಒದ್ದಾಡಿ ಬುಡ್ತು. ಒಂದ್ ಹೆಂಟೆಹೊಲ್ಕೋಗಿ ಒದ್ದಾಡಿ ಬುಡ್ತು. ಹೆಂಟೆ ಮೈಗೆ ಅಂಟಿಗಂಡ್‌ಬುಟ್ಟೊ ಇಷ್ಟಿಷ್ಟ್ ಗಾತ್ರದವು. ಎಲ್ಡು ಹೊಡ್ದಾಟ್ಕೆ ನಿಂತ್ಗಂಡೊ. ಕಿರ್ಬ ಮೂರ್‌ಗುದ್ದೊಡಿತು ಕತ್ಗೆ. ಮೂರೆಂಟೆ ಕಸ್ಗಂಡ್ ಬಿದ್ದೊ. ಇನ್ನ ಕತ್ತೆ ಕಿರ್ಬ್ಗ ಹೊಡ್ಯಕೆ ನಿಂತ್ಗತ್ತು. ಒಂದ್ ಸಾರಿ ಒದ್ದಾ ಅಂದೆ ಅಟ್ಗೆಯ ಅದ್ಕೆ ತಡ್ಯಕೆ ಆಗ್ದೆ ಹೋತು. ಆಗ ಒತ್ತ ತಡಿನಾರ್ದೆ ಓಡಿಬುಡ್ತು. ಅಲ್ಲಿ ನಮ್ಮ ದ್ಯಾವಪ್ಪರು ಆರೂಡಿದ್ರು; ದುಪ್ಟಿ ಇಟ್ಟಿದ್ರು. ಅಲ್ಲಿ ಆಗ ಕಿರ್ಬ ಬಂದುದ್ದು ಮನಿಕ ಬುಡ್ತು. ಆಗ ದ್ಯಾವಪ್ಪರ್ಗೆ ಹೆದ್ರಿಕ್ಯಾಗಿ ಬುಡ್ತು. ಕಿರ್ಬ: 'ಕತ್ಯಣ್ಣ ಬಂದು ಇಲ್ಲಿ ಕಿರ್ಬಣ್ಣ ಬಂದ್ನ ಇಲ್ಲಿ ಕಿರ್ಬಣ್ಣ ಅವ್ನ ಅಂದ್ರೆ ಇಲ್ಲ ಕಣಣ್ಣ ಅನ್ನು' ಅಂತ ದ್ಯಾವಪ್ಪರ್ಗೆ ಹೇಳಿಕೊಟ್ಟು ಬುಡ್ತು. ಕತ್ತೆ ಹುಡಿಕಂಡು ಬಂದು ಬುಡ್ತು. ಆಗ ಬಂದ್ ಬರಾಸ್ಗೆ ಕಿರ್ಬ ದ್ಯಾವಪ್ಪರ ದುಪ್‌ಟಿಗೆಲ್ಲ ಹುಚ್ಚಿ ಬುಡ್ತು. ಆಮ್ಯಾಲೆ ಕತ್ತೆ ಕೇಳ್ತು— 'ಯಣ್ಣ ಯಣ್ಣ ಇಲ್ಲಿ ಕಿರ್ಬಣ್ಣೋದ್ನ' ಅಂತವ. ದ್ಯಾವಪ್ಪರು ಬರ್‍ನೇ ಇಲ್ಲ ಅಂದ್ರು. ಆಮ್ಯಾಲಿ ಅದು 'ಕತ್ತೆ ಒಲ್ದ ಬತ್ತದ ಸುಗ್ಗಿಯ' ಅಂತ ಹುಡಿಕಂಡು ಅದೊಂದ್ಕಡಿಕೆ ಹೋತು. ಇದು ಏಳ್ತು ದುಪ್‌ಟಿ ಮ್ಯಾಲಿಂದವ. 'ನರ್ಮನ್ಸಣ್ಣ' ಅಂತು ಕಿರ್ಬ. 'ಕತ್ಗೆ ಹೆದ್ರಿ ಕಿರ್ಬ ಬಂದು ನನ್ನ ದುಪಟೀಗೆಲ್ಲ ಹುಚ್ಚದೆ ಅಂತ ಎಲ್ಲಾದ್ರು ಹೇಳಿಗಿಳಿಯ, ಪ್ರಪಂಚದಲೆಲ್ಲ ಆಡ್ಕತರೆ. ಆಮ್ಯಾಲೆ ನೀನೇನಾರ ಹೇಳಿದ್ರೆ ನಾನಿಲ್ಲೆ ಇರ್ತಿನಿ. ಆಗ್ಲೆ ತಿಂದಬುಡ್ತಿನಿ ಗಬುಕ್ನೆ' ಅಂತು. ಆಮ್ಯಾಲೆ 'ನಾನೇಳಕುಲ್ಲ ಹೋಗಣ್ಣ' ಅಂದ್ರು ದ್ಯಾವಪ್ಪರು. ಆರ್‌ಬುಟಬುಟ್ಟು ಬೆರ್‍ಸೀಟ್ಟತ್ರುಕೆ ಹೋದ್ರು, ಅದು ಹುಚ್ಚಿ ಬುಟ್ಟುತ್ತು. ಅದ ಅಂಗೆಯ ತುದಿಗ್ಯೆಲಿ ತಗಂಡ್ಹೋಗಿ ನೀರೊಳಿಕೆ ಎಜ್ಜಿಬುಟ್ಟು, ಅಂಗೆ ತಂದು ಮನೆತಕೆ ಇಟ್ಟಬುಟ್ರು. ಆಮ್ಯಾಲೆ ಸಾಂಕಾಲ್ದಾಗ ಊರಮುಂದ್ ಕಡಿಗೆ ಹೋದ್ರು. ಈಗೇನು ಕಿರ್ಬ ಬರುತ್ತ ಅಂತ ತಿಳ್ಕಂಡ್ರು. 'ಇವೊತ್ತು ಒಂದ್ ಕೆಲ್ಸಾಗಿಬುಡ್ತು ಕಾಣ್ರೋ ಎಡೂರ್ಹಳ್ಳದಲಿ' ಅಂದ್ರು. 'ಏನೋ?' ಅಂದ್ರು ಅವು. ಒಂದ್ ಕತ್ಗೆ ಒಂದ್ ಕಿರ್ಬ ಹೆದ್ರಿ ಬಂದು ನನ್ನ ದುಪಟಿಗೆಲ್ಲ ಹುಚ್ಚಬುಡ್ತಲ್ರಪ ಅಂದ್ರು. ಅಂಗಂದಂಗೆ ಕಿರ್ಬ ಅದೆಲ್ಲಿತ್ತೊ ದ್ಯಾವಪ್ಪರ್ನ ಗಬುಕ್ನೆ ಕಚ್ಗ ಬುಡ್ತು. ಕಚ್ಗಂಡು ತಗಂಡ್ಹೋಗಿಬುಡ್ತು. ದ್ಯಾವಪ್ಪರು ಬಾಯ್ಲಿ ಇಷ್ಟಾಗ್ಸ್ರ ಉಸ್ರಬುಡರಂತೆ; ಅವ್ರು ಉಸ್ರಬುಡದ್ಕೆ ಅದು ಹೆದ್ರಿಕಬುಡ್ತು. 'ಇದ್ಯಾಕೆ ನರ್ಮನ್ಸಣ್ಣ, ಇಂಗೆ ಉಸ್ರೊಡಿತಿಯಲೋ?' ಅಂತು. ಅದ್ಕೆ ದ್ಯಾವಪ್ಪರು ಒಂದುಪಾಯ ತಾಳಿದ್ರು. 'ನಮ್ಮವ್ವ ನಾನ್ಹುಟ್ಟಾಗ ನನ್ನೊಟ್ಗೆ ಒಂದ್ ಕತ್ತೆ ಮರಿ ಬುಟ್ಟುದ್ಲು. ಅದು ಈಚೆಗೆ ಬರಾಕೆ' ಅಂದ್ರು. 'ನಿನ್ನ ದಮ್ಮಯ್ಯಯಣ್ಣ ಬುಡಬ್ಯಾಡ' ಅಂತ ಓಡಿಬುಡ್ತು ಅದು. ಆಗ ಅಲ್ಲಿಂದ ಮನ್ಗೆ ಎದ್ ಬಂದ್ರಂತೆ.

**

೮. ದಡ್ಡಮಗ

ಒಂದೂರು. ಆ ಊರ್ನಲ್ಲಿ ಒಬ್ಬ ದೊಡ್ಡ ಶ್ರೀಮಂತ ಇದ್ದ. ಅವ್ನ್ಗೆ ಬಾಳ ದಿವ್ಸ ಮಕ್ಕಿರ್ಲಿಲ್ಲ. ಕೊನ್ಗೆ ಅಪರೂಪ್ದ ಒಂದು ಗಂಡ್ಮಗ ಹುಟ್ತು. ಒಂದೇ ಮಗ ಅಲ್ವ ಬಹಳ ಮುದ್ ಮುದ್ದಾಗಿ ಸಾಕಿಬುಟ್ರು. ಮುದ್‌ಮುದ್ದಾಗಿ ಸಾಕಿ ಬುಟ್ರು, ಅವ್ನು ದಡ್ಡಾಗಿಬುಟ್ಟ. ಆವಾಗ ಒಬ್ಬ ಮೇಷ್ಟ್ರುನ್ನ ಕರ್ಸಿದ್ರು. ಅವ್ರತ್ರ ಮತ್ಕೆ ಸೇರ್ಸಿಬುಟ್ರು. ಕೂಲಿಮತ್ದ ಮೇಷ್ಟ್ರು ಇದ್ರಲ, ಬೇಕಾದಂಗೆ ಕೂಲಿ ಕೊಡ್ತಿವಿ ಕಲ್ಸಿ ಅಂತ ಕಳ್ಸಿಕೊಟ್ರು. ಆ ಹುಡುಗ್ಗೆ ಎಷ್ಟು ದಿವ್ಸ ಆದ್ರು ಓದಕು ಬರ್ಲ್ಲಿಲ್ಲ ಬರ್‍ಯಕು ಬರ್ಲ್ಲಿಲ್ಲ. ಆಮೇಲೆ ಮೇಷ್ಟ್ರು ಹೊಡ್ದುಬಡ್ದು ನೋಡಿದ್ರು ಕಲಿಲಿಲ್ಲ. ಎರ್ಡ್ ವರ್ಷ ನೋಡಿದ್ರು. ಮೇಷ್ಟ್ರಿಗು ಬೇಜಾರಾಯ್ತು. ಕೂಲಿ ತಗಂಡು ಕಲುಸ್ಲಿಲ್ಲ ಅಂತರೆ ಅಂತ 'ನೋಡ್ರಪ್ಪ ನಿಮ್ ಹುಡ್ಗುಂಗೆ ವಿದ್ಯಕಲ್ಸಕಂತು ಆಗಕುಲ್ಲ. ಸುಮ್ನೆ ಮೇಷ್ಟ್ರು ದುಡ್ಡ ತಗೊಂಡ್ರು, ಏನು ಕಲುಸ್ಲಿಲ್ಲ ಅನ್ನದು ಬ್ಯಾಡಿ; ನಿಮ್ಮ ಮಗುನ್ನ ನಿಮ್ಮ ಮನ್ಗೆ ಕರ್ಕಂಡ್‌ಬುಡ್ರಪ್ಪ' ಅಂದ್ರು. ಇವ್ರು 'ಅಯ್ಯೋ ಸ್ವಾಮಿ ಅಂಗೆ ಮಾಡಬ್ಯಾಡಿ, ಒಂದ್ ಒಳ್ಳೆ ನಾಕ್ ಮಾತಾದ್ರು ಕಲ್ಸಿಕೊಟ್‌ಬುಡಿ, ನಿಮ್ಮತ್ರ ಸೇರಿದ್ಕೆ ಆದಾರ ಒಂದ್ವೆಸ್ರಾಗ್ಲಿ' ಅಂದ್ರು. ಇನ್ನೇನ್ ಮಾಡ್ತನೆ ಮೇಷ್ಟ್ರು, ಕರ್ಕಂಡ್ಹೋದ, ಒಂದಷ್ಟ್ ದಿನ ಮನೇಲಿಟ್ಕಂಡು 'ನೋಡಪ್ಪ ನೀನು ವಿದ್ಯೆ ಕಲಿಲಿಲ್ಲ. ನಾಲ್ಕು ಒಳ್ಳೆ ಮಾತಾದ್ರು ಹೇಳಿಕೊಡ್ತಿನಿ ನಿಮ್ಮ ಅಮ್ಮ ಅಪ್ಪ ಇಷ್ಟದಂತೆಯೆ ಕಲ್ತ್ಕೊ' ಅಂತ ಹೇಳಿ 'ನೋಡಪ್ಪ ಯಾರ್‍ಯಾರ ಬರ್ಲಿ ಬಂದ್ರಿ ಬಂದ್ರೇನ್ರಪ್ಪ ತದಿಂ ತದ್ದಿಂತಥ' 'ಎದ್ರಿ ಎದ್ರೇನಪ್ಪ ತದಿಂ ತದ್ದಿಂತಥ' 'ಹೋತಿರ ಹೋತಿರೇನ್ರಪ್ಪ ತದಿಂ ತದ್ದಿಂತಥ' ಅಂತ 'ಮಾತಾಡದ ಕಲಿಬೇಕ್ ಕಣಪ್ಪ' ಅಂತ ಹೇಳಿ ಅದ್ನೆ ಅಷ್ಟ್ ದಿವ್ಸ ಕಲಿಸ್ದ. ಅವ್ರಪ್ಪ ಬಂದ. ನೋಡನ, ಒಂದ್ನಾಲ್ಕ್ ಒಳ್ಳೆ ಮಾತ ಕಲ್ಸಿದ್ರೆ ಕರ್ಕಂಡ್‌ಬರನ ಇನ್ನೆಷ್ಟ್ ದಿವ್ಸ ಬುಡುದು ಅಂತ ಬಂದ. 'ಅಯ್ತಪ್ಪ ಕಲ್ಸಿದ್ದಿನಿ ಕರ್ಕಂಡ್ಹೋಗಪ್ಪ ನಿನ್ನ ಮಗುನ್ನ ನೀನು' ಅಂದ್ರು ಮೇಷ್ಟ್ರು. ಕರ್ಕಂಡು ಬಂದ. ಇಂಗೆ ಕೆಲ್ವಾರ್ ದಿವ್ಸ ಕಳ್ದೋತು. ಈ ಹುಡ್ಗ ಆ ನಾಲ್ಕ ಮಾತ್ನೆ ಯಾವಾಗ್ಲು ಹೇಳನು.

ಒಂದಾನೊಂದಿವ್ಸ, ರಾತ್ರಿ ಎಲ್ಲ ಮಲ್ಗಿಬುಟ್ಟವ್ರೆ. ಕಳ್ರು ಬಂದ್‌ಬುಟ್ರು, ಶ್ರೀಮಂತ ಮನೆ ಕನ್ನ ಹಾಕಿದ್ರೆ ಚೆನ್ನಾಗಿ ಸಿಕ್ಕುತ್ತೆ ಅಂತ. ಗೋಡೆ ಪಕ್ಕುಕ್ಕೆ ಹೊಲ್ಟು ಬಂದ್ರು. ಇವುನ್ಗೆ ಕನ್ಸುಮನ್ಸ್‌ನಲು ಅದೇ ಆಗಿತ್ತಲ್ಲ, ಇವ್ನು ಕನ್‌ವರಿಸ್ಕಂಡು 'ಬಂದ್ರಿ ಬಂದ್ರೇನ್ರಪ್ಪ ತದಿಂ ತದ್ದಿಂತಥ' ಅಂದ. ಕಳ್ರು 'ಲೇ ಯಾವನೊ ಇದ್ನು ಕಂಡ. ಏಳಿರ್ಲ ಮ್ಯಾಕೆ' ಅಂತ ಎದ್ ನಿಂತ್ಕಂಡ್ರು. ಇವ್ನು 'ನಿಂತ್ಗಂಡ್ರಿ ನಿಂತ್ಗಂಡ್ರಿ ನಿಂತ್ಗಂಡ್ರೇನ್ರಪ್ಪ...' ಅಂದ. 'ಇವ್ನ ಸುಳಿಹಾಳಾಗ

ಎಲ್ಲನು ನೋಡ್ಕಂಡ ನಡಿರೊ ಅತ್ಲಗಿ' ಅಂತ ಹಿಂದ್ಕೆ ತಿರಿಕಂಡ್ರು. ಅಷ್ಟೊತ್ಗೆ ಇವ್ನು 'ಹೋಯ್ತಿರಿ ಹೋಯ್ತಿರೇನ್ರಪ್ಪ...' ಅಂದ. 'ಥೂ ಇವ್ನು ಎಲ್ಲನು ನೋಡ್ಯವ್ನೆ ಓಡಿರ್ಲ' ಅಂತ ಹಿಂದ್ಕೆ ನೋಡ್ದಂಗೆ ಓಡಿದ್ರು. ಇವ್ನು ಇವ್ನಪಾಡ್ಗೆ ಮಲ್ಗೇ ಅವ್ನೆ. ಬೆಳಿಗ್ಗೆ ಎದ್ದು ನೋಡ್ತರೆ, ರಾತ್ರೆ ಕಳ್ರು ಕುಂತು ಸ್ವಲ್ಪ ಕೊರ್ದುದ್ರಲ ಯಾರೊ ಕಳ್ರು ಬಂದವ್ರೆ ಅಂದ್ಕಂಡ್ರು. ಇವತ್ತಾದ್ರು ಕಾಯನ ಅಂತವ ಅಲ್ಲೆ ಕೂತ್ಗಂಡ್ರು. ರಾತ್ರಾತು. ಹನ್ನೆರ್ಡು ಗಂಟೆ ರಾತ್ರಿ ಇವ್ನು ಶುರು ಮಾಡ್ಕಂಡ. 'ಬಂದ್ರಿ ಬಂದ್ರೇನ್ರಪ್ಪ.... ಕೂತ್ಗಂಡ್ರಿ ಕೂತ್ಗಂಡ್ರೇನಪ್ಪೊ...' ಅಂಥ. ಆಗ ಅವ್ರಪ್ಪ 'ಓಹೋ, ರಾತ್ರಿ ಇಂಗಾಗಿರ್ಬೇಕು!' ಅಂತ ಯೋಚಿಸ್ಗಂಡ 'ನಾಲ್ಗು ಕಲ್ಸಿದ್ರು ಒಳ್ಳೆವ್ನೆ ಕಲ್ಸವ್ರೆ ನನ್ನ ಮಗುಂಗೆ' ಅಂತ ಯೋಚ್ನೆ ಮಾಡ್ಕಂಡು ಗುರುಗಳ್ನ ಕರ್ಸಿ 'ನೀವು ಸ್ವಲ್ಪ ಕಲ್ಸಿದ್ರು ನನ್ನ ಮನೇನೆ ಉಳ್ಸಿದ್ರಿ' ಅಂತ ಅವ್ರ್ಗೆ ಮರ್ಯಾದಿಮಾಡಿ ಕಳ್ಸಿಕೊಟ್ನಂತೆ.

**

೯. ಉಪ್ಪಾರ–ರಾಕ್ಷಸಿ

ಒಂದೂರಲಿ ಗಂಡಹೆಂಡ್ತಿ ಇಬ್ರಾಳಿದ್ರು. ಗಂಡಹೆಂಡ್ತಿ ಅಂದ್ರೆ ಒಬ್ರಿಗೊಬ್ರು ಕಿತ್ರು ಬುಡ್ದಂಗೆ ಇದ್ರು. ಕಸ ಹಾಕಕೋಗ್ಲಿ ಇಬ್ರಾಳು ಹೋಗ್ಬೇಕು ಇಬ್ರಾಳು ಬರ್ಬೇಕು ಅಂಗಿದ್ರು. ಇದ ನೋಡ್ಕಂಡಿದ್ದ ಒಬ್ಬ ಅಲಾಲ್ಕೊರ. ಏನಾದ್ರು ಮಾಡಿ ಇವ್ರ ಗೇಲಿ ಮಾಡ್ಬೇಕು ಅಂದ್ಕಂಡ. ಅವ್ಳೊಂದಿನ ತಿಪ್ಪೆತಕೆ ಕಸ ಹಾಕಕೋಗ್ವಾಗ 'ನಿನ್ನ ಗಂಡ ಉಪ್ಪಾರ್ರನು ಕಣೆ' ಅಂದ. 'ಆದ್ರಾಯ್ತನೆ ತಗೊ' ಅಂದ್ಲು. 'ಬೇಕಾದ್ರೆ ನಾಳಿ ರಾತ್ರಿಕೆ ಅವ್ನು ಮಲ್ಗಿದ್ದಾಗ ನೆಕ್ಕಿನೋಡು ಮೈಯ ಗೊತ್ತಾಗುತ್ತೆ' ಅಂದ. ಇವುಳ್ಗೆ ಒಂಥರ ಅನುಮಾನ ಬಂತು. 'ನೋಡೇಬುಡನ ಇವತ್ ರಾತ್ರಿಕೆ' ಅಂದ್ಕಂಡ್ಲು. ಇನ್ನ ಇವ್ನು ಅವುನ್ತಕೆ ಹೋದ. 'ಅಯ್ಯೋ ಮುಂಡೆಗಂಡ ಸುಮ್ನೆ ಎದೆ ಬೆವ್ರ ಸುರ್ಸಿ ದುಡಿತಿಯಲೊ—ಆ ರಾಕ್ಷಸಿ ಕಟ್ಗಂಡು ಬಾಳದು ಬತ್ತಲೊ ನಿನ್ನ ಸ್ಥಿತಿ' ಅಂದ. ಇವ್ನು 'ಅದ್ಯಾಕೆ?' ಅಂದ. 'ಯಾಕೆ ಅಂತ ಕೇಳ್ತಿಯ! ಬೇಕಾದ್ರೆ ರಾತ್ರಿಕೆ ಪರೀಕ್ಷೆ ಮಾಡಿ ನೋಡು. ಒಂದ್ಹೊತ್ನಲಿ ನಿನ್ನ ತಿನ್ನಕೆ ಬತ್ತಳೆ' ಅಂದ.

ಇವ್ಳೇನ್ ಮಾಡ್ತಳೆ ಅವತ್ತು ರಾತ್ರೆಯ 'ನನ್ನ ಗಂಡ ಮಲ್ಗ್ಯವ್ನಲ್ವ' ಒಷ್ಟೊತ್ತಾತು. ಇವ್ಳು ಮೆಲ್ಕೆ ಅವ್ನ ಅಂಗಿ ತಗ್ದು ನಾಲ್ಗೆ ಹಾಕಿ ನೆಕ್ಲಿದ್ಲು. ಅವ್ನು 'ಅಯ್ಯಯ್ಯಪ್ಪೊ ನನ್ಹೆಡ್ತಿ ನನ್ನ ತಿಂತಳಲಪ್ಪೊ' ಅಂತ ಎದ್ದನೆಯ ಕದನು ತಕ್ಕಂಡು ಓಡಿಹೋಗಿಬುಟ್ಟ. ಇವ್ಳು ಒಳ್ಗಡಲೆಯ 'ಇವ್ನ ಮುಂಡಾಸ್ನಡ್ಗ ಗಂಗ್ಡಿಕಾರಗೌಡ ಅಂತ ನನ್ನ ನಂಬ್ಸಿ ಕುತ್ಗೆ ಕುಯ್ಯ ಕೆಲ್ಸ ಮಾಡಿದ್ನಲಪ್ಪ, ಇವ್ನ ಮೀಸೆ ಮಣ್ ತಿನ್ನ' ಅಂತ ಬಡ್ಕತ್ತ ಅವ್ಳೆ. ಆಗ ಊರರೆಲ್ಲ ಸೇರಿ ಏನು ಏನು ಅಂತ ಕೇಳಿದ್ರು. ಇಂಗಿಂಗೆ ಅಂತ ಹೇಳಿದ್ರು. ಆಗ ಯಾರು ಹೇಳ್ಕೊಟ್ಟರು ಅಂತ ಊರ ಯಜಮಾನ್ರು ಕೇಳಿದ್ರು. ಇವ್ಳು ನಮ್ಮೂರ ಹನ್ಮಣ್ಣ ಅಂದ್ಲು. ಆಗ ಅಯ್ಯೋ ನಿನ್ನ ಯಡವಟ್ ಬುದ್ಗೆ ಕಲ್ಲಾಕ ಮನ್ಸನ ಬೆವ್ರು ಉಪ್ಪಾಗ್ದೆ ಇರುತ್ತ ಹೋಗು ಅಂತ ಬೈದು ಕಳ್ಸಿದ್ರು.

**

೧೦. ಪದಕದ ಕುಮಾರ

ಒಂದು ಊರಿನಲ್ಲಿ ಒಬ್ಬ ಬ್ರಾಹ್ಮಣ. ಅವನಿಗೊಬ್ಬಳು ಹೆಂಡತಿ. ಅವರಿಬ್ಬರಿಗೆ ಹತ್ತು ಜನ ಮಕ್ಕಳು. ಆ ಬ್ರಾಹ್ಮಣ ಬಡವ. ಮನೆಯಲ್ಲಿ ಯಾರಿಗೂ ತಿನ್ನೋದಕ್ಕಿಲ್ಲ. ನಿತ್ಯ ಯಾತ್ರೆ ಮಾಡಿಕೊಂಡು ಬಂದರೂ ಸಿಕ್ಕಿದ ಹಿಟ್ಟು ಒಂದು ಗಟ್ಟಿಮುದ್ದೆ ಮಾಡೋದಕ್ಕೂ ಸಾಕಾಗ್ತಾ ಇರಲಿಲ್ಲ. ಬ್ರಾಹ್ಮಣನ ಹೆಂಡತಿ ಏನು ಮಾಡೋಳು? ಒಂದು ದೊಡ್ಡ ಗುಡಾಣ ಇಟ್ಟು ಬಿಡೋಳು. ಅದರ ಭರ್ತಿ ನೀರು ತುಂಬಿ ಒಲೆ ಮೇಲಿಟ್ಟು ಅದಕ್ಕೆ ಹಿಟ್ಟನ್ನೆಲ್ಲಾ ಹಾಕಿ ಅಂಬಲಿ ಕಾಸುತ್ತಾ ಇದ್ದಳು. ಆ ಅಂಬಲೀನೇ ಮಕ್ಕಳಿಗೆಲ್ಲಾ ಕುಡಿಯೋದಕ್ಕೆ ಕೊಡ್ತಾ ಇದ್ದಳು. ಎಷ್ಟೆಷ್ಟು ಬರೋದೋ ಅಷ್ಟಷ್ಟನ್ನೆ ಕುಡಿದು ಅವರೆಲ್ಲಾ ಕಾಲ ಹಾಕ್ತಾ ಇದ್ದರು.

'ನಾಳೆ ಬೆಳಗ್ಗೆ ಬೇಗ ಎಬ್ಬಿಸಿಬಿಡು. ಹತ್ತು ಗ್ರಾಮಕ್ಕೆ ಹೋಗಿ ಏನು ಸಿಕ್ಕುತ್ತೋ ಅಷ್ಟನ್ನು ತರ್ತೀನಿ' ಅಂತ ಬ್ರಾಹ್ಮಣ ತನ್ನ ಹೆಂಡತಿಗೆ ಹೇಳಿದ. ಅವಳು ಮಾರನೆಯ ದಿನ ಅವನನ್ನು ಎಬ್ಬಿಸಿದಳು. ಇವನು ಹೊರಟ. ಹತ್ತು ಗ್ರಾಮ ಹೊಕ್ಕು ಬಂದ. ಏನೋ ಒಂದಿಷ್ಟು ಸಿಕ್ಕಿತು. ತಗೊಂಡು ಬರ್ತಾ ಇರಬೇಕಾದರೆ ದಾರೀನಲ್ಲಿ ಒಂದು ದೊಡ್ಡ ಮುತ್ತುಗದ ಮರ ನೋಡಿದ. ಮರದ ಭರ್ತಿ ದೊಡ್ಡ ದೊಡ್ಡ ಎಲೆಗಳಿದ್ದವು. 'ಮನೇಗೆ ಹೋಗಿ ವಾಪಸ್ ಬರಬೇಕಾದರೆ ತುಂಬ ಹೊತ್ತಾಗುತ್ತೆ, ಈಗಲೇ ಸ್ವಲ್ಪ ಎಲೆ ಕುಯ್ಕೊಂಡೇ ಮನೆಗೆ ಹೋಗೋಣ' ಅಂತ ಯೋಚನೆ ಮಾಡಿ ಮರ ಹತ್ತಿ ಬೇಕಾದಷ್ಟು ಎಲೆ ಕುಯ್ದು ಕೆಳಕ್ಕೆ ಹಾಕಿದ. ಕೆಳಕ್ಕೆ ಇಳಿದು ಬಂದು ಎಲೇನೆಲ್ಲಾ ಒಂದು ಪಿಂಡಿಕಟ್ಟಿಟ್ಟ. ಇನ್ನೊಂದು ಪಿಂಡಿ ಹತ್ತಿರ ಬಂದ. ಅದರ ಮೇಲೆ ಒಂದು ನಾಗಪ್ಪ ಕೂತಿದೆ! ಎಳೆನಾಗರು, ಸಣ್ಣ ನಾಲಿಗೆ. ಇಷ್ಟಗಲ ಹೆಡೆ ಬಿಟ್ಟುಕೊಂಡು 'ಭುಸ್' ಅಂತ ಅಂದಿತು. ಏನು ಮಾಡಬೇಕು ಅಂತ ಯೋಚನೆ ಮಾಡಿದ. ಎರಡನೇ ಪಿಂಡಿ ಎಲೆ ಕಟ್ಟಿಟ್ಟು, ಒಂದು ಎರಡು ಮಾರಿನ ಬಿದಿರಿನ ಬೊಂಬನ್ನು ಕಾಡಿನಲ್ಲಿ ಕಡಿದುಕೊಂಡು ಬಂದ. ಹಾವನ್ನು ಓಡಿಸೋಣ ಅಂತ ದೂರದಲ್ಲಿ ನಿಂತು ಕೊಂಡು ಆ ಬೊಂಬಿನಿಂದ ಪಿಂಡಿಯ ಮೇಲೆ ಬಡಿದ. ಹಾವು ಹೊರಗಡೆ ಹೋಗಲಿಲ್ಲ. ಪಿಂಡಿ ಒಳಗಡೆ ಸೇರಿಕೊಂಡಿತು. ಆಗ ಏನು ಮಾಡ್ತಾನೆ? ಬಿದಿರಿನ ಬೊಂಬಿಗೆ ಒಂದು ಕಡೆ ಒಂದು ಪಿಂಡಿ ಕಟ್ಟಿದ; ಇನ್ನೊಂದು ಕಡೆಗೆ ಇನ್ನೊಂದು ಪಿಂಡಿ ಕಟ್ಟಿದ. ಅಡ್ಡೆನಲ್ಲಿ ಬಂದಿಗೆ ಇಟ್ಟುಕೊಂಡು ಬರ್ತಾರಲ್ಲ, ಹಾಗೆ ಹಿಂದೊಂದು ಪಿಂಡಿ ಕಟ್ಟಿಕೊಂಡು ಆ ಅಡ್ಡೆಯನ್ನು ಹೊತ್ಕೊಂಡು ನಡೆದ. ಹಿಂದುಗಡೆ ಅಡ್ಡೆಯಲ್ಲಿ ಹಾವಿಲ್ಲದೆ ಇದ್ದ ಪಿಂಡಿ ಇಟ್ಟು ಕೈಯಲ್ಲಿ ಬೊಂಬನ್ನು ಹಿಡಕೊಂಡ. ಮುಂದುಗಡೆ ಅಡ್ಡೆಯಲ್ಲಿ ಹಾವು ಸೇರಿಕೊಂಡಿದ್ದ

ಪಿಂಡಿಯನ್ನು ಬಿಟ್ಟು ದಾರಿ ಉದ್ದಕ್ಕೂ ಹಾವು ಎಲ್ಲಿ ಬಂದು ತನ್ನನ್ನು ಕಚ್ಚಿ ಬಿಡುತ್ತೋ ಅಂತ ಹೆದರಿಕೊಂಡು ಮುಂದುಗಡೆ ಇದ್ದ ಪಿಂಡೀನೇ ನೋಡ್ತಾ ಮನೆಗೆ ಬಂದ. ಮನೆಗೆ ಬರೋ ಹೊತ್ತಿಗೆ ಸಂಜಿಯಾಗಿತ್ತು. ಅಷ್ಟು ಹೊತ್ತಿಗೆ ಮಕ್ಕಳೆಲ್ಲಾ ಹೊಟ್ಟೆಗಿಲ್ಲದೆ ಸೊರಗಿ ಮಲಗಿದ್ದರು. ಮನೆಗೆ ಬಂದವನೇ ಅಡ್ಡೆಯನ್ನು ಕೆಳಗಡೆ ಇಟ್ಟು, ಬೊಂಬನ್ನು ತನ್ನ ಹೆಂಡತಿಯ ಕೈಗೆ ಕೊಟ್ಟ. ಅವಳು ಒಂದು ದೊಡ್ಡ ಗುಡಾಣದ ತುಂಬ ನೀರು ಹುಯ್ದು ಅದನ್ನು ಒಲೆಯ ಮೇಲೆ ಇಟ್ಟು ಅದಕ್ಕೆ ಬೊಂಬಿನಲ್ಲಿದ್ದ ಹಿಟ್ಟನ್ನು ಹಾಕಿದಳು. ಒಲೆಗೆ ಉರಿ ಹಾಕ್ತಾ ಕೂತಿದ್ದಳು. ಈ ಬ್ರಾಹ್ಮಣ ಏನು ಮಾಡಿದ? 'ರಾಮ ಬಾರೋ, ಕೃಷ್ಣ ಬಾರೋ' ಅಂತ ಒಬ್ಬೊಬ್ಬ ಮಗನನ್ನು ಹೆಸರು ಹಿಡಿದು ತುಂಬ ಪ್ರೀತಿಯಿಂದ ಕರೆದ. ಮಕ್ಕಳೆಲ್ಲಾ ಸೊರಗಿ ಮಲಗಿದ್ದವು. ಯಾರೂ ಮೇಲಕ್ಕೇ ಏಳಲಿಲ್ಲ. ಬ್ರಾಹ್ಮಣ ಜೋರಾಗಿ ಕೂಗೋದಕ್ಕೆ ಶುರುಮಾಡಿದ. 'ಯಾಕೆ ಹಾಗೆ ಮಕ್ಕಳನ್ನು ಕೂಗ್ತೀರಿ. ಅವು ಸೋತು ಸೊರಗಿ ಮಲಗಿವೆ. ಅದೇನು ಕೆಲಸ ಇದೆ ಹೇಳಿ ನಾನು ಮಾಡ್ತೀನಿ' ಅಂತ ಹೆಂಡತಿ ಹೇಳಿದಳು. 'ಯಾಕೂ ಇಲ್ಲ ಕಣೆ, ಎಲೆ ಪಿಂಡಿ ಬಿಚ್ಚಿ ಎಲೆ ತಂದು ಕೊಡಲಿ. ಎಲೇನಾದರೂ ಹಚ್ಚೋಣ ಅಂತ ಕರೆದೆ' 'ಆ ಸಂಪತ್ತಿಗೆ ಅವನ್ನು ಯಾಕೆ ಕೂಗ್ತೀರಿ. ನಾನೇ ಹೋಗಿ ತಂದು ಕೊಡ್ತೀನಿ' ಅಂತ ಎಲೆ ಪಿಂಡಿಯ ಹತ್ತಿರ ಹೋದಳು. 'ಎಲೇ ಎಲೇ ಆ ಎಲೆ ಪಿಂಡಿ ಮುಟ್ಟಬೇಡ ಕಣೇ' ಅಂತ ಬ್ರಾಹ್ಮಣ ಕೂಗಿದ. 'ಅದ್ಯಾಕೆ?' ಅಂತ ಅವಳು ಕೇಳಿದಳು. 'ಅದರಲ್ಲಿ ಹಾವಿದೆ ಕಣೆ ಮುಟ್ಟಿದರೆ ಕಚ್ಚುತ್ತೆ. ಅದಕ್ಕೆ ಬೇಡ ಅಂತ ಹೇಳಿದೆ' ಅಂತ ಹೇಳಿದ. 'ಅಲ್ಲಾಂದ್ರೆ, ನಾನು ಮುಟ್ಟಿದರೆ ಆ ಹಾವು ಕಡಿಯುತ್ತೆ. ಮಕ್ಕಳು ಮುಟ್ಟಿದರೆ ಕಡಿಯೋದಿಲ್ಲವೆ? ಏನು ಬುದ್ಧಿ ಬಂತು ನಿಮಗೆ? ಅವು ಸತ್ತು ನಾನು ನೀವು ಬದುಕಿದ್ದರೆ ಎಲ್ಲರೂ ಬದುಕಿರೋಣ, ಸತ್ತರೆ ಎಲ್ಲರೂ ಸಾಯೋಣ' ಅಂತ ಹೇಳಿ ಮತ್ತೊಂದು ಗುಡಾಣವನ್ನು ಒಲೆಯ ಮೇಲಿಟ್ಟು ಅದರೊಳಕ್ಕೆ ನೀರು ಹಾಕಿ ಉರಿ ಹಾಕಿದಳು. ಹಾವಿದ್ದ ಎಲೆ ಪಿಂಡಿಯನ್ನು ಎತ್ತಿಕೊಂಡು ಬಂದು ಗುಡಾಣದ ಮೇಲೆ ಇಟ್ಟು ಪಿಂಡಿಯನ್ನು ಕೊಡವಿದಳು. ಹಾವು ಆ ಗುಡಾಣದೊಳಕ್ಕೆ ಬಿತ್ತು. ಗುಡಾಣದ ಬಾಯನ್ನು ಮುಚ್ಚಿಬಿಟ್ಟಳು. ಉರಿ ಜೋರು ಮಾಡಿಬಿಟ್ಟು ತಾನೊಂದು ಕಡೆ ಹೋಗಿ ಮಲಗಿದಳು. ಆಮೇಲೆ ಇದ್ದಕ್ಕಿದ್ದ ಹಾಗೆ ಗಾಬರಿಯಾಗಿ ಎದ್ದಳು. ಗುಡಾಣದಲ್ಲಿ ನೀರು ಉಕ್ಕಿದೆ. ಉಕ್ಕಿದ ನೀರೆಲ್ಲಾ ಚಿನ್ನದ ಗಟ್ಟಿಯಾಗಿದೆ. ಮನೆಯ ನೆಲದ ಮೇಲೆಲ್ಲಾ ಚಿನ್ನ ಹರಡಿಕೊಂಡಿದೆ. ಅದನ್ನೆಲ್ಲಾ ನೋಡಿದಳು. ನೋಡುತ್ತಾ ಇದ್ದರೆ ಕಣ್ಣೆಲ್ಲಾ ಮಂಜಾಗುವ ಹಾಗಾಗುತ್ತೆ. ಅಂಥ ಹೊಳಪು ಆ ಚಿನ್ನದ್ದು. ಗಂಡನನ್ನು ಎಬ್ಬಿಸಿದಳು. 'ನೋಡಿ ಅಂದ್ರೆ. ಮನೇನಲ್ಲೆಲ್ಲಾ ಚಿನ್ನ. ಏನು ಅದೃಷ್ಟ ಅಂದರೆ ನಮ್ಮದು' ಅಂದಳು. ಅವನಿಗೂ ಅದನ್ನು ನೋಡಿ ಆಶ್ಚರ್ಯವಾಯಿತು. ಆಮೇಲೆ ಮಕ್ಕಳನ್ನು ಎಬ್ಬಿಸಿದಳು. ಮಕ್ಕಳಿಗೂ ತುಂಬ ಸಂತೋಷ ಆಯಿತು. ಆಮೇಲೆ ಎಲ್ಲರೂ ಸೇರಿಕೊಂಡು ನೆಲದ ಮೇಲೆ ಹರಡಿದ್ದ ಚಿನ್ನ ನೆಲ್ಲಾ ಎತ್ತಿ ತುಂಬಿಟ್ಟರು. ಎಲ್ಲಾನೂ ಆ ಗುಡಾಣಕ್ಕೇ ತುಂಬಿ ಆ ಗುಡಾಣಾನ ತಗೊಂಡು ಹೋಗಿ ಒಳಗಡೆ ಇಟ್ಟುಬಿಟ್ಟರು. ಬೇಕಾದಾಗಲೆಲ್ಲಾ ಆ ಗುಡಾಣದ ಬಾಯಿ ತೆಗೆಯೋದು, ಅದರಲ್ಲಿ ಒಂದು ಚಿನ್ನದ ಚೂರು ತಗೊಳ್ಳೋದು ಅದನ್ನು ಮಾರೋದು, ಬಂದ

ದುಡ್ಡಿನಿಂದ ಸಾಮಾನು ತರೋದು, ಅಡಿಗೆ ಮಾಡಿ ಊಟಮಾಡೋದು—ಹೀಗೇ ಜೀವನ ಮಾಡ್ತಾ ಬಂದರು. ಮಕ್ಕಳಿಗೆಲ್ಲಾ ಹೊಸಬಟ್ಟೆ ಹೊಲಿಸಿದರು. ಅಂತೂ ಸುಖವಾಗಿ ಜೀವನ ನಡೀತಾ ಇತ್ತು. ಬ್ರಾಹ್ಮಣ ನಿತ್ಯಯಾತ್ರೆಗೆ ಹೋಗೋದನ್ನೂ ಬಿಟ್ಟು ಬಿಟ್ಟ. ಮನೇ ನಲ್ಲಿ ಗುಡಾಣದ ಚಿನ್ನ ದಿನೇದಿನೇ ಖರ್ಚಾಗ್ತಾ ಬಂತು. ಕೊನೆಗೆ ಚಿನ್ನ ಎಲ್ಲಾ ಮುಗಿದು ಹೋಯ್ತು. ಗುಡಾಣದ ಒಳಗೆ ಏನಾದರೂ ಅಂಟಿಕೊಂಡಿದೆಯೇನೋ ನೋಡೋಣ ಅಂತ ಬ್ರಾಹ್ಮಣನ ಹೆಂಡತಿ ಗುಡಾಣದ ಬಾಯಿ ತೆಗೆದು ನೋಡಿದಳು ಗುಡಾಣದ ತಳಭಾಗದಲ್ಲಿ ಒಂದು ದೊಡ್ಡ ರತ್ನದ ಪದಕ ಇದೆ! ಅದನ್ನು ನೋಡೋದಕ್ಕೆ ಎರಡು ಕಣ್ಣು ಸಾಲದು! ನಿಗಿ ನಿಗಿ ಉರಿಯೋ ಹಾಗೆ ಕಾಣ್ತಾ ಇದೆ; ಅಂಥ ಹೊಳಪು ಅದಕ್ಕೆ. ಅವಳು ಅದನ್ನು ತೆಗೆದು ಗಂಡನಿಗೆ ತೋರಿಸಿದಳು. 'ನಮ್ಮಂಥ ಬಡವರಿಗೆ ಯಾಕೆ ಇಂಥ ಬೆಲೆಬಾಳೋ ಪದಕ. ಇದನ್ನು ಮಹಾರಾಣಿಗಾದರೂ ತಗೊಂಡು ಹೋಗಿ ಕೊಡು. ನಡೆದದ್ದನ್ನೆಲ್ಲಾ ಹೇಳು. ಅವರು ಏನು ಕೊಡ್ತಾರೋ ಅದನ್ನು ನಾವು ಈಸ್ಕೊಳೋಣ. ಸುಖವಾಗಿ ಬದುಕಬಹುದು' ಅಂತ ಅವನು ಹೇಳಿದ.

ಬ್ರಾಹ್ಮಣನ ಹೆಂಡತಿ ಪದಕವನ್ನು ಒಂದು ಬಟ್ಟೆಯಲ್ಲಿ ಸುತ್ತಿಕೊಂಡು ಅರಮನೆಗೆ ಹೊರಟಳು. ಅರಮನೆ ಕಾವಲು ಕಾಯ್ತಾ ಇದ್ದವರು ಅವಳನ್ನು ತಡೆದರು. 'ಒಬ್ಬ ಬಡ ಬ್ರಾಹ್ಮಣನ ಹೆಂಡತಿ ನಿಮ್ಮನ್ನು ಕಾಣಬೇಕು ಅಂತ ಬಂದಿದ್ದಾಳೆ ಅಂತ ಮಹಾರಾಣಿಯವರಿಗೆ ಹೇಳಿ' ಅಂತ ಹೇಳಿ ಕಳಿಸಿದಳು. ಆಗ ಅವರು ಹೋಗಿ ಮಹಾರಾಣಿಗೆ 'ಯಾರೋ ಬಡ ಬ್ರಾಹ್ಮಣನ ಹೆಂಡತಿಯಂತೆ: ಮುತ್ತೈದೆ ಹೆಂಗಸು. ತಮ್ಮನ್ನು ಕಾಣಬೇಕೂಂತ ಬಂದವಳೆ ಅಂತ ಹೇಳಿದಳು' ಅಂತ ಕಾವಲುಗಾರರು ಮಹಾರಾಣಿಗೆ ಹೇಳಿದರು. ಹಾಗನ್ನುತ್ತಲೆ 'ಆಕೇನ ಒಳಗಡೆ ಬಿಡಿ' ಅಂತ ಮಹಾರಾಣಿ ಕಾವಲುಗಾರರಿಗೆ ಹೇಳಿದಳು. ಕಾವಲುಗಾರರು ಹೊರಗಡೆ ಬಂದು ಅಲ್ಲೇ ಕಾಯ್ತಾ ನಿಂತಿದ್ದ ಬ್ರಾಹ್ಮಣನ ಹೆಂಡತಿಯನ್ನು ಒಳಕ್ಕೆ ಬಿಟ್ಟರು. ಮಹಾರಾಣಿ ಆ ಮುತ್ತೈದೆಗೆ ಒಂದು ಮಣೆ ಹಾಕಿ 'ಏನಮ್ಮ ಸಮಾಚಾರ? ಏನು ಬಂದಿರಿ?' ಅಂತ ಅವಳನ್ನು ವಿಚಾರಿಸಿದಳು. 'ಮಹಾರಾಣಿ, ನೋಡಿ ಈ ಪದಕ ನಮ್ಮಂಥ ಬಡವರಿಗೆ ಯಾಕೆ? ನಿಮಗಾದರೆ ಚೆನ್ನಾಗಿ ಹೊಂದುತ್ತೆ. ಇದನ್ನ ನೀವೇ ಇಟ್ಟುಕೊಳ್ಳಿ. ನಾವು ತುಂಬಾ ಬಡವರು. ನಮಗೆ ಬದುಕೋದಕ್ಕೆ ಏನಾದರೂ ಅವಕಾಶ ಮಾಡಿಕೊಡಿ' ಅಂತ ಮಹಾರಾಣಿಗೆ ಹೇಳಿ ಆ ಪದಕ ಹ್ಯಾಗೆ ಸಿಕ್ತು ಅನ್ನೋದನ್ನೆಲ್ಲಾ ಹೇಳಿದಳು. ಮಹಾರಾಣಿಗೆ ಈ ಮುತ್ತೈದೆ ಹೇಳಿದ್ದನ್ನೆಲ್ಲಾ ಕೇಳಿ ಆಶ್ಚರ್ಯವಾಯಿತು. ಆ ಪದಕ ನೋಡಿದಳು. ಭಾರಿ ಪದಕ ಅದು. ಮಹಾರಾಣಿ ಎಷ್ಟೋ ಪದಕ ಇಟ್ಟುಕೊಂಡಿದ್ದರೂ ಇಂಥ ಪದಕ ನೋಡಿರಲಿಲ್ಲ ಅದನ್ನು ನೋಡಿ. ಬಿಡೋದಕ್ಕೆ ಇಷ್ಟ ಇಲ್ಲದೆ ಆ ಮುತ್ತೈದೆ ಯಿಂದ ಆ ಪದಕ ಈಸ್ಕೊಂಡು ಒಬ್ಬ ಗೌಡಿಯ ಕೈಗೆ ಕೊಟ್ಟು: 'ಈ ಪದಕ ಒಳಗೆ ತಗೊಂಡು ಹೋಗಿ ಇರಿಸಿರು. ದೊರೆಗೆ ತೋರಿಸೋಣ' ಅಂತ ಹೇಳಿದಳು. ಆ ಮುತ್ತೈದೆಗೆ ಏನು ಬೇಕೋ ಅದನ್ನೆಲ್ಲಾ ಕೊಟ್ಟು ಕಳಿಸಿಕೊಟ್ಟಳು.

ಆ ಮಹಾರಾಣಿಗೆ ಬಹಳ ವರ್ಷಗಳಿಂದ ಮಕ್ಕಳಿರಲಿಲ್ಲ. ಅವಳಿಗೆ ಮಕ್ಕಳ ಹಂಬಲ ತುಂಬ ಇತ್ತು. ಅರಮನೆಯಲ್ಲಿ ಒಂದು ತೊಟ್ಟಿಲು ಕಟ್ಟಿಸಿದ್ದಳು. ಗೌಡಿ ಏನು ಮಾಡಿದಳು? ಪದಕ ತಗೊಂಡು ಹೋದಳು. ಆ ತೊಟ್ಟಿಲಿನ ಒಳಗೆ ಇಟ್ಟು ಬಿಟ್ಟಳು. ಅದರ ಮೇಲೆ ಒಂದು ಬಟ್ಟೆ ಹೊದಿಸಿಬಿಟ್ಟಳು. ಎಷ್ಟೋ ದಿನ ಆಯ್ತು. ಪದಕದ ವಿಚಾರಾನ ಮಹಾರಾಣಿಯೂ ಮರೆತುಬಿಟ್ಟಳು; ಗೌಡೀನೂ ಮರೆತು ಬಿಟ್ಟಳು; ಮಹಾರಾಜನೂ ಮರೆತುಬಿಟ್ಟ. ಹೀಗೇ ಒಂಬತ್ತು ತಿಂಗಳು ಕಳೀತು. ಒಂದು ರಾತ್ರಿ ಸರಿಹೊತ್ತಿನಲ್ಲಿ ಎಲ್ಲಾ ಮಲಗಿದ್ದರು. ಈ ಪದಕ ತೊಟ್ಟಿಲಿನಲ್ಲಿದ್ದದ್ದು ಮಗುವಾಗಿಬಿಟ್ಟಿತು. ತೊಟ್ಟಿಲಿನೊಳಗೆ ಮಲಗಿ ಆಗ ತಾನೇ ಹುಟ್ಟಿದ ಮಗು ಅಳೋಹಾಗೆ ಅಳೋದಕ್ಕೆ ಶುರುಮಾಡಿತು. ಅರಮನೆಯಲ್ಲಿ ಎಲ್ಲರಿಗೂ ಎಚ್ಚರವಾಯ್ತು. ಎಲ್ಲರಿಗೂ ಆಶ್ಚರ್ಯವೋ ಆಶ್ಚರ್ಯ. ದೊರೆಗೆ ಮಕ್ಕಳೇ ಇರಲಿಲ್ಲ. ಇದ್ಯಾವ ಮಗು ಈ ಅರ್ಧರಾತ್ರಿನಲ್ಲಿ ಅಳ್ತಾ ಇದೆ ಅಂದು ಕೊಂಡರು. ಆಗ ಮಹಾರಾಣಿಗೆ ನೆನಪಾಯಿತು. ಮಹಾರಾಣಿ ತೊಟ್ಟಿಲ ಹತ್ತಿರ ಬಂದು ನೋಡ್ತಾಳೆ: ಮುದ್ದಾದ ಗಂಡು ಮಗು. ತೊಟ್ಟಿಲನಲ್ಲಿ ಮಲಗಿ ಅಳ್ತಾ ಇದೆ. ಮಹಾರಾಣಿಗೆ ಆ ಮಗುವನ್ನು ನೋಡಿ ತುಂಬ ಸಂತೋಷ ಆಯ್ತು. ರಾಜನಿಗೆ ಎಲ್ಲಾ ವಿಷಯಾನೂ ತಿಳಿಸಿದಳು. ರಾಜನಿಗೂ ಸಂತೋಷವಾಯಿತು. ಮಹಾರಾಣಿಗೆ ಮಕ್ಕಳಿರಲಿಲ್ಲ. ದೇವರೇ ಸೊಗಸಾದ ಮಗೂನ ಕೊಟ್ಟ ಅಂತ ಅವರಿಗೆ ಸಮಾಧಾನವಾಯಿತು. 'ಹೊರಗೆ ಗಂಡು ಮಗು ಆಯ್ತು. ಮಹಾರಾಣಿ ಗಂಡುಮಗು ಹೆತ್ತಿದ್ದಾರೆ' ಅಂತ ಊರಿನಲ್ಲೆಲ್ಲಾ ದೊರೆ ಸಾರಿಸಿಬಿಟ್ಟ. ಊರಿಗೆಲ್ಲಾ ಸಕ್ಕರೆ ಬೀರಿಸಿದ. ಮಗುವಿಗೆ ನಾಮಕರಣ ಮಾಡಿದರು. 'ಪದಕದ ಕುಮಾರ' ಅಂತ ಹೆಸರನ್ನು ಇಟ್ಟರು.

ಪದಕದ ಕುಮಾರ ದೊಡ್ಡವನಾದ. ವಿದ್ಯೆ, ಬುದ್ಧಿ ಕಲಿತ. ಅವನಿಗೆ ಐದು ವರ್ಷವಾಯಿತು. ಮಂತ್ರಿ ಹೆಂಡತಿ ಬಸುರಿ. ಅವಳು ಹೆತ್ತಳು. ಅವಳಿಗೆ ಒಂದು ಹೆಣ್ಣು ಮಗು ಆಯ್ತು. ಆ ಮಗೂಗೆ ಸತ್ಯಭಾಮೆ ಅಂತ ಹೆಸರಿಟ್ಟರು. ಅವಳು ಸುಖವಾಗಿ ಬೆಳೆದಳು. ಅವಳನ್ನು ಮಠಕ್ಕೆ ಹಾಕಿದರು. ಪದಕದ ಕುಮಾರನನ್ನೂ ಮಠಕ್ಕೆ ಹಾಕಿದರು. ಇಬ್ಬರೂ ಉಳಿದ ಹುಡುಗರ ಜತೆ ಮಠಕ್ಕೆ ಹೋಗ್ತಾ ಇದ್ದರು. ಹೀಗೆ ಇವರೆಲ್ಲಾ ಓದ್ತಾ ಇದ್ದಾಗ ಒಂದು ದಿನ ಪದಕದ ಕುಮಾರ ಒಂದು ಮಾವಿನಹಣ್ಣು ತಗೊಂಡು ಹೋದ. ದಾರಿಯಲ್ಲಿ ಎಲ್ಲಾ ಹುಡುಗರೂ ಒಂದು ಮರದ ಕೆಳಗೆ ಕೂತುಕೊಂಡರು. ಪದಕದ ಕುಮಾರ ಮಾವಿನ ಹಣ್ಣನ್ನು ಹೆಚ್ಚಿ ಎಲ್ಲರಿಗೂ ಒಂದೊಂದು ಹೋಳು ಕೊಟ್ಟ. ಆದರೆ ಸತ್ಯಭಾಮೆಗೆ ಮಾತ್ರ ಕೊಡಲಿಲ್ಲ. 'ಅದ್ಯಾಕೋ ಪದಕದ ಕುಮಾರ, ಎಲ್ಲರಿಗೂ ಮಾವಿನಹಣ್ಣು ಕೊಟ್ಟು ನನಗೆ ಮಾತ್ರ ಕೊಡಲಿಲ್ಲ' ಅಂತ ಸತ್ಯಭಾಮೆ ಕೇಳಿದಳು. 'ನೀನು ಮಾವಿನಹಣ್ಣು ತರ್ತೀಯಾ ಅಂತ ಗೊತ್ತಿದ್ದರೆ ನಾನು ಒಂದು ಮಾವಿನ ಹಣ್ಣು ತರ್ತಾ ಇದ್ದೆ. ಇಂಥ ಕೆಲಸ ಏನೋ ಮಾಡೋದೇನೋ?' ಅಂತ ಅವನನ್ನು ಚೆನ್ನಾಗಿ ಬಯ್ದಳು.

'ಇಲ್ಲ ಕಣೆ, ನಿನಗೂ ಬೇಕಾದರೆ ಮಾವಿನಹಣ್ಣು ಕೊಡ್ತೀನಿ. ಆದರೆ ನೀನು ನಾನು ಹೇಳೋ ಒಂದು ಮಾತನ್ನು ನಡಸಿಕೊಡ್ತೀನಿ ಅಂತ ಭಾಷೆ ಕೊಡಬೇಕು. ಇಲ್ಲದಿದ್ದರೆ

ನಿನಗೆ ನಾನು ಮಾವಿನಹಣ್ಣು ಕೊಡೋದಿಲ್ಲ' ಅಂತ ಪದಕದ ಕುಮಾರ ಹೇಳಿದ. 'ಅದೇನು ನಿನ್ನ ಮಾತು ಹೇಳೋ, ನಾನು ಖಂಡಿತಾ ನಡೆಸಿಕೊಡ್ತೀನಿ ಅಂತ ಭಾಷೆ ಕೊಡ್ತೀನಿ' ಅಂತ ಹೇಳಿ ಅವನಿಗೆ ಭಾಷೆ ಕೊಟ್ಟಳು. ಆಮೇಲೆ ಅವನು ಅವಳಿಗೆ ಮಾವಿನ ಹಣ್ಣು ಕೊಟ್ಟು ಎಲ್ಲರೂ ಮಠಕ್ಕೆ ಹೋದರು.

ತಿರುಗ ಇನ್ನೊಂದು ದಿನ ರಾತ್ರಿ. ಪದಕದ ಕುಮಾರ ತನ್ನ ಮನೇನಲ್ಲಿ ಲೆಕ್ಕ ಮಾಡ್ತಾ ಕೂತಿದ್ದ. ಸತ್ಯಭಾಮೆ ತನ್ನ ಪಾಡಿಗೆ ತಾನು ತನ್ನ ಮನೇನಲ್ಲಿ ಕೂತುಕೊಂಡು ಬರೀತಾ ಇದ್ದಳು. ಇವಳು ಬರೀತಾ ಇದ್ದಾಗ ಕೆಲಸದವಳು ಒಂದು ದೀಪ ತಗೋಳೋಣ ಅಂತ ಹೋಗಿ ದೀಪ ಎತ್ತಿದಳು. ಅದು ಅವಳ ಕೈಜಾರಿ ಸತ್ಯಭಾಮೆ ಬರೀತಾ ಇದ್ದ ಪುಸ್ತಕದ ಮೇಲೆ ಬಿದ್ದು ಬಿಡ್ತು. ಅವಳು ಬರದದ್ದೆಲ್ಲಾ ಹಾಳಾಗಿ ಹೋಯ್ತು. ಏನು ಮಾಡೋದು ಅಂತ ಅವಳು ಯೋಚನೆ ಮಾಡ್ತಾ, ಪದಕದ ಕುಮಾರ ತನ್ನ ಮನೇನಲ್ಲಿ ಕೂತು ಓದ್ತಾ ಇದ್ದುದನ್ನು ನೋಡಿದಳು. ಅವನ ಹತ್ತಿರ ಹೋಗಿ ಪಾಠ ಹೇಳಿಸಿಕೊಂಡು ತಿರುಗ ಬರೆಯೋಣ ಅಂತ ಅವನ ಮನೆಗೆ ಹೊರಟಳು. 'ಪದಕದ ಕುಮಾರ, ಕದ ತೆಗಿ' ಅಂತ ಬಾಗಿಲು ತಟ್ಟಿ ಅವನನ್ನು ಕೂಗಿದಳು. ಅವನು ಬಂದು ಬಾಗಿಲು ತೆಗೆದು 'ಇದೇನು ಸತ್ಯಭಾಮೆ, ಇಷ್ಟು ಹೊತ್ತಿನಲ್ಲಿ ನೀನೊಬ್ಬಳೇ ಬಂದೆ. ಯಾರಾದರೂ ಕಂಡರೆ ಏನು ಅಂತಾರೆ ಅಂತ ಏನಾದ್ರೂ ನಿನಗೆ ಗೊತ್ತೆ?' ಅಂತ ಕೇಳಿದ. 'ನೋಡು, ನಾನು ಕೂತುಕೊಂಡು ಲೆಕ್ಕ ಮಾಡ್ತಾ ಇದ್ದೆ. ಕೆಲಸದವಳು ದೀಪದಬುಡ್ಡಿ ತಗೊಳ್ಳೋದಕ್ಕೆ ಬಂದಳು. ಕೈಜಾರಿ ಬುಡ್ಡಿ ನಾನು ಬರೀತಿದ್ದ ಪುಸ್ತಕದ ಮೇಲೆ ಬಿತ್ತು. ಅದೆಲ್ಲಾ ಹಾಳಾಗಿ ಹೊಯ್ತು. ನಿನ್ನ ಹತ್ತಿರ ತಿರುಗ ಹೇಳಿಸಿಕೊಂಡು ಹೋಗಿ ಬರೆಯೋಣ ಅಂತ ಬಂದೆ' ಅಂತ ಹೇಳಿದಳು. 'ನನ್ನ ಮಾತು ಕೇಳ್ತೀನಿ ಅಂತ ಭಾಷೆ ಕೊಟ್ಟರೆ ಲೆಕ್ಕ ಹೇಳಿ ಕೊಡ್ತೀನಿ ಇಲ್ಲದಿದ್ರೆ ಇಲ್ಲ' ಅಂತ ಹೇಳಿದ. 'ಆಗಲಿ' ಅಂತ ಹೇಳೀ ಅವನಿಗೆ ಭಾಷೆ ಕೊಟ್ಟಳು. ಅವನು ಅವಳಿಗೆ ಲೆಕ್ಕ ಮಾಡೋದನ್ನ ತೋರಿಸಿಕೊಟ್ಟ. ಆಮೇಲೆ ಅವಳು ಮನೆಗೆ ವಾಪಸ್ಸು ಬಂದುಬಿಟ್ಟಳು.

ಹೀಗೆ ಕಾಲ ಕಳೀತು. ಸತ್ಯಭಾಮೆಗೆ ಹದಿನಾರು ವರ್ಷ ತುಂಬಿತು. ಮಗಳಿಗೆ ಗಂಡು ಹುಡುಕೋದಕ್ಕೆ ಮಂತ್ರಿ ಆರಂಭಮಾಡಿದ. ರಾಜನ ಮಗನಿಗೆ ತನ್ನ ಮಗಳನ್ನು ಕೊಡಬೇಕು ಅಂತ ಮಂತ್ರಿಗೆ ಆಸೆ; ಮಂತ್ರಿಯ ಮಗಳನ್ನು ತನ್ನ ಮಗನಿಗೆ ತಂದುಕೊಳ್ಳಬೇಕು ಅಂತ ದೊರೆಗೆ ಆಸೆ. ಆದರೆ ಒಬ್ಬರೂ ಬಾಯಿಬಿಟ್ಟು ಕೇಳಲಿಲ್ಲ. ಅವನು ಕೇಳಲಿ ಅಂತ ಇವನು, ಇವನು ಕೇಳಲಿ ಅಂತ ಅವನು. ಹಾಗೇ ಕಾಲ ತಳ್ಳಿದರು. ಮಂತ್ರಿ ಏನೂ ತನ್ನ ಹತ್ತಿರ ಮಾತಾಡದೇ ಇದ್ದುದ್ದನ್ನು ನೋಡಿ 'ಮಂತ್ರಿಗೆಲ್ಲೋ ತನ್ನ ಮಗಳನ್ನು ನನ್ನ ಮಗನಿಗೆ ಕೊಡೋಕೆ ಇಷ್ಟ ಇಲ್ಲ ಅಂತ ಕಾಣುತ್ತೆ' ಅಂತ ರಾಜ ಸುಮ್ಮನಾದ. ರಾಜ ತನ್ನ ಹತ್ತಿರ ಏನೂ ಮಾತನಾಡದೆ ಇದ್ದುದ್ದನ್ನು ನೋಡಿ 'ತನ್ನ'ಗನಿಗೆ ನನ್ನ ಮಗಳನ್ನು ತಂದುಕೊಳ್ಳೋದಕ್ಕೆ ಮನಸ್ಸಿಲ್ಲ' ಅಂತ ಮಂತ್ರಿ ಸುಮ್ಮನಾದ. ಹೀಗೇ ಇಬ್ಬರೂ ಸುಮ್ಮನಾದರು. ಮಂತ್ರಿ, ತನ್ನ ಮಗಳಿಗೆ ಬೇರೆ ಕಡೆ ಗಂಡು ಹುಡುಕೋದಕ್ಕೆ ಶುರುಮಾಡಿದ. ಗಂಡು ಸಿಕ್ಕಿತು. ಮದುವೆ ನಿಷ್ಕರ್ಷೆ ಮಾಡಿದ. ಮದುವೆಯ ಹಿಂದಿನ ದಿನ ಗಂಡನನ್ನು ಎದುರುಗೊಳ್ಳೋದಕ್ಕೆ ಎಲ್ಲರೂ ಹೊರಟುಹೋದರು. ಮಂತ್ರಿಯ ಮನೆಯಲ್ಲಿ ಸತ್ಯಭಾಮೆ, ರಾಜನ ಮನೆಯಲ್ಲಿ

ಪದಕದ ಕುಮಾರ ಇಬ್ಬರೂ ಮಾತ್ರ ಉಳಿದರು. ಆಗ 'ಪದಕದ ಕುಮಾರ ಏನೋ ಹೇಳಬೇಕೂಂತ ಇದ್ದನಲ್ಲ. ನಾನು ಅವನು ಹೇಳಿದ್ದನ್ನು ಮಾಡ್ತೀನಿ ಅಂತ ಭಾಷೆ ಕೊಟ್ಟಿದ್ದನಲ್ಲ. ಈಗಲಾದರೂ ಹೋಗಿ ವಿಚಾರಿಸೋಣ' ಅಂತ ಸತ್ಯಭಾಮೆ ಪದಕದ ಕುಮಾರನ ಹತ್ತಿರ ಬಂದಳು. 'ಯಾಕೆ ಬಂದೆ ಸತ್ಯಭಾಮೆ ಇಷ್ಟು ಹೊತ್ತಿನಲ್ಲಿ, ನಾಳೆ ಮದುವೆ ಆಗೋ ಹೆಣ್ಣು ನೀನು. ನೀನು ಇಲ್ಲಿಗೆ ಬಂದದ್ದನ್ನು ನೋಡಿದರೆ ಯಾರಾದರೂ ಏನನ್ನುತ್ತಾರೆ. ನೀನು ಮನೆಗೆ ವಾಪಸ್ ಹೋಗು' ಅಂತ ಪದಕದ ಕುಮಾರ ಹೇಳಿದ. 'ಅವತ್ತು ನೀನು ಹೇಳಿದ್ದೆಯಲ್ಲ ನನ್ನ ಮಾತು ಕೇಳ್ತೀನಿ ಅಂತ ಭಾಷೆ ಕೊಟ್ಟರೆ ಹೇಳಿ ಕೊಡ್ತೀನಿ ಅಂತ ಹೇಳಿದ್ದೆಯಲ್ಲ ಅದೇನು ಹೇಳು. ನಾನು ನೀನು ಹೇಳಿದ ಹಾಗೆ ಕೇಳ್ತೀನಿ' ಅಂತ ಸತ್ಯಭಾಮೆ ಹೇಳಿದಳು. 'ಇನ್ಯಾತಕ್ಕೆ ಅದರ ಸುದ್ದಿ. ಆಗಿಹೋಯ್ತು ಹೋಗು. ನಿನ್ನ ಪಾಡಿಗೆ ನೀನು ಹೋಗು. ಹ್ಯಾಗಿದ್ದರೂ ನಿನ್ನ ಮದುವೆ ಗೊತ್ತಾಗಿದೆಯಲ್ಲ. ಅದೆಲ್ಲಾ ಈಗ ಹೇಳಿ ಪ್ರಯೋಜನ ಇಲ್ಲ' ಅಂತ ಹೇಳಿದ. 'ನಿನ್ನ ಮಾತು ನಾನು ಮೀರೋದಿಲ್ಲ. ನಾನು ಅವೊತ್ತು ನಿನಗೆ ಮಾತು ಕೊಟ್ಟಿದೆ. ನಾನು ನಿನ್ನನ್ನೇ ಮದುವೆ ಆಗೋದು. ಬೇರೆ ಯಾರನ್ನೂ ನಾನು ಮದುವೆ ಆಗೋದಿಲ್ಲ' ಅಂತ ಹೇಳಿದಳು. 'ಬ್ಯಾಡ, ನೀನು ಹೇಳೋದೆಲ್ಲ ಎಲ್ಲಿ ನಡೆಯುತ್ತೆ. ಕೈಯಿಗೆ ಕಟ್ಟಿದ ಕಂಕಣ ಬಿಟ್ಟು, ಮೈಯಿಗೆ ಬಳಿದ ಅರಿಸಿನ ಬಿಟ್ಟು, ಕೈಗೂಡೋ ಗಂಡನ್ನ ಬಿಟ್ಟು ಈಗ ನನ್ನನ್ನ ಮದುವೆ ಆಗ್ತೀನಿ ಅಂದರೆ ಹ್ಯಾಗಾಗುತ್ತೆ? ಅದೆಲ್ಲಾ ಆಗೋ ಮಾತಲ್ಲಾ. ನಿನ್ನ ಪಾಡಿಗೆ ನೀನು ಹೋಗು' ಅಂತ ಹೇಳಿದ. 'ನಿನ್ನ ಬಿಟ್ಟು ನಾನು ಬೇರೆ ಯಾರನ್ನೂ ಕಣ್ಣೆತ್ತಿಯೂ ನೋಡೋದಿಲ್ಲ. ನಿನ್ನನ್ನೇ ನಾನು ಮದುವೆ ಮಾಡಿಕೊಳ್ಳೋದು' ಅಂತ ಸತ್ಯಭಾಮೆ ಖಂಡಿತವಾಗಿ ಹೇಳಿದಳು. ಪದಕದ ಕುಮಾರನಿಗೂ ಮನಸ್ಸು ಕರಗಿತು. 'ಹಾಗಾದರೆ ನಾವಿಬ್ಬರೂ ಇಲ್ಲಿಂದ ಹ್ಯಾಗೆ ತಪ್ಪಿಸಿಕೊಂಡು ಹೋಗೋದು ಹೇಳು?' ಅಂತ ಅವಳನ್ನು ಕೇಳಿದ. 'ನೀನೊಂದು ಕುದುರೆ ತಗೋ; ಒಂದು ಕತ್ತಿ ತಗೋ; ನಿನ್ನ ಕೈಗೆ ಸಿಕ್ಕಿದಷ್ಟು ಹಣ ತಗೋ. ನಾನೊಂದು ಕುದುರೆ ತಗೋ ತೀನಿ. ನನ್ನ ಕೈಗೆ ಸಿಕ್ಕಿದಷ್ಟು ಹಣ ತಗೋತೀನಿ. ಊರಾಚೆ ದೇವಸ್ಥಾನದ ಹತ್ತಿರ ಕಾಯ್ತಾ ಇರು. ನಾನು ಬರ್ತೀನಿ' ಅಂತ ಹೇಳಿದಳು. ಪದಕದ ಕುಮಾರ ಕುದುರೆ ಹತ್ತಿ, ಕತ್ತಿ ಹಿಡಿದು ಜೋಬಿನಲ್ಲಿ ಹಣ ತುಂಬಿಕೊಂಡು ದೇವಸ್ಥಾನದ ಹತ್ತಿರಕ್ಕೆ ಬಂದು ಸ್ವಲ್ಪ ಹೊತ್ತು ಕಾದ. ಅವಳೂ ಕುದುರೆ ಮೇಲೆ ಹತ್ತಿ, ಕತ್ತಿ ಹಿಡಿದು ಬಟ್ಟೆಯಲ್ಲಿ ಸ್ವಲ್ಪ ಹಣ ತುಂಬಿಕೊಂಡು ಬಂದಳು. ಅಲ್ಲಿಂದ ಇಬ್ಬರೂ ಕುದುರೆ ಮೇಲೆ ಬೇಗ ಬೇಗ ಹೊರಟು ಹೋದರು; ದೂರ ದೂರ ಹೊರಟುಹೋದರು.

ಈ ಕಡೆ ಗಂಡನ್ನು ಕರಕೊಂಡು ರಾಜ, ಮಂತ್ರಿ ಎಲ್ಲರೂ ಬಂದರು. ಮನೆಗೆ ಬಂದು ನೋಡಿದಾಗ ಸತ್ಯಭಾಮೆಯೂ ಇಲ್ಲ ಪದಕದ ಕುಮಾರನೂ ಇಲ್ಲ. ಇವರಿಬ್ಬರೂ ಎಲ್ಲಿ ಹೋದರು? ಎಲ್ಲೆಲ್ಲೋ ಹುಡುಕಾಡಿಸಿದರು. ಅವರು ಎಲ್ಲೂ ಸಿಕ್ಕಲಿಲ್ಲ. ತಂದೆ ತಾಯಿ ಅನ್ನ ನೀರು ಬಿಟ್ಟು ಮಕ್ಕಳು ಹಿಂದಕ್ಕೆ ಬರೋದನ್ನೇ ಕಾಯ್ತಾ ಇದ್ದರು.

ಆ ಕಡೆ ಪದಕದ ಕುಮಾರ, ಸತ್ಯಭಾಮೆ ಇಬ್ಬರೂ ಕುದುರೆಯ ಮೇಲೆ ಕೂತು ತುಂಬ ದೂರ ಬಂದುಬಿಟ್ಟರು. ದಾರೀನಲ್ಲಿ ಸತ್ಯಭಾಮೆ: 'ನನಗೆ ತುಂಬ ಹಸಿವಾಗುತ್ತೆ.

ನನಗೆ ತಿನ್ನೋದಕ್ಕೆ ಏನಾದರೂ ಬೇಕೇಬೇಕು' ಅಂತ ಹೇಳಿದಳು. 'ಇದು ಕಾಡು. ತಿನ್ನೋಕೆ ಏನು ಸಿಕ್ಕುತ್ತೆ? ಇನ್ನೂ ಸ್ವಲ್ಪ ದೂರ ಹೋಗೋಣ ನಡಿ. ಯಾವುದಾದರೂ ಊರು ಸಿಕ್ಕುತ್ತೆ. ಅಲ್ಲಿ ನಿಧಾನವಾಗಿ ಊಟ ಮಾಡಿದರಾಯ್ತು. ಈ ಕಾಡಿನಲ್ಲಿ ನಿಲ್ಲೋದು ಒಳ್ಳೇದಲ್ಲ. ಹುಲಿಗಿಲಿ ಇದ್ದರೆ ತೊಂದರೆ. ಕಾಡಿನಲ್ಲಿ ಕಳ್ಳರೂ ಇರ್ತಾರೆ. ಸುಮ್ಮನೆ ಮುಂದೆ ಹೋಗೋಣ ನಡಿ' ಅಂತ ಹೇಳಿದ. ಆದರೆ ಸತ್ಯಭಾಮೆ ಕೇಳಲಿಲ್ಲ. 'ಇಲ್ಲ ನನಗೆ ತುಂಬ ಹಸಿವಾಗಿದೆ. ತಿನ್ನೋದಕ್ಕೆ ಏನಾದರೂ ಬೇಕೇಬೇಕು. ಇಲ್ಲದೆ ಇದ್ದರೆ ಹಸಿವಿನಿಂದ ಸತ್ತು ಹೋಗಬೇಕಾಗುತ್ತೆ. ನೀನು ಎಲ್ಲಾದರೂ ಹೋಗಿ ಏನಾದರೂ ತಿನ್ನೋದಕ್ಕೆ ತಗೊಂಡು ಬಾ,' ಅಂತ ಹಟಮಾಡಿದಳು. ಹಾಗೆ ಅವರಿಬ್ಬರೂ ಬರ್ತಾ ಇರಬೇಕಾದರೆ ಎದುರಿಗೆ ಶಿವಗಂಗೆ ಅಂಥದೊಂದು ದೊಡ್ಡ ಬೆಟ್ಟ ಸಿಕ್ಕಿತು: ಅಲ್ಲೊಂದು ಗುಹೆ ಇತ್ತು. ಈ ಗುಹೆ ಒಳಗೆ ಏನಿದೆಯೋ ನೋಡೋಣ ಅಂತ ಇಬ್ಬರು ಕುದುರೆಯಿಂದ ಕೆಳಕ್ಕೆ ಇಳಿದರು. ಕುದುರೇನ ಒಂದು ಕಡೆ ಕಟ್ಟಿಹಾಕಿದರು. ಗುಹೆ ಬಾಗಿಲು ತಕ್ಕೊಂಡು ಒಳಕ್ಕೆ ಹೋದರು. 'ಯಾರು ಒಳಗೆ' ಅಂತ ಹೊರಗಡೆಯಿಂದ ಕೂಗಿದರು. ಇವರ ಕೂಗು ಕೇಳಿ ಗುಹೆ ಒಳಗಡೆಯಿಂದ ಒಂದು ಮುದುಕಿ ಹೊರಗಡೆ ಬಂತು. 'ಯಾರಪ್ಪ ನೀವು! ಈ ಹೆಂಗಸು ಯಾರಪ್ಪ? ಇಲ್ಲಿಗೆ ಯಾಕೆ ಬಂದಿರಿ! ಏನು ಬೇಕು ನಿಮಗೆ?' ಅಂತ ಆ ಮುದುಕಿ ಕೇಳಿತು. 'ಅಜ್ಜಿ, ನಮಗೆ ತುಂಬ ಹಸಿವಾಗಿದೆ. ಮೊದಲು ತಿನ್ನೋದಕ್ಕೆ ಏನಾದರೂ ಕೊಡಿ. ಆಮೇಲೆ ನಿಧಾನವಾಗಿ ನಾವು ಯಾರು, ಏನು ಅನ್ನೋದನ್ನು ಹೇಳ್ತೀನಿ' ಅಂತ ಪದಕದ ಕುಮಾರ ಹೇಳಿದ. ಆ ಮುದುಕಿ ಇವರಿಬ್ಬರನ್ನೂ ನೋಡಿತು. ಆ ಮುದುಕಿಗೆ ಏಳು ಜನ ಗಂಡು ಮಕ್ಕಳು. ಅವರೆಲ್ಲರೂ ಕಳ್ಳರು. ಕಳ್ಳತನ ಮಾಡೋದಕ್ಕೆ ಹೋಗಿದ್ದರು. ಇವರಿಬ್ಬರನ್ನು ತನ್ನ ಮಕ್ಕಳು ಬರೋವರೆಗೆ ಇಲ್ಲೇ ಇರಿಸಿಕೊಂಡಿದ್ದರೆ ತನ್ನ ಮಕ್ಕಳು ಬರುತ್ತಲೂ ಇವರ ಹತ್ತಿರ ಇರೋದನ್ನೆಲ್ಲಾ ಕಸ್ಕೋಬಹುದು. ಈ ಹುಡುಗೀನ ತನ್ನ ಮಕ್ಕಳಿಗೆ ಮದುವೆ ಮಾಡಿಕೊಳ್ಳಬಹುದು. ರಾಜಕುಮಾರನನ್ನು ಕೊಂದು ಹಾಕಿದರೆ ಆಯ್ತು ಅಂತ ಆ ಮುದುಕಿ ಯೋಚನೆ ಮಾಡಿತು. ನಿಸೂರಾಗಿ ಹೆಣ್ಣು ಸಿಕ್ಕುತ್ತೆ. ನಿಸೂರಾಗಿ ದುಡ್ಡು ಸಿಕ್ಕುತ್ತೆ ಅಂತ ಆ ಮುದುಕಿ ಯೋಚನೆ ಮಾಡಿತು. ಅವರಿಬ್ಬರನ್ನೂ ಒಳಕ್ಕೆ ಕರೆದು ಅವರಿಗೆ ತಿನ್ನೋದಕ್ಕೆ ಕೊಟ್ಟು, ಅವರು ಯಾರು? ಏನು? ಎಲ್ಲಿಂದ ಬಂದರು ಅನ್ನೋದನ್ನೆಲ್ಲಾ ವಿಚಾರಿಸಿಕೊಂಡಿತು. 'ಅಡುಗೆ ಮಾಡಿ ಬಡಿಸ್ತೀನಿ. ಹೊರಗಡೆ ಕೂತಿರಿ' ಅಂತ ಆ ಮುದುಕಿ ಹೇಳಿ ಒಳಗಡೆ ಅಡುಗೆ ಮನೆಗೆ ಬಂದು ಒಂದು ಒಡಕು ತಪ್ಪಲೆ ತಗೊಂಡು ಅದರಲ್ಲಿ ನೀರು ತುಂಬಿ ಒಲೆಯ ಮೇಲೆ ಇಟ್ಟಳು. ಒಡಕು ಮಡಕೆಯಿಂದ ನೀರು ಕೆಳಕ್ಕೆ ಸುರಿದು ಒಲೆ ಎಲ್ಲಾ ಆರಿಹೋಯ್ತು. ಹೊರಗಡೆ ಬಂದು ಅವರಿಬ್ಬರನ್ನೂ ನೋಡಿ 'ಒಲೆ ಮೇಲೆ ಅಡುಗೆ ಮಾಡೋದಕ್ಕೆ ಇಟ್ಟಿದ್ದೀನಿ. ಇಷ್ಟರಲ್ಲೇ ಅಡುಗೆ ಆಗುತ್ತೆ. ಊಟ ಮಾಡಿಕೊಂಡು ಹೋಗಿ. ಅಪರೂಪಕ್ಕೆ ಬಂದಿದ್ದೀರಿ' ಅಂತ ಉಪಚಾರ ಹೇಳಿದಳು. ಅವರು ಅದು ನಿಜವೇನೋ ಅಂತ ನಂಬಿ 'ಹಾಗೇ ಆಗಲಿ ಅಜ್ಜಿ' ಅಂತ ಹೇಳಿ ಆ ಮುದುಕಿ ಜೊತೆ ಮಾತಾಡ್ತಾ ಕೂತುಕೊಂಡರು. ಆ ಮುದುಕಿ ಮಧ್ಯೆ ಮಧ್ಯೆ ಗುಹೆಯಿಂದ ಹೊರಗಡೆ ಹೋಗಿ ಗುಡ್ಡದ ಮೇಲೆ ಹತ್ತೋದು, ಕೆಳಕ್ಕೆ ಇಳಿಯೋದು ಹೀಗೇ ಮಾಡ್ತಾ

ಇದ್ದಳು. ಪದಕದ ಕುಮಾರ ಹೊರಗಡೆ ಇದನ್ನು ನೋಡ್ತಾ ಇದ್ದ. ಅವನಿಗೆ ಈ ಮುದುಕಿಯ ವಿಚಾರವಾಗಿ ಅನುಮಾನ ಬಂತು. ಸತ್ಯಭಾಮೆ ಒಳಗಡೆ ಹೋಗಿ ನೋಡ್ತಾಳೆ; ಒಲೆಯ ಮೇಲೆ ಒಡಕಲ ಪಾತ್ರೆ. ನೀರೆಲ್ಲಾ ಸೋರಿ ಹೋಗ್ತಾ ಇದೆ. ಒಲೆ ಆರಿಹೋಗಿದೆ. ಅವಳಿಗೂ ಈ ಮುದುಕಿ ಮಾಡ್ತಾ ಇರೋದರಲ್ಲಿ ಅನುಮಾನ ಬಂತು. ಪದಕದ ಕುಮಾರನಿಗೆ ಹೇಳಿದಳು. ಇಬ್ಬರಿಗೂ ಈ ಮುದುಕಿ ಏನೋ ಮೋಸ ಮಾಡ್ತಾ ಇದೆ ಅಂತ ಅನುಮಾನ ಭಯ ಬಂತು! 'ಅಜ್ಜಿ, ನಮಗೆ ಹೊತ್ತಾಗುತ್ತೆ. ಬೇಗ ಏನಾದರೂ ಕೊಡಜ್ಜಿ. ನಾವು ಹೋಗಬೇಕು' ಅಂತ ಹೇಳಿದರು. ಆ ಮುದುಕಿ ಆಗಲಿ ಅಂತ ತಿರುಗ ಪಾತ್ರೆಯಲ್ಲಿ ನೀರಿಟ್ಟು ಅಕ್ಕಿ ಹಾಕಿ ಒಲೆ ಉರಿ ಮಾಡಿ ಹೊರಕ್ಕೆ ಹೋದಳು. ಎಷ್ಟು ಹೊತ್ತಾದರೂ ಬರಲೇ ಇಲ್ಲ. ಇವರಿಬ್ಬರೂ ಒಲೆ ಉರಿ ಹೆಚ್ಚು ಮಾಡಿದರು. ಅನ್ನ ಆಯ್ತು. ಅದನ್ನು ಬಟ್ಟೆಗೆ ಹಾಕಿಕೊಂಡು ಅಜ್ಜಿ ಒಳಕ್ಕೆ ಬರೋದರ ಒಳಗೆ ಕುದುರೆ ಹತ್ತಿ ಹೊರಟು ಹೋದರು.

ಈ ಕಡೆ ಮುದುಕಿ ಗುಹೆಗೆ ಬಂದು ನೋಡುತ್ತೆ. ಅಲ್ಲೇನಿದೆ ಮಣ್ಣು. ಅಕ್ಕಿ ಹಾಕಿದ ಪಾತ್ರೆ ಖಾಲಿಯಾಗಿದೆ. ನಾನೇ ಕಳ್ಳನು ಅಂತ ಇದ್ದರೆ ನಮಗಿಂತ ಇವರು ಕಳ್ಳರಾಗಿಬಿಟ್ಟರಲ್ಲ! ಅಂತ ಮುದುಕಿ ಕೈಕೈ ಹಿಸುಕಿಕೊಂಡಿತು. ಅಷ್ಟು ಹೊತ್ತಿಗೆ ಆ ಮುದುಕಿಯ ಮಕ್ಕಳು ಬಂದರು. ಅವರನ್ನೆಲ್ಲಾ ಮುದುಕಿ ಚೆನ್ನಾಗಿ ಬಯ್ದು 'ಇಷ್ಟು ಹೊತ್ತಿನವರೆಗೂ ಹಾಳು ಬಡಿದುಕೊಂಡು ಎಲ್ಲಿಗೆ ಹೋಗಿದ್ದೀರಿ. ನೀವು ಬರ್ತೀರಿ ಅಂತ ಕಾದು ಕಾದು ಸಾಕಾಯ್ತು. ಇಲ್ಲಿಗೆ ಒಬ್ಬ ಹುಡುಗ, ಒಬ್ಬಳು ಹುಡುಗಿ ಬಂದಿದ್ದರು. ನೀವು ಬರ್ತೀರಿ ಅಂತ ಅವರನ್ನ ಇಷ್ಟು ಹೊತ್ತಿನವರೆಗೆ ನಿಲ್ಲಿಸ್ಕೊಂಡಿದ್ದೆ. ಆವರು ನನಗೆ ಮೋಸ ಮಾಡಿ ಈಗ ತಾನೇ ಕುದುರೆ ಹತ್ತಿ ಓಡಿ ಹೋದರು. ಬೇಗ ಅವರನ್ನು ಅಟ್ಟಿಸಿಕೊಂಡು ಹೋಗಿ. ಅವರು ಸಿಕ್ಕಿದರೂ ನಿಮಗೆ ಸಿಕ್ಕಬಹುದು' ಅಂತ ಹೇಳಿತು. ಕಳ್ಳರು ಏಳು ಜನರೂ ಕುದುರೆ ಹತ್ತಿ ಕೊಂಡು ಇಬ್ಬರನ್ನೂ ಹುಡುಕಿಕೊಂಡು ಹೊರಟರು. ಪದಕದ ಕುಮಾರ ಸತ್ಯಭಾಮೆ ಅವರ ಹತ್ತಿರ ಬಂದು ಬಿಟ್ಟರು. ಪದಕದ ಕುಮಾರ ಹಿಂದಕ್ಕೆ ತಿರುಗಿ ನೋಡಿದ. ಕಳ್ಳರು ಹಿಂದೆ ಅಟ್ಟಿಸಿಕೊಂಡು ಬರ್ತಾ ಇದ್ದಾರೆ. ಇನ್ನೇನು ಹತ್ತತ್ತಿರ ಬಂದೇ ಬಿಟ್ಟರು. 'ಸತ್ಯಭಾಮೆ, ನಿನಗೆ ಎಷ್ಟು ಹೇಳಿದರೂ ಅರ್ಥವೇ ಆಗೋದಿಲ್ಲ. ಆ ಗುಹೆಗೆ ಹೋಗೋದು ಬೇಡ ಅಂತ ಹೇಳಿದೆ. ನೀನು ಕೇಳಲಿಲ್ಲ. ಕಳ್ಳರು ಅಟ್ಟಿಸಿಕೊಂಡು ಬಂದೇ ಬಿಟ್ಟರು. ಕುದುರೆ ಈಗ ಸುಸ್ತಾಗಿದೆ. ಈಗ ಏನು ಮಾಡೋದು ಹೇಳು' ಅಂತ ಹೇಳಿದ. ಅಷ್ಟು ಹೊತ್ತಿಗೆ ಕಳ್ಳರು ಓಡಿಬಂದು ಪದಕದ ಕುಮಾರನನ್ನು, ಸತ್ಯಭಾಮೇನ ತಡೆದು ನಿಲ್ಲಿಸಿಯೇಬಿಟ್ಟರು. 'ಯಾರಪ್ಪ ನೀವು? ಯಾಕೆ ಬಂದಿರಿ? ನಮ್ಮನ್ನ ಯಾಕೆ ತಡೀತೀರಿ. ನೀವು ನೋಡಿದರೆ ಅಣ್ಣತಮ್ಮಂದಿರ ಹಾಗೆ ಕಾಣ್ತೀರಿ. ನಿಮ್ಮನ್ನ ನೋಡೋದೇ ಒಂದು ಚಂದ. ಎಲ್ಲಿ ಸಾಲಾಗಿ ನಿಂತುಕೊಳ್ಳಿ ನೋಡೋಣ' ಅಂತ ಪದಕದ ಕುಮಾರ ಅವರಿಗೆ ಹೇಳಿದ. ಅವರು ಅವನು ಹೇಳಿದ್ದಕ್ಕೆ ಮೋಸ ಹೋದರು. ಸಾಲಾಗಿ ನಿಂತುಕೊಂಡರು. ಪದಕದ ಕುಮಾರ ಸೊಂಟದಿಂದ ಕತ್ತಿ ಎಳೆದು ಬಾಳೆದಿಂಡು ಕತ್ತರಿಸಿದ ಹಾಗೆ ಇವರ ತಲೆ ಕತ್ತರಿಸಿಬಿಟ್ಟ! ಆರು ಜನ ಅಲ್ಲೆ ಸತ್ತುಹೋದರು. ಕೊನೆಯವನು ಅಲ್ಲೇ ಮೂರ್ಛೆ ಬಿದ್ದ. ಇವರಿಬ್ಬರೂ

ಅವನನ್ನು ಅಲ್ಲೆ ಬಿಟ್ಟು ಕುದುರೆ ಓಡಿಸಿಕೊಂಡು ಓಡೀ ಹೋದರು. ಹೋದರು ಹೋದರು. ಎಷ್ಟೋ ದೂರ ಹೋದ ಮೇಲೆ ಒಂದು ಪಟ್ಟಣ ಸಿಕ್ಕಿತು.

ದೀಪ ಹಚ್ಚೋ ಹೊತ್ತಿಗೆ ಪದಕದ ಕುಮಾರ ಸತ್ಯಭಾಮೆ ಆ ಪಟ್ಟಣಕ್ಕೆ ಹೋದರು. ಆ ಪಟ್ಟಣದ ಹೊರಗೆ ಒಂದು ದೇವಸ್ಥಾನ. ಆ ದೇವಸ್ಥಾನದ ಎದುರಿನಲ್ಲಿ ಕುದುರೆ ನಿಲ್ಲಿಸಿದರು. ಕೆಳಗಡೆ ಇಳಿದರು. ದೇವಸ್ಥಾನ ದೊಡ್ಡದಾಗಿತ್ತು. ಒಂದು ಕಡೆ ದೇವಸ್ಥಾನದ ಹತ್ತಿರದಲ್ಲಿ ಕುದುರೆ ಕಟ್ಟಿದರು. ಇಬ್ಬರೂ ಆ ದೇವಸ್ಥಾನದಲ್ಲಿ ಆ ರಾತ್ರಿ ಉಳಿದುಕೊಂಡರು. ಬೆಳಗಾಯಿತು. ಪದಕದ ಕುಮಾರ ಬೆಳಗ್ಗೆ ಎದ್ದು ಆ ಊರಿನ ರಾಜನ ಅರಮನೆಗೆ ಹೋದ. 'ನನಗೆ ಏನಾದರೂ ಮಾಡೋದಕ್ಕೆ ಕೆಲಸ ಕೊಡಿ' ಅಂತ ರಾಜನನ್ನು ಕೇಳಿದ. ರಾಜ ಅವನನ್ನು ಸಂಬಳಕ್ಕೆ ನೇಮಿಸಿಕೊಂಡ. ಪದಕದ ಕುಮಾರ ಕೆಲಸದ ಮೇಲೆ ಅರಮನೆಯಲ್ಲಿ ನಿಂತ. ಸತ್ಯಭಾಮೆ ದೇವಸ್ಥಾನದಲ್ಲಿ ಇದ್ದಳು. ಬಂದ ಸಂಬಳದಲ್ಲಿ ಸತ್ಯಭಾಮೆಗೆ ಏನೇನು ಬೇಕೋ ಎಲ್ಲಾ ಪದಕದ ಕುಮಾರ ತಂದು ಕೊಡ್ತಾ ಇದ್ದ. ಸತ್ಯಭಾಮೆ ಅಡುಗೆ ಮಾಡಿಕೊಂಡು ಊಟ ಮಾಡಿ ಸುಖವಾಗಿದ್ದಳು. ಪದಕದ ಕುಮಾರ ಬೆಳಗಿನಿಂದ ಸಂಜೆಯವರೆಗೆ ದೊರೆ ಮನೇಲಿ ಕೆಲಸ ಮಾಡೋದು ರಾತ್ರಿ ಮನೆಗೆ ಬರೋದು ಹೀಗೆ ಮಾಡ್ತಾ ಇದ್ದ. ಸ್ವಲ್ಪ ದಿನ ಇಬ್ಬರೂ ಹೀಗೇ ಸುಖವಾಗಿದ್ದರು.

ಈ ಕಡೆ ಕಾಡಿನಲ್ಲಿ ಪದಕದ ಕುಮಾರ ಹೊಡೆದಾಗ ಮೂರ್ಛೆ ಹೋಗಿದ್ದನಲ್ಲ ಆ ಕಳ್ಳನಿಗೆ ಎಚ್ಚರವಾಯ್ತು. ಎದ್ದು ನೋಡ್ತಾನೆ ಅಣ್ಣಂದಿರೆಲ್ಲಾ ಸತ್ತು ಬಿದ್ದಿದ್ದಾರೆ. ತಾನೊಬ್ಬನೇ ಮನೆಗೆ ಹೋದರೆ ಮುದುಕಿ ಬಯ್ತಾಳೆ ಅಂತ ಅಂದುಕೊಂಡು ಎಲ್ಲಾದರೂ ಹತ್ತಿರದ ಊರಿಗೆ ಹೋಗೋಣ ಅಂತ ನಿಧಾನವಾಗಿ ನಡಕೊಂಡು ಬಂದ. ಪದಕದ ಕುಮಾರ, ಸತ್ಯಭಾಮೇ ಇದ್ದರಲ್ಲ ಅದೇ ಊರಿಗೆ ಬಂದ. ಊರ ಹೊರಗೇನೇ ಪದಕದ ಕುಮಾರನ ಮನೆ ಇತ್ತಲ್ಲ. ಈ ಕಳ್ಳ ಅಲ್ಲಿಗೇ ಬಂದ. ಏನಾದರೂ ಮಾಡಿ ತನ್ನ ಅಣ್ಣಂದಿರನ್ನು ಕೊಂದಿದ್ದನಲ್ಲ ಆ ವೈರಿಯನ್ನು ಸಾಯಿಸಿ ಸೇಡು ತೀರಿಸಿಕೋಬೇಕು ಅಂತ ಮನಸ್ಸಿನಲ್ಲಿ ಪ್ರತಿಜ್ಞೆ ಮಾಡಿದ. ಪದಕದ ಕುಮಾರನ ಮನೆ ಜಗಲಿ ಮೇಲೆ ಬಂದು ಕೂತ. ತಟ್ಟೆ ತೊಳೀಬೇಕು ಅಂತ ಸತ್ಯಭಾಮೆ ಬಾಗಿಲು ತೆಗೆದು ಹೊರಗಡೆ ಬಂದಳು. ಅವಳನ್ನು ನೋಡಿದ ತಕ್ಷಣ 'ಇವಳೇ ನನ್ನ ವೈರಿಯ ಹೆಂಡತಿ. ವೈರಿಯನ್ನು ಕೊಂದು ಇವಳನ್ನು ನಾನು ಮದುವೆ ಆಗಲೇಬೇಕು' ಅಂತ ಮನಸ್ಸಿನಲ್ಲಿ ನಿರ್ಧಾರ ಮಾಡಿಕೊಂಡ. 'ಯಾವೂರಪ್ಪ ನಿನ್ನದು? ನೀನು ಯಾರು? ಎಲ್ಲಿಂದ ಬಂದೆ?' ಅಂತ ಸತ್ಯಭಾಮೆ ಅವನನ್ನು ಕೇಳಿದಳು. ಅವಳಿಗೆ ಅವನು ಕಳ್ಳ ಅಂತ ಅನ್ನೋದು ತಿಳೀಲೇ ಇಲ್ಲ. 'ತಾಯಿ, ನನಗೆ ಯಾರೂ ದಿಕ್ಕಿಲ್ಲ. ನಾನೊಬ್ಬ ಪರದೇಶಿ. ದೇಶ ಸುತ್ತಿ ಸಾಕಾಗಿ ಬಂದೆ. ನಿಮ್ಮನ್ನು ಬಿಟ್ಟರೆ ನನಗೆ ಇನ್ಯಾರೂ ಗತಿಯಿಲ್ಲ. ನೀವು ಹೇಳಿದ ಕೆಲಸ ಮಾಡ್ತೀನಿ. ನಿಮ್ಮ ಮನೆಯಲ್ಲಿ ನನ್ನನ್ನು ಕೆಲಸಕ್ಕೆ ಇಟ್ಟುಕೊಳ್ಳಿ' ಅಂತ ಬೇಡಿಕೊಂಡ. 'ಆಗಲಪ್ಪ, ಅದಕ್ಕೇನಂತೆ. ನಮಗೂ ಮನೇನಲ್ಲಿ ನಂಬಿಗಸ್ಥನಾದ ಒಬ್ಬ ಕೆಲಸದವನು ಬೇಕಾಗಿತ್ತು. ನಿನ್ನನ್ನೇ ಕೆಲಸಕ್ಕೆ ಇಟ್ಟುಕೊಂಡರಾಯ್ತು. ನಮ್ಮ ಯಜಮಾನರು ರಾತ್ರಿಗೆ ಬರ್ತಾರೆ. ಅಲ್ಲಿವರೆಗೂ ಇರು. ಅವರನ್ನು ಕೇಳಿ ಕೆಲಸಕ್ಕೆ

ಸೇರಿಸಿಕೋತೀನಿ' ಅಂತ ಹೇಳಿದಳು. 'ಹಾಗೇ ಆಗಲಿ ತಾಯಿ' ಅಂತ ಹೇಳಿ ರಾತ್ರಿ ಯಾಗೋವರೆಗೂ ಅಲ್ಲೇ ಕೂತಿದ್ದ. ರಾತ್ರಿ ಆಯ್ತು. ಪದಕದ ಕುಮಾರ ಮನೆಗೆ ಬಂದ. ಅವನು ಮನೆಗೆ ಬರುತ್ತಲೂ ಸತ್ಯಭಾಮೆ ಅವನಿಗೆ ಎಲ್ಲಾ ವಿಷಯ ಹೇಳಿದಳು. 'ನಮ್ಮ ಕುದುರೆ ಕಾಯೋದಕ್ಕೆ ಯಾರೂ ಇಲ್ಲ. ಮನೇ ಕೆಲಸ ಮಾಡೋದಕ್ಕೆ ಯಾರೂ ಇಲ್ಲ. ಹೊರಗಡೆ ಕೂತಿದ್ದಾನಲ್ಲ ಅವನು ಕೆಲಸಕ್ಕೆ ಇರ್ತೀನಿ ಅಂತ ಹೇಳಿದ. ಅವನನ್ನ ಕೆಲಸಕ್ಕೆ ಇಟ್ಟುಕೊಳ್ಳೋಣ' ಅಂತ ಹೇಳಿದಳು. 'ಎಲ್ಲಿ, ಅವನು ಯಾರು ತೋರಿಸು, ನೋಡೋಣ' ಅಂತ ಪದಕದ ಕುಮಾರ ಹೇಳಿದ. ಅವಳು ಅವನಿಗೆ ಆ ಕೆಲಸದವನನ್ನು ತೋರಿಸಿದಳು. ಅವನನ್ನು ನೋಡುತ್ತಲೂ ಪದಕದ ಕುಮಾರನಿಗೆ ಅನುಮಾನ ಬಂದುಬಿಡ್ತು. ಅವನು ಯಾರು ಏನು ಅನ್ನೋದು ಪೂರ್ತಿ ನೆನಪಿಗೆ ಬರಲಿಲ್ಲ. ಆದರೂ ಅವನನ್ನ ಮನೇನಲ್ಲಿ ಕೆಲಸಕ್ಕೆ ಇಟ್ಟುಕೊಳ್ಳೋದು ಒಳ್ಳೇದಲ್ಲ ಅಂತ ಅವನಿಗೆ ಅನ್ನಿಸಿತು. ಒಳಗಡೆ ಬಂದು 'ಸತ್ಯಭಾಮೆ, ನನಗೆ ಅವನ ಮೇಲೆ ಅನುಮಾನ ಇದೆ. ಅವನು ಕೆಲಸಕ್ಕೆ ಬೇಡ' ಅಂತ ಹೇಳಿದ. ಅವಳು ಅವನ ಮಾತನ್ನು ಕೇಳಲಿಲ್ಲ. 'ನಾನು ಅವನಿಗಾಗಲೇ ಮಾತು ಕೊಟ್ಟು ಬಿಟ್ಟಿದ್ದೀನಿ. ಏನೇ ಆಗಲಿ ಅವನನ್ನ ಕೆಲಸಕ್ಕೆ ಇಟ್ಟುಕೊಳ್ಳಲೇಬೇಕು' ಅಂತ ಅವಳು ಹಟ ಮಾಡಿದಳು. 'ನಾನೇನು ಹೇಳಿದರೂ ನಿನಗೆ ಅರ್ಥ ಆಗೋದಿಲ್ಲ. ಅದು ಏನುಬೇಕಾದರೂ ಹಾಳುಮಾಡಿಕೋ ಹೋಗು' ಅಂತ ಪದಕದ ಕುಮಾರ ಅವಳ ಮೇಲೆ ರೇಗಿ ಸುಮ್ಮನಾದ. ಸತ್ಯಭಾಮೆ ಆ ಕಳ್ಳನನ್ನ ಕೆಲಸಕ್ಕೆ ಸೇರಿಸಿಕೊಂಡಳು.

ಪದಕದ ಕುಮಾರನಿಗೆ ಆ ಆಳಿನ ವಿಚಾರವಾಗಿ ಅನುಮಾನ ಇತ್ತು. ಆದರೆ ಆ ಆಳು ಶ್ರದ್ಧೆಯಿಂದ ಕೆಲಸ ಮಾಡ್ತಾ ಇದ್ದ; ನಂಬಿಕೆಯಾಗಿ ಇದ್ದ. ಇದನ್ನೆಲ್ಲಾ ನೋಡಿ ಪದಕದ ಕುಮಾರನಿಗೂ ಆ ಆಳಿನ ವಿಚಾರದಲ್ಲಿ ಅನುಮಾನ ಹೋಯ್ತು. ನಂಬಿಕೆ ಬಂತು. ಒಂದು ದಿನ ರಾತ್ರಿ ಪದಕದ ಕುಮಾರ ಹೊರಗಡೆಗೆ ಹೋಗಬೇಕಾಯ್ತು. ಬೇಗ ಬರ್ತೀನಿ ಅಂತ ಹೇಳಿ ಹೋದವನು ತುಂಬ ಹೊತ್ತಾದರೂ ಬರಲೇ ಇಲ್ಲ. ಬಹಳ ದೂರ ಹೋಗಿ ಬಂದು ಈಚಲು ಮರದ ಹತ್ತಿರ ಚೊಂಬನ್ನು ಇಟ್ಟು ಅಲ್ಲೇ ಹತ್ತಿರದಲ್ಲೇ ಕಕ್ಕಸ್‌ಗೆ ಕೂತಿದ್ದ. ಈ ಕಡೆ ಮನೆ ಆಳು; 'ಅಮ್ಮಾ ಯಾಕೋ ಬುದ್ಧಿಯೋರು ಇಷ್ಟು ಹೊತ್ತಾದರೂ ಬರಲೇ ಇಲ್ಲ. ನಾನು ಹೋಗಿ ನೋಡಿಕೊಂಡು ಬರ್ತೀನಿ. ದಾರೀನಲ್ಲಿ ಅವರಿಗೆ ಏನಾದರೂ ತೊಂದರೆ ಆದೀತು. ಅದಕ್ಕೆ ಕತ್ತಿ ತಗೊಂಡು ಹೋಗ್ತೀನಿ' ಅಂತ ಸತ್ಯಭಾಮೆಗೆ ಹೇಳಿ ತಗಲು ಹಾಕಿದ್ದ ಪಟ್ಟದ ಕತ್ತಿ ತಗೊಂಡು ಹೊರಟೇಹೋದ. ಸತ್ಯಭಾಮೆ ಅವನನ್ನು ನಂಬಿಬಿಟ್ಟಳು. ಪದಕದ ಕುಮಾರ ಆ ಕಡೆಯಿಂದ ಬರ್ತಿದ್ದ. ತನ್ನ ಮನೆ ಆಳು ಬರುತ್ತಲೂ 'ಯಾಕೋ ಬಂದೆ, ನಾನೇ ಬರ್ತಾ ಇದ್ದೆನಲ್ಲೋ' ಅಂತ ಪದಕದ ಕುಮಾರ ಹೇಳಿದ. 'ನೀವು ಎಷ್ಟು ಹೊತ್ತಾದರೂ ಬರಲಿಲ್ಲ. ಅಮ್ಮಾವರಿಗೆ ಆತಂಕ ಆಯ್ತು. ನೋಡ್ಕೊಂಡು ಬಾ' ಅಂತ ನನ್ನನ್ನು ಕಳುಹಿಸಿದರು. ಅಂತ ಕಳ್ಳ ಹೇಳಿದ. 'ಸರಿ, ಅವಳಿಗೆ ಬರಿ ಭ್ರಮೆ. ನಾನೆಲ್ಲಿಗೆ ಹೋಗ್ತೀನಿ. ಬೇಗ ಬಂದು ಬಿಡ್ತೀನಿ. ನೀನು ಮನೆಗೆ ನಡಿ. ಮನೇನಲ್ಲಿ ಅವಳೊಬ್ಬಳೇ ಇದಾಳೆ' ಅಂತ ಹೇಳಿದ. ಈ ಕಳ್ಳ ಅದೇ ಸಮಯ ನೋಡಿ ಕತ್ತಿಯಿಂದ ಪದಕದ ಕುಮಾರನ ಕತ್ತು ಕತ್ತಿರಿಸಿಬಿಟ್ಟ. ರುಂಡ ಒಂದು ಕಡೆ ಬಿತ್ತು; ಮುಂಡ ಒಂದು

ಕಡೆ ಬಿತ್ತು. ಕಳ್ಳ ನೆಟ್ಟಗೆ ಹೊರಟು ಮನೆಗೆ ಬಂದು ಮನೆಯ ಬಾಗಿಲ ಹತ್ತಿರ ನಿಂತು 'ಲೇ, ಕದ ತೆಗೆಯೇ' ಅಂತ ಕೂಗಿದ. ಒಳಗಿದ್ದ ಸತ್ಯಭಾಮೆ 'ಇದ್ಯಾರು ಹೀಗೆ ಕೂಗ್ತಾರೆ' ಅಂತ ಅಂದುಕೊಂಡು ಕದ ತೆಗೆದಳು. ಬಾಗಿಲಲ್ಲಿ ಕೈಹಾಕಿಕೊಂಡು ಮನೆ ಕೆಲಸದವನು ನಿಂತಿದ್ದಾನೆ. ಆಗ ಅವಳು ಅವನನ್ನು ನೋಡಿ 'ಇದೇನು ಹೀಗೆ ಮಾತಾಡ್ತೀಯ ಏನಾದರೂ ತಲೆ ಕೆಟ್ಟಿದೆಯೇನಾ ನಿನಗೆ' ಅಂತ ಕೇಳಿದಳು. 'ಆಯ್ತು ಬಿಡೆ, ಇನ್ನೇನು ನನ್ನ ವೈರೀನ ತೀರಿಸಿಬಿಟ್ಟೆ ಈ ಕತ್ತಿಯಿಂದ. ನಿನ್ನನ್ನು ಮದುವೆ ಆಗೋದು ಒಂದೇ ಬಾಕಿ ಇರೋದು. ನೀನು ನನ್ನನ್ನ ಮದುವೆ ಆಗಲೇಬೇಕು. ಇಲ್ಲದೆ ಇದ್ದರೆ ನಿನ್ನನ್ನೂ ಈ ಕತ್ತಿಗೆ ಬಲಿಕೊಡ್ತೀನಿ. ಹುಷಾರಾಗಿರು' ಅಂತ ಗದರಿಸಿದ. ಸತ್ಯಭಾಮೆಗೆ ವಿಷಯ ಎಲ್ಲಾ ಅರ್ಥವಾಯ್ತು. ಇವನೇ ಕಾಡಿನಲ್ಲಿ ಮೂರ್ಛೆ ಹೋದ ಕಳ್ಳ ಅಂತ ಆಗ ತಿಳೀತು. ಗಂಡನ ಪ್ರಾಣ ಕಳೆದನಲ್ಲ ಅಂತ ಅವಳಿಗೆ ತುಂಬ ಸಂಕಟ ಆಯಿತು. ಕಳ್ಳನ ಮೇಲೆ ಕೋಪಾನೂ ಬಂತು. ಆದರೂ ಒಂದನ್ನೂ ಅವಳು ತೋರಿಸಲೇ ಇಲ್ಲ. ನಗ್ತಾನಗ್ತಾ 'ನಾನು ನಿನ್ನನ್ನೇ ಮದುವೆ ಆಗಬೇಕೂಂತ ನಿರ್ಧಾರ ಮಾಡಿದ್ದೆ. ಈಗ ಗಂಡ ಸತ್ತದ್ದರಿಂದ ತುಂಬ ಅನುಕೂಲ ಆಯ್ತು. ದೇವರಿಗೆ ವ್ರತ ಮಾಡ್ತೀನಿ ಅಂತ ಹರಕೆ ಹೊತ್ಕೊಂಡಿದ್ದೆ. ಅದಕ್ಕೆ ಮೂರು ಖಂಡುಗ ತುಂಬೆಹೂವು, ಮೂರು ಕೆರೆ ನೀರು ಬೇಕು. ತಗೊಂಡು ನಾಳೆದಿನ ಮಧ್ಯಾಹ್ನದ ಹೊತ್ತಿಗೆ ಸರಿಯಾಗಿ ಬರಬೇಕು. ಅಷ್ಟರಲ್ಲಿ ನೀನು ಅದನ್ನು ತಗೊಂಡು ಬಂದರೆ ನಿನ್ನನ್ನು ಮದುವೆ ಆಗ್ತೀನಿ. ಅಷ್ಟರಲ್ಲಿ ನೀನು ಬರದೆ ಇದ್ದರೆ ನನ್ನ ವ್ರತ ಕೆಟ್ಟು ಹೋಗುತ್ತೆ. ಆಗ ನಾನು ನಿನ್ನನ್ನು ಮದುವೆ ಆಗೋದಿಲ್ಲ. ಹ್ಯಾಗಿದ್ದರೂ ನಾಳೆ ಮಧ್ಯಾಹ್ನ ನೀನು ಬರ್ತೀಯಲ್ಲ. ಆಗ ಮದುವೆ ಆಗೋಣ' ಅಂತ ಅವನಿಗೆ ಉಪಾಯವಾಗಿ ಹೇಳಿದಳು. ಅವನು ಆಗಲಿ ಅಂತ ಒಪ್ಪಿಕೊಂಡು ಒಂದು ಬೊಂಬು, ಒಂದು ದೊಡ್ಡ ಗೋಣಿ ಚೀಲ ತಗೊಂಡು ಹೊರಟ. ಅವನು ಆ ಕಡೆ ಹೋದನೋ ಇವಳು ಮನೆಗೆ ಬೀಗ ಹಾಕಿಬಿಟ್ಟಳು. ಪದಕದ ಕುಮಾರ ಸತ್ತ ಜಾಗಕ್ಕೆ ಹೋದಳು.

ಹಾಲು ಚೆಲ್ಲಿದಂಥ ಬೆಳದಿಂಗಳು. ಸತ್ಯಭಾಮೆ, ಗಂಡ ಸತ್ತ ಜಾಗಕ್ಕೆ ಬಂದಳು. ಬಂದು ನೋಡ್ತಾಳೆ; ರುಂಡ ಒಂದು ಕಡೆ ಬಿದ್ದಿದೆ; ಮುಂಡ ಒಂದು ಕಡೆ ಬಿದ್ದಿದೆ. ಆ ರುಂಡಕ್ಕೆ ಮುಂಡ ಸೇರಿಸಿ ಒಂದೇ ಸಮನೆ ಅಳ್ತಾ ಕೂತಿದ್ದಾಳೆ. ಅವಳ ಎದುರಿಗೆ ಮರ. ಆ ಮರದ ಮೇಲೆ ಒಂದು ಜೊತೆ ಹಕ್ಕಿಗಳು ಕೂತಿದ್ದವು. ಇದ್ದಕ್ಕಿದ್ದ ಹಾಗೆ ಆ ಎರಡು ಹಕ್ಕಿಗಳೂ ಜಗಳ ಆಡೋದಕ್ಕೆ ಶುರುಮಾಡಿದವು. ಒಂದು ಜೊತೆ ಕಡಿದಾಡೋದಕ್ಕೆ ಶುರುಮಾಡಿದವು. ಹೆಣ್ಣು ಹಕ್ಕಿ ಕಡಿದಾಡಿ ಕಡಿದಾಡಿ ಸತ್ತು ಕೆಳಕ್ಕೆ ಬಿತ್ತು. ಇನ್ನೊಂದು ಗಂಡು ಹಕ್ಕಿ ಮರದ ಮೇಲೆ ಕೂತು ಒಂದು ಸ್ವಲ್ಪ ಹೊತ್ತು ನೋಡಿತು. ಆಮೇಲೆ ಕೆಳಗಡೆ ಹಾರಿಬಂದು ಕೊಕ್ಕಿನಿಂದ ಹೆಣ್ಣು ಹಕ್ಕೀನ ಅಲ್ಲಾಡಿಸಿತು. ಅದು ಅಳ್ಳಾಡಲೇ ಇಲ್ಲ. ಹೆಣ್ಣು ಹಕ್ಕಿ ಸತ್ತುಹೋಗಿದೆ ಅಂತ ಆ ಗಂಡು ಹಕ್ಕಿಗೆ ಗೊತ್ತಾಯಿತು. ಆಗ ಗಂಡು ಹಕ್ಕಿ ಇಂದ್ರ ಗಿರಿ ಪರ್ವತಕ್ಕೆ ಹಾರಿಹೋಯ್ತು. ಅಲ್ಲಿ ಹೋಗಿ ಏನು ಮಾಡಿತು? ಸಂಜೀವಿನಿ ಕಡ್ಡಿಯನ್ನು ಕೊಕ್ಕಿನಲ್ಲಿ ಕಚ್ಚಿಕೊಂಡು ಮರದ ಹತ್ತಿರ ಹಾರಿಬಂತು. ಅಲ್ಲೇ ಹತ್ತಿರದಲ್ಲೇ ಒಂದು ಹಳ್ಳ ಇತ್ತು. ಆ ಹಳ್ಳದಲ್ಲಿ ಸ್ವಲ್ಪ ನೀರಿತ್ತು. ಅಲ್ಲೊಂದು ಕಲ್ಲಿತ್ತು. ಕಲ್ಲಿನ ಮೇಲೆ ಒಂದು ತೊಟ್ಟು

ನೀರು ಹಾಕೋದು ಸಂಜೀವಿನಿ ಕಡ್ಡಿಯನ್ನು ಅದರ ಮೇಲೆ ತೇಯೋದು, ಆ ಗಂಧಾನ ಸತ್ತ ಹಕ್ಕಿಯ ಮೈಮೇಲೆ ಬಳಿಯೋದು—ಹೀಗೇ ಮಾಡಿತು. ಸ್ವಲ್ಪ ಹೊತ್ತಾದ ಮೇಲೆ ಸತ್ತ ಹಕ್ಕಿ ಬದುಕಿಕೊಂಡಿತು. ಎರಡೂ ಹಕ್ಕಿಗಳು ಒಟ್ಟಿಗೇ ಹಾರಿಹೋದವು. ಅಲ್ಲೇ ಕೂತಿದ್ದ ಸತ್ಯಭಾಮೆ ಅದನ್ನೆಲ್ಲಾ ನೋಡಿದಳು. ಆಮೇಲೆ ಆ ಹಳ್ಳಕ್ಕೆ ಹೋದಳು. ಹಳ್ಳದಲ್ಲಿ ಕಲ್ಲಿನ ಮೇಲೆ ಒಂದಿಷ್ಟು ಗಂಧ ಇತ್ತು. ಅದನ್ನು ತಗೊಂಡು ಬಂದು ಪದಕದ ಕುಮಾರನ ಕತ್ತಿನ ಹತ್ತಿರ ಬಳಿದಳು. ಆಗ ಪದಕದ ಕುಮಾರನಿಗೆ ಜೀವ ಬಂತು. 'ನೀನ್ಯಾಕೆ ಇಲ್ಲಿಗೆ ಬಂದೆ?' ಅಂತ ಪದಕದ ಕುಮಾರ ಸತ್ಯಭಾಮೇನ ಕೇಳಿದ. ಅವಳು ನಡೆದದ್ದನ್ನೆಲ್ಲಾ ಹೇಳಿದಳು. 'ನಿನಗೆ ಎಷ್ಟು ಬೇಡ ಅಂತ ಹೇಳಿದರೂ ನೀನು ನನ್ನ ಮಾತನ್ನ ಕೇಳಲಿಲ್ಲ. ಆ ಕಳ್ಳನ್ನ ಕೆಲಸಕ್ಕೆ ಇಟ್ಟುಕೊಂಡೆ ಎಲ್ಲಾ ಅನುಭವಿಸಬೇಕಾಯ್ತು' ಅಂತ ಅವಳನ್ನು ಬಯ್ದು 'ನಾಳೆ ದಿನ ಮಧ್ಯಾಹ್ನ ಅವನು ಮೂರು ಖಂಡುಗ ತುಂಬೆಹೂವು, ಮೂರು ಕೆರೆ ನೀರು ತಗೊಂಡು ನನ್ನನ್ನ ಮದುವೆ ಆಗ್ತೀನಿ ಅಂತ ಭ್ರಾಂತಿಯಿಂದ ಸಂತೋಷವಾಗಿ ಬರ್ತಾನೆ. ಆಗ ಅವನನ್ನು ತೀರಿಸಿಬಿಡು' ಅಂತ ಹೇಳಿದಳು. 'ಹಾಗೆ ಆಗಲಿ' ಅಂತ ಪದಕದ ಕುಮಾರ ಹೇಳಿದ. ಇಬ್ಬರೂ ವಾಪಸ್ಸು ಮನೆಗೆ ಬಂದು ಬಿಟ್ಟರು.

ಆ ರಾತ್ರಿ ಕಳೆದುಹೋಯ್ತು. ಮಾರನೆಯದಿನ ಬೆಳಗಾಯ್ತು. ಪದಕದ ಕುಮಾರ ಆ ದಿನ ಬೆಳಗಾಗಿ ಅರಮನೆಗೆ ಕೆಲಸಕ್ಕೆ ಹೋಗಲಿಲ್ಲ. ಮನೇನಲ್ಲೇ ಉಳಕೊಂಡು ಬಿಟ್ಟ. ಮಧ್ಯಾಹ್ನವಾಯಿತು. ಆ ಕಳ್ಳ ಬರ್ತಾನೆ ಅಂತ ಕಾಯ್ತಾ ಕೂತ್ಕೊಂಡ. ಆ ಕಡೆ ಕಳ್ಳ ತುಂಬೆ ಹೂವಿಗೆ ಹುಡುಕಾಡಿದ. ಎಷ್ಟೆಷ್ಟು ಕಡೆ ಅಲೆದರೂ ಮೂರು ಖಂಡುಗ ತುಂಬೆ ಹೂವು ಸಿಕ್ಕಲೇ ಇಲ್ಲ; ಆದರೆ ಮೂರು ಕೆರೆ ನೀರು ಸಿಕ್ಕಿತು. 'ಮೂರು ಕೆರೆ ನೀರು ಸಿಕ್ತಲ್ಲ; ಮೂರು ಖಂಡುಗ ತುಂಬೆ ಹೂವು ಸಿಕ್ಕದಿದ್ದರೆ ತಾನೆ ಏನು. ಹೇಗಿದ್ದರೂ ನನ್ನನ್ನ ಮದುವೆ ಆಗ್ತಾಳೆ' ಅಂತ ಸಂತೋಷವಾಗಿ ಸತ್ಯಭಾಮೆ ಮನೆಗೆ ಬಂದ. ಬಂದವನೇ ನೋಡಿ: ಪದಕದ ಕುಮಾರ ಸೊಗಸಾಗಿ ಊಟ ಮಾಡಿದ ಮೇಲೆ ಎಲೆ ಅಡಕೆ ಹಾಕ್ಕೊಳ್ತಾ ಜಗಲಿ ಮೇಲೆ ನಗ್ತಾ ಕೂತಿದ್ದಾನೆ. ಆ ಕಳ್ಳನಿಗೆ ಏನು ಮಾಡಬೇಕು ಅಂತ ಅನ್ನೋದೇ ತಿಳೀಲಿಲ್ಲ. ಸುಮ್ಮನೆ ಮನೆ ಒಳಕ್ಕೆ ಬಂದ. ಅವನಿಗೆ ಅಲ್ಲೇ ಮೂರ್ಛೆ ಹೋಗೋ ಹಾಗಾಯ್ತು. ಚೀಲ ಕೆಳಕ್ಕೆ ಇಟ್ಟು ಚೆಂಬು ಕೆಳಕ್ಕೆ ಹಾಕಿ ನಡುಗುತ್ತಾ ಕೂತುಬಿಟ್ಟ. 'ಒಳ್ಳೆಯದಾಯ್ತು. ಇದಕ್ಕೆ ಯಾಕೋ ಇಷ್ಟು ಹೆದರುತೀಯ. ನನಗೆ ಮೊದಲು ವಿಷಯ ತಿಳಿಸಿದ್ದರೆ ಅವಳನ್ನು ನಿನಗೆ ಕೊಟ್ಟು ಮದುವೆ ಮಾಡ್ತಾ ಇದ್ದೆ. ಒಳಕ್ಕೆ ನಡಿ ಈಗ್ತಾನೆ ಆಗಿರೋದೇನು? ಸ್ನಾನಮಾಡಿ, ದೇವರ ಮುಂದೆ ಕೂತು ಪೂಜೆ ಮಾಡು. ಆಮೇಲೆ ಅವಳನ್ನು ನಿನಗೆ ಮದುವೆ ಮಾಡಿಕೊಡ್ತೀನಿ ಸುಖವಾಗಿ ಇರುವಂತೆ' ಅಂತ ಪದಕದ ಕುಮಾರ ಕಳ್ಳನಿಗೆ ಹೇಳಿದ. ಪದಕದ ಕುಮಾರ ಹೇಳಿದ ಹಾಗೆ ಕಳ್ಳಮಾಡಿದ. ದೇವರ ಪೂಜೆ ಎಲ್ಲಾ ಮುಗೀತು. 'ಹಣ್ಣು ಕಾಯಿ ದೇವರ ಮುಂದಿಟ್ಟು ದೇವರಿಗೆ ಅಡ್ಡಬೀಳು' ಅಂತ ಪದಕದ ಕುಮಾರ ಕಳ್ಳನಿಗೆ ಹೇಳಿದ. ಕಳ್ಳ ಹಣ್ಣು ಕಾಯಿ ದೇವರ ಮುಂದಿಟ್ಟು ಪದಕದ ಕುಮಾರ ಏನು ಮಾಡಿ ಬಿಡ್ತಾನೋ ಅಂತ ಹೆದರಿಕೊಂಡೇ ದೇವರಿಗೆ ನಮಸ್ಕಾರ ಮಾಡೋದಕ್ಕೆ ಬಗ್ಗಿದ. ಪದಕದ ಕುಮಾರ ಪಟ್ಟದ ಕತ್ತಿ ತಗೊಂಡು ಕಳ್ಳನ ಕುತ್ತಿಗೆಗೆ

ಸರಿಯಾಗಿ ಹೊಡೆದ. ರುಂಡ ಒಂದು ಕಡೆ ಬಿತ್ತು; ಮುಂಡ ಒಂದು ಕಡೆ ಬಿತ್ತು. ಕಳ್ಳ ಸತ್ತ. ಈ ಊರಲ್ಲಿ ಇದ್ದರೆ ತೊಂದರೆ ಅಂತ ಆ ಹೆಣ ಅಲ್ಲೇ ಬಿಟ್ಟು ಪದಕದ ಕುಮಾರ, ಸತ್ಯಭಾಮೆ ಇಬ್ಬರೂ ಕುದುರೆ ಮೇಲೆ ಹತ್ತಿದರು. ದಾರೀನಲ್ಲಿ ಯಾರಾದರೂ ಗುರುತು ಹಿಡಿದರೆ ತೊಂದರೆ ಅಂತ ಸತ್ಯಭಾಮೆ ಗಂಡಿನ ವೇಷ ಹಾಕಿಕೊಂಡಳು. ಇಬ್ಬರೂ ಒಂದೊಂದು ಕುದುರೆ ಹತ್ತಿ, ಒಂದೊಂದು ಕತ್ತಿ ಕೈಯಲ್ಲಿ ಹಿಡಕೊಂಡು ಹೊರಟರು.

ಹೀಗೆ ಮುಂದೆ ಮುಂದೆ ಹೋದರು. ಮುಂದೆ ಹೋಗ್ತಾ ಹೋಗ್ತಾ ನೀಲಾವತಿ ಅನ್ನೋದೊಂದು ಪಟ್ಟಣ ಸಿಕ್ತು. ಆ ಪಟ್ಟಣಕ್ಕೆ ನೀಲಶೇಖರರಾಯ ಅನ್ನೋನು ದೊರೆ. ಆ ದೊರೆಗೆ ಒಬ್ಬಳೇ ಮಗಳು. ಗಂಡು ಮಕ್ಕಳಿಲ್ಲ. ಆ ಪಟ್ಟಣಕ್ಕೆ ಪ್ರತಿನಿತ್ಯ ಒಂದು ಸಿಂಹ ಬರೋದು. ಆ ಪಟ್ಟಣಕ್ಕೆ ಸುತ್ತಲೂ ಕೋಟೆ. ಸಂಜೆ ಆಯ್ತೋ ಇಲ್ವೋ ಸಿಂಹ ಪಟ್ಟಣದ ಹತ್ತಿರ ಬರ್ತಾ ಇತ್ತು. ಅದರಿಂದ ಆ ಊರಿನ ಜನ ಎಲ್ಲರೂ ಸಂಜೆ ದೀಪ ಹಚ್ಚೋ ಹೊತ್ತಿಗೆ ಹೊರಗಡೆ ಎಲ್ಲೇ ಹೋಗಿದ್ದರೂ ಕೋಟೆ ಒಳಗಡೆ ಬಂದು ಸೇರಿಕೊಳ್ತಾ ಇದ್ದರು. ಆಮೇಲೆ ಕೋಟೆಯ ಬಾಗಿಲನ್ನು ಹಾಕ್ತಾ ಇದ್ದರು. ಇದರಿಂದ ಆ ಸಿಂಹ ಊರ ಹತ್ತಿರ ಬಂದರೂ ಯಾರಿಗೂ ತೊಂದರೆ ಆಗ್ತಾ ಇರಲಿಲ್ಲ. ಸಂಜೆ ಆದಮೇಲೆ ಕೋಟೆ ಹೊರಗಡೆ ಊರಿನ ಜನ ಯಾರೂ ಇರಕೂಡದು ಅಂತ ದೊರೆ ಅಪ್ಪಣೆ ಮಾಡಿದ್ದ. ರಾತ್ರಿ ಊರು ಬಾಗಿಲು ಹಾಕಿದರೆ ಬೆಳಗ್ಗೆ ಹೊತ್ತು ಹುಟ್ಟಿದ ಮೇಲೆ ಅದನ್ನು ತಗೀತಾ ಇದ್ದದ್ದು. ಸಿಂಹ ಸಂಜೆ ಕೋಟೆ ಹೊರಗಡೆ ನಿಂತು ಒಂದೇ ಸಲ ಅಬ್ಬರಿಸುತ್ತಾ ಇತ್ತು. ಆಮೇಲೆ ಬೆಳಗಾಗುತ್ತಲೂ ತನ್ನ ಪಾಡಿಗೆ ತಾನು ಕಾಡಿಗೆ ಹೊರಟುಹೋಗ್ತಾ ಇತ್ತು.

ಪದಕದ ಕುಮಾರ, ಸತ್ಯಭಾಮೆ ಇಬ್ಬರೂ ಈ ಊರಿನ ಹತ್ತಿರ ಬಂದರು. ಊರ ಹೊರಗಡೆ ಯಾರೂ ಇರಲಿಲ್ಲ. ಇನ್ನೂ ಮಧ್ಯಾಹ್ನ. ಊರ ಹೊರಗೆ ಒಂದು ದೇವಸ್ಥಾನ ಇತ್ತು. ಆ ದೇವಸ್ಥಾನದ ಹತ್ತಿರ ಬಂದು, ಪಕ್ಕದಲ್ಲಿ ಕುದುರೆ ಕಟ್ಟಿದರು. ಆ ದೇವಸ್ಥಾನದಲ್ಲಿ ಇಬ್ಬರೂ ಇಳಕೊಂಡರು. ಪದಕದ ಕುಮಾರ ಏನು ಮಾಡಿದ? ಊರೊಳಕ್ಕೆ ಹೋಗಿ ಅಡುಗೆ ಮಾಡೋದಕ್ಕೆ ಬೇಕಾದ ಸಾಮಾನನ್ನ ಅಂಗಡಿನಲ್ಲಿ ತರ್ತೀನಿ ಅಂತ ಹೇಳಿ ಊರೊಳಕ್ಕೆ ಹೋದ. ಒಂದು ಅಂಗಡಿ ಹತ್ತಿರ ಹೋದ. ಅಲ್ಲಿ ತನಗೆ ಏನೇನು ಸಾಮಾನು ಬೇಕೋ ಎಲ್ಲಾ ಕಟ್ಟಿಸಿಕೊಂಡ. ಅಂಗಡಿಯೋನಿಗೆ ದುಡ್ಡು ಕೊಟ್ಟು ಸಾಮಾನು ತಗೊಂಡು ಹೊರಡೋಣ ಅಂತ ಎದ್ದ.

ಆ ಅಂಗಡಿಯ ಎದುರಿಗೆ ಒಬ್ಬ ಸೂಳೆಯಮನೆ. ಪದಕದ ಕುಮಾರ ಅಂಗಡಿಗೆ ಬಂದಾಗಿನಿಂದಲೂ ಅವನನ್ನು ನೋಡ್ತಾ ಇದ್ದಳು. ಅವನನ್ನು ಏನಾದರೂ ಮಾಡಿ ತನ್ನ ಮನೆಯಲ್ಲಿ ಇಟ್ಟುಕೋಬೇಕು ಅಂತ ಅವಳಿಗೆ ಆಸೆ ಆಯ್ತು. ಒಬ್ಬ ಗೌಡಿಯನ್ನು ಕಳಿಸಿಕೊಟ್ಟು; 'ಆ ಅಂಗಡಿಯಲ್ಲಿ ಇದ್ದಾನಲ್ಲ ಆ ರಾಜಕುಮಾರ ಅವನನ್ನು ನನ್ನ ಹತ್ತಿರ ಕರಕೊಂಡು ಬಾ' ಅಂತ ಹೇಳಿ ಕಳಿಸಿದಳು. ಇವನು ಅಂಗಡಿ ಬಿಟ್ಟು ಹೊರಡೋ ಹೊತ್ತಿಗೆ ಆ ಗೌಡಿ ಬಂದು: 'ಸ್ವಾಮಿ, ಅಮ್ಮಾವರು ನಿಮ್ಮನ್ನು ಯಾಕೋ ಕರೀತಾರೆ ಬನ್ನಿ' ಅಂತ ಅಂದಳು. 'ಯಾರೂ ಕರೆಯೋರು ನನ್ನನ್ನ? ಈ ಊರಲ್ಲಿ ನನಗೆ ಯಾರೂ ಗುರುತೇ ಇಲ್ಲ' ಅಂತ

ಹೇಳಿದ. 'ಎದುರು ಮನೆ ಸೂಳೆ ನಿಮ್ಮನ್ನು ಕರೀತಿದ್ದಾಳೆ. ನಿಮ್ಮ ಜೊತೆ ಮಾತಾಡಬೇಕಂತೆ' ಅಂತ ಗೌಡಿ ಹೇಳಿದಳು. 'ಹೋಗು, ಹೋಗು. ನನಗೆ ಹೆಂಡ್ತಿ ಇದ್ದಾಳೆ. ನಾನ್ಯಾಕೆ ಸೂಳೆ ಮನೆಗೆ ಬರಲಿ. ನಾನು ಬರೋದಿಲ್ಲ ಅಂತ ಹೇಳು ಹೋಗು' ಅಂತ ಗೌಡಿಯ ಮೇಲೆ ರೇಗಿದ. 'ನಿಮ್ಮಿಂದ ಇನ್ನೇನೂ ಕೆಲಸ ಇಲ್ಲ. ನಿಮ್ಮ ಜೊತೆ ಒಂದೇ ಒಂದು ಮಾತಾಡಬೇಕಂತೆ. ನೀವು ತಕ್ಷಣ ಬಂದು ಬಿಡಬಹುದು. ಹೆಚ್ಚು ಹೊತ್ತು ಇರಬೇಕಾಗಿಲ್ಲ' ಅಂತ ಗೌಡಿ ಪದಕದ ಕುಮಾರನನ್ನು ಬೇಡಿಕೊಂಡಳು. 'ಸಾಮಾನೆಲ್ಲಾ ಇಲ್ಲೇ ಇರಿಸು, ಏನೋ ಆ ಸೂಳೆ ಕರೀತಾ ಇದ್ದಾಳೆ. ಬೇಗ ಕೇಳಿಕೊಂಡು ಬಂದುಬಿಡ್ತೀನಿ' ಅಂತ ಅಂಗಡಿಯವನಿಗೆ ಹೇಳಿ ಸೂಳೆಯ ಮನೆಗೆ ಬಂದ.

ಪದಕದ ಕುಮಾರ ಬರೋದನ್ನೇ ಸೂಳೆ ಕಾಯ್ತಾ ಇದ್ದಳು. ಬಾಗಿಲಲ್ಲಿ ನಿಂತಿದ್ದಳು. ಕೈಯಲ್ಲಿ ಮಂತ್ರದ ಬೂದಿ ಹಿಡಕೊಂಡಿದ್ದಳು. ಪದಕದ ಕುಮಾರ ಮನೆಗೆ ಬರುತ್ತಲೂ ಅವನ ಮುಖದ ಮಲೆ ಮಂತ್ರದ ಬೂದಿ ಎರಚಿದಳು. ಅವನು ಒಂದು ದೊಡ್ಡ ಟಗರಾಗಿ ಬಿಟ್ಟ. ಅವನ ಕುತ್ತಿಗೆಗೆ ಒಂದು ಹಗ್ಗ ಹಾಕಿ ಮಂಚದ ಕಾಲಿಗೆ ಅವನನ್ನು ಕಟ್ಟಿಬಿಟ್ಟಳು. ಅಂಗಡಿಯವನು ರಾತ್ರಿಯವರೆಗೂ ನೋಡಿದ. ಪದಕದ ಕುಮಾರ ಬರಲೇ ಇಲ್ಲ. 'ಸರಿ, ಅವನು ಸೂಳೆಮನೆಗೆ ಹೋದ. ಇನ್ನೆಲ್ಲಿ ವಾಪಸ್ ಬರ್ತಾನೆ' ಅಂತ ಅಂದು ಕೊಂಡು ಅವನ ಸಾಮಾನೆಲ್ಲಾ ಅಂಗಡಿ ಒಳಗಡೆ ಇಟ್ಟು, ಅಂಗಡಿ ಬಾಗಿಲು ಹಾಕಿಕೊಂಡು ಮನೆಗೆ ಹೊರಟುಹೋದ.

ಈ ಕಡೆ ಸತ್ಯಭಾಮೆ ಕಾದು ಕಾದು ಸಾಕಾದಳು. ಎಷ್ಟು ಹೊತ್ತಾದರೂ ಪದಕದ ಕುಮಾರ ಬರಲೇ ಇಲ್ಲ. ಇವಳಿಗೆ ಕೂತು ಕೂತು ಸಾಕಾಯಿತು. ಸ್ವಲ್ಪ ದೂರ ಇಲ್ಲೇ ಓಡಾಡಿಕೊಂಡು ಬರೋಣ ಅಂತ ಹೊರಟಳು. ದಾರಿಯಲ್ಲಿ ಹೆಂಗಸರು ಬಾವಿಯಿಂದ ನೀರು ಸೇದಿಕೊಂಡು ಅವಸರ ಅವಸರವಾಗಿ ಊರೊಳಕ್ಕೆ ಹೋಗ್ತಾ ಇದ್ದರು. ಅಲ್ಲೇ ಒಬ್ಬಳು ಅಜ್ಜಿ ನೀರು ಹೊತ್ತುಕೊಂಡು ಹೋಗ್ತಾ ಇದ್ದಳು. 'ಇದ್ಯಾಕಜ್ಜಿ, ಇವರೆಲ್ಲಾ ಬೇಗ ಬೇಗ ಊರಿಗೆ ಹೋಗ್ತಾ ಇದ್ದಾರೆ' ಅಂತ ಕೇಳಿದಳು. 'ಯಾವೂರಮ್ಮ ನಿಮ್ಮದು? ಇಲ್ಲಿ ಯಾಕೆ ಬಂದಿರಿ?' ಅಂತ ಮುದುಕಿ ಕೇಳಿದಳು. 'ಹೀಗೆ, ನಾವು ಪರಸ್ಥಳದವರು. ನಮ್ಮ ಯಜಮಾನರು ಊರೊಳಕ್ಕೆ ಹೋಗಿ ಅಡಿಗೆ ಸಾಮಾನು ತರ್ತೀನಿ ಅಂತ ಹೇಳಿ ಹೋದರು. ಅವರಿನ್ನೂ ಯಾಕೋ ಬರಲಿಲ್ಲ. ಸಂಜೆಯಾಗ್ತಾ ಬಂತು. ತುಂಬ ಗಾಬರಿಯಾಗುತ್ತೆ ಕಣಮ್ಮ' ಅಂತ ಸತ್ಯಭಾಮೆ ಹೇಳಿದಳು. 'ಸಂಜೆ ಆದಮೇಲೆ ಕೋಟೆ ಹೊರಗಡೆ ಒಂದು ಪಿಳ್ಳೇನೂ ಇರೋದಿಲ್ಲ ಕಣಮ್ಮ. ಎಲ್ಲರೂ ಕೋಟೆ ಒಳಗೆ ಸಂಜೆ ಆಗುತ್ತಲೂ ಸೇರಿಕೊಂಡು ಬಿಡ್ತಾರೆ. ಇಲ್ಲಿ ಪ್ರತಿದಿನ ರಾತ್ರಿ ಆದ ಮೇಲೆ ಒಂದು ಸಿಂಹ ಬರುತ್ತೆ. ನೀನೂ ಊರೊಳಕ್ಕೆ ನಡಿ. ಇಲ್ಲಿರೋದು ನಿನಗೆ ಒಳ್ಳೇದಲ್ಲ' ಅಂತ ಆ ಮುದುಕಿ ಹೇಳಿದಳು. 'ಅಲ್ಲ ಅಜ್ಜಿ, ನಮ್ಮ ಯಜಮಾನರು ಇಲ್ಲೇ ಇರು. ಇಲ್ಲಿಗೆ ಬರ್ತೀನಿ' ಅಂತ ಹೇಳಿದ್ದಾರೆ. ನಾನು ಊರೊಳಕ್ಕೆ ಬಂದರೆ ಅವರಿಗೆ ತೊಂದರೆ ಆಗುತ್ತೆ. ಅವರು ಇನ್ನೇನು ಬಂದುಬಿಡ್ತಾರೆ. ನೀನು ಹೋಗಜ್ಜಿ 'ನಾನು ಇಲ್ಲೇ ಅವರಿಗಾಗಿ ಕಾಯ್ತಾ ಇರ್ತೀನಿ' ಅಂತ ಹೇಳಿದಳು.

ಮುದುಕಿ ತನ್ನ ಪಾಡಿಗೆ ತಾನು ಊರೊಳಕ್ಕೆ ಹೊರಟು ಹೋದಳು. ಮುದುಕಿ ಊರೊಳಕ್ಕೆ ಹೋಗುತ್ತಲೂ ಸಂಜೆ ಆದ ಮೇಲೆ ಊರಬಾಗಿಲನ್ನು ಹಾಕಿಬಿಟ್ಟರು.

ಸಂಜೆ ಇನ್ನೇನು ದೀಪ ಹಚ್ಚೋ ಹೊತ್ತು. ಊರ ಹೊರಗಡೆ ಸತ್ಯಭಾಮೆ ಒಬ್ಬಳು ಮಾತ್ರ ಉಳಿದಳು. ಸಿಂಹ ಊರಿನ ಹತ್ತಿರ ಬಂತು. ಸಿಂಹ ಬರೋದನ್ನು ಸತ್ಯಭಾಮೆ ದೂರದಿಂದಲೇ ಕಂಡಳು. ಅವಳೇನು ಹೆದರಲಿಲ್ಲ. ಧೈರ್ಯ ಮಾಡಿದಳು. ದೇವರ ಮೇಲೆ ಭಾರ ಹಾಕಿ ಎರಡು ಕುದುರೇನೂ ಕಟ್ಟಿಹಾಕಿ ಅವುಗಳ ಮುಂದೆ ತಾನೇ ನಿಂತು ಕೊಂಡಳು. ತನ್ನ ಹತ್ತಿರ ಎರಡು ಕತ್ತಿ ಇತ್ತಲ್ಲ, ಆ ಎರಡು ಕತ್ತೀನೂ ಒಂದೊಂದು ಕೈಯಲ್ಲಿ ಒಂದೊಂದನ್ನು ಹಿಡಕೊಂಡಳು. ಗಂಡುವೇಷ ಹಾಕ್ಕೊಂಡಿದ್ದಳಲ್ಲ; ಒಳ್ಳೆ ರಾಜಕುಮಾರನ ಹಾಗೆ ಕಂಡಳು. ಸಿಂಹ ದೂರದಿಂದ ಈ 'ರಾಜಕುಮಾರ'ನನ್ನು ನೋಡಿತು. ಇದುವರೆಗೂ ಒಂದು ದಿನವೂ ಆ ಸಿಂಹಕ್ಕೆ ಒಂದು ಬೆಕ್ಕಿನ ಮರೀನೂ ಸಿಕ್ಕಿರಲಿಲ್ಲ. ಇವೊತ್ತು ಅದಕ್ಕೆ ಭಾರಿ ಸಂತೋಷವಾಯಿತು. ಇವೊತ್ತು ಒಬ್ಬ ಮನುಷ್ಯ, ಎರಡು ಕುದುರೆ ಅಷ್ಟೂ ಸಿಕ್ತು ಅಂತ ಓಡಿ ಓಡಿ ಬಂತು. ಬಂದದ್ದೇ ಈ 'ರಾಜಕುಮಾರನ' ಮೇಲೆ ಬಿತ್ತು. ಇಬ್ಬರಿಗೂ ತುಂಬ ಹೊತ್ತು ಕಾದಾಟ ನಡೀತು. ರಾಜಕುಮಾರನ ವೇಷದಲ್ಲಿದ್ದ ಸತ್ಯಭಾಮೆಯೇ ಗೆದ್ದಳು. ಸಿಂಹವನ್ನು ಕೊಂದು ಹಾಕಿದಳು. ಗುರುತಿಗೆಂದು ಸಿಂಹದ ಬಾಲದ ತುದಿ, ಕಿವಿಯ ತುದಿ ಕತ್ತರಿಸಿ ಇಟ್ಟುಕೊಂಡಳು. ದೇವಸ್ಥಾನಕ್ಕೆ ವಾಪಸ್ಸು ಬಂದು ಮಲಗಿಬಿಟ್ಟಳು; ತನ್ನ ಗಂಡ ಪದಕದ ಕುಮಾರ ಇನ್ನೂ ಯಾಕೆ ಬರಲಿಲ್ಲ? ಅವನೇನು ಜೀವಸಹಿತ ಇದ್ದಾನೋ ಇಲ್ವೊ ಅಂತ ಯೋಚನೆ ಮಾಡ್ತಾ ಆ ರಾತ್ರಿಯೆಲ್ಲಾ ಕಾಲ ಕಳೆದಳು.

ಬೆಳಗಾಯ್ತು. ಊರ ಬಾಗಿಲ ಕದ ತೆಗೆದರು. ಆ ಊರಿನ ರಾಜ: 'ಸಿಂಹವನ್ನು ಕೊಂದವರಿಗೆ ನನ್ನ ಮಗಳನ್ನು ಕೊಟ್ಟು ಮದುವೆ ಮಾಡ್ತೀನಿ' ಅಂತ ಹಿಂದೇನೇ ಡಂಗುರ ಹೊಡೆಸಿದ್ದ. ಬೆಳಗಾಗುತ್ತಲೂ ಬಟ್ಟೆನೆಲ್ಲಾ ಕತ್ತೆ ಮೇಲೆ ಹೇರಿಕೊಂಡು ಅಗಸ ಬಟ್ಟೆ ಒಗೆಯೋದಕ್ಕೆ ಅಂತ ಬಂದ. ಸಿಂಹ ಎದುರಿಗೇ ಇದ್ದದ್ದನ್ನು ಕಂಡ. ಅವನಿಗೆ ಗಾಬರಿ ಆಯ್ತು. ಸಿಂಹ ಯಾಕೆ ಇನ್ನೂ ಇಷ್ಟು ಹೊತ್ತಾದರೂ ಮಲಗಿದೆ? ಅಂತ ಅದನ್ನು ಕಂಡು ಕತ್ತೆಯನ್ನು ಆ ಕಡೆ ಬಿಟ್ಟ. ಹೊತ್ತುಕೊಂಡಿದ್ದ ಬಾನಿ ಎತ್ತಿಹಾಕಿ ದೂರ ಹೋಗಿ ನಿಂತುಬಿಟ್ಟ. ಅಷ್ಟಾದರೂ ಸಿಂಹ ಮಿಸುಗಾಡಲೇ ಇಲ್ಲ. ದೂರದಲ್ಲಿ ನಿಂತುಕೊಂಡು ಆ ಸಿಂಹಕ್ಕೆ ಒಂದು ಕಲ್ಲು ಎಸೆದ. ಸಿಂಹಕ್ಕೆ ಕಲ್ಲು ತಾಗಿತು. ಆದರೂ ಸಿಂಹ ಮೇಲಕ್ಕೇ ಏಳಲಿಲ್ಲ. 'ಎಲ್ಲೋ ಸತ್ತಿರಬೇಕು ಈ ಹಾಳಾದ ಸಿಂಹ' ಅಂತ ಸ್ವಲ್ಪ ಧೈರ್ಯ ಮಾಡಿ ಹತ್ತಿರ ಬಂದ. ಹತ್ತಿರ ಬಂದು ತಿರುಗ ಒಂದು ಕಲ್ಲು ಎಸೆದ. ಆಗಲೂ ಸಿಂಹ ಅಲ್ಲಾಡಲಿಲ್ಲ. ಸಿಂಹ ಸತ್ತಿದೆ ಅಂತ ಅವನಿಗೆ ಸ್ವಲ್ಪ ಧೈರ್ಯ ಬಂತು. ಸಿಂಹದ ಹತ್ತಿರ ಬಂದು ನೋಡಿದ. ಸಿಂಹ ಉಸಿರಾಡ್ತಾಲೇ ಇರಲಿಲ್ಲ. ಆಗ ಅವನಿಗೆ ಸಿಂಹ ಸತ್ತಿದೆ ಅಂತ ಪೂರ್ತಿ ಧೈರ್ಯ ಬಂತು. ಅಕಸ್ಮಾತ್ ಒಂದು ಸ್ವಲ್ಪ ಪ್ರಾಣ ಇದ್ದರೆ ಹೋಗಲಿ ಅಂತ ಬಾನಿಯನ್ನೆತ್ತಿ ಸಿಂಹಕ್ಕೆ ಹೊಡೆದ. ಆಮೇಲೆ ಸಿಂಹದ ಕಿವಿಯ ತುದಿ, ಬಾಲದ ತುದಿ ಕತ್ತರಿಸಿಕೊಂಡ.

'ಈ ದರಿದ್ರ ಬಾನಿ ಇನ್ಯಾಕೆ ನನಗೆ, ಈ ಹಾಳು ಕತ್ತೆ ಇನ್ಯಾಕೆ ನನಗೆ. ನಾನು ಹ್ಯಾಗಿದ್ದರೂ ಈ ಊರಿಗೆ ರಾಜ ಆಗ್ತೀನಿ. ರಾಜನ ಮಗಳನ್ನು ಮದುವೆ ಆಗ್ತೀನಿ' ಅಂತ ಅಂದುಕೊಂಡು ಆ ಕತ್ತೆ ಆ ಬಾನಿ ಎರಡನ್ನೂ ಅಲ್ಲೇ ಬಿಟ್ಟು ಊರೊಳಕ್ಕೆ ಬಂದ.

ಊರೊಳಕ್ಕೆ ಬಂದೋನೇ ಅರಮನೆಗೆ ಹೋಗಿ ರಾಜನ ಹತ್ತಿರ ಕೈ ಮುಕ್ಕೊಂಡು ನಿಂತುಕೊಂಡ. 'ನೀನ್ಯಾಕಯ್ಯ ಅಗ್ಸ, ಇಲ್ಲಿಗೆ ಬಂದೆ? ಅಂತ ಮಂತ್ರಿ ಅಗಸನನ್ನು ಕೇಳಿದ. 'ಸ್ವಾಮಿ, ನಾನು ಈವೊತ್ತು ಸಿಂಹ ಕೊಂದು ಹಾಕಿದೆ' ಅಂದ ಅಗಸ. 'ಅಲ್ಲಯ್ಯಾ, ನೀನು ಅಗಸ. ನೀನೆಲ್ಲಯ್ಯ ಸಿಂಹ ಕೊಂದೆ? ಅದಕ್ಕೇನು ಗುರುತು? ಅಂತ ದೊರೆ ಕೇಳಿದ. ಮೋಟುಕಿವಿ, ಮೋಟುಬಾಲ ಎರಡನ್ನೂ ಅಗಸ ಆ ರಾಜನಿಗೆ ತೋರಿಸಿದ. ಅವನ ಹತ್ತಿರ ಅದನ್ನು ಈಸ್ಕೊಂಡರು. 'ಎಲ್ಲಾ ಬಿಟ್ಟು ಈ ಅಗಸರವನಿಗೆ ನನ್ನ ಮಗಳನ್ನು ಕೊಡ ಬೇಕಾದ ಪರಿಸ್ಥಿತಿ ಬಂತಲಪ್ಪ. ಏನು ಮಾಡೋದು ಈಗ' ಅಂತ ದೊರೆ ಪೇಚಾಡಿಕೊಂಡ. 'ಸ್ವಾಮಿ, ಸಿಂಹ ಯಾರು ಕೊಲ್ತಾರೋ ಅವರಿಗೆ ನಿಮ್ಮ ಮಗಳನ್ನು ಕೊಟ್ಟು ಮದುವೆ ಮಾಡ್ತೀನಿ ಅಂತ ನೀವು ಹಿಂದೇನೇ ಡಂಗುರ ಹುಯ್ಸಿಸಿದ್ದಿರಿ. ಈಗ ಈ ಅಗಸ ಸಿಂಹವನ್ನು ಕೊಂದಿದ್ದಾನೆ. ಇವನಿಗೆ ಮಗಳನ್ನು ಕೊಡೋದಿಲ್ಲ ಅಂದರೆ ಮರ್ಯಾದೆ ಬರೋದಿಲ್ಲ. ರಾಜಕುಮಾರಿ ಅದೃಷ್ಟ ಹಾಗಿತ್ತು. ನಾವೇನು ಮಾಡೋದಕ್ಕೆ ಸಾಧ್ಯ? ಅವನಿಗೆ ರಾಜಕುಮಾರಿಯನ್ನು ಮದುವೆ ಮಾಡಿ ಕೊಡೋದೇ ಸರಿ' ಅಂತ ಮಂತ್ರಿ ಹೇಳಿದ. ಆಡಿದ ಮಾತಿಗೆ ತಪ್ಪಬಾರದು ಅಂತ ರಾಜ: 'ಮದುವೆಗೆ ಮೊದಲು ಮಾಡಬೇಕಾದ ಶಾಸ್ತ್ರ ಮುಗಿಸಿ ನಾಳೆ ಅರಮನೆಗೆ ಬಾರಪ್ಪ. ನಿನಗೆ ನನ್ನ ಮಗಳನ್ನು ಕೊಟ್ಟು ಮದುವೆ ಮಾಡ್ತೀನಿ' ಅಂತ ಅಗಸನಿಗೆ ಹೇಳಿ ಕಳಿಸಿದ. ಅಗಸ ಮನೆಗೆ ಬಂದೋನೇ 'ಲೇ' ಅಂತ ಕೂಗಿದ. 'ಏನೂಂದ್ರೆ, ಹೀಗೆ ಕೂಗ್ತಿದ್ದೀರಿ' ಅಂತ ಅಗಸನ ಹೆಂಡತಿ ಬಾಗಿಲು ತೆಗೆದಳು. 'ನಾನು ನಾಳೆ ದೊರೆ, ದೊರೆ ಮಗಳನ್ನು ಮದುವೆ ಆಗ್ತೀನಿ ಕಣೆ. ನಾನು ನಾಳೆಯಿಂದ ದೊರೆ ಅಳಿಯ. ಇನ್ನು ಮೇಲೆ ನೀನು ದೊರೆ ಮಗಳು ಹೇಳಿದ ಹಾಗೆ ಕೇಳಿಕೊಂಡು ಮನೆಯಲ್ಲಿರಬೇಕು.' ಇವೊತ್ತು ಮಾಡಿಕೋಬೇಕಾದ ಶಾಸ್ತ್ರ ಮಾಡಿಕೊಂಡ. ಮಾರನೆಯ ದಿನ ದೊರೆ ಮಗಳನ್ನು ಮದುವೆ ಆಗೋ ಕನಸು ಕಾಣ್ತಾ ಮಲಗಿಕೊಂಡ.

ಈ ಕಡೆ ಸತ್ಯಭಾಮೆ ದೇವಸ್ಥಾನದಲ್ಲಿ ತನ್ನ ಗಂಡ ಇನ್ನೂ ಯಾಕೋ ಬರಲಿಲ್ಲ ಅಂತ ತಲೆ ಮೇಲೆ ಕೈಹೊತ್ತುಕೊಂಡು ಯೋಚನೆ ಮಾಡ್ತಾ ಕೂತಿದ್ದಳು. ಅಷ್ಟು ಹೊತ್ತಿಗೆ ಆ ಕಡೆಯಿಂದ ಒಬ್ಬ ಜೋಗಪ್ಪ ಬಂದ. ಮೇಲಿನಿಂದ ಕೆಳಗಿನ ತನಕ ಕಾವಿ ಬಟ್ಟೆ. ತಲೆಗೊಂದು ಕಾವಿ ಬಟ್ಟೆ ಸುತ್ತುಕೊಂಡಿದ್ದಾನೆ. ಕೈಯಲ್ಲಿ ಒಂದು ಕಿನ್ನರಿ ಹಿಡಕೊಂಡಿದ್ದಾನೆ. ಸತ್ಯಭಾಮೆ ಜೋಗಪ್ಪನನ್ನ ನೋಡಿದಳು. 'ಜೋಗಪ್ಪ, ಯಾವ ಕಡೆ ಹೊರಟೆ?' ಅಂತ ಕೇಳಿದಳು. 'ತಾಯಿ, ನಿಮ್ಮದು ಯಾವ ಊರು? ನಾವು ಇದ್ದದ್ದೇ ನಮ್ಮ ಊರು. ತಿರಕೊಂಡು ತಿನ್ನೋ ಜನಕ್ಕೆ ಯಾವ ಊರಾದರೆ ತಾನೇ ಏನು? ಹೀಗೇ ಹೊರಟೆ ಭಿಕ್ಷೆ ಎತ್ತೋಣ ಅಂತ' ಜೋಗಪ್ಪ ಹೇಳಿದ. 'ಜೋಗಪ್ಪ, ನನಗೊಂದು ಉಪಕಾರ ಮಾಡಬೇಕಲ್ಲ' ಅಂದಳು. 'ಏನು ತಾಯಿ, ಹೇಳು ನನ್ನ ಕೈಲಾದದ್ದು ಮಾಡ್ತೀನಿ' ಅಂತ ಜೋಗಪ್ಪ

ಹೇಳಿದ. 'ನೋಡು, ನೀನು ಉಟ್ಟುಕೊಂಡಿರೋ ಕಾವಿ ಬಟ್ಟೆ ಕಾವಿ ರುಮಾಲು, ಹಿಡಕೊಂಡಿರೋ ಕಿನ್ನರಿ ನನಗೆ ಕೊಡು. ನಿನಗೆ ಬೇರೆ ಬಟ್ಟೆ ಕೊಡ್ತೀನಿ. ನಿನಗೆ ಬೇಕಾದಷ್ಟು ದುಡ್ಡು ಕೊಡ್ತೀನಿ' ಅಂದಳು. 'ನಿನಗೆ ಆ ಕಾವಿ ಬಟ್ಟೆಯಿಂದ, ಕಿನ್ನರಿಯಿಂದ ಅನುಕೂಲ ಆದರೆ ಯಾಕಮ್ಮಾ ಇಲ್ಲಾ ಅಂತ ಹೇಳಲಿ. ತಗೋ' ಅಂತ ಹೇಳಿ ತನ್ನ ಬಟ್ಟೆ ಕೊಟ್ಟ. ಬೇರೆ ಬಟ್ಟೆ ಉಟ್ಕೊಂಡ. ಅವಳ ಹತ್ತಿರ ಎಷ್ಟು ಬೇಕೋ ಅಷ್ಟು ದುಡ್ಡು ಈಸ್ಕೊಂಡು. ಇವಳು ಜೋಗಪ್ಪನ ಕಾವಿ ಬಟ್ಟೆ ಉಟ್ಟುಕೊಂಡಳು. ತಲೆಗೆ ಕಾವಿ ಬಟ್ಟೆ ಸುತ್ತಿಕೊಂಡಳು. ಕೈಯಲ್ಲಿ ಕಿನ್ನರಿ ಹಿಡಕೊಂಡಳು. 'ನಾನು ಬರೋವರೆಗೆ ಇಲ್ಲೇ ಇರು ಜೋಗಪ್ಪ' ಅಂತ ಹೇಳಿ ಊರೊಳಕ್ಕೆ ಹೊರಟೇಬಿಟ್ಟಳು. 'ಇಲ್ಲಮ್ಮ ನಾನು ಮುಂದಲ ಊರಿಗೆ ಹೋಗ್ತೀನಿ' ಅಂತ ಜೋಗಪ್ಪ ಹೊರಟೇಬಿಟ್ಟ. ನನ್ನ ಧ್ವನಿ ಕೇಳಿದರೆ ನನ್ನ ಗಂಡ ಎಲ್ಲಿದ್ದರೂ ಬಂದೇ ಬರ್ತಾನೆ' ಅಂತ ಬೀದಿ ಬೀದೀಲಿ ಹಾಡು ಹೇಳಿಕೊಂಡು ಓಡಾಡಿದಳು: ಎಷ್ಟು ಹಾಡು ಹೇಳಿಕೊಂಡು ಓಡಾಡಿದರೂ ಪದಕದ ಕುಮಾರ ಬರಲೇ ಇಲ್ಲ. ಕಿನ್ನರಿ ತುದಿಗೆ ಸಿಂಹದ ಬಾಲದ ತುದಿ, ಕಿವಿಯ ತುದಿ ಎರಡನ್ನೂ ಕಟ್ಟಿಕೊಂಡು ಅರಮನೆಯ ಹತ್ತಿರ ಬಂದಳು. ಹಾಡೋದಕ್ಕೆ ಶುರುಮಾಡಿದಳು. ಅರಮನೆಯಲ್ಲಿ ದೊರೆ, ಮಂತ್ರಿ, ಇಬ್ಬರೂ ಇದ್ದರು. 'ಇದ್ಯಾರು, ಈ ಜೋಗಪ್ಪ ಒಂದೇ ಸಮ ಹಾಡ್ತಾ ಇದ್ದಾನಲ್ಲ?' ಅಂತ ಹೊರಗಡೆ ಬಂದು ನೋಡಿದರು. 'ಜೋಗಪ್ಪ, ನಿನ್ನದು ಯಾವ ಊರು? ನಿನಗೇನು ಭಿಕ್ಷೆ ಕೊಡಬೇಕು?' ಅಂತ ಕೇಳಿದರು. 'ನಾನೊಬ್ಬ ಪರದೇಸಿ. ನಾನು ಭಿಕ್ಷಕ್ಕೆ ಬಂದಿಲ್ಲ. ಸುಮ್ಮನೆ ಬೀದಿಯ ಮೇಲೆ ಬಂದೆ' ಅಂತ ಜೋಗಪ್ಪನ ವೇಷ ಹಾಕಿದ್ದಳಲ್ಲ ಈ ಸತ್ಯಭಾಮೆ ಅವಳು ಹೇಳಿದಳು. 'ನೀನೊಬ್ಬನೇ ಬಂದಿದ್ದೀಯೊ? ಇನ್ಯಾರಾದರೂ ನಿನ್ನ ಜೊತೆ ಬಂದಿದ್ದಾರೋ?' ಅಂತ ಕೇಳಿದರು. 'ಇಲ್ಲ ನಾನೊಬ್ಬನೇ ಬಂದಿರೋದು' ಅಂತ ಈ ಜೋಗಪ್ಪ ಉತ್ತರ ಹೇಳಿದ. 'ನಿನ್ನೆ ದಿನ ರಾತ್ರಿ ಎಲ್ಲಿದ್ದೆ?' ಅಂತ ಕೇಳಿದರು. 'ಊರ ಹೊರಗಿನ ದೇವಸ್ಥಾನದಲ್ಲಿದ್ದೆ' ಅಂತ ಜೋಗಪ್ಪ ಹೇಳಿದ. 'ನಿನ್ನೆ ರಾತ್ರಿ ಸಿಂಹ ಬರಲಿಲ್ವೇ?' ಅಂತ ಕೇಳಿದರು. 'ಬಂತು' ಜೋಗಪ್ಪ ಉತ್ತರ ಕೊಟ್ಟ. ಸಿಂಹ ನಿನಗೇನೂ ಮಾಡಲಿಲ್ವೇ?' ಅಂತ ಕಳಿದರು. 'ಸಿಂಹ ನನ್ನ ಮೇಲೆ ಹಾರಿತು. ನಾನು ಕತ್ತಿಯಿಂದ ಅದನ್ನು ಹೊಡೆದು ಕೊಂದುಬಿಟ್ಟೆ' ಅಂತ ಜೋಗಪ್ಪ ಹೇಳಿದ. 'ಅದಕ್ಕೆ ಏನು ಗುರುತು?' ಅಂತ ಕೇಳಿದರು. ಕಿನ್ನರಿ ತುದಿಯಲ್ಲಿ ಸಿಕ್ಕಿಸಿದ್ದ ಸಿಂಹದ ಬಾಲದ ತುದಿ, ಕಿವಿ ತುದಿ ಎರಡನ್ನೂ ಜೋಗಪ್ಪ ದೊರೆ ಕೈಯಲ್ಲಿ ಕೊಟ್ಟ, ದೊರೆಗೆ ಅನುಮಾನ ಬಂತು. 'ಎಲಾ, ಆ ಅಗಸ ನಿನ್ನೆ ಬಂದು ತಾನೇ ಸಿಂಹ ಕೊಂದದ್ದು ಅಂತ ಹೇಳಿ ಸಿಂಹದ ಕಿವಿ ತುದಿ, ಬಾಲದ ತುದಿ ಕೊಟ್ಟ. ಈ ಜೋಗಪ್ಪನೂ ಹಾಗೇ ಹೇಳಿದ. ಈ ಸಿಂಹದ ಬಾಲದ ತುದಿ, ಕಿವಿಯ ತುದಿ ಕೊಟ್ಟಿದ್ದಾನೆ. ಇದರಲ್ಲೇನೋ ಮೋಸ ಇರಬೇಕು. ಅಗಸರವನು ಕೊಟ್ಟ ಬಾಲದ ತುದಿ, ಕಿವಿ ತುದಿ ತಗೊಂಡು ಬಾ ನೋಡೋಣ' ಅಂತ ಮಂತ್ರಿಗೆ ಹೇಳಿದ. ಮಂತ್ರಿ ಅಗಸರವನು ತಂದುಕೊಟ್ಟ ಬಾಲದ ತುದಿ, ಕಿವಿ ತುದಿ ತಂದುಕೊಟ್ಟ. ದೊರೆ ಎರಡನ್ನೂ ಹಿಡಿದು ನೋಡಿದ. 'ನೀನು ಸಿಂಹ ಕೊಂದ ಮೇಲೆ ಅಗಸರವನು ಯಾರಾದರೂ ಸಿಂಹದ ಹತ್ತಿರ ಬಂದಿದ್ದರೆ?' ಅಂತ ದೊರೆ ಜೋಗಪ್ಪನನ್ನು ಕೇಳಿದ. ಜೋಗಪ್ಪ ನಡೆದದ್ದನ್ನೆಲ್ಲಾ ಹೇಳಿದ. ಆಗ ದೊರೆಗೆ

ಅಗಸರವನು ಮಾಡಿದ ಮೋಸ ಗೊತ್ತಾಯ್ತು. 'ಆ ಅಗಸರವನಿಗೆ ಕೊಡೋದಕ್ಕಿಂತ ಲಕ್ಷಣವಾಗಿರೋ ಈ ಜೋಗಪ್ಪನಿಗೇ ನನ್ನ ಮಗಳನ್ನು ಕೊಟ್ಟರೆ ಎಷ್ಟೋ ವಾಸಿ' ಅಂತ ಮನಸ್ಸಿನಲ್ಲಿ ಅಂದುಕೊಂಡ. ಆಮೇಲೆ ದೊರೆ ಅಗಸರವನನ್ನು ಕರೆಸಿ, ಅವನು ತಪ್ಪು ಮಾಡಿ ಸುಳ್ಳು ಹೇಳಿ ಮೋಸ ಮಾಡಿದ್ದಕ್ಕೆ ಅವನನ್ನು ಶೂಲಕ್ಕೆ ಹಾಕಿಸಿದ. 'ಈ ಸಿಂಹ ಯಾರು ಕೊಲ್ತಾರೋ ಅವರಿಗೆ ನನ್ನ ಮಗಳನ್ನು ಕೊಟ್ಟು ಮದುವೆ ಮಾಡ್ತೀನಿ ಅಂತ ಡಂಗುರ ಸಾರಿಸಿದ್ದೆ. ನೀನು ಈ ಸಿಂಹ ಸಾಯಿಸಿ ನಮ್ಮ ಊರಿನ ಜನಕ್ಕೆಲ್ಲಾ ಅನುಕೂಲ ಮಾಡಿದ್ದೀಯ. ನಿನಗೆ ನನ್ನ ಮಗಳನ್ನು ಕೊಟ್ಟು ಮದುವೆ ಮಾಡ್ತೀನಿ' ಅಂತ ದೊರೆ ಜೋಗಪ್ಪನಿಗೆ ಹೇಳಿದ. ಜೋಗಪ್ಪ ಸ್ವಲ್ಪ ಹೊತ್ತು ಅನುಮಾನ ಮಾಡ್ತಾ ನಿಂತುಕೊಂಡ. ತಾನು ಜೋಗಪ್ಪ ಅಲ್ಲ. ಸತ್ಯಭಾಮೆ, ಗಂಡಸಲ್ಲ. ಹೆಂಗಸು ಅಂತ ಜೋಗಪ್ಪನ ಯೋಚನೆ. ರಾಜನ ಮಗಳನ್ನು ಹೆಂಗಸಾದ ತಾನು ಹ್ಯಾಗೆ ಮದುವೆ ಆಗೋದು ಅಂತ ಜೋಗಪ್ಪನ ಯೋಚನೆ. ಜೋಗಪ್ಪನಿಗೆ ರಾಜನ ಮಗಳನ್ನು ತಾನು ಬಡವ ಹೇಗೆ ಮದುವೆ ಆಗೋದು ಅಂತ ಯೋಚನೆ ಇರಬೇಕು ಅಂತ ದೊರೆ ಅಂದುಕೊಂಡ. ಜೋಗಪ್ಪ ಮದುವೆ ನನಗೆ ಬೇಡ ಅಂತ ಹೇಳಿದರೂ ಬಲವಂತ ಮಾಡಿ ದೊರೆ ತನ್ನ ಮಗಳನ್ನು ಜೋಗಪ್ಪನಿಗೆ ಕೊಟ್ಟು ಮದುವೆ ಮಾಡಿದ. ಜೋಗಪ್ಪ ಕಿನ್ನರಿ ಕೆಳಗೆ ಇಟ್ಟುಕೊಂಡಿದ್ದ ಕತ್ತಿ ಪಕ್ಕದಲ್ಲಿಟ್ಟು ಆ ರಾಜಕುಮಾರಿಯನ್ನು ಕತ್ತಿಗೆ ಧಾರೆ ಎರೆಸಿಕೊಂಡ. ಮದುವೆ ಅದ್ಧೂರಿಯಗಿ ನಡೆದು ಹೋಯ್ತು. ಮದುವೆ ಆದ ಮೇಲೆ ಗಂಡು ಹೆಣ್ಣನ್ನು ಮಲಗೋ ಮನೆಗೆ ರಾತ್ರಿ ಬಿಟ್ಟರು. ರಾಜಕುಮಾರಿ ಬರೋದಕ್ಕೆ ಮೊದಲೇ ಮಂಚದ ಮೇಲೆ ಮಲಗಿಬಿಟ್ಟ ಈ ಜೋಗಪ್ಪ. ರಾಜಕುಮಾರಿ ಮಲಗೋ ಮನೆಗೆ ಆಮೇಲೆ ಹೋದಳು. ರಾಜಕುಮಾರಿ ಎಷ್ಟೆಷ್ಟು ಮಾತಾಡಿಸಿದರೂ ಜೋಗಪ್ಪ ಏಳಲೇ ಇಲ್ಲ. ಬೇಜಾರಾಗಿ ರಾಜಕುಮಾರಿ ತಾನು ಹೋಗಿ ಒಂದು ಕಡೆ ಮಲಗಿಬಿಟ್ಟಳು. ರಾತ್ರಿ ಹೀಗೇ ಕಳೀತು.

ರಾಜಕುಮಾರಿ ಬೆಳಗ್ಗೆ ಎದ್ದು ಬಂದಳು. ಅವಳ ಜೊತೆಯೋರೆಲ್ಲಾ ಅವಳನ್ನು ಗೇಲಿ ಮಾಡಿದರು. 'ನನ್ನನ್ನು ಯಾಕ್ರೇ ಗೇಲಿ ಮಾಡ್ತೀರಿ. ನನ್ನ ಗಂಡ ನನ್ನ ಜೊತೆ ಒಂದು ಮಾತೂ ಆಡಲಿಲ್ಲ. ತನ್ನ ಪಾಡಿಗೆ ತಾನು ಮಲಗಿ ನಿದ್ದೆ ಮಾಡಿಬಿಟ್ಟ. ನನ್ನನ್ನು ಮುಟ್ಟಲೇ ಇಲ್ಲ' ಅಂತ ಅವರ ಎದುರು ಹೇಳಿಕೊಂಡು ಅತ್ತಳು. ಅವರು ಹೋಗಿ ರಾಜಕುಮಾರಿ ತಾಯಿಗೆ ನಡೆದದ್ದೆಲ್ಲಾ ಹೇಳಿದರು. 'ಅಮ್ಮಾ, ಅವರು ರಾತ್ರಿ ನಾನು ಹೋಗೋದಕ್ಕೆ ಮುಂಚೇನೆ ಮಂಚದ ಮೇಲೆ ಮುಸುಕು ಹಾಕಿಕೊಂಡು ಮಲಗಿದ್ದರು. ರಾತ್ರಿಯೆಲ್ಲಾ ಮುಸುಕೇ ತೆಗೀಲಿಲ್ಲ. ನನ್ನ ಜೊತೆ ಒಂದೂ ಮಾತಾಡಲಿಲ್ಲ. ನಾನೇ ಅವರನ್ನು ಎಬ್ಬಿಸೋದಕ್ಕೆ ಪ್ರಯತ್ನ ಮಾಡಿದೆ. ಅವರು ಏಳಲಿಲ್ಲ ಅಂತ ರಾಜಕುಮಾರಿ ತನ್ನ ತಾಯಿಗೆ ಹೇಳಿದಳು.' ಆಗ ತಾಯಿ: 'ಅವರು ನಿನ್ನನ್ನ ಮಾತಾಡಿಸದೇ ಇದ್ದರೆ ಹೋಗಲಿ ನೀನೇ ಅವರು ಎಚ್ಚರವಾಗಿದ್ದಾಗ ಕೇಳು? ಅವರಿಗೆ ನಿನ್ನ ಮೇಲೇನಾದರೂ ಕೋಪ ಬಂದಿದೆಯೆ? ಅಥವಾ ಅವರಿಗೇ ಇನ್ನೇನಾದರೂ ಬೇಕೆ ಅಂತ' ಅಂತ ಮಗಳಿಗೆ ಸಮಾಧಾನ ಹೇಳಿ ಕಳಿಸಿಕೊಟ್ಟಳು. ರಾಜಕುಮಾರಿ ಮಾರನೆಯ ದಿನ ತನ್ನ ಗಂಡ ಜೋಗಪ್ಪನನ್ನು 'ನನ್ನ ಜತೆ ನೀವು ಯಾಕೆ ಮಾತಾಡೋದಿಲ್ಲ? ನಾನೇನು ಅಪರಾಧ ಮಾಡಿದ್ದೀನಿ ಹೇಳಿ.

ನಿಮಗೆ ಇನ್ನೇನಾದರೂ ಬೇಕೋ ಕೇಳಿ' ಅಂತ ಕೇಳಿದಳು. ಆಗ ಜೋಗಪ್ಪ: 'ನಮ್ಮಲ್ಲಿ ಪೂರ್ವದಿಂದ ಒಂದು ಪದ್ಧತಿ ಉಂಟು: ಮದುವೆ ಆಗುತ್ತಲೂ ಊರ ಹೊರಗಡೆ ಒಂದು ದೊಡ್ಡ ಚಪ್ಪರ ಹಾಕಿಸಿ, ಅರವಂಟಿಗೆ ಇಡಬೇಕು. ಊರಿನವರಿಗೆಲ್ಲಾ ಊಟ ಆಗಬೇಕು. ಹೊರಗಿನವರೂ ಯಾರು ಬಂದರೂ ಅವರಿಗೂ ಊಟ ಬಡಿಸಬೇಕು. ಊರಿನಲ್ಲಿ ಅಷ್ಟು ಕಾಲವೂ ಒಂದು ಪಿಳ್ಳೆಯೂ ಮನೆಯಲ್ಲಿ ಅಡಿಗೆ ಮಾಡಕೂಡದು. ಎಲ್ಲರೂ ಊಟ ಮಾಡಿದ ಮೇಲೆ ಹೊಸದಾಗಿ ಮದುವೆ ಆದ ಗಂಡು ತಾನೇ ನಿಂತು ಊಟ ಮಾಡಿದವರೆಲ್ಲರಿಗೂ ಎಲೆ ಅಡಕೆ ಕೊಡಬೇಕು. ಇದು ನಮ್ಮಲ್ಲಿ ಹಿಂದಿನಿಂದ ನಡೆದು ಬಂದಿರೋ ಸಂಪ್ರದಾಯ. ನಾನು ಈ ರೀತಿ ಮಾಡೋ ಹಾಗೆ ಮಾಡಿದರೆ ನಾನು ನಿನ್ನ ಜೊತೆ ಸರಿಯಾಗಿರ್‍ತೀನಿ; ಇಲ್ಲದಿದ್ದರೆ ಇಲ್ಲ' ಅಂತ ಜೋಗಪ್ಪ ಹೇಳಿದ. 'ಅಯ್ಯೋ, ಇಷ್ಟೇ ಏನು? ಇದನ್ನು ಬಾಯಿಬಿಟ್ಟು ಹೇಳೋಕೆ ಇಷ್ಟೊಂದು ಸಂಕೋಚ ಯಾಕೆ? ಇದ್ಯಾವ ಮಹಾ ಸಂಪತ್ತಿನ ಕೆಲಸ' ಅಂತ ಹೇಳಿದಳು. ತಾಯಿಯ ಹತ್ತಿರ ಬಂದು ನಡೆದದ್ದನ್ನೆಲ್ಲಾ ಹೇಳಿಬಿಟ್ಟಳು. ರಾಣಿ ದೊರೆ ಕೈಲಿ ಈ ವಿಷಯ ಹೇಳಿದಳು. ಅರವಂಟಿಗೆ ಮಾಡಿಸೋಣ ಅಂತ ದೊರೆ ಬೇಕಾದ್ದೆಲ್ಲಾ ಸಿದ್ಧತೆ ಮಾಡಿಸಿಬಿಟ್ಟ.

ಊರಾಚೆ ಮೈದಾನದಲ್ಲಿ ದೊಡ್ಡ ಚಪ್ಪರ ಹಾಕಿಸಿಬಿಟ್ಟರು. ಬೇಕಾದ ಹಾಗೆ ಅಡಿಗೆ ಮಾಡಿಸಿಬಿಟ್ಟರು. 'ಯಾರ ಮನೆಯಲ್ಲೂ ಒಲೆ ಹಚ್ಚಬಾರದು; ಎಲ್ಲರೂ ಅರವಂಟಿಗೆನೇ ಊಟಕ್ಕೆ ಬರಬೇಕು' ಅಂತ ಊರಿನಲ್ಲೆಲ್ಲಾ ಡಂಗುರ ಸಾರಿಸಿದರು. ಊರಿನ ಜನ ಎಲ್ಲ ಅರವಂಟಿಗೆಗೇ ಊಟಕ್ಕೆ ಬಂದರು. ಎಲ್ಲರಿಗೂ ಊಟ ಆಯ್ತು. ಎಲ್ಲರೂ ಸಾಲಾಗಿ ನಿಂತುಕೊಂಡರು. ದೊರೆಯ ಅಳಿಯ ಜೋಗಪ್ಪನೇ (ಅಂದರೆ ಜೋಗಪ್ಪನ ವೇಷದ ಸತ್ಯಭಾಮೆ) ಎಲ್ಲರಿಗೂ ತಾಂಬೂಲ ಕೊಡ್ತಾ ಬಂದ. ಆ ದಿನ ಆ ಊರಿನ ಸೂಳೆ ಪದಕದ ಕುಮಾರನು ಟಗರಾಗಿದ್ದವನನ್ನು ಮನುಷ್ಯನನ್ನಾಗಿ ಮಾಡಿ ಕರೆದುಕೊಂಡು ಬಂದಿದ್ದಳು. ಅವರಿಬ್ಬರೂ ಎಲ್ಲೋ ದೂರದಲ್ಲಿ ಕೂತು ಊಟ ಮಾಡಿದರು. ತಾಂಬೂಲ ತಗೊಳ್ಳದಕ್ಕೆ ಬರಲಿಲ್ಲ. ಪದಕದ ಕುಮಾರನಿಗೆ ಜೋಗಪ್ಪನ ರೂಪಿನಲ್ಲಿ ಸತ್ಯಭಾಮೆ ಇರೋದು ತಿಳಿದುಹೋಯ್ತು. ಪದಕದ ಕುಮಾರ ಏನು ಮಾಡಿಬಿಟ್ಟ, ಜೋಗಪ್ಪ ತಾಂಬೂಲ ಕೊಡ್ತಾ ಇದ್ದನಲ್ಲ, ಆ ಜಾಗದ ಹತ್ತಿರ ಬಂದು ಒಂದು ಕಾಗದ ಬರೆದು ಜೋಗಪ್ಪನಿಗೆ ಕಾಣೋ ಹಾಗೆ ಚಪ್ಪರಕ್ಕೆ ಅದನ್ನು ಸಿಕ್ಕಿಸಿ ಹೊರಟುಹೋದ.

ಸಂಜೆವರೆಗೂ ಜನಗಳಿಗೆ ಊಟ ಆಯ್ತು. ಎಲ್ಲರಿಗೂ ಜೋಗಪ್ಪನೇ ತಾಂಬೂಲ ಕೊಟ್ಟ. ಆದರೆ ಪದಕದ ಕುಮಾರನ ಪತ್ತೇನೇ ಆಗಲಿಲ್ಲ. ಜೋಗಪ್ಪನಿಗೇ ಯೋಚನೆ ಹತ್ತಿಕೊಂಡ್ತು. ಪದಕದ ಕುಮಾರ ಬದುಕಿದ್ದಾನೋ ಅಥವಾ ಸತ್ತುಹೋಗಿದ್ದಾನೋ ಅಂತ. ಬೇಜಾರಾಗಿ ಅಲ್ಲಿಂದ ಹೊರಡೋದಕ್ಕೆ ಅಂತ ತಿರುಗಿದಾಗ ಪಕ್ಕದಲ್ಲಿ ಚಪ್ಪರಕ್ಕೆ ಒಂದು ಚೀಟಿ ಅಂಟಿಸಿದ್ದು ಕಾಣಿಸಿತು. ಅದನ್ನು ತೆಗೆದು ಓದಿದ. ಅದರಲ್ಲಿ ಹೀಗೆ ಬರೆದಿತ್ತು: ಸತ್ಯಭಾಮೆ, ಏನೂ ಹೆದರಬೇಡ. ನಾನು ಬದುಕಿದ್ದೀನಿ. ಆದರೆ ಈ ಊರ ಸೂಳೆ ನನ್ನನ್ನು ಟಗರು ಮಾಡಿ ಅವಳ ಮಂಚದ ಕಾಲಿಗೆ ನನ್ನನ್ನು ಕಟ್ಟಿದ್ದಾಳೆ. ಅವಳ

ಮಂಚದ ಎಡಗಡೆ ಕಾಲಿನ ಹತ್ತಿರ ಮನುಷ್ಯನನ್ನು ಟಗರು ಮಾಡುವಂಥ ಬೂದಿ ಇಟ್ಟಿದ್ದಾಳೆ. ಮಂಚದ ಬಲಗಡೆ ಕಾಲಿನ ಹತ್ತಿರ ಟಗರನ್ನ ಮನುಷ್ಯನನ್ನಾಗಿ ಮಾಡೋ ಅಂಥ ಬೂದಿ ಇಟ್ಟಿದಾಳೆ. ಇಗೋ, ನಿನಗೆ ಇದ್ದ ವಿಷಯ ಬರೆದಿದ್ದೀನಿ. ನಿನಗೆ ಸಾಧ್ಯವಾದರೆ ನನ್ನನ್ನು ಮನುಷ್ಯನನ್ನಾಗಿ ಮಾಡಿ ಕರೆದುಕೊಂಡು ಹೋಗು.' ಕಾಗದ ನೋಡಿದ ಮೇಲೆ ಜೋಗಿಗೆ ಸ್ವಲ್ಪ ಧೈರ್ಯ ಬಂತು. ಆದರೆ ಪದಕದ ಕುಮಾರನನ್ನು ಹ್ಯಾಗೆ ಮನುಷ್ಯನನ್ನು ಮಾಡೋದು? ಹ್ಯಾಗೆ ಆ ಸೂಳೆ ಮನೆಯಿಂದ ಕರೆದುಕೊಂಡು ಬರೋದು? ಅಂತ ಯೋಚನೆ ಮಾಡ್ತಾ ಮನೆಗೆ ಬಂದು ಮಂಚದ ಮೇಲೆ ಮಲಗಿಬಿಟ್ಟ. ರಾತ್ರಿ ರಾಜಕುಮಾರಿ ಗಂಡನನ್ನು ಮಾತಾಡಿಸಿದಳು. 'ನೀವು ಹೇಳಿದ ಹಾಗೇ ಜನಕ್ಕೆಲ್ಲಾ ಊಟ ಹಾಕಿಸಿ ಆಯ್ತಲ್ಲ. ಇನ್ನೂ ಯಾಕೆ ನೀವು ನನ್ನ ಜತೆ ಸರಿಯಾಗಿ ನಡೆದುಕೊಳ್ಳೋದಿಲ್ಲ' ಅಂತ ಕೇಳಿದಳು. 'ಇವೊತ್ತು ಊರಿನ ಎಲ್ಲಾ ಜನಗಳೂ ಬರಲಿಲ್ಲ. ಪುನಃ ಎಲ್ಲರಿಗೂ ಊಟ ಆಗಲೇಬೇಕು' ಅಂತ ಹೇಳಿದ. ಅವಳು ಬಂದು ತಾಯಿ ಕೈಲಿ ಅದನ್ನು ಹೇಳಿದಳು. ಅವಳು ಆ ವಿಷಯಾನ ರಾಜನಿಗೆ ಹೇಳಿದಳು. ರಾಜ ಮಾರನೆಯದಿನ ಊರಿನ ಜನಕ್ಕೆಲ್ಲಾ ಊಟಕ್ಕೆ ಏರ್ಪಾಟು ಮಾಡಿಸಿದ. ಎಲ್ಲರದ್ದು ಊಟ ಆಯ್ತು. ಊಟ ಆದ ಮೇಲೆ ಎಲ್ಲರೂ ಜೋಗಪ್ಪನ ಹತ್ತಿರ ತಾಂಬೂಲ ಈಸ್ಕೊಂಡು ಮನೆಗೆ ಹೋದರು. ಆದಿನ ಸೂಳೆಯೂ ಬಂದಿರಲಿಲ್ಲ; ಪದಕದ ಕುಮಾರನೂ ಬಂದಿರಲಿಲ್ಲ. ಎಲ್ಲರೂ ಹೊರಟು ಹೋದ ಮೇಲೆ ರಾಜ ತನ್ನ ಅಳಿಯ ಜೋಗಪ್ಪನಿಗೆ: 'ನಡಿಯಪ್ಪ ಮನೆಗೆ. ನೀನು ಹೇಳಿದ ಹಾಗೇ ಮಾಡಿದೆವಲ್ಲ. ಇನ್ನಾದರೂ ನಿನ್ನ ಹೆಂಡತಿ ಜತೆ ಸರಿಯಾಗಿ ಬದುಕು' ಅಂತ ಹೇಳಿದ. ಆಗ ಜೋಗಪ್ಪ: 'ಈ ಊರಲ್ಲಿ ಒಬ್ಬರು ಮಾತ್ರ ಊಟಕ್ಕೆ ಬಂದಿಲ್ಲ' ಅಂತ ಹೇಳಿದ. 'ಯಾರು ಬಂದಿಲ್ಲ?' ಅಂತ ಕೇಳಿದರು. 'ಈ ಊರಲ್ಲಿ ಒಬ್ಬಳು ಸೂಳೆ ಇದ್ದಾಳೆ. ಅವಳು ಬಂದಿಲ್ಲ. ನಾನೇ ಹೋಗಿ ಅವಳನ್ನು ಕರಕೊಂಡು ಬರ್ತೀನಿ' ಅಂತ ಹೇಳಿದ. 'ಅಯ್ಯೋ ಅಷ್ಟಕ್ಕೆಲ್ಲಾ ನೀನು ಯಾಕೆ ಹೋಗ್ತೀಯ. ನಾನೇ ಯಾರನ್ನಾದರೂ ಕಳಿಸಿ ಕರೆಸುತ್ತೀನಿ' ಅಂತ ರಾಜ ಹೇಳಿದ. 'ಇಲ್ಲ, ನಾನೇ ಹೋಗಿ ಅವಳನ್ನು ಕರಕೊಂಡು ಬರಬೇಕು' ಅಂತ ಹೇಳಿದ. 'ಆಗಲಪ್ಪ ಹಾಗೇ ಮಾಡು. ಆದರೆ ನಿನ್ನ ಜತೆಗೆ ಆಳುಗಳನ್ನು ಕಳಿಸುತ್ತೀನಿ' ಅಂತ ರಾಜ ಹೇಳಿ ಜೋಗಪ್ಪನ ಜೊತೆ ಆಳುಗಳನ್ನು ಕಳಿಸಿಕೊಟ್ಟ. ಜೋಗಪ್ಪ ಸೂಳೆಯ ಮನೆಗೆ ಬಂದ, ಅವನ ಹಿಂದೆ ಆಳುಗಳೂ ಹೊರಗೆ ನಿಂತರು. ದೊರೆ ಅಳಿಯ ನಾನು ಕರಸದೆಯೇ ಬಂದುಬಿಟ್ಟ; ನನ್ನ ಅದೃಷ್ಟ ಅಂತ ಆ ಸೂಳೆ ಸಂತೋಷವಾಗಿ ಜೋಗಪ್ಪನನ್ನು ಒಳಕ್ಕೆ ಕರಕೊಂಡು ಹೋಗಿ ಉಪಚಾರ ಮಾಡಿದಳು. 'ಎಲ್ಲಿ ನಿನ್ನ ಮನೆ ನೋಡೋಣ ನಡಿ' ಅಂತ ಒಳಗಿನ ಮಲಗೋ ಮನೆಗೆ ಹೋಗಿಬಿಟ್ಟ. ಅಲ್ಲಿ ಮಂಚದ ಹತ್ತಿರಕ್ಕೆ ಬಂದ. ಸತ್ಯಭಾಮೆಗೆ ಹೇಳಿದ್ದ ಹಾಗೇ ಮಂಚದ ಬಲಗಡೆ ಕಾಲಿನ ಹತ್ತಿರ ಒಂದು ಬೂದಿಯ ಬುರುಡೆ ಇತ್ತು; ಎಡಗಡೆ ಕಾಲಿನ ಹತ್ತಿರ ಒಂದು ಬದಿಯ ಬುರುಡೆ ಇತ್ತು. ಇವನು ಮಂಚದ ಬಲಗಡೆ ಕಾಲಿನ ಹತ್ತಿರ ಇದ್ದ ಬುರುಡೆ ಒಳಗಡೆ ಇದ್ದ ಬೂದಿ ತಗೊಂಡ; ಅಲ್ಲೇ ಕಟ್ಟಿದ್ದ ಟಗರಿನ ಮೇಲೆ ಅದನ್ನು ಎರಚಿದ. ಆ ಟಗರು ಗಂಡಸಾಗಿ, ಪದಕದ ಕುಮಾರನಾಗಿ ನಿಂತುಕೊಂಡಿತು. ಆಗ ಹೊರಗಡೆ ಇದ್ದವರೆಲ್ಲಾ ಒಳಕ್ಕೆ ಬಂದರು.

ಇದೆಲ್ಲಾ ಏನು ಅಂತ ಕೇಳಿದರು. ನಡೆದದ್ದನ್ನೆಲ್ಲಾ ಜೋಗಪ್ಪ ಹೇಳಿದ. ಆ ಸೂಳೆಗೆ ನಾಲ್ಕು ಬಿಗಿದರು. ಅವಳು ತಾನು ಮಾಡಿದ ಮೋಸ ಎಲ್ಲಾ ಹೇಳಿಬಿಟ್ಟಳು. ಆ ಸೂಳೆಯನ್ನು ಆನೆಯ ಕಾಲಿಗೆ ಕಟ್ಟಿ ಎಳೆಸಿಬಿಟ್ಟರು. ಸೂಳೆ ಸತ್ತುಹೋದಳು. ಸೂಳೆ ಮನೆ ಒಳಗೆ ಎಲ್ಲಾ ಹುಡುಕಿದರು. ಒಂದು ನೆಲಮಾಳಿಗೆಯಲ್ಲಿ ಬೇಕಾದಷ್ಟು ಟಗರುಗಳಿದ್ದವು. ಜೋಗಪ್ಪ ಅವುಗಳಿಗೆ ಬೂದಿ ಎರಚಿದಾಗ ಅವೆಲ್ಲಾ ಮನುಷ್ಯರ ರೂಪಿಗೆ ಬಂದವು. ಸೂಳೆ ಈ ರೀತಿ ಬೇಕಾದಷ್ಟು ಜನಗಳನ್ನು ಟಗರು ಮಾಡಿ ನೆಲಮಾಳಿಗೆಯಲ್ಲಿ ಕೂಡಿಹಾಕಿದ್ದಳು. ಯಾರಾದರೂ ಚೆನ್ನಾಗಿರೋ ಹುಡುಗ ಬಂದರೆ ಸರಿ, ಅವನನ್ನು ತನ್ನ ಮನೆಗೆ ಕರೆದು ಆ ರಾತ್ರಿ ಅವನ ಜೊತೆ ಕಳೆದು, ಮಾರನೆಯ ದಿನ ಇನ್ನೊಬ್ಬ ಸಿಕ್ಕಿದ ಮೇಲೆ ಹಳಬನನ್ನು ಟಗರನ್ನಾಗಿ ಮಾಡಿ ನೆಲಮಾಳಿಗೆಗೆ ಕೂಡ್ತಾ ಇದ್ದಳು. ಈ ರೀತಿ ಟಗರಾಗಿದ್ದ ರಾಜಕುಮಾರರನ್ನೆಲ್ಲಾ ಸುಖವಾಗಿ ರಾಜ ಅವರವರ ಊರಿಗೆ ಕಳಿಸಿಕೊಡೋಣಾಂತ ರಾಜ ಯೋಚನೆ ಮಾಡಿದ. ಅವರಿಗೆಲ್ಲಾ ಅಷ್ಟು ಕಾಲ ಟಗರಾಗಿದ್ದದ್ದರಿಂದ ಗಡ್ಡ ಬೆಳೆದು ಬಿಟ್ಟಿತು. ಹಜಾಮರನ್ನು ಗೊತ್ತುಮಾಡಿ ಅವರಿಗೆಲ್ಲಾ ಕ್ಷೌರಮಾಡಿಸಿ, ಅವರಿಗೆ ಉಟ್ಟುಕೊಳ್ಳೋದಕ್ಕೆ ಒಳ್ಳೆ ಬಟ್ಟೆ ಕೊಟ್ಟು 'ನಡೀರಪ್ಪ, ನಿಮ್ಮ ನಿಮ್ಮ ಊರಿಗೆ. ಸುಖವಾಗಿ ಹೋಗಿಬನ್ನಿ' ಅಂತ ದೊರೆ ಅವರನ್ನೆಲ್ಲಾ ಕಳುಹಿಸಿಕೊಟ್ಟ.

ಈ ಕಡೆ ಜೋಗಪ್ಪ, ಪದಕದ ಕುಮಾರ ಇಬ್ಬರೂ ಅರಮನೆಗೆ ಬಂದರು. ಮಾರನೆಯದಿನ ದೊರೆ ಸಿಂಹಾಸನದ ಮೇಲೆ ಕೂತಿದ್ದಾನೆ. ಆಗ ಜೋಗಪ್ಪ ಸೀರೆ ಉಟ್ಟುಕೊಂಡು ಮೊದಲಿನ ಸತ್ಯಭಾಮೆಯಾದ. ಪದಕದ ಕುಮಾರನನ್ನು ಕೈಹಿಡಕೊಂಡು ಬಂದು ಸತ್ಯಭಾಮೆ ದೊರೆಯ ಹತ್ತಿರ ಬಂದಳು. ದೊರೆಗೆ ನಮಸ್ಕಾರ ಮಾಡಿದಳು. ದೊರೆಗೆ ಆಶ್ಚರ್ಯ ಆಯ್ತು. 'ನೀನು ಯಾರಮ್ಮ? ನನ್ನ ಅಳಿಯ ಜೋಗಪ್ಪ ಎಲ್ಲಿ? ಈ ರಾಜಕುಮಾರ ಯಾರು?' ಅಂತ ಕೇಳಿದ. ಆಗ ಸತ್ಯಭಾಮೆ ನಡೆದದ್ದನ್ನೆಲ್ಲಾ ಹೇಳಿದಳು. ತಾನು ಹೆಂಗಸಾದರೂ ಬೇಕಂತ ಜೋಗಪ್ಪನ ವೇಷ ಹಾಕಿಕೊಂಡು ತನ್ನ ಗಂಡ ಪದಕದ ಕುಮಾರನನ್ನು ಹುಡುಕಿದ ಕಥೆ ಎಲ್ಲಾ ಹೇಳಿದಳು. ದೊರೆಗೆ ಅದನ್ನೆಲ್ಲಾ ಕೇಳಿ ಸಂತೋಷವಾಯ್ತು. ದೊರೆ ಪದಕದ ಕುಮಾರನಿಗೆ ಪಟ್ಟ ಕಟ್ಟಿದ. ಪದಕದ ಕುಮಾರನಿಗೆ ಆಗಲೇ ಒಬ್ಬಳು ಹೆಂಡತಿ ಇದ್ದರೂ ಪರವಾಗಿಲ್ಲ ಅಂತ ತನ್ನ ಮಗಳನ್ನು ಕೊಟ್ಟು ಮದುವೆ ಮಾಡಿದ. ಎಲ್ಲರೂ ಸ್ವಲ್ಪ ಕಾಲ ಸುಖವಾಗಿದ್ದರು.

ಪದಕದ ಕುಮಾರ ರಾಜ್ಯ ಆಳಿಕೊಂಡಿದ್ದ. ಸ್ವಲ್ಪ ದಿನ ಕಳೀತು. ಪದಕದ ಕುಮಾರ ನಾಗಲೋಕದವನು. ಭೂಲೋಕಕ್ಕೆ ಬರೋದಕ್ಕೆ ಮೊದಲು ಅವನು ನಾಗಲೋಕದ ನಾಗರಾಜನ ಹೆಣ್ಣು ಮಕ್ಕಳು ನಾಗಕನ್ನಿಕೆಯರು ಇದ್ದಾರಲ್ಲ ಅವರ ಗಂಡ. ನಾಗಕನ್ನಿಕೆಯರನ್ನು ಬಿಟ್ಟು ಪದಕದ ಕುಮಾರ ಭೂಲೋಕಕ್ಕೆ ಬಂದು ಸತ್ಯಭಾಮೇನ ಮದುವೆಯಾಗಿ, ಆಮೇಲೆ ಸೂಳೆ ಬೂದಿ ಎರಚಿದಾಗ ಟಗರಾಗಿ, ಆಮೇಲೆ ಈ ಊರಿನ ರಾಜನ ಮಗಳನ್ನು ಮದುವೆ ಆಗಿ ರಾಜ್ಯಭಾರ ಮಾಡ್ತಾ ಇದ್ದಾನೆ.

ಭೂಲೋಕಕ್ಕೆ ಹೋದ ಪದಕದ ಕುಮಾರ ಯಾಕೆ ಇಷ್ಟು ವರ್ಷ ಕಳೆದರೂ ಹಿಂದಕ್ಕೆ ಬರಲಿಲ್ಲ? ಅವನು ಎಲ್ಲಿರಬಹುದು? ಅಂತ ಹುಡುಕಾಡಿದರು. ಪದಕದ ಕುಮಾರ

ಇರೋ ಜಾಗ ಅವರಿಗೆ ಗೊತ್ತಾಯಿತು. ಅವನನ್ನು ಏನಾದರೂ ಮಾಡಿ ನಾಗಲೋಕಕ್ಕೆ ಕರಕೊಂಡು ಬರಬೇಕು ಅಂತ ನಾಗಕನ್ನಿಕೆ ಕೈಯಲ್ಲಿ ಒಂದು ಕಿನ್ನರಿ ಹಿಡಿಕೊಂಡಳು. ಕಂಕುಳಲ್ಲಿ ಒಂದು ಗೂಡೆ ಇರುಕಿಕೊಂಡಳು. ಪದಕದ ಕುಮಾರ ಇದ್ದ ಊರಿಗೆ ಬಂದಳು. ಬೀದಿ ಬೀದಿಯಲ್ಲಿ ಕಣಿ ಹೇಳ್ತಾ ಬಂದಳು. ಪದಕದ ಕುಮಾರ ಸಿಂಹಾಸನದ ಮೇಲೆ ಕೂತಿದ್ದ. ಕೊರವಂಜಿ ಬಂದದ್ದು ಅವನಿಗೆ ಗೊತ್ತಾಯ್ತು. ಆ ಕೊರವಂಜಿ ತನ್ನ ನಾಗಲೋಕದ ಹೆಂಡತಿ ನಾಗಕನ್ನಿಕೆ. ತನ್ನನ್ನು ವಾಪಸ್ ಕರಕೊಂಡು ಹೋಗೋದಕ್ಕೆ ಬಂದಿದ್ದಾಳೆ ಅಂತ ಅವನಿಗೆ ಗೊತ್ತಾಯ್ತು. ಆದರೆ ಅವನಿಗೆ ಈ ಭೂಲೋಕದಲ್ಲಿ ಸತ್ಯಭಾಮೆಯನ್ನು ಬಿಟ್ಟು ಹೋಗೋದಕ್ಕೆ ಮನಸ್ಸು ಬರಲಿಲ್ಲ. 'ಒಬ್ಬಳು ಕೊರವಂಜಿ ಈಗ ಬರ್ತಾಳೆ. ಅವಳನ್ನು ಮನೆಗೆ ಸೇರಿಸಬೇಡ. ಅವಳು ಕಣಿ ಹೇಳ್ತೀನಿ ಅಂತ ಬರ್ತಾಳೆ. ಅವಳ ಹತ್ತಿರ ಕಣಿ ಕೇಳಬೇಡ. ಬಾಗಿಲು ಹಾಕ್ಕೊಂಡು ಒಳಗಡೆ ಇರು' ಅಂತ ಪದಕದ ಕುಮಾರ ಸತ್ಯಭಾಮೆಗೆ ಹೇಳಿ ಕಳಿಸಿದ. ದಾಸಿ ಸತ್ಯಭಾಮೆಗೆ ಬಂದು ದೊರೆ ಹೀಗೆ ಹೇಳಿದರು ಅಂತ ವಿಷಯ ಎಲ್ಲಾ ಹೇಳಿದಳು. ಸತ್ಯಭಾಮೆ ದೊರೆ ಹೇಳಿದ ಮಾತನ್ನು ಅಷ್ಟಾಗಿ ಹಚ್ಚಿಕೊಳ್ಳಲಿಲ್ಲ.

ಕೊರವಂಜಿ ಅರಮನೆಗೆ ಕಣಿ ಹೇಳೋದಕ್ಕೆ ಅಂತ ಬಂದಳು. ಅವಳನ್ನು ನೋಡಿದ ಸತ್ಯಭಾಮೆಗೆ ಕಣಿ ಕೇಳಬೇಕು ಅಂತ ಆಸೆ ಆಯ್ತು. ಕೊರವಂಜಿಯನ್ನು ಕರೆಸಿ ಕಣಿ ಕೇಳಿದಳು. ಅವಳೇನು ಕಣಿ ಕೇಳಿದಳೋ! ಇವಳೇನು ಕಣಿ ಹೇಳಿದಳೋ! ಅಂತೂ ಅವಳು ಕೇಳಿದಳು, ಇವಳು ಹೇಳಿದಳು. ಕೊರವಂಜಿ ಕೊನೆಯಲ್ಲಿ 'ನಿನ್ನ ಗಂಡ ನಿನಗೆ ತನ್ನ ಹೆಸರನ್ನು ಸರಿಯಾಗಿ ಹೇಳಿಲ್ಲ. ನಿನಗೆ ಮಕ್ಕಳಿಲ್ಲದಿರೋಕ್ಕೆ ಅದೇ ಕಾರಣ. ಅವನು ನಿನಗೆ ತನ್ನ ನಿಜವಾದ ಹೆಸರು ಹೇಳಿದರೆ ನಿನಗೆ ಮಕ್ಕಳಾಗುತ್ತದೆ; ಇಲ್ಲದಿದ್ದರೆ ಇಲ್ಲ' ಅಂತ ಹೇಳಿ ಸರಸರನೆ ಅರಮನೆಯಿಂದ ಹೊರಟೇ ಹೋದಳು.

ಕೊರವಂಜಿ ಹೇಳಿದ ಮಾತನ್ನು ಕೇಳಿ ಸತ್ಯಭಾಮೆಗೆ ಪದಕದ ಕುಮಾರನ ಮೇಲೆ ತುಂಬಾ ಕೋಪಬಂತು. ನನ್ನ ಮೇಲೆ ಇಷ್ಟೊಂದು ಪ್ರೀತಿ ಇದೆ ಅಂತ ಹೇಳಿದ್ನಲ್ಲ. ಆದರೂನು ಯಾಕೆ ನನಗೆ ನಿಜವಾದ ಹೆಸರು ಹೇಳಲಿಲ್ಲ? ಅಂತ ಅವಳಿಗೆ ತುಂಬಾ ಬೇಜಾರಾಯಿತು. ಆಗ ಅವಳೇನು ಮಾಡಿದಳು? ಚಿಕ್ಕಮನೆ ಮಂಚದ ಮೇಲೆ ಹೋಗಿ ಮಲಗಿಬಿಟ್ಟಳು. ಮೇಲಕ್ಕೆ ಏಳಲಿಲ್ಲ. ಪದಕದ ಕುಮಾರ ಮನೆಗೆ ಬಂದ. ಮನೆಗೆ ಬಂದು ನೋಡಿದರೆ, ಸತ್ಯಭಾಮೆ ಎಲ್ಲೂ ಕಾಣಲಿಲ್ಲ. ಇವಳು ಎಲ್ಲಿ ಹೋದಳಪ್ಪ ಅಂತ ಚಿಕ್ಕ ಮನೆಗೆ ಬಂದು ನೋಡ್ತಾನೆ. ಸತ್ಯಭಾಮೆ ಮಂಚದ ಮೇಲೆ ಮಕಾಡೆಯಾಗಿ ಮಲಗಿಬಿಟ್ಟಿದ್ದಾಳೆ. ಮಾತನಾಡಿಸದರೆ ಮಾತಾಡಲೊಲ್ಲಳು. ಪದಕದ ಕುಮಾರ ಗೌಡಿಯರನ್ನ ಕರೆಸಿ ಕೇಳಿದ: 'ಸತ್ಯಭಾಮೆ ಯಾಕೆ ಹೀಗೆ ಮಲಗಿದ್ದಾಳೆ? ಏನಾದರೂ ಕೊರವಂಜಿ ಮನೆಗೆ ಬಂದಿದ್ದಳೆ?' ಅಂತ. ಆಗ ಅವರು ನಡೆದಿದ್ದನ್ನೆಲ್ಲಾ ಹೇಳಿದರು. ಅಷ್ಟು ಹೊತ್ತಿಗೆ ಸತ್ಯಭಾಮೆ ಎದ್ದಳು. ಪದಕದ ಕುಮಾರ, ನಿನ್ನ ನಿಜವಾದ ಹೆಸರು ಏನು ಅಂತ ನನಗೆ ಇಲ್ಲಿಯವರೆಗೆ ನೀನು ಯಾಕೆ ಹೇಳಲಿಲ್ಲ? ನನಗೆ ಸುಳ್ಳು ಹೇಳ್ತಲೇ ಬಂದಿದ್ದೀಯ. ಇವೊತ್ತು ನನಗೆ ನಿನ್ನ ನಿಜವಾದ ಹೆಸರು ಹೇಳಲೇಬೇಕು. ಇಲ್ಲದೇ ಇದ್ದರೆ 'ಈ ಹಾಸಿಗೆ ಬಿಟ್ಟು ನಾನು ಮೇಲಕ್ಕೆ ಏಳೋದೇ ಇಲ್ಲ' ಅಂತ ಹೇಳಿದಳು. 'ಇದೇನು ಸತ್ಯಭಾಮೆ ನಾವಿಬ್ಬರೂ ಒಂದೇ

ಊರಿನಲ್ಲಿ ಹುಟ್ಟಿದೋರು. ನನ್ನ ಹೆಸರು ನಿನಗೆ ಗೊತ್ತಿಲ್ವೆ? ನಿನ್ನ ಹೆಸರು ನನಗೆ ಗೊತ್ತಿಲ್ವೆ? ನನ್ನ ಹೆಸರೇ ಗೊತ್ತಿಲ್ಲ ಅಂತ ಅನ್ನೋ ಹಾಗೆ ಹೊಸದಾಗಿ ಮಾತಾಡ್ತಾ ಇದ್ದೀಯಲ್ಲ? ನಿನಗೇನಾದರೂ ಬುದ್ಧಿ ಕೆಟ್ಟಿರಬೇಕು' ಅಂತ ಹೇಳಿದ. 'ಇಲ್ಲ, ನಿನ್ನ ಹೆಸರು ಪದಕದ ಕಮಾರ ಅಂತ ಅಲ್ಲ. ನಿನಗೆ ಏನೋ ಬೇರೆ ಹೆಸರು ಇರಬೇಕು. ನನಗೆ ಹೇಳದೆ ನೀನು ಮುಚ್ಚಿಟ್ಟಿದ್ದೀಯ. ನೀನು ಏನೇ ಹೇಳಿದರೂ ನಿನ್ನ ಹೆಸರು ಸರಿಯಾಗಿ ಹೇಳದ ಹೊರತೂ ನಾನು ಮೇಲಕ್ಕೆ ಏಳೋದೇ ಇಲ್ಲ' ಅಂತ ಸತ್ಯಭಾಮೆ ಹಟಮಾಡಿದಳು. 'ನಾನು ಮೊದಲೇ ನಿನಗೆ ಹೇಳಿ ಕಳಿಸಿದೆ—ಆ ಕೊರವಂಜಿ ಮಾತು ಕೇಳಬೇಡ ಅಂತ. ನೀನು ಆ ಕೊರವಂಜಿ ಮಾತು ಕೇಳಿಕೊಂಡು ಈ ರೀತಿ ಕುಣೀತಿದ್ದೀಯಾ ಅಷ್ಟೆ. ಏಳೇಲು ನಿನಗೆಲ್ಲೋ ಹೊತ್ತು ಹೋಗದು, ಎದ್ದು ಊಟಮಾಡು' ಅಂತ ಅವಳಿಗೆ ಬುದ್ಧಿ ಹೇಳಿದ. ರಾಜ, ಮಂತ್ರಿ, ರಾಣಿ ಎಲ್ಲರೂ ಸತ್ಯಭಾಮೆಗೆ ಬುದ್ಧಿ ಹೇಳಿದರು. 'ಬ್ಯಾಡಮ್ಮ, ಅವನ ಹೆಸರು ಪದಕದ ಕುಮಾರ ಅಂತ ಅಲ್ವೆ, ಸುಮ್ಮಸುಮ್ಮನೆ ಯಾಕೆ ಹಟಮಾಡಿ ಅವನ ಮನಸ್ಸಿಗೆ ಬೇಜಾರು ಮಾಡ್ತೀಯಾ? ಅಂತ ಅವರೆಲ್ಲ ಎಷ್ಟೋ ಹೇಳಿದರು. ಯಾರು ಏನು ಹೇಳಿದರೂ ಸತ್ಯಭಾಮೆ ಒಂದು ಚೂರು ಜಗ್ಗಲಿಲ್ಲ. 'ಇಲ್ಲ. ನೀವೆಲ್ಲಾ ನನಗೆ ಮೋಸ ಮಾಡ್ತಿದ್ದೀರಿ' ಅಂತ ಅವಳು ಹಟ ಹಿಡಿದಳು. 'ಬ್ಯಾಡ, ಸತ್ಯಭಾಮೆ. ನನ್ನ ನಿಜವಾದ ಹೆಸರು ಹೇಳಿದರೂ ನೀನು ಹಾಳಾಗ್ತೀಯ. ಆ ಹೆಸರು ಕಟ್ಟಿಕೊಂಡು ನಿನಗೇನಾಗಬೇಕಾಗಿದೆ' ಅಂತ ಪದಕದ ಕುಮಾರ ಎಷ್ಟೋ ಹೇಳಿದ. ಆದರೂ ಸತ್ಯಭಾಮೆ ಯಾರ ಮಾತನ್ನೂ ಕೇಳಲಿಲ್ಲ. 'ಹಾಗಿದ್ದರೆ ನನ್ನ ಹೆಸರು ಹೇಳ್ತೀನಿ ನಡಿ–ಮುಂದೆ ಏನೇನು ಬರುತ್ತೋ ಎಲ್ಲಾ ಅನುಭವಿಸುವಿಯಂತೆ. ಕೆರೆ ಹತ್ತಿರಕ್ಕೆ ಹೋಗೋಣ ನಡಿ' ಅಂತ ಕೆರೆಯ ಹತ್ತಿರಕ್ಕೆ ಕರಕೊಂಡು ಹೋದ. ಎಲ್ಲರೂ ಕೆರೆಯ ಹತ್ತಿರ ಬಂದರು. 'ಹಾಲು ತುಪ್ಪ ತಗೊಂಡು ಬನ್ನಿ' ಅಂತ ಪದಕದ ಕುಮಾರ ಹೇಳಿ ಕಳಿಸಿದ. ಹಾಲು ತುಪ್ಪ ತಂದರು. ದೊರೆ ಅಳಿಯ ತನ್ನ ನಿಜವಾದ ಹೆಸರು ಹೇಳ್ತಾನೆ. ಕೇಳೋಣ ಅಂತ ಊರಿನ ಜನ ಎಲ್ಲಾ ಕೆರೆ ಹತ್ತಿರ ಬಂದು ಸೇರಿದರು. ಪದಕದ ಕುಮಾರ ನೀರಿನೊಳಗೆ ನಿಂತುಕೊಂಡ. 'ಬ್ಯಾಡ ಸತ್ಯಭಾಮೆ. ನನ್ನ ಹೆಸರು ಕೇಳಬೇಡ; ನಿನಗೆ ತೊಂದರೆಯಾಗುತ್ತೆ. ಸುಮ್ಮನಿರು' ಅಂತ ಇನ್ನೂ ಒಂದು ಸಲ ಪದಕದ ಕುಮಾರ ಸತ್ಯಭಾಮೆಗೆ ಹೇಳಿದ. 'ಇಲ್ಲ, ನೀನು ನಿನ್ನ ಹೆಸರು ಹೇಳಲೇಬೇಕು. ಏನು ಬೇಕಾದರೂ ಆಗಲಿ. ಪರವಾಗಿಲ್ಲ. ನಾನು ಅದನ್ನು ಅನುಭವಿಸುತ್ತೀನಿ' ಅಂತ ಹಟಮಾಡಿದಳು. ಪದಕದ ಕುಮಾರ ಕುತ್ತಿಗೆ ಉದ್ದದ ನೀರಿಗೆ ಹೋಗಿ ಕೊನೆ ಸಲ ಸತ್ಯಭಾಮೆಗೆ ಹೇಳಿದ: 'ಬ್ಯಾಡ, ನನ್ನ ಹೆಸರು ಕೇಳಬೇಡ; ನಿನ್ನ ಒಳ್ಳೇದಕ್ಕೆ ನಾನು ಹೇಳ್ತಾ ಇರೋದು. ಮೊಂಡುತನ ಮಾಡಬ್ಯಾಡ' ಅಂತ ಅಂದ. ಅವಳು ಕೇಳಲೇ ಇಲ್ಲ. ನನ್ನ ಹೆಸರು 'ನಾಗರಾಜ' ಅಂತ ಗಟ್ಟಿಯಾಗಿ ಹೇಳಿ ನೀರಿನಲ್ಲಿ ಮುಳುಗಿದ; ತಕ್ಷಣ ಹಾವಾಗಿ ಕೆರೆದಂಡೆಗೆ ಹರಿದುಕೊಂಡು ಬಂದ. ಬಟ್ಟಲಲ್ಲಿ ಇಟ್ಟಿದ್ದ ಹಾಲನ್ನು ಕುಡಿದುಬಿಟ್ಟು ಸರಸರ ಅಂತ ನೀರಿನಲ್ಲಿ ಹೊರಟೇ ಹೋಯ್ತು. ಹಾವು ಆ ಕಡೆ ಹೋಯ್ತೋ ಇಲ್ಲವೋ ಸತ್ಯಭಾಮೆ: 'ಪದಕದ ಕುಮಾರ ಹೋದೆಯಲ್ಲೋ' ಅಂತ ಕಿರಿಚಿಕೊಂಡು ಕೆಳಕ್ಕೆ ಬಿದ್ದು ಬಿಟ್ಟಳು. ಜ್ಞಾನ ತಪ್ಪಿ ಬಿಟ್ಟಿತು. ಅಲ್ಲಿದ್ದವರು ಅವಳ ತಲೆಗೆ

ನೀರು ತಟ್ಟಿದರು. ಅವಳಿಗೆ ಸಮಾಧಾನವೇ ಆಗಲೊಲ್ಲದು. 'ಅಗೋದು ಆಗಿ ಹೋಯ್ತು. ಈಗೇನಮ್ಮ ಮಾಡೋಕಾಗುತ್ತೆ ಮನೆಗೆ ನಡಿ ಹೋಗೋಣ' ಅಂತ ಅವರೆಲ್ಲಾ ಎಷ್ಟೋ ಸಮಾಧಾನ ಹೇಳಿದರೂ, ಸತ್ಯಭಾಮೆ ಕೇಳಲೇ ಇಲ್ಲ. 'ಪದಕದ ಕುಮಾರನದೇ ಅವಳಿಗೆ ಧ್ಯಾನ.' ಹೇಳಿ ಹೇಳಿ ಸಾಕಾಗಿ ಕೊನೆಗೆ ಎಲ್ಲರೂ ಅವಳನ್ನು ಅಲ್ಲೇ ಬಿಟ್ಟು ಊರಿಗೆ ಹೊರಟುಹೋದರು.

ಸತ್ಯಭಾಮೆಗೆ ಹಗಲು ರಾತ್ರಿ ನಿದ್ದೆ ಇಲ್ಲ. ಯಾವಾಗಲೂ ಪದಕದ ಕುಮಾರನದೇ ಧ್ಯಾನ. ಹಗಲು ರಾತ್ರಿ ಅವನನ್ನು ನೆನಸಿಕೊಂಡು ಒಂದೇ ಸಮ ಗೋಳಾಡ್ತಾ ಇದ್ದಳು. ಪದಕದ ಕುಮಾರನಿಗೆ ಸತ್ಯಭಾಮೆ ಅಳ್ತಾ ಇದ್ದದ್ದೆಲ್ಲಾ ಕೇಳಿಸುತ್ತಾ ಇತ್ತು. ಆದರೆ ಅವನು ನಾಗಲೋಕದಿಂದ ಬರೋದಕ್ಕೆ ಆಗ್ತಾ ಇರಲಿಲ್ಲ. ಅವನು ಒಂದು ದಿನ ಮೊದಲಿನ ಮನುಷ್ಯ ರೂಪದಲ್ಲಿ ಆ ಊರಿನ ಹೊಲದ ಹತ್ತಿರ ಕಾಣಿಸಿಕೊಂಡ. ಆ ಊರಿನ ರೈತರೆಲ್ಲಾ ಅಲ್ಲಿ ಹೊಲ ಉಳುತ್ತಾ ಇದ್ದರು. ಪದಕದ ಕುಮಾರನನ್ನು ಕಂಡು ಅವರಿಗೆ ತುಂಬ ಸಂತೋಷವಾಯಿತು. 'ನಮ್ಮ ದೊರೆ ಬಂದ' ಅಂತ ಕುಣಿದಾಡಿದರು. 'ಸತ್ಯಭಾಮೆ, ಒಂದೇ ಸಮನೆ ನನ್ನನ್ನ ನೆನಸಿಕೊಂಡು ಅಳ್ತಾ ಇದ್ದಾಳೆ. ನಾನು ಅವಳ ಎದುರಿಗೆ ಈ ರೂಪಿನಲ್ಲಿ ಹೋಗೋಕಾಗೊಲ್ಲ. ನಾನು ಹೇಳಿದ ಹಾಗೆ ನೇಮವಾಗಿದ್ದು, ನಾನು ಹೇಳಿದಂತೆ ಮಾಡಿದರೆ ಪದಕದ ಕುಮಾರನಾಗಿ ಹಿಂತಿರುಗಿ ಬರ್ತೀನಿ. ಹಾಗಂತ ಸತ್ಯಭಾಮೆಗೆ ಹೇಳಿ ಅಂತ ಹೇಳಿದ. 'ಏನು ಮಾಡಬೇಕು ಅಂತ ಅವಳಿಗೆ ಹೇಳಬೇಕು?' ಅಂತ ಕೇಳಿದರು. 'ನಾನು ಬರಬೇಕಾದರೆ ರೈತರು ಹೊಲ ಉಳುತ್ತಾ ಇರಬೇಕು. ಹೊಲ ಉಳಬೇಕಾದರೆ ಆ ರೈತರು ಸ್ನಾನ ಮಾಡಿಕೊಂಡು, ನೇಮದಿಂದ ನೇಗಿಲು ತೊಳೆದು, ಎತ್ತುಗಳನ್ನು ತೊಳೆದು ಆಮೇಲೆ ಹೊಲ ಉಳಬೇಕು. ಈ ರೀತಿ ಹೊಲ ಉತ್ತ ಮೇಲೆ ಆ ಹೊಲಕ್ಕೆ ಹತ್ತಿಬೀಜ ಹಾಕಬೇಕು. ಹತ್ತಿಬೀಜ ಹಾಕಿದರೆ ಅದು ಆಗಲೇ ಗಿಡವಾಗಿ ಬೆಳೆಯುತ್ತೆ. ಅಪ್ರೊತ್ತು ಆ ಗಿಡದಲ್ಲಿ ಹೂವಾಗಿ, ಹೀಚಾಗಿ, ಕಾಯಾಗಿ ಅವೊತ್ತೇ ಹತ್ತಿಬಿಡುತ್ತೆ. ಆ ಹತ್ತಿಯನ್ನು ಅವೊತ್ತೇ ಬಿಡಿಸಬೇಕು. ಹತ್ತಿ ಬಿಡಿಸೋರು ಸ್ನಾನಮಾಡಿ ಮಡಿಯಲ್ಲಿ ಇರಬೇಕು. ಆ ಹತ್ತಿಯನ್ನು ಮಡಿಯಲ್ಲಿ ಬಿಡಿಸಿ ತರಬೇಕು. ಆಮೇಲೆ ಅದನ್ನು ರಾಟೆಯಲ್ಲಿ ನೂಲು ತೆಗೆಯಬೇಕು. ರಾಟೆಯಲ್ಲಿ ನೂಲುವವರೂ ಮಡಿಯಲ್ಲಿ ಇರಬೇಕು. ಆ ನೂಲನ್ನು ಆಮೇಲೆ ಮಗ್ಗಕ್ಕೆ ಕೊಟ್ಟು ಒಂಟಿಪಂಚೆ ನೇಯಿಸಬೇಕು. ಒಂಟಿಪಂಚೆ ನೇಯುವವರೂ ಮಡಿಯಲ್ಲೇ ಇರಬೇಕು. ಆಮೇಲೆ ಕೆರೆ ಹತ್ತಿರ ಒಂದು ಅಂಕಣದ ಮನೆ ಕಟ್ಟಿಸಬೇಕು. ಆ ಮನೆ ಕಟ್ಟೋರು ಮಡಿಯಲ್ಲಿರಬೇಕು. ಹಾರೆ, ಗುದ್ದಲಿ ಎಲ್ಲಾ ತೊಳೆದಿರಬೇಕು. ಮನೆ ಕಟ್ಟೋದಕ್ಕೆ ಎಷ್ಟು ದಿನವಾದರೂ ಅಷ್ಟು ದಿನವೂ ಮನೆಕಟ್ಟೋರು ಉಪವಾಸ ಇರಬೇಕು. ಹೀಗೆ ನೇಮವಾಗಿ ಒಂದಂಕಣ ಮನೆ ಕಟ್ಬೇಕು. ಅದರಲ್ಲಿ ಒಂದು ಗದ್ದುಗೆ ಮಾಡಬೇಕು. ಆ ಮಂಟಪದೊಳಗೆ ಹಾಲು, ತುಪ್ಪ ಎಲ್ಲಾ ಇರಿಸಿರಬೇಕು. ಧೂಪ ಹಾಕಿರಬೇಕು. ಅಷ್ಟು ಹೊತ್ತಿಗೆ ಸತ್ಯಭಾಮೆ ಇಲ್ಲಿಗೆ ಬಂದಿರಬೇಕು. ಅವಳು ಉಪವಾಸದಲ್ಲಿರಬೇಕು. ಮಡಿಯಲ್ಲಿ ಇರಬೇಕು. ಸ್ನಾನಮಾಡಿ ಒದ್ದೆ ಬಟ್ಟೆ ಉಟ್ಟು ಕೆರೆಯ ಹತ್ತಿರ ನಿಂತಿರಬೇಕು. ಹೀಗೆ

ಮಾಡಿದರೆ ನಾಗಲೋಕದ ರಾಜ ಅವಳ ಕಣ್ಣಿಗೆ ಕಾಣಿಸಿಕೊಳ್ಳುತ್ತಾನೆ. ಪದಕದ ಕುಮಾರನನ್ನು ನನ್ನ ಕಡೆ ಕೊಡಿ ಅಂತ ಅವಳು ಬೇಡಿಕೊಂಡರೆ ಅವನು ವರ ಕೊಡ್ತಾನೆ. ಹೀಗಂತ ಸತ್ಯಭಾಮೆಗೆ ಹೇಳಿ ಅಂತ ಹೇಳಿ ಪದಕದ ಕುಮಾರ ಮಾಯವಾಗಿಬಿಟ್ಟ. ರೈತರು ಬಂದು ರಾಜನಿಗೆ ನಡೆದದ್ದನ್ನೆಲ್ಲಾ ಹೇಳಿದರು. ರಾಜ ಅದಕ್ಕೆ ಬೇಕಾದ ಎಲ್ಲಾ ಸಿದ್ಧತೆ ಮಾಡಿದ. ಪದಕದ ಕುಮಾರ ಹೇಳಿದ ಹಾಗೆ ಸತ್ಯಭಾಮೆ ಉಪವಾಸದಲ್ಲಿ ಇದ್ದು ಕೆರೆಯಲ್ಲಿ ಸ್ನಾನಮಾಡಿ ಒದ್ದೆಬಟ್ಟೆ ಉಟ್ಟುಕೊಂಡು ಕೆರೆ ಹತ್ತಿರ ಪದಕದ ಕುಮಾರನಿಗೆ ಕಾಯ್ತಾ ನಿಂತಿದ್ದಳು. ಅಷ್ಟು ಹೊತ್ತಿಗೆ ನಾಗರಾಜ ಪ್ರತ್ಯಕ್ಷನಾದ. 'ನಾಗರಾಜ, ನೀನು ಈ ಗದ್ದುಗೆಯ ಮೇಲೆ ಬರಬೇಕು. ನಿನಗೆ ಪೂಜೆ ಮಾಡ್ತೀನಿ' ಅಂತ ಸತ್ಯಭಾಮೆ ಹೇಳಿದಳು. ನಾಗರಾಜ ಗದ್ದುಗೆಯ ಮೇಲೆ ಕೂತುಕೊಂಡ. ಅವಳು ಹಾಲು ತುಪ್ಪವನ್ನು ನಾಗರಾಜನಿಗೆ ಕೊಟ್ಟು ನಮಸ್ಕಾರ ಮಾಡಿದಳು. ಅದನ್ನು ನೋಡಿ ನಾಗರಾಜನಿಗೆ ತುಂಬ ಸಂತೋಷ ವಾಯಿತು. 'ನಿನಗೇನು ವರಬೇಕು ಕೇಳಮ್ಮ ಕೊಡ್ತೀನಿ' ಅಂತ ಹೇಳಿದ. 'ನನ್ನ ಪದಕದ ಕುಮಾರ ನನಗೆ ಬೇಕು' ಅಂತ ಕೇಳಿದಳು. ನಾಗರಾಜ 'ಆಗಲಿ' ಅಂತ ಹೇಳಿದ. ತಕ್ಷಣ ಪದಕದ ಕುಮಾರ ಕಾಣಿಸಿಕೊಂಡ. ನಾಗರಾಜ ಮಾಯವಾದ. ಸತ್ಯಭಾಮೆ ಪದಕದ ಕುಮಾರನನ್ನು ತಬ್ಬಿಕೊಂಡಳು. ಆಮೇಲೆ ರಾಜ ಇವರಿಬ್ಬರನ್ನೂ ಪಲಕ್ಕಿಯಲ್ಲಿ ಊರಿಗೆ ಕರಕೊಂಡು ಬಂದ. ಸತ್ಯಭಾಮೆ, ಪದಕದ ಕುಮಾರ ಈ ಮಧ್ಯೆ ಊರಿಗೆ ಹೋಗಿ ತಂದೆತಾಯಿಗಳನ್ನು ನೋಡಿಕೊಂಡು ಬರೋದಕ್ಕೆ ಹೋದರು. ಆಗ ಪದಕದ ಕುಮಾರ ಅಲ್ಲೇ ರಾಜನಾದ. ಎಲ್ಲರೂ ಸುಖವಾಗಿದ್ದರು.

**

೧೧. ಪಣ

ಒಂದೂರಿನಲ್ಲಿ ಒಬ್ಬ ರಾಜಕುಮಾರನಿದ್ದ. ಅದೇ ಊರಿನಲ್ಲಿ ಒಬ್ಬ ಪಟೇಲನಿದ್ದ. ಪಟೇಲನಿಗೆ ಒಬ್ಬ ಮಗಳಿದ್ದಳು. ಮನೆಯ ಎಲ್ಲಾ ಕೆಲಸಗಳನ್ನೂ ಇವಳೇ ಮಾಡಬೇಕಾಗಿತ್ತು. ಒಂದು ದಿನ ಪಟೇಲನ ಮಗಳು ಏಳುವುದು ತಡವಾಗಿಬಿಡ್ತದೆ. ಎದ್ದು ಕಣ್ಣು ಬಿಟ್ಟಾಗ ಬೆಳ್ಳನೆ ಬೆಳಗಾಗಿರುತ್ತದೆ. ಅವಳು ಸರಸರನೆ ಎದ್ದು ಹೋಗಿ ಹಟ್ಟಿಯ ಕಸ ಗುಡಿಸಿ, ಹಟ್ಟಿಗೆ ನೀರನ್ನು ಹಾಕಿ, ದನಗಳನ್ನು ಆಚೆಗೆ ಕಟ್ಟಿ, ಕೊಟ್ಟಿಗೆ ಕಸವನ್ನು ಗುಡಿಸಿ, ಕಸವನ್ನು ಹೊತ್ತುಕೊಂಡು ಏರಿಯಮೇಲೆ ಹೋಗುತ್ತಿರುತ್ತಾಳೆ. ಆ ಕಡೆಯಿಂದ ರಾಜಕುಮಾರ ಬರುತ್ತಿರುತ್ತಾನೆ. ಅವನು ಒಂದು ರೀತಿಯ 'ಸುಮಾನಗಾರ ಗಂಡು' ಇವಳನ್ನ ನೋಡಿ ಚೇಷ್ಟೆ ಮಾಡಬೇಕು ಎನ್ನಿಸುತ್ತದೆ. ಅವಳು ಹತ್ತಿರ ಬಂದಾಗ ಕೇಳುತ್ತಾನೆ: 'ನೆರೆಯೋಕಿಂತ ಮೊದಲು ನೆರೆಬಂದ ಹುಡುಗಿ ಮುಂದಿನ ಊರಿಗೆ ದಾರಿತೋರಿಸು' ಅನ್ನುತ್ತಾನೆ. ಪಟೇಲನ ಮಗಳೂ ಅಂತಹ ಕಳಪೆಯವಳಲ್ಲ, ಅದಕ್ಕೆ ಸರಿಯಾಗಿ ಇವಳೂ ಒಂದು ಅರ್ಥವನ್ನು ಹಾಕುತ್ತಾಳೆ. 'ಮೀಸೆ ಬರುವುದಕ್ಕೆ ಮುಂಚೆ ದೇಶ ತಿರುಗುವ ಹುಡುಗ ನಿನ್ನ ಮೂಗಿನ ನೇರಕ್ಕೆ ಐತೆ ಹೋಗೋ' ಅನ್ನುತ್ತಳೆ. ಹಾಗೆ ಹೇಳಿ ಮುಂದಕ್ಕೆ ಹೋಗುತ್ತಾಳೆ ರಾಜಕುಮಾರನಿಗೆ ಕಸಿವಿಸಿಯಾಗುತ್ತದೆ. 'ಎಲಾ ಇವಳ! ಇವಳಿಗೆ ಏನಾದರೂ ಮಾಡಬೇಕು' ಅಂದುಕೊಳ್ಳುತ್ತಾನೆ. ಅವಳು ಕಸವನ್ನು ಹಾಕಿ ಹಿಂದಕ್ಕೆ ಬರುತ್ತಿರುತ್ತಾಳೆ. ಆಗ ಇವನು: 'ಎಲೆಲೆ ಹುಡುಗಿ ಬಟ್ಟ ಎಲೆ, ಮಾರುದ್ದಕಾಯಿ ಅದೇನ್ಲ ಹುಡುಗಿ' ಅನ್ನುತ್ತಾನೆ. ಅವಳು ಮಾತಾಡದೆ ಮುಂದೆ ಹೋಗುತ್ತಾಳೆ. ಇವನು ಅವಳ ಹಿಂದೆ ಹೊರಡುತ್ತಾನೆ. ಅಷ್ಟು ದೂರ ಹೋದ ಮೇಲೆ ಒಂದು ಹಸು ಬರುತ್ತಿರುತ್ತದೆ. ರಾಜಕುಮಾರ ಅದನ್ನು ನೋಡಿ: 'ಇದೇನ್ಲ ಹುಡುಗಿ ಈ ಹಸುವಿಗೆ ದಂಡಿ ಹಾಕಿದ್ದಾರೆ' ಅನ್ನುತ್ತಾನೆ. ಆಗ ಇವಳು ಅವನ ಕಡೆ ನೋಡಿ: 'ನೀನು ಮೊದಲು ಹೇಳಿದ್ದಕ್ಕೆ ಅರ್ಥ ಹೇಳ್ಳ ಹುಡುಗ ಹೇಳ್ತೀನಿ ಅಂತಾಳೆ. ಆಗ ಅವನು: 'ನುಗ್ಗೇಕಾಯಿ' ಅನ್ನುತ್ತಾನೆ. ಅವಳು: 'ನುಗ್ಗೋ ಹೊತ್ತಿಗೆ ಕಣೋ ಹುಡುಗ ದಂಡಿ ಹಾಕಿದ್ದಾರೆ' ಅನ್ನುತ್ತಾಳೆ. ಅವನು ಇನ್ನೊಂದು ಪ್ರಶ್ನೆ ಹಾಕ್ತಾನೆ. 'ಎಲೆಲೆ ಹುಡುಗಿ ಮಾರುದ್ದ ಎಲೆ ಚೋಟುದ್ದ ಕಾಯಿ ಏನ್ಲೆ ಹುಡುಗಿ' ಅನ್ನುತ್ತಾನೆ. ಇವಳು ಮಾತಾಡದೆ ಮುಂದುವರಿಯುತ್ತಾಳೆ. ಅಷ್ಟು ದೂರದಲ್ಲಿ ಒಬ್ಬ ಹೆಂಗಸು ಬಾಯಿಬಡಿದುಕೊಳ್ಳುತ್ತಿರು ತ್ತಾಳೆ. ರಾಜಕುಮಾರ ಅದನ್ನು ನೋಡಿ ಕೇಳುತ್ತಾನೆ: 'ಇದೇನ್ಲ ಹುಡುಗಿ ಹಿಂಗೆ ಬಾಯಿ ಬಡಿದುಕೊಳ್ಳುತ್ತಾಳೆ' ಅನ್ನುತ್ತಾನೆ. ಆಗ ಪಟೇಲನ ಮಗಳು 'ನೀನು ಮೊದಲು ಹೇಳಿದ್ದ

ಹೇಳು ನಾನು ಹೇಳ್ತೀನಿ' ಅನ್ನುತ್ತಾಳೆ. ಅವನು: 'ಬಾಳೆಕಾಯಿ' ಅನ್ನುತ್ತಾನೆ. ಇವಳು 'ಬಾಳು ತಪ್ಪೊ ಹೊತ್ತಿಗೆ ಕಳ್ಳ ಹುಡುಗ ಬಾಯಿ ಬಡಿದುಕೊಳ್ಳೋದು' ಎಂದು ಹೇಳುತ್ತಾಳೆ.

ಅವನು : 'ನಿಮ್ಮೂರಲ್ಲಿ ಎಷ್ಟು ಚಾವಡಿ ಮನೆ ಅವೆ' ಅಂತಾನೆ.

ಇವಳು : 'ಒಂದಲ್ಲಾಂತ ಎರಡು ಅವೆ' ಅಂತಾಳೆ.

ಅವನು : 'ಉಣ್ಣಾಕೆ ಇಕ್ತಿಯೇನ್ಲಾ ಹುಡುಗಿ' ಅಂತಾನೆ.

ಇವಳು : 'ಪುಣ್ಯ ಇದ್ದರೆ ಊಟ ಮಾಡ್ತೀಯಾ ಇಲ್ಲದಿದ್ದರೆ ಇಲ್ಲಾ' ಅಂತಾಳೆ. ಹಾಗೆ ಹೇಳಿ ಸರಸರನೆ ಹೊರಟು ಹೋಗುತ್ತಾಳೆ.

ಮಧ್ಯಾಹ್ನವಾಗುತ್ತದೆ. ಅವಳು ಅಡಿಗೆ ಮಾಡಿ ಅಪ್ಪ ಅಮ್ಮಗಳಿಗೆ ಊಟಕ್ಕೆ ಇಕ್ಕುತ್ತಾಳೆ. ಊಟವಾದ ಮೇಲೆ ಅಪ್ಪನಿಗೆ : 'ಅಪ್ಪಾ, ಇವತ್ತು ಚಾವಡಿಯಲ್ಲಿ ಯಾರೋ ಒಬ್ಬ ಅವನೆ, ಹೀಗೀಗೆ' ಎಂದು ಬೆಳಿಗ್ಗೆ ನಡೆದಿದ್ದನ್ನೆಲ್ಲಾ ಹೇಳಿ, 'ಹೋಗಪ್ಪಾ ಅವನಿಗೆ ಊಟಕ್ಕೆ ಇಕ್ಕಿಬಾ' ಅನ್ನುತ್ತಾಳೆ. ಆಗ ಪಟೇಲ: 'ಅಯ್ಯೋ ಮಗಳೆ ನೀನೇ ಹೋಗಿ ಇಕ್ಕಿಬಾರವ್ವ ಯಾರು ಹೋದರೆ ಏನು? ನನಗೆ ಸ್ವಲ್ಪ ಕೆಲಸ ಐತೆ(ಇದೆ)' ಅನ್ನುತ್ತಾನೆ.

ಇವಳೇ ಅಡಿಗೆ ತೆಗೆದುಕೊಂಡು ಹೋಗುತ್ತಾಳೆ. ರಾಜಕುಮಾರ ಹಾಳು ಮಂಟಪದಲ್ಲಿ ಕುಳಿತಿರುತ್ತಾನೆ. ಇವಳು ಬಂದು ಅವನಿಗೆ ಕೈಗೆ ನೀರನ್ನು ಕೊಡುತ್ತಾಳೆ. ಅವನು ಸುಮಾನಕ್ಕೆ ಅವಳ ಮುಖಕ್ಕೆ ನೀರನ್ನು ಎರಚಿ: 'ಎಲೆ ಎಲೆ ಹುಡುಗಿ ಮಂಗಾರು ಮಳೆ ಹುಯ್ಯುವುದು ಹೀಗೇ' ಅನ್ನುತ್ತಾನೆ. ಆಗ ಇವಳೂ ಸೇರಿಗೆ ಸವ್ವಾಸೇರು. 'ನಮ್ಮೂರ ಮುಂಗಾರ ಗುಡುಗು ಹೀಗೆ ಗುಡುಗುವುದು' ಎಂದು ಚೆಂಬಿನಿಂದ ಅವನ ತಲೆಗೆ ಕುಕ್ಕುತ್ತಾಳೆ. ಅವನ ತಲೆ ತೂತು ಬೀಳುತ್ತೆ. ಅವನು ಬೆರಳಲ್ಲಿ ಅದನ್ನು ಮುಚ್ಚಿಕೊಂಡೇ ಊಟಮಾಡುತ್ತಾನೆ. ಇವಳು ಹಿಟ್ಟಿನ ಕುಕ್ಕೆ ತೆಗೆದುಕೊಂಡು ಮನೆಗೆ ಬರುತ್ತಾಳೆ.

ಅವನ ತಲೆಯ ರಕ್ತ ಅಂಗಿಗೆಲ್ಲಾ (ಬಟ್ಟೆಗೆಲ್ಲಾ) ಆಗಿರುತ್ತೆ. ದಾರಿಯಲ್ಲಿ ಹೋಗುವವರು ಇದನ್ನು ನೋಡಿ ಊರಿನ ಯಜಮಾನರುಗಳಿಗೆ ದೂರು ಕೊಡುತ್ತಾರೆ. ಪಟೇಲ ಮಧ್ಯಾಹ್ನ ಆ ಚಾವಡಿಯಲ್ಲಿ ಬಗ್ಗಿ ನೋಡಿದನ್ನು ನೋಡಿದವರು. ಪಟೇಲನೇ ಈ ಕೆಲಸ ಮಾಡಿದ್ದಾನೆ ಅನ್ನುತ್ತಾರೆ. ಮಗಳಿಗೆ ಇದು ಗೊತ್ತಾಗುತ್ತದೆ. ಅವಳು ಆಗಲೇ ಒಂದು ತಕ್ಕಡಿಕಲ್ಲು, ಗೋದಿ ರೊಟ್ಟಿ, ಮಲ್ಲಿಗೆ ದಂಡೆ ತೆಗೆದುಕೊಂಡು ಚಾವಡಿಗೆ ಹೋಗುತ್ತಾಳೆ. ಅಲ್ಲಿ ಇದ್ದ ಜನವೆಲ್ಲಾ ಇವಳನ್ನೇ ನೋಡುತ್ತಾರೆ. ಕೆಲವರು 'ಇವಳೊಬ್ಬಳು ಬಂದಳು' ಎಂದು ಮುಖ ತಿರುಗಿಸಿ ಪಟೇಲನದೇ ತಪ್ಪು ಎಂದು ತಲೆ ತೂಗುತ್ತಾರೆ. ಆಗ ಇವಳು: 'ತಲೆ ಏನು ತೂಗುತ್ತೀರ? ತಕ್ಕಡಿ ತೂಗಿ' ಎಂದು ತಕ್ಕಡಿ ಎಸೆಯುತ್ತಾಳೆ. ಆಗ ಅವರು: 'ಎಲಾ ಇವಳ! ಮೂರುಕಾಸಿನ ಹೆಂಗಸಿಗೆ ಎಷ್ಟು ಧೈರ್ಯ?' ಎಂದು ತಲೆ ಮೇಲೆ ಕೈ ಆಡಿಸುತ್ತಾರೆ. ಆಗ ಇವಳು: 'ಬರೀತಲೆ ಯಾಕೆ ಸವರುತ್ತೀರ? ಹೂ ಮುಡಿದುಕೊಳ್ಳಿ' ಎಂದು ಹೂವಿನ ದಂಡೆ ಎಸೆಯುತ್ತಾಳೆ. ಕೆಲವರು ಇವಳನ್ನು ನೋಡಿ ನಗುತ್ತಾ ಚಪ್ಪಾಳೆ ತಟ್ಟುತ್ತಾರೆ. ಆಗ ಇವಳು: 'ಬರೀಕೈ ಯಾಕೆ ತಟ್ಟುತ್ತೀರ ರೊಟ್ಟಿ ತಟ್ಟಿ' ಎಂದು ರೊಟ್ಟಿ ಎಸೆಯುತ್ತಾಳೆ.

ಜನವೆಲ್ಲ ಬಾಯಿ ಮೇಲೆ ಕೈಮಡಿಗಿಕೊಳ್ಳುತ್ತಾರೆ. ಆಗ ರಾಜಕುಮಾರನೇ ಎದ್ದು ಇವರಿಬ್ಬರನ್ನೂ ಬಿಟ್ಟುಬಿಡಿ ಎನ್ನುತ್ತಾನೆ. ಆಗ ನ್ಯಾಯದವರು: 'ಒಂದು ಕೆಲಸ ಮಾಡೋಣ, ಈ ಪಟೇಲನ್ನ ಬಿಟ್ಟು ಈ ಹುಡುಗನನ್ನೂ ಪಟೇಲನ ಮಗಳನ್ನೂ ಕರೆದುಕೊಂಡು ಹೋಗಿ ಎಲ್ಲಿ ದಾರಿ ಸೇರೋದಿಲ್ಲವೋ ಅಲ್ಲಿ ಬಿಟ್ಟು ಬನ್ನಿ' ಅನ್ನುತ್ತಾರೆ. ಅದರಂತೆ ಇವರಿಬ್ಬರನ್ನೂ ಬಿಟ್ಟು ಬರುತ್ತಾರೆ. ಇವರಿಬ್ಬರೂ ಹೋಗುತ್ತ ಹೋಗುತ್ತ ಮತ್ತೆ ದಾರಿ ಸೇರಿಬಿಡುತ್ತದೆ. ಆಗ ರಾಜಕುಮಾರ (ಆಗಲೂ ತಾನು ಯಾರು ಎಂದು ತೋರ್ಪಡಿಸಿ ಕೊಳ್ಳದೆ) 'ಎಲೆ ಹುಡುಗಿ ನಿನ್ನ ಮದುವೆ ಮಾಡಿಕೊಂಡು ಒಂದು ದಿನವಾದರೂ ಸೆರೆಮನೆಗೆ ಹಾಕಿಸುತ್ತೇನೆ' ಅನ್ನುತ್ತಾನೆ. ಆಗ ಇವಳು: 'ಎಲೆ ಹುಡುಗ ನಾನೂ ನಿನ್ನನ್ನೇ ಮದುವೆಯಾಗಿ ನಿನ್ನಿಂದ ಹುಟ್ಟಿದ ಮಗನಿಂದಲೇ 'ಬಿಚಂಡಿ' ಕಟ್ಟಿ ಹೊಡೆಸುತ್ತೇನೆ.' ಅವನು ಆ ಕಡೆ ಹೋಗುತ್ತಾನೆ. ಇವಳು ಮನೆಗೆ ಬರುತ್ತಾಳೆ.

ರಾಜಕುಮಾರ ಮನೆಗೆ ಹೋಗಿ ಹೊಟ್ಟೆ ಮಕ್ಕಡೆ ಮಲಗಿಕೊಳ್ಳುತ್ತಾನೆ. ಆಗ ಅವನ ತಾಯಿ ಬಂದು ವಿಚಾರಿಸುತ್ತಾಳೆ. ರಾಜಕುಮಾರ: ಹೀಗೀಗೆ ಒಬ್ಬಳು ಅವಳೆ. ಅವಳನ್ನೇ ನಾನು ಮದುವೆ ಆಗಬೇಕು ಅನ್ನುತ್ತಾನೆ. ಆಗ ಮೂರು ನಾಲ್ಕು ಜನ ಹೆಂಗಸರು ಜೊತೆ ಯಾಗಿ ಹೆಣ್ಣು ಕೇಳುವುದಕ್ಕೆ ಹೋಗುತ್ತಾರೆ. ಅವಳ ಮನೆ ಹತ್ತಿರ ಹೋಗಿ 'ಯಾರು ಒಳಗೆ' ಎಂದು ಕರೆಯುತ್ತಾರೆ. ಒಳಗಿಂದ 'ನಾನು' ಅನ್ನುತ್ತಾಳೆ. 'ಏನುಮಾಡುತ್ತಾ ಇದ್ದೀಯವ್ವಾ' ಅನ್ನುತ್ತಾರೆ. ಆಗ ಅವಳು 'ತಲೆ ಕಡಿದು ಒಲೆ ಮ್ಯಾಲೆ ಹಾಕಿ ಕಾಲೆರಡನ್ನೂ ಒಲೆಗೆ ಚಾಚಿದ್ದೀನಿ, ಬನ್ನಿರಮ್ಮಾ ಒಳಗಡೆ' ಅನ್ನುತ್ತಾಳೆ. ಬಂದಿದ್ದವರು ಹೆದರಿಕೊಂಡು ಹಿಂದಕ್ಕೆ ಹೊರಟು ಹೋಗುತ್ತಾರೆ. ಮನೆಗೆ ಹೋಗಿ ಅವನ ತಾಯಿ: 'ಎಲಾ ಮಗ ನಾವು ಹೋಗಿ ಯಾರು ಒಳಗೆ ಅಂದರೆ ಹೀಗೀಗೆ ಅಂತಾಳಲ್ಲೊ' ಎಂದು ಪಟೇಲನ ಮಗಳು ಹೇಳಿದ ಒಗಟನ್ನು ಹೇಳಿದಳು. ಆಗ ಮಗನು: 'ಅಯ್ಯೋ, ಅವ್ವಾ ಇಷ್ಟೇನಾ. ಹಾಗಾದರೆ ಅವರ ಮನೆಯಲ್ಲಿ ಜೋಳ ಬೆಳೆದಿದ್ದರು. ಕೊಯ್ದು ಜೋಳವನ್ನು ಒಲೆಯ ಮೇಲೆ ಹಾಕಿ ಜೋಳದ ಕಡ್ಡಿಯನ್ನು ಒಲೆಗೆ ಇಕ್ಕಿದ್ದಾಳೆ. ಅದಕ್ಕೇ ಹಾಗೆಂದು ಅಂದವಳೆ' ಎಂದು ನೀನು ಹೋಗಿ ಕೇಳಿಕೊಂಡು ಬಾ ಎನ್ನುತ್ತಾನೆ.

ಇನ್ನೊಂದು ದಿವಸ ಹೆಣ್ಣು ಕೇಳುವುದಕ್ಕೆ ಹೋಗುತ್ತಾರೆ. ಅವತ್ತು ಅವಳು ಹೊರಗಡೆ ಯಲ್ಲಿಯೇ ಇರುತ್ತಾಳೆ. ಹೋದವರನ್ನು ಒಳಕ್ಕೆ ಕರೆಯುತ್ತಾಳೆ. ಕರೆದು 'ಏನ್ರಮ್ಮಾ ಬಂದಿ ದ್ದೀರಿ?' ಅನ್ನುತ್ತಾಳೆ. ಆಗ ಅವರು: 'ನಿಮ್ಮಪ್ಪ ಅವರು ಎಲ್ಲಿ ಹೋಗಿದ್ದಾರವ್ವಾ' ಅನ್ನುತ್ತಾರೆ. ಅವಳು: 'ನಮ್ಮಪ್ಪ ಮುಳ್ಳು ಕುಯ್ದು ಮೂಟೆಕಟ್ಟಿ ಮೂಗಳ ಸಂತೆಗೆ ಮಾರುವುದಕ್ಕೆ ಹೋಗಿದ್ದಾನೆ' ಅನ್ನುತ್ತಾಳೆ. ಇವರು: 'ಬರೋದಿಲ್ಲವೆ' ಅನ್ನುತ್ತಾರೆ ಆಗ ಅವಳು: 'ಮಳೆ ಹುಯ್ದು ಹಳ್ಳಕಟ್ಟಿಕೊಂಡರೆ ಬರುವುದಿಲ್ಲ. ಇಲ್ಲದಿದ್ದರೆ ಬರುತ್ತಾರೆ ಕಣಮ್ಮಾ' ಅನ್ನುತ್ತಾಳೆ. ಆಗ ಹೋಗಿದ್ದವರು 'ಇನ್ನು ಅವರಪ್ಪ ಇವತ್ತು ಬರುತ್ತಾನೋ ಇಲ್ಲವೋ' ಎಂದು ಮನೆಗೆ ಹಿಂತಿರುಗಿ ಬರುತ್ತಾರೆ. ಮನೆಗೆ ಬಂದಾಗ ಅವನ ಅವ್ವ ಅಲ್ಲಿ ನಡೆದಿದ್ದನ್ನು ಹೇಳುತ್ತಾಳೆ. ಆಗ ಅವನು: 'ಅಯ್ಯೋ, ಅವ್ವ ಅವರ ಮನೆಯಲ್ಲಿ ಮುಳ್ಳುಬದನೇ ಕಾಯಿ ಬೆಳೆದಿದ್ದಾರೆ.

ಅದನ್ನು ಮೂಟೆ ಕಟ್ಟಿಕೊಂಡು ಮಾರುವುದಕ್ಕೆ ಹೋಗಿದ್ದಾರೆ' ಅನ್ನುತ್ತಾನೆ. ಹಾಗೆಂದು ಹೇಳಿ ನಾಳೆ ಬೆಳಿಗ್ಗೆ ಮತ್ತೆ ಕಳುಹಿಸುತ್ತಾನೆ.

ಹೆಣ್ಣು ಕೇಳುವುದಕ್ಕೆ ಬಂದವರು ಅವಳನ್ನು 'ನಿಮ್ಮಪ್ಪ ಎಲ್ಲವ್ವಾ' ಎಂದು ಕೇಳುತ್ತಾರೆ.' ಆಗ ಅವಳು: 'ನಮ್ಮಪ್ಪ ಹೆಂಡತಿಯನ್ನು ಎರವು ಕೊಡುವುದಕ್ಕೆ ಹೋಗಿದ್ದಾನೆ' ಅನ್ನುತ್ತಾಳೆ. ಆಗ ಇವರು ಮತ್ತೆ ಇದು ಆಗುವ ಕೆಲಸವಲ್ಲ ಎಂದು ಮನೆಗೆ ಬರುತ್ತಾರೆ. ಮನೆಗೆ ಬಂದು ಹೀಗೀಗೆ ಎಂದು ಹೇಳಿದಾಗ ಮಗ: 'ಅಯ್ಯೋ, ಇಷ್ಟೆಯಾ! ಹಾಗೆಂದರೆ ಹೋದ ದಾರಿಗೆ ಮುಳ್ಳು ಎಳೆಯುವುದಕ್ಕೆ ಹೋಗಿದ್ದಾರೆ ಅಂತ ಅಷ್ಟಕ್ಕೆ ಹಿಂದಕ್ಕೆ ಬಂದಿರಾ?' ಅಂತಾನೆ. ಆಗ ಅವನ ತಾಯಿ ನಾನು ಕೇಳುವುದಕ್ಕೆ ಹೋಗುವುದಿಲ್ಲ ಬೇಕಾದರೆ ನೀನೇ ಹೋಗು ಎನ್ನುತ್ತಾಳೆ. ಕಡೆಗೆ ರಾಜಕುಮಾರ ಏನೇನೋ ಮಾಡಿ 'ಇದೊಂದು ಸಾರಿ ಹೋಗಿ ಬಾ' ಎಂದು ಒಪ್ಪಿಸುತ್ತಾನೆ.

ಈ ಸಾರಿಯೂ ಹೆಣ್ಣು ಕೇಳುವುದಕ್ಕೆ ಹೋಗುತ್ತಾರೆ. ಈ ಸಾರಿ ಅದೃಷ್ಟಕ್ಕೆ ಪಟೇಲ ಮನೆಯಲ್ಲಿಯೇ ಇರುತ್ತಾನೆ. ಹೋದವರು ಎಲ್ಲಾ ವಿಚಾರಗಳನ್ನೂ ಮಾತನಾಡಿ ಅವನನ್ನು ಒಪ್ಪಿಸುತ್ತಾರೆ. ಪಟೇಲನ ಮಗಳಿಗೂ ರಾಜಕುಮಾರನಿಗೂ ಮದುವೆ ನಡೆಯುತ್ತದೆ. ಮದುವೆ ಮಂಟಪಕ್ಕೆ ಬಂದಾಗ ಪಟೇಲನಿಗೂ ಅವನ ಮಗಳಿಗೂ ಇವನು ರಾಜಕುಮಾರ ಎನ್ನುವುದು ಗೊತ್ತಾಗುತ್ತದೆ. ಪಟೇಲನಿಗೆ ಬಹಳ ಸಂತೋಷವಾಗುತ್ತದೆ.

ಮದುವೆಯಾದ ಬೆಳಗ್ಗೆಯೇ ರಾಜಕುಮಾರ ತಾನು ಹಿಂದೆ ತೊಟ್ಟಿದ 'ಪಣ'ದಂತೆ ಅವಳನ್ನು ಸೆರೆಮನೆಗೆ ಹಾಕುತ್ತಾನೆ. ಅವಳ ಹೊಟ್ಟೆಯಲ್ಲಿ ಮಗ ಹುಟ್ಟಬಾರದೆಂದು ಅವಳ ಜೊತೆಯಲ್ಲಿ ಕೂಡುವುದೇ ಬೇಡವೆಂದು, ಅವಳನ್ನು ಸೆರೆಗೆ ಸೇರಿಸುತ್ತಾನೆ. ಸೇರಿಸಿ ತಾನು ಗೆದ್ದೆ ಎಂದುಕೊಳ್ಳುತ್ತಾನೆ. ಪಟೇಲನ ಮಗಳಿಗೆ ಬಹಳ ಯೋಚನೆಯಾಗುತ್ತದೆ ಕಡೆಗೆ ಅಪ್ಪನಿಗೆ ಹೇಳಿ ಅರಮನೆಗೂ ಅಪ್ಪನ ಮನೆಗೂ ಸುರಂಗ ಹೊಡುಸುತ್ತಾಳೆ. ಸುರಂಗದಲ್ಲಿ ಹೋಗುತ್ತಾ ಬರುತ್ತಾ ಇರುತ್ತಾಳೆ.

ಒಂದು ದಿನ ಒಬ್ಬ ದೊಂಬರವನು ಬೀದಿಯಲ್ಲಿ ಆಟವಾಡುತ್ತಿರುತ್ತಾನೆ. ಇವಳು ಸುರಂಗ ಮಾರ್ಗದಿಂದ ಹೋಗಿ ಆಟವನ್ನು ನೋಡುತ್ತಿರುತ್ತಾಳೆ. ರಾಜಕುಮಾರನೂ ಅಲ್ಲಿಗೆ ಬಂದು ನಿಂತಿರುತ್ತಾನೆ. ರಾಜಕುಮಾರ ಇವಳನ್ನು ನೋಡಿ ಗುರುತು ಹಿಡಿಯಲಾಗದೆ, ಇವಳು ದೊಂಬರವನ ಮಗಳು ಎಂದುಕೊಳ್ಳುತ್ತಾನೆ. ಇವಳು ಕಣ್ಣಿನ ಭಾವದಿಂದಲೇ ಇದನ್ನು ತಿಳಿದುಕೊಂಡು ದೊಂಬರವನಿಗೆ ಒಂದು ಚೀಟಿಯನ್ನು ಬರೆದುಕೊಡುತ್ತಾಳೆ. ಆ ಚೀಟಿಯಲ್ಲಿ: 'ನನ್ನನ್ನು ನಿನ್ನ ಮಗಳು ಎಂದೇ ಆ ರಾಜನಿಗೆ ಹೇಳು, ಅವನು ನನ್ನನ್ನು ಕೇಳಿದರೆ ಒಂದು ರಾತ್ರಿ ಮಾತ್ರ ಅವನ ವಶಕ್ಕೆ ಕೊಡುವುದಾಗಿ ಹೇಳು' ಎಂದು ಬರೆದಿರು ತ್ತಾಳೆ. ಆಟವೆಲ್ಲ ಮುಗಿದರೂ ರಾಜ ಅಲ್ಲೇ ನಿಂತಿರುತ್ತಾನೆ. ಕಡೆಗೆ ಬಂದು ದೊಂಬರವನನ್ನು: 'ನಿನ್ನ ಮಗಳನ್ನು ನನಗೆ ಮದುವೆ ಮಾಡಿಕೊಡು ಎಂದು ಕೇಳುತ್ತಾನೆ' ಆಗ ದೊಂಬರವನು: 'ಅಯ್ಯೋ ಸ್ವಾಮಿ! ನನಗೆ ಇವಳಿಂದಲೇ ಜೀವನ. ಇವಳನ್ನು ಹೇಗೆ ಕೊಡಲಿ' ಅನ್ನುತ್ತಾನೆ

ಆಗ ರಾಜ: 'ನಾನು ಲಕ್ಷ ವರಹ ಕೊಡುತ್ತೇನೆ' ಅನ್ನುತ್ತಾನೆ. ಆದರೂ ದೊಂಬರವನು ಒಪ್ಪುವುದಿಲ್ಲ. ಕಡೆಗೆ 'ಸ್ವಾಮಿ ನಿಮ್ಮ ಜಮೀನಿನಲ್ಲಿ ಒಂದು ಗುಡಿಸಲನ್ನು ಹಾಕಿ. ಒಂದು ರಾತ್ರಿ ನನ್ನ ಮಗಳನ್ನು ನಿಮ್ಮ ವಶಕ್ಕೆ ಕೊಡುತ್ತೇನೆ' ಅನ್ನುತ್ತಾನೆ. ಅದರಂತೆ ರಾಜ ಒಂದು ಗುಡಿಸಲು ಹಾಕಿಸುತ್ತಾನೆ. ಹಾಕಿ ಇವಳನ್ನು ಕರೆದುಕೊಂಡು ಹೋಗಲು ಬರುತ್ತಾನೆ. ಬಂದಾಗ ಇವಳು ಮೊದಲೇ ಹೇಳಿಕೊಟ್ಟಿದ್ದಂತೆ 'ಸ್ವಾಮಿ ನಾನು ನಿಮ್ಮನ್ನ ಏನೂ ಕೇಳುವುದಿಲ್ಲ' ನಿಮ್ಮ ಕೈಲಿರೋ ಉಂಗುರ ಕೊರಳ ಚೈನು ಇಕ್ಕಿಕೊಂಡಿರುವ ಕೋಟು ಇಷ್ಟೂ ಕೊಟ್ಟುಬಿಡಿ' ಅನ್ನುತ್ತಾನೆ. ಆಗ ರಾಜ ಸ್ವಲ್ಪ ಹೊತ್ತು ಯೋಚನೆಯನ್ನು ಮಾಡಿ 'ಆಯ್ತು ಕೊಟ್ಟೆ' ಎಂದು ಮೂರನ್ನು ಕೊಟ್ಟು ಅವಳನ್ನು ಕರೆದುಕೊಂಡು ಹೋಗುತ್ತಾನೆ.

ಒಂದು ರಾತ್ರಿ ಕಳೆಯಿತು. ದೊಂಬರವನು ಹೋಗಿ ನನ್ನ ಮಗಳ ಕಳುಹಿಸಿಕೊಡಿ ಎಂದು ಕೇಳಿದ. ಆದರೆ ರಾಜ ಒಪ್ಪಲಿಲ್ಲ. ಇನ್ನೂ ಒಂದು ರಾತ್ರಿ ಕಳೆದ. ಹೀಗೆ ಐದು ದಿನಗಳಾದವು. ಆರನೆಯ ದಿನ ರಾಜ ಅವಳನ್ನು ಬಿಟ್ಟುಕೊಟ್ಟು ದೊಂಬರವನನ್ನು ನಿನಗೆ ಏನು ಬೇಕು? ಎಂದು ಕೇಳಿದ. 'ಸ್ವಾಮಿ ನನಗೆ ಏನೂ ಬೇಡ ನಿಮ್ಮ ಕರುಣೆ ಒಂದೇ ಸಾಕು, ನನ್ನ ಮಗಳನ್ನು ಕಳುಹಿಸಿಕೊಡಿ' ಎಂದು ಅವಳನ್ನು ಕರೆದುಕೊಂಡು ಬಂದ.

ಅವಳು ದೊಂಬರವನನ್ನು ಅಪ್ಪನ ಮನೆಗೆ ಕರೆದುಕೊಂಡು ಹೋಗಿ ಅವನಿಗೆ ಬೇಕಾದ 'ಮಾಹರು ಬಾನಿ' ಮಾಡಿ ಕಳುಹಿಸಿಕೊಟ್ಟು ಸುರಂಗದಲ್ಲಿ ಸೆರೆಮನೆ ಸೇರಿಕೊಳ್ಳು ತ್ತಾಳೆ.

ಅವಳು ಬಸುರಾಗುತ್ತಾಳೆ. ಒಂಬತ್ತು ತಿಂಗಳು ಆಡಿದ ಹಾಗೆ ಬರುತ್ತದೆ. ಒಂದು ಗಂಡು ಮಗುವನ್ನು ಹಡೆಯುತ್ತಾಳೆ. ಆ ಮಗುವನ್ನು ತನ್ನ ಅಪ್ಪನ ಮನೆಯಲ್ಲೇ ಸಾಕು ತ್ತಾಳೆ. ಹೀಗೇ ವರ್ಷಗಳು ಕಳೆಯುತ್ತವೆ. ಆ ಹುಡುಗ ಅಜ್ಜ ಅಜ್ಜಿಯನ್ನೇ ಅಪ್ಪ ಅಮ್ಮ ಎಂದು ನಂಬಿ ಬೆಳೆಯುತ್ತಿರುತ್ತದೆ. ಹುಡುಗನನ್ನು ಮಠಕ್ಕೂ ಸೇರಿಸುತ್ತಾರೆ. ಮಠದಲ್ಲಿ ಎಲ್ಲಾ ಹುಡುಗರೂ ಇವನನ್ನು 'ಅಪ್ಪ ಅಮ್ಮ ಇಲ್ಲದವನು' ಎಂಬದಾಗಿ ತೆಗಳುತ್ತಿರುತ್ತಾರೆ. ಹುಡುಗ ಮನೆಗೆ ಬಂದು ಇದನ್ನು ಕೇಳಬೇಕು ಎಂದುಕೊಂಡರೂ ಮನೆಗೆ ಬರುವಷ್ಟರಲ್ಲಿ ಮರೆತು ಬಿಡುತ್ತಿದ್ದ. ಒಂದು ದಿನ ಅವನ ಮೇಷ್ಟ್ರು ಕೂಡ ಹಾಗೇ ಬೈದಾಗ ಈ ಹುಡುಗನಿಗೆ ಅಳು ಬರುತ್ತದೆ. ಮನೆಗೆ ಬಂದು ನನ್ನನ್ನು 'ತಂದೆ ತಾಯಿ ಇಲ್ಲದವನು' ಅಂತ ಎಲ್ಲಾ ಬೈತಾರೆ. ಯಾರು ನನ್ನ 'ತಂದೆ ತಾಯಿ ತೋರಿಸಿ' ಅನ್ನುತ್ತಾನೆ. ಆಗ ಅಜ್ಜ ಎಷ್ಟೆಷ್ಟೋ ಸಮಾಧಾನ ಮಾಡುತ್ತಾನೆ. ಈ ಹುಡುಗ ಕೇಳುವುದಿಲ್ಲ. ಕಡೆಗೆ ಅಜ್ಜ ಅವನ ತಾಯಿ ಪಣ ತೊಟ್ಟಿರುವುದು ಅವಳು ಸೆರೆಮನೆಯಲ್ಲಿರುವುದು ಎಲ್ಲವನ್ನೂ ಹೇಳುತ್ತಾನೆ. ಹೇಳಿ ಸುರಂಗದ ದಾರಿಯನ್ನು ತೋರಿಸುತ್ತಾನೆ.

ಈ ಹುಡುಗ ದಾರಿಯಲ್ಲಿ ಹೋಗಿ ತನ್ನ ತಾಯಿಯ ಹತ್ತಿರ ಹೋಗಿ ತಾನು ತನ್ನ ಅಪ್ಪನನ್ನು 'ಪಿಚಂಡಿ' ಕಟ್ಟಿ ತರುವುದಾಗಿ ಹೇಳುತ್ತಾನೆ. ಅವನ ತಾಯಿ ನೀನು ಇನ್ನೂ

ಚಿಕ್ಕ ಹುಡುಗ ಎಂದು ಎಷ್ಟಷ್ಟು ತಡೆದರೂ ನಿಲ್ಲುವುದಿಲ್ಲ. ಕಡೆಗೆ ತಾಯಿ ಬುದ್ಧಿವಾದ ಹೇಳಿ ಎಲ್ಲಾ ವಿಚಾರಗಳನ್ನೂ ಹೇಳಿ ಕಳುಹಿಸುತ್ತಾಳೆ.

ಈ ಹುಡುಗ ಹೋಗಿ ಬಂದು ಅಜ್ಜಿ ಮನೆಯಲ್ಲಿ ಉಳಿದುಕೊಳ್ಳುತ್ತಾನೆ. ಆ ಅಜ್ಜಿಗೆ ಯಾರೂ ಮಕ್ಕಳು, ಮೊಮ್ಮಕ್ಕಳು ಇರುವುದಿಲ್ಲ. ಈ ಹುಡುಗ ಬಂದದ್ದು ಆ ಅಜ್ಜಿಗೂ ಬಹಳ ಸಂತೋಷವಾಗುತ್ತದೆ. ಆ ದಿನ ರಾತ್ರಿ ಇವನು ಎದ್ದು ಹೋಗಿ ಮಂತ್ರಿಗಳ ಮನೆಯಲ್ಲಿ ಕಳ್ಳತನ ಮಾಡಿ ಎಲ್ಲಾ ಚಿನ್ನ ವಜ್ರವನ್ನೂ ಕೆರೆಯ ದಡದ ಹಳ್ಳದಲ್ಲಿ ಹೂಳಿ ಬಂದು, ಅಜ್ಜಿಯ ಮನೆಯಲ್ಲಿ ಮಲಗಿಕೊಳ್ಳುತ್ತಾನೆ. ಬೆಳಗ್ಗೆ ಎದ್ದಾಗ ಊರಿನಲ್ಲೆಲ್ಲಾ ಸುದ್ದಿ ಹಬ್ಬುತ್ತದೆ. ಊರಿನಲ್ಲಿ ಸಭೆ ಸೇರಿ ಕಳ್ಳನನ್ನು ಹುಡುಕಬೇಕು ಎಂದು ನಿರ್ಧರಿಸುತ್ತಾರೆ. ಎಲ್ಲರ ಮನೆಯನ್ನೂ ಶೋಧಿಸಿಕೊಂಡು ಬರುತ್ತಾರೆ. ಈ ಅಜ್ಜಿಯ ಮನೆಗೆ ಬಂದಾಗ ಇವನು ಮಲಗಿರುತ್ತಾನೆ. ಬಂದವರು: 'ಯಾರು ಮಲಗಿರುವವರು' ಎಂದು ಕೇಳುತ್ತಾರೆ. ಆಗ ಅಜ್ಜಿ: ಅಯ್ಯೋ! ಮೈಸೂರಿನಿಂದ ನನ್ನ ತಂಗಿ ಮಗ ಬಂದವನೆ. ಪ್ರಯಾಣದ ಆಯಾಸಕ್ಕೆ ಮಲಗಿಕೊಂಡವನೆ' ಎನ್ನುತ್ತಾಳೆ. ಬಂದವರು ಹೊರಟು ಹೋಗುತ್ತಾರೆ.

ಆದಿನ ರಾತ್ರಿ ಈ ಹುಡುಗ ರಾಜನ ಮನೆಯಲ್ಲಿ ಕಳ್ಳತನ ಮಾಡಿ ಚಿನ್ನ ವಜ್ರಗಳನ್ನು ಹಳ್ಳದಲ್ಲಿ ಹೂತು ಬಂದು ಅಜ್ಜಿ ಮನೆಯಲ್ಲಿ ಮಲಗಿರುತ್ತಾನೆ. ಬೆಳಗ್ಗೆ ಎದ್ದು ನೋಡಿದಾಗ ಎಲ್ಲರಿಗೂ ಗೊತ್ತಾಗುತ್ತದೆ. ಆಗ ಊರಿನಲ್ಲಿ ಸಭೆ ಸೇರಿಸಿ ಮನೆಗೆ ಒಂದು ಆಳಿನಂತೆ ಊರನ್ನು ಕಾಯಬೇಕು ಎಂದು ತೀರ್ಮಾನಿಸುತ್ತಾರೆ. ಅಜ್ಜಿ ಮನೆಯಲ್ಲಿ ಯಾರೂ ಇಲ್ಲದ್ದರಿಂದ ಆ ರಾತ್ರಿ ಈ ಹುಡುಗನೇ ಹೋಗಬೇಕಾಗಿ ಬರುತ್ತದೆ. ರಾತ್ರಿ ಗಸ್ತು ತಿರುಗುತ್ತಿದ್ದಾಗ ಒಬ್ಬ ಮಡಿವಾಳ ಶೆಟ್ಟಿ ಈ ಹುಡುಗನಿಗೆ ಸಿಕ್ಕುತ್ತಾನೆ. ಆಗ ಈ ಹುಡುಗ ಅವನನ್ನು ಸ್ನೇಹಿತನನ್ನಾಗಿ ಮಾಡಿಕೊಂಡು ಅಲ್ಲಿದ್ದ ನೇಣುಕಂಬ, ಕಲ್ಲುಗಾಣ ಇವುಗಳೆಲ್ಲಾ ಏತಕ್ಕೆ ಎಂದು ಕೇಳುತ್ತಾನೆ. ಆಗ ಮಡಿವಾಳ ಇಂತಿಂತಹ ಅಪರಾಧಕ್ಕೆ ಇಂತಿಂತಹ ಶಿಕ್ಷೆ ಎಂದು ಎಲ್ಲವನ್ನೂ ತೋರಿಸಿಕೊಂಡು ಬರುತ್ತಾನೆ. ಕಲ್ಲುಗಾಣದ ಹತ್ತಿರಕ್ಕೆ ಬಂದಾಗ ಆ ಹುಡುಗ: 'ನೋಡೋಣ ನಾನು ಕೈಕೊಡುತ್ತೇನೆ, ನೀನು ತಿರುಗಿಸು ಎನ್ನುತ್ತಾನೆ' ಮಡಿವಾಳಶೆಟ್ಟಿ ತಿರುಗಿಸುತ್ತಾನೆ. ಈ ಹುಡುಗ ಸ್ವಲ್ಪ ತಗುಲುತ್ತಿದ್ದಂತೆ ಕಿರುಚುತ್ತಾನೆ. ಅಷ್ಟಕ್ಕೇ ಮಡಿವಾಳ ಗಾಣ ನಿಲ್ಲಿಸುತ್ತಾನೆ. ಆಗ ಈ ಹುಡುಗ ನೀನು ಕೈಕೊಡು ನಾನು ತಿರುಗಿಸುತ್ತೇನೆ ಎನ್ನುತ್ತಾನೆ. ಅದರಂತೆ ಮಾಡಿದಾಗ ಮಡಿವಾಳಶೆಟ್ಟಿ ಎಷ್ಟು ಕೂಗಿಕೊಂಡರೂ ಬಿಡದೆ ಅವನ ಕೈ ಸಿಕ್ಕಿಹಾಕಿಕೊಳ್ಳುವಂತೆ ಮಾಡಿ ಈ ಹುಡುಗ ಅಜ್ಜಿಯ ಮನೆಗೆ ಹೋಗಿ ಮಲಗಿಕೊಳ್ಳುತ್ತಾನೆ.

ಬೆಳಗ್ಗೆ ನೋಡಿದಾಗ ರಾಜನಿಗೆ ಬಹಳ ಯೋಚನೆಯಾಗುತ್ತದೆ. ಇವನು ಯಾರೋ ಸರಿಯಾದ ಕಳ್ಳ ಎಂದು ಸ್ವತಃ ಮಂತ್ರಿ ಮತ್ತು ತಾನು ಹುಡುಕಲು ಹೊರಡುತ್ತಾರೆ.

ಈ ಹುಡುಗ ಒಬ್ಬ ಅಗಸರವನ ಮನೆಗೆ ಹೋಗಿ ಅವನನ್ನು ಬೇಡಿ ಒಂದು ಬಾನಿ, ಒಂದು ಕತ್ತೆ ಒಂದಿಷ್ಟು ಬಟ್ಟೆ ತೆಗೆದುಕೊಂಡು ಅರ್ಧರಾತ್ರಿಯಲ್ಲ ಒಗೆಯುತ್ತಿರುತ್ತಾನೆ.

ರಾಜ ಮಂತ್ರಿ ಆ ದಾರಿಯಲ್ಲಿ ಬಂದವರು ಇವನೇ ಕಳ್ಳ ಎಂದು ಹಿಡಿಯಲು ಬರುತ್ತಾರೆ. ಹತ್ತಿರ ಬಂದ ಈ ಹುಡುಗನನ್ನು, 'ಏಕೆ ಇಷ್ಟು ಹೊತ್ತಿನಲ್ಲಿ ಬಟ್ಟೆ ಒಗೆಯುತ್ತಿದ್ದೀಯಾ?' ಎಂದು ಕೇಳುತ್ತಾರೆ. ಆಗ ಈ ಹುಡುಗ: 'ಸ್ವಾಮಿ ಮಾತಾಡಬೇಡಿ ನಮ್ಮೂರಿನಲ್ಲಿ ಕಳ್ಳತನ ಆಗಿರುವುದು ಗೊತ್ತಿಲ್ಲವೇ? ಆ ಕಳ್ಳರವು ಈ ಬಟ್ಟೆಗಳು. ಕೇಳಿಸಿಕೊಂಡರೆ ನಮ್ಮ ಕತ್ತು ಹಾರಿಸಿಬಿಡುತ್ತಾರೆ' ಎನ್ನುತ್ತಾನೆ. ಆಗ ರಾಜ: 'ಹಾಗಾದರೆ ಕಳ್ಳರನ್ನು ಹಿಡಿದುಕೊಡುತ್ತೀಯಾ? ನಿನಗೆ ಬಹುಮಾನ ಕೊಡುತ್ತೇನೆ' ಅನ್ನುತ್ತಾನೆ. ಆಗ ಹುಡುಗ: 'ಓ ಆಗಲಿ ಈ ಮಂತ್ರಿಗಳನ್ನು ಇಲ್ಲಿ ಬಿಟ್ಟು ನೀವು ಹೋಗಿ ಮಲಗಿ. ಬೆಳಗ್ಗೆ ಹೊತ್ತಿಗೆ ಕಳ್ಳರು ನಿಮ್ಮ ಹತ್ತಿರ ಬರುತ್ತಾರೆ' ಎನ್ನುತ್ತಾನೆ. ಅದರಂತೆ ರಾಜ ಮಂತ್ರಿಯನ್ನು ಬಿಟ್ಟು ಹೋಗುತ್ತಾನೆ. ರಾಜ ಹೋದ ಮೇಲೆ ಈ ಹುಡುಗ ಮಂತ್ರಿಯನ್ನು ಕುರಿತು: 'ನಾವಿಬ್ಬರೂ ಇದ್ದರೆ ಕಳ್ಳರಿಗೆ ಗೊತ್ತಾಗುತ್ತೆ. ನೀನು ಆ ಹಳ್ಳದಲ್ಲಿ ಕುಳಿತುಕೊ. ನಿನ್ನ ಮೇಲೆ ಬಾನಿಯನ್ನು ದಬ್ಬಾಕಿ (ಬೋರಲಾಕಿ)ರುತ್ತೇನೆ. ಕಳ್ಳರು ಬಂದಾಗ ಕೂಗುತ್ತೇನೆ' ಎನ್ನುತ್ತಾನೆ. ಅದರಂತೆ ಮಂತ್ರಿ ಕೂರುತ್ತಾನೆ. ಆಗ ಈ ಹುಡುಗ ಮಂತ್ರಿಯ ಮೇಲೆ ಬಾನಿಯನ್ನು ದಬ್ಬಾಕಿ ಅದರ ಮೇಲೆ ದೊಡ್ಡದೊಂದು ಕಲ್ಲನ್ನು ಹೇರಿಸುತ್ತ ಮಣ್ಣನ್ನು ಕೊಟ್ಟು ಹೊರಟು ಬಂದು ಅಜ್ಜಿಯ ಮನೆಯಲ್ಲಿ ಮಲಗಿ ಕೊಳ್ಳುತ್ತಾನೆ. ಬೆಳಕು ಹರಿದರೂ ಮಂತ್ರಿ ಬರದಿದ್ದನ್ನು ನೋಡಿ ರಾಜ, ಬಂದು ನೋಡುತ್ತಾನೆ. ಬಾನಿಯೊಳಗೆ 'ಗೊಟ್ರ, ಗೊಟ್ರ' ಎಂಬ ಶಬ್ದ ಬರುತ್ತದೆ. ಅದನ್ನು ತೆಗೆದು ನೋಡಿದಾಗ–
–'ಮಂತ್ರಿ ಸಿಕ್ಕಿಹಾಕಿಕೊಂಡಿದ್ದಾನೆ.' ಆಗ ರಾಜನು ಮಂತ್ರಿಯನ್ನು ಸುಧಾರಿಸಿ ಮನೆಗೆ ಕರೆದುಕೊಂಡು ಬರುತ್ತಾನೆ. ಏನಾದರೂ ಮಾಡಿ ಈ ಕಳ್ಳನನ್ನು ಹಿಡಿಯಲೇಬೇಕೆಂದು ಹಗಲು ಹೊತ್ತು ಮಂತ್ರಿ ಮತ್ತು ರಾಜರು ಗಸ್ತು ಹೊರಡುತ್ತಾರೆ. ಊರಿನಿಂದ ಹೊರಗೆ ಈ ಹುಡುಗ ಒಂದು ಅಂಗಡಿ ಇಟ್ಟುಕೊಂಡಿರುತ್ತಾನೆ. ಮಂತ್ರಿಗೆ ಅನುಮಾನ ಬಂದು ಅಲ್ಲಿಗೆ ರಾಜನನ್ನೂ ಕರೆದುಕೊಂಡು ಹೋಗುತ್ತಾನೆ. ಹೋಗಿ: 'ಇದೇನು ಹೀಗೆ ಊರ ಹೊರಗೆ ಅಂಗಡಿ ಇಕ್ಕಿದ್ದೀಯಾ?' ಅನ್ನುತ್ತಾರೆ. ಆಗ ಅವನು: 'ಅಯ್ಯೋ ಸ್ವಾಮಿ ಇಲ್ಲಿಗೆ ಎಂತೆಂತೋರೋ ಬರುತ್ತಾರೆ. ಊರೊಳಕ್ಕೆ ಬರಬಾರದವರೆಲ್ಲಾ ಬರುತ್ತಾರೆ, ಅದಕ್ಕೆ ಇಲ್ಲಿ ಇಕ್ಕಿದ್ದೇನೆ' ಅಂತಾನೆ. ಆಗ ರಾಜನಿಗೆ ಅರಿವಾಗುತ್ತದೆ ಹಾಗಾದರೆ: 'ನೀನು ಕಳ್ಳರನ್ನು ಹಿಡಿದು ಕೊಡುತ್ತೀಯಾ?' ಅನ್ನುತ್ತಾನೆ. ಅದಕ್ಕೆ ಹುಡುಗ ಒಪ್ಪಿ ಆಗಲಿ ಸ್ವಾಮಿ ನಿಮ್ಮ ಜೊತೆಗಾರರನ್ನು ಕಳುಹಿಸಿಬಿಡಿ ಅಂತಾನೆ. ಅದರಂತೆ ರಾಜ ಮಂತ್ರಿಯನ್ನು ಕಳುಹಿಸುತ್ತಾನೆ.

ಆಗ ಆ 'ಹುಡುಗ ಸ್ವಾಮಿ ಸ್ವಾಮಿ' ಈ 'ಪಿಚಂಡಿ' ಚೀಲದಲ್ಲಿ ನಿಮ್ಮ ಬಟ್ಟೆ ಬಿಚ್ಚಿ ಕುಳಿತುಕೊಳ್ಳಿ. ಕಳ್ಳರು ಬಂದಾಗ ನಾನು ಅವರ ಕೈಹಿಡಿದುಕೊಳ್ಳುತ್ತೇನೆ. 'ನೀವು ಈಚೆಗೆ ಬನ್ನಿ' ಅನ್ನುತ್ತಾನೆ. ಅದರಂತೆ ರಾಜ ಬಟ್ಟೆ ಬಿಚ್ಚಿ ಅದರೊಳಗೆ ಕೂರುತ್ತಾನೆ. ಆಗ ಇವನು 'ಪಿಚಂಡಿ'ಯ ಬಾಯಿ ಕಟ್ಟಿ ರಾಜನ ಬಟ್ಟೆ ಧರಿಸಿಕೊಂಡು ಎಲ್ಲಾ ಜನರನ್ನೂ ಕೂಗುತ್ತಾನೆ. ಮೊದಲೇ ರಾಜಕಳೆ ಇದ್ದ ಹುಡುಗ ರಾಜನ ಬಟ್ಟೆ ಹಾಕಿದಾಗ ರಾಜನ ಹಾಗೇ ಕಾಣುತ್ತಾನೆ. ಜನರನ್ನೆಲ್ಲಾ ಕರೆದು 'ಕಳ್ಳನನ್ನು ಹಿಡಿದಿದ್ದೀನಿ ಹೊಡೆಯಿರಿ ಎನ್ನುತ್ತಾನೆ.' ಆಗ ಎಲ್ಲರೂ ನಾಲ್ಕು ನಾಲ್ಕು ಬಾರಿಸಿ ಅವನನ್ನು ಅರಮನೆಗೆ ಹೊತ್ತುಕೊಂಡು ಬಂದು ಬಾಯಿ ಬಿಚ್ಚಿ ನೋಡುತ್ತಾರೆ. ಅವನು ರಾಜ ಆಗಿರುತ್ತಾನೆ. ಈಗ ಎಲ್ಲಾ ಜನರೂ ರಾಜನ ವೇಷದಲ್ಲಿ

ಇರುವ ಹುಡಗನನ್ನು ನೋಡುತ್ತಾರೆ. ಇಬ್ಬರ ಮುಖವೂ ಒಂದೇ ತರಹ ಇರುತ್ತದೆ. ಆಗ ಆ ಹುಡುಗ ಮುಂದೆ ಬಂದು ಹೀಗೀಗೆ ಎಂದು ತನ್ನ ತಾಯಿ ವಿಷಯ ತಿಳಿಸುತ್ತಾನೆ. ಆದರೆ ರಾಜ ಒಪ್ಪುವುದಿಲ್ಲ. 'ಇವನು ನನ್ನ ಮಗ ಅಲ್ಲ. ನಾನು ಅವಳ ಜೊತೆ ಬೆರೆತಿಲ್ಲ' ಅನ್ನುತ್ತಾನೆ. ಆಗ ಎಲ್ಲರೂ ಸೆರೆಮನೆಗೆ ಹೋಗುತ್ತಾರೆ. ಅಲ್ಲಿ ಅವಳು ರಾಜ ಕೊಟ್ಟಿದ್ದ ಉಂಗುರ, ಕೋಟು, ಕೊರಳ ಚೈನು ತೋರಿಸಿ ನಾನೇ ದೊಂಬರವಳಾಗಿ ನಿಮಗೆ ಮೋಸಮಾಡಿ ನನ್ನ ಹಟ ಸಾಧಿಸಿದೆ ಎನ್ನುತ್ತಾಳೆ. ಆಗ ರಾಜ ಒಪ್ಪಿಕೊಳ್ಳುತ್ತಾನೆ. ಸ್ವಲ್ಪ ದಿನದನಂತರ ಮಗನಿಗೆ ಮದುವೆ ಮಾಡಿ ಪಟ್ಟ ಕಟ್ಟುತ್ತಾರೆ. ಇಬ್ಬರ ಹಟವೂ ಗೆಲ್ಲುತ್ತೆ. ಆಮೇಲೆ ಗಂಡಹೆಂಡರು ಸುಖವಾಗಿರುತ್ತಾರೆ.

**

೧೨. ಕುಂಟನ ಕತೆ

ಒಂದೂರಲ್ಲಿ ಒಬ್ಬ ಗೌಡ. ಅವನಿಗೆ ಏಳು ಜನ ಗಂಡು ಮಕ್ಕಳು. ಅವರಲ್ಲಿ ಕೊನೆಯವನು ಕುಂಟ, ಗೌಡ ಸತ್ತುಹೋಗುತ್ತಾನೆ. ಆಗ ಅಣ್ಣ ತಮ್ಮಂದಿರು ಆಸ್ತಿಯನ್ನೆಲ್ಲ ಭಾಗ ಮಾಡಿ ಕೊಳ್ಳುತ್ತಾರೆ. ಮೊದಲ ಆರು ಜನವೂ ಒಳ್ಳೊಳ್ಳೆಯದನ್ನು ತೆಗೆದುಕೊಂಡು ಕುಂಟ ತಮ್ಮನಿಗೆ ಗೊಡ್ಡು ಹಸು, ಗೊಡ್ಡು ಎತ್ತು, ಕುಂಟು ಎತ್ತು, ಮುರುಕಲು ನೇಗಿಲು ಕೊಡುತ್ತಾರೆ.

ಜೋರಾಗಿ ಮಳೆ ಹುಯ್ಯುತ್ತದೆ; ಕೆರೆ ತುಂಬುತ್ತದೆ. ಎಲ್ಲರೂ ಉಳುಮೆ ಶುರು ಮಾಡುತ್ತಾರೆ. ಕುಂಟನೂ ಮುರುಕಲು ನೇಗಿಲು, ಕುಂಟು ಎತ್ತುಗಳನ್ನು ಕಟ್ಟಿಕೊಂಡು ಉಳಲಾರದೆ ಅಳುತ್ತ ಇರುತ್ತಾನೆ. ಅದೇ ಸಮಯದಲ್ಲಿ ಪಾರ್ವತಿ–ಪರಮೇಶ್ವರರು ಸಂಚಾರ ಹೊರಟಿರುತ್ತಾರೆ. ಇವನ ಗೋಳು ಕೇಳಿ ಪಾರ್ವತಿ: 'ಯಾರೋ ರೋದಿಸುತ್ತಾ ಇದ್ದಾರೆ, ಹೋಗಿ ನೋಡೋಣ ಸ್ವಾಮಿ' ಅಂತಾಳೆ. ಪರಮೇಶ್ವರ: 'ಯಾವುದೋ ನಾಯಿಯೋ ನರಿಯೋ ಕೂಗ್ತಿರಬೇಕು' ಅಂತಾನೆ. 'ಇಲ್ಲ ಸ್ವಾಮಿ, ನರಮನುಷ್ಯನ ಗೋಳೇ ಅದು. ಹೋಗಿ ನೋಡಲೇಬೇಕು ಮಹಾಸ್ವಾಮಿ' ಅಂತಾಳೆ. ಸರಿ, ಇವರು ಭೂಮಿಗೆ ಇಳಿದು ಬರುತ್ತಾರೆ. ಕುಂಟನ ಹಸು, ನೇಗಿಲು, ಎತ್ತು—ಎಲ್ಲಾ ಸರಿಯಾಗುವ ಹಾಗೆ ಮಾಡುತ್ತಾರೆ. ಆ ಸಲ ಆರು ಜನ ಅಣ್ಣಂದಿರಿಗಿಂತ ಕುಂಟನೇ ಚೆನ್ನಾಗಿ ಬೆಳೆ ಬೆಳೆಯುತ್ತಾನೆ. ದೊಡ್ಡ ಮೆದೆ ಹಾಕಿರುತ್ತಾನೆ. ಅಣ್ಣಂದಿರು ಹೊಟ್ಟೆಕಿಚ್ಚಿನಿಂದ ಬೇಯುಸುತ್ತಾರೆ. ಒಂದು ದಿನ ರಾತ್ರಿಯ ಹೊತ್ತಿನಲ್ಲಿ ಮೆದೆಗೆ ಬೆಂಕಿ ಹಾಕ್ಬಿಡ್ತಾರೆ. ಸುಟ್ಟು ಬೂದಿಯಾಗಿ ಬಿಡುತ್ತದೆ. ಕುಂಟನಿಗೆ ಬಹಳ ದುಃಖ ಆಗುತ್ತದೆ. ಬೂದಿಯನ್ನೆಲ್ಲ ಗೋಣಿಚೀಲಕ್ಕೆ ತುಂಬಿಕೊಂಡು ಕತ್ತೆಯ ಮೇಲೆ ಹೇರಿಕೊಂಡು ಹೋಗುತ್ತಾ ಇರುತ್ತಾನೆ. ಎದುರುಗಡೆ ಇನ್ನೊಬ್ಬ ಕತ್ತೆ ಮೇಲೆ ವಜ್ರ ವೈಢೂರ್ಯ ಹೇರಿಕೊಂಡು ಬರುತ್ತಿರುತ್ತಾನೆ. ಕುಂಟ: 'ಏನಪ್ಪ ಅದು' ಅಂತ ವಿಚಾರಿಸುತ್ತಾನೆ. 'ಇದು ವಜ್ರ, ವೈಢೂರ್ಯ ಕಣಪ್ಪಾ, ನಿಂದೇನು' ಅಂತ ಕೇಳುತ್ತಾನೆ. 'ನಂದು ಮುತ್ತು ರತ್ನ ಕಣಪ್ಪ' ಅಂತಾನೆ ಕುಂಟ. ಇಬ್ಬರೂ ಒಬ್ಬರದೊಬ್ಬರು ಬದಲಾಯಿಸಿ ಕೊಳ್ಳುತ್ತಾರೆ. ಕುಂಟ ತನ್ನೂರಿಗೆ ಬಂದು ಒಳ್ಳೊಳ್ಳೆ ಹಸು, ಎತ್ತುಗಳು, ಎಲ್ಲಾ ಕೊಂಡು ಕೊಂಡು ಮನೆ ಕಟ್ಟಿಕೊಂಡು ಸುಖವಾಗಿರುತ್ತಾನೆ. ಅದನ್ನು ಕಂಡ ಅಣ್ಣಂದಿರಿಗೆ ಹೊಟ್ಟೆ ಕಿಚ್ಚಾಗುತ್ತದೆ. ಹೇಗೆ ಬಂತು ಅಂತ ವಿಚಾರಿಸಿ ತಿಳಿದುಕೊಂಡು ತಮ್ಮ ಮೆದೆಗಳಿಗೆ ತಾವೇ ಬೆಂಕಿ ಹಚ್ಚಿಕೊಂಡು, ಬೂದಿಯನ್ನೆಲ್ಲಾ ಚೀಲಗಳಿಗೆ ತುಂಬಿಕೊಂಡು, ಕತ್ತೆಯ ಮೇಲೆ

ಹೇರಿಕೊಂಡು 'ಬೂದಿಯೋ ಬೂದಿ' ಅಂತ ಮಾರಿಕೊಂಡು ತಿರುಗುತ್ತಾರೆ. ಜನವೆಲ್ಲಾ 'ಇವರಿಗೇನು ಬಂತು ಹುಚ್ಚು-ಬೆಪ್ಪು' ಅಂತ ಚೆನ್ನಾಗಿ ಬಡಿದು ಕಳಿಸುತ್ತಾರೆ. ಇವರಿಗೆ ಕುಂಟನ ಮೇಲೆ ತುಂಬಾ ಕೋಪ ಬಂದುಬಿಡುತ್ತದೆ. ಇವನನ್ನು ಏನಾದರೂ ಮಾಡಿ ತೀರಿಸಿಬಿಡಬೇಕು ಅಂತ ಹಿಡಿದು ಪೆಟ್ಟಿಗೆವೊಳಗೆ ಹಾಕಿ ತೆಗೆದುಕೊಂಡು ಹೋಗುತ್ತಾ ಇರುತ್ತಾರೆ. ಹೊಳೆಗೆ ಎತ್ತಿಹಾಕಿಬಿಡಬೇಕು ಅಂತ ಹೊತ್ತುಕೊಂಡು ಹೋಗುತ್ತಾ ಇರುತ್ತಾರೆ. ನಡುಮಧ್ಯೆ ಒಂದು ದೇವಸ್ಥಾನ ಸಿಕ್ಕುತ್ತದೆ. ದೇವರಿಗೆ ಕೈಮುಗಿಯುವುದಕ್ಕೆ ಅಂತ ಪೆಟ್ಟಿಗೆ ಇಳಿಸಿಬಿಟ್ಟು ಗುಡಿಗೆ ಹೋಗುತ್ತಾರೆ. ಈ ಕುಂಟ ಪೆಟ್ಟಿಗೆ ಒಳಗಿಂದ: 'ನಾ ರಾಜ್ಯ ಒಲ್ಲೆ, ರಾಜನ ಮಗಳು ಬೇಡ. ರಾಜ್ಯ ಒಲ್ಲೆ, ರಾಜನ ಮಗಳು ಬೇಡ' ಅಂತಿರುತ್ತಾನೆ. ಅಲ್ಲೇ ಒಬ್ಬ ಗೊಲ್ಲ ಹಸುಗಳನ್ನು ಮೇಯಿಸುತ್ತಾ ನಿಂತಿರುತ್ತಾನೆ. ಅವನು ಪೆಟ್ಟಿಗೆ ತೆಗೆದು; 'ಯಾಕಪ್ಪಾ ಹೀಗೆನ್ನುತ್ತಿದ್ದೀಯಾ' ಅಂತ ಕೇಳುತ್ತಾನೆ. 'ನೋಡಪ್ಪ, ನನ್ನ ರಾಜನ ಮಗಳನ್ನು ಮದುವೆ ಆಗು ಅಂತ ಹೊತ್ತುಕೊಂಡು ಹೋಗುತ್ತಾ ಅವರೆ, ನನಗೆ ಇಷ್ಟವಿಲ್ಲ' ಅಂತ ಗೋಳಾಡುತ್ತಾನೆ. ಅದಕ್ಕೆ ಗೊಲ್ಲಗೌಡ—'ನನ್ನನ್ನು ಕೂರಿಸಿ ಕಳಿಸಿಕೊಡಪ್ಪ' ಅಂತ ತಾನು ಕುಳಿತುಕೊಂಡು ಕುಂಟನನ್ನು ಈಚೆಗೆ ಕಳಿಸುತ್ತಾನೆ. ಕುಂಟ ಇವನ ಎತ್ತುಗಳನ್ನೆಲ್ಲಾ ಹೊಡೆದುಕೊಂಡು ಊರಿಗೆ ಹೋಗುತ್ತಾನೆ. ಅಣ್ಣಂದಿರು ಬರುತ್ತಾರೆ—ಪೆಟ್ಟಿಗೆ ಎತ್ತಿಕೊಂಡು ಹೋಗಿ ಹೊಳೆಯಲ್ಲಿ ಹಾಕಿಬಿಟ್ಟು 'ಸಾಯಿ ಬಡ್ಡಿಮಗ್ನೆ' ಅಂದುಕೊಂಡು ಊರಿಗೆ ಬರುತ್ತಾರೆ. ಒತ್ತಾರೆ ಎದ್ದು ನೋಡಿದರೆ ಇನ್ನೂ ಆಸ್ತಿ ಮಾಡಿಕೊಂಡು ಮಜವಾಗಿದ್ದಾನೆ, ಕುಂಟ. 'ಏನಪ್ಪ ಸಮಾಚಾರ' ಅಂತ ವಿಚಾರಿಸುತ್ತಾರೆ. ಆಗ ಕುಂಟ: 'ನೀವು ನೀರಿಗೆ ಎಸೆದಿರಲ್ಲ, ಅಲ್ಲಿಂದ ನಾಗೇಂದ್ರ ನನ್ನನ್ನು ಅವನ ಲೋಕಕ್ಕೆ ಕರೆದುಕೊಂಡು ಹೋದ. ಬೇಕಾದಷ್ಟು ಐಶ್ವರ್ಯ, ಈ ಗೋವುಗಳನ್ನೆಲ್ಲ ಕೊಟ್ಟು ಕಳಿಸಿದ' ಅಂತ ಹೇಳುತ್ತಾನೆ. ಆಗ ಇವರೂ ಸಹ ಕುಂಟನ ಕಾಲನ್ನು ಹಿಡಿದುಕೊಂಡು 'ನಮ್ಮನ್ನು ಕಲ್ ಕಟ್ಟಿ ಹೊಳೆಯಲ್ಲಿ ಹಾಕು' ಅಂತಾ ಬೇಡಿಕೊಂಡರಂತೆ. ಆಗ ಕುಂಟ 'ನಿಮಗೆ ಮಾಡುತ್ತೇನೆ ಬಡ್ಡಿಮಕ್ಕಳ' ಅಂತ ಬೈದುಕೊಂಡು ಎಲ್ಲಾರನ್ನೂ ಕೈಕಾಲು ಕಟ್ಟಿ, ಒಂದು ಪೆಟ್ಟಿಗೆಯಲ್ಲಿ ಹಾಕಿ ಗಾಡಿಯ ಮೇಲೆ ಹೆರಿಕೊಂಡು ಹೋಗಿ ಹೊಳೆಯೊಳಗೆ ಹಾಕಿ ಮನೆಗೆ ಬಂದು ಸುಖವಾಗಿರುತ್ತಾನೆ. ಅವರು ಮಾಡಿದ ಪಾಪ ಅವರನ್ನೇ ತಿನ್ನುತ್ತೆ. ಇಲ್ಲಿ ನಾವ್ ಮಾಡಿದ್ ರೊಟ್ಟಿನ ನಾವೇ ತಿಂದುಕೊಂಡು, ನೀರ್ ಕುಡ್ಕೊಂಡು ಇದ್ದೀವಿ.

**

೧೩. ಗೋವ್‌ರಾಜ ಹುಲಿರಾಜ

ಒಂದೂರಲ್ಲಿ ಒಬ್ಬ ಗೌಡ ಇದ್ದ. ಅವನಿಗೆ ಗೋವುಗಳನ್ನು ಕಂಡರೆ ತುಂಬಾ ಪ್ರೀತಿ. ಅವನು ಒಂದು ಹಸು ಸಾಕಿದ್ದ. ಅದು ಎರಡು ಹೊತ್ತೂ ಸೇರಿ ಹನ್ನೆರಡು ಸೇರು ಹಾಲು ಕೊಡುತ್ತಿತ್ತು. ಅದು ಈಗ ಗಬ್ಬಾಗಿತ್ತು. ಇನ್ನೇನು ಕರು ಹಾಕುವ ದಿನ ಹತ್ತಿರ ಆಗಿತ್ತು. ಆ ಗೌಡ ಯಾವಾಗಲೂ ಹಸುವಿನ ಮೈ ತೊಳೆದು, ಹುಲ್ಲು ಹಾಕದೆ ಬೇರೆ ಯಾವ ಕೆಲಸಕ್ಕೂ ಕೈ ಹಾಕುತ್ತಿರಲಿಲ್ಲ. ತಾನು ಊಟ, ತಿಂಡಿ, ಸ್ನಾನ ಏನೂ ಮಾಡುತ್ತಿರಲಿಲ್ಲ. ಹೀಗೇ ಎಷ್ಟೋ ಕಾಲ ಕಳೆಯಿತು.

ಒಂದು ದಿನ ಹಸು ತನ್ನ ಯಜಮಾನನ ಪ್ರೀತಿಯನ್ನು ಪರೀಕ್ಷೆ ಮಾಡಬೇಕೆಂದು ಒಂದು ಮೆದೆ ಅಡಿಯಲ್ಲಿ ಹೋಗಿ ಗೌಡನಿಗೆ ಕಾಣದ ಹಾಗೆ ಅವಿತುಕೊಂಡಿತು. ಗೌಡ ಹಸುವಿಗಾಗಿ ಎಲ್ಲಾ ಕಡೆಯೂ ಹುಡುಕಿ ಹುಡುಕಿ ಸಾಕಾದ. ಎಲ್ಲೂ ಸಿಕ್ಕಲಿಲ್ಲ. ಆಲೋಚನೆ ಮಾಡಿ ಮಾಡಿ ಸಾಕಾಗಿ ಕೊನೆಗೆ ತನ್ನ ಊಟ, ತಿಂಡಿ, ಸ್ನಾನ ಮುಗಿಸಿದ. ಇದನ್ನು ನೋಡಿ ಹಸುವಿಗೆ ಕೋಪ ಬಂದಿತು. ಅವನ ಮನೆ ಬಿಟ್ಟು ಅಡವಿಗೆ ಹೊರಟುಹೋಯಿತು. ಅಲ್ಲಿ ಒಂದು ಗುಹೆ; ಅಲ್ಲಿ ಸೇರಿಕೊಂಡಿತು. ಅದರ ಎದುರುಗಡೆ ಗುಹೆಯಲ್ಲಿಯಲ್ಲೂ ಒಂದು ಗಬ್ಬದ ಹುಲಿ ಇತ್ತು. ಆದರೆ ಅದು ಇರುವುದು ಇದಕ್ಕೆ ತಿಳಿಯದು. ಮಾರನೆ ದಿನವೇ ಈ ಹಸು ಕರು ಹಾಕಿತು. ಹಸು ಎಲ್ಲೂ ಹೊರಗಡೆ ಹೋಗುತ್ತಿರಲಿಲ್ಲ. ಹೋದರೆ ಎಲ್ಲಿ ಹುಲಿ ತಿಂದುಬಡುತ್ತದೋ ಅಂತ ಭಯ ಅದಕ್ಕೆ. ಒಂದು ದಿನ ಹಸು ಮಲಗಿದ್ದಾಗ ಕರು ಗುಹೆಯಿಂದ ಈಚೆಗೆ ಬಂತು. ಹೊಟ್ಟೆಗೆ ಹಾಲಿಲ್ಲದೆ ಅದರ ಹೊಟ್ಟೆ ಚಕ್ಕಳವಾಗಿತ್ತು.

ಮಾರನೆ ದಿನವೇ ಹುಲಿಯು ಒಂದು ಮರಿ ಹಾಕಿತು. ಹುಲಿ ಅದಕ್ಕೆ ಆಹಾರ ತರಲಿಕ್ಕೆ ಹೊರಗಡೆ ಹೋಯಿತು. ಆ ಸಮಯದಲ್ಲಿ ಹುಲಿ ಮರಿಯೂ ಹೊರಗಡೆ ಬಂತು. ಹಸುವಿನ ಕರು ಬಡಕಲಾಗಿದ್ದುದನ್ನು ಕಂಡು, ಹುಲಿ ಮರಿ ಕೇಳಿತು: 'ಏಕೆ ಹೀಗಿದ್ದೀಯ? ನಿಮ್ಮಮ್ಮ ಹಾಲು ಕುಡಿಸುವುದಿಲ್ಲವೆ?' ಅಂತು. ಅದಕ್ಕೆ ಹಸುವಿನ ಕರು– 'ನಮ್ಮಮ್ಮನಿಗೆ ಹೊಟ್ಟೆಗಿದ್ದರಲ್ಲವೆ ನನಗೆ ಹೊಟ್ಟೆ ತುಂಬುವುದು? ನಮ್ಮಮ್ಮ ಆಚೆಗೆ ಹೋದರೆ ನಿಮ್ಮಮ್ಮ ತಿಂದುಬಿಡುತ್ತದೆ.' ಅದಕ್ಕೆ ಗುಹೆಯಿಂದ ಈಚೆಗೆ ಬರಲಿಲ್ಲ ಅಂತು. ಅದಕ್ಕೆ ಹುಲಿಮರಿ ಒಂದು ಉಪಾಯ ಹೇಳಿತು: 'ನೀನೇನು ಹೆದರಿಕೊಳ್ಳಬೇಡ ಸುಮ್ಮನಿರು. ನಿಮ್ಮಮ್ಮನನ್ನು ತಿನ್ನದ ಹಾಗೆ ನಮ್ಮಮ್ಮನಿಂದ ಭಾಷೆ ತೆಗೆದುಕೊಳ್ಳುತ್ತೀನಿ. ಭಾಷೆ ಕೊಡುವ ತನಕ ನಾನು ಆಹಾರ ತಿನ್ನುವುದಿಲ್ಲ ಅಂತೀನಿ ಅಂತು.'

ಅರದಂತೆ ಹುಲಿಯವ್ವ ಬಂದಮೇಲೆ 'ಭಾಷೆ ಕೊಡುವ ತನಕ ನಾನು ಆಹಾರ ತಿನ್ನುವುದಿಲ್ಲ' ಅಂತು. ಅದಕ್ಕೆ ಹುಲಿಯವ್ವ ಒಪ್ಪಿತು. 'ಮುಂದಿನ ಗುಹೆಯಲ್ಲಿರುವ ಹಸುವನ್ನು ತಿನ್ನುವುದಿಲ್ಲ ಅಂತ ಭಾಷೆ ಕೊಟ್ಟಿತು. ತುಂಬಾ ಹುಲ್ಲು ಮೇದು ಬಂದು ಕರುವಿಗೆ ಹೊಟ್ಟೆ ತುಂಬ ಹಾಲು ಕುಡಿಸಿತು. ಹಸವ್ವ, ಹುಲಿಯವ್ವ ಆಹಾರ ತರಲಿಕ್ಕೆ ಹೊರಗಡೆ ಹೋದಾಗ ಹಸುವಿನ ಕರು, ಹುಲಿಮರಿಗಳೆರಡೂ ಜೊತೆಯಲ್ಲಿ ಆಟ ಆಡಿಕೊಂಡು ಇರುತ್ತಿದ್ದವು.

ಹೀಗೆ ಸ್ವಲ್ಪ ದಿನ ಕಳೆಯಿತು. ಒಂದು ದಿನ ಹುಲಿಯವ್ವನಿಗೆ ಎಷ್ಟು ಹುಡುಕಿದರೂ ಯಾವ ಪ್ರಾಣೀನೂ ಸಿಕ್ಕಲಿಲ್ಲ. ತನ್ನ ಮರಿಗೆ ಹೊಟ್ಟೆಗಿಲ್ಲವಲ್ಲ ಅಂತ ಪೇಚಾಡುತ್ತ ಇತ್ತು. ಹುಲಿಯವ್ವ ಮಾಳದಲ್ಲಿ ಮೇಯುತ್ತ ನಿಂತಿದ್ದ ಹಸವ್ವನ ನೋಡಿದ್ದೇ, ಅದರ ಮೇಲೆ ಬಿದ್ದು ರಕ್ತ ಹೀರಿ ಒಂದು ಬಂಡೆ ಪಕ್ಕದಲ್ಲಿ ಹೋಗಿ ಮಲಗಿಬಿಟ್ಟಿತು. ಹಸುವಿನ ಕರು, ಹುಲಿಮರಿಗಳು ತಮ್ಮ ಅಮ್ಮಂದಿರು ಎಷ್ಟು ಹೊತ್ತಾದರೂ ಬರದೆ ಇದ್ದುದನ್ನು ನೋಡಿ ಹುಡುಕಿಕೊಂಡು ಹೊರಟವು. ಅಷ್ಟು ದೂರದಲ್ಲಿ ಹಸವ್ವ ರಕ್ತ ಚೆಲ್ಲಿ ಸತ್ತು ಬಿದ್ದಿತ್ತು. ಹಸುವಿನ ಕರು ಗೋಳಾಡುತ್ತಾ ಒದ್ದಾಡುತ್ತಾ ಇತ್ತು. ಆಗ ಹುಲಿಮರಿಗೆ ತುಂಬಾ ದುಃಖ ಬಂತು. ಆಗ ಹಸುವಿನ ಕರವನ್ನು ಕರೆದುಕೊಂಡು ಹುಲಿಯವ್ವನನ್ನು ಹುಡುಕಿಕೊಂಡು ಹೊರಟವು. ಹುಲಿಯವ್ವ ಅಲ್ಲೊಂದು ಬಂಡೆ ಪಕ್ಕದಲ್ಲಿ ಗೊರಕೆ ಹೊಡೆಯುತ್ತ ಮಲಗಿತ್ತು. ತನ್ನ ಸ್ನೇಹಿತನಿಗಾದ ದುಃಖ ಕಂಡು ಹುಲಿಯ ಮರಿಗೂ ದುಃಖ ಹೆಚ್ಚಾಯಿತು. ತನ್ನ ತಾಯಿ ಆಡಿದ ಮಾತಿಗೆ ತಪ್ಪಿದಳಲ್ಲ ಅಂತ ಸಿಟ್ಟೂ ಬಂದಿತು. ಎರಡೂ ಮಾತನಾಡಿಕೊಂಡು ಒಂದು ದಪ್ಪ ಬಂಡೆಯನ್ನು ಅದರ ಮೇಲೆ ನೂಕಿದವು. ಹುಲಿ ಅಲ್ಲೇ ಅಪ್ಪಚ್ಚಿಯಾಯಿತು.

ಕೊನೆಗೆ ಹುಲಿಮರಿ ಹಸುವಿನ ಮರಿ ಎರಡೂ ಕಾಡಿನಲ್ಲಿ ಸುತ್ತಿಕೊಂಡು ಹೋಗುತ್ತಾ ಇದ್ದೊ. ಅಲ್ಲೊಂದು ಕಡೆ ಭೇದಭಾವನೆ ಇಲ್ಲದೆ ಗೋವಿನ ಮೇವನ್ನು ಹುಲಿಯೂ, ಹುಲಿಯ ಮೇವನ್ನು ಗೋವೂ ಮೇಯುತ್ತಿದ್ದೋ. ವಿಹಾರ ಹೊರಟಿದ್ದ ಪಾರ್ವತಿ-ಪರಮೇಶ್ವರರು ಇದನ್ನು ನೋಡಿ ಆಶ್ಚರ್ಯಪಟ್ಟುಕೊಂಡರು. ಅವೆರಡಕ್ಕೂ ಮನುಷ್ಯ ಜನ್ಮ ಬರುವ ಹಾಗೆ ಇಬ್ಬರ ನೆತ್ತಿಗೂ ಒಂದೊಂದು ಮೂಳೆ ಪೆಟ್ಟಿ ಹೋಗುತ್ತಾರೆ.

ಇವೆರಡೂ ಗೋವ್‌ರಾಜ, ಹುಲಿರಾಜ ಅಂತ ಹೆಸರಿಟ್ಟುಕೊಂಡು ಒಂದು ರಾಜ್ಯಕ್ಕೆ ಹೋದರು. ಆ ಊರಲ್ಲಿ ದಿನವೂ ಒಂದು ಹೆಬ್ಬುಲಿ ಬಂದು ನರಮನುಷ್ಯರನ್ನೆಲ್ಲಾ ತಿನ್ನುತ್ತಿರುತ್ತದೆ. ಅದನ್ನು ಸಾಯಿಸಿ, ಅದರ ತುದಿ ಬಾಲವನ್ನು ತುದಿ ಉಗುರನ್ನು ತಂದು ತೋರಿಸಿದವರಿಗೆ ಅರ್ಧರಾಜ್ಯವನ್ನೂ, ತನ್ನ ಮಗಳನ್ನೂ ಕೊಟ್ಟು ಮದುವೆ ಮಾಡಿಸುತ್ತೇನೆ ಅಂತ ಆ ಊರಿನ ರಾಜ ಡಂಗೂರ ಸಾರಿಸಿರುತ್ತಾನೆ. ಇವರಿಬ್ಬರೂ ಅದನ್ನು ಕೇಳಿಸಿಕೊಳ್ಳುತ್ತಾರೆ, ರಾತ್ರಿ ಆಗುತ್ತದೆ. ಇಬ್ಬರೂ ಒಂದು ಚಾವಡಿಯಲ್ಲಿ ಮಲಗಿರುತ್ತಾರೆ. ಒಂದು ಹೊತ್ತಿನಲ್ಲಿ ಹುಲಿರಾಜನಿಗೆ ವಂದ ಮಾಡುವ ಹಾಗೆ ಆಗುತ್ತದೆ. ಎದ್ದು ಚಾವಡಿಯಿಂದ ಈಚೆಗೆ ಬಂದಾಗ ಹೆಬ್ಬುಲಿ ಮಿಂಚಿನಂತೆ ಕಣ್ಣನ್ನೂ ಊರಗಲ ಬಿಟ್ಟುಕೊಂಡು ಎದುರಾಗುತ್ತದೆ.

ಆಗ ಹುಲಿರಾಜ ಅದರ ಮೇಲೆ ಬಿದ್ದು ಅದನ್ನು ಸಾಯಿಸಿ, ಅದರ ತುದಿ ಬಾಲ ಮತ್ತು ತುದಿ ಉಗುರನ್ನು ಕತ್ತರಿಸಿಕೊಂಡು ಬಂದು ನೆಟ್ಟಗೆ ಮಲಗಿಕೊಳ್ಳುತ್ತಾನೆ. ಬೆಳಗಾಗುತ್ತಲೂ ಆ ಊರ ಅಗಸ ಬಟ್ಟೆ ಮಡಿಮಾಡುವುದಕ್ಕೆ ಕೆರೆಕಡೆ ಹೋಗುತ್ತಿರುತ್ತಾನೆ. ಸತ್ತು ಬಿದ್ದಿದ್ದ ಈ ಹೆಬ್ಬುಲಿ ಕಣ್ಣಿಗೆ ಬೀಳುತ್ತದೆ. ತಾನೇ ಹುಲಿ ಹೊಡೆದೆ ಅಂತ ರಾಜನ ಹತ್ತಿರ ಹೇಳಿಕೊಳ್ಳುವುದಕ್ಕೆ ಅದರ ಮೊಂಡು ಬಾಲ ಮೊಂಡು ಉಗುರನ್ನು ಕತ್ತರಿಸಿಕೊಂಡು ಬರುತ್ತಾನೆ. ರಾಜನಿಗೆ ಇದನ್ನು ನೋಡಿ ಸಂತೋಷ ಆಗುತ್ತದೆ. ಮಾತಿನಂತೆ ತನ್ನ ಮಗಳನ್ನೂ ಅರ್ಧರಾಜ್ಯವನ್ನೂ ಅವನಿಗೆ ಕೊಡಲು ಒಪ್ಪಿಕೊಳ್ಳುತ್ತಾನೆ. ಇನ್ನೇನು ಎಲ್ಲಾ ಸಿದ್ಧ ಮಾಡಿಕೊಳ್ಳಬೇಕು, ಅಷ್ಟರಲ್ಲಿ ಹುಲಿರಾಜ ಅಲ್ಲಿಗೆ ಬರುತ್ತಾನೆ. ತಾನು ತಂದ ತುದಿ ಬಾಲ, ತುದಿ ಉಗುರನ್ನು ರಾಜನ ಮುಂದೆ ಇಡುತ್ತಾನೆ. ರಾಜ ಇದನ್ನು ನೋಡಿ ಬೆರಗಾಗಿ, ಅಗಸ ಮಾಡಿದ ಮೋಸಕ್ಕೆ ಮರಣದಂಡನೆ ವಿಧಿಸುತ್ತಾನೆ. ಆ ಊರಿನ ಊರುಬಾಗಿಲಿಗೆ ಅವನನ್ನು ಸೀಳಿ ನೇತು ಹಾಕುತ್ತಾರೆ.

ಹುಲಿರಾಜ ತಾನು ರಾಜನ ಮಗಳನ್ನು ಮದುವೆ ಆಗದೆ, ತನ್ನ ಅಣ್ಣನಿಗೆ ಕೊಟ್ಟು ಮದುವೆ ಮಾಡಿಸಿ ಅರ್ಧರಾಜ್ಯ ಕೊಡಿಸಿ, ತನಗೆ ಬೇರೆ ಹೆಣ್ಣು ಹುಡುಕಿಕೊಂಡು ಬರುವುದಕ್ಕೆ ದೇಶದೇಶದ ಮೇಲೆ ಹೊರಟೇ ಹೋಗುತ್ತಾನೆ. ಇಲ್ಲಿ ಗೋವ್‌ರಾಜನೂ ಸಹ ಅವನ ಹೆಂಡತಿ, ಅರ್ಧರಾಜ್ಯ ಆಳಿಕೊಂಡು ಸುಖವಾಗಿರುತ್ತಾರೆ. ಹೀಗೇ ಇರಬೇಕಾದರೆ ಪಕ್ಕದ ದೇಶದ ರಾಜ ಈ ಊರು ಮಾರ್ಗವಾಗಿ ಹೋಗಬೇಕಾದರೆ, ಈ ಗೋವ್‌ರಾಜನ ಹೆಂಡತಿಯನ್ನು ನೋಡಿಬಿಡುತ್ತಾನೆ. ಅವನಿಗೆ ಒಂದು ಉಪಾಯ ಹೊಳೆಯುತ್ತದೆ. ಆ ಊರಿನ ಅಡುಗೋಲಜ್ಜಿ ಮನೆಗೆ ಹೋಗುತ್ತಾನೆ. ತನ್ನ ಮನಸ್ಸಿನಲ್ಲಿರುವುದನ್ನು ಅವಳಿಗೆ ತಿಳಿಸುತ್ತಾನೆ. ಏನಾದರೂ ಮಾಡಿ ಅವಳನ್ನು ಕರೆದುಕೊಂಡು ಬರುವ ಹಾಗೆ ಒತ್ತಾಯ ಮಾಡುತ್ತಾನೆ. ಆಗ ಆ ಮುದುಕಿ ಗೋವ್‌ರಾಜನ ಹೆಂಡತಿಯ ಹತ್ತಿರಕ್ಕೆ ಬರುತ್ತಾಳೆ. ಉಪಾಯವಾಗಿ ಅವಳ ಗಂಡನ ಪ್ರಾಣ ಏತರಲ್ಲಿ ಇದೆ ಅನ್ನುವುದನ್ನು ಕೇಳುತ್ತಾಳೆ. ಅದಕ್ಕೆ ಗೋವ್ರಾಜ್ನ ಹೆಂಡತಿ ನನಗೆ ಗೊತ್ತಿಲ್ಲ ಅನ್ನುತ್ತಾಳೆ. 'ಅಯ್ಯೋ! ಯಾವಾಗ ಹೇಗೋ ಏನೋ ಇವನ್ನೆಲ್ಲ ತಿಳಿದುಕೊಂಡಿರಬೇಕು' ಅಂತ ಮುದುಕಿ ಅವಳಿಗೆ ಹೇಳಿಕೊಡುತ್ತಾಳೆ. ಆಗಲಿ, ರಾತ್ರಿಗೆ ತಿಳಿದುಕೊಳ್ಳುತ್ತೀನಿ ಅಂತ ಹೇಳಿ, ರಾತ್ರಿ ಮಲಗಿಕೊಂಡಾಗ ಗಂಡನನ್ನು ಕೇಳುತ್ತಾಳೆ. ಅದಕ್ಕೆ ಅವನು ನನ್ನ ಪ್ರಾಣ, ನನ್ನ ನೆತ್ತಿಮೇಲಿರೋ ಮೂಳೆಯಲ್ಲಿ ಇದೆ. ಅದನ್ನು ಕಿತ್ತು ಹಾಕಿದರೆ ನನ್ನ ಪ್ರಾಣವೂ ಹೋಗುತ್ತದೆ ಅಂತ ಹೇಳುತ್ತಾನೆ. ಬೆಳಿಗ್ಗೆ ಆದ ಮೇಲೆ ಅದನ್ನು ಮುದುಕಿಗೆ ಹೇಳಿಬಿಡುತ್ತಾಳೆ.

ಗೋವ್‌ರಾಜ ಬೆಳಿಗ್ಗೆ ಎದ್ದವನು ಸ್ನಾನ ಮಾಡಲಿಕ್ಕೆ ಸ್ನಾನದ ಮನೆಗೆ ಹೋಗುತ್ತಾನೆ. ಗೋವ್‌ರಾಜ್ನ ಹೆಂಡತಿ ತಿಂಡಿ ಮಾಡುತ್ತಿರುತ್ತಾಳೆ. ಗೋವ್‌ರಾಜ ಬೆನ್ನು ತಿಕ್ಕಿಸಿಕೊಳ್ಳಲಿಕ್ಕೆ ಹೆಂಡತಿಯನ್ನು ಕೂಗುತ್ತಾನೆ. ಆಗ ಮದುಕಿ ನಾನೇ ಹೋಗುತ್ತೇನೆ ಬಿಡು, ನೀನು ಬೇಗ ಬೇಗ ತಿಂಡಿ ಮಾಡು ಅಂತ ಹೇಳಿ ಬೆನ್ನು ತಿಕ್ಕಲಿಕ್ಕೆ ಹೋಗುತ್ತಾಳೆ. ಹಾಗೆ ಬೆನ್ನು ತಿಕ್ಕುತ್ತಾ ತಿಕ್ಕುತ್ತಾ ಅವನ ತಲೆಮೇಲಿದ್ದ ಮೂಳೆಯನ್ನು ಕಿತ್ತು ಒಲೆಯೊಳಕ್ಕೆ ಹಾಕಿಬಿಡುತ್ತಾಳೆ.

ಗೋವ್‌ರಾಜ ಅಲ್ಲಿ ಸತ್ತು ಬಿದ್ದುಕೊಳ್ಳುತ್ತಾನೆ. ಆಮೇಲೆ ಮುದುಕಿ ತನ್ನ ಜೊತೆಯಲ್ಲಿ ಕರೆದುಕೊಂಡು ಬಂದಿದ್ದವರಿಗೆ ಹೇಳಿ ಗೋವ್‌ರಾಜ್ನ ಹೆಂಡತಿಯನ್ನು ಎಳೆಸಿಕೊಂಡು ರಾಜನಿಗೆ ಒಪ್ಪಿಸುತ್ತಾಳೆ. ಗೋವ್‌ರಾಜ್ನ ಹೆಂಡತಿ ಮನೆಬಿಟ್ಟು ಹೋಗುವಾಗ: 'ಈ ಕದ ನನ್ನ ಗಂಡನ ಕಡೆಯವರಿಗಲ್ಲದೆ ಬೇರೆಯವರಿಗೆ ತೆಗೆದುಕೊಳ್ಳದೆ ಇರಲಿ' ಅಂತ ಹೇಳಿ ಹೋಗುತ್ತಾಳೆ.

ಈ ಕಡೆ ಹೆಣ್ಣು ಹುಡುಕಿಕೊಂಡು ಹೋದ ಹುಲಿಯಣ್ಣ ದೇಶವನ್ನೆಲ್ಲಾ ಸುತ್ತಿಕೊಂಡು ಹೋದ. ಅಲ್ಲೊಂದು ಕಡೆ ಅವನಿಗೆ ವಿಚಿತ್ರವಾದ ದೃಶ್ಯ ಕಣ್ಣಿಗೆ ಬೀಳುತ್ತದೆ. ಅಲ್ಲೊಂದು ಕಡೆ ಅಕ್ಕಪಕ್ಕದಲ್ಲಿ ಎರಡು ಕೊಳ. ಒಂದು ಕೊಳದ ನೀರು ಕುಡಿದರೆ ಮನುಷ್ಯರಾಗುತ್ತಾರೆ; ಇನ್ನೊಂದು ಕೊಳದ ನೀರು ಕುಡಿದರೆ ಕೋತಿ ಆಗುತ್ತಾರೆ. ಇವನು ಇರಲಿ ಅಂದುಬಿಟ್ಟು ಆ ಎರಡು ಕೊಳದ ನೀರನ್ನೂ ಒಂದೊಂದು ಸೀಸಕ್ಕೆ ತುಂಬಿಕೊಂಡು ಮಡಿಕೊಳ್ಳುತ್ತಾನೆ.

ಸುತ್ತೀಸುತ್ತೀ ಇವನಿಗೂ ಸಾಕಾಗುತ್ತದೆ. ಇರಲಿ ಒಂದು ಸಾರಿ ತನ್ನ ಊರಿಗೆ ಹೋಗಿ ಬರೋಣ ಅಂತ ಊರಿಗೆ ಬರುತ್ತಾನೆ. ಮನೆ ಬಾಗಿಲು ಹಾಕಿಕೊಂಡಿರುತ್ತೆ. ಇವನು ಅದನ್ನು ಮುಟ್ಟಿದ ತಕ್ಷಣ ಅದು ತೆಗೆದುಕೊಳ್ಳುತ್ತದೆ. ಒಳಗಡೆ ಹೋಗಿ ನೋಡುತ್ತಾನೆ, ಗೋವ್‌ರಾಜ ಸತ್ತು ಮಲಗಿರುತ್ತಾನೆ. ಇದು ಏನೋ ಮೋಸ ಇರಬೇಕು ಅಂತ ಅವನಿಗೆ ಗೊತ್ತಾಗುತ್ತೆ. ಅವನ ನೆತ್ತಿ ಮೂಳೆ ಎಲ್ಲೋ ಇಲ್ಲೇ ಇರಬೇಕು ಅಂತ ಮನೆಯನ್ನೆಲ್ಲಾ ಹುಡುಕುತ್ತಾನೆ. ಕೊನೆಗೆ ನೀರುಮನೆ ಒಲೆಯಲ್ಲಿ ಸಿಕ್ಕುತ್ತೆ. ಅದನ್ನು ಅವನ ತಲೆಗೆ ಸಿಕ್ಕಿಸುತ್ತಾನೆ. ಅವನ ಪ್ರಾಣ ಬರುತ್ತದೆ. ಶಿವನೆ ಎಷ್ಟೊತ್ತು ಮಲಗಿದ್ದನಪ್ಪ ಅಂತ ಎದ್ದು ಕುಳಿತುಕೊಳ್ಳುತ್ತಾನೆ. ಆಮೇಲೆ ನಡೆದ ಕತೆಯನ್ನೆಲ್ಲ ಹುಲಿರಾಜನಿಗೆ ಹೇಳುತ್ತಾನೆ. ಆಗ ಹುಲಿರಾಜ ಆ ಮುದುಕಿಯನ್ನು ಹಿಡಿದು ವಿಷಯವನ್ನೆಲ್ಲ ತಿಳಿದುಕೊಳ್ಳುತ್ತಾನೆ. ತಾನು ಬರುವಾಗ ಸೀಸದಲ್ಲಿ ತುಂಬಿಕೊಂಡು ಬಂದಿದ್ದ ನೀರನ್ನು ಗೋವ್‌ರಾಜನಿಗೆ ಕುಡಿಸುತ್ತಾನೆ. ಅವನು ಕೋತಿ ಆಗುತ್ತಾನೆ. ಹಾಗೇ ಅವನನ್ನು ಕರೆದುಕೊಂಡ ಗೋವ್‌ರಾಜ್ನ ಹೆಂಡತಿ ಇದ್ದ ಊರಿಗೆ ಬರುತ್ತಾನೆ. ಅಲ್ಲಿ ಅರಮನೆ ಮುಂದೆ ಕೋತಿ ಆಡಿಸುವವನ ಹಾಗೆ ಆಡಿಸುತ್ತಿರುತ್ತಾನೆ. ಇವರು ಹೋಗುತ್ತಾರೆ. ಸ್ವಲ್ಪ ಹೊತ್ತು ಕೋತಿ ಆಡಿಸಿ ಉಪಾಯವಾಗಿ ಸೀಸದಲ್ಲಿದ್ದ ನೀರ್ನ ರಾಜನಿಗೆ ಕುಡಿಸಿಬಿಡುತ್ತಾರೆ. ಅವನು ಕೋತಿ ಆಗುತ್ತಾನೆ. ಇನ್ನೊಂದು ಸೀಸದಲ್ಲಿದ್ದ ನೀರನ್ನು ಗೋವ್‌ರಾಜನಿಗೆ ಕುಡಿಸುತ್ತಾನೆ. ಅವನು ರಾಜನ ಹಾಗೆ ಮತ್ತೆ ಮನುಷ್ಯನಾಗುತ್ತಾನೆ. ಹುಲಿರಾಜ ರಾಜನನ್ನು ಕೋತಿಮಾಡಿ ಕರೆದುಕೊಂಡು ಹೋಗುತ್ತಾನೆ. ಇಲ್ಲಿ ಇವರು ಸುಖವಾಗಿ ರಾಜ್ಯ ಆಳಿಕೊಂಡು ಸಾವಿರ ವರ್ಷ ಇರುತ್ತಾರೆ.

**

೧೪. ದಡ್ಡಮಗ

ಒಂದೂರಲ್ಲಿ ಒಬ್ಬ ಮುದುಕಿ ಇದ್ದಳು. ಅವಳಿಗೊಬ್ಬ ಮಗನಿದ್ದ. ಅವನು ದಡ್ಡಾಂದ್ರೆ ದಡ್ಡ! ಕೂಲಿನಾಲಿ ಮಾಡಿ ಸಾಕ್ತಿದ್ದಳು. ಹದಿನಾರು ವರ್ಷ ಆಯ್ತು. 'ಇವ್ನ ಹಿಂಗೇ ಬೆಳೇಬುಟ್ಕಂಡ್ರೆ ಮುಂದೆ ಇವ್ನ ಗತಿ ಏನು?' ಅಂತ ಒಬ್ಬರ ಮನೇಲಿ ಜೀತಕ್ಕೆ ಮಡಗಿದಳು. 'ಮಗನಿಗೆ ಬುದ್ಧಿ ಕಲ್ಸಿದ್ರೆ ಅಷ್ಟೇ ಸಾಕು, ಯಾವ ಹಣಾನೂ ಬೇಡ' ಅಂತಲೂ ಹೇಳಿದ್ಲು. ಅವರು: 'ತೊಪ್ಪೆ ಎತ್ಕಂಡು ಬಾ' ಅಂದ್ರೂ ಇವ್ನಿಗೆ ತಿಳೀದು. 'ಕಸ ಸವರು' ಅಂದ್ರೂ ತಿಳೀದು. ಅಂಥ ದಡ್ಡಮಗ! ಬಾಳಾ ಬೇಜಾರ ಮಾಡ್ಕಂಡು ಇವ್ನ ಅವನ ಅವ್ವನತಾವಕ್ಕೆ ಕರಕೊಂಡು ಬಂದು 'ಇವನು ದಡ್ಡ, ಏನೂ ಬರಾಕಿಲ್ಲ ನೀನೇ ಕರಕಳ್ಳಮ್ಮ' ಅಂತ ಹೇಳಿ ಹೊರಟು ಹೋದ್ರು. ಆಗ ಆ ಮುದುಕೀಗೆ ಬಾಳ ಸಂಕಟವಾಯ್ತು.

ಒಂದಿನ ಮಗ್ನ ಕರದು: 'ಆಡುಗಳ್ನಾರೂ ಮೇಸಿಕಂಡು ಬರುವಾಗ ಒಂದೇಡು ಹೊರೆ ಆಲ್ದ ಸೊಪ್ಪು, ಅರಳಿ ಸೊಪ್ಪು ತಕ್ಕಂಡು ಬಾ' ಅಂತ ಹೇಳಿದ್ಲು. ಅದರಂತೆ ಆಡುಗಳ್ನ ಹಿಡ್ಕಂಡು ಮೇಸ್ಕಂಡು ಬರಲು ಹೋದ. ಬೇಸಿಗೇಕಾಲ ಬೇರೆ. ಅದೇ ಸಮೇಕೆ ಶುರುವಾಗಿತ್ತು. ದಿನಾಲೂ ಹಿಂಗೇ ಮೇಸಿಕಂಡು ಬತ್ತಿದ್ದ.

ಹಿಂಗೇ ಮೇಸುತ್ತಿದ್ದಾಗ ಬಿಸಿಲ ತಡೀನಾರ್ದೆ ಒಂದು ಮರದ ಕೆಳಗೆ ಕುಂಪುಕಂಡ. ಆಡೂಗಳೂ ಮೇಯ್ಕಂಡು ಅದೇ ಮರದ ಕೆಳಗೆ ಬಂದು ಕೆಡಕಂಡೊ. ಕಾಡಿಗೆ ಬರುವಾಗ ದಿನಾಲೂ ಅವನ ಅವ್ವ ಹುಳ್ಳೀಕಾಳ ಉರ್ದು ಬ್ಯಾಸರಿಕೆ ಆದಾಗ ತಿನ್ನೂಂತ ಹೇಳಿ ಮಗನಿಗೆ ಕೊಡ್ತಿದ್ಲು. ಅವತ್ತೂ ಅವನ ತಾವು ಹುಳ್ಳಿಕಾಳು ಇದ್ವೊ. ಬೇಜಾರೂ ಆಗಿತ್ತು. ಒಂದೊಂದೇ ಕಾಳ್ನ ಬಾಯಿಗೆ ಎಸಕಂಡು 'ಕರುಮ್ ಕರುಮ್'ನೆ ತಿಂತಿದ್ದ. ಇವ್ನು ತಿಂತಿರುವಾಗ್ಲೇ ಆಡುಗಳೂ ಪಂಕ್ತಿಯಂತೆ ಮೆಲುಕು ಹಾಕ್ತಿದ್ವೊ. ಆಗ ಈ ದಡ್ಡಮಗ: 'ಎಲೆಲೆ!...ನಾನೇನೋ ಹುಳ್ಳಿಕಾಳ ತಿಂತಿಂತ ಬಾಯಾಡಿಸ್ತಾ ಅವನಿ, ಈ ಆಡುಗಳು ಏನೂ ತಿಂದೇನೆ ಬರಿ ಬಾಯಾಡಿಸ್ತಾ ಅವಲ್ಲಾ! ನೋಡ್ದ ಇವುಗಳ್ನ' ಅಂತ ಒಂದು ಸರ್ತಿ 'ಎ ಆಡುಗಳ!...ನನ್ನ ಅಣಕಿಸ್ಕಬೇಡಿ' ಅಂದ. ಪಾಪ! ಅವ್ಕೇನು ಗೊತ್ತು ಇವನ ಮಾತು. ಅವಷ್ಟಕ್ಕೆ ಅವು ಮೆಲ್ಕು ಹಾಕ್ತಾ ಇದ್ವೊ. ಇನ್ನೂ ಒಂದ್ಸರ್ತಿ ಜೋರಾಗೇ ಕೂಗಿ ಹೇಳ್ದ. ಆಗ್ಲೂ ಮೆಲ್ಕ ಹಾಕುತ್ಲೇ ಇದ್ವೊ. ಇವ್ನೋ ದಡ್ಡ. ಆಡುಗಳು ಮೇವು ಮೇಯ್ಕಂಡಾದ್ಮೇಲೆ ಕೆಡಕಂಡತಾವು ಮೆಲಕು ಹಾಕ್ತಾವೆ ಅನ್ನೊದೇ ಗೊತ್ತಿಲ್ಲದಂತ ದಡ್ಡಮಗ. ಸರಿ, ಕ್ವಾಪ ಬಂದಮೇಲೆ ಆ ಕಡೆ ಬಿಸಾಕಿದ್ದ ಮಚ್ಚ ತಕ್ಕಂಡುದ್ದೇ ಸರಿ, ಇನ್ನೊಂದ್ಸರ್ತಿ ಕಿರಿಚಿ ಹೇಳ್ದ.

ಆಗ್ಲೂ ಬಾಯಾಡಿಸ್ತಾನೇ ಇದ್ದೊ. ಸರಿ, ಎದ್ದ ಮೇಕ್ಕೆ, ಕ್ವಾಪ ನತ್ತಿಗೇರಿ, ಕೈಲಿದ್ದ ಮಚ್ಚಿಂದ ಒಂದೇ ಏಟಿಗೆ ಒಂದು ಆಡಿನ ಕತ್ತ ಕತ್ತರಿಸಿಬುಟ್ಟ! ರಕ್ತಾ ಕಾರ್ಕಂಡು ಬಿದ್ದು ಸತ್ತೋಯ್ತು. 'ಬಿದ್ದಿರು ಬಡ್ಡಿದೆ' ಅಂತ ಮಚ್ಚ ಆಕಡೆ ಬಿಸಾಕಿ ಕುಂತುಕಂಡ. ಸುಮಾರು ಹೊತ್ತು ಆದಮೇಲೆ ಒಂದುತಾವು ಮಡಗಿದ್ದ ಮಚ್ಚ ಕೈಗೆ ತಕ್ಕಳ್ಳಾಕೆ ಅಂತ ಹೋದ. ಮಚ್ಚು ಬೇಸಿಗೆ ಬಿಸ್ಲಲ್ಲಿ ಕಾದಿತ್ತು. ಕಾದ ಬಿಸಿ ಇವ್ನ ಕೈಯ್ನ ಸುಡ್ತು. ಸರಿ, ಹುಳ್ಳಿಕಾಳ ತಿಂದು ದಾವಾಗಿತ್ತು. ನೀರು ಕುಡಿಯಾನ ಅಂತ ಹೋದ. ಜೊತೇಲಿ ಈ ಮಚ್ಚ ತಕ್ಕಂಡು ಹೋಗಿದ್ದ. ನೀರಲ್ಲಿ ಈ ಮಚ್ಚ ಮುಳುಗ್ಸಿದ. ಆಗ ಮುಟ್ಟಿ ನೋಡ್ತಾನೆ, ತಣ್ಣಗಿತ್ತು. 'ನೋಡ್ದ ಈ ಮಚ್ಗೆ ಜರ ಬಂದಿತ್ತಲ್ಲ! ನೀರ್ಗೆ ಮುಳುಗ್ಸಿದ್ರೆ ಜರ ಬುಟ್ಹೋಯ್ತಲ್ಲ' ಅಂತ ಅದೇ ಮರದ ಕೆಳಾಕೆ ಬಂದು ಕುಂತ್ಕಂಡ.

ಅಷ್ಟು ದೂರದಲ್ಲಿ ಒಬ್ಬ ಮುದ್ಕಿ ಅವ್ಳ ಮಗಳ್ನ ಕರಕಂಡು ಬತ್ತಿದ್ಲು. ಅವ್ರ ಇವ್ನು ನೋಡ್ದ. 'ಇದ್ಯಾಕಮ್ಮ ಅಳ್ತಾ ಹೋಯ್ತಿದ್ದೀ' ಅಂದ. 'ಅಯ್ಯೋ ಒಬ್ಳೆ ಮಗ್ಳು ಕಣಪ್ಪ. ಗಂಡನ ಮನ್ಗೆ ಕರಕಂಡು ಹೋಯ್ತೀವ್ನಿ. ಜರ ಬಂದೈತೆ ಕಣಪ್ಪ' ಅಂದ್ಲು. 'ಅಯ್ಯೋ ಪೆದ್ದಿ ಹೋಗು. ಕರಕಂಡು ಬಾ ಇಲ್ಗೆ. ನಾನೊಂದು ಅಮಿಸ್ತಿ ಕೊಡ್ತೀನಿ' ಅಂದ. ಮುದ್ಕಿ ಆಸಿಂದ ಕರಕಂಡು ಬಂದ್ಲು. 'ಅಯ್ಯೋ ಕಂದ ಬಾ, ಸಳಿ ಜರ ಬಂದೈತಾ?' ಅಂದು ಕಟ್ಟಿ ತಾವಕೆ ಕರಕಂಡು ಹೋದ. ಸರಿ, ನೀರಿನ ಮುಂದುಗಡೆ ನಿಲ್ಸಿ ತಳ್ಳಿಬುಟ್ಟ! ಹುಡುಗಿ ನೀರಲ್ಲಿ ಮುಳೀಕಂಡು ಸತ್ತೋಯ್ತು! ಆ ಮುದ್ಕಿ 'ಲಬಲಬ' ಅಂತ ಬಾಯಿ ಬಡ್ಕಂಡು ದೂರು ಹೇಳಾಕೆ ಅಂತ ಊರಿಗೆ ಹೋದ್ಲು. ಇವ್ನು ಇದ್ದ ಆಡ್ಮರೀನ ಹಿಡ್ಕಂಡು ಮನೆಗೆ ಬಂದ.

ಮನೆಗೆ ಬಂದ ಮಗ್ನ 'ಇನ್ನೊಂದು ಆಡು ಎಲ್ಲಪ್ಪ!' ಅಂತ ಕೇಳಿದ್ಲು. 'ಹೋಗೋಗವ್ವೊ...ನೀನು ಹುಳ್ಳಿಕಾಳ ಕೊಟ್ಟಿದ್ದಲ್ಲ? ಅದ ತಿಂತಿದ್ರೆ ನನ್ನೇ ಅಣಕಿಸಿಕಳ್ತಿತ್ತು, ಕೊಟ್ಟೆ ನೋಡು ಒಂದೇಟ! ರಕ್ತ ಕಕ್ಕಂಡು ಮಲಿಕತ್ತು' ಅಂದುದ್ದೂ ಅಲ್ದೆ ಒಂದೇ ಉಸುರ್ಗೆ 'ಅಲ್ಲ ಕಣವ್ವ, ಒಬ್ಬ ಮುದ್ಕಿ ಅವ್ಳ ಮಗ್ಳ ಕರಕಂಡು ಬತ್ತಿದ್ಲು. ಜರ ಬಂದೈತೆ ಕಣಪ್ಪ ಅಂದ್ಲು. ಸರಿ, ಕರಕಂಡು ಬಂದು ತಣ್ಣೀರಿಗೆ ತಳ್ಳಿಬುಟ್ಟೆ ನೋಡು, ಸಳಿ ಜರ ಎಲ್ಲಾ ಬುಟ್ಹೋಯ್ತು. ಅವ್ಳು ಇನ್ನೂ ಕಟ್ಟೇವೊಳ್ಗೇ ಅವ್ಳೆ! ನಾನು ಒಂದು ಆಮಿಸ್ತಿ ಕಲ್ತು ಕಂಡೆ ಕಣವ್ವ' ಅಂದ ನಗ್ತಾ ನಗ್ತಾ ದಡ್ಡಮಗ. 'ಅಯ್ಯಯ್ಯೋ! ಏನಪ್ಪ ಗತಿ? ದಡ್ಡಮಗನೆ, ನಿನ್ನ ಸುಖ ಸಾಕಲಪ್ಪ' ಅಂದು ಅಣ್ಣದೀರ ಕರಕಂಡು ಇವ್ನು ಹುಡ್ಗಿ ತಳ್ಳಿದ್ದ ಕಟ್ಟೆಗೆ ಬಂದ್ಲು. ಹುಡುಕ್ಸಿ ಆ ಹೆಣಾನ ಮೇಕ್ಕೆ ತಂದು ಒಪ್ಪ ಮಾಡಿಸಿದ್ಲು. ಹೊಡೆದು. ಹಾಕಿದ್ದ ಆಡ ತಕ್ಕಂಡ್ಹೋಗಿ ಅದೇ ಕಟ್ಟೆ ಒಳಾಕೆ ಬಿಸಾಕಿ, ಗುಟ್ಟಾಗಿ ಮನೆ ಸೇರಿಕಂಡ್ರು.

ಮುದ್ಕಿ ದೂರಿನಂತೆ ಸರ್ಕಾರದವರು ಬಂದು ತನಿಖಿ ತಕ್ಕಂಡ್ರು. ಈ ದಡ್ಡನ್ನ ಕರ್ಸಿದ್ರು. ಇವನ್ನ ಕಟ್ಟೆ ಒಳಾಕೆ ಕಾಗಡೀಲಿ ಇಳ್ಸಿ ಹುಡುಕ್ಸಿದ್ರು. ಆಗ ಇವ್ನ ಅವ್ವನ ಅಣ್ಣ ತಮ್ಮದೀರು ರಾತ್ರಿ ಹೊತ್ತು ಬಿಸಾಕಿದ್ದ ಆ ಆಡಿನ ಕೊಂಬು ಸಿಕ್ತು ಈ ದಡ್ಡನಿಗೆ. ಸರಿ, ಸರಕಾರದವರಿಗೆ 'ಅಯ್ಯೋ ಎರಡು ಕೊಂಬು ಸಿಕ್ತೋ!' ಅಂತಂದ. 'ಆಗಲಿ ತಗೀ' ಅಂದ್ರು. ಆಮೇಲೆ

ಕಾಲುಗಳು ಕೈಗೆ ಸಿಕ್ತೋ ಅಂದ. 'ಆಗ್ಲೀ ತಗೀ' ಅಂದ್ರು. ಆಮೇಲೆ ಬಾಲಕ್ಕೆ ಕೈ ಹಾಕಿ 'ಬಾಲಾನೂ ಆದೆ' ಅಂದ. 'ಆಗಲಿ ತಕ್ಕಂಡು ಕಾಗಡಿಗೆ ಮಲಗಿಸಪ್ಪ' ಅಂದ್ರು. ಅದರಂತೆ ಮಲಗ್ಸಿದ. ಕಟ್ಟೆನೆಲ್ಲಾನೂ ಚೆಂದಾಗಿ ಸ್ವಾದನೆ ಮಾಡಿದ ಮೇಲೆ ಸರ್ಕಾರದವರು ಮುದುಕಮ್ಮನಿಗೆ 'ಈ ದಡ್ಡನ ಮೇಲೆ ಪಿರಯಾದು ಕೊಟ್ಟಿದ್ದೀಯಲ್ಲಮ್ಮ, ನಿನ್ನ ಮಗಳು ಎಲ್ಲೋದ್ಲೋ ಏನೋ ಹೋಗಮ್ಮ' ಅಂದು ಹೊರಟು ಹೋದ್ರು. ಇವರು ಮನೆಗೆ ಬಂದರು. ತಾಯಿ ಮಗನಿಗೆ ಚೆಂದಾಗಿ ಬೋದು 'ನಿನ್ನ ಕಟ್ಟಿಕಂಡು ನಾನು ಪಡಬಾರದ ಕಷ್ಟ ಪಡಬೇಕಲ್ಲಪ್ಪ' ಅಂತ ಕೂಲಿ–ಕಂಬಳನಾರೂ ಮಾಡಾನ ಅಂತ ಕರಕಂಡು ಹೋದ್ಲು.

ಕೂಲೀಗೆ ಹೋದರು, ಒಂದು ಅರೆಕಲ್ಲು ಸಿಕ್ತು. ಅಲ್ಲಿ ಜಲ್ಲಿ ಕಲ್ಲುಕುಟ್ಟಿ ಕೂಲಿ ಮಾಡಾಕೆ ಸೇರಿಕಂಡರು. ದಡ್ಡಣ್ಣ ತಾಯೀನ ಅಲ್ಲೆಬುಟ್ಟು ಅರೆಕಲ್ಲಿನ ನೆತ್ತೀಗಂಟ ಹತ್ತಿದ. ನಡುಬಂಡೇ ಮೇಲೆ ಚೌಕ ಹಾಸಿಕಂಡು ಮಲಗಿದ. ನಿದ್ರೇನೂ ಬಂತು. ಹೊಟ್ಟೆಗೆ ಅನ್ನವಿಲ್ಲ. ಬೆವ್ರು ಬೇರೆ 'ಜಳಜಳ' ಅಂತ ಹರೀತಿತ್ತು. ಸುಮಾರು ಹೊತ್ತು ಆದಮೇಲೆ ಒಂದು ಬಿಂದಿಗೆ ಮೇಗಳಿಂದ ಉರುಳಿಕಂಡು 'ದಣದಣ ಅಂತ' ಇವನ ತಾವಕೆ ಬಂದು ಬಾಯಿ ಹೊಡೆದು ಹೋಯ್ತು! ಇವ್ನಗೆ ಎಚ್ಚರಾಯ್ತು. ಬಿಂದಿಗೇಲಿದ್ದ ಬೆಳ್ಳಿ ರೂಪಾಯಿ ಚೆಲ್ಲಾಪಿಲ್ಲಿಯಾಗಿದ್ದೊ. ನೋಡಿ ಆಗ ಆಚ್ಚರ್ಯ ಮಾಡ್ಕಂಡು ಎದ್ದು ಗುಡ್ಸಿ ಗುಪ್ಪೆಕಟ್ಟಿ, ಕೈಲಿ ಒಂದೊಂದು ಸರೆ ತಕ್ಕಂಡು ಬತ್ತ ರಾಗಿ ತೂರಿದಂಗೆ ಗಾಳಿಗೆ ತೂರಿದ. ಸುಮಾರು ರೂಪಾಯಿಗಳು ಉರುಳಿಕಂಡು ಅತ್ತಾಗಿತ್ತಾಗಿ ಹೊರಟುಹೋದೊ. ಅಲ್ಲಿ ಉಳಿದಷ್ಟು ಚೌಕಕ್ಕೆ, ಗೊಪ್ಪೆ ಕಟ್ಟಿಕಂಡು ಅವ್ವನತಾವಕೆ ಬಂದ. 'ಅವ್ವಾ!...ಜಳ್ಳೆಲ್ಲಾನು ತೂರಿ ಗಟ್ಟಿಯಾಗಿ ರೋವೆಲ್ಲಾನೂ ತಂದಿವಿನಿ' ಅಂತ ಪೆದ್ದ ಪೆದ್ದನಂಗೆ ರಾಗ ಎಳಕಂಡು ಹೇಳಿ ಹಣ ತೋರ್ಸಿದ. 'ಎಲ್ಲಿಯಪ್ಪ, ನಡಿಯಪ್ಪ ನಾನೂ ಬಂದು ನೋಡ್ತೀನಿ' ಅಂತ ಮನ್ಸಲ್ಲಿ ಬೋದುಕಂಡು ಒನೆ ಮಾಡಿ ಕರಕಂಡು ಬಂದ್ಲು. ಸುತ್ತಮುತ್ತ ನೋಡಿದ್ಲು. ಅಲ್ಲೊಂದು ಇಲ್ಲೊಂದು ಕೆಂಡಾಡಿದ್ದವ್ನೆಲ್ಲಾನೂ ಆಯ್ಕಂಡು ಗುಪ್ಪೆ ಕಟ್ಟಿ ಮಂಕರಿಗೆ ತುಂಬಿದ್ಲು. 'ಮುಕ್ಕರಕಿ' ಕಂಡು ಹೊತ್ತುಕಂಡು ಮನೆಗೆ ಬಂದ್ಲು.

ಆಮೇಲೆ ಈ ಮುದುಕಿ ಒಂದು ಯೋಚ್ನೆ ಮಾಡಿದ್ಲು. ಅದೇನಪ್ಪ ಅಂದರೆ—ಇವನ ಬೀದಿಗೆ ಬುಟ್ಟರೆ ಹಾದಿಬೀದಿಯೋರಿಗೆಲ್ಲಾ ಹಣದ ಇಚಾರ ಹೇಳಿಬುಡ್ತಾನೆ ಅಂತ: 'ಮೊಗ, ಇನ್ನೂ ಎಂಟು ದಿನಗಂಟ ಬೀದಿಗೆ ಹೋಗಬೇಡ. ಯಾಕಂದ್ರೆ, ಬೆಂಕಿ ಮಳೆ ಬಂದು ಮೈನೆಲ್ಲಾ ಸುಟ್ಟುಬುಡ್ತದೆ. ಕಜ್ಜಾಯದ ಮಳೇನೂ ಬತ್ತದೆ' ಅಂತ ಹೆದರಿಸಿದಳು. ಅವನು ಹೆದರಿಕಂಡು ಮನೇಲೇ ಇದ್ದುಕಂಡ. ಇವಳು ಅಂಗಡಿಗೆ ಹೋಗಿ ಒಂದೆರಡು ಸೇರು ಜೋಳ ತಂದು ನುಚ್ಚು ಹೊಡ್ಸಿ, ಪಾನಿಗೆ ಸುರಿಸಿ, ನೀರು ತುಂಬಿದ್ಲು. ತಂದಿದ್ದ ಬೆಳ್ಳಿ ರೂಪಾಯೀನೆಲ್ಲಾ ಅದೇ ಪಾನಿಗೆ ಸುರಿದ್ಲು. ದಡ್ಡಮಗ ಊಟಕ್ಕೆ ಕುಂತುಕಂಡಾಗ ಅಟ್ಟದ ಮೇಗಿಂದ ಬೆಂಕಿಕೆಂಡ ಸುರಿದು, ಅದರ ಮೇಲೆ ನೀರು ಸುರಿದ್ಲು. ಆಗ ಈ ದಡ್ಡ: 'ಅವ್ವ, ನೀನು ಹೇಳ್ದಂಗೇ ಬೆಂಕಿಮಳೆ ಬತ್ತು' ಅಂತ ಕೂಕಂಡ: ಅಷ್ಟು ಹೊತ್ತಿಗೆ ಇವ್ನ ತಾವಕೆ ಬಂದು 'ನೋಡಪ್ಪ, ನಾನು ಮೊದಲೇ ಹೇಳನಿಲ್ವೆ? ಬೀದಿಗೆ ಹೋಗಬೇಡ ಅಂತ'

ಅಂದಳು. ಇವನಿಗೆ ನಂಬಿಕೆ ಬಂದು ಮನೇಲೇ ಪಟ್ಟಾಗಿದ್ದುಕಂಡ. ರಾತ್ರೆ ಆದಮೇಲೆ ಉಂಡು ಮಲಕ್ಕಂಡ. ನಿದ್ರೆ ಬಂದು ಮಲಕ್ಕಂಡ ಮೇಲೆ ಕಜ್ಜಾಯಮಾಡಿ ಇವನ ಸುತ್ತಮುತ್ತ ಒಂದೊಂದು ಮಡಗಿ, ಮನೇಲೆಲ್ಲಾ ಒಂದೊಂದು ಮಡಗಿಕಂಡು ಹೋದ್ಲು. ಸರಿ, ದಡ್ಡಮಗ ವತಾರೆ ಎದ್ದ. ಸುತ್ತಲೂ ನೋಡಿದ. ಎಲ್ಲಿ ನೋಡಿದರೂ ಕಜ್ಜಾಯ! ಆಗ ಅವ್ವನಿಗೆ ಹೇಳ್ದ. ಎಂಟು ದಿನಗಂಟಲೂ ಇವನು ಹೆದರಿಕಂಡೇ ಮನೇಲಿದ್ದ. ಎಂಟು ದಿನ ಆದಮೇಲೆ ಬೀದಿಗೆ ಬಂದ. ಇವನ್ನ ಆದಿಬೀದಿ ಜೊತೆಗಾರ ಹುಡುಗರು: 'ಎಲ್ಲಿಗೆ ಹೋಗಿದ್ದೊ ಇಷ್ಟು ದಿನ ದಡ್ಡ' ಅಂದರು. 'ಅಯ್ಯೋ ಹೋಗ್ರೋ ಮಾರಾಯರಾ! ಮದ್ದಾನದ ಹೊತ್ತಿಗೆ ಬೆಂಕಿ ಮಳೆ ಬತ್ತು; ರಾತ್ರೆ ಹೊತ್ತಿಗೆ ಕಜ್ಜಾಯದ ಮಳೆಬಿತ್ತು; ಅದೆಂಗ್ಲಾ ಈಚೆಗೆಬರಾದು?' ಅಂದ. ಇವನೊಬ್ಬ ದಡ್ಡ ಏನೇನೋ ಹೇಳ್ತಾನೆ ಅಂತ ಸುಮ್ಮನಾದರು. ಆಗ ಇವನೇ ಮೇಲೆಬಿದ್ದು ಬೆಳ್ಳಿ ರೂಪಾಯಿ ಸಿಕ್ಕಿದ ಇಚಾರಾನ ತಿಳಿಸಿದ. ಈ ಗುಟ್ಟ ತಿಳಕಂಡ ಎರಡುಮೂರು ಹುಡುಗರು ರಾತ್ರಿ ಹೊತ್ತು ಇವನ ಮನೆಗೆ ನುಗ್ಗಿ ಎಲ್ಲೆಲ್ಲೋ ಹುಡುಕಿದರು. ಹಣ ಸಿಕ್ಕಲೇ ಇಲ್ಲ. 'ಇವನೊಬ್ಬ ದಡ್ಡ, ಇವನ ಮಾತು ಕೇಳಿ ನಾವು ಬಂದೆವಲ್ಲ' ಅಂತ ಹೊರಟುಹೋದರು. ಈ ಇಚಾರ ಇವನ ಅವ್ವೆಗೆ ಹೆಂಗೋ ಗೊತ್ತಾಯ್ತು.

ಒಂದಿನ ಮುದುಕಿ ಯೋಚ್ನೆ ಮಾಡಿ: 'ಮಗನ್ನ ಹಿಂಗೇ ಬುಟ್ಟರೆ ಸರಿಯಾಗೂದಿಲ್ಲ' ಅಂತ ಕಡಬು ಯಾಪಾರ ಮಾಡಿ ಬರುವಂಗೆ ಹೇಳಿ ಕಡುಬ ಮಂಕರಿಗೆ ತುಂಬಿ ಕಳಿಸಿದ್ಲು. ಇವನು ಊರೂರ ಮೇಲೆ ಕಡಬು ಮಾರಿಕಂಡು ಬರಾಕೆ ಅಂತ ಹೊರಟ. ಮುಂದೆ ಒಂದು ಅರಳಿಕಟ್ಟೆ. ಆ ಕಟ್ಟೆ ಮೇಲೆ ಕೂತು ಮಾರಾನ ಅಂತ ಮಂಕ್ರಿ ಮಡಕ್ಕಂಡು ಸುತ್ತಲೂ ನೋಡಿದ. ಒಂದಷ್ಟು ದೂರದಲ್ಲಿ ನಾಲ್ಕು ನಾಯಿಗಳು ಬರುತ್ತಿದ್ದೊ. ಅವು ಕರಿಯ, ಕೆಂಪ, ಕೆಂದ, ಬಿಳಿಯ ಬಣ್ಣದವು. ಇವನಿದ್ದ ತಾವಕೆ ಅವು ಬಂದು ನಾಲಿಗೆ ನಿಗಿಚಿಕಂಡು, ಬಾಲ ಕುಣಿಸ್ತ ನಿಂತೊ. ದಡ್ಡಮಗ ಕಡಬು ಯಾಪಾರಕ್ಕೆ ನಾಯಿಗಳು ಬಂದವೆ ಅಂತ ಅಂದುಕಂಡು 'ಕರಿಯಣ್ಣ, ಕೆಂಪಣ್ಣ, ಕೆಂದಣ್ಣ, ಬಿಳಿಯಣ್ಣ, ಕಡಬು ಎಷ್ಟೆಷ್ಟಿಕ್ಕೆ ಬೇಕು?' ಅಂದ. ಅವು 'ಕುಯ್ಞ್ ಕುಯ್ಞ್ ಕುಯ್ಞ್' ಅಂದೊ. ಎಲ್ಲಕ್ಕೂ ನಾಲ್ಕಾಲ್ಕಾಣಿಗೆ ಕೊಟ್ಟ. 'ಗಬ್ಕ ಗಬ್ಕ' ಅಂತ ತಿಂದುಕೊಂಡೊ. 'ದುಡ್ಡು ಕೊಡಿರಯ್ಯ' ಅಂದ ದಡ್ಡ. ಆಗಲೂ 'ಕುಯ್ಞ್ ಕುಯ್ಞ್ ಕುಯ್ಞ್' ಅಂದೊ. 'ಓ ನಾಳೆಗೆ ಕೊಟ್ಟೀರೋ, ನಮ್ಮವ್ವ ಬೈತಾಳಲ್ಲ' ಅಂತ ಮನೆಗೆ ಹೊರಟುಬಂದ. ತಾಯಿ ಮಗನ್ನ ಹಣ ಕೇಳಿದ್ಲು. 'ಅದಕ್ಕೆ ಸಾಲ ಕೊಟ್ಟುಬಂದೆ, ನಾಳೆಕೊಡ್ತಾರೆ' ಅಂದ. ಮಾರನೇ ದಿನ ಇನ್ನೂ ಹೆಚ್ಚಾಗಿ ಕಡಬು ಮಾಡಿ ತುಂಬಿ ಕಳಿಸಿದ್ಲು. ಅದೇ ಅರಳಿಕಟ್ಟೆ ಮೇಲೆ ಕುಂತ. ಅವತ್ತೂ ಅದೇ ನಾಯಿಗಳಿಗೆ ಹಾಕಿ 'ಹಿಂದಿನ ಸಾಲ ಈಗಿನ ಸಾಲಾನ ನಾಳೆ ಕೊಡದೆ ಇದ್ದರೆ ಸುಮ್ಮಗಿರೂದಿಲ್ಲ' ಅಂತ ನಾಯಿಗಳಿಗೆ ಬೆದರಿಕೆ ಮಾಡಿ ಮನೆಗೆ ಬಂದ.

ತಾಯಿ ಹಣ ಕೇಳಿದಳು. 'ನಾಳೆಗೆ ಕೊಡ್ತಾರೆ' ಅಂತ ಅಂದ ಮೇಲೆ ಸುಮ್ಮನಾದ್ಲು. ಇನ್ನೊಂದಿನ ಮಂತೂ ಹೆಚ್ಚಾಗಿ ಅಕ್ಕಿ ಹಾಕಿ ಕಡಬುಮಾಡಿ ಹೊರಿಸಿದ್ಲು. ಆಗ 'ಹಣಪೂರ್ತಿ

ಈಸಿಕಂಡು ಬಾ' ಅಂತ ತಾಯಿ ಹೇಳಿದಳು. ಸರಿ, ಒಂದು ದೊಣ್ಣೆ ತಕ್ಕಂಡು ಕಡಬು ಮಂಕರಿ ಹೊತ್ತುಕಂಡು ಹೊರಟ. ಅದೇ ನಾಯಿಗಳು ಆ ದಿನವೂ ಬಂದೊ. ಎಲ್ಲ ಕಡಬನ್ನೂ ಅವಕ್ಕೆ ಸುರಿದ. 'ಗಬ್ಕ ಗಬ್ಕ' ಅಂತ ತಿಂದೊ. 'ದುಡ್ಡು ಕೊಡಿರಯ್ಯ' ಅಂದ. ಆಗಲೂ 'ಕುಯ್ಞ್ ಕುಯ್ಞ್ ಕುಯ್ಞ್' ಅಂದೊ. 'ಎಲಾ ಬಡ್ಡಿ ಮಗನವೇ! ಈಗಲೂ ನಾಳೆಗೆ ಕೊಡ್ತೀವಿ ಅಂತೀರ' ಅಂತ ದೊಣ್ಣೆ ಹಿಡಕಂಡು ಓಡಿಸಿಕಂಡು ಹೋದ. ಹೋಯ್ತಾ ಹೋಯ್ತಾ ಒಂದು ವಡಕೆ ಹಳ್ಳ. ಅಲ್ಲಿ ಒಂದಷ್ಟು ಜನ ಕಳ್ಳರು ಬೆಳ್ಳಿ ರೂಪಾಯಿಗಳನ್ನ ಸೇರಿನಲ್ಲಿ ಅಳೆದು ಹಂಚಿಕಳ್ತಿದ್ರು. ಈ ನಾಯಿಗಳು ಒಡಕೆಗುಂಡೀಲಿ ಅವಿತುಕಳ್ಳಾಕೆ ಅಂತ ಓಡ್ತಿದ್ದುದ್ದ ಕಳ್ಳರು ನೋಡಿದ್ರು. ಬೆಳ್ಳಿ ರೂಪಾಯಿಗಳನ್ನ ಅಲ್ಲೇಬುಟ್ಟು ಓಟ ಕಿತ್ತರು. ಸರಿ, ಅಲ್ಲಿಗೆ ಬಂದ ದಡ್ಡಮಗ. ನೋಡ್ತಾನೆ, ಎಲ್ಲಾ ಬೆಳ್ಳಿ ರೂಪಾಯಿಗಳು! 'ಎಲಾ ಬಡ್ಡಿಮಕ್ಕಳೆ ದುಡ್ಡುಬುಟ್ಟು ಹೊರಟು ಹೋದಿರ' ಅಂತ ತೂರಿ ಉಳಿದಷ್ಟು ಕಡಬಿನ ಮಂಕರಿಗೆ ತುಂಬಿಕಂಡು ಮನೆಗೆ ಹೊರಟುಬಂದ. ಮನೆಗೆ ಬತ್ತಿದ್ದಂಗೇ ಕೆಳಾಕೆ ಇಳುಕುವಷ್ಟರಲ್ಲಿ ಎತ್ತಾಕಿಬುಟ್ಟ. ಮನೇಲೆಲ್ಲಾ ಚಲ್ಲೋದೋ. ಆಗ ತಾಯಿ ಆಚ್ಚರ್ಯ ಮಾಡ್ಕಂಡು 'ಎಲ್ ತಂದಿಯಪ್ಪ' ಅಂದಳು. 'ಕರಿಯಣ್ಣ, ಕೆಂಪಣ್ಣ, ಕೆಂದಣ್ಣ, ಬಿಳಿಯಣ್ಣರ್ನ ಹಣ ಕೊಡಿರಯ್ಯ ಅಂತ ಓಡಿಸಿಕಂಡು ಹೋದೆ ನೋಡು, ನಮ್ಮ ಬುಟ್ಟಾನ ಇವ್ನು ಅಂತ ವಡಕೆ ಗುಂಡೀಲಿ ಹಣದ ಗುಡ್ಡೇನ ಬುಟ್ಟು ಓಡೋದ್ರು. ಅದೆಲ್ಲಾನೂ ಹೊರಾಕೆ ಆಗಾದಿಲ್ಲ ಅಂತ ಒಂದಷ್ಟ ತೂರಿಬುಟ್ಟು ತಂದೆ' ಅಂದ. 'ಅಯ್ಯೋ ದಡ್ಡಮಗನೆ' ಅಂತ ಅದೇ ಜಾಗಕ್ಕೆ ಕರಕಂಡು ಬಂದು ಉಳಿಕೇನೆಲ್ಲ ತುಂಬಿಕಂಡು ಬಂದ್ಲು.

ಹಿಂಗೇ ಸುಮಾರು ದಿನ ಆದಮೇಲೆ ಮುದುಕಿಗೆ ಇವನ ದಡ್ಡತನ ನೋಡಿ ಸಾಕಾಯ್ತು. ಸರಿಯಾದ ಹೆಣ್ಣು ತಂದು ಲಗ್ನ ಮಾಡಿಬುಡಬೇಕು ಅಂತ ಮನಸ್ಸು ಮಾಡಿದ್ಲು. ಅದೇ ಪರಕಾರವಾಗಿ ಒಂದಿನ ಲಗ್ನಾನೂ ಮಾಡಿದ್ಲು. ತೌರು ಮನೆಗೆ ಹೋಗಿದ್ದ ಸೊಸೇನ ಕರಕಂಡು ಬರುವಂಗೆ ಮಗನಿಗೆ ಹೇಳಿ ಕಳಿಸಬೇಕೂಂತ ಮನ್ಸು ಮಾಡಿಕಂಡ್ಲು. ಅದರಂತೆ 'ಅತ್ತೆ ಮನೆಗೆ ಹೋಗಿ ನಿನ್ನ ಹೆಂಡ್ತಿ ಕರಕಂಡು ಬಾ, ಒಂದು ಸಮಯ ಹೋಯ್ತಾ ಹೋಯ್ತಾ ಹೊತ್ತು ಮುಳುಗಿದರೆ ಅಲ್ಲೇ ತಂಕೊ; ಕತ್ತಲೆ ಆದಮೇಲೆ ಮುಂದೆ ಪಯಣ ಮಾಡ್ಬೇಡ, ಅತ್ತೆ ಮಾವದೀರು ಕಂಡರೆ ಒಂದಷ್ಟು ದೂರದಲ್ಲೇ ನಿಂತುಕೊ, ಊರಿನ ಇಚಾರ ಕೇಳಿದರೆ ಬಾಯ್ತುಂಬ ಮಾತಾಡು' ಅಂತ ಹೇಳಿ ಕಳಿಸಿದ್ಲು.

ಸರಿ, ಇವನು ಹೆಂಡ್ತಿ ಮನೆ ಕಡೆಗೆ ಹೊರಟ. ಹೋಯ್ತಾ ಹೋಯ್ತಾ ಮಾವನ ಹುಲ್ಲು ತೋಟದ ತಾವಕೆ ಹೋಗೋ ಹೊತ್ತಿಗೆ ಸರಿಯಾಗಿ ಹೊತ್ತು ಮುಳುಗ್ತು. ಸರಿ, ತಾಯಿ ಹೇಳಿದ್ದಂಗೇ ಮುಂದ್ಕೆ ಪಯಾಣ ಮಾಡದೆ ಮಾವನ ಹುಲ್ಲು ತೋಟ್ದಲ್ಲಿ ಮಲಕ್ಕಂಡ, ಬೆಳಗಾಯ್ತು. ಬಾಮೈದ ಹುಲ್ಲುಹೊರೆ ತಕ್ಕಂಡು ಹೋಗಾನ ಅಂತ ಅಲ್ಲಿಗೆ ಬಂದ. ಒಂದು ಹೊರೆ ಹುಲ್ಲ ಎಳೆದುಕಂಡ. ಮೆದೆ ಕೆಳೆಗೆ ಮಲಗಿದ್ದ ಈ ದಡ್ಡ 'ಪುಳ್ಕ' ಅಂತ ಈಚೆಗೆ ನುಗ್ಗಿದ. 'ಅಲಲೆ ಮಾರಾಯ್ನೆ ಇದ್ಯಾಕೋಽಽ' ಅಂದ ಬಾಮೈದ. 'ನೆನ್ನೇನೇ ಬಂದೆ, ಹೊತ್ತು ಮಳುಗ್ತು, ಅದ್ಕೇ ಇಲ್ಲಿ ಮಲಕ್ಕಂಡೆ' ಅಂದ. ಸರಿ, ಇಬ್ಬರೂ ಮನೆಗೆ

ಹೋದರು. ಅಷ್ಟರಲ್ಲಿ ಅತ್ತೆ ಮಾವದೀರು ಹಟ್ಟಿಬಾಗಿಲಲ್ಲಿ ಮಾತಾಡ್ತ ಕುಂತಿದ್ದರು. ಅವರ ಕಂಡು ಅವ್ವ ಹೇಳಿದಂಗೆ ಅಷ್ಟೇ ದೂರದಲ್ಲಿ ನಿಂತ. ಸುಮಾರು ಹೊತ್ತು ಆದ್ಮೇಲೆ ಇಲ್ಲೇ ಏನು ನಿಂತಿರೂದು ಅಂತ ಅಲ್ಲೇ ಇದ್ದ ತೆಂಗಿನ ಮರಕ್ಕೆ ಹತ್ತಿ ಕುಂತುಕಂಡ. ದಣದು ಬಂದಿರೋದರಿಂದ ಎಳನೀರು ಕುಡಿಯಾಕೆ ಮರ ಹತ್ತವನೆ, ಅಂತ ಅತ್ತೆ ಮಾವದೀರು ತಿಳಕಂಡು ಸುಮ್ಮನಾದರು. ಅಷ್ಟೊತ್ತಾಯ್ತು, ಇಷ್ಟೊತ್ತಾಯ್ತು ಮರದ ಮೇಗಿಂದ ಇಳೀನೇ ಇಲ್ಲ. ಆಮೇಲೆ ಬಾಮೈದ ಇದ್ದವನು 'ಅಯ್ಯೋ ಮಾರಾಯ್ನೆ ಇಳಿ' ಅಂದ. 'ಅತ್ತೆ ಮಾವದೀರು ಕುಂತವರೆ ಅದ್ಕೆ ಇಲ್ಲೇ ಕುಂತೆ' ಅಂದ. ಮನಸ್ನಲ್ಲಿ 'ಅಯ್ಯೋ ದಡ್ಡಬಾವ' ಅಂದುಕಂಡು ಇಳಿಸಿದನು. ಇಳಿದ ಮೇಲೆ ಕಾಲುಕೈಗೆ ನೀರುಕೊಟ್ಟು ಊಟಕ್ಕೆ ಕೂರಿಸಿದ್ರು, ಉಂಡ. ಮಾತ್ನಾಡಿಸಿದ್ರು, ಆಗ ಅವ್ವ 'ಬಾಯ್ತುಂಬ ಮಾತ್ನಾಡು' ಅಂತ ಹೇಳಿದ್ದುದ್ದ ಜನಾಪಕ ಮಾಡಿಕೊಂಡ. ಅವ್ವ ಹೇಳಿದ ಮಾತಿನ ಅರ್ಥ ಅವನಿಗೆ ತಿಳೀಲಿಲ್ಲ. ಅಳೀನಿಗೆ ಅಂತ ಕಡಬು ಮಾಡಾಗೆ ಉನಿಯಾಕಿದ್ದ ಅಕ್ಕೀನ ಬಾಯ್ತುಂಬ ತುಂಬಕಂಡು ಮಾತಾಡಾಕೆ ಹೋದ. ಆದರೆ ಮಾತಾಡಾಕೆ ಆಗದೆ 'ಬುಕ್ಕ್' ಅಂತ ಕೆನ್ನೆ ಊದಿಸಿಕಂಡು ಕುಂತ, ಆಗ ಇವರಿಗೆಲ್ಲಾ ಗಾಬರಿಯಾಯ್ತು! ಬರೂಕೂ ಮೊದ್ಲೇ ತೆಂಗಿನಮರ ಹತ್ತಿ ಕುಂತುಕಂಡ. ಈಗ ಬುಕ್ ಅಂತ ಕೆನ್ನೆ ಊದಿಸಿಕಂಡು ಕುಂತುಕಂಡ, ಇದೇನವ್ವ! ಅಂತ ಅತ್ತೆ ಸಾಸ್ತ್ರ ಕೇಳಿದ್ಲು. ಸಾಸ್ತ್ರದೋನು ಗುಟ್ಟಾಗಿ ಬಾಯಿಬುಡಿಸಿ ನೋಡಿದ. ಅಕ್ಕಿ ಮುಕ್ಕಂಡಿರೂದು ಗೊತ್ತಾಯ್ತು. ಸರಿ, ಇದೇ ಸಮೇವು ಹಣ ಕಿತ್ತು ಕಳಾಕೆ ಅಂತ 'ಇನ್ನೇನು ಒಂದರಗಳಿಗೇಲಿ ಪರಾಣ ಹೋಯ್ತದೆ' ಅಂತ ಹೆದರಿಸಿದ. ಆಗ ಅತ್ತೆ ಮಾವದೀರು ಹೆದರಿಕಂಡು ಎಷ್ಟಾರೂ ಆಗಲಿ ಮಂತ್ರ ಹಾಕಿ ಬದುಕಿಸಪ್ಪ, ಅಂತ ಗೋಗರೆದ್ರು. ಆಗ ಒಂದು ಮರೆಯಾಗಿರೋ ಕೋಣೆಗೆ ಕರಕಂಡು ಹೋದ. ನೆಲದಲ್ಲಿ ಒಂದು ಸಣ್ಣ ಕುಳಿ ತೋಡಿದ. ಅವನು ಬಾಯ್ಲಿ ತುಂಬು ಕಂಡಿದ್ದ ಅಕ್ಕೀನೆಲ್ಲಾ ತೋಡಿದ್ದ ಕುಳಿಗೆ ಹೆದರಿಸಿ ಉಗಿಸಿದ. ಆಮೇಲೆ ಕುಳಿ ಮುಚ್ಚಿದ, ಈಚೆಗೆ ಬಂದು, 'ನೋಡಿ ಮಾಟಲ ಮಾಡಿ ಕುಳೀಲಿ ತುಂಬಿವಿನಿ; ಯಾರೂ ತಗೀಬೇಡಿ. ಇನ್ನು ಎಲ್ಲಾ ಪೀಡೇನು ಕಳೀತು' ಅಂತ ಚಂಚಕಾರ ಈಸ್ಕಂಡು ಹೊರಟುಹೋದ.

ಅದರ ಮಾರನೇ ದಿನಾನೇ ಇವನ ಜೊತೇಲಿ ಮಗಳ್ನ ಕಳಿಸಿ ತಮ್ಮ ಭಾರ ಕಳಕಂಡರು. ಅಲ್ಲಿಗೆ ಅವರಿಗೂ ನೆಂಬದಿಯಾಯ್ತು. ಇವರ ಜೊತೇಲಿ ಬಾಮೈದನ್ನಾದರೂ ಕಳಿಸಿದ್ರೆ ಚಂದಾಗಿತ್ತು. ಈ ದಡ್ಡ ಹೆಂಡ್ತೀನ ಕರಕಂಡು ಬತ್ತಾ ಬತ್ತಾ ಬಿಸಿಲಿನ ಕಾವು ಹೆಚ್ಚಾಯ್ತು. ಇಬ್ಬರಿಗೂ ಬೆವರು ಸುರೀತಿತ್ತು. ಹೆಂಡ್ತಿ ಬೆನ್ನಿಗೆ ಅರಸಿಣ, ಕುಂಕುಮ ಬಳಕಂಡಿದ್ದದ್ದು ಬೆವರಿಗೆ ಬೆನ್ನ ಮೇಲೆಲ್ಲಾ ಸೋರ್ತಿತ್ತು. ಗಾಳಿಬಡಿತಕ್ಕೆ ಕೂದಲೂ ಕೆದರಿಕಂಡಿತ್ತು. ಮುಂದೆ ಹೋಯ್ತಾ ಹೋಯ್ತಾ ಹಿಂತಿರುಗಿ ಹೆಂಡತೀನ ನೋಡ್ದ. ಒಳ್ಳೆ ಮಾರಮ್ಮನಂಗೆ ಕಾಣಸ್ತಿದ್ಲು. 'ಅಯ್ಯೋ ಮಾರಮ್ಮ ಬತ್ತಾವಳೆ!' ಅಂತ ಹೆಂಡತೀನ ಬುಟ್ಟು ಜೋರಾಗಿ ಓಡ್ತಿದ್ದ. ಅಷ್ಟರಲ್ಲಿ ಆಕಡೆಯಿಂದ ಒಬ್ಬ ಕುದುರೆ ಸವಾರಿಯವನು ಬತ್ತಿದ್ದ. ಅವನ ನಿಲ್ಲಿಸಿ ತನ್ನ ಹೆಂಡ್ತಿ ಕೊಡ್ತೀನಿ ಅಂತ ಹೇಳಿ ಅವನ ಕುದುರೆ ಈಸ್ಕಂಡ. 'ಕುದುರೆ ಮೇಲೆ ಹತ್ತೂದು ಹೆಂಗಯ್ಯ?' ಅಂದಾಗ 'ಹಿಂದಿಲಿಂದ ಹತ್ತಪ್ಪ' ಅಂದು ಹೊರಟು ಹೋದ. ಅವನು

ಹೇಳಿದಂಗೆ ಹತೂಕೆ ಹೋದಾಗ 'ಪಟಿಪಟ್ಟಿ' ಅಂತ ಒದ್ದುಬುಡ್ತು ಕುದ್ರೆ. ಸರಿ, ಕಡಿವಾಣ ಕೈಲಿ ಹಿಡಕಂಡು ನಡಕಂಡೇ ಬತ್ತಿದ್ದ. ಮುಂದೆ ಒಬ್ಬ ಕೊಂಬಿನ ತಗರ್ನ ಹಿಡಕಂಡು ಬತ್ತಿದ್ದ; ಅವನಿಗೆ ಕುದುರೆಕೊಟ್ಟು ತಗರ್ನ ಈಸ್ಕಂಡ. ಹಿಂದುಗಡೆ ತಗರ್ನ ಬುಟ್ಟುಕಂಡು ಮುಂದುಗಡೆ ತಾನು ಕರಕಂಡು ಹೋಗ್ತಿದ್ದ. 'ಟರ್ರೇ ಟಗ್ಗಿ' ಅಂತ ಜೋರಾಗಿ ಓಡ್ತಿದ್ದ. ತಗರಿಗೆ ಕೋಪ ಬಂದು ಇವನ್ನ ಗುದ್ದುಬುಡ್ತು. ಮುಂದೆ ಹೋಯ್ತಾ ಹೋಯ್ತಾ ಒಬ್ಬ ಹಲಸಿನ ಹಣ್ಣಿನವನು ಸಿಕ್ಕ. ಅವನಿಗೆ ಈ ತಗರು ಕೊಟ್ಟು ಹಲಸಿನ ಹಣ್ಣ ಈಸ್ಕಂಡ, ಹಲಸಿನ ಹಣ್ಣಿನ ತೊಟ್ಟು ಕೂದು ತಲೆಬುಂಡೆ ಮೇಲೆ ಹೊತ್ತುಕಂಡು ಹೋಗ್ತಿದ್ದ. ಹಲಸಿನ ಅಂಟು ಇವನ ತಲೆ ಕೂದಲಿಗೆ ಬಿಗಿಯಾಗಿ ಅಂಟಿಕಂಡುಬುಡ್ತು. ಕೆಳಗಡೆ ಇಳುಕಾನಾ ಅಂತ ನೋಡ್ದ, ಅಂಟು ಬುಡ್ನೇ ಇಲ್ಲ! ಆ ಕಡೆಯಿಂದ ಒಬ್ಬ ಹಜಾಮ ಬತ್ತಿದ್ದ. ಅವನಿಗೆ ಹಲಸಿನ ಹಣ್ಣ ಕೊಡ್ತೀನಿ ಅಂತ ಹೇಳಿ ಕೂದಲ ಕತ್ತರಿಸಿಕಂಡ. ಎಲ್ಲಾನು ಕಳಕಂಡು ಬುಂಡೆ ಸವರಿಕಂಡು ಬತ್ತಿದ್ದ. ಬುಂಡೆನತ್ತಿ ಬಿಸಿಲಿಂದ ಕಾದು ಪುರುಗುಟ್ಟುತ್ತಿತ್ತು. ಅಲ್ಲೊಂದು ಮರ. ಅಲ್ಲಿ ಬಂದು ನಿಂತುಕಂಡ. ಅದೇ ಮರ್ದಲ್ಲಿ ಒಂದು ಕಪಿ ಕುಂತಿತ್ತು. ಅದು ಇವನ್ನ ನೋಡ್ತು. ಇವ್ನು ಅದನೋಡಿ ಹಲ್ಲು ಕಿರಿಕಂಡು ಅಣಕಿಸಿಕಂಡ. ಅದ್ಕೆ ಕ್ವಾಪ ಬತ್ತು. ಇವ್ನೂ ಅಣಕಿಸಿಕಂಡಿತು. ಇವ್ನು ಸುಮ್ಮೆ ಇರ್ನಾರ್ದೆ ಒಂದು ಕಲ್ಲ ತಕ್ಕಂಡು ಬೀರ್ದ. 'ಚಂಗ್' ಅಂತ ಇವ್ನ ಬುಂಡೆಮೇಕೆ ಹಾರಿ ರಕ್ತ ಬರುವಂಗೆ ಪರಚಿಬುಡ್ತು. ಅಳ್ತಾ ಮನೆಗೆ ಬಂದ. ಇವ್ನ ಅವತಾರಾನ ನೋಡಿದ ಮುದ್ಕಿ ಅಯ್ಯೋ ದಡ್ಡಮಗನೆ, ಹೆಂಡ್ತೀನೂ ಕಳಕಂಡು ಈ ಅವತಾರದಲ್ಲಿ ಬಂದಿದ್ದೀಯಲ್ಲಪ್ಪ, ನಾನು ನಿನ್ನ ಹೆತ್ತು ಸಾಕಿದ್ದಕ್ಕೆ ಒಳ್ಳೇ ಹೆಸರು ಪಡಕಂಡಂಗಾಯ್ತು ಅಂತ ತಲೇಮೇಲೆ ಕೈ ಮಡಕ್ಕಂಡು ಅಳ್ತಾ ಕುಂತುಕಂಡ್ಲು. ಇವ್ನಂಥಾ ದಡ್ಡಮಗ ಹುಟ್ಟಿದ್ರೆ ಯಾರಿಗೆ ತಾನೇ ಸುಖ ಐತೆ ತಮ್ಮಯ್ಯ.

**

೧೫. ಋಣ ತೀರಿಸಿದ ಮಗು

ಒಂದೂರು. ಅಲ್ಲೊಬ್ಬ ಸಾಧು. ಅವನಿಗೊಬ್ಬ ಹೆಂಡ್ತಿ ಇದ್ದಳು. ಅವಳಿಗೆ ಹತ್ತು ವರ್ಷ ಗಂಟಾನೂ ಮಕ್ಕಳೇ ಇರ್‍ನಿಲ್ಲ, ಹತ್ತು ವರ್ಷ ಆದಮೇಲೆ ಅವಳು ಬಸಿರಾದ್ಲು. ಒಂಬತ್ತು ತಿಂಗಳೂ ತುಂಬ್ತು. ಆಗ ಈ ಸಾಧು ಒಬ್ಬ ಸೂಲಗಿತ್ತೀನ ಕರ್‍ಸಿ, 'ನನ್ನ ಹೆಂಡ್ತಿಗೆ ಹೆಣ್ಣು ಮೊಗಾನೋ ಗಂಡು ಮೊಗಾನೋ ಹುಟ್ಟಿದರೆ, ಆ ಮೊಗಾನ ಚೆಂದಾಗಿ ತೊಳ್ದು ನನ್ನ ಕೈಗೆ ಕೊಡಮ್ಮ' ಅಂದ. ಅದರಂತೆ ಸೂಲಗಿತ್ತಿ ಒಪ್ಕಂಡ್ಲು. ಅಷ್ಟು ಹೊತ್ತಿಗೆ ಈ ಸಾಧು ಒಂದು ಗಜ ಬಿಳಿಬಟ್ಟೆ ಒಂದೂವರೆ ಪಾವಿನಷ್ಟು ಎಣ್ಣೆ ಒಂದು ಇಭೂತಿಕಟ್ಟು ಸೈತ ಮಡಕ್ಕಂಡಿದ್ದ. ಗಂಡು ಮೊಗವಾಯ್ತು. ಸೂಲಗಿತ್ತಿ ತಂದು ಇವ್ನ ಕೈಗೆ ಕೊಟ್ಟು, ಆಮೇಲೆ ಇವನು ಮಡಕ್ಕಂಡಿದ್ದ. ಬಿಳಿಬಟ್ಟೇನ ಮೊಗೀಗೆ ಸುತ್ತಿ, ಇಭೂತಿ ಧಾರಣಿ ಮಾಡಿದ. ಎಣ್ಣೆಯನ್ನ ಕುಡಿಕೇಲೇ ಮಡಕ್ಕಂಡ. ಮೊಗಾನ ತನ್ನ ಕೈಲಿ ಹಿಡಕಂಡು 'ಎಲವೋ ಮೊಗುವೇ ನೀನು ಈ ಎಣ್ಣೆ ಋಣಾ ತಕ್ಕಂಡೋಗೋನ ಅಥವಾ ಜಲ್ಮಾಂತರದವರೆಗೆ ಗೇದು ನಮಗೆ ಅನ್ನ ಬಟ್ಟೆ ಹಾಕೋನ್ನೋ,' ಅಂತ ಮೊಗಾನ ಕೇಳಿದ. 'ತಂದೆಯೇ, ನಾನು ಮೂರು ದಿನದ ಋಣ ತೀರಿಸಿಕಂಡು ಹೋಗಾಕೆ ಬಂದಂತೋನು' ಅಂತು. 'ನೀನು ಮೂರು ದಿನ ಇದ್ದು ಹೋಗಾಕೆ ಬದಲು ಈಗಲೇ ಹೋಗು' ಅಂತ ಸುಡುಗಾಡಿಗೆ ಹೋಗಿ ಒಂದು ಕಡೆ ಮೊಗಾನ ಮಲಗಿಸಿ, ಒಂದೂವರೆ ಪಾವು ಎಣ್ಣೆನೂ ಮೊಗೀನ ಮೇಲೆ ಸುರಿದು ಬೆಂಕಿಹಾಕಿ ಮನೆಗೆ ಬಂದ. 'ಮೊಗ ಎಲ್ಲಿ?' ಅಂತ ಹೆಂಡ್ತಿ ಕೇಳಿದಾಗ: 'ಅಲ್ಲಾ ಕಮ್ಮಿ, ಅದು ಮೂರು ದಿನದ ಎಣ್ಣೇ ಋಣಕ್ಕೆ ಬಂದದ್ದು. ಜನ್ಮಾಂತರದವರೆಗೆ ಇರೋ ಮೊಗವಲ್ಲ' ಅಂತ ಹೇಳಿದ. ಹೆಂಡತಿ ಎಲ್ಲೋ ಸತ್ತೋಗಿರೆಬೈದು ಅಂತ ತಿಳ್ಕಂಡು ಸುಮ್ಕಾದ್ಲು.

ಹಿಂಗೇ ಒಂದೆರಡು ವರ್ಷ ಆದಮೇಲೆ ತಿರುಬದ್ಲು ಹೆಂಡ್ತಿ ಬಸಿರಾದ್ಲು. ಒಂಬತ್ತು ತಿಂಗಳೂ ಆಯ್ತು. ಹೆರಿಗೆ ಕಾಲಾನೂ ಬತ್ತು. ಸೂಲಗಿತ್ತಿ ಕರೆಸಿ, ಮೊದಲಿನಂಗೇ ಹೇಳಿದ. ಆಗಲೂ ಗಂಡು ಮೊಗಾನೆ ಆಯ್ತು. ಸೂಲಗಿತ್ತಿ ತಂದು ಕೊಟ್ಲು. ಅಷ್ಟು ಹೊತ್ತಿಗೆ ಇವ್ನು ಎರಡು ಇಭೂತಿ ಕಟ್ಟು, ಮೂರು ಪಾವು ಎಣ್ಣೆ, ಎರಡುಗಜ ಬಟ್ಟೆ ಮಡಕ್ಕಂಡಿದ್ದ. ಇವೆಲ್ಲಾನೂ ಮೊದಲಿನ ಮೊಗೀಗೆ ಧಾರಣಿ ಮಾಡಿದಂಗೇ ಮಾಡ್ದ. ಮೊಗಾನ ಎರಡು ಕೈಲಿ ಹಿಡಕಂಡು 'ಎಲವೋ ಮೊಗುವೆ, ನೀನು ಈ ಎಣ್ಣೆ ಋಣಾ ತೀರಿಸಿಕಂಡೋಗಾಕೆ ಬಂದೋನಾ ಅಥವಾ ಜಲ್ಮಾಂತರದವರೆಗೆ ನಮಗೆ ಗೆಯ್ದು ಅನ್ನ ಬಟ್ಟೆ ಹಾಕೋನ್ನೋ'

ಅಂತ ಕೇಳಿದ. ಆಗ ಮೊಗ: 'ತಂದೆಯೆ, ನಾನು ಆರು ದಿನದ ಋಣ ತೀರಿಸಿಕಂಡು ಹೋಗಾಕೆ ಬಂದೋನು' ಅಂತು. ಆಗ 'ನೀನು ಈಗಲೇ ಹೋಗು' ಅಂತ ಸುಡುಗಾಡಿಗೆ ಬಂದು ಬಟ್ಟೆ ಸುತ್ತಿ ಎಣ್ಣೆ ಸುರಿದು ಬೆಂಕಿಹಾಕಿ ಮನೆಗೆ ಬಂದ. ಆಗ ಹೆಂಡ್ತಿ ಇದ್ದೋಳು ಮೊಗ ಎಲ್ಲಿ ಅಂತ ಕೇಳಿದಾಗ: 'ಅಲ್ಲಾ ಕಮ್ಮಿ, ಅದು ಐದಾರು ದಿನದ ಎಣ್ಣೆ ಋಣಕ್ಕೆ ಬಂದದ್ದು, ಜನ್ಮಾಂತರದವರೆಗೆ ಇರೋ ಮೊಗವಲ್ಲ' ಅಂತ ಹೇಳಿದ. ಆಗಲೂ ಮೊಗ ಸತ್ತೋಗಿರಬೇಕು ಅಂತ ದುಃಖ ಮಾಡ್ಕಂಡು ಸುಮ್ಕಾದ್ಲು.

ಹಿಂಗೇ ಮತ್ತೆರಡು ವರ್ಷ ಕಳೀತು. ಆಮೇಲೆ ಒಂಬತ್ತು ತಿಂಗಳಿಗೆ ಹೆಂಡ್ತಿ ಬಸಿರಾದ್ಲು. ಸೂಲಗಿತ್ತಿ ಕರೆಸಿ ಮೊದಲಿನಂಗೇ ತಿಳಿಸಿದ. ಅದರಂತೆ ಗಂಡು ಮೊಗಾನೂ ಆಯ್ತು. ಇವನ ಕೈಗೆ ತಂದುಕೊಟ್ಲು. ಅಷ್ಟು ಹೊತ್ತಿಗೆ ಮೂರುಗಜ ಬಟ್ಟೆ, ಆರುಪಾವು ಎಣ್ಣೆ, ಮೂರು ಇಭೂತಿಕಟ್ಟು ಮಡಗಿಕೊಂಡಿದ್ದ. ಮೊದಲ ಮೊಗೀಗಳಿಗೆ ಧಾರಣಿ ಮಾಡಿದಂಗೇ ಮಾಡ್ದ. ತನ್ನ ಮನೆದೇವರನ್ನ ನೆನಕಂಡು 'ಎಲವೋ ಮಗುವೇ, ನೀನು ಈ ಎಣ್ಣೆ ಋಣ ತಕ್ಕಂಡು ಹೋಗೋನಾ ಅಥವಾ ಜಲ್ಮಾಂತರದವರೆಗೆ ನಮಗೆ ಗೇದು ಅನ್ನ ಬಟ್ಟೆ ಹಾಕೋನೋ,' ಅಂತ ಕೇಳಿದ. ಆಗ ಆ ಮೊಗ 'ತಂದೆಯೇ, ನಾನು ಐದು ಲಕ್ಷ ಹೊನ್ನ ಸಂಪಾದ್ನಿ ಮಾಡುಗಂಟ್ಲೂ ಇರೋನು' ಅಂತ ಹೇಳಿತು. ಆಗ ತಂದೆಗೆ ಸಂತೋಷ ಆಯ್ತು. ಇವನು ದೀರ್ಘಾಯ್ಸ ಪಡ್ಕಂಡು ಬಂದೋನು ಅಂತ ಚೆಂದಾಗಿ ಸಾಕಿದ.

ಹಿಂಗೇ ಸಾಕ್ತಾ ಇರಬೇಕಾರೆ ಐದು ವರ್ಷ ಆಯ್ತು. ಓದೋದು ಬರಿಯೋದ್ನೂ ಕಲಿಸ್ತಿದ್ದ.

ಒಂದಿನ ಆ ಊರ್‍ನ ರಾಜ ದರ್ಬಾರು ಸೇರಿದಾಗ—'ನಮ್ಮ ಅರಮನೆ ಮುಂದೆ ಇರೋ ಅರಳಿಮರದಲ್ಲಿ ಎಷ್ಟು ಎಲೆ, ಎಷ್ಟು ಕೊಂಬೆ, ಎಷ್ಟು ಹೂವು, ಎಷ್ಟು ಕಾಯಿ ಅವೆ ಅನ್ನೂದ ಲೆಕ್ಕಮಾಡಿ ಯಾರಾರೂ ಹೇಳ್ತೀರಾ?' ಅಂತ ಕೇಳಿದ. ಆ ರೀತಿ ಹೇಳೋರು ಇನ್ನೊಂದು ಸರ್ತಿ ದರ್ಬಾರು ಸೇರುವಾಗ ಹೇಳಬೇಕಿತ್ತು. ಆ ದರ್ಬಾರಿಗೆ ಈ ಸಾಧೂನೂ ಹೊಗಿದ್ದ. ಇವ್ನೂ ಇನ್ನೊಂದು ಸರ್ತಿ ದರ್ಬಾರು ಸೇರಿದಾಗ ಹೋಗಬೇಕಂತ ಮನ್ಸ ಮಾಡ್ಕಂಡಿದ್ದ. ಮನೆಗೆ ಹೋಗಿ ಯೋಚ್ನೆ ಮಾಡ್ದ. ಏನು ಯೋಚ್ನೆ ಮಾಡಿದ್ರೂ ಲೆಕ್ಕ ಹಾಕೂದು ಹೆಂಗೆ? ಅನ್ನೋದು ತಿಳೀಲಿಲ್ಲ. ಅದರ ಯೋಚ್ನೇನೂ ಬುಟ್ಟು ತೆಪ್ಪಗಾದ.

ಇನ್ನೊಂದು ಸರ್ತಿ ದರ್ಬಾರಿಗೆ ಸೇರೋದಿನ ಬತ್ತು. ಈ ಸಾಧು ದರ್ಬಾರಿಗೆ ಹೋಗೋ ಪಕ್ತಿಯಂತೆ ಹೋದ. ಇವನ ಮೊಗ ಗೋಲಿ ಆಟ ಆಡ್ತಾ ಇದ್ದ. ತಂದೆ ಹೋಗ್ತಿರೂದ ನೋಡ್ದ. ತಂದೇನೇ ಬೆನ್ನಂಟಿ ಹೋಯ್ತು. ಇಬ್ರೂ ಅರಮನೆ ಒಳಾಕೆ ಹೋದರು. ಅಲ್ಲಿ ಮೆಟ್ಟಲು ಹತ್ತಲಾರದೆ ಮೊಗ ನಿಂತುಕಂಡಾಗ, ಅರಮನೆ ಕಾವಲುಗಾರ್‍ರು ಮುಂದೆ ಹೋಗಿದ್ದ ಸಾಧೂನ ಕೇಳಿದರು 'ಯಾರದಪ್ಪ ಈ ಮೊಗ' ಅಂತ. ಆಗ ಸಾಧು ತಿರುಗಿ ನೋಡಿ: 'ತನ್ನದೇ ಮೊಗಾಂತ' ಹೆಗಲಮೇಕೆ ಕೂರಿಸಿಕಂಡು ದರ್ಬಾರಿಗೆ ಹೋದ.

ಅಲ್ಲಿ ಎಲ್ಲರೂ ಸೇರಿದ್ರು. ರಾಜ ಹಿಂದಿನ ದರ್ಬಾರಿನಲ್ಲಿ ಹೇಳಿದ್ದ ಇಚಾರಾನ ಜನಾಪಕ ಮಾಡಿದ. ಆಗ ಎಲ್ಲರೂ ಮಾತಾಡದೆ ಸುಮ್ನೆ ಕುಂತಿದ್ರು. ಈ ಮೊಗ ಮುಂದೆ ಬಂದು, ಆ ಮರದಲ್ಲಿ ಇಷ್ಟಿಷ್ಟೇ ಅವೆ ಎಂದು ಧೈರ್ಯವಾಗಿ ಹೇಳಿತು. ಎಲ್ಲರಿಗೂ ಅಚ್ಚರ್ಯವಾಯ್ತು! ಆಮೇಕೆ 'ಇದೇ ಅರಮನೆ ಮುಂದುಗಡೆ ಒಂದು ಆಲದ ಮರಹುಟ್ಟಿ, ಕೊಂಬೆಗಳು ಹೊಡೆದು ಸಮುರ್ದಿಯಾಗಿ ಬೆಳದೈತೆ. ಅದರಲ್ಲಿ ಏನೇನೈತೆ ಅಂತ ಯಾರಾರೂ ಕಂಡಿದ್ದಾರ?' ಅಂತ ದೊರೇನೇ ಕೇಳ್ತು. ಆಗ ಅಚ್ಚರ್ಯ ದಿಂದ ಎಲ್ಲರೂ ಈ ಮೊಗೀನ ಮಾತ್ನ ಕೇಳಿ ತಲೆ ತಗ್ಗಿಸಿಕಂಡು ಸುಮ್ಮನೆ ನಿಂತೇ ಇದ್ರು. ರಾಜ ಈ ಮೊಗಾನ ಕರೆದು ತನ್ನ ತೊಡೇಮೇಲೆ ಕೂರ್‍ಸಿಕಂಡು, 'ಯಾರ ಮಗನಪ್ಪ ನೀನು?' ಅಂತ ಕೇಳಿದ. ಮೊಗ ತನ್ನ ತಂದೆ ಕಡೆ ಕೈ ತೋರಿಸ್ತು. ರಾಜ: 'ನೀನು ಹೇಳಿದ್ನ ತಿಳಿಯೋವಂಗೆ ಹೇಳಪ್ಪ' ಅಂತ ಮುದ್ಸಿ ಕೇಳಿದ. 'ಆ ಮರಾನ ಕಡಿದು ಬೇರುಸ್ಯೆತವಾಗಿ ಸ್ವಾಧನೆ ಮಾಡಿದರೆ ನಿಮಗೇ ಗೊತ್ತಾಯ್ತದೆ!' ಅಂತ ಹೇಳ್ತು. ಆ ಹೊತ್ತಿನ ದರ್ಬಾರೂ ಮುಗೀತು.

ಮಾರನೇ ದಿನ ರಾಜ ಸಿಪಾಯಿಗಳ್ನ ಬುಟ್ಟು ಮರ ಕಡ್ಸಿ ಸ್ವಾಧನೆ ಮಾಡಿಸಿದ. ಮರ ಕಡಿದು ಬೇರ್‍ನೂ ಸ್ವಾಧನೆ ಮಾಡೋದರಲ್ಲಿ ಬೆಲೆಬಾಳೋ 'ಹೊನ್ನು ಸಿಕ್ಕಿತು! ಸಿಕ್ಕಿದಷ್ಟೆಲ್ಲಾನೂ ಸ್ವಾಧಿಸಿ ಹಾಕಿ ನಾಲ್ಕೈದು ರಥ ಕಳಿಸಬೇಕಂತ ಅರಮನೆ ಆಳುಗಳಿಗೆ ರಾಜ ಅಪ್ಪಣೆ ಮಾಡಿದ. ಸಿಪಾಯಿಗಳು ರಥದಲ್ಲಿ ತುಂಬಿ ರಾಜನತಾವಕೆ ಕಳಿಸಿದರು. ರಾಜ ಹೊನ್ನು ನೋಡಿ ಬಹಳ ಸಂತೋಷ ಮಾಡ್ಕಂಡು ಈ ಮೊಗೀನ ದೂರದಿಟ್ಟಿಗೆ ಮೆಚ್ಕಂಡ. ಸಿಕ್ಕಿದಂತ ಹೊನ್ನಿನಲ್ಲಿ ಅರ್ಧಭಾಗ ಅರಮನೆಗೆ ತರಿಸಿಕಂಡು, ಮಿಕ್ಕರ್ಧ ಭಾಗಾನ ಈ ಮೊಗೀನ ಮನೆಗೆ ಕಳಿಸುವಂಗೆ ರಾಜ ಅಪ್ಪಣೆ ಮಾಡಿದ. ಈ ಮೊಗೀನ ಮನೆಗೆ ರಥ ದಲ್ಲಿ ಹೊನ್ನು ತಂದಾಗ ಆ ಮೊಗು, 'ಈ ಹೊನ್ನ ಹಂಗೇ ಸುರೀಬೇಡಿ, ಎಲ್ಲಾನೂ ಲೆಕ್ಕಮಾಡಿ' ಅಂತ ಹೇಳಿತು. ಹಂಗೇ ಲೆಕ್ಕಮಾಡಿ: 'ಐದು ಲಕ್ಷ ಹೊನ್ನು ಐತೆ' ಅಂತ ಹೇಳೋದ್ಕೂ ಈ ಮೊಗೀನ ಪರಾಣ ಹೋಗೂದ್ಕೂ ಒಂದಾಯ್ತು! ಒಟ್ನಲ್ಲಿ ತಂದೆ ಆಸೇನೂ ನೆರವೇರ್‍ತು ತಾನು ಹುಟ್ಟಿದ್ಕೂ ಋಣ ತೀರಿಸ್ತು. ಸಾಧೂಗೆ ಮೊದಲು ಮೊಗೀನ ಆಸೇನೇ ಇರ್‍ನಿಲ್ಲ. ಆ ಮೊಗೀನಿಂದ ಬರೋ ಆದಾಯಾನೇ ಕಾಯ್ತಿದ್ದ. ಆದರೆ, ಆ ಮೊಗ ಸತ್ತಾಗ ಆ ಹೊನ್ನೂ ಬೇಡ್ವಾಯ್ತು. ಕೊನೆಗೆ ಕೊರಗಿ ಕೊರಗಿ ಅವನೂ ಸತ್ತೋದ.

**

೧೬. ಕಾಳಮ್ಮನ ವರದಲ್ಲಿ ಹುಟ್ಟಿದ ಮಕ್ಕಳು

ಒಂದು ಪಟ್ಟಣ. ಅಲ್ಲೊಬ್ಬ ರಾಜ. ಆ ರಾಜನಿಗೆ ಒಬ್ಬ ಮಗನಿದ್ದ. ಒಬ್ಬನೇ ಮಗ ಅಂತ ಚೆಂದಾಗಿ ವಿದ್ಯೆ ಬುದ್ಧಿ ಕಲಿಸಿದರು. ಮುಪ್ಪಿನ ಕಾಲದಲ್ಲಿ ಮಗನ ಲಗ್ನ ಮಾಡಿ ಕಣ್ತುಂಬ ನೋಡ್ಬೇಕು ಅಂತ ಆಸೆಯಾಯ್ತು. ಮಗನಿಗೆ ಸುಮಾರು ಹದ್ನಾರು ವರ್ಷ ತುಂಬಿತು. ಒಂದು ಒಳ್ಳೆ ಹೆಣ್ಣನ್ನೂ ತಂದು ಲಗ್ನ ಮಾಡಿದ. ಆಮೇಲೆ ಪಟ್ಟಾನೂ ಕಟ್ಟಿಸಿದ.

ಮಗ ಸೊಸೆ ಇಬ್ಬರನ್ನೂ ನೋಡ್ಕಂಡು ರಾಜ ರಾಣೀರಿಬ್ರೂ ಸುಖವಾಗಿ ಕಾಲ ಕಳೀತಿದ್ದರು. ಒಂದಿನ ಮುಪ್ಪಿನಿಂದ ರಾಜ ಸತ್ತೋದ. ಇವನು ಸತ್ತ ಒಂದೆರಡು ವರ್ಷದಲ್ಲೇ ರಾಣೀನೂ ಸತ್ತಳು. ಆಗ ಮಗನಿಗೆ ತುಂಬಾ ಕಷ್ಟ ಬಂತು. ಕಣ್ಣು ಕಟ್ಟಿ ಕಾಡಿಗೆ ಬಿಟ್ಟಂಗಾಯ್ತು. ಅದೆಷ್ಟೇ ಕಷ್ಟ ಆದರೂ ಮಂತ್ರಿ ಬುದ್ಧಿವಂತನಾದ್ದರಿಂದ ರಾಜ್ಯಭಾರ ಮಾಡೋದರಲ್ಲಿ ಆಗಾಗ ವತ್ತಾಸೆಯಾಗ್ತಿದ್ದ. ಹಾಗೂ ಹೀಗೂ ಹತ್ತಾರು ವರ್ಷಕಾಲ ರಾಜ್ಯಭಾರ ಮಾಡ್ಕಂಡು ಬಂದ. ಸ್ವಂತ ಅನುಭವಾನೂ ಆಯ್ತು. ಆದರೆ, ಇನ್ನೂ ಮಕ್ಕಳೇ ಆಗಲಿಲ್ಲವಲ್ಲ ಅನ್ನೋ ಚಿಂತೆ ಹೆಚ್ಚಾಯ್ತು. ಒಂದಿನ ರಾಣೀ ಮಂಚದ ತಾವಕೆ ಹೋಗಿ: 'ರಾಣಿಯೇ... ನಮ್ಮ ಲಗ್ನ ಆಗಿ ಸುಮಾರು ಹತ್ತು ವರ್ಷ ಆದರೂ ಮಕ್ಕಳ ಫಲ ಅಂತಕ್ಕದ್ದೇ ಇಲ್ವಲ್ಲ; ಮುಂದೆ ರಾಜ್ಯಕ್ಕೆ ದಿಕ್ಕು ದೆಶೆಯಾರು?' ಅಂತ ಕೇಳಿದ. 'ಅದೆಲ್ಲಾ ನಮ್ಮ ಕರ್ಮಫಲವೋ, ಏನೋ' ಅಂದಳು. 'ಹಂಗಾರೆ ಒಂದು ಕೆಲಸ ಮಾಡ್ತೀಯಾ?' ಅಂದ ಇವನು. 'ಅದೇನು ಹೇಳಿ ಮಾಡ್ತೀನಿ' ಅಂದಳು ರಾಣಿ. 'ಇನ್ನೊಂದು ಮದುವೆ ಆಗೋಕೆ ಒಪ್ಪಿಗೆ ಕೊಡ್ತೀಯಾ?' ಅಂದ. 'ನಾನೂ ಇದ್ನೆ ಹೇಳಾನ ಅಂತಿದ್ದೆ... ನೀವೇ ಕೇಳಿದ್ರಿ ಆಗಬಹುದು' ಅಂತ ಒಪ್ಪಿಗೆ ಕೊಟ್ಟಳು.

ಅದರಂತೆ ಇನ್ನೊಂದು ಪಟ್ಟಣದ ರಾಜನ ಮಗಳನ್ನ ತಂದು ಮದುವೇನು ಆದ. ಇವಳ ಜೊತೇಲೂ ಸುಮಾರು ವರ್ಷ ಸಂಸಾರ ಮಾಡಿದ. ಹಾಗೂ ಮಕ್ಕಳ ಫಲ ಅಂತಕ್ಕದ್ದೇ ಇಲ್ಲ! ಇದೇ ಒಂದು ದೊಡ್ಡ ಚಿಂತೆ ಆಯ್ತು. ಇದ್ನ ಮಂತ್ರಿ ದಿನಾಲೂ ನೋಡ್ತಿದ್ದ. ಒಂದಿನ ಹಿಂಗೇ ರಾಜನ ತಾವಕೆ ಬಂದು: 'ಪ್ರಭುಗಳೇ... ನಿಮ್ಮ ಯೋಚ್ನೆಗೆ ಕಾರಣವೇನಿರಬಹುದು, ಕೇಳಬಹುದೆ?' ಅಂದ. 'ಮುಂದೆ ಈ ರಾಜ್ಯಕ್ಕೆ ದಿಕ್ಕುದೆಶೆ ಯಾರು? ಅಂತ ಯೋಚನೆ ಮಾಡ್ತೀವ್ನಿ' ಅಂದ ರಾಜ. 'ಏನೂ ಯೋಚನೆ ಮಾಡ್ಬೇಡಿ... ಕಾಳಮ್ಮನ ವರ ಬೇಡ್ಕಂಡು ಬನ್ನಿ, ಮಕ್ಕಳು ಆಗೇ ಅಗ್ತವೆ' ಅಂದ ಮಂತ್ರಿ. 'ಹಾಗಾರೆ

ನೋಡಾನ... ರಾಜ್ಯದ ಉಸ್ತುವಾರಿ ನಿಮ್ಮ ಕೈಲಿದೆ, ಚೆಂದಾಗಿ ನೋಡ್ಕಳ್ಳಿ' ಅಂದ. ಅದ್ಕೆ 'ಆಗಲಿ ಪ್ರಭುಗಳೇ' ಅಂತ ಹೊರಟುಹೋದ.

ರಾಜನಿಗೆ ಮಕ್ಕಳ್ದೇ ಚಿಂತೆ. ರಾಣೀರಿಬ್ರನ್ನೂ ಕರೆಸಿ ತನ್ನ ಚಿಂತೆನೆಲ್ಲಾ ಅವರ ತಾವು ಹೇಳ್ಕೊಂಡು ಅಳ್ತಾನೆ. ಒಂದು ತೊಟ್ಟು ವಿಷ ಕೊಟ್ಟುಬಿಡಿ ಅಂತಲೂ ಹೇಳ್ಕಂಡು ಅಳ್ತಾನೆ. ಆಗ ಅವರಿಬ್ರೂ ಮೊದಲು ನಮಗೆ ಕೊಟ್ಟು ಆಮೇಲೆ ನೀವು ತಕ್ಕಳ್ಳಿ ಅಂತ ಹೆದರಿಸಿ, ಸಮಾಧಾನ ಮಾಡ್ತಾರೆ.

ಹಿಂಗೇ ಸಂಜೆಯಾಯ್ತು. ಇವನ ಹತ್ತಿರ ಹಾಲು, ತುಪ್ಪ, ಹಣ್ಣು–ಹಂಪಲು ತಂದಿಟ್ಟು ದಾದೀರು ಹೊರಟು ಹೋದರು. ಆಗಲೂ ವಿಷಕುಡಿದು ಆರಾಮಾಗಿ ಸತ್ತೋಗ್ಬೇಕು ಅಂತ ಮನಸ್ಸು ಮಾಡಿಕಂಡು ಮಲಕ್ಕಂಡ. ಹಾಗೇ ನಿದ್ರೇನೂ ಬಂತು. ಸುಮಾರು ರಾತ್ರೆ ಸದ್ದಡಗೋ ಹೊತ್ತಾಯ್ತು. ಕಾಳಮ್ಮ ಇವನ ಕನಸಿನಾಗೆ ಬಂದಳು. 'ಅಯ್ಯಾ ರಾಜ, ನೀನು ವಿಷ ಕುಡೀಬೇಕಾಗಿಲ್ಲ. ನನ್ನ ಸೇವೆ ಮಾಡಿದರೆ ನಿನ್ನ ಹಿರಿರಾಣಿ ಹೊಟ್ಟೇಲಿ ಅವಳಿ ಮಕ್ಕಳಾಗ್ತವೆ' ಅಂದು ಮಾಯ ಆದಳು ಕಾಳಮ್ಮ! ಕನಸಿನಿಂದ 'ತಟ್ಟ'ನೆ ಎಚ್ಚರ ಆಯ್ತು. ಎದ್ದು ಸುತ್ತಮುತ್ತ ಗೊತ್ತೇ ಆಗಲಿಲ್ಲ. ಕನಸಿನಲ್ಲಿ ಕಾಳಮ್ಮ ಹೇಳಿದ್ದು ಅರಿವಾಯ್ತು. ರಾಣೀರಿಬ್ರನ್ನೂ ಕರೆಸಿ ವಿಷಯ ತಿಳಿಸಿದ. ಅದೇ ಸಂತೋಷದಲ್ಲಿ ಮಲಿಕ್ಕಳ್ತಾರೆ.

ಬೆಳಿಗ್ಗೆ ಎದ್ದು ಸ್ನಾನ–ಮಡಿ ಮಾಡ್ಕಂಡು ಕಾಳಮ್ಮನ ಪೂಜೆ ಮಾಡ್ಕಂಡು ಬರೋಕೆ ಹೊರಟ. ಹೋಗ್ತಾ ಹೋಗ್ತಾ ಒಂದು ಕಾಡು ಸಿಕ್ತು. ಅಲ್ಲೇ ಕಾಳಮ್ಮನ ದೇವಸ್ಥಾನ. ಒಂದಷ್ಟು ದೂರದಲ್ಲಿ ಒಬ್ಬ ಮುದುಕ ಸಿಕ್ಕಿದ. 'ಯಾರಪ್ಪ ನೀನು? ಯಾವ ದೇಶದ ರಾಜ?' ಅಂತ ಆ ಮುದುಕ ಕೇಳಿದ. ಇದ್ದ ವಿಚಾರ ತಿಳಿಸಿದ. ತನ್ನ ಕಷ್ಟನೆಲ್ಲಾ ಹೇಳ್ಕಂಡ. ಕಾಳಮ್ಮನ ದೇವಸ್ಥಾನಕ್ಕೂ ಹೋಗ್ತಿರೋ ಕಾರಣಾನೂ ಹೇಳಿದ. ಆಗ ಆ ಮುದುಕ ಮುಂದೆ ಕಾಳಮ್ಮನ ದೇವಸ್ಥಾನ ಸಿಕ್ಕೋ ದಾರಿ ತೋರಿಸಿ ಕಳಿಸಿದ. ಈ ಮುದುಕ ಅದೇ ಕಾಳಮ್ಮನ ದೇವಸ್ಥಾನದಲ್ಲಿ ವಾಸವಾಗಿರೋ ಋಸಿ! ಇವನು ಋಸಿ! (ಮುದುಕ) ಹೇಳಿದ ಹಾಗೆ ಕಾಳಮ್ಮನ ದೇವಸ್ಥಾನದ ತಾವಕೆ ಹೋದ. ಅಲ್ಲೊಂದು ಕಲ್ಯಾಣಿ. ಅಲ್ಲೇ ಸ್ನಾನ ಮಾಡಿದ. ದೇವಸ್ಥಾನದ ಸುತ್ತಲೂ ಇದ್ದ ಹೂಗಳನ್ನು ಬುಡಿಸಿಕೊಂಡು ಪೂಜೆ ಮಾಡಿದ. ಮಂಡಿ ಊರಿಕಂಡು ಭಕ್ತಿಯಿಂದ. 'ಕಾಳಮ್ಮದೇವಿ... ನನಗೆ ಮಕ್ಕಳ ವರ ಕೊಟ್ಟರೆ, ಸರಿ. ಇಲ್ಲದಿದ್ದರೆ ಇದೇ ನಿನ್ನ ಚಂದ್ರಾಯ್ದದಲ್ಲಿ ಕತ್ತು ಕತ್ತರಿಸಿಕೊಂಡು ಸತ್ತೋಗ್ತೀನಿ' ಅಂತ ಕಾಳಮ್ಮನ ಚಂದ್ರಾಯ್ದ ತಕ್ಕಂಡು ನಿಂತ್ಕಂಡ. ಆಗ ಕಾಳಮ್ಮ ಬಲಗಡೆ ಹೂವು ಕೊಟ್ಟಳು. ಬಾಳ ಸಂತೋಷಪಟ್ಟುಕಂಡು ಅರಮನೆಗೆ ವಾಪ್ಸು ಬತ್ತಿರ್ಬೇಕಾರೆ, ಅಲ್ಲೊಬ್ಬ ಋಸಿ ಕೂತಿದ್ದ. ಆ ಋಸಿ ತಾವುಕೆ ಹೋಗಿ ತನ್ನ ದುಃಖನೆಲ್ಲಾ ಹೇಳಿ, ಕಾಳಮ್ಮ ಬಲಗಡೆ ಹೂವು ಕೊಟ್ಟಿದ್ದನ್ನೂ ಹೇಳಿದ. ಆಗ ಋಸಿ ಅಲ್ಲೇ ಇದ್ದ ಮಾವಿನ ಮರ ಹತ್ತಿ ಹಣ್ಣು ಕಿತ್ತುಕೊಂಡು ಬರುವಂತೆ ಹೇಳಿದ. ಅದರಂತೆ ರಾಜ ಮರ ಹತ್ತಿ ಜೋಳಿಗೆ ತುಂಬ ಹಣ್ಣು ಕಿತ್ತು ಕೆಳಕ್ಕೆ ಇಳಿದ. ಇಳಿದು ಋಸಿ ತಾವುಕೆ ಬಂದು ನೋಡ್ತಾನೆ, ಎರಡೇ ಎರಡು ಹಣ್ಣಿದ್ದೋ! ಆಗ ಆಶ್ಚರ್ಯಪಟ್ಕಂಡು ಋಸಿಗೆ ಹೇಳಿದ. ಆಗ, 'ಅಯ್ಯಾ ರಾಜ... ನಿನಗೆ ಎರಡೇ ಎರಡು

ಮಕ್ಕಳ ಫಲ. ಈ ಹಣ್ಣುಗಳನ್ನು ತಕ್ಕಂಡೋಗಿ ನಿನ್ನ ರಾಣೀರಿಬ್ರಿಗೂ ಕೊಟ್ಟು, ನೀನೂ ತಿನ್ನು' ಅಂತ ಕಳಿಸಿಕೊಟ್ಟ.

ಆಮೇಲೆ ರಾಜ ಅರಮನೆಗೆ ಬಂದು ರಾಣೀರಿಗೆ ಇದ್ದ ವಿಚಾರ ತಿಳಿಸಿ, ತಂದಿದ್ದ ಎರಡೇ ಎರಡು ಹಣ್ಣುಗಳನ್ನ ಪಾಲುಮಾಡಿ ಕೊಟ್ಟು ತಾನೂ ತಿಂದ. ಸುಖವಾಗಿ ಕಾಲ ಕಳೀತಿದ್ದರು. ರಾಜ್ಯದಲ್ಲೂ ಒಂಥರ ಸಂತೋಷದಲ್ಲಿ ಜನರು ಕಾಲ ಕಳೀತಿದ್ದರು.

ನವನಾರೊಂಬತ್ತು ತಿಂಗಳಿಗೆ ಹಿರಿರಾಣಿ ತುಂಬು ಬಸುರಿಯಾದಳು. ಅದೇ ಸಮೇಕೆ ಬೇರೆ ದೇಶಕ್ಕೆ ಹೋಗಬೇಕಾಗಿ ಬತ್ತು ರಾಜನಿಗೆ. ತುಂಬಿದ ಬಸುರಿಯನ್ನ ಬಿಟ್ಟು ಹೆಂಗೆ ಹೋಗೋದು ಅಂತ ಯೋಚ್ನೆ ಮಾಡಿದ. ಆಗ ಮಂತ್ರಿ ಕರೆದು ರಾಣಿ ಉಸ್ತುವಾರಿ ನಿನ್ನದೇ ಅಂತ ಹೇಳಿ ಭಾರ ಹಾಕಿ ಹೊರಟ.

ರಾಜ ಆಕಡೆ ಹೋದ ಮೇಲೆ, ಹಿರಿರಾಣಿಗೆ ಹೊಟ್ಟೆನೋವು ಕಾಣಿಸ್ಕಳ್ತು. ಈ ಸುದ್ದಿ ಕಿರಿರಾಣಿಗೆ ತಿಳೀತಿದ್ದಂಗೇ ಹೊಟ್ಟೆಗೆ ಬೆಂಕಿ ಕೆಂಡ ಸುರಿದಂಗಾಯ್ತು. ತನ್ನ ಹೊಟ್ಟೇಲಿ ಮಕ್ಕಳ ಫಲವೇ ಇಲ್ಲವಲ್ಲ ಅಂತ ಹೊಟ್ಟೆಕಿಚ್ಚು ಬೇರೆ ಬಿತ್ತು. ಏನಾರೂ ಮಾಡಿ ಮೊಗ ಹುಟ್ಟಿದ ತಕ್ಷಣ ಹೊರಗೆ ಸಾಗಿಸಬೇಕು ಅಂತ ಮನಸ್ಸು ಮಾಡ್ಕಂಡಳು. ಅದರಂತೆ ಸೂಲಗಿತ್ತಿ ಕರೆಸಿ ಮೊಗ ಹುಟ್ಟಿದ ಮೇಲೆ ತಂದುಕೊಡುವಂತೆ ಆಜ್ಞೆಮಾಡಿ, ಒಂದಷ್ಟು ಗಂಟೂ ಕೈಗೆ ಕೊಟ್ಟು ಹೇಳ್ತಾಳೆ. ಅಲ್ಲಿಯ ಕಾವಲುಗಾತೀರ್ಗೂ ಅದೇ ಆಜ್ಞೆ ಮಾಡ್ತಾಳೆ. ಎಲ್ಲರೂ ಹೆದರಿಕೊಂಡು ಒಪ್ಪಿಕೋತಾರೆ. ಅಷ್ಟೊತ್ತಿಗೆ ಒಂದು ಗುಂಡುಕಲ್ಲು ಮಾಡಿಸಿ, ಗೊಂಬೆ ತಿದ್ದಿಸಿ ಇಟ್ಕಂಡಿರ್ತಾಳೆ. ಮೊಗ ಹುಟ್ಟಿದ ತಕ್ಷಣ ಈ ಗುಂಡುಕಲ್ಲು ಸವತಿ ಮಗ್ಗುಲಲ್ಲಿ ಮಲಗಿಸಿ, ಮಗು ತಂದುಕೊಡುವಂತೆ ಆಜ್ಞೆ ಮಾಡಿದಳು. ಅವಳಿ ಮಕ್ಕಳು ಹುಟ್ಟಿದೊ. ಒಂದು ಗಂಡು, ಒಂದು ಹೆಣ್ಣು! ಗುಂಡುಕಲ್ಲು ಮಲಗಿಸಿದರು. ಮೊಗ ಹುಟ್ಟೋದನ್ನೇ ಹೊರಗೆ ಕಾಯ್ತ ನಿಂತಿದ್ದ ಮಂತ್ರೀ ಕೈಗೆ ಈ ಗುಂಡುಕಲ್ಲು ಹೆತ್ತಿದ್ದಾಳೆ ನಿಮ್ಮ ರಾಜರ ಮುದ್ದುರಾಣಿ ಅಂತ ತಂದು ಕೊಡ್ತಾರೆ. ಮಂತ್ರಿ ಆಶ್ಚರ್ಯದಿಂದ ಪೆಚ್ಚುಮೋರೆ ಹಾಕ್ಕಂಡು ಪ್ರಪಂಚದಲ್ಲಿ ಹೀಗೂ ಉಂಟೆ? ಅಂತ ಹೊರಟುಹೋದ. ಈ ಕಡೆ ಎರಡು ಮಕ್ಕಳನ್ನೂ ಒಂದು ಪೆಟ್ಟಿಗೇಲಿ ಮಲಗಿಸಿ, ಅದೇ ಪೆಟ್ಟಿಗೇಲಿ ಒಂದಷ್ಟು ದ್ರವ್ಯ, ಬಟ್ಟೆ, ಹಾಲು, ಗಿಂಡಿ ಇಟ್ಟಳು. ಪೆಟ್ಟಿಗೇನ ಹರಿಯೋ ನೀರ್ನಲ್ಲಿ ಬುಟ್ಟು ಬರುವಂಗೆ ಆಜ್ಞೆ ಮಾಡಿದಳು. ಅದರಂತೆ ದಾದೀರು ಮಾಡಿಬುಟ್ಟರು.

ಅದಾದ ಮೂರು–ನಾಲ್ಕು ದಿನಕ್ಕೆ ರಾಜ ತನ್ನ ರಾಜ್ಯಕ್ಕೆ ಬಂದ. ಇವನು ಬತ್ತಾ ಇರುವಾಗ ವಾದ್ಯ ನುಡೀನಿಲ್ಲ! ಯಾವ ರಾಜಮರ್ಯಾದೇನೂ ಮಾಡ್ಲಿಲ್ಲ. ರಾಜ ಆಶ್ಚರ್ಯ ದಿಂದ, ಏನೋ ನಡೆದಿರಬೇಕು ಅಂತ ಅಂದುಕೊಂಡು ರಾಣೀ ಮಂಚದ ತಾವಕೆ ಬಂದ. ಅಷ್ಟರಲ್ಲಿ ಕಿರಿರಾಣಿ ಗುಂಡುಕಲ್ಲು ಎತ್ತಿಕಂಡು: 'ನಿಮ್ಮ ಮುದ್ದು ರಾಣಿ ಚಂದುಳ್ಳಿ ಮೊಗ ಹೆತ್ತವಳೆ, ತಕ್ಕಳ್ಳಿ' ಅಂತ ರಾಜನ ಕೈಗೆ ಬಿನ್ನಾಣದಲ್ಲಿ ಕೊಟ್ಟಳು. ನಮ್ಮಂಥೋರ್ಗೇ ಅವಮಾನ ತಡೀಯೋಕಾಗಲ್ಲ. ಅಂಥದರಲ್ಲಿ ರಾಜನಿಗೆ ತಡೀಯಾಕಾಯ್ತದ? ಶಿಪಾಯಿ

ಗಳನ್ನ ಕರೆಸಿ ಹನ್ನೆರಡಾಳುದ್ದ ಬಾವಿ ತೋಡಿಸಿ, ಹನ್ನೆರಡು ಖಂಡುಗ ಸುಣ್ಣ ತುಂಬಿಸಿ, ಹನ್ನೆರಡು ಕಾಲಿನ ಏಣಿ ಮಾಡಿಸಿ, ಈ ರಾಣೀನ ಅದರೊಳಕ್ಕೆ ಇಳಿಸಿ, ಮೇಲೆ ಒಂದು ಚಪ್ಪಡಿ ಎಳಿಸಿಬುಡಿ ಅಂತ ಆಜ್ಞೆ ಮಾಡಿದ. ಅಲ್ಲಿದ್ದೋರೆಲ್ಲಾ ದುಃಖ ಮಾಡ್ಕಂಡು ಹೊರಟು ಹೋದರು. ಇಷ್ಟೆಲ್ಲಾನೂ ರಾಜನ ಕೈಲಿ ಮಾಡಿಸಿ ಕಿರಿರಾಣಿ ಎಲ್ಲಾ ಭೋಗಾನೂ ತಾನೊಬ್ಬಳೇ ಪಡೀತಿದ್ದಳು.

ಹರಿಯೋ ನೀರೊಳಗೆ ಬುಟ್ಟಿದ್ದ ಪೆಟ್ಟಿಗೆ ಮುಳಿಕ್ಕಂಡು, ತೇಲ್ಕಂಡು ಹೋಗ್ತಾ ಹೋಗ್ತಾ ಸುಮಾರು ದೂರ ಅಂದರೆ ಈ ರಾಜ್ಯದಿಂದ ದೂರಾನೇ ಹೋಯ್ತು. ಆಗ ಅದೇ ಹೊಳೇಲಿ ಮೀನು ಹಿಡೀತಿದ್ದ ಒಬ್ಬ ಬೆಸ್ತರೋನು ಈ ಪೆಟ್ಟಿಗೆ ನೋಡಿದ. ಹೊಳೆ ದಡದ ಮೇಲೆ ತಂದು, ಬಿಚ್ಚಿಸಿ ನೋಡ್ತಾನೆ; ಎರಡು ಚಿನ್ನದಂತಾ ಮಕ್ಕಳಿದ್ದೊ! ಮಕ್ಕಳೇ ಇಲ್ಲದಿದ್ದ ಅವನಿಗೆ ತುಂಬಾ ಸಂತೋಷವಾಯ್ತು. ದೇವರೇ ನಮಗೆ ಕಳಿಸಿರಬೇಕು ಅಂತ ಮನೆಗೆ ತಕ್ಕೊಂಡೋಗಿ ಹೆಡ್ತಿ ಕೈಲಿ ಕೊಟ್ಟ. ಇದ್ದ ವಿಚಾರ ತಿಳಿಸಿದ. ಇಬ್ಬರೂ ಸಂತೋಷ ಪಟ್ಕಂಡು ಚೆಂದಾಗಿ ಸಾಕಿದರು. ಮಕ್ಕಳು ಬೆಳೀತಾ ಬೆಳೀತಾ ಇದ್ಯಾಬುದ್ಧಿ ಕಲ್ತೊ. ವರ್ಷೊರ್ಷಕ್ಕೂ ಚೆಂದಾಗಿ ಕಲ್ತು ಎಲ್ಲರಿಗಿಂತಲೂ ಮುಂದಾದೊ. ಗೋಲಿ ಗಜ್ಜುಗ ಆಡೂದ್ರಲ್ಲೂ ಮುಂದಾದೊ. ಹಿಂಗೆ ಮುಂದಾದರಲ್ಲ ಅಂತ ಜೊತೆ ಹುಡುಗರು ಅವ್ವ ಅಪ್ಪ ಇಲ್ಲದೇ ಬೆಳದಂತಾವು, ಅದೂ ಬೆಸ್ತರ ಮನೇಲಿ ಬೆಳೆದಂತಾವು; ನೀರಲ್ಲಿ ತೆಲ್ಕಂಡು ಬಂದೋವು ಅಂತ ಆಡ್ಕಂಡು ನಗ್ತಿದ್ದೋ! ಈ ಮಾತ ಇವರಿಬ್ರೂ ಕೇಳ್ಕಂಡು ಮನೆಗೆ ಬಂದು, ಅವ್ವ ಅಪ್ಪನ ತಾವು ಇದೇ ರೀತಿ ಹೇಳಿದೊ ಆಗ ಅವರಿದ್ದವರು ಎಳೆ ಮನಸ್ಸ ನೋಯಿಸಬಾರದಲ್ಲ ಅಂತ ಆ ಮಾತು ಅಲ್ಲೇ ಮರೆಸಿದರು. ಊಟ—ತಿಂಡಿಗೆ ಕೂರಿಸಿ ಸಮಾಧಾನ ಹೇಳಿ ಮಲಗಿಸಿದರು. ರಾತ್ರಿ ಸದ್ದಡಗೋ ಹೊತ್ತು ಆಯ್ತು. ಕಾಳಮ್ಮ ಈ ಎರಡು ಮಕ್ಕಳೂ ಮಲಗಿದ್ದ ಕಡೆ ಬಂದು ಅವರ ಕನಸಿನಲ್ಲಿ ಕಾಣಿಸ್ಕಂಡಂಗೆ ಕಾಣಿಸ್ಕಂಡಳು. ತನ್ನ ದೇವಸ್ಥಾನದ ದಾರಿ ತೋರಿಸಿ, ತನ್ನನ್ನ ಬಂದು ಪೂಜೆ ಮಾಡುವಂತೆ ಹೇಳಿ ಗಂಡು ಹುಡುಗನಿಗೆ: 'ನೀನು ಹಿಡಿದಿದ್ದೆಲ್ಲಾ ಚಿನ್ನವಾಗಲಿ, 'ಆ' ಅಂದಿದ್ದೆಲ್ಲಾ ರಾಮೋಕ್ಷವಾಗ್ಲಿ' ಅಂತ ಹರಸಿ ಹೊರಟು ಹೋದಳು. ಈ ಹುಡುಗ ನಿದ್ದೆಯಿಂದ ಎದ್ದು ಕುತ್ಕಂಡು, ಕನಸಿನಲ್ಲಿ ಬಂದಿದ್ದ ಕಾಳಮ್ಮನ ಜ್ಞಾಪಕ ಮಾಡ್ಕಂಡು, ಹಾದೀನೂ ಜ್ಞಾಪಕ ಮಾಡ್ಕಂಡ. ಆಗ ಸಾಕಿದ ತಂದೆತಾಯಿಗಳ ತಾವಕೆ ಬಂದು, ನಾನು ಇಲ್ಲೇ ಪಕ್ಕದ ಊರಿಗೆ ಹೋಗಿ ಬತ್ತೀನಿ, ನೀವು ನನ್ನ ಯೋಚ್ನೆ ಮಾಡ್ಕಾಬ್ಯಾಡಿ, ಬ್ಯಾಗ್ನೆ ಬಂದುಬುಡ್ತೀನಿ ಅಂತ ಹೇಳಿ ಕಾಲಿಗೆ ಬಿದ್ದು ನಮಸ್ಕಾರ ಮಾಡಿ ತಂಗೀನೂ ಅಲ್ಲೇ ಬುಟ್ಟು ಹೊರಟ.

ಹೋಗ್ತಾ ಹೋಗ್ತಾ ಒಂದು ದೊಡ್ಡ ಕಾಡು. ಅಲ್ಲಿ ಹುಲಿ, ಸಿಂಹದ ಹಿಂಡು, ಆನೆ ಹಂದಿ, ಚಿರತೆ ಹಿಂಡು ಇನ್ನೂ ನೂರಾರು ಬಗೆ ದುಷ್ಟ ಪ್ರಾಣಿಗಳ ಹಿಂಡೆಲ್ಲಾ ಇವನ ಎದುರಿಗೆ ಕಾಣಿಸ್ಕಂಡೋ! ಕಾಳಮ್ಮನ್ನ ಮನಸ್ಸಿನಲ್ಲೇ ಧ್ಯಾನ ಮಾಡ್ತಾ ಮುಂದ್ಮುಂದೆ ಧೈರ್ಯ ಮಾಡ್ಕಂಡು ಹೋದ. ಹೋಗ್ತಾ ಹೋಗ್ತಾ ಒಂದು ಎಸ್ಕಲ್ಲು ದೂರದಲ್ಲೇ ಕಾಳಮ್ಮನ ದೇವಸ್ಥಾನ ಸಿಕ್ತು. ಅಲ್ಲೇ ಇದ್ದ ಕಲ್ಯಾಣೀಲಿ ಸ್ನಾನ–ಮಡಿ ಮಾಡಿದ. ಕಾಳಮ್ಮನ

ಮುಂದೆ ಕೈಮುಗಿದುಕೊಂಡು ಕುಳಿತ. 'ಕಾಳಮ್ಮ...! ನನ್ನ ಅಪ್ಪ ಅಮ್ಮನ ತೋರಿಸು' ಅಂತ ಕೈಮುಗಿದು ಕೇಳಿದ. ಕಾಳಮ್ಮ ಮಾತಾಡಲಿಲ್ಲ! ನೀನು ನನ್ನ ಅಪ್ಪ ಅಮ್ಮನ ತೋರಿಸ್ತೇ ಇದ್ರೆ, ಇದೇ ನಿನ್ನ ಚಂದ್ರಾಯ್ದ ತಕ್ಕಂಡು ನನ್ನ ಕತ್ತ ಕತ್ತರಿಸಿಕಳ್ತೀನಿ! ಅಂತ ಹೇಳಿದ. ಇವನ ಸತ್ಯ ಪರೀಕ್ಷೆ ಮಾಡ್ಬೇಕು ಅಂತ ಕಾಳಮ್ಮ ಸುಮ್ಮನೇ ಇದ್ದಳು. ಒಂದೊಂದು ಸಾರಿ ಕಾಳಮ್ಮನ ಮುಖಾನು ನೋಡೂದು ಕಣ್ಣು ಮುಚ್ಚೂದು, ಹಿಂಗೇ ಮಾಡ್ತಾ ಇದ್ದ. ಕಾಳಮ್ಮ ಏನೂ ಮಾತಾಡಲೇ ಇಲ್ಲ. ಆಗ ಚಂದ್ರಾಯ್ದ ಕೈಗೆ ತಕ್ಕಂಡು, 'ಇದೋ ಕಾಳಮ್ಮ...ನಿನ್ನ ಸತ್ಯ ಇದ್ರೆ ತೋರಿಸು, ಇಲ್ಲದೇ ಇದ್ದರೆ ಬ್ಯಾಡ.' ಅಂತ ಚಂದ್ರಾಯ್ದಾನ ಇನ್ನೇನು ಕತ್ತು ಕತ್ತರಿಸಲು ಹಾಕಬೇಕು, ಅಷ್ಟರಲ್ಲಿ ಕಾಳಮ್ಮ ಪ್ರತ್ಯಕ್ಷ ಆದಳು. 'ಮಗನೇ... ನಿನ್ನ ಅಪ್ಪ ಅಮ್ಮನ ಕಷ್ಟ ಇನ್ನೂ ಪರಿಹಾರ ಆಗ್ನಿಲ್ಲ. ನಿನ್ನನ್ನು ನಾನೇ ನಿಮ್ಮ ಅಪ್ಪ ಅಮ್ಮನಿಗೆ ವರವಾಗಿ ಕೊಟ್ಟಿದ್ದೆ. ಅಲ್ಲೀವರೆಗೆ ಮನಸ್ಸು ತಡ್ಕೊ' ಅಂತ ಸಮಾಧಾನ ಹೇಳಿ ಅವನ ನಾಲಿಗೆ ಮೇಲೆ 'ಬೀಜಾಕ್ಷರ' ಬರೆದಳು. 'ನೀನು ಇಂತಿಂತೇ ಕಡೆ ಅರಮನೆ ಆಗಬೇಕು ಅಂದರೆ ಅಂತಾ ಕಡೇನೇ ಅರಮನೆ ಆಗ್ತದೆ. ಅದಲ್ಲದೆ, ನೀನು ಏನೇಳಿದ್ರು ಅದರಂತೆ ಆಗ್ತದೆ. ಆಗ ನಿನ್ನ ಅಪ್ಪ ಅಮ್ಮನ ಪಡೀಬಹುದು ಅಂತ ಹೇಳಿ ಕಳಿಸ್ತಾಳೆ. ಇಂಥಾ ವರ ಪಡ್ಕಂಡು ದೇವಸ್ಥಾನದಿಂದ ಈಚೆಗೆ ಬಂದ. ಒಂದಷ್ಟು ದೂರದಲ್ಲೇ ಒಬ್ಬ ಋುಸಿ ಮರದ ಕೆಳಗೆ ಕೂತಿದ್ದ. ಆ ಋುಸಿ ಯಾರಪ್ಪಾ ಅಂದ್ರೆ—ಈ ಹುಡುಗನ ಅಪ್ಪನಿಗೆ ಮಾವಿನ ಹಣ್ಣು ಕೀಳಿಸಿ ಕಳಿಸಿದ್ದೋನು! ಸರಿ, ಅವನ ಹತ್ತಿರ ಈ ಹುಡುಗ ಬಂದ. ಕಾಲಿಗೆ ಬಿದ್ದ ಅವನ ಹತ್ತಿರ ಒಂದು ಕೀಲುಗುದುರೆ ಪಡ್ಕಂಡ. ಇವನ ಅಮ್ಮ ಹನ್ನೇಡಾಳುದ್ದದ ಬಾವಿ ಒಳಗೆ ಇರೋದೂ ತಿಳ್ಕಂಡ. ಇಷ್ಟು ತಿಳ್ಕಂಡು ಕೀಲುಗುದುರೆ ಮೇಲೆ ಸಾಕಿದ ಅಪ್ಪ ಅಮ್ಮನ ತಾವಕೆ ಬಂದ. ಒಂದಷ್ಟು ದಿನ ಅಲ್ಲಿದ್ದು ಗುಟ್ಟಾಗಿ ತಂಗೀನೂ ಜೊತೆಗೆ ಕರಕಂಡು ಹನ್ನೇಡಾಳುದ್ದ ಬಾವಿ ಒಳಗೆ ಇದ್ದ ತನ್ನ ಹೆತ್ತಮ್ಮನ ಹತ್ತಿರ ಕೀಲುಗುದುರೇ ಮೇಲೆ ಬಂದು ಪೂಜೆ ಮಾಡ್ಕಂಡು ಹೋಗ್ತಿದ್ದ. ಕಾಳಮ್ಮನ ಮಾಯದಿಂದ ಇವರು ಬಂದು ಹೋಗೂದು ಯಾರಿಗೂ ಗೊತ್ತಾಗ್ತಿರಲಿಲ್ಲ. ಇವರು ಬಂದು ಹೋಗಿ ಮಾಡ್ತಿದ್ದುದ್ದು ಸಾಕಿದ ಅಂಬಿಗ ಅಪ್ಪ—ಅಮ್ಮನಿಗೂ ಗೊತ್ತಿರಲಿಲ್ಲ.

ಹಿಂಗೇ ಕಾಲ ಕಳೀತಿರ್ಬೇಕಾರೆ, ಅಂಬಿಗ, ಅಪ್ಪ—ಅಮ್ಮನ ತಾವುಕೆ ಬಂದು 'ನಾವಿಬ್ಬರೂ ದೇವರಿಗೆ ಹೋಗಿ ಬತ್ತೀವಿ, ಆಶೀರ್ವಾದ ಮಾಡಿ ಕಳಿಸಿಕೊಡಿ' ಅಂತ ಕೇಳಿದರು. 'ಮಕ್ಕಳಿಲ್ಲಾಂತ ನಿಮ್ಮನ್ನ ಇಷ್ಟು ದಿನ ಸಾಕಿಕೊಂಡಿದ್ದೊ. ಆದರೆ ಈ ಹೊತ್ತು ಹ್ಯಾಂಗೆ ಕಳಿಸ್ಕೊಡೋನ ಮಕ್ಕಳೇ' ಅಂದರು. 'ನೀವೇನೂ ಯೋಚ್ನೆ ಮಾಡಬೇಡಿ. ನಾವು ಬಂದು ನಿಮ್ಮನ್ನ ಕಂಡೇ ಕಾಣ್ತೀವಿ. ನಮಗೆ ದೇವರ ಸಾಕಾರ ಇದ್ದೇ ಇದೆ. ದುಃಖ ಮಾಡದೆ ಸಂತೋಷದಿಂದ ಕಳಿಸ್ಕೊಡಿ' ಅಂತ ಕಾಲಿಗೆ ಬಿದ್ದು ಬೇಡ್ಕಂಡರು. 'ನಿಮಗೆ ಒಳ್ಳೇದಾಗ್ಲಿ ಹೋಗಿ ಬನ್ನಿ. ಮಕ್ಕಳೇ' ಅಂತ ಆಶೀರ್ವಾದ ಮಾಡಿ ಕಳಿಸ್ಕೊಟ್ಟರು. ಅಲ್ಲಿಂದ ಬರ್ತಾ ಬರ್ತಾ ಹುಟ್ಟಿಸಿದ ಅಪ್ಪನ ಪಟ್ಟಣಕ್ಕೆ ಒಂದಷ್ಟು ದೂರದಲ್ಲೇ ನಿಂತರು. ಕಾಳಮ್ಮ ಹೇಳಿದ್ದಂಗೆ ಇಲ್ಲೊಂದು ಸುಂದರವಾದ ಅರಮನೆ ಆಗಲಿ ಅಂದ. ಅದರಂತೆ ಒಳ್ಳೆ ಸುಂದರವಾದಂಥ ಅರಮನೆಯಾಯ್ತು. ಅರಮನೆಗೆ ತಕ್ಕಂತೆ ಶಿಪಾಯಿಗಳೂ ದಾದೀರೂ ಗೌಡೀರೂ ಎಲ್ಲರೂ

ಉತ್ಪತ್ತಿಯಾದರು. ಅದೇ ಅರಮನೆಯಲ್ಲಿ ತನ್ನ ತಂಗೀನ ಇರಿಸಿ, ಕೀಲುಕುದುರೇ ಮೇಲೆ ಆಕಾಶ ಮಾರ್ಗವಾಗಿ ಹೊರಟ.

ಹೋಗ್ತಾ ಹೋಗ್ತಾ ಸುಮಾರು ದೂರ ಹೋದ. ಒಂದು ಕಡೆ ಆಕಾಶದಲ್ಲಿ ಕುದುರೆ ನಿಲ್ಲಿಸಿ ಕೆಳಗೆ ಬಗ್ಗಿ ನೋಡ್ತಾನೆ. ಅಲ್ಲಿ ಹೆಣ್ಣು ಮಕ್ಕಳ ಸದ್ದು ಕೇಳ್ತು. ಹೆಣ್ಣು ಅಂದ ಮೇಲೆ ಪ್ರಾಯದ ಮಗನಿಗೆ ಮುಂದ್ಕೆ ಹೋಗಾಕೆ ಮನಸ್ಸು ಬರ್ಲಿಲ್ಲ. ಕೆಳಕ್ಕೆ ಇಳಿದ. ಅವರ ಆಟನೆಲ್ಲಾ ನೋಡಿದ. ಅಷ್ಟರಲ್ಲಿ ಒಬ್ಬಳ ಸೀರೆ ತಕ್ಕಂಡು ಓಡ್ತಿದ್ದ. ಇವನು ಸೀರೆ ತಕ್ಕಂಡು ಓಡ್ತಿದ್ದುದ್ದ ಆ ಹೆಣ್ಣು ಮಕ್ಕಳು ನೋಡಿದರು. ಇವನ ಹಿಂದಿಂದೇನೇ ಅವರೂ ಓಡಿ ಹೋದರು. ಸೀರೆ ತಕ್ಕಂಡು ಕಾಳಮ್ಮನ ಹತ್ತಿರ ಹೋದ. ಇವನು ಹೋಗ್ತಿದ್ದಂಗೇ ಕಾಳಮ್ಮನ ದೇವಸ್ಥಾನದ ಗಂಟೆ ಸದ್ದು, ಗಾಳಿ ಸದ್ದು ಆಯ್ತು. ಕಾಳಮ್ಮನಿಗೆ ಅರ್ಥವಾಯ್ತು. ಇವನು ಕದ್ದುಕೊಂಡು ಬಂದ ಸೀರೆ ದೇವಗನ್ನೇದೂ ಅಂತಲೂ ಅರ್ಥವಾಯ್ತು! ಅಷ್ಟೊತ್ತಿಗೆ ಹುಡುಗನನ್ನು ಕಾಳಮ್ಮ ಕೈಮೊಗ ಮಾಡಿ ತನ್ನ ಕಾಲ್ತಾವು ಮಲಗಿಸಿಕೊಂಡಳು. ದೇವಗನ್ನೇನೂ ದೇವಸ್ಥಾನಕ್ಕೆ ಬಂದಳು. ಅಲ್ಲಿ ಕಾಳಮ್ಮನನ್ನ ಕಂಡು: 'ನನ್ನ ಸೀರೆ ಕದ್ದುಕಂಡು ಬಂದೋರು ಯಾರು ದೇವಿ?' ಅಂತ ದೇವಗನ್ನೆ ಕಾಳಮ್ಮನನ್ನ ಕೇಳಿದಳು. 'ನಿನ್ನ ಸೀರೆ ತಂದೋನ್ನ ನೀನು ಮದುವೆ ಆದರೆ, ಹೇಳ್ತೀನಿ' ಅಂದಳು. 'ನನ್ನ ಅದೃಷ್ಟ ಹಂಗೇ ಇದ್ದರೆ, ಆಗಲಿ' ಅಂದಳು ಇವಳು. 'ನೀನು ನರಮನುಷ್ಯನನ್ನು ಮದುವೆ ಆಗ್ಬೇಕಲ್ಲಾ ಅಂತ ಯೋಚ್ನೆ ಮಾಡ್ಬೇಡ. ಅವನು ನನ್ನ ಮಗನೇ!' ಅಂದಳು ಕಾಳಮ್ಮ. 'ಆಗಲಿ ಅಂದಳು' ದೇವಗನ್ನೆ. 'ಹಂಗಾರೆ ಈ ಮೊಗಾನ ಮೊಗ್ಗಲಿಗೆ ಹಾಕ್ಕಂಡು ಈದಿನ ಇಲ್ಲೇ ಮಲಗು' ಅಂತ ಮಲಗಿಸಿದಳು ಕಾಳಮ್ಮ.

ದೇವಗನ್ನೆ ಮೊಗಾನ ಮೊಗ್ಗಲಿಗೆ ಹಾಕ್ಕಂಡು ಮಲಗಿರೋ ತಾವುಕೆ ಕಾಳಮ್ಮ ಬಂದಳು. ಮೊಗಾನ ಮೈಮೇಲೆ ಕೈಸವರಿ ದೊಡ್ಡೋನಾಗುವಂಗೆ ಮಾಡಿ ಮಾಯವಾದಳು. ಬೆಳಗಾಯ್ತು. ದೇವಗನ್ನೆ ಕಣ್ಣೊಸಗಿಕೊಂಡು ಕಣ್ಣುಬುಟ್ಟು ನೋಡ್ತಾಳೆ, ಒಬ್ಬ ಗಂಡಸು ಪಕ್ಕದಲ್ಲಿ ಮಲಗವನೆ! ಅವಳ ಎದೆ 'ಡಗಡಗ' 'ಡಗಡಗ' ಅಂತ ಬಡಿದುಕಳ್ತು. 'ದಡಕ್ಕ'ನೆ ಮೇಲಕ್ಕೆ ಎದ್ದು ನಿಂತ್ಕಂಡಳು. ಅಷ್ಟರಲ್ಲಿ ಕಾಳಮ್ಮ ಪ್ರತ್ಯಕ್ಷವಾಗಿ ದೇವಗನ್ನೆ, ಹೆದರಬೇಡ... ನಾನು ಬೇಕುಬೇಕಂತ ಇವನನ್ನ ಮೊಗಾ ಮಾಡಿ ನಿನ್ನ ಮೊಗ್ಗಲಿಗೆ ಕೊಟ್ಟಿದ್ದೆ. 'ಇವನೇ ಆ ಪುರುಷ ನೋಡು, ನಿನಗೆ ಸರಿಯಾಗಿ ಹೊಂದುಕೊಳ್ವಾದಿಲ್ವೆ?' ಅಂದಳು. 'ನಿಮ್ಮಿಷ್ಟದಂತೇ ಆಗಲಿ ದೇವಿ' ಅಂದಳು. 'ನನ್ನಿಷ್ಟ ಏನು ಬಂತು. ನೀನು ಮದುವೆಯಾದರೆ ಎಲ್ಲ ಸರಿ ಹೋಗ್ತದೆ' ಅಂತ ಕಾಳಮ್ಮ ಹೇಳಿದಳು. ಸರಿ ಒಪ್ಪಕಂಡು ಅಲ್ಲೇ ಮದುವೆಯಾದಳು. ಇವಳ ಮದುವೆ ಸಮಯಕ್ಕೆ ಸರಿಯಾಗಿ ದೇವಲೋಕದಿಂದ ಹೂವಿನ ಮಳೆ ಸುರೀತು ಕಾಳಮ್ಮ ಆಶೀರ್ವಾದ ಮಾಡಿ ಕಳಿಸ್ಕೊಟ್ಟಳು.

ಇವನು ದೇವಗನ್ನೇನೂ ಕರ್ಕೊಂಡು ತನ್ನ ಅರಮನೆಗೆ ಒಂದಷ್ಟು ದೂರದಲ್ಲಿ ಇನ್ನೊಂದು ಅರಮನೆಯಾಗುವಂಗೆ ಕೇಳ್ಕಂಡ. ಕಾಳಮ್ಮನ ವರದಿಂದ ಅರಮನೆಯಾಯ್ತು. ಆ ಅರಮನೆಯಲ್ಲೇ ತನ್ನ ಹೆಡ್ತಿ ಇರಿಸಿ, ಎಲ್ಲಾ ಸೌಕರ್ಯಾನೂ ಪಡೀತಿದ್ದ.

ಈ ಕಡೆ ತಂಗಿ ಅರಮನೆ ಮುಂದೆ ಹೂವು ಮಾರೋಳು ಮಲ್ಲಿಗೆ ಮೊಗ್ಗು ತಕ್ಕಂಡೋಗ್ತಿದ್ದುದ್ದನ್ನ ನೋಡಿ ಕರೆಸುತ್ತಾಳೆ. ಒಂದಷ್ಟು ಕೊಂಡುಕಂಡು, ವರ್ತನೇನೂ ಮಾಡಿಕಂಡಳು. ಹೂವಾಡಿಗರೋಳೂ: 'ಇಷ್ಟೊಂದು ಚೆಂದಾಗಿ ಅರಮನೆ ಕಟ್ಟಿಸಿದ್ದೀರಲ್ಲ, ಯಾವ ದೇಶದ ರಾಜನ ಮಗಳವ್ವ ತಾಯಿ?' ಅಂದಳು. 'ನನಗೆ ಯಾವುದೂ ಗೊತ್ತಿಲ್ಲ ಕಣಮ್ಮ, ನನ್ನ ಅಣ್ಣಯ್ಯ ಒಬ್ಬೋನೇ ಇರೋನು' ಅಂತ ಹೇಳಿದಳು. ಹೂವಾಡುಗಿತ್ತೀನೂ ಹೊರಟೋಗಿ, ಮತ್ತೆ ವರ್ತನೇ ಹೂವು ಕೊಟ್ಟು, ರಾಜಕುಮಾರಿ ನೋಡ್ತಾ: 'ಈ ಅರಮನೆ ಚಂದಕ್ಕೂ ನಿಮ್ಮ ಚೆಂದಕ್ಕೂ ಒಂದು ಕೆಂಡಸಂಪಿಗೆ ಗಿಡ ಹಾಕಿಸಿದರೆ ಬಾಳಾ ಚೆಂದಾಗಿರ್ತೈತೆ ಕಣವ್ವ' ಅಂತ ಹೇಳಿ ಹೊಂಟೋದಳು. ಅದರಂತೆ ಅಣ್ಣ ಬಂದ ಮೇಲೆ ತರಿಸಿ ಹಾಕಿಸಿದಳು. ಅದರ ಮಾರನೇ ದಿನ ಹೂವಾಡಿಗರೋಳು ಬಂದು ರಾಜಕುಮಾರಿ ನೋಡ್ತಾ ನೋಡ್ತಾ: 'ಅಯ್ಯೋ, ನಿಮ್ಮ ಚೆಂದಕ್ಕೂ ಅಂದಕ್ಕೂ ಒಂದು ಗಜನಿಂಬೀ ಗಿಡಾನೂ ಹಾಕಿಸಿದರೆ ಚೆಂದಾಗಿರ್ತೈತೆ ಕಣವ್ವ' ಅಂತೇಳಿ ಹೂವು ಕೊಟ್ಟು ಹೊಂಟೋದಳು. ಅದರಂತೆ ಅಣ್ಣ ಬಂದ ಮೇಲೆ ಹೇಳಿ ತರಿಸಿ ಹಾಕಿಸಿದಳು. ಅದರ ಮಾರನೇ ದಿನಾನು ಎಂದಿನಂತೆ ಬಂದು ರಾಜಕುಮಾರಿನ ನೋಡ್ತಾ ನೋಡ್ತಾ: 'ಅವ್ವ ಅವ್ವಾ...! ಇಷ್ಟೊಂದು ಚೆಂದಾಗಿ ಕಾಣ್ತಾ ಅವೆ, ಈ ಗಿಡಗಳು. ಇವುಗಳ ಜೊತೆಗೆ ಏಳುಸುತ್ತಿನ ಮಲ್ಲಿಗೆ ಗಿಡಾನೂ ತರಿಸಿ ಹಾಕಿಸಿದರೆ ಈ ಪಟ್ಟಣವಾದ ಪಟ್ಟಣವೆಲ್ಲಾ ಗಮ್ಮಗಮಗೆ ಚೆಂದಾಗಿರ್ತೈತೆ ಕಣವ್ವ' ಅಂತ ಹೇಳಿ ಹೊರಟು ಹೋದಳು. ಅದರಂತೆ ತರಿಸಿ ಹಾಕಿಸಿದಳು. ಹೂವಾಡಿಗರೋಳೂ ರಾಜಕುಮಾರೀನೂ ಬಾಳಾ ಪರಿಚಯವಾದರು.

ಇವರ ಕತೆ ಇಷ್ಟಾದ ಮೇಲೆ ಈಕಡೆ ರಾಜ–ಮಂತ್ರಿ ಇಬ್ಬರೂ ದೇಶ ಸುತ್ತಿಕಂಡು ಬರಾಕೆ ಅಂತ ಹೊರಟರು. ಬತ್ತಾ ಬತ್ತಾ ಈ ಅರಮನೆ ತಾವುಕೆ ಬಂದರು. ರಾಜನಿಗೆ ಈ ಅರಮನೆ ನೋಡಿ ಬಾಳ ಸಂತೋಷವಾಯ್ತು. ಇಂಥ ಅರಮನೆಯನ್ನ ಅದೂ ನನ್ನ ರಾಜ್ಯದಲ್ಲಿ ನನ್ನ ಅಪ್ಪಣೆ ಇಲ್ಲದೆ ಯಾರು ಕಟ್ಟಿಸಿರಬಹುದು? ಅಂತ ಅಚ್ಚರ್ಯವಾಯ್ತು. ಅರಮನೆ ಮುಂದೆ ಬಂದರು. ಆ ಹುಡುಗಿ ಸ್ನಾನ ಮಾಡಿದ ಮೇಲೆ ಮಂಡೆ ಸಿಕ್ಕು ಬುಡಿಸುತ್ತ ಅರಮನೆ ನಾಲ್ಕನೇ ಅಂತಸ್ತಿನಲ್ಲಿ ನಿಂತಿದ್ದಳು. ರಾಜ ಇವಳನ್ನ ನೋಡಿದ. ಅವಳ ಮೇಲೆ ಆಸೇನೂ ಮಾಡಿದ. ಹೆಂಗಾರೂ ಮಾಡಿ ಅವಳನ್ನ ಮದುವೆ ಆದರೆ, ಅವಳ ಹೊಟ್ಟೆಲಾರೂ ಮಕ್ಕಳಾಗಬಹುದು ಅಂತ ಇವನ ಆಸೆ. ತನ್ನ ಮಗಳು ಅಂತ ಇವನಿಗೂ, ಅವನು ತನ್ನ ತಂದೆ ಅಂತ ಅವಳಿಗೂ ಗೊತ್ತಿಲ್ಲ. ಪಾಪ, ಪ್ರಯಾಣ ಅಲ್ಲಿಗೇ ನಿಲ್ಲಿಸಿ ತನ್ನ ಅರಮನೆಗೆ ರಾಜ ಹಿಂತಿರುಗಿದ. ಅಲ್ಲಿ ಇವಳದೇ ಯೋಚ್ನೆಯಾಯ್ತು. ಹೂವಾಡುಗಿತ್ತಿ ಕರೆಸಿ ಇದ್ದ ವಿಚಾರ ತಿಳಿಸಿದ. ಅವಳು ಯಾರು ಏನು? ಯಾವ ದೇಶದ ರಾಜನ ಮಗಳು? ಅನ್ನೋದನ್ನ ತಿಳಿದುಕಂಡು ಬರುವಂತೆ ಹೇಳಿದ. ಆಗ ಹೂವಾಡುಗಿತ್ತಿ: 'ಸ್ವಾಮಿ... ನಾನು ಅದೇ ಅರಮನೆಗೆ ದಿನಾಲೂ ಹೂವು ತಕ್ಕಂಡೋಗಿ ಮಾರ್ತಾ ಇದ್ದೀನಿ. ಒಂದು ದಿನ ಅವಳ ವಿಚಾರ ಕೇಳೂದರಲ್ಲಿ, ನನಗೆ ಏನೂ ಗೊತ್ತಿಲ್ಲ. ನನಗೆ ಇರೋನು ಒಬ್ಬನೇ ಅಣ್ಣ ಅಂತ ಹೇಳಿ ಮನೆ ಒಳಕ್ಕೆ ಹೊರಟೋದಳು. ಅದಕ್ಕೆ ಮತ್ತೊಂದು ಸರ್ತಿ ಹೋಗಿ ಕೇಳೂದು ಸರಿಯಲ್ಲ. ಈಗ ಒಂದು ಉಪಾಯ ಮಾಡಿದ್ದೀನಿ' ಅಂದಳು.

'ಅದೇನು ಬ್ಯಾಗ್ನೆ ಹೇಳು' ಅಂದ ರಾಜ. 'ಏನೂ ಇಲ್ಲ. ಅವರಿಗೆ ಅನ್ನ ಸಂತರ್ಪಣೆ ಇಟ್ಕಂಡು ಇಲ್ಲಿಗೇ ಕರೆಸಿದರೆ ಎಲ್ಲಾನೂ ಕೇಳಬಹುದು' ಅಂದಳು. 'ಹಂಗಾರೆ ನೀನು ಹೋಗು' ಅಂತ ಹೇಳಿ ಮಂತ್ರಿ ಕರೆಸಿ, ಇದ್ದ ವಿಚಾರ ಮಾತಾಡಿದ. ಮೊದಲು ಇಂಥಾದಿನ ಬರಬೇಕು ಅಂತ ಈ ಹುಡುಗಿಯ ಅರಮನೆಗೆ ರಾಜ ಓಲೆ ಕಳಿಸಿದ. ಈ ಓಲೇನ ನೋಡಿ ಅಣ್ಣನಿಗೆ ತಿಳಿಸಿದರಾಯ್ತು ಅಂತ ಸುಮ್ಮನಾದಳು.

ಸಂಜೆ ಹೊತ್ತಿಗೆ ಅಣ್ಣ ಬಂದ. ಇದ್ದ ವಿಚಾರ ತಿಳಿಸಿದಳು. ಆಗ ಅಣ್ಣ ಅವರಿಗೇ ಇಂಥ ದಿನ ಅನ್ನ ಸಂತರ್ಪಣೆಗೆ ನೀವೇ ಮೊದಲು ಬನ್ನಿ ಅಂತ ಓಲೆ ಕಳಿಸಿದ. ತಂಗಿ ಕರಕಂಡು ಹೆಡ್ತಿ ಅರಮನೆಗೆ ಹೋದ. ತಂಗಿ ಅಲ್ಲಿದ್ದ ದೇವಗನ್ನೆ ನೋಡಿ ಗರಬಡಿದವಳಂತೆ ನಿಂತ್ಕಂಡಳು. ಆಗ ಅಣ್ಣ ಅತ್ತಿಗೇನ ಪರಿಚಯ ಮಾಡಿಕೊಟ್ಟ. ಹಿಂದ್ಲಿಂದ ಅವಳ ಕತೇ ನೆಲ್ಲಾ ಹೇಳಿದ. ಹೆತ್ತ ತಾಯಿ ಕರೆತರೋಕೆ ಅಂತ ಸ್ನಾನ-ಮಡಿ ಮಾಡಿ, ತಟ್ಟೇಲಿ ಅರಸಿನ, ಕುಂಕುಮ, ಸೀರೆ, ಕಳಸ ಕನ್ನಡಿ ತಕ್ಕಂಡು ಕೀಲು ಕುದುರೆಮೇಲೆ ಎಲ್ಲರೂ ಹೊರಟರು. ಬಾವಿ ತಾವು ಕುದುರೆ ನಿಲ್ಲಿಸಿದರು. ಅಲ್ಲಿದ್ದ ಕಾವಲುಗಾರರನ್ನೆಲ್ಲಾ ಒಂದೊಂದೇ ಏಟಿಗೆ ಕತ್ತಿರಿಸಿ ಬಾವಿ ಒಳಗಡೆ ಇಳಿದು ತಾಯಿ ಬಂಧನ ಬುಡಿಸಿ ಮೇಲಕ್ಕೆ ಕರಕಂಡು ಬಂದರು. ಅಲ್ಲೇ ಹೊಸ ಸೀರೆ ಉಡಿಸಿ, ಕುಂಕುಮ ಗಂಧ ಇಟ್ಟು ಕುದುರೆ ಮೇಲೆ ಕೂರಿಸಿಕಂಡು ತಂಗಿ ಅರಮನೆಗೆ ಬಂದರು. ತಾಯಿ ಆಗ ಕಣ್ಣುಬುಟ್ಟು ನೋಡ್ತಾಳೆ, ಅರಮನೆ! ಊಟ ಉಪಚಾರ ಮಾಡಿ ಸುಧಾರಿಸಿಕಂಡ ಮೇಲೆ ಇವರ ಕಥೇನೆಲ್ಲಾ ಹೇಳಿದರು. ಒಬ್ಬರಿಗೊಬ್ಬರು ತಬ್ಬಿಕಂಡು ಅತ್ತು ಕರೆದು, ಕೊನೆಗೆ ಒಂದು ಕಡೆ ಸೇರಿದೆವಲ್ಲಾಂತ ಸಂತೋಷಪಟ್ಟರು.

ಅನ್ನ ಸಂತರ್ಪಣೆಗೆ ಹೇಳಿದ್ದರಿಂದ ರಾಜ ತನ್ನ ಪರಿವಾರನೆಲ್ಲಾ ಕರಕಂಡು ಬಂದ. ಇವನು ಬರುತ್ತಿದ್ದುದು ಇವರಿಗೆ ಗೊತ್ತಾಯ್ತು. ಸರಿ, ಕಾಳಮ್ಮನ ವರದಿಂದ ಊಟ ತಿಂಡಿ ಸಿದ್ಧಮಾಡಿದರು. ಬಂದಂತಾ ರಾಜನನ್ನ ರಾಜಮರ್ಯಾದೇಲಿ ಕರಕಂಡು ಬಂದರು. ಇವರು ಇಳಿದುಕೊಳ್ಳಾಕೆ ಒಂದು ಸಣ್ಣ ಮನೆ ಕೊಟ್ಟರು. ಊಟದ ಹೊತ್ತಾಯ್ತು. ಎಲ್ಲರನ್ನೂ ಕೂರಿಸಿ ಊಟ ಹಾಕಿದರು. ರಾಜ ಮಂತ್ರಿ ಇಬ್ಬರಿಗೂ ಬೇರೆ ಕೂರಿಸಿದರು. ತಾಯಿ ಮಕ್ಕಳು ಸೊಸೆ ಒಂದೊಂದು ಬಗೆ ತಿಂಡಿ ತಕ್ಕಂಡು ಬಡಿಸೋಕೆ ಸಾಲಾಗಿ ಹೋದರು. ಮುಂದೆ ತಾಯಿ ಬುಟ್ಟುಕಂಡು ಹೋದರು. ರಾಜ ತನ್ನ ರಾಣೀ ಗುರ್ತು ಕಂಡ. ಮತ್ತೂ ಗುರ್ತುಮಾಡಿ ಮುಂಗೈ ಹಿಡಕಂಡ! ಆಗ ಮಗನಿದ್ದವನು: 'ನೀವ್ಯಾರು ನಮ್ಮ ತಾಯಿ ಮುಂಗೈ ಹಿಡಿಯೋಕೆ?' ಅಂದ 'ಇವಳು ನನ್ನ ಹೆಡ್ತಿ, ನನ್ನ ಪಟ್ಟದ ರಾಣಿ' ಅಂದ ರಾಜ. 'ನಿನ್ನ ಪಟ್ಟದ ರಾಣಿ ಇಲ್ಲೆಲ್ಲಿ ಬಂದಳು. ಮೊದಲೇ ಹನ್ನೆರಡಾಳುದ್ದದ ಬಾವಿ ತೆಗೆಸಿ, ಹನ್ನೆರಡು ಖಂಡುಗ ಸುಣ್ಣ ತುಂಬಿಸಿ, ಬಾವೀಲಿ ಭದ್ರವಾಗಿಟ್ಟಿದ್ದೆ! ನನ್ನ ತಾಯೀನ ನನ್ನ ಹೆಡ್ತಿ ಅಂತ ಕೈ ಹಿಡಕಳ್ತೀಯಲ್ಲ, ನಿನಗೆ ನಾಚಿಕೇನೇ ಇಲ್ವಾ?' ಅಂತ ಗದರಿಸಿದ. ಅವಳ ಕೈ ಬುಟ್ಟು ಮಂತ್ರಿ ಮೊಕ ನೋಡ್ತಾ ಕುಳಿತುಕಂಡ. ಇವನ ಸ್ಥಿತಿ ನೋಡಿ ಎಲ್ಲ ವಿಚಾರಾನೂ ಹಿಂದ್ಲಿಂದ ಹೇಳಿಕಂಡು ಬಂದ. ಆಗ ಈ ಮಕ್ಕಳು ತನ್ನ ಹೆಡ್ತಿ ಹೊಟ್ಟೆಯಲ್ಲಿ

ಹುಟ್ಟಿದವರು ಅಂತ ಒಪ್ಪಿಕಳ್ಳದೆ ಒಂದು ಪರೀಕ್ಷೆಗೆ ಗುರಿ ಮಾಡಿದ. ಅದೇನಪ್ಪ ಅಂದರೆ: ಏಳು ಕೊಪ್ಪರಿಗೆ ಎಣ್ಣೆ, ಏಳು ಕೊಪ್ಪರಿಗೆ ತುಪ್ಪ ಕುದಿಸಿ, ಅದರಲ್ಲಿ ತಾಯಿ–ಮಕ್ಕಳು ಸ್ನಾನ ಮಾಡಬೇಕು. ಸ್ನಾನ ಮಾಡಿದ ಮೇಲೆ ತಾಯಿ–ಮಕ್ಕಳ ಮಧ್ಯೇದಲ್ಲಿ ಏಳು ತೆರೆ ಹಾಕಿಸಿ ತಾಯಿ ಎದೆ ಹಾಲು ಮಕ್ಕಳ ಬಾಯಿಗೆ ಆ ಏಳು ತೆರೇನೂ ಹಾಯ್ಕಂಡು ಬರಬೇಕು. ಆಗ ನನ್ನ ಮಕ್ಕಳು ಅಂತ ಒಪ್ಪಿಕಳ್ತೀನಿ ಅಂದ. ಅದರಂತೆ ಇವರೂ ಆಗಲಿ ಅಂತ ಒಪ್ಪಿಕಂಡರು. ಎಲ್ಲಾ ಪರೀಕ್ಷೇನೂ ಗೆದ್ದು ಕಂಡರು. ಕಾಳಮ್ಮ ಪ್ರತ್ಯಕ್ಷವಾಗಿ ರಾಜನಿಗೆ ಎಲ್ಲಾ ವಿಚಾರಾನೂ ತಿಳಿಸಿದಳು. ಆಗ ಕಾಳಮ್ಮನಿಗೆ ನಮಸ್ಕಾರ ಮಾಡಿದರು. ಆಮೇಲೆ ಮಗನಿಗೆ ಪಟ್ಟ ಕಟ್ಟಿಸಿದ. ದೇವಲೋಕದಿಂದ ಪಟ್ಟದ ಮಗನಿಗೆ ಹೂವಿನ ಮಳೆಯಾಯ್ತು. ಈ ತೊಂದರೆಗೆಲ್ಲಾ ಕಾರಣ ಕಿರಿರಾಣಿ ಅಂತ ಗೊತ್ತಾದ ಮೇಲೆ ಅವಳನ್ನು ಸಿಗಿಸಿ ಕೋಟೆ ಬಾಗಿಲಿಗೆ ತೋರಣ ಕಟ್ಟಿಸಿದರು. ಕಾಳಮ್ಮನ ವರದಿಂದ ಅರಮನೆಲಿದ್ದ ದುಷ್ಟರೂ ದೂರವಾದರು. ಆಮೇಲೆ ಎಲ್ಲರೂ ಸುಖವಾಗಿದ್ದರು.

**

೧೭. ಕೊಳಕಿಯ ಕತೆ

ಒಂದೂರು. ಅಲ್ಲೊಬ್ಬ ಗಂಡ, ಹೆಂಡತಿ ಇದ್ದರು. ಹೆಂಡತಿ ಕೆಲಸ ಮಾಡುವುದರಲ್ಲಿ ತುಂಬಾ ಕೊಳಕುತನ ಮಾಡುತ್ತಿದ್ದಳು. ಕಸಗುಡಿಸಿದರೆ ಅಲ್ಲಲ್ಲೇ ತಳ್ಳೋದು, ಅಲ್ಲಲ್ಲೇ ಅಡಿಗೆ ಮಾಡುವುದು ಹೀಗೆ ಮಾಡುತ್ತಿದ್ದಳು. ಎಷ್ಟು ಮಾಡಿದರೂ ಇವರಿಗೆ ಹೊಟ್ಟೇನೆ ತುಂಬುತ್ತಿರಲಿಲ್ಲ. ಒಂದು ದಿನ ಗಂಡ: 'ನಾನು ದೇವುರ್ ಪೂಜೆ ಮಾಡ್ಬೇಕು. ಎಲ್ಲಾ ಅಚ್‌ಕಟ್ಟಾಗಿ ಗುಡ್ಸಿ ಸಾರ್ಸಿ ಮಾಡು' ಅಂದ. ಹಾಗೆ ಅಂದು ಅವನು ಹೊಳೆಗೆ ಸ್ನಾನಕ್ಕೆ ಹೋದ. ಇವಳು ಎಲ್ಲಾನೂ ಗುಡ್ಸಿ ಸಾರ್ಸಿ ಅಚ್ಚುಕಟ್ಟಾಗಿ ಅಡಿಗೆ ಮಾಡಿದಳು.

ಒಂದು ದೆವ್ವ ಇತ್ತು. ಅದು ಪ್ರತಿನಿತ್ಯ ಬಂದು, ಅನ್ನ, ಸಾರು ಎಲ್ಲಾನೂ ಬಗ್ಗಿಸಿಕೊಂಡು ಹೋಗುತ್ತಿತ್ತು. ಆ ದಿನವೂ ಬಂತು. ಉತ್ರಾಸಿನ ಮೇಲೆ ಬಂದು ಕುಳಿತುಕೊಂಡಿತು. ಆದರೆ ಅದಕ್ಕೆ ಈ ದಿನ ಒಲೆಯ ಮೇಲಿರುವ ಅನ್ನ, ಸಾರನ್ನು ಮುಟ್ಟುವುದಕ್ಕೆ ಆಗಲಿಲ್ಲ. ಹಾಗೆ ಕುಳಿತುಕೊಂಡಿತ್ತು.

ಈ ಕಡೆ ಇವನು ಹೊಳೆಯಲ್ಲಿ ಸ್ನಾನ ಮಾಡಿ ಬರುತ್ತಿದ್ದ. ದಾರಿಯಲ್ಲಿ ಒಂದು ಮರದ ಮೇಲೆ ಗಂಡುದೆವ್ವ ಕುಳಿತುಕೊಂಡಿತ್ತು. 'ನಂಜಪ್ನೋರೆ, ನಂಜಪ್ನೋರೆ' ಅಂತ ಕೂಗಿ, 'ನಮ್ಮಂಗ್ಳಾದೇವಿ ನಿಮ್ಮಂಗ್ಳಕ್ಬಂದಿದ್ರೆ, ನಮ್ ಕಂದ ಕೈಲೂ ನಿಲ್ದೂ ಬಾಯ್ಲೂ ನಿಲ್ದು ಬೇಗುನ್ ಬರೇಳಿ'—ಅಂತ ಹೇಳಿತು. ಇವನು ಅತ್ತಾ ಇತ್ತಾ ತಿರುಗಿ ನೋಡಿದ, 'ಯಾರ್ರೂ ಕಾಣೆ ಇದೇನಿದು' ಅಂತ ಮನೇಗೆ ಬಂದ. ಮನೆಗೆ ಬಂದ ಕೂಡಲೇ ಹೆಂಡತಿಯನ್ನು ಕರೆದು: 'ನೋಡೇ ಒಳೇದಾರೀಲಿ ಬತ್ತಾ ಇದ್ದೆ, 'ನಂಜಪ್ನೋರೆ, ನಂಜಪ್ನೋರೆ' ಅಂತ ಕೂಗ್ದಂಗಾಯ್ತು. ಆಮೇಕೆ ನಮ್ಮಂಗ್ಳಾದೇವಿ ನಿಮ್ಮಂಗ್ಳಕ್ಬಂದಿದ್ರೆ ಬೇಗುನ್ ಬರೇಳಿ ನಮ್ಮ ಕಂದ ಕೈಲೂ ನಿಲ್ದೂ ಬಾಯ್ಲೂ ನಿಲ್ದು ಅಂದ ಹಾಗೆ ಆಯಿತು' ಎಂದು ಹೇಳಿದ. ಅಷ್ಟು ಹೊತ್ತಿಗೆ ಉತ್ತ್ರಾಸಿನ ಮೇಲೆ ಕುಳಿತಿದ್ದ ದೆವ್ವ ದೊಪ್ಪನೆ ಕೆಳಕ್ಕೆ ಬಿದ್ದುಬಿಟ್ಟಿತು. ಆಗ ಇವರು ದೊಣ್ಣೆ ತೆಗೆದುಕೊಂಡು ಓಡಿಸಿಬಿಟ್ಟರು. ಅಂದಿನಿಂದ ಅದು ಅಲ್ಲಿಗೆ ಬರುವುದನ್ನೇ ನಿಲ್ಲಿಸಿತು. ಅಲ್ಲಿಂದ ಇವರಿಬ್ಬರು ಊಟ ಮಾಡಿದರೂ ಎಷ್ಟೊ ಅನ್ನ ಸಾರು ಉಳಿಯುತ್ತಿತ್ತು. ಅದಕ್ಕೆ ಗಂಡ, 'ನೀನು ಸುಚ್‌ಯಾಗ್ ಇರ್ತಾ ಇರ್ನಿಲ್ಲ ಕೊಳುಕ್‌ತನ ಮಾಡ್ತಾ ಇದ್ದೆ. ಅದುಕ್ ಇಂಗಾಯ್ತು. ಇನ್ನು ದಿವ್ಸ ಸುಚ್‌ಯಾಗ್ ಮಾಡು' ಎಂದು ಹೇಳಿದ. ಅಂದಿನಿಂದ ಹೆಂಡತಿ ಶುಚಿಯಾಗಿ ಇರತೊಡಗಿದಳು. ದೆವ್ವದ ಕಾಟವಿಲ್ಲದೆ ಎಲ್ಲರೂ ಸುಖವಾಗಿದ್ದರು.

**

೧೮. ಜಾಣ ಹುಡುಗಿಯ ಕತೆ

ಒಂದೂರು. ಆ ಊರಿನಲ್ಲಿ ಒಬ್ಬ ನೂಲು ಮಾರುವವನಿದ್ದ. ಅವನಿಗೆ ಒಬ್ಬಳೇ ಮಗಳು. ನೂಲು ಮಾರುವವನು ಬೆಳಗ್ಗೆ ಆರು ಗಂಟೆಗೆ ಹೋದರೆ, ಸಂಜೆ ಆರು ಗಂಟೆಗೆ ಬರುತ್ತಿದ್ದ. ಮಗಳು ಜೊತೆಯವರ ಜೊತೆ ಸೊಪ್ಪಿಗೆ ಹೋಗುತ್ತಿದ್ದಳು.

ಒಂದು ದಿನ ಮಗಳು ಆಗ ತಾನೆ ರಾಗಿ ಬೀಸಿ ಕುಕ್ಕೆಗೆ ಹಾಕುತ್ತಿದ್ದಳು. ಆಗ ಜೊತೆ ಯವರೆಲ್ಲ ಸೊಪ್ಪಿಗೆ ಹೋಗುತ್ತಾ ಇದ್ದರು. ಆಗ ಅವಳು: 'ಅಮ್ಮಿ, ಅಮ್ಮಿ ನಿಂತ್ಕೊ ಅಮ್ಮಿ. ನಾನೂ ಬತ್ತಿನಿ' ಎಂದು ಬೇಗನೆ ಕುಕ್ಕೆಲಿದ್ದ ಹಸಿ ಹಿಟ್ಟನ್ನೆಲ್ಲಾ ಪಾತ್ರೆಗೆ ಸುರಿದು, ಕುಕ್ಕೇನ ತಲೆಗೆ ಕವುಚಿಕೊಂಡು ಹೋಗುತ್ತಾ ಇದ್ದಳು. ಆಗ ಆ ಊರಿನ ಪಟೇಲರ ಮಗ: 'ನೆರೇಕ್ ಮುಂಚೆ ನೆರೆ ಬಂದ್ ಕೋರಿ ಊರಿಗ್ ದಾರಿಯಾವ್ದು' ಅಂದ. ಆಗ ಈ ಹುಡುಗಿ: 'ಮೀಸ್ ಬರೋಕ್ ಮುಂಚೆ ದೇಸ್‌ವೆಲ್ಲ ಸುತ್ತೋನೆ' ಇದೇ ದಾರಿ 'ಹೋಗೋ'–ಅಂದಳು. ಪಟೇಲರ ಮಗ 'ಅಮ್ಮಿ ಅಮ್ಮಿ ನಾಳಿಕ್ ನಿಮ್ ಮನೀಗಿ ಊಟುಕ್ ಬತ್ತಿನೀ' ಅಂದ. ಇವಳು 'ಬನ್ನಿ' ಅಂದಳು. ಅದಕ್ಕೆ ಪಟೇಲರ ಮಗ: 'ನೀರಿಲ್ದೆ ಮನೇ ಸಾರುಸ್‌ಬೇಕು. ಒಲೆ ಅಚ್ದೆ ಅಡ್ಗೇ ಮಾಡ್ಬೇಕು. ಅಂದ್ರೆ ಬತ್ತೀನಿ' ಅಂದ. 'ಅಂಗೆ ಮಾಡ್ತೀನಿ' ಅಂದಳು, ಹುಡುಗಿ.

ಸರಿ ಬೆಳಗ್ಗೆ ತಂದೆಗೆ ಊಟಕ್ಕೆ ಎಲ್ಲಾ ಅಣಿಮಾಡಿಕೊಟ್ಟಳು. ತಂದೆ ಹೋದ ಮೇಲೆ ಲೋಕ್‌ಸರ (ಲೋಳ್‌ಸರ) ತಂದು ಮನೆ ಸಾರಿಸಿದಳು; ಒಂದೆರಡು ಖಾಲಿಗಳಿಗೆ (ಪೆಟ್ಟೆ) ನಿಲ್ಲಿಸಿದಳು. ಆಮೇಲೆ ಒಲೇ ನೇರಕ್ಕೆ ಬಂದು ಹಳ್ಳ ತೆಗೆದುಬಿಟ್ಟಳು. ಅದರೊಳಗೆ ಒಂದಿಷ್ಟು ಕೆಂಡ ಸುರಿದು ಮೇಲೆ ಮಣ್ಣ ಹಾಕಿದಳು. ಎಲೆ ಹಾಕಿ ನೀರಿಟ್ಟಳು. ಒಲೆ ಮೇಲೆ ಪಾತ್ರೆ ಯಲ್ಲಿ ಬೇಳೆ ನೆನಸಿ ಒಗಲೆ ಮೇಲಿನ ಪಾತ್ರೆಯಲ್ಲಿ ಅಕ್ಕಿ ನೆನೆಸಿಟ್ಟಳು.

ಅಷ್ಟು ಹೊತ್ತಿಗೆ ಪಟೇಲರ ಮಗ ಊಟಕ್ಕೆ ಬಂದ. ಇವಳು ಒಂದು ತಂಬಿಗೆಯಲ್ಲಿ ನೀರು ಇಟ್ಟಳು. ಇವನು ಕೈಕಾಲು ತೊಳೆದುಕೊಂಡು ಒಳಕ್ಕೆ ಕಾಲು ಇಟ್ಟ. ಕಾಲಿಟ್ಟ ಕೂಡಲೇ ಸರಸರನೆ ಜಾರಿದ. ಆಗ ಗಳಿಗೆ ಹಿಡಿದುಕೊಂಡ. ಬೀಳುವ ಹಾಗೆ ಆಯಿತು. ಅಂತೂ ಇಂತೂ ಕಷ್ಟಪಟ್ಟುಕೊಂಡು ಹೋಗಿ ಮಣೆ ಹಾಕಿದ ಕಡೆ ಕುಳಿತುಬಿಟ್ಟ. ಇವಳು ಎಲೆಗೆ ಅಕ್ಕೀ ಬೇಳೆ ಇಟ್ಟಳು. ಆಗ ಅವನು—'ಮಳೆಯಿಲ್ದೇ ಇದೆ ಆನ್‌ಕಲ್ಲೇ'—ಅಂತ ಅಕ್ಕೀ ಬೇಳೇನ ತೆಗೆದು ಹುಡುಗಿ ಮೇಲೆ ಎಸೆದುಬಿಟ್ಟ. ಅಷ್ಟು ಹೊತ್ತಿಗೆ ಆ ಹುಡುಗಿ—'ಗುಡ್ಗಿಲ್ಲ ಗುಡ್ಗಿಲ್ಲ ಬರೆಸಿಡ್ಲೆ' ಅಂತ ಮರಿಗೆ ತೆಗೆದುಕೊಂಡು ಅವನ ತಲೆಮೇಲೆ ಹೊಡೀತಾಳೆ. ಅವನಿಗೆ ತುಂಬಾ ಸಿಟ್ಟು ಬಂತು. ಆಗ ಅವನು: 'ಅಮ್ಮಿ ಅಮ್ಮಿ ನಿಂಗೆ ಎಷ್ಟ್ ಮಕ್ಳಿದ್ದಾವು?' ಅಂದ. ಅವಳು—'ಹುಚ್‌ಮುರುವುನ್ಗೆ ಕಚ್ಚೆ ಬೇಯ್ವಾಗ ಚೊಚ್ಲು ಮರಚ್ಲು

ಎರ್ಡೂರ್ ಎರ್‌ತೀನಿ' ಅಂದಳು. ಅಷ್ಟು ಹೊತ್ತಿಗೆ ಅವನು ಹಿಂದೆ ನೋಡಿಕೊಳ್ಳುತ್ತಾನೆ. ಕಚ್ಚೆ ಬೆಂದು ಹೋಗಿತ್ತು. ಇವನಿಗೆ ಇನ್ನೂ ತುಂಬಾ ಸಿಟ್ಟು ಬಂತು. 'ನಿನ್ಗೆ ಸರ್ಯಾದೆ ಸಿಕ್ಸೇ ಮಾಡುಸ್ತೀನಿ' ಅಂತ ಎದ್ದು ಹೊರಟುಹೋದ.

ಬೆಳಗಾದ ಮೇಲೆ ಪಟೇಲರ ಮಗ ತನಗೆ ಅವಮಾನವಾಯಿತೆಂದು ನ್ಯಾಯಕ್ಕೆ ಸೇರಿಸಿದ. ನ್ಯಾಯದವರೆಲ್ಲಾ ಬಂದರು. ಒಬ್ಬ ಜವಾನನ್ನ ನೂಲು ಮಾರುವವನ ಮನೆಗೆ ಅಟ್ಟಿದರು. ಅವನು: 'ನಿನ್ನ ತಂದೇನೆ ಬರೇಳತಾರೆ ನ್ಯಾಯದಲ್ಲಿ' ಅಂದ. ಆಗ ಅವಳು: 'ನುಲ್‌ಮಿಲ್‌ಗೆ ತಕೊಂಡು ಗಲೆ ಮಿಲ್ಗೋಗೋರೆ' ಅಂದ್ಲು: ಆಗ ಅವನು. 'ಅಯ್ಯೋ ಆ ಹುಡ್ಗೀ ನನ್ನ ಏನೇನೋ ಬೊಯ್ತೇ' ಅಂತ ಹೋಗಿ ಹೇಳಿದ. 'ಆ ಹುಡುಗೀನೇ ನ್ಯಾಯಕ್ಕೆ ಬರಹೇಳಿ' ಅಂದರು. ಆ ಹುಡುಗಿ ಒಂದು ನಿಂಬೆ ಹಣ್ಣು, ಒಂದು ಸಂಪಿಗೆ ಹೂವು, ಒಂದು ರೊಟ್ಟಿ–ಇವಿಷ್ಟನ್ನೂ ಒಂದು ಚೌಕಕ್ಕೆ ಹಾಕಿ ಕಟ್ಟಿಕೊಂಡು ಹೋದಳು. ನ್ಯಾಯದಲ್ಲಿ—'ಯಾತುಕ್ ಅವುನ್ನ ಬೊಯ್ದೆ, ಮರ್ಗೇ ತಕೊಂಡು ಬಡ್‌ದೇ' ಅಂತ ಕೇಳಿದರು. ಅದಕ್ಕೆ ಆ ಹುಡುಗಿ: 'ನೋಡಿ, ನಾನು ಜೊತ್ಯೋರ್ಜೊತೇಲಿ ಸೊಪ್‌ಗೋಯ್ತಾ ಇದ್ದೆ. ಅಸೀಟ್ ಸಲ್ಪ ತಲೇಗಾಗ್ಬುಟ್ಟಿತ್ತು.' ಅದಕ್ಕೆ ಇವ್ರು—'ನರೇಕ್ ಮುಂಚೆ ನರ್ ಬಂದ್ ಕೋರಿ ಊರಿಗೆ ದಾರ್‌ಯಾವ್ದು' ಅಂದ್ರು. ನಾನು—'ಮೀಸ್ ಬರೋಕೆ ಮುಂಚೆ ದೇಸ್‌ವೆಲ್ಲ ಸುತ್ತೋನೆ ಇದೇ ದಾರಿ ಓಗೋ' ಅಂದೆ. ಆಗ ಅವ್ರು: 'ಅಮ್ಮಾ ಅಮ್ಮಾ ನಾಳಿಕ್ ನಿಮ್ ಮನ್ಗೆ ಊಟುಕ್ ಬತ್ತಿನೀ' ಅಂದ್ರು, 'ಬನ್ನಿ' ಅಂದೆ, ಅವ್ರು: 'ನೀರಿಲ್ದೆ ಮನೆ ಸೌರುಸ್‌ಬೇಕು, ಒಲೆ ಆಚ್ದೆ ಅಡ್ಗೇ ಮಾಡ್‌ಬೇಕು ಅಂದ್ರೆ ಬತ್ತೀನಿ' ಅಂದ್ರು. 'ಅಂಗೇ ಮಾಡ್ತೀನಿ' ಅಂದೆ. ನಾನು ಲೋಳಸರ ತಂದ್ ಮನೆ ಸಾರುಸ್ದೆ, ಒಂದೆರಡ್ ಕಾಲ್‌ಗಳ್ಗೆ ನಿಲ್ಲುಸ್ದೆ, ಒಲೆ ನ್ಯಾರುಕ್ಕೆ ಒಂದ್ ಅಳ್ಳ ತೆಗ್ದೆ, ಅದ್ರೊಳ್ಗೆ ಒಂದಿಷ್ಟು ಕೆಂಡ ಸುರುವಿ ಮಣೆ ಆಕ್ದೆ. ಒಗೋಲೇಲಿ ಅಕ್ಕಿ ನೆನುಸ್ದೆ; ಒಲೆ ಮೇಲೆ ಬೇಳೆ ಇಟ್ಟೆ, ಬಂದಾಗ ಅಕ್ಕಿ ಬೇಳೆ ಇಟ್ಟೆ, ಅದ್ಕೆ ಇವ್ರು—'ಮಳೆಯಿಲ್ದ ಆನ್‌ಕಲ್ಲೇ' ಅಂತ ಮೇಲೆ ಎರುಚ್‌ಬುಟ್ರು. ನಾನು: 'ಸಿಡ್ಲಿಲ್ಲ ಗುಡ್ಲಿಲ್ಲ ಬರೆಸಿಡ್ಲೆ' ಅಂತ ಮರ್ಗೇ ತಕೊಂಡು ಒಡ್ದುದ್ದುಂಟು. ಆಮೇಕೆ 'ಅಮ್ಮಾ ಅಮ್ಮಾ ನಿಂಗೆ ಎಷ್ಟ್ ಮಕ್ಳಿದ್ದಾವು' ಅಂದ್ರು. ಅದ್ಕೆ ನಾನು: 'ಹುಚ್‌ಮುರುವುನ್ಗೆ ಕಚ್ಚೆ ಬೇಯ್ವಾಗ ಚೊಚ್ಚು ಮರುಚ್ಚು ಎರ್ಡೂರ್ ಎರ್‌ತೀನಿ' ಅಂದೆ. ಇಷ್ಟುಕ್ಕೆ ಕ್ವಾಪ ಮಾಡ್ಕಂಡಿ ಬಂದ್ರು ಅಂದಳು. ಹುಡುಗಿಯ ಮಾತನ್ನು ಕೇಳಿ ಎಲ್ಲರಿಗೂ ಆಶ್ಚರ್ಯವಾಯಿತು. ಎಲ್ಲರೂ ಮೂಗಿನ ಮೇಲೆ ಬೆರಳು ಇಟ್ಟುಕೊಂಡರು. ಆಗ ಅವಳು: 'ಬರೀ ಕೈಯಾಕೆ ಮೂಸತೀರಿ ಕೊನ್ನಿ ಈ ಸಂಪ್ಗೆಉವ' ಎಂದಳು. ಆಗ ನ್ಯಾಯದವರು ಮೂಗಿನ ಮೇಲಿನ ಬೆಟ್ಟು ತೆಗೆದು ಕೈಯನ್ನು ಕುಣಿಸಿದರು. ಆಗ ಅವಳು: 'ಬರೀ ಕೈ ಯಾಕ್ ಕುಣಿಸ್ತೀರಿ ಕೊನ್ನಿ ಈ ನಿಂಬೆಅಣ್ಣಾ' ಎಂದಳು. ಆಮೇಲೆ ಎಲ್ಲಾ ಚಪ್ಪಾಳೆ ಹೊಡೀತಾರೆ. ಆಗ ಅವಳು: 'ಬರೀ ಕೈಯಾಕ್ ಬಡೀತೀರಿ ಕೊನ್ನಿ ಈ ರೊಟ್ಟೀನ' ಅಂದಳು. ಎಲ್ಲಾ ಗಲ್ಲನೆ ನಕ್ಕುಬಿಟ್ಟರು. ಜಾಣ ಹುಡುಗಿ ಅಂದರು. ಆಗ ಪಟೇಲರ ಮಗ ಆ ಹುಡುಗಿಯನ್ನೇ ಮದುವೆ ಮಾಡಿಕೊಂಡ. ಎಲ್ಲರೂ ಸುಖವಾಗಿ ಇದ್ದರು.

**

೧೯. ಜಯ ವಿಜಯ

ಒಂದು ಊರಿನಲ್ಲಿ ಒಬ್ಬ ರಾಜ. ಅವನ ಹೆಸರು ರಾಜಶೇಖರ. ಅವನಿಗೆ ಇಬ್ಬರು ಮಕ್ಕಳು ಜಯ ವಿಜಯ ಅಂತ. ಆ ರಾಜ ತನ್ನ ಪ್ರಜೆಗಳನ್ನು ಮಕ್ಕಳಂತೆ ಪ್ರೀತಿಸುತ್ತಿದ್ದ. ಇನ್ನೊಂದು ಊರು. ಆ ಊರಿನ ರಾಜ ನರಸಿಂಹ ಅಂತ. ಇವನಿಗೂ ಇಬ್ಬರೂ ಹೆಣ್ಣು ಮಕ್ಕಳು. ಅವರ ಹೆಸರು ಏನೆಂದರೆ—ಮಾಲತಿ, ಮಾಧವಿ ಅಂತ. ಆ ರಾಜನಿಗೂ ಈ ರಾಜನಿಗೂ ಮೊದಲಿಂದಲೂ ಆಗುತ್ತಿರಲಿಲ್ಲ. ಆಮೇಲೆ ಸುಮ್ಮನೆ ಆಗಿಬಿಟ್ಟ.

ಒಂದು ಸಾರಿ, ಆ ರಾಜ ತನ್ನ ಮಕ್ಕಳ ಹುಟ್ಟಿದ ಹಬ್ಬ ಮಾಡುವುದಕ್ಕೆ ಎಲ್ಲಾ ರಾಜರನ್ನೂ ಕರೆಸಿದ. ಊರಿನಲ್ಲೆಲ್ಲಾ ಭೋೀೀ... ಚೆನ್ನಾಗಿ ಸಿಂಗಿರಿಸಿದ್ದ. ನೋಡೋದಕ್ಕೆ ಎರಡು ಕಣ್ಣುಗಳು ಸಾಲದು. ಹಾಗೆ ಭರ್ಜರಿಯಾಗಿ ಹಬ್ಬ ಮಾಡುತ್ತಾ ಅವನೆ. ಅದೇ ಸಮಯಕ್ಕೆ ಈ ರಾಜ ದಂಡು ತೆಗೆದುಕೊಂಡು ಊರಿಗೆ ಮುತ್ತಿಗೆ ಹಾಕಿದ. ಆ ರಾಜ ಈ ರಾಜನ ಮೇಲೆ ಯುದ್ಧ ಮಾಡುವುದಕ್ಕೆ ಹೋದ. ಯಾಕೋ ಸೋಲೋ ಹಾಗೆ ಕಾಣಿಸಿತು. ತನ್ನ ಮಕ್ಕಳನ್ನು ಕರೆದುಕೊಂಡು ಒಂದು ದೊಡ್ಡ ಅರಣ್ಯಕ್ಕೆ ತಪ್ಪಿಸಿಕೊಂಡು ಹೋದ. ಈ ರಾಜ ಎಲ್ಲೆಲ್ಲೊ ಹುಡುಕಿಸಿದರೂ ಅವನು ಸಿಕ್ಕಲಿಲ್ಲ. ಆ ಮೇಲೆ ಈ ರಾಜ ಸುಮ್ಮನಾದ.

ಈ ಕಡೆ ಆ ರಾಜ ತನ್ನ ಮಕ್ಕಳನ್ನು ಕರೆದುಕೊಂಡು ಅರಣ್ಯಕ್ಕೆ ಬಂದ ಮೇಲೆ, ಅಲ್ಲೊಂದು ಗುಡಿಸಿಲು ಕಟ್ಟಿಕೊಂಡು ವಾಸವಾಗಿದ್ದ. ಒಂದು ದಿವಸ ರಾಜ ಕಾಡಿನಲ್ಲಿ ಸುತ್ತಾಡ್ತಾ ಸುತ್ತಾಡ್ತಾ ಒಂದು ಆಶ್ರಮಕ್ಕೆ ಬಂದ. ಅಲ್ಲಿ ನೋಡುತ್ತಾನೆ, ಎಲ್ಲಾ ಸಣ್ಣ ಬಾಲಕರು. ಇದೊಂದು ಗುರುಕುಲಾಶ್ರಮ ಅಂಥ ತಿಳಿದುಕೊಂಡು ತನ್ನ ಗುಡಿಸಿಲಿಗೆ ಬಂದ. ಬಂದವನೆ ತನ್ನ ಮಕ್ಕಳನ್ನು ಕರೆದುಕೊಂಡು ಹೊರಟ. ಎಲ್ಲಿಗೆ? ಆ ಆಶ್ರಮಕ್ಕೆ ಸೇರಿಸುವುದಕ್ಕೆ. ಅಲ್ಲಿಗೆ ಹೋದ ಮೇಲೆ, ಗುರುಗಳನ್ನು ಕಂಡು ತನ್ನ ಮಕ್ಕಳನ್ನು ಸೇರಿಸಿ ಬಂದ. ಆ ಗುರುಗಳು: 'ಇನ್ನೆರಡು ವರ್ಷಕ್ಕೆ ಬಂದು ಕರೆದುಕೊಂಡು ಹೋಗು' ಅಂಥ ಹೇಳಿದರು. ಸರಿ ಅಂತ ಅವರಿಗೆ ನಮಸ್ಕಾರ ಮಾಡಿ ರಾಜ ಬಂದುಬಿಟ್ಟ.

ಆ ಗುರುಗಳು ವಿಜಯ ಅನ್ನುವವನನ್ನು ಗೋವುಗಳನ್ನು ಕಾಯುವುದಕ್ಕೆ ಹಾಕಿದರು. ಜಯ ಅನ್ನುವವನನ್ನು ವಿದ್ಯಾಭ್ಯಾಸಕ್ಕೆ ಇಟ್ಟುಕೊಂಡರು. ಜಯ ಗುರುಗಳ ಹತ್ತಿರ ವಿದ್ಯಾಭ್ಯಾಸ ಕಲಿಯುತ್ತಾ ಇದ್ದಾನೆ. ವಿಜಯ ಗೋವುಗಳನ್ನು ಮೇಯಿಸಿಕೊಂಡವನೆ.

ಜಯ, ಗುರುಗಳು ಕಲಿಸಿದ ಎಲ್ಲಾ ಪಾಠಗಳನ್ನು ಬೇಗಬೇಗ ಕಲಿತುಕೊಂಡ. ವಿಜಯ ಬಹಳ ಚುರುಕಾಗಿದ್ದ. ಮಂತ್ರ–ತಂತ್ರ, ಕೃತಕಸೃಷ್ಟಿ, ಪವಾಡಗಳು, ಪರಾಕಾಯ ಪ್ರವೇಶ,

ಮಾಟ–ಇವೆಲ್ಲವನ್ನೂ ಕಲಿತುಕೊಂಡ. ವಿಜಯ ಒಳ್ಳೆ ತೀಕ್ಷ್ಣಮತಿಯಾಗಿದ್ದ. ಯುಕ್ತಿವಂತನಾಗಿದ್ದ, ಸಮಯ ಸಾಧಕನಾಗಿದ್ದ. ಗುರುಗಳಿಗೆ ಬಹಳ ಸಂತೋಷವಾಯಿತು.

ಇವರು ಇಲ್ಲಿ ಸೇರಿಕೊಂಡು ಎರಡು ವರ್ಷ ಆಯಿತು. ರಾಜ ಒಂದು ದಿವಸ ಬಂದ. ಆ ದಿನ ಈ ಗುರುಗಳು ಏನಪ್ಪಾ ಮಾಡಿದರು ಅಂದರೆ, ಜಯನಿಗೆ ಹರಕು ಮುರುಕು ಬಟ್ಟೆಯುಡಿಸಿ, ವಿಜಯನಿಗೆ ಚೆನ್ನಾಗಿ ಲಕ್ಷಣವಾಗಿರುವ ಬಟ್ಟೆಯುಡಿಸಿದರು. ಜಯ ವಿಜಯ ಇಬ್ಬರಿಗೂ ಏನೂ ಅರ್ಥವಾಗಲಿಲ್ಲ. ಸುಮ್ಮನೆ ಇದ್ದುಬಿಟ್ಟರು. ರಾಜ ಬಂದವನೇ, ಗುರುಗಳಿಗೆ ನಮಸ್ಕಾರ ಮಾಡಿ, 'ಇಬ್ಬರನ್ನೂ ಕರೆದುಕೊಂಡು ಹೋಗುತ್ತೇನೆ,' ಅಂಥ ಹೇಳಿದ. ಅದಕ್ಕೆ ಆ ಗುರುಗಳು ಏನು ಹೇಳಿದರು ಗೊತ್ತೇ?

'ಜಯ ಅನ್ನುವವನು ಎಲ್ಲವನ್ನೂ ಕಲಿತುಕೊಂಡವನೆ. ಆದರೆ ವಿಜಯ ಅನ್ನುವವನು ಮಾತ್ರ ಏನೊಂದನ್ನೂ ತಿಳಿದುಕೊಂಡಿಲ್ಲ. ಅದಕ್ಕೆ ಈಗ ನೀವು ಹಿರಿಯವನನ್ನೇ ಕರೆದುಕೊಂಡು ಹೋಗಿ' ಅಂಥ ಹೇಳಿದರು. ಅದಕ್ಕೆ ಆ ರಾಜ, 'ನನಗೆ ಇವರಿಬ್ಬರೂ ಒಂದೇ ಸಮಾನ. ನಾನಿನ್ನೊಂದು ದಿವಸ ಬರುತ್ತೇನೆ, ಆಗ ಯಾರು ಬೇಕು ಅವರನ್ನು ಕರೆದುಕೊಂಡು ಹೋಗುತ್ತೇನೆ' ಅಂಥ ಹೇಳಿ ಹೊರಟುಹೋದ. ಗುರುಗಳಿಗೆ ವಿಜಯನನ್ನು ಉಳಿಸಿಕೊಳ್ಳಬೇಕು ಅಂಥ ಮನಸ್ಸು. ವಿಜಯನಿಗೆ ಇದೆಲ್ಲಾ ಗೊತ್ತಾಗಿ ಹೋಯಿತು.

ಒಂದು ದಿನ ರಾತ್ರಿ ವಿಜಯ ಮಲಗಿದ್ದಾಗ ಅವನಿಗೆ ಒಂದು ಯೋಚನೆ ಹೊಳೆಯಿತು. ಅವನು ಮಲಗಿದ್ದಲ್ಲಿಯೇ ತನ್ನ ದೇಹ ಬಿಟ್ಟು, ಬರಿ ಜೀವದಿಂದ, ಅವರಪ್ಪನ ಹತ್ತಿರಕ್ಕೆ ಬಂದ. ಬಂದವನೇ ಅಪ್ಪನನ್ನು ಏಳಿಸಿ: 'ಅಪ್ಪಾ, ನಾನು ವಿಜಯ ಬಂದಿದ್ದೇನೆ. ನೀವು ನಾಳೆ ಆಶ್ರಮಕ್ಕೆ ಬಂದು ನನ್ನನ್ನೇ ಕರೆದುಕೊಂಡು ಬನ್ನಿ. ಅಣ್ಣ ಜಯನ್ನ ಗೋವುಗಳ ಸಾಕುವುದಕ್ಕೆ ಬಿಟ್ಟಿದ್ದಾರೆ. ನಾನೇ ಎಲ್ಲಾ ವಿದ್ಯಾನೂ ಕಲಿತಿರುವವನು. ಅವರು ಸುಮ್ಮನೆ ಸುಳ್ಳು ಹೇಳವರೆ. ನಾನು ಹೋಗುತ್ತೇನೆ' ಅಂತ ಹೇಳಿ ಮರಳಿ ಬಂದು ತನ್ನ ದೇಹದಲ್ಲಿ ಸೇರಿಕೊಂಡ. ಇದು ಗುರುಗಳಿಗೆ ಗೊತ್ತಾಗಲೇ ಇಲ್ಲ.

ಮಾರನೆ ದಿವಸಕ್ಕೆ ರಾಜ ಆಶ್ರಮಕ್ಕೆ ಬಂದ. ಬಂದವನೇ, 'ಹಿರಿಮಗನನ್ನು ಕಳಿಸಿಕೊಡಿ' ಅಂತ ಕೇಳಿದ. ಆ ಗುರುಗಳು ಎಷ್ಟೋ ಹೇಳಿದರು. 'ಅವನಿಂದ ಏನಾಗುತ್ತದೆ' ಅಂತ ಕರೆದುಕೊಂಡು ಹೋಗುತ್ತೀರಿ. 'ಒಂದು ವಿದ್ಯೆ ಇದೆಯೇ, ಬುದ್ಧಿ ಇದೆಯೇ ಏನೂ ಇಲ್ಲ. ಅಂಥವನನ್ನು ಕರೆದುಕೊಂಡು ಏನು ಮಾಡುತ್ತೀರಿ ಹೋಗಿ.' ಅದಕ್ಕೆ ರಾಜ, 'ಸ್ವಾಮೀ, ಎಷ್ಟೇ ಆಗಲಿ ಅವನೆಂತವನೇ ಆಗಲಿ, ಹೆಚ್ಚು ಕಡಿಮೆ ಎಲ್ಲರಿಗೂ ಕಿರಿಮಗನ ಮೇಲೆ ಆಸೆ. ನನಗೂ ಏಕೋ ಅವನನ್ನು ಬಿಟ್ಟಿರುವುದಕ್ಕೆ ಆಗುತ್ತಿಲ್ಲ. ಅದಕ್ಕೆ ಕಳಿಸಿಕೊಡಬೇಕು' ಅಂಥ ಪಟ್ಟುಹಿಡಿದ.

ಆವಾಗ ಆ ಗುರುಗಳು ಏನೂ ಮಾಡುವುದಕ್ಕೆ ಆಗಲಿಲ್ಲ. ಸುಮ್ಮನೆ ಬೆಪ್ಪನ ಹಾಗೆ ಕುಳಿತುಕೊಂಡರು. ರಾಜ ವಿಜಯನನ್ನು ಕರೆದುಕೊಂಡು ಹೋದ. ಅಪ್ಪ ಮಗ ಇಬ್ಬರೂ ಗುಡಿಸಿಲಿಗೆ ಹೋದ ಮೇಲೆ ವಿಜಯ ಅಪ್ಪನಿಗೆ: 'ಅಪ್ಪ ನಾಳೆಯಿಂದ ನಾನೇ ಸಂಪಾದಿಸಿ

ಕೊಂಡು ಬರುತ್ತೇನೆ' ಅಂತ ಹೇಳಿದ. ಅದಕ್ಕೆ ರಾಜನೂ ಒಪ್ಪಿಕೊಂಡ. ಆಮೇಲೆ ದಿನವಹಿ ವಿಜಯ ಹೊರಗಡೆ ಹೋಗಿ, ಕುಸ್ತಿಗಳಲ್ಲಿ ಗೆಲ್ಲೋದು, ಹಣ ಸಂಪಾದಿಸಿಕೊಂಡು ಬರೋದು ಇದೇ ರೀತಿ ಆಗುತ್ತಾ ಇತ್ತು. ವಿಜಯನಿಗೆ ಬೇರೆ ರೀತಿ ಸಂಪಾದನೆ ಮಾಡಬೇಕು ಅಂತ ಆಸೆ ಆಯಿತು. ಸರಿ, ರಾಜನಿಗೆ ಹೇಳಿದ: 'ಅಪ್ಪಾ, ನಾನು ಕುದುರೆ ಆಗುತ್ತೇನೆ. ನೀನು ನನ್ನ ಮೇಲೆ ಏರಿ ಎಲ್ಲ ಕುದುರೆ ಜೂಜಿನಲ್ಲೂ ಗೆದ್ದುಕೊಂಡು ಬಾ' ಅಂದ. ಹಾಗೇ ಆಗಲಿ ಅಂತ ರಾಜ ಒಪ್ಪಿಕೊಂಡ.

ಸರಿ, ವಿಜಯ ಕುದುರೆ ಆದ. ಆ ರಾಜ ಅದನ್ನೇರಿಕೊಂಡು ಕುದುರೆ ಜೂಜಿಗೆ ಹೋದ. ಎಲ್ಲೆಲ್ಲೂ ಇವನದೇ ಜಯ. ಈ ಗುರುಗಳು, ಇದನ್ನು ಕಂಡು ಸುಮ್ಮನಿರುವುದಕ್ಕೇ ಆಗಲೇ ಇಲ್ಲ. ಗುರುಗಳು ರಾಜನ ಹತ್ತಿರಕ್ಕೆ ಬಂದು: 'ಕುದುರೆ ಮೇಲೆ ಸವಾರಿ ಮಾಡಬೇಕು ಅಂತ ಆಸೆಯಾಗಿದೆ' ಅಂತ ಕೇಳಿ ಕುದುದರೆಯನ್ನು ಹತ್ತಿಕೊಂಡು ಹೋದ. ರಾಜ ಕಡಿವಾಣ ಕೊಡಲಿಲ್ಲ. ವಿಜಯನ ಮಾತು ನೆನಪಿನಲ್ಲಿತ್ತು. 'ನನ್ನನ್ನು ಯಾರಿಗಾದರೂ ಸವಾರಿ ಮಾಡಲಿಕ್ಕೆ, ಇಲ್ಲ ಖರೀದಿಗೋ ಕೊಟ್ಟರೆ, ಈ ಕಡಿವಾಣ ಮಾತ್ರ ಕೊಡಬೇಡಿ' ಅಂತ ಹೇಳಿದ್ದ. ಗುರುಗಳು ಕೇಳಿದ ಮೇಲೆ ಕೊಡದೇ ಇರುವುದಕ್ಕಾಗುತ್ತದೆಯೆ. ಸರಿ, ರಾಜ ಕಡಿವಾಣ ಕೊಟ್ಟ. ಕಡಿವಾಣ ಕೈಗೆ ಬರುತ್ತಲೂ ಗುರುಗಳು ಕುದುರೆಯನ್ನು ಜೋರಾಗಿ ಓಡಿಸಿಕೊಂಡು ಹೋದರು. ಈ ರಾಜ ಅಷ್ಟು ಹೊತ್ತು ನೋಡಿದ, ಇಷ್ಟು ಹೊತ್ತು ನೋಡಿದ. ಗುರುಗಳು ಬರಲೇ ಇಲ್ಲ. ಆಮೇಲೆ ಸುಮ್ಮನೆ ಹೊರಟುಹೋದ.

ಈ ಕಡೆ ಗುರುಗಳು ಕುದುರೆಯನ್ನು ಓಡಿಸಿ ಓಡಿಸಿ ಚೆನ್ನಾಗಿ ಸುಸ್ತು ಮಾಡಿ ಬಿಟ್ಟರು. ಆಮೇಲೆ ಒಂದು ಕಡೆ ಕುದುರೆ ಬಿಟ್ಟು, ಅಲ್ಲೇ ಕುಳಿತುಕೊಂಡರು. ಆ ಕುದುರೆಗೆ ಸಾಕಾಗಿತ್ತು. ನೀರು ಕುಡಿಯುವುದಕ್ಕೆ ಅಲ್ಲೇ ಇದ್ದ ಹಳ್ಳಕ್ಕೆ ಹೋಯಿತು. ನೀರು ಕುಡಿಯುತ್ತಾ, ಕುಡಿಯುತ್ತಾ ಅದಕ್ಕೊಂದು ಯೋಚನೆ ಹೊಳೆಯಿತು. ಕುದುರೆ ಜೀವ ಹೋಗಿ, ಹಳ್ಳದಲ್ಲಿ ಸತ್ತಿದ್ದ ಮೀನಿಗೆ ಸೇರಿಕೊಂಡಿತು. ಗುರುಗಳು ಕೆಲಸ ಕೆಟ್ಟುಹೋಯಿತು ಅಂತ, ತನ್ನ ಆಶ್ರಮದ ಶಿಷ್ಯರನ್ನೆಲ್ಲಾ ಕರೆದುಕೊಂಡು ಬಂದು ಹಳ್ಳದ ನೀರು ಎತ್ತಿಸಿದ. ನೀರು ತೀರಿ ಹೋಗಿ ಬದಿ ಮಾತ್ರ ಉಳಿಯಿತು. ಆ ಮೀನು ಒದ್ದಾಡುತ್ತಾ ಇದೆ. ಇನ್ನು ನನ್ನ ಜೀವ ಹೋಯಿತು ಅಂಥ.

ಅಷ್ಟು ಹೊತ್ತಿಗೆ ಏನಾಯಿತಪ್ಪ ಅಂದರೆ, ಆ ಮೀನಿಗೆ ಒಂದು ಸತ್ತು ಬಿದ್ದಿದ್ದ ಗಿಳಿ ಕಾಣಸಿತು ಸರಿ ಮೀನನ್ನು ಬಿಟ್ಟು ಗಿಳಿಗೆ ಹೋಗಿ ಸೇರಿಕೊಂಡಿತು ಜೀವ. ಆಮೇಲೆ ಆ ಗಿಳಿ ಹಾರಿಹೋಯಿತು. ಈ ಗುರುಗಳು ಸುಮ್ಮನಿದ್ದರೆ! ಇವರೂ ಒಂದು ಗಿಡುಗನಾಗಿ ಹೊರಟರು. ಮುಂದೆ ಗಿಳಿ, ಹಿಂದೆ ಗಿಡುಗ. ಹೀಗೆಯೆ ಹೋಗುತ್ತಾ ಒಂದು ಊರಿಗೆ ಹೋದವು. ಹೀಗೆ ಹಾರಿಕೊಂಡು ಹೋಗುತ್ತಾ, ಗಿಳಿ, ಒಂದು ಮಹಡಿ ಮೇಲಿದ್ದ ಒಂದು ಹುಡುಗಿಯ ಮಡಿಲಿಗೆ ಹೋಗಿ ಬೀಳುತ್ತದೆ. ಸರಿ, ಗಿಡುಗ ಹಿಂತಿರುಗಿ ಹೊರಟು ಹೋಯಿತು. ಆಮೇಲೆ ಆ ಗಿಳಿ ಆ ಹುಡಿಗಿಯನ್ನು ಮಾತನಾಡಿಸುತ್ತದೆ. ಮಾತನಾಡಿಸುವ

ಗಿಳಿ ಕಂಡು ಅವಳಿಗೆ ಆಶ್ಚರ್ಯ ಆಗುತ್ತದೆ. ಅದು ಹೇಳೋದನ್ನೆಲ್ಲಾ ಕೇಳಿದಳು. ಅದು ಹಿಂದೆ ಆದದ್ದೆಲ್ಲವನ್ನೂ ಹೇಳಿ 'ಅದಕ್ಕೆ ನಿನ್ನ ರಕ್ಷಣೆಗೆ ಬಂದೆ' ಅಂತ ತನ್ನ ರೂಪು ತೋರಿಸಿತು. ಆ ಗಂಡು ರೂಪನ್ನು ಕಂಡು ಅವಳು ಅಲ್ಲೆ ಅವನಲ್ಲಿ ಮೋಹಗೊಂಡಳು. ಆಮೇಲೆ ತನ್ನ ಪರಿಚಯ ಮಾಡಿಕೊಟ್ಟಳು.

ಅವಳು ಮಾಧವಿ ಅಂತ. ನರಸಿಂಹರಾಜನ ಮಗಳು. ಇದನ್ನು ಕೇಳಿ ವಿಜಯನಿಗೆ ಬಹಳ ಸಂತೋಷ ಆಯ್ತು. ಆಮೇಲೆ ಅವಳು ಇವನನ್ನು ಪುನಃ ಗಿಳಿಯಾಗುವಂತೆ ಹೇಳಿ, ತನ್ನ ಕೋಣೆಯಲ್ಲಿ ಬಚ್ಚಿಟ್ಟು ಸಾಕತೊಡಗಿದಳು. ಈ ಕಡೆ ಜಯ ಇದ್ದನಲ್ಲ ಇವನು ಒಂದು ದಿವಸ ಕಾಡಿನಲ್ಲಿ ಗೋವುಗಳನ್ನು ಮೇಯಿಸುತ್ತಾ ಇದ್ದಕ್ಕಿದ್ದಂತೆ ಯಾರೋ ಕಿರುಚಿಕೊಳ್ಳುತ್ತಿರುವುದು, ಕುದುರೆ ಕಾಲಿನ ಸದ್ದು ಕೇಳಿ, ಆ ಕಡೆ ಹೋದ. ಎರಡು ಕುದುರೆಯ ರಥ ಈ ಕಡೆ ಬರುತ್ತಾ ಇದೆ. ಆ ರಥದಲ್ಲಿ ಯಾರೋ ಒಬ್ಬರು ಇದ್ದರು. ಆ ಕುದುರೆಗಳು ರಥವನ್ನ ಅಡ್ಡಾದಿಡ್ಡಿ ಎಳೆದುಕೊಂಡು ಬರುತ್ತಿದ್ದುವು. ಜಯ ರಥದ ಕಡೆ ಓಡಿದ. ಓಡಿಹೋಗಿ ರಥದೊಳಕ್ಕೆ ಧುಮುಕಿ ರಥವನ್ನ ನಿಲ್ಲಿಸಿದ.

ತನ್ನ ಪ್ರಾಣ ಉಳಿಸಿದವನ ಪರಿಚಯ ಮಾಡಿಕೊಂಡು, ಆ ರಥದವನು ತನ್ನ ಪರಿಚಯ ಮಾಡಿಕೊಟ್ಟ, ಅವನು ಗಂಡಸಲ್ಲ, ಹೆಂಗಸು. ಮಾಲತಿ ಅಂತ ನರಸಿಂಹರಾಜನ ಮಗಳು ಬೇಟೆಗೆ ಅಂತ ಗಂಡು ವೇಷ ಹಾಕಿಕೊಂಡು ಕಾಡಿಗೆ ಬಂದಿದ್ದಳು. ಸಿಂಹದ ಗರ್ಜನೆ ಕೇಳಿದ ಕುದುರೆಗಳು ದಿಕ್ಕು ದೆಶೆಯಿಲ್ಲದೆ ಓಡುತ್ತಿದ್ದವು. ಆಮೇಲೆ ಅವನನ್ನು ಕರೆದುಕೊಂಡು ಮಾಲತಿ ತನ್ನ ಅರಮನೆಗೆ ಬಂದಳು. ಅಪ್ಪನಿಗೆ: 'ಇವನು ನನ್ನ ಪ್ರಾಣವನ್ನು ರಕ್ಷಿಸಿದ' ಎಂದು ಹೇಳಿ ತನ್ನಲ್ಲೆ ಇಟ್ಟುಕೊಂಡಳು.

ಜಯವಿಜಯ ಇಬ್ಬರೂ ಒಂದು ಕಡೆ ಸೇರಿದರು. ತಮ್ಮ ವಿಷಯವನ್ನು ಬಯಲು ಮಾಡಕೂಡದೆಂದು ಮಾತನಾಡಿಕೊಂಡರು. ಹೀಗೆ ಸ್ವಲ್ಪ ದಿವಸಗಳು ಕಳೆದವು.

ಗುರುಗಳು ಮಂತ್ರ–ತಂತ್ರಗಾರರ ವೇಷ ಹಾಕಿಕೊಂಡು, ನರಸಿಂಹರಾಜನಲ್ಲಿಗೆ ಬಂದರು. ಬಂದು, 'ಮಂತ್ರ–ತಂತ್ರ ತೋರಿಸ್ತೀರಿ' ಅಂತ ಹೇಳಿದರು. ರಾಜ ಅಪ್ಪಣೆಕೊಟ್ಟ.

ವಿಜಯನಿಗೆ ಗುರುಗಳ ವೇಷ ಗೊತ್ತಾಯಿತು. ಅವನು ಮಾಧವಿಗೆ ಹೇಳಿದ. ಏನಂತ ಅಂದರೆ: 'ಮಂತ್ರ–ತಂತ್ರ ಮಾಡುತ್ತೇನೆ ಅಂಥ ಬಂದಿದ್ದಾನಲ್ಲಾ ಅವನು, ನನ್ನ ಗುರುಗಳು. ನಿಮ್ಮಪ್ಪನ ಹತ್ತಿರ ಅದೂ ಇದೂ ತೋರಿಸಿ, ನನ್ನನ್ನು ಬಹುಮಾನವಾಗಿ ಕೇಳುತ್ತಾನೆ. ಆಗ ನೀನು ಏನು ಮಾಡಬೇಕು ಗೊತ್ತೆ! ನನ್ನನ್ನು ಕೊಡುವುದಿಲ್ಲ ಅನ್ನೋ ರೀತಿ ಮಾಡಿ ಆಮೇಲೆ ಸಿಟ್ಟಿನಿಂದ ಸಿಟ್ಟುಬಂದವಳಂತೆ ನಟಿಸಿ, ನನ್ನ ಕತ್ತನ್ನು ಹಿಸುಕಿ ಹಾಕಿಬಿಡು. ನಾನು ಅಷ್ಟು ಹೊತ್ತಿಗೆ ನಿನ್ನ ಕತ್ತಿನ ಸರದಲ್ಲಿ ಸೇರಿಕೊಳ್ಳುತ್ತೇನೆ. ಆಮೇಲೆ ಆ ಗುರು, ಆ ಸರವನ್ನು ಕೇಳುತ್ತಾನೆ. ಅದನ್ನೂ ಕೊಡುವುದಿಲ್ಲವೆಂದು ಹಟ ಮಾಡು. ಆಮೇಲೆ ಕೋಪ ಬಂದವಳಂತೆ ನಟಿಸಿ, ಆ ಸರವನ್ನೂ ಕಿತ್ತು ಎಸೆದುಬಿಡು. ಆಮೇಲೆ ಇದ್ದುದ್ದನ್ನು ನಾನು ನೋಡಿಕೊಳ್ಳುತ್ತೇನೆ' ಅಂತ ಹೇಳಿದ.

ಆಟ ಶುರುವಾಗೋದಕ್ಕೆ ಮುಂಚೆಯೇ ರಾಜಪರಿವಾರವೆಲ್ಲಾ ಸೇರಿತು. ಅದರಲ್ಲಿ ಮಾಧವಿ ಗಿಳಿಯನ್ನೂ ತಂದಿದ್ದಳು.

ಗುರುಗಳು ತಮ್ಮ ಚಮತ್ಕಾರಕ್ಕೂ ಚಾತುರ್ಯಕ್ಕೂ ಮೀರಿ ಅದ್ಭುತ ಅದ್ಭುತವಾದ ಆಟಗಳನ್ನು ತೋರಿಸಿದರು. ರಾಜ ಬಹಳ ಸಂತೋಷವಾಗಿ ಅವರಿಗೆ ದ್ರವ್ಯ ಕೊಡುವುದಕ್ಕೆ ಹೋದ. ಆ ಗುರುಗಳು ಆ ದ್ರವ್ಯವನ್ನು ತೆಗೆದುಕೊಂಡನೆ! ಮತ್ತೇನು ಕೇಳಿದ ಅಂದರೆ, ಆ ಗಿಳಿಯನ್ನೇ ಕೇಳಿದ. ರಾಜ ಮಗಳನ್ನು ಗಿಳಿ ಕೊಡು ಅಂದ. ಅವಳು ಕೊಡುವುದಿಲ್ಲ ಅಂತ ಹಟಮಾಡಿದಳು. ಆಮೇಲೆ ಕೋಪ ಬಂದವಳ ಹಾಗೆ ನಟಿಸಿ ಆ ಗಿಳಿ ಕತ್ತನ್ನ ಹಿಸುಕಿ ಹಾಕಿಬಿಟ್ಟಳು. ವಿಜಯನ ಪ್ರಾಣ ಅವಳ ಕತ್ತಿನಲ್ಲಿದ್ದ ಸರದ ಮಣಿಯೊಂದರಲ್ಲಿ ಸೇರಿಕೊಂಡಿತು.

ಗುರುಗಳಿಗೆ ಇದು ಗೊತ್ತಾಯಿತು. ಅವರು ತಿರುಗ ರಾಜನನ್ನು: 'ಗಿಳಿ ಹೋಯ್ತು, ನಿಮ್ಮ ಮಗಳ ಕತ್ತಿನಲ್ಲಿರುವ ಸರಾನಾದರೂ ಕೊಡಿಸಿ' ಅಂಥ ಕೇಳಿದ ರಾಜ ಮಗಳನ್ನು 'ಆ ಸರಾನಾದರೂ ಕೊಡು' ಅಂತ ಕೇಳಿದ. ಅವಳು ಮೊದಲಿನ ಹಾಗೆ ನಟಿಸಿ, ಆ ಸರಾನ ಕಿತ್ತಸೆದು ಬಿಟ್ಟಳು. ಆ ಸರದ ಮಣಿಗಳೆಲ್ಲಾ ಚೆಲ್ಲಪಿಲ್ಲಿಯಾಗಿ ಹೋಯಿತು. ಸರಿ, ತಕ್ಷಣ ಆ ಗುರುಗಳು ಏನು ಮಾಡಿದರೂ ಅಂತೀಯ! ಒಂದು ಕೋಳಿ ಆಗಿ ಆ ಮಣೀ ಗಳೆಲ್ಲವನ್ನೂ ಕುಕ್ಕುವುದಕ್ಕೆ ಶುರುಮಾಡಿದರು. ಎಲ್ಲರಿಗೂ ಆಶ್ಚರ್ಯ, ಇದೇನೂ ಅಂತ! ವಿಜಯ ಸುಮ್ಮನಿದ್ದನೆ? ಅವನು ಮಣಿಯಲ್ಲಿದ್ದನಲ್ಲಾ, ಇನ್ನೂ ಗುರುಗಳು ನನ್ನ ಕುಕ್ಕಿ ತಿಂದುಬಿಡುತ್ತಾರೆ ಅಂತ ಒಂದು ಬೆಕ್ಕಾಗಿಬಿಟ್ಟ. ಬೆಕ್ಕು ಹೋಗಿ ಆ ಕೋಳಿ ಕತ್ತನ್ನು ಗಭಕ್ಕನೆ ಹಿಡಿದುಬಿಟ್ಟಿತು.

ಈಗ ಗುರುಗಳಿಗೆ ಪ್ರಾಣಸಂಕಟಕ್ಕೆ ಬಂತು 'ಗುರುಗಳೇ ನಿಮ್ಮ ಸ್ವಾರ್ಥಕ್ಕಾಗಿ ಏನೆಲ್ಲಾ ಮಾಡಿದಿರಿ. ನಮ್ಮ ತಂದೆಗೆ ಸುಳ್ಳು ಹೇಳಿದಿರಿ! ನನ್ನನ್ನು ಉಳಿಸಿಕೊಳ್ಳಬೇಕು ಅಂತ ಮಾಡಿದಿರಿ. ಆಮೇಲೆ ನನ್ನ ಕಷ್ಟಕ್ಕೆ ಗುರಿ ಮಾಡಿದಿರಿ. ಈಗ ನಿಮ್ಮ ಪ್ರಾಣ ನನ್ನ ಕೈಲಿದೆ. ಈಗ ಏನು ಹೇಳುತ್ತೀರಾ?' ಗುರುಗಳು ತಮ್ಮ ತಪ್ಪೆಲ್ಲವನ್ನೂ ಒಪ್ಪಿಕೊಂಡು, ಪ್ರಾಣ ಉಳಿಸಿಕೊಂಡರು.

ರಾಜ, ಜಯ ವಿಜಯರ ವಿಚಾರ ಎಲ್ಲವನ್ನೂ ತಿಳಿದು ಅವರಿಬ್ಬರಿಗೂ ತನ್ನ ಮಕ್ಕಳನ್ನು ಕೊಟ್ಟು ಮದುವೆಮಾಡಿ, ಅವರಪ್ಪನನ್ನು ಕರೆಸಿ, ಅವರಿಗೆ ಸೇರಬೇಕಾದ ರಾಜ್ಯಕೊಟ್ಟು ಸಂತೋಷದಿಂದ ಕಳಿಸಿದ. ಜಯ ವಿಜಯರು ಮಾಲತಿ ಮಾಧವಿಯರ ಕೂಡ ಸುಖ ವಾಗಿದ್ದರು. ನಾವೂ ಸುಖವಾಗಿರೋಣ.

**

೨೦. ಚಿನ್ನದಗಿಂಡಿ ಬೆಳ್ಳಿಗಿಂಡಿ

ಒಂದು ಪಟ್ಟಣ. ಅಲ್ಲೊಬ್ಬ ರಾಜ. ಆ ರಾಜನಿಗೆ ಒಬ್ಬನೇ ಮಗ. ಒಬ್ಬನೇ ಒಬ್ಬ ಮಗ ಇರಬೇಕಾದರೆ ರಾಜ ಲಗ್ನ ಮಾಡಿದ. ಪಟ್ಟಾಭಿಷೇಕವೂ ಆಯಿತು. ಹೀಗೇ ರಾಜ್ಯಭಾರ ಮಾಡುತ್ತಿರಬೇಕಾದರೆ ರಾಜ ತೀರಿಕೊಂಡ. ಒಂಬತ್ತು ಹತ್ತು ವರ್ಷವಾದರೂ ಇವನಿಗೆ ಮಕ್ಕಳೇ ಆಗಲಿಲ್ಲ. ಮಹಾರಾಣಿ ರಾಜನನ್ನು ಕುರಿತು ಹೇಳಿದಳು: 'ಇನ್ನೊಂದು ಪಟ್ಟಣದಲ್ಲಿ ಒಳ್ಳೆ ಹೆಣ್ಣು ನೋಡಿ ಮದುವೆ ಆಗಿ. ನನಗಂತು ಮಕ್ಕಳಾಗಲಿಲ್ಲ. ವಂಶ ಬೆಳೆಯಬೇಡವೆ?' ಅದಕ್ಕೆ ರಾಜ, 'ಈವಾಗೇನೊ ಹೇಳುತ್ತೀಯೆ. ನಾಳೆ ಹೊಂದಿಕೊಂಡು ಹೋಗುವುದು ಕಷ್ಟ. ಇಬ್ಬರ ಬಾಳುವೆ ಬೇಡ' ಅಂದ. ರಾಣಿ ಹಠ ಹಿಡಿದಳು. ರಾಜ ವಿಧಿಯಿಲ್ಲದೆ ಒಪ್ಪಿಕೊಂಡ. ಮಂತ್ರಿ ಕಳುಹಿಸಿದ. ಪಕ್ಕದ ಪಟ್ಟಣದ ರಾಜನ ಮಗಳನ್ನು ನೋಡಿ ಲಗ್ನ ಆಯ್ತು. ಕೆಲವಾರು ದಿವಸ ಚೆನ್ನಾಗಿದ್ದರು. ಕಿರಿ ಹೆಂಡತಿ ಗರ್ಭಿಣಿ ಆದಳು. ಹಿರಿಯವಳಿಗೆ ಹೊಟ್ಟೆ ಕಿಚ್ಚು ಬಂತು. ಜನ ತನ್ನನ್ನ ಬಂಜೆ ಬಂಜೆ ಅಂತ ಹಂಗಿಸುತ್ತಾರೆ ಅಂತ ಗೌಡಿ ಯನ್ನು ಕೇಳಿದಳು. 'ಏನೇ ಗೌಡಿ ನಿಮ್ಮ ಚಿಕ್ಕಮ್ಮ ಗರ್ಭಿಣಿ. ಗಂಡು ಮಗುವೇ ಆಯ್ತದೆ. ಅವಳು ಹೇಳಿದ ಹಾಗೆ ಕೇಳಿಕೊಂಡು ದಾಸಿಯ ಹಾಗೆ ಇರಬೇಕಾಗುತ್ತದೆ. ಏನು ಮಾಡಲಿ?' ಅಂದಳು. 'ಅದಕ್ಕೆ ಒಂದು ಉಪಾಯ ಹೇಳುತ್ತೇನೆ. ಏನು ಅಂದರೆ– ಹುಟ್ಟಿದ ಮಕ್ಕಳನ್ನೆಲ್ಲ ಇಲ್ಲ ಅನ್ನಿಸಿಬಿಡು' ಅಂದಳು. ಗೌಡಿಗೆ ಯೋಚನೆ ಬಂತು. ಉಪ್ಪು ತಿಂದ ಮನೆ ಅಂಥ ಈಕಡೆ ಹಿರಿರಾಣಿ ಹೇಳುತ್ತ ಇದ್ದಾಳೆ. ಅವಳ ಮಾತನ್ನೂ ಕಿತ್ತು ಹಾಕುವ ಹಾಗಿಲ್ಲ. ಆಗಲಿ ಅಂತ ಒಪ್ಪಿಕೊಂಡಳು.

ಗೌಡಿಗೆ ಒಬ್ಬಳೇ ಒಬ್ಬಳು ಮಗಳು. ಗಂಡಿಲ್ಲ ಅವ್ವ ಸಪ್ಪಗಿರೋದ ಕಂಡು: 'ಯಾಕವ್ವ ಸಪ್ಪಗಿದ್ದೀಯೆ?' ಅಂದಳು. ಅದಕ್ಕೆ ಗೌಡಿ: 'ಯಾಕೂ ಇಲ್ಲ ಕಣವ್ವ' ಅಂದಳು. 'ಇಲ್ಲ ಹೇಳಲೇಬೇಕು' ಅಂಥ ಮಗಳು ಹಠ ಹಿಡಿದಳು. ಗೌಡಿ ಇರೋ ಸಂಗತಿ ಹೇಳಿದಳು. ಆಗ ಮಗಳು, 'ಅವ್ವ ಹಾಗಾದರೆ ಒಂದು ಕೆಲಸ ಮಾಡು ಆ ಮಗು ತಂದು ನನಗೆ ಕೊಡು ನಾನು ಸಾಕುತ್ತೇನೆ' ಅಂದಳು.

ರಾಣಿಗೆ ನವನಾರೊಂಬತ್ತು ತಿಂಗಳು ತುಂಬಿತು. ಒಂದಿನ ಹೊಟ್ಟೆ ನೋಯುವುದಕ್ಕೆ ಶುರು ಆಯಿತು. 'ಅಕ್ಕಾ, ಅಕ್ಕಾ' ಅಂದಳು. ಹಿರೀ ರಾಣಿ : 'ಏನು?' ಅಂದಳು. ಕಿರಿ ರಾಣಿ: 'ಹೊಟ್ಟೆ ಸಂಕಟ' ಅಂದಳು. ಹಿರಿರಾಣಿ ಹನ್ನೆರಡು ಕಾಲಿನ ಏಣಿ ತರಿಸಿ ಅಟ್ಟಕ್ಕೆ ಹಾಕಿಸಿ ಹತ್ತಿಸಿ ಇಳಿಸಿದರೆ ಜನನ ಆಗುತ್ತದೆ ಅಂಥ ಹೇಳಿ ಈ ಕಡೆ ಗೌಡಿಗೆ ನಾಯಿಮರಿ

ತೆಗೆದುಕೊಂಡು ಬಾ ಅಂತ ಹೇಳಿ ಕಳುಹಿಸಿದಳು. ಅಷ್ಟರಲ್ಲಿ ಇನ್ನೊಬ್ಬಳು ಗೌಡಿ ಹೆರಿಗೆ ಆಗುವಾಗ ಭಯ ಆಗುತ್ತದೆ ಅಂಥ ಹೇಳಿ ರಾಣಿ ಕಣ್ಣಿಗೆ ಬಟ್ಟೆ ಕಟ್ಟಿಸಿ ಏಣಿಯನ್ನು ಎರಡು ಮೂರು ಸಲ ಹತ್ತಿ ಇಳಿಸಿದಳು. ಅವಳಿ ಜವಳಿ ಮಕ್ಕಳಾದೊ. ಬೆಳ್ಳಿಗಿಂಡಿ ಚಿನ್ನದ ಗಿಂಡಿ ಅಂತ. ನಾಯಿಮರಿ ತರಿಸಿ ಮಗ್ಗುಲಲ್ಲಿ ಮಲಗಿಸಿ ಮಕ್ಕಳನ್ನ ತಿಪ್ಪೇಲಿ ಹೂಳಿ ಬಂದರು. ಈ ಕಡೆ ಮಹಾರಾಣಿಗೆ ಜ್ಞಾನ ಇಲ್ಲ. ಮಹರಾಜರಿಗೆ ಸುದ್ದಿ ಹೋಯಿತು. 'ಕಿರಿ ರಾಣಿ ನಾಯಿ ಹೆತ್ತವಳೆ' ಅಂಥ. ರಾಜ, 'ಅವಳನ್ನು ಕುದುರೆ ಲಾಯಕ್ಕೆ ಹಾಕಿ' ಅಂತ ಅಪ್ಪಣೆ ಮಾಡಿದ. ಹಾಗೆ ಮಾಡಿದರು.

ಈ ಕಡೆ ಮಕ್ಕಳನ್ನ ತಿಪ್ಪೆ ಸಾಕುತ್ತಿದೆ. ಒಂಬತ್ತು ತಿಂಗಳಾಯ್ತು. ಎಳೆ ಬಿಸಿಲು ಎರಡು ಮಕ್ಕಳೂ ತಿಪ್ಪೆ ಮೇಲೆ ಆಡುತ್ತಿದ್ದವು. ಹಿರಿರಾಣಿ ಅಂತಸ್ತಿನ ಮೇಲೆ ನಿಂತು ನೋಡಿದಳು. ಆಶ್ಚರ್ಯ ಆಯಿತು. ಗೌಡಿಯನ್ನು ಕರೆದು, 'ಏನಾದರೂ ಮಾಡಿ ಸಾಯಿಸಿಬಿಟ್ಟು ಬಾ' ಅಂದಳು. ಹಿಡಿಯುವುದಕ್ಕೆ ಬಂದಾಗ ಎರಡು ಮಕ್ಕಳೂ ಮಾಯವಾದವು!

ಹೀಗೆ ಇರುವಾಗ ಒಂದು ದಿನ ರಾಣಿ ತಲೆಬಾದಿ ಅಂತ ಮಲಗಿದ್ದಳು. ರಾಜ 'ಏನಾಗಬೇಕು?' ಅಂದ. ಅದಕ್ಕೆ ರಾಣಿ, 'ಈ ತಿಪ್ಪೇನೆಲ್ಲ ಹೊಳೆಗೆ ಹಾಕಿಸಿ ಅದರ ಅಡಿಯಲ್ಲಿರುವ ಮಣ್ಣನ್ನು ತೆಗೆದು ನನ್ನ ತಲೆಗೆ ಕಟ್ಟಿದರೆ ವಾಸಿ ಆಗುತ್ತದೆ' ಅಂದಳು. ರಾಜ ಸೇವಕರನ್ನು ಕರೆಸಿ ಹಾಗೆ ಮಾಡಿಸಿದ. ಹಿಂದಿನ ರಾತ್ರಿ ತಿಪ್ಪಕ್ಕ ಗಂಗಮ್ಮನ್ನ ಕುರಿತು ಹೇಳಿದಳು: 'ನಾನು ಒಂಬತ್ತು ತಿಂಗಳು ಸಾಕಿದೆ. ಇನ್ನು ನೀನು ಒಂಬತ್ತು ತಿಂಗಳು ಸಾಕು' ಅಂತ.

ಅಲ್ಲೊಂದು ದೇವಸ್ಥಾನ. ಅಲ್ಲೊಬ್ಬ ಪೂಜಾರಿ. ಆ ಪೂಜಾರಿಗೆ ಮಕ್ಕಳಿಲ್ಲ. ಹೀಗೇ ಇರಬೇಕಾದರೆ ಗಂಗಮ್ಮ ಒಂಬತ್ತು ತಿಂಗಳು ಮಕ್ಕಳನ್ನ ಸಾಕಿದಳು. ಮಕ್ಕಳು ಹೊತ್ತಿಗೆ ಬಾ ಅಂದರೆ ಜಾವಕ್ಕೆ ಬಂದೋ ಅನ್ನೋ ಹಾಗೆ ಬೆಳೆದವು.

ಆ ದಿನ ಅಮಾವಾಸ್ಯೆ. ಮಹಾರಾಣಿ ಪೂಜೆಗೆ ಅಂತ ಗೌಡಿ ಜೊತೆಯಲ್ಲಿ ದೇವಸ್ಥಾನದ ಹತ್ತಿರ ಬಂದಳು. ನದಿ ಹತ್ತಿರ ಬಂದಾಗ ಬೆಳ್ಳಿಗಿಂಡಿ ಚಿನ್ನದಗಿಂಡಿ ಹಂತದ ಮೇಲೆ ಕುಳಿತು ಬಿಸಲು ಕಾಯುತ್ತ ಇವೆ. ಮಹಾರಾಣಿ ನೋಡಿದಳು. ಹತ್ತಿರ ಹೋಗಿ ಕೈನೀಡಿದಳು. ಇಬ್ಬರೂ ಮಾಯ. ಪೂಜೆ ಮುಗಿಸಿ ಮನೆಗೆ ಬಂದಳು. ಮತ್ತೆ ಯೋಚನೆ ಹತ್ತಿಕೊಂಡಿತು. ತಲೆಬಾದಿ ಅಂತ ಮಲಗಿದಳು. ರಾಜ 'ಏನು ಮಾಡಬೇಕು?' ಅಂದ. 'ನಮ್ಮ ದೇವಸ್ಥಾನದ ಕೊಳದ ನೀರನ್ನೆಲ್ಲ ಮೇಲಕ್ಕೆ ತೆಗೆಸಿ ಅಡಿಯಲ್ಲಿ ಮಣ್ಣನ್ನು ತಲೆಗೆ ಸವರಿದರೆ ವಾಸಿ ಆಗುತ್ತದೆ' ಅಂದಳು. ರಾಜ 'ಸರಿ' ಅಂದ.

ಈ ಕಡೆ ಪೂಜಾರಿ ಪೂಜೆಗೆ ಬಂದವನು ಸ್ನಾನ ಮಾಡಬೇಕಲ್ಲ? ಒಂದು ಮುಳುಗು ಹಾಕಿದ. ನೀರು ಉಕ್ಕಿತು. 'ಏನವ್ವ?' ಅಂದ. ಕೈಯೊಡ್ಡಿದ. ಗಂಗವ್ವ ಎರಡು ಮಕ್ಕಳನ್ನು ಕೈಗೆ ಕೊಟ್ಟಳು. 'ಒಂಬತ್ತು ತಿಂಗಳು ತಿಪ್ಪಕ್ಕ, ಒಂಬತ್ತು ತಿಂಗಳು ನಾನು ಸಾಕಿದೆವು, ಈಗ

ನೀನು ಸಾಕು. ಮುಂದೆ ಒಳ್ಳೆಯದಾಗುತ್ತದೆ' ಅಂದಳು. ಪೂಜಾರಿ 'ಪುಣ್ಯ' ಅಂದುಕೊಂಡು ಮನೆಗೆ ತಂದ. ಹೆಂಡತಿಗೆ ವಿಷಯ ತಿಳಿಸಿದ. ಸಂತೋಷ ಆಯ್ತು.

ಇತ್ತ ರಾಜ, ರಾಣೀ ಹೇಳಿದ ಹಾಗೆ ಕೊಳದ ನೀರನ್ನೆಲ್ಲ ಆಚೆಗೆ ತೆಗೆಸಿ ತಳದ ಮಣ್ಣನ್ನು ಹಣೆಗೆ ಇಕ್ಕಿಸಿದ. ಗೌಡಿ ಅಲ್ಲೆ ಇದ್ದಳು. ಮಕ್ಕಳು ಸಿಕ್ಕಲೇ ಇಲ್ಲ ಅಂದಳು.

ಮಕ್ಕಳಿಗೆ ವಿದ್ಯಾಭ್ಯಾಸ ಶುರು ಆಯ್ತು. ಪೂಜಾರಿ ಮಕ್ಕಳನ್ನ ಕುರಿತು 'ನಿಮಗೆ ಯಾವ ವಿದ್ಯೆ ಬೇಕು?' ಅಂದ. ಅದಕ್ಕೆ ಮಕ್ಕಳು : 'ನಮಗೆ ಬಿಲ್ಲುವಿಧ್ಯೆ ಬೇಕು' ಅಂದವು. ಹೀಗೆ ಒಂದು ದಿನ ಆಡುತ್ತಾ ಆಡುತ್ತಾ ದೇವಸ್ಥಾನದ ಹತ್ತಿರ ಹೋದವು. ಮಹಾರಾಣಿ ಗೌಡಿ ಸಂಗಡ ಪೂಜೆಗೆ ಹೋದವಳು ಮಕ್ಕಳನ್ನು ನೋಡಿದಳು. ಇನ್ನೂ ಬದುಕಿದ್ದಾವಲ್ಲ ಅಂಥ ಯೋಚನೆ ಬಂದಿತು.

ಚಿನ್ನದ ಗಿಂಡಿ, ಗೊಂಬೆ ಬಸವನಿಗೆ: 'ನೀರು ಕುಡಿಯೋ ಬಸವ' ಅಂತು. ಮಹಾರಾಣಿಗೆ ಕೋಪ, 'ಯಾರೊ ನೀವು ಮರದ ಬಸವ ನೀರು ಕುಡಿತದ' ಅಂದಳು. ಅದಕ್ಕೆ ಚಿನ್ನದ ಗಿಂಡಿ: 'ಹೌದಮ್ಮ, ಯಾವ ಲೋಕದಲ್ಲಾದರೂ ಹೆಂಗಸರು ನಾಯಿಮರಿ ಹೆತ್ತಾರಾ?' ಅಂದ. 'ಯಾರು ನೀವು?' ಅಂದಳು. 'ಯಾರಾದರೇನು?' ಅಂದವು. ರಾಣಿಗೆ ಯೋಚನೆ ಬಂತು. ಹೇಗಾದರೂ ಮಾಡಿ ತೀರಿಸಬೇಕು ಅಂದುಕೊಂಡು ಅರಮನೆಗೆ ಬಂದಳು. ಪುನಃ ತಲೆನೋವು ಅಂಥ ಮಲಗಿದಳು. ಇದು ಭಾರೀ ತಲೆನೋವು. ಏಳು ಸಮುದ್ರದ ಎಡತಿಟ್ಟಿನಲ್ಲಿ ಮಾತಿನ ಅರಗಿಣಿ ಅದೆ. ಅದನ್ನು ತಂದು ಕೊಯ್ದು ಅದರ ರಕ್ತ ಹಣೆಗೆ ಇಟ್ಟರೆ ವಾಸಿ ಆಗುತ್ತದೆ ಅಂದಳು.

ರಾಜ ಡಂಗೂರ ಸಾರಿಸಿದ. 'ಏಳು ಸಮುದ್ರದ ಎಡತಿಟ್ಟಿನಲ್ಲಿರೋ ಅರಗಿಣಿ ತಂದು ಕೊಟ್ಟರೆ ಅರ್ಧರಾಜ್ಯ ಕೊಡುತ್ತೇನೆ' ಅಂತ. ಈ ಮಾತು ಹುಡುಗರ ಕಿವಿಗೆ ಬಿತ್ತು. ತಂದೆಗೆ ಹೇಳಿದವು, 'ನಾವು ತರುತ್ತೇವೆ' ಅಂತ. ಪೂಜಾರಿ: 'ನಿಮ್ಮಿಂದ ಸಾಧ್ಯವಾ? ನೀವಿನ್ನೂ ಚಿಕ್ಕವರು ನಮಗೆ ರಾಜ್ಯವೂ ಬೇಡ ಆ ಪರಾಕ್ರಮದ ಕೆಲಸವೂ ಬೇಡ' ಅಂದ. 'ಇಲ್ಲ ನಾವು ಹೋಗಲೇ ಬೇಕು' ಅಂದವು. ಪೂಜಾರಿ ರಾಜನಿಂದ 'ಒಪ್ಪೀಳ್ಯ' ತಂದ. ಒಂದು ಕುದುರೆ, ಸ್ವಲ್ಪ ದ್ರವ್ಯದ ಜೊತೆಗೆ ಮನೆಗೆ ಬಂದ. ಮಹಾರಾಣಿಗೆ ಸಂತೋಷವಾಯಿತು ಈಸಲ ಸತ್ತೇಹೋಗುತ್ತವೆ ಅಂತ.

ತಂದೆತಾಯಿಗಳಿಗೆ ನಮಸ್ಕಾರ ಮಾಡಿ ಕುದುರೆ ಏರಿದರು. ಹೋಗುತ್ತಾ ಹೋಗುತ್ತಾ ಒಂದು ಚರಮಗಾರಿ ಪಟ್ಟಣ. ಅಲ್ಲಿ ರಾಜನಿಗೆ ಒಬ್ಬಳೇ ಮಗಳು. ಅವಳದೊಂದು ಪಂಥ. ಏನಪ್ಪಾ ಅಂದರೆ, 'ನಾನು ಹೊಯ್ದುಕೊಂಡ ನೀರ ಕುದುರೆ ಕಾಲಿಗೆ ಸೋಕದ ಹಾಗೆ ಯಾರು ಹಾರಿಸುತ್ತಾರೋ ಅವರನ್ನು ಲಗ್ನ ಆಗುತ್ತೇನೆ' ಅಂತ. ಇಲ್ಲಿಯವರೆಗೆ ಯಾರ್ಗೂ ಸಾಧ್ಯ ಆಗಿರಲಿಲ್ಲ. ಚಿನ್ನದಗಿಂಡಿ ಹೋದ. 'ಏನಣ್ಣಯ್ಯ?' ಅಂದ. ಬೆಳ್ಳಿ: 'ನೋಡು ನಾನು ಹಾರಿಸುತ್ತೇನೆ' ಅಂದ. ಚಿನ್ನ ನೀರಿರೋ ಮಾಳ ತೋರಿಸಿದರು. ಜನ ಬೇಡ ಅಂದರೂ ಕೇಳದೆ, ಕುದುರೆ ಹಿಂದಕ್ಕೆ ತಿರುಗಿಸಿ ಒಂದೇ ನೆಗತಕ್ಕೆ ಹೂವಿನಂಗೆ ಹಾರಿಸಿದ. ಜನ ಎಲ್ಲ

'ಹೋ' ಅಂತ ಮುತ್ತಿಕೊಂಡು ಪಲ್ಲಕ್ಕಿ ಮೇಲೆ ಕೂರಿಸಿ ಅರಮನೆಗೆ ಕರೆತಂದರು. ಬೆಳ್ಳಿ, 'ನನ್ನ ಕೆಲಸ ಏನು?' ಅಂದ. ಆಗ ಚಿನ್ನ: 'ಸುಮ್ಮನಿರು' ಅಂದ. ಮದುವೆ ಆಯಿತು. ನಾನು ಬರೋವರೆಗೂ ನೀನು ಇಲ್ಲೇ ಇರು ಅಂತ ರಾಣಿಗೆ ಹೇಳಿ ಮುಂದೆ ಹೊರಟ.

ಕೀಲೂರು ಅಂತ ಒಂದು ರಾಜ್ಯ. ಅಲ್ಲಿಗೊಬ್ಬ ರಾಜ. ಆ ರಾಜನಿಗೊಬ್ಬಳು ಮಗಳು. ಅವಳದೊಂದು ಪಂಥ . ಏನಪ್ಪಾ ಅಂದರೆ, ನಾನು ಮುಡಿದು ಬಿಸಾಕಿರೋ ಹೂವಿನ ರಾಶಿಯನ್ನ ಕುದುರೆ ಕಾಲು ಸೋಕಿಸದ ಹಾಗೆ ನೆಗೆಸಿದರೆ ಅಂಥವನನ್ನು ಮದುವೆ ಆಗುತ್ತೇನೆ ಅಂತ. 'ಸರಿ' ಅಂತ ಹೇಳಿ ಹಾರಿಸಿದ. ಅವಳನ್ನೂ ಮದುವೆ ಆಗಿ ಹಿಂದಿನವಳಿಗೆ ಹೇಳಿದ ಹಾಗೆ ಇವಳಿಗೂ ನಾನು ಬರೋವರೆಗೂ ಇಲ್ಲೇ ಇರು ಅಂತ ಹೇಳಿ ಮುಂದೆ ಹೋದ.

ಜೀವಗಾಳಿ ಅನ್ನೋದೊಂದು ಪಟ್ಟಣ. ಅಲ್ಲೊಬ್ಬ ರಾಜ. ಆ ರಾಜನಿಗೊಬ್ಬಳು ಮಗಳು. ಅವಳದೂ ಒಂದು ಪಂಥ. ಏನಪ್ಪಾ ಅಂದ್ರೆ, ಮುತ್ತುರತ್ನದ ಮಾಲೇನ ಒಂದು ಎತ್ತರವಾದ ಜಾಗದಲ್ಲಿ ನೇತು ಹಾಕಿಸಿ, ಯಾರು ಕುದುರೆಯಿಂದ ನೆಗೆಸಿ ಕಿತ್ತು ತರುತ್ತಾರೋ ಅವರನ್ನು ಮದುವೆ ಆಗುತ್ತೇನೆ ಅಂತ. ಪಂಥವನ್ನು ಒಪ್ಪಿ ಅದೇ ರೀತಿ ನೆಗೆಸಿದ. ಅವಳನ್ನೂ ಮದುವೆ ಆಗಿ ಅರಮನೇಲೇ ಬಿಟ್ಟು ಮುಂದೆ ಹೋಗಲು ಅಣಿಯಾದ. ಆದರೆ ಈಕೆ ಹಿಂದಿನವರಿಗಿಂತ ಬುದ್ಧಿವಂತೆ. 'ಬೇಡ ಒಬ್ಬರೇ ಹೋದರೆ ಜೀವಕ್ಕೆ ಅಪಾಯ' ಅಂದಳು. 'ಇಲ್ಲ ಹೋಗಲೇಬೇಕು' ಅಂತ ಹಠ ಹಿಡಿಯಲು ಅವಳು ಮೂರು ಗುಳಿಗೆ ಮಂತ್ರಿಸಿ ಕೊಟ್ಟಳು.

ದೊಡ್ಡದೊಂದು ಕಾಡು. ಅಲ್ಲೊಂದು ದೊಡ್ಡ ಸಮುದ್ರ. ಕತ್ತಲೆ ಆಯಿತು. ಕುದುರೆ ಒಂದುಕಡೆ ಕಟ್ಟಿದ. ಗಂಡಬೇರುಂಡ ಹೆಣ್ಣು ಬೇರುಂಡ ಮರದ ಮೇಲೆ ವಾಸಮಾಡುತ್ತ ಇದ್ದೊ. ಸರ್ಪ ಮರಿಗಳನ್ನೆಲ್ಲ ತಿಂದುಹಾಕುತ್ತಿತ್ತು. ಏಳು ಬಾರಿಯೂ ಹಾಗೆ ಮಾಡಿತ್ತು. ಈ ಸಾರಿಯೂ ತಿನ್ನುವುದಕ್ಕೆ ಅಂಥ ಬರುತ್ತಾ ಇತ್ತು. ಚಿನ್ನದಗಿಂಡಿ ಕತ್ತೆತ್ತಿ ನೋಡಿದ. ಚಂದ್ರಾಯುಧದಿಂದ ಎರಡು ತುಂಡುಮಾಡಿ ಬಿಸಾಕಿದ. ತಂದೆ ತಾಯಿ ಪಕ್ಷಿಗಳು ಆಹಾರ ತರಲಿಕ್ಕೆ ಹೋಗಿದ್ದವು. ಹಣ್ಣು ಹಂಪಲು ತಂದು ಮರಿಗಳಿಗೆ ಕೊಡುವುದಕ್ಕೆ ಹೋದವು. ಅವು ಈಸಿಕೊಳ್ಳಲಿಲ್ಲ. 'ಯಾರೆ?' ಅಂದೊ, 'ನಮ್ಮನ್ನ ಕಾಪಾಡಿದವರು ಅಲ್ಲಿ ಇದಾರೆ' ಅಂತ ತೋರಿಸಿದೊ. ಆಗ ಪಕ್ಷಿಗಳು ಇವರ ಹತ್ತಿರಕ್ಕೆ ಬಂದು, 'ಏನು ನಿಮ್ಮ ಕಷ್ಟ?' ಅಂದೊ. ಚಿನ್ನದಗಿಂಡಿ: 'ಏಳು ಸಮುದ್ರದ ಎಡತಿಟ್ಟಿಗೆ ನನ್ನ ಕರಕೊಂಡು ಹೋಗು' ಅಂದ. ಸರಿ ಅಂತ ಗಂಡಬೇರುಂಡ ಕರೆದುಕೊಂಡು ಹೋಯಿತು. ಅಲ್ಲೊಂದು ರಾಕ್ಷಸ ಎದುರಾಯ್ತು. ಒಂದು ಗುಳಿಗೆ ಎಸೆದ. ಇನ್ನೊಂದು ಬಂತು. ಮತ್ತೊಂದು ಎಸೆದ. ಇನ್ನೇನು ಗಿಳೀಗೆ ಕೈಹಾಕಬೇಕು ಅಷ್ಟರಲ್ಲಿ ರಾಕ್ಷಸನೊಬ್ಬ ಬಂದು ಯುದ್ಧಮಾಡಿ ಇವನನ್ನು ಕೊಂದು ಹಾಕಿತು. ಈಕಡೆ ಗಂಡಬೇರುಂಡ ಕಾಯುತ್ತಾ ಇತ್ತು. ಇನ್ನೂ ಬರಲಿಲ್ಲವಲ್ಲ ಅಂತ ಹೋಗಿ ನೋಡಿತು. ರಾಕ್ಷಸನ ಎರಡು ಕಣ್ಣುಗುಳ್ಳೆಗಳನ್ನು ಕಿತ್ತುಹಾಕಿ ಮಾಂಸದ ಚೂರುಗಳನ್ನೆಲ್ಲ ಒಂದು ಕಡೆ ಸೇರಿಸಿ, ಹಿಂದಕ್ಕೆ ಬಂದು ಬೆಳ್ಳಿಗಿಂಡಿಯನ್ನು

ಕರೆದುಕೊಂಡು ಹೋಯಿತು. ಬೆಳ್ಳಿಗಿಂಡಿ ರಾಕ್ಷಸನ ಕೂಡ ಯುದ್ಧ ಮಾಡಿಕೊಂಡು ಅಣ್ಣನ ಶರೀರದ ಮಾಂಸದ ಕೂಡ ಗಿಣಿಯನ್ನೂ ತೆಗೆದುಕೊಂಡು ಹಿಂದಕ್ಕೆ ಬಂದು ಅಣ್ಣನ ಮೂರು ಹೆಂಡತಿಯರನ್ನೂ ಸೇರಿಸಿದ. ಕೀಲೂರಿನವಳು ಕೀಲುಗಳನ್ನೆಲ್ಲ ಒಂದು ಕಡೆ ಸೇರಿಸಿದಳು. ಚರಮಗಾರಿ ಪಟ್ಟಣದೊಳು ಚರ್ಮ ಹೋಗಿರೋ ಕಡೆ ಸೇರಿಸಿದಳು. ಜೀವಗಾಳಿ ಪಟ್ಟಣದವಳು ಜೀವ ಬರಿಸಿದಳು. ದಂಡುದಾಳಿ ಸಮೇತ ಮೂರು ಜನ ರಾಣೀರ್ನು ಕೂಡಿ ಊರಿಗೆ ಹಿಂದಿರುಗಿ ಬಂದರು. ತಂದೆ ತಾಯಿಗಳಿಗೆ ನಮಸ್ಕರಿಸಿದರು. ರಾಜನಿಗೆ ಮಾತನಾಡುವ ಗಿಳಿ ತೆಗೆದುಕೊಂಡು ಹೋಗಿ ಕೊಟ್ಟ. ರಾಜನಿಗೆ ಆಶ್ಚರ್ಯ ವಾಯಿತು. ಮಹಾರಾಣಿಗೆ ಸುದ್ದಿ ಹೋಯಿತು. ಜನ ಬೇಕಾದಷ್ಟು ಸೇರಿದರು. ದೊಡ್ಡವ್ವ ತಮ್ಮ ತಾಯಿಗೆ ಮಾಡಿದ ಮೋಸವನ್ನು ಬಹಿರಂಗ ಪಡಿಸಿದರು. ಹಿರಿರಾಣಿಯನ್ನು ಕಡಿದು ಹಾಕುವುದಕ್ಕೆ ಅಪ್ಪಣೆಕೊಡಿಸಿ. ಕಿರಿರಾಣಿಯನ್ನು ಬಿಡುಗಡೆ ಮಾಡಿ ಮಕ್ಕಳಿಗೆ ಪಟ್ಟಕಟ್ಟಿ ಸುಖವಾಗಿದ್ದರು.

**

೨೧. ಅಲ್ಲಿ ಹಾಗೆ ಇಲ್ಲಿ ಹೀಗೆ

ಒಂದು ಊರಲ್ಲಿ ಒಬ್ಬ ಗೌಡ. ಗಂಡ ಹೆಂಡತಿ ಇಬ್ಬರೆಯೆ. ಒಂದು ದಿವಸ 'ಬಹಿರೂಪ' ನಾಟಕ ಆಡುತ್ತಿದ್ದರು. ನಾಟಕ ನೋಡುವುದಕ್ಕೆ ಹೆಂಡತಿಯನ್ನು ಮನೆಯಲ್ಲಿ ಬಿಟ್ಟು ಒಬ್ಬನೇ ಹೋಗಿದ್ದನು. ಅವನ ಹೆಂಡತಿ ಒಬ್ಬ ಮಿಂಡಗಾರನನ್ನು ಇಟ್ಟುಕೊಂಡಿದ್ದಳು. ಅವನ ಜತೆ ಸರಸ ಆಡುತ್ತಿದ್ದಳು.

ಗಂಡ ನಾಟಕ ನೋಡುತ್ತಿದ್ದನು. ಅದರಲ್ಲಿ ಒಂದು ರಾಕ್ಷಸಿ ಪಾತ್ರ ಬಂದಿತು. ಅದನ್ನು ಕಂಡು, ಬಿದ್ದು ಮನೆಗೆ ಓಡಿಬಂದ. 'ಬಾಗಿಲ್ ತೆಗೆಯಮ್ಮಿ' ಅಂತ ಒಂದೇ ಸಮನೆ ಬಾಗಿಲು ತಟ್ಟಿದ. ಹೆಂಡತಿ ಬಾಗಿಲು ತೆಗೆದಳು. ಮಿಂಡಗಾರ ಪುಳಕ್ ಅಂತ ಓಡಿಬಂದ. ಗಂಡನಿಗೆ ಇನ್ನೂ ಹೆದರಿಕೆಯಾಯ್ತು. 'ನಾಟಕದಲ್ಲಿ ಹಾಗಾಯ್ತು, ಇಲ್ಲಿ ಹೀಗಾಯ್ತು' ಅಂದುಕೊಂಡ. ದಿನ ಇದನ್ನೇ ಹೇಳುತ್ತಿದ್ದ. ಸಾಮಾನ್ಯವಾಗಿ ಇದನ್ನೇ ಹೇಳುತ್ತಿದ್ದ. ಜನ ಯಾರು ಏನೇ ಹೇಳಲಿ ಇದನ್ನೇ ಹೇಳುತ್ತಿದ್ದ. ಆಗ ಊರಿನ ಯಜಮಾನರು—'ಇವನನ್ನು ಅರಮನೆಗೆ ಕರೆದುಕೊಂಡು ಹೋಗಿಬಿಡಿ' ಅಂದರು. ಮಹಾರಾಜರ ಹತ್ತಿರ ಬಿಟ್ಟರು. ಮಹಾರಾಜರು: 'ಏನಯ್ಯ' ಅಂದರು. 'ಬುದ್ಧಿ ಅಲ್ಲಿ ಹಾಗಾಯ್ತು ಇಲ್ಲಿ ಹೀಗಾಯ್ತು' ಅಂದನು. ಏಟುಸಾಟು ಎಲ್ಲ ಹೊಡೆದರು. ಆದರೂ ಏನೂ ಹೇಳಲಿಲ್ಲ. ಇವನನ್ನು 'ಕುದುರೆ ಲಾಯಕ್ಕೆ ಹಾಕಿ' ಅಂದರು. ಹಾಕಿದರು. ಅಲ್ಲಿ ಕುದುರೆ ಸಾಕುವವನು ರಾಣೀನ ಇಟ್ಟುಕೊಂಡಿದ್ದನು. ಇಷ್ಟು ಗಂಟೆ ರಾತ್ರಿಗೆ ಬರಬೇಕು ಅಂತ ಹೇಳಿದ್ದ, ರಾಣಿಗೆ, ಲಾಯದವನು. ಆದರೆ ರಾಣಿ ಮೂರು–ನಾಲ್ಕು ಗಂಟೆ ಹೊತ್ತಾಗಿ ಅವನ ಹತ್ತಿರ ಬಂದಳು. ಬರುತ್ತಲೆ ಯಾಕೆ ಇಷ್ಟೊತ್ತಿಗೆ ಬಂದೆ' ಅಂತ ಕೊರಡಿಗೆಯಿಂದ ಚೆನ್ನಾಗಿ ಹೊಡೆದ. ಏಟು ತಿಂದು ಹೋಗಿ ಮಲಗಿಕೊಂಡಳು. ಆಗ ಇವನು ಅಂತಾನೆ, 'ನನ್ನ ಹೆಂಡತಿ ಒಬ್ಬಳೇ ರಖಾವ್ ಮಾಡಿಕೊಂಡಿದ್ದಳು ಅನ್ನುತ್ತಿದ್ದೆ, ಇಲ್ಲೂ ಹಾಗೆಯೇ!'

ಮಾರನೆ ದಿನ ಮಹಾರಾಜರು ಕರೆಸಿದರು. 'ಇವತ್ತಾದ್ರೂ ಸರಿಯಾಗಿ ಹೇಳ್ತೀಯ; ಇಲ್ಲ ಪ್ರಾಣ ತೆಗಿಲಾ?' ಅಂತ ಹೇಳಿದರು. ಆಗ, 'ಬುದ್ಧಿ ಮಹಾರಾಣಿಯವರನ್ನು ಇಲ್ಲಿ ಸ್ವಲ್ಪ ಕರೆಸಿ' ಎಂದನು. ಕರೆಸಿದರು. ಮೈಕೈ ನೋಡಿ ಅಂದ. ನೋಡಿದರು. ಕುದುರೆ ಕೊರಡಿನ ಏಟಿನಿಂದ ಅವಳ ಮೈಕೆ ಊದಿದೆ. ಅವನು, 'ಬುದ್ಧಿ, ನನ್ನ ಹೆಂಡತಿ ಹಾದರಗಿತ್ತಿ ಅಂತಿದ್ದೆ; ನಿಮ್ಮ ಹೆಂಡತಿಯೂ ಮಾಡಕೊಂಡವಳೆ. ನನ್ನ ಹೆಂಡತಿಗೆ ಅಲ್ಲಿ ಹಾಗಾಯ್ತು; ನಿಮ್ಮ ಹೆಂಡತಿಗೆ ಇಲ್ಲಿ ಹೀಗಾಯ್ತು; ಅದಕ್ಕೇ ಬುದ್ಧಿ ನಾ ಆ ತರಹ ಅಂದ್ದದ್ದು' ಎಂದನು. ಆಗ ಮಹಾರಾಜರು ಯೋಚನೆ ಮಾಡಿ ತನ್ನ ಹೆಂಡತಿಯನ್ನೂ, ಲಾಯದವನನ್ನೂ ಕಂದಕಕ್ಕೆ ಹಾಕಿಸಿದರು. ಇವನನ್ನು ಬಿಟ್ಟುಬಿಟ್ಟರು. ಅಲ್ಲಿ ಅವರು ಸುಖವಾಗಿದ್ದಾರೆ. ನಾವು ಇಲ್ಲಿ ಸುಖವಾಗಿ ಇದ್ದೀವಿ ಬುದ್ಧಿ.

**

೨೨. ರತ್ನಾಜಿ

ಅಮರಾವತಿ ಪಟ್ಟಣದಲ್ಲಿ ಅಮರಶೇಖರ ರಾಜ ರಾಜ್ಯಭಾರ ಮಾಡಿಕೊಂಡವನೆ, ಅವನಿಗೊಬ್ಬ ಮಗ. ಮಂತ್ರಿಗೊಬ್ಬ ಮಗ. ಇಬ್ಬರೂ ಜೊತೆಯಲ್ಲಿ ಓದಿಕೊಂಡು, ಬರೆದುಕೊಂಡು, ಆಡಿಕೊಂಡು ಬೆಳೆಯುತ್ತಾ ಅವರೆ. ಇವರಿಬ್ಬರಿಗೂ ದಿನಾ ಮಧ್ಯಾಹ್ನದ ಹೊತ್ತು ಏನು ಕೆಲಸ ಅಂದರೆ ಬಿಸಿಲಮಚ್ಚಿಗೆ ಬಿಲ್ಲು-ಬಾಣ ತೆಗೆದುಕೊಂಡು ಹೋಗಿ ಗುರಿ ಹೊಡೆಯುವುದನ್ನು ಕಲಿಯುವುದು. ಹೀಗೆ ಇವರು ಮಾಡುತ್ತಿರಬೇಕಾದರೆ ಒಂದು ದಿನ ಏನಾಯ್ತು ಅಂದರೆ—ಒಬ್ಬ ಮುದುಕಿ ಒಂದು ಅರವೀಲಿ ನೀರ ತುಂಬಿ ತಲೆಮೇಲೆ ಮಡಗಿಕೊಂಡು ಹೋಗುತ್ತಿದ್ದಳು. ಆಗ ಇವರಿದ್ದು ತಾಳು ನಮ್ಮ ಗುರಿ ಪರೀಕ್ಷೆ ಮಾಡುತ್ತೇವೆ ಅಂತ ಬಾಣ ಬಿಟ್ಟರು. ಅದು ಅರವಿಗೆ ತಗಲಿ ಒಡೆದು ತೂತಾಯಿತು. ಆಗ ಮುದುಕಿ: 'ಅಪ್ಪಾ ಮಕ್ಕಳೇ ನನ್ನ ಅರವಿ ಒಡೆದು ತೂತು ಮಾಡಿದರೆ ಏನು ಬಂತು ಅದರ ಬದಲು ರತ್ನಾಪುರಿ ಅನ್ನುವುದೊಂದು ಪಟ್ಟಣ. ಅಲ್ಲಿ ರತ್ನಶೇಖರ ರಾಜ ಅವನೆ. ಅವನಿಗೊಬ್ಬ ಮಗಳು. ಅವಳ ಹೆಸರು ರತ್ನಾಜಿ ಅಂತ. ಅವಳು ನಡೆದರೆ ಕುಂಕುಮದ ಹೆಜ್ಜೆ, ಮಂಡೆವದರಿದರೆ ಮಲ್ಲಿಗೆ ಹೂವು, ನಗನಾಡಿದರೆ ರತ್ನ ಸುರೀತದೆ. ಅತ್ತರೆ ಮುತ್ತು ಸುರೀತದೆ ಅಂಥವಳ ಜೊತೆಲಾದರೂ ತಡೀತದೆ ನಿಮಗೆ. ಅದ ಬಿಟ್ಟು ನನ್ನಂತ ಮುದುಕಿ ಜೊತೇಲಿ ಆಡಿದರೆ ಏನು ಬಂತಪ್ಪ' ಅಂದಳು.

ಇವರಬ್ಬರಿಗೂ ಆಶ್ಚರ್ಯವಾಯಿತು. ಇದೇನು ಮುದುಕಿ ಈ ತರಹ ಹೇಳುತ್ತಿದ್ದಾಳಲ್ಲ ಅಂದುಕೊಂಡು ತಮ್ಮ ದಂಡಕ್ ಕರೆದು ಅವಳ ಹತ್ತಿರ ಪುನಃ ಎಲ್ಲಾ ಸಂಗತಿ ತಿಳಿದುಕೊಂಡು ಆಮೇಲೆ ಅರಮನೆಗೆ ಕರೆದುಕೊಂಡು ಹೋಗಿ ರಾಜಕುಮಾರ ತಾಯಿ ಕೈಲಿ ತಿಂಡಿತೀರ್ಥ ಕೊಡಿಸಿ ಒಂದಕ್ಕೆರಡು ಅರವಿ ಕೊಡಿಸಿ ಬೇಕಾದಷ್ಟು ದುಡ್ಡು ಕೊಟ್ಟು ಕಳುಹಿಸಿದ. ಆಗೊಂದು ದಿನ ತಾಯಿ ಹತ್ತಿರಕ್ಕೆ ಹೋಗಿ ನಮಸ್ಕಾರ ಮಾಡಿ: 'ಅಮ್ಮಾ ನನಗೆ ಹರಸಿ ಅಪ್ಪಣೆಕೊಡಿ. ರತ್ನಪುರಿಗೆ ಹೋಗಿ ರತ್ನಾಜಿ ತರುವುದಕ್ಕೆ' ಎಂದ. ಆಗ ರಾಣಿ: 'ಅಪ್ಪಾ ರತ್ನಪುರಿ ಅಂದರೇನು: ನಾವು ಅಂದರೇನು ರತ್ನಾಜೀನ ಅವರಪ್ಪ ಏಳು ಸಮುದ್ರದ ಎಡತಿಟ್ಟಿನಲ್ಲಿ ಏಳು ಸಜ್ಜೆಮನೇಲಿ ಹೆಂಗಸರ ಪಾರಾದಲ್ಲಿಟ್ಟವರೆ' ಅಂದಳು.

ಇವನು ಹಿಡಿದ ಪಟ್ಟ ಬಿಡದೆ, 'ನೀವು ಅಪ್ಪಣೆ ಕೊಡದೇ ಇದ್ದರೆ ನಿಮ್ಮ ಪಾದದ ಮೇಲೆ ನನ್ನ ಪ್ರಾಣ ಬಿಡುತ್ತೇನೆ' ಅಂದ. ಆಗ ಏನೂ ಮಾಡಲಿಕ್ಕಾಗದೆ ತಂದೆ ತಾಯಿಗಳು, 'ನೀ ಹೋದ ಕಾರ್ಯ ಜಯವಾಗಲಿ, ನಿನ್ನ ಕತ್ತಿ ಕೈ ಮೇಲಾಗಲಿ' ಅಂತ ಹರಸಿದರು.

ತಾಯಿ ಮುಂಗೈ ಗಾತ್ರಕ್ಕೆ ಮೂರು ಬುತ್ತೀನ ಹಾಲು ಕೆನೆ ಹಾಸಿ ಮೊಸರ ಕೆನೆ ಮುಚ್ಚಿ ಕಟ್ಟಿಕೊಟ್ಟಳು. ಆಗ ಲಾಯಕ್ಕೆ ಹೋಗಿ ಬೇಕಾದ ಕುದುರೆ ಹಿಡಿದುಕೊಂಡು, ಬೊಕ್ಕಸಕ್ಕೆ ಹೋಗಿ ಬೇಕಾದಷ್ಟು ದ್ರವ್ಯ ತೆಗೆದುಕೊಂಡು, ಚಂದ್ರಶಾಲೆಗೆ ಹೋಗಿ ಚಂದ್ರಾಯುಧ ತೆಗೆದುಕೊಂಡು ಹೊರಟ. ಮಂತ್ರಿ ಮಗ ಜೊತೆಯಲ್ಲಿ ಬರುತ್ತೇನೆಂದ. ಅದಕ್ಕೆ ರಾಜಕುಮಾರ: 'ಈಗ ಬೇಡ, ನಾನು ಹೋಗುವ ಕೆಲಸ ಬಹಳ ಗಂಡಾಂತರವಾದುದು. ನನ್ನ ಕೆಲಸ ಜಯವಾದರೆ ಆಗ ನಿನ್ನ ಕರೆಸಿಕೊಳ್ಳುತ್ತೇನೆ' ಅಂದ. ಸರಿ ಇವನು ಹೊರಟ. ಹೋಗುತ್ತಾ ಹೋಗುತ್ತಾ ಅಂಥ ಅಡವಿ ಅರಣ್ಯ, ಗಿಡುಗೆಂಡೆ ಚದರ ಮೈಲಿಗೆ ಹೋದ. ಅಷ್ಟರಲ್ಲಿ ಬಳಲಿ ಬಾಯಾರಿ ಕುಡಿಯುವುದಕ್ಕೆ ಒಂದು ತೊಟ್ಟು ನೀರೂ ಇಲ್ಲ. ತಾಯಿ ಕಟ್ಟಿಕೊಟ್ಟಿದ್ದ ಬುತ್ತಿ ಉಣ್ಣೋಣ ಅಂದರೂ ಎಲ್ಲೂ ನೀರಿಲ್ಲ. ಕೊನೆಗೆ ಸುಸ್ತಾಗಿ ಬಂದು ಒಂದು ಬಂಡೆ ಮೇಲೆ ಯೋಚನೆ ಮಾಡುತ್ತಾ ಕುಳಿತುಕೊಂಡ. ಅಷ್ಟರಲ್ಲಿ ಇವನಿಗೆ ದೂರದಲ್ಲಿ ಒಂದು ಬೆರಳುಗಾತ್ರ ಹೊಗೆ ಬರುತ್ತಿದ್ದುದು ಕಾಣಿಸಿತು. ಆಗ, ಹೋ... ಹೋ... ಅಲ್ಲಿ ಯಾರೊ ನರಮನುಷ್ಯರು ಇರಬೇಕು! ಅಂತ ಹೊರಟ.

ಅಲ್ಲೇನಾಗದೆ ಅಂದರೆ, ಅಲ್ಲೊಬ್ಬ ರಾಕ್ಷಸ ವಾಸವಾಗಿದ್ದು, ಅವನು ಒಂದು ದೇಶದ ರಾಜಕುಮಾರಿ ಸೆರೆ ಹಿಡಿದು ತಂದು ಮಡಗಿದ್ದ. ಆಗ ಅವನು ಹೆಣ ಬೇಟೆ, ರಣ ಬೇಟೆ ಹೋಗಿದ್ದ; ರಾಜಕುಮಾರಿ ಮಾತ್ರ ಅಲ್ಲಿದ್ದಳು. ಆಗ ಇವನನ್ನು ಕಂಡ ತಕ್ಷಣ—'ಅಯ್ಯೋ ನೀವು ಇಂಥ ಜಾಗಕ್ಕೆ ಯಾತಕ್ಕೆ ಬಂದಿದ್ದೀರಿ? ಇಷ್ಟು ಚೆನ್ನಾಗಿರುವವರನ್ನು ಕಂಡರೆ ನಿಮ್ಮ ಕೈಯೊಂದು ಚೆನ್ನ, ಕಾಲೊಂದು ಚೆನ್ನ, ಅಂದುಕೊಂಡು ತಿಂದುಕೊಳ್ಳುತ್ತಾನೆ' ಅಂದು ದಡಬಡನೆ ಅವನಿಗೆ ನಮ್ಮ ಅಡಿಗೆ ಮಾಡಿ ಊಟಕ್ಕೆ ಹಾಕಿ, ಒಂದು ಪಲ್ಲಿ ಮಾಡಿ ಗೋಡೆಗೆ ತಗಲಿ ಹಾಕಿ ರಾಕ್ಷಸನಿಗೆ ಅನ್ನ ಕಪ್ಪಡಿಸೋಕೆ ಹೇಳಿಕೊಟ್ಟು, ಒಂದು ಕುಕ್ಕೆ ಅಡಿಕೆ, ಗೆರ್ಸಿ ಎಲೆ, ಹಲ್ಲ ಚುಚ್ಚುವುದಕ್ಕೆ ವನಕೆ ಮಡಗಿದಳು. ರಾಕ್ಷಸ ಬಂದ. ಬಂದವನು ತಾನು ತಂದಿದ್ದ ಹೆಣವನ್ನೆಲ್ಲಾ ಅನ್ನಕ್ಕೆ ಹಾಕಿ ಚೆನ್ನಾಗಿ ತಿಂದು ತೇಗಿ ಎಲೆ-ಅಡಿಕೆ ಹಾಕಿಕೊಳ್ಳುವುದಕ್ಕೆ ಕುಳಿತುಕೊಂಡ. ಆಗ ರಾಜಕುಮಾರಿ ಅಂದು ಅವನಿಗೆ ಎಲೆ-ಅಡಿಕೆ ಮಡಿಸಿಕೊಡುವುದಕ್ಕೆ ಶುರುಮಾಡಿದಳು. ರಾಕ್ಷಸನಿದ್ದು: 'ಅಬ್ಬಾ ಎಂದೂ ನನ್ನ ಎದುರಿಗೆ ಬಂದು ನಿಂತವಳಲ್ಲ. ಅಂಥದರಲ್ಲಿ ಇವತ್ತು ಎದುರಿಗೆ ಬಂದು ನಿಂತು ಈ ತರಹ ಮಾಡುವುದಕ್ಕೆ ಕಾರಣವೇನು? ಎಲ್ಲೊ ನರಮನುಷ್ಯರ ವಾಸನೆ ಬರುತ್ತಿದೆ, ಏನು ಸಮಾಚಾರ ಹೇಳು' ಅಂದ. 'ಏನೂ ಇಲ್ಲ. ನನ್ನ ತಮ್ಮ ಬಂದವನೆ. ನೀವು ಏನೂ ಮಾಡುವುದಿಲ್ಲ ಅಂದರೆ ನಾನು ಅವನನ್ನು ನಿಮ್ಮ ಹತ್ತಿರ ಕರೆದುಕೊಂಡು ಬರುತ್ತೇನೆ. ನೀವು ಬಲಗೈ ಭಾಷೆ ಕೊಡಿ' ಅಂದಳು. ರಾಕ್ಷಸ ಅದಕ್ಕೆ ಒಪ್ಪಿಕೊಂಡ. ಅವಳು ಹೋಗಿ ಅವನನ್ನು ಪುನಃ ರಾಜಕುಮಾರನಾಗಿ ಮಾಡಿಕೊಂಡು ಬಂದು ಅವನ ಕೈಲಿ ನಮಸ್ಕಾರ ಮಾಡಿಸಿದಳು. ಆಮೇಲೆ : 'ರಾಕ್ಷಸನ ಹತ್ತಿರ ನಿನಗೆ ಬೇಕಾದ ವರ ಕೇಳಿಕೊ. ಅವನು ಒಪ್ಪಿದರೆ ಆಡಿದ ಮಾತಿನಂತೆ ನಡೆದುಕೊಳ್ಳುತ್ತಾನೆ' ಅಂದಳು. ರಾಕ್ಷಸನಿದ್ದು ಇವನನ್ನು ನೋಡಿ ಭಾಷೆಕೊಟ್ಟು ಕೆಟ್ಟೆ; ಇಲ್ಲದಿದ್ದರೆ ಈ ಚೆಂದುಳಿ ಚೆಲವನ ಚೆನ್ನಾಗಿ ತಿನ್ನಬಹುದಾಗಿತ್ತು ಅಂದುಕೊಂಡು, 'ಅಯ್ಯೋ ಹೋಗು ಇನ್ನೇನು ಮಾಡುವುದು' ಅಂದುಕೊಂಡು ಸುಮ್ಮನಾದ.

ರಾಜಕುಮಾರನಿದ್ದು ನನಗೆ ಒಂದು ವಾಯುವೇಗದಲ್ಲಿ ಪ್ರಯಾಣ ಮಾಡುವಂಥ ರಥ ಕೊಡಬೇಕು ಅಂತ ಕೇಳಿಕೊಂಡ. ಅದಕ್ಕೆ ರಾಕ್ಷಸ ಒಪ್ಪಿ ಪುನಃ ಬೇಟೆಗೆ ಹೊರಟ. ಆಗ ಪಾರ್ವತಿ ಪರಮೇಶ್ವರರು: 'ಎರುಎಂಭತ್ತು ಕೋಟಿ ಜೀವರಾಶಿಗಳಿಗೆ' ಅನ್ನ ನೀರು ಹಾಕಿಟ್ಟು ರಥದ ಮೇಲೆ ಹೋಗುತ್ತಿದ್ದರು. ಈ ರಾಕ್ಷಸ ಆಕಾಶಕ್ಕೂ ಭೂಮಿಗೂ ಕೀಲು ಕೊಟ್ಟಾಗೆ ಬೆಳೆದು ನಿಂತವನೆ ರಥಕ್ಕೆ ಅಡ್ಡಲಾಗಿ. ಆಗ ಈಶ್ವರನಿದ್ದು: 'ಅಪ್ಪಾ ನಿನಗೆ ಭೂಲೋಕದಲ್ಲಿ ಎಲ್ಲಿ ಬೇಕಾದರೂ ಸಂಚಾರ ಮಾಡಲು ಅಪ್ಪಣೆ ಕೊಟ್ಟಿದ್ದೀನಿ. ಅಂತರದಲ್ಲಿ ನೀನು ಈ ತರವಾಗಿ ನಿಂತುಕೊಳ್ಳುವುದಕ್ಕೆ ಕಾರಣವೇನು' ಅಂದ. ರಾಕ್ಷಸ, 'ಮಹಾಸ್ವಾಮಿ ಎಲ್ಲಾ ಸರಿ, ಆದರೆ ಭೂಲೋಕದಲ್ಲೆಲ್ಲಾ ಸಂಚಾರ ಮಾಡುವುದಕ್ಕೆ ನನಗೆ ಬಹಳ ಕಷ್ಟ. ಆದ್ದರಿಂದ ನೀವು ರಥ ಕೊಡಬೇಕು' ಅಂದ. ಅದಕ್ಕೆ ಅವರು ಒಪ್ಪಿ—'ನೋಡು... ನೀ ಎಲ್ಲಿಗೆ ಹೋಗಬೇಕಾದರೆ ಈ ರಥಕ್ಕೆ ಪೂಜೆ ಮಾಡಿ 'ಜೈ ಪರಮೇಶ್ವರ' ಅಂದರೆ ಅದು ನಿನಗೆ ಬೇಕಾದ ಕಡೆಗೆ ಕರೆದುಕೊಂಡು ಹೋಗಿ ಬಿಡುತ್ತದೆ' ಅಂದರು. ಸರಿ, ಇವನು ರಥ ತಂದು ಅದಕ್ಕೆ ಪೂಜೆ–ಪುನಸ್ಕಾರ ಮಾಡಿ ಅದನ್ನು ಹ್ಯಾಗೆ ನಡೆಸಬೇಕೆಂದು ಹೇಳಿ ಕೊಟ್ಟು ಪುನಃ ಬೇಟೆಗೆ ಹೊರಟುಹೋದ. ಆಗ ರಾಜಕುಮಾರಿಯಿದ್ದು, 'ದಯವಿಟ್ಟು ನೀನು ನನ್ನನ್ನು ಈ ಸೆರೆಯಿಂದ ಬಿಡಿಸಿ ಉಪಕಾರಮಾಡು' ಅಂತ ಕೈ ಮುಗಿದು ಕೇಳಿ ಕೊಂಡಳು. ಆಗ ರಾಜಕುಮಾರನಿದ್ದು—'ನೀನು ನನಗೆ ಹೇಳಿದಂತ ಕಷ್ಟ ಕೆಲಸಕ್ಕೆ ಹೋಗುತ್ತಾ ಇದ್ದೇನೆ. ಅಲ್ಲಿಗೆ ಈಗ ನಾನು ಕರೆದುಕೊಂಡು ಹೋಗುವುದಕ್ಕೆ ಆಗುವುದಿಲ್ಲ. ಆ ಕಾರ್ಯ ಗೆದ್ದು ಬಂದು ನಿನ್ನ ಬಿಡುಗಡೆ ಮಾಡುತ್ತೇನೆ, ಅಲ್ಲಿಯವರೆಗೆ ನೀನು ಇಲ್ಲೇ ಧೈರ್ಯವಾಗಿರು' ಅಂದು, 'ನೀ ಮಾಡಿದ ಉಪಕಾರ ಮರೆಯುವುದಿಲ' ಅಂತ ಕೈಮುಗಿದು ರಥಕ್ಕೆ ಪೂಜೆ ಮಾಡಿ 'ಜೈ ಪರಮೇಶ್ವರ' ಅಂದು ರಥದ ಮೇಲೆ ಕೂತುಕೊಂಡು ತನ್ನ ಜಾಗನ ಮನಸ್ಸಲ್ಲೇ ಕುರಿತುಕೊಂಡ. ಅದು ಹುಲಿ ಯೋಜನೆ, ಕರಡಿ ಯೋಜನೆ ಎಲ್ಲಾ ದಾಟಿ ಏಳು ಸಮುದ್ರ ಎಡತಿಟ್ಟಿನಲ್ಲಿರುವ ರತ್ನಪುರಿಗೆ ತಂದುಬಿಟ್ಟಿತು.

ಇವನಿದ್ದು ಒಂದು ಅಡಗೂಲಜ್ಜಿ ಮನೇಲಿ ಇಳಿದುಕೊಂಡ. ಆ ಮುದುಕಿ ಅರಮನೆಯ ಹೂವಾಡುಗಿತ್ತಿ. ಇವಳು ರತ್ನಾಜಿಗೆ ದಿನಾ ಹೂವು ಕಟ್ಟಿಕೊಂಡು ಹೋಗಿ ಕೊಡುವುದು. ಈ ಮುದುಕಿಯಿಂದ ಎಲ್ಲಾ ಸುದ್ದಿ ಸಮಾಚಾರವನ್ನೆಲ್ಲಾ ತಿಳಿದುಕೊಂಡ. ಸರಿ ಇವನಿದ್ದು ದಿನವಹಿ ಹೂವಿನ ತೋಟಕ್ಕೆ ಹೋಗಿ ಗಿಡವನ್ನೆಲ್ಲಾ ಕಸಿಮಾಡಿ ಒಳ್ಳೆ ಗೊಬ್ಬರ ಹಾಕಿ ಅಂದಕ್ಕೊಂದಾಗಿ, ಚೆಂದಕ್ಕೊಂದಾಗಿ ಹೂವು ಬೆಳೆದು ಮುದುಕಿ ಬದಲು ತಾನೇ ದಿನಕ್ಕೊಂದು ತರಾವರಿ ಹೂವು ಕಟ್ಟಿ ಮುದುಕಿ ಕೈಯಲ್ಲಿ ಕೊಟ್ಟು ಕಳುಹಿಸುವುದಕ್ಕೆ ಶುರುಮಾಡಿದ. ಆಗ ರತ್ನಾಜಿಯಿದ್ದವಳು 'ನಾನು ಹುಟ್ಟಿ ಬುದ್ದಿ ಕಾಣಂದಿನಿಂದ ಇಂತಹ ಹೂವು ಕಟ್ಟಿ ತಂದು ನೀನು ಕೊಡುತ್ತಿರಲಿಲ್ಲ. ಅಂಥಹದರಲ್ಲಿ ಈಗ ಇದೆಲ್ಲಿ ಕಲಿತುಕೊಂಡೆ' ಅಂದಳು. ಆಗ ತಾಯಿ 'ನನಗೆ ಮಕ್ಕಳಿಲ್ಲ. ನಮ್ಮ ಅಕ್ಕನ ಮಗನನ್ನು ಸಾಕಿಕೊಂಡಿದ್ದೇನೆ. ಅವನು ಕಟ್ಟಿಕೊಡುತ್ತಾನೆ' ಅಂದಳು.

ಹೀಗೇ ನಡೆಯುತ್ತಿತ್ತು. ಒಂದು ದಿನ ಇವನು ಹೂವಿನ ರವಿಕೆ ಮಾಡಿ ಅದರೊಳಗೆ ಗುಟ್ಟಾಗಿ ಚೀಟಿ ಬರೆದು ತನ್ನ ಪರಿಚಯ ಮಾಡಿಕೊಟ್ಟು ತಾನು ಬಂದಿದ್ದ ಕೆಲಸ ತಿಳಿಸಿದ. ಜೊತೆಗೆ ಇದಕ್ಕೆ ಉತ್ತರ ಕಳುಹಿಸಿದರೆ ನಾನು ಬಂದು ಗುಟ್ಟಾಗಿ ನೋಡುತ್ತೇನೆ ಅಂತ ಬರೆದಿದ್ದ. ಮುದುಕಿ ಮಾಮೂಲಿನಂತೆ ತೆಗೆದುಕೊಂಡು ಹೋಗಿ ಕೊಟ್ಟಳು. ರತ್ನಾಜಿ ಇಕ್ಕಿಕೊಂಡು ನೋಡಿ ಬಹಳ ಸಂತೋಷಪಟ್ಟಳು. ಆಮೇಲೆ ನೋಡಿದರೆ ಚೀಟಿಯಿತ್ತು. ಅದನ್ನು ಓದಿ ಮನಸ್ಸಿನಲ್ಲೇ ಮುಚ್ಚಿಕೊಂಡು ಮುದುಕಿಗೆ ಬೇಕಾದಷ್ಟು ತಿಂಡಿ ತೀರ್ಥ ಕೊಟ್ಟು ಅದರ ಜೊತೆಗೆ ಒಂದಷ್ಟು ಅಕ್ಕಿ ಬೇಳೆ ಕೊಡಿಸಿದಳು. ಅದರೊಳಗೆ ಚೀಟಿ ಹಾಕಿ–ಮುದುಕಿ ಬಂದು ನಡೆದ ಸಮಾಚಾರ ತಿಳಿಸಿ ಅಕ್ಕಿ ಬೇಳೆ ಮುಂದು ಮಡಗಿದಳು. ಅವನು ಅದನ್ನು ಹುಡುಕಿ ಮುದುಕಿಗೆ ಕಾಣಬಾರದ ಹಾಗೆ ಅದರಲ್ಲಿದ್ದ ಚೀಟಿ ತೆಗೆದುಕೊಂಡು ಓದಿದ. ಅದರಲ್ಲಿ ಹೀಗಿತ್ತು: 'ಏಳು ಸಜ್ಜೆ ಬಿಸಿಲ ಮಚ್ಚಿನಲ್ಲಿ ನಾನಿರುವುದು. ಹೆಂಗಸಿನ ಪಾರ, ಗಂಡಸರ ಸಂಚಾರವಿಲ್ಲ. ಈಶಾನ್ಯ ಮೂಲೆಯಲ್ಲಿ ಮಾತ್ರ ಒಂದು ಕಿಟಕಿಯಿದೆ. ನಾನು ಅಲ್ಲಿಯೇ ಯಾವಾಗಲೂ ತಿರುಗಾಡುವುದು, ಏನಾದರೂ ನೋಡುವುದಕ್ಕೆ ಬಂದು ಇಂಥ ದಿವಸ ನೀನು ಇಷ್ಟು ಹೊತ್ತಿಗೆ ಬರುವುದು' ಅಂತಿತ್ತು. ಆಗ ಇವನಿಗೆ ಬಹಳ ಸಂತೋಷವಾಗಿ ಮುದುಕಿಯನ್ನು ಕರೆದು ಜಾಸ್ತಿ ದುಡ್ಡುಕೊಟ್ಟು 'ಬೇಗ ಅಡಿಗೆ ಮಾಡು ಇವೊತ್ತು ನನಗೆ ವಸಿ ಕೆಲಸವಿದೆ, ಬೇರೆಲ್ಲೋ ಹೋಗಬೇಕು' ಅಂದ.

ಸರಿ, ರಾತ್ರಿಯಾಯಿತು. ಊಟ ತಿಂಡಿ ತೀರ್ಥ ಮುಗಿಸಿಕೊಂಡು ರಥದ ಮೇಲೆ ಕುಳಿತುಕೊಂಡು 'ಜೈ ಪರಮೇಶ್ವರ' ಅಂದ. ರಥ ಇವನನ್ನು ಅಲ್ಲಿಗೆ ಕರೆದುಕೊಂಡು ಹೋಯಿತು. ರಥವನ್ನು ಅಲ್ಲೇ ಇದ್ದ ಒಂದು ಮರಕ್ಕೆ ನೇತಾಕಿ ತಾನು ಒಳಗಡೆ ಹೋದ. ಇಬ್ಬರೂ ಒಬ್ಬರಿಗೊಬ್ಬರಿಗೆ ನೋಡಿ ಸಂತೋಷದಿಂದ ಮೂರ್ಛೆ ಹೋದರು. ಆಮೇಲೆ ಎದ್ದು ಸಂತೋಷವಾಗಿದ್ದು ಇಬ್ಬರೂ ಮಾತಾಡಿ ಗಾಂಧರ್ವ ವಿವಾಹ ಮಾಡಿಕೊಂಡರು. ಸರಿ, ಹೀಗೆ ಇವನು ರಾತ್ರಿ ಹೊತ್ತು ಯಾರಿಗೂ ತಿಳಿಯದ ಹಾಗೆ ಪುನಃ ಒಂದು ಬೆಳಗಾಗುವ ಹೊತ್ತಿಗೆ ಹೊರಟುಹೋಗಿ ಅಡಗೋಲಜ್ಜಿ ಮನೆಯಲ್ಲಿರುವುದು. ಈ ತರಹ ಸುಮಾರು ಎರಡು–ಮೂರು ತಿಂಗಳು ನಡೆಯಿತು. ಇಲ್ಲಿ ಏನೂ ಅಂದರೆ ರತ್ನಾಜೀನ ಪ್ರತಿತಿಂಗ್ಳ ಮೊದಲನೆಯ ದಿನ ತೂಕ ಮಾಡುತ್ತಿದ್ದರು. ದೊರೆಗಳೇ ಖುದ್ದಾಗಿ ಬಂದ್ರುಸರಿ. ಅದರಂತೆ ಬಂದು ರತ್ನಾಜೀನ ತೂಕ ಮಾಡಿದರೆ ಅವಳು ಯಾವಾಗಲೂ ಏಳು ಮಲ್ಲಿಗೆ ಹೂವಿನಷ್ಟೇ. ಯಾವಾಗಲೂ ಬದಲಾಯಿಸಿರಲಿಲ್ಲ. ಆದರೆ, ಈ ಸಾರಿ ಏಳು ಮಲ್ಲಿಗೆ ಹೂವಿನ ತೂಕ ಏಕೆ ಏಳು ಖಂಡುಗ ಹೂವು ಹಾಕಿದರೂ ತಕ್ಕಡಿ ಸಮನಾಗಿಲ್ಲ. ಆಗ ದೊರೆಗಳಿದ್ದು, ಇವಕ್ಕೇನು ಕಾರಣವಿರಬೇಕು ಅಂದುಕೊಂಡು ಅಲ್ಲಿದ್ದವರನ್ನೆಲ್ಲಾ ತನಿಖೆ ಮಾಡಿದರು. ಯಾರಿಗೂ ಏನೂ ಗೊತ್ತಿಲ್ಲ. ಆಗ ರಾಜರಿದ್ದು–'ಮುಂದಿನ ತಿಂಗಳು ತನಕ ಇಲ್ಲಿಗೆ ಬರುವ ಕಳ್ಳನನ್ನು ಹಿಡಿದು ಕೊಟ್ಟಿರಾ ಸರಿ, ಇಲ್ಲದಿದ್ದರೆ ನಿಮ್ಮಗಳ ತಲೆ ತೆಗೆಯುತ್ತೇನೆ. ಇಲ್ಲದೇ ಇದ್ದರೆ ನನ್ನ ಮಗಳು ಬಸರಿಯಾಗುವುದಕ್ಕೆ ಕಾರಣವಿಲ್ಲ. ಇಲ್ಲಿ ಯಾರದೋ ಸಾಮೀಲದೆ' ಅಂದು ಹೊರಟುಹೋದ.

ರಾಜನಿಗೆ ಇದರಿಂದ ಗೊತ್ತಾಗಿ ಹೋಯಿತು. ಮಗಳು ಎಲ್ಲೋ ಅಪಚಾರ ಮಾಡಿಕೊಂಡವಳೆ ಅಂತ. ಸರಿ, ಇವರೆಲ್ಲರೂ ಕಣ್ಣಿಗೆ ಎಣ್ಣೆ ಬಿಟ್ಟುಕೊಂಡು ಕಾಯುತ್ತಿದ್ದಾರೆ. ಆದರೂ ಎಲ್ಲೂ ಯಾವ ಸುಳಿವೂ ಸಿಗಲಿಲ್ಲ. ಹೀಗೆ ಮೂರು ವಾರ ಕಳೆಯಿತು. ಕೋಟೆ ಹೊರಬಾಗಿಲಿನಲ್ಲಿದ್ದ ಕಿಟಕಿ ಪಾರಮಾಡುತ್ತಿದ್ದವನನ್ನು ಕರೆದು: 'ಅರಮನೆಗೆ ಬರುವುದಕ್ಕೆ ಇದೊಂದು ಜಾಗ ಬಿಟ್ಟರೆ ಇನ್ನೆಲ್ಲಿಯೂ ಇಲ್ಲ. ನೀನು ಹಿಡಿದುಕೊಡಬೇಕು. ಇಲ್ಲದಿದ್ದರೆ ನಿನ್ನ ತಲೆ ತೆಗೆಯುತ್ತೇನೆ' ಅಂದರು, ರಾಜರು. ಇವನಿಗೆ ಬಹಳ ದುಃಖವಾಯ್ತು. ನನಗೆ ಸಾಯೋ ಕಾಲದಲ್ಲಿ ಆಗಿಲ್ಲದ ಮಾತು, ಈಗಿಲ್ಲದ ಮಾತು ಬಂತು ರಾಜರ ಕೈಲಿ ಸಾಯುವುದರ ಬದಲು ನಾನೇ ಅನ್ನ ನೀರು ಬಿಟ್ಟು ಪ್ರಾಣಬಿಡುವುದು ಲೇಸು ಅಂದುಕೊಂಡು ಬಂದು ದಬ್ಬಾಕಿಕೊಂಡು ಮಲಗಿಬಿಟ್ಟ. ಅವನಿಗೆ ಇಬ್ಬರು ಗಂಡುಮಕ್ಕಳು. ಹೆಂಡತಿ ತೀರಿಹೋಗಿದ್ದಳು. ಆಗ ಹಿರಿಯ ಮಗ ಬಂದು ಏನು ವಿಚಾರ ಅಂತ ತಿಳಿದುಕೊಂಡು ಅಪ್ಪನಿಗೆ ಧೈರ್ಯ ಹೇಳಿದ. 'ನೋಡು—ಇಲ್ಲೊಂದು ಸಂತೆ ನಡೆಯುತ್ತಿದೆ. ಅಲ್ಲಿ ಬೇಕಾದಷ್ಟು ಕಳ್ಳರವರೆ. ನಾನು ಹಿಡಿದು ತಂದು ಕೊಡುತ್ತೇನೆ. ನೀನು ಊಟಮಾಡು' ಅಂದ. ಸರಿ, ಈ ಮುದುಕನಿಗೆ ಎಷ್ಟೋ ಸಮಾಧಾನವಾಯಿತು. ಊಟ ಮಾಡಿಕೊಂಡು ಮಾಮೂಲಿನಂತೆ ಕಾವಲಿಗೆ ಹೋದ.

ಈ ಕಡೆ ಮಗ ಒಂದು ಛತ್ರಿ ತೆಗೆದುಕೊಂಡು ಎಕ್ಕಡ ಮೆಟ್ಟಿಕೊಂಡು ಬಿಸಿಲಿದ್ದ ಜಾಗದಲ್ಲಿ ಛತ್ರಿ ಮುಚ್ಚಿ ಮಡಗಿಕೊಳ್ಳುವುದು. ನೆರಳಾಗಿದ್ದ ಜಾಗದಲ್ಲಿ ಅದನ್ನು ಬಿಚ್ಚಿ ಹಿಡಿದುಕೊಂಡು ಹೋಗುವುದು. ಹಾಗೆ ಕಲ್ಲು, ಮುಳ್ಳು, ಗುಂಡು ಇದ್ದ ಜಾಗದಲ್ಲಿ ಎಕ್ಕಡ ಕಾಲಿನಿಂದ ತೆಗೆದು ಕೈಲಿ ಹಿಡಿದುಕೊಳ್ಳೋದು, ನೀರಿನಲ್ಲಿ ಹೋಗುವಾಗ ಮೆಟ್ಟಿಕೊಳ್ಳುವುದು. ಹೀಗೆ ಮಾಡುತ್ತಾ ಹೋಗುತ್ತಿದ್ದ. ಇವನ ಹಿಂದೆ ಒಬ್ಬ ಗೌಡನೂ ಸಂತೆಗೆ ಹೋಗುತ್ತಿದ್ದ. ಇದನ್ನು ನೋಡಿ ಯಾವನೋ ತಲೆ ಕೆಟ್ಟವನಿರಬೇಕು ಅಂದುಕೊಂಡ. ಸರಿ, ಮುಂದು ಮುಂದು ಹೋಗುತ್ತಾ ಅಲ್ಲೊಬ್ಬ ಜೋಳ ಬಿತ್ತಿದ್ದ. ಆಗ ಇವನು—'ಅಯ್ಯಾ ಸತ್ತ ಜೋಳವೊ, ಜೀವದ ಜೋಳವೊ ನೀನು ಬಿತ್ತುವುದು?' ಅಂದ. ಯಾರಿಗೂ ಇವನ ಮಾತು ಅರ್ಥವಾಗಲಿಲ್ಲ. ಆಗ ಗೌಡ ಅದನ್ನು ಕೇಳಿಕೊಂಡು ಮನೆಗೆ ಬಂದ. ಅವನಿಗೂ ಹೆಂಡತಿ ಇರಲಿಲ್ಲ. ಇಬ್ಬರು ಹೆಣ್ಣುಮಕ್ಕಳಿದ್ದರು. ಹಿರಿ ಮಗಳು ಬೆಳೆದು ಮದುವೆಗೆ ಬಂದಿದ್ದಳು. ಇನ್ನೊಂದು ಚಿಕ್ಕದು. ಆಗ ಮಗಳಿಗೆ ವಿಷಯ ತಿಳಿಸಿದ. ಆಗ, 'ಅಯ್ಯೋ ಅಪ್ಪಾಜಿ ಅವನು ಬಹಳ ಬುದ್ಧಿವಂತ. ಏಕೆಂದರೆ ಬಿಸಿಲಿನಲ್ಲಿ ಹೋದರೆ ಬಾಡಿಹೋಗಬಹುದು. ಆದರೆ, ನೆರಳಿನಕಡೆ ಹೋಗುವುದು ಅಂದರೆ ಮರದ ಕೆಳಗೆ ಹೋಗುವಾಗ ಹಕ್ಕಿ ಪಕ್ಷಿಗಳು ಪಿಕ್ಕೆ ಇಕ್ಕರೆ ಕಷ್ಟ. ಹಾಗೆ ಕಲ್ಲು ಗುಂಡ್ನ ನೆಲದಮೇಲೆ ನಡೆದರೆ ಅಂತಹ ಅಪಾಯವಿಲ್ಲ. ಆದರೆ ನೀರೊಳಗೆ ಇರುವ ಕಲ್ಲು ಮುಳ್ಳನ್ನು ತುಳಿದರೆ ಅದು ಶರೀರಕ್ಕೆ ಅಪಾಯ ಜಾಸ್ತಿ. ಅವನ ಕರೆದುಕೊಂಡು ಬಂದು ನನಗೆ ಮದುವೆಮಾಡಿ' ಅಂದಳು. ಆಗ ಗೌಡನಿದ್ದು: 'ಅವನು ದಾರಿಯಲ್ಲಿ ಹೋಗುತ್ತಿದ್ದು ಮಾಡಿದ ಕೆಲಸ ನೋಡಿ ನಿನಗೆ ಹೇಳಿದರೆ ಅವನೆಲ್ಲಿ ಕರೆತಂದು ನಿನಗೆ ಮದುವೆ ಮಾಡಿಸಲಿ' ಅಂದ. ಆಗ, 'ತಾಳಿ, ನೋಡಿದರೆ ಇಲ್ಲಿಗೆ ಏನಾದರೂ ಬಂದಿದ್ದರೆ ನೀನೇ ಪತ್ತೆ ಮಾಡ್ತಿ' ಅಂದು ತನ್ನ ತಂಗಿಯನ್ನು ಕರೆದು

ಮೂರು ಕಾಸುಕೊಟ್ಟು 'ಹೊರಹಸಿ, ಒಳಹಸಿ, ತುಂಬ ಹಸಿ ಕೊಡಿ ಅಂತ ಕೇಳಿ ಹಿಂದಕ್ಕೆ ಮೂರುಕಾಸು ಈಸಿಕೊಂಡು ಬಾ' ಅಂದಳು. ಆಮೇಲೆ 'ಯಾರು ಇದಕ್ಕೆ ಉತ್ತರ ಹೇಳುತ್ತಾರೆ. ಬಿಡದೆ ನಮ್ಮಕ್ಕ ಕರಿಯುತ್ತವಳೆ ಅಂತ ಕರೆದುಕೊಂಡ ಬಾ' ಅಂದಳು.

ಅದರಂತೆ ಈ ಹೆಣ್ಣು ಅಂಗಅಂಗಡಿಗೂ ಹೋಗಿ ಕೇಳಿತು. ಅವರು ಚೆನ್ನಾಗಿ ಬಯ್ದು ಕಳುಹಿಸಿದರು. ಕೊನೆಗೊಂದು ಅಂಗಡೀಲಿ ಕೇಳಿತು. ಆಗ ಅವನೂ ಬಯ್ದ. ಅಲ್ಲಿ ಇವನು ಕುಳಿತಿದ್ದ. ಅಯ್ಯೋ ಸ್ವಾಮಿ—'ನೀವು ಗಾಬರಿಯಾಗಬೇಡಿ, ಅದು ಇನ್ನೇನು ಅಲ್ಲ ಕಬ್ಬು' ಅಂದ. ಆಗ ಈ ಹೆಣ್ಣು ಹಟ ಹಿಡಿದು, 'ನಮ್ಮ ಮನೆಗೆ ಬಾ' ಅಂತ ಕುಳಿತು ಕೊಂಡಿತು. ಆದರೆ ಇವನು ಬರಲಿಲ್ಲ. ಸರಿ, ಮನೆಗೆ ಬಂದು ನಡೆದ ಸಂಗತಿ ತಿಳಿಸಿತು. ಆಗ ಇವಳು ಮನಸ್ಸಿನಲ್ಲೇ ತಿಳಿದು ಇವನೇ ಅವನು ಅಂತ ಪುನಃ ಮೂರು ಕಾಸುಕೊಟ್ಟು--'ಹೂವು, ಕಾಯಿ, ಹಣ್ಣು ತೆಗೆದುಕೊಂಡು ಹಿಂದಕ್ಕೆ ಮೂರು ಕಾಸು ಈಸಿಕೊಂಡು ಬಾ' ಅಂದಳು. 'ಜೊತೆಗೆ ಅವನಿದ್ದರೆ ಈ ಚೀಟಿ ಕೊಟ್ಟು, ಬಿಡದೆ ಮನೆಗೆ ಕರೆದುಕೊಂಡು ಬಾ' ಅಂದಳು. ಅದರಂತೆ ಈ ಹೆಣ್ಣು ಅಂಗಅಂಗಡಿಗೆ ಹೋಗಿ ಎಲ್ಲರ ಕೈಲೂ ಬಯ್ಸಿ ಕೊಂಡು ಕೊನೆಗೆ ಒಂದು ಅಂಗಡಿಗೆ ಬಂತು. ಆಗ ಇವನು ಅಲ್ಲೇ ಕೂತಿದ್ದು 'ಅಯ್ಯೋ ಸ್ವಾಮಿ ಎಳ್ಳುಗಿಡ ಕೊಡಿ' ಅಂದ. ಆಗ ಈ ಹೆಣ್ಣು ಅವನನ್ನು: 'ಮನೆಗೆ ಬಾ ಅಂತ ಅವರಕ್ಕ ಕೊಟ್ಟಿದ್ದ ಕಾಗದ ಕೊಟ್ಟು ಅಲ್ಲೇ ನೀ ಬಂದ ಹೊರತು ನಾನು ಮನೆಗೆ ಹೋಗು ವುದಿಲ್ಲ' ಅಂದಳು. ಆಗ ಅಲ್ಲಿದ್ದವರು ಹೇಳಿದರು. ಆಗ ಅವನು ಈ ಹೆಣ್ಣಿನ ಜೊತೆಯಲ್ಲಿ ಮನೆಗೆ ಬಂದ. ಸರಿ, ಬಂದವರಿಗೆ ಕೈಕಾಲಿಗೆ ನೀರುಕೊಟ್ಟು ಊಟ ಉಪಚಾರವಾಯ್ತು. ಆಗ ಅವಳು ಬಂದು: 'ನನ್ನ ಮದುವೆಯಾಗು' ಅಂದಳು. ಸರಿ, ಇವನು ಒಪ್ಪಿದ. ಮದುವೆ ವಸಗೆಯಾಯ್ತು. ನಾಲ್ಕಾರು ದಿವಸ ಅಳಿಯ ಮಗಳನ್ನು ಇಟ್ಟುಕೊಂಡಿದ್ದು ಮಗಳನ್ನು ಮಾವನ ಮನೆಗೆ ಕಳುಹಿಸಿದ. ಸರಿ, ಇವನು ಹೆಂಡತಿಯನ್ನು ಕರೆದುಕೊಂಡು ತನ್ನ ಮನೆಗೆ ಬಂದು ಅಪ್ಪನ ಕಾಲಿಗೆ ನಮಸ್ಕಾರ ಮಾಡಿ ಅವಳ ಕೈಲೂ ಮಾಡಿಸಿದ. ಆಗ ಮುದುಕನಿಗೆ ಬಹಳ ಸಂಕಟವಾಯ್ತು. ಕಳ್ಳನನ್ನು ಹಿಡಿದುಕೊಂಡು ಬರುತ್ತೇನೆ ಅಂದು ಹೋದವ ಮದುವೆ ಮಾಡಿಕೊಂಡು ಬಂದವನೆ. ನನ್ನ ಹಣೆಯಲ್ಲಿ ಬರೆದ ಹಾಗೆ ಆಗಲಿ ಅಂದುಕೊಂಡು ಹೋಗಿ ಇವರು ತಂದಿದ್ದ ತಿಂಡಿ ತೀರ್ಥ ಏನೂ ತೆಗೆದು ಕೊಳ್ಳದೆ ಹೋಗಿ ಮಲಗಿ ಬಿಟ್ಟ. ಆಗ ಸೊಸೆ ಬಂದು ಮಾವಯ್ಯನನ್ನು ಕರೆದಳು. ಆದರೆ ಅವನು ಬರಲಿಲ್ಲ. ಆಗ ನಡೆದ ಸಂಗತಿ ಕೇಳಿ ತಿಳಿದುಕೊಂಡಳು. ಸರಿ, ಇವನು ಎಲ್ಲಾ ವಿವರವಾಗಿ ಹೇಳಿದ. 'ನೀವು ಯೋಚಿಸಬೇಡಿ. ನಾನು ನಾಳೆ ರಾತ್ರಿಗೆ ಪತ್ತೆ ಮಾಡುತ್ತೇನೆ' ಅಂದಳು.

ಇವನು ಎದ್ದು ಊಟ ತಿಂಡಿ ಮಾಡಿದ. ಇವಳು ಎದ್ದು: 'ನನಗೊಂದು ಚಿನ್ನದ ಸೀರೆ, ಚಿನ್ನದ ರವಿಕೆ ತಂದು ಕೊಡಿ. ಇದರ ಜೊತೆಗೆ ಕಸ್ತೂರಿ, ಗಂಧ, ಜವಾಜಿ, ಪುಣುಗು ತಂದುಕೊಡಿ. ಒಂದು ಒಳ್ಳೆಯ ಹೂವಿನ ಹಾರ ತಂದುಕೊಡಿ. ಆಮೇಲೆ ಒಂದಷ್ಟು ಹಣ್ಣು ಹಂಪಲು ತಂದುಕೊಡಿ. ನಾನು ನಾಳೆ ರಾಜಕುಮಾರಿಯನ್ನು ನೋಡು

ವುದಕ್ಕೆ ಹೋಗಬೇಕು' ಅಂದಳು. ಸರಿ, 'ನೀವು ಊರನ್ನೆಲ್ಲಾ ಎಲ್ಲೆಲ್ಲಿ ನೀರು ಇದೆ, ಅಲ್ಲೆಲ್ಲಾ ಕಾವಲನ್ನು ಇಡಿ. ಯಾರು ಅಲ್ಲಿಗೆ ಸುವಾಸನೆಯ ಬಂಗಾರದ ವರ್ತಿ ಗಂಧ ಹಾಕಿಕೊಂಡು ಬರುತ್ತಾರೆ, ಅವರೇ ರಾಜಕುಮಾರಿ ಮನೆಗೆ ಬರುವ ಕಳ್ಳರು' ಅಂದು ತಾನು ಚಿನ್ನದ ಸೀರೆ ಉಟ್ಟಿಕೊಂಡು, ಚಿನ್ನದ ರವಿಕೆ ಇಕ್ಕಿಕೊಂಡು ಹೂವು, ಗಂಧ, ಹಣ್ಣು—ಹಂಪಲು ತೆಗೆದುಕೊಂಡು ಅರಮನೆಗೆ ಹೋಗಿ ರಾಜಕುಮಾರಿ ನೋಡಿ ಬಹಳ ಚಾಲೂಕಾಗಿ ಮಾತನಾಡಿ ಅವಳನ್ನು ಮರಳು ಮಾಡಿದಳು. ರಾಜಕುಮಾರಿಗೆ ಇವಳ ಚಿನ್ನದ ಸೀರೆ, ರವಿಕೆ ಮೇಲೆ ಕಣ್ಣು ಬಿತ್ತು. ತಾನು ಅದನ್ನು ಉಟ್ಟುಕೊಳ್ಳಬೇಕು ಅಂತ. ಆಗ ಇವಳಿದ್ದು: 'ಮಹಾತಾಯಿ ನಾವು ನಿಮ್ಮ ಸೇವಕರು. ನಾವು ಇದೇತಾನೆ ಮಗ್ಗದಿಂದ ತಂದ ಸೀರೆ ಉಟ್ಟುಕೊಂಡು ಬಂದಿವಿನಿ. ತಾವು ದೊಡ್ಡ ಮನಸ್ಸು ಮಾಡಿ ಉಟ್ಟುಕೊಳ್ಳಬೇಕು' ಅಂದಳು. ತನ್ನ ಸೀರೆ ಅಳಿದುಕೊಟ್ಟು ಅವರು ಕೊಟ್ಟ ಪೀತಾಂಬರದ ಸೀರೆ ಉಟ್ಟುಕೊಂಡು ಬಂದಳು. ಸರಿ, ಇವರು ಎಲ್ಲಾ ಕಡೆ ಹಗಲು ರಾತ್ರಿ ಪಹರೆ ಮಾಡಿದರು. ಎಲ್ಲೂ ಯಾರೂ ಸಿಗಲಿಲ್ಲ.

ಈ ವಿಷಯ ಮುದುಕಿಯಿಂದ ಇವನಿಗೆ ತಿಳಿದಿತ್ತು. ಇವನು ಮಾಮೂಲಿನಂತೆ ರಾಜಕುಮಾರಿಗೆ ಎಚ್ಚರಿಕೆ ಕೊಡುವುದರಲ್ಲಿ ಅವಳು ಗಂಧದ ಪನ್ನೀರು ಹಾಕಿಬಿಟ್ಟಳು. ಇವನು ಆಗಲೀಗ ಕೆಲಸ ಕೆಟ್ಟುಹೋಯಿತು ಅಂದುಕೊಂಡು ಬೆಳಗಾಗಿ ಎದ್ದು ಬಂದು ತಮ್ಮ ತೋಟದಲ್ಲಿದ್ದ ಕೊಳದಲ್ಲಿ ಬಟ್ಟೆಗಳನ್ನು ಚೆನ್ನಾಗಿ ಒಗೆದು ಒಣಗಿ ಹಾಕಿ ತಾನು ಮಲಗಿಕೊಂಡ. ನಿದ್ರೆ ಹತ್ತಿತ್ತು. ಆಗ ಭಟರು ಎಲ್ಲಾ ಕಡೆಯಿಂದ ಹುಡುಕಿಕೊಂಡು ಬರುತ್ತಿದ್ದು ಈ ಹೂವಾಡುಗಿತ್ತಿ ಮನೆಕಡೆ ಬಂದರು. ವಾಸನೆ ಘಮ್ ಅಂತ ಮೂಗಿಗೆ ಬಡಿಯಿತು. ಹೋಗಿ ಹೂವಿನ ತೋಟದಲ್ಲಿ ನೋಡಿದರೆ—ಇವನು ಮಲಗವನೆ. ಆಗ ಇವನೇ ನಮ್ಮ ರಾಜಕುಮಾರಿ ಹತ್ತಿರ ಬರುತ್ತಿದ್ದ ಕಳ್ಳ ಅಂದು ರಾಜನ ಹತ್ತಿರಕ್ಕೆ ಕರೆದುಕೊಂಡು ಹೋಗಿ ನಿಲ್ಲಿಸಿದರು. ಅದಲ್ಲವೆ ಅಂದರೆ ಇವನು ರಥ ಮಡುಗುತ್ತಿದ್ದ ಮರದ ಕೆಳಗಡೆಯೇ. ಸರಿ ಆಗ ಇವನಿದ್ದು: 'ಅಯ್ಯಾ, ಹ್ಯಾಗಿದ್ದರೂ ನಾನು ಈಗ ಸತ್ತು ಹೋಗುತ್ತಿದ್ದೀನಿ. ನಾನು ಬರುವಾಗ ಅಷ್ಟು ಬಂಗಾರದ ನಾಣ್ಯ ತಂದಿದ್ದೆ. ಅದನ್ನು ಕೊಡುತ್ತೀನಿ. ನೀವು ಇಟ್ಟುಕೊಂಡು ಸುಖವಾಗಿರಿ' ಅಂದ. 'ನಿಮಗೆ ಅನುಮಾನವಾದರೆ ನನ್ನ ನಡುವಿಗೆ ಒಂದು ಹಗ್ಗ ಕಟ್ಟಿ. ನೀವು ಕೆಳಗೆ ಹಿಡಿದುಕೊಂಡಿರಿ. ನಾನು ಮರದಮೇಲೆ ಹೋಗಿ ಅದನ್ನು ತೆಗೆದುಕೊಡುತ್ತೇನೆ. ಆಮೇಲೆ ನನ್ನನ್ನು ಕೆಳಕ್ಕೆ ಇಳಿಸಿಕೊಳ್ಳಿ' ಅಂದ. ಅದಕ್ಕೆ ಅವರು ಒಪ್ಪಿ, ಅದರಂತೆ ಮಾಡಿದರು. ಸರಿ, ಇವನು ಸರಸರ ಅಂತ ಮರ ಹತ್ತಿದ. ರಥ ದಲ್ಲಿದ್ದ ದುಡ್ಡು ಕೆಳಕ್ಕೆ ಚಲ್ಲಿದ. ಇವರು ಆಯ್ದುಕೊಳ್ಳುವುದಕ್ಕೆ ಶುರುಮಾಡಿದರು. ಸರಿ, ಇವನು ರಥದ ಮೇಲೆ ಕುಳಿತುಕೊಂಡು 'ಜೈ ಪರಮೇಶ್ವರ' ಅಂದ. ಅದು ಹೊರಟಿತು. ಇಷ್ಟರಲ್ಲಿ ಈ ಸಂಗತಿ ರಾಜಕುಮಾರಿಗೆ ತಿಳಿಯಿತು. ಆಗ ಅವಳಿದ್ದು ಅವನಿಗೇನಾದರೂ ಆಪುಮೋಪು ಆದರೆ ನಾನು ಇಲ್ಲಿಂದ ಕೆಳಗೆ ಬಿದ್ದು ಸಾಯುವುದು ಸರಿ ಅಂದುಕೊಂಡು ಬಿಸಿಲ ಮಚ್ಚಿನ ಮೇಲೆ ನಿಂತವಳೆ. ದುಃಖ ಮಾಡುತ್ತ. ಆಗ ಇವನು ಅಲ್ಲಿಗೆ ಬಂದ.

ಅವಳು, 'ನಿನ್ನ ಬಿಟ್ಟು ಒಂದು ಘಳಿಗೆ ಇರಲಾರೆ. ನೀನು ಏನಾದರೂ ಬಿಟ್ಟು ಹೊರಟು ಹೋದರೆ ಇಲ್ಲಿಂದ ಬಿದ್ದು ಸತ್ತುಹೋಗುತ್ತೇನೆ' ಅಂದಳು.

ಆಗ ಅವಳನ್ನು ಕರೆದು ರಥದಲ್ಲಿ ಕೂರಿಸಿಕೊಂಡು ತನ್ನ ಪಟ್ಟಣದ ಕಡೆ ಹೊರಟ. ಹೀಗೆ ಸುಮಾರು ದೂರ ಪ್ರಯಾಣ ಮಾಡಿದ ಮೇಲೆ ಇವಳಿಗೆ ತುಂಬಾ ಸುಸ್ತಾಗಿ ಬಹಳ ಬಾಯಾರಿಕೆಯಾಯಿತು. 'ಎಲ್ಲಾದರು ಕುಡಿಯುವುದಕ್ಕೆ ಅಷ್ಟು ನೀರು ತಂದುಕೊಡಿ' ಅಂದಳು. ಆಗ ಇವನಿದ್ದು ಒಂದು ಚಿಕ್ಕಪಟ್ಟಣ. ಅದರ ಹೊರಭಾಗದಲ್ಲಿ ರಥ ಇಳಿಸಿ ಇವಳ ಸೈವಾಗಿ ರಥನ ಒಂದು ಬೇಲಿ ಹಿಗ್ಗಲಿಸಿ ಅಲ್ಲಿ ಮರೆಮಾಡಿ ತಾನು ಮೊಸರನ್ನು ನೀರು ತರುವುದಕ್ಕೆ ಊರೂರಿಗೆ ಹೋದ. ಅಲ್ಲೊಬ್ಬ ನಾಯಕಸಾನಿ. ಅವಳ ಕೆಲಸವೇ ನೆಂದರೆ—ಬಂದು ರಾಜಕುಮಾರನ ಜೊತೇಲಿ ಪಗಡೆಯಾಡಿ ಸೋಲಿಸಿ ಒಂದು ಮಂತ್ರದ ಅರಿಷಣದ ದಾರವನ್ನು ಅವರ ಕಾಲಿಗೆ ಕಟ್ಟಿ ಗಿಣಿ ಮಾಡಿಕೊಂಡು ರಾತ್ರಿಹೊತ್ತು ಅವರ ಜೊತೆಯಲ್ಲಿ ಸುಖಪಡುವುದು. ಹಗಲು ಹೊತ್ತು ಪುನಃ ಅವರನ್ನು ಗಿಣಿ ಮಾಡಿ ಮಡಗಿಕೊಳ್ಳುವುದು. ಆ ನಾಯಕಸಾನಿಗೂ ಒಬ್ಬ ಮಗಳಿದ್ದಳು. ಇವನು ನೀರು ಮೊಸರನ್ನ ಹುಡುಕಿಕೊಂಡು ಬಂದ, ಈ ನಾಯಕಸಾನಿ ಮನೆ ಬೀದೀಲಿ. ಆಗ ಅವಳಿದ್ದು ನಾನು ಕೊಡುತ್ತೇನೆ ಬಾ ಅಂದು ಇವನನ್ನು ಪಗಡೆಯಾಟದಲ್ಲಿ ಸೋಲಿಸಿ ಅವನ ಕಾಲಿಗೆ ಅರಿಷಣದ ದಾರಕಟ್ಟಿ ಗಿಣಿ ಮಾಡಿ ಮಡಗಿಕೊಂಡಳು. ಇವಳು ಕಾದು ಕಾದು ಸಾಕಾಗಿ ಸುಸ್ತಾಗಿ ಗೋಳೋ ಅಂತ ಅತ್ತಳು. ಏನಾ ಬೇಲಿ ತುಂಬಾ ಮುತ್ತಿನ ರಾಶಿ ತುಂಬಿಹೋಯ್ತು. ಅಲ್ಲಿಗೊಬ್ಬ ಮುದುಕಿ ಸೌದೆ ಆಯ್ದುಕೊಳ್ಳುವುದಕ್ಕೆ ಬಂದಳು. ಆಗ ರತ್ನಾಜಿ ಮೆತ್ತಗೆ ಕೂಗಿ ಕರೆದಳು. ಈ ಮುದುಕಿಗೆ ಬಹಳ ಹೆದರಿಕೆಯಾಯಿತು. ಯಾವುದೊ ದೈಯ್ಯ ಅಥವಾ ಪಿಶಾಚಿಯಿರಬೇಕು ಅಂತ. ಆಗ ರತ್ನಾಜಿಯಿದ್ದು: 'ನೀನು ಹೆದರಬೇಡ. ನಾನು ನಿನ್ನಂತೆ ಹೆಂಗಸೆ ಬಾ' ಅಂದಳು. ಆಗ ಮುದುಕಿ ಬಂದು ನೋಡುತ್ತಾಳೆ, ಮುತ್ತಿನರಾಶಿ ತುಂಬಿದೆ, ಇವಳ ಮುಂದೆ ಅವಳಿಗೆ ಆಶ್ಚರ್ಯವಾಯ್ತು. ಸರಿ, ರತ್ನಾಜಿಯಿದ್ದು ಮಕ್ಕರಿಗೆಲ್ಲಾ ಮುತ್ತು ತುಂಬಿ ಅದರ ಮೇಲೆ ರಥ ಬಿಚ್ಚಿ ಮಡಗಿ ಯಾರಿಗೂ ಕಾಣಬಾರದಾಗೆ ಒಂದಿಷ್ಟು ಸೊಪ್ಪು ಸೆದೆ ಅದರ ಮೇಲೆ ಅಗತಿ ತಾನೊಂದು ಹಳೆ ಬಟ್ಟೆಯಲ್ಲಿ ಮೈಕೈ ತಲೆ ಮುಚ್ಚಿಕೊಂಡು ಮುದುಕಿ ಜೊತೇಲಿ ಅವರ ಮನೆಗೆ ಹೋದಳು. ಅವಳಿಗೆ 'ನಾನು ಇಲ್ಲಿರುವ ವಿಚಾರ ಯಾರಿಗೂ ಹೇಳಬೇಡ. ಇದನ್ನು ಮಾರಿ ಬಂದ ಹಣದಿಂದ ನೀನು ಮನೆ ಮಠ, ಹೊಲ, ಗದ್ದೆ, ತೋಟ, ತುಡುಕ ತೆಗೆದುಕೊಂಡು ಸುಖವಾಗಿರು. ನಾನಿರುವ ವರೆಗೆ ಒಂದಿಷ್ಟು ಅನ್ನ ಹಾಕು' ಅಂದಳು.

ಅದಕ್ಕೆ ಮುದುಕಿ ಸಂತೋಷದಿಂದ ಒಪ್ಪಿಕೊಂಡಳು. ರತ್ನಾಜಿ ಮಾತ್ರ ಮನೆ ಬಿಟ್ಟು ಎಲ್ಲೂ ಹೊರಗಡೆ ಬರುತ್ತಿರಲಿಲ್ಲ. ಇಷ್ಟೆಲ್ಲಾ ನಡೆಯುವ ಹೊತ್ತಿಗೆ ಆ ನಾಯಕಸಾನಿ ಮಗಳಿಗೆ ಮದುವೆಯಾಗಿ ಗಂಡನ ಮನೆಗೆ ಹೊರಟಳು. ಆಗ ಅವಳಿದ್ದು ಈ ಗಿಣಿ ನನಗೆ ಬೇಕು ಅಂತ ಪಟ್ಟಾಗಿ ಕುಳಿತುಕೊಂಡಳು. ಈ ನಾಯಕಸಾನಿಗೆ ಆ ಗಿಣಿ ಕೊಡು ವುದಕ್ಕೆ ಸುತ್ತರಾಂ ಇಷ್ಟವಿಲ್ಲ. ಇದರ ಮೇಲೆ ಭಾರಿ ಆಸೆಯಾಗಿತ್ತು. ಆದರೆ ಏನು ಮಾಡಿ

ದಳು: ಇರೋಳು ಒಬ್ಬ ಮಗಳು. ಆಗ ಅಲ್ಲಿದ್ದವರು ಒಂದು ಆಳು ಕೈಯಲ್ಲಿ ಅವಳ ಗಂಡನ ಮನೆ ತನಕ ಜೊತೆಯಲ್ಲಿ ಪಂಜರದ ಸೈವಾಗಿ ಕೊಟ್ಟು ಕಳುಹಿಸು ಗಿಣೀನ. ಆಮೇಲೆ ಅವನು ಹಿಂದಕ್ಕೆ ತರಲಿ ಅಂದರು. ಅದಕ್ಕೆ ಒಪ್ಪಿ ಅದರಂತೆ ಏರ್ಪಾಡು ನಡೆಯಿತು. ಇವಳು ಗಂಡನ ಮನೆಗೆ ತಲುಪಾಯ್ತು. ಗಿಣಿ ಹಿಂದಕ್ಕೆ ತತ್ತಿದ್ದ ಮುದುಕ ಗಿಣಿ ನೋಡಿದರೆ ಇಷ್ಟು ಮುದ್ದಾಗಿದೆ. ಪಂಜರ ನೋಡಿದರೆ ಚೆನ್ನದ್ದು; ಮತ್ತ್ಯಾಕೆ ಕಟ್ಟುವಳೆ ಒಂದು ಅರಿಷಣದ ದಾರವನ್ನು. ಥೂ ಚೆನ್ನಾಗಿ ಕಾಣಲ್ಲ ಅಂದುಕೊಂಡು ಕಾಲಿಗೆ ಕಟ್ಟಿದ್ದ ದಾರ ಕಿತ್ತು ಹಾಕಿದ. ತಕ್ಷಣವೇ ರಾಜಕುಮಾರನಾಗಿ ಹೋಯಿತು. ಆಗ ಮುದಕನಿಗೆ ಆಶ್ಚರ್ಯವಾಯಿತು. ಆಗ ರಾಜಕುಮಾರನಿದ್ದು—'ನಡೆದ ಸಂಗತಿ ತಿಳಿಸಿ ನಾನು ಪಟ್ಟಣಕ್ಕೆ ಹೋದಾಗ ನಿನ್ನ ಕರೆಸಿಕೊಂಡು ಮರ್ಯಾದೆ ಮಾಡುತ್ತೇನೆ. ನೀ ಮಾಡಿದ ಉಪಕಾರ ಮರೆಯುವುದಿಲ್ಲ' ಅಂದು ತಕ್ಷಣ ಬೇಲಿ ಹತ್ತಿರಕ್ಕೆ ಬಂದು ನೋಡು ತ್ತಾನೆ. ಅಲ್ಲೇನದೆ—ತುಂಬಾ ಸಂಕಟವಾಯಿತು. ಇಷ್ಟೆಲ್ಲಾ ಕಷ್ಟಪಟ್ಟು ಸಂಪಾದನೆ ಮಾಡಿದ್ದರೆ ಕೊನೆಯಲ್ಲಿ ಹೀಗಾಯ್ತಲ್ಲ. ಏನಾದಳೋ ಅಂತ ಬಹಳ ಒದ್ದಾಡಿ ಇನ್ನೇನು ಮಾಡುತ್ತಾನೆ, ಈ ಊರಲ್ಲೇ ಇದ್ದು ಪತ್ತೆ ಮಾಡಬೇಕು ಅಂದು ಅಲ್ಲೇ ಒಬ್ಬರ ಮನೆಯಲ್ಲಿ ಕೆಲಸಕ್ಕೆ ಸೇರಿಕೊಂಡ.

ದೇವರ ಪೂಜೆಗೆ ದಿನವಹಿ ಹೂವು ತಂದು ಕೊಡುವುದು ಇವನ ಕೆಲಸ. ಹೀಗೆ ಇವನು ಹೂವು ತರುವುದಕ್ಕೆ ಮುದುಕಿಯ ಮನೆ ಕಡೆಯಿಂದ ಹೋಗುತ್ತಿದ್ದ—ಬತ್ತಿದ್ದ. ಒಂದು ದಿನ ರತ್ನಾಜಿಗೆ ಸಂತೋಷವಾಗಿ ಮಂಡೆ ವದುರುತ್ತ ಬಿಸಿಲ ಮಚ್ಚಿನ ಮೇಲೆ ನಿಂತಿದ್ದಳು. ಆಗ ಇವನು ಬೀದೀಲಿ ಹೋಗುತ್ತಿದ್ದ. ಮೇಲಿಂದ ನೋಡಿ ಮುದುಕಿ ಕೈಲಿ ಕರೆಸಿದಳು. ಆಮೇಲೆ ಇಬ್ಬರೂ ತಾವು ಪಟ್ಟ ಕಷ್ಟ ಹೇಳಿಕೊಂಡು ಸಂಕಟ ಪಟ್ಟು ಆಮೇಲೆ ಮುದುಕಿಗೆ ನಮಸ್ಕಾರ ಮಾಡಿ: 'ನಮ್ಮ ಪಟ್ಟಣಕ್ಕೆ ನಿನ್ನನ್ನು ಬರಮಾಡಿಕೊಳ್ಳುತ್ತೇವೆ. ನಿನ್ನ ಉಪಕಾರ ಮರೆಯೋದಿಲ್ಲ' ಅಂದು ಸಂತೋಷದಿಂದ ಗಂಡ ಹೆಂಡತಿಯರು ರಥದ ಮೇಲೆ ಕುಳಿತುಕೊಂಡು ತಮ್ಮ ಪಟ್ಟಣಕ್ಕೆ ಹೊರಟರು. ಅಲ್ಲಿ ಪಟ್ಟಣದ ಮುಂದೆ ಮಧುವನ ಅಲ್ಲಿ ರಥ ಇಳಿಸಿ ಇವನಿದ್ದು: 'ನಾವಿಬ್ಬರೇ ಊರಿಗೆ ಹೋಗುವುದು ಚೆನ್ನಾಗಿಲ್ಲ. ನೀನು ಇಲ್ಲೇ ಕುಳಿತಿರು ನಾನು ಹೋಗಿ ಅರಮನೆಗೆ ಸುದ್ದಿ ತಿಳಿಸಿ ಸಕಲ ರಾಜಮಾರ್ಯಾದೆ ತೆಗೆಸಿಕೊಂಡು ಆನೆ ಮೇಲೆ ಅಂಬಾರಿ ಹಾಕಿಸಿಕೊಂಡು ಬರುತ್ತೇನೆ. ರಾಜಬೀದಿಯಲ್ಲಿ ಮೆರವಣಿಗೆ ಮಾಡಿಕೊಂಡು ಹೋಗೋಣ' ಅಂದು ಇವನು ಅರಮನೆಗೆ ಹೋಗಿ ತಂದೆ ತಾಯಿಗಳಿಗೆ ವಿಷಯ ತಿಳಿಸಿದ. ಅವರಿಗೆ ಬಹಳ ಸಂತೋಷವಾಗಿ ನಮ್ಮ ಮಗ ಬಹಳ ಶೂರ ಇಷ್ಟೆಲ್ಲಾ ಕಷ್ಟಪಟ್ಟು ರತ್ನಾಜಿ ತಂದನಲ್ಲಾ ಅಂದುಕೊಂಡು ಅದೇ ತಕ್ಷಣ ಸಡಗರದಿಂದ ಎಲ್ಲಾ ಮರ್ಯಾದೆ ತೆಗೆಸಿಕೊಂಡು ಹೊರಟರು.

ಅಷ್ಟರಲ್ಲಿ ಈಕಡೆ ಏನಾಗಿದೆ ಅಂದರೆ ಅಲ್ಲೊಬ್ಬ ಹಂದಿ ಜೋಗರವಳು ಎರಡು ಮಕ್ಕಳ ಜೊತೆಯಲ್ಲಿ ಹೋಗುತ್ತಿದ್ದು ಒಂದು ಗಂಡಿಗೆ ಹಿಡಿದುಕೊಂಡು ಚೆನ್ನಾಗಿ ಹೊಡೆಯು ತ್ತಿದ್ದಳು. ಅದನ್ನು ನೋಡಲಾರದೆ ಇದೇಕಮ್ಮ ಅಂದಳು. ಅವಳು ಮಾತಾಡದೇ ಮತ್ತೆ

ದಬ್ಬದುಬ್ಬ ಅಂತ ಹೊಡೆದಳು. ಆಗ ಇವಳು ತಡೆಯಲಾರದೆ ಮತ್ತೆ ಕೇಳಿದಳು. ಆಗ ಅವಳಿದ್ದು 'ನಿನ್ನ ಸೀರೆ ರವಿಕೆ ಕೇಳುತ್ತಿದೆ. ಕೊಟ್ಟೀಯಾ?' ಅಂದಳು. ಅಷ್ಟೇತಾನೆ ಅಂದು ತನ್ನ ಸೀರೆ ರವಿಕೆ ಬಿಚ್ಚಿ ಕೊಟ್ಟಳು. ಅವಳು ಅವಳ ಸೀರೆ ಉಟ್ಟುಕೊಂಡು ರವಿಕೆ ಇಕ್ಕಂಡು ತನ್ನ ಸೀರೆಯನ್ನು ಇವಳಿಗೆ ಕೊಟ್ಟಳು. ಆ ಮೇಲೆ ಅಲ್ಲೇ ಒಂದು ಕಲ್ಯಾಣಿ ಇತ್ತು. ಅಲ್ಲಿಗೆ ರತ್ನಾಜಿಯನ್ನು ತಳ್ಳಿ ತನ್ನ ಮಕ್ಕಳನ್ನು ಆ ಕಡೆ ಕಳುಹಿಸಿಬಿಟ್ಟಳು. ಅವರೆಲ್ಲಾ ನಮ್ಮ ರಾಜ ಕುಮಾರ ರತ್ನಾಜಿ ತಂದವನೇ ಹ್ಯಾಗವಳೆ ನೋಡಬೇಕು ಅಂತ ಜನ ನೂಕುನುಗ್ಗಲು. ಅಂದು ನೋಡುತ್ತಾರೆ ಇವಳು ತಂಟರದಲೆ, ಮುಳ್ಳುಮುಖ, ಕಾಗೆ ಬಣ್ಣದವಳು. ಆಗ ಎಲ್ಲರಿಗೂ ಆಶ್ಚರ್ಯವಾಯ್ತು. ಇಂಥವಳ ತರುವುದಕ್ಕೆ ಇಷ್ಟು ಕಷ್ಟಪಡಬೇಕಾಯ್ತು. ಇವಳನ್ನು ನೋಡಿದರೆ ಒಳ್ಳೆ ಹಂದಿ ಜೋಗರ ಹೆಣ್ಣು ಇದ್ದಹಾಗೆ ಇದೆ ಅಂದುಕೊಂಡರು.

ಸರಿ, ಇನ್ನೇನು ಮಾಡೀರು? ಮಾತನಾಡಿಸಿದರು. ಆಗ ಅವಳಿದ್ದು: 'ತೆಂಕಲ ಗಾಳಿ ಬೀಸಿ ತಲೆ ಹೀಗಾಯ್ತು. ಮೂಡಲ ಗಾಳಿ ಬೀಸಿ ಮುಖ ಹೀಗಾಯ್ತು' ಅಂದಳು. ಇನ್ನೇನು ಮಾಡೀರು. ಅರಮನೆಗೆ ಕರೆದಕೊಂಡು ಹೋಗಿ ಒಂದು ಕೊಠಡಿಯಲ್ಲಿ ಇಟ್ಟುಬಿಟ್ಟರು. ಆದ ಅಡಿಗೆಯನ್ನು ಅಲ್ಲೇ ತೆಗೆದುಕೊಂಡು ಹೋಗಿ ಕೊಡುವುದಕ್ಕೆ ನೇಮಿಸಿದರು. ರಾಜಕುಮಾರನಿಗೆ ಬಹಳ ವ್ಯಸನವಾಗಿ ಹೋಗಿ ಒಂದು ಕೊಠಡಿ ಸೇರಿಬಿಟ್ಟ. ಆಗ ಮಂತ್ರಿ ಕುಮಾರ ಬಂದು: 'ಆದದ್ದು ಆಗಿ ಹೋಯಿತು. ಹಣೆಯಲ್ಲಿ ಬರೆದದ್ದು ಯಾರ ಕೈಲಿ ತಪ್ಪಿಸುವುದಕ್ಕೆ ಆಗುತ್ತದೆ. ಪಾಲಿಗೆ ಬಂದದ್ದು ಪಂಚಾಮೃತ ಅಂಥ ಇನ್ನೆಷ್ಟು ದಿವಸ ನೀನು ಹೀಗೇ ಇದ್ದೀಯೇ' ಅಂತ ಸಮಾಧಾನ ಮಾಡಿ ಉದ್ಯಾನವನಕ್ಕೆ ತಿರುಗಾಡಿ ಕೊಂಡು ಬರುವುದಕ್ಕೆ ಬಾ ಅಂಥ ಕರೆದುಕೊಂಡು ಹೋದ. ಹಾಗೆ ಸುತ್ತಾಡುತ್ತ ಕಲ್ಯಾಣಿ ಹತ್ತಿರಕ್ಕೆ ಬಂದರೆ ಒಂದು ಒಳ್ಳೇ ತಾವರೆ ಕಮಲ ಬೆಳೆದು ನಿಂತಿದೆ. ಮಂತ್ರಿ ಮಗನಿದ್ದು ಕೊಯ್ದುಕೊಳ್ಳುವುದಕ್ಕೆ ಕೈಹಾಕಿದರೆ ಅವನಿಗೆ ಕೈಗೆ ಸಿಗದೆ ಸುಮ್ಮನೆ ಮುಂದು ಮುಂದಕ್ಕೆ ಹೊರಟು ಹೋಗುತ್ತಿತ್ತು. ಆಗ ರಾಜಕುಮಾರನಿದ್ದು ಕೈಹಾಕಿದ ತಕ್ಷಣ ಬಂದು ಅವನ ಅಂಗೈಮೇಲೆ ಕುಳಿತುಕೊಂಡಿತು. ಅಲ್ಲಿಂದ ಬಂದು ತನ್ನ ಕೊಠಡಿಯಲ್ಲಿ ಅದನ್ನು ಇಟ್ಟು ಕೊಂಡಿದ್ದ. ಏನಾ ಅರಮನೆ ತುಂಬಾ ಘಮ್ ಅನ್ನುವ ವಾಸನೆ. ಅಲ್ಲಿಗೆ ಬಂದಳು. ಹಂದಿ ಜೋಗರವಳು. ಹೂವು ನೋಡಿ, 'ಹೋ ಅವಳೇ ತಾವರೆ ಹೂಗಾಗಿ ಹುಟ್ಟಿರಬೇಕು' ಅಂದುಕೊಂಡು ಅದನ್ನು ತಂದು ಚೆನ್ನಾಗಿ ವಸಗಿ ತೆಗೆದುಕೊಂಡು ಹೋಗಿ ಕೋಟೆ ಬುಡದಲ್ಲಿದ್ದ ಬಾವಿಗೆ ಹಾಕಿದಳು. 'ಹಾಳಾಗೋಗು ಮುಂಡೆ' ಅಂತ.

ಅಲ್ಲೊಂದು ಹಲಸಿನ ಮರವಾಗಿ ಹುಟ್ಟಿ ಒಂದು ಹಲಸಿನಹಣ್ಣು ಬಿಟ್ಟು ಘಮ್ ಅನ್ನುತ್ತಿದೆ. ಅರಮನೆಗೆ ಎರಡು ಹುಡುಗರು ಕೆಲಸಕ್ಕೆ ಬರುತ್ತಿದ್ದವು. ದಿನಾ ಅರಮನೆಯಲ್ಲಿ ಕೆಲಸ ಮುಗಿಸಿಕೊಂಡು ಈ ಬಾವಿ ಕಡೆಯಿಂದಲೇ ತಮ್ಮ ಮನೆಗೆ ಹೋಗಿ ಬಂದು ಮಾಡುತ್ತಿದ್ದವು. ಹೀಗೆ ಹೋಗುತ್ತಿರಬೇಕಾದರೆ ಹಲಸಿನಹಣ್ಣಿನ ವಾಸನೆ ಬಂತು. ಸುತ್ತಮುತ್ತ ಹುಡಕಿ ನೋಡಿದವು. ಎಲ್ಲೂ ಹಲಸಿನಮರ ಕಾಣಲಿಲ್ಲ. ಆಗ ಬಾವಿಯಲ್ಲಿ ಬಗ್ಗಿ ನೋಡಿ ದರು. ಅಲ್ಲಿ ಹಲಸಿನಮರ ಒಂದೇ ಒಂದು ಹಣ್ಣು ಬಿಟ್ಟಿತ್ತು. ಅದನ್ನು ಕಿತ್ತು ತೆಗೆದುಕೊಂಡು

ಹೋಗಿ ತಮ್ಮ ತಾಯಿ ಕೈಯಲ್ಲಿ ಕೊಟ್ಟರು. ಕೊಯ್ದುಕೊಡು ಅಂತ. ಆಗ ಅವಳಿದ್ದು– 'ಹಣ್ಣನ್ನು ಗಿಡದಿಂದ ಕಿತ್ತ ದಿವಸವೇ ತಿನ್ನಬಾರದು. ನಾಳೆ ಕೊಯ್ದು ಮಡಗಿರುತ್ತೇನೆ. ನೀವು ಅರಮನೆಯಿಂದ ಬರಗಂಟ.' ಅಂದು ಒಂದುಕಡೆ ಜೋಪಾನವಾಗಿ ಮಡಗಿದಳು. ಬೆಳಗಾಗಿ ಹಲಸಿನಹಣ್ಣನ್ನು ಕೊಯ್ಯುವುದಕ್ಕೆ ತಂದಳು. ಆಗ ಅದಿದ್ದು ಮೆತ್ತಗೆ ಅಂತು. ಇವಳು ಮೆಲ್ಲಗೆ ಸಿಪ್ಪೆ ಬಿಡಿಸಿದಳು. ಆ ವಳಗಿನಿಂದ ಕಿಲಪಿಲಿ ಅಂತ ರತ್ನಾಜಿ ಎದ್ದುಬಂದು 'ನನ್ನನ್ನು ಜೋಪಾನವಾಗಿ ಸಾಕು, ನಾನಿರುವ ಸಂಗತಿ ಯಾರಿಗೂ ಹೇಳಬೇಡ. ನನ್ನಿಂದ ನಿನಗೆ ಮುಂದೆ ಸುಖವುಂಟು' ಅಂದಳು. ಅವಳಿಗೂ ಹೆಣ್ಣು ಮಕ್ಕಳು ಇರಲಿಲ್ಲ. ಅದ ರಂತೆ ಅವಳು ಅವಳನ್ನು ಜೋಪಾನವಾಗಿ ಸಾಕುತ್ತಿದ್ದಳು. ಆ ಊರಲ್ಲಿ ಹಡಗನಮಲ್ಲಸೆಟ್ಟಿ ಅಂಥ ಒಬ್ಬ ಸೆಟ್ಟಿ ಇದ್ದ. ಅವನು ಆಗಾಗ ಸಮುದ್ರದ ಮೇಲೆ ಹೋಗಿ ಎಲ್ಲರಿಗೂ ಬೇಕು ಬೇಕಾದ ವಸ್ತು ತಂದುಕೊಡುತ್ತಿದ್ದ. ಅವನು ಹೋಗುವಾಗ ಎಲ್ಲರನ್ನೂ ಕೇಳಿಕೊಂಡು ಹೋಗುವ ಪದ್ಧತಿ. ಅದರಂತೆ ಅರಮನೆಗೆ ಹೋಗಿ ಈ ಹೊಸ ಮಹಾರಾಣಿಯವರನ್ನು ಕೇಳಿದ. ಆಗ ಅವಳಿದ್ದು: 'ಕಂಚಿಪಟ್ಟಿ ಸೀರೆ, ಮಿಂಚಿಪಟ್ಟಿ ರವಿಕೆ, ನಳುಂಗುರ, ಬಳುಂಗರ, ಕಾಲಿನ ಚಾವಲಿ, ತುಂಬಹಲ್ಲಕಪ್ಪುಬೇಕು' ಅಂದಳು. ಎಲ್ಲೋದ್ರೂ 'ಹುಟ್ಟುಗುಣ ಸುಟ್ಟರು ಹೋಗದು' ಅಂತ ಗಾದೆ ಹೇಳಲ್ಲವೆ ಹಾಗೆ ಸರಿ, ಇವಳ ಮನೆಗೂ ಬಂದು ಸೆಟ್ಟಿ ಕೇಳಿದ. ಆಗ ರತ್ನಾಜಿ ಗುಡುಗುಡನೆ ಓಡಿಬಂದು 'ನನಗೆ ಎರಡು ದುಃಖಾಣಿ ಗೊಂಬೆ ತಂದುಕೊಡಿ' ಅಂದಳು.

ಸರಿ, ಸೆಟ್ಟಿ ಪರದೇಶಕ್ಕೆ ಹೋಗಿ ಬಂದು ಯಾರು ಏನೇನು ಕೇಳಿದ್ದರೊ ಅದನ್ನೆಲ್ಲಾ ತಂದುಕೊಟ್ಟ. ಈ ರತ್ನಾಜಿ ಎಲ್ಲರೂ ಉಂಡು ಉಟ್ಟು ಮಲಗಿಕೊಂಡರೆ ತನ್ನ ಅಕ್ಕ ಪಕ್ಕ ದಲ್ಲಿ ಗೊಂಬೆ ಮಲಗಿಸಿಕೊಂಡು ತಾನು ಮಧ್ಯದಲ್ಲಿ ಮಲಗಿಕೊಂಡಳು–ಮಾತಾಡದೆ. ಆಗ ಗೊಂಬೆಗಳಿದ್ದು: 'ಯಾವುದಾದರೂ ಕಥೆ ಹೇಳು' ಅಂದವು. ಆಗ ಅವಳಿದ್ದು: 'ನನ್ನದೇ ಒಂದು ಕಥೆ ಮತ್ತೇ ಇನ್ಯಾವ ಕಥೆ ಹೇಳಲಿ' ಅಂದಳು. ಆದರೆ ಅವು ಬಹಳ ಹಿಂಸೆಮಾಡಿದವು. ರತ್ನಾಜಿ ಇದ್ದು ಅಲ್ಲಿವರೆಗೆ ನಡೆದ ಕಥೆಯನ್ನೆಲ್ಲಾ ಸಾಂಗವಾಗಿ ಹೇಳಿದಳು. ಕೊನೆಯಲ್ಲಿ ದುಃಖ ತಡೆಯಲಾರದೆ ಅತ್ತು ಬಿಟ್ಟಳು. ಏನಾ ಮುತ್ತಿನ ರಾಶಿ ಸುರೀತು. ಅದನೋಡಿ ತನಗೆ ತಾನೇ ನಗನಾಡಿದಳು. ರತ್ನದ ರಾಶಿ ಸುರಿದುಹಾಗೆ ಮಂಡೆ ವದರಿದಳು. ಮಲ್ಲಿಗೆ ಹೂವು ಏನಾ ಬೀದಿಗೆ ಘಮ್ ಅನ್ನಿತು. ಈ ಸುದ್ದಿ ಹ್ಯಾಗೊ ಹ್ಯಾಗೊ ಇವಳಿದ್ದ ಮನೆಯಿಂದ ಮನೆಗೆ ಕೇರಿಯಿಂದ ಕೇರಿಗೆ ತಿಳಿದು ಅರಮನೆವರೆಗೂ ಸುದ್ದಿ ಹಬ್ಬಿತು. ರಾಜಕುಮಾರನ ಕಿವಿಗೂ ಬಿತ್ತು. ಆಗ ಅವನಿದ್ದು ಹ್ಯಾಗಿದ್ದರೂ ಈ ಹುಡುಗರು ಅರಮನೆ ಕೆಲಸಕ್ಕೆ ಬರುತ್ತಿದ್ದರಲ್ಲ. ಅವರ ಯಾರು ಏನು ಯತ್ತ ವಿಚಾರಿಸಿ ಅವರನ್ನು ಮತ್ತು ತಾಯಿಯನ್ನು ಕರೆಸಿದರು. ಅವಳು ಹದರಿಕೊಂಡು ಹಿಂದು ಮುಂದು ನೋಡಿದಳು. ಆಗ ರಾಜಕುಮಾರನಿದ್ದು ನೀನು ಹೆದರಬೇಡ. ನಿನಗೆ ಬಹಳ ಸಹಾಯ ಮಾಡುತ್ತೇನೆ ಅಂದ. ಆಗವಳು ತನಗೆ ತಿಳಿದ ವಿಷಯ ಹೇಳಿದಳು. ಅವಳ ಜೊತೆಯಲ್ಲಿ ರಾಜಕುಮಾರ ಹೋಗಿ ನೋಡುತ್ತಾನೆ ರತ್ನಾಜಿಯೇ ಅವಳು. ಅವನಿಗೆ ಹಿಡಿಸಬಾರದಷ್ಟು ಸಂತೋಷವಾಯಿತು. ಆಗ ರಾಜಮರ್ಯಾದೆ ಸೈಹಿತವಾಗಿ

ಬೀದಿ ಮೆರವಣಿಗೆ ಮಾಡಿ ಅರಮನೆಗೆ ಕರೆದುಕೊಂಡು ಹೋಗಿ ಎಲ್ಲರಿಗೂ ತೋರಿಸಿದ. ಅವರಿಗೆ ಅನುಮಾನವಾಯಿತು. ಇವಳು ಏನಾದರೂ ಮೋಸವಾಗಿದ್ದದೋ; ನೋಡುವುದಕ್ಕೆ ಏನೂ ಚನ್ನಾಗವಳೆ ಅಂದರು. ಆಗ ಅವಳ ಪರೀಕ್ಷೆ ಮಾಡಿದರು. ತನ್ನ ಕಷ್ಟ ಹೇಳಿಕೊಂಡು ಅತ್ತಾಗ ಮುತ್ತು ಸುರೀತು, ತನಗೆ ಮತ್ತೆ ಸಂತೋಷ ಬಂದದ್ದಕ್ಕೆ ನಗನಾಡಿದಾಗ ರತ್ನದ ರಾಶಿಯಾಯಿತು. ಅರಮನೆಯಲ್ಲಿ ಓಡಾಡಿದಳು. ಕುಂಕುಮದ ಹೆಜ್ಜೆಯಾಯಿತು. ಆಗ ಎಲ್ಲರೂ ಅವನ ಪರಾಕ್ರಮ ಮೆಚ್ಚಿ ಕಷ್ಟಪಟ್ಟರೂ ಸಾರ್ಥಕವಾಯಿತು ಅಂತ ರಾಜರಾಣಿ ಸಂತೋಷಪಟ್ಟು ಇಂಥ ಸೊಸೆ ಸಿಕ್ಕಿದ್ದು ನಮ್ಮ ಪುಣ್ಯ ಅಂದುಕೊಂಡು ಜೋಯಿಸರ ಕರೆಸಿ ಒಳ್ಳೆಯ ದಿವಸ ನೋಡಿ ಲಗ್ನ ಕಟ್ಟಿಸಿದರು. ರಾಜಕುಮಾರ ತನ್ನ ರಥ ತೆಗೆದುಕೊಂಡು ಕಾಡಿಗೆ ಹೋಗಿ ಆ ರಾಜಕುಮಾರೀನ ಸೆರೆಯಿಂದ ಬಿಡುಗಡೆಮಾಡಿ ಕರೆದು ತಂದ. ಆಗ ಅವಳ ನೋಡಿ ಎಲ್ಲರಿಗೂ ಸಂತೋಷವಾಗಿ ಅವಳು ಮೊದಲು ಉಪಕಾರ ಮಾಡಿದಿದ್ದರೆ ಇವನು ರತ್ನಾಜಿ ತರುವುದಕ್ಕೆ ಆಗುತ್ತಿರಲಿಲ್ಲ. ಅವಳನ್ನು ಸಹಾ ಇವನಿಗೆ ಮದುವೆ ಮಾಡುವುದು ಸರಿ ಅಂತ ಎಲ್ಲರೂ ಸೇರಿ ತೀರ್ಮಾನ ಮಾಡಿದರು. ಆಗ ರಾಜಕುಮಾರಿ ಒಪ್ಪಿಕೊಂಡಳು. ಸರಿ ನೆಂಟರು ಇಷ್ಟರು ಎಲ್ಲರನ್ನೂ ಬರಮಾಡಿಕೊಂಡು ಬಿದ್ದ ಗೋಡೆ ಎತ್ತಿಸಿ, ಬತ್ತೀನಿ ಅಂದವರ ಬರಮಾಡಿಕೊಂಡು, ಬರನಾರಿ ಅಂದವರಿಗೆ ಮಾನುಕೊಟ್ಟು ಕರಸಿಕೊಂಡು ಆನೆಗಾತ್ರ ಅರಿಷಣ, ಕುದುರೆಗಾತ್ರ ಕುಂಕುಮ, ನದಿ ಗಾತ್ರ ಗಂಧ ಎತ್ತಿಸಿ ಆಕಾಶದಷ್ಟು ಚಪ್ಪರ ಮಾಡಿ, ಭೂಮಿತಾಯೀನ ಹಸೆಜಗಲಿಮಾಡಿ ಬಲಗಡೆ ಒಬ್ಬಳು, ಎಡಗಡೆಗೆ ಒಬ್ಬಳನ್ನು ಕೂರಿಸಿ ಇವನನ್ನು ಮಧ್ಯೆ ಕೂರಿಸಿ ಅದ್ದೂರಿಯಾಗಿ ಮದುವೆ ಮಾಡಿದರು. ಹಂದಿ ಜೋಗರವಳನ್ನು ಸಿಗಿಸಿ ಕೋಟೆ ಬಾಗಿಲಿಗೆ ತೋರಣ ಕಟ್ಟಿಸಿ ಎಲ್ಲರೂ ಸುಖವಾಗಿ ರಾಜ್ಯಭಾರ ಮಾಡಿಕೊಂಡವರೆ.

**

೨೩. ಪಿಟ್ಟೆಕಾಟ

ಒಂದೂರಲ್ಲಿ ಒಂದು ಪಿಟ್ಟೆಕಾಟ ಇತ್ತಂತೆ. ಆವೂರಲ್ಲಿ ಒಬ್ಬ ಗೌಡ ಕೀರೆಮಡಿ ತೊಳೆದಿದ್ದನಂತೆ. ಸೊಪ್ಪು ಒಳ್ಳೆ ಚೆನ್ನಗಾನಗೆ ಬೆಳ್ದಿತ್ತಂತೆ. ಈ ಪಿಟ್ಟೇಕಾಟ ಏನ್ಮಾಡ್ತಿತ್ತು ಅಂದ್ರೆ, ದಿನಾ ಹೋಗಿ ಆ ಸೊಪ್ನೆಲ್ಲ ತಿನ್ನೋದಂತೆ! ಗೌಡ ಏನ್ಮಾಡಿದ? ಅವತ್ತು ರಾತ್ರಿ ಕಾಯ್ಕೊಂಡು ಕುಂತ್ಗೊಂಡ. ಪಿಟ್ಟೇಕಾಟ ಬತ್ತು. ಹಿಡಿದು ಕೆಂಗಟ್ಟೆ ನೀರಿಗೆ ಎಜ್ಜಿ ಅಗಸರ ಕಲ್ಲಮೇಲೆ ಪಟಪಟನೆ ಒಗೆದುಬಿಟ್ಟ. ಒಗೆದು ಆದಮೇಲೆ ಗೌಡ: 'ಸತ್ಲಾ ಪಿಟ್ಟೇಕಾಟ?' ಅಂದ. ಆಗ ಪಿಟ್ಟೇಕಾಟ–

'ನಾನ್ಯಾಕೆ ಸಾಯಾನ?
ಎಳೆಗೀರೆ ಸೊಪ್ಪು ತಿಂದೆ
ಕೆಂಗಟ್ಟೆ ನೀರು ಕುಡಿದೆ
ಅಗಸರ ಕಲ್ಮ್ಯಾಲೆ
ಸೊಗಸು ಮಾಡ್ತಾ ಇದ್ದೀನಿ' ಅಂತು!

ಗೌಡಂಗೆ ಸಿಟ್ಟು ಬಂತು. ಅಲ್ಲೊಂದು ಹುಣಸೆ ಮರ ಇತ್ತು. ಅದಕ್ಕೆ ರಪ್ಪನೆ ಅಪ್ಪಳಿಸಿ– 'ಸತ್ಲಾ ಪಿಟ್ಟೇಕಾಟ?' ಅಂದ. ಆವಾಗ ಅದು–

'ನಾನ್ಯಾಕೆ ಸಾಯಾನ?
ಎಳೆಗೀರೆ ಸೊಪ್ಪು ತಿಂದೆ
ಕೆಂಗಟ್ಟೆ ನೀರು ಕುಡಿದೆ
ಅಗಸರ ಕಲ್ಮ್ಯಾಲೆ
ಸೊಗಸು ಮಾಡ್ದೆ
ಹುಣಸೆ ಮರದ ಮ್ಯಾಲೆ
ಉಯ್ಯಾಲೆ ಆಡ್ತಿದ್ದೀನಿ'–ಅಂತು.

ಗೌಡ ಇನ್ನೂ ಸಾಯ್ಲಿಲ್ವ ಅಂತ ಅಲ್ಲೊಂದು ಸೀಗೆ ಮೆಳೆ. ಅದರಲ್ಲಿ ಸಿಗಿದ. 'ಸತ್ಲ ಪಿಟ್ಟೇಕಾಟ?' ಅಂದ. ಆವಾಗ ಅದೇನಂತು?–

'ನಾನ್ಯಾಕೆ ಸಾಯ್ಲಿ
ಎಳೆಗೀರೆ ಸೊಪ್ಪು ತಿಂದೆ
ಕೆಂಗಟ್ಟೆ ನೀರು ಕುಡಿದೆ
ಅಗಸ ಕಲ್ಲಮ್ಯಾಲೆ
ಸೊಗಸು ಮಾಡ್ದೆ
ಹುಣಿಸೆ ಮರದ ಮ್ಯಾಲೆ

ಉಯ್ಯಾಲೆ ಆಡ್ದೆ
ಸೀಗೆ ಮರದಲ್ಲಿ
ಸಿಕ್ ಬಿಡಿಸ್ಕೊಂತಾ ಇದೀನಿ'—ಅಂತು.

ಎಲಾ ಪಿಟ್ಟೇಕಾಟ, ಇನ್ನೂ ಸಾಯ್ಲಿಲ್ವ ಅಂದಿದ್ದೆ ಕುಡಲ ತಗೊಂಡ ಕುಯ್ತಾ ಇದ್ದಾಗ– 'ಸತ್ಲ ಪಿಟ್ಟೇಕಾಟ' ಅಂದ. ಅದೇನನ್ನಬೇಕು?—

'ನಾನ್ಯಾಕೆ ಸಾಯಲಿ
ಎಳಗೀರೆ ಸೊಪ್ಪು ತಿಂದೆ
ಕೆಂಗಟ್ಟೆ ನೀರ ಕುಡಿದೆ
ಅಗಸರ ಕಲ್ಲಮ್ಯಾಲೆ
ಸೊಗಸು ಮಾಡ್ದೆ
ಹುಣಸೆ ಮರದಮ್ಯಾಲೆ
ಉಯ್ಯಾಲೆ ಆಡ್ದೆ
ಸೀಗೆ ಮರದಲ್ಲಿ ಸಿಕ್ ಬಿಡಿಸ್ಕೊಂಡ್
ಬಾಡಿಗೆ ಕುಡಿಲಲ್ಲಿ ರವರವ ಅಂದೆ'—ಅಂತು.

ಹಂಗಾ ಅಂದಿದ್ದೆ ಅವನೇನ್ ಮಾಡಿದ ಬೆಂಕಿ ಕಿಚ್ಚಿಗೆ ಹಿಡಿದ—'ಸತ್ಲಾ ಪಿಟ್ಟೇಕಾಟ?' ಅಂದ. ಆವಾಗ ಅದು—

'ನಾನ್ಯಾಕೆ ಸಾಯಲಿ
ಎಳಗೀರೆ ಸೊಪ್ಪು ತಿಂದೆ
ಕೆಂಗಟ್ಟೆ ನೀರು ಕುಡಿದೆ
ಅಗಸರ ಕಲ್ಲಮ್ಯಾಲೆ
ಸೊಗಸುಮಾಡಿದೆ
ಹುಣಸೆ ಮರದ ಮ್ಯಾಲೆ
ಉಯ್ಯಾಲೆ ಆಡ್ದೆ
ಸೀಗೆ ಮರದಲ್ಲಿ ಸಿಕ್ ಬಿಡಿಸ್ಕೊಂಡೆ
ಬಾಡಿಗೆ ಕುಡಲಲ್ಲಿ ರವರವ ಅಂದೆ
ರವರವ ಅನ್ನೋ ಬೆಂಕಿ ಕಿಚ್ಚಾದೆ'—ಅಂತು.

ಹಂಗೊ ಅಂದಿದ್ದೆ ಅವನೇನ್ಮಾಡ್ದ ಆಮ್ಯಾಲೆ ಒಂದು ಮಡಕೆಗ್ಹಾಕಿ ಒಲೆಮ್ಯಾಲೆ ಬೇಯಿಸಿ ತಣಗೆಗೆ ಹಾಕ್ಕೊಂಡು ಕುಂತ—'ಸತ್ಲಾ ಪಿಟ್ಟೇಕಾಟ?' ಅಂದ. ಆಗ ಅದಂತದೆ—

'ಕುಂಬಾರ ಮಡಕೇಲಿ ಕುಣಕುಣಕೊಂಡು ಎದ್ದೆ
ಕಂಚಗಾರರ ತಟ್ಟೇಲಿ ಮಿಂಚಿಮಿಂಚಿಕೊಂಡು
ಪುರ್ರನೆ ಹಾರೋದೆ'

—ಅಂತ ಪುರ್ರನೆ ಹಾರಿಹೋಯಿತು.

**

೨೪. ಪೂಜಾರಿ ಪುಟ್ಟಕ್ಕ

ಒಂದೂರಲ್ಲಿ ಪೂಜಾರಿ ಪುಟ್ಟಣ್ಣ, ಪೂಜಾರಿ ಪುಟ್ಟಕ್ಕ ಅಂತ ಗಂಡ ಹೆಂಡತಿರಂತೆ. ಪುಟ್ಟಕ್ಕ ಸ್ವಲ್ಪ ತೆಳ್ಳಗೆ ಬೆಳ್ಳಗೆ ನೋಡಾಕೆ ಮಾಟವಾಗಿ ಇದ್ದಳಂತೆ. ಆ ಊರ ಗೌಡಮಾವ ಸಂದುಮಾಡಿ ಪುಟ್ಟಕ್ಕನ್ನ ಸರಿಮಾಡಿಕೊಂಡ. ಪುಟ್ಟಣ್ಣ ಇಲ್ಲದಾಗ ಹೋಗೋದು ಬರೋದು ಹಿಂಗೆ ನಡೀತಿತ್ತು. ಹೆಂಗೊ ಪುಟ್ಟಣ್ಣಂಗೆ ಈ ವಾಸನೆ ಬಡೀದೆ ಇರ್ತದ. ಅನುಮಾನ ಬಂತು. ಒಂದು ಸಲ ಹೆಂಡತಿಗೇ: 'ಲೇ ನಾನು ಸುಬ್ರಹ್ಮಣ್ಯದ ಜಾತ್ರಿಗೆ ಹೋಗ್ತೀನಿ, ಎತ್ತಿನ ಯಾಪಾರಕ್ಕೆ! ಆ ಜಾತ್ರೆ ದೂರ, ಬುತ್ತಿ ಕಟ್ಟಿಕೊಡೆ' ಅಂದ. ಅವಳಿಗೆ ಪಸಂದೇ ಆಯಿತು ಅಂತ, ಸಡಗರದಲ್ಲಿ ಬುತ್ತಿ ಕಟ್ಟಿಕೊಟ್ಟಳು.

ಪುಟ್ಟಣ್ಣ ಜಾತ್ರೆಗೆ ಹೋಗುತೀನಿ ಅಂದೋನೆ, ನೆಟ್ಟಗೆ ಹೊರಗಡೀಕ್ಹೋಗಿ, ಮನೆ ಎದುರಿಗೆ ಒಂದು ಅರಳೀ ಮರ. ಅದಕ್ಕೆ ಅಡರಿಕೊಂಡ. ಪುಟ್ಟಕ್ಕ ಕಜ್ಜಾಯದ ಪಾಕ ಮಾಡಿದಳು. ಗೌಡಮಾವ ಬತ್ತಾನೆ ಅಂತ ಗೊತ್ತಲ್ಲ ಅವಳಿಗೆ! ಎಲ್ಲ ಅಣಿಮಾಡ್ಕೊಂಡಳು. ಗೌಡಮಾವ ಬಾಕಲಿಗೆ ಬಂದು ಹಂಗೆ ಹಿಂಗೆ ಹೊಂಚಾಕಿ ಒಳಕ್ಕೆ ಬಂದ. ಕೋಣಿ ಬಾಕಲಲ್ಲಿ ಏನ್ ಮಾಡ್ತಾ ಅವಳೆ ಅಂತ ಬಗ್ಗಿ ನೋಡಿದ. ಪುಟ್ಟಕ್ಕ ಕಜ್ಜಾಯ ಮಾಡ್ತಿದ್ಲು. ಮಾಡಲಿ ಅವಳ ಕೆಲಸ ಎಲ್ಲ ಮುಗಿಲಿ ಅಂತ ಈಚೆಗೆ ಬಂದು ಹಂಗೆ ಮಂಚದ ಮೇಲೆ ಉರುಳಿಕೊಂಡ. ಅದೆಲ್ಲಿತ್ತೊ ಮಾರಿನಿದ್ದೆ. ಅವನು ತಲೆ ಕೊಟ್ಟಿದ್ದೇ ತಡ, ನಿದ್ದೆ ಅನ್ನೋದು ಕವಿದು ಬಂತು. ಗೊರಕೆ ಹೊಡಕೊಂಡು ಕಾಲು ಚಾಚವನೆ.

ಪುಟ್ಟಕ್ಕ ಹೊರಗಡೀಕೆ ಬಂದು ಬಗ್ಗಿ ನೋಡಿದಳು. ಗೌಡಮಾವ ಗೊರಕೆ ಹೊಡೀತ ಅವನೆ. ತಡಿ, ಅವನು ಏಳೋ ಹೊತ್ತಿಗೆ ಎರಡು ಕೊಡ ನೀರು ತಂದು ಬಿಡಾನ ಅಂತ ಗಡಿಗೆ ಹಿರಿಕೊಂಡು ಹೊರಟಳು. ಅವ ಮನಿಮಾರತ್ತ ಒಲೆ ಮೇಲೆ ಇತ್ತಲ್ಲ ಎಣ್ಣೆ ಬಾಂಡಲಿ, ಇಳಸಿ ಹೋಗಬಾರದ? ಮರತು ಹಂಗೇ ಹೊಂಟುಬಿಟ್ಟಳು. ಅವಳು ಅತ್ತಾಗಿ ಹೋಗಾನ. ಇತ್ತಲಾಗಿ ಪುಟ್ಟಣ್ಣ ಮೆಲ್ಲಗೆ ಕೆಳಗೆ ಇಳಿದು ಬಂದ. ಗೌಡಮಾವ ನಿದ್ದೆ ಹೊಡೀತಾ ಅವನೆ! ಕೋಣೆ ಬಾಕಲಿಗೆ ಹೋಗಿ ಬಗ್ಗಿ ನೋಡಿದ! ಪುಟ್ಟಕ್ಕ ಕಮ್ಮಗೆ ಕಜ್ಜಾಯ ಬೇಯಿಸಿ ಇಟ್ಟವಳೆ. ಒಲೆ ಮೇಲೆ ಗಣಗಣನೆ ಎಣ್ಣೆ ಕಾದದೆ. ಚೆನ್ನಾಗಿ ಕಾದಿತ್ತಲ್ಲ ಎಣ್ಣೆ ಹಂಗೆ ತಗೊಂಡು ಬಂದ. ಗೌಡಮಾವ ಮೂಗ್ನೂ ಮೇಲಕ್ಕೆ ಚಾಚ್ಕೊಂಡ್ ಮಲಗಿದ್ದನಲ್ಲ ಎರಡು ಮೂಗಿನ ಹೊಳ್ಳೆಗೂ ಕುದಿಯೋ ಎಣ್ಣೆ ಬಿಟ್ಟ ನೋಡು! ಅವನು ಒಂದೇ ಸಲಕ್ಕೆ 'ಸರಪುರ್ ಚಟುಕ್ ಪುಟುಕ್ ಅಂದು ಮೂಲಂಗಿ ಗೆಡ್ಡೆ ಆಗೋದ!' ಸರಿ

ಎಳ್ಕೊಂಡು ಬಂದು ನಡುಮನೆ ಗೂಡಿನ ಹತ್ತಿರ ಕೂರಿಸಿ, ಕೋಣೆಗೆ ಹೋಗಿ ಕಜ್ಜಾಯ ತಂದು, ಆಕೈಗೆ ಎರಡು ಈಕೈಗೆ ಎರಡು, ಬಾಯಿಗೆರಡು ಗಿಡಿದು, ತಿರಗಾ ಹೋಗಿ ಮರಕ್ಕೇ ಅಡರಿಕೊಂಡ!

ಪುಟ್ಟಕ್ಕ ವಾಲಾಡಿಕೊಂಡು ನೀರು ಹೊತ್ಗೊಂಡು ಬರ್ತಾಳೆ! ಬಾಗಿಲಿಗೆ ಬರ್ತಿದ್ದಂಗೆ ಗೌಡಮಾವನ ನೋಡಿದಳು. ಏನು ಕಜ್ಜಾಯ ಕಚ್ಚಿಕೊಂಡು ಕುಂತವನೆ! ಕೊಡ ಇಳಿಕಿ ಬಂದಳು. 'ಏನು ನಾನು ಬರೋದ್ರಲ್ಲೇ ಅವಸರಾಗಿತ್ತ, ಕಜ್ಜಾಯ ತುರಿಕ್ಕೊಂಡು ಕುಂತಿದ್ದೀಯ' ಅಂದು ಒಂದು ಸ್ವಾಟಿಗೆ ತಿವಿದಳು. ಹಂಗೆ ಸರಕ್ಕನೆ ಪಕ್ಕಕ್ಕೆ ಉರಳಿಕೊಂತು. ಕೆನ್ನೆಗ್ ತಿವಿದಳು. ಆ ಕಡೀಕೆ ಉರಳಿಕೊಂತು! ಓಹೋ ಇದೇನೊ ಯಡವಟ್ಟಾಯ್ತಲ್ಲ ಅಂತಿದ್ದಂಗೆ, ಪುಟ್ಟಣ್ಣ ಬಂದೇ ಬಿಟ್ಟ. 'ಲೇ ಸುಬ್ರಮಣ್ಯಕ್ಹೋಗಿ ಬಂದೆ ತಾರೆ ಕೈಕಾಲಿಗೆ ನೀರ' ಅಂದ. 'ಇವಳೂ ಏನೂ ಕಾಣ್ದೊಳಂಗೆ, ಅಯ್ಯೋ ಇವನ ಸುಳಿ ಸತ್ಹೋಗ. ನಾನು ಕಜ್ಜಾಯ ಮಾಡಿಟ್ಟು ನೀರು ತರಾನ ಅಂತ ಹೋಗಿದ್ದರೆ, ಬಂದು ಇಲ್ಲಿ ತಿಂದು ಸತ್ತವನೆ ಇನ್ನೇನು ಗತಿ!' ಅಂದಳು. ಇಷ್ಟೇತಾನೆಯ ಸುಮ್ಮನಿರು ಅಂದು, ಪುಟ್ಟಣ್ಣ ಅಟ್ಟದ ಮೇಲಿದ್ದ ಒಂದು ಪೆಟ್ಟಿಗೆ ಎಳಕೊಂಡ. ಗೌಡಮಾವನ ಹೆಣ ಅದಕ್ಕೆ ಗಿಡಿದು, 'ಲೇ ಈ ಪೆಟ್ಟಿಗೇಲಿ ದೇವರ ಒಡವೆ ಅದೆ, ಹುಷಾರು! ಇಲ್ಲೆ ಮಂಚದ ಕೆಳಗೆ ಇಟ್ಟಿದ್ದೀನಿ!' ಅಂದ ಜೋರಾಗಿ. 'ನಾ ಊರಿಗೋಗಿ ಬತ್ತೀನಿ' ಅಂತ ಹೊರಟೋದ. ಅಷ್ಟೊತ್ತಿಗಾಗಲೇ ಕತ್ತಲಾಗಿತ್ತು. ಐದು ಜನ ಕಳ್ಳರು ಬಂದು ಮನೆ ಹಿಂದೆ ಕುಂತವರೆ! ಪುಟ್ಟಣ್ಣ ಆಡಿದ ಮಾತನೆಲ್ಲ ಕೇಳಿಸ್ಕೊಂಡ್ರು ಅವರು! ಸರಿ ಎಲ್ಲ ಮಲಗಿದ ಮೇಲೆ ಒಳಗೆ ನುಗ್ಗಿ ಆ ಪೆಟ್ಗೀನ ಎಳಕೊಂಡು ಆಚೆಗೆ ತಂದರು. ದೊಡ್ಡ ಪೆಟ್ಟಿಗೆ ಅಲ್ವಾ! ನಾಕು ಜನ ಹೊತ್ಗೊಂಡರು. ಅವರಲ್ಲಿ ಒಬ್ಬ ಮುದುಕ ಅವನು ಮುಂದೆ ಹೊರಟ.

ಕಳ್ಳರು ಪೆಟ್ಟಿಗೆ ಹೊತ್ತಕೊಂಡು ಹಂಗೆ ಒಂದು ಹರಿದಾರಿ ಹೋದರು. ಒಂದು ಬಾರೆ ಸಿಕ್ತು. ಅಷ್ಟರಲ್ಲಿ ಈ ಮುದ್ಕುಂಗೆ ಮನಸ್ಸಿನಲ್ಲಿ ಒಂದೆರಡು ಒಡವೇನ ಏನಾರ ಮಾಡಿ ಆರಿಸ್ಕೊಬೇಕು ಅನ್ನಿಸ್ತು. ಹೆಂಗೆ ಆರಿಸ್ತಾನೆ! ಇವರವರಲ್ಲಿ ನಾಕುಜನ ಪಡ್ಡೆ ಹುಡುಗರು! ಆವಾಗ ಅವನೇನು ಮಾಡ್ದ, ಆ ನಾಕುಜನಕ್ಕೂವೆ: 'ಲೋ ಅಪ್ಪಾ! ದೇವರ ಒಡವೆ ಹೊತ್ಗೊಂಡ್ ಬಂದಬಿಟ್ಟಿದ್ದೀವಿ! ಅದನ್ನ ಹಂಗೇ ಬಿಚ್ಚೋದು ಬೇಡ! ಒಂದಿಷ್ಟು ಹಣ್ಣು ಕಾಯಿ ಇಟ್ಟು ಪೂಜೆ ಮಾಡಿ ಬಿಚ್ಚಾನ ಕಣ್ರೋ! ಇಲ್ಲದೇ ಇದ್ರೆ ಒಳ್ಳೆದಾಗೋದಿಲ್ಲ!' ಎಂದ. ಹಂಗೆ ಮಾಡಾನ ಕಾಣಜ್ಜಾ! ಅಂದ್ರು ಅವರು! 'ರಾತ್ರಿ ಹೊತ್ತು ನನಗೆ ಸರಿಯಾಗಿ ಕಣ್ಣು ಕಾಣಸಾಕಿಲ್ಲ! ಪೆಟ್ಟಿಗೆ ಇಲ್ಲೇ ಇಳಿಸಿ ಹೋಗಿ ಮತ್ತೆ ನಾಕುಜನವು ಹೋಗಿ ಹಣ್ಣುಕಾಯಿ ತಗಂಡು ಬನ್ನಿ ಪಕ್ಕದ ಹಳ್ಳೀಲಿ' ಅಂದ. ಅವರು ಪೆಟ್ಟಿಗೆ ಇಳಿಸಿ, 'ಹುಷಾರಾಗಿ ನೊಡ್ಕೊಳ್ಳಜ್ಜೋ' ಅಂತ ಜೋರಾಗಿ ಹೇಳಿ ಹೋದ್ರು.

ಅವರು ಆಕಡೆ ಹೋದ್ರು. ಈಕಡೆ ಈ ಅಜ್ಜ ಪೆಟ್ಟಿಗೇನ ಮೆಲ್ಲಗೆ ಬಿಚ್ಚಿದ! ಏನ್ ತಗೊಳ್ಳಿ ಏನು ಬಿಡಲಿ ಅಂತ ಎದೆ ಹೊಡ್ಕೊಳ್ತಾ ಅದೆ! ಮುಚ್ಚಳಾನ ಮೆಲ್ಲಗೆ ಮೇಲಕ್ಕೆ ಎತ್ತಿ, ಒಳಕ್ಕೆ ಕೈ ಹಾಕ್ತಾನೆ! ಅಲಲಲೇ...ಏನ್ ಸಿಕ್ತು ಕೈಗೆ! ದಢಾರ್ ಅಂತ ಪೆಟ್ಗೆ ಬಾಗಲ

ಹಂಗೇ ಮುಚ್ಚಿ ಇನ್ನೂ ಬಿಗಿಯಾಗಿ ಹಗ್ಗ ಬಿಗ್ದು ಮೂವತ್ಮಾರು ದೂರ ಹೋಗಿ ಕುಂತ್ಗಂಡ!

ಈ ನಾಕುಜನ ಕಳ್ಳರು ಹಣ್ಣು ಕಾಯಿ ತಗೊಂಡು 'ಅಜ್ಜೋ' ಅಂತ ಕೂಗಿಕೊಂಡ್ ಬಂದ್ರು. ಅಜ್ಜ ದೂರದಲ್ಲೇ ಕುಂತು, 'ಇಲ್ಲಿದ್ದೀನಿ ಬನ್ನಿರಪ್ಪೋ' ಎಂದ. 'ಬಾರಜ್ಜ ಪೂಜೆ ಮಾಡು' ಎಂದು ಕರೆದರು 'ಅಪ್ಪಾ ನೀವು ಇನ್ನೂ ಬಾಳೋರು ಬದುಕೋರು. ಪೂಜೆ ಮಾಡಿ. ನನಗೆ ವಯಸ್ಸಾಯ್ತು. ಆ ಹಣ್ಣು ಕಾಯಿ ಮಾತ್ರ ಕೊಟ್ಟುಬಿಡಿ! ನಾನು ದೂರ ಹೋಗೋವರೆಗು ಆ ಪೆಟ್ಟಿಗೆ ಬಾಕಲ ಮಾತ್ರ ಬಿಚ್ಚಬ್ಯಾಡಿ...ನೀವೇ ಒಡವೇನೆಲ್ಲ ಹಂಚಿ ಕೊಳ್ಳರಪ್ಪಾ...' ಎಂದ. ನಾಲ್ಕೂಜನ ಕಳ್ಳರಿಗೂ ತುಂಬ ಖುಷಿಯಾಯ್ತು. ಪೂಜೆಮಾಡಿ ಹಣ್ಣು ಕಾಯಿ ಅಜ್ಜನಿಗೆ ಕೊಟ್ಟರು. ಅಜ್ಜ ಗಂಟುಕಟ್ಟಿಕೊಂಡು ಅಲ್ಲಿಂದ ಸರಸರನೆ ಹೊಂಟೋದ.

ಅಜ್ಜ ದೂರ ಹೋದ ಮೇಲೆ ಈ ನಾಲ್ಕುಜನವೂ ಪೆಟ್ಟಿಗೇನ ಬಿಚ್ಚುತಾರೆ! ಓಹೋಹೋ...ಮೂಗಿಗೆ ಹಂಗೇ ಅಡರ್ತದೆ ವಾಸನೆ! ಕೈಹಾಕ್ತಾರೆ! ಗೌಡಮಾವನ ಹೆಣ ಮೆತ್ತಮೆತ್ತಗೆ ಸಿಕ್ಕುತ್ತೆ! ಎಲಾ ಎಂಥ ಮೋಸ ಆಗೋಯ್ತು ಅಂದಿದ್ದೆ ನಾಕು ಜನವೂ ಸೇರಿ, ಆ ಪೆಟ್ಟಿಗೇನ ಹಂಗೇ ಹಳ್ಳಕ್ಕೆ ಉರುಳಿಸಿಬಿಟ್ಟು ಯೋಚನೆ ಮಾಡಿದರು. ಆ ಪುಟ್ಟಕ್ಕ ನಿಂದ ಅಲ್ಲವಾ ಇಷ್ಟೆಲ್ಲ ಆಗಿದ್ದು. 'ಅವಳನ್ನೂ ಮಂಚಬೆರಸ್ಲೇ ಹೊತ್ತುಕೊಂಡು ಬಂದು ಇದರ ಜೊತೇಲಿ ಕೈಕಾಲು ಕಟ್ಟಿ ಹಾಕಿಬಿಡಾನ ನಡೀರಿ' ಅಂದುಕೊಂಡು ನಾಕು ಜನವೂ ತಿರುಗಿ ಹಿಂದಕ್ಕೆ ಬಂದರು. ಪುಟ್ಟಕ್ಕ ಮಂಚದ ಮೇಲೆ ಆರಾಮವಾಗಿ ಮನಗಿ ನಿದ್ದೆ ಮಾಡ್ತಾ ಇದ್ಲು. ಮಂಚಾನೆ ಅನಾಮತ್ತಾಗಿ ಎತ್ತಿಕೊಂಡು ನಾಕು ಜನವೂ ಹೊತ್ತುಕೊಂಡು ಹೊರಟರು. ಹಿಂಗೇ ಹೋಗ್ತಾ ಅವರೆ! ಪುಟ್ಟಕ್ಕ ಮನೇಲಿ ಬೆಚ್ಚಗೆ ಮಲಗಿದ್ದವಳಲ್ಲವಾ! ಹೊರಗಡೆ ಅಷ್ಟು ದೂರ ಹೋದ ಮೇಲೆ ತಣ್ಣಗೆ ಗಾಳಿ ಹೊಡೀತು. ಎಚ್ಚರ ಆಗೋಯ್ತು. ಕಣ್ಣುಬಿಟ್ಟಳು. 'ಇದೇನು! ಆಕಾಶದ ಚುಕ್ಕಿ ಎಲ್ಲಾ ಕಾಣ್ತಾವಲ್ಲಾ!' ಅಂತ ಹೇಳಿ ಕಣ್ಣು ಉಜ್ಜಿ ಕೊಂಡಳು. ಮಂಚವೇ ಮುಂದಕ್ಕೆ ಹೋದಂಗಾಗ್ತಾ ಇದೆ! ಓಹೋ ಏನೋ ಆಯ್ತು! ಕಳ್ಳರ ಕೈಗೆ ಸಿಕ್ಕೊಂಡೆ ಅನ್ನೋದು ಅರಿವಾಗಿ ಹೋಯಿತು ಅವಳಿಗೆ! ಈಗೇನು ಮಾಡಲಿ ಅನ್ನುವಾಗ ಒಂದು ಆಲದ ಮರಸಿಕ್ತು. ಅದರ ಬಿಳಲ ಹಿಡಕೊಂಡು ಮೆಲ್ಲಗೆ ಜೋತು ಬಿದ್ದಳು! ಖಾಲಿ ಮಂಚ ಹೊತ್ಗೊಂಡು ಹೋಗ್ತಾ ಅವರೆ ಕಳ್ಳರು! ಮುಂದಿರೋರಿಗೆ ಏನು! ಓಹೋ ಪುಟ್ಟಕ್ಕ ಹಿಂದಕ್ಕೆ ಹೊರಳಿಕೊಂಡವಳೆ ಅಂತ! ಹಿಂದಿರೋರ್ಗೆ ಮುಂದಕ್ಕೆ ಹೊರಳಿಕೊಂಡಿರಬೇಕು ಅಂತ! ಏಕೆ ಅಂದರೆ ಭಾರವೇ ಇರಲಿಲ್ಲವಲ್ಲ!

ಬರೀ ಮಂಚ ಹೊತ್ತುಕೊಂಡು ಬಂದರು ಪೆಟ್ಟಿಗೆ ಹಳ್ಳಕ್ಕೆ. ಮಂಚಾನ ಬೀಸಿ ಎಸೀ ತಾರೆ! ಬರೀ ಮಂಚ ಉರುಳಿಕೊಂಡಿತು! ಎಲ್ಲಿದ್ದಾಳೆ ಪುಟ್ಟಕ್ಕ 'ಎಲಾ ಎಲಾ! ಇಲ್ಲೂ ಕೈಕೊಟ್ಟಳಲ್ಲ!' ಅಂದುಕೊಂಡು ಹೊರಟರು! ಅಷ್ಟೊತ್ತಿಗೆ ಕೋಳಿಕೂಗೋ ಹೊತ್ತಾಗಿ ಹೋಯ್ತು. ಹಂಗೇ ಬರತಾ ಅವರೆ. ಅಲ್ಲೊಂದು ಮಾವಿನ ತೋಟ. ತೀರ ಬಂದ್ರೊ! ಒಂದಿಷ್ಟು ಮಾವಿನಕಾಯಿನಾರ ಕಿತ್ತುಕೊಂಡು ಹೋಗಾನ ಅಂತ ಹೇಳಿ ನಾಕು ಜನವೂ

ತೋಟಕ್ಕೆ ಬಂದು, ಒಂದೊಂದು ಮರ ಹತ್ತಿದರು. ಅಲ್ಲೇನಾಗಿದೆ. ಪುಟ್ಟಕ್ಕ ತಪ್ಪಿಸಿಕೊಂಡು ಬಂದು ಇನ್ನೆಲಿಯಾದರೂ ಈ ಕಳ್ಳರ ಕೈಗೆ ಸಿಕ್ಕೇನು ಅಂತ ಅಂದು ಮರಹತ್ತಿ ಕುಳಿತವಳೇ! ಆ ಮರಕ್ಕೂ ಒಬ್ಬ ಕಳ್ಳ ಹತ್ತಿ ಬಂದ! ಮೇಲಕ್ಕೆ ಹತ್ತಿ ಹತ್ತಿರಕ್ಕೆ ಬಂದುಬಿಟ್ಟ! ಯಾರೋ ಹೆಂಗಸಿನಂಗೆ ಕಂಡರು! 'ಯಾರು? ಯಾರವರು?' ಅಂದ! 'ಅಶ್ ಜೋರಾಗಿ ಮಾತಾಡ ಬ್ಯಾಡ! ನಾನು ಪುಟ್ಟಕ್ಕಾ' ಅಂದಳು. 'ಓಹೋ ನೀನು ಇಲ್ಲಿ ಸೇರಿಕೊಂಡಿದ್ದೀಯಾ' ಅಂದ ಅವನು. 'ಸುಮ್ಮನಿರು! ಅವರಿಗೆ ಹೇಳಬೇಡ. ನಾನೂ ನೀನು ಗಂಡ ಹೆಂಡ್ತಿ ಆಗಾನ! ಅವರಿಗೆ ಹೇಳು! ಇಲ್ಲಿ ಮೂಗಚೌಡಿ ಅದೆ! ಬರಬೇಡಿ ಅಂತ' ಅಂದಳು. ಗಂಡ ಹೆಂಡತಿ ಆಗಾನ ಅಂದಳಲ್ಲ ಇವನಿಗೆ, ಇದೂ ವೈನೇ ಆಯ್ತು ಅನ್ನಿಸಿತು! 'ಲೇ ಈ ಮರದ ತಾವಕೆ ಯಾರು ಬರಬ್ಯಾಡಿಕಣ್ರೋ! ಇಲ್ಲಿ ಮೂಗಚೌಡಿ ಐತೇ...' ಎಂದು ಕೂಗಿ ಹೇಳಿದ.

ಸರಿ! ಈ ಕಳ್ಳ ಪುಟ್ಟಕ್ಕನ ಎದುರಿಗೆ ಹತ್ತಿ ಕುಂತುಕಂಡ. 'ಎಲ್ಲಾ ಮತ್ತೆ ನಾವಿಬ್ಬರೂ ಗಂಡ ಹೆಂಡತಿ ಆಗಾನ!' ಅಂದ. 'ನಮ್ಮ ಕಡೆ ಗಂಡ ಹೆಂಡತಿ ಆಗೋದು ಅಂದ್ರೆ, ಮೊದಲು ಒಬ್ಬರ ನಾಲಗೆ ಒಬ್ಬರು ಮುಟ್ಟಿಸಬೇಕು. ನನ್ನ ನಾಲಗೆ ಮುಟ್ಟಿಸ್ತೀನಿ. ಆಮೇಲೆ ನಿನ್ನ ನಾಲಗೆ ಮುಟ್ಟಿಸು' ಎಂದಳು. ಅವಳ ನಾಲಗೆ ತೆಗೆದು ಮೊದಲು ಮುಟ್ಟಿಸಿದಳು. ಆಮೇಲೆ ಒಳ್ಳೆ ಖುಷಿಯಾಗಿ ನಾಲಗೇನ ಇಷ್ಟುದ್ದ ಹಿರಿದು ಅವಳ ಬಾಯಿಗೆ ಕೊಟ್ಟ! ಪುಟ್ಟಕ್ಕ ಒಂದೇ ಸಲ ಕಚಕ್ಕಂತ ಕಡಿದುಬಿಟ್ಟಳು! ಹಾ...ಹಾ...ಹಾ...ಅಂಥ ದೊಪ್ಪನೆ ಕೆಳಕ್ಕೆ ಇವನು ಯಾವಾಗ ಉರುಳಿಕೊಂಡನೊ! ಅಲ್ಲಿದ್ದವರೆಲ್ಲ ಮೂಗಚೌಡಿ ಬಂದಳು ಅಂತ ಹೇಳಿ ಕೆಳಕ್ಕೆ ಧುಮುಕಿ, ಇವನ್ನೂ ಹೊತ್ತಕೊಂಡು ಓಟ ಹೊಡೆದರು! ಅವರು ಅವತ್ತು ಹೋದೋರಂತೆ ನೋಡಿ! ಇನ್ನೂ ಬಂದಿಲ್ಲವಂತೆ.

**

೨೫. ಶೃಂಗಾರವನ

ಒಂದು ಪಟ್ಣ. ಆ ಪಟ್ಟಣದಲ್ಲಿ ಒಬ್ಬ ರಾಜ. ಆ ರಾಜನಿಗೆ ಇಬ್ರು ಗಂಡ್ಮಕ್ಳು ಇರ್ತಾರೆ. ತಂದೆ ತಾಯಿಗೆ ವಯಸ್ಸಾಗ್ ಹೋಗಿರುತ್ತೆ, ಗಂಡು ಮಕ್ಳಿಗೆ ಮದ್ವೆ ಮಾಡಬೇಕು ಅಂತಿರ್ತಾರೆ. ಅವ್ರು ಆಗ್ಲಿ ಆಗ್ಲಿ ಅಂತ ಸತಾಯಿಸ್ತಾ ಇರ್ತಾರೆ. ಹೀಗೆ ಸತಾಯಿಸ್ತಾ ಇದ್ರೆ, 'ನಮ್ಗೆ ವಯಸ್ಸಾಗೋಗಿದೆ ನೀವು ಮಾಡ್ಕೊಬೇಕು. ಇನ್ನೆಷ್ಟು ದಿನ ಇರ್ತೀವಿ ಮಾಡ್ಕೊಳ್ಳಿ' ಅಂತಿರ್ತಾರೆ. ಆಗೋಗಿ ಒಂದು ಪಟ್ಣದಲ್ಲಿ ಕೇಳ್ಕೊಂಡ್ ಬರ್ತಾರೆ. ಹೆಣ್ ನೋಡ್ಕಂಡ್ ಬರ್ತಾರೆ. ಆ ರಾಜನಿಗೆ ಇಬ್ರು ಹೆಣ್ಮಕ್ಳಿರ್ತಾರೆ. ಆ ಹೆಣ್ಮಮಕ್ಕಳಿಬ್ರೂನು ನಾವೇ ಮಾಡ್ಕೊಳ್ತೀವಿ ಅಂತ ಈ ಅಣ್ಣ ತಮ್ಮ ಇಬ್ರೂನು ಒಪ್ಕೊಳ್ತಾರೆ. ನಿಶ್ಚಯಮಾಡ್ಕೊಂಡ್ ಬರ್ತಾರೆ.

ನಾವು ಈ ರೀತಿ ಖಾಯಂ ಮಾಡ್ಕೊಂಡು ಬಂದಿದೀವಿ ಅಂತ ಹೇಳ್ತಾರೆ. ಒಳ್ಳೇದು ಮಾಡ್ಕೊಳ್ಳಿ ಅಂತಾರೆ ತಂದೆ ತಾಯಿ. ಇವರೆಲ್ಲ ಪ್ರಯಾಣ ಹೋಗುವಾಗ್ಗೆ ತಂದೆ ಏನ್ ಹೇಳ್ತಾನೆ—ಅಲ್ಲಿ ಶೃಂಗಾರ್ದ ವನ ಅನ್ನೋ ಒಂದು ವನ ಇದೆ. ಆ ವನದಾಚೆ ಮೂರು ಮೈಲಿ ಮುಂದಕ್ಕೆ ಡೇರ ಹಾಕಿ, ಇಲ್ದಿದ್ರೆ ಮೂರು ಮೈಲಿ ಹಿಂದಕ್ಕೆ ಡೇರ ಹಾಕ್ಕೊಂಡು ನಡೀರಿ ಅಂತಾನೆ.

ಹಾಗೇ ಆಗ್ಲಿ ಅಂತ ಎಲ್ಲ ಪ್ರಯಾಣವಾಗಿ ಹೋಗ್ತಾರೆ. ಹೋದ್ರೆ ಅಲ್ಲಿ, ಚಿಕ್ಕಮಗ ಇರ್ತಾನೆ ನೋಡಿ, ಅವ್ನು ಮಾತ್ರ, ಇಲ್ಲ ಮೂರು ಮೈಲಿ ದೂರ ಏತಕ್ಕೆ ನಡೀರಿ ಅಂತ ಗಲಾಟೆ ಮಾಡ್ತಾನೆ. ಹೋಗ್ತಾ ಅರ್ಧ ಫರ್ಲಾಂಗಿನಲ್ಲಿ ಗುಡಿಸ್ಲಾಕಿಸ್ತಾರೆ ಅಲ್ಲಿ ಇಳ್ಕೋತಾರೆ. ಇವರೆಲ್ಲ ಅಡ್ಗಗೆ ಪ್ರಯತ್ನ ಮಾಡ್ತಾರೆ.

ಅವನೇನ್ ಮಾಡ್ತಾನೆ ಚಿಕ್ಕೋನು, ಆ ವನಕ್ಕೆ ಹೊರಟೋಗ್ ಬಿಡ್ತಾನೆ. ಅಲ್ಲಿ ತುಂಬ ಗಿಡಮರ ಎಲ್ಲ ಇರುತ್ತೆ. ಎಲ್ಲ ನೋಡಬಿಟ್ಟು, ಮಧ್ಯೆ ಒಂದು ಕಲ್ಯಾಣಿ ಇರುತ್ತೆ. ಅಲ್ಲಿ ಇಳಿದ್ ಬಿಟ್ಟು ಸ್ನಾನ ಮಾಡ್‌ಬಿಟ್ಟು, ಅಲ್ಲೊಂದು ಬಂಗ್ಲೆ ಇರುತ್ತೆ, ಅಲ್ಲಿ ಮಂಚದ್ಮೇಲೆ ಮಲಿಕೊಂಡ್ ಬಿಡ್ತಾನೆ. ಚೆನ್ನಾಗಿ ನಿದ್ದೆ ಹೋಗ್ತಾನೆ. ಅವನ್ಗೆ ಪ್ರಪಂಚದ ಜ್ಞಾನವೇ ಇರೋದಿಲ್ಲ.

ಹೀಗೆ ಇರುವಾಗ್ಗೆ ಅಣ್ಣ ಬರ್ತಾನೆ. ಹುಡಿಕ್ಕೊಂಡ್ ಬಂದ್ರೆ ಎಲ್ನೋಡಿದ್ರು ಇವ್ನು ಸಿಗೋದಿಲ್ಲ. ಇಲ್ಲಿಗೆ ಬರ್ತಾನೆ. ಅವ್ನು ಇವ್ನು ಮಾಡ್ದಂಗೆ ಮಾಡೋದಿಲ್ಲ. ಕೊಳದಲ್ಲಿ ತೊಳ್ಕೊಳ್ಳೋದಿಲ್ಲ. ಏನೂ ಮಾಡೋದಿಲ್ಲ, ಹೋಗಿ ನೋಡ್ತಾನೆ, ತಮ್ಮ ಮಂಚದ್ಮೇಲೆ

ಮಲಿಕೊಂಡಿರ್ತಾನೆ. ನೋಡಬಿಟ್ಟು ಏನೋ ತಿಳಿಕೊಂಡ್‌ಬಿಟ್ಟು ಹೊರಟ ಬಂದ್ ಬಿಡ್ತಾನೆ. ಡೇರೆಗಳೆಲ್ಲ ಬಿಚ್ಚಬಿಟ್ಟು ಹೊರಟ್‌ಹೋಗ್‌ಬಿಡ್ತಾರೆ ಲಗ್ನಕ್ಕೆ. ಹೋಗಿ ಮದ್ವೆ ಮನೆ ಸೇರ್ತಾರೆ ಏನು ನೀನೊಬ್ನೆ ಹೊರಟು ಬಂದಿದ್ದೀಯಲ್ಲ, ಏನು ಕಾರಣ ನಿನ್ನ ತಮ್ಮ ಬರಲಿಲ್ವ ಅನ್ತಾರೆ.

'ಇಲ್ಲೆ ಏನೋ ದೊಡ್ಡ ಕೇಸ್ ಬಿದ್ದಿತ್ತಂತೆ ಅದಕ್ಕೆ ನಂ ತಂದೆ ತಾಯಿ ಕಾಗ್ದ ಬರ್ದು ಕಳ್ಸಿದ್ರು, ಹೊರಟೋಗ್‌ಬಿಟ್ಟ. ಲಗ್ನದ ಹೊತ್ತಿಗೆ ಬರ್ತಾನೆ' ಅಂತ ಹೇಳ್ತಾನೆ.

ಲಗ್ನದ ಹೊತ್ತಗೆ ಬರ್ಲಿಲ್ಲ ಏನಿಲ್ಲ. ಬಂಗಾರ್ದ ಕತ್ತಿಗೆ ನೀವು ಮದ್ವೆ ಮಾಡಿ ಅನ್ತಾನೆ. ಕತ್ತಿಗೆ ಮದ್ವೆ ಮಾಡ್ತಾರೆ. ಹೆಣ್‌ಗಂಡ್‌ಗಳೆಲ್ಲ ಬಂದಬಿಡ್ತಾರೆ ಪಟ್ಣಕ್ಕೆ. ಬಂದು ಎಲ್ಲ ವಿಚಾರಿಸಿದ್ರೆ, 'ಅಪ್ಪ ಅವ್ನು ದೇಶಾ ನೋಡಾಕೆ ಹೋಗಿದಾನೆ, ಇಲ್ಲಿಲ್ಲ, ಬರ್ತಾನೆ' ಅಂತ ಹೇಳ್ತಾನೆ. ಎಷ್ಟು ಕೇಳಿದ್ರು ಹೀಗೆ ಹೇಳ್ತಾ ಇರ್ತಾನೆ. ಅವ್ನ ತಂದೆತಾಯಿ, ಪಾಪ, ಕೊರಗಿನ ಒಳ್ಗೆ ಸತ್ಹೋಗ್‌ಬಿಡ್ತಾರೆ.

ಇವ್ನು ನಾಲ್ಕು ಮಕ್ಳ ತಂದೆ ಆದ. ನಾಲ್ಕು ಮಕ್ಳ ತಂದೆ ಆದ್ರು ಕೂಡಾನು ಈ ಹುಡ್ಗಿ ಗಂಡ ಬರ್ಲಿಲ್ಲ. ಈ ಹುಡ್ಗಿ ಕೇಳೊ ಅಷ್ಟು ಕೇಳಿದ್ಲು. ಒಂದು ದಿನ, 'ಏನೋ ನೀವು ಈ ರೀತಿಯೆಲ್ಲ ಮಾಡಿದ್ದೀರಲ್ಲ, ಅದೇನು ನಿಜ, ಹೇಳಬೇಕು'—ಅಂತಾಳೆ, ಕಾಗ್ದ ಬಂದಿದೆ, ನಾಳೆ ಬರ್ತಾನೆ ಅಂತ ಸತಾಯಿಸ್ತಾನೆ.

ಒಂದು ದಿನ ಅಕ್ಕ ಆದೋಳು ಮಗೀಗೆ ಹಾಲು ಕೊಡ್ತಾ ಇರ್ತಾಳೆ. ಇವಳು ಬಂದ್ ಬಿಟ್ಟು ಕಂಬದ ಹಿಂದೆ ನಿಂತ್ಕೊಂಡ್ ಬಿಟ್ಟು ಕೇಳ್ತಾಳೆ. 'ನನಗೆ ಇಷ್ಟು ದಿನ ಸತಾಯಿಸಿದ್ರಲ್ಲ, ಇದಾನೊ ಇಲ್ವೊ, ಪ್ರಾಣದಲ್ಲಿ ಇದಾನೋ ಸತ್ತಿದಾನೊ ತಿಳಿಸಬೇಕು'—ಅಂತಾಳೆ.

ಇವನೇನ್ ಮಾಡ್ತಾನೆ ಈ ರಾಜ, ನನ್ನ ಹೆಂಡ್ತೀನೆ ತಾನೆ ಕೇಳ್ತಾ ಇರೋದು ಅಂತಂದ್ ಬಿಟ್ಟು, 'ಇಲ್ಲ ಅವ್ನು ಇಂಥ ಕಡೆ ಶೃಂಗಾರ ವನ್ದಲ್ಲಿ ಈ ತರ ಮಲಿಕೋ ಬಿಟ್ಟ, ಅವನ್ಗೆ ಪ್ರಾಣ ಇಲ್ಲ ಸತ್‌ಹೋಗಿದಾನೆ'—ಅಂತ ಹೇಳ್ತಾನೆ.

ಇಷ್ಟೇನೆ ಇವ್ನ ಯೋಗ್ತೆ ಅಂದ್‌ಬಿಟ್ಟು, ಸಿಕ್ಕಬಟ್ಟೆ ಬೈದ್ಕೊಂಡ್ ಬಂದ್ ಬಿಟ್ಟು ಒಂದು ಕುದ್ರೆ ತಗೊಳ್ತಾಳೆ. ಇವ್ನ ಮಿತ್ರು ಯಾರಾದ್ರು ಇದಾರೇನೋ ಅಂತ ದಾಸಿಯರ್ನ ಕೇಳ್ತಾಳೆ. ಯಾರೂ ಸ್ನೇಹಿತರಿಲ್ಲ ಒಬ್ಬ ಸಾಹೇಬ ಇದ್ದ ಅಂತ ಹೇಳ್ತಾರೆ ದಾಸೀರು. ಅವ್ನ ಕರ್ಕೊಂಡ್ ಬನ್ನಿ ಅಂತಾಳೆ. ಅವ್ನ ಕೇಳೋವತ್ಕೆ, 'ಅಯ್ಯೋ ಹೋಗಮ್ಮ ನಾವೆಲ್ಲೋ ಚಿಕ್ಕ ವಯಸ್ನಲ್ಲಿ ಸ್ನೇಹಿತರಾಗಿದ್ವು. ಇವಾಗ ಯಾವ್ದೂ ಇಲ್ಲ. ಅವ್ನ ನೋಡೇ ಎಷ್ಟೋ ವರ್ಷ ಆಯ್ತು'—ಅಂತ ಹೇಳಿ ಕಳಿಸ್ತಾನೆ.

ಅವರು ಬಂದು ಅದೇ ತರ ಹೇಳ್ತಾರೆ. 'ಅವನೇನಾದ್ರು ಮಾಡಿ ಕರ್ಕೊಂಡ್ ಬನ್ರಿ. ಅವನಿಗೊಂದ್ ನೂರು ರೂಪಾಯಿ ಕೊಡ್ತೀನಿ ನಾನು'—ಅಂತಾಳೆ. ಎಂಥೋರಿಗು ನೂರು ರೂಪಾಯಿ ಅಂದ್ರೆ ಆಸೆ. 'ನೂರು ರೂಪಾಯಿ ಕೊಡ್ತಾರಂತೆ ಬಾ'—ಅಂತ ಹೇಳಿದ್ರು. ಬಂದ ಆ ಸಾಹೇಬ.

'ಏನಪ್ಪ ನಿನ್ನ ಹೆಸರೇನು?'

'ನನ್ನ ಹೆಸರು ಖಾಸಿಂ'—ಅಂದ.

'ನನ್ನ ಯಜಮಾನ್ರು ನೀನು ಸ್ನೇಹಿತರಂತೆ, ಏನಾದ್ರು ಗುರ್ತು ಕೊಟ್ಟಿದ್ದಾರಾ?'—ಅಂತ ಕೇಳಿದ್ಲು.

'ಹ್ಞೂ ಕೊಟ್ಟಿದ್ದಾರೆ. ಅಂಥದೇನು ಕೊಟ್ಟಿಲ್ಲ ತಾಯಿ, ಒಂದು ಜೊತೆ ಬಟ್ಟೆ ಕೊಟ್ಟಿದ್ದಾರೆ ಅವ್ರು'—ಅಂದ.

'ಆ ಬಟ್ಟೆಕೊಡು ನಂಗೆ, ಈಗ ನೂರು ರೂಪಾಯಿ ಕೊಡ್ತೀನಿ, ನಿನಗೆ ಕೊಟ್ಟಿರೋ ಡ್ರೆಸ್ ಮಾತ್ರ ತಂದ್ ಕೊಡು'—ಅಂದ್ಲು.

ಅಂಗೆ ಆಗ್ಲಿ ಅಂದ. ಆ ಡ್ರೆಸ್ ತಂದುಕೊಟ್ಟ. ಇನ್ನು ನೂರು ರೂಪಾಯಿ ಕೊಟ್ಲು. ತಗೊಂಡ್ ಹೊರಟೋದ.

ಆ ಹುಡ್ಗಿ ಆ ಡ್ರೆಸ್ ಹಾಕ್ಕೊಂಡ್ ಬಿಟ್ಲು, ಆ ಶೃಂಗಾರ್ದ ವನದ್ಕಡೆ ಹೋಗ್‌ಬಿಟ್ಲು. ಅವಳಿಗೆ, ಹಲ್ಲಿಯಿರುತ್ತೆ ನೋಡಿ, ಅದು ನುಡಿಯೋದು ಗೊತ್ತಾಗುತ್ತೆ. ಇವ್ಳು ಹೋಗ್ತಿದಾಗೆ ಹಲ್ಲಿ ನುಡೀತು. ಈ ತರ ಅವ್ರು ಮಗ್ಗಿನ ಜಡೆ ಹಾಕಿರ್ತಾರೆ ಬಲ್ಗಡೆ ಬಿಚ್ಚಿದ್ರೆ ಅವನ ಪ್ರಾಣ ಬರುತ್ತೆ ಎಂದು ಅರ್ಥವಾಯಿತು. ಅವಳು ಬಲ್ಗಡೆ ಬಿಚ್ಚಿದ್ಲು ಪ್ರಾಣ ಬಂತು.

'ಏನು ಖಾಸಿಂ ನನ್ನಣ್ಣ ಬರ್ಲಿಲ್ಲ, ತಾಯಿತಂದೆ ಬರ್ಲಿಲ್ಲ, ನೀನು ಬಂದಿದ್ದೀಯಲ್ಲ'—ಅಂತ ಕೇಳ್ದ.

'ನಿನ್ನ ಮೇಲೆ ಕೇವಲ ವಿಶ್ವಾಸಯಿತ್ತು. ಅದಕ್ಕೆ ನಿನ್ನ ನೋಡ್ಕೊಂಡೋಗೋಣ ಅಂತ ಬಂದೆ.'

'ಬ್ಯಾಡಪ್ಪ ಒಂದು ನಿಮಿಷ ಇದ್ ಬಿಟ್ಟು ನೀನು ಹೊರಟೋಗ್ ಬಿಡು. ದೇವಕನ್ನಿಕೆಯರ ಕೈಲಿದೆ ನನ್ನ ಪ್ರಾಣ. ಇನ್ ಬರೋ ಟೈಂ ಆಯ್ತು. ನಿನ್ನ ಪ್ರಾಣ ತೆಗ್ದು ಬಿಡ್ತಾರೆ ಓಗು.'

'ಏನಾದ್ರು ಆಗ್ಲಿ ಆ ಟೈಮ್ಗೆ ನಾನು ತಪ್ಪಿಸ್ಕೊಂಡ್ ಓಗ್ತೀನಿ, ನೀನು ಸುಮ್ನಿರು'—ಅಂತೇಳಿ ಆ ಟೈಂಗೆ ಸರಿಯಾಗಿ ಜಡೆ ಹಾಕಬಿಟ್ಟು ಬಂದಬಿಟ್ಟಳು.

ಅವ್ರು ಬಂದ್ರು. 'ನಾನು ಹಾಕಿದ್ದ ಜಡೆಯಲ್ಲ ಬೇರೆ ಯಾರೋ ನರಮನುಷ್ರು ಬಂದ್ ಈ ತರ ಮಾಡಿದ್ದಾರೆ. ಇಲ್ಲಿಂದ ಇವ್ನ ಎಲ್ಲಾದ್ರು ಕರ್‍ಕೊಂಡ್ ಓಗ್‌ಬೇಕು'—ಅಂತ ಹೇಳ್ತಾಳೆ ಒಬ್ಳು. 'ಏನೂ ಇಲ್ಲ ಸುಮ್ನೀರು ಇವೊತ್ತು ನಾಳೆ ನೋಡಾಣ'—ಅಂತಾರೆ.

ಈ ಸ್ಥಿತಿಯೆಲ್ಲ ಇವ್ನು ಅವನ್ಗೆ ಹೇಳ್ತಾನೆ. (ಹೆಂಡ್ತೀನೆ ಅವ್ಳು ಗಂಡ್ ಡ್ರೆಸ್ಸು ಹಾಕ್ಕೊಂಡಿದ್ದಾಳೆ. ನೋಡೇ ಇಲ್ವಲ್ಲ ಪಾಪ.) ಆಗ್ಲಿ ಅಂತ ಹೇಳ್ ಬಿಟ್ಟ. 'ಆವ್ರೆಲ್ಲಿ ತಕ್ಕೊಂಡೋಗ್ಲಿ ನಾನ್ ಬಿಡೋದಿಲ್ಲ ನಿನ್ನ'—ಅಂತ ಹೇಳ್ತಾನೆ.

ಇವ್ರು ಎರಡು ಮೂರು ದಿನ ನೋಡಿಬಿಟ್ರು. 'ಇವ್ನ ಇಲ್ಲಿ ಇಟ್‌ಕೊಂಡಿದ್ರೆ ಆಗೋದಿಲ್ಲ. ನಾಳೆದಿನ ಮಂಚಮಂಚಾನೆ ಎತ್ಕೊಂಡೋಗಬೇಕು. ನೊಣ ಜಾರದ ಬೆಟ್ಟ ಅಂತಿದೆ ಅಲ್ಲಿಗೆ ಎತ್ಕೊಂಡೋಗ್ ಬಿಡೋಣ. ಇವ್ನ ಇಲ್ಲಿ ಇರಿಸ್ಬಾರ್ದು' ಅಂತೇಳಿ ಮಾತಾಡ್ಕೊತಾರೆ. ಮಾತಾಡ್ಕೊಂಡ್ರು. ಮಾತಾಡ್ಕೊಂಡಿದ್ದೆಲ್ಲ ಬೆಳಿಗ್ಗೆ ಇವ್ನು ಹೇಳ್ದ. 'ಈ ತರ ಮಾಡ್ತಾರಂತೆ. ನೀನು ಯಾವ್ತರ ಬರ್‍ತೀಯಾ? ಬ್ಯಾಡ ಹೋಗಪ್ಪ ನೀನು'—ಅಂದ.

'ಆಗ್ಲಿ ಮುತ್ತಿನ ಸರ ಇದೆ ನನ್ನ ಕೊರಳಲ್ಲಿ, ಕೊಡ್ತೀನಿ, ನೀನು ಹೋಗ್ತಾ ದಾರಿ ಉದ್ದಕ್ಕೂ ಒಂದೊಂದು ಹಾಕ್ಕೊಂಡ್ ಹೋಗು. ಆ ಬೆಟ್ಟದ ಬುಡಕ್ಕೆ ಬರ್‍ತೀನಿ ನೋಡ್ತೀನಿ ಅದ್ಯಾವ್ತರ ಇದೆಯೋ'—ಅಂತ ಹೇಳ್ತಾನೆ.

ಆಗ್ಲಿ ಅಂತ ಹೇಳ್ದ. ಮುತ್ತಿನ ಸರ ಇಸ್ಕೊಂಡ್ ಬಿಟ್ಟ. ಅದೇ ತರ ಕೆಳಕ್ಕೆ ಹಾಕ್ಕೊಂಡ್ ಹೋದ. ಪ್ರಾಣ ತೆಗೆಯದಿಲ್ಲ, ಇನ್ನೆಲ್ಲಿ ಬರ್‍ತಾರೆ ಮ್ಯಾಲಿಕ್ಕೆ ಅಂದ್‌ಬಿಟ್ಟು ಪ್ರಾಣದಲ್ಲೆ ಕರ್‍ಕೊಂಡ್ ಹೋಗ್ತಾ ಅವ್ರೆ. ಅವ್ರು ಮೇಲೆ ಹೋಗ್ತಾ ಇದ್ರೆ, ಇವ್ನು ಉದ್ದಕ್ಕೂ ಹುಡಿಕ್ಕೊಂಡು ಆ ಬೆಟ್ಟದ ಬುಡ್ಡವರ್‍ಗೂ ಹೋದ. ಒಂದು ನೊಣ ಕೂತ್ಕೊಂಡ್ರು ಜಾರುತ್ತೆ, ಅಂಥ ಬೆಟ್ಟ. ಅವರೇನು? ಮಾಯದಿಂದ ಕರ್‍ಕೊಂಡೋಗ್ ಬಿಟ್ರು.

ಇವ್ನು ಬೆಟ್ಟ ಹತ್ತಕ್ಕೋದ, ನೋಡ್ದ, ಇವನ್ಗೆ ಹತ್ತಕ್ಕೆ ಆಗಲ್ಲ. ಏನ್ ಮಾಡ್ದ? ಆ ಡ್ರೆಸ್ ಬಿಚ್‌ಬಿಟ್ಟು. ಅಲ್ಲಿ ಬಂಕೆಗಿಡಗಳು ಅಂತ ಇರುತ್ತೆ. ಅದ್ರ ಕಾಯಿ ಕಿತ್ಕೊಂಡ್ ಬಿಟ್ಟು, ಮೈಯೆಲ್ಲ ಬಳ್ಕೊಂಡ್‌ಬಿಟ್ಟು ಗುಡುಕ್ಕೊಂಡ್ ಗುಡುಕ್ಕೊಂಡ್ ಹಾಗೆ ಹತ್ತಿ ಹೋಗ್ತಾನೆ.

ಹೋಗುವಾಗ್ಗೆ ಅವನ್ಗೆ ಪ್ರಾಣ ತೆಗ್ದಿರೋದಿಲ್ಲ ಆ ರಾಜಂಗೆ. ಆವಾಗ ಅಲ್ಲಿ ಇಬ್ರು ಇರ್‍ತಾರೆ ಸುಖವಾಗಿ. ಹಣ್ಣು ಹಂಪ್ಲು ಗೆಡ್ಡೆಗೆಣ್ಸು ತಿನ್ಕೊಂಡು ಅಲ್ಲಿರ್‍ತಾರೆ. ಪಾಪ.

ಅವರ್ಗೆ ಗುರ್ತು ಸಿಕ್‌ಬಿಡುತ್ತೆ. 'ಯಾರೋ ಬಂದಿದ್ದಾರೆ ಇಲ್ಲಿಗೆ. ಇನ್ನು ಆಗಲ್ಲ. ನಂ ನಾಗಲೋಕಕ್ಕೆ ಕರ್‍ಕೊಂಡೋಗಿ ಇಟ್ಕೊಳೋಣ' ಅಂತ ಮಾತಾಡ್ಕೊತಾರೆ.

ಅದನ್ನ ಈ ಸಾಹೇಬ್ಗೆ ಹೇಳ್ತಾನೆ. 'ಈ ತರ ಕರ್‍ಕೊಂಡ್ ಹೋಗ್ತಾರಂತೆ ಏನ್ಮಾಡ್ತೀಯಾ?'

'ಇಲ್ಲೂ ನೀನು ಮುತ್ತಿನ ಸರ್ ಹಾಕ್ಕೊಂಡ್ ಹೋಗು, ಅಲ್ಲಿಗೂ ನಾನು ಬರ್‍ತೀನಿ'—ಅಂತ್ ಹೇಳ್ದ. ಹಾಗೇ ಆಗ್ಲಿ ಅಂತ್ ಹೇಳ್ದ. ಆ ಮುತ್ತು ಹಾಕ್ಕೊಂಡ್ ಹೋಗ್ತಾ ಇರ್‍ತಾನೆ. ಇವ್ನು ಆಯ್ಕೊಂಡ್ ಹೋಗ್ತಾ ಇರುವಾಗ ಅಲ್ಲೊಂದು ದೊಡ್ಡ ಆಲ್ದಮರ ಆ ಮರ್‍ದಲ್ಲಿ ಗಂಡುಭೇರುಂಡ ಪಕ್ಷಿಗಳು ಮರಿ ಮಾಡಿರುತ್ತೆ. ಆ ಮರ್‍ದ ಕೆಳ್ಗೆ ಹುತ್ತ ಇರುತ್ತೆ. ಅಲ್ಲಿಂದ ಹಾವು ಬಂದು ಒಂದೊಂದ್ ಮರಿ ನುಂಗಾಕ್ತಾ ಇರುತ್ತೆ. ಅವತ್ತು ಅದೇ ಥರ ಒಂದು ನುಂಗಾಕಾನ ಅಂಥ ಹಾವು ಬರುತ್ತೆ. ಅವಾಗ ಈ ಮರಿಗಳು ಕಾವ್ ಕಾವ್ ಕಾವ್ ಅಂಥ ಬಡ್ಕೊಳ್ತಾವೆ. ಏನು ಈ ತರ ಬಡ್ಕೊಳುತ್ತಲ್ಲ ಅಂತ ಇವ್ನು ನೋಡ್ದಾಗ, ಮರ ಹತುತ್ತಾ ಇರುತ್ತೆ ನಾಗರ ಹಾವು. ಅವಾಗಿವ್ನ ಹತ್ರ ಕತ್ತಿ ಇರುತ್ತೆ, ಎರಡು ತುಂಡು ಮಾಡ್ ಬಿಡ್ತಾನೆ. ಆಗ ಗಂಡುಭೇರುಂಡಗಳು ಬರುತ್ವೆ. ದೊಡ್ಡದೊಂದು ಆನೆ ಎತ್ಕೊಂಡು ಬರುತ್ತೆ. ಮಕ್ಕಳು ಅರಚಲ್ಲ ಏನೂ ಮಾಡಲ್ಲ, ನಿಶಬ್ದವಾಗಿರುತ್ವೆ. ಈ ಥರ ಇದೆಯಲ್ಲ,

ಕೆಳ್ಗೆ ಯಾರೋ ಇದಾರೆ ಪ್ರಾಣ ತೆಗೆದುಬಿಡಬೇಕು ಅಂತೇಳಿ ಬಿಟ್ಟು ಇದ್ಮಾಡ್ತಾವೆ. ಆಗ ಮರಿಗಳು, 'ಅವನ್ದೇನು ತಪ್ಪಿಲ್ಲ. ಕೆಳಗೆ ನೋಡಿ, ಹಾವು ತುಂಡುಮಾಡಿದಾನೆ. ಯಾವ ಕಷ್ಟದಲ್ಲಿದ್ದಾನೋ ವಿಚಾರಿಸಬೇಕು'—ಅಂತಾವೆ.

ಆಗ ಅವು: 'ಯಾವುರ ರಾಜ್ನೊ ಅಪ್ಪ ನೀನು. ನೀನು ಈ ಥರ ಇದು ಮಾಡಿದ್ಯಾ. ಏನು ಕಷ್ಟ ಬಂದಿದೆಯೋ ನಮಗ್ಹೇಳು ನಾವು ಮಾಡ್ಕೊಡ್ತೀವಿ'—ಅಂತ ಹೇಳ್ತಾವೆ.

'ನಾಗಾಲೋಕಕ್ಕೆ ಹೋಗ್‌ಬೇಕ್ ನಾನು. ನನಗಿಂತ ಕಷ್ಟ ಬಂದಿದೆ. ಈ ಥರ ನನ್ನ ಸ್ನೇಹಿತ್ರನ್ನ ಕರ್‍ಕೊಂಡ್ ಹೋಗಿದಾರೆ ನಾಗಕನ್ನಿಕೇರು. ಅವ್ನ ನಾನು ಕರ್‍ಕೊಂಡ್ ಬರಬೇಕು'—ಅಂಥ ಹೇಳ್ತಾನೆ.

'ಹಾಗಾದ್ರೆ ನೋಡಿ ನೀವು ಈ ತರ ಹೋದ್ರೆ ನಿಮ್ಗೆ ಸಿಕ್ಕೋದಿಲ್ಲ. ನಾಗಕನ್ನಿಕೇರ ತಾಯಿಗೆ ಬೆನ್ನಮೇಲಿ ಹುಣ್ಣು ಎದ್ದಿದೆ. ಆ ಹುಣ್ಣಿಗೋಸ್ಕರ ಅವರೆಷ್ಟೋ ಕಷ್ಟಬೀಳ್ತಾ ಇದಾರೆ. ಎಷ್ಟೋ ಜನ ವೈದ್ಯರು ಬಂದು ವಾಪಸ್ ಹೋಗಿದಾರೆ ನಮ್ಮ ಪಕ್ಷಿಗಳ ಕಕ್ಕಸಿದೆ. ಅದು ಕೊಡ್ತೇವೆ. ತಗೊಂಡ್ಹೋಗಿ, ಬೆನ್ನಪಣಿಗೆ ನಾವ್ ಔಸ್ತಿ ಆಕ್ತೀವಿ ಅಂಥ ಕೂಕೊಂಡ್ಹೋಗಿ, ಮುಂದೆ ಎಲ್ಲ ಕೆಲ್ಸ ಜರ್‍ಗುತ್ತೆ'—ಅಂತ ಹೇಳ್ತಾರೆ.

ಅಂಗೇ ಆಗ್ಲಿ ಅಂದು, ಅದನ್ನೆಲ್ಲ ತಗೊಂಡು, ಅವುಗಳ ರೆಕ್ಕೆ ಮೇಲೆ ಕೂತ್ಕೊಂಡು ಸಮುದ್ರ ದಾಟುತ್ವೆ. ಹೋಗಿ ವೈದ್ಯ ಮಾಡ್ತೀನಿ, ಹುಣ್‌ಗಳಿಗೂ ಗಾಯಗಳಿಗೂ ಔಸ್ತ ಹಾಕ್ತೀನಿ ಅಂತ ಹೇಳ್ತಾನೆ.

ಹೇಳಿದ್ರೆ, ಇವರೇನ್ ಮಾಡ್ತಾರೆ ನಾಗಕನ್ನಿಕೇರು, ಕರ್‍ಕೊಳ್ತಾರೆ ಇವ್ನ. ಕರ್‍ಕೊಂಡ್ ಹೋಗಿ ನಂ ತಾಯಿಗೆ ಮೇಲ್ಮಾಡಿ ನೀವು ಏನ್ ಕೇಳಿದ್ರೆ ಅದು ಕೊಡ್ತೇವೆ ಅಂತ ಹೇಳ್ತಾರೆ.

ಆಗೇ ಆಗ್ಲಿ ಅಂತಾನೆ. ಈ ಔಸ್ತಿ ಹಾಕಿದ ತಕ್ಷಣ ಆ ಗಾಯ ಮೇಲಾಗುತ್ತೆ. ಈ ತಾಯಿ ಏನ್ ಹೇಳ್ತಾಳೆ ಅಂದ್ರೆ. ಈ ಏಳು ಜನ ಹೆಣ್‌ಮಕ್ಳುನು ಕೊಟ್ಟು ಲಗ್ನ ಮಾಡ್ತೀನಿ ಅಂತಾಳೆ. ಆಗ: 'ಗಾಯವೆಲ್ಲ ಮೇಲಾಗಿರುತ್ತೆ, ಇರೋದಿಕ್ಕೆ ಆಗೋದಿಲ್ಲ ಇಲ್ಲಿ, ಪ್ರಯಾಣ ಹೋಗ್‌ಬೇಕು. ನಂಗೆ ಲಗ್ನ ಮಾಡಿಕೊಡಿ'—ಅಂತ ಹೇಳ್ತಾನೆ. ಆ ತಾಯೀಗೆ.

'ಆಗ್ಲೇಳಪ್ಪ ನಿಂಗೆ ನಾಳೆ ನಾಡಿದ್ದರಲ್ಲಿ ಮಾಡ್ಕೊಡ್ತೇನೆ'—ಅಂತಾಳೆ. 'ನಿಂ ಮನೇ ಹಾಗೆ ಹಗ್ಲೊತ್ತು ಲಗ್ನ ಮಾಡ್ಕೊಳ್ಳದಿಲ್ಲ. ಮಾಡ್ಕೊಂಡಿದ್ದ ತಕ್ಷಣ ಹೊರಟೋಗ್‌ಬೇಕು ನಂ ಪಟ್ಟಕ್ಕೆ'—ಅಂತ ಹೇಳ್ತಾನೆ. ಹಿಗೇ ಆಗ್ಲಿ ಅಂದ್ಲು. ಅವಳತ್ರ ಏನೂ ಇರೋದಿಲ್ಲ ಮುದ್ಕಿ. ದೇವಲೋಕದ ಸೀರೆಗಳು ಕುಪ್ಸಗಳು ಇರ್ತಾವೆ. ಅವನ್ನೇಕೊಟ್ಟು ಲಗ್ನ ಮಾಡಿ ಕೊಟ್‌ಬಿಡ್ತಾಳೆ.

ಈ ಪಕ್ಷಿಗಳ್ನ ನೆನೆಸ್ಕೊಳ್ತಾನೆ. ಹಿಂದೇಲೆ ಪಕ್ಷಿಗಳು ಬರ್‍ತಾವೆ. 'ನಾನೂನು ಈ ಹುಡ್ಗ ಗಂಡ್‌ಪಕ್ಷಿ ಮೇಲೆ ಕೂತ್‌ಕೊಳ್ತಿವಿ. ಹೆಣಪಕ್ಷಿಗಳು ನೀವು, ರೆಕ್ಕೆ ಮೇಲೆ ನಾಗಕನ್ನಿಕೇರ್ನ

ಕೂರಿಸ್ಕೊಂಡು ಮಧ್ಯ ಸಮುದ್ರದಲ್ಲಿ ಉದುರಿಸ್‌ಬಿಡಿ'—ಅಂತ ಹೇಳ್ತಾನೆ. ಅವು ಹಾಗೇ ಆಗ್ಲಿ ಅಂತ ಹೇಳಿದ್ವು.

ಈ ಸೀರೆಗಳು ಕೊಟ್ಟಿರ್ತಾರಲ್ಲ ಈ ತಾಯಿ, 'ಬ್ಯಾಡ ಇವು, ನಿಮ್ಮತ್ರಿದ್ರೆ ನೀರುಗೀರು ಬೀಳುತ್ತೆ, ಬಟ್ಟೆ ಇಲ್ಲಿ ಕೊಡಿ'—ಅಂತ್ ಹೇಳ್‌ಬಿಟ್ಟು, ತೊಡೆ ಸೀಳಿ ಅಲ್ಲಿಟ್ಟುಕೊಳ್ತಾನೆ.

ಹೋಗೋವಾಗ್ಗೆ ನಾಗಕನ್ನೇರ್ನ ಹೆಣ್ಣು ಪಕ್ಷಿಗಳು ನಡುಮಧ್ಯೆ ಸಮುದ್ರದಲ್ಲಿ ಉದುರಿಸ್ ಬಿಡುತ್ವೆ. ಏಳು ಜನಾನು ಬಿದ್ದೋಗ್‌ಬಿಡ್ತಾರೆ. ಅವಾಗ ಇವರಿಬ್ರನ್ನ ಆಚೆದಡಕ್ಕೆ ಬಿಡುತ್ವೆ ಈ ಪಕ್ಷಿಗಳು. ಅಲ್ಲಿಂದ ಇವ್ರು ಕುದ್ರೆಗಳ್ನ ಹಾಕ್ಕೊಂಡು ಇವರ ಪಟ್ಣಕ್ಕೆ ಬರ್ತಾರೆ.

ಬರುವಾಗ್ಗೆ ಅದ್ರಲ್ಲೆ ಇರ್‌ಬೇಕು ಈ ಸಾಹೇಬ್ರು ಹಾಗೆ ಇರೋದಿಕ್ಕೆ ಸಾಧ್ಯವಾ? ಸಾಹೇಬ ಯಾರು ಇವನ್ಯಾರು? ಇವಳೇನ್ ಮಾಡ್ತಾಳೆ, ಡ್ರಸ್ ಮಾಡ್ಕೊಂಡ್ ಬಿಟ್ಟು ಇವ್ನ ಹತ್ರಕ್ಕೆ ಬರ್ತಾಳೆ. ಬಂದ್ರೆ, ನಾಗಕನ್ನಿಕೇರು ಬಂದ್ರು ಸಾಹೇಬ ಎಲ್ಲೋದ್ನೊ ಅಂತ ಕೀರ್‌ಕೊಳ್ತಾನೆ. ಆಗ ಸಾಹೇಬ ಇಲ್ಲ, ಅವ್ನ ಡ್ರಸ್‌ನಲ್ಲಿ ನಾನು ಬಂದು ನಿನ್ನ ಕರ್ಕೊಂಡ್ ಬಂದಿದ್ದು ಅಂತ, ಮೊದ್ಲಿಂದ ಕೊನೆಯವರ್ಗು ಎಲ್ಲ ಹೇಳ್ತಾಳೆ. ಆಗೆಲ್ಲ ಸಂತೋಷ ಬಿದ್ದು, ಅದಲ್ಲ ಮದ್ವೆ ಅಂದು ಬೇರೆ ಮದ್ವೆ ಮಾಡ್ತಾರೆ. ಸುಖವಾಗಿರ್ತಾರೆ.

**

೨೬. ಸನ್ಯಾಸಿಕಥೆ

ಒಂದೂರಲ್ಲಿ ಒಬ್ಬ ಸನ್ಯಾಸಿ ಇದ್ದ. ಅವನು ಯಾವಾಗಲೂ ಭಿಕ್ಷೆ ಮಾಡಿಕೊಂಡು ಬತ್ತಿದ್ದ. ಅವನ್ಗೆ ಒಬ್ನೇ ಒಬ್ಬ ಮಗ. ಅವ್ನು ಮಗನಿಗೆ ಜೋಳಿಗೆ ಕೊಟ್ಟು ಕಳಿಸಿಲ್ಲ. ಮಗನ್ನ ಸುಖವಾಗಿ ಇಟ್ಕೊಂಡಿದ್ದ. ಮಗ ಮದುವೆ ವಯಸ್ಸಿಗೆ ಬಂದ. ಮಗನಿಗೆ ಒಂದು ಹೆಣ್ಣು ತಂದು ಮದುವೆ ಮಾಡಿದ. ಕೆಲವಾರು ದಿವ್ಸ ಮಗ, ಸೊಸೆ, ಮಾವ ಸುಖವಾಗಿದ್ರು. ಹೀಗೆ ಇರುವಾಗ ಸನ್ಯಾಸಿಗೆ ಮರಣ ಒದಗಿಬಂತು. ಮಗನಿಗೆ ತನ್ನ ತಂದೆ ಸಾಯುವ ಪರಿಸ್ಥಿತಿ ಕಾಣಿಸ್ತು. ಆಗ ಮಗ ಅಪ್ಪಂಗೆ—'ಅಪ್ಪಾ ನೀನು ನನಗೆ ಜೋಳಿಗೆ ಕೊಟ್ಟು ಭಿಕ್ಷಕ್ಕೆ ಕಳಿಸದೆ ನನ್ನನ್ನು ಸುಖವಾಗಿ ಸಾಕಿದೆ. ಈಗ ನಾನು ಏನು ಮಾಡಲಿ. ಭಿಕ್ಷಕ್ಕೆ ಹೋಗಲು ಸಾಧ್ಯವಿಲ್ಲ' ಎಂದು ಹೇಳಿದ—'ಮಗಾ, ನಿನಗೆ ಭಿಕ್ಷಕ್ಕೆ ಹೋಗುವುದಕ್ಕೆ ಆಗದೆ ಹೋದ್ರೆ ನಿನಗೆ ಒಂದು ದಾರಿ ತೋರಿಸ್ತೇನೆ. ಎಲ್ಲಿಯಾದರೂ ಒಂದು ಓಲೆಗರಿಯನ್ನ ತಗೊಂಡುಬಾ' ಅಂತ ಅಪ್ಪ ಹೇಳ್ತಾನೆ.

ಮಗ ಎಲ್ಲಿಯೋ ಮೂರುಕಾಸು ಸಾಲಮಾಡಿ ಒಂದು ಓಲೆಗರಿ ತಂದು ತಂದೆ ಕೈಗೆ ಕೊಡ್ತಾನೆ. 'ಕೆಟ್ಟರೆ ಸ್ನೇಹಿತ ಬದುಕಿದರೆ ಅಕ್ಕ, ಮುಂದಿದ್ದರೆ ಹೆಂಡತಿ, ಕಾಸು ಕೈಲಿದ್ದರೆ ಅರ್ಥ ನಿಚ್ಚಾ ಮುಂಡೆಮನೇಲಿ ಎಚ್ಚರವಿಲ್ದೆ ಕೆಟ್ಟ' ಅಂಥ ಅಪ್ಪ ಓಲೆಗರಿ ಮೇಲೆ ಬರ್ದು—'ಇದನ್ನು ತೆಗೊಂಡುಹೋಗಿ ದೊಡ್ಡಪಟ್ಟಣದಲ್ಲಿ ಮಾರು. ಇದರಲ್ಲಿ ಒಂದೊಂದು ಮಾತಿಗೂ ಒಂದೊಂದು ಸಾವಿರ ಕೊಡ್ತಾರೆ' ಅಂತ ಮಗನಿಗೆ ಹೇಳಿ ಕಳಿಸ್ತಾನೆ.

ಮಗ ಓಲೆಗರಿ ಹಿಡ್ಕೊಂಡು ಒಂದು ದೊಡ್ಡ ನಗರದಲ್ಲಿ ಮಾರಲು ಹೋಗ್ತಾನೆ. ಅಲ್ಲಿಯ ಜನರು ಇವನನ್ನು ಬೈದು ಓಡಿಸ್ತಾರೆ. ಆಮೇಲೆ ಅವ್ನು ರಾಜನ ಅರಮನೆಗೆ ಹೋಗಿ 'ಓಲೆಗರಿಗೆ ಐದು ಸಾವಿರ ರೂಪಾಯಿ ಯಾರಾದರೂ ತೆಗೆದುಕೊಳ್ಳಬಹುದು' ಅಂತ ಸಾರ್ತಾನೆ. ಅಲ್ಲಿದ್ದ ಸೈನಿಕರು ಅವನನ್ನು ಚೆನ್ನಾಗಿ ಬೈದು ಓಡಿಸಿದರು. ಅವನು ಹೋಗದೆ ಹಟಮಾಡಿ ಅಲ್ಲೇ ಸಾರುತ್ತಿದ್ದ. ಅದನ್ನು ಕಂಡು ರಾಜ ಅವನನ್ನು ತನ್ನ ಆಸ್ಥಾನಕ್ಕೆ ಕರೆಸಿ 'ಏನಯ್ಯ ಇದು' ಅಂತ ಕೇಳ್ದ. 'ಈ ಒಂದು ಓಲೆಗರಿಗೆ ಐದು ಸಾವಿರ ರೂಪಾಯಿ. ಯಾರಾದರೂ ತೆಗೆದುಕೊಳ್ಳಲಿ ಅಂತ ಸಾರುತ್ತೇನೆ' ಅಂದ ಇವ್ನು. ಆಗ ರಾಜ ಆ ಓಲೆ ಗರಿಯನ್ನು ಈಸಿಕೊಂಡು ಅದರಲ್ಲಿ ಬರೆದಿದ್ದ ಲಿಪಿಯನ್ನು ಓದಿದ. ಇವೆಲ್ಲಾನೂ ಪರೀಕ್ಷೆ ಮಾಡ್ಬೇಕು ಅಂದ್ಕೊಂಡ—ಅವ್ನ ಹೆಂಡ್ತಿ ತಂದೆ ಮನಲೇಲಿದ್ಲು—

ಹಂಗಾಗಿ ತನ್ನ ಕೆಲ್ಸ ಸುಲಭವೇ ಆಗುತ್ತೆ ಅಂತ ಹೇಳಿ—ಆ ಹುಡುಗಂಗೆ ಐದುಸಾವಿರ ಕೊಟ್ಟು ಕಳಿಸ್ದ.

ರಾಜ ಮಂತ್ರೀನ ಕರ್ದು 'ನಾನು ಇದನ್ನೆಲ್ಲಾ ನೋಡ್ಕೊಂಡು ಬರೋವರೆಗೆ ನೀನು ರಾಜ್ಯವನ್ನು ಬಹಳ ಎಚ್ಚರಿಕೆಯಿಂದ ನೋಡ್ಕೊಂಡಿರು' ಅಂತ ಹೇಳಿಹೊರ್ಟ.

ರಾಜ ದಾಸಯ್ಯನ ವೇಷ ಹಾಕ್ಕೊಂಡು ತನ್ನ ಹೆಂಡ್ತಿ ಮನೆಗೆ ಹೋದ. ಶಂಕು, ಜಾಗಟೆ ಹೊಡ್ಕೊಂಡು ಬಾರಿಸ್ತಾ ಅರಮನೆ ಮುಂದೆ ನಿಂತು—'ನಮ್ಮ ರಾಜರಿಗೆ ಹೆಣ್ಣು ಕೊಟ್ಟಿರೋ ರಾಜರ ಅರಮನೆ ಯಾವ್ದು' ಅಂತ ಕೇಳ್ದ. ಆಗ ಅಲ್ಲಿದ್ದ ಜನರು ಇದೇ ಅರಮನೆ ಎಂದು ಹೇಳ್ತಾರೆ. ಆ ಅರಮನೆ ಮುಂದೆ ನಿಂತು ರಾಜರ ಹೆಂಡತಿಯನ್ನು ಕರೆಸಿ ಎನ್ನುತ್ತಾನೆ. ಆದರೆ ರಾಣಿ ಇವ್ನು ಯಾವನೋ ದಾಸಯ್ಯ ನಾನು ಬರಲ್ಲ ಅಂತ ಹೇಳಿ ಕಳಿಸುತ್ತಾಳೆ. ಅವ್ಳು ಅಷ್ಟರಲ್ಲಾಗ್ಲೇ ಒಬ್ಬನ ಜೊತೆ ಸರಸ ಆಡ್ತಿರ್ತಾಳೆ. ಅರಮನೇಲಿ ಯಾವನೋ ಒಬ್ಬ ಬಂದು ಭಿಕ್ಷೆ ಹಾಕ್ತಾನೆ. ಆಮೇಲೆ ಇವ್ನು 'ಊರಲ್ಲೆಲ್ಲಾ ಭಿಕ್ಷೆ ಮಾಡ್ಕೊಂಡು ಸಾಯಂಕಾಲ ನಿಮ್ಮ ಮನೆಗೆ ಊಟಕ್ಕೆ ಬರ್ತೇನೆ' ಅಂತ ಹೇಳಿ ಹೊರಡ್ತಾನೆ.

ರಾಜ ಸಾಯಂಕಾಲದವರೆಗೂ ಊರಲ್ಲೆಲ್ಲಾ ಭಿಕ್ಷೆ ಮಾಡಿ ಆಮೇಲೆ ಅರಮನೆಗೆ ಬಂದು 'ತಾಯೀ ಹಸಿವೆಯಾಗುತ್ತೆ ಸ್ವಲ್ಪ ಊಟ ಕೊಡಬೇಕು' ಅಂತ ಕೇಳ್ತಾನೆ. ಆಗ ರಾಜ–ರಾಣಿ ಇಬ್ಬರೇ ಮಗಳ ಹತ್ತಿರ ಬಂದು: 'ಅಮ್ಮ ಈಗ ಬಂದಿರುವ ದಾಸಯ್ಯ ನಿಮ್ಮ ಯಜಮಾನರು ಪಟ್ಟಣದವನಂತೆ, ಅದೇನು ಯೋಗಕ್ಷೇಮ ಕೇಳು' ಎಂದು ಹೇಳುತ್ತಾರೆ. ಆಗ ರಾಜಕುಮಾರಿ ಬಂದು: 'ಏನಪ್ಪಾ ಅರಮನೇಲಿ ಎಲ್ಲರೂ ಸುಖವಾಗಿ ದ್ದಾರೆಯೇ?' ಎಂದು ಕೇಳ್ತಾಳೆ. 'ಹೂಂ ಎಲ್ಲಾ ಸುಖವಾಗಿದ್ದಾರೆ' ಅಂತಾನೆ ದಾಸಯ್ಯ. ಆಮೇಲೆ 'ನಾನು ನಿಮ್ಮ ಮನೇಲಿ ಊಟ ಮಾಡ್ಬೇಕು. ಅದ್ಕಾಗಿ ಬಂದಿದ್ದೀನಿ ಊಟ ಕೊಡಿ' ಅಂತಾನೆ. ಅದ್ಕೆ ಇಷ್ಟು 'ಅಡಿಗೆ ಆಗೋವರ್ಗೆ ಮನೆಹೊರ್ಗಡೆ ಕುಂತಿರು ಆಮೇಲೆ ಉಂಟ್ಕೊಂಡೋಗು' ಅಂತ್ಹೇಳ್ತಾಳೆ. ಅಷ್ಟೊತ್ತಾಗ್ಲೇ ದಾಸಯ್ಯನ ವೇಷದಲ್ಲಿದ್ದ ರಾಜ ತನ್ನ ಹೆಂಡ್ತೀಗುಣಾನೆಲ್ಲಾ ತಿಳ್ಕೊಂಡಿರ್ತಾನೆ.

ಆಮೇಲೆ ಎಲ್ರುದೂ ಊಟ ಮುಗಿದ್ಮೇಲೆ ತಳದ ಕೆರಕಲು ಮುರಕಲು ಎಲ್ಲಾನೂ ಒಂದು ಎಲೇಲಿ ಇಟ್ಕೊಂಡು ಬಂದು ಕೊಡ್ತಾರೆ. ಇವ್ನು ಏನೋತಿಂಡಿ ಕೊಟ್ಟಿದ್ದಾರೆ ಅಂತ ಬಹಳ ಸಂತೋಷದಿಂದ ಈಸಿಕೊಂಡು ನೋಡ್ತಾನೆ. ನೋಡಿ ಹಂಗೇ ಅದನ್ನು ಮುಚ್ಚಿ ಒಂದು ದೊಡ್ಡ ಚಪ್ಪಡಿಯನ್ನು ಎತೆತ್ತಿ ಅದರ ತಳಕ್ಕೆ ಇಡ್ತಾನೆ—ಗುರ್ತಿಗೋಸ್ಕರ. ಆಮೇಲೆ ಸುಮ್ನೇ ಕುಂತಿರ್ತಾನೆ ಅದನ್ನು ನೋಡಿ ರಾಜ—'ಏನಯ್ಯ ಊಟ ಮಾಡ್ದಾ?' ಅಂತ ಕೇಳ್ತಾನೆ. ಇವ್ನು 'ಹೂಂ' ಅಂದು ಸ್ವಾಮಿ ನಮ್ಮ ಮಹಾರಾಜರ ಹೆಂಡ್ತೀನ ಬರ ಹೇಳಿ ಅಂತಾನೆ.

ರಾಣಿ ಬಂದು ಏನು, ಯಾಕೆ ಅಂತ ಕೇಳ್ತಾಳೆ. ಇವ್ನು: 'ಏನೂ ಇಲ್ಲ ತಾಯೀ ಮಹಾರಾಜರಿಗೆ ಏನಾದರೂ ಸುದ್ದೀನ ಹೇಳಿ ಕಳಿಸ್ತೀರಾ ಅಂತ ಕೇಳ್ದೆ' ಇವ್ಳು 'ಹೇಳೋದು

ಏನೂ ಇಲ್ಲ' ಅಂತ ಉದಾಸೀನದಿಂದ ಹೇಳ್ತಾಳೆ. 'ಹೋಗ್ಲಿ ರಾತ್ರಿ ಮಲಗೋಕೆ ಜಾಗನಾದ್ರು ಕೊಡಿ' ಅಂತಾನೆ. ಅದ್ಕೆ ಅವ್ಳು, 'ಜಗ್ಲಿ ಮೇಲೆ ಮಲಕ್ಕೋ' ಅಂತ್ಹೇಳಿ ಒಳಕ್ಕೆ ಹೋಗ್ತಾಳೆ.

ಇವ್ನು ಜಗ್ಲಿಯಲ್ಲಿ ಮಲಗಿರೋ ವೇಳೇಲಿ ಆ ಅರಮನೆಯೊಳಕ್ಕೆ ಒಬ್ಬ ಷೇಟು ಹೋಗ್ತಾನೆ. ಆಗ ಇವ್ನು ಕಡ್ಡಿಪುಡಿ ಎಲೆ, ಅಡಿಕೆ ಕೇಳುವವನಂತೆ ಹೋಗ್ತಾನೆ. ಅವ್ಳಿಗೆ ತುಂಬಾ ಕೋಪ ಬರುತ್ತೆ. ಚೆನ್ನಾಗಿ ಬೈದು, ಕೋಪ ಶಮನವಾದ್ಮೇಲೆ ಆ ದಾಸಯ್ಯನಿಗೆ: 'ನೀನು ಊರಿಗೆ ಹೋದಾಗ ನಮ್ಮ ಯಜಮಾನರಲ್ಲಿ ಏನಾದರೂ ದೂರು ಹೇಳಿಯೇ ಉಷಾರ್' ಅಂತ ಹೇಳ್ತಾಳೆ. 'ಇಲ್ಲ ತಾಯಿ, ಪ್ರಮಾಣವಾಗಲೂ ಹೇಳುವುದಿಲ್ಲ' ಅಂತ ಪ್ರಮಾಣ ಮಾಡ್ತಾನೆ. ಬೆಳಗ್ಗೆವರ್ಗೆ ಇದ್ದು ಹೆಂಡ್ತಿಯ ನಡತೇನೆಲ್ಲಾ ನೋಡ್ಕೊಂಡು ಹೊರ್ಟುಹೋಗ್ತಾನೆ.

ಆಮೇಲೆ ಅಕ್ಕನ ಪಟ್ಣಕ್ಕೆ ಹೋಗ್ತಾನೆ. ಆ ಊರಿನ ಬಾವಿ ಹತ್ತಿರ ಹೋಗಿ ಕುಂತ್ಕೋತಾನೆ. ಅವ್ಗೆ ಉಡಕ್ಕೆ ಬಟ್ಟಿಲ್ಲ ಹೊದ್ಯಕೆ ಬಟ್ಟಿಲ್ಲ ಹಂಗೆ ಹವ್ನೆ. ಆ ನೀರಬಾವಿಗೆ ಬರೋ ಹೆಂಗಸ್ರೆಲ್ಲಾ ಅವನ್ನ ನೋಡಿ ಹೆದ್ರಿ ಹಂಗೇ ನಿಂತ್ಕೋತಾರೆ. ಅದ್ಕೆ ಇವ್ನು: 'ನೀವೇನೂ ಹೆದ್ರುಬ್ಯಾಡಿ ಬನ್ನಿ—ನಮ್ಮಕ್ಕನಿಗೆ ಉಡೋದಕ್ಕೆ ಒಂದು ಪಂಚೆ ತರೋಕ್ಕೆ ಹೇಳಿ' ಅಂತ ಹೇಳಿ ಕಳಿಸ್ತಾನೆ. ಅವ್ರೆಲ್ಲಾ ಅವ್ನ ಅಕ್ಕನ ಹತ್ರಕ್ಕೆ ಹೋಗಿ, 'ನಿಮ್ಮ ತಮ್ಮನಂತೆ ಮಾನ ಮುಚ್ಚಿಕೊಳ್ಳೋಕೆ ಒಂದು ಬಟ್ಟೆಯಿಲ್ಲ, ನಿಮ್ಮನ್ನು ಒಂದು ಪಂಚೆ ತರುವಂತೆ ನಮಗೆ ತಿಳಿಸಿದ್ರು. ನಾವು ನಿಮಗೆ ಹೇಳಿದೆವು, ಅಷ್ಟೆ' ಅಂತ ಹೇಳಿ ಆ ಹೆಂಗಸ್ರೆಲ್ಲಾ ಹೊರ್ಟುಹೋಗ್ತಾರೆ. ಆಗ ಅಕ್ಕ, 'ಇಲ್ಲಿಗೇಕೆ ಬಂದಿದ್ದಾನು? ಹಾಗೆ ಹಿಂದಕ್ಕೆ ಹೋಗುವಂತೆ ಹೇಳಿ' ಎಂದು ಆ ಹೆಂಗಸ್ರಿಗೆ ತಿಳಿಸ್ತಾಳೆ. ಪುನಃ ನೀರಿಗೆ ಬಂದ ಹೆಣ್ಣುಗಳು ತನ್ನ ಅಕ್ಕ ಹೇಳಿದ ಮಾತುಗಳನ್ನು ಅವನಿಗೆ ಹೇಳ್ತಾರೆ. 'ನಿನ್ನ ಒಂದಿಗುಟ್ಟಿದ ಅಕ್ಕ ಈತರ ಹೇಳಿದು' ಅಂತಾರೆ. ಆಗ ಅವ್ನು, 'ಅಂದ್ರು ಚಿಂತಿಲ್ಲ ನಾವು ಕೆಟ್ಟಾಗ ಅವ್ರು ಅನ್ನಬೇಕ್ಕಾದ್ದೇ ಪರವಾಗಿಲ್ಲ, ನಾನೇ ಹೋಗ್ತೇನೆ' ಅಂತ ಹೇಳಿ ಅಕ್ಕನ ಮನೆಗೆ ಹೋಗ್ತಾನೆ.

ಬಂದು ಬಾಗಿಲಲ್ಲಿ ನಿಂತು ಕೂಗ್ತಾನೆ. ಆಗ ಅಕ್ಕ ಬಂದು: 'ಯಾತಕ್ಕೋಸ್ಕರ ಬಂದೆ–ನೀನು ಬಂದು ನಮ್ಮ ಮರಿಯಾದೆ ಕಳೆದೆ' ಅಂತ ಬೈದು, 'ಹೊರಟೋಗು ಇಲ್ಲಿಂದ' ಅಂತಾಳೆ. 'ಆಗ್ಲಿ ಹೋಗ್ತೀನಿ, ಹೋಗೋದಕ್ಕೆ ಮುಂಚೆ ಸ್ವಲ್ಪ ಅನ್ನ ಕೊಡು, ಅನ್ನ ತಿಂದು ಎಷ್ಟೋ ದಿನಗಳಾಯ್ತು' ಅಂತ ಹೇಳ್ತಾನೆ. ಆಗ ಅಕ್ಕ, 'ಅಡಿಗೆ ಆಗೋವರ್ಗೆ ಹೊರಗಡೆ ಕುಂತಿರು ಕೊಡ್ತೀನಿ' ಅಂತಾಳೆ.

ಅಡಿಗೆ ಆಗುತ್ತೆ, ತನ್ನ ಮಕ್ಕಳು, ಗಂಡ ಎಲ್ರೂ ಊಟ ಮಾಡಿಯಾದ ಮೇಲೆ ಅವನ ಹೆಂಡ್ತಿ ಕೊಟ್ಟಂಗೆ, ಅಕ್ಕನೂ ಕೆರಕಲು, ಮುರಕಲು, ಅಳಸಲು ಎಲ್ಲಾನೂ ಒಂದು ಎಲೆಗೆ ಹಾಕಿ ತಂದು—'ಎಲ್ಲಿಯಾದರೂ ನೀರು ಸಿಕ್ಕೋಕಡೆ ಊಟ ಮಾಡಿಕೋ ಹೋಗು' ಅಂತ ಹೇಳಿ ಹೊರಟು ಹೋಗ್ತಾಳೆ. ಅವ್ನು ಆ ಊಟಾನ ಅಲ್ಲಿಯೇ ಒಂದುಕಡೆ ಬಚ್ಚಿಟ್ಟು ಹೊರಡ್ತಾನೆ.

ಆಮೇಲೆ ಕೆಟ್ಟರೆ ಸ್ನೇಹಿತ ಅಂತ ತಿಳಿದು, ಸ್ನೇಹಿತನ ಮನೆಗೆ ಹೋಗ್ತಾನೆ. ಹೋಗಿ ಅವನ ಮನೇ ಮುಂದೆ ಇದ್ದ ಸೇವಕನ ಹತ್ರ: 'ನಿಮ್ಮ ಯಜಮಾನರು ನಾನು ಸ್ನೇಹಿತರು. ಅವರನ್ನು ಬರುವುದಕ್ಕೆ ಹೇಳು, ಸ್ವಲ್ಪ ಮಾತನಾಡುವುದಿದೆ' ಅಂತ ಹೇಳಿ ಕಳಿಸ್ತಾನೆ. ಆ ಮಾತನ್ನು ಕೇಳಿದ ಸ್ನೇಹಿತ ಓಡೋಡಿ ಬಂದು—'ಏನಪ್ಪಾ ಅಣ್ಣಾ, ನಿನಗೆ ಬರಬಾರದ ತೊಂದರೆ ಬಂದಿದೆಯಲ್ಲಾ' ಎಂದು ಅವನನ್ನು ಬಾಚಿ ತಬ್ಬಿಕೊಂಡು ದುಃಖಿಸುತ್ತಾನೆ. ಆಮೇಲೆ ಅವನನ್ನು ತುಂಬ ಆದರದಿಂದ ಮನೆಯೊಳಗೆ ಕರೆದುಕೊಂಡು ಹೋಗಿ, ತನ್ನ ಆಳುಗಳನ್ನು ಕರೆದು ಇವನ ಮೈಯ್ಯ ಮೇಲಿನ ಬಟ್ಟೆಗಳನ್ನೆಲ್ಲಾ ತೆಗೆಸಿ ಒಳ್ಳೆ ಬಟ್ಟೆಗಳನ್ನು ತೊಡಿಸಿ, 'ನಿನ್ನ ಐಶ್ವರ್ಯವೆಲ್ಲಾ ಏನಾಯ್ತು? ಯಾಕೆ ಇಂಥ ವೇಷ ಹಾಕ್ಕೊಂಡು ಬಂದೆ' ಅಂತ ಕೇಳ್ದ. 'ನಾನು ಬರಬೇಕಾದ ಸಮಯ ಬಂತು, ಬಂದೆ. ನೀನು ಏನೂ ಬೇಜಾರು ಮಾಡಿಕೊಳ್ಳಬೇಡ' ಅಂತ ಸಮಾಧಾನ ಹೇಳ್ತಾನೆ. ಆಗ ಇಬ್ಬರು ಸ್ನೇಹಿತರೂ ಸಂತೋಷ ದಿಂದ ಊಟ ಮಾಡ್ತಾರೆ. ಆದಿನ ರಾತ್ರಿ ಅಲ್ಲೇ ಇದ್ದು 'ಇನ್ನೊಂದು ಸ್ಥಳ ಮಾಡಿಸಬೇಕು, ಅದನ್ನು ಪರೀಕ್ಷಿಸಿ ಬರುತ್ತೇನೆ' ಅಂತ ಅಂದು ಮಾರನೆ ಬೆಳಿಗ್ಗೆ ಸ್ನೇಹಿತನ ಹತ್ತಿರ ಒಂದು ಚಂದ್ರಾಯುಧ ಈಸಿಕೊಂಡು ಹೊರಡ್ತಾನೆ.

ಒಬ್ಳು ಮುಂಡೆ ಮನೆಗೆ ಹೋದ. ಎಲ್ರೂ ಅವಳ ಸಂಗಡ ಸಂಭೋಗಕ್ಕೆ ಇಳ್ದ ಕ್ಷಣದಲ್ಲೇ ಸಾಯುತ್ತಿದ್ರು. ಯಾಕೇಂದ್ರೆ ಆ ಮುಂಡೆಯ ಮೂಗಿನ ಒಳಗೆ ಒಂದು ಗಟ ಸರ್ಪ ಇತ್ತು. ಅದನ್ನು ತಿಳ್ದ ರಾಜ ಅವ್ಳು ಮಲಗೋದನ್ನೇ ಕಾಯ್ತಾ, ಇವ್ನು ನಿದ್ದೆ ಮಾಡ್ದೆ ಹಂಗೇ ಚಂದ್ರಾಯುಧ ಹಿಟ್ಕೊಂಡು ಕುಂತ. ಅವ್ಳಿಗೆ ನಿದ್ರೆ ಬಂದ ವೇಳೆಯಲ್ಲಿ ಆ ಸರ್ಪ ಮೂಗಿನೊಳಗಿಂದ ಇವನನ್ನು ಕಚ್ಚಿ ಸಾಯಿಸುವುದಕ್ಕೆ ಹೊರಕ್ಕೆ ಬಂತು. ಆಗ ಇವ್ನು ತನ್ನ ಕೈಯಲ್ಲಿದ್ದ ಚಂದ್ರಾಯುಧದಿಂದ ಆ ಸರ್ಪವನ್ನು ಒಂದೇ ಏಟಿಗೆ ಕಡಿದು ಸಾಯಿಸಿಬಿಟ್ಟು, ಆ ಮುಂಡೆಯ ಪಕ್ಕದಲ್ಲೇ ಬಂದು ಮಲಕ್ಕೋತಾನೆ. ಬೆಳಗಾದರೂ ಮುಂಡೆ ಮನೆಯ ಬಾಗಿಲು ತೆಗೆದಿರಲಿಲ್ಲ. ಆ ಊರಿನ ಜನ ಇದೇನು ಇವತ್ತು ಇವಳು ಬಾಗಿಲು ತೆಗೆದಿಲ್ಲವೆಂದು ಊರಿನ ಜನವೆಲ್ಲಾ ಸೇರಿ ಬಾಗಿಲನ್ನು ಒಡೆದು ನೋಡ್ತಾರೆ. ಆ ಸರ್ಪ ಸತ್ತು ಬಿದ್ದಿದೆ. ಅದನ್ನು ತೆಗೆದು ಹೊರಕ್ಕೆ ಎಸೆದು, 'ಈ ಸೂಳೆಯನ್ನು ಯಾರೋ ಮಹಾನುಭಾವ ಬಂದು ಜೈಸವನೆ' ಅಂತ ಹೇಳ್ತಾರೆ. ಆಗ ಊರ ಜನರು—'ಈಕೆಯನ್ನು ನೀನು ಮದುವೆ ಮಾಡಿಕೊಳ್ಳಬೇಕು' ಅಂತ ಹೇಳ್ತಾರೆ. 'ಈಕೆ ಸಾವಿರ ಜನಕ್ಕೆ ಮುಂಡೆಯಾದವಳು. ಇವಳನ್ನ ನಾನು ಮದುವೆಯಾಗೋಲ್ಲ, ನನ್ನ ಚಂದ್ರಾಯುಧಕ್ಕೆ ಧಾರೆ ಎರೆಯಿರಿ, ನನ್ನ ಅರಮನೆಯಲ್ಲಿ ಇವಳಿಗೆ ಒಂದು ಕೆಲಸ ಕೊಡಿಸುತ್ತೇನೆ' ಅಂತಾನೆ. ಊರೋರೆಲ್ಲಾ ಹಂಗೇ ಮಾಡ್ತಾರೆ.

ಅಲ್ಲಿಂದ ಪುನಃ ಸ್ನೇಹಿತನ ಹತ್ರಕ್ಕೆ ಬಂದು—'ನನ್ನ ಆಸ್ತಿ ರಾಜ್ಯ ಐಶ್ವರ್ಯ ಯಾವುದನ್ನೂ ಯಾರೂ ಕಿತ್ತುಕೊಂಡಿಲ್ಲ. ನಾನು ದೇಶದ ಸ್ಥಿತೀನ ವೀಕ್ಷಿಸೋದಕ್ಕೆ ಬಂದಿದ್ದೆ' ಅಂತ ಹೇಳಿ ಚಂದ್ರಾಯುಧವನ್ನ ಸ್ನೇಹಿತನಿಗೆ ತಲ್ಪಿಸಿ ತನ್ನ ರಾಜ್ಯಕ್ಕೆ ಬರ್ತಾನೆ.

ಆಮೇಲೆ ತನ್ನ ಸೈನ್ಯವನ್ನು ತೆಗೆದುಕೊಂಡು ಮಾವನ ಪಟ್ಣಕ್ಕೆ ಹೋಗಿ ಹೆಂಡ್ತೀನ ಕರ್ದು ಮರಕ್ಕೆ ತೋರಣ ಕಟ್ಟಿಸಿ, ಆ ರಾಜ್ಯವನ್ನ ಕೊಳ್ಳೆ ಹೊಡೀತಾನೆ. ಅಲ್ಲಿಂದ ಅಕ್ಕನ ಪಟ್ಟಣಕ್ಕೆ ಹೋಗಿ, 'ಅಕ್ಕನನ್ನು ಕೊಲ್ಲುವುದು ಬೇಡ, ಒಂದಿಗುಟ್ಟಿದ ಅಕ್ಕ ಅವಳು ಏನು ಮಾಡಿದರೂ ಪರವಾಗಿಲ್ಲ' ಅಂತ ಮನ್ನಿಸಿ—ಅಕ್ಕನ ಅರಮನೆಯನ್ನು ಮಾತ್ರ ಲೂಟಿ ಮಾಡ್ಕೊಂಡು ಬರ್‍ತಾನೆ.

ಆಮೇಲೆ ಒಂದು ಹಳ್ಳಿಯ ಬಡ ಜೋಪಡಿಯವನ ಮಗಳನ್ನು ತಂದು ವಿಜೃಂಭಣೆಯಿಂದ ಮದುವೆ ಮಾಡಿಕೊಂಡು ತನ್ನ ರಾಜ್ಯದಲ್ಲಿ ಸುಖವಾಗಿ ರಾಜ್ಯವಾಳಿಕೊಂಡು ಬಾಳ್ತಾನೆ.

**

೨೭. ವಧುವಿನ ತೀರ್ಪು

ಒಂದು ಪಟ್ಣದಲ್ಲಿ ಒಬ್ಬ ರೆಡ್ಡಿ ಇರ್ತಾನೆ. ರೆಡ್ಡಿಗೆ ನಾಲ್ವರು ಗಂಡ್ಮಕ್ಳು. ಒಂದೇ ಎಣ್ಮಗು. ಆ ಎಣ್ಮಗೂಗು ಊರಾಗೇ ಕೊಟ್ಟು ಲಗ್ನ ಮಾಡಿರ್ತಾನೆ. ಅವಳ್ಗೊಂದು ಎಣ್ಮಗ ಆಗಿರ್ತೈತೆ. ಆ ಮಗು–ರೆಡ್ಡಿ ಮೊಮ್ಮಗ್ಳು, ಮಗಳ ಮಗಳು–ಮದ್ವೆಗೆ ಬಂದಿರ್ತಾಳೆ.

ಈ ನಾಲ್ವರು ಗಂಡ್ಮಕ್ಳಿಗೂ ಮದ್ವೆಗಳಿಲ್ಲ. ಸರಿ ಅವರ ಆರಂಭ ಅವ್ರಿಗೆ ಶಾನೆ ಇರ್ತದೆ. ಬೇಸಾಯ ಶಾನೆ ಆಯ್ತು. ಅವರು ಒಲ್ದ ಅತ್ರಕ್ಕೆ ಓಗ್ತಾರೆ ಕೆಲ್ಸಕ್ಕೆ. ಆವಾಗ ಅವ್ರು ಏನ್ ಮಾತಾಡ್ತಾರೆ ಅಂದ್ರೆ ಅಣ್ಣ ತಮ್ಮದೀರು—ಅಣ್ಣ ಅಣ್ಣ ಅಕ್ಕನಮಗಳ್ನ ನಾನ್ ಮದ್ವೆ ಮಾಡಿಕೊಳ್ತೀನಿ ಅಂತ ಒಬ್ನಂದ. ಅದೇನಣ್ಣ ನೀನ್ ಮಾಡ್ಕಂಬೋದು ನಾನ್ ಮಾಡ್ಕಂಬ್ತೀನಿ ಅಂತ ಇನ್ನೊಬ್ನಂದ. ನಾನು ಮಾಡ್ಕೋತೀನಿ ಅಂತ ಇನ್ನೊಬ್ಬ. ನಾಲ್ವರು ನನಗೆ ಬೇಕು ನನಗೆ ಬೇಕು ಅಂದ್ಕೊಂಡ್ರು. ಅಂದ್ಕೊಂಡ್ ಅಂದ್ಕೊಂಡ್ ಚೆನ್ನಾಗಿ ದೊಡ್ದೊಂದು ಯಾಜ್ಯ ಮಾಡ್ಕೊಂಬಿಟ್ರು. ಒಬ್ಬರಿಗೊಬ್ಬರು ಒಡ್ಕಂಬೋದು, ಬೈಕಂಬೋದು ಬರೋದು. ಅವ್ರ ತಂದೆಗೆ ಇದು ತಿಳಿಯಲ್ಲ. ಮನೆಗೆ ಬಂದ್ರೆ ಚನ್ನಾಗೆ ಬರ್ತಾರೆ. ಇಂಗೆ ಆರು ತಿಂಗ್ಳು ಅವ್ರಿಗೆ ಏಜ್ಯ ನಡೀತಾ ಇರ್ತದೆ. ಎಲ್ಲಿ? ಒಲ್ದ ಅತ್ರ. ಮನೆ ಅತ್ರ ಮಾತಾಡಲ್ಲ.

ಈ ಒಂದ್ ದಿನ ಏನ್ ಮಾಡ್ಬಿಟ್ರು, ಶಾನೆ ದೊಡ್ಡಾಗಿ ಏಜ್ಯಮಾಡ್ಕೊಂಬಿಟ್ರು. ಒಡ್ಕೊಂಡ್ರು ಒಬ್ರಗೊಬ್ರು ಕಾಡೆಮರಗಳು ಗುಂಡುಗಳು ಎತ್ತೆತ್ತಿ. ಬುರಿಗಳು, ಬುರಿಗಳು ತೂತುಗಳು ಬಡ್ಕೊಂಡ್ವು. ಅಂಗಿಗಳು ಬಟ್ಟೆಗಳು ಎಲ್ಲಾ ಸಿಗ್ದಾಕ್ಕೊಂಡ್ ತಲೆಗಳೆಲ್ಲಾ ಗಾಯಗಳು ಮಾಡ್ಕೊಂಡು ಬಡಕೊಳ್ತಾ ಅವ್ರೆ.

ಆ ಹೊಲ್ದ ಮಗ್ಲಿಗೆ ಒಬ್ಬ ಯಜಮಾನನು ಎತ್ತುಗಳು ಮೇಸ್ತಾ ಇರ್ತಾನೆ. 'ಇವ್ರಿಗೇನು ಬುದ್ಧಿ ಇಲ್ಲ ಗಿದ್ದಿ ಇಲ್ಲ. ಈ ರೆಡ್ಡಿಗೇನಾನು ಬುದ್ಧಿಐತಾ? ಇವ್ರಿಗೇನು ವಿದ್ಧಿ ಬುದ್ಧಿ ಹೇಳದಷ್ಟು ಅವ್ನಲ್ಲ. ಈ ಬೈಸಾರೆಗೆ ಓಗಿ ಈ ರೆಡ್ಡಿ ಮಕ್ಳಿಗೆ ಬುದ್ಧಿ ಏಳ್ಸಾನ ಇಲ್ಲ, ರೆಡ್ಡಿಗೆ ತಿಳಸ್ಬೇಕು ಈ ಮಾತು' ಅಂತ ಅಂದ್ಕೊಂಡ. ಅವನು ಏಜ್ಯ ಮಾಡೋ ತಾವಕ್ಕ ಬರಲ್ಲ. ಅವನಷ್ಟಕ್ಕೆ ಅವ್ನು ಎತ್ತುಗಳು ಮೇಸ್ಕೊಂಡ. ಬೈಸಾರೆ ಮನೆಗೆ ಬಂದ. ಊಟ ಮಾಡ್ದ. ರೆಡ್ಡಿ ಮನೆ ಅತ್ರಕ್ಕೆ ಬಂದ.

ಇವ್ರು ರೆಡ್ಡಿ ಮಕ್ಳು ನಾಲ್ವರು ಬಂದ್ರು ಊಟ ಮಾಡಿದ್ರು. ಎತ್ತುಗಳು ಕಟ್ಟಾಕಿದ್ರು. ಅವ್ರ ಕೆಲ್ಸ ಅವ್ರು ಮಾಡ್ಕೊಂಡವ್ರೆ. ಈ ರೆಡ್ಡಿ ಮನೆ ಅತ್ರಕ್ಕೆ ಈ ಯಜಮಾನನು ಬಂದ್ನಲ್ಲಾ, 'ಏನಯ್ಯ ಕತ್ಲಾಗೆ ಬಂದೆ ಕೂತ್ಕೊ' ಅಂದ.

'ಏನೂ ಇಲ್ಲ ಸ್ವಾಮಿ ನಿನ್ನತ್ರ ಒಂದ್ರೊಷ್ಟು ಕೆಲ್ಸ ಇತ್ತು ಸ್ವಾಮಿ. ಬಂದಿದೀನಿ.'

'ಏನಪ್ಪ ಅಂತ ಕೆಲ್ಸ?'

'ಏನೂ ಇಲ್ಲ. ಅಲ್ಲ ನಿನ್ ಮಕ್ಳು ನಾಲ್ವರು ಅವ್ರಲ್ಲ. ನಾಲ್ವರು ಆರುತಿಂಗಳಿಂದ ಒಬ್ಬರಿಗೊಬ್ಬರು ಏಜ್ಯಮಾಡ್ಕೊಂಡು ಬಡ್ಕೊಂತಾರೆ, ಒಡ್ಕೊಂತಾರೆ. ಗಾಯಗಳು ಆಗೋಂಗೆ ಬಡ್ಕೊಂಡವ್ರೆ. ಸರಿ ಹೊಲ್ದ ಮಗ್ಲುದಾಗೆ ಏನಾನ ಪ್ರಾಣಗಳೇನಾದ್ರೂ ಅಪಾಯವಾದ್ರೆ ಇನ್ನು ಮೇಲೆ ಮನೆ ಮಗ್ಲದಾಗೆ ಹೊಲ್ದ ಮಗ್ಲುದಾಗೆ ಇರೋವ್ರು ಎಲ್ಲ ಸಿಕ್ಕಬಳ್ಳಾಪುರ ನೋಡಬೇಕಾಗ್ತೈತೆ. ಏನ್ ನಿನ್ನ ಮಕ್ಳಿಗೂ ಏನೂ ರೋಷ್ಟು ಬುದ್ಧಿ ಏಳ್ತೀಯೋ ಇಲ್ವೊ'–ಅಂದ.

'ಏಳಯ್ಯ ಏಳಯ್ಯ ನನ್ನ ಮಕ್ಳಿಗೆ ಏನು ಕಮ್ಮಿ ಆಗೈತೆ. ಯಾಜ್ಯ ಮಾಡೋಕೆ? ನಂಗೆ ತಿಳಿಯೇ ತಿಳೀದು. ನಾನು ನೋಡೇ ಇಲ್ಲ. ಅವ್ರು ಯಾಜ್ಯ ಮಾಡೋದು ನೋಡೇ ಇಲ್ಲ. ಏನಕ್ಕೆ ಏಜ್ಯ ಮಾಡ್ತಾರೆ ಅಯ್ಯ'—ಅಂದ.

'ನಾನು ಏಳೋ ಮಾತ್ಗೆ ನಿಂಗೆ ನಿಜ ಬರ್ಲಿಲ್ಲ ಅಲ್ಲಪ್ಪ. ಇವಾಗ ನಿನ್ನ ಮಕ್ಳನ ಕರ್ಸು. ಕೇಳು ಅವರ್ನ, ಆರ್ತಿಂಗಳಿಂದ ಏಜ್ಯ ನಡೀತಾ ಐತಾ ಅಂತ. ಒಡ್ಕೊಂಡ್, ಬಡ್ಕೊಂಡ್ ಅವ್ರಾ ಇಲ್ವಾ ಕೇಳು'—ಅಂದ.

ನಾಲ್ವರನ ಕರುಸ್ದ. 'ಏನಪ್ಪ ನಿಮಗೇನು ಕಡಿಮೆ ಮಾಡಿದೀನಿ? ಎತ್ತುಗಳಿಲ್ಲವೆ? ಹೊಲ ಇಲ್ಲವೆ? ಬಟ್ಟೆಗಳು ಇಲ್ವೆ? ಏನರಿಂದ ನೀವು ಏಜ್ಯ ಮಾಡ್ಕೊಂಡಿದೀರಿ. ಒಡ್ಕೊಂತಾ ಇದೀರಂತೆ ಯಾಕೆ? ನಿಮಗೇನಾದರೂ ಕಮ್ಮಿ ಬಿದ್ದಿದ್ದು ತಂದ್ಕೊಡಾಕೆ ನಾನಿದ್ದೀನಲ್ಲ. ನನ್ಗೆ ಏಳಿದಿರಾ? ನೀವ್ಯಾಕೆ ಯಾಜ್ಯ ಮಾಡ್ಕೊಂಡು ಒಡ್ಕಂಬೋದು? ಏನು ಕಾರಣ?' ಅಂದ.

'ಅಪ್ಪ ಏನೂ ಇಲ್ಲ. ನೀನು ಸಂಪಾದಿಸಿರೋ ಭಾಗ್ಯ ಎಲ್ಲ ಐತೆ ನಮ್ಗೆ. ನಮ್ಗೇನು ಸಾಲಲಿಲ್ಲ. ಇಲ್ಲ ಅಂತ ಏಜ್ಯ ಆಡಲ್ಲ. ನಮ್ಮ ಅಕ್ಕನ ಮಗ್ಳು ಒಬ್ಳು ಅವ್ಳೆ. ಆ ಮಗೂಗೆ ನಾನು ಮದ್ವೆ ಮಾಡ್ಕೋಬೇಕು ಅಂತ ನಾನಂದೆ. ನಾನು ಮಾಡ್ಕೋತೀನಿ ಅಂತ ಅವ್ನಂದ. ನನ್ಗೆ ಬೇಕು ಅಂತ ಇವ್ನಂದ. ನಮ್ಮ ಅಕ್ಕನ ಮಗಳ್ನ ಮದ್ವೆ ಆಗೋದುಕ್ಕೋಸ್ಕರವಾಗಿ ನಾವು ಯಾಜ್ಯ ಮಾಡ್ತಾ ಇದೀವಪ್ಪ. ಏನೂ ಇಲ್ಲ ಇಷ್ಟೇ'—ಅಂದ.

'ಅಯ್ಯೋ ಉಚ್ಚುಂಡೆ ಮಕ್ಕಳ್ರಾ! ಈ ಮಾತಿಗೆ ನೀವಿಷ್ಟು ದೊಡ್ಡದಾಗಿ ಏಜ್ಯ ಮಾಡಬೇಕ? ಆ ಮಗು ಎತ್ತೋಗ್ತದೆ? ಬೇರೆಯೋನು ಯಾವನಾನ ಬರ್ತಾನ? ಬೇರೆಯೋನಿಗೇನಾದ್ರೂ ನಮ್ಮ ಮಗೂಗೆ ಆಚೆ ಕೊಡ್ತೀವಾ? ನಮ್ಮ ಮಗೂನ ನಾವೇ ಮಾಡ್ಕೊಳ್ತೀವಲ್ಲಪ್ಪ. ನಮ್ಮನೇಗೆ ಬರ್ತಾಳಲ್ಲ. ನೀವ್ಯಾಕೆ ಏಜ್ಯ ಮಾಡ್ಕಂಬೋದು? ಯಾವನಿಗಾನು ಒಬ್ನಿಗೆ ನಾವೇ ಮಾಡ್ಕೊಂತೀವಿ'—ಅಂದ.

'ಊ, ಅಂಗಲ್ಲಪ್ಪ. ಯಾವೊನ್ಗೆ ಮಾಡ್ತೀಯ? ಇಂಥೋನಿಗೆ ಮಾಡ್ತೀನಿ ಮದ್ವೆ ಅಂತ ನೀನು ಏಳ್‌ಬಿಡು, ನಾವ್ ಏಜ್ಯ ಮಾಡ್ಕಂಬಲ್ಲ. ಸುಮ್ನೆ ಆಗೋಗ್ತೀವಿ. ಇಲ್ದೆ ಇದ್ರೆ ಇಂಗೆ ಏಜ್ಯವೇ. ಯಾವಾಗ್ಲೂ ಏಜ್ಯವೇ'—ಅಂತ ಇವ್ರು ಅಂದ್ರು.

'ಅಯ್ಯೋ ಎಂಥ ಉಚ್ಮುಂಡೆ ಮಕ್ಕಳ್ರೋ ನೀವು. ಎಲ್ಲಾ ನೋಡಪ್ಪ ದೊಡ್ಡೋನು ಮದ್ವೆ ಗಿದ್ವೆಗೆ ಬಂದವ್ನೆ. ಆ ಮಗೂನೂ ಮದ್ವೆಗೆ ಅವ್ನೆ. ದೊಡ್ಡೋನ್ಗೆ ಮಾಡ್ಕೋಣೋನ ಏಳಪ್ಪ. ತಲೆಮಗ ತಲೆಮಗನಿಗೆ ಬಿಟ್ಟು ಬೇರೆ ಮಗನಿಗೆ ಮಾಡೋಕ್ಕಾಗ್ತದ ಸಿಕ್ಕೋನಿಗೆ. ಊ ಮಾಡಾನಿ'—ಅಂದ.

'ಓಹೋ ಅವ್ನೆ ಏನೋ ಸ್ವಾದರ ಮಾವ. ನಾನು ಸ್ವಾದರ ಮಾವ ಅಲ್ವ? ನಂಗೆ ಅಕ್ಕನ ಮಗ್ಳು ಅಲ್ವ? ನನಗೆ ಬೇಕು.'

'ಊ. ಓಗ್ಲಿ ನಿಂಗೆ ಮಾಡಾನಿ ಏಳು. ಅವನ್ಗೆ ಇನ್ನೊಂದು ಎಲ್ಲಾನ ತರಾನಿ.'

'ಇವನ್ಗೆ ಮಾಡಿದ್ರೆ ನಂಗೆ ಬೇಡ್ವ'—ಅಂದ ಇನ್ನೊಬ್ಬ.

ನಾಲ್ವರು ನಂಗೆ ಬೇಕು, ನಂಗೆ ಬೇಕು.

ಯಾರ್ಗೆ ಮಾಡ್ಕೋಬೇಕು?

ಊರ ಪಂಚಾಯ್ತರೆಲ್ಲ ಕಲ್ತರು, ರೆಡ್ಡಿ ಶ್ಯಾನುಭೋಗರೆಲ್ಲ ಬಂದರು. ಸುತ್ತ ಅಳ್ಳಿಗಳೋರೆಲ್ಲ ಬಂದ್ರು. ಈ ನ್ಯಾಯ ಅವ್ರಿಗೆ ತೀರ್ಮಾನ ಆಗ್ಲಿಲ್ಲ. ಏನು ಮಾಡೋದು?

ಇವ್ನು ಈ ರೆಡ್ಡಿ ಏನ್ ಏಳ್‌ಬಿಟ್ಟ, ಅವ್ರ ತಂದೆ, 'ಅಪ್ಪಾ ನೀವಂಗಾದ್ರೆ ಈ ನ್ಯಾಯ ಒಪ್ಪೋದಿಲ್ಲ. ನಾಲ್ವರ್ಗೂ ನಾನ್ನೂರು ರೂಪಾಯಿ ಕೊಡ್ತೀನಿ. ತಕ್ಕೊಂಡೋಗ್ರಿ, ನೂರು ರೂಪಾಯ್ಗೆ ಒಂದೇ ಯಾವ್ದಾನಾದ್ರೂ ತರ್‍ಬೇಕು. ಏನು ನೂರು ರೂಪಾಯ್ಗೆ ಬರ್‍ತದೋ ಅದು ಒಂದ್ ಕಾಸು ಎಚ್ಗೆ ಕೊಡ್ಕೂಡ್ದು; ಒಂದ್ಕಾಸು ಕಡ್ಮೆ ಕೊಡ್ಕೂಡ್ದು. ನೂರುರೂಪಾಯ್ಗೆ ಒಂದೇ ಸಾಮಾನು ಯಾವನು ತರ್‍ತಾನೋ ಅವನ್ಗೆ ಮಾಡ್ತೀನಿ ಓಗ್ರೋ, ಒಪ್ಕೊಂತೀರೋ ಏನೋ ಈ ಮಾತ್ಗೆ?'

'ಒಪ್ಕಂತೀವಪ್ಪ. ಆಗಾದ್ರೆ ಸರಿ ಹೋಗ್ತಿವಿ'—ಅಂದ್ಬಿಟ್ರು. ಊ, ಬೆಳಿಗ್ಗೆ ಎದ್ರು ಬುತ್ತಿ ಕಟ್ಕಿಸ್ಕೊಂಡ್ರು, ಊಟ ಮಾಡಿದ್ರು, ನಾಲ್ವರು ನಾಕುನೂರು ರೂಪಾಯಿ ತಗೊಂಡು ಓಗಿಬಿಟ್ರು.

ಒಬ್ಬೊಬ್ಬರಿಗೆ ನೂರುನೂರು ಕೊಟ್ಟವ್ನೆ. ಓದ್ರು, ಓದ್ರು, ಓದ್ರು ಬೆಂಗ್ಳೂರಿನಂಥ ಪಟ್ಣಕ್ಕೆ ಓದ್ರು. ಅಲ್ಲಿ ಏನುಮಾಡವ್ರಪ್ಪಾ ಅಂದ್ರೆ, ನಾಲ್ಕು ಊರಬಾಕ್ಲು ಆ ಪಟ್ಣದಲ್ಲಿ ಓಗಾಕೆ ಒಳೀಕೆ. ಇನ್ನೆಲ್ಲಿ ಅಲ್ಲಿ ಇಲ್ಲಿ ಓಗಾಕಿಲ್ಲ. ಬೋರ್ಡ್‌ಗಳು ಬರೆದವ್ರೆ, ಎತ್ಲಿಂದ ಬರೋದು ಊರಬಾಕ್ಲಲ್ಲೇ ಊರಾಕೆ ಓಗ್ಬೇಕು. ಊರಾಗಿಂದ ಬರೋನು ಊರಬಾಕ್ಲಲ್ಲೇ ಈಸೆಗೆ ಬರ್‍ಬೇಕು. ಅಂಗೆ ಬೋರ್ಡ್‌ಗಳು ಬರೆದವ್ರೆ; ನಾಕು ಊರಬಾಕ್ಲಲ್ಲಿ.

ಅಲ್ಲಿ ಒಂದು ಊರಬಾಕ್ಲಲ್ಲಿ ಓದ್ರು. ಅಲ್ಲಿ ಬಂಡೆ, ಬಾವಿ, ಅಲ್ಲಿ ಕುತ್ಕೊಂಡು ಊಟ ಮಾಡಿದ್ರು. ಬುತ್ತಿ ತಗೊಂಡೋಗವ್ರಲ್ಲ ಊಟ ಮಾಡಿದ್ರು.

'ಏನಣ್ಣ ನಾಲ್ವರು ಒಂದೇ ಊರಬಾಕ್ಲ ಆಸಿ ಓದ್ರೆ, ಯಾವನಿಗಾನ ಒಬ್ನಿಗೆ ಸಿಕ್ತದೆ. ಏನು ಯಾವ್ದಾನ ಒಂದು ಸಾಮಾನು. ಇನ್ನು ಮೂವರು ಯೇನ್ ತಕ್ಕೋಬೇಕು. ಬೇಡ, ನಾಲ್ವರು ನಾಕು ಊರಬಾಕ್ಲಲ್ಲಿ ಓಗಾನಿ ಪ್ಯಾಟಿಕೆ. ಯಾವನಾವನು ಓದ ಪ್ಯಾಟಿಗೆ ಏನೇನು ಸಾಮಾನುಗಳು ಮಾರ್ತಾ ಇರ್ತಾರೋ ಅವ್ರವ್ರಿಗೆ ಇಷ್ಟಬಂದಿದ್ದು ಅವ್ರು ತಕ್ಕೊಂಡ್ ಬರಾನ'—ಅಂತ ಮಾತಾಡಿದ್ರು, 'ತಿರ್ಗ ಊರಾಕೆ ಓಗೋವಾಗ ನಾಲ್ವರು ಇಲ್ಲಿ ಸೇರಿ ನಾಲ್ವರು ಒಂದೇ ಸಾರ್ತಿ ಓಗಾನ'—ಅಂದು ಮಾತಾಡ್ಕೊಂಡೋದ್ರು.

ನಾಲ್ವರು ನಾಕು ಊರಬಾಕ್ಲಾಕೆ ಓದ್ರು. ಒಬ್ನು ಒಂದ್ ಪ್ಯಾಟಿಗೂಡ ಓದ. ಕಂಬ್ಳಿಗಳು ಮಾರ್ತಾ ಇದ್ರು.

'ಏನಯ್ಯ ಇದು ಕಂಬ್ಳಿಗಳ ಬೆಲೆ? ಎಷ್ಟು?'

'ಐಯ್ಯಾ ಅದು ನೂರು ರೂಪಾಯಿ ಸರೀಗಾ.'

'ಏನಯ್ಯ ಹತ್ತು ರೂಪಾಯಿ ಕೊಟ್ರೆ ಇಂಥ ಕಂಬ್ಳಿ ಕೊಡ್ತಾರಲ್ಲ. ನೂರು ರೂಪಾಯಿ ಕೊಟ್ಟು ನಾನು ಈ ಕಂಬ್ಳಿ ತಕ್ಕೊಂಡೋದ್ರೆ ಇದೇನ್ ಕೆಲ್ಸಕ್ಕಾಗ್ತದಪ್ಪ?'

'ಅದು ಅರ್‍ಕೈಯಗಲ ಸಾರ್ಸಿಬಿಟ್ಟು ಮುತ್ತಿನಷ್ಟು ಸಾಂಬ್ರಾಣಿ ಆಕಿ ನಾಲ್ಕು ಮೂಲೆ ಸರಿಯಾಗಿ ಮಡ್ಸಿ ಆಸ್‌ಬಿಟ್ಟು ಕಂಬ್ಳಿ ಮೇಲೆ ಕುಂತ್ಕೊಂಡು, ಎಷ್ಟು ಜನಾನಾದ್ರೂ ಇಲ್ಲಿ ಕುಂತ್ಕೊಂಡು, ನಾನಿಂಥ ಪಟ್ಣಕ್ಕೆ ಓಗ್ಬೇಕು ಜೈಪರಮೇಶ್ವರ ಅಂದ್ರೆ ಮೂರು ಮುಕ್ಕಾಲು ಗಳಿಗೆ, ಅವ್ರು ಯಾವ ಪಟ್ಣಕ್ಕೆ ಓಗ್ಬೇಕು ಅಂತ ಇರ್ತಾರೋ ಆ ಪಟ್ಣಕ್ಕೆ ಓತಾರೆ.'—ಅಂದ.

'ಓ ಇಂಥಾದು ಇನ್ನ್ಯಾರೂ ತರಲ್ಲ—ಇನ್ನು ತಮ್ಮಗಳು ಅವ್ರಲ್ಲ—ಇಂಥೋದು ಇನ್ನ್ಯಾರು ತರಲ್ಲ. ಇದನ್ನ ನಾನು ತಕ್ಕೊಂಡೋದ್ರೆ ನಮ್ಮಕ್ಕನ ಮಗಳ್ನ ಕೊಟ್ಟು ಮದ್ವೆ ಮಾಡ್ತಾನೆ ನಮ್ಮಪ್ಪ'—ಅಂದ್ಬಿಟ್ಟು ಅವ್ನು ನೂರುರೂಪಾಯಿ ಕೊಟ್ಟುಬಿಟ್ಟು. ಆ ಕಂಬ್ಳಿ ತಗೊಂಡ್‌ಬಿಟ್ಟ.

ಇನ್ನೊಬ್ನು ಓದ ಪೇಟೇಲಿ, ಅಕ್ಷಯ ಪಾತ್ರೆಗಳು ಮಾರ್ತಾ ಇದ್ರು; ಪಾತ್ರೆ, ಅಡ್ಗೆ ಮಾಡ್ಕೊಂಬೋದು. ಚಿಕ್ಕದು ಪಾವಕ್ಕಿ ಬೇಯೋದು.

'ಏನಯ್ಯ ಈ ಪಾತ್ರೇದು ಬೆಲೆ ಎಷ್ಟು?' ಅಂದ.

'ಅದು ನೂರು ರೂಪಾಯಿ ಆಗ್ತದಯ್ಯ.'

'ಏನಯ್ಯ ಐದು ರೂಪಾಯೋ ಆರು ರೂಪಾಯೋ ಕೊಟ್ರೆ ಕೊಡ್ತಾರೆ. ಒಂದು ಪಾಲಕ್ಕಿ ಬೇಯೋಲ್ವೆ? ಅಂಥದಕ್ಕೆ ಇಷ್ಟು ಕೇಳ್ತೀಯ? ನೂರು ರೂಪಾಯಿ ಕೊಟ್ಟು ನಾನು ಈ ಪಾತ್ರೆ ತಕ್ಕೊಂಡೋದ್ರೆ ಏನ್ ಕೆಲ್ಸಕ್ಕಾಗ್ತದಣ್ಣ?'

'ಅದು ಅರ್‍ಕೈ ಅಷ್ಟು ಸಾರ್ಸಿಬಿಟ್ಟು, ಮುತ್ತಿನಷ್ಟು ಸಾಂಬ್ರಾಣಿ ಆಕಿ, ಎಷ್ಟು ಜನಾದ್ರೂ ಇರ್ಲಿ, ಇಂಥ ಅಡ್ಗೆ ಆಗ್ಬೇಕು ಅರ್ಜೆಂಟಾಗಿ ನಂಗೆ ಇಷ್ಟು ಜನಕ್ಕೆ ಅಡ್ಗೆ ಆಗ್ಬೇಕು ಅಂತ

ಕೈಮುಗಿದ್ಬಿಟ್ರೆ ಅಷ್ಟು ಜನಕ್ಕೆ ಅರ್ಜೆಂಟಾಗಿ ಅಡ್ಡೆಗೆ ಆಗ್ತದಯ್ಯ ನೀವೇನು ಕೋರ್ಕೊಂಡ್ರೆ ಆ ಅಡ್ಡೆಗೆ ಆಗ್ತದೆ.'

'ಊ ಇಂಥದು ಯಾರೂ ತರಲ್ಲ, ನಮ್ಮ ಅಣ್ಣ ತಮ್ಮಂದೀರು—ಇದನ್ನ ನಾನು ತಕ್ಕೊಂಡೋದ್ರೆ ನಮ್ಮಪ್ಪ ಆ ಮಗೂನ ಕೊಟ್ಟು ನಂಗೆ ಮದ್ವೆ ಮಾಡ್ತಾನೆ'— ಅಂದು ಅವ್ನು ನೂರು ರೂಪಾಯಿ ಕೊಟ್‌ಬಿಟ್ಟ. ಆ ಪಾತ್ರೆ ತಗೊಂಡ್ ಬಂದ.

ಇನ್ನೊಬ್ನು ಓದ ಪ್ಯಾಟೇಲಿ. ನಾವು ಇಂಗೆ ನೋಡ್ಕಳ್ತೀವಲ್ಲ ಕನ್ನಡಿ, ಅದು ಮಾರ್ತಾ ಇದ್ರು, ಅದ್ನ ಕೇಳ್ದ, 'ಇದೆಷ್ಟಯ್ಯ ಬೆಲೆ?'

'ನೂರು ರೂಪಾಯಿ ಆಗ್ತದಯ್ಯ, ಸಿಕ್ಕಾಸು ಕಮ್ಮಿ ಇಲ್ಲ, ಸಿಕ್ಕಾಸು ಜಾಸ್ತಿ ಇಲ್ಲ.'

'ಏನಯ್ಯ ಐದಾಣೆ ನಾಕಾಣೆ ಕೊಟ್ರೆ ಎಂಥ ಕನ್ನಡಿ ಕೊಡ್ತಾರೆ. ಇಷ್ಟು ದುಡ್ಡುಕೊಟ್ಟು ನಾನು ತಕ್ಕೊಂಡೋದ್ರೆ ಇದೇನ್ ಕೆಲ್ಸಕ್ಕೆ ಆಗ್ತದಣ್ಣ?'

'ಅದು ನೀವು ಇಲ್ಲಿಂದ ಯಾವ ಪಟ್ಣಕ್ಕಾದ್ರೂ ಆಕ್ರಿ, ಅರ್ಕೈಯಗಲ ಸಾರ್ಸಿ, ಮುತ್ತಿನಷ್ಟು ಸಾಂಬ್ರಾಣಿ ಆಕಿ, ಇಲ್ಲಿಂದ ಯಾವ ಪಟ್ಣದಲ್ಲಿ ಏನ್ ನೋಡ್ಬೇಕಾದ್ರೂ ಇಲ್ಲಿ ಕಾಣಿಸ್ತದೆ. ಅಂಥ ಕೆಲ್ಸಕ್ಕೆ ಆಗ್ತದೆ'—ಅಂದ. ಅವ್ನು ನೂರು ರೂಪಾಯಿ ಕೊಟ್‌ಬಿಟ್ಟು ಕನ್ನಡಿ ತಂದ್ಬಿಟ್ಟ.

ಇನ್ನೊಬ್ನು; ಮೂವರು ಬಂದು ಇನ್ನೊಬ್ನು ಅವ್ನೆ. ಅವ್ನು ಓದ ಪ್ಯಾಟೇಲಿ ಔಷ್ದ ಇರ್ತದಲ್ಲ, ಶೀಷಾಯಿಗಳು, ಆ ಶೀಷಾಯಿ ಮಾರ್ತಾ ಅವ್ರೆ. 'ಔಷ್ದ ಏನಣ್ಣ? ಈ ಶೀಷಾಯಿಗೆ ಬೆಲೆ ಎಷ್ಟು?'—ಅಂದ.

'ಅದು ಮೂರು ರೂಪಾಯಿ ಆಗ್ತದಣ್ಣ'—ಅಂದ.

'ಏನಣ್ಣ ಒಂದ್ ಬೆಳ್ಳುದ್ದ ಐತೆ. ಎಲ್ಲೋ ಮಕ್ಕಳ್ಗೆ ಭೇದಿ ಎಣ್ಣೆ ಆಕೋ ಅಷ್ಟು ಗಾತ್ರ ಐತೆ ಅಷ್ಟಕ್ಕೆ ನೀನಿಷ್ಟು ದುಡ್ಡು ಕೇಳ್ತೀಯಲ್ಲಾ? ಏನ್ ಕೆಲ್ಸಕ್ಕೆ ಆಗ್ತದಪ್ಪ ಈ ಶೀಷೆಯಲ್ಲಿರೋ ಔಷಧ'—ಅಂದ.

'ಮೂರುದಿನ ಆಗಿರ್ಲಿ ಯಾರಾದ್ರೂ ಸತ್ತೋಗಿ. ಮೂರುದಿನ ಆಗಿದ್ರೂ ಒಂದು ಕಡ್ಡಿ ತೆಗ್ದು ಚೆಂದಾಗಿ ಬೆರ್ಸಿಬಿಟ್ಟು ಶೀಷಾಯಿಗಿರೋ ಔಷಧ ಮೂರು ತೊಟ್ಟು ಬಾಯಾಕೆ ಬಿಟ್ಬಿಟ್ರೆ ಅವ್ರು ಬದಿಕ್ಕೊಂಡ್ಬಿಡ್ತಾರಯ್ಯ. ಅಂಥ ಕೆಲ್ಸಕ್ಕಾಗ್ತಾದೆ'—ಅಂದ. ಅವ್ನು ನೂರು ರೂಪಾಯಿ ಕೊಟ್ಟು ಆ ಶೀಷಾಯಿ ತಕ್ಕೊಂಡ.

ನಾಲ್ವರು ಬಂದ್ರು. ನಾಲ್ವರು ಇವ್ರು ಊಟ ಮಾಡಿರೋತಾವ ಕಲ್ತರು. ಅಣ್ಣ ನೀನೇನ್ ತಂದೆ? ಅಣ್ಣ ನೀನೇನ್ ತಂದೆ? ನಾನ್ ಇಂಥೇದ್ ತಂದೆ. ನಾನ್ ಇಂಥೇದ್ ತಂದೆ. ನೀನ್ ತಂದಿರೋದು ಏನ್ ಕೆಲ್ಸಕ್ಕಾಗ್ತದೆ? ನೀನ್ ತಂದಿರೋದ್ ಏನ್ ಕೆಲ್ಸಕ್ಕಾಗ್ತದೆ? ಅಂತ ಮಾತಾಡ್ಕೊಂಡ್ರು. ಇಂಥಿಂಥ ಕೆಲ್ಸಕ್ಕಾಗ್ತದೆ ಅಂತ ಎಲ್ಲಾ ಏಳ್ಕೊಂಡ್ರು.

ಈ ಕನ್ನಡಿ ತಂದಿದ್ನೆ ಅವನ್ನ ಕೇಳಿದ್ರು: 'ಅಣ್ಣ ನಾವು ಊರುಬಿಟ್ಟು ಬಂದು ಇಷ್ಟು ದಿನವಾಗೈತೆ. ನಾವು ಬಂದಿದ್ದ ದಿನದಿಂದ ನಮ್ಮ ಪಟ್ಣದಲ್ಲಿ ನಮ್ ತಾಯಿ ತಂದೆ,

ನಮ್ಮಕ್ಕ ನಮ್ಮ ಭಾವ, ನಮ್ಮ ಅಕ್ಕನ ಮಗಳು ಸುಖವಾಗಿ ಅವ್ರ ಕಷ್ಟವಾಗಿ ಅವ್ರ? ನಿನ್ ಕನ್ನಡಿ ಇಲ್ಲಿಂದ ಆಕು, ನೋಡಾವಿ, ನಮ್ ಪಟ್ಣದಲ್ಲಿ ಸುಖವಾಗಿರೋದು ಕಷ್ಟದಲ್ಲಿರೋದು ಕಾಣಿಸ್ತದಲ್ಲ. ಇಲ್ಲಿ ನಮ್ಗೆ ಎಂಗೆ ಕಾಣಿಸಿದ್ರೆ, ಅಂಗೆ ನಡೆದಿದ್ರೆ ನಿನ್ನ ಕನ್ನಡಿಗೆ ಕೊಟ್ಟಿರೋದು ಏನೂ ಅನ್ಯಾಯವಿಲ್ಲಣ್ಣ' ಅಂತ ಅವನ್ನ ಕೇಳಿದ್ರು.

ಅವ್ನು ಅರ್ಕ್ಯೆಯಗಲದಷ್ಟು ಸಾರ್ಸಿಬಿಟ್ಟ, ಮುತ್ತಿನಷ್ಟು ಸಾಂಬ್ರಾಣಿ ಆಕ್‌ಬಿಟ್ಟ ಆ ಬೆಂಗ್ಳೂರ ಪಟ್ಣದಿಂದ ಅವ್ರ ಪಟ್ಣಕ್ಕೆ ಕನ್ನಡಿ ಆಕ್ದ. ಆ ಕನ್ನಡಿಯಲ್ಲಿ ನಾಲ್ವರೂ ನೋಡಿದ್ರು.

ಅಲ್ಲಿಗೆ ಆ ಪಟ್ಣದಲ್ಲಿ ಏನ್ ಕೆಲ್ಸ ನಡೆದೈತೆ? ಅವರಕ್ಕನ ಮಗಳಿಗೆ 'ಆವು' ಕಚ್ಚೈತೆ. ಹಾವು, ಹಾವು ಕಚ್ಚೈತೆ. ಮೂರು ದಿನವಾಗೈತೆ, ಆ ಮಗೂಗೆ ಆವುಕಚ್ಚಿ ಆ ಮನೆ ಮುಂದೆ ಆಕ್ಕೊಂಡವ್ರೆ. ಸುತ್ತುಮುತ್ತು ಅಳ್ಳಿಗಳೋರು ಬಂದವ್ರೆ. ವೈದ್ಯರು ಅವುಸ್ದ ಆಕೋರು ಆಕ್ತಾ ಅವ್ರೆ. ಮಂತ್ರಿಸೋರು ಮಂತ್ರಸ್ತಾ ಅವ್ರೆ. ಈ ತಾಯಿ ತಂದೆ, ಅಕ್ಕ, ಭಾವ್ನು ಆ ಮಗೂನ ಮಧ್ಯೆ ಆಕ್ಕೊಂಡು ಕುಂತವ್ರೆ. ಅಂಗೆ ಕಾಣುಸ್ತು ಆ ಕನ್ನಡಿಯಲ್ಲಿ 'ಇವಾಗ ಎಂಗೆ ಕಾಣಿಸ್ತೋ ನಡೆದಿದ್ರೆ ನೀನು ಕನ್ನಡಿಗೆ ಕೊಟ್ಟಿರೋದೇನು ಅನ್ಯಾಯವಿಲ್ಲ'—ಅಂದ್ರು.

ಈ ಅಕ್ಷಯ ಪಾತ್ರೇನಾ ತಂದಿರೋನ ಕೇಳಿದ್ರು: 'ಏನಣ್ಣ ನಿನ್ನ ಇಂಥ ಪಾತ್ರೆ ತಂದಿದ್ದೀಯಲ್ಲ, ಇಂಥ ಪಾತ್ರೆ ನಮ್ಮತ್ರ ಇದ್ಕೊಂಡು ಉಪಾವಾಸಯಾಕೆ ಓಗ್‌ಬೇಕು. ಅಸ್ಕೊಂಡು. ಎಲ್ಲಪ್ಪ ಅಡ್ಗೆ ಮಾಡು ನೋಡಾನ ನಿನ್ನ ಪಾತ್ರೇಲಿ. ನಿನ್ನ ಪಾತ್ರೆ ಪರೀಕ್ಷೇನಾ ನೋಡೋಣ, ಇವಾಗ ನಾವು ಕೋರ್ದ ಅಡ್ಗೆ ಅರ್ಜೆಂಟಾಗಾದ್ರೆ, ನೀನು ಪಾತ್ರೆಗೆ ಕೊಟ್ಟಿರೋದು ಏನೂ ಅನ್ಯಾಯವಿಲ್ಲ'—ಅಂದ್ರು.

ಅವ್ನು ಅರ್ಕ್ಯೆಲಗ್ಲದಷ್ಟು ಸಾರ್ಸಿಬಿಟ್ಟ. ಮುತ್ತಿನಷ್ಟು ಸಾಂಬ್ರಾಣಿ ಆಕ್‌ಬಿಟ್ಟ. ನಾವು ನಾಲ್ವರು ಇದೀವಿ. ನಾಲ್ವರಿಗೂ ಇಂಥ ಅಡ್ಗೆ ಬೇಕು. ಇಂಥ ಅರ್ಜೆಂಟ್ಗೆ ಅಡ್ಗೆ ಬೇಕು ಅಂತ ಅವ್ನು ನಮಸ್ಕಾರ ಆಕ್ದ. ಅರ್ಜೆಂಟಾಗಿ ಅಡ್ಗೆ ಆಗೋಯ್ತು. ಏನ್ ಇವ್ರು ಕೇಳ್ಕೊಂಡಿದ್ರೋ ಆ ಅಡ್ಗೆ ಆಗೋಯ್ತು. ಊಟ ಮಾಡಿದ್ರು, ಎದ್ರು.

'ಏನಣ್ಣ ನಮ್ಮಕ್ಕನ ಮಗಳ್ಗೆ ಹಾವು ಕಚ್ಚೈತೆ ಅಂತ ಕನ್ನಡಿಯಲ್ಲಿ ಕಾಣಿಸೈತಲ್ಲ ನಾವು ನಡ್ಕೊಂಡು ಕಾಲ್ನಡ್ಗೇಲಿ ಓದ್ರೆ ನಾವೆಷ್ಟು ದಿನಕ್ಕೆ ಓಗೋದು? ಆ ಮಗು ನಮ್ಗೆ ಸಿಕ್ಕೋದಿಲ್ಲ. ದಹನವಾಗೋಗಿರ್‍ತಾಳೆ. ನಿನ್ ಕಂಬ್ಳೀಲಿ ಮೂರು ಮುಕ್ಕಾಲು ಗಳಿಗೇಲಿ ಓಗ್ತೀವಿ ಅಂತ ಹೇಳ್ತಿಯಲ್ಲ, ಎಲ್ಲಪ್ಪ ನಿನ್ನ ಕಂಬ್ಳಿ ಹಾಸು. ಓಗ್ತೀವೀನೋ ನೋಡಾನಿ.'

ಅವ್ನು ಅರ್ಕ್ಯೆಯಗಲ ಸಾರ್ಸಿಬಿಟ್ಟ. ಮುತ್ತಿನಷ್ಟು ಸಾಂಬ್ರಾಣಿ ಆಕ್‌ಬಿಟ್ಟ. ಸರಿ ನಾಲ್ಕು ಮೂಲೆಗೆ ಸರಿಯಾಗಿ ಮಡ್ಸಿಬಿಟ್ಟ ನಾಲ್ವರೂ ಆ ಕಂಬ್ಳಿ ಮೇಲೆ ಕೂತ್ಕೊಂಡ್ಬಿಟ್ರು, ಸರಿ ನಮ್ಮ ಮಂಡ್ಕಲ್ ಪಟ್ಣಕ್ಕೆ ಜೈ ಪರಮೇಶ್ವರ ಅಂದ.

ಮೂರೇ ಮೂರು ಗಳಿಗೆ, ಬಂದ್‌ಬಿಟ್ರು. ಬಂದ್ರು ಇಳ್ದುಬಿಟ್ರು; ಅವ್ರ ಮನೆ ಮುಂದೆ. ಮನೆ ಮುಂದೆ ಇಳಿಯೋ ಒತ್ಗೆ, ಈ ಮಗೂಗೆ ಆವು ಕಚ್ಚಿರೋದು ನಿಜವೇ. ವೈದ್ಯಗಳು

ಬಂದಿರೋದು ನಿಜವೇ. ಸುತ್ತ ಕುಂತ್ಕಂಡವ್ರೆ. ಅಳ್ತಾ ಅವ್ರೆ. ಇನ್ನು ಈ ಮೂವರದು ಗ್ಯಾರಂಟಿಗೆ ಬಂದ್‌ಬಿಡ್ತೆ. ಇನ್ನು ಶೀಷಾಯಿಯೋನು ಒಬ್ನು ಅವ್ನೆ, ಅವ್ನೇನು ಮಾಡ್‌ಬಿಟ್ಟ. ಬಂದೋನು ಬಂದೋನೆ ಮಗೀನ ತಲೆ ಕಡೆ ಕುಂತ್ಕಂಡ. ಒಂದ್ ಕಡ್ಡಿ ತಗಂಡ, ಆ ಔಷಧ ಎಲ್ಲ ಬೆರ್ಸಿಬಿಟ್ಟ ಮೂರು ತೊಟ್ಟು ಬಾಯಾಕೆ ಬಿಟ್ಟ ಸ್ವಾಮಿ ನಾರಾಯಣ ನಾನೆಷ್ಟು ಮಲಗಿದ್ದೆ ಅಂತ ಎದ್ಲು. ಮಗ ಬದುಕೊಂಡ್ಲು. ಮಗೂನೇನೋ ಉಷಾರಾಯ್ತು.

ಇವ್ರು ಎದ್ರು ಅಣ್ಣ ತಮ್ಮಂದಿರು. ಅವ್ರಪ್ಪನ್ನ—'ಅಪ್ಪಾ ನೋಡು ನೂರು ರೂಪಾಯಿಗೆ ಒಂದೇ 'ಅಡ್ಡ' ಯಾವೋನು ತಂದಿದಾನೋ ಅವನ್ಗೆ ಮದ್ವೆಮಾಡ್ತೀನಿ ಅಂತ ನೀನೇಳಿದ್ದೀಯಾ. ಇಗೋ ನೋಡು ನಾನು ಇಂಥ 'ಅಡ್ಡ' ತಂದಿದ್ದೀನಿ.'

'ನಾನು ತಂದಿದೀನಿ'

'ನಾನು ತಂದಿದೀನಿ'

'ನಾನು ತಂದಿದೀನಿ'

ಇವಾಗ ಯಾರ್ಗೆ ಮದ್ವೆ ಮಾಡ್ತೀಯ? ಅಂದು ನಾಲ್ವರೂ ಕೇಳ್ತಾ ಅವ್ರೆ. 'ಏನಪ್ಪ ನೀನ್ ತಂದಿರೋದು? ಏನ್ ಕೆಲ್ಸಕ್ಕೆ ಆಗ್ತದೆ? ನೂರು ರೂಪಾಯಿ ಸರೀಗೆ ಕೊಟ್ಟಿದ್ಯಾ?' 'ಕೊಟ್ಟಿದ್ದೆ' 'ನೋಡ್ರಿ ನಾನ್ ತಂದಿರೋದು'—ಅಂತ ಎಲ್ಲ ಏಳಿದ್ರು, ಯಾವೋನು ತಂದಿರೋದು ಬೀಳಿಲ್ಲ ಕಡಮೆಯಿಲ್ಲ. ಸರಿ ನಾಲ್ವರು ಒಂದೇ ಸರಿಯಾಗಿ ಬಂದವ್ರೆ. ನಾಲ್ವರು ತಂದಿರೋ ವಾದ್ಯಗಳು ಸರಿಯಾಗೆ ತಂದವ್ರೆ. ಯಾವುದರಲ್ಲೇನು ಮಿಸ್ಟೀಕ್ಕಿಲ್ಲ, ತಪ್ಪಿಲ್ಲ, ಏನೂ ಬೀಳ್ ಮಾಡೋ ಅಂಗಿಲ್ಲ. ಎಲ್ಲ ಒಳ್ಳೆ ಒಳ್ಳೆ ಕೆಲ್ಸಗಳಿಗೆ ಆಗೋವೆ. ಇನ್ನ ಈಯಪ್ಪ ಯಾರಿಗೆ ಕೊಟ್ಟು ಮಾಡೋದು ಮದ್ವೆ? ಯಾರಿಗೆ ಕೊಡಬೇಕು?

ನಿಮ್ಮಂಥೋರು ಏಳಿದ್ರು ಯಾರೋ, ನಿಮ್ಮಂಥ ಬುದ್ಧಿವಂತ್ರು ಏಳಿದ್ರು 'ಅಯ್ಯಾ ಆ ಔಸ್ತಿ ಹಾಕಿ ಬದುಕಿಸ್ಕೊಂಡ ನೋಡು. ಅವನಿಗೆ ಮಾಡಬೇಕು ಮಗೂಗೆ ಮದ್ವೆ, ಸತ್ತೋಗಿರೋ ಮಗೂಗೆ ಬದುಕಿಸ್ಕೊಂಡವ್ನೆ ಅವನಿಗೆ ಮಾಡಬೇಕು'—ಅಂತ ನೀವೇಳಿದ್ರಿ.

ಅವು ಏಳಿದ್ರು—'ಛೆ! ಅದೆಂಗೆ ಅವನಿಗೆ ಆಗ್ತದೆ. ಅವ್ನು ಸತ್ತಿರೋ ಮಗೂನ ಬದುಕಿಸ್ಕೊಂಡ, ಅವನೊಟ್ಟೀಗೆ ಆ ಮಗು ಉಟ್ಟದಂಗೆ ಆಯ್ತು. ಅವನು ತಂದೆ ಸಮಾನ ಆಗೋದ. ಅವನ್ಗೆ ಆಗಲ್ಲ'—ಅಂತ ಇನ್ನೊಬ್ಬ ಅಂದ.

ಎಷ್ಟು ಜನ ಬೆರೆತವ್ರೆ, ಸಭೆಯಲ್ಲಿ ಕಲ್ತೈತೆ. 'ಓಗ್ಲಿ ಈ ಅರ್ಧದಲ್ಲಿ ನೋಡಿಸ್ತ ನೋಡು ಬೆಂಗಳೂರ ಪಟ್ಣದಲ್ಲಿ ಅವನಿಗೆ ಮಾಡಬೋದು. ಅವನಿಂದಲ್ವೆ ಅವ್ರು ನೋಡಿ ಬಿರೀನೆ ಬಂದಿರೋದು. ಅವನಾಗ್ಲಿ' ಅಂತ ಇನ್ನೊಬ್ನಂದ.

ಈ ಕಂಬ್ಳಿ ಅವನು ಅಂತಾನೆ—'ಕಂಬ್ಳಿ ಇರೋವತ್ತಗ್ಲವ ಅವ್ರು ಇಷ್ಟು ಬಿರೀನ ಬಂದದ್ದು. ಕಂಬ್ಳಿ ಇಲ್ದಿದ್ರೆ ಇವ್ರು ನಡ್ಕೊಂಡ್ ಬಂದಿದ್ರೆ ಆ ಮಗು ದಾನ ಆಗೋಗ್ತ ಇತ್ತು. ಮಗು ಇವರಿಗೆ ಸಿಕ್ತಾ ಇರ್ಲಿಲ್ಲ. ನನಗಾಗ್ಬೇಕು ಅಂತ ಅವ್ನು.'

'ಹಸ್ಕೊಂಡ್ ಬರ್ತಾ ಇದ್ರೆ ನನ್ನ ಪಾತ್ರೇಲಿ ಅಡ್ಗೆ ಮಾಡಿದ್ನಲ್ಲ ಬಿರೀನ. ಅರ್ಜೆಂಟಾಗಿ ಊಟ ಮಾಡಿ, ತಂಪಾಗಿ ಬಂದ್ವಲ್ಲ ನನಗೆ ಬೇಕು'—ಅಂತ ಇವ್ನು.

'ಬದುಕಿಸಿದೆ, ಸತ್ತೋಗಿರೋಳ್ನ ಬದುಕಿಸಿದೆ'—ಅಂತ ಅವ್ನು. ತಿರಗಾ ರೆಡ್ಡಿ, ಅವರ ತಂದೆ ಸಿಕ್ಕೋಗ್ಬಿಟ್ಟ ಸಿಕ್ಲಿಗೆ. ಯಾರು ಹೇಳಿದ್ರೂ ಇವ್ರ ನ್ಯಾಯ ಫೈಸಲ್ ಅಗ್ಲೇ ಆಗ್ದು. ಏನ್ಮಾಡೋದು?

ಇವನ್ಗೆ ಕೊಡ್ಬೇಕು ಅಂದ್ರೆ ಅವ್ನು ಅಂಗೆ ಬಂದವ್ನೆ. ಇವನ್ಗೆ ಕೊಡ್ಬೇಕು ಅಂದ್ರೆ ಅವ್ನೂ ಅಂಗೇ ಬಂದವ್ನೆ, ಇವರಿಗೆ ತಿರ್ಗ ಯಾಜ್ಯ ಬಿದ್‌ಬಿಡ್ತು.

ಈ ರೆಡ್ಡಿಯಿಂದ ಆಗ್ಲೇ ಇಲ್ಲ; ಈ ನ್ಯಾಯ ತೀರ್ಮಾನ ಮಾಡೋದು. ಬಂದಿರೋರೆಲ್ಲ; ಅತ್ತು ಜನ ಬಂದವ್ರೆ; ಸಭೆಯೆಲ್ಲ ಕಲ್ತೈತೆ. ಯಾರಿಂದಾನು ಆಗ್ಲಿಲ್ಲ ಈ ನ್ಯಾಯ ಫೈಸಲ್ ಮಾಡಾದು. ಈ ಅರ್ಥ ಹೇಳೋದಿಕ್ಕೆ ಯಾರ್ಗೂ ಸಾಧ್ಯ ಆಗ್ಲಿಲ್ಲ. ಇವಗ್ಯಾರು ನ್ಯಾಯ ಫೈಸಲ್ ಮಾಡೋರು?

ಇಂಗೆ ಯಾಜ್ಯ ನಡೀತ್ಲೆ ಐತೆ. ನನಗೆ ಬೇಕು, ನನಗೆ ಬೇಕು, ನಮ್ಮಕ್ಕನ ಮಗಳ್ನ ನಾನೇ ಮದ್ವೆ ಆಗ್ಬೇಕು. ಹ್ಞೂ ನೀನೇಳಿರೋ ಮಾತೇನಾಯ್ತು ಏಳು? ಅಂತ ಅವರಪ್ಪನ್ನ ಕೇಳ್ತಾರೆ.

ಆಮೇಲಿಂದ ಅವರ ತಾತ ರೆಡ್ಡಿ ಏನ್ ಮಾಡ್ಬಿಟ್ಟ? ಈ ಉಡ್ಗಿ ಮೇಲೆ ಭಾರ ಎತ್‌ಬಿಟ್ಟ; ಭಾರ ಹೊರಿಸ್ಬಿಟ್ಟ. ಈ ಪಂಚಾಯ್ತಿ ನ್ಯಾಯ ಎಲ್ಲ ಆ ಮಗೀಗೆ ಎತ್‌ಬಿಟ್ಟ.

'ಅಮ್ಮಾ ಇವಾಗ ನಿಮ್ಮ ಮಾವ್ನೋರ ಕೈಗೆ ನಾನು ಮಾತಿಗೆ ಸಿಕ್ಕೋಗಿದ್ದೀನಿ. ನಿನ್ನಿಂದ ಇವಾಗ ನನ್ನ ಮಾತು ಉಳೀಬೇಕು. ಇಲ್ಲಿದ್ರೆ ನಿನ್ನಿಂದ ನನ್ನ ಮಾತೋಗ್ಬೇಕು'—ಅಂದ.

'ಅದೆಂಗ್ ತಾತ ಅತ್ತು ಜನ ಮಾಡಿರೋ ನ್ಯಾಯ ತೀರ್ಮಾನ ಆಗ್ದಿದ್ದ್ ನನ್ನಿಂದ ಆಗ್ತದ. ಈ ಪ್ರಪಂಚವೆಲ್ಲ ನಿಮಗೊತ್ತು. ಓದಿದ್ದೀರ, ಪ್ರಪಂಚ ಮಾಡಿದ್ದೀರ, ಸಂಸಾರ ಮಾಡಿದ್ದೀರಾ, ಎಂಡ್ತಿ ಮಕ್ಕಲ್ಲಿ ಏಗಿದ್ದೀರಾ, ನಿಮಗೆ ತಿಳೀದಿದ್ದ ನ್ಯಾಯ ನನಗೇನು ತಿಳಿದೈತೆ. ಹಸಮಗೀಗೆ ಏನ್‌ಗೊತ್ತು ತಾತ. ಅದೇನ್ ಗೊತ್ತಿಲ್ಲ' ಅಂದ್ಲು.

ಇವ್ರು ಅವ್ರು ಬಂದಿದ್ದವರೆಲ್ಲ ಏನಂದ್ರು ಅಂದ್ರೆ—'ಅಮ್ಮಾ ನೀನ್ ಯಾವನಿಗೆ ಮೆಚ್ಚತೀಯ, ಯಾವನಿಗೆ ಒಪ್ತೀಯ ಅವನ್ಗೆ ಮಾಡ್ತೀವಿ. ನಾಲ್ವರು ನಿಂಗೆ ಮಾವ್‌ಗಳೆ ಇವನೆಚ್ಚಲ್ಲ, ಅವನ್ಕಡಮೇನೂ ಅಲ್ಲ. ನೀನು ಇಂಥವನಿಗೆ ಮಾಡ್ರಿ ಅಂತ ಏಳಿದ್ರೆ ಆವಾಗ ಈ ನ್ಯಾಯ ಫೈಸಲ್ ಆಗ್ತೈತಮ್ಮ. ನೀನು ಒಪ್ಪಿರೋನ್ಗೆ ಮಾಡ್ತೀನಿ' ಅಂದ್ರು.

ಆ ಮಗು ಅಂದ್ಲು: 'ಅದೆಂಗ್ ನ್ಯಾಯ ಒಪ್ಪತೈಪ್ಪ ಅಂಗಂದ್ರೆ. ನೋಡು ನಾಲ್ವರು ನಂಗೆ ಸ್ವಾದರ ಮಾವ್‌ಗಳೆ. ನಾಲ್ವರಲ್ಲಿ ಅವನ್ಯಾಗ್ತೈತೆ ಅಂದ್ರೆ ಇವನ್ಗೆ ಕ್ವಾಪ. ಇವನ್ಗೆ

ಆಗ್ತೇನೆ ಅಂದ್ರೆ ಅವನ್ಗೆ ಕ್ವಾಪ. ನನ್ನ ಮೇಲೆ ಅವರ್ಗೆ ಕ್ವಾಪ ಬರ್‍ತ್ತೈತೆ. ನನ್ಗೆ ನಾಲ್ವರೂ ಒಂದೆ. ಇದ್ರಲ್ಲಿ ನಾನೊಂದು ಮಾತೇಳ್ತೀನಿ. ನೀವು ಸಂಸಾರ ಯವಾರ ಎಲ್ಲ ಮಾಡಿದೀರಾ, ನೀವು ಓದಿದೀರಾ, ನಿಮಗೆ ತಿಳಿಯದ ಯವಾರ ಏನೂ ಇಲ್ಲ. ನನ್ಗೆ ದೇವ್ರು ಏನ್ ಬುದ್ಧಿ ಕೊಟ್ರೆ ಆ ಮಾತೇಳ್ತೀನಿ. ಈ ಮಾತ್ಗೆ ಒಪ್ಕಂಬೋ ಅಂಗಿದ್ರೆ ನಾನೇಳ್ತಿನಿ'—ಅಂದ್ಲು.

'ಏಳ್‌ಬವ್ವುಮ್ಮ ಒಪ್ಕೊಳ್ತೀವಿ'—ಅಂದ್ರು.

ಆ ಮಗು ಏನ್ ಅಂದ್‌ಬಿಟ್ಲು ಅಂದ್ರೆ: 'ನಮ್ ಮಾವ್‌ಗಳು ವಾದ್ಯಗಳು ತರೋಕೋಗಿದ್ದಿರು ನಿಜ್ವಾ?' 'ನಿಜ' 'ಅವ್ರು ವಾದ್ಯಗಳು ತಕೊಂಡ್ ಬರೋವತ್ಗೆ ನನ್ಗೆ ಉಳ ಮುಟ್ಟಿ ಪ್ರಜ್ಞೆ ಇಲ್ದೆ ಬಿದ್ದೋಗಿದ್ನಾ? ಬಿದ್ದೋಗಿದ್ದದು ನಂಗೆ ಗ್ನೆಪ್ತಿ ಇಲ್ಲ. ಅವ್ರು ವಾದ್ಯಗಳು ತಕಂಡ್ ಬಂದೋರು ಯಾರ್‍ಯಾರು ಕುಂತಿದ್ರು ಅಂಬೋದು ನನಗೆ ಪ್ರಜ್ಞೆ ಇಲ್ಲ. ನನಗೆ ಗೊತ್ತಿಲ್ಲ. ನನ್ನ ಕಾಲ್ಕಡೆ ಯಾವನು ಕುಂತಿದ್ನೋ ಅವನೇ ನನ್ನ ಗಂಡ. ಅವನ್ಗೆ ಕೊಟ್ಟು ನನಗೆ ಮದ್ವೆ ಮಾಡ್ರಿ.'—ಅಂದ್ಲು.

ಇಷ್ಟು ಯೋಚ್ನೆ ಯಾವನ್ಗು ಓಡಿರ್ಲಿಲ್ಲ ನೋಡು. ಆವಾಗ ಸಭೆಯೆಲ್ಲ ಜನವೆಲ್ಲ ಒಪ್ಕೊಂಡ್ರು. ಆವಾಗ ಯಾವನು ಕುಂತಿದ್ದ ಅಂದ್ರೆ ಈ ಅಕ್ಷಯ ಪಾತ್ರೆ ತಂದಿದ್ನಲ್ಲ, ಅಡ್ಗೆ ಮಾಡೋದು, ಅವ್ನು ಕುಂತವ್ನೆ.

ಅವಾಗ ನೋಡ್ರಿ ಸಂಕಟದೊತ್ತು. ಇವ್ರು ಎಲ್ಲೇ ಓಗಿ ಬಂದ್ರು ಮಗು ಸತ್ತೋಗ್ಯೆತೆ ಅಂಬೋದಂದು ಯತೆ ಬಂದ್‌ಬಿಡ್ತು. ಯಾವನ್ಯಾವನು ಎಲ್ಲೆಲ್ಲಿ ಕುಂತ್ಕೊಂಡ್ರೊ ಯಾರಿಗೆ ಗೊತ್ತು ಅವರೇನು ಅದೇ ಬೇಕಾಗಿ ಕುಂತ್ಕೊಂಬಲ್ಲ. ಸಂಕಟದೊತ್ನಾಗ ಯಾವ ನ್ಯಾವನು ಎಲ್ಲೆಲ್ಲಿ ಕುಂತ್ಕೊಂಡ್ರೇ ಕುಂತ್ಕೊಂಡ್ಬಿಟ್ರು. ಆ ಮಗು ಅಷ್ಟು ಯೋಚ್ನೆ ಮಾಡ್ಬಿಟ್ಲು. ಆವಾಗ ಜನ ಎಲ್ಲ ಒಪ್ಕೊಂಡ್ರು. ಆ ಅಕ್ಷಯ ಪಾತ್ರೆ ತಂದಿದ್ನೆ ಅವನ್ಗೆ ಮದ್ವೆ ಮಾಡಿದ್ರು. ಅವರಷ್ಟಕ್ಕೆ ಅವ್ರು ಬದಿಕೊಳ್ತಾ ಅವ್ರೆಸ್ವಾಮಿ.

**

೨೮. ಕದರೆ ರಾಜನ ಕಥೆ

ಒಂದಾನೊಂದು ಕಾಲದಲ್ಲಿ ಒಂದಾನೊಂದು ಊರಿನಲ್ಲಿ ಒಬ್ಬ ರಾಜನಂತೆ, ಅವನಿಗೆ ಏಳು ಜನ ಗಂಡು ಮಕ್ಕಳು. ಅವ್ರು ಬೆಳೆದು ದೊಡ್ಡೋರಾದ್ರು. ಮಕ್ಕಳಿಗೆ ಹೆಣ್ಣು ನೋಡು ಅಂತಾ ರಾಜಾ ಮಂತ್ರಿಗೆ ಹೇಳಿದ. ಏಳು ಜನಕ್ಕೂ ಒಬ್ಬ ತಾಯಿ ಹೊಟ್ಟೇಲಿ ಹುಟ್ಟಿರೋ ಹೆಣ್ಣು ಮಕ್ಕಳೇ ಆಗಬೇಕು ಅಂತಾ ಶಾಸ್ತ್ರದಲ್ಲಿ ಹುಟ್ಟಿತು. ಮಂತ್ರಿ ರಾಜಕುಮಾರರು ಪಟತಕ್ಕಂಡು ಹೆಣ್ಣು ಹುಡಿಕಂಡು ಹೊಂಟ. ಒಂದು ಪಟ್ನದಲ್ಲಿ ಏಳುಜನ ಹೆಣ್ಣು ಮಕ್ಕಳೇ ಇದ್ದರು. ಮಂತ್ರಿ ಹೆಣ್ಣುಗಳನ್ನ ರಾಜಕುಮಾರರಿಗೆ ತಂದ್ಕತಿವಿ ಅಂತಾ ಮಾತುಕೊಟ್ಟ.

ಮದುವೆ ಏರ್ಪಾಡು ಆಯಿತು, ಗಂಡಿನ ಮನೇಲಿ ಗಂಡುಗಳ ಸೈವಾಗಿ ಮದುವೆ ಮಾಡಕ್ಕೆ ಹೊರಟ್ರು. ಕಿರಿಯವನು ಹೊರಡ್ನಿಲ್ಲ. ನಾನು ಚಂದ್ರಾಯ ಕೊಡ್ತಿನಿ ಅದ್ಕೆ ಧಾರೆ ಹುಯ್ಕೊಂಡ್ ಬರ್‍ರಿ ಅಂದ. ಅವ್ರು ಅವನ್ನ ಹ್ಯಾಂಗೊ ಹೊಂದಿಕಂಡು ಹೊರಟ್ರು. ಕಿರಿಯವನ್ನ ಕುದ್ರೆಮ್ಯಾಲೆ ಕೂರಿಸಿದ್ರು ಅದು ಮುಂದ್ಕೆ ಹೆಜ್ಜೆ ಹಾಕಲಿಲ್ಲ. ಅಪಶಕುನ ಆತು ಅಂತ್ಹೇಳಿ ಅವ್ನು ಅಲ್ಲೇ ಉಳಕಂಡು ಅವ್ನ ಅಣ್ಣದಿರಿಗೆ—'ನೋಡ್ರೋ ಅಣ್ಣದಿರ ನೀವು ಹೇಗೋ ಹಾದಿ ಒಳಗೆ ಒಂದು ತೋಪು ಸಿಕ್ತದೆ ಅಲ್ಲಿ ಹಾಲು ಗೊಣ ನೀರು ಗೊಣ ಎರಡೂ ಐತೆ. ಅಲ್ಲಿ ನೀರು ನೆಳ್ಳು ಸೌಖ್ಯವಾಗ್ಯೆ ತಂತ್ಹೇಳಿ ಬೀಡು ಬುಡಬ್ಯಾಡಿ ಅದರಾಚೆಗೆ ಹೋಗಿ ಬೀಡು ಬಿಡಿ. ಅಲ್ಲದಿದ್ರೆ ಈಚೆಗೆ ಬಂದು ಬಿಡಿ' ಅಂತ ಹೇಳಿ ಕಳಿಸಿದ. ಸರಿ ಆ ಮಾತು ಅವ್ರ ಮತೀಲಿಟ್ಕಂಡು ಹೊರಟ್ರು. ಅವ್ರು ಹೋಗಾವಾಗ ತೋಪು ಸಿಕ್ತು. ತಮ್ಮ ಹೇಳಿದ ಜ್ಞಾಪಕ ಮಾಡಿಕಂಡು ಅವತ್ತು ಅದರ ಆಚೆಗೆ ಹೋಗಿ ಬೀಡು ಬಿಟ್ಟರು.

ವತ್ತಾರೆ ಎದ್ದು ಏಳುಜನ ರಾಜಕುಮಾರಿಯರು ಇದ್ದಂತಹಾ ಒಂದು ಪಟ್ನ ಸೇರಿದ್ರು. ಅವರ್ನ ಸಂತೋಷದಿಂದ ರಾಜ ಅರಮನೆಗೆ ಬರಮಾಡಿಕಂಡ ಅವರಿಗೆಲ್ಲಾ ಉಪಚಾರಮಾಡಿ ಆದಮ್ಯಾಲೆ ರಾಜ, 'ನೀವು ಆರುಜನ ಬಂದಿದ್ದೀರಲ್ಲ, ನಮ್ಮ ಕುಮಾರಿಯರು ಏಳು ಜನ ಇದ್ದಾರೆ, ಇನ್ನೊಬ್ಬ ಗಂಡು ಎಲ್ಲಿ' ಅಂತಾ ಕೇಳಿದ. ಅದ್ಕೆ ಹಿರೀ ರಾಜಕುಮಾರ ಇದ್ದೋನು— 'ಅವ್ನು ಊರಲ್ಲೇ ಅವ್ನೆ, ದುಶ್ಶಕುನಾತು ಅಂತಾ ಬರ್‍ನಿಲ್ಲ. ಕಟಾರಿಗೆ ಧಾರೆ ಹುಯ್ದು ಕೊಡ್ಲಿ ಅಂತಾ ಕಳಿಸಿಕೊಟ್ಟವ್ನೆ' ಅಂತಾ ಅಂದ. ಅವತ್ತು ರಾತ್ರಿ ಅರಮನೇಲಿ ಸುಖವಾದ ಭೋಜನಾತು. ವತ್ತಾರೆ ಎದ್ದಾಗ ರಾಜ ಪಟ್ನ ಕುಟ್ಸಿ ಪಟ್ನ ಸಾರ್‍ಸಿ ಅವ್ನ ಏಳು ಜನಾ ಹೆಣ್ಣು ಮಕ್ಕಳನ್ನೂ ಆರು ಜನ ರಾಜಕುಮಾರರಿಗೂ ಕತ್ತಿಗೂ ಧಾರೆ ಹುಯ್ದು ಮದುವೆ ಮಾಡಿ ಕೊಟ್ಟ. ಎಲ್ಲಾರು ಅವ್ರ ಹೆಂಡ್ತಿರ ಜೊತೇಲಿ ಸ್ವಲ್ಪ ದಿನ ಸುಖವಾಗಿದ್ದರು.

ಮುಂದೆ ರಾಜಕುಮಾರರು ಅವರ ಮಾವನ ಕೈಲಿ: 'ನಾವು ಇನ್ನ ನಮ್ಮ ರಾಜ್ಯಕ್ಕೆ ಹೋಗಬೇಕು' ಅಂತಂದ್ರು. ರಾಜ ಅವ್ರಿಗೆಲ್ಲ ಮಾಡಬೇಕಾದ ಮರ್ಯಾದಿನೆಲ್ಲ ಮಾಡಿ, ತನ್ನ ಹೆಣ್ಮಕ್ಕಳನ್ನು ಅವರ್‌ಜತೆ ಕಳಿಸ್ಕೊಟ್ಟ. ರಾಜಕುಮಾರರು ತಮ್ಮ ಹೆಂಡತೀರ ಜೊತೆ ತಮ್ಮ ರಾಜ್ಯಕ್ಕೆ ಹಿಂತಿರುಗಿ ಹೋಗೋ ಹಾದೀಲಿ ಕಿರಿ ರಾಜಕುಮಾರ ಹೇಳಿದ್ದ ತೋಪು ಸಿಕ್ಕಿತು. ಅಲ್ಲಿಯ ಸ್ಥಳ ವಳ್ಳೆ ಚನ್ನಾಗಿತ್ತು. ನೀರುನೆಳ್ಳು ಧಾರಾಳವಾಗಿತ್ತು. ಆ ಸಂತೋಷದಲ್ಲಿ ಕಿರಿರಾಜಕುಮಾರ; 'ಅಲ್ಲಿ ಬೀಡು ಬಿಡಬ್ಯಾಡಿ' ಅಂತ್ಹೇಳಿದ್ದ ಮಾತು ಮರೆತು ಹೋಯಿತು. ಆ ತೋಪಿನಲ್ಲೇ ಬೀಡು ಬಿಟ್ಟರು. ಅಲ್ಲಿಯ ಬಿಳಿಕೊಳದಿಂದ ಒಬ್ಬ ದೊಡ್ಡ ನಾಗೇಂದ್ರಾಯ ಬಂದು ಕಿರಿ ರಾಜಕುಮಾರನ ತಂದೆ, ತಾಯಿ, ಮಂತ್ರಿ ಮತ್ತು ಪ್ರಜೆಗಳನ್ನು ಬಿಟ್ಟು ಆರು ಜನ ರಾಜಕುಮಾರರು ಹಿರಿ ರಾಜಕುಮಾರಿ ಒಬ್ಬಳನ್ನು ಬಿಟ್ಟು ಉಳಿದವರನ್ನು ನುಂಗಿ ಕಂಡುಬುಟ್ಟ. ರಾಜ, ರಾಣಿ, ಪ್ರಜೆಗಳೆಲ್ಲ ಗಾಬರಿಪಟ್ಟು ಮುಂದೆ ಸರಿದುಹೋದರು. ಹಿರಿರಾಜಕುಮಾರನ ಪತ್ನಿ ಹಿರಿರಾಜಕುಮಾರಿ ವಿಷಯ ತಿಳಕಂಡು ನಾಗೇಂದ್ರಾಯನ ಮುಂದೆ: 'ಅಪ್ಪಾ ನನ್ನ ಕಿರಿಮೈದುನ ಹೇಳಿದ ಮಾತು ಮರೆತು ಹೋಗಿ ಈ ತೆಪ್ಪು ಮಾಡಿಬುಟ್ವೊ, ಈಗ ನೀನೇ ನಮ್ಮನ್ನ ಕಾಪಾಡಬೇಕು, ಅವರ್ನೆಲ್ಲಾ ಬದುಕ್ಸಿಕೊಡಬೇಕು' ಅಂತಾ ಕೇಳಿದ್ಲು. ಆಗ ನಾಗೇಂದ್ರಾಯ: 'ನೋಡಮ್ಮಾ ನೀನು ಎಷ್ಟು ಬೇಡಿದ್ರೂ ಅವರ್ನ ಬದುಕಿಸ್ಕಳ್‌ಲಾರೆ. ನೀನು ಒಂದ್ಕೆಲ್ಸ ಮಾಡು ನಿನ್ನ ಕಿರಿಮೈದುನ ಅವ್ನಲ್ಲಾ ಅವನನ್ನ ನನ್ನ ಹತ್ರಕ್ಕೆ ಬರದಿಕ್ಕೆ ಹೇಳು' ಅಂತಂದ. ಆಗಲೀ ಅಂತಾ ಅವಳ ಗಂಡನ ರಾಜ್ಯಕ್ಕೆ ಪ್ರಯಾಣ ಮಾಡಿದಳು.

ಅರಮನೆಯಲ್ಲಿ ಅವಳ ಅತ್ತೆ, ಮಾವ, ಪ್ರಜೆಗಳು ದುಃಖದಲ್ಲಿದ್ದರು. ಸುದ್ದಿ ತಿಳಿದ ಕಿರಿರಾಜಕುಮಾರನಿಗೆ ದುಃಖ ಉಂಟಾಯಿತು. ಅವತ್ತು ರಾತ್ರೆ ಹಿರಿರಾಜಕುಮಾರನ ಹೆಂಡತಿ ಹೋಗಿ ಕಿರಿರಾಜಕುಮಾರನಿಗೆ ನಡೆದ ಸಂಗತಿ ಎಲ್ಲವನ್ನೂ ತಿಳಿಸಿದಳು. 'ಆಗಲಿ ಹೋಗಿ ಅತ್ತಿಗೆ ದೇವರಿದ್ದಾನೆ' ಅಂತಾ ಕಿರಿರಾಜಕುಮಾರ ಅವಳನ್ನು ಅಂತಃಪುರಕ್ಕೆ ಕಳುಹಿಸಿಕೊಟ್ಟ. ಬೆಳಿಗ್ಗೆ ಎದ್ದು ತಂದೆತಾಯಿಗಳಿಂದ ಸುದ್ದಿ ತಿಳಿದು ಹೆಚ್ಚು ದುಃಖಮಾಡಿ, ತಾಯಿಗೆ ರೊಟ್ಟಿ ಬುತ್ತಿ ಕಟ್ಟುವಂತೆ ಹೇಳಿದ. ಅವ್ನ ತಾಯಿ ಹೆದ್ರಿಕಂಡು: 'ನೀನೊಬ್ನಾದ್ರೂ ಈಗ ನಮ್ಮ ಪಾಲಿಗಿದೀಯ ನೀನೂ ಹೋದ್ರ ನಮ್ಗತಿ ಏನಪ್ಪಾ' ಅಂದಳು. ಆದ್ರೂ ಅವ್ನ ಧೈರ್ಯಗೆಡ್ದೆ 'ಹೆರ್ದುಬಾರ್ದು ದೇವ್ರವ್ನಲ್ಲಾಂತ' ಹೇಳಿಬಿಟ್ಟು ತೋಪಿನತ್ರಾ ಇರೋ ನಾಗೇಂದ್ರಾಯ್ನ ಕೊಳದತ್ರಕ್ಹೋಗಿ 'ನಾಗೇಂದ್ರಾಯಾ'ಂತ ಕೂಗಿದ. ನಾಗೇಂದ್ರಾಯ ಬುಸ್ ಅಂತಾ ಕೊಳದಿಂದ ಹೊರಕ್ಕೆ ಬಂದ. ಕಿರಿರಾಜಕುಮಾರ ಹೆದರ್‌ನಿಲ್ಲ. 'ನನ್ನ ಬರ ಹೇಳಿದ್ಯಂತಲ್ಲ ಯಾಕೆ' ಅಂತ್ಕೇಳಿದ. ಆಗ ನಾಗೇಂದ್ರಾಯ: 'ನೋಡಪ್ಪಾ ಕದರೇ ರಾಜನ ಪಟ್ನಾಂತ ಒಂದು ಪಟ್ನ, ಅಲ್ಲಿಗೆ ಕದರೇರಾಜನೇ ದೊರೆ. ಅವ್ನಿಗೆ ರೂಪವಂತೆ–ಗುಣವಂತೆಯಾದ ಒಬ್ಳು ಹೆಣ್ಮಗಳವಳೆ ಅವಳ್ನ ಗೆದ್ದು ಮದ್ವೆ ಮಾಡ್ಕಬೇಕು ಅಂತಾ ಭಾಳ ಜನ ಆಸೆಪಟ್ಟು ಅವಳ್ನ ತರಕ್ಕೇಂತ ಹೋಗಿ ಅವಳ ಅಪ್ಪ ಹಾಕಿದ ಪಂಥದಲ್ಲಿ ಸೋತು ಮೂಗಿಗೆ ಕವಡೆ ಹಾಕಿಕಂಡು ಅವ್ನ ಮನೆಯಲ್ಲಿ ಜೀತದಾಳಾಗ್ಯವ್ರೆ. ಅವ್ರು ಯಾರ್ಕೈಲೂ ಆ ರಾಜಕುಮಾರಿಯ ಗೆಲ್ಲಕ್ಕಾಗಲ್ಲ.

ನೀನು ಆ ರಾಜಕುಮಾರೀನ ಗೆದ್ದು ಮದುವೆಯಾಗಿ ಜೀತದಾಳುಗಳ ಸೆರೆ ಬಿಡಿಸು. ಇಷ್ಟಕ್ಕೇ ನಿನ್ನನ್ನ ಕರಿಯದಿಕ್ಕೆ ಕಳ್ಸಿದ್ದೆ. ನಿನಗೆ ಈ ಕೆಲ್ಸಮಾಡಾವಾಗ ಕಷ್ಟದ ಕಾಲ ಬಂದರೆ, 'ನಾಗೇಂದ್ರಾಯ ಅಂತಾ ನನ್ನನ್ನ ನೆನ್ಕೊ ನಿನ್ಕಷ್ಟ ಪರಿಹಾರ ಆಗ್ತದೆ' ಅಂತ್ಹೇಳಿ ನಾಗೇಂದ್ರಾಯ ಕೊಳದೊಳಕ್ಕೆ ಸೇರ್ಕಂಡ್ಬುಟ್ಟ.

ಕಿರಿರಾಜಕುಮಾರ ಕದರೇರಾಜನ ಪಟ್ನ ಹುಡಿಕ್ಕಂಡು ಹೊಂಟ. ಓಯ್ತಾ ದಾರೀಲಿ ಒಬ್ಬ ಹಾದಿಕಾರ ಸಿಕ್ಕಿದ. ಕಿರಿರಾಜಕುಮಾರ: 'ಎಲ್ಲಿಗೋಯ್ತಿಯಣ್ಣಯ್ಯಾ' ಅಂದ. ಅದಕ್ಕೆ ಅವನು ಅಂದ: 'ನಾನು ಕದರೇರಾಜನ ಮಗಳನ್ನ ಗೆಲ್ಲದಿಕ್ಕೇಂತ ಹೋಯ್ತಾ ಇದೀನಿ' ಅಂದ. ಕಿರಿರಾಜಕುಮಾರ ಅವನ್ನು ಜೊತೆಮಾಡಿಕ್ಕಂಡು ಇನ್ನೊಂದು ಸ್ವಲ್ಪ ದೂರ ಹೋದರು ಇನ್ನೊಬ್ಬ ದಾರಿಕಾರ ಸಿಕ್ಕಿದ. ಅವನೂ ಕದರೇರಾಜನ ಮಗಳ ಗೆಲ್ಲದಿಕ್ಕೆ ಹೊಂಟಿದ್ದ. ಅವನೂ ಇವ್ರ ಜತೆ ಸೇರಿಕಂಡ. ಸ್ವಲ್ಪ ದೂರ ಹೋದಮ್ಯಾಲೆ ಕದರೇರಾಜನ ಮಗಳ ಗೆಲ್ಲದಿಕ್ಕೆ ಹೊಂಟಿದ್ದ ಇನ್ನೊಬ್ಬ ಇವರ್ನ ಸೇರಿಕಂಡ. ಇನ್ನೂ ಸ್ವಲ್ಪ ದೂರ ಹೋದಮ್ಯಾಲೆ ಅದೇ ಕೆಲಸಕ್ಕೆ ಹೊಂಟಿದ್ದ ಇನ್ನೊಬ್ಬ ಸಿಕ್ಕಿದ. ಇನ್ನೂ ಸ್ವಲ್ಪ ದೂರ ಹೋದಮ್ಯಾಲೆ ಇನ್ನು ಒಬ್ಬ ಹೋಯ್ತಾ ಇದ್ದ, ಅವ್ನು ಇದೇಕ್ಯಲಸಕ್ಕೆ ಹೊಯ್ತಾ ಇದ್ದ ಅವ್ನೂ ಇವ್ರ ಜತೆ ಸೇರಿಕಂಡ. ಹಿಂಗೆ ಇವರೈದು ಜನದ ಜೊತೆ ರಾಜಕುಮಾರನೂ ಸೇರಿಕಂಡು ಪ್ರಯಾಣ ಬೆಳೆಸಿದರು. ಹೀಗೆ ಹೋಗೋ ಸಂದರ್ಭದಲ್ಲಿ ಕಿರಿರಾಜಕುಮಾರ: 'ನೀವು ಕದರೇರಾಜನ ಮಗಳ ಗೆಲ್ಲಬೇಕಂತ ಹೊಂಟಿದ್ದೀರಲ್ಲ, ನೀವು ಏನೇನು ಸಾಹಸ ಕಂಡಿದ್ದೀರಿ ಹೇಳಿ' ಎಂದು ಕೇಳಿದ.

ಅದ್ಕೆ ಒಂದನೆಯವ್ನು ಹೇಳಿದ 'ಮುನ್ನೂರ ಅರವತ್ತು ಯೋಜನದಲಿ ಇರೋದನ್ನ ನಾನು ಇಲ್ಲೇ ನಿಂತ್ಕೊಂಡು ಹೇಳಬಲ್ಲೆ' ಎಂದ.

ಆಮೇಲೆ ಎರಡನೆಯವನು: 'ಮುನ್ನೂರ ಅರವತ್ತು ಯೋಜನದಲ್ಲಿ ಇರೋದನ್ನ ನಾನು ತರಬಲ್ಲೆ' ಅಂತ ಅಂದ.

ಆವಾಗ ರಾಜಕುಮಾರ ನಾಲ್ಕನೆಯವನನ್ನು ಕೇಳಿದ: 'ನೀನು ಏನು ಸಾಹಸ ಮಾಡಬಲ್ಲೆ?' ಅಂತಾ. ಆಗ ನಾಲ್ಕನೆಯವನು ಹೇಳ್ತಾನೆ: ಏಳುದಿವ್ಸ ಕಾದ ಏಳೂ ಕೊಪ್ಪರಿಗೆ ಚುರುಗುಡೋ ನೀರನ್ನ ಇದರಿಂದ ಅದಕ್ಕೆ, ಅದರಿಂದ ಇದಕ್ಕೆ ಹಾಕಿ ತಲೇಮ್ಯಾಲೆ ಬಗ್ಗಿಸ್ಕೊಳ್ಳಬಲ್ಲೆ. ಕಡೆ ಯವನು ಅವ್ನ ಸಾಹಸ ಹೇಳ್ತಾನೆ: 'ಮೂಗಂಡುಗ ಅಕ್ಕಿ ಅನ್ನ ಮಾಡಿ ನನ್ನ ಮುಂದಕ್ ಸುರುದ್ರೆ ಮೂರೇತುತ್ತಿಗೆ ಉಣ್ಣಬಲ' ಅಂತಾನೆ. ಆದ್ರೆ ಕಿರಿರಾಜಕುಮಾರ ತಾನು ಏನು ಸಾಹಸ ಮಾಡಬಲ್ಲೆ ಅಂತಾ ಹೇಳ್ನಿಲ್ಲ. ಹಂಗೆಯೂ ಹೋಯ್ತ ಇರಬೇಕಾದ್ರೆ ಇವರ ಶಕ್ತಿ ಪರೀಕ್ಷೆ ಮಾಡ್ಬೇಕು ಅಂತಾ ಕಿರಿರಾಜಕುಮಾರನಿಗೆ ಅನ್ನಿಸ್ತದೆ. ಅದೇ ಸಮಯಕ್ಕೆ ಸರಿಯಾಗಿ ಏನೋ ಸದ್ದು ಕೇಳಿಸ್ತು. 'ಅದು ಯಾತರ ಸದ್ದು ಇರಬ್ಯೆದು' ಅಂತಾ ಕಿರಿರಾಜಕುಮಾರ ಒಂದನೇ ದಾರಿಕಾರನನ್ನು ಕೇಳಿದ. ಅದ್ಕವ್ನು: 'ಅದು ಇಲಿ ಸದ್ದು ಕಣಣ್ಣ, ಸರ್ಪ ಬಂದು ಇಲೀನ ಅಡ್ಡಲಾಗಿ ಕಚ್ಚಿಕಂಡು ಹುತ್ತದೊಳಿಕೆ ಯಳಿತದೆ, ಅದ್ಕೆ ಬಡ್ಕತದೆ' ಎಂದ. ಆಗ ರಾಜಕುಮಾರ ಎರಡನೇಯವನನ್ನು ಕರೆದು: 'ನೋಡಣ್ಣ ಆ ಮುನ್ನೂರು ಅರವತ್ತು

ಯೋಜನೇಲಿ ಇಲೀನ ಕಚ್ಗಂಡಿರೋ ಸರ್ಪನ್ನ ಇಲಿಗೆ ನವ್ವಾಗದಂಗೆ ಒಂದೇ ಏಟಿಗೆ ವಡಿಬೇಕಲ್ಲ' ಎಂದ. ಅವನು ಹಂಗೇಮಾಡಿ ಇಲಿಯ ಪ್ರಾಣ ಉಳಿಸಿದ. ಕಿರಿರಾಜಕುಮಾರ ಮೂರನೆಯವನನ್ನು ಕರೆದು: 'ಮುನ್ನೂರು ಅರವತ್ತು ಯೋಜನೆಯಲ್ಲಿರೋ ಇಲಿಯನ್ನ ಇಲ್ಲಿಗೆ ತರಬೇಕಲ್ಲ' ಎಂದಾಗ ಅವನು ತನ್ನ ಸಾಹಸ ತೋರಿಸಿ ತಂದುಕೊಟ್ಟ. ಆ ಇಲಿ ತನ್ನ ಪ್ರಾಣ ಕಾಪಾಡ್ದ ಆ ರಾಜಕುಮಾರನಿಗೆ ಇಲಿ—'ರಾಜಕುಮಾರ ನೀನು ನನ್ನ ಪ್ರಾಣ ಉಳಿಸಿದಕ್ಕೆ ನಾನು ಭಾಗ್ಯವಂತ, ನಿನಗೆ ಯಾವುದಾದರೂ ಕಷ್ಟಬಂದರೆ ನನ್ನನ್ನು ನೆನೆಯುವುದು' ಅಂತ್ಹೇಳಿ ಹೊಂಟು ಹೋದ. ಹೀಗೆ ಆದಮ್ಯಾಲೆ ಅವರು ಮುಂದಕ್ಕೆ ನಡದ್ರು.

ಹೀಗೆ ಹೋಗುವಾಗ ಒಂದು ಇರುವೆ ದಂಡೆದ್ದಿತ್ತು. ಆ ದಂಡನ್ನ ಆನೆಬಂದ್ಬುಟ್ಟು ಹೊಸಕಿಹಾಕ್ತಾ ಇರೋದು ಮುನ್ನೂರ ಅರವತ್ತನೇ ಯೋಜನ ದೂರದಲ್ಲಿ ಕಾಣ್ತದೆ. ಆಗ ಒಂದನೆಯವ್ನು ಹೇಳ್ತಾನೆ. ಆಗ ಕಿರಿರಾಜಕುಮಾರ ಎರಡನೇಯವನನ್ನು ಕರೆದು: 'ನೋಡಣ್ಣ ಇರುವೆಗಳಿಗೆ ನವ್ವಾಗದಂಗೆ ಆನೆ ಸ್ವಂಡ್ಲು ಹಾರಿಹೋಗಂಗೆ ವಡೀಬೇಕು' ಅಂತಾನೆ. ಆಗ ಅವನು ಇರುವೆಗೆ ನವ್ವಾಗದಂಗೆ ಆನೆ ಸ್ವಂಡ್ಲು ಆರಿಸ್ದ. ಆಮೇಲೆ ಮೂರನೇಯವನನ್ನು ಕೂಗಿ: 'ನೋಡಣ್ಣ ಮುನ್ನೂರ ಅರವತ್ತು ಯೋಜನೇಲಿರೋ ಆ ಆನೆಸ್ವಂಡ್ಲತಾಂಬಾ' ಅಂತಂದ. ಅವ್ನು ಹೋಗಿ ತಂದ. ಕಷ್ಟದಿಂದ ಪಾರಾದ ಇರುವೆ ದಂಡು ಕಿರಿರಾಜಕುಮಾರ ನತ್ರಕ್ಕೆ ಬಂದು—'ನಮ್ಮನ್ನು ಕಷ್ಟದಿಂದ ಪಾರು ಮಾಡಿದ್ಕೆ ನಿನ್ಗೇನು ಕೊಡಕ್ಕಾಗುದ್ದೂ್ರ ನಿನ್ಗೆ ಕಷ್ಟ ಬಂದಂಥಾಕಾಲದಲ್ಲಿ ಇರುವೆ ರಾಯರೇ ನೀವಾದ್ರೂ ಇಲ್ಲವೇ' ಅಂತಾ ನೆನ್ಕೊಂಡುದ್ದೇ ಆದ್ರೆ ನಾವು ಬಂದು ಪಾರು ಮಾಡ್ತೀವಿ ಅಂತ್ಹೇಳಿ ಹೊಂಟೋದೊ.

ಸರಿ, ಅವರೆಲ್ಲಾ ಕದರೇರಾಜನ ಪಟ್ಟಣಕ್ಕೆ ಬಂದು ಸೇರಿದ್ರು. ಅವತ್ತು ರಾತ್ರೆ ಅವ್ರು ಆರು ಜನವೂ ಒಂದ್ಕಡೆ ಸೇರ್ಕಂಡ್ರು. ಅವ್ರು ಐದು ಜನವೂ ಯೋಚ್ನೆಲ್ದಂಗೆ ಮನಿಕಂಡ್ರು. ಕಿರಿರಾಜಕುಮಾರಂಗೆ ಯೋಚ್ನೆ ಹತ್ತಿಕತ್ತು, ಹ್ಯಂಗೆ ಕದರೇರಾಜನ ಮಗಳ್ನ ಗೆಲ್ಲದೂಂತ. ಆಗ ಅವ್ನಿಗೆ ಹಿಂದೆ ಸರ್ಪನ ಬಾಯಿಂದ ಪಾರುಮಾಡಿದ್ದ ಇಲಿ ಜ್ಞಾಪಕಕ್ಕೆ ಬಂತು ಆಗ ಇಲೀ ನೆನ್ಕಂಡ. ಇಲಿ ಬಂದು ಅವ್ನ ಮುಂದೆ ನಿಂತ್ಕಂಡು 'ಏನು ಕಷ್ಟ ಐತೆ' ಅಂತಾ ಕೇಳ್ತು. 'ನನಗೀಗ ನೀನು ಒಂದು ಸಹಾಯಮಾಡ್ಬೇಕು' ಅಂತಂದ ರಾಜಕುಮಾರ. ಇಲಿ: 'ಅದೇನು ಹೇಳು' ಅಂತು. ಅದಕವನು: 'ಈ ರಾಜ್ಯದ ಕದರೇರಾಜನ ಮಗಳ ಮಂಚ್ಕೂ ನಾನಿರುವ ಮಂಚಕ್ಕೂ ಒಂದು ನೆಲಮಾಳಿಗೆ ದಾರಿಮಾಡು' ಅಂದ. ಇಲಿ ಅವ್ನು ಹೇಳಿ ದಂಗೇ ಮಾಡ್ತು. ಕಿರಿರಾಜಕುಮಾರ ನೆಲಮಾಳಿಗೆ ಮೂಲಕ ಕದರೇರಾಜನ ಮಗಳ ಮಂಚದ ಹತ್ತಿರಕ್ಕೆ ಬಂದ. ಅವಳಾದರೂ ಏಳು ಅಂತಸ್ತಿನ ಉಪ್ಪರಿಗೆ ಮೇಲೆ ಮಲಗಿದ್ಲು. ಅವಳಿಗೆ ಏಳುಸುತ್ತಿನ ಪಹರೆ ಇತ್ತು. ಆದ್ರೂ ರಾಜಕುಮಾರ ಇವರಿಗೆ ಕಾಣದ್ಹಾಂಗೆ ಕುಮಾರಿ ಮಂಚದ ಹತ್ತಿರ ಬಂದು ರಾಜಕುಮಾರಿಗಾಗಿ ಇಟ್ಟಿದ್ದ ಎಲೆ ಅಡಿಕೆ ಹಾಕಿಕಂಡು, ಅವಳಿಗಾಗಿ ಇಟ್ಟಿದ್ದ ಹಾಲು ಕುಡಿದು. ರಾತ್ರಿಯೇ ಅವನ ಪ್ರದೇಶಕ್ಕೆ ಬಂದು ಸೇರಿಕೊಂಡ. ವತ್ತಾರೆ ರಾಜಕುಮಾರಿ ಎದ್ದು ತಟ್ಟೆಯಲ್ಲಿ ಎಲೆ ಅಡಿಕೆ ಬಟ್ಟಲಲ್ಲಿ ಹಾಲು ಇಲ್ಲದ್ದು

ಕಂಡು ಆಶ್ಚರ್ಯಪಟ್ಟಳು. ರಾತ್ರಿ ಬಂದಿದ್ದವನು ಯಾರು ಅಂತಾ ಹಿಡೀಬೇಕು ಅಂತ್ಹೇಳಿ ಎರಡನೇ ರಾತ್ರಿ ಎಚ್ಚರವಾಗಿದ್ದುಕೊಂಡು ಕಾಯ್ದಳು. ಆದರೆ ಎಷ್ಟೋ ಹೊತ್ತಿನಮೇಲೆ ನಿದ್ದೆ ಬಂದು ಮಲಗಿದಳು ಆಗ ಕಿರಿರಾಜಕುಮಾರ ನೆಲಮಾಳಿಗೆಯಿಂದ ಬಂದು ಇದ್ದ ಎಲೆ ಅಡಿಕೆ ಹಾಕಿಕಂಡು ಇದ್ದ ಹಾಲು ಕುಡಿದು ಹೊರಟುಹೋದ. ಮೂರನೆಯ ರಾತ್ರಿ ಹಾಗೆ ಯಾವನು ಬರುತ್ತಾನೊ ಅವನನ್ನು ಈ ರಾತ್ರಿ ಹಿಡಿದೇ ಹಿಡಿಯಬೇಕು ಎಂದು ತೀರ್ಮಾನಿಸಿ ಮೂರನೆಯ ರಾತ್ರಿ ಎಚ್ಚರವಾಗಿ ಕಾಯ್ತ ಕುತಂಕಂಡ್ಲು. ಮಧ್ಯರಾತ್ರೀಲಿ ಕಿರಿರಾಜಕುಮಾರ ಕದರೇರಾಜನ ಮಗಳು ಈಗ ಮಲಗಿರಬಹುದು ಅಂದ್ಕೊಂಡು ಅವಳು ಮಲಗಿದ್ದ ಮಂಚದ ಹತ್ತಿರ ಬಂದ. ಕದರೇರಾಜನ ಮಗಳು ಮ್ಯಾಕೆದ್ದು ಕೂತುಕಂಡ್ಲು. ಕಿರಿರಾಜಕುಮಾರನ್ನ ನೀನು ಯಾರು ಇಲ್ಲಿಗೆ ಹ್ಯಂಗೆ ಬಂದೆ ಅಂತಾ ಕೇಳಿದ್ಲು. ಕಿರಿರಾಜಕುಮಾರ ಅವನ ಹಿಂದಿನ ಕತೇನ್ನೆಲ್ಲ ಹೇಳಿದ ಆಮ್ಯಾಲೆ—'ರಾಜಕುಮಾರಿ ನಿನ್ನನ್ನ ಗೆಲ್ಲುಬೇಕು ಅಂತಾ ಬಂದಿದ್ದೀನಿ ನಿಮ್ಮಪ್ಪ ಏನು ಜೂಜು ಮಾಡ್ತಾನೆ ಹೇಳು. ಅದ್ರಲ್ಲಿ ಗೆದ್ದು ನಿನ್ನನ್ನ ನಾನು ಮದ್ವೆ ಆಯ್ತಿನಿ' ಅಂದ. ಅದ್ಕವಳು: 'ಆ ಜೂಜು ತುಂಬಾ ಕಷ್ಟ' ಅಂದಳು. 'ಪರವಾಗಿಲ್ಲ ಹೇಳು' ಅಂತಂದ ರಾಜಕುಮಾರ. ಅದ್ಕೆ ಕದರೇರಾಜನ ಮಗಳು ಹೇಳಿದಳು

'ನೋಡು ರಾಜಕುಮಾರ ಪಂಥಗೆಲ್ಲದಿಕ್ಕೆ ಮೊದ್ಲು ನೀನು ನಮ್ಮಪ್ನತ್ರ ಹೋಗಿ ನಿನ್ನ ಮಗಳ ಗೆಲ್ಲಕೆ ಬಂದಿವ್ನಿ. ನೀನು ಏನು ಪಂಥ ಹೇಳ್ತಿಯಾ ಅಂತಾ ಕೇಳು. ಅದ್ಕೆ ನಮ್ಮಪ್ಪ ಹೀಗಂತ ಪಂಥ ಕಟ್ತಾನೆ. ಒಂದನೇದಾಗಿ ನಮ್ಮಪ್ಪನ ಪಟ್ಟದ ಹನಿನಲ್ಲಿ ಒಂದು ತಪ್ಪಲಿ ಹಾಲು ತಕ್ಕತಾರೆ. ಆ ಹಾಲ ತಪ್ಪಲಿ ನಿನ್ನ ಬಲಗೈಗೆ ಕೊಟ್ಟು ಎಡಗೈಗೊಂದು ಕರೀಮಣಿ ಸರ ಕೊಡತಾರೆ. ಆಗ ನೀನು ಆ ಹಾಲನ್ನ ಕರೀಮಣಿಯ ಹೆಜ್ಜೆಯೊಳಗೆ ಬುಡಬೇಕು. ಅಂದ್ರ ಹಾಲ್ನ ಕರಿಮಣಿ ಹೊರದಡಕ್ಕೆ ಹಾಲು ಚೆಲ್ಲದಂಗೆ ಚುಟ್ರ ನೀನು ಗೆದ್ದಂಗೆ ಇಲ್ಲಾಂದ್ರೆ ಸೋತಂಗೆ. ನೀನು ಸೋತ್ರೆ ನಿನ್ನ ಮೂಗಿಗೂ ಕವಡೆಹಾಕಿ ಜೀತಮಾಡುಸ್ತಾರೆ.'

ಎರಡನೆ ಪಂಥ ಏನು ಗೊತ್ತಾ. ಒಂದು ಕಂಡುಗ ಅಣ್ಣೇಬೀಜ, ಒಂದು ಕಂಡುಗ ದಂಟಿನಬೀಜ, ಒಂದು ಕಂಡುಗ ಕೀರೆಬೀಜ ಮೂರನ್ನೂ ಬೆರೆಸಿ ಒಂದು ರಾಸಿಹುಯ್ತಾರೆ. ಆ ರಾಸಿಲಿರೋ ಮೂರುತರಾ ಬೀಜಾನೂ ಒಂದೇ ಒಂದು ರಾತ್ರಿವಳಗೆ ಮೂರು ಭಾಗಮಾಡಬೇಕು, ಅಂದರೆ ವತ್ತಾರೆ ಹೊತ್ತಿಗೆ ಅಣ್ಣೇಬೀಜ ಒಂದುರಾಸಿ, ದಂಟಿನಬೀಜ ಇನ್ನೊಂದು ರಾಸಿ, ಮತ್ತೆ ಕೀರೇಬೀಜ ಒಂದುರಾಸಿ ಹಿಂಗೆ ವಿಂಗಡಿಸಬೇಕು. ಹಿಂಗೆ ವಿಂಗಡಿಸಿದ್ರೆ ನೀನು ಪಂಥದಲ್ಲಿ ಗೆದ್ದಂಗೆ.

ಇನ್ನು ಮೂರ್ನೇ ಪಂಥ ಅಂತಂದ್ರೆ, ನಮ್ಮ ಪಟ್ನದಲ್ಲಿರೋವ್ರೆಲ್ಲಾ ಒಂದೊಂದು ಮಂಕರಿ ಸುಣ್ಣತಂದು, ನಿನ್ನ ಒಂದುಕಡಿಕೆ ಕುಂಡ್ರುಸಿ ನಿನ್ನ ಮೈಮ್ಯಾಲೆ ರಾಸಿ ಹಾಕ್ತಾರೆ. ಅದ್ರಮ್ಯಾಲೆ ಎಲ್ಲಾ ಒಂದೊಂದು ಅರಬೀ ನೀರು ಹುಯ್ತಾರೆ. ಅದ್ರಲ್ಲಿ ನೀನು ಬದ್ಕಿ ಬಚಾವಾಗಿ ಬಂದರೆ ನೀನು ನನ್ನ ಗೆದ್ದಂಗೆ. ಇಷ್ಟೇ ಅಲ್ಲ ಇನ್ನೂ ಪಂಥಗಳವೆ ಅವು ಯಾವಂದ್ರೆ ನಾಲ್ಕನೇದಾಗಿ ಏಳುಕೊಪ್ಪರಿಗೆ ನೀರ್ನ ಏಳುದಿನ ಕಾಯಿಸ್ತಾರೆ. ಆ ನೀರ್ನ

ನೀನು ಅದರಿಂದ ಇದ್ಕೆ ಇದರಿಂದ ಅದ್ಕೆ ಮಗಚಿ ನಿನ್ನ ತಲೆಮ್ಯಾಕೆ ಸುರುವಿಕಬೇಕು. ಹಂಗೆಮಾಡಿದ್ರೆ ನೀನು ನಾಲ್ಕನೇ ಪಂಥ ಗೆದ್ದಂಗೆ.

ನಮ್ಮಪ್ಪ ಹೂಡೋ ಐದ್ನೇ ಪಂಥ ಅಂತಂದ್ರೆ, ನಮ್ಮಪ್ಪ ಮೂರು ಕಂಡುಗ ಅಕ್ಕಿ ಹಾಕಿಸಿ ಬರೀ ಅನ್ನ ಮಾಡುಸ್ತಾನೆ. ಅದ್ನ ನೀನು ಮೂರೇ ತುತ್ತಿಗೆ ಉಣ್ಣಬೇಕು.

ಆರ್ನೇ ಪಂಥ ಏನು ಗೊತ್ತಾ, ನಮ್ಮಪ್ಪನ ಹೂವಿನ ತ್ವಾಟಾ ಮುನ್ನೂರ ಅರವತ್ತು ಯೋಜನದೂರದಲ್ಲಯಿತೆ. ಅದು ಏಳು ಊರಯಲ್ಲೆ ಅಗಲ ಐತೆ. ಅದರೊಳಗೆಲ್ಲ ಗಿಡ ಗಳು. ನಮ್ಮಪ್ಪ ಸ್ನಾನಕ್ಕೋಯ್ತನೆ ಅವ್ನು ಸ್ನಾನಮಾಡಿ ವಾಪಸ್ಸು ಬರೋಹೊತ್ಗೆ ಆ ತ್ವಾಟಕ್ಕೋಗಿ ಗಿಡಕೊಂದು ಹೂವು ಗಿಡಕೊಂದು ಕಾಯಿ ಕೂದು, ನಮ್ಮಪ್ಪನ ದೇವರ ಪೂಜಿಗೆ ತರಬೇಕು. ಆದ್ರೆ ಹಂಗೆ ಕುಯ್ಕಂಡು ಬರಾವಾಗ ಅಲ್ಲೊಂದು ತಿರುಪಿನ ಗೊಂಬೆಐತೆ ನಿನ್ನ ಕೈ ಹಿಡ್ಕತದೆ ಮುಂದ್ಕೆ ಬುಡಾಕಿಲ್ಲ. ಅದು ಇಲ್ಲಿ ನಮ್ಮಪ್ಪನ ಪೂಜಿ ಮುಗದಮ್ಯಾಲೆ ನಿನ್ನ ಕೈಬುಡ್ತದೆ. ನೀನು ಪೂಜಿಗೆ ಹೂವು ತರಾಕಾಗ್ದೆ ಸೋತುಬುಡ್ತೀಯ.

'ಇನ್ನು ಏಳ್ನೇ ಪಂಥಾ ಹಿಂಗಿರ್ತದೆ. ಊರ ಹೆಣ್ಣು ಮಕ್ಳಿಗೆಲ್ಲಾ ಅಲಂಕಾರ ಮಾಡಿ ನಿಲ್ಲುಸ್ತಾರೆ. ನನಿಗೆ ಅಲಂಕಾರ ಮಾಡಕ್ಕಿಲ್ಲ ತಲೆಗೆ ಬೂದಿ ಊದು ಹಲ್ಲಿಗೆ ಹಲ್ಲಿಟ್ಟೂದು ಹಳೇಸೀರೆ ಹಳೇರವಿಕೇಲಿ ನಿಲ್ಲುಸ್ತಾನೆ. ಆಗ ನೀನು ನನ್ನ ಆರಿಸ್ಕಬೇಕು. ನನ್ನ ಆರಸ್ದೆ ಬೇರೇವರ್ನ ಆರಿಸಿದ್ರೆ ನೀನು ಪಂಥಸೋತಂಗೆ. ರಾಜಕುಮಾರ ಈಗ ಚೆನ್ನಾಗಿ ಯೋಚನೆ ಮಾಡು, ಪಂಥಕ್ಕೆ ಇಳ್ಳೇವು ಹಿಡಿತಿಯಾ ಇಲ್ಲವಾ ಅಂತಾ. ಇನ್ನು ಪಂಥಗೆಲ್ಲವರಿಗೂ ನನ್ನ ಅರಮನಿಗೆ ಬರಬ್ಯಾಡ' ಅಂತಾ ರಾಜಕುಮಾರಿ ಮಾತು ಮುಗ್ಸಿದ್ಲು. ಕಿರಿರಾಜಕುಮಾರ ಅವ್ನ ಜಾಗಕ್ಕೆ ವಾಪಸ್ಸು ಬಂದ.

ಬೆಳಕಾಯಿತು. ದೇವ್ರೇ ನೀನೇಗತಿ ಅಂತಾ ರಾಜನ ಹತ್ರಾ ಹೋಗಿ ಇಳ್ಳೇವು ಕೇಳಿದ. ಕದರೇರಾಜ ರಾಜಕುಮಾರನಿಗೆ: 'ಸ್ವಲ್ಪ ಚೆನ್ನಾಗಿ ಯೋಚ್ನೆಮಾಡು' ಅಂತಂದ. ರಾಜಕುಮಾರ: 'ನಾನು ಯೋಚ್ನೆಮಾಡಿದ್ದೀನಿ' ಅಂದ. ಕಿರಿರಾಜಕುಮಾರನ ಸ್ನೇಹಿತ್ರು ಪಂಥಕೇಳಿ ಯದ್ರಿ ಕಂಡು ಇಳ್ಳೇವು ಹಿಡಿಲಿಲ್ಲ. 'ನಾವೆಲ್ಲಾ ನಿನಗೆ ಬೆಂಬಲಮಾಡ್ತಿವಿ' ಅಂತಾ ಕಿರಿರಾಜಕುಮಾರಂಗೆ ಧೈರ್ಯ ನೀಡಿದ್ರು. ಸರಿ ಕಿರಿರಾಜಕುಮಾರನ ಕೈಗೆ ಮೊದಲನೆದಾಗಿ ಕರೀಮಣಿ ಸರಕೊಟ್ಟು ಇನ್ನೊಂದು ಕೈಲಿ ಒಂದು ತಪ್ಪಲಿ ಹಾಲು ಕೊಟ್ಟರು. ರಾಜಕುಮಾರ ಅವನ ಅತ್ತಿಗೇನ ಮನದಲ್ಲಿ ನೆನಕಂಡ ಕರಿಮಣಿಯ ದಾರದ ಒಳಗೆ ಹಾಲು ಸೋರಿಹೋಯಿತು. ಅವನು ಕದರೇರಾಜನ ಒಂದು ಪಂಥನ ಗೆದ್ದುಬಿಟ್ಟ. ಎರಡನೆಯದಿನ ಕೀರೇಬೀಜ, ದಂಟಿನಬೀಜ, ಅಣ್ಣೇಬೀಜ ಮೂರನ್ನು ಒಂದೊಂದು ಕಂಡುಗ ಬೆರೆಸಿ ರಾಜಕುಮಾರನ ಮುಂದಕ್ಕೆ ರಾಸಿ ಹುಯ್ದು ಒಂದು ಲಾಟೀನು ಕಚ್ಚಿ ಹೊಂಟುಹೋದ್ರು. ಕಿರಿರಾಜಕುಮಾರನಿಗೆ ಏನು ಮಾಡಬೇಕು ಅಂತಾ ತೋರ್ನಿಲ್ಲ. ಸ್ವಲ್ಪಹೊತ್ತಾದ ಮ್ಯಾಲೆ 'ಇರುವೆದಂಡೇ ನೀವಾದ್ರೂ ಇಲ್ಲವೆ ನನ್ನ ಕಷ್ಟಕ್ಕೆ' ಅಂತಾ ನೆನ್ಕಂಡ. ಇರುವೇದಂಡು ಬಂದು ನಿಂತ್ಕತು, ಈಗ ನಮ್ಮಿಂದ ಏನು ಕೆಲ್ಸ ಆಗ್ಬೇಕು ಹೇಳು ಅಂದೊ. 'ಈ ಬೀಜಗಳ್ನ ಮೂರು ಭಾಗಮಾಡಿ'

ಅಂತಂದ. ಅವ್ನ ಹೇಳಿದಂಗೆ ಇರುವೆದಂಡು ಕೀರೆಬೀಜ ಒಂದುಕಡೆ, ಇನ್ನೊಂದು ಕಡೆ ದಂಟಿನ ಬೀಜ, ಮತ್ತೊಂದು ಕಡೆ ಅಣ್ಣೇಬೀಜ ಹಿಂಗೆ ಮೂರುಭಾಗಮಾಡಿದೊ. ರಾಜಕುಮಾರ ಎರಡನೇ ಪಂಥಗೆದ್ದ.

ಮೂರನೇದಿನ ಮೂರನೇ ಪಂಥ ಸುರುವಾಯ್ತು. ರಾಜಕುಮಾರನ ತಲೇಮ್ಯಾಲೆ ಊರವರೆಲ್ಲಾ ಒಂದೊಂದು ಮಂಕರಿ ಸುಣ್ಣ ತಂದು ಸುರೀತಿದ್ರು ಆಗ ರಾಜಕುಮಾರ 'ನಾಗೇಂದ್ರಾಯ ನೀನಾದ್ರೂ ಇಲ್ವಾ' ಅಂತಾ ನಾಗೇಂದ್ರಾಯನನ್ನ ನೆನ್ಕೊಂಡ. ಆಗ ನಾಗೇಂದ್ರಾಯ ಬಂದು ಬೇರೆಯರಿಗೆ ಕಾಣಿಸಿಕಳ್ದಂಗೆ ಕಿರಿರಾಜಕುಮಾರನ ತಲೆಮ್ಯಾಲೆ ದಬ್ಬಾಕ್ಕಂಡ. ನಾಗೇಂದ್ರಾಯನ ಮ್ಯಾಲೆ ಸುಣ್ಣ ಸುರಿದ್ರು. ಅದು ಒಂದು ಗುಡ್ಡದಂಗ್ಹಾತು. ಅದ್ರಮ್ಯಾಲೆ ನೀರು ಹುಯ್ದರು. ಸುಣ್ಣ ಕುದ್ದದ್ದು ನೋಡಿ ಜನ 'ರಾಜಕುಮಾರ ಇಷ್ಟತ್ತಿಗೆ ಸತ್ತೋಗಿರಬೈದು' ಅಂದ್ಕೊಂಡ್ರು. ಸುಣ್ಣಬೆಂದು ಕೆಳಗೆ ಹರಿದಮ್ಯಾಲೆ ನಾಗೇಂದ್ರಾಯ ಮಾಯವಾದ. ರಾಜಕುಮಾರ ಏನೂ ಆಗದೇ ಇರೋನಂಗೆ ಮ್ಯಾಲೆದ್ದ. ಮೂರನೇ ಜೂಜನ್ನೂ ಗೆದ್ದಂಗ್ಹಾತು.

ಇನ್ನು ನಾಲ್ಕನೇ ದಿನ ನಾಲ್ಕನೇ ಜೂಜು ಆರಂಭ ಆಯಿತು. ಅವತ್ತು ಏಳುದಿನ ಕಾದ ಏಳುಕೊಪ್ಪರಿಗೆ ನೀರನ್ನು ಇದರಿಂದ ಅದಕ್ಕಾಗಿ ತಲೆಮ್ಯಾಲೆ ಬಗ್ಗಿಸ್ಕೊ ಬೇಕಾಗಿತ್ತು. ಕಿರಿರಾಜಕುಮಾರನ ಸಹಾಯಕ್ಕೆ ನಿಂತಿದ್ದ ನಾಲ್ಕನೇ ದಾರಿಕಾರ ರಾಜಕುಮಾರ್ನಂಗೆ ವೇಷಹಾಕ್ಕಂಡು ಆ ಕೆಲ್ಸ ಮಾಡಿದ. ಆಗ ರಾಜಕುಮಾರ ನಾಲ್ಕನೇ ಜೂಜ್ನೂ ಗೆದ್ದಂಗಾಯಿತು.

ಸರಿ ಐದನೇ ದಿನ ಬಂತು. ಮೂಗಂಡುಗ ಅಕ್ಕಿಹಾಕಿದ್ರು ಅದ್ನ ಕಿರಿರಾಜಕುಮಾರ ವೇಷಹಾಕಿದ್ದ ಅವ್ನ ದಾರಿಲಿ ಸಿಕ್ಕಿದ ಸ್ನೇಹಿತನ ಎದುರಿಗೆ ಸುರುದ್ರು. ಅದ ಅವ್ನು ಮೂರೇ ಗುಕ್ಕಿಗೆ ಉಂಡುಕಂಡ. ಆಗ ಕಿರಿರಾಜಕುಮಾರ ಐದನೇ ಜೂಜನ್ನೂ ಗೆದ್ದಂಗಾಯಿತು.

ಆರನೇ ದಿನ ಬಂತು. ಕದರೇರಾಜ ರಾಜಕುಮಾರನಿಗೆ ಮುನ್ನೂರು ಅರವತ್ತು ಯೋಜನದಲ್ಲಿರೋ ತನ್ನ ತ್ವಾಟದಲ್ಲಿ ಗಿಡಕೊಂದು ಹೂವು ಗಿಡಕೊಂದು ಕಾಯಿಯನ್ನು ಕೊಳದಿಂದ ಸ್ನಾನ ಮುಗಿಸಿ ಬರುವಷ್ಟರೊಳಗೆ ತಂದಿಟ್ಟಿರಬೇಕೆಂದು ಹೇಳಿ ಸ್ನಾನಕ್ಕೆ ಕೊಳದೊಳಕ್ಕೆ ಹೋದ. ಕಿರಿರಾಜಕುಮಾರ ತನ್ನ ಸ್ನೇಹಿತರನ್ನ ಕರೆದು ಒಂದನೇನಿಗೆ ಕೇಳಿದ: 'ಕದರೆರಾಜನ ಹೂವಿನ ತ್ವಾಟ ಮುನ್ನೂರ ಅರವತ್ತು ಯೋಜನದಲ್ಲಿ ಎಲ್ಲೈತೆ ತೋರ್ಸು' ಅಂತಾ. ಅವ್ನು ಅದನ್ನ ತೋರಿಸ್ದ, ಎರಡನೇನ್ನ ಕರೆದು: 'ಆ ಮುನ್ನೂರ ಅರವತ್ತು ಯೋಜನದಲ್ಲಿರೋ ರಾಜನ ತ್ವಾಟದಿಂದ ಗಿಡಕೊಂದು ಹೂವು ಗಿಡಕೊಂದು ಕಾಯಿ ತಗಂಡು ಬಾ' ಅಂತ ಕಳಿಸ್ದ. ಅವನು ಬೇಗನೆ ತಗಂಡು ಬರುವಾಗ ಬಾಗಿಲಲ್ಲಿ ತಿರುಪಿನ ಗೊಂಬೆ ಅವ್ನ ಕೈಯ್ಯನ್ನ ಭದ್ರವಾಗಿ ಹಿಡಕಂತು. ಆಗ ಕಿರಿರಾಜಕುಮಾರ ಅವ್ನ ಮೂರ್ನೇ ಸ್ನೇಹಿತನನ್ನ ಕರೆದು: 'ಹೂವು, ಕಾಯಿತರ್ತಾ ಇವನಿಗೆ ನವ್ವಾಗದಂಗೆ ತಿರುಪಿನ ಗೊಂಬೆಯ ಕೈಕತ್ತರಿಸಿ ಹೋಗಂಗೆ ಹೊಡಿ' ಎಂದ. ಅವನು ಹಾಗೆಯೇ ಮಾಡ್ದ, ಹೂವು

ತತ್ತಿದ್ದೋನು ತಿರುಪಿನ ಗೊಂಬಿಂದ ತಪ್ಪಿಸ್ಕಂಡ್ ಬಂದು, ಹೂವು ಹಣ್ಣುಗಳ್ನ ಕಿರಿ ರಾಜಕುಮಾರನ ಕೈಯಿಗೆ ಕೊಟ್ಟ. ಅವನ್ನ ತಗಂಡು ಕಿರಿರಾಜಕುಮಾರ ಸ್ನಾನ ಮುಗಿಸಿ ಬಂದ ಕದರೇರಾಜನ ಕೈಯ್ಯಿಗೆ ಕೊಟ್ಟು ಆರನೇ ಜೂಜನ್ನು ಅವ್ನ ಸ್ನೇಹಿತ್ರ ಸಹಾಯದಿಂದ ಗೆದ್ದ.

ಏಳನೇ ದಿನ ಬಂತು. ಅವತ್ತು ಊರ ಹೆಣ್ಣು ಮಕ್ಕಳಿಗೆಲ್ಲಾ ಅಲಂಕಾರ ಮಾಡಿಸಿದ್ರು. ಕಿರಿರಾಜಕುಮಾರ ಅವ್ನ ಸ್ನೇಹಿತ್ರು ಕರದು ಗುಟ್ಟಾಗಿ ಒಂದು ಮಾತು ಹೇಳಿದ: 'ನೋಡಿ ನಾನು ಕದರೇರಾಜನ ಮಗಳನ್ನ ಗುರುತು ಹಿಡಿದು ಆಯ್ಕಳವರಿಗ್ಗೂ ಸುಮ್ನಿರಿ ಆಮ್ಯಾಲೆ ನಿಮಗೆ ಮನಸ್ಸಿಗೆ ಬಂದೋಳ್ನ ಆಯ್ಕೊಳಿವ್ರಂತೆ' ಎಂದು ಸಾಲಾಗಿ ನಿಂತಿದ್ದ ಕದರೇರಾಜನ ಪಟ್ಟಣದ ಹೆಣ್ಣು ಮಕ್ಕಳ ಮದ್ಯೆ ಕಿರಿರಾಜಕುಮಾರ ಕದರೇರಾಜನ ಮಗಳನ್ನು ಹುಡುಕುತ್ತಾ ಹೊಂಟ. ಅಂತಂಥಾ ಸುಂದರಿಯರೆಲ್ಲಾ ಇದ್ದರು, ಆದರೆ ಅವ್ರ ಮದ್ಯೆ ಕದರೇರಾಜನ ಮಗಳು ಕಾಣ್ಣಿಲ್ಲ. ಹಿಂಗೇ ಹುಡಿಕ್ಕಂಡು ಕಿರಿರಾಜಕುಮಾರ ಕಡೀಗೆ ಬಂದ ಅಲ್ಲಿ ರಾಜ ಕುಮಾರಿ ಹೇಳಿದ ಗುರುತಿನ ಒಬ್ಳು ಹುಡುಗಿ ನಿಂತಿದ್ಲು. ಅವ್ಳು ತಲಿಗೆ ಬೂದಿ ಹುಯ್ಕಂಡು ಹಲ್ಲಿಗೆ ಹಲ್ಲಿಟ್ಟು ಹುಯ್ಕಂಡು ಹಳೇಸೀರೆ ಹಳೇರವಿಕೆ ಉಟ್ಕೊಂಡು ವಕ್ರವಕ್ರವಾಗಿ ನಿಂತ್ಕೊಂಡಿದ್ಲು ಅವಳೇ ಕದರೇರಾಜನ ಮಗಳು ಅಂತಾ ಕಿರಿರಾಜಕುಮಾರ ಗುರುತುಹಿಡಿದ. ಹೀಗ್ಮಾಡಿ ಅವನು ಎಲ್ಲಾ ಪಂಥನೂ ಗೆದ್ದಂಗಾಯಿತು. ಕದರೇರಾಜ ತನ್ನ ಮಗಳನ್ನು ಕಿರಿ ರಾಜಕುಮಾರನಿಗೆ ಮದುವೆ ಮಾಡಿದ. ಅಷ್ಟೇ ಅಲ್ಲ ಮೂಗಿಗೆ ಕವಡೆಹಾಕಿ ಜೀತಮಡಗಿದ್ದ ಉಳಿದೋರನ್ನು ಬಿಡುಗಡೆ ಮಾಡಿಸಿದ. ಕದರೇರಾಜನ ಮಗಳನ್ನು ಮದುವೆಯಾದ ಕಿರಿರಾಜಕುಮಾರ ಅವನ ಉಳಿದ ಸ್ನೇಹಿತರಿಗೂ ಅವರಿಗೆ ಇಚ್ಚೆ ಬಂದ ಕನ್ಯೆಗೊಳ ಜೊತೇಲಿ ಮದುವೆ ಮಾಡಿಸಿದ. ಆಮ್ಯಾಲೆ ಕಿರಿರಾಜಕುಮಾರ ಕದರೇರಾಜನ ಮಗಳನ್ನು ಕರಕಂಡು ಅವ್ನ ಅಣ್ಣಂದಿರನ್ನ ಸೇರಬೇಕಂತ ಅವನ ರಾಜ್ಯಕ್ಕೆ ಹೊಂಟ. ಬರ್ತಾ ದಾರೀಲಿ ಹಿಂದಿನ ತೋಪಿಗೆ ಬಂದ. ಹಾಲುಗೋಣದಿಂದ ನಾಗೇಂದ್ರಾಯ ಬಂದು ಕಿರಿರಾಜ ಕುಮಾರರಿಗೂ ಕದರೇರಾಜನ ಮಗಳಿಗೂ ಆಶೀರ್ವಾದ ಮಾಡಿದ. ಆಮ್ಯಾಲೆ ಅಲ್ಲೇ ಒಂದು ದಿಬ್ಬತೋರಿ ನಾಗೇಂದ್ರಾಯ ಅಂದ: 'ಆ ದಿಣ್ಣೆವಳಗೆ ಏಳು ಕೊಪ್ಪರಿಗೆ ದ್ರವ್ಯ ಐತೆ ಅದ್ನ ತಕ್ಕಂಡು ಇಲ್ಲೇ ಒಂದು ರಾಜ್ಯ ಕಟ್ಟಿಕಂಡು ನೀನೂ ಕದರೇರಾಜನ ಮಗಳೂ ಸುಖವಾಗಿ ರಾಜ್ಯಭಾರಮಾಡಿ' ಅಂತ್ಹೇಳಿ ಹಾಲುಗೋಣ ಮುಳಿಕಂಡ. ಆಮ್ಯಾಲೆ ಕಿರಿರಾಜ ಕುಮಾರ ಹಂಗೇ ಮಾಡಿ ಕದರೇರಾಜನ ಮಗಳ ಜೊತೆ ಸುಖವಾಗಿದ್ದರು.

**

೨
ಮಲೆನಾಡಿನ ಜನಪದ ಕಥೆಗಳು

೨೯. ಉಪಾಯಗಾರ್ತಿ ಸೊಸೆ

ಒಂದೂರು, ಆ ಊರಾಗೆ ಸಾಧಾರಣದ್ದು ಒಂದ್ ಮನೆ. ಮನಿಯಾಗೆ ಅವ್ವ ಮಗ ಇದ್ರು. ಮಗನಿಗೆ ಅಗಲೇ ಮದುವೆ ಆಗಿತ್ತು. ಸೊಸಿಗೂ ಅತ್ತೆಗೂ ಅಷ್ಟಾಗಿ ಹೊಂದಾಣಿಕೆ ಇರಲಿಲ್ಲ. ಅತ್ತೆ, ಮನೆ ಹಿತ್ತಲಿಗೆ ಬಂದು ದೊಡ್ಡ ಹಾಗಲಕಾಯಿ ತೋಟ ಮಡಗಿಕೊಂಡಿದ್ದಳು. ದಿನಾ ಬೆಳಕರ್ರೊವೊತ್ತಿಗೆ ಅತ್ತೆ ಒಂದು ಪುಟ್ಟಿ ಹಾಗಲಕಾಯಿ ಹರ್ದು ಸೊಸೆಕೈಗೆ ಕೊಡುತ್ತಿದ್ದಳು; ಪಲ್ಯಮಾಡೋಕೆ, ಸೊಸೆ ಒಂದು ಸ್ವಾರೆ ತುಂಬ ಪಲ್ಯಮಾಡೋದೆ ತಡ ಅದನ್ನು ಬಡಿಸು ವುದಕ್ಕೆ ಅತ್ತೇನೇ ಬರಬೇಕು. ಮಗ, ಅವ್ವ, ಭರ್ತಿಭರ್ತಿ ಹಾಕಿಕೊಂಡು ತಿನ್ನೋರು. ಆದ್ರೆ ಸೊಸೆಗೆ ಮಾತ್ರ ಒಂದೇ ಒಂದು ಹಾಗಲಕಾಯಿನ ಪಲ್ಯ ಮಾತ್ರ ಹಾಕುತ್ತಿದ್ದಳು. ಸೊಸಿಗೆ ಅದೇ ಚಿಂತೆ. 'ಅಲ್ಲ ನಮ್ಮತ್ತೆ ಏಕೆ ಹೀಗೆ ಮಾಡುತ್ತಿದ್ದಾಳೆ. ನಾನು ಬೆಳಗಿಂದ ರಾತ್ರಿ ತನಕ ದುಡಿದು ಒಳಗೆ ಹೊರಗೆ ಎಲ್ಲಾ ಕೆಲಸ ಮಾಡಿದರೂ ಒಂದೇ ಹಾಗಲಕಾಯಿನ ಪಲ್ಯ ನೀಡುತ್ತಿದ್ದಾಳಲ್ಲ' ಅಂತ ಚಿಂತೆ ಮಾಡುತ್ತಿದ್ದಳು.

ಹಿಂಗೇ ಒಂದು ದಿವಸ ಅತ್ತೆಗೆ, ಮಗಳು ಹೇಳಿ ಕಳಿಸಿದಳು. ಅತ್ತೆಗೆ ಪ್ರಾಣ ಸಂಕಟ. ಆ ಕಡೆ ಮಗಳ ಮ್ಯಾಲೂ ಆಸೆ, ಇತ್ಲಾಗಿ ಹಾಗಲಕಾಯಿನ ತೋಟದ ಮ್ಯಾಲೂ ಆಸೆ. ಒಂದು ದಿನ ಹೋಗೇ ಬಂದುಬಿಡನ ಅಂತ ಹೇಳಿ, ಸೊಸೆಗೆ: 'ಬಲು ಹುಷಾರಿ ಕಣವ್ವ, ಹಾಗಲ ತೋಟದ ಕಡೆಗೆ ನೋಡ್ಕೋತಿರು' ಅಂತ ಹೇಳಿ ಭರ್ತಿ ರೊಟ್ಟಿ ಪಲ್ಯ ಮಾಡ್ಕೊಂಡು ಹೊರಟಳು. ಅತ್ತೆ ಊರಿಗೆ ಹೋಗಿದ್ದು ಸೊಸೆಗೆ ಪ್ರಾಣ ಬಂದಂಗಾಗಿ ನಿರಾಳ ಆದಂಗಾತು. ಇವತ್ತಾರ ಭರ್ತಿ ಪಲ್ಯತಿಂದು ಬಿಡೋಣ ಅಂತ ಹೇಳಿ ಸರಸರ ಪುಟ್ಟಿ ತೆಗೆದುಕೊಂಡು, ಒಳ್ಳೊಳ್ಳೆ ಹಾಗಲಕಾಯಿ ಹರಿದುಕೊಂಡಳು. ಕಮ್ಮಗೆ ಕಾರದ ಸಾಮಾನು ಹಾಕಿ ಕಾರ ಅರೆದು ಪಲ್ಯಮಾಡಿ, ಕಂಟ ಒರಸಿ ಮೂರು ಮೂರು ವಿಭರ್ತಿ ಕಟ್ಟು ಹೊಡೆದು, ಒಲೆ ತಾವಳ್ದು, ಮೂಲ್ಯಾಗಳ್ದು, ಕದಿನ ಸಂದಾಗಳ್ದು, ಕಸ ಗುಡಿಸಿ ಹಾಕಿ ಧೂಳಡಗಲಿ ಅಂತ ನೀರು ಸಿಂಬಿಸಿ ಮಣೆಗಿಣೆ ಹಾಕ್ಕೊಂಡು ಉಣ್ಣಕೆ ಕುಂತ್ಲು. ಇನ್ನೇನು ಖಡಿಕಸಕಬೇಕು ಬಾಗ್ಲತ್ತರ ಅತ್ತೆ, 'ತಾಯಿ ಚಂಬು ತಕಂಬಾರೆ' ಅಂದುಬಿಟ್ಲು. ಆಕೆಗೆ ಜೀವವೆಲ್ಲ ಹಾಗಲ ಕಾಯಿನ ತೋಟದಲ್ಲಿ. ಮಗಳ ಮನೆಗೆ ಸರ್ರನೆ ಹೋಗಿ ಭರ್ರನೆ ಬಂದುಬಿಟ್ಟಳು. ಸೊಸೆಗೆ ಒಮ್ಮೆಲೆ ಪ್ರಾಣ ಪಸಕ್ ಅಂದುಹೋಯಿತು. ಏನ್ ಮಾಡ್ಬೇಕು ಅಂತ ಗೊತ್ತಾಗ್ಲಿಲ್ಲ. 'ತಂದೆ ತಡಿಯತ್ತೆ' ಅಂದ್ಕಂತ ಹಂಡ್‌ದಾಗೆ ನೀರಿಲ್ಲೆನೊ ಅನ್ನಂಗೆ ಚಂಬ ಶಬ್ದ ಮಾಡೋಕೆ ಅಂತ ಕರೆಯುದಕ್ಕೆ ಶುರುಮಾಡಿದಳು. ಹಂಗೇ ಸ್ವಾರ್ಯಾಗಳ ಹಾಗಲ ಕಾಯಿನ ಪಲ್ಯಾನೆಲ್ಲ ಒಂದು ಗಡಿಗೆಗೆ ಮಗುಚಿದಳು. ಸ್ವಾರೇನ ತರಗಬರಗ ತೊಳದು ದಬಹಾಕಿದಳು.

'ಹೊತ್ತು ಹೋಗ್ತಾ ಬಂತು. ಗಂಡ ಹೊಲದಿಂದ ಬರಬಹುದು, ಬಂದಮೇಲೆ ಗಡಿಗೇನ ಬಾವಿಗೆ ನೀರು ತರೊಕ್ಕೆ ಅಂತ ತಗಂದು ಹೋದ್ರೆ ನನ್ನ ಗುಟ್ಟನ್ನೆಲ್ಲಾ ರಟ್ಟಾಗುತ್ತಲ್ಲ ಅಂತ ಗಡಿಗೆ ತಗಂದು ಬಾವಿಗೆ ಹೊರಟಳು. ಹಂಗಾರೆ ಪಲ್ಯ ಹೆಂಗೆ ತಿನ್ನೋದು, ಅದೇ ಸಮಸ್ಯೆ. ಬಾವಿ ಹತ್ತಿರವೇ ತಿಂದರೆ ನೆರೆದ ಹೆಂಗಸರೆಲ್ಲ: ಇದೇನೆ ನಮ್ಮವ್ವ ಮನಿಯಾಗೆಂದೂ ತಿಂದದ್ದುಲ್ಲೆನೊ' ಅಂತಾರಲ್ಲ ಅಂತ ಬಾವಿ ಎದುರಿಗೆ ಒಂದು ಮಾರಿಗುಡಿ ಇತ್ತು. ಆ ಮಾರಿಗುಡಿ ಒಳಗೆ ಗಡಿಗೆ ತಗಂದು ಹೋಗಿ ಒಂದು ಮೂಲ್ಯಾಗೆ ತಿಂತಾ ಕುಂತ್ಕಂಡಳು. ಮಾರವ್ವ ಆಕೆ ತಿನ್ನೋದು ನೋಡಿ ಬೆರಗಾಗಿ ಬಲಗೈನ ಬಾಯಿಮ್ಯಾಲೆ ಇಟ್ಟುಕೊಂಡಳು. ಸೊಸೆ ತಿನ್ನೋದು ಮುಗಿದಮೇಲೆ ನೀರನ್ನ ಸೇದಿಕೊಂಡು ಮನೆಗೆ ಹೋದಳು.

ರಾತ್ರಿ ಪೂಜೆಮಾಡೋನ ಅಂತ ಪೂಜಾರಿ ಬಂದು ಮಾರಿಗುಡಿ ಬಾಗಲು ತೆಗೆದ. ದೀಪ ಹಚ್ಚಿ ನೋಡ್ತಾನೆ. ಅಮ್ಮ ಬಾಯಿಮೇಲೆ ಕೈ ಇಟ್ಟುಕೊಂಡು ಬಿಟ್ಟವಳೆ. ಪೂಜಾರಿ: 'ನನ್ನ ಮೇಲೆ ಬಂದೀತು ತಗಿಯವ್ವ, ಇದ್ಯಾವ ಕೇಡಿಗೆ ಹಿಂಗೆ ಕೈ ಇಟ್ಕಂಡವಳೋ' ಅಂತ ಪೂಜೆ ಮಾಡೋದ ಬಿಟ್ಟು ಬಿಟ್ಟು ಸರಸರನೆ ಗೌಡ್ರು, ಬುದ್ಧಿವಂತ್ರನ್ನ ಕರೆತಂದು ತೋರಿಸ್ದ. ಅವರೂ ನೋಡಿದರು ಏನುಮಾಡಬೇಕು ಅಂತ ಯೋಚ್ನೆಮಾಡಿ ತಳವಾರನನ್ನ ಕರೆದು, 'ಮಾರಮ್ಮನ ಬಾಯಿ ಮೇಗಳ ಕೈ ಯಾರು ತೆಗೆಸುತ್ತಾರೊ ಅವರಿಗೆ ಒಂದು ಸೀರೆ ಒಂದು ಕುಬಸ ಕೊಡ್ತೀವಿ, ಅವರನ್ನ ಊರಗೆಲ್ಲ ಮೆರವಣಿಗೆ ಮಾಡುಸುತ್ತೇವೆ' ಅಂತ ಸಾರೋಕೆ ಹೇಳಿದರು. ತಳವಾರ ಊರಿನಲ್ಲೆಲ್ಲ ಸಾರಿದ. ಊರಾನ ಊರೆಲ್ಲ ಹೆಂಗೆ ನಮ್ಮವ್ವ, ಮಾರಿಗುಡಿ ಹತ್ತಿರ ಹೋಗೋದು ಅಂತ ಸಂಕೋಚ ಪಟ್ಟುಕೊಂಡರು. ಬೆಳ ಗಾಯ್ತು. 'ಎಲ್ಲರು ಮನೆಗಿಬ್ಬರು ಗಂಡಸರು ಹೆಂಗಸರು ಮಾರಿಗುಡಿ ಹತ್ತಿರಕ್ಕೆ ಬರಬೇಕ್ರಪ್ಪೋ' ಅಂತ ತಳವಾರ ಕೂಗಿದ. ಎಲ್ಲಾರು ಹೊರಟರು. ಸೊಸೆಯೂ 'ಈಗಿಂದೀಗಲೆ ಕೈತೆಗೆಸಿ ಬಂದುಬಿಡುತ್ತೇನೆ' ಅಂತ ಹೊರಟಳು. ಎಲ್ಲಾರು ಗುಡಿ ಒಳಗೆ ಒಬ್ಬೊಬ್ಬರೇ ಹೋಗಿ ಬಂದರು. ಮಾರಮ್ಮನ ಮುಖದ ಮೇಲ್ಗಡೆ ಕೈಯ್ಯೇ ಕೆಳಕ್ಕೆ ಬರಲಿಲ್ಲ. ಕೊನೆಗೆ ಸೊಸೆ ಹೋಗಿ—'ಅಯ್ಯೋ ಹಿತಗೆಟ್ಟ ಮುಕ್ಕ, ನಾನೇನೊ ನಮ್ಮತ್ತೆ ಹಂಗೆ ಮಾಡ್ತಳೆ ಅಂತ ಗಡಿಗ್ಯಾಗೆ ಪಲ್ಯ ಮುಚ್ಚಿಟ್ಟುಕೊಂಡು, ನೀನೂ ನನ್ನಂತೆ ಹೆಣ್ಣು ಹೆಂಗಸು ಅಂತ ಬಂದು ಕುಳಿತುಕೊಂಡು ತಿಂದರೆ ನೀನು ಅದನ್ನೇ ಚೋಜಿಗ ಮಾಡಿಕೊಂಡು ಬಾಯಿಮೇಲೆ ಬೆರಳಿಟ್ಟುಕೊಂಡೆಯಾ? ಮರ್ಯಾದೆ ಮೂರುಕಾಸು ಮಾಡಿಬಿಟ್ಟೇನು?' ಅಂದಳು. ಮಾರಮ್ಮ ಸರುಗ್ ಅಂತ ಕೈ ತಕ್ಕಂದು ಹಿಂದಿದ್ದಂಗೆ ಆಯಿತು. ಸೊಸೆ ಹೊರಕ್ಕೆ ಬಂದಳು. ಗೌಡ್ರು, ಬುದ್ಧಿವಂತಗೆ ತೆಗೆಸಿದ್ದೀನಿ ನೋಡಿ ಅಂದಳು. ಅವರೆಲ್ಲ ನೋಡಿದರು. ಸೊಸೆಗೆ ಸೀರೆ ಕುಬಸ ಉಡಿಸಿದರು. ಊರಲ್ಲೆಲ್ಲ ಮೆರವಣಿಗೆ ಮಾಡಿಸಿದರು.

ಮಗನಿಗೆ—'ಇದೇನಪ್ಪ ನನ್ನ ಹೆಂಡತಿ ಹೀಗಾದಲಲ್ಲ' ಅಂತ ಸೋಜಿಗ, 'ನನಗಿಲ್ಲದ ಮರ್ಯಾದೆ ನನ್ನ ಸೊಸಿಗಲ್ಲ' ಅಂತ ಅತ್ತೆಗೆ ಹೊಟ್ಟೆ ಉರಿ. ಆಕಡೆ ಮೆರವಣಿಗೆ ಆಗ ಬೇಕಾದರೆ ಮಗನನ್ನ ಕರೆದು: 'ಮಗಾ ಇಂತಾ ಹೆಂಗಸು ಮನಿಯಾಗೆ ಇಟ್ಟುಕೊಳ್ಳಬಾರದು ಕಣೊ. ಇನ್ನು ಮೇಲೆ ನಮಗೆ ಮಾನ ಮರ್ಯಾದೆ ಇಲ್ಲ. ಇವತ್ತು ಮಾರಮ್ಮನ ಮೇಗಳ

ಕೈ ತೆಗೆಸಿದಳು. ನಾಳೆ ನಮ್ಮನ್ನು ತೆಗೆಸುತ್ತಾಳೆ. ಈಗ ಸುಡುಗಾಡಿಗೆ ಹೋಗಿ ಸಿದಿಗೆ ಮಾಡಿ ಎಣ್ಣೆ ಹಾಕಿ ಬಂದಿರೋಣ. ಆಕೆ ಬಂದು ನಿನ್ನ ಹತ್ತಿರ ಮಲಿಕೋತಾಳಲ್ಲ ಆವಾಗ ನಿದ್ದೆ ಹತ್ತಿದ ಮೇಲೆ ಚಾಪೆಬೆರಕೇಲಿ ಸುತ್ತಿಕೊಂಡೋಗಿ ಸಿದಿಗೆ ಮ್ಯಾಲಿಟ್ಟು ಬೆಂಕಿ ಹಚ್ಚಿ ಬಂದುಬಿಡಾನ' ಅಂದಳು. ಮಗ ಆಗಲಿ ಅಂತ ಒಪ್ಪಿಕೊಂಡ.

ಸೊಸೆ ಮೆರವಣಿಗೆಯೆಲ್ಲ ಮುಗಿದಮೇಲೆ ಮನೆಗೆ ಬಂದಳು. ಅವ್ವ ಮಗ ಆಕೆಯನ್ನು ಸಂತೋಷದಿಂದ ಆರೈಸಿದರು. ಎಲ್ಲರೂ ಒಟ್ಟಿಗೆ ಊಟ ಮಾಡಿದರು. ದೀಪ ಆರಿಸಿ ಗಂಡ ಹೆಂಡತಿ ಮಲಿಕ್ಕೊಂಡರು ಸರೋತ್ತಾಯ್ತು, ತನ್ನ ಹೆಂಡತಿ ಮಲಿಕ್ಕೊಂಡಿದ್ದಾಳೆ ಅಂತ ಖಾತ್ರಿ ಆದ ಮೇಲೆ, ಅವ್ವ ತಾನು ಸೇರಿಕೊಂಡು ಜಾವೆ ಬೆರಕೆಯಲ್ಲಿ ಸುರಳಿ ಸುತ್ತಿಕೊಂಡು ಹೊತ್ತಿಕೊಂಡು ಸುಡುಗಾಡಿಗೆ ಹೋಗಿ ಸಿದಿಗೆ ಮೇಲಿಟ್ಟರು. ಅವ್ವ—'ಮಗಾ ಬೆಂಕಿ ಹಚ್ಚು' ಅಂದಳು. ಮಗ ಬೆಂಕಿ ಪೊಟ್ಟಣ ತರೋದನ್ನ ಮರೆತುಬಿಟ್ಟು ಬಂದಿದ್ದ. ಅವ್ವ—'ನಾನೇ ಹೋಗಿ ತರುತ್ತೇನೆ ಇಲ್ಲೇ ಇರು' ಅಂದಳು. ಮಗ—'ಅವ್ವ ನನಗಿಲ್ಲಿರೋಕೆ ಆಗೋಲ್ಲ ಇಬ್ರೂ ಒಟ್ಟಿಗೇ ಹೋಗಿ ತೆಗೆದುಕೊಂಡು ಬರೋಣ' ಅಂದ. ಸರಿ ಆಯ್ತು ಇಬ್ಬರೂ ಮನೆಗೆ ಮತ್ತೆ ಹೊರಟರು. ಅತ್ತ ಅವರು ಹೊರಟು ಹೋದಮೇಲೆ ಈ ಸೊಸೆ ಭಾರಿಭಾರ್ಯಾಡಿ ಚಾಪೆ ಸುರುಳಿ ಬಿಚ್ಚಿಕೊಂಡು ಮತ್ತೆ ಸುರುಳಿ ಸುತ್ತಿ ಸಿದಿಗೆ ಮೇಲಿಟ್ಟು ಅಲ್ಲೇ ಇದ್ದ ಮರ ಹತ್ತಿ ಮೇಲೆ ಕುಂತುಕೊಂಡಳು. ಅವ್ವ, ಮಗ ಸರಸರ ಬೆಂಕಿಪೊಟ್ಟಣ ತೆಗೆದುಕೊಂಡು ಬಂದರು. ಬೆಂಕಿ ಹಾಕಿದರು. ಬೆಂಕಿ ಧಗಧಗ ಉರಿಯೋಕೆ ಶುರುಮಾಡಿತು. ಮಗ: 'ಅವ್ವ ಹೋಗಾನ ಅಂದ.' ಅವ್ವ ತಡಿಯೋ ತಮ್ಮ ಹಗರಣಗಿತ್ತಿ ತಲೆ ಸಿಡೀಲಿ ಎಂದಳು. ಅದರಲ್ಲಿ ಹೆಣ ಇದ್ದರೆ ತಾನೆ ತಲೆ ಸಿಡಿಯೋದು. ಎಲ್ಲೋ ಅದರಲ್ಲಿ ಚಟ್ರಪಟ್ರ ಸೌದೆ ಇದ್ದುವು. 'ಫಟ್' ಅಂತ ಸಿಡಿಯುತ್ತಲು 'ಅವ್ವ ಅಯ್... ನನ್ನ ಸವತಿ ಸಿಡಿದು ಸಿಗ್ಯಾದೊ' ಅಂತ ಲಟಿಗೆ ಮುರಿದು ಹೊರಟು ಮನೆಗೆ ಸೇರಿದರು.

ಅದೇ ರಾತ್ರಿ ಅವರೂರಿಗೆ ನಾಲ್ಕೈದು ಜನ ಭಾರಿ ಕಳ್ಳರು ಬಂದಿದ್ದರು. ಯಾರದೋ ಸಾವುಕಾರನ ಮನೆಯಲ್ಲಿ ಭಾರಿ ಬಂಗಾರ ಬೆಳ್ಳಿ ತೆಗೆದುಕೊಂಡು ಬಂದಿದ್ದರು. ಸೀದ ಸುಡುಗಾಡಿಗೆ ಬಂದವರು ಸೊಸೆ ಕೂತ ಮರದ ಕೆಳಗೆ ಪಾಲು ಹಾಕಿಕೊಳ್ಳುವುದಕ್ಕೆ ಕುಳಿತರು. ಸೊಸೆ ಇದನ್ನೆಲ್ಲ ನೋಡಿದಳು. ಆಕೆ ಭಾಳ ಉಪಾಯಗಾರ್ತಿ, ಕತ್ತಲೆ ಅಂದ್ರೆ ಕತ್ತಲೆ. 'ಊಂ..ಊಂ...ಊಂ...' ಅಂದಳು. ಕಳ್ಳರಿಗೆ ದಢ್ ದಢ್ ಭಢ್ ಭಢ್ ಅಂದ ಹಾಗಾಯ್ತು. ಸುತ್ತಲೂ ತಿರುಗಿ ನೋಡಿದರೆ ಏನೂ ಇಲ್ಲ. ಮರದ ಮೇಲೆ ನೋಡಿದರು, ಏನೋ ಕಂಡಹಾಗಾಯ್ತು. ಮತ್ತೆ 'ಊಂ...ಊಂ...' ಅಂದಹಾಗಾಯ್ತು. ಕಾಲಿಗೆ ಬುದ್ಧಿ ಹೇಳಿ ಪರಾರಿಯಾದರು. ಕದ್ದುಕೊಂಡು ಬಂದ ಒಡವೆ ವಸ್ತ್ರವನ್ನೆಲ್ಲಾ ಹಾಗೆಯೇ ಬಿಟ್ಟು ಹೋದರು. ಅವರು ದೂರ ಹೋದಮೇಲೆ ಸೊಸೆ ಇಳಿದಳು. ಭಂಗಾರದ ಒಡವೇನೆಲ್ಲ ಬಾಚಿಕೊಂಡು ಮನೆಕಡೆ ಹೊರಟಳು.

ಅವ್ವ ಮಗ ಪಸಂದ್ ಗೊರಕೆ ಹೊಡೀತಾ ನಿದ್ದೆ ಮಾಡುತ್ತಿದ್ದರು. ಸೊಸೆ ಬಂದು ಬಾಗಿಲನ್ನು ಕಟ್ ಕಟ್ ಅಂತ ಬಡಿದಳು. ಅತ್ತೆಗೆ ಎಚ್ಚರವಾಗಿ ಯಾರು ಅಂದಳು.

'ನಾನು ಕಣತ್ತೆ ನಿನ್ನ ಸೊಸೆ' ಅಂತ ಸೊಸೆ ಅಂದಳು. ಅತ್ತೆಗೆ ಪರಾಣ ಪಸಕ್ ಅನ್ನಹಾಗಾಯ್ತು. ಮಗನನ್ನ ಎಬ್ಬಿಸಿ ಬುಡ್ಡಿ ಹಚ್ಚಿ ಬಾಗಿಲ ತೆಗೆದರು. ಸೊಸೆ ಹೊತ್ತುಕೊಂಡು ಬರಲಾರದೆ ಹೊತ್ತುಕೊಂಡು ಬಂದಿರೋ ಬೆಳ್ಳಿ ಬಂಗಾರ ನೋಡಿ, ಅತ್ತೆಗೆ ಖುಶಿಯೋ ಖುಷಿ. 'ಇದೇನು ಸೊಸೆ ಹಿಂಗೆ' ಅಂತ ಅತ್ತೆ ಕೇಳಿದಳು. ಅದಕ್ಕೆ ಸೊಸೆ—'ನೋಡತ್ತೆ ನೀವು ನನ್ನ ಸುಟ್ಟ ಮೇಲೆ ಪರಲೋಕಕ್ಕೆ ಹೋದೆ. ಅಲ್ಲಿ ನೀನಲ್ಲ ಕಣವ್ವ ನಿಮ್ಮತ್ತೇದು ಇಲ್ಲಿ ಹೆಸರಿರೋದು ನೀನ್ಯಾಕೆ ಬಂದೆ? ನಿಮ್ಮತ್ತೆ ಕಳಿಸು ಹೋಗು, ಅವಳಿಗೂ ಬಂಗಾರ ಬೆಳ್ಳಿ ಕೊಟ್ಟು ಕಳಿಸು ತ್ತೇವೆ, ನೀನೂ ಒಂದಿಷ್ಟು ತೆಗೆದುಕೊಂಡು ಹೋಗು ಅಂತ ಕಳಿಸಿದರು. ನೀನೂ ನಾಳೆ ಹೋಗಬೇಕಂತೆ ಕಣತ್ತೆ' ಅಂದಳು. ಅತ್ತೆ ಹೌದಾ ನನ್ನ ಸೊಸಿಯೇ ಅಂತ ಬಾಯಿ ತೆರೆದಳು. 'ಮಗನೇ ನಾಳೆ ನನಗೂ ಹಾಗೆಯೇ ಜಾವೆ ಸುರುಳಿ ಸುತ್ತಿ ಸುಡುಗಾಡಿಗೆ ಸಿದಿಗೆ ಮೇಲಿಟ್ಟು ಬೆಂಕಿ ಹಚ್ಚಿಬಿಟ್ಟು ಬಾರೋ, ನಾನು ಬಾಳ ಬೆಳ್ಳಿ ಭಂಗಾರ ತರುತ್ತೀನಿ'– ಅಂದಳು. ಮಗ ಸೊಸೆ ಆಗ್ಲಿ ಅಂದರು.

ಬೆಳಗಾಯ್ತು, ಕತ್ಲಾಯ್ತು. ಗಂಡ ಹೆಂಡತಿ ಸೇರಿ ಸುಡುಗಾಡಿನಲ್ಲಿ ಸಿದಿಗೆ ಮಾಡಿ ಬಂದರು. ಜಾವೆ ಸುರುಳೀಲಿ ಅತ್ತೆ ಸುತ್ಕೊಂಡು ಹೋಗಿ ಸಿದಿಗೆ ಮೇಲಿಟ್ಟು ಬೆಂಕಿ ಹಚ್ಚಿದರು. ನಿಗಿನಿಗಿ ಬೆಂಕಿ ಉರೀತು. ಸ್ವಲ್ಪ ಹೊತ್ತಾಗುತ್ಲೂ ಅತ್ತೆ ತಲೆ 'ಫ...ಡ್' ಅಂತು. ಸೊಸೆ—'ಅಯ್ಯೋ ನನ್ನ ಅತ್ತೆಯೇ' ಅಂತ ಲಟಿಗೆ ಮುರುದ್ಲು. ಗಂಡನಿಗೆ ಬುದ್ಧಿ ಹೇಳಿ ಮನೆಗೆ ಕರೆದುಕೊಂಡು ಬಂದಳು. ಈಗ ಸುಖವಾಗಿದ್ದಾರೆ.

**

೩೦. ಚಿಕ್ಕನಾಗೇಂದ್ರ

ಒಂದಾನೊಂದು ಊರಿನಲ್ಲಿ ಅವ್ವ, ಮಗ, ಸೊಸೆ ಇದ್ದರಂತೆ ಸೊಸೆ ಬಹಳ ದಡ್ಡಿಯಂತೆ. ಒಂದು ತರಹ ಹುಚ್ಚಿ ಅಂತಲೂ ಹೇಳಬಹುದು. ಅವಳನ್ನ ಯಾವುದೋ ಒಂದು ಊರಿಂದ ತಂದಿದ್ದರಂತೆ. ತಂದು ನಾಕೈದು ವರ್ಷ ಆದರೂ ಅವಳ ತವರ ಮನೆಯವರು ಯಾರ‍್ಯಾರೂ ಬರುತ್ತಿರಲಿಲ್ಲವಂತೆ ಅದಕ್ಕೆ ಅತ್ತೆ ಸೊಸೇನ ಸಗಣಿಗೊಂಡ ನೀರಗೊಂಡ ಮಾಡಲಿಕ್ಕೆ ಹಚ್ಚಿದ್ದಳಂತೆ.

ಹೀಗೇ ಒಂದು ದಿವಸ ಅನ್ನೋದು ಒಂದು ವರ್ಷ, ಎರಡು ದಿವಸ ಅನ್ನೋದು ಎರಡುವರ್ಷ ಆಗ್ಬೇಕಾದರೆ ಸೊಸೆ ಬಸಿರಿ ಆದಳು. ಬಸಿರಿ ಆದಮೇಲೆ ಬವಸಿಕೊಳ್ಳೋದು ಜಾಸ್ತಿ. ಆದರೆ, ಅತ್ತೆ ಮಾಡಿದ್ದನ್ನ ಸೊಸೆ ಸುಮ್ಮನೆ ಉಣ್ಣುತ್ತಿದ್ದಳಂತೆ. ಒಂದು ದಿನವಾದರೂ 'ಇಂತಿಂಥಾದ್ದ ತಿನ್ನುವ ಹಾಗೆ ಆಗುತ್ತೆ ಮಾಡಿಕೊಡು' ಅಂತ ಕೇಳಲಿಲ್ಲವಂತೆ. ಮನಸಿನಲ್ಲಿರೋದು ಬಾಯಿಗೆ ಬರದೇ ಇರುತ್ತದೆಯೆ? ಸಗಣಿ ಬಾಚುವ ಬಕ್ಕರೆ ಉಂಡುಂಡೆ ಮಾಡಿ 'ಅಯ್ಯಯ್ಯೊ! ಇದು ಹೋಳಿಗೆ ಆದರೂ ಆಗಬಾರದ, ಗೋದಿ ಹುಗ್ಗಿನಾದರೂ ಆಗಬಾರದ, ಅಕ್ಕಿ ಹುಗ್ಗಿನಾರ ಆಗಬಾರದ, ಅದಾಗಬಾರದ ಇದಾಗಬಾರದ' ಅಂದು ಕೊಳ್ಳುತ್ತಿದ್ದಳಂತೆ. ಹೀಗೆ ಒಂದಿವಸ ಗಂಡ ನಿಂತ್ಕಂಡು ಆಕೆ ಅನ್ನೋದನ್ನೆಲ್ಲಾ ಕೇಳಿಸಿಕೊಂಡ. 'ಅಯ್ಯೋ ಪಾಪ ನನ್ನ ಹೆಂಡ್ತಿ ಬಸಿರಿ ಆಗಿ ಭವಿಸಿಕೊಂಡಿದಾಳೆ ಅದಕ್ಕೇ ಹೀಗೆ ಮಾತಾಡ್ತಾ ಇದಾಳೆ' ಅಂದುಕೊಂಡು ಅವ್ವನ ಹತ್ತಿರ ಬಂದು—'ಅವ್ವ, ನಾನು ಊರ ಹೊರಗಿನ ಬನ್ನಿ ಮರದಮ್ಮನಿಗೆ ಹರಕೆ ಹೊತ್ತುಕೊಂಡಿದ್ದೆ. ಅದಕ್ಕೆ ಇವತ್ತು ನಾನು ಬೇಸಾಯಕ್ಕೆ ಹೋಗಿ ಬರೋ ಅಷ್ಟರಲ್ಲಿ ಗೋದಿ ಹುಗ್ಗಿ, ಅಕ್ಕಿ ಹುಗ್ಗಿ, ಹೋಳಿಗೆ ಎಲ್ಲ ಮಾಡಿ ಕುಕ್ಕೆ ತುಂಬಿಡು' ಅಂತ ಹೇಳಿ ಹೋದನಂತೆ.

ಹೊತ್ತು ನಡುನೆತ್ತಿಗೆ ಬಂತು. ಬೇಸಾಯವ ಅಲ್ಲೆ ಬಿಟ್ಟು ಬೀಳಿನಲ್ಲಿ ದನ ಕಾಯುತ್ತಿದ್ದ ಹೆಂಡ್ತೀನ ಕರೆದುಕೊಂಡು ಮನೆಗೆ ಬಂದ. ಅಷ್ಟು ಹೊತ್ತಿಗೆ ಅವ್ವ ಪೂಜಿ ಸಾಮಾನು ಕುಕ್ಕೆ–ಗಿಕ್ಕೆ ಎಲ್ಲ ತುಂಬಿಟ್ಟಿದ್ದಳು. ಗಂಡ ಹೆಂಡ್ತೀ ಇಬ್ಬರೂ ಸ್ನಾನ ಮಾಡಿಕೊಂಡು ಬನ್ನಿ ಮರಕ್ಕೆ ಕುಕ್ಕೆ ಹೊತ್ಕಂಡು ಹೋದರು. ಅಲ್ಲಿಗೆ ಹೋದಮೇಲೆ ಗಂಡನೇ ಪೂಜಿಮಾಡಿ ದೊಡ್ಡ ಎಡೆಮಾಡಿದ. ಹೆಂಡ್ತಿಗೆ ಅದನ್ನೆಲ್ಲ ನೋಡಿ ಬಹಳ ಸಂತೋಷ ಆಯ್ತು. ಬಾಯಲ್ಲಿ ನೀರು 'ಜಳಜಳ' ಅಂತ ಸುರಿದು ಬಿಟ್ಟಿತು. ಗಂಡ ಪೂಜಿಮಾಡಿ ಆದಮೇಲೆ 'ಉಣ್ಣೆ ಅಂದ' ಹೆಂಡ್ತಿ 'ಅಯ್ ಹೆಂಗಸರು ಮೊದಲು ಉಣ್ಣೊತ್ತಾರ, ನೀ ಉಣ್ಣು' ಅಂದಳು.

ಆದರೂ ಗಂಡ 'ನೀ ಉಂಡು ಕುಕ್ಕೇನ ಬೇಸಾಯದ ಹತ್ತಿರ ತೆಗೆದುಕೊಂಡು ಬಾ, ಅಲ್ಲೇ ಉಣ್ಣುತ್ತೇನೆ' ಅಂತ ಹೇಳಿ ಹೊರಟುಹೋದ.

ಪಾಪ, ಸೊಸೆ ಎಂದೂ ಉಂಡೋಳಲ್ಲ. ಏನುಂಡೇನು ಏನು ಬಿಟ್ಟೇನು ಅಂತ್ಹೇಳಿ ಸರಸರ ಉಂಡು, ಕುಕ್ಕೆಗೆ ಇದ್ದುದನ್ನ ನೋಡಿ ಒಯ್ದರೆ ನನ್ನ ಗಂಡ ಅಷ್ಟನ್ನೂ ಉಂಡು ಬಿಡುತ್ತಾನಲ್ಲ ಅಂತ ಒಂದಿಷ್ಟು ಹಳ್ಳದಲೆಯಲ್ಲಿ ತೆಗೆದಿಟ್ಟು, ಎಲೆನ ಅಲ್ಲೆ ಇದ್ದ ಹುತ್ತದಲ್ಲಿಟ್ಟು ಹೋಗಿ ಗಂಡನಿಗೆ ಉಣ್ಣಕೆ ಇಟ್ಟಳಂತೆ. ಉಣ್ಣೋದು ಆದಮೇಲೆ ಕುಕ್ಕೆ ತೆಗೆದುಕೊಂಡು ಬನ್ನಿ ಮರದ ಹತ್ತಿರ ಮತ್ತೆ ಬಂದಳು.

ಈ ಕಡೆ ಏನಾಗಿತ್ತಪ್ಪ ಅಂದರೆ; ಆ ಹುತ್ತದಲ್ಲಿ ಒಂದು ಎಪ್ಪತ್ತು ವರ್ಷದ ದೊಡ್ಡ ಸರ್ಪ ಇತ್ತು. ಅದಕ್ಕೆ ಒಂದು ಹುಣ್ಣು ಎದ್ದಿತ್ತು. ಅದಕ್ಕೆ ಅದರ ನೋವು ಅಂದರೆ ಹೇಳ ತೀರದು. ಸೊಸೆ ತನ್ನ ಗಂಡನಿಗೆ ಉಣ್ಣಲಿಕ್ಕೆ ನೀಡಿ ಬರೋ ಅಷ್ಟರೊಳಗೆ ಆ ಸರ್ಪ ಆಕೆ ಇಟ್ಟುಹೋಗಿದ್ದ ಅಡಿಗೇನಲ್ಲ ತಿಂದುಬಿಟ್ಟಿತ್ತು. ಈಕೆ ಬಂದು ನೋಡಿದಳು. ಮೇಲೆ ಇದ್ದ ಎಲೆ ಮಂಗಮಾಯ ಆಗಿತ್ತು. ಎಲ್ಲಿ ಹೋಗಿದ್ದೀತು ಒಳಗೆ ಇರಬೇಕು ಅಂತ ಕೈಯನ್ನ ಒಳಕ್ಕೆ ಇಟ್ಟಳು ಆಕೆ ಕೈಯಿ ಸರ್ಪದ ಹುಣ್ಣಿಗೆ ತಾಕಿ ಅದು ಒಡೆದುಬಿಟ್ಟಿತು. ಆ ಸರ್ಪಕ್ಕೆ ದೊಡ್ಡದೊಂದು ಆಪತ್ತು ಹೋದಹಾಗೆ ಆಯ್ತು. ಅದು ಹೊರಕ್ಕೆ ಬಂದು ನನ್ನ ಮಗಳೆ, ನೀನು ಯಾರವ್ವ 'ನೀನು ನನಗೆ ಬಹಳ ಉಪಕಾರ ಮಾಡಿದ್ದೀಯೆ. ನಾಳೆ ನಾನು ನಿನ್ನ ಕರಿಯೋದಕ್ಕೆ ಬರುತ್ತೇನೆ. ಹೋಗೋಣವಂತೆ ನಮ್ಮ ಮನೆಗೆ,' ಅಂದಿತು. ಸೊಸೆ ಆಗಲಿ ಅಂತ ತಲೆಹಾಕಿ ಮನೆಗೆ ಬಂದಳು.

ಸೊಸೆ ಅತ್ತೆಗೆ—'ಅತ್ತೆ, ನಮ್ಮಪ್ಪ ಕರಿಯಾಕೆ ಬರುತ್ತದಂತೆ' ಅಂದಾಗ; 'ಬರಲಿ ತಕ್ಕಳವ್ವ, ಬಹಳ ದಿವಸಕ್ಕೆ ಬರ್ತಾ ಇದಾರೆ. ಹೋಗುವಂತೆ' ಅಂತ ಅತ್ತೆ ಅಂದಳು. ಬೆಳಗಾಯ್ತು. ಸರ್ಪ ಮುದುಕ ಆಗಿ ಮನೆಗೆ ಬಂತು. ಸೊಸೆ ನೀರು ಕೊಟ್ಟು 'ಕುಳಿತುಕೊ' ಅಂದಳು. ಮುದುಕಪ್ಪ ಅವರನ್ನೆಲ್ಲ ಕೇಳಿ ಮಗಳನ್ನು ಕರೆದುಕೊಂಡು ಹೊರಟಿತು.

ಹೀಗೆ ಹೋಗ್ತಾ ಹೋಗ್ತಾ ಹೋದರು. ಸೊಸೆಗೆ ಬಹಳ ದೂರ ನಡೆದು ರೂಢಿ ಇದ್ದಿರಲಿಲ್ಲ. ಅಪ್ಪ ಅಪ್ಪ ಕಾಲೆಲ್ಲ ನೋವಾಗಿ ಹೋಗಿವೆ; ನಾನು ಮುಂದೆ ನಡಿಲಾರೆ ಅಂದಳು. ಅದಕ್ಕೆ ಅಪ್ಪ—'ಅಯ್ಯೋ ನನ್ನ ಮಗಳೆ ಇನ್ನೆರಡು ಹರದಾರಿ ಐತೆ ಕಣವ್ವ, ಬಾ ನನ್ನ ಹೆಗಲಮೇಲೆ ಕುಳಿತುಕೊ, ನಾ ಕರೆದುಕೊಂಡು ಹೋಗ್ತೀನಿ' ಅಂತ್ಹೇಳಿ ಹೆಗಲಮೇಲೆ ಕೂರಿಸಿಕೊಂಡು ಒಂದು ಗುಡಿಯೊಳಕ್ಕೆ ಇಳಿತಾ... ಪಾತಾಳಕ್ಕೆ ಹೋಗಿಬಿಟ್ಟಿತು. ಅಲ್ಲಿ ಒಂದು ಮನೆಗೆ ಹೋದರೆ—ಅಲ್ಲೂ ಹಾವು, ಇಲ್ಲೂ ಹಾವು, ಎಲ್ಲೆಲ್ಲೂ ಹಾವು ಅನ್ನುವ ಹಾಗೆ ಇದ್ದವು! ನಾಮೇಲು ನೀಮೇಲು ಅಂತ ಭುಸ್ ಅಂತಿದ್ದವು. ಆಗ ಸೊಸೆ ಬಹಳ ಹೆದರಿದಳು. ಅದಕ್ಕೆ ಅಪ್ಪ—'ಹೆದರಬ್ಯಾಡವ್ವ ಅವರೆಲ್ಲ ನಿಮ್ಮ ತಮ್ಮಗಳು' ಅಂತ ಒಂದು ಮಂತ್ರ ಮಾಡಿಬಿಟ್ಟ, ಕೂಡ್ಲೆ ಹಾವುಗಳೆಲ್ಲ ಮನುಷ್ಯರಾಗಿಬಿಟ್ಟರು. ಸಣ್ಣ ಹುಡುಗರೆಲ್ಲ 'ನಮ್ಮ ಅಕ್ಕ ಬಂದಳು.' 'ನಮ್ಮ ಅಕ್ಕ ಬಂದಳು' ಅಂತ ಆಕೆ ಸುತ್ತ ಕುಣಿದಾಡಿಬಿಟ್ಟರು.

ಎಲ್ಲರೂ ಸೇರಿ ಅಕ್ಕನಿಗೆ ಅಂತ ಜರತಾರಿ ಸೀರೆ, ಪಟ್ಟೇ ಸೀರೆ, ರೇಷ್ಮೆ ಸೀರೆ, ತಂದು ಕೊಟ್ಟರು. ಮುತ್ತು-ರತ್ನದೋವು ಆಭರಣ ತಂದುಕೊಟ್ಟರು. ಪಾಪ ಸೊಸೆ ಹರ್ಕಮುರ್ಕ ತೇಪೆ ಹಾಕೋತಿದ್ದೋಳು. ಇವನ್ನೆಲ್ಲ ಕಂಡು ಅವಳ ಸಂತೋಷ ಹೇಳಲಸದಳ. ಹಿಂಗೇ ಒಂದಿವಸ ಅನ್ನೋದು ಒಂದು ತಿಂಗಳು ಎರಡು ದಿವಸ ಅನ್ನೋದು ಎರಡು ತಿಂಗಳು ಆಗಿ ಒಂಬತ್ತು ತಿಂಗಳು ತುಂಬಿ ಒಂದು ಗಂಡು ಕೂಸು ಹಡೆದಳು. ಆ ಕೂಸು ಥಳ ಥಳ ಅಂತ ಹೊಳಿಯೋದು. ನಾವೇಕೆ ನೆಲದ ಮೇಲಿಡೋದು ಅಂತ ನಾಗರತಮ್ಮಗಳೆಲ್ಲ ಕೂಸನ್ನ ಆಡಿಸೇ ಆಡಿಸಿದುವು.

ಹೀಗೆ ಸಂತೋಷದಿಂದ ಆರು ತಿಂಗಳಾಯ್ತು. ಅಪ್ಪ, ನನ್ನ ಮಗಳಿಗೆ ಬಳೆ ಇಡಿಸಬೇಕು ಅಂತ್ಹೇಳಿ ಬಳೆಗಾರನ್ನ ಕರೆದುಕೊಂಡು ಬರೋಕೆ ಅಂತ ಗಂಡನ ಊರಿಗೆ ಬಂದ. ಬಳೆಗಾರನ್ನ ಕರೆದುಕೊಂಡು ಬಂದ. ಬಳೆಗಾರ ಪಾಪ, ನಡದೂ ನಡದೂ ಸುಸ್ತಾಗಿ ಎಷ್ಟು ದೂರ ಐತಪ್ಪ ಊರು ಅಂತಂದ. ಇಲ್ಲೆ ಎರಡು ಹರದಾರಿ ಅಂತ್ಹೇಳಿ ಪಾತಾಳಕ್ಕೆ ಕರೆದುಕೊಂಡು ಬಂದ. ಅಲ್ಲಿರೋ ಹಾವುಗಳನ್ನೆಲ್ಲ ನೋಡಿ ಬಳೆಗಾರ ಬಾರಿ ಹೆದರಿದ. 'ಹೆದರಬೇಡಪ್ಪ, ಇವರೆಲ್ಲ ನನ್ನ ಮಕ್ಕಳು' ಅಂತಹೇಳಿ ಒಳಕ್ಕೆ ಕರೆದುಕೊಂಡು ಹೋಗಿ ತನ್ನ ಮಗಳನ್ನ ತೋರಿಸಿದ. ಬಳೆಗಾರ ಎಂತ ಬಳೆ ಬೇಕವ್ವ ಅಂತ ಕೇಳಿದ. ಸೊಸೆ, ಬಳೆಗಾರಣ್ಣ ನಮ್ಮೂರೋನೆಯ ಅಂತ ಗೊತ್ತು ಹಿಡಿದಳು. 'ಬಳೆಗಾರಣ್ಣ ನಮ್ಮತ್ತೆ ನಮ್ಮ ಯಜಮಾನರು ಪಾಡಗಿದಾರಾ?' ಅಂತ ಕೇಳಿದಳು. ಆಗ ಬಳೆಗಾರಣ್ಣ—'ನಮ್ಮೂರ ತಾಯಿ ಅಂತ ಮೊದಲೆ ಗೊತ್ತಾಯ್ತವ್ವ, ನಮ್ಮೂರೆಲ್ಲೆಲ್ಲಾಲ್ಲ ಪಾಡಗದಾರೆ. ನಮ್ಮ ಸೊಸೇನ ಯಾರೋ ಕರೆದುಕೊಂಡು ಹೋದರು, ಎತ್ತಲಾಗಿ ಕರೆದುಕೊಂಡು ಹೋದರು ಅಂತ ಸುತ್ತ ಮುತ್ತಲೆಲ್ಲ, ಹುಡುಕುತ್ತಿದ್ದರು. ನಿನ್ನ ಗಂಡ ಪೂರ್ತ ಕಂಗಾಲಾಗಿದ್ದಾನೆ. ಹೋಗಿ ತಿಳಿಸುತ್ತೇನೆ ಕರೆದುಕೊಂಡು ಹೋಗಲಿಕ್ಕೆ,' ಅಂತ ಹೇಳಿದ. ಅಲ್ಲೇ ಇದ್ದ ಚಿಕ್ಕನಾಗೇಂದ್ರ 'ಎಯ್ ಬಳೆಗಾರ ನಮ್ಮ ಅಕ್ಕ ಇಲ್ಲಿದಾಳೆ ಅಂತ ಈಗಲೇ ಹೇಳಬೇಡ ನೋಡು. ಬೇಕಾದರೆ ಇನ್ನಾರು ತಿಂಗಳಾದ ಮೇಲೆ ಹೇಳು. ಇಲ್ಲದಿದ್ದರೆ ಪರಾಣ ಪಿಸುಕ್ ಅನ್ನುವ ಹಾಗೆ ಕಡಿದು ಬಿಡುತ್ತೀನಿ'—ಅಂತು. ಬಳೆಗಾರ ಜೀವ ಉಳಿದರೆ ಸಾಕು ಅಂತ ಆಗಲಪ್ಪ ಅಂತ ಹೇಳಿಬಿಟ್ಟ.

ಬಳೆಗಾರ ಊರನಾಗೆ ಒಂದಿನ ಸುತ್ತುಬೇಕಾದರೆ ಅತ್ತೆ ಅವನ್ನ ನೋಡಿದಳು. ಅಯ್ಯೋ ಬಳೆಗಾರ ಊರುಗಳನ್ನೆಲ್ಲಾ ಸುತ್ತುತ್ತಿರುತ್ತಾನೆ. ನಮ್ಮ ಸೋಸೇನ ಎಲ್ಲಾರ ನೋಡಿದ್ದನೇನೋ ಕೇಳಬೇಕು ಅಂತ ಅವನ್ನ ಕರೆದಳು. ಕೇಳಿದಳು 'ನಮ್ಮ ಸೊಸೇನ ಎಲ್ಲಾದರೂ ನೋಡಿ ದೆಯಾ?' ಅಂತ. ನನಗೆ ಗೊತ್ತಿಲ್ಲ ಅಂತ ಬಳೆಗಾರಣ್ಣ ಹೇಳಿ ಬಿಟ್ಟ. ಅವ್ವ, ಮಗ, ಮಾತ್ರ ತಮ್ಮ ಪ್ರಯತ್ನ ಬಿಡಲಿಲ್ಲ. ಏನು ನಿಂತರೂ ಕಾಲ ನಿಂತೀತಾ? ಆರು ತಿಂಗಳು ಕಳೀತು. ಒಂದು ದಿನ ಬಳೆಗಾರ ಅವರ ಮನೆ ಹತ್ತಿರಕ್ಕೆ ಬಂದು ಮಗನ ಹತ್ತಿರ—'ನಿನ್ನ ಹೆಂಡ್ತಿನ ನೋಡಿದ್ದೇನಪ್ಪ. ನೋಡಬೇಕು ಅನ್ನೋದಾದರೆ ಬಾ ಹೋಗೋಣ ತೋರಿಸ್ತೀನಿ' ಅಂದ. ಮಗ ಬಾಳ ದಿವಸದಿಂದ ಹೆಂಡ್ತಿ ಕಾಣದೆ ಕಂಗಾಲಾಗಿದ್ದ. 'ಆಗಲಿ, ನಡಿಯಪ್ಪ' ಅಂತ

ಅವ್ವನ ಕೂಡ ರೊಟ್ಟಿ ಬುತ್ತಿ ಕಟ್ಟಿಸಿಕೊಂಡು ಹೊರಟ. ಹೋದ ಹೋದ, ನಡದೂ ನಡದೂ ಸಾಕಾಗಿ ಹೋಯ್ತು. ಇನ್ನೆರಡೇ ಹರದಾರಿ ಇದೆ ಅಂತ ಬಳೆಗಾರ ಇಳಿದು ಪಾತಾಳಕ್ಕೆ ಕರೆದುಕೊಂಡು ಹೋದ. ಬುಸ್ ಅನ್ನೋ ಹಾವುಗಳಿಗೆ ಹೆದರಿ ಮೂಲೆ ಮೂಲೆಗೆ ಹೋದರೂ ಹಾವುಗಳೇ! ಮಗ ಹೆದರಿಬಿಟ್ಟ. 'ಹೆದರಬೇಡ' ಅಂತ್ಹೇಳಿ ಬಳೆಗಾರ ಒಳಗಡೆ ಕರೆದುಕೊಂಡು ಹೋದ. ಹೆಂಡ್ತೀಗೆ ಗಂಡ ಬಂದದ್ದು ಬಹಳ ಸಂತೋಷ ಆಯ್ತು. ಚಿಕ್ಕನಾಗೇಂದ್ರ ಅವರಿಗೆಲ್ಲ ಮಾವ ಬಂದ ಅಂತ ಖುಷಿಯೋ ಖುಷಿ. 'ಅಪ್ಪ, ನೆಂಟರು ಬಂದವರೆ' ಅಂತ ಒಳ್ಳೊಳ್ಳೆ ಸ್ವಾವಿಗೆ ಊಟ ಮಾಡಿಸಿದ. ಇವನು 'ನನ್ನ ಹೆಂಡ್ತಿ ಕರೆದುಕೊಂಡು ಹೋಗುತ್ತೇನೆ' ಅಂದ. ಅಪ್ಪ ಆಗಲಿ ಅಂತ ಒಪ್ಪಿಕೊಂಡ.

ಒಂದು ದಿವಸ ಅಪ್ಪ ಭಾರಿ ಸೀರೆಗಳು, ಮುತ್ತು-ರತ್ನದ ಒಡವೆ ಆಭರಣ, ಮೊಮ್ಮಗನಿಗೆ ಬಂಗಾರದ ತೊಟ್ಟಿಲು ಎಲ್ಲ ಕೊಡಿಸಿದ. ಇನ್ನೇನು ಹೊರಡಬೇಕು; ಚಿಕ್ಕನಾಗೇಂದ್ರ, ಯಾವ ಕಡೆಗೋ ಹೋಗಿದ್ದ. ಆಕೆ ಅಲ್ಲೆಲ್ಲ ಹುಡುಕಾಡಿದಳು. ಅಪ್ಪ ಅವನಿಗೆ ನಾ ಹೇಳುತ್ತೇನೆ ಅಂತ ಸಮಾಧಾನ ಹೇಳಿ ಮಗಳ್ನ ಕಳಿಸಿದ. ಆಕೆ ಅತ್ತ ಹೋಗೂಕು, ಇತ್ತ ಚಿಕ್ಕನಾಗೇಂದ್ರ ಬರೂಕು ಸಮಸಮ ಆಯ್ತು. 'ನಮ್ಮಕ್ಕ ನನಗೆ ಹೇಳದಹಾಗೇ ಹೋದಳಲ್ಲ. ಆಕೆ ಮಗನ ತೊಟ್ಟಿಲ ಹಗ್ಗದಗೂಂಟ ಇಳಿದು ಕಡದೇನು, ಇಲ್ಲದಿದ್ದರೆ ಮೈತೊಳಿಯ ಬೇಕಾದರೆ ಕಟುಮ್ ಅಂತ ಕಡಿದೇನು'—ಅಂತ ಚಿಕ್ಕನಾಗೇಂದ್ರ ಸಿಟ್ಟಿನಿಂದ ಅಂದ. ಅಪ್ಪ ಎಷ್ಟು ಹೇಳಿದರೂ ಅವನು ಕೇಳಲೇ ಇಲ್ಲ.

ಈಕಡೆ ಏನಾಯ್ತು ಅಂದರೆ, ಅತ್ತಿಗೆ ಸೊಸೆ ಬಂದಳು ಅನ್ನೋ ಸಂತಸ ಹೇಳಲಸದಳ. ಓರಗಿತ್ತೀರೆಲ್ಲಾ—'ನೋಡೆ ನಮ್ಮವ್ವ ಆಕೆ ಸೀರೇನ! ಎಂತಾ ಚೆಂದಾಗಿದೆ. ಒಡವೆ ಅನ್ನೋವು ನಿಗಿನಿಗಿ ಅಂತವೆ' ಅಂತ ಅಂದುಕೊಂಡರು. ಇಷ್ಟೊಂದೆಲ್ಲ ಆಗಿ ಬಂದರೂ ಅತ್ತೆ ಸೊಸೆನ ಮತ್ತು ಸಗಣಿಗೊಂಡ ನೀರುಗೊಂಡ ಮಾಡಕೆ ಹಚ್ಚಿದಳು. ಹಿಂಗೆ ಒಂದು ದಿನ ಸಗಣಿ ಹೊಡಿಬೇಕಾದರೆ ಪಕ್ಕದ ಮನೆಯವಳು ಬಂದು—'ಅಯ್ಯೋ ಇದೇನೆ ನಮ್ಮವ್ವ ಎಂಥಾ ಸೀರೆ ಉಟ್ಟುಕೊಂಡು ಸಗಣಿ ಹೊಡಿತೀಯ' ಅಂದುದಕ್ಕೆ 'ಅಯ್ ಇದೆಲ್ಲ ಎಂಥದು ನಮ್ಮ ಚಿಕ್ಕನಾಗೇಂದ್ರ ಆಗಿದ್ದರೆ ಇದಕ್ಕೂ ದೊಡ್ಡದನ್ನ ತಂದು ಕೊಡುತ್ತಿದ್ದ' ಅಂದಳು. ಚಿಕ್ಕನಾಗೇಂದ್ರನ ಮೇಲೆ ಅಷ್ಟು ಪ್ರೀತಿ. ನಾನು ಬರಬೇಕಾದರೆ ಚಿಕ್ಕನಾಗೇಂದ್ರ ಇದ್ದಿರಲಿಲ್ಲವಲ್ಲ ಅಂತ ಹಗಲು ರಾತ್ರಿ ಜ್ಞಾಪಿಸುತ್ತಿದ್ದಳು.

ಹೀಗೆ ಇನ್ನೊಂದು ದಿವಸ ಚಿಕ್ಕನಾಗೇಂದ್ರ ಅಕ್ಕನ ಮನೆಗೆ ಕಡಿಬೇಕು ಅಂತ ಬಂದು ಬಚ್ಚಲ ಮನೆ ಮೊಟರೆಯೊಳಗೆ ಹೊಕ್ಕೊಂಡುಬಿಟ್ಟ. ಸೊಸೆ ತನ್ನ ಮಗನನ್ನ ಕರೆದುಕೊಂಡು ಮೈತೊಳೆಯುವುದಕ್ಕೆ ಹೋದಳು. ಹಾಕಿದ್ದ ಒಡವೆ ಆಭರಣ ಎಲ್ಲವನ್ನೂ ತೆಗೆದಿಟ್ಟು ಎಣ್ಣೀನಿರು ಮಾಡೋಣ ಅಂತ ಎಣ್ಣಿಕಾಸಿ ಹಚ್ಚುತ್ತಿದ್ದಳು. ಆಗ ನೆರಮನೆ ಓರಗಿತ್ತಿ ಬಂದು—'ಇದೇನೆ ನಮ್ಮವ್ವ ಮೊಗೀಗೆ ಇಷ್ಟೊಂದು ಆಭರಣ ಹಾಕಿದೀಯ. ಎಣ್ಣಿ ಆಗಕಿಲ್ವೆ' ಅಂದಳು. ಅದಕ್ಕೆ ಆ ಸೊಸೆ: 'ಅಯ್ಯೋ ನಮ್ಮ ಚಿಕ್ಕನಾಗೇಂದ್ರ ನಾನು ಬರ

ಬೇಕಾದರೆ ಇದಕ್ಕಿಂತ ಇನ್ನೂ ಹೆಚ್ಚಾಗಿ ಕೊಡುತ್ತಿದ್ದ. ಏನು ಮಾಡೋದು ನಾನು ಬರ ಬೇಕಾದರೆ ಅವನ್ನೆಲ್ಲೋ ಹೊರಟು ಹೋಗಿದ್ದ' ಅಂದಳು.

ಆ ಪೊಟರೆಯಲ್ಲಿದ್ದ ಚಿಕ್ಕನಾಗೇಂದ್ರ ನಮ್ಮಕ್ಕ ನನ್ನ ನೆನಸುತ್ತಲೇ ಅವಳೆ. ನಾನೀಗ ಮಗುವಿಗೆ ಕಡಿದುಬಿಟ್ಟಿದ್ದರೆ ನಮ್ಮಕ್ಕನಿಗೆ ನಾನು ಭಾರಿ ಅನ್ಯಾಯ ಮಾಡಿದಹಾಗಾಗ್ತಿತ್ತು ಅಂತ ಅಂದುಕೊಂಡು ವಾಪಸ್ ಪಾತಾಳಕ್ಕೆ ಹೊರಟು ಹೋಗಿ ಬಿಟ್ಟ. ಹೀಗೆ ನಮಗೆ ಯಾವಾಗಲಾದರೂ ಆದಾಗ ಆದೋರನ್ನ ನೆನಸಿಕೊಳ್ಳುತ್ತಿದ್ದರೆ ನಮಗೆ ಯಾವತ್ತು ಕೆಟ್ಟದ್ದು ಆಗುವುದಿಲ್ಲ.

**

೩೧. ದಡ್ಡಮಗ

ಒಂದೂರಿನಲ್ಲಿ ಅವ್ವ ಮಗ ಇದ್ದರು. ಆ ಊರಿಗೆಲ್ಲ ಅವರೇ ಬಡವರು. ಕೂಲಿ ನಾಲಿ ಮಾಡಿ ಹೊಟ್ಟೆ ಹೊರೆಯುತ್ತಿದ್ದರು. ಸೂರ್ಯ ಮುಳುಗಿ ಕತ್ತಲೂ ಆಯ್ತು ಅಂತಿದ್ದ ಹಾಗೆಯೇ ಉಂಡು ಮಲಗಿಬಿಡುತ್ತಿದ್ದರು. ದೀಪ ಸಹ ಹೊಚ್ಚುತ್ತಿರಲಿಲ್ಲ. ಅಂದಮೇಲೆ ಅವರಿಗೆ ಎಣ್ಣೆ ಕೊಂಡುಕೊಳ್ಳುವುದಕ್ಕೂ ಸಹ ದುಡ್ಡು ಇರುತ್ತಿರಲಿಲ್ಲ. ಹೀಗೇ ಕಾಲ ಕಳಿತಾ ಮಗ ವಯಸ್ಸಿಗೆ ಬಂದ. ಅವ್ವನಿಗೆ ಸಾಜವಾಗಿ ಮದ್ವೆ ಮಾಡಬೇಕು ಅಂತ ಆಸೆ ಯಾಯಿತು. ಅಕ್ಕಪಕ್ಕದವರನ್ನೆಲ್ಲ ವಿಚಾರಿಸಿದಳು. ಹಿರಿಯೋರೆಲ್ಲ ಸೇರಿಕೊಂಡು ನಾಲ್ಕು ಮೈಲಿ ದೂರದ ಊರಿನಲ್ಲಿ ಒಂದು ಹೆಣ್ಣು ಮಾಡಿದರು. ಇಂತ ದಿವಸ ಮುಹೂರ್ತ ಇಂತ ದಿವಸವೇ ದಿಬ್ಬಣ ಹೋಗೋದು ಅಂತ ಹೇಳಿ ಮಾತನಾಡಿಕೊಂಡರು.

ಅದು, ಇದು, ಹಂಗೆ, ಹಿಂಗೆ, ಪಾತ್ರೆಪಡಗ, ಸಾಮಾನು ಸರಂಜಾಮು ಎಲ್ಲ ಜೋಡಿಸುವ ಹೊತ್ತಿಗೆ ದಿಬ್ಬಣ ಹೋಗುವ ದಿವಸ ಬಂದೇ ಬಿಟ್ಟಿತು. ಹೋಗುವಾಗ ಹಾಗೇ ಹೋಗು ವುದಕ್ಕಾದೀತೆ? ಬರ್ಮನ ಪೂಜಿ ಅದೆಲ್ಲ ಮಾಡಿಕೊಂಡು ಹೋಗೋಣ ಅಂತ ಮಗನನ್ನ ಕರೆದು: 'ತಮ್ಮ, ಎರಡು ಹಣ್ಣು ಕಾಯಿ ತೆಗೆದುಕೊಂಡು ಬರೋಗಪ್ಪ' ಅಂತ ಕಳಿಸಿದರು. ಆ ಮಗ ಬಲು ದಡ್ಡ. ಅಂದರೆ ಅಂತವನ್ನೆಲ್ಲ ತರೋದು ಇರಲಿ ನೋಡಿದ್ದೂ ಇಲ್ಲ. ಹೋಗಿ ಹೊಲದಲ್ಲಿ ಒಂದೆರಡು ಮೆಣಸಿನ ಹಣ್ಣು, ನಾಲ್ಕೈದು ಮುಳುಗಾಯಿ ಕಿತ್ತು ತಂದು 'ತಗಳಿ ಹಣ್ಣು ಕಾಯಿ' ಅಂದ ಎಲ್ಲರೂ, 'ಅಯ್ಯೋ ನಮ್ಮವ್ವ! ಇಂತಹ ಹುಡಗನಿಗೆ ಹೇಗವ್ವ ಮದುವೆಮಾಡೋದು,' ಅಂದುಕೊಂಡು 'ಶಿವನೆ' ಅಂತ ಬರ್ಮನಪೂಜಿ, ಕಂಕಣದ ಪೂಜಿಮಾಡಿಕೊಂಡು ದಿಬ್ಬಣ ಹೊರಟರು. ಬಂದ ನೆಂಟರಿಗೆಲ್ಲ ಚಂಬು ಕೊಟ್ಟು ಊಟಕ್ಕೆ ನೀಡಿದರು. ಅವರೂ ಊಟ ಮಾಡಿದರು. ಮದುವಣಿಗ ಮದುವಣಿಗಿ ತ್ತೀನೂ ಮೈಗಿಯ್ ತೊಳೆದು ಜಮಖಾನ ಹಾಸಿ ಕುಂಡ್ರಿಸಿದರು. ಆ ಹುಡುಗನ ಕಣ್ಣು ಅವರೆದುರಿಗೆ ಹೆಚ್ಚಿಟ್ಟಿದ್ದ ಕಳಸದ ಮೇಲೆ ಇತ್ತು. 'ಅಲೀ ಇವನ ಎಂಥಾ ಪಾಡಗೈತಲ್ಲೊ ಎಂಥಾ ಪಾಡಗೆ ನಿಗಿ ನಿಗಿ ಅಂತೆ ಐತೆ. ಇಂಥೋದನ್ನ ನಾನೆಲ್ಲು ನೋಡಿಯೇ ಇಲ್ಲ. ಇದೆಂಥದು ಅಂತ ನನ್ನ ಹೆಂಡ್ತಿನ ಕೇಳಬೇಕು' ಅಂತ ಅಂದುಕೊಂಡ.

ಹೆಂಡ್ತಿ ಊಟಕ್ಕೆ ಇಡಬೇಕಾದರೆ, 'ಏ...ನಮ್ಮಿಬ್ಬರನ್ನು ಕೂಡಿಸಿದ್ದಾಗ ನಮ್ಮ ಮುಂದಿಟ್ಟಿ ದ್ದರಲ್ಲ ಅದೆಂಥದೆ...? ಅದೆಂಥದೆ' ಅಂತ ಕೇಳಿಯೇ ಕೇಳಿದ. ಪಾಪ... ಅವನ ಹೆಂಡ್ತಿ ಸುಮ್ಮನೇ ಹಾಗೆ ಹಾಸ್ಯಕ್ಕೆ ಕೇಳುತ್ತಾರೇನೋ ಅಂತ ನಾಲ್ಕೈದು ಸಾರಿ ಕೇಳಿದರೂ ನಾಚಿ

ಕೊಂಡು ಹೇಳಲೇ ಇಲ್ಲ. ಕೊನೆಗೆ ಹಂಗೂ ಹಿಂಗೂ ಮಾಡಿ 'ಅದು ಸೂರ್ಯನ ಮರಿ' ಅಂದಳು. ಇವನಿಗೆ ಬಾಯಲ್ಲಿ ನಿರೂರಿತು. 'ಅಲೇ ಇವನ ಇದನ್ನ ಹೇಗಾದರೂ ಮಾಡಿ ನಮ್ಮೂರಿಗೆ ತೆಗೆದುಕೊಂಡು ಹೋಗಬೇಕು,' ಅಂತ ಅಂದುಕೊಂಡು ಸರ ಸರನೆ ಯಾರಿಗೂ ಕಾಣದಹಾಗೆ ತೆಗೆದುಕೊಂಡು ಹೋಗಿ ಮುಚ್ಚಿಡೋನ ಅಂತ ಗೌಡ್ರ ಮನೆ ಬಣವೆಯಲ್ಲಿ ಮುಚ್ಚಿಟ್ಟ. ಬಣವೆಗೆ 'ಕಳಸದ ಪಂಜಾತ್ರ್ಯಾಳ' ಬೆಂಕಿ ಹತ್ತಿಕೊಂಡು ಉರಿಯೋಕೆ ಶುರು ಮಾಡಿತು. ಬೆಂಕಿ ಅಂದಮೇಲೆ ಕೇಳಬೇಕೆ. ಊರಿನ ಜನರೆಲ್ಲ ಸೇರಿಕೊಂಡು ಆರಿಸುವುದಕ್ಕೆ ಶುರುಮಾಡಿದರು. ಇವನು ಸುಮ್ಮನಿರಬೇಕೋ ಬ್ಯಾಡವೋ, ಅಯ್ಯೋ ಅದರಲ್ಲಿ ನನ್ನ ಸೂರ್ಯನ ಮರಿ ಇತ್ತು. ನನ್ನ ಸೂರ್ಯನ ಮರಿ ಇತ್ತು ಅಂತ ಒದ್ದಾಡೋನು. ಜನಕ್ಕೆ ಗೊತ್ತಾಯ್ತು—ಇವನೇ ಬಣವೆಗೆ ಬೆಂಕಿ ಇಟ್ಟಿರೋನು ಅಂತ. ಅಲ್ಲೆ ಬಣವೆಗಳ ಹಿರಿದು ಕೊಂಡು ಕೊಟ್ಟರು ನೋಡು, ಅವನು ಊರು ಬೀಳೋತನಕ. ಹೀಗೆ ಬುದ್ಧಿ ಇಲ್ಲದ ಹೆಡ್ಡ ಹೊಡೆತ ತಿಂದ, ಹೆಂಡ್ತೀನು ಕಳ್ಕಂಡ.

**

೩೨. ವಜ್ರಕಿರೀಟಿ ಕತೆ

ವಿಜಾಪುರವೆಂಬ ಊರು. ಅಲ್ಲಿ ಒಬ್ಬ ರಾಜನಿದ್ದ. ಅವನಿಗೆ ಮೂರು ಜನ ಗಂಡು ಮಕ್ಕಳು. ಅವರ ಪೈಕಿ ಕಿರಿಯ ಮಗ ಹುಟ್ಟುತ್ತಾನೆಂದು ಘಳಿಗೆ ವಾರ ಹಾಕಿಕೊಂಡು ಜೋಯಿಸರು ಕುಳಿತುಕೊಂಡಿದ್ದರು. ಕೂತಂತ ಕಾಲದಲ್ಲಿ ಆ ಹುಡುಗ ಹುಟ್ಟಿದ ಗಳಿಗೆಯಲ್ಲಿ ರಾಜರಿಗೆ, ಮಗನ ನೋಡಿದ ಕೂಡಲೆ ಕಣ್ಣು ಹೋಗುತ್ತದೆಂದು ತಿಳಿಸುತ್ತಾರೆ. ಆಗ ರಾಜ ಆ ಮಗುವನ್ನು ಕಾಡಿನಲ್ಲಿ ಬಿಟ್ಟು ಬರಲು ತಿಳಿಸುತ್ತಾನೆ. ದೂತರು ಆ ಮಗುವನ್ನು ಕಾಡಿಗೆ ತೆಗೆದುಕೊಂಡು ಹೋಗಿ ಒಂದು ಮರದ ಅಡಿ ಇಟ್ಟು ಬರುತ್ತಾರೆ. ಆ ಮರದಲ್ಲಿ ಒಂದು ಜೇನು ಕಟ್ಟಿತ್ತು. ಅದರ ತುಪ್ಪವು ಆ ಮಗುವಿನ ಬಾಯಿಗೆ ಬಿದ್ದಿದ್ದರಿಂದ ಮಗು ಉಳಿದುಕೊಂಡು ಕಾಡಿನಲ್ಲಿಯೇ ಬೆಳೆದುಕೊಂಡಿತು.

ಒಂದು ದಿನ ಅಲ್ಲಿನ ರಾಜ ತನ್ನ ಸೈನಿಕರೊಡನೆ ಮೃಗ ಬೇಟೆಗೆ ಬರುತ್ತಾನೆ. ಅಲ್ಲಿ ಆ ಮಗುವು ರಾಜನ ಕಣ್ಣಿಗೆ ಬಿದ್ದಿತು. ಕೂಡಲೆ ರಾಜನ ಕಣ್ಣು ಕಾಣದೆ ಹೋದುವು. ಆಗ ಜನರೆಲ್ಲ ಸುಕಾಸುಮ್ಮನೆ ರಾಜನ ಕಣ್ಣು ಹೋಗಲು ಕಾರಣವೇನಿರಬಹುದೆಂದು ಆಲೋಚನೆ ಮಾಡುತ್ತಾರೆ. ಬಹುಶಃ ಹಿಂದೆ ಕಾಡಿನಲ್ಲಿ ಬಿಟ್ಟು ಬಂದಿದ್ದ ಮಗುವೇ ಇವನಾಗಿರಬೇಕೆಂದು ಊಹಿಸಿದರು. ಆವಾಗ ಆ ಹುಡುಗನೂ ನಾನು ಕಾಡಿನಲ್ಲಿ ಬೆಳೆಯಲು ಕಾರಣವೇನು? ಎಂದು ಯೋಚಿಸಿದ. ಅದೇ ಸಂದರ್ಭದಲ್ಲಿ ರಾಜನು ಸೈನ್ಯಸಮೇತನಾಗಿ ಹಿಂದಿರುಗಿದ. ರಾಜನ ಹಿಂದೆ ಹುಡುಗನೂ ಹಿಂಬಾಲಿಸಿದ. ಜೋಯಿಸರು, ಹೋದ ರಾಜನ ಕಣ್ಣು ಬರಬೇಕಾದರೆ 'ದೇವಲೋಕದಲ್ಲಿರುವ ಸುಗಂಧದ್ರವ್ಯ ಪುಷ್ಪ'ವನ್ನು ತಂದು ಕಣ್ಣಿಗೆ ಒತ್ತಿದರೆ ಕಣ್ಣು ಬರುವುದೆಂದು ತಿಳಿಸಿದರು. ಆಗ ರಾಜನು: 'ಈ ಪುಷ್ಪವನ್ನು ತಂದು ಕೊಟ್ಟವರಿಗೆ ಹೇರಳವಾಗಿ ದ್ರವ್ಯಕೊಡುವೆ'ನೆಂದು ಡಂಗುರ ಸಾರಿಸಿದ. ಆವಾಗ ರಾಜನ ಹಿರಿಯ ಮಕ್ಕಳಿಬ್ಬರು: 'ತಮ್ಮಾ... ಈ ದ್ರವ್ಯವನ್ನು ತೆಗೆದುಕೊಂಡು ಹೋಗಿ ನಾವಿಬ್ಬರು ಪುಷ್ಪವನ್ನು ತರೋಣವೇ?' ಎಂದು ಕೇಳುತ್ತಾನೆ ಅಣ್ಣ. 'ಆಗಲಿ ಅಣ್ಣ... ನಾವೇ ಆ ಪುಷ್ಪವನ್ನು ತಂದುಬಿಡೋಣ' ಎಂದು ಒಪ್ಪಿಕೊಳ್ಳುತ್ತಾನೆ ತಮ್ಮ. ದ್ರವ್ಯವನ್ನು ತೆಗೆದುಕೊಂಡು ಕುದುರೆ ಯನ್ನು ಹತ್ತಿ ಆ ಪುಷ್ಪವನ್ನು ತರಲು ಹೊರಡುತ್ತಾರೆ; ಅಣ್ಣ ತಮ್ಮರು.

ಆ ವಜ್ರಕಿರೀಟಿ ಎಂಬ ಹುಡುಗನು ಅವರಿಬ್ಬರ ಹಿಂದುಗಡೆ ಕಾಲಿನ ನಡಿಗೆಯಲ್ಲಿಯೇ ಹೋಗುತ್ತಾನೆ. ಮುಂದೆ ಮುಂದೆ ಹೋಗುತ್ತ ಅವರಿಬ್ಬರಿಗೆ ಬಾಯಾರಿಕೆಯಾಗುತ್ತದೆ. ಕಾಡಿನ ಮಧ್ಯೆ ಸಿಕ್ಕ ಹಾಳುಬಾವಿಯ ನೀರು ಕುಡಿಯುವಹಾಗಿರಲಿಲ್ಲ. ಅದನ್ನು ನೋಡಿ

ಕೊಂಡು ಮುಂದೆ ಸಾಗುತ್ತಾರೆ. ಮುಂದೆ ಒಂದು ಊರಿನಲ್ಲಿ ಒಬ್ಬ ರಾಜನ ಮನೆಯಲ್ಲಿ ರಾಜ ತೀರಿಕೊಂಡು ಹೋಗಿ ಅವನ ಮಗಳು ರಾಜ್ಯವಾಳುತ್ತಿರುತ್ತಾಳೆ. ಅವಳು ಊರಿನ ಊರ ಬಾಗಿಲಿನಲ್ಲಿ ಅವಳ ಚಿತ್ರವನ್ನು ಬರೆಸಿ—'ಸಾವಿರ ಹೊನ್ನ ಮುಂಗಡ ಕಟ್ಟಿ ಪಗಡೆಯಾಟದಲ್ಲಿ ಗೆದ್ದವರಿಗೆ, ನನ್ನ ರಾಜ್ಯವನ್ನು ಕೊಟ್ಟು, ಪಟ್ಟಕಟ್ಟಿ, ಅವರನ್ನೇ ಮದುವೆ ಯಾಗುತ್ತೇನೆ' ಎಂದು ಬರೆಸಿದ್ದಾಳೆ. ನೂರಾರು ಜನರು ಗೆಲ್ಲಲು ಬಂದು, ಸೋತವರಿಗೆ ಮೂಗಿನೊಳಗೊಂದು ಕವಡೆಕಟ್ಟಿ ಹೂವಿನ ಹೊಲಕ್ಕೆ ನೀರು ಹಾಕುವುದಕ್ಕೆ ಹಾಕುತ್ತಾಳೆ. ಹೀಗೆ ನೂರಾರು ಜನರ ಗತಿಯೂ ಇದೇ ಆಗಿರುತ್ತದೆ.

ಪುಷ್ಪ ತರಲು ಹೊರಟ ಅಣ್ಣ ತಮ್ಮರಿಬ್ಬರೂ ಆ ರಾಜ್ಯಕ್ಕೆ ಬಂದು ಊರ ಬಾಗಿಲಲ್ಲಿದ್ದ ಚಿತ್ರವನ್ನು ನೋಡಿ—'ಪಗಡೆಯಾಟದಲ್ಲಿ ನಾವೇನು ಕಮ್ಮಿಯಿಲ್ಲ, ರಾಜ್ಯವನ್ನು ಗೆದ್ದು, ರಾಜಕುಮಾರಿಯನ್ನು ಮದುವೆಯಾಗಿ ಆಮೇಲೆ ಮುಂದೆ ಹೋಗಿ ಆ ಪುಷ್ಪವನ್ನು ತಂದು ತಂದೆಗೆ ಒಪ್ಪಿಸೋಣ' ಎಂದು ಮಾತಾಡಿಕೊಂಡು, ಅಣ್ಣ ಮುಂಗಡ ಸಾವಿರ ಹೊನ್ನ ಕಟ್ಟಿ ರಾಜಕುಮಾರಿಯೊಂದಿಗೆ ಪಗಡೆಯಾಟಕ್ಕೆ ಕುಳಿತು ಸೋಲುತ್ತಾನೆ. ಸೋತ ಅವನನ್ನು ಅವಳು: 'ಮೂಗಿಗೆ ಕವಡೆ ಕಟ್ಟಿ ಹೂವಿನ ಹೊಲಕ್ಕೆ ನೀರು ಹೊಯ್ಯಲು ಕಳುಹಿಸುತ್ತಾಳೆ. ಅಣ್ಣನ ದಾರಿಯನ್ನು ತಮ್ಮನೂ ಅನುಸಿರಿಸಿ ಶಿಕ್ಷೆಗೆ ಗುರಿಯಾಗುತ್ತಾನೆ. ಆದರೆ ಅವರಿಬ್ಬರ ಹಿಂದೆ ಕಾಲು ನಡಿಗೆಯಲ್ಲಿ ಹೋದ ವಜ್ರಕಿರೀಟಿಯು ಆಲೋಚನೆ ಮಾಡಿ—'ಇವರಿಬ್ಬರು ಹೋದವರು ಬರಲಿಲ್ಲ. ಪಗಡೆಯಾಟದಲ್ಲಿ ಸೋತು ಹೋದರು. ಇನ್ನು ಅವರು ಬರುವುದಿಲ್ಲ. ಮುಂದೆ ನಾನು ಏನು ಮಾಡಬೇಕೆಂದು' ಯೋಚನೆಮಾಡಿದ.

ಆ ಊರಿನಲ್ಲಿ ಒಂದು ಸನ್ಯಾಸಿ ಮಠವಿತ್ತು. ಅಲ್ಲೊಬ್ಬ ಸನ್ಯಾಸಿ ಇದ್ದ. ವಜ್ರಕಿರೀಟಿ ಅಲ್ಲಿಗೆ ಹೋಗಿ ಎಂಟಾನೆಂಟು ದಿವಸ ಆ ಸನ್ಯಾಸಿಯ ಸೇವಕನಾಗಿರುತ್ತಾನೆ. ಆ ಸನ್ಯಾಸಿ ಗಾಂಜಾ ಸೇದುತ್ತಿದ್ದುದರಿಂದ ಆಗಾಗ ಇವನು ಬೆಂಕಿ ಒಟ್ಟಿ ಗಾಂಜಾ ಹದಮಾಡಿಕೊಡುತ್ತಿದ್ದ. ಒಂದು ದಿನ ಸನ್ಯಾಸಿ—'ನಾನು ಆಹಾರ ತಿನ್ನುವವನಲ್ಲ. ನೀನು ನನ್ನ ಸೇವೆ ಮಾಡುತ್ತೀಯಲ್ಲ ನಿನಗೇನಾಗಬೇಕು?' ಎಂದು ಕೇಳುತ್ತಾನೆ. ಆಗ ವಜ್ರಕಿರೀಟಿಯು ತನ್ನ ಹಿಂದಿನ ಕತೆಯನ್ನೂ, ತನ್ನ ಇಬ್ಬರು ಅಣ್ಣಂದಿರಿಗಾದ ಗತಿಯನ್ನೂ ಹೇಳಿ... 'ನಾನಾದರೂ ಆ ಪುಷ್ಪವನ್ನು ತರ ಬೇಕೆಂದು ಆಸೆ ಇಟ್ಟುಕೊಂಡಿದ್ದೇನೆ. ಆ ಪುಷ್ಪವನ್ನು ತರುವ ಪ್ರಯತ್ನವನ್ನು ತಾವು ತಿಳಿಸಬೇಕು ಮತ್ತು ಪಗಡೆಯಾಟದ ಪಂದ್ಯದಲ್ಲಿ ಗೆಲ್ಲುವ ಪರಿಯೇನು? ಎಂಬುದನ್ನು ತಿಳಿಸಿಕೊಡಬೇಕೆಂದು ಬೇಡಿಕೊಳ್ಳುತ್ತಾನೆ. ಆಗ ಸನ್ಯಾಸಿಯು ಹೇಳುತ್ತಾನೆ, 'ಆ ರಾಜ ಕುಮಾರಿಯು ಒಂದು ಬೆಕ್ಕನ್ನು ಸಾಕಿದ್ದಾಳೆ. ಆ ಬೆಕ್ಕಿನ ತಲೆಯ ಮೇಲೆ ದೀಪವನ್ನು ಹಚ್ಚಿಟ್ಟುಕೊಂಡು ಪಗಡೆಯಾಡುತ್ತಾಳೆ. ಎರಡನೆ ಕೈಯಾಡಿ, ಮೂರನೆ ಕೈಯಾಡುವಾಗ ಬೆಕ್ಕು ದೀಪವನ್ನು ಮಗುಚಿಹಾಕಿ ಓಡಿ ಹೋಗುತ್ತದೆ. ಆಗ ಅವಳು ಕವಡೆಯ ಕೈಯನ್ನು ಮಗುಚಿಹಾಕಿ ದೀಪವನ್ನು ಹಚ್ಚಿ ತಾನು ಗೆದ್ದೆನೆಂದು ತಿಳಿಸಿ ಶಿಕ್ಷೆಯನ್ನು ವಿಧಿಸುತ್ತಾಳೆ. ಹೀಗೆ ಮೋಸದಿಂದ ಅವಳು ಗೆಲ್ಲುವುದರಿಂದ ನೀನು ಅದಕ್ಕೆ ಒಂದು ಮುಂಗುಸಿಯನ್ನು ಸಾಕಿಕೊಂಡು ಬುದ್ಧಿ ಕಲಿಸಿ, ಪಗಡೆಯಾಡುವಾಗ ಎದುರಿಗೆ ಕೂರಿಸಿಕೊಂಡು ಆಟವಾಡಲಿಕ್ಕೆ

ಕೂರಬೇಕು. ಮುಂಗುಸಿಯನ್ನು ನೋಡಿ ಬೆಕ್ಕು ಹೆದರಿ ಓಡಿ ಹೋಗುವುದಿಲ್ಲ ಮತ್ತು ದೀಪ ಮಗುಚಿ ಹಾಕುವುದಿಲ್ಲ. ಆಗ ನೀನು ಗೆಲ್ಲುತ್ತೀಯ' ಎಂದು ತಿಳಿಸಿದನು. ವಜ್ರಕಿರೀಟಿಯ ಬಳಿ ಮುಂಗಡ ಕಟ್ಟಲು ಹಣವಿಲ್ಲದ್ದರಿಂದ ಸನ್ಯಾಸಿಯೇ ತನ್ನಲ್ಲಿದ್ದ ಉಂಗುರವನ್ನು ಕೊಟ್ಟು, 'ಇದನ್ನು ಅಡವಿಟ್ಟು ಹಣ ತೆಗೆದುಕೊಂಡು ಮುಂಗಡ ಇಟ್ಟು ಆಟವಾಡು' ಎಂದು ಆಶೀರ್ವಾದ ಮಾಡುತ್ತಾನೆ. ಜೊತೆಗೆ ವಜ್ರಕಿರೀಟಿಗೆ ಎರಡು 'ಸಿದ್ಧಗುಚಿಗಿ'ಯನ್ನು ಕೊಡುತ್ತಾನೆ.

ವಜ್ರಕಿರೀಟಿಯು ಉಂಗುರವನ್ನು ಅಡವಿಟ್ಟು ಹಣ ತೆಗೆದುಕೊಂಡು ಹೋಗಿ ರಾಜಕುಮಾರಿಯೊಂದಿಗೆ ಪಗಡೆಯಾಟಕ್ಕೆ ಕೋರುತ್ತಾನೆ. ಮುಂಗುಸಿಯನ್ನು ಮುಂದಕ್ಕೆ ಕೂರಿಸಿಕೊಂಡು ಆಟವನ್ನು ಆರಂಭಿಸುತ್ತಾನೆ. ಆಗ ಬೆಕ್ಕು, ಮುಂಗುಸಿಯನ್ನು ನೋಡಿ ಓಡಿಹೋಗದೆ ಹಾಗೆಯೇ ಕೂರುತ್ತದೆ. ವಜ್ರಕಿರೀಟಿಯು ಪಗಡೆಯಾಟದಲ್ಲಿ ಗೆಲ್ಲುತ್ತಾನೆ. ಮಾರನೆಯ ದಿನ ರಾಜಭಟರು ವಜ್ರಕಿರೀಟಿಯನ್ನು ಪಟ್ಟಕಟ್ಟಿ, ರಾಜಕುಮಾರಿಯನ್ನು ಮದುವೆಮಾಡಿಸಿದರು. ವಜ್ರಕಿರೀಟಿಯು ರಾಜನಾದ ಮೇಲೆ ರಾಜ್ಯದ ಬಹುಭಾರವನ್ನು ನೋಡಲು ಹೊರಟನು. ಆಗ ಮಧ್ಯೆ—'ಹೂವಿನ ಹೊಲದಲ್ಲಿ ಹೋಗುವಾಗ ಸೋತವರೆಲ್ಲರು ಮೂಗಿಗೆ ಕವಡೆಕಟ್ಟಿಕೊಂಡು ಹೂವಿನ ಗಿಡಕ್ಕೆ ನೀರು ಹೊರುತ್ತಾ ಇದ್ದರು.' ಅವರನ್ನು ನೋಡಿದ ವಜ್ರಕಿರೀಟಿಯು ಹೀಗೆಂದು ಹೇಳಿದ: 'ಅಣ್ಣತಮ್ಮರಿಬ್ಬರನ್ನು ಬಿಟ್ಟು ಉಳಿದವರನ್ನೆಲ್ಲ ಬಿಡುಗಡೆ ಮಾಡಿಸಿ, ಅವರಿಬ್ಬರ ಎಡದ ಅಂಡಿನ ಮೇಲೆ ಮುದ್ರೆ ಒತ್ತಿ, ಅನ್ನಕೊಟ್ಟು ಸುಖದಲ್ಲಿಡಿ' ಎಂದು ಅಪ್ಪಣೆ ಕೊಡಿಸುತ್ತಾನೆ.

ಹೀಗೆ ವಜ್ರಕಿರೀಟಿಯು ಸ್ವಲ್ಪ ಕಾಲ ಸುಖದಲ್ಲಿದ್ದು ತದನಂತರ ರಾಜಕುಮಾರಿಯ ಹತ್ತಿರ ಈ ರೀತಿ ತಿಳಿಸಿದ—'ನಾನು ನನ್ನ ತಂದೆಯ ಕಣ್ಣು ಹೋದುದರಿಂದ, ಅವರ ಕಣ್ಣು ಬರಲು ದೇವಲೋಕದ ದೇವಕನ್ನಿಕೆಯರ ಹತ್ತಿರವಿರುವ ಸುಗಂಧ ಪುಷ್ಪವನ್ನು ತರಲು ಹೊರಟವನು. ನಾನು ಹಿಂತಿರುಗಿ ಬರುವವರಿಗೂ ನೀನೇ ರಾಜ್ಯಭಾರ ಮಾಡಿ ಕೊಂಡಿರು' ಎಂದು ತಿಳಿಸಿ ಹೊರಡುತ್ತಾನೆ.

ವಜ್ರಕಿರೀಟಿಯು ಒತ್ತೆಯಿಟ್ಟ ಉಂಗುರವನ್ನು ಬಿಡಿಸಿಕೊಳ್ಳಬೇಕಾದ ಹೊನ್ನನ್ನು ಭಂಡಾರ ದಿಂದ ತೆಗೆದುಕೊಂಡು, ಸಾಹುಕಾರನಲ್ಲಿಗೆ ಹೋಗಿ ಉಂಗುರವನ್ನು ಬಿಡಿಸಿಕೊಂಡು ಸನ್ಯಾಸಿ ಮಠಕ್ಕೆ ಬರುತ್ತಾನೆ. ಅವನು ಸನ್ಯಾಸಿಗೆ ಅಡ್ಡಬಿದ್ದು, 'ನಿಮ್ಮಿಂದ ಕಾರ್ಯವನ್ನು ಗೆದ್ದು ಬಂದೆ. ನಿಮ್ಮ ಉಂಗುರವನ್ನು ತೆಗೆದುಕೊಳ್ಳಿ' ಎಂದು ಕೊಡುತ್ತಾನೆ. ಮುಂದುವರಿದು, 'ಸ್ವಾಮಿ ನಾನು ನನ್ನ ತಂದೆಯ ಕಣ್ಣು ಬರಲು ಸುಗಂಧ ಪುಷ್ಪವನ್ನು ತರಲು ದೇವಲೋಕದ ದೇವಕನ್ನಿಕೆಯರ ಹತ್ತಿರ ಹೋಗಬೇಕು. ಹೋಗುವ ದಾರಿಯನ್ನು ಹೇಳಿ' ಎನ್ನುತ್ತಾನೆ. ಆಗ ಸನ್ಯಾಸಿಯು, 'ನೀನು ಹೋಗುವ ದಾರಿಯು ಬಹಳ ಕಠಿಣವಾದುದು. ಮಧ್ಯದಲ್ಲಿ ಭಯಂಕರ ಕಾಡೊಂದು ಸಿಗುತ್ತದೆ. ಅಲ್ಲೊಬ್ಬ ಮಾಯಾವಿ ರಕ್ಕಸನಿದ್ದಾನೆ. ಕಲ್ಲಳ್ಳು ತೆಗೆದುಕೊಂಡು ಬಾ. ಮಂತ್ರಿಸಿ ಕೊಟ್ಟಿರುತ್ತೇನೆ. ಜೊತೆಯಲ್ಲಿ ಎರಡು ಸಿದ್ಧಗುಚಿಗಿಯನ್ನು

ಕೊಟ್ಟಿರುತ್ತೇನೆ. ನಿನ್ನ ಸ್ವಾಧೀನದಲ್ಲಿಟ್ಟುಕೋ. ನಿನ್ನ ಕೈಗೊಂಡ ಕಾರ್ಯವು ಜಯವಾಗುತ್ತದೆ' ಎಂದು ತಿಳಿಸುತ್ತಾನೆ.

ವಜ್ರಕಿರೀಟಿಯು ಸನ್ಯಾಸಿ ಮಂತ್ರಿಸಿಕೊಟ್ಟಿದ್ದ ಒಂದು ಕಲ್ಹಳ್ಳನ್ನು ತೆಗೆದುಕೊಂಡು ಎಸೆದಾಗ ಆ ಮಾಯಾವಿ ರಕ್ಕಸನಿರುವ ಜಾಗವನ್ನು ಸೇರುತ್ತಾನೆ. ಅಲ್ಲಿ ಮೂಳೆಗಳ ರಾಶಿಯೇ ಬಿದ್ದಿತ್ತು. ನೋಡಿದ ಆತನು ಇದೇ ರಾಕ್ಷಸನಿರುವ ಜಾಗವೆಂದು ತಿಳಿದ. ಆ ಸಮಯದಲ್ಲಿ ರಕ್ಕಸನು ಕಾಡಿಗೆ ಹೋಗಿಬರುವಾಗ, 'ಇದೇನು... ಇದೇನು, ಹೊಸಗಾವಲು... ನರಗಾವಲು' ಎಂದು ಕೂಗುತ್ತಾ ಬರುತ್ತಾನೆ. ಆಗ ವಜ್ರಕಿರೀಟಿಯು ಒಂದು ಕಲ್ಹಳ್ಳನ್ನು ಮಂತ್ರಿಸಿ ಎಸೆದು, 'ನನ್ನ... ಮೂರು... ಮಾತುಗಳನ್ನು ಕೇಳು ರಕ್ಕಸ' ಎನ್ನುತ್ತಾನೆ. ರಕ್ಕಸನು—'ಏನು ಹೇಳ್ತಿ... ಹೇಳು... ಹೇಳು' ಎಂದು ಹತ್ತಿರ ಹತ್ತಿರ ಬರುತ್ತಾನೆ. ಆಗ ಆತನು ಸಿದ್ಧ ಗುಚಿಗಿಯನ್ನು ತಿರುಗಿ ಹಿಡಿದು ಅವನಿಗೆ ತಾಗಿಸುತ್ತಾನೆ. ಆಗ ರಕ್ಕಸನು– 'ಏನು ಹೇಳು... ಏನು ಹೇಳು... ಹೇಳು' ಎಂದಾಗ ವಜ್ರಕಿರೀಟಿಯು, 'ನನ್ನನ್ನು ತಿಂದರೆ ನಿನಗೆಷ್ಟು ಹೊಟ್ಟೆ ತುಂಬಬಹುದು. ನಿನ್ನ ದವಡೆಹಲ್ಲಿಗೆ ಒಂದು ಕಸದ ಕಡ್ಡಿಯಂತೆಯೂ ನಾನು ಸಿಗಲಾರೆನು. ನನ್ನನ್ನು ಇಟ್ಟುಕೊಂಡರೆ ನಿನಗೆ ಬೇಕಾದಷ್ಟು ಹೊಟ್ಟೆ ತುಂಬುವಷ್ಟು, ಭಕ್ಷ್ಯವನ್ನು ಮಾಡಿ ನೀಡುವೆನು' ಎನ್ನುತ್ತಾನೆ. ಆಗ ರಕ್ಕಸನು, 'ನೀನು ನನ್ನ ಹೊಟ್ಟೆ ತುಂಬುವಷ್ಟು ಮಾಡಿ ನೀಡಬಲ್ಲೆಯಾ?' ಎನ್ನುತ್ತಾನೆ. 'ಹೌದು, ನೀಡುತ್ತೇನೆ. ನನಗೆ ಬೇಕಾದಷ್ಟು ಆಹಾರ ಸಾಮಗ್ರಿ ನೀಡಿದರೆ ಮಾಡಿ ನೀಡುತ್ತೇನೆ' ಎನ್ನುತ್ತಾನೆ. ಆಗ ರಕ್ಕಸನು—'ಏನು ಸಾಮಗ್ರಿ ಬೇಕು ಹೇಳು... ಹೇಳು...' ಎನ್ನುತ್ತಾನೆ.

ಆಗ ವಜ್ರಕಿರೀಟಿಯು—'ಆರು ಕೊಪ್ಪರಿಗೆಗಳು ಕಲ್ಲುಸಕ್ಕರೆ, ಉತ್ತುತ್ತೆ, ಬಾದಾಮಿ, ದ್ರಾಕ್ಷಿ, ಮುಂತಾದ ಸಾಮಗ್ರಿಗಳನ್ನು ಕೊಟ್ಟರೆ ಬೇಯಿಸಿ ನಿನ್ನ ಹೊಟ್ಟೆಯನ್ನು ತುಂಬಿಸುತ್ತೇನೆ' ಎನ್ನುತ್ತಾನೆ. ರಕ್ಕಸ ಆಗಲಿ ಎಂದು ತಿಳಿಸಿ ಮಾಯಾರೂಪದಲ್ಲಿ ಪುರದೊಳಗೆ ನುಗ್ಗಿ ಸಾಮಗ್ರಿಗಳನ್ನೆಲ್ಲ ದೋಚಿಕೊಂಡು ತಂದು ಹಾಕುತ್ತಾನೆ. ವಜ್ರಕಿರೀಟಿಯು ಅವುಗಳನ್ನೆಲ್ಲ ಹದಮಾಡಿ ಕೊಪ್ಪರಿಗೆಯಲ್ಲಿ ಬೇಯಿಸಿ ಎರಡು ಕೊಪ್ಪರಿಗೆಯಲ್ಲಿ ನೀರು ಕಾಸಿ 'ಉಣ್ಣುವುದಕ್ಕೆ ಬಾ' ಎಂದು ರಕ್ಕಸನನ್ನು ಕರೆಯುತ್ತಾನೆ. ಅಡಿಗೆಯಾಯಿತೇ ಎಂದು ರಕ್ಕಸನು ಕೇಳಿದಾಗ, 'ಆಯಿತು ನೀರು ಸಿದ್ಧವಾಗಿದೆ ಮಿಂದುಕೊಂಡು ಬಾ' ಎಂದಾಗ ರಕ್ಕಸನು ಮಿಂದುಕೊಂಡು ಬರುತ್ತಾನೆ. ನೀಡಿದ ಭಕ್ಷ್ಯವನ್ನೆಲ್ಲ ಮುದ್ದೆ ಮುದ್ದೆ ಕಟ್ಟಿಕೊಂಡು ತಿನ್ನುತ್ತಾನೆ. ಆತನಿಗೆ ಬಹಳ ಸಂತೋಷವಾಗುತ್ತದೆ. 'ಇಂತಹ ಊಟವನ್ನು ಹುಟ್ಟಿದ ಮೇಲೆ ನಾನು ಮಾಡಿರಲಿಲ್ಲ' ಎನ್ನುತ್ತಾನೆ. ಕೆಲವು ದಿನಗಳನಂತರ ಆತನನ್ನು ಕುರಿತು ರಕ್ಕಸನು ಹೀಗೆಂದು ಕೇಳುತ್ತಾನೆ– 'ಇಲ್ಲಿಗೆ ಏಕೆ ಬಂದೆ? ನನ್ನಿಂದ ಏನಾಗಬೇಕಾಗಿತ್ತು?' ಎಂದಾಗ ವಜ್ರಕಿರೀಟಿಯು—'ನನ್ನ ತಂದೆಯ ಕಣ್ಣು ಹೋಗಿರುವುದರಿಂದ ದೇವಲೋಕದ ದೇವಕನ್ನಿಕೆಯ ಬಳಿಯಿರುವ ಸುಗಂಧ ಪುಷ್ಪವನ್ನು ತರಬೇಕಾಗಿದೆ. ಅದಕ್ಕಾಗಿ ನಾನು ಅಲ್ಲಿಗೆ ಹೊರಟಿದ್ದೇನೆ ಆ ಕೆಲಸವು ನಿನ್ನಿಂದ ಆಗಬೇಕು' ಎನ್ನುತ್ತಾನೆ. ಆಗ ರಕ್ಕಸನು—'ಆ ಕಲಸವು ನನ್ನಿಂದ ಆಗುವಂತಹದ್ದಲ್ಲ. ನನ್ನ ಸ್ನೇಹಿತನೊಬ್ಬನಿದ್ದಾನೆ ಕರೆತರಿಸುತ್ತೇನೆ. ಅವನಿಂದ ನಿನ್ನ ಕೆಲಸ

ವಾಗುತ್ತದೆ. ನಾಳೆ ನನ್ನ ಸ್ನೇಹಿತ ಬರುವುದಿರಂದ ಇನ್ನು ನಾಲ್ಕು ಕೊಪ್ಪರಿಗೆ ಭಕ್ಷ್ಯವನ್ನು ಜಾಸ್ತಿ ಮಾಡು ಎಂದು ಹೇಳಿ ರಕ್ಕಸನನ್ನು ಕೂಗಿ ಕರೆಯುತ್ತಾನೆ. ವಜ್ರಕಿರೀಟಿಯು ಎಂಟು ಕೊಪ್ಪರಿಗೆ ಭಕ್ಷ್ಯವನ್ನು ತಯಾರುಮಾಡಿದನು. ಮಾಯಾವಿ ದೊಡ್ಡ ರಕ್ಕಸನು ಬರುತ್ತಾ—'ಇದೇನು...! ಹೊಸಗಾಲು... ನರಗಾಲು' ಎಂದು ಕೂಗುತ್ತಾನೆ. ಆಗ ವಜ್ರ ಕಿರೀಟಿಯು ಮತ್ತೊಂದು ಕಲ್ಲುಳ್ಳನ್ನು ಮಂತ್ರಿಸಿ ಎಸೆದು, ರಕ್ಕಸನು ಹತ್ತಿರ ಹತ್ತಿರ ಬರುವಾಗ ಸಿದ್ಧ ಗುಚಿಗಿಯನ್ನು ತಾಗಿಸುತ್ತಾನೆ. ಹಿಂದಿನ ರಕ್ಕಸನು—'ಈತ ನನ್ನ ಸ್ನೇಹಿತ ಆತನು ಭಕ್ಷ್ಯವನ್ನು ಮಾಡಿದ್ದಾನೆ ಉಣ್ಣು' ಎನ್ನುತ್ತಾನೆ. ಆಗ ಒಬ್ಬೊಬ್ಬರೂ ನಾಲ್ಕು ಕೊಪ್ಪರಿಗೆ ಉಂಡು ತೃಪ್ತಿ ಪಟ್ಟರು. ದೊಡ್ಡ ರಕ್ಕಸನು—'ಇಂತಹ ಊಟವನ್ನು ಎಂದೂ ಮಾಡಿರಲಿಲ್ಲ' ಎನ್ನುತ್ತಾನೆ. ಆಗ ಮೊದಲಿನ ರಕ್ಕಸನು ದೊಡ್ಡ ರಕ್ಕಸನನ್ನು—ಕುರಿತು 'ಈತನು ನನ್ನ ಸ್ನೇಹಿತ. ದೇವಲೋಕದ ದೇವಕನ್ನಿಕೆಯರ ಬಳಿಯಿರುವ ಸುಗಂಧಪುಷ್ಪ' ತರಲು ಬಂದಿದ್ದಾನೆ. ನಿನ್ನ ತಂಗಿಯಾದ ದೊಡ್ಡ ರಕ್ಕಸಿಯಿದ್ದಾಳಲ್ಲ. ಅವಳ ಒಡತಿಯಾದ 'ಸುಗಂಧ್ರಾಣಿ' ದೇವಕನ್ನಿಕೆಯ ಹತ್ತಿರ ಆ ಪುಷ್ಪವಿರುವುದು. ಆ ಪುಷ್ಪವನ್ನು ತರಿಸಿಕೊಡುವ ಪ್ರಯತ್ನ ಮಾಡಬೇಕೆಂದು ಹೇಳುತ್ತಾನೆ.

ಆಗ ದೊಡ್ಡ ರಕ್ಕಸನು ವಜ್ರಕಿರೀಟಿಯನ್ನು ತನ್ನ ಹೆಗಲಮೇಲೆ ಕೂರಿಸಿಕೊಂಡು ತಂಗಿಯ ಬಳಿಗೆ ಕರೆದಕೊಂಡು ಹೋಗುತ್ತಾನೆ. ಅಲ್ಲಿಯೂ ಆತ ಭಕ್ಷ್ಯವನ್ನು ಮಾಡಿ ದೊಡ್ಡ ರಕ್ಕಸಿಗೆ ನೀಡಿ ಮನಸ್ಸನ್ನು ತೃಪ್ತಿಪಡಿಸುತ್ತಾನೆ. ರಕ್ಕಸಿಯು ಸಂತೋಷದಿಂದ ಒಪ್ಪಿ ಕೊಂಡು ವಜ್ರಕಿರೀಟಿಯನ್ನು ಕರೆದುಕೊಂಡು 'ಗಂಧರ್ವರ ಉದ್ಯಾನವನಕ್ಕೆ ಹೋಗುತ್ತಾಳೆ. ಸುಗಂಧ್ರಾಣಿಯು ನಿದ್ರೆಹೋದ ಸಮಯದಲ್ಲಿ ಹೂವನ್ನು ಕೊಯಿಸುತ್ತಾ ವಜ್ರಕಿರೀಟಿಯು ತನ್ನ ಬೆರಳಲ್ಲಿರುವ ಉಂಗುರವನ್ನು ಅವಳ ಬೆಟ್ಟಿಗೆ ಸಿಕ್ಕಿಸಿ, ಅವಳ ಕುಪ್ಪಸದ ಗುಂಡಿಯನ್ನು ಬಿಚ್ಚುತ್ತಾನೆ. ರಕ್ಕಸಿಯು ಅವಳು ನಿದ್ರೆಯಿಂದ ಎಚ್ಚರವಾಗುವ ಮುಂಚೆಯೇ ವಜ್ರಕಿರೀಟಿ ಯನ್ನು ಕರೆದುಕೊಂಡು ತನ್ನ ಮನೆಗೆ ಬರುತ್ತಾಳೆ. ಮತ್ತೆ ಆತನು ಭಕ್ಷ್ಯವನ್ನು ಮಾಡಿ ಅವಳ ಮನಸ್ಸನ್ನು ಇನ್ನೂ ಸಂತೋಷಗೊಳಿಸುತ್ತಾನೆ.'

ಕೆಲವು ದಿನಗಳ, ನಂತರ ವಜ್ರಕಿರೀಟಿಯು—'ನನ್ನನ್ನು ಊರಿಗೆ ಕಳುಹಿಸಿಕೊಡಿ' ಎನ್ನುತ್ತಾನೆ. ಆಗ ರಕ್ಕಸಿಯ ಮಗಳು, 'ಇವನೆ ನನ್ನ ಗಂಡನಾಗಬೇಕು' ಎಂದಾಗ ಒಪ್ಪಿ ಕೊಂಡು ಆತನು ಅವಳನ್ನು ಮದುವೆಯಾಗುತ್ತಾನೆ. ಅನಂತರ, 'ಈ ಹೂವನ್ನು ತೆಗೆದು ಕೊಂಡು ಹೋಗಿ ನನ್ನ ತಂದೆಯ ಕಣ್ಣಿಗೆ ಒತ್ತಿ ಕಣ್ಣನ್ನು ಬರಿಸಿ ಮತ್ತೆ ಇಲ್ಲಿಗೆ ಬರುತ್ತೇನೆ' ಎಂದು ಹೇಳಿ ಹೊರಡುತ್ತಾನೆ. ಆಗ ಅವಳು 'ನಾನೂ ನನ್ನ ಗಂಡನ ಜೊತೆಗೆ ಹೋಗು ತ್ತೇನೆಂದು ಹೊರಡುತ್ತಾಳೆ. ಅಳಿಯ-ಮಗಳನ್ನು ರಕ್ಕಸಿಯು ದೊಡ್ಡ ರಕ್ಕಸನಲ್ಲಿಗೆ ತಂದು ಬಿಡುತ್ತಾಳೆ. ಆತ ಮೊದಲಿನ ರಕ್ಕಸನ ಹತ್ತಿರ ಅವರನ್ನು ತಂದುಬಿಡುತ್ತಾನೆ. ಆತ ಸನ್ಯಾಸಿಯ ಮಠಕ್ಕೆ ವಜ್ರಕಿರೀಟಿಯನ್ನು ತಂದು ಬಿಡುತ್ತಾನೆ. ಸನ್ಯಾಸಿಗೆ ವಜ್ರಕಿರೀಟಿಯು—'ನಿಮ್ಮಿಂದ ನನ್ನ ಕಾರ್ಯವು ಜಯಪ್ರದವಾಯಿತು' ಎಂದು ಅಡ್ಡಬೀಳುತ್ತಾನೆ. ಅಲ್ಲಿಂದ ವಜ್ರಕಿರೀಟಿಯು ರಾಜಕುಮಾರಿಯ ಹತ್ತಿರ ಬರುತ್ತಾನೆ. ರಕ್ಕಸಿಯನ್ನು ರಾಜಕುಮಾರಿಯಲ್ಲಿ

ಬಿಟ್ಟು ಕೆಲವು ದಿನ ಅಲ್ಲಿದ್ದು ತಂದೆಯಲ್ಲಿಗೆ ಹೊರಡುತ್ತಾನೆ. ಅಣ್ಣಂದಿರಿಬ್ಬರನ್ನೂ ಬಿಡಿಸಿ ಕುದುರೆಯನ್ನು ಕೊಟ್ಟು ಕಳುಹಿಸಿ ಅವರ ಹಿಂದೆ ಮೊದಲಿನ ವೇಷದಲ್ಲಿ ಹೋಗುತ್ತಾನೆ. ಹೋಗುತ್ತಾ... ಹೋಗುತ್ತಾ ದಾರಿಯಲ್ಲಿ ವಜ್ರಕಿರೀಟಿಯು ಅವರಿಬ್ಬರನ್ನು ನಿಲ್ಲಿಸಿ, 'ನೀವು ಎಲ್ಲಿಯವರು? ಯಾವ ರಾಜ್ಯದವರು? ಎಲ್ಲಿಗೆ ಹೋಗಿದ್ದಿರಿ?' ಎಂದು ಕೇಳುತ್ತಾನೆ. ಅವರಿಬ್ಬರು ತಮ್ಮ ಗೋಳಿನ ಕಥೆಯನ್ನು ತೋಡಿಕೊಳ್ಳುತ್ತಾರೆ. ಆಗ ವಜ್ರಕಿರೀಟಿಯು 'ಹೂವು ತಂದಿರಾ?' ಎಂದು ಕೇಳುತ್ತಾನೆ. ತರಲಿಲ್ಲ ಜೀವ ಬದುಕಿದರೆ 'ಬೆಲ್ಲ ಬೇಡಿಕೊಂಡು ತಿನ್ನಬಹುದು' ಎನ್ನುವಂತೆ ಹಿಂದಿರುಗಿ ಹೋಗುತ್ತಿದ್ದೇವೆ ಎನ್ನುತ್ತಾರೆ.

ಅನಂತರ ವಜ್ರಕಿರೀಟಿಯು ತಾನು ಸನ್ಯಾಸಿ, ರಕ್ಕಸರ ಸಹಾಯದಿಂದ ಕಷ್ಟಪಟ್ಟು ತಂದ 'ಹೂವಿನ ಕತೆ' ಹೇಳುತ್ತಾನೆ. 'ಇದೇ ನೋಡಿ ಆ ಹೂವು' ಎಂದು ತೋರಿಸುತ್ತಾನೆ. ಅವರಿಬ್ಬರು ಇವನನ್ನು ಮೋಸಗೊಳಿಸಿ ಆ ಹೂವನ್ನು ತಾವೇ ತೆಗೆದುಕೊಂಡು ಬಂದೆವೆಂದು ಬಹುಮಾನಿತರಾಗಬೇಕೆಂದು ಬಗೆದು ಅವನನ್ನು ಹಾಳುಬಾವಿಗೆ ಹಾಕಿ, ಹೂವನ್ನು ಅವನಿಂದ ಕಿತ್ತುಕೊಂಡು ಹೋಗಿ ತಂದೆಯ ಕಣ್ಣನ್ನು ಪುನಃ ಬರಿಸುತ್ತಾರೆ.

ಇತ್ತ ವಜ್ರಕಿರೀಟಿಯನ್ನು ಹಾಳುಬಾವಿಗೆ ಹಾಕಿದ ತಕ್ಷಣ ದೊಡ್ಡ ರಕ್ಕಸಿಯು ಅಪಾಯ ಕಾಲದಲ್ಲಿ ಉಪಕಾರವಾಗಲಿಕ್ಕೆ ಕೊಟ್ಟಿದ್ದ ಕೂದಲು ಗಂಟನ್ನು ಸಿಗಿದು ಕೂಗುತ್ತಾನೆ. ಆ ಧ್ವನಿಯನ್ನು ಕೇಳಿದ ಆ ದೊಡ್ಡ ರಕ್ಕಸಿಯು ಅಲ್ಲಿಗೆ ಬಂದು ಹಾಳು ಬಾವಿಯಿಂದ ವಜ್ರಕಿರೀಟಿಯನ್ನು ಎತ್ತಿ ಅಲ್ಲಿನ ಕಾಡು ಸರೋವರವನ್ನು ಬಯಲು ಮಾಡಿ ಒಂದು ಪಟ್ಟಣವನ್ನೆ ಕಟ್ಟಿಕೊಟ್ಟಳು. ವಜ್ರಕಿರೀಟಿಯು ಅದಕ್ಕೆ ರಾಜನಾದನು. ಅಕ್ಕಪಕ್ಕದ ರಾಜ್ಯದಲ್ಲಿನ ಜನರು ಆ ರಾಜ್ಯಕ್ಕೆ ಬಂದು ಸೇರಿ ಸುಖದಲ್ಲಿ ಇದ್ದರು. ಅಲ್ಲಿಗೆ ತಂದೆಯ ರಾಜ್ಯದ ಜನರೂ ಬಂದು ಸೇರಿದರು. ಆಗ ಆ ರಾಜನು ತನ್ನ ರಾಜ್ಯದ ಜನರನ್ನೆಲ್ಲ ಹಿಂತಿರುಗಿ ಕಳುಹಿಸಿಕೊಡಬೇಕೆಂದು ವಜ್ರಕಿರೀಟಿಯ ಹತ್ತಿರಕ್ಕೆ ಮಂತ್ರಿಯನ್ನು ಕಳುಹಿಸುತ್ತಾನೆ. ಮಂತ್ರಿಯು ಅವನ ಬಳಿಗೆ ಹೋಗಿ—'ನಮ್ಮ ಜನರನ್ನು ಬಿಟ್ಟುಕೊಡುತ್ತೀಯೋ; ಯುದ್ಧ ಮಾಡುತ್ತಿಯೋ' ಎಂದು ಕೇಳಿದಾಗ ವಜ್ರಕಿರೀಟಿಯು—'ನಾನು ಯುದ್ಧ ಮಾಡುವವನಿಲ್ಲ, ನಿಮ್ಮ ಜನರನ್ನು ಕರೆಯಲು ಬಂದಿರಲಿಲ್ಲ. ಅವರು ಬಂದರೆ ಕರೆದುಕೊಂಡು ಹೋಗಿ' ಎನ್ನುತ್ತಾನೆ. ಮಂತ್ರಿ ಹಿಂತಿರುಗಿ ವಜ್ರಕಿರೀಟಿಯ ಮಾತನ್ನು ಒಪ್ಪಿಸಿದ ಮೇಲೆ ಸಂತೋಷ ಗೊಂಡ ರಾಜನು ಅಲ್ಲಿಗೆ ಹೋಗುತ್ತಾನೆ. ಅವರಿಬ್ಬರ ಮಾತಿನ ಮಧ್ಯೆ ವಜ್ರಕಿರೀಟಿಯು– 'ನಿಮಗೆ ಮಕ್ಕಳೆಷ್ಟು?' ಎಂದಾಗ ತಂದೆಯು, 'ನನಗೆ ಇಬ್ಬರು ಮಕ್ಕಳು ಆದರೆ ಹುಟ್ಟಿದವರು ಮೂರುಜನ ಆದರೆ ಕಿರಿಯ ಹುಟ್ಟಿದಾಗ ಕೇಡಿದೆ ಎಂದು ತಿಳಿದು ಕಾಡುಪಾಲು ಮಾಡಿದೆ' ಎನ್ನುತ್ತಾನೆ. ಆಗ ಆತನು, 'ನಿಮಗೆ ಸುಗಂಧಪುಷ್ಪ ತಂದು ಕಣ್ಣು ತರಿಸಿದವರು ಯಾರು?' ಎಂದು ಕೇಳಿದಾಗ ಆ ರಾಜನು—'ನನ್ನಿಬ್ಬರು ಮಕ್ಕಳು' ಎನ್ನುತ್ತಾನೆ.

ಆಗ ವಜ್ರಕಿರೀಟಿಯು, 'ನಿಮ್ಮ ಮಕ್ಕಳ ಎಡದ ಅಂಡಿನ ಮೇಲೆ ಮುದ್ರೆ ಉಂಟೇನು?' ಎಂದು ಕೇಳುತ್ತಾನೆ. ಪರೀಕ್ಷಿಸಿ ನೋಡಿದಾಗ ಆ ಮಾತು ಸತ್ಯವಾಗಿತ್ತು. ಆದರೆ– 'ಅವರಿಬ್ಬರು ನನ್ನನ್ನು ಕಾಡಿನ ಹಾಳುಬಾವಿಗೆ ಹಾಕಿ, ಹೂವನ್ನು ತಂದು ನಿಮ್ಮ ಕಣ್ಣನ್ನು

ಬರಿಸಿದರು. ಆ ಸುಗಂಧ ಪುಷ್ಪವನ್ನು ತಂದವನು ನಾನೇ' ಎನ್ನುತ್ತಾನೆ. ವಜ್ರಕಿರೀಟಿ ವಿಚಾರ ತಿಳಿದ ಆ ರಾಜನು ತನ್ನಿರ್ವರು ಮಕ್ಕಳನ್ನು ದಂಡಿಸುತ್ತಾನೆ.

ಅಷ್ಟು ಹೊತ್ತಿಗೆ ದೇವಲೋಕದ ಸುಗಂದ್ರಾಣಿಯು ರಕ್ಕಸಿಯರ ಜೊತೆ ಬಂದು ವಜ್ರಕಿರೀಟಿಯನ್ನು ಕರೆದು, ಅವನನ್ನು ಸಿಟ್ಟಿನಿಂದ ಸಮುದ್ರಕ್ಕೆ ಎಸೆಯುತ್ತಾರೆ. ತೇಲಾಡಿ ದಡ ಸೇರಿದ ವಜ್ರಕಿರೀಟಿ ಒಬ್ಬ ಋಷಿಯ ಗವಿಗೆ ಬರುತ್ತಾನೆ. ಆ ಋಷಿಯು ಇಲ್ಲಿಗೇಕೆ ಬಂದೆಯಯ್ಯಾ? ಇದು 'ರಕ್ಕಸರ ಜಾಗ' ಎನ್ನುತ್ತಾನೆ. ವಜ್ರಕಿರೀಟಿ, 'ನನ್ನ ಊರಿಗೆ ದಾರಿತೋರಿಸಿ' ಎಂದು ಬೇಡುತ್ತಾನೆ. ಋಷಿ, 'ನನ್ನೆದುರಿಗಿರುವ ಕೊಳದಲ್ಲಿ ದಿನಾ ಬಂದು ಮುಖತೊಳೆದು ನೀರನ್ನು ಮೈಲಿಗೆ ಮಾಡುತ್ತಾನೆ—ಒಬ್ಬ ರಕ್ಕಸ ಅವನನ್ನು ನೀನು ಕೊಲ್ಲಬೇಕು' ವಜ್ರಕಿರೀಟಿ ತನ್ನಲ್ಲಿದ್ದ ಸಿದ್ಧಗುಚಿಗೆ ತಾಗಿಸಿ, ಮರದ ಕೊಂಬೆಯಿಂದ ಬಡಿದು ರಕ್ಕಸನನ್ನು ಕೊಲ್ಲುತ್ತಾನೆ. ಮತ್ತೆ ಋಷಿಯು 'ದಿನಾ ಕೊಳಕ್ಕೆ ಬಂದು ವಿಷದುಸಿರು ಬಿಡುವ ಮಹಾಶೇಷನನ್ನು ಕೊಲ್ಲಬೇಕು' ಎಂದು ಹೇಳಿ ತನ್ನಲ್ಲಿದ್ದ ಚಂದ್ರಾಯುಧ ಕೊಡುತ್ತಾನೆ. ವಜ್ರಕಿರೀಟಿ ಮಹಾಶೇಷನನ್ನು ಕೊಲ್ಲುತ್ತಾನೆ. ತಲೆಕೆಳಗು ನಿಂತಿದ್ದ ಋಷಿ ತನ್ನ ತಲೆಗೂದಲು ನೆಲದಲ್ಲಿ ಹೂತಿರುವುದನ್ನು 'ಹೊರಕ್ಕೆ ತೆಗೆದು ನನ್ನ ನಿಲ್ಲಿಸು' ಎನ್ನುತ್ತಾನೆ. ವಜ್ರಕಿರೀಟಿ ಹಾಗೆಯೇ ಮಾಡಿದಾಗ ಋಷಿಗೆ ಸಂತೋಷವಾಗಿ ದಾರಿ ತೋರಿಸುತ್ತಾನೆ.

ದಾರಿಯಲ್ಲಿ ಬರುವಾಗ ಕಲ್ಲ ಪೊಟರೆಯಲ್ಲಿದ್ದ ಗುಹೆಯಲ್ಲಿ ಒಬ್ಬಳು ಗಂಧರ್ವ ಸ್ತ್ರೀ ಸೆರೆಯಾಗಿರುತ್ತಾಳೆ. ವಜ್ರಕಿರೀಟಿ ಅಲ್ಲಿಗೆ ಹೋಗಿ ಅವಳನ್ನು ಸೆರೆಹಿಡಿದಿದ್ದ ರಕ್ಕಸನನ್ನು ಕೊಂದುಹಾಕುತ್ತಾನೆ. ಅವಳ ತಂದೆ ತಾಯಿಗೆ ಸಂತೋಷವಾಗಿ ವಜ್ರಕಿರೀಟಿಗೆ ಅವಳನ್ನು ಕೊಟ್ಟು ಮದುವೆಮಾಡುತ್ತಾರೆ. ಅಷ್ಟುಹೊತ್ತಿಗೆ ಸುಗಂದ್ರಾಣಿಯು ಅಲ್ಲಿಗೆ ಬಂದು ನನಗೆ ಉಂಗುರ ತೊಡಿಸಿ ನನ್ನ ಕುಪ್ಪಸದ ಗುಂಡಿ ಬಿಚ್ಚಿದವನು ನೀನೆ... ನೀನೆ... ಆದ್ದರಿಂದ ಮದುವೆಯಾಗು ಎನ್ನುತ್ತಾಳೆ. ವಜ್ರಕಿರೀಟಿ ಅವಳನ್ನೂ ಮದುವೆಯಾಗಿ ತನ್ನ ರಾಜ್ಯಕ್ಕೆ ಬಂದು ನಾಲ್ಕು ಜನ ಹೆಂಡತಿಯರೊಡನೆ ಸುಖಸಂತೋಷದಿಂದ ಇರುತ್ತಾನೆ.

**

೩೩. ಹಣ ಇದ್ರೆ ಏನೂ ಮಾಡಬೋದು!

ಒಂದೂರಾಗೊಬ್ಬ ರಾಜ ಇದ್ನಂತೆ. ರಾಜನಿಗೆ ಒಂದು ಹೆಣ್ಣು ಒಂದು ಗಂಡು ಇಬ್ಬರು ಮಕ್ಕಳು. ಅವನಿಗೆ ಬೇಕಾದಷ್ಟು ಹಣ ಇತ್ತು. ನನಗಿರೋರಿಬ್ರು ಮಕ್ಳು ಇದ್ನಿಟ್ಕೊಂಡೇನ್ಮಾಡ್ಲಿ ಅಂತ ಹೇಳಿ ಒಂದು ಆನಂದಗಿರಿ ಕಟ್ಸಿದ್ನಂತೆ. ಆ ಬಂಗ್ಲೆ ವಳ್ಗೆ ಕಾಡಾಗಿರಾ ಜೀವಾತ್ಮ ಹೊಳ್ಯಾಗಿರಾ ಮೀನು ಮೊಸಳೆ ಇಂತವನ್ನೆಲ್ಲ ಚಿತ್ರ ಬಿಡಿಸಿದ್ನಂತೆ.

ಹೀಗಿರಬೇಕಾದರೆ ಒಂದಾನೊಂದಿನ ಪರವೂರಿನ ರಾಜ ರಾಜರು ಬರಲಿ ಪಂಚಾಯ್ತಿಗೆ ಅಂತ ಕಾಗ್ದ ಕೊಟ್ನಂತೆ. ಆಗಾಂವ ಆನಂದಗಿರಿ ಬೀಗದಕ್ಕೈ ತಂದು ಹೆಂಡ್ತಿ ಕೈಯಾಗೆ ಕೊಟ್ಟು ಪಂಚಾತ್ತಿಗ್ಹೋದ. ಈ ರಾಜನ ಮಗ್ಳೂ ಮಂತ್ರಿ ಮಗ್ಳೂ ಇಸ್ಕೂಲಿಗೆ ಹೋತಿದ್ರು. ಒಂದಿವ್ಸ ಇಸ್ಕೂಲಿಗ್ಹೋಗಿ ಬತ್ತಾ ಮಾತಾಡ್ತಾ ಬಂದ್ರು. ರಾಜನ ಮಗನೇ ನಿಮ್ಮ ಅಪ್ಪ ಆನಂದಗಿರಿ ಕಟ್ಸಿದ್ರಂತೆ ನಾನು ನೋಡ್ಲಿಲ್ಲ. ಇವತ್ತು ಅಂವ ಇಲ್ಲ. ನಾವು ಹೋಗಿ ಆನಂದಗಿರಿ ನೋಡಾನ ಅಂತ ಮಂತ್ರಿ ಮಗ ಹೇಳ್ದ. ಆಗಾಂವ ರಾಜನ ಮಗ ಮನೀಗ್ಬಂದು ಊಟಮಾಡಿ ಅವ್ವ ಅಪ್ಪಯ್ಯ ಆನಂದಗಿರಿ ಕಟ್ಸಿದ್ದು ನಾನಿನ್ನೂ ನೋಡಿಲ್ಲ ಇವತ್ತು ಮಂತ್ರಿ ಮಗ್ನೂ ನಾನೂ ಹೋಗಿ ನೋಡಿ ಬತ್ತೀಂವಿ. ಆ ಬೀಗದ ಕೈ ಕೊಡು ಅಂತ ಅವ್ವಂತಾವ ಕೇಂಡ್ನಂತೆ. ನಿನ್ಗಲ್ದಿ ಇನ್ಯಾರಿಕ್ಕೊಡಲಿ ಮಗನೆ? ಮೂರ್ನೇರ‍್ಯಾರಿಗೂ ಕೊಡಬ್ಯಾಡ. ಘಕ್ಕನೆ ನೋಡಿ ಬಾ. ಬೀಗದ ಕೈನನ್ಕೈಲಿ ಕೊಡು. ಅಂತ ಹೇಳಿಕೊಟ್ಟಂತೆ ರಾಣಿ.

ಇಬ್ರೂ ಹೋದ್ರಂತೆ. ಬೀಗಾ ತಗ್ದು ಒಳ್ಗ್ಹೋಗಿ ನೋಡ್ದಾಗ ಆನಂದವಾಗೈದೆ. ಅರಸನ ಮಗ ಅಂದ ಚಂದ ಎಲ್ಲ ನೋಡ್ತಾ ಇದ್ದ. ಮಂತ್ರಿ ಮಗ ಕೈಲಿ ಪೆನ್ಸಲ್ ಇಟ್ಕಂಡು— 'ಹಣ ಇದ್ದರೆ ಏನೂ ಮಾಡಬೋದು' ಅಂತ ಮನ್ಸಾಗೆ ನೆನ್ಸಿಗೊಂಡು, ಕೈಹಾಂಗೆ ಬರೀತು ಗ್ವಾಡೆಮ್ಯಾಲಿ. ಹಂಗ್ ನೋಡ್ಕಂಡು ಬೀಗ ಹಾಕ್ಕಂಡ್ರು ಮನೀಗ್ಬಂದ್ರು. ಬೀಗದ ಕೈ ತಂದು ಕೊಟ್ಟು ಇಸ್ಕೂಲಿಗೆ ಹೋದ್ರು.

ಆಗಾಂವ ನಾಕ್ಕಂಟಿ ಸುರೀಗೆ ರಾಜ ಬಂದ. ಊಟಮಾಡಿ ಬೀಗದ ಕೈ ತಕ್ಕಂಡು ಆನಂದಗಿರಿಗ್ಹೋದ. ಒಳ್ಗ್ಹೋಗಿ ನೋಡ್ತನೆ, 'ಹಣ ಇದ್ರೆ ಏನೂ ಮಾಡಬೋದು' ಅಂತ ಬರ್ದದೆ. ಆನಂದಗಿರಿ ಕಟ್ಸಿ ಹನ್ನೆಲ್ಡು ವರ‍್ಸ ಆದ್ರೂ ಯಾರೂ ಬಂದವ್ರಿಲ್ಲ. ಇವತ್ತಿನ ದಿನ ಯಾರು ಬಂದೋರು? ಯಾರಿಗೆ ಬೀಗದಕ್ಕೈ ಕೊಟ್ಟು. ನೋಡ್ತೀನಿ, ಅಂತ ಮನಿಗೆ ಬಂದು ಹೆಂಡ್ತಿತಾವ ಕೇಳಿದ. ಯಾರಿಗೂ ಕೊಡ್ಲಿಲ್ಲ, ನಿಮ್ಮಗ ಕೊಡಂದ್ದತ್ಕೊಟ್ಟೆ ಅಂದ್ಲು. ಮಗನ್ನ ಕರ‍್ಸಿ ಕೇಳಿದ. ಯಾರು ಬಂದಿದ್ರು ನಿನ್ನ ಸಂಗಡ? ಯಾರ‍್ಯಾರು ಹೋಗಿದ್ರಿ?

ಯಾರೂ ಇಲ್ಲ ಮಂತ್ರಿ ಮಗ ನನ್ನ ಸಂಗಡ ಬಂದಿದ್ದ ಅಂದ. ಮಂತ್ರಿ ಮಗನ್ನ ಕರಸ್ಸಿ ಕೇಂಡ. ಏನೇನ್ಮಾಡಿದ್ರಿ ಇಬ್ರೂ ಸೇರಿ? ಗ್ವಾಡೇಮ್ಯಾಲಿ ಬರ್ದೋರ್‍ಯಾರು? ಅಂತ. ನಾನೇನೂ ಬರಿಲಿಲ್ಲ ಮನ್ಸಲ್ಲಿ ಗಿರೇಸಿದ್ದೆ. ನನ್ನ ಕೈ ಬರೀತೋ ಬಿಡ್ತೋ ಅದನ್ನಾ ನೋಡಿಲ್ಲ ಅಂದ. ಹಣ ಇದ್ರೆ ನೀ ಏನೂ ಮಾಡ್ತೀಯ? ಅಂದ್ರು ರಾಜ್ರು. ಏನೂ ಮಾಡಬೋದು ಸ್ವಾಮಿ ಅಂದ ಮಂತ್ರಿ ಮಗ. ಹಾಂಗಾದರೆ ನನ್ನ ಮಗಳು ರುತುವಾಗಿ ಹನ್ನೆಲ್ಡು ವುರ್‍ಸಾತು. ನನ್ನ ಮನೆ ಏಳುಪ್ಪರಿಗೆ ಮ್ಯಾಲಿದ್ದಾಳೆ. ಅವಳಿಗೆ ಬಸರು ಮಾಡಿಕೊಡ್ತಿಯಾ ಅಂದ್ರು ರಾಜ್ರು. ನಾ ಕೇಳಿದಷ್ಟು ಹಣ ಕೊಡಾದ್ರೆ ಮಾಡ್ತೀನಿ ಅಂದ. ಆತು ಕೊಡ್ತೀನಿ ಅಂತ ಮಾತು ಕೊಟ್ರು ರಾಜ್ರು.

ಮಂತ್ರಿ ಮಗ ಇಸ್ಕೂಲಲ್ಲಿಗೇ ಕೈದು ಮಾಡಿ ಪರದೇಶಕ್ಕೋದ ರಾಜನತ್ರ ಹಣ ಇಸ್ಕಂಡು. ಅಲ್ಲಿ ಆಚಾರಿಗಳ್ನ ಹುಡ್ಕಿ ನಂಗೊಂದು ಬಂಗಾರದ ನವಿಲು ಮಾಡಿಕೊಡಬೇಕು ಅಂದ. ದಿನಕ್ಕೊಂದು ನಾಣ್ಯದ್ಹಂಗೆ ಸಂಬಳಕೊಡ್ತೀನಿ ಅಂದ. ಆಬೋದು ಅಂದ್ರು. ಒಂದಾಳು ಕೂರಾಜಾಗ ಒಳಗಿರಬೇಕು. ಹಿಂದೆ ಮುಂದೆ ತಿರುಗಬೇಕು. ಕುಣ್ತ ಮಾಡಬೇಕು. ರೆಕ್ಕೆ ಪುಕ್ಕಕ್ಕೆಲ್ಲ ನವರತ್ನ ಇಡ್ಬೇಕು. ಎಷ್ಟು ಹಣಬೇಕಾದರೂ ಕೊಡ್ತೆನಿ ಅಂದ. ಮನಿಗೆ ಬಂದ ರಾಜರ್‍ಹತ್ರ ಐದ್ಹೀಲ ನಾಣ್ಯ ಇಸ್ಕಂಟು ಎಂಟು ದಿನ ಬಿಟ್ಟು ಮತ್ತೋದ. ಹೋಗಿ ನೋಡಾಗ ನವ್ಲಾಗಿತ್ತು. ವಾಪ್ಸು ಬಂದು ಐದಾರು ತಿಂಗಳಿಗೆ ಆಗೋಷ್ಟು ಆಹಾರ ತಗೊಂಡು ಅಮೂಲ್ಯ ವಸ್ತು ತಗೊಂಡು ಹೊರದೇಶಕ್ಹೋದ. ಹೋಗಿ ಆಚಾರಿಗೊಳ್ಹತ್ರ ಹೇಳ್ದ. ಆಚಾರ್‍ರೆ ಈ ನವಿಲ್ನ ಹೊತ್ಕೊಂಡ್ಹೋಗಿ ನಮ್ಮ ರಾಜನ ಮನೆ ಮುಂದೆ ಬಿಡಿ. ಬಿಟ್ಟವರು ಹಿಂದೆ ನಮ್ಮ ಹಿರೇರು ಯಾತ್ರೆ ಹೋಗ್ತಿವಂತ ಹರಕೆ ಹೊತ್ತಿದ್ರು. ನಾವೆಲ್ಲ ಯಾತ್ರೆ ಹೋತಿಂವಿ ಈ ನವಿಲಿನ ಯೋಗಕ್ಷೇಮ ಯಾರೂ ನೋಡಾರಿಲ್ಲ. ಅಲ್ಲಿವರ್‍ಗೂ ನಿಮ್ಮನೇಗೆ ಇಟ್ಗಳೀ; ನಾವು ಬಂದೋರು ತಂಗಡೋಗ್ತೀಂವಿ ಅಂತ ಹೇಳಿ, ಅಂವ ಇಟ್ಗಂತಾನೆ. ನೀವಲ್ಲಿಂದ ಹೋಗಿ ಅಂತ. ಹೇಳ್ದವನೆ ನವಿಲಿನ ಹೊಟ್ಟೇಲಿ ಕೂತ್ಕಂಡ. ಅಂವ ಹೇಳ್ದಂಗೆ ಮಾಡಿದ್ರು ಆಚಾರ್‍ರು. ನೋಡಿ ರಾಜಂಗೆ ಬಾಳಾ ಸಂತೋಸಾತು. ಇಟ್ಗುಂಣ್ತೀನಿ ಅಂದ. ಅವ್ರು ಹೋದ್ರು, ನವ್ಲು ಇತ್ತು.

ದಿನಾ ಮಾಡಂಗೆ ತಾಯಿ ಮೂರು ಗಂಟೆಗೆ ಮಗ್ಳಿಗೆ ಅನ್ನ ತಗೊಂಡು ಹೋದ್ಲು ಉಪ್ಪರಿಗ್ಗೆ. ಅಗಾಂವನ ಮಗಳು ಹೇಳದ್ಲು. ಅವ್ವ ನವ್ಲು ಸುದ್ದಿ ಮಾತಾಡ್ತಿದ್ರು ಕೆಳ್ಗೆ. ಎಂತ ನವ್ಲು? ನಿಮಗಲ್ಲಿ ಜನ ಅದಾರೆ. ಇಲ್ಲಿ ನಾನೊಬ್ಬೇ ಇರ್ಬೇಕು. ಬೇಜಾರಾತದೆ. ನವ್ಲು ಇಲ್ಟಂದ್ಬಿಡಿ, ನಾನು ಸಾಕ್ತಾ ಇರ್‍ತೀನಿ ಅಂತ ಹೇಳಿದಳು. ರಾಣಿ ರಾಜಗೆ ಈ ಸುದ್ದಿ ಹೇಳಿದ್ಲು. ಆತು ಅಂತ ರಾಜ ಅಲ್ಲೇ ಬಿಟ್ಟ.

ಸಾಯಂಕಾಲ ಕೊಟ್ಟ. ಅನ್ನ ಸಿಕ್ಕಿದ ಮ್ಯಾಲಿಟ್ಟು ಒಂದು ನಿದ್ರೆ ಆದ್ಮ್ಯಾಲೆ ಉಣ್ಣೋದು ಅವಳು. ಇದ್ನೆಲ್ಲ ನೋಡ್ತಾ ಇದ್ದ ಮಂತ್ರಿ ಮಗ. ಮತ್ತೊಂದಿನ ಅವ್ಳು ನಿದ್ದೇಮಾಡ್ದಾಗ ಇಂವ ಮತ್ತು ಬರಾ ವಸ್ತೂನಾ ಅನ್ನಕ್ಕೆ ಹಾಕಿ ಸುಮ್ಮನೆ ಕೂತ. ಎದ್ದವಳೆ ಉಂಡಳು

ರಾಜಕುಮಾರಿ. ಮತ್ತೆ ಮನಗಿದ್ಲು. ಇಂವ ನವಿಲ್ನಿಂದ ಕೆಳಗ್ಬಂದು ಹಡಾ ಕೆಲ್ಸ ಮಾಡ್ತಿದ್ದ, ಮತ್ತೋಗಿ ನವ್ಲಾಗೆ ಕೂತ. ದಿನಾ ಹಿಂಗೇ ಮಾಡ್ತಿದ್ದ. ರಾಜನ ಮಗ್ಳ ಹೊಟ್ಟೆ ಮುಂದ್ಬಂತು.

ಒಂದಿನ ತಾಯಿ ಇದನ್ನೋಡ್ದಳು. ಅಯ್ಯೋ ಮಗಳೇ ನಮ್ಮ ರಾಜಮನೆತನಕ್ಕೇ ಕುಂದು ತಂದೆ. ತಂದೆಯವ್ರ ಹತ್ರ ಹೇಳ್ತಿನಿ ಇದೆಂತ ಕೆಲ್ಸ ಮಾಡ್ದೆ ಅಂದ್ಲು. ನಾನೇನು ಮಾಡ್ನಿಲ್ಲ ಅವ್ವ, ನೀಕೊಟ್ಟ ಅನ್ನ ಉಣ್ತಿದ್ದೆ. ಮಲ್ಗ್ತಿದ್ದೆ. ಇಲ್ಲಿ ಯಾರೂ ಬರ್ನಿಲ್ಲ ಅಂದ್ರೂ ಕೇಳುಲ್ಲ ರಾಜರಿಗೆ ಹೇಳಿದ್ಲು. ರಾಜ ಸಿಟ್ನಾಗೆ ಅವಳು ನನ್ನ ಮಗಳೇ ಅಲ್ಲ. ಕಾಡ್ನಾಗೆ ಕಡ್ದು ಬರ್ಲಿ ಅಂತ ಹೇಳ್ದ. ಚಾರಕರು ಅವಳ ಕೈಕಾಲ ಕಟ್ಟಿ ಹೊರಾಕೆ ತಯಾರಾದರು. ಆಗಾಂವ ಕೆಳಗ್ಬಂದಂವ ಮಂತ್ರಿಮಗ ಅವ್ರುನ್ನ ತಡ್ದು ರಾಜನತ್ರ ಹೇಳ್ದ. ಹಿಂದಿನ ಕತೇನೆಲ್ಲ ಹೇಳಿ ನಿಮ್ಮ ಸವಾಲು ಗ್ಯಾಪ್ಗ ಅದ್ಯ ಅಂತ ಕೇಳ್ದ. ನಾನೇ ಈ ಕೆಲ್ಸ ಮಾಡಿದ್ದು ಅಂದ. ಹಣ ಇದ್ರೆ ಏನೂ ಮಾಡಬೋದು ಅನ್ನಾಕೆ ಇದೇ ಸಾಕ್ಷಿ ಅಂದ.

ರಾಜಗೆ ಎಲ್ಲ ಗ್ಯಾಪ್ಕ ಆತು. ಬಾಳಾ ಸಂತೋಸಾತು. ನೀಗೆದ್ದೆ ಅಂತಹೇಳಿ ಅದೇ ಮಗ್ಳ್ನ ಅಂವಗೆ ಕೊಟ್ಟು ಮದ್ವೆಮಾಡಿ ಅರ್ಧರಾಜ್ಯಾನೂ ಕೊಟ್ನಂತೆ. ಅವರು ಸುಖವಾಗಿ ಅದಾರೆ.

**

೩೪. ನೊಣಮುತ್ತನ ಕಥೆ

ಒಂದು ಊರಿನಲ್ಲಿ ಒಬ್ಬ ರಾಜ. ರಾಜನಿಗೆ ಮೂರು ಜನ ಹೆಂಡತಿಯರು. ಅವರಿಗೆ ಮಕ್ಕಳಿಲ್ಲದೆ ಪುನಃ ಮೂರು ಜನ ಹೆಂಡತಿಯರನ್ನ ಮದುವೆ ಆದದ್ದು. ಕಾಳಿಕಾದೇವಸ್ಥಾನಕ್ಕೆ ಹೋಗಿ ಪೂಜೆ ನಡೆಸುತ್ತಿದ್ದರು. ಅದಕ್ಕೋಸ್ಕರ ಮಕ್ಕಳಿಲ್ಲವಲ್ಲ ಮಂತ್ರಿ ಏನು ಮಾಡುವುದು ಅಂತ ಅಂದರು. ಮಕ್ಕಳಾಗುತ್ತವೆ ಪೂಜೆ ನಡೆಸೋಣ ಪುನಃ ಒಂದು ಮದುವೆ ಆಗಿ ಅಂದ ಮಂತ್ರಿ. ಇವನು ಪೂಜೆಮಾಡಿ ದಿವಸ ದಿವಸ ಬರುತ್ತಿರುತ್ತಾನೆ. ಪ್ರತಿ ದಿವಸ ಹೀಗೆ ಮಾಡುತ್ತಿದ್ದರೆ, ಆ ದೇವಸ್ಥಾನದಲ್ಲಿ ಏನೇನೂ ಇರುವುದಿಲ್ಲ. ಏನು ಮಂತ್ರಿ ನಾನು ದಿವಸ ಬರುತ್ತಿದ್ದೇನೆ ಒಂದು ಹೂವೂ ಇರುವುದಿಲ್ಲ. ಹೇಗೆ ಪೂಜೆ ಮಾಡುತ್ತಿದ್ದಿರಿ ಅನ್ನುತ್ತಾನೆ. ನೀನು ಪೂಜೆ ಮಾಡುವುದು ನನಗೆ ಗೊತ್ತಿಲ್ಲವಲ್ಲ ಅಂತೀರಲ್ಲ ಇವತ್ತು ಪರೀಕ್ಷೆ ಮಾಡಿ. ಪೂಜೆಮಾಡಿ ಮರದ ಮೇಲೆ ಕುಳಿತುಕೊಳ್ಳೋಣ. ಆಗ ಏನಾಗುತ್ತದೆ ಅಂತ ನೋಡಾನ ಅಂತಾನೆ.

ಇವರಿಬ್ಬರು ಮರದ ಮೇಲೆ ಕುಳಿತುಕೊಂಡು ನೋಡುತ್ತಿದ್ದಾರೆ. ಅಲ್ಲಿಗೊಬ್ಬಳು ತಿರುಪೆ ಹುಡುಗಿ ಬರುತ್ತಿದ್ದಾಳೆ. ಬಂದು ಇವಳು ದಿವಸ ಪೂಜೆ ಮಾಡಿರುವುದನ್ನೆಲ್ಲ ತೆಗೆದಿಟ್ಟು ಸಾರಿಸಿ ಗುಡಿಸಿ ನನಗೆ ಏಳು ಜನ ಸೊಸೆಯರು ಸಿಕ್ಕಲಿ ಅಂತ ಕೈ ಮುಗಿಯುತ್ತಾ ಇರುತ್ತಾಳೆ. ಆವಾಗ ರಾಜ ಹೇಳುತ್ತಾನೆ, 'ಮಂತ್ರಿ ಇವಳನ್ನ ಕರೆದುಕೊಂಡು ಮನೆಗೆ ಹೋಗೋಣ' ಅಂತಾನೆ. ಕರೆದುಕೊಂಡು ಹೋಗಿ ಬಟ್ಟೆ ಬರೆಕೊಟ್ಟು ಅರಮನೆಯಲ್ಲಿ ಇಟ್ಟುಕೊಂಡರು. ಋತುವಾಗುತ್ತಾಳೆ. ಆಮೇಲೆ ರಾಜ ಮದುವೆ ಅಗುತ್ತಾನೆ. ಸ್ವಲ್ಪ ಸಮಯ ದಲ್ಲಿ ಇವಳು ಗರ್ಭಿಣಿ ಆಗುತ್ತಾಳೆ. ಈ ರಾಜ ಯಾವುದೋ ಕೆಲಸಕ್ಕೆ ಇನ್ನೊಂದು ಪಟ್ಟಣಕ್ಕೆ ಹೋಗಬೇಕಾಗುತ್ತದೆ. ಆಗ ಅವನು ಆರುಜನ ಹೆಂಡತಿಯರನ್ನು ಚೆನ್ನಾಗಿ ನೋಡಿಕೊಳ್ಳಿ ಅಂತ ಹೇಳಿ ಹೋಗುವಾಗ, ಇವಳಿಗೆ ಹೆರಿಗೆ ಬೇನೆ ಅಂತಾಳೆ. ಇವರು ಅವಳನ್ನ ಕೇಳಿದರೆ ನಿಮ್ಮ ಕಡೆ ಹೆರಿಗೆ ಮಾಡೋದು ನಮ್ಮ ಕಡೆ ಹೆರಿಗೆ ಮಾಡೋದು ಅಂತ ಕೇಳುತ್ತಾರೆ.

ಅಕ್ಕಂದಿರ ನನಗೆ ಯಾವುದೂ ಗೊತ್ತಿಲ್ಲ. ನಿಮಗೆ ತಿಳಿದಂತೆ ನಿಮ್ಮ ಕಡೆ ಹೆರಿಗೇನೇ ಮಾಡಿ ಅಂತಾಳೆ.

ಆವಾಗ ಇವರು ಕಣ್ಣು ಕಟ್ಟಿಬಿಟ್ಟು ಏಣಿಯಿಂದ ಅಟ್ಟಕ್ಕೆ ಹತ್ತುಸೋದು. ಇಳಿಸೋದೇ ಆಯಿತು. ಆವಾಗ ಒಂದು ಸೂಲಗಿತ್ತಿ ಕರೆಸಿದರು. ಸೂಲಗಿತ್ತಿ ಬಂದಮೇಲೆ—'ನಿನಗೆ

ಒಂದು ಮೊರ ಚಿನ್ನ, ಹಣಕೊಟ್ಟು ನಿನಗೆ ಬೇಕಾದ ಸೌಕರ್ಯ ಮಾಡುತ್ತೇವೆ' ಅಂದರು. ಆಗ ಮಗು ಹೆರಿಗೆ ಆಯಿತು. ಹೆರಿಗೆ ಆದಮೇಲೆ ಇವರು ಹೇಳಿದ್ದಂತೆ ಆ ಮಗುವನ್ನು ತಂದು ಹೂಳಿಬಿಟ್ಟಳು.

ಅವನನ್ನು ಹೂಳಿದ ಮೇಲೆ ಒಂದು ಗುಂಡುಕಲ್ಲ ತಂದು ಅವಳ ಮೊಗ್ಗಲಿನಲ್ಲಿ ಇಟ್ಟು ಅವಳ ಕಣ್ಣುಬಿಚ್ಚುತ್ತಾರೆ. ರಾಜ ಅಷ್ಟರೊಳಗೆ ಬರುತ್ತಾನೆ. ರಾಜ ಬಂದರೆ, 'ನೋಡು ನಿನ್ನ ರಾಣಿ ಎಂಥಾ ಮಗು ಹೆತ್ತವಳೆ ಈ ಗುಂಡಕಲ್ಲು ಹೆತ್ತಿದ್ದಾಳೆ. ಅಬ್ಬಬ್ಬ ಎಷ್ಟು ಚೆನ್ನಾಗಿದೆ' ಅನ್ನುತ್ತಾರೆ. ಆವಾಗ ರಾಜ ಕೋಪದಿಂದ 'ಇವಳನ್ನು ಕುದುರೆ ಕೊಟ್ಟಿಗೆಗೆ ಹಾಕಿ' ಅನ್ನುತ್ತಾನೆ. ಹುರುಳಿಚೀಕನ್ನೂ ರಾಗಿಚೀಕನ್ನೂ ತೆಗೆದುಕೊಂಡು ಹೋಗಿ ಕೊಡಿ ಅಂತ ಹೇಳುತ್ತಾನೆ. ಇವಳಿಗೆ ಹಾಗೆ ಮಾಡುತ್ತಿದ್ದರೆ ಇವಳು ತುಂಬ ಲಾಚಾರು ಆಗಿಬಿಟ್ಟಳು. ಕೊಟ್ಟಿದ್ದನ್ನೆಲ್ಲ ರಾಶಿ ಹಾಕಿಬಿಟ್ಟು. ಇವರು ಒಂದು ದಿನ ದಾರಿಯಲ್ಲಿ ಆ ತಿಪ್ಪೆ ಕಡೆ ಹೋಗುತ್ತಿದ್ದರು. ಅಲ್ಲಿ ಮಗು ಆಡುತ್ತಿತ್ತು. 'ಅಯ್ಯೋ ನನ್ನ ಸವತೆತ್ತಿದ್ದೆ' ಇನ್ನೂ ಸಾಯಲಿಲ್ಲ ಅಂದಿದ್ದೆ ಹೊಟ್ಟೆನೋವು ಹೊಟ್ಟೆನೋವು ಅಂತ ಮಲಗಿಕೊಳ್ಳುತ್ತಾರೆ. ಹೊಟ್ಟೆನೋವು ಅಂದಾಕ್ಷಣ ಮಂತ್ರಿ ಹೇಳಿದಾಗ ರಾಜ ಏನು ಔಷಧಿ ಹೋಗಿ ಕೇಳು ಅಂತಾನೆ. ಕೇಳಿದ ನಂತರ ಆ ತಿಪ್ಪೆ ಸುಟ್ಟುಬಿಟ್ಟು ಭಸ್ಮ ತಂದು ಹಚ್ಚಬೇಕು ಹಣೆಗೆ ಅನ್ನುತ್ತಾರೆ. ಮಂತ್ರಿ ಆ ತಿಪ್ಪೆಯನ್ನ ಸುಟ್ಟ ಹಾಕಬೇಕೆಂದು ಅಂತಿದ್ದಾಗ ಆ ತಿಪ್ಪೆ ಇದನ್ನ ತಿಳಿದುಕೊಂಡು ಆ ಮಗುವನ್ನು ತೆಗೆದುಕೊಂಡು ಹೋಗಿ, 'ನೋಡು ನೋಡು ಗಂಗೆ ಈ ಮಗುವನ್ನ ಸಾಯಿಸುವುದಕ್ಕೋಸ್ಕರ ಆ ರಾಜನ ಹೆಂಡತಿಯರು ನನ್ನ ಸುಟ್ಟು ಹಾಕುತ್ತಾರಂತೆ; ನಾನು ಈ ಮಗುವನ್ನ ಆರು ತಿಂಗಳು ಸಾಕಿದೆ. ಇನ್ನು ಮೇಲೆ ನೀನು ಸಾಕು ಅಂತ ಕೇಳಿಕೊಂಡು ಕೊಟ್ಟು ಹೋಗುತ್ತದೆ.' ಮಂತ್ರಿ ತಿಪ್ಪೆಯನ್ನ ಸುಡುತ್ತಾನೆ. ಆ ಭಸ್ಮವನ್ನ ಈ ರಾಣಿಯರ ಹಣೆಗೆ ಹಚ್ಚಿಕೋತಾರೆ. ಪುನಃ ಒಂದು ದಿವಸ ಇವರು ಹೋಗುತ್ತಿರುತ್ತಾರೆ. ಈ ಮಗು ಅಲ್ಲಿ ಆಡುತ್ತಿರುತ್ತದೆ. ಇವರನ್ನ ನೋಡಿದಮೇಲೆ ಅದು ಗಂಗಮ್ಮನ ಹೊಟ್ಟೆಯೊಳಕ್ಕೆ ಹೊರಟು ಹೋಗುತ್ತದೆ. ಇವರು ಈ ಮಗು ಇನ್ನು ಬದುಕಿದೆಯಲ್ಲ. ನನ್ನ ಸವತಿ ಹೆತ್ತಿದ್ದೆ, ಹೇಗಾದರೂ ಮಾಡಿ ಇದನ್ನ ಕೊಲ್ಲಿಸಲೇಬೇಕು ಅಂದುಕೊಂಡು ಪುನಃ ಹೋಗಿ ತಲೆನೋವು ತಲೆನೋವು ಅಂತ ಬಿದ್ದುಕೊಳ್ಳುತ್ತಾರೆ.

ಆವಾಗ ಮಂತ್ರಿ ಬಂದು ರಾಜನಿಗೆ ತಿಳಿಸುತ್ತಾನೆ. ಅದಕ್ಕೇನಂತೆ ಮದ್ದು ಅಂತ ಕೇಳುತ್ತಾನೆ. ಅದಕ್ಕೆ ಅವರು ಆ ಕೆರೆ ಒಡೆದು ಆ ಕೆರೆ ಮಧ್ಯದ ಅಟ್ಟು (ಬದಿ) (ಕೆಸರು) ತೆಗೆದು ನನ್ನ ಹಣೆಗೆ ಹಚ್ಚಿದರೆ ನಮ್ಮ ತಲೆನೋವು ವಾಸಿಯಾಗುತ್ತದೆ ಅನ್ನುತ್ತಾರೆ. ಆಗ ಈ ವಿಷಯ ಗಂಗಮ್ಮನಿಗೆ ಗೊತ್ತಾಗುತ್ತದೆ. 'ಆಗ ಅದು ನಾನು ಆರು ತಿಂಗಳು ಸಾಕಿದ್ದೇನೆ, ತಿಪ್ಪಮ್ಮ ಆರು ತಿಂಗಳು ಸಾಕಿದೆ. ಈ ಮಗು ಹಾಳಾಗುವುದು ಬೇಡ ಹನ್ನೆರಡು ತಿಂಗಳ ಮಗು ಹನ್ನೆರಡು ವರ್ಷದ ಮಗುವಾಗಲಿ, ಈ ಮಗುವನ್ನ ಪಟ್ಟದ ಹಸು ಸಾಕಲಿ ಅಂತ ಆ ಮಗುವನ್ನು ಪಟ್ಟದ ಹಸುವಿಗೆ ಕೊಡುತ್ತದೆ.' ಇವ್ರು ಕೆರೆ ಒಡೆದು ಹಣೆಗೆ ಗೋಸುರು ತೆಗೆದುಕೊಂಡು ಹೋಗಿ ಹಚ್ಚಿದರು. ತಲೆನೋವು ವಾಸಿಯಾಯಿತು ಅನ್ನುತ್ತಾರೆ—ಈ ಸವತಿಯರು.

ಇನ್ನು ಒಂದು ದಿನ ಆ ಪಟ್ಟದ ಹಸುವಿನ ಹತ್ತಿರ ಬರುತ್ತಾರೆ. ಈ ಹಸು ಆ ಮಗುವಿನ ಹೊಟ್ಟೆಯೊಳಗೆ ಸಾಕುತ್ತಿದೆ. ಇವರು ಆರು ಜನ ಬರುತ್ತಿರುವಾಗ ಆ ಮಗು ಇವರಿಗೆ ಕಾಣುತ್ತದೆ. ತಕ್ಷಣವೇ ಆ ಮಗು ಓಡಿಹೋಗಿ ಹಸುವಿನ ಹೊಟ್ಟೆಯೊಳಗೆ ಅಡಗಿ ಕೊಳ್ಳುತ್ತದೆ. ಅಯ್ಯೊ ಅಯ್ಯೋ ಇನ್ನೂ ನನ್ನ ಸವತಿಹೈದ ಸಾಯಲೇ ಇಲ್ಲವಲ್ಲ. ಏನಾದರೂ ಮಾಡಿ ಇದನ್ನ ಕೂಡಲೇ ಕೊಲ್ಲಲೇಬೇಕು ಅಂತ ಹೇಳಿ ಹೊಟ್ಟೆನೋವು ಅಂತ ಬಿದ್ದು ಕೊಳ್ಳುತ್ತಾರೆ. ಆವಾಗ ರಾಜ ಹೇಳುತ್ತಾನೆ—ಏನು ಔಷಧಿ ಕೇಳು ಅಂತ ಹೇಳುತ್ತಾನೆ. ಆವಾಗ ಅವರು ಆ ಪಟ್ಟದ ಹಸು ಕಡಿದು ರಕ್ತ ತಂದು ನಮಗೆ ನೆಕ್ಕಿಸಿದರೆ ನಾವು ಬದುಕುತ್ತೇವೆ, ಇಲ್ಲವೇ ಸಾಯುತ್ತೇವೆ ಅನ್ನುತ್ತಾರೆ.

ಆ ಪಟ್ಟದ ಹಸುವಿಗೆ ಇದು ತಿಳಿಯುತ್ತದೆ. ಅದು ಅವನ ತಾಯಿ ಯಾರು ಎಲ್ಲಿದ್ದಾಳೆ ಎಲ್ಲವನ್ನೂ ತಿಳಿಸುತ್ತದೆ. ತಿಪ್ಪಮ್ಮ ಆರು ತಿಂಗಳು ಸಾಕಿದ್ದು, ಗಂಗಮ್ಮ ಆರು ತಿಂಗಳು ಸಾಕಿದಳು, ನಾನು ಆರು ತಿಂಗಳು ಸಾಕಿದೆ. ಹದಿನೆಂಟು ತಿಂಗಳು ಮಗ ಹದಿನೆಂಟು ವರುಷದ ಮಗನಾದ. ಈ ತಾಯಿ ಇಲ್ಲಿ ಕುದುರೆ ಕೊಟ್ಟಿಗೆಯಲ್ಲಿದ್ದಾಳೆ. ರಾಗಿ ಸೀಕ್ಕೂವೆ ತಿನ್ನದೆ ರಾಶಿ ಹಾಕಿ ಬಿದ್ದವಳೆ ನೀನು ಹೋಗಿ ಅಮ್ಮ ಅಮ್ಮ ಅಂತ ಕರೆ. ಕರೆದ ತಕ್ಷಣ ಚಂದ್ರಾಯುಧ ಕೊಡುತ್ತೇನೆ, ಈ ಚಂದ್ರಾಯುಧದಲ್ಲಿ ಯಾರೇ ಅಡ್ಡಬಂದರೂ ತುಕಡ ಮಾಡಿಬಿಟ್ಟು ನೀನು ಹೋಗಿ ಬಾಗಿಲು ತೆಗಸು. ಅಂತ ಮಕ್ಕಳಿದ್ದರೆ ನನಗೆ ಏಕಪ್ಪ ಯೋಚನೆ ಅಂತ ಕೇಳುತ್ತಾಳೆ. ನಾನು ನಿನ್ನ ಮಗನೇ ತೆಗಿಯಮ್ಮ ಬಾಗಿಲು ಅಂತ ಅನ್ನು. ಅವಳು ಬಾಗಿಲು ತೆಗೆಯುತ್ತಾಳೆ. ಅವಳಿಗೆ ತುಂಬಾ ಕುಸಿಯಾಗುತ್ತದೆ. ಕಣ್ಣಿಗೆ ಬೇಕಾದ ಕುದುರೆ ಹಿಡಿದುಕೊಂಡು ತಾಯಿಯನ್ನ ಕುದುರೆಮೇಲೆ ಕೂರಿಸಿಕೊಂಡು ಹೋಗಿ ಬಿಡುತ್ತಾನೆ. ಅಲ್ಲಿ ಏಳು ಸಮುದ್ರ. ಅಲ್ಲಿ ತಾಯಿಯನ್ನ ಒಂದು ಹುತ್ತದಲ್ಲಿ ಕೂರಿಸುತ್ತಾನೆ. ತಾಯಿ ಹೇಳುತ್ತಾಳೆ—ಮಗಾ ನೀನು ಹೀಗೆ ಎಲ್ಲಾ ಕಡೆ ಓಡಾಡುತ್ತಿದ್ದರೆ ಬಿಡುತ್ತಾರ, ನೀನು ಆ ಸಮುದ್ರದ ಹತ್ತಿರ ಒಬ್ಬಳು ಮುದುಕಿ ಬಟ್ಟೆ ಒಗಿಯುತ್ತಾ ಕುಳಿತವಳೆ. ಆ ಮುದುಕಿಯನ್ನು ಈ ಚಂದ್ರಾಯುಧದಲ್ಲಿ ಕತ್ತರಿಸಿ ಅವಳು ಚರ್ಮ ಹೊದೆದು ಕೊಂಡು ಓಡಾಡು ಅನ್ನುತ್ತಾಳೆ. ಯಾರಾದರೂ ಕೇಳಿದರೆ ನಾನು ಅಂಗೈ ತೊಳೆಯುವುದಿಲ್ಲ ಮುಂಗೈ ತೊಳೆಯುವುದಿಲ್ಲ ಅಂತ ಹೇಳು. ಇದು ತಾಯಿ ಸಾಪ ಅಂತ ತಿಳಿ ಅನ್ನುತ್ತಾಳೆ. ಇವನು ಹಾಗೆ ಮಾಡುತ್ತಾನೆ. ಅಲ್ಲಿಂದ ಹೊರಟು ಒಬ್ಬರು ಕುಂಬಾರರ ಜಗಲಿಮೇಲೆ ಕುಳಿತುಕೊಳ್ಳುತ್ತಾನೆ. ನೊಣಗಳು ಜರಿಯೋ ಅಂತ ಮುತ್ತಿಕೊಂಡವೆ. ಆವಾಗ ಕುಂಬಾರ ಬಂದು ಹೊರಗೆ ನೋಡುತ್ತಾನೆ. ಅವನಿಗೆ ಮಕ್ಕಳು ಇರೋದಿಲ್ಲ. ಅಯ್ಯೋ ಪಾಪ ಅವನಿಗೆ ಸೊಲ್ಪ ಊಟ ಕೊಡೆ ಅಂತ ಹೆಂಡತಿಗೆ ಹೇಳುತ್ತಾನೆ. ಊಟ ಕೊಡು ಅಂದರೆ ನಿಮ್ಮ ಪಾಲಿನ ಊಟ ಬೇಕಾದರೆ ಕೊಡಿ ನಾನು ಕೊಡುವುದಿಲ್ಲ ಅನ್ನುತ್ತಾಳೆ. ಅವನು ಊಟ ಮಾಡೋ ಊಟಾನೆ ಕೊಡಿಸುತ್ತಾನೆ. ಅವರ ಮನೆಯಲ್ಲಿ ಕುಂಬಾರಸೆಟ್ಟಿ ತಡೆದು ಕೊಳ್ಳುತ್ತಾನೆ. ಹೆಂಡತಿ ಬೇಡ ಅಂದರು ಇವನನ್ನು ಬಿಡ. ಕೆಲವು ದಿನ ಆಗುತ್ತದೆ. ಹಳಬ ಆದ. ಸ್ವಲ್ಪ ಸಮಯ ಆದಮೇಲೆ ಅವನು ಮಡಕೆ ಮಾಡೋದು ನೋಡಿ ನಾನು ಮಡಕೆ ಮಾಡುತ್ತೇನೆ ಅನ್ನುತ್ತಾನೆ. ಅಯ್ಯೋ ನಿನಗೆಲ್ಲಪ್ಪ ಮಾಡಲಿಕ್ಕೆ ಬರುತ್ತದೆ, ಸುಮ್ಮನಿರು

ಅನ್ನುತ್ತಾನೆ. ಇವ್ನು ಬಿಡದೆ ಹೋಗಿ ಒಂದನ್ನು ಮಾಡಿ ತೋರಿಸುತ್ತಾನೆ. ಆ ಮಡಕೆಗಳು ಕುಂಬಾರನ ಮಡಕೆಗಿಂತ ಚೆನ್ನಾಗಿರುತ್ತವೆ.

ಅಲ್ಲಿ ಒಂದು ರಾಜ್ಯ. ಆ ದೇಶದ ರಾಜ ರತ್ನಗಿರಿರಾಜ ಅಂತ. ಈ ಕುಂಬಾರ ಪ್ರತಿ ದಿವಸ ಮಡಕೆ ತೆಗೆದುಕೊಂಡು ಹೋಗಿ ಆ ರಾಜ್ಯಕ್ಕೆ ಮಾರುತ್ತಾ ಇರುತ್ತಾನೆ. ಇನ್ನೊಂದು ದಿನ ಅವನು ಮಾಡಿದ ಏಳು ಮಡಕೆಗಳನ್ನು ಮಾರುವುದಕ್ಕೆ ತೆಗೆದುಕೊಂಡು ಹೋಗುತ್ತಾನೆ. ಮಡಕೆ ಮಾರತಾ ಹೋದರೆ ಆ ರಾಜನ ಏಳು ಜನ ಹೆಣ್ಣು ಮಕ್ಕಳು ಮಡಕೆ ಎಷ್ಟು ಚೆನ್ನಾಗಿವೆ ಅಂತ್ಹೇಳಿ ತಾವೇ ಆ ಮಡಕೆಗಳನ್ನು ಕೊಂಡುಕೊಳ್ಳುತ್ತಾರೆ. ಅವರು ಅದರಲ್ಲಿ ನೀರು ತುಂಬಿ ಇಟ್ಟುಕೊಂಡು ಇದ್ದರೆ ಅವರೇಳು ಜನವೂ ಮದುವೆ, ಗಂಡ ಏನೂ ಇಲ್ಲದೆ ಬಿಮ್ಮನ್ಸೇರಾಗೋಯ್ತರೆ. ಏಳ ಜನಕ್ಕೂ ನವನಾರೊಂಬತ್ತು ತಿಂಗಳಿಗೆ ಹೆರಿಗೆ ಆಗುತ್ತದೆ. ರಾಜನಿಗೆ ಆಶ್ಚರ್ಯವಾಗುತ್ತದೆ. ಏಳು ಅಂತಸ್ತಿನ ಮಾಡಿಗೆ ಯಾವನು ಬಂದ, ಇವರು ಹೇಗೆ ಬಿಮ್ಮನ್ಸೇರಾದರು ಅಂತ ಅವನಿಗೆ. ಮಕ್ಕಳು ಸೊಲ್ಪ ತಿರುಗಾಡುವ ಹಾಗೆ ಆದರು. ಆವಾಗ ಈ ರಾಜನೂವೆ ಮಂತ್ರಿನೂವೆ ಯೋಚನೆಮಾಡಿ ಆ ಮಕ್ಕಳ ತಂದೆ ಯಾರು ಅಂತ ಪತ್ತೆಮಾಡಬೇಕು ಅಂತ್ಹೇಳಿ ರಾಜನ ಮನೆ ಆರಗ್ನೆ ಅದೆ, ತೊಟ್ಟಲು ಮಗೀನೂವೆ ಉಳಿದಹಾಗೆ ಎಲ್ಲ ಬರಬೇಕು ಅಂತ ಹೇಳಿ ಸಾರಿಸುತ್ತಾನೆ. ಕುಂಬಾರನ ಹೆಂಡತಿ ಹೇಳಿದಳು–ನಾವು ಹೋಗೋನ. ಇವನು ನೊಣಮುತ್ತುತ್ತವೆ. ಇವನನ್ನೇ ಇಲ್ಲಿ ಬಿಟ್ಟುಹೋಗೋಣ ಅಂದಳು. ಕುಂಬಾರ ಹೇಳಿದ–ಬಂದ್ರೇನಂತೆ ಒಂದು ಮೂಲೆಯಲ್ಲಿ ಕೂರಿಸೋಣ ಅಂದ. ಕುಂಬಾರ ಹಟಮಾಡಿ ಕರೆದುಕೊಂಡೇ ಹೋದ. ಎರಡುಮೂರು ಮೈಲಿ ದೂರದಲ್ಲಿ ನೊಣಮುತ್ತನ ಕೂರಿಸಿದರೆ ಆ ರಾಜನೂವೆ ಮಂತ್ರಿನೂವೆ ಏಳು ಮಕ್ಕಳೂಗೂವೆ ಚೆನ್ನಾಗಿ ಬಟ್ಟೆಬರೆ ಹಾಕಿ ಕೈಗೆ ಏಳು ಬಾಳೆಹಣ್ಣು ಕೊಟ್ಟು ನಿಲ್ಲಿಸಿ ದ್ದಾರೆ. ಎಲ್ಲಾ ರಾಜರೆಲ್ಲ ಬಂದವರೆ. ಈ ರಾಜರು ಆ ಮಗು ನನ್ನ ಹತ್ತಿರ ಬಂದರೆ ಸಾಕು, ನನ್ನ ಹತ್ತಿರ ಬಂದರೆ ಸಾಕು ಅನ್ನುತ್ತ ಇದ್ದಾರೆ ಆ ಮಕ್ಕಳು ಯಾರ ಹತ್ತಿರವೂ ಬರದೆ ನೊಣಮುತ್ತನ ಹತ್ತಿರಕ್ಕೆ ಬಲದೊಡೆ ಮೇಲೆ ಮೂರು? ಎಡೆದೊಡೆ ಮೇಲೆ ಮೂರು ಮಧ್ಯದಲ್ಲೊಂದು ಕುಳಿತುಕೊಳ್ಳುತ್ತವೆ. ಕುಂತುಕೊಂಡರೆ ಅವನ್ನೆ ಕರೆದುಕೊಂಡು ಬಂದು ಅವನಿಗೆ ಏಳು ಜನ ಮಕ್ಕಳನ್ನು ದಾರೆ ಎರೆದು ಹಿರಿಯವಳ ಮನೆಗೆ ಅವನನ್ನು ಕಳಿಸುತ್ತಾನೆ. ಅವಳಿಗೆ ಇವನನ್ನೆ ಕಂಡು ಆಸೆಯಾಯಿತು. ಹೀಗೆ ಆರು ಜನರೂವೆ ಅವನ್ನ ಚೆನ್ನಾಗಿ ಕಂಡುಕೊಳ್ಳುವುದಿಲ್ಲ. ಆದರೆ ಏಳನೆಯವಳು ಇವನ ಸೇವೆ ಮಾಡುತ್ತಾಳೆ. ಇವನು ಇವಳು ಮಲಗವಳೆ ಅಂತ ತಿಳಿದುಕೊಂಡವನೆ. ಇವಳು ಇವನು ಯಾಕೆ ಹೀಗೆ ನಾವು ಹೇಗೆ ಬಸುರಾದೊ ಅಂತ ಯೋಚನೆ ಮಾಡುತ್ತಾ ಬಂದು ಬಿಳೀ ಬಟ್ಟೆಯನ್ನು ಮುಖದಮೇಲೆ ಹಾಕಿಕೊಂಡು ಯೋಚನೆಮಾಡುತ್ತ ಮಲಗವಳೆ. ಇವನು ಸ್ನಾನ ಮಾಡುವುದಕ್ಕೆ ಹೋದ, ಆ ಚರ್ಮ ಹೊರಕ್ಕೆ ತೆಗೆದ. ತಕ್ಷಣ ಸೂರ್ಯ ಹುಟ್ಟಿದಹಾಗಾಯ್ತು. ಇವಳು ನೋಡುತ್ತಿದ್ದರೆ ಅವನು ನೀರು ಹೊಯ್ದುಕೊಳ್ಳುತ್ತಿದ್ದಾನೆ. ಇವಳು ಓಡಿಹೋಗಿದ್ದೆ ಆ ಚರ್ಮ ತೆಗೆದು ಒಲೆ ಒಳಗಡೆ ಹಾಕಿಬಿಟ್ಟಳು. ಇವನು ಸೀಗೆ ತೊಳೆಕೊಂಡು ಕಣ್ಣುಬಿಟ್ಟರೆ, ಇವಳು ನಗತಾ ಅವಳೆ. ಇವನೇನು ರವರವಾ ಅಂತ ಉರೀತಾ ಇದ್ದಾನೆ. ಆಗಿವಳು

ಎಷ್ಟು ಚೆನ್ನಾಗಿದ್ದಾನೆ ಅಂತ ನೋಡುತ್ತಾ ಇದ್ದಾಳೆ. ಬೆಳಗ್ಗೆ ಎದ್ದು ತಕ್ಷಣ ಅಪ್ಪನ ಹತ್ತಿರಕ್ಕೆ ಇವನನ್ನು ಕರೆದುಕೊಂಡು ಹೋಗುತ್ತಾಳೆ. ಅವನಿಗೆ ಆಶ್ಚರ್ಯವಾಯಿತು. ಆರು ಜನರನ್ನೂ ಕರೆಸಿ—ಏನಿದು ಎಲ್ಲ. ಯಾರು ಹೀಗೆ ಬಂದಿರುವವನು. ಆರು ಜನರೂ ಸೇರಿ ನೊಣಮುತ್ತನ ಕೊಂದು ಬುಟ್ಟು ಬೇರೆಯವನ್ನ ತಂದಿದ್ದೀರೋ ಅಥವಾ ಇವನ್ಯಾರೂ ಅಂತ ಕೇಳ್ತಾನೆ. ಮಂತ್ರಿನೂವೆ ಮೂರ್ಛೆ ಬಿದ್ದರು, ಇವನು ಪಕ್ಕದ ಮನೆ ಹುಡುಗರ ಕರ್ಸಿ ಮುತ್ತು ರತ್ನದ ಆರತಿ ಮಾಡಿಸಿ ಕರಕೊಂಡು ಬರಾಕೆ ಕಳಿಸಿದ. ದಂಡು ದಾಳಿನೇ ಬಂತು. ಅವರೂ ಬಂದ್ರು. ಇವರು ಕರೆಕೊಂಡು ಬಂದಾಕ್ಷಣ ತಿರ್ಗ ಆಕಾಶನೇ ಚಪ್ಪರ ಮಾಡಿ ಭೂಮಿನೇ ಹಸೆ ಮಾಡಿ ಮದ್ವೆ ಮಾಡಿದ್ರು. ಇವರು ಏಳು ಜನ ಸೌತಿಯರು ಇದ್ರಲ್ಲ ಅವರನ್ನು ಸೀಳಿ ಬಾಗಿಲಿಗೆ ತೋರಣ ಕಟ್ಟಿದ್ರು. ಇವರಿಗೆ ಮದುವೆಯಾಯ್ತು ಸುಖವಾಗಿದ್ರು. ಆ ಮದ್ವೆಗೆ ನಾನೂ ಹೋಗಿದ್ದೆ ಮುಯ್ಯಿ ಕೊಟ್ಟು ಬಂದೆ.

**

೩೫. ಬಸವೇಶ್ವರ–ಸಿದ್ದೇಶ್ವರ

ಒಂದೂರ್ನಲ್ಲಿ ಒಬ್ಬಳು ಮುದುಕಿ. ಅವಳು ಒಂದು ಹಸು ಸಾಕಿಕೊಂಡಿದ್ದಳು. ಹಸು ಕರ ಹಾಕಿತು. ಆ ಹಾಲಿನಿಂದ ಜೀವನ ಸಾಗಿಸುತ್ತಾ ಇದ್ದಳು. ಊರುನೋರು ಯಾವುದೇ ಗ್ರಾಮದ ವಿಷಯಕ್ಕೆ ಚಂದಾ ಕೊಡಬೇಕು ಅಂತ ಈ ಮುದುಕಿಯನ್ನು ಕೇಳಿದರು. ಅದಕ್ಕೆ ಮುದುಕಿ: 'ನನ್ನಿಂದ ಹಣ ಕೊಡಲಿಕ್ಕೆ ಆಗುವುದಿಲ್ಲ. ನಾನು ಈ ಊರಿನಲ್ಲಿರೋದಕ್ಕಿಂತ ಎಲ್ಲಾದರೂ ಕಾಡಿನಲ್ಲಿ ವಾಸವಾಗಿದ್ದರೆ ಸುಖವಾಗಿ ಜೀವನ ಮಾಡಬಹುದು' ಅಂದುಕೊಂಡು ಹಸ–ಕರ ಹೊಡೆದುಕೊಂಡು ಕಾಡಿಗೆ ಹೊರಟಳು.

ಕಾಡಿನಲ್ಲಿ ಇದೇ ರೀತಿ ಕಾಲ ಹಾಕಿಕೊಂಡು ಇರಬೇಕಾದರೆ ಅದೇ ಕಾಡಿಗೆ ಒಬ್ಬ ರಾಜ ಬೇಟೆ ಆಡಲಿಕ್ಕೆ ಅಂತ ಬಂದವನೆ. ಅವನಿಗೆ ಎಲ್ಲೂ ನೀರು ಕುಡಿಯಲಿಕ್ಕೆ ಸಿಗದೆ ಆ ಮುದುಕಿ ಮನೆಗೆ ಬಂದ. 'ಅಮ್ಮ ಕುಡಿಯಲಿಕ್ಕೆ ಸ್ವಲ್ಪ ನೀರು ಕೊಡಮ್ಮ' ಅಂತ ಕೇಳಿದ. ಮುದುಕಿ ರಾಜನಿಗೆ ಹೆದರಿಕೊಂಡು ನೀರಿಗೆ ಬದಲು ಹಾಲನ್ನೆ ಕೊಟ್ಟಳು. ರಾಜ ಆ ಹಾಲು ಕುಡಿದು—'ಇಂಥಾ ಹಾಲನ್ನ ನನ್ನ ಜೀವಮಾನದಲ್ಲಿ ಕುಡಿದಿರಲಿಲ್ಲ. ಎಷ್ಟು ರುಚಿಯಾಗಿದೆ' ಅಂತ ಅಂದುಕೊಂಡು ಮುದುಕಿಯನ್ನು ಕೇಳುತ್ತಾನೆ—'ಅಮ್ಮ ಈ ಹಾಲು ಎಲ್ಲಿ ಸಿಕ್ಕುತ್ತೆ? ಇದ ಯಾವ ಹಸುವಿನ ಹಾಲು?' ಅಂತ ಕೇಳುತ್ತಾನೆ. 'ಈ ಹಾಲ್ನ ಪ್ರತಿದಿವಸ ಎಷ್ಟೇ ಇದ್ದರೂ ಕೂಡ ನನಗೆ ಕೊಡಬೇಕು, ಅದರಿಂದ ಎಷ್ಟೇ ಖರ್ಚಾದರೂ ಪರವಾಗಿಲ್ಲ ಕೊಡುತ್ತೇನೆ. ಹಾಗೆ ಕೊಡದೇ ಇದ್ದ ಪಕ್ಷದಲ್ಲಿ ನಿನ್ನ ಜೀವಸೈತ ಬಿಡಕಿಲ್ಲ' ಅಂತನೆ. ಮುದುಕಿ ಈ ಮಾತಿಗೆ ಬೆದರಿ, 'ನಾನು ಕೊಡುತ್ತೇನೆ ಸ್ವಾಮಿ, ಅದಕ್ಕೆ ಒಂದು ದಿವಸಕ್ಕೆ ಹತ್ತು ರೂಪಾಯಿ ಕೊಡಿ' ಅಂತ ಕೇಳಿದಳು. ಅದಕ್ಕೆ ರಾಜ ಒಪ್ಪಿಕೊಂಡು ಹೊರಟೋದ. ಅದೇ ರೀತೀಲಿ ಮುದುಕಿಯು ಕೂಡ ಹಾಲನ್ನು ಕಳುಸ್ತಾ ಇದ್ದಳು. ದಿವಸ ದಿವಸ ಕಳೆದಂತೆ ಹಸು ಹಾಲನ್ನ ಜಾಸ್ತಿ ಜಾಸ್ತಿ ಕೊಡುವುದಕ್ಕೆ ಸುರುವಾಯಿತು. ಈ ಮುದುಕಿ ಹಣದಾಸೆಯಿಂದ ಕರೀಗೂ ಕೂಡ ಹಾಲನ್ನು ಬಿಡದ ರೀತಿ ಪೂರಾ ಹಾಲು ಕರೆದು ಕಳಿಸುತ್ತಿದ್ದಳು. ಕರೀಗೆ ಹಾಲು ಸಾಲದೆ ತನ್ನ ತಾಯ ಹತ್ತಿರ ತನ್ನ ದುಃಖ ಹೇಳಿಕೊಂಡಿತು. 'ಅಮ್ಮಾ ಆ ಮುದುಕಿಗೆ ನೀನು ಪೂರಾ ಹಾಲು ಕೊಡ್ತಿ. ನನಗೆ ಒಂದು ಚೂರು ಹಾಲಿಲ್ಲ. ನನಗೆ ಬಹಳ ಹಸುವಾಗುತ್ತದೆ. ನಾನು ಈ ರೀತಿಯಾದರೆ ಮುಂದೆ ಬೆಳಿಯೋದು ಹೇಗೆ?' ಅಂತ ತನ್ನ ದುಃಖವನ್ನ ಹೇಳಿತು. ಅದಕ್ಕೆ ಹಸು ಅವತ್ತಿನಿಂದ ಒಂದೊಂದು ಪಾವು ಹಾಲಿನಷ್ಟು ಕಡಿಮೆ ಮಾಡುತ್ತಾ ಬಂತು. ಕೊನೇನಲ್ಲಿ ಮುಂಚೆ ಎಷ್ಟು ಹಾಲು ಕೊಡುತ್ತಿತ್ತೋ ಅದಕ್ಕಿಂತಲೂ ಸೊಲ್ಪ ಕಡಿಮೆ ಹಾಲು ಕೊಡುತ್ತಿತ್ತು. ಈ

ಹಸುವಿನಲ್ಲಿ ಹಾಲು ಕಡಿಮೆಯಾದ ಕಾರಣದಿಂದ ಈ ಮುದುಕಿ ಹೆದರಿಕೊಂಡು ಹಸುಕರೂನ ಮನೆಬಿಟ್ಟು ಓಡಿಸಿಬಿಟ್ಟಳು.

ಹಸುಕರು ಹಾಗೇನೇ ಅರಣ್ಯದಲ್ಲಿ ಬಾಳದೂರ ಹೋದ್ರೋ. ಹೋಗಿ ಒಂದು ಮರದಡಿಯಲ್ಲಿ ಮಲಗಿರುವಂಥಾ ಕಾಲದಲ್ಲಿ ಅದೇ ಕಾಡಿನಲ್ಲಿ ಒಂದು ಹುಲಿ ಮರಿ ಹಾಕಿ ಎಲ್ಲಿಗೋ ಹೋಗಿತ್ತು. ಆ ಮರಿಗೆ ಹಾಲಿಲ್ಲದೆ ಪ್ರಾಣ ಬಿಡೋವಂತ ಹೊತ್ತಿನಲ್ಲಿ ಈ ಹಸುವಿನ ಕರು ನೋಡಿ ತನ್ನ ತಾಯಿಗೆ 'ಅಮ್ಮಾ ನನ್ನಂಥಾ ಮಗುವೆ ಇಲ್ಲೊಂದು ಇದೆ. ಹುಟ್ಟಿ ಒಂದೆರಡು ದಿವಸ ಆಗಿರಬಹುದು. ಅದರ ತಾಯಿ ಹೊರಟುಹೋಗಿರೋ ಕಾರಣ ದಿಂದ ಅದು ಪ್ರಾಣ ಬಿಡಲಿಕ್ಕೆ ಒದ್ದಾಡುತ್ತಿದೆ. ಆದಷ್ಟು ಬೇಗ ಹೋಗಿ ಅದರ ಪ್ರಾಣ ಉಳಿಸವ್ವ' ಅಂತು. ಅದಕ್ಕೆ ಹಸು, 'ಮಗೂ ಕೆಟ್ಟ ಪ್ರಾಣಿಗಳಿಗೆ ಉಪಕಾರವನ್ನು ಯಾವಾಗಲೂ ಮಾಡಬಾರದು. ಹಾಗೆ ಮಾಡಿದರೂ ಕೂಡ ಒಂದು ದಿವಸವಲ್ಲ ಒಂದು ದಿವಸ ನಮ್ಮ ಪ್ರಾಣಕ್ಕೆ ಅಪಾಯ ಆಗುತ್ತದೆ, ಅಂತು.' ಆ ಮಾತಿಗೆ ಕರು, 'ಏನೇ ಆಗಲಿ ನಾವು ಅದರ ಪ್ರಾಣ ಉಳಿಸಲೇಬೇಕು. ಇಲ್ಲದೇ ಹೋದರೆ ನನ್ನ ಪ್ರಾಣವೂ ಅದರ ಜೊತೆಯಲ್ಲಿ ಬಿಡುತ್ತದೆ' ಅಂದಿತು. ಹಸು-ಕರ ಎರಡೂ ಹೋಗಿ ಆ ಹುಲಿಮರಿಗೆ ಹಸು ತನ್ನ ಮೊಲೆಯನ್ನ ಹುಲಿಯ ಮರಿಬಾಯಿಗೆ ಕೊಟ್ಟಿತು. ಆ ಹಾಲಿನಿಂದ ಆ ಮರಿ ಪ್ರಾಣ ಉಳಿಸಿಕೊಂಡಿತು. ಹುಲಿಮರಿ, 'ಅಮ್ಮಾ ನನ್ನ ಪ್ರಾಣ ಹೋಗೋ ಹೊತ್ತಿನಲ್ಲಿ ನನ್ನ ಪ್ರಾಣ ಉಳಿಸಿದೆ. ನೀವೇ ನನ್ನ ತಂದೆ ತಾಯಿ, ಬಂಧು ಬಳಗ. ಬನ್ನಿ ನಮ್ಮ ಮನೆಗೆ ಹೋಗೋಣ' ಎಂದು ಹೇಳಿ ಕರೆದುಕೊಂಡು ತನ್ನ ಗುಹೆಗೆ ಹೋಯಿತು.

ಅಷ್ಟರಲ್ಲಿ ಹುಲಿ ಬರುತ್ತಿರುವುದನ್ನು ನೋಡಿ ಹಸುವಿಗೂ ಕರುವಿಗೂ ಗಾಬರಿಯಾಗಿ: 'ಇವಾಗ ನಿಮ್ಮ ತಾಯಿ ಬರುತ್ತಿದ್ದಾಳೆ, ನಮ್ಮ ಪ್ರಾಣ ಬಿಡೋದಿಲ್ಲ. ಏನು ಮಾಡೋದು? ಎಂದು ಪರದಾಡಿಕೊಂಡವೆ. ಅಷ್ಟರಲ್ಲಿ ಆ ಹುಲಿಮರಿ ನಿಮ್ಮ ಪ್ರಾಣಕ್ಕೆ ನನ್ನ ಪ್ರಾಣ ಕೊಡುತ್ತೇನೆ. ನೀವು ಹೆದರುವುದು ಬೇಡ' ಅಂತ ಹೇಳಿ ಭಾಷೆಯನ್ನು ಕೊಟ್ಟು ಬಾಗಿಲಿಗೆ ಬಂತು. ಅಷ್ಟರಲ್ಲಿ ಹುಲಿಯು ಒಳಗೆ ಬರುವಹೊತ್ತಿನಲ್ಲಿ ಒಳಗಡೆ ಬರುವುದು ಬೇಡ ನೀನು ಯಾರು? ಎಂದು ಕೇಳಿದಾಗ, 'ನಾನು ನಿನ್ನ ತಾಯಿ' ಎಂದು ಹೇಳಿತು. ನನ್ನ ತಾಯಿ ನೀನಾದ ಪಕ್ಷದಲ್ಲಿ ನನಗೊಂದು ಭಾಷೆಯನ್ನು ಕೊಡು. ಏನೆಂದರೆ 'ನನ್ನ ಪ್ರಾಣ ವನ್ನು ಉಳಿಸಿದಂತಹವರಿಗೆ ಯಾವ ತೊಂದರೆಯನ್ನು ಕೊಡದೆ ಅಕ್ಕ ತಂಗಿಯರ ಹಾಗೆ ನಡೆದುಕೊಳ್ಳುತ್ತೇನೆ ಅಂತ ಭಾಷೆಯನ್ನು ಕೊಡು' ಅಂತ ಕೇಳಿತು. ಅದಕ್ಕೆ ಹುಲಿ ಅದೇ ರೀತಿ ಭಾಷೆ ಕೊಟ್ಟಿತು. ಒಳಗಡೆ ಹೋಯಿತು. ಹಸು ಕರುವನ್ನು ನೋಡಿ ತುಂಬ ಸಂತೋಷದಿಂದ ಹೊಗಳಿತು. ಅದೇ ರೀತಿಯಲ್ಲಿ ಹುಲಿ ಹಸು ಒಂದು ಕಡೆ, ಕರು ಹುಲಿಮರಿ ಒಂದುಕಡೆ ಕಾಡಿನಲ್ಲಿ ಮೇಯಲಿಕ್ಕೆ ಹೋಗುತ್ತಿದ್ದೋ. ಹೀಗೆ ಕೆಲವಾರು ದಿವಸ ಕಳೆದಮೇಲೆ ಹೊಳೆಯಲ್ಲಿ ನೀರು ಕುಡಿಯುವ ಹೊತ್ತಿನಲ್ಲಿ ಹುಲಿಯು ಕೆಳಗಡೆ ಹಸು ಮೇಲುಗಡೆ ನಿಂತುಕೊಂಡು ನೀರು ಕುಡಿಯುವಾಗ ಹಸುವಿನ ಎಂಜಲು ಹುಲಿಯ ಬಾಯಿಗೆ ಹೋಯಿತು. ಆಗ ಹುಲಿ ಯೋಚಿಸುತ್ತದೆ: 'ಈ ಹಸುವಿನ ಎಂಜಲೇ ಇಷ್ಟು

ರುಚಿಯಾಗಿರುವಾಗ ಇನ್ನು ಇದರ ರಕ್ತ ಮಾಂಸ ಇನ್ನೆಷ್ಟು ರುಚಿಯಾಗಿರಬೇಡ' ಎಂದು ಕೊಂಡು ಹಸುವಿನ ಮೇಲೆ ಹಾರಿ ಅದರ ರಕ್ತ ಮಾಂಸವನ್ನು ತಿಂದಿತು. ತಿಂದು ಮನೆಗೆ ಬಂದ ಮೇಲೆ ಹಸುವಿನ ಕರು ತನ್ನ ತಾಯನ್ನು ಕಾಣದೆ ಹುಲಿ ಹತ್ತಿರ ಬಂದು ಕೇಳಿತು. ಆವಾಗ ಆ ಹುಲಿ ಕರುವನ್ನು ಕೂಡ ಕೊಲ್ಲುವುದಕ್ಕೆ ಯೋಚಿಸುತ್ತಿರುವಾಗ ಹುಲಿಮರಿ ಬಂದು ತನ್ನ ತಾಯನ್ನ ಕೊಂದು ಹಾಕಿತು.

ಆಗ ಹುಲಿಮರಿ ಹಸುವಿನ ಕರು ಎರಡೂ ನಾವಿಲ್ಲಿರುವುದು ಸರಿಯಲ್ಲ. ಎಲ್ಲಾದರೂ ಬೇರೆಕಡೆ ಹೋಗೋಣ ಎಂದು ಮಾತಾಡಿಕೊಂಡು ಅದೇ ಕಾಡಿನಲ್ಲಿ ಹೊರಟು ಹೋಗಿ ಆಯಾಸದಿಂದ ಒಂದು ಕಲ್ಲಿನ ಮೇಲೆ ಮಲಗಿಕೊಂಡವು. ಅದೇ ಸಮಯಕ್ಕೆ ಪಾರ್ವತಿ ಪರಮೇಶ್ವರ ಅದೇ ದಾರಿಯಲ್ಲಿ ಬರುತ್ತಿದ್ದರು. ಅವರು ಈ ಹುಲಿ-ಕರುಗಳು ಜೊತೆಯಲ್ಲಿ ಮಲಗಿರುವುದನ್ನ ನೋಡಿದರು. ಪಾರ್ವತಿಯು: 'ಸ್ವಾಮಿ, ಪ್ರಪಂಚದಲ್ಲಿ ಹುಲಿಗೂ ದನಕ್ಕೂ ವೈರಿ. ಹಾವಿಗೂ ಕೀರಕ್ಕೂ ವೈರಿ. ಇಂತಹದರಲ್ಲಿ ಹುಲಿಮರಿಗೂ ಹಸುವಿನ ಕರುವಿಗೂ ಜೊತೆಯಲ್ಲಿ ಮಲಗಿರುವುದನ್ನು ನೋಡಿದರೆ ತುಂಬಾ ಆಶ್ಚರ್ಯಕರ. ಆದ್ದರಿಂದ ನಿಜಕ್ಕೂ ಇವರಿಗೆ ಮನುಷ್ಯನ ರೂಪ ಕೊಟ್ಟು ಮುಂದೆ ಹೆಸರು ಬರುವಂತಹ ಆಶೀರ್ವಾದ ವನ್ನು ಮಾಡುವ' ಅಂದಳು. ಆ ಮಾತನ್ನು ಕೇಳಿ ಪರಮೇಶ್ವರನು ಸಂತೋಷದಿಂದ 'ನೀವು ಬೆಳಗಾಗುವುದರೊಳಗೆ ಮನುಷ್ಯನರೂಪವನ್ನು ತಾಳಿ ಹಸುವಿನ ಕರುವಿಗೆ ಬಸವೇಶ್ವರ ಅಂತಲೂ, ಹುಲಿಮರಿಗೆ ಸಿದ್ದೇಶ್ವರ ಅಂತಲೂ ನಾಮಕರಣ ಮಾಡಿ ಎರಡು ಕುದುರೆಗಳು, ಎರಡು ಖಡ್ಗಗಳ ಮಾಡಿ, ಈ ಖಡ್ಗಗಳನ್ನು ಎಷ್ಟರವರೆಗೆ ಬೆಂಕಿಯಲ್ಲಿ ಬೇಯಿಸುವುದಿಲ್ಲ ಅಷ್ಟರವರೆಗೂ ನಿಮ್ಮ ಪ್ರಾಣಕ್ಕೆ ಅಪಾಯವಿಲ್ಲ. ಹಾಗೆ ಬೆಂಕಿಗೆ ಹಾಕಿ ಬೇಯಿಸಿದ ಪಕ್ಷ ದಲ್ಲಿ ಏಳು ಮುಡಿ ಉಪ್ಪಿನಿಂದ ಈ ಖಡ್ಗವನ್ನು ಇದಕ್ಕಿಂತ ಪ್ರಕಾಶಮಾನವಾಗಿ ಉಜ್ಜಿದರೆ ಪುನಃ ನಿಮ್ಮ ಪ್ರಾಣ ಬರುತ್ತದೆ' ಎಂದು ಪತ್ರ ಬರೆದು, ಅದೇ ಕತ್ತಿಗಳಲ್ಲಿ ಕಟ್ಟಿ ಹೊರಟು ಹೋದರು.

ಬೆಳಕಾಯ್ತು. ಹುಲಿಮರಿ ಮತ್ತು ಹಸುವಿನ ಕರುಗಳು ಎಚ್ಚರವಾದರೆ ಇಬ್ಬರೂ ಮನುಷ್ಯರಾಗಿದ್ದಾರೆ. ಇಬ್ಬರಿಗೂ ಆಶ್ಚರ್ಯವಾಯಿತು. ನಾವು ಮಲಗುವಾಗ ಹುಲಿ ದನಗಳಾಗಿ ಮಲಗಿ ಈವಾಗ ಮನುಷ್ಯರಾಗಿರುವುದು ಬಹಳ ಆಶ್ಚರ್ಯ, ಅಲ್ಲದೆ ಎರಡು ಕುದುರೆಗಳನ್ನು ನೋಡಿ ಅವುಗಳ ಬಳಿ ಹೋದರು. ಅಲ್ಲಿ ಬರೆದಿಟ್ಟಿದ್ದಂತಹ ಪತ್ರಗಳನ್ನು ನೋಡಿ ತುಂಬ ಸಂತೋಷಪಟ್ಟು ಕುದುರೆಯನ್ನೇರಿ ಹೊರಟರು.

ಹಾಗೆ ಹೋಗುತ್ತಾ ಇರಬೇಕಾದರೆ ಒಂದು ರಾಜ್ಯ ಸಿಕ್ಕಿತು. ಆ ಪಟ್ಟಣವನ್ನ ಸೇರಿದರು. ಆ ರಾಜ್ಯದಲ್ಲಿ ಒಂದು ರಾಕ್ಷಸಿ ಸಾಯಂಕಾಲದ ಹೊತ್ತಿಗೆ ರಾಜ್ಯಕ್ಕೆ ಬಂದು ಪ್ರತಿದಿವಸವೂ ಒಬ್ಬೊಬ್ಬರನ್ನು ತಿಂದುಕೊಂಡು ಹೋಗುತ್ತಿತ್ತು. ಸರದಿ ಪ್ರಕಾರ. ಅದೇ ರಾಜ್ಯಕ್ಕೆ ಇವರು ಬರುವ ಹೊತ್ತಿಗೆ ಕತ್ತಲೆಯಾಗಿತ್ತು. ಊರಿನ ಜನ ಗಾಬರಿಯಿಂದ ತಮ್ಮ ಮನೆಬಾಗಲುಗಳನ್ನು ಹಾಕಿಕೊಂಡು ಕೋಟೆಬಾಗಲನ್ನು ಕೂಡ ಮುಚ್ಚುತ್ತಿದ್ದರು. ಆವಾಗ ಆ ಸೈನಿಕನನ್ನು ಕೇಳಿ 'ಏನಪ್ಪಾ ಯಾವ ಕಾರಣದಿಂದ ಇಷ್ಟು ಬೇಗ ಎಲ್ಲವನ್ನು ಮುಚ್ಚುತ್ತಿದ್ದೀರಿ?' ಅಂತ

ಕೇಳಿದ್ದಕ್ಕೆ ಆ ಸೈನಿಕ 'ಆದಷ್ಟು ಜಲ್ದಿ ಒಳೀಕೆ ಬನ್ನಿ. ಉಳಿದ ವಿಷಯ ಹೇಳುತ್ತೇನೆ' ಎಂದು ಒಳಕ್ಕೆ ಕರೆದ. ಅವರು ಒಳಕ್ಕೆ ಬಂದು ವಿಷಯವನ್ನು ತಿಳಿದು ನಮಗೆ ಏನಾದರೂ ಚಿಂತೆಯಿಲ್ಲ. ಊಟಕ್ಕೆ ಸ್ವೊಲ್ಪ ಅಕ್ಕಿ ಬೇಳೆಯನ್ನು ಕೊಡಿ, ನಾವು ಅಡಿಗೆಮಾಡಿಕೊಂಡು ಊಟವನ್ನು ಮಾಡಿ ಬರುತ್ತೇವೆ ಎಂದು ಒತ್ತಾಯ ಮಾಡಿ ಅಕ್ಕಿ ಬೇಳೆಯನ್ನು ತೆಗೆದುಕೊಂಡು ಊರ ಹೊರಗಿರುವ ಕೆರೆ ಬಳಿಗೆ ಹೋದರು. ಅಲ್ಲಿ ಅಡಿಗೆ ಮಾಡಿ ರಾತ್ರಿ ಆದಮೇಲೆ ಕೋಟೆ ಬಾಗಲಿಗೆ ಬಂದು ಎರಡು ಕಡೆಗೂ ಒಬ್ಬೊಬ್ಬರು ನಿಂತುಕೊಂಡರು. ರಾಕ್ಷಸಿ ಬರುವುದನ್ನೇ ಕಾಯುತ್ತ ಇದ್ದರು. ರಾಕ್ಷಸಿಯು ತನ್ನ ಸರದಿ ಪ್ರಕಾರ ಕೋಟೆ ಬಾಗಲ ಹತ್ತಿರಕ್ಕೆ ಬಂದ ಕೂಡಲೆ ಇವರಿಬ್ಬರೂ ಅದನ್ನ ಕಡಿದುಹಾಕಿ ಕೋಟೆ ಬಾಗಲಿಗೆ ಜೀವದಿಂದ ನಿಂತಂತೆ ಒರಗಿಸಿ ನಿಲ್ಲಿಸಿಬಿಟ್ಟು ಕೆರೆ ಹತ್ತಿರಕ್ಕೆ ಹೋಗಿ ಕೈಕಾಲು ಮುಖ ತೊಳೆದುಕೊಂಡು ಊಟ ಮಾಡಿದರು.

ಆ ರಾತ್ರಿ ಕಳೆಯಿತು. ಬೆಳಗಿನ ಜಾವ ನಾಲ್ಕೈದುಗಂಟೆ ಹೊತ್ತು. ಆವಾಗ ಕಾವಲುಗಾರ ಬಂದು ನೋಡಿದರೆ, ಈ ರಾಕ್ಷಸಿ ಬಾಗಲಲ್ಲಿ ನಿಂತಿದೆ. ಇವರೆಲ್ಲ ಹೆದರಿಕೊಂಡು ರಾಜನ ಹತ್ತಿರ ದೂರು ಕೊಟ್ಟರು. ರಾಜ ತನ್ನ ಸೈನ್ಯವನ್ನೆಲ್ಲ ಕಟ್ಟಿಕೊಂಡು ಅಲ್ಲಿಗೆ ಬಂದು ನೋಡಿದರೆ, ಒಂದು ಕಾಗೆ ಬಂದು ರಾಕ್ಷಸಿಯ ಮಾಂಸವನ್ನು ಕೀಳುತ್ತ ತಿನ್ನುತ್ತಿತ್ತು. ರಾಕ್ಷಸಿ ಸತ್ತದೆ ಅಂತ ಸಂತೋಷದಿಂದ ಯಾರು ಇದನ್ನ ಕೊಂದವರು? ಅಂತ ರಾಜ ಡಂಗೂರ ಹೊಡೆಸಿ ಕೊಂದವರು ಈ ಕೂಡಲೆ ಬಂದು ನನ್ನ ಮಗಳನ್ನು ಅರ್ಧರಾಜ್ಯವನ್ನು ಪಡೆಯತಕ್ಕದ್ದು ಅಂತ ಸಾರಿಸಿದ.

ಆ ಸಮಯದಲ್ಲಿ ಇವರಿಬ್ಬರೂ ಬಂದು ನಾವೇ ನಿನ್ನೆ ರಾತ್ರಿ ಆ ರಾಕ್ಷಸಿಯನ್ನ ಕೊಂದವರು ಎಂದು ಹೇಳಿದರು. ಅದಕ್ಕೆ ಒಬ್ಬ ಅಗಸ 'ನಾನು ಬಟ್ಟೆಯನ್ನ ತೊಳೆಯುವುದಕ್ಕೆ ಹೋದ ಸಮಯದಲ್ಲಿ ಕೊಂದು ಹಾಕಿದೆ, ಅದಕ್ಕೆ ಗುರುತಾಗಿ ರಾಕ್ಷಸಿ ಉಗುರನ್ನು ಕುಯ್ದು ತಂದಿದ್ದೇನೆ' ಅಂತ ರಾಜನ ಮುಂದಿಟ್ಟ. ರಾಜ ಅದನ್ನು ಪರೀಕ್ಷಿಸಿದರೆ ಇವರಿಬ್ಬರೂ ಕುಯ್ದ ತುದಿ ಉಗುರನ್ನು ಇವರು ಕೂಡ ಮುಂದಿಟ್ಟರು. ಇವೆರಡನ್ನು ಪರೀಕ್ಷಿಸುವಾಗ ಅಗಸರವನದು ಮೋಟು ಉಗುರು, ಇವರದು ತುದಿಯುಗುರು. ಆವಾಗ ಅಗಸನ್ನೆ ಏನು ಶಿಕ್ಷೆ ಮಾಡಬೇಕು ಅದನ್ನು ಮಾಡಿ ಇವರಿಗೆ ಬಹಳ ಮರ್ಯಾದೆಮಾಡಿ ರಾಜಾಸ್ಥಾನಕ್ಕೆ ಕರೆದುಕೊಂಡು ಹೋಗಿ 'ನನ್ನ ಹೇಳಿಕೆ ಪ್ರಕಾರ ನನ್ನ ಪುತ್ರಿಯನ್ನು ಅರ್ಧರಾಜ್ಯವನ್ನು ಕೊಡುತ್ತೇನೆ. ಆದರೆ ನಿಮ್ಮಲ್ಲಿ ಯಾರಿಗೆ ಕೊಡುವುದೆಂದು ನನಗೆ ತಿಳಿಯದಾಗಿದೆ. ಅದಕ್ಕೆ ನೀವೇ ತೀರ್ಪನ್ನು ಕೊಡಬೇಕೆಂದು' ರಾಜ ಕೇಳಿಕೊಂಡ. ಆ ಹೊತ್ತಿಗೆ ಸಿದ್ದೇಶ್ವರನು 'ಅಣ್ಣಾ ನೀನು ನನಗಿಂತ ಹಿರಿಯವ. ಆದ್ದರಿಂದ ಇಲ್ಲಿ ಸಿಕ್ಕುವ ಅರ್ಧರಾಜ್ಯ ಮತ್ತು ರಾಜಕುಮಾರಿ ನಿನಗೇ ಸೇರತಕ್ಕದ್ದು' ಎಂದ. ರಾಜನಿಗೆ ತೀರ್ಪನ್ನು ಕೊಟ್ಟ. ಅದೇ ಪ್ರಕಾರ ವೈಭವದಿಂದ ಬಸವೇಶ್ವರನಿಗೆ ಲಗ್ನವನ್ನು ಮಾಡಿ ಅರ್ಧರಾಜ್ಯವನ್ನು ಕೊಟ್ಟು ಸಂತೋಷದಿಂದ ಇದ್ದರು.

ಹೀಗಿರುವಾಗ ನಾನು ಇವರ ಜೊತೆ ಇರೋದು ಚನ್ನಾಗಿರಕಿಲ್ಲ ಅಂತ ಯೋಚಿಸಿ ಸಿದ್ದೇಶ್ವರ ಅಣ್ಣನ ಹತ್ತಿರಕ್ಕೆ ಹೋಗಿ, 'ನಿನ್ನಂತೆಯೇ ನಾನೂ ಕೂಡ ಸಾಹಸದ ಕೆಲಸ ಮಾಡಬೇಕು ಅನ್ನಿಸಿದೆ. ಅದಕ್ಕಾಗಿ ನಾನು ದೂರ ಹೋಗಬೇಕು ಅಂತ ಮಾಡಿವ್ನಿ. ನನಗೆ ಆಶೀರ್ವಾದವನ್ನು ಕೊಡು' ಅಂತ ಕೇಳಿದ. ಅದಕ್ಕೆ ಬಸವೇಶ್ವರ 'ತಮ್ಮಾ ನಿನಗೆ ಏನುಬೇಕಾದರೂ ನಾನೇ ಕೊಡುತ್ತೇನೆ. ಆದರೆ, ನನ್ನನ್ನು ಬಿಟ್ಟು ನೀನೆಲ್ಲೂ ಹೋಗಬೇಡ. ಒಂದು ಸಮಯ ನೀನು ಹೋಗಿ ನಿನ್ನ ಪ್ರಾಣಕ್ಕೆ ಅಪಾಯ ಆದರೆ ನಾನು ಹೇಗೆ ತಿಳಿಯಲಿ? ಯಾವ ರೀತಿಯಲ್ಲಿ ನಿನ್ನ ಪ್ರಾಣ ಬದುಕಿಸಲಿ? ಅಥವಾ ನನ್ನ ಪ್ರಾಣ ಹೋದರೆ ಅದು ಹೇಗೆ ತಿಳಿಯುವುದು. ಆದ್ದರಿಂದ ನಾವಿಬ್ಬರೂ ನಮ್ಮ ರಹಸ್ಯಗಳನ್ನು ಹೆಂಡತಿಗೂ ಕೂಡ ಹೇಳದೆ ಇರುವು ಹೊತ್ತಿನಲ್ಲಿ ನೀನು ಹೋಗುವುದು ಸರಿಯಲ್ಲ' ಅದಕ್ಕೆ ಸಿದ್ದೇಶ್ವರನು: 'ಅಣ್ಣಾ ನಾನು ಹೋಗುವಾಗ ಒಂದು ತುಳಸಿಗಿಡ ನೆಟ್ಟು ಹೋಗುತ್ತಿದ್ದೇನೆ ನನ್ನ ಪ್ರಾಣಕ್ಕೆ ಅಪಾಯ ಆದರೆ ಯಾವ ದಿಕ್ಕಿನಲ್ಲಿ ಅಪಾಯ ಆಗಿರುತ್ತದೋ ಅದೇ ದಿಕ್ಕಿಗೆ ತುಳಸಿ ಗಿಡವೂ ಬಾಡಿ ಹೋಗುತ್ತದೆ. ನಾನು ಸಂತೋಷವಾಗಿದ್ದರೆ ಅದು ಕೂಡ ಚೆನ್ನಾಗಿರುತ್ತದೆ' ಅಂತ ಸಮಾಧಾನಮಾಡಿ ಅಣ್ಣ ಅತ್ತಿಗೆಯಿಂದ ಆಶೀರ್ವಾದವನ್ನು ಪಡೆದು ಹೋಗುತ್ತಾನೆ.

ಹೋಗುವ ದಾರಿಯಲ್ಲಿ ಒಂದು ಹೊಳೆ ಸಿಕ್ಕುತ್ತದೆ. ಹೊಳೆಯಲ್ಲಿ ನೀರು ಕುಡಿಯುವ ಅಂತ ಹೊಳೆಗೆ ಇಳಿಯುತ್ತಾನೆ. ಅಷ್ಟರಲ್ಲಿ ಹೊಳೆಯಾಚೆಯಿಂದ ಒಂದು ರಾಕ್ಷಸಿ ಬರುತ್ತದೆ. ಅದನ್ನು ಕಂಡು ಹತ್ತಿರದಲ್ಲಿ ಇದ್ದ ಒಂದು ಮರದ ಬುಡಕ್ಕೆ ಹೋಗುತ್ತಾನೆ. ರಾಕ್ಷಸಿ ಬಂದು ಇವನನ್ನು ಹಿಡಿಯುವುದಕ್ಕೆ ಕೈಚಾಚುತ್ತದೆ. ಅದೇ ಸಮಯದಲ್ಲಿ ಕೈಯನ್ನ ಕತ್ತರಿಸುತ್ತಾನೆ. ಆ ಕೈಯನ್ನು ತೆಗೆದುಕೊಂಡು ಕುದುರೆ ಏರಿ ಬೇರೆಕಡೆಯಿಂದ ಹೊಳೆಯಿಂದಾಚೆಗೆ ಹೋಗುತ್ತಾನೆ. ಅದೇ ರಾಕ್ಷಸಿ ಮನೆ ಮುಂದೆ ಹೋಗುತ್ತಾನೆ. ರಾಕ್ಷಸಿ ಒಬ್ಬಳು ರಾಜಕುಮಾರಿಯನ್ನು ಹೊತ್ತುಕೊಂಡು ಬಂದು ಪ್ರೀತಿಯಿಂದ ಸಾಕುತ್ತಿರುತ್ತದೆ. ಪ್ರತಿದಿವಸವೂ ರಾಜಕುಮಾರಿಗೆ ಒಳ್ಳೆ ಹುಡುಗ ಸಿಕ್ಕಲೇ ಇಲ್ಲ ಅಂತ ಹೇಳುತ್ತಿರುತ್ತಾಳೆ. ರಾಜಕುಮಾರಿಗೂ ಬೇಸರ ಆಗಿ 'ಯಾವಾಗಲೂ ಹೀಗೇ ಹೇಳುತ್ತೀಯಲ್ಲ. ಅಲ್ಲದೆಯೆ ಇವತ್ತು ಕೈನೂ ಕಡಿದುಕೊಂಡು ಬಂದಿದ್ದೀ. ನಿನ್ನ ಮಾತೆ ನನಗೆ ಸುಳ್ಳು ಅನ್ನುವ ಹಾಗೆ ಕಾಣುತ್ತದೆ. ಸಿಕ್ಕಿದವರನ್ನೆಲ್ಲ ತಿಂದುಕೊಂಡು ಸಿಕ್ಕಲೇ ಇಲ್ಲ ಅಂತ ನನಗೆ ಸುಳ್ಳು ಹೇಳುತ್ತಿದ್ದೀಯೆ' ಅಂತ ಬೈಯುತ್ತಾಳೆ. ಆಗ ರಾಕ್ಷಸಿ 'ನೋಡವ್ವ ಇವತ್ತು ಒಳ್ಳೆ ರಾಜಕುಮಾರನಿದ್ದ. ಅವನ್ನ ತರಬೇಕು ಅಂತ ಹೋದೆ. ಹೋದ ತಕ್ಷಣ ಅವನು ಕಟಕ್‌ನೆ ನನ್ನ ಕೈನೇ ಕಡಿದುಕೊಂಡು ಕುದುರೆ ಹತ್ತಿ ಹೊರಟುಹೋದ. ನಾನೇನು ಮಾಡಲಿ? ನಾಳೆ ಎಲ್ಲಿಂದಲಾದರೂ ಸರಿ ಹುಡುಗನನ್ನು ತಂದೇ ತರುತ್ತೇನೆ. ನೀನು ಅನ್ನ ನೀರು ಬಿಟ್ಟು ಹೀಗಿರಬೇಡ' ಅಂತ ಹೇಳಿ ರಾಕ್ಷಸಿ ಹೊರಟುಹೋಗುತ್ತಾಳೆ. ಆ ರಾಕ್ಷಸಿ ಹೋದ ಮೇಲೆ ಪುನಃ ಇವನು ಆ ಮನೆ ಮುಂದಕ್ಕೆ ಬರುತ್ತಾನೆ. ಆಗ ರಾಜಕುಮಾರಿ ಸಿದ್ದೇಶ್ವರನ್ನ ನೋಡಿ ಅವನ್ನ ಕರೆದಳು. ಅವಳು ಕರೆದಳಲ್ಲ ಅಂತ ಅವಳ ಮನೆ ಬಳಿಗೆ ಬರುತ್ತಾನೆ. ಆವಾಗ ಅವನಿಗೆ ಊಟ

ಉಪಹಾರಮಾಡಿಸಿ ರಾಜಕುಮಾರಿ ಮಲಗುವ ಕೋಣೆಗೆ ಕರೆದುಕೊಂಡು ಹೋಗಿ 'ನೀವು ಯಾರು? ಏನು? ನೀವು ಎಲ್ಲಿಂದ ಬಂದಿರಿ?' ಅಂತೆಲ್ಲ ಕೇಳುತ್ತಾಳೆ.

'ನನ್ನ ವಿಚಾರ ಇರಲಿ, ನಿನ್ನ ವಿಚಾರ ಏನು ಹೇಳು? ನಿನ್ನನ್ನು ನೋಡಿದರೆ ರಾಜ ಕುಮಾರಿಯ ಹಾಗೆ ಕಾಣುತ್ತೀಯೆ. ಇಲ್ಲಿಗೆ ಹೇಗೆ ಬಂದೆ? ಇಲ್ಲಿ ಯಾಕೆ ಇದ್ದೀಯೆ?' ಅಂತ ಕೇಳುತ್ತಾನೆ. ಅದಕ್ಕೆ, 'ನನ್ನನ್ನು ಒಂದು ರಾಕ್ಷಸಿ ಚಿಕ್ಕಂದಿನಲ್ಲಿ ಆಡಿಕೊಂಡಿರುವಾಗ ರಾಕ್ಷಸಿ ಕದ್ದುಕೊಂಡು ಬಂದು ನನ್ನನ್ನು ತುಂಬಾ ಪ್ರೀತಿಯಿಂದ ಸಾಕುತ್ತಿದ್ದಾಳೆ. ಅಲ್ಲದೆ ನಿನಗೆ ಒಂದು ಒಳ್ಳೆ ಹುಡುಗನನ್ನು ತಂದು ಮದವೆಮಾಡುತ್ತೇನೆ ಅಂತೇಳಿ ಪ್ರತಿ ದಿವಸ ಹೋಗುವಾಗ ಹೇಳಿಬಿಟ್ಟು ಹೋಗುತ್ತದೆ. ಆದರೆ ಬರುವಾಗ ನನಗೆ ಸಿಕ್ಕಲೇ ಇಲ್ಲ ಸಿಕ್ಕಲೇ ಇಲ್ಲ ಅಂತದೆ. ನೆನ್ನೆ ದಿವಸ ಯಾರೋ ಒಬ್ಬ ರಾಜಕುಮಾರ ನೀರು ಕುಡಿಯುವುದಕ್ಕೆ ಅಂತ ಬಂದನಂತೆ. ಅವನನ್ನು ತರಬೇಕು ಅಂದುಬಿಟ್ಟು ಹೋಗಿ ಹಿಡಿದುಕೊಳ್ಳುವುದಕ್ಕೆ ಹೋದಳಂತೆ, ಅಷ್ಟರಲ್ಲಿ ಆ ರಾಜಕುಮಾರ ಅವಳ ಕೈಯನ್ನೇ ಕಡಿದುಕೊಂಡು ಕುದುರೆ ಹತ್ತಿಕೊಂಡು ಹೊರಟೇಹೋದನಂತೆ. ಹಾಗೆಂದು ಬಂದು ಹೇಳಿದಳು. ಇವಾಗ್ಗೆ ಮನೆ ಯಿಂದಾಚೆಗೆ ಹೋದಳು. ಇವತ್ತು ಏನಾರ ಮಾಡಿ ಯಾರನಾರ ತಂದೇ ತರುತ್ತೇನೆ ಅಂತ ಹೇಳಿ, ನಾನು ನನ್ನ ವಿಷಯವನ್ನೆಲ್ಲ ಹೇಳಿದ್ದೀನಿ, ನಿಮ್ಮ ವಿಷಯ ಏನು ಹೇಳಬೇಕು ಅಂತ ಕೇಳುತ್ತಿದ್ದೇನೆ' ಅಂತಾಳೆ. ಅದಕ್ಕೆ ಇವನು ಯಾವುದನ್ನೂ ಹೇಳದೆ ರಾಕ್ಷಸಿ ಕೈಯ ಕಡಿದುಕೊಂಡಿದ್ದನಲ್ಲ ಅದನ್ನ ಮಾತ್ರ ಹೇಳಿ ಕೈಯನ್ನು ಅವಳಿಗೆ ಕೊಡುತ್ತಾನೆ. ಆವಾಗ ಅವಳು ಸಂತೋಷದಿಂದ ಅವನನ್ನು ಪ್ರೀತಿಸುತ್ತಾಳೆ. ಅಷ್ಟರಲ್ಲಿ ರಾಕ್ಷಸಿ ಬರುತ್ತಾಳೆ. ಅವನನ್ನು ರಾಜಕುಮಾರಿ ಮಾಯದಿಂದ ಒಂದು ನೊಣ ಮಾಡುತ್ತಾಳೆ. ರಾಕ್ಷಸಿ ಬಂದು, 'ಇದೇನು ಮನೆಯೊಳಗೆ ನರಮನುಷ್ಯನ ವಾಸನೆ ಬರುತ್ತಿದೆ' ಅಲ್ಲದೆ ತುಂಬಾ ಸಂತೋಷ ದಿಂದ ಇದ್ದೀಯೆ ಅಂತ ಕಾಣುತ್ತದೆ. ಏನು ವಿಷಯ? 'ಯಾವುದನ್ನೂ ಮರಮಾಚದೆ ಹೇಳು' ಅನ್ನುತ್ತಾಳೆ. ಅದಕ್ಕೆ ಹುಡುಗಿ 'ನನಗೆ ಭಾಷೆ ಕೊಡುವುದಾದರೆ ಎಲ್ಲಾ ವಿಷಯವನ್ನೂ ಹೇಳುತ್ತೇನೆ' ಅನ್ನುತ್ತಾಳೆ. ಅದಕ್ಕೆ ರಾಕ್ಷಸಿ, ಭಾಷೆ ಕೊಟ್ಟು 'ಯಾವ ವಿಷಯಕ್ಕೂ ತೊಂದರೆ ಮಾಡವುದಿಲ್ಲ. ನಿನ್ನ ಸಂತೋಷವೇ ನನ್ನ ಸಂತೋಷ' ಅನ್ನುತ್ತದೆ. ಇವಳು ಆವಾಗ ರಾಜಕುಮಾರಿ ಹುಡುಗನನ್ನು ನಿಜರೂಪಮಾಡಿ ರಾಕ್ಷಸಿ ಮುಂದೆ ನಿಲ್ಲಿಸುತ್ತಾಳೆ. ಆವಾಗ ರಾಕ್ಷಸಿ ಸಂತೋಷದಿಂದ ಅವರಿಬ್ಬರಿಗೂ ಮದುವೆಮಾಡಿ, 'ನೀನು ಇನ್ನುಮೇಲೆ ನನ್ನ ಸಂಗಡ ಇರುವುದು ಬೇಡ. ಎಲ್ಲಾದರೂ ಒಳ್ಳೆ ರಾಜ್ಯ ಇರೋ ಸ್ಥಳಕ್ಕೆ ಹೋಗಿ ಬದುಕಿಕೊಳ್ಳಿ' ಅಂತ ಹೇಳಿ ತನ್ನಲ್ಲಿದ್ದ ಒಡವೆ–ಗಿಡವೆ ಹಣ ಬಟ್ಟೆ–ಬರೆ ಎಲ್ಲವನ್ನೂ ಕೊಟ್ಟು ಕಳುಹಿಸುತ್ತದೆ. ಹೀಗೆ ಅವರಿಬ್ಬರೂ ಕುದುರೆ ಏರಿಕೊಂಡು ಒಂದು ರಾಜ್ಯಕ್ಕೆ ಬರುತ್ತಾರೆ. ಅಲ್ಲಿ ಒಂದು ಮನೆಮಾಡಿಕೊಂಡು ಇರುವಾಗ ಸಿದ್ದೇಶ್ವರನಿಗೆ ಕೆಲಸಕ್ಕೆ ಸೇರಿಕೊಳ್ಳಬೇಕು ಅಂತ ಮನಸ್ಸಾ ಗುತ್ತದೆ. ಅಲ್ಲಿ ಇದ್ದ ರಾಜನ ಹತ್ತಿರಕ್ಕೆ ಹೋಗಿ ಕೆಲಸ ಕೇಳುತ್ತಾನೆ. ರಾಜ ಅವನನ್ನು ಕೆಲಸಕ್ಕೆ ನೇಮಿಸಿಕೊಳ್ಳುತ್ತಾನೆ. ಹೀಗೆ ಇರುವಾಗ ರಾಜಕುಮಾರಿ, 'ನೋಡಿ, ನಾನು ಯಾವಾಗಲೂ ಮನೆಯಲ್ಲಿ ಒಬ್ಬಳೆ ಇರುವುದಕ್ಕೆ ಬೇಸರ ಆಗುತ್ತದೆ. ಅದಕ್ಕಾಗಿ ಒಬ್ಬಳು

ಮುದುಕಿಯನ್ನು ನನ್ನ ಜೊತೆಗೆ ಇರಲಿಕ್ಕೆ ಬಿಡಿ' ಅನ್ನುತ್ತಾಳೆ. ಆಗ ಸಿದ್ದೇಶ್ವರ ಒಂದು ಮುದುಕಿಯ್ನು ಕರೆದುಕೊಂಡು ಬಂದು ಮನೆಯಲ್ಲಿರಿಸುತ್ತಾನೆ.

ಹೀಗೆ ಇರಬೇಕಾದರೆ ರಾಜ ಒಂದು ಆರಾಧನೆ ಮಾಡಿಸುತ್ತಾನೆ. ಆವಾಗ ಇವರೂ ಕೂಡ ಅಲ್ಲಿಗೆ ಬಂದಿರುತ್ತಾರೆ. ಆ ರಾಜ ಸಿದ್ದೇಶ್ವರನ ಹೆಂಡತಿಯನ್ನು ನೋಡಿ ಮೋಹಿಸುತ್ತಾನೆ. 'ಇವಳು ಯಾರು ಎಲ್ಲಿದ್ದಾಳೆ?' ಅಂತ ತಿಳಿಯುವುದಕ್ಕೋಸ್ಕರ ತನ್ನ ಚಾರಕರನ್ನು ಬಿಡುತ್ತಾನೆ. ಆವಾಗ ಚಾರಕರು ಇವಳು ಇರುವಂಥ ಸ್ಥಳವನ್ನು ತಿಳಿದು ರಾಜನಿಗೆ ಹೇಳುತ್ತಾರೆ. 'ಆ ಮನೆಯಲ್ಲಿ ಒಬ್ಬಳು ಮುದುಕಿ ಮತ್ತು ಅವಳು ಇಬ್ಬರೇ ಇದ್ದಾರೆ' ಅಂತ ತಿಳಿದುಕೊಂಡಾಗ ಆ ಮುದುಕಿಯನ್ನು ಉಪಾಯದಿಂದ ಕರೆಸುತ್ತಾನೆ. ಅವಳಿಗೆ ಹಣದ ಆಸೆ ತೋರಿಸಿ ಆ ಹುಡುಗಿಯನ್ನು ಏನಾದರೂ ಮಾಡಿ ನನ್ನ ವಶಕ್ಕೆ ಕರೆದುಕೊಂಡು ಬಂದು ಕೊಡು ಅನ್ನುತ್ತಾನೆ. ಅದಕ್ಕೆ ಮುದುಕಿ ಒಪ್ಪಿಕೊಳ್ಳುತ್ತಾಳೆ. ಬಂದು ರಾಜಕುಮಾರಿಯ ಹತ್ತಿರ, 'ನೋಡವ್ವ ನಿಮ್ಮ ಗಂಡ ಹೊತ್ತಾರೆ ಹೋದರೆ ಬರೋದು ಎಷ್ಟೊತ್ತೋ. ಒಂದು ಪಕ್ಷ ನಿಮ್ಮ ಗಂಡನಿಗೆ ಏನಾರ ಅಪಾಯವಾದರೆ ಏನುಮಾಡಬೇಕು? ಅಂತ ಕೇಳಿಕೊಳ್ಳಿ' ಅಂತ ಹೇಳುತ್ತಾಳೆ. ಅದಕ್ಕೆ ರಾಜಕುಮಾರಿಯು ಒಪ್ಪಿಕೊಂಡು ಗಂಡ ಬಂದ ಮೇಲೆ ಊಟ ಮಾಡಿ ಮಲಗುವ ಹೊತ್ತಿನಲ್ಲಿ, 'ನಿಮಗೆ ಏನಾದರೂ ಅಪಾಯ ಆದರೆ ನಾನು ಏನು ಮಾಡಬೇಕು? ನೀವು ಬೆಳಗ್ಗೆ ಹೋದರೆ ರಾತ್ರಿ ಎಷ್ಟೋ ಹೊತ್ತಿನಲ್ಲಿ ಬರುತ್ತೀರಿ?' ಅಂತ ಒತ್ತಾಯಮಾಡಿ ಇವನ ಚರಿತ್ರೆಯನ್ನು ತಿಳಿದುಕೊಳ್ಳುತ್ತಾಳೆ. ಆವಾಗ ಹೆಂಡತಿಯ ಜುಲ್ಮಿ ತಡೆಯಲಾರದೆ ಇವನು ಎಲ್ಲವನ್ನೂ ಹೇಳಿಬಿಡುತ್ತಾನೆ. ಆ ವಿಷಯವನ್ನು ಬೆಳಗಾದ ಮೇಲೆ ಇವಳು ಮುದುಕಿಯ ಹತ್ತಿರ ಹೇಳಿಬಿಡುತ್ತಾಳೆ. ಇದೇ ಸಮಯ ಕಾಯ್ದುಕೊಂಡಿದ್ದು ಒಂದು ದಿನ ಇವನು ಸ್ನಾನ ಮಾಡುವ ಹೊತ್ತಿನಲ್ಲಿ ಕತ್ತಿ ತಂದು ಒಲೆಯೊಳಗೆ ಹಾಕುತ್ತಾಳೆ. ಅದೇ ದಿವಸ ರಾಜನಲ್ಲಿಗೆ ಹೋಗಿ ರಾಜನನ್ನು ಕರೆದುಕೊಂಡು ಬರುತ್ತಾಳೆ. ಈ ಕತ್ತಿ ಬೆಂದು ಹೋದರೆ ಹೇಗೂ ಇವನ ಪ್ರಾಣ ಹೊರಟುಹೋಗುತ್ತದೆ. ಆ ಸಮಯದಲ್ಲಿ ರಾಜಕುಮಾರಿಯು ಉಪ್ಪು ತರಿಸಿ ಪುನಃ ತನ್ನ ಗಂಡನ ಪ್ರಾಣ ಪಡೆಯಬೇಕು ಅಂತ ಪ್ರಯತ್ನಿಸಿರುವ ಹೊತ್ತಿನಲ್ಲಿ ರಾಜ ಬಂದು ಇವಳನ್ನು ಎಳಿಸಿಕೊಂಡು ಹೋಗುತ್ತಾನೆ. ಆವಾಗ ಇವಳು ಯೋಚಿಸಿ ಮನೆಬಾಗಲಲ್ಲಿ ನಿಂತುಕೊಂಡು ಆ ಮನೆಬಾಗಿಲು ನನ್ನ ಗಂಡನ ಕಡೆಯವರು ಬರುವತನಕ ಯಾರು ಬಂದರೂ ಕೂಡ ತೆಗೆಯದೇ ಇರ್ಲಿ. ಅವರು ಇಲ್ಲಿಗೆ ಬಂದರೆ ತನ್ನಷ್ಟಕ್ಕೆ ತಾನೇ ಬಾಗಿಲು ತೆರೆಯಲಿ ಅಂತ ಶಾಪ ಹಾಕಿ ತನ್ನ ಕರೀಮಣಿಯನ್ನು ಹರಿದು ಒಂದೊಂದೇ ಮಣಿಯನ್ನು ಮನೆ ಬಾಗಿಲಿಂದ ಹಾಕಿಕೊಂಡು ಉದ್ದಕ್ಕೂ ಹೋಗುತ್ತಾಳೆ. ಮಣಿ ಎಲ್ಲಿಗೆ ಮುಗಿದುಹೋಗುತ್ತದೋ ಅಲ್ಲಿ ನಿಂತುಕೊಳ್ಳುತ್ತಾಳೆ. ಈ ಮಣಿಯು ಯಾರ ಕಣ್ಣಿಗೂ ಬೀಳದೆ ನನ್ನ ಗಂಡನ ಕಡೆಯವರ ಕಣ್ಣಿಗೆ ಕಾಣಿಸಿಕೊಂಡು ಬಂದು ನನ್ನ ತಲೆಮೇಲೆ ಕೈಮಡುಗಿದರೆ ನನ್ನ ನಿಜರೂಪ ಬರಲಿ ಅಂತ ಶಾಪಹಾಕಿಕೊಂಡು ಕಲ್ಲಾಗುತ್ತಾಳೆ.

ಅಷ್ಟು ಹೊತ್ತಿಗೆ ಈ ಕಡೆ ಬಸವೇಶ್ವರನ ಮನೆ ಮುಂದೆ ತೊಳಸಿಗಿಡ ಬಾಡಿ ಬಿದ್ದು ಹೋದುದನ್ನು ಕಂಡು ದುಃಖದಿಂದ ತನ್ನ ಕುದುರೆ ಏರಿಕೊಂಡು ಬಿದ್ದದಿಕ್ಕಿಗೆ ಬರುತ್ತಾನೆ. ಬಂದು ಅದೇ ರಾಜ್ಯವನ್ನು ಸೇರುತ್ತಾನೆ. ಸೇರಿ ಎಲ್ಲಿ ನೋಡುವುದು, ಏನು ಮಾಡುವುದು? ಅಂತ ತಿಳಿಯದೆ ಅದೇ ಮನೆಯ ಬಾಗಿಲಲ್ಲಿ ಆಲೋಚನೆ ಮಾಡುವ ಹೊತ್ತಿನಲ್ಲಿ ತನ್ನಷ್ಟಕ್ಕೆ ತಾನೇ ಮನೆಬಾಗಿಲು ತೆಗೆದುಕೊಳ್ಳುತ್ತದೆ. ಬಸವೇಶ್ವರನಿಗೆ ಆಶ್ಚರ್ಯವಾಗಿ ಏನು ಕಾರಣದಿಂದ ಈ ಮನೆಯಬಾಗಿಲು ತೆರೆಯಿತು? ಒಳಗಡೆ ಯಾರೂ ಕಾಣಿಸುವುದಿಲ್ಲ. ಇಲ್ಲಿ ನೋಡುವ ಅಂತ್ಹೇಳಿ ಮನೆಯೊಳಕ್ಕೆ ಹೋಗುತ್ತಾನೆ. ಹಾಗೆ ಮನೆ ನೋಡಿಕೊಂಡು ಬಚ್ಚಲು ಕೋಣೆಗೆ ಹೋಗುತ್ತಾನೆ. ಅಲ್ಲಿ ತನ್ನ ತಮ್ಮ ಸತ್ತುಬಿದ್ದಿರುವುದನ್ನು ನೋಡಿ ಒಲೆಯನ್ನು ನೋಡುತ್ತಾನೆ. ಆ ಒಲೆಯಲ್ಲಿ ಕತ್ತಿ ಕಾಣದಿದ್ದಾಗ ಅಡಿಗೆ ಕೋಣೆಗೆ ಹೋಗುತ್ತಾನೆ. ಅಲ್ಲಿ ಕತ್ತಿಯನ್ನು ನೋಡಿ ಆ ಕತ್ತಿಯನ್ನು ಎತ್ತಿಕೊಂಡು ಉಪ್ಪು ತೆಗೆದುಕೊಂಡು ಮುಂಚೆ ಇದ್ದಂತೆ ಇನ್ನೂ ಪ್ರಕಾಶವಾಗುವ ಹಾಗೆ ಉಜ್ಜುತ್ತಾನೆ. ಕತ್ತಿಯ ಉಜ್ಜಿದಾಗ, ಉಜ್ಜಿದಾಗ ಪ್ರಕಾಶಮಾನವಾಯ್ತಾ ಬತ್ತದೆ. ಹಾಗೆಯೇ ಬಚ್ಚಲಲ್ಲಿ ಬಿದ್ದಿದ್ದ ಸಿದ್ದೇಶ್ವರನಿಗೆ ಎಚ್ಚರವಾಗುತ್ತದೆ. ಕಡೆಗೆ ಪೂರಾ ಜೀವ ಬಂದ ಮೇಲೆ ನಿದ್ರೆಯಿಂದ ಎದ್ದವನಂತೆ ನೋಡುತ್ತಾನೆ. ಏನು ಕಾರಣ ನಾನಿಲ್ಲೇ ಮಲಗಿದ್ದೀನಲ್ಲ ಎಂದೆದ್ದು ಮನೆಯೆಲ್ಲಾನೂ ನೋಡುತ್ತಾನೆ. ಅಲ್ಲದೆ ತನ್ನ ಹೆಂಡತಿಯನ್ನು ಕರೆಯುತ್ತಾನೆ. ಹೆಂಡತಿ ಬರದೇ ಇರೋದನ್ನ ನೋಡಿ ದುಃಖಪಡುತ್ತಾನೆ. ಆಗ ತನ್ನ ಅಣ್ಣ ಬಂದು ತಮ್ಮನನ್ನು ಎದುರುಗೊಳ್ಳುತ್ತಾನೆ. ಆಗ ಏನು ವಿಷಯ? ಏನು ಕಾರಣ? ಯಾರು ಈ ರೀತಿ ಮಾಡಿದೋರು? ನೀನು ಯಾತಕ್ಕೋಸ್ಕರ ಈ ರಾಜ್ಯವನ್ನು ನೀನು ಸೇರಿದೆ? ನಿನ್ನ ಹೆಂಡತಿ ಎಲ್ಲಿ? ಯಾರ ಜೊತೆಯಲ್ಲಿ ಹೇಳಿದೆ, ಎಲ್ಲವನ್ನೂ ಕೇಳುತ್ತಾನೆ. ಆಗ ನನ್ನ ಹೆಂಡತಿ ಜೊತೆಯಲ್ಲಿ ಹೇಳಿದ್ದೆ. ಆದರೆ ನನ್ನ ಹೆಂಡತಿಯಿಂದ ಈ ಕೆಲಸ ನಡೆದಿಲ್ಲ. ನನ್ನ ಮನೆಯಲ್ಲಿ ಕೆಲಸಕ್ಕೆ ಅಂತ ಒಬ್ಬಳು ಮುದುಕಿಯನ್ನು ಇಟ್ಟುಕೊಂಡಿದ್ದೆ. ಅವಳಿಂದಲೇ ಈ ಕೆಲಸ ನಡೆದಿದೆ ಅಂತ ನನಗೆ ಕಾಣುತ್ತದೆ. ಇಲ್ಲೇ ಎಲ್ಲೋ ಒಂದು ಜಾಗದಲ್ಲಿ ನನ್ನ ಹೆಂಡತಿಯನ್ನು ಮೋಸಗೊಳಿಸಿ ಅವುಸಿ ಮಡಿಕೊಂಡಿರಬಹುದು. ನಾವಿಬ್ಬರೂ ಸೇರಿ ಹುಡುಕೋಣ ಅಂತ ಹೇಳುತ್ತಾನೆ.

ಆಗ ಇಬ್ಬರೂ ಮನೆ ಬಾಕಲಿಗೆ ಬರುತ್ತಾರೆ. ಆವಾಗ ಬಾಗಲಲ್ಲಿ ಕರಿಮಣಿ ಸಾಲು ಕಣ್ಣಿಗೆ ಬೀಳುತ್ತದೆ. ಒಂದೊಂದೇ ಮಣಿಯನ್ನು ಎತ್ತಿಕೊಂಡು ಉದ್ದಕ್ಕೂ ಮಣಿ ಬಿದ್ದ ದಾರಿಯಲ್ಲೇ ಹೋಗುತ್ತಾರೆ. ಹೋಗಿ ಹೋಗಿ ಮಣಿ ಮುಗಿತವೆ. ಕೊನೆಯಲ್ಲಿ ಒಂದು ಕಲ್ಲು ಕಾಣುತ್ತದೆ. ಇವರು ಇಲ್ಲಿಗೆ ಮಣಿಗಳು ತೀರಿದವು. ಇಲ್ಲಿಂದ ಯಾವ ಕಡೆ ಹೋದಳು? ಎಂದು ಆಲೋಚನೆ ಮಾಡಿಕೊಂಡು ಬಸವೇಶ್ವರನು ಆ ಕಲ್ಲಿನ ಮೇಲೆ ಕೈಮಡುಗುತ್ತಾನೆ. ಅವನು ಮಡಗಿದ್ನೋ ಇಲ್ಲವೋ ರಾಜಕುಮಾರಿ ತನ್ನ ನಿಜರೂಪ ತಾಳಿಕೊಂಡು ತನ್ನ ಗಂಡನನ್ನು ನೋಡಿ ತುಂಬ ದುಃಖ ಮಾಡುತ್ತ ತನ್ನ ಗಂಡನ ಕಾಲಿಗೆ ಬಿದ್ದು ಎಲ್ಲವನ್ನೂ ಹೇಳುತ್ತಾಳೆ.

'ನನ್ನ ಕಾಲಿಗಿರಲಿ ನಿಮ್ಮ ಭಾವನ ಕಾಲಿಗೆ ಮೊದಲು ಬೀಳು' ಅಂತ ಹೇಳುತ್ತಾನೆ. ಇಬ್ಬರೂ ಬಂದು ಬಸವೇಶ್ವರನ ಕಾಲಿಗೆ ನಮಸ್ಕಾರ ಮಾಡುತ್ತಾರೆ. ಅವನು ಇಬ್ಬರಿಗೂ

ಆಶೀವಾದ ಮಾಡಿ ಏನು ವಿಷಯ ಯಾರಿಂದ ಈ ತೊಂದರೆಗೆ ಕಾರಣ? ಅಂತ ರಾಜಕುಮಾರಿಯನ್ನು ವಿಚಾರಿಸುತ್ತಾನೆ. ಆವಾಗ ಎಲ್ಲಾ ವಿಚಾರವನ್ನೂ ಸಾಂಗವಾಗಿ ಹೇಳುತ್ತಾಳೆ. ಆವಾಗ ಅವನು ಸಿಟ್ಟಿನಿಂದ ಆ ರಾಜನ ಆಸ್ಥಾನಕ್ಕೆ ಹೋಗಿ ರಾಜನ ಮೇಲೆ ಯುದ್ಧವನ್ನು ಮಾಡಿ ರಾಜನನ್ನು ಕೊಂದು ಮತ್ತು ಆ ಮುದುಕಿಯನ್ನು ಕರೆಸಿ ಅವಳಿಗೆ ಚಿತ್ರಹಿಂಸೆಯನ್ನು ಕೊಟ್ಟು ಅದೇ ರಾಜ್ಯದ ಪಟ್ಟಾಭಿಷೇಕವನ್ನು ಸಿದ್ದೇಶ್ವರನಿಗೆ ಮಾಡಿ ತಮ್ಮ ಮತ್ತು ನಾದಿನಿಯನ್ನು ಕರೆದುಕೊಂಡು ತನ್ನ ರಾಜ್ಯಕ್ಕೆ ಹೋಗುತ್ತಾನೆ. ಅಲ್ಲಿ ಒಂದು ವಾರ ಇಟ್ಟುಕೊಂಡು ಸಂತೋಷದಿಂದ ದಂಪತಿಗಳನ್ನು ಅವರ ರಾಜ್ಯಕ್ಕೆ ಕಳಿಸಿಕೊಟ್ಟು ಇಬ್ಬರೂ ಸೇರಿ ಸುಖ ಸಂತೋಷದಿಂದ ಪ್ರಜೆಗಳನ್ನು ತನ್ನ ಮಕ್ಕಳಂತೆ ನೋಡಿಕೊಂಡು ರಾಜ್ಯಭಾರವನ್ನು ಮಾಡಿಕೊಂಡು ಸಹಸ್ರಾರು ವರ್ಷ ಬಾಳುತ್ತಾರೆ.

**

೩೬. ಸೇಡಿಗೆ ಸೇಡು

ಒಂದು ಊರಿನಲ್ಲಿ ಒಂದು ನರಿ. ಆ ನರಿ ಆಹಾರ ಇಲ್ಲದೆ ಬಹಳ ದಿವಸದಿಂದ ಕಂಗಾಲಾಗಿತ್ತು. ಹೊಳೆಯಿಂದ ಆಚೆ ಒಂದು ದನ ಸತ್ತುಹೋಗಿತ್ತು. ಅದರ ವಾಸನೆಯನ್ನು ಹಿಡಿದು ಈ ನರಿ ಆಚೆಗೆ ಹೋಗಬೇಕು. ತಿನ್ನಲಿಕ್ಕೆ ಉಂಟು. ಹೊಟ್ಟೆ ತುಂಬುತ್ತದೆ. ಹೋಗುವುದು ಹೇಗೆ? ಆಲೋಚನೆ ಮಾಡುತ್ತಾ ಇತ್ತು. ಅಷ್ಟರಲ್ಲಿ ಒಂದು ಮೊಸಳೆ ಆಹಾರ ಇಲ್ಲದೆ ತಿರುಗಾಡುತ್ತಾ ಬಂತು. ಆವಾಗ ನರಿ ಅದನ್ನು ನೋಡಿ 'ಓ ಮಾವ ನನಗೊಂದು ಉಪಕಾರಮಾಡು, ಹೊಟ್ಟೆಗೆ ಇಲ್ಲದೆ ಬಹಳ ದಿವಸವಾಯಿತು. ಉಪವಾಸ ಇದ್ದೆ. ನಿನ್ನಂಥವ ಒಂದು ಉಪಕಾರಮಾಡಬೇಕು' ಎಂದಿತು. ಮೊಸಳೆ, 'ನರಿಯಣ್ಣಾ, ಯಾವಾಗಲೂ ನೀನು ಬೇಕಾದವ. ನಿನಗೆ ನನ್ನಿಂದ ಏನಾಗಬೇಕು? ಉಪಕಾರ ಮಾಡುತ್ತೇನೆ, ಹೇಳು' ಎಂದಿತು. ಆವಾಗ ನರಿಯಣ್ಣ 'ನಿನ್ನ ಬೆನ್ನಿನ ಮೇಲೆ ನಾನು ಕುಳಿತುಕೊಂಡು ಆಚೆಗೆ ಹೋಗುತ್ತೇನೆ. ತೆಗೆದುಕೊಂಡು ಹೋಗಿಬಿಡು. ಒಂದು ಉಪಕಾರಮಾಡು ಮಾವ' ಎಂದಿತು.

ಮೊಸಳೆ ಆ ಮಾತಿಗೆ 'ಬಾ, ಬೆನ್ನಿನಮೇಲೆ ಕೂತುಕೊ. ಆಚೆದಡಕ್ಕೆ ನಾನು ಹೋಗಿ ಬಿಡುತ್ತೇನೆ. ಬೇಕಾದಷ್ಟು ಮಾಂಸ ತಿಂದುಕೊ' ಎಂದಿತು. ನರಿ ಮೊಸಳೆಯ ಬೆನ್ನಿನಮೇಲೆ ಕುಳಿತುಕೊಂಡು ಆಚೆ ದಡಕ್ಕೆ ಹೋಯಿತು. ಅಲ್ಲಿ ಕೆಳಗಿಳಿದು ಸತ್ತುಬಿದ್ದ ದನದ ಸಮೀಪಕ್ಕೆ ಹೋಗಿ ಹೊಟ್ಟೆ ತುಂಬಾ ಮಾಂಸ ತಿಂದು ಬಿಟ್ಟಿತು. ಆಮೇಲೆ ಹೊಳೆಬದಿಗೆ ಬಂದು ಆಚೆಗೆ ಹೋಗಬೇಕು ಮೊಸಳೆ ಮಾವ ಇನ್ನೂ ಬರಲಿಲ್ಲ ಎಂದು ಯೋಚನೆಮಾಡುವಾಗ ಮೊಸಳೆ ಮಾವ ಅಲ್ಲಿಗೆ ಬಂದ.

ಮೊದಲಿನಂತೆಯೇ ನರಿ 'ಮಾವಾ ಮಾವಾ, ನೀನು ಮಾಡಿದ ಉಪಕಾರದಿಂದ ಹೊಟ್ಟೆ ತುಂಬಿತು, ಮಹಾರಾಯಾ. ದೊಡ್ಡ ಉಪಕಾರಮಾಡಿದೆ ಮರೆಯುವಂಥದಲ್ಲ. ನಾನು ಇಲ್ಲಿಯೇ ಇದ್ದರೆ ನನಗೆ ಮನೆಯಿಲ್ಲ, ಹೊಟ್ಟೆ ಹೇಗೂ ನಿನ್ನ ಲೆಕ್ಕದಲ್ಲಿ ತುಂಬಿತು. ಮನೆಗೊಂದು ಸೇರಿಸಿಬಿಡು ಮಹಾರಾಯಾ?' ಎಂದಿತು.

'ನರಿಯಣ್ಣಾ, ಉಪಾಯದಲ್ಲಿ ನೀನು ಬಹು ದೊಡ್ಡವ. ನಿನಗೊಂದು ಉಪಕಾರ ಮಾಡುತ್ತೇನೆ. ನನ್ನ ಬೆನ್ನಿನ ಮೇಲೆ ಕೂತುಕೊ. ಆಚೆಗೆ ತೆಗೆದುಕೊಂಡು ಹೋಗಿಬಿಡುತ್ತೇನೆ.'

ನರಿಯಣ್ಣ ಬಹಳ ಸಂತೋಷದಿಂದ ಮೊಸಳೆಯ ಬೆನ್ನಿನ ಮೇಲೆ ಕೂತುಕೊಂಡ. ನಿಧಾನವಾಗಿ ಹೊಳೆ ದಡ ಈಜಿ ಬರುವಾಗ ಈ ಮೊಸಳೆ ಬೆನ್ನಿನ ಮುಳ್ಳು ತಾಕಿ ನರಿಗೆ

ಬಹಳ ನೋವಾಯಿತು. 'ನಾನು ಯಾಕೆ ಕೂತುಕೊಳ್ಳಬೇಕಿತ್ತು? ಕೆಟ್ಟ ಜಾತಿಯವು' ಎಂದು ಹೇಳಿ ಕೆಳಗೆ ಹಾರಿತು. ಅಷ್ಟರಲ್ಲಿ ಮೊಸಳೆಯು ತಾನು ಇಷ್ಟು ಉಪಕಾರ ಮಾಡಿಯೂ ಈ ನರಿ ಅದನ್ನು ಗ್ರಹಿಸದೆ ಹೀಗೆ ಹೇಳಿತಲ್ಲ. ಅದನ್ನು ವಿಚಾರ ಮಾಡಬೇಕು ಎಂದು ಹೇಳಿ ನರಿಯ ಕಾಲಿಗೆ ಬಾಯಿಹಾಕಿತು. ನರಿಯು ಮೊಸಳೆಯ ಬಾಯಲ್ಲಿ ಸಿಕ್ಕಿದೆನಲ್ಲಾ ಅಂತ ಉಪಾಯದಿಂದ ತಪ್ಪಿಸಿಕೊಳ್ಳಬೇಕು ಎಂದು ಹೇಳಿ ತನ್ನ ಮತ್ತೊಂದು ಕಾಲನ್ನು ತೋರಿಸಿ, 'ನೀನು ಹಿಡಿದದ್ದು ಗಿಡದ ಬೇರು, ನನ್ನ ಕಾಲು ಇಲ್ಲಿ ಉಂಟು' ಎಂದು ತನ್ನ ಮತ್ತೊಂದು ಕಾಲನ್ನು ಎತ್ತಿ ತೋರಿಸಿತು ಮೊಸಳೆಗೆ. ಆವಾಗ ಮೊಸಳೆಗೆ ಸಿಟ್ಟು ಬಂದು ನರಿಯ ಕಾಲನ್ನೇ ಕಚ್ಚಿ ಬಿಡುತ್ತೇನೆಂದು ಒಂದು ಗಿಡದ ಬೇರನ್ನು ಕಚ್ಚಿತು. ನರಿಯಣ್ಣ ಹೊರಟುಹೋದ. ಆವಾಗ ಮೊಸಳೆ ಏನಾದರೂ ನರಿಯನ್ನು ಬಿಡಬಾರದು, ಹಿಡಿಯಬೇಕು. ಅದಕ್ಕೊಂದು ಉಪಾಯ ಮಾಡುತ್ತೇನೆಂದು ದಟ್ಟವಾಗಿ ಬಿದ್ದ ಅತ್ತಿಯ ಹಣ್ಣು ತಿನ್ನಲಿಕ್ಕೆ ನರಿ ನಿತ್ಯ ಬರುತ್ತದೆ. ನಾನು ಕೆಸರೊಳಗೆ ಮಲಗಿದರೆ ಹಣ್ಣು ತಿನ್ನುವ ಆಸೆಯಿಂದ ನರಿ ಬರುತ್ತದೆ. ಆವಾಗ ನರಿಯನ್ನು ಕಚ್ಚಿ ತಿನ್ನಬಹುದು ಎಂದು ಆಲೋಚನೆ ಮಾಡಿ ಹೊಳೆ ಬದಿಯಲ್ಲಿರುವ ಕಳಿಕೆಸರಿನಲ್ಲಿ ಮೊಸಳೆ ಅಡಗಿಕೊಂಡಿತು.

ಎಂದಿನಂತೆ ನರಿಯು ಹಣ್ಣು ತಿನ್ನಲಿಕ್ಕೆ ಬರುವ ಹೊತ್ತಿಗೆ ಸರಿಯಾಗಿ ಅಲ್ಲಿಗೆ ಬಂದಿತು. ಹಣ್ಣುಗಳೆಲ್ಲಾ ಒಂದುಕಡೆ ರಾಶಿಯಾಗಿವೆ. ಯಾಕೆ ಹೀಗಾಯಿತು? ಎಂದು ನರಿ ಸುತ್ತಲೂ ನೋಡುವಾಗ ದೂರದಲ್ಲಿ ಮೊಸಳೆಯ ಕಾಲಿನ ಹೆಜ್ಜೆಯ ಗುರುತು ಕಾಣಿಸಿತು. ಹಣ್ಣಿನ ರಾಶಿಯ ಮಧ್ಯೆ ಎರಡು ಕಣ್ಣುಗಳು ಕಾಣಿಸುತ್ತಿವೆ. ನರಿಯಣ್ಣ ನೋಡಿ ಬಾಯಿಂದ, 'ರಾಶಿಯ ಮಧ್ಯೆ ಕಣ್ಣುಗಳು ಎಲ್ಲಿಂದ ಬಂದುವು?' ಎಂದುಕೊಂಡು ದೂರದ ಹಣ್ಣು ತಿಂದು ಮನೆಗೆ ಹೋಯಿತು ನರಿ. ಮೊಸಳೆಯು ತನ್ನ ಪ್ರಯತ್ನ ಹಾಳಾಯಿತು, ಇನ್ನು ಬೇರೊಂದು ಉಪಾಯ ಹುಡುಕಬೇಕು. ನರಿಯಣ್ಣನ ಬಿಲದೊಳಗೆ ಹೋಗಿ ಮೊದಲೇ ತಾನು ಕೂತುಕೊಂಡಲ್ಲಿ ಸಾಯಂಕಾಲಕ್ಕೆ ನರಿ ಬರುತ್ತದೆ. ನಾನು ಒಳಗಿರುವುದು ಅದಕ್ಕೆ ಗೊತ್ತಾಗುವುದಿಲ್ಲ. ಆವಾಗ ಅವನನ್ನು ತಿಂದು ಬಿಟ್ಟರೆ ಆಗಿಯೇ ಹೋಯಿತು ಎಂದುಕೊಂಡು ನರಿಯ ಬಿಲವನ್ನು ಪ್ರವೇಶಮಾಡಿತು.

ಎಂದಿನಂತೆ ಬೆಳಿಗ್ಗೆ ಹೊರಟುಹೋಗಿ ಸಂಜೆಗೆ ಬರುವ ನರಿಯಣ್ಣ ಬಿಲದ ಸಮೀಪ ಬರುವಾಗ ಹೊಳೆಯ ಬದಿಯಲ್ಲಿರುವ ಕಳಿಕೆಸರಿನಲ್ಲಿ ಬಿದ್ದುಕೊಂಡಿತ್ತು. ಮೊಸಳೆಯ ಬಾಲ ಎಳೆದ ಗುರುತು ಅಲ್ಲಿ ಕಾಣಿಸುತ್ತಿತ್ತು. ಆಗ ನರಿಯು ಇದು ಮೊಸಳೆಯ ಕಾರ್ಯವೇ ಹೊರತು ಬೇರೆ ಅಲ್ಲ. ನನ್ನನ್ನು ಹೇಗಾದರೂ ಹಿಡಿದು ತಿನ್ನಬೇಕೆಂಬ ಯೋಚನೆಯಲ್ಲಿದ್ದ ಮೊಸಳೆ ನನ್ನ ಬಿಲಪ್ರವೇಶಮಾಡಿದೆ. ಅದಕ್ಕೊಂದು ಉಪಾಯ ಮಾಡುತ್ತೇನೆ ಎಂದು ಯೋಚಿಸಿದ ನರಿ 'ಓ ಮನೆಯೋ' ಎಂದು ಕರೆಯಿತು. ಒಳಗಿಂದ ಏನೂ ಧ್ವನಿ ಆಗಲಿಲ್ಲ. ಈ ಮಾತು ಮೊಸಳೆಗೆ ಕೇಳುತ್ತಾ ಇತ್ತು. ಆವಾಗ ನರಿಯು, ಏನಿದು ಯಾವಾಗಲೂ ನಾನು ಬಂದು 'ಓ ಮನೆಯೋ' ಎಂದು ಕರೆದರೆ 'ಓ' ಎಂದು ಹೇಳುತ್ತಿತ್ತು. ಈ ಮನೆ ಇವತ್ತು ಮಾತಾಡುವುದೇ ಇಲ್ಲವಲ್ಲ, ಯಾರೋ ಒಳಗೆ ಇರಬೇಕು,

ಅದಕ್ಕಾಗಿ ಈ ಮನೆಯು ಮಾತಾಡುವುದಿಲ್ಲ ಎಂದು ಹೇಳಿತು. ಈ ಮಾತು ಮೊಸಳೆ ಕೇಳುತ್ತಾ ಇತ್ತು. ನರಿಯು 'ಇನ್ನೊಮ್ಮೆ ಕರೆಯುತ್ತೇನೆ, ಮಾತಾಡದಿದ್ದರೆ ಜಾಗ್ರತೆ' ಎಂದು ಹೇಳಿ 'ಓ ಮನೆಯೋ' ಎಂದು ಕರೆಯಿತು. ಒಳಗಿದ್ದ ಮೊಸಳೆಯು ಯೋಚನೆ ಮಾಡ ತೊಡಗಿತು. 'ನಾನು ಸುಮ್ಮನೆ ಉಳಿದರೆ ನರಿಯಣ್ಣ ಯಾರೋ ಇದ್ದಾರೆಂದು ತಿಳಿಯುತ್ತದೆ. ಅವನಿಗೆ ತಿಳಿಯಬಾರದು' ಎಂದು ಯೋಚಿಸಿ ನರಿಯಣ್ಣ ಕೂಗಿದಾಗ ಒಳಗಿದ್ದ ಮೊಸಳೆ ಹೂಗುಟ್ಟಿತು. ಆವಾಗ ನರಿಯು ಅದಕ್ಕೆ ಪ್ರತೀಕಾರ ಈಗಲೇ ಮಾಡುತ್ತೇನೆ ಎಂದು ಎಣಿಸಿ ಪಕ್ಕದ ಮನೆಗೆ ಹೋಗಿ ಅಂಗಳದಲ್ಲಿ ಮಾಡಿಟ್ಟ ಹುಲ್ಲಿನ ಕುತ್ತರೆ(ರಾಶಿ) ನೋಡಿ ಸಾಕಷ್ಟು ಹುಲ್ಲು ಕೈಯಿಂದ ತೆಗೆದುಕೊಂಡು ಹೋಗಿ ಬಿಲದ ಬಾಗಿಲಲ್ಲಿ ಇರಿಸಿತು. ಆವಾಗ ಇನ್ನೊಂದು ಮನೆಯ ಬಚ್ಚಲು ಮನೆಗೆ ಹೋಗಿ ಬೆಂಕಿ ಕೊಳ್ಳಿಯನ್ನು ಕೊಂಡು ಹೋಗಿ ಹುಲ್ಲನ್ನು ಬಿಲದ ಬಾಯಿಗೆ ಸರಿಯಾಗಿ ಮುಚ್ಚಿ ಕೊಳ್ಳಿಯನ್ನು ಹುಲ್ಲಿನ ರಾಶಿಗೆ ಇಟ್ಟು ದೂರ ಹೋಗಿ ನೋಡುತ್ತಾ ಇತ್ತು. ಆ ಬೆಂಕಿಯ ಹೊಗೆಯಿಂದ ಒಳಗಿದ್ದ ಮೊಸಳೆಗೆ ಉಸಿರು ಬಿಡಲು ಆಗಲಿಲ್ಲ. ಅಲ್ಲಿಯೇ ಪ್ರಾಣಬಿಟ್ಟಿತು. ಆವಾಗ ನರಿಯು ನನ್ನನ್ನು ನೀನು ತಿನ್ನಬೇಕೆಂದು ಆಲೋಚನೆಮಾಡಿದೆ. ನಿನ್ನ ಹೆಣವೇ ನಾಯಿ ಕಾಗೆ ತಿನ್ನುವ ಹಾಗೆ ನಾನು ಮಾಡಿದೆ ಎಂದು ಹೇಳಿ ಸತ್ತ ಮೊಸಳೆಯನ್ನು ಬಿಲದಿಂದ ಹೊರಕ್ಕೆ ಹಾಕಿತು.

**

೩೭. ಕಿವಿ ಇಲ್ಲದ ಹೆಣ್ಣಿಗೆ ಕೈ ಇಲ್ಲದ ಗಂಡು

ಒಂದು ಊರಿನಲ್ಲಿ ಒಬ್ಬಳು ಹೆಣ್ಣುಮಗಳು ಇದ್ದಳು. ಅವಳ ಮಗಳಿಗೆ ಒಂದು ಕಿವಿ ಇರಲಿಲ್ಲ. ಯಾರಾದರೂ ಬಂದರೆ ಆ ಮಗಳನ್ನು ಕೊಟ್ಟುಬಿಡಬೇಕು ಎನ್ನುತ್ತಿದ್ದಳು. ಎಲ್ಲಿ ಹುಡುಕಿದರೂ ಒಂದು ಗಂಡು ಸಿಕ್ಕಲಿಲ್ಲ. ಒಂದು ಊರಿನಲ್ಲಿ ಒಬ್ಬ ಮಗ ಇದ್ದ. ಆ ಹುಡುಗನಿಗೆ ಹೆಣ್ಣು ಹುಡುಕಾಡುತ್ತಿದ್ದರು. ಅವನಿಗೆ ಒಂದು ಕೈ ಇರಲಿಲ್ಲ. ಕಿವಿ ಇಲ್ಲದ ಹುಡುಗಿಯ ಊರಿಗೆ ಇವರು ಹೋದರು. ಇವರು ಹೋಗಿ ನೋಡಿ ಹೆಣ್ಣನ್ನು ಒಪ್ಪಿದರಂತೆ. ಅಂದರೆ ಕಿವಿ ನೋಡಲಿಲ್ಲವಂತೆ. ಬಟ್ಟೆಯ ಮರೆಯಲ್ಲಿ ಕಿವಿ ಇತ್ತು, ಗೊತ್ತಾಗಲಿಲ್ಲ. ಆ ಹೆಣ್ಣನ್ನೇ ಒಪ್ಪಿಕೊಂಡು ಊರಿಗೆ ಹೋದರು. ಆಮೇಲೆ ಇವರು ಹೋಗಿ ಗಂಡನ್ನು ನೋಡಿದರು. ಕೈ ಇಲ್ಲದ ವಿಚಾರ ಇವರಿಗೆ ಗೊತ್ತಾಗಲಿಲ್ಲ. ತುಂಬುತೋಳಿನ ಅಂಗಿ ಹೊಲಿಸಿದ್ದರು. ಅಂಗಿ ಒಳಗಿನ ಕೈ ಹೆಣ್ಣಿನ ಕಡೆಯವರಿಗೆ ಗೊತ್ತಾಗಲಿಲ್ಲ. ಹೋಗಿಬಂದು ಮದುವೆ ಏರ್ಪಾಡು ಮಾಡಿದರು. ಹೆಣ್ಣಿನ ಊರಿಗೆ ಗಂಡನ್ನೂ ಕರೆದುಕೊಂಡು ಹೋದರು. ಗಂಡಿನ ಮದುವೆಶಾಸ್ತ್ರ ಏನೂ ಇರಲಿಲ್ಲ. ಹೆಣ್ಣಿನ ಕೆಲಸವೇ ಜಾಸ್ತಿ ಇತ್ತು. ಬಟ್ಟೆ ಮರೆಯಲ್ಲಿ ಶಾಸ್ತ್ರ ನಡೆಸಿಬಿಟ್ಟರಂತೆ. ಹೆಣ್ಣಿನ ಮನೆಯಬಳಿ ಗಂಡು ಮದಲಿಂಗನಾಗಿ ಹೋಯಿತಂತೆ. ಅಲ್ಲಿ ಧಾರೆ ಮುಹೂರ್ತದ ಏರ್ಪಾಡು ಮಾಡಿದರು. ಶಾಸ್ತ್ರಿಗೆ ಲಂಚಕೊಟ್ಟು ಗಂಡಿನವರು, ಕೈ ಇಲ್ಲದ ವಿಷಯ ಹೇಳದೆ ಕೆಲಸ ನಡೆಸಲು ಹೇಳಿಕೊಂಡಿದ್ದರು. ಮದಲಿಂಗನ ಒಂದು ಕೈ ಬೇರೆಯವನದು ಒಂದು ಕೈ ಎರಡೂ ಒಂದುಮಾಡಿ ತಾಳಿ ಕಟ್ಟಿದರು. 'ಇದೇ ದೊಡ್ಡ ಚಿಂತೆ ಆಗಿತ್ತು. ಸರಿಯಾದ ಗಂಡೇ ಸಿಕ್ಕಿತು' ಅಂತ ಮದಲಿಂಗಿತ್ತಿ ತಾಯಿ ಆ ಊರಿನ ಹೆಂಗಸರೊಂದಿಗೆ ಹೇಳುತ್ತಿದ್ದಳು. 'ಬಟ್ಟೆ ಮರೆಯಲ್ಲಿ ಕಿವಿ ಇಲ್ಲದ ಹುಡುಗಿಗೆ ತಾಳಿ ಕಟ್ಟಿದ' ಎಂದು ಆ ಹೆಂಗಸರು ಮಾತಾಡಿಕೊಳ್ಳುತ್ತಿದ್ದರು. ಆ ಮಾತನ್ನು ಕೈ ಇಲ್ಲದ ಮದ ಲಿಂಗ ಮಲಗಿದ್ದೇ ಕೇಳಿಸಿಕೊಂಡ. ಕಿವಿ ಇಲ್ಲದ ವಿಷಯವನ್ನು ಕೇಳಿ ಅಂಗಿಯ ತೋಳನ್ನು ಸರ್ರನೆ ಮೇಲಕ್ಕೆ ಮುದುರಿ ಅತ್ತೆಯ ಮುಂದೆ ಮೋಟು ಕೈ ಕುಟ್ಟಿಕೊಂಡು ಹೋದನಂತೆ. ಅತ್ತೆ ಸುಸ್ತಾದಳು. 'ನಾನೇ ಬುದ್ಧಿವಂತೆ ಅಂದುಕೊಂಡಿದ್ದೆ. ಮೋಟುಕೈ ಅಳಿಯ ನನಗೆ ದೊರಕಿದ. ಮೋಸಗಾರರಿಗೆ ಒಬ್ಬ ಮರ್ಮಗೇಡಿ' ಎಂದುಕೊಂಡು ಸುಮ್ಮನಾದಳು.

**

೩೮. ನಾಲ್ವರು ಕಳ್ಳರು

ಒಂದೂರಿನಲ್ಲಿ ಪಾವುಕಳ್ಳ, ಅಚ್ಚೇರುಕಳ್ಳ, ಮೂರುಪಾವು ಕಳ್ಳ, ಸೇರುಕಳ್ಳ ಎಂದು ನಾಲ್ಕು ಜನ ಕಳ್ಳರಿದ್ದರು. ನಾಲ್ಕು ಜನರೂ ಸೇರಿ ಒಂದೂರಿನಲ್ಲಿ ಕಳ್ಳತನ ಮಾಡಲು ಇಳಿದುಕೊಂಡರು. ಒಂದು ಅಜ್ಜಿಯ ಮನೆಯಲ್ಲಿ ಏರ್ಪಾಡು ಮಾಡಿಕೊಂಡರು. ಸೇರುಕಳ್ಳ ಸಾಯಂಕಾಲ ಹೊರಟ ಕಳ್ಳತನಕ್ಕೆ. ನೆಟ್ಟಗೆ ಜವಳಿಪೇಟೆಗೆ ಹೋದ. ಅಲ್ಲಿ ಒಬ್ಬ ಎಲೆ ಮಾರುತ್ತ ಕುಳಿತ್ತಿದ್ದ. ಅವನಲ್ಲಿ ಎರಡು ಸಾವಿರ ಎಲೆ ಖರೀದಿ ಮಾಡಿದ. ಒಂದು ಸಾವಿರ ತೆಗೆದುಕೊಂಡ. ಇನ್ನೊಂದು ಸಾವಿರ ಅಲ್ಲೇ ಬಿಟ್ಟು 'ಆಮೇಲೆ ಬರ್ತೀನಿ,' ಅಂತ ಹೇಳಿ ಅಂಗಡಿಗೆ ಹೋದ. ಜವಳಿ ಅಂಗಡಿಯಲ್ಲಿ ಒಂದು ಸಾವಿರ ರೂಪಾಯಿ ಜವಳಿ ಕಟ್ಟಿಸಿದ. ಅಂಗಡಿ ಯವನು ದುಡ್ಡು ಕೇಳಿದಾಗ 'ಎಲೆಯವನು ಕೊಡುತ್ತಾನೆ ಈಸಿಕೊಳ್ಳಿ' ಅಂದ. ಯಜಮಾನರಿಗೆ ಒಂದು ಸಾವಿರ ಕೊಡಬೇಕಂತಲ್ಲ ನಿಜವೇನೋ ಎಂದು ಅಂಗಡಿಯವನು ಎಲೆಯವನನ್ನು ಕೇಳಿದ. ಅವನು ಕೊಡಬೇಕು ಅಂದ. ಯಾವಾಗ ಕೊಡುತ್ತೀಯೋ ಎಂದು ಕೇಳಿದ. ಸಾಯಂಕಾಲ ಕೊಡುತ್ತೀನಿ ಸ್ವಾಮಿ ಅಂದ. ಅಂಗಡತಿಯವನು ಒಪ್ಪಿ ಕೊಂಡ. ಆಗಲಿ ಸ್ವಾಮಿ ನಾನು ಈಸ್ಕೋತೀನಿ ನೀವು ಜವಳಿ ತೆಗೆದುಕೊಂಡು ಹೋಗಿ ಅಂದ. ಸೇರುಕಳ್ಳ ಗಂಟು ಹೊತ್ತುಕೊಂಡು ಅಜ್ಜಿ ಮನೆ ಸೇರಿಕೊಂಡ. ಸಾಯಂಕಾಲ ಜವಳಿ ಅಂಗಡಿಯವನು ಎಲೆ ಪಿಂಡಿಯವನನ್ನು ಕೇಳಿದ. ಅವನು ಎಲೆ ಎಣಿಸುತ್ತಾ ಕುಳಿತ. 'ನಿನ್ನ ಎಲೆಯಲ್ಲ ನಾನು ಕೇಳಿದ್ದು, ನಾನು ಕೇಳಿದ್ದು ದುಡ್ಡು, ಬೇಗ ಕೊಡು, ಅಂಗಡಿಗೆ ಜನ ಬರುತ್ತಾರೆ, ಹೋಗಬೇಕು' ಅಂದ. 'ನೀನೊಳ್ಳೆ ಆಸಾಮಿ ಗಂಟುಬಿದ್ದಲ್ಲಯ್ಯ ನನಗೆ. ಎರಡು ಸಾವಿರ ಎಲೆ ಖರೀದಿ ಮಾಡಿ ಹೋಗಿದ್ದ. ಒಂದು ಸಾವಿರ ಕೊಟ್ಟಿದ್ದೆ. ಇನ್ನೊಂದು ಸಾವಿರ ಕೊಡಬೇಕಾಗಿತ್ತು. ಈಗ ಎಲೆ ಕೊಡುತ್ತೇನೆ ತೆಗೆದುಕೊಂಡು ಹೋಗು' ಅಂದ ಎಲೆಯವನು, 'ಅಯ್ಯೋ ದೇವರೆ, ಈ ಊರಿನಲ್ಲಿ ಒಬ್ಬ ಕಳ್ಳ ಬಂದು ಜವಳಿ ಹೊಡೆದುಕೊಂಡು ಹೋದ' ಅಂತ ದೂರುಕೊಟ್ಟು ತಳವಾರನಾಯಕನನ್ನು ಕಾವಲಿಟ್ಟ.

ಮಾರನೆಯದಿನ ಅಚ್ಚೇರುಕಳ್ಳನೂ ಹೊರಟ ಕಳ್ಳತನಕ್ಕೆ. ನೆಟ್ಟಗೆ ಹೋಗಿ ಬಂದು ತುಂಬೋ ಬಾವಿಯ ಹತ್ತಿರ ಕುಳಿತುಕೊಂಡ. ಆ ಊರಿನ ಮಕ್ಕಳು ಹೆಂಗಸರು ನೀರಿಗೆ ಬರುತ್ತಾ ಇದ್ದರು. ಒಂದು ಹುಡುಗನನ್ನು ಕೇಳಿದ 'ತಳವಾರ ನಾಯಕನಿಗೆ ಹೆಣ್ಣುಮಕ್ಕಳು ಎಷ್ಟು ಜನ? ಗಂಡು ಮಕ್ಕಳು ಎಷ್ಟು ಜನ? ಹೆಣ್ಣು ಮಕ್ಕಳನ್ನು ಯಾವ ಯಾವ ಊರಿಗೆ ಕೊಟ್ಟು ಮದುವೆಮಾಡಿದ್ದಾನೆ?' ಎಂದು ಕೇಳಿದ. ಆ ಹುಡುಗ ಹೇಳಿದ 'ಒಂದೇ ಒಂದು

ಹೆಣ್ಣು ಮಗು ಒಂದೂರಿಗೆ ಕೊಟ್ಟು ಲಗ್ನವಾಗಿತ್ತು. ಅಳಿಯನ ಹೆಸರು ಜುಂಕಲರಾಮ. ಅವನು ಮದುವೆ ಆದ ಮೇಲೆ ಪ್ರಸ್ತಕ್ಕೆ ಮುಂಚೆ ಮುನಿಸಿಕೊಂಡು ಹೋದ.' ವಿಷಯ ತಿಳಿದಮೇಲೆ ಜುಂಕಲರಾಮನ ವೇಷಧರಿಸಿ ಅಲ್ಲಿ ಸುಮ್ಮನೆ ಗೋಳಾಡುತ್ತ ಕುಳಿತಿದ್ದ. ಇಬ್ಬರು ಹೆಣ್ಣು ಮಕ್ಕಳು ನೀರಿಗೆ ಬಂದವರು, 'ಏನಯ್ಯ ನಿನ್ನದು ಯಾವ ಊರು? ಯಾಕೆ ಅಳುತ್ತಾ ಇದ್ದೀಯ?' ಎಂದು ಕೇಳಿದರು. 'ಅಮ್ಮಾ ತಳವಾರನಾಯ್ಕನ ಮನೆಯಲ್ಲಿ ಮದುವೆ ಆದ ಜುಂಕಲರಾಮ ನಾನೇ. ಪ್ರಸ್ತಕ್ಕಿಂತ ಮುಂಚೆ ಮುನಿಸಿಕೊಂಡು ಹೋದೆ. ಈಗ ಅವರ ಮನಗೆ ಹೋಗುವುದಕ್ಕೆ ನಾಚಿಕೆ ಆಗಿದೆ. ಆದ್ದರಿಂದ ನಾನು ಅಳುತ್ತಾ ಕೂತಿದ್ದೀನಿ' ಅಂತ ನೀರಿಗೆ ಬಂದವರೊಂದಿಗೆ ಹೇಳುತ್ತಿದ್ದ. ತಳವಾರನಾಯ್ಕನ ಹೆಂಡತಿಯ ಬಳಿಗೆ ಅವರೆಲ್ಲಾ ಹೋಗಿ 'ನಿನ್ನ ಅಳಿಯ ಬಂದಿದ್ದಾನೆ. ನಾಚಿಕೆ ಆಗಿ ಅಳುತ್ತಾ ಕುಳಿತಿದ್ದಾನೆ. ಕರೆದುಕೊಂಡು ಬರಬಾರದೇನವ್ವ' ಎಂದು ಹೇಳಿದರು. ಆ ಅಜ್ಜಿ ಗೋಳಾಡುತ್ತ ಬಾವಿಯ ಹತ್ತಿರ ಬಂದಳು. ಇದೇ ಅಜ್ಜಿ ಇರಬಹುದೆಂದು ಅವನು ಅಂದಾಜುಮಾಡಿ ತಾನು ಅಳುವುದಕ್ಕೆ ಪ್ರಾರಂಭಿಸಿದ. ಅಜ್ಜಿ ಹತ್ತಿರ ಹೋದಳು. 'ಏನೋ ಜುಂಕಲರಾಮ, ಎಂಥ ಮೋಸ ಮಾಡಿ ಮದುವೆ ಆದ ಮೇಲೆ ಊರು ಬಿಟ್ಟು ಹೊರಟು ಹೋದೆ. ನೀನು ಇಂಥ ಕೆಲಸ ಮಾಡಬಹುದೇ?' ಅಂತ ಹೇಳಿ ಅಂಥವನು ಇಂಥವನು ಎಂದು ಬೈದುಕೊಂಡಳು. 'ಅತ್ಯಮ್ಮ, ಒಂದು ತಿಂಗಳಿಗೆ ಬರೋಣ ಎಂದುಕೊಂಡು ಕಬ್ಬಿಣದ ಕಾರ್ಖಾನೆಗೆ ಹೋಗಿ ಕೂಲಿಗೆ ಸೇರಿಕೊಂಡುಬಿಟ್ಟೆ. ನನ್ನ ಕೈಗೆಲಸ ನೋಡಿ ನಾಲ್ಕು ಐದು ವರ್ಷ ಇಟ್ಟುಕೊಂಡರು. ಆಮೇಲೆ ಅತ್ತೆಮಾವನ ನೋಡಿ ಬಹಳ ದಿನ ಆಯಿತು ಅಂತ ಬಂದೆ. ನಾಚಿಕೆ ಆಗಿ ಇಲ್ಲಿ ಕುಳಿತಿದ್ದೆ' ಎಂದು ಹೇಳಿದ. 'ಬಾರೋ ಮನೆಗೆ ಹೋಗೋಣ' ಎಂದು ಹೇಳಿ ಜೊತೆಯಲ್ಲಿ ಅವನನ್ನು ಕರೆದುಕೊಂಡು ಹೋದಳು. ಮನೆಗೆ ಹೋದಮೇಲೆ ಮಾವ ನೋಡಿದ 'ಏನೋ ಜುಂಕಲರಾಮ, ನೀನು ಹೀಗೆ ಹೋಗಿಬಿಟ್ಟರೆ ಹೆಂಡತಿ ಗತಿ ಏನೋ' ಅಂದ ಬೈದ. ಹೆಂಡತಿಗೆ ಹೇಳಿದ 'ಎಲೇ, ಜುಂಕಲರಾಮನಿಗೆ ಸ್ನಾನಮಾಡಿಸಿ ಬಟ್ಟೆ ಕೊಡು. ಹೋದ ಅಳಿಯ ಬಂದದ್ದು ನಮ್ಮ ಪುಣ್ಯ. ನಾನು ಈಗ ಹೋಗಿ ಪಂಚಾಂಗದ ಅಯ್ಯನನ್ನು ಕೇಳಿ ಬರುತ್ತೇನೆ. ಸಾಯಂಕಾಲ ಪ್ರಸ್ತಮಾಡೋಣ' ಎಂದು ಹೇಳಿದ. ಪ್ರಸ್ತಕ್ಕೆ ಏರ್ಪಾಟು ಮಾಡಿ ಗಂಡ ಹೆಂಡತಿಯರನ್ನು ಒಂದು ಕಡೆ ಬಿಟ್ಟ. ಅಳಿಯ ಹೊರಗಡೆ ಬಂದು ಮಾವ ಹೊರಟದ್ದು ನೋಡಿ 'ಏನು ಮಾವ ದೊಣ್ಣೆ ಹಿಡಿದುಕೊಂಡು ಎಲ್ಲಿಗೆ ಹೊರಟಿದ್ದೀಯೆ?' ಎಂದು ಕೇಳಿದ. 'ರಾತ್ರಿ ಒಬ್ಬ ಕಳ್ಳ ಬಂದು ಜವಳಿ ಅಂಗಡಿಯಲ್ಲಿ ಸಾವಿರ ಜವಳಿ ಕಟ್ಟಿಸಿಕೊಂಡು ಹೊಡಕೊಂಡು ಹೋದ. ಇವತ್ತು ಕಳ್ಳರ ಕಾವಲಿಗೆ ನನ್ನನ್ನು ನೇಮಿಸಿದ್ದಾರೆ' ಅಂದ. 'ಮಾವಾ, ಕಳ್ಳರು ಬರೋ ಹೊತ್ತು ನನಗೆ ಗೊತ್ತಿದೆ. ಸುಮ್ಮನೆ ಮಲಗು. ಕಳ್ಳರನ್ನು ಹಿಡಿದುಕೊಡುತ್ತೇನೆ' ಅಂದ. ಇವನು, ಸರಿ ಹೊತ್ತಿಗೆ ಜುಂಕಲರಾಮ ಎದ್ದು ಮಾವನನ್ನು ಕರೆದುಕೊಂಡು ಬಜಾರಿನುದ್ದಕ್ಕೂ ಹೋದ. ಅಲ್ಲಿ ಊರಿನ ಬಾಗಿಲ ಪಕ್ಕದಲ್ಲಿ ಒಂದು ಕೋಳದಮರ ಮಾಡಿದ್ದರು. 'ಮಾವಾ ಇದೇನು?' ಅಂತ ಕೇಳಿದ. 'ದೇಶ ತಿರುಗಿದ್ದೀನಿ ಎಂದು ಹೇಳುತ್ತೀಯ? ಕಳ್ಳರು ಸಿಕ್ಕಿದರೆ ಈ ಮರಕ್ಕೆ ಸಿಗೆಹಾಕೋದು. ಅಷ್ಟೂ ಗೊತ್ತಿಲ್ಲವೇನೋ ಬರಪೂಕ?' ಅಂದ. 'ಅದು ಹೇಗೆ ಮಾವ?

ನಾನು ಕೈ ಇಡುತ್ತೇನೆ. ನನ್ನ ಕೈ ಸಿಗೇಹಾಕು ನೋಡೋಣ?' ಅಂದ ಇವನು. ಜುಂಕಲರಾಮ ಕೈ ಇಟ್ಟ ಕೋಳದಮರಕ್ಕೆ. ಮಾವ ಚಕ್ಕೆ ಬಿಗಿಯಾಗಿ ಕುಟ್ಟಿದ. ಕೈ ಬಿಗಿಯಾಗಿ ಹಿಡಿಯಿತು. 'ಹೌದು ಮಾವ, ಕೈ ಬಿಗಿಯಾಗಿ ಹಿಡಿದುಕೊಂಡುಬಿಟ್ಟಿತು. ಈಗ ಹೇಗೆ ತೆಗೆಯುವುದು ಮಾವಾ?' ಅಂದ. ತಳವಾರನಾಯಕನ ಹತ್ತಿರ ಬೀಗದ ಕೈ ಇತ್ತು ತೆಗೆದುಬಿಟ್ಟ. 'ನಿನ್ನ ಕೈ ಇಡುಮಾವಾ. ಅದು ಹೇಗೆ ಸಿಕ್ಕಿಕೊಳ್ಳುತ್ತದೆ ನೋಡೋಣ?' ಅಂದ. 'ಹೀಗೇ ಕಣಲೇ ಇಡುವುದು. ಅಗುಣಿ ಬಿಗಿಯಾಗಿ ಎಳೀಬೇಡ. ಆಮೇಲೆ ತೆಗೆಯುವುದಕ್ಕೆ ಬರದಹಾಗಾದೀತು' ಅಂದ. ಅಳಿಯ ಬಿಗಿಯಾಗಿ ಎಳೆದೇಬಿಟ್ಟ. 'ಕೈ ಬರೋದಿಲ್ಲ ಜುಂಕಲರಾಮ ಈಗ ಹೇಗೆ ಮಾಡುವುದು?' ಅಂದ. 'ಬೀಗದ ಕೈ ತೆಗೆದುಕೊಂಡು ತೆಗೆಯೋ' ಅಂದ. ಬೀಗದ ಕೈಗೂ ಬರದೇಹೋಯಿತು. 'ಮನೆಗೆ ಹೋಗಿ ಸರ್ರನೆ ಅರೆಕೋಲು ತೆಗೆದುಕೊಂಡು ಬಾರೋ, ಹಿಗ್ಗಿಸಿ ತೆಗೆಯುವೆಯಂತೆ' ಅಂದ ಮಾವ. ಅವನು ಮನೆಗೆ ಹೋಟಬಿಟ್ಟ.

'ಅತ್ಯಮ್ಮ ಅತ್ಯಮ್ಮ, ಕಳ್ಳರಕಾಟ ಬಹಳ ಜೋರಾಗಿ ಆಗಿಬಿಟ್ಟಿದೆ. ನಡುವಿನ ಬೋನಸಾಲಿ ನಲ್ಲಿ ರೂಪಾಯಿಯ ಗಂಟು ಇಟ್ಟಿದ್ದಾನಂತೆ. ಅದನ್ನು ಸರ್ರನೆ ತೆಗೆದುಕೊಂಡು ಬಾ ಅಂತ ಮಾವ ಹೇಳಿದ' ಅಂದ. ಅತ್ಯಮ್ಮ ರೂಪಾಯಿಗಂಟು ಸರ್ರನೆ ಕೊಟ್ಟಳು. ಕೊಟ್ಟ ತಕ್ಷಣಕ್ಕೆ ಅಜ್ಜಿ ಮನೆಗೆ ಬಿದ್ದ. ಬೆಳಗಾಯಿತು. ಬೆಳಗ್ಗೆ ಗೌಡರು 'ಕಳ್ಳನನ್ನು ಹಿಡಿದಿದ್ದಾರೋ ಏನೋ ಹೋಗಿ ಕರೆಯೋ ತಳವಾರನಾಯ್ಕನ್ನ' ಅಂತ ಹೇಳಿದ. ಬೇಹುಗಾರ ತಳವಾರ ನಾಯಕನ ಮನೆಯ ಬಳಿಗೆ ಹೋಗಿ 'ತಳವಾರನಾಯಕಾ, ಗೌಡರು ಬರಹೇಳುತ್ತಾರೆ ಬಾ?' ಅಂದ. 'ಎಲ್ಲೊ ತಳವಾರನಾಯ್ಕ ಮಾರಾಯ. ರಾತ್ರಿ ಕಳ್ಳ ಬಂದು ನಿನ್ನ ಅಳಿಯ ಅಂತ ಹೇಳಿ ಮಗಳ ಪ್ರಸ್ತಾನೂ ಮಾಡಿಕೊಂಡು. ಮಾವನನ್ನೇ ಕೋಳದ ಮರಕ್ಕೆ ಸಿಕ್ಕಿ ಹಾಕಿದ್ದಾನೆ. ಹೋಗು, ಊರ ಮುಂದೆ ಇದ್ದಾನೆ' ಅಂತ ಹೇಳಿದಳು. ನಾಲ್ಕು ಸಾವಿರ ರೂಪಾಯಿಯ ಗಂಟು ಹೊಡೆದುಕೊಂಡು ಹೋಗಿಬಿಟ್ಟ. ಇನ್ನೆಲ್ಲಿದ್ದಾನೆ ತಳವಾರ ನಾಯಕನನ್ನು ಸಿಕ್ಕಿಹಾಕಿದ್ದಾನೆ. ಬೇಹುಗಾರ ಊರಮುಂದೆ ಹೋದ. ತಳವಾರನಾಯಕನನ್ನು ಕೇಳಿದ. ಅವನು 'ಕಳ್ಳ ನನ್ನನ್ನು ಸಿಕ್ಕಿಸಿ ನಮ್ಮ ಮನೆಯಲ್ಲಿ ನಾಲ್ಕು ಸಾವಿರ ರೂಪಾಯಿ ತೆಗೆದುಕೊಂಡು ಹೋಗಿದ್ದಾನೆ. ಇನ್ನೆಂಥ ಕಳ್ಳನಪ್ಪ ನಾನು ಹೇಳೋಕೆ ಸಾಧ್ಯವಾಗೊಲ್ಲ. ಕೋಳದ ಮರದಲ್ಲಿ ಸಿಕ್ಕಿಹಾಕಿಸಿ ಕಳ್ಳ ಹೋಗಿಬಿಟ್ಟಿದ್ದಾನೆ ಅಂತ ಹೇಳುಹೋಗು' ಅಂದ. ಆಗ ಗೌಡರು ಬಂದರು. ಕೋಳದ ಮರದಿಂದ ಬಿಡಿಸಿ 'ಕಳ್ಳರನ್ನು ಹಿಡಿಯೋದು ನಿನ್ನಿಂದ ಸಾಧ್ಯವಿಲ್ಲ. ಬೆಳಗ್ಗೆ ನಾನು ಬೇರೆ ಕಾವಲುಗಾರರನ್ನು ಇಡುತ್ತೇನೆ' ಅಂತ ಹೇಳಿದ.

ಈ ಊರಿನಲ್ಲಿ ಪದ್ಮಾವತಿ ಸೂಳೆ ಅಂತ ಒಬ್ಬ ಹೆಣ್ಣು ಮಗಳು ಇದ್ದಳು. 'ನಿನ್ನ ಮನೆಗೆ ಪ್ರತಿದಿನ ಎಷ್ಟೋ ಜನ ಬರುತ್ತಿರುತ್ತಾರೆ. ಅವರಲ್ಲಿ ಕಳ್ಳ ಅನ್ನುವವರನ್ನು ಪತ್ತೆಹಚ್ಚಿ ನನಗೆ ಹಿಡಿದುಕೊಡಬೇಕು' ಅಂತ ಗೌಡ ಪದ್ಮಾವತಿಗೆ ಹೇಳಿದ. ಅವಳು ಆಗಲಿ ಎಂದು ಒಪ್ಪಿ ಕೊಂಡಳು.

ಮರುದಿನ ಪಾವುಕಳ್ಳ ಹೊರಟ ನೆಟ್ಟಗೆ ಬಜಾರದುದ್ದಕ್ಕೂ ಹೋದ. ಆಗಲೇ ಸರಿ ಹೊತ್ತಾಗಿತ್ತು. ಪದ್ಮಾವತಿ ಸೂಳೆಯ ಮನೆಗೆ ಹೋದ. ಹೋಗಿ 'ಏನೇ ಪದ್ಮಾವತಿ ಒಂದು ರಾತ್ರಿ ವಾಸಕ್ಕೆ ಏನು ತೆಗೆದುಕೊಳ್ಳುತ್ತೀಯಾ?' ಅಂದ. 'ನೂರು ರೂಪಾಯಿ ತೆಗೆದುಕೊಳ್ಳುತ್ತೀನಿ ಅಂದಳು. ನೂರು ರೂಪಾಯಿ ಕೊಟ್ಟು ಒಳಗೆ ಹೋದ. ಹೋದ ಮೇಲೆ ಊಟ ಪೂರೈಸಿಕೊಂಡು ಅವರ ಆಟಪಾಟಗಳನ್ನು ಮುಗಿಸಿ ಮಲಗಿಕೊಂಡರು. ಒಂದು ಗಂಟೆ ಆದಮೇಲೆ ಪಾವುಕಳ್ಳ ಎದ್ದ. ಒಳಗೆ ಹುಣಸೆಹಣ್ಣು ಇತ್ತು. ತೆಗೆದುಕೊಂಡು ತಿಂದ, ತಕ್ಷಣಕ್ಕೆ ಭೇದಿ ಆಯಿತು. ಆಕೆಯ ಸೀರೆ ಮೇಲೆ ಭೇದಿಮಾಡಿಬಿಟ್ಟ. 'ಏ ಕತ್ತೆ ಒಂದು ರಾತ್ರಿಗೆ ಒಂದುನೂರು ರೂಪಾಯಿ ತೆಗೆದುಕೊಳ್ಳುತ್ತೀಯ, ಎಲ್ಲ ಭೇದಿಮಾಡಿಕೊಂಡು ಕೊಳಕಾಗಿದೀಯ' ಅಂದ. 'ಸಾಹುಕಾರರೇ ಹಾಗೆನ್ನಬೇಡಿ. ನನಗೆ ಗಿರಾಕಿ ಕೆಟ್ಟು ಹೋಗುತ್ತೆ. ನೀರು ತೆಗೆದುಕೊಂಡು ಬನ್ನಿ ತೊಳೆದುಕೊಳ್ಳುತ್ತೇನೆ' ಅಂದಳು. ಒಳಗೆ ಬಿಂದಿಗೆಗಳನ್ನೆಲ್ಲಾ ಉರುಳಿಸಿದ್ದ ನೀರುಚೆಲ್ಲಿ. 'ಎಲೆ ಹುಚ್ಚಿ, ಯಾವುದೋ ಎಮ್ಮೆ ಬಂದು ನೀರೆಲ್ಲಾ ಉರುಳಿಸಿದೆ. ಮನೆಯಲ್ಲಿ ನೀರೇ ಇಲ್ಲ' ಅಂದ. 'ಹಾಗಾದರೆ ನಮ್ಮ ಹಿತ್ತಲಲ್ಲಿ ಭಾವಿ ಇದೆ. ಸೊಂಟಕ್ಕೆ ಹಗ್ಗ ಕಟ್ಟಿ ಒಳಕ್ಕೆ ಬಿಟ್ಟರೆ ಎಲ್ಲವನ್ನೂ ತೊಳೆದುಕೊಳ್ಳುತ್ತೇನೆ. ಆಮೇಲೆ ಹಗ್ಗವನ್ನು ಅಲ್ಲಾಡಿಸುತ್ತೇನೆ. ಮೇಲಕ್ಕೆ ಎಳೆದುಕೊಳ್ಳಿ' ಅಂದಳು. ಇವನು ಹಾಗೇ ಮಾಡಿದ. ಹಗ್ಗವನ್ನು ಅಲ್ಲಾಡಿಸಿದಳು. ಇವನು ಅರ್ಧ ಮೇಲಕ್ಕೆ ಎಳೆದು ಹಾಗೇ ಕಟ್ಟಿದ. ಮನೆಯ ಒಳಕ್ಕೆ ಹೋದ. ಪದ್ಮಾವತಿ ಸಂಪಾದಿಸಿದ್ದನ್ನೆಲ್ಲ ಬಾಚಿಕೊಂಡು ಹೊರಟುಹೋಗಿ ಅಜ್ಜಿಮನೆ ಬಿದ್ದ. ಬೆಳಗ್ಗೆ ಊರಿನವರೆಲ್ಲಾ ನೋಡಿ 'ಏನಮ್ಮಾ ಯಾರು ಮಾಡಿದರು ಹೀಗೆ?' ಅಂತ ಕೇಳಿದರು. 'ಏನು ಹೇಳಲಿ, ರಾತ್ರಿ ಒಬ್ಬ ಕಳ್ಳ ಬಂದು ನನ್ನ ಮನೆಯಲ್ಲಿ ಮಲಗಿದ್ದ. ನನ್ನ ಸೀರೇಲಿ ಭೇದಿಮಾಡಿ, ನನ್ನನ್ನು ಭಾವಿಯಲ್ಲಿ ಬಿಟ್ಟು, ತೊಳಕೊಂಡಮೇಲೆ ಮೇಲಕ್ಕೆ ಎಳಕೋತೀನಿ ಅಂತ ಮೋಸಮಾಡಿದ್ದಾನೆ' ಎಂದು ಹೇಳಿದಳು. ಅವಳನ್ನು ಮೇಲಕ್ಕೆ ಎಳೆದುಕೊಂಡರು. ಮನೆಯ ಒಳಗೆ ಹೋಗಿ ನೋಡಿದಳು. ದುಡ್ಡು ಒಡವೆ ಎಲ್ಲಾ ದೋಚಿಕೊಂಡು ಹೋಗಿದ್ದ. ಆಗ ಗೌಡನ ಮನೆಯ ಹತ್ತಿರ ಹೋಗಿ—'ಏನು ಸ್ವಾಮಿ ನಮ್ಮ ಮನೆಯಲ್ಲಿ ರಾತ್ರಿ ಕಳ್ಳತನ ಮಾಡಿದ್ದಾನೆ' ಎಂದು ದೂರು ಹೇಳಿದಳು. 'ನಿನ್ನ ಮನೆ ಒಂದೇ ಅಲ್ಲಮ್ಮ, ಜವಳಿ ಅಂಗಡಿಯಲ್ಲಿ ಒಂದು ಸಾವಿರ ರೂಪಾಯಿ ತಳವಾರ ನಾಯ್ಕನ ಮನೆಯಲ್ಲಿ ನಾಲ್ಕು ಸಾವಿರ ಹೊಡೆದಿದ್ದಾನೆ. ನಿನ್ನ ಮನೆಯಲ್ಲೂ ಹೊಡೆದಿದ್ದಾನೆ. ಇನ್ನೆಂಥ ಕಳ್ಳನೋ ಗೊತ್ತಿಲ್ಲ. ಆದ್ದರಿಂದ ವಿಚಾರ ಮಾಡುತ್ತೇನೆ' ಅಂತ ಗೌಡ ಹೇಳಿದ. ಆಕೆ ಮನೆಗೆ ಹೋದಳು.

ಗೌಡ ತಳವಾರನಾಯ್ಕನನ್ನು ಕರೆಸಿ ಡಂಗೂರ ಹಾಕಿಸಿದ. ಕಳ್ಳನನ್ನು ಈ ಊರಲ್ಲಿ ಯಾರು ಹಿಡಿಯುತ್ತೀರೋ ಅವರಿಗೆ ತಿಂಗಳಿಗೆ ನೂರು ರೂಪಾಯಿ ಸಂಬಳ ಕೊಡುತ್ತೇನೆ ಅಂತ ಸಾರಿಸಿದ. ಯಾರೂ ಮುಂದೆ ಬರಲಿಲ್ಲ. ಒಬ್ಬಳು ಅಜ್ಜಿ ಬಂದಳು. 'ನಾನು ಹಿಡಿಯುತ್ತೇನೆ' ಎಂದಳು. ಸಾಯಂಕಾಲ ಆದಮೇಲೆ 'ಏನಪ್ಪ ಸೇರುಕಳ್ಳ, ಏನಪ್ಪ ಅಚ್ಚೇರುಕಳ್ಳ, ಏನಪ್ಪ ಪಾವುಕಳ್ಳ, ಏನಪ್ಪ ಮೂರುಪಾವು ಕಳ್ಳ, ಯಾರ ಯಾರ ಮನೆಗೆ ಕಳ್ಳತನಕ್ಕೆ ಹೋಗಿದ್ದೀರಿ?' ಎಂದು ಕೇಳಿದಳು. 'ಜವಳಿ ಅಂಗಡಿಗೆ ಹೋಗಿ ಒಂದು ಸಾವಿರ ರೂಪಾಯಿ

ಜವಳಿ ಕಟ್ಟಿಸಿದೆ' ಅಂದ ಸೇರುಕಳ್ಳ. 'ನಾನು ತಳವಾರನಾಯ್ಕನ ಮನೆಯಲ್ಲಿ ನಾಲ್ಕು ಸಾವಿರ ರೂಪಾಯಿ ಹೊಡೆದೆ' ಅಂದ ಅಚ್ಚೇರುಕಳ್ಳ. 'ನಾನು ಪದ್ಮಾವತಿ ಸೂಳೆಯ ಮನೆಯಲ್ಲಿ ಕಳ್ಳತನಮಾಡಿದೆ' ಅಂದ ಪಾವುಕಳ್ಳ. ಮೂರು ಪಾವಿನಕಳ್ಳ—'ಅಜ್ಜಿ, ಇವತ್ತು ರಾತ್ರಿ ನಿನ್ನ ಮನೆಯಲ್ಲಿ ಕಳ್ಳತನ ಮಾಡುತ್ತೇನೆ' ಅಂದ. 'ಅಪ್ಪಾ, ನನ್ನ ಮನೆಯಲ್ಲಿ ನೀನು ಕಳ್ಳತನ ಮಾಡಲು ಸಾಧ್ಯವಿಲ್ಲ. ನೀವು ತಂದಿರುವ ದುಡ್ಡಿನಲ್ಲಿ ನನಗಷ್ಟು ಕೊಟ್ಟು ಉಳಿಕೆ ಹಣ ತೆಗೆದುಕೊಂಡು ಹೋಗಿರಿ. ಇಲ್ಲದಿದ್ದರೆ ನಿಮ್ಮನ್ನು ಕೋಳದ ಮರಕ್ಕೆ ಸಿಕ್ಕಿಹಾಕಿ ಬಿಡುತ್ತೇನೆ' ಎಂದು ಅಜ್ಜಿ ಗದರಿಸಿದಳು. ಸಾಯಂಕಾಲ ಆದಮೇಲೆ ಅವರಿಗೆಲ್ಲಾ ಊಟಕ್ಕೆ ಬಡಿಸಿ ಮಲಗಿದಳು. ಮಲಗಿದ ಮೇಲೆ ನಾಲ್ಕು ಜನ ಕಳ್ಳರು ಎದ್ದರು. ಅಜ್ಜಿಯನ್ನು ಬಟ್ಟೆಯೊಳಗೆ ಕಟ್ಟಿ, ಅದೇ ಕೋಳದ ಮರಕ್ಕೆ ಅಜ್ಜಿಯನ್ನು ಸಿಕ್ಕಿಹಾಕಿಸಿಬಿಟ್ಟು, ಅಜ್ಜಿಯ ಮನೆಯಲ್ಲಿ ಇದ್ದದ್ದು ಬದ್ದದ್ದನ್ನೆಲ್ಲಾ ಬಾಚಿಕೊಂಡು ಹೋದರು. ಆ ಊರಿನಲ್ಲಿ ಕಳ್ಳರನ್ನು ಹಿಡಿಯುವ ಶಕ್ತಿ ಯಾರಿಗೂ ಬರಲಿಲ್ಲ.

**

೩೯. ಯಾರು ಹೆಚ್ಚು?

ಒಂದಾನೊಂದು ಊರಿನಲ್ಲಿ ಒಬ್ಬ ಅರಸು. ಅವನಿಗೆ ಒಬ್ಬ ಹೆಂಡತಿ ಮತ್ತು ಮೂರು ಜನ ಗಂಡು ಮಕ್ಕಳು. ಆ ಅರಸನಿಗೆ ಒಬ್ಬಳು ತಂಗಿ ಇದ್ದಳು. ಇವಳಿಗೆ ಒಂದು ಹೆಣ್ಣು ಮಗು ಇತ್ತು. ಒಂದೇ ಮನೆಯಲ್ಲಿ ಇವರೆಲ್ಲಾ ವಾಸವಾಗಿದ್ದರು. ಅರಸರ ಮೂರುಜನ ಮಕ್ಕಳು ಮತ್ತು ಅರಸನ ತಂಗಿಯ ಮಗಳು ಒಂದೇ ಶಾಲೆಗೆ ಜೊತೆಯಲ್ಲಿಯೇ ಹೋಗಿ ಬರುತ್ತಿದ್ದರು.

ಪ್ರಾಪ್ತವಯಸ್ಸಿಗೆ ಬಂದ ಅರಸನ ಹಿರಿಯ ಮಗ ಒಂದು ದಿನ ಅರಸನ ತಂಗಿಯ ಮಗಳನ್ನು ತಾನೇ ಮದುವೆಯಾಗಬೇಕೆಂದು ತನ್ನ ಎರಡನೆಯ ತಮ್ಮನೊಡನೆ ಹೇಳಿದ. ಅಷ್ಟರಲ್ಲಿ ಎರಡನೆಯ ಮಗನು ಅಣ್ಣನೊಡನೆ—'ಅಣ್ಣ, ಅದು ಆಗುವುದಿಲ್ಲ. ನಾನೇ ಆ ಹುಡುಗಿಯನ್ನು ಲಗ್ನವಾಗಬೇಕೆಂದು ಇಷ್ಟಪಟ್ಟಿದ್ದೇನೆ' ಎಂದನು. ಅಷ್ಟರಲ್ಲಿ ಮೂರನೆಯ ಮಗ 'ಅದೆಲ್ಲಾ ಯಾರಿಗೂ ಆಗುವುದಿಲ್ಲ, ನಾನೇ ಆಗುತ್ತೇನೆ' ಎಂದು ಹೇಳಿದ. ಅಷ್ಟರಲ್ಲಿ ಅವರೊಳಗೆ ಮದುವೆಯ ವಿಷಯದಲ್ಲಿ ಜಗಳ ಪ್ರಾರಂಭವಾಯಿತು. ಆ ವೇಳೆಗೆ ಹಿರಿಯ ಮಗನು ತನ್ನ ತಂದೆಯನ್ನು ಕೇಳಿಕೊಂಡ, ಆ ಹುಡುಗಿಯನ್ನು ಲಗ್ನವಾಗುತ್ತೇನೆಂದು. ಅದಕ್ಕೆ ತಂದೆ ಉತ್ತರ ಕೊಟ್ಟ. ಏನೆಂದರೆ, ಅದು ಯಾರಿಗೆ ಆಗುವುದಾದರೂ ಸ್ವಲ್ಪ ದಿವಸ ಹೋಗಲಿ ಎಂದು. ಎರಡನೆಯ ಮಗ ತಾಯಿಯೊಡನೆ ಈ ಬಗ್ಗೆ ಕೇಳಿಕೊಂಡ ತಾನೇ ಲಗ್ನ ಆಗುವುದಾಗಿ. ತಾಯಿ ಹೇಳಿದಳು 'ನಮ್ಮ ಮನೆಯಲ್ಲಿರುವ ಹುಡುಗಿ ನಿಮಗಲ್ಲದೆ ಬೇರೆ ಯಾರಿಗೂ ಅಲ್ಲ' ಎಂದು. ಮೂರನೆಯ ಮಗ ಅತ್ತೆಯನ್ನು ಕೇಳಿದ 'ನಿಮ್ಮ ಮಗಳನ್ನು ನನಗೇ ಕೊಟ್ಟು ಲಗ್ನಮಾಡಿ' ಎಂದು. ಅದಕ್ಕೆ ಅತ್ತೆಯು 'ಮಕ್ಕಳೇ ನೀವು ಮೂರು ಮಂದಿ ಅಲ್ಲದೆ ಬೇರೆ ಯಾರಿಗೂ ನನ್ನ ಮಗಳು ಮದುವೆ ಆಗಲು ಸಾಧ್ಯವಾಗುವುದಿಲ್ಲ. ನಿಮ್ಮ ತಂದೆ ಹೇಳಿದಂತೆ ಸ್ವಲ್ಪ ದಿನ ತಡೆಯಿರಿ' ಎಂದಳು. ಅಣ್ಣ ತಮ್ಮದಿರೊಳಗೆ ದಿನದಿನಕ್ಕೆ ಜಗಳ ಜೋರಾಗುತ್ತ ಬಂತು. ಒಬ್ಬರ ಪ್ರಾಣ ಒಬ್ಬರು ತೆಗೆಯುವಷ್ಟು ಜಗಳ ಪ್ರಾರಂಭವಾಯಿತು. ಈ ಸುದ್ದಿ ಅರಸನ ಕಿವಿಗೂ ಬಿತ್ತು. ಮರುದಿನ ಬೆಳಿಗ್ಗೆ ಮಕ್ಕಳನ್ನು ಕರೆದು 'ನಿಮಗೆ ಒಂದೊಂದು ಸಾವಿರ ರೂಪಾಯಿಗಳನ್ನು ಕೊಡುತ್ತೇನೆ. ಇದರಲ್ಲಿ ಒಂದು ವರುಷ ಕೊನೆಯ ದಿವಸದಲ್ಲಿ ಈ ಹಣದಿಂದ ಯಾರು ಹೆಚ್ಚು ಉತ್ಪತ್ತಿ ಮಾಡಿ ಯಾರು ಮೊದಲು ಬರುತ್ತಾರೋ ಅವರಿಗೇ ನನ್ನ ತಂಗಿಯ ಮಗಳನ್ನು ಕೊಟ್ಟು ಲಗ್ನ ಮಾಡುತ್ತೇನೆ' ಎಂದು ಹಣವನ್ನು ಕೊಟ್ಟನು.

ಅದೇ ದಿವಸ ಈ ಮಕ್ಕಳು ತಂದೆ ತಾಯಿಗೆ ವಂದಿಸಿ ಆಶೀರ್ವಾದ ಪಡೆದುಕೊಂಡು, ಅತ್ತೆಗೆ ನಮಸ್ಕರಿಸಿ ಮೂವರೂ ಹೊರಟುಹೋದರು. ಸುಮಾರು ಎಂಟು ಹರದಾರಿ ದೂರ ಹೊರಟುಹೋಗಿ ಅಲ್ಲಿ ಒಂದು ಅಶ್ವತ್ಥಕಟ್ಟೆಯಲ್ಲಿ ಮೂವರೂ ಕೂತುಕೊಂಡರು. ನಂತರ ಯೋಚನೆ ಮಾಡಿದರು ನಾವು ಒಂದೇ ದಾರಿಯಲ್ಲಿ ಹೋದರೆ ಸರಿಯಲ್ಲ, ಮೂರು ಜನರೂ ಮೂರುದಾರಿ ಹಿಡಿದು ಮೂರುಕಡೆ ಹೋಗಬೇಕೆಂದು ತಮ್ಮೊಳಗೆ ತೀರ್ಮಾನಿಸಿಕೊಂಡು ಹಾಗೆಯೇ ಹೊರಟು ಹೋದರು. ಹಿರಿಯ ಮಗ ಹೋಗಿ ಒಬ್ಬ ದೊಡ್ಡ ಸಾಹುಕಾರನ ಬಳಿ ಲೆಕ್ಕಪತ್ರ ಬರೆಯಲು ಸೇರಿಕೊಂಡನು. ಎರಡನೆಯ ಮಗ ಒಬ್ಬ ಸೂಳೆಯ ಮನೆಗೆ ಹೋಗಿ ಸೇರಿಕೊಂಡನು. ಮೂರನೆಯ ಮಗ ದೊಡ್ಡ ಜಮೀನ್ ದಾರನ ಮನೆಯ ಆಡಳಿತ ಕೆಲಸದಲ್ಲಿ ಸೇರಿಕೊಂಡನು. ಹೀಗೆಯೇ ಅವರು ಕೆಲಸ ಮಾಡುತ್ತಿದ್ದರು. ವರ್ಷ ಸಮೀಪಿಸಿತು. ಆಗ ಈ ಮೂರುಜನರು ಅವರವರಲ್ಲಿ ಯೋಚನೆ ಮಾಡಿದರು ಊರಿಗೆ ಹೋಗುವ ಸಮಯ ಬಂದಿತು ಎಂದು. ಹಿರಿಯ ಮಗ ಸಾಹುಕಾರನಲ್ಲಿ 'ಊರಿಗೆ ಹೋಗುತ್ತೇನೆಂದು' ಹೇಳಿದ. ಅದಕ್ಕೆ ಸಾಹುಕಾರನು ಲೆಕ್ಕಮಾಡಿ ಮಾತಿನಂತೆ ಹಣವನ್ನು ಪ್ರೀತಿಯಿಂದ ಕೊಟ್ಟ. ಅಲ್ಲದೆ ಅವನಿಗೆ ಉಡುಗೊರೆಯಾಗಿ ಮರದ ಕೀಲು ಕುದುರೆಯನ್ನು ಕೊಟ್ಟ. ಕೊಟ್ಟು 'ಈ ಕುದುರೆ ಕ್ಷಣಮಾತ್ರದಲ್ಲಿ ನೀನು ನೆನೆಸಿದ ಕಡೆ ಹೋಗುತ್ತದೆ' ಎಂದು ತಿಳಿಸಿದ.

ಸೂಳೆಯ ಬಳಿ ಇದ್ದ ಎರಡನೆಯವನು ಅದೇ ದಿವಸದಲ್ಲಿ ಅವಳೊಡನೆ ಬಹಳ ಬೇಸರದಿಂದ 'ನಾನು ಊರಿಗೆ ನಾಳೆ ಹೋಗಬೇಕಾಗಿದೆ. ಆದರೆ ನನ್ನ ಕೈಯಲ್ಲಿ ಒಂದು ಕಾಸೂ ಇಲ್ಲ. ಇದ್ದದ್ದನ್ನೆಲ್ಲಾ ಮೊದಲೇ ನಿನ್ನ ಕೈಯಲ್ಲಿ ಕೊಟ್ಟಿದ್ದೇನೆ.' ಅದಕ್ಕೆ ಅವಳು ಇಪ್ಪತ್ತೈದು ರೂಪಾಯಿಗಳನ್ನು ಕೊಟ್ಟು ಊಡುಗೊರೆಯಾಗಿ ಒಂದು ಬಾಳೇಹಣ್ಣನ್ನು ಕೊಟ್ಟಳು. ಅದರಿಂದ ಆಗುವ ಪ್ರಯೋಜನವನ್ನು ಹೇಳಿದಳು 'ಈ ಬಾಳೆಹಣ್ಣು ಒಂದೂವರೆ ವರ್ಷದವರೆಗೆ ಹಾಳಾಗದೆ ಉಳಿಯುತ್ತದೆ. ಇದನ್ನು ಸತ್ತವರ ನಾಲಗೆಗೆ ಮುಟ್ಟಿಸಿದರೆ ತಕ್ಷಣ ಜೀವ ಬರುತ್ತದೆ.'

ಜಮೀನ್ದಾರನ ಬಳಿ ಇದ್ದ ಮೂರನೆಯವನು 'ನಾನು ನಾಳೆ ಮನೆಗೆ ಹೋಗಬೇಕಾಗಿದೆ. ಲೆಕ್ಕ ಪತ್ರವನ್ನೆಲ್ಲಾ ಸರಿಯಾಗಿ ಮಾಡಿಟ್ಟಿದ್ದೇನೆ. ಕೆಲವು ದಿವಸದಲ್ಲಿ ಹಿಂತಿರುಗಿ ಬರುತ್ತೇನೆ' ಎಂದು ಹೇಳಿದ. ಆಗ ಜಮೀನ್ದಾರ ಮತ್ತು ಅವನ ಹೆಂಡತಿಯು ಇವನಲ್ಲಿ ಪ್ರೀತಿಯಿಂದ 'ನಿನಗೆ ಎಷ್ಟು ಬೇಕಾದರೂ ಹಣವನ್ನು ತೆಗೆದುಕೊಂಡು ಹೋಗು' ಎಂದರು. ಅಲ್ಲದೆ ಒಂದು ಕನ್ನಡಿಯನ್ನು ಕೂಡ ಉಡುಗೊರೆಯಾಗಿ ಕೊಟ್ಟು ಅದರ ಪ್ರಯೋಜನವನ್ನು ಹೇಳಿದರು 'ನಾವು ಯಾವ ದೃಶ್ಯವನ್ನು ನೋಡಬೇಕೋ ಆ ದೃಶ್ಯವನ್ನು ಮನದಲ್ಲಿ ನೆನೆದು ಕನ್ನಡಿಯನ್ನು ಆ ದಿಕ್ಕಿಗೆ ತಿರುಗಿಸಿ ಹಿಡಿದರೆ ಅದು ಕಣ್ಣಿಗೆ ಕಾಣುವುದು.'

ಮೂರು ಜನರೂ ಅಶ್ವತ್ಥಕಟ್ಟೆಯ ಬಳಿ ಸಂತೋಷದಿಂದ ಸೇರಿದರು. ಹಿರಿಯವನು ತನ್ನ ಕಿರಿಯ ತಮ್ಮನನ್ನು 'ನೀನು ಏನನ್ನು ಸಂಪಾದಿಸಿ ತಂದಿರುವೆ?' ಎಂದು ವಿಚಾರಿಸಿದನು. ಅದಕ್ಕೆ "ಅಣ್ಣ, ನೀನೇನು ಸಂಪಾದನೆ ಮಾಡಿಕೊಂಡು ಬಂದಿದ್ದೀಯೆ?" ಎಂದು ಅಣ್ಣನನ್ನೇ

ವಿಚಾರಿಸಿದನು. ಅದಕ್ಕೆ ದೊಡ್ಡವನು 'ನಾನು ಎರಡು ಸಾವಿರ ರೂಪಾಯಿಗಳನ್ನು ಹಾಗೂ ನೆನಸಿದ ಮಾತ್ರಕ್ಕೆ ಆ ಸ್ಥಳವನ್ನು ಸೇರುವ ಕೀಲುಕುದುರೆಯನ್ನು ಸಂಪಾದಿಸಿ ತಂದಿದ್ದೇನೆ' ಎಂದು ನುಡಿದನು. ಅನಂತರ ಎರಡನೆಯವನು 'ನನ್ನಲ್ಲಿ ಹಣ ಏನೂ ಇಲ್ಲ. ಆದರೆ ಒಂದು ಬಾಳೆಹಣ್ಣು ಇದೆ. ಇಷ್ಟೆ ತಂದದ್ದು' ಎಂದನು. ಅದಕ್ಕೆ ದೊಡ್ಡವನು 'ಅದರಿಂದ ಏನು ಪ್ರಯೋಜನ' ಎಂದು ಮೂದಲಿಸಿದನು. 'ಸತ್ತವರನ್ನು ಬದುಕಿಸುವ ಶಕ್ತಿ ಇದಕ್ಕಿದೆ' ಎಂದು ಎರಡನೆಯವನು ಹೇಳಿದ. 'ಇದೆಲ್ಲಾ ಸುಳ್ಳು' ಎಂದು ಹಿರಿಯವನು ತಮ್ಮನನ್ನು ಹಂಗಿಸುತ್ತಾನೆ. ಅಷ್ಟರಲ್ಲಿ ಮೂರನೆಯವನು 'ನಾನು ಬೇಕಾದಷ್ಟು ಹಣ ಸಂಪಾದನೆ ಮಾಡಿ ತಂದಿದ್ದೇನೆ. ಅಲ್ಲದೆ ಪ್ರಯೋಜನವಾಗುವ ಒಂದು ಕನ್ನಡಿಯನ್ನೂ ಸಹ ತಂದಿದ್ದೇನೆ' ಎಂದನು. ಅದಕ್ಕೆ ಹಿರಿಯವನು 'ಹೇಗಿದ್ದರೂ ನಿನ್ನಲ್ಲಿ ಕನ್ನಡಿ ಇದೆ. ಹಾಗೇ ಒಂದು ಚೌರದ ಕತ್ತಿಯನ್ನು ಸಂಪಾದಿಸಿದರೆ ಜೀವನಕ್ಕೆ ತೊಂದರೆ ಇಲ್ಲ' ಎಂದು ಹಂಗಿಸುತ್ತಾನೆ. 'ಅಂಥ ಶಕ್ತಿ ಆ ಕನ್ನಡಿಗಿದ್ದರೆ ನಮ್ಮ ಮನೆಯನ್ನು ಒಂದು ಸಲ ಇಲ್ಲಿಂದಲೇ ನೋಡುವ' ಎಂದು ಹೇಳಿದ ಹಿರಿಯವನು. ತಿರುಗಿಸಿ ಆ ಕಡೆಗೆ ನೋಡಿದರು. ಆಗ ಮನೆಯ ದೃಶ್ಯವು ಕಣ್ಣಿಗೆ ಬಿದ್ದು ನೋಡುವಾಗ ತಾವು ಮದುವೆ ಆಗಬೇಕೆಂದು ಇಷ್ಟಪಟ್ಟ ಹುಡುಗಿಯು ಕಾಯಿಲೆ ಬಂದು ಸತ್ತುಹೋಗಿ ಇನ್ನೇನು ಸಮಾಧಿಗೆ ತಂದು ಇರಿಸಲು ಪ್ರಾರಂಭಿಸಿದರು. ಆ ದೃಶ್ಯ ಕಣ್ಣಿಗೆ ಬಿತ್ತು. ಇವರು ಕಂಗಾಲಾದರು. 'ಅಯ್ಯೋ ನಾನು ಇಲ್ಲಿಗೆ ಹೋಗಲಿಕ್ಕೆ ಸಾಧ್ಯ ಇದ್ದಿದ್ದರೆ ಅವಳನ್ನು ಬದುಕಿಸುತ್ತಿದ್ದೆ' ಎಂದು ಎರಡನೆಯವನು ಹೇಳಿದ. ಅಷ್ಟರಲ್ಲಿ ದೊಡ್ಡವನು—'ಹೋಗುವುದಕ್ಕೆ ಏನೂ ತೊಂದರೆ ಇಲ್ಲ. ಈ ಕುದುರೆ ಮೇಲೆ ಕೂತುಕೊಳ್ಳಿ' ಎಂದ. ಎಲ್ಲರೂ ಕುಳಿತುಕೊಂಡು ಕ್ಷಣ ಮಾತ್ರದಲ್ಲಿ ಸಮಾಧಿಯ ಬಳಿಗೆ ಬಂದರು. ಆಗ ಸುಡುಲು ಪ್ರಾರಂಭಿಸುತ್ತಿದ್ದುದನ್ನು ತಡೆದು ಆ ಹೆಣದ ಬಾಯಿಗೆ ಎರಡನೆಯವನು ಬಾಳೆಹಣ್ಣನ್ನು ಸೋಕಿಸಿದನು. 'ಅಪ್ಪಾ' ಎಂಬುದಾಗಿ ಸತ್ತ ಹುಡುಗಿಯು ಎದ್ದು ಕುಳಿತುಕೊಂಡಳು. ಅಷ್ಟರಲ್ಲಿ ಎಲ್ಲರಿಗೂ ಬಹಳ ಸಂತೋಷವಾಯಿತು. ಮರಳಿ ಎಲ್ಲರೂ ಬಂದರು. ಆಗ ತಂದೆತಾಯಿ ಗ್ರಾಮಸ್ಥರು ಎಲ್ಲಾ ಸೇರಿ ಪಂಚಾಯಿತಿ ಮಾಡಿ, ಆ ದೃಶ್ಯವನ್ನು ತೋರಿಸಿದವನು ತಾಯಿ ಎಂತಲೂ, ಕುದುರೆಯಿಂದ ಕರಕೊಂಡು ಬಂದವನು ತಂದೆ ಎಂತಲೂ, ಬದುಕಿಸಿದವನಿಗೆ ಮಾತ್ರ ಆ ಹುಡುಗಿಯನ್ನು ಕೊಟ್ಟು ಲಗ್ನ ಮಾಡಬೇಕು ಎಂತಲೂ, ತೀರ್ಮಾನಮಾಡಿದರು. ಉಳಿದ ಇಬ್ಬರಿಗೆ ಬೇರೆ ಕಡೆಯಿಂದ ಹೆಣ್ಣುಗಳನ್ನು ತಂದು ಒಂದೇ ಮಂಟಪದಲ್ಲಿ ಮೂವರಿಗೂ ಲಗ್ನಮಾಡಿದರು.

**

೪೦. ಚಿನ್ನದ ಮಂಡೆಕೂಸು

ಒಂದಲ್ಲಾ ಒಂದು ಊರಲ್ಲಿ ಒಬ್ಬ ಭಟ್ಟನಿದ್ದನು. ಅವನು ದೇವಸ್ಥಾನದ ಪೂಜೆಯನ್ನು ಮಾಡಿ ತನ್ನ ಹೊಟ್ಟೆ ಹೊರಕೊಳ್ಳುತ್ತಿದ್ದನು. ಅವನು ಒಂದು ದನವನ್ನು ಸಾಕಿದ್ದ. ಅವನು ದೇವರ ನೈವೇದ್ಯಕ್ಕೆ ಮಾಡಿದ ಅನ್ನವನ್ನು ತಾನು ಉಂಡು, ಉಳಿದ ಅನ್ನವನ್ನು ತಾನು ಸಾಕಿದ ದನಕ್ಕೆ ಹಾಕುತ್ತಿದ್ದನು. ಒಂದು ದಿನ ಆ ದನ ಕರು ಹಾಕಿತು. ಆ ಭಟ್ಟನು ಆ ದನವನ್ನು ಒಂದು ದಿನವೂ ಗುಡ್ಡಕ್ಕೆ ಮೇಯಿಸಲಿಕ್ಕೆ ಬಿಟ್ಟಿಲ್ಲವಾಗಿದ್ದನು. ಒಂದು ದಿನ ಭಟ್ಟನು ದನ ಹಾಗೂ ಕರುವನ್ನು ಅವು ತಿರುಗಾಡಿ ಮೇದುಕೊಂಡು ಬರಲೆಂದು ಹೊರಗೆ ಬಿಟ್ಟನು. ಆ ದನಕರುಗಳು ಹಾಗೆಯೇ ಮೇಯುತ್ತಾ ಮೇಯುತ್ತಾ ಒಂದು ಹೊಳೆಯ ಬದಿಯ ಗುಡ್ಡದೆಡೆಗೆ ಹೋದವು. ಅವುಗಳನ್ನು ಒಂದು ಹುಲಿ ನೋಡಿತು. ಹುಲಿಯು ದನವನ್ನು ಮುರಿದು ತಿನ್ನಲು ಹವಣಿಸಿತು. ಆಗ ಹುಲಿಯ ಜೊತೆಯಲ್ಲಿ ಇದ್ದ ಹುಲಿಯ ಮರಿಯು, 'ಆ ದನವನ್ನು ಮುರಿದು ತಿನ್ನಬೇಡ. ಅದರ ಜೊತೆಯಲ್ಲಿ ಇದ್ದ ಕರು ನನಗೆ ಆಡಲಿಕ್ಕೆ ಬೇಕು' ಎಂದು ಹೇಳಿತು. ಆಗ ಹುಲಿ ದನವನ್ನು ಮುರಿದು ತಿನ್ನಲಿಲ್ಲ. ಹುಲಿಯ ಮರಿಯು ದನದ ಕರುವನ್ನು ಕರೆದುಕೊಂಡು, ಅದರ ಜೊತೆಯಲ್ಲಿ ಆಡ ಹತ್ತಿತು. ಸಂಜೆಯಾದ ಮೇಲೆ ದನಕರುಗಳು ತಮ್ಮ ಕೊಟ್ಟಿಗೆಗೆ ಹೋದವು.

ಇನ್ನೊಂದು ದಿನ ದನ ಹಾಗೂ ಅದರ ಕರು ಮತ್ತೆ ಅದೇ ಸ್ಥಳಕ್ಕೆ ಮೇಯಲಿಕ್ಕೆ ಬಂದವು. ಹುಲಿಮರಿ ಮತ್ತು ಆಕಳ ಕರು ಒಂದೆಡೆಯಲ್ಲಿ ಆಡುತ್ತ ಉಳಿದುಕೊಂಡವು. ದನವು ಮುಂದೆ ಮುಂದೆ ಮೇಯಲಿಕ್ಕೆ ಹೋಯಿತು. ಆ ದಿನ ಹುಲಿಗೆ ತಿನ್ನಲು ಏನು ಆಹಾರವೇ ಸಿಗಲಿಲ್ಲ. ಆಗ ಹಸಿದ ಹುಲಿ ಆ ದನವನ್ನು ಮುರಿದು ಮುಕ್ಕಿಬಿಟ್ಟಿತು. ಸಂಜೆಯ ಹೊತ್ತಿಗೆ ತನ್ನ ಮರಿಯಿದ್ದೆಡೆಗೆ ಬಂದಿತು. ಜೊತೆಯಲ್ಲಿ ದನವಿಲ್ಲದೇ ಇದ್ದುದನ್ನು ನೋಡಿ ಹುಲಿ ಮರಿಯು, 'ದನ ಎಲ್ಲಿ ಹೋಯಿತು?' ಎಂದು ಕೇಳಿತು. 'ಆಗ ಹುಲಿ, ನನಗೆ ಬಹಳ ಹಸಿವೆಯಾಗಿತ್ತು; ಆದ್ದರಿಂದ ಆ ದನವನ್ನು ನಾನು ಮುರಿದು ತಿಂದು ಬಟ್ಟೆನು' ಎಂದು ಹೇಳಿತು. ಆಗ ಹುಲಿಮರಿಯು, 'ಆ ದನವನ್ನು ಹೇಗೆ ನೀನು ಮುರಿದೆ ನೋಡುತ್ತೇನೆ' ಎಂದು ಹೇಳುತ್ತಾ ಹುಲಿಯ ಕುತ್ತಿಗೆಯನ್ನೇ ಮುರಿದು ಬಿಟ್ಟಿತು. ಮುಂದೆ ಹುಲಿಯಮರಿ ಆಕಳಕರು ತಿರುಗಾಡುತ್ತಾ ತಿರುಗಾಡುತ್ತಾ ಒಂದು ಅಡವಿಗೆ ಹೋಗುತ್ತವೆ. ಹೋಗುವಾಗ ಅವಕ್ಕೆ ಒಂದು ಅಶ್ವತ್ಥಕಟ್ಟೆ ಸಿಗುತ್ತದೆ. ಒಂದೇ ಸಮನೆ ಬಿಸಿಲು ರಣಗುಡುತ್ತಿತ್ತು. ಒಂದು ಗಳಿಗೆ ಆರಾಮನ್ನು ತೆಗೆದುಕೊಳ್ಳೋಣವೆಂದು ಅವೆರಡೂ ಮಲಗಿಕೊಳ್ಳುತ್ತವೆ.

ಹುಲಿ ಮರಿಯು ತನ್ನ ಕುತ್ತಿಗೆಯನ್ನು ಆಕಳ ಕರುವಿನ ಕುತ್ತಿಗೆಯ ಮೇಲೆ ಹಾಕಿ ಮಲಗಿಕೊಂಡಿತ್ತು. ಆಗ ಈಶ್ವರ ಪಾರ್ವತಿ ಆಕಾಶದ ಮೇಲಿಂದ ಹೋಗುವಾಗ, 'ಇದೆಂತಹ ವಿಚಿತ್ರ' ಎನ್ನುತ್ತಾರೆ. ಕೆಳಗಿಳಿದು ಬಂದು ನೋಡಿದರೆ, ಅವೆರಡಕ್ಕೂ ಗಾಢ ನಿದ್ದೆಹತ್ತಿತ್ತು. ಆಗ ಈಶ್ವರ ಪಾರ್ವತಿ ಅವೆರಡನ್ನೂ ಎಬ್ಬಿಸಿ ಒಬ್ಬೊಬ್ಬರಿಗೆ ಒಂದೊಂದು ಕತ್ತಿಯನ್ನು ಕೊಡುತ್ತಾರೆ. 'ಈ ಕತ್ತಿ ನಾಶವಾಗುವವರೆಗೆ ನೀವು ಸಾಯುವುದಿಲ್ಲ' ಎಂದು ಹೇಳಿ, 'ನೀವಿಬ್ಬರೂ ಮನುಷ್ಯರಾಗಿರಿ' ಎಂದು ವರ ಕೊಡುತ್ತಾರೆ. ಅಂದಿನಿಂದ ಆ ಹುಲಿಮರಿ ಹುಲಿಯಪ್ಪನಾಗುತ್ತಾನೆ. ಆಕಳಕರು ಬಸ್ವಪ್ಪನಾಗುತ್ತಾನೆ ಆ ಕತ್ತಿಯನ್ನು ತೆಗೆದುಕೊಂಡು ಹುಲಿಯಪ್ಪ ಹಾಗೂ ಬಸ್ವಪ್ಪ ಒಬ್ಬೊಬ್ಬರು ಒಂದೊಂದು ದಿಕ್ಕಿಗೆ ಹೋಗುತ್ತಾರೆ.

ಬಸ್ವಪ್ಪನು ಮುಂದ ಮುಂದಕ್ಕೆ ಹೋದಮೇಲೆ ಅವನಿಗೆ ಒಂದು ಅಂಗಡಿ ಸಿಗುತ್ತದೆ. ಅವನು ಅಂಗಡಿಯಲ್ಲಿ—'ಕಡಿಮೆ ದರದ ಸಾಮಾನು ಯಾವುದೆಂದು' ಕೇಳುತ್ತಾನೆ ಅಂಗಡಿಯವನು, 'ಬಿಲ್ಲಿಗೆ ಮೂರು ಸೇರು ಹುಣಸೇ ಹಣ್ಣು' ಎನ್ನುವನು. ಬಸ್ವಪ್ಪನು ಮೂರ್ ಸೇರು ಹುಣಸೇ ಹಣ್ಣು ಕೊಂಡು ತಿನ್ನುತ್ತಾನೆ. ಬೀಜವನ್ನು ಒಗೆಯುತ್ತಾ ಮುಂದಕ್ಕೆ ಹೋಗುತ್ತಾನೆ. ಅವನು ಬೀಜ ಒಗೆದಲ್ಲಿ ಒಂದೊಂದು ಹುಣಸೆಯ ಸಸಿ ಹುಟ್ಟಿಕೊಳ್ಳುತ್ತಲೇ ಹೋಗುತ್ತದೆ. ಹಣ್ಣು ತಿಂದಾದ ಮೇಲೆ ಅವನಿಗೆ ಕೈತೊಳೆಯಲು ಸಮೀಪದಲ್ಲಿ ನೀರೇ ಸಿಗುವುದಿಲ್ಲ. ಬಹಳಷ್ಟು ಮುಂದಕ್ಕೆ ಹೋದಮೇಲೆ, ಒಂದು ಆಳವಾದ ಹೊಂಡದಲ್ಲಿ ಒಂದು ಹನಿ ನೀರು ಕಾಣುತ್ತದೆ. ಅದನ್ನು ಕಂಡ ಬಸ್ವಪ್ಪನು ಆನಂದದಿಂದ ಆ ಹೊಂಡಕ್ಕೆ ಸಾವಕಾಶವಾಗಿ ಇಳಿದು ಹೋಗುತ್ತಾನೆ. ಆ ಹೊಂಡದಲ್ಲಿ ಒಂದು ಚಿನ್ನದ ಮಂಡೆಯ ಕೂಸಿತ್ತು. ಮದುವೆಯಾಗದ ಆ ಕೊಡುಗೂಸನ್ನು ಕುರಿತು ಬಸ್ವಪ್ಪನು—'ನೀನು ನನ್ನ ಮದ್ವೆಯಾಗ್ತೀಯಾ?' ಎಂದು ಕೇಳಿದನು. ಆಗ ಅವಳೆಂದಳು—'ನನ್ನ ತಂದೆ ಏಳು ಹೆಡೆಯ ಮಾಸಿಕ! ಅವನು ಇಲ್ಲಿಗೆ ಬಂದರೆ ನಿನ್ನನ್ನು ಇಡಲಾರನು' ಎಂದು ಹೇಳುತ್ತಿರುವಾಗಲೇ ಮಾಸಿಕನು ಬುಸುಗುಡುತ್ತಾ ಅಲ್ಲಿಗೆ ಬರುತ್ತಾನೆ. ಚಿನ್ನದ ಮಂಡೆಯ ಕೂಸಿಗೆ ಮಾಸಿಕನು ಬಸ್ವಪ್ಪನನ್ನು ಕೊಂದು ಹಾಕುತ್ತಾನೆಂಬ ಹೆದರಿಕೆ. ಆದರೆ ಬಸ್ವಪ್ಪ ಮಾಸಿಕನಿಗೆ ಹೆದರಲೇ ಇಲ್ಲ. ಆತ ಕತ್ತಿಯನ್ನು ಹಿಡಿದು ಎದೆ ಸೆಟೆದು, ಮಾಸಿಕನ ಮುಂದಕ್ಕೆ ಹೋಗಿ ಅದರ ಹೆಡೆಯನ್ನು ಬಗ್ಗಿಸಿ ಹೆಡೆಯೆಲ್ಲವನ್ನೂ ಸವರಿ ಹಾಕಿದನು. ಇದನ್ನು ನೋಡಿದ ಚಿನ್ನದ ಮಂಡೆಕೂಸಿಗೆ ತುಂಬಾ ಸಂತೋಷವಾಗುತ್ತದೆ. ಬಸ್ವಪ್ಪ ಚಿನ್ನದ ಮಂಡೆಕೂಸು, ಇಬ್ಬರೂ ಮಾಸಿಕನ ಅರಮನೆಯಲ್ಲಿ ಉಳಿಯುತ್ತಾರೆ.

ಈಕಡೆ ಒಬ್ಬ ರಾಜನು ತನ್ನ ಎಂಟು ಜನ ಸೈನಿಕರನ್ನು ಬೇಟೆಗಾಗಿ ಕಳಿಸಿ ಕೊಡುತ್ತಾನೆ. ಬೇಟೆಗೆ ಬಂದ ಸೈನಿಕರಿಗೆ ಆ ಅಡವಿಯಲ್ಲಿ ಒಂದು ಚಿನ್ನದ ಮಂಡೆಕೂದಲು ಸಿಗುತ್ತದೆ. ಆ ಸೈನಿಕರು ಆ ಮಂಡೆಕೂದಲನ್ನು ತೆಗೆದುಕೊಂಡು ಹೋಗಿ, ತಮ್ಮ ರಾಜನ ಕೈಯಲ್ಲಿ ಕೊಡುತ್ತಾರೆ. ಅದನ್ನು ನೋಡಿ ರಾಜನು—'ಈ ಚಿನ್ನದ ಮಂಡೆಕೂದಲಿನ ಹೆಣ್ಣನ್ನು ನನಗೆ ತಂದುಕೊಟ್ಟವರಿಗೆ, ನನ್ನ ಅರ್ಧರಾಜ್ಯ, ಹಾಗೂ ಅರ್ಧಸಿಂಹಾಸನವನ್ನು ಕೊಡುತ್ತೇನೆ' ಎಂದು ಡಂಗುರ ಸಾರಿದನು. ಆ ರಾಜನ ಮನೆಗೆ ಒಂದು ಅಜ್ಜಿಯು ಕೆಲಸಕ್ಕೆ ಬರುತ್ತಿದ್ದಳು.

ಆಕೆ—'ನಾನು ಆ ಹೆಣ್ಣನ್ನು ತಂದು ಕೊಡುತ್ತೇನೆ' ಎಂದಳು. ಅದಕ್ಕೆ ರಾಜ ಒಪ್ಪಿಗೆಯಿತ್ತನು. ಆಗ ಆ ಅಜ್ಜಿ ಮುದುಕಿಯು, 'ಒಂದು ಬೋಟೆ, ನಾಲ್ಕೆಂಟು ದಿವಸಕ್ಕೆ ಬೇಕಾಗುವ ಸಾಮಾನು, ಮತ್ತು ಏಳೆಂಟು ಸೈನಿಕರು ನನಗೆ ಬೇಕು' ಎಂದು ರಾಜನ ಹತ್ತಿರ ಹೇಳುತ್ತಾಳೆ. ರಾಜನು ಅವೆಲ್ಲವನ್ನೂ ಒದಗಿಸಿಕೊಡುತ್ತಾನೆ.

ಅಜ್ಜಿ ಸೈನಿಕರನ್ನು ಕರೆದುಕೊಂಡು ಹೊಳೆ ದಂಡೆಗೆ ಹೋಗುತ್ತಾಳೆ. ಸೈನಿಕರೆಲ್ಲರಿಗೆ ಬೋಟ್ ಹತ್ತಲು ಹೇಳುತ್ತಾಳೆ. ಸೈನಿಕರು ಬೋಟ್ ಹತ್ತಿದ ಮೇಲೆ ಆ ಅಜ್ಜಿ ತಾನೂ ಬೋಟ್ ಹತ್ತಿ—'ಈ ಬೋಟ್ ಚಿನ್ನದ ಮಂಡೆಕೂಸು ಇದ್ದಲ್ಲಿ ಹೋಗಿ ಮುಟ್ಟಲಿ' ಎಂದು ಹೇಳಿ ಬೋಟ್‌ಗೆ ಒಂದು ಕಾಯಿ ಒಡೆದಳು. ಬೋಟ್ ಚಿನ್ನದ ಮಂಡೆಕೂಸಿದ್ದಲ್ಲಿ ಹೋಗಿ ಮುಟ್ಟುತ್ತದೆ. ಅಜ್ಜಿ ಬೋಟ್‌ಯಿಳಿದು ಚಿನ್ನದ ಮಂಡೆಕೂಸಿದ್ದಲ್ಲಿ ಹೋಗುತ್ತಾಳೆ. ಚಿನ್ನದ ಮಂಡೆಯಕೂಸಿಗೆ ಆ ಅಜ್ಜಿಯ ಪರಿಚಯವಿಲ್ಲ. ಆದರೆ ಅಜ್ಜಿ ಅವಳನ್ನು ಕುರಿತು, 'ನೀನು ಸಣ್ಣಕ್ಕಿದ್ದಾಗ ನಾನು ನಿಮ್ಮಲ್ಲಿಗೆ ಬರುತ್ತಿದ್ದೆ. ನಿಮ್ಮ ತಂದೆ ನಿನ್ನ ಕೆಲಸವೆಲ್ಲವನ್ನು ಮಾಡಲಿಕ್ಕೆ ನನ್ನನ್ನು ನೇಮಿಸಿದ್ದನು. ನಾನು ಇಲ್ಲಿಗೆ ಬಂದು ನಿನ್ನನ್ನು ಮೀಯಿಸಿ, ನಿನ್ನ ವಸ್ತ್ರವೆಲ್ಲವನ್ನೂ ಒಗೆದುಕೊಟ್ಟು ಹೋಗುತ್ತಿದ್ದೆ—' ಎಂದಳು. ಬಸ್ವಪ್ಪನನ್ನು ತನ್ನೆಡೆಗೆ ಕರೆದು—'ನೀನು ನನ್ನ ಮೊಮ್ಮಗನ ಹಾಗಿದ್ದೀಯೇ, ನಿನಗೆ ಚೆನ್ನಾಗಿ ಬಿಸಿನೀರು ಕಾಸಿ ಮೀಯಿಸುತ್ತೇನೆ ಬಾ' ಎಂದು ಹೇಳಿ, ಒಂದು ಹರಿವೆ ನೀರು ಗೊಡಗುಡಿಸಿ ಕಾಯಿಸಿ ಅವನನ್ನು ಮೀಯಿಸಿದಳು. ಆಗ ಬಸ್ವಪ್ಪ—'ಅಜ್ಜಿ, ನನಗೆ ಬಿಸಿನೀರು ಮಿಂದು ಜೀವ ಹೋದಂಗಾಯಿತು' ಎಂದನು. ಆಗ ಅಜ್ಜಿ—'ಜೀವ ಹಾರಿಗೀರಿ ಹೋದೀತು, ಬಾ ನಿನಗೆ ಪಾನಕವನ್ನು ಮಾಡಿ ಕೊಡುತ್ತೇನೆ' ಎಂದು ಕೈಯಲ್ಲಿಯ ಲಿಂಬೆಹಣ್ಣನ್ನು ತೋರಿಸಿದಳು. ಆಗ ಬಸ್ವಪ್ಪನು ಹಿಂದೆ ಮುಂದೆ ಯೋಚಿಸದೆ—'ನನ್ನ ಕತ್ತಿ ನಾಶವಾಗುವವರೆಗೆ, ನನ್ನ ಜೀವ ಹಾರದು. ಅಜ್ಜೀ ನೀನೇನೂ ಹೆದರಬೇಡ' ಎನ್ನುತ್ತಾನೆ. ಆದರೂ ಅಜ್ಜಿ ತನ್ನಷ್ಟಕ್ಕೆ ತಾನು ಹೆದರಿದಂತೆ ನಟಿಸಿ, ಬಸ್ವಪ್ಪನಿಗೆ ಬಂಗೀ ಸೊಪ್ಪಿನ ಪಾನಕವನ್ನು ಮಾಡಿಕೊಟ್ಟಳು. ಪಾನಕವನ್ನು ಕುಡಿದ ಬಸ್ವಪ್ಪನಿಗೆ ಅಮಲೇರಿ ಚೆನ್ನಾಗಿ ನಿದ್ದೆ ಬಂದುಬಿಡುತ್ತದೆ. ಅಜ್ಜಿಯು ಚಿನ್ನದ ಮಂಡೆಕೂಸಿನ ಮಂಡೆ ಬಾಚಿ, 'ನಿನ್ನ ವಸ್ತ್ರ ತೊಳೆದುಕೊಡುತ್ತೇನೆ ಬಾ' ಎಂದು, ಅವಳನ್ನು ಹೊಳೆ ದಂಡೆಗೆ ಕರೆದುಕೊಂಡು ಹೋಗುತ್ತಾಳೆ. ಅಲ್ಲಿ ಹೋಗಿ ಆ ಚಿನ್ನದ ಮಂಡೆಯಕೂಸಿಗೆ—'ನೀನಿಲ್ಲೇ ವಸ್ತ್ರ ತೊಳೆಯುತ್ತಾ ಇರು. ನಾನು ನನ್ನ ಕವಳದ ಸಂಚಿಯನ್ನು ಮನೆಯಲ್ಲಿ ಬಿಟ್ಟು ಬಂದೆ. ತೆಗೆದುಕೊಂಡು ಬರುತ್ತೇನೆ' ಎಂದು ಮನೆಯ ಬದಿಗೆ ನಡೆದಳು. ಆ ಕೂಸಿನ ದೃಷ್ಟಿ ಬೀಳುವಲ್ಲಿಯವರೆಗೆ ಸರಿರಸ್ತೆಯಲ್ಲಿ ಹೋದಳು. ದೃಷ್ಟಿ ತಪ್ಪಿದ ತಕ್ಷಣ ಬೇರೆ ದಾರಿಯಿಂದ ಬೇಟೆಯಲ್ಲಿದ್ದ ಸೈನಿಕರೆಡೆಗೆ ಹೋದಳು. ಅವರ ಹತ್ತಿರ—'ನೀವೆಲ್ಲರೂ, ನಾ 'ಕೂ' ಹಾಕಿದ ತಕ್ಷಣ ಬಂದು ಚಿನ್ನದ ಮಂಡೆಕೂಸನ್ನು ಹಿಡಿಯಿರಿ' ಎಂದು ಹೇಳಿದಳು ಮತ್ತು ನೆಟ್ಟಗೆ ಬಸ್ವಪ್ಪನ ಕತ್ತಿಯನ್ನು ಉರಿಯುವ ಒಲೆಯಲ್ಲಿ ಹಾಕಿ, ಹಳ್ಳದ ದಿಡಕ್ಕೆ ಬಂದು, 'ಕೂ' ಹಾಕಿದಳು. ಆಗ ಸೈನಿಕರು ನೇರವಾಗಿ ಚಿನ್ನದ ಕೂದಲಿನ ಹೆಣ್ಣಿನೆಡೆಗೆ ಬಂದು, ಅವಳನ್ನು ಹಿಡಿದು ಬೋಟೆಯಲ್ಲಿ ಹಾಕಿಕೊಂಡು

ನಡೆದರು. ಇಲ್ಲಿ ಬಸ್ವಪ್ಪನ ಕತ್ತಿ ಒಲೆಯಲ್ಲಿ ಉರಿಯುತ್ತ ಹೋದಂತೆ ಬಸ್ವಪ್ಪನ ಪ್ರಾಣವೂ ಕೂಡ ಸಾವಕಾಶ ಹಾರುತ್ತಲಿತ್ತು.

ಕೆಲವು ದಿನಗಳ ನಂತರ ಹುಲಿಯಪ್ಪನೂ ಬಸ್ವಪ್ಪನು ಬಂದ ಅಂಗಡಿಗೇ ಬಂದನು. ಅಂಗಡಿಯ ಶೆಟ್ಟಿಯ ಹತ್ತಿರ—'ಕಡಿಮೆ ದರದ ಸಾಮಾನು ಯಾವುದು?' ಎಂದು ಪ್ರಶ್ನಿಸಿದ. ಆಗ ಅಂಗಡಿ ಶೆಟ್ಟಿ 'ಒಂದು ಬಿಲ್ಲಿಗೆ ಎರಡೂವರೆ ಸೇರು ಹುಣಿಸೆಹಣ್ಣು' ಅಂದನು. ಆಗ ಹುಲಿಯಪ್ಪನು ಒಂದು ಬಿಲ್ಲಿಕೊಟ್ಟು, ಎರಡೂವರೆ ಸೇರು ಹುಣಿಸೆಯಹಣ್ಣು ತೆಗೆದುಕೊಂಡು, ಅದನ್ನು ತಿನ್ನುತ್ತಾ ಬೀಜ ಒಗೆಯುತ್ತಾ, ಬಸ್ವಪ್ಪನನ್ನು ಹುಡುಕುತ್ತಾ ಬಂದನು. ಅವನು ತಿಂದು ಒಗೆದ ಬೀಜದ ಸಸಿಯೂ ಕೂಡ ಹುಟ್ಟುತ್ತಹೋಯಿತು. ಹಣ್ಣು ತಿಂದಾದ ಮೇಲೆ ಹುಲಿಯಪ್ಪನು ಕೈ ತೊಳೆಯಲು ಬಸ್ವಪ್ಪನ ಜೀವ ಹಾರುತ್ತಿರುವುದು ಕಂಡಿತು. ಆಗ ಹುಲಿಯಪ್ಪ ಅವನ ಕತ್ತಿಯನ್ನು ಹುಡುಕುತ್ತಾನೆ. ಎಲ್ಲಿ ಹುಡುಕಿದರೂ ಕತ್ತಿ ಸಿಗಲಿಲ್ಲ. ಕೊನೆಗೆ ಒಂದು ಮೂಲೆಯಲ್ಲಿ ಹೊಗೆ ಹಾರುವುದು ಕಾಣುತ್ತದೆ. ಅಲ್ಲಿ ಬಸ್ವಪ್ಪನ ಕತ್ತಿ ಉರಿಯುವ ಕತ್ತಿಯ ಬೆಂಕಿ ಆರಿಸಿ ಕತ್ತಿಗೆ ತನ್ನ ಕತ್ತಿಯನ್ನು ತಾಗಿಸುತ್ತಾನೆ. ಆಗ ಹುಲಿಯಪ್ಪನಿಗೆ ತುಂಬಾ ಸಂತೋಷವಾಯ್ತು. ಹುಲಿಯಪ್ಪ ಬಸ್ವಪ್ಪನನ್ನು ಕುರಿತು— 'ನಿನಗೆ ಈ ದುರ್ದೆಸೆ ಬರಲು ಕಾರಣವೇನು?' ಎಂದು ಕೇಳುತ್ತಾನೆ. ಆಗ ಬಸ್ವಪ್ಪನು ತಾನು ಚಿನ್ನದ ಮಂಡೆಕೂಸನ್ನು ಮದುವೆಯಾದ ವಿಷಯವನ್ನು ಅವನಿಗೆ ತಿಳಿಸಿ— 'ಈಗ ನನಗೆ ಒಂದು ಅಜ್ಜೀ ಮುದ್ಕಿಯಿಂದ ಈ ದುಃಸ್ಥಿತಿ ಒದಗಿತು. ಚಿನ್ನದ ಮಂಡೆಕೂಸೂ ಕಾಣುವುದಿಲ್ಲ. ಅವಳನ್ನೂ ಆ ಅಜ್ಜೀ ಮುದ್ಕೀಯೇ ಒಯ್ದಿರಬೇಕು' ಎಂದು ನೊಂದು ಕೊಂಡು ಹೇಳಿದನು. ಕೊನೆಗೆ ಇಬ್ಬರೂ ಚಿನ್ನದ ಮಂಡೆಕೂಸನ್ನು ಹುಡುಕುತ್ತ ಬರುತ್ತಾರೆ.

ಒಂದು ದಿನ ಹುಲಿಯಪ್ಪ ಬಸ್ವಪ್ಪ ಇಬ್ಬರೂ ಚಿನ್ನದ ಮಂಡೆಯಕೂಸನ್ನು ಹುಡುಕುತ್ತ ಹೋಗುವಾಗ ಆ ಊರಿನ ರಾಜನು ಚಿನ್ನದ ಮಂಡೆಕೂಸನ್ನು ಮದುವೆ ಮಾಡಿಕೊಳ್ಳುವುದಾಗಿ ಡಂಗುರ ಸಾರಿದ್ದನ್ನು ಕೇಳುತ್ತಾರೆ. ಅದನ್ನು ಕೇಳಿದ ಹುಲಿಯಪ್ಪ ಬಸ್ವಪ್ಪರು ಮದುವೆಗೆ ಹೋಗುತ್ತಾರೆ. ಮದುವೆಗೆ ಬಂದ ಜನಕ್ಕೆ ತುಪ್ಪ ಬಡಿಸಲಿಕ್ಕಾಗಿ ಚಿನ್ನದ ಮಂಡೆಕೂಸು ಬರುತ್ತಾಳೆ. ಅವಳು ಬಡಿಸುತ್ತಾ ಬಡಿಸುತ್ತಾ ಬಸ್ವಪ್ಪನ ಎಡೆಯವರೆಗೂ ಬರುತ್ತಾಳೆ. ಆಗ ಬಸ್ವಪ್ಪನು ಅವಳ ಕೈ ಹಿಡಿದುಬಿಟ್ಟನು. ಮದುವೆಯ ಮನೆಯಲ್ಲೆಲ್ಲಾ, 'ಬಸ್ವಪ್ಪ ಮಂಡೆಕೂಸಿನ ಕೈ ಹಿಡಿದ'ನೆಂದು ಗೌಜೋ ಗೌಜು[೧] ಆಗ ಅಜ್ಜೀ ಮುದ್ಕಿ ಇನ್ನು ತನ್ನ ಮರ್ಯಾದೆ ಹೋಗುತ್ತದೆಯೆಂದು ಅಡಿಗೆಮನೆಯಲ್ಲಿ ಇದ್ದ ದೊಡ್ಡದಳ್ಳೆಯಲ್ಲಿ[೨] ಹೋಗಿ ಅವಿತುಕೊಂಡಳು. ಮದುವೆಗೆ ಅನ್ನಮಾಡುವ ಜನರು, ಅನ್ನವನ್ನು ಹಾದಿಯಮೇಲೆ ಬಾಗಿಸಿದರೆ ಜಂಬಾಗಿ[೩]

---

೧. ಗದ್ದಲ

೨. ಹಂಡೆಯಂತಹ ದೊಡ್ಡ ಪಾತ್ರೆಯಲ್ಲಿ

೩. ಕೆಸರಾಗಿ?

ಹೋಗುತ್ತದೆಯೆಂದು ದೊಡ್ಡದಳ್ಳೆ ನೋಡಿ ಗಡಿಬಿಡಿಯಲ್ಲಿ ಬಾಗಿಸುತ್ತಾರೆ. ಅನ್ನ ಬಾಗಿದ ನೀರು ಬಿದ್ದು ಅಜ್ಜಿ ಮುದ್ಕಿಯು ಬೆಂದು ಹೋಗುತ್ತಾಳೆ.

ಈ ಕಡೆಯಲ್ಲಿ ರಾಜನು ತನ್ನ ದರಬಾರಕ್ಕೆ ಬಸ್ವಪ್ಪನನ್ನು ಕರೆಸಿ, ಚಿನ್ನದ ಮಂಡೆಕೂಸಿನ ಕೈ ಹಿಡಿದ ಕಾರಣವನ್ನು ವಿಚಾರಿಸುತ್ತಾನೆ. ಆಗ ಬಸ್ವಪ್ಪನು ಚಿನ್ನದ ಮಂಡೆಕೂಸು ತನ್ನ ಹೆಂಡತಿಯೆಂದು ತಿಳಿಸಿ ಅಜ್ಜಿ ತನ್ನನ್ನು ವಂಚಿಸಿ ಇವಳನ್ನು ಅಪಹರಿಸಿದ ಕಥೆಯೆಲ್ಲವನ್ನು ರಾಜನ ಮುಂದೆ ನಿವೇದಿಸಿಕೊಳ್ಳುತ್ತಾನೆ. ಆಗ ರಾಜನು ಅಜ್ಜಿಯನ್ನು ಕರೆಯಲು ಸೇವಕರನ್ನು ಕಳಿಸುತ್ತಾನೆ. ಸೇವಕರು ಎಷ್ಟು ಹುಡುಕಿದರೂ ಅಜ್ಜಿ ಸಿಕ್ಕಲಿಲ್ಲ. ಬಹಳಷ್ಟು ಹುಡುಕಿದ ಮೇಲೆ, ಅನ್ನ ಬಾಗಿದ ದಳ್ಳೆಯಲ್ಲಿ ಅಜ್ಜಿಯ ಹೆಣ ತೇಲುವುದನ್ನು ನೋಡಿದರು. ಆಗ ರಾಜನು ಅಜ್ಜಿ ತನಗೆ ಮೋಸಮಾಡಿದ್ದನ್ನು ಮನಗಂಡನು. 'ಗಂಡನುಳ್ಳ ಹೆಣ್ಣನ್ನು ಮದುವೆ ಯಾಗುವುದು ಧರ್ಮವಲ್ಲ' ಎಂದು ಯೋಚಿಸಿ, ಬಸ್ವಪ್ಪನಿಗೆ ಅವನ ಹೆಂಡತಿಯನ್ನು ಒಪ್ಪಿಸಿಕೊಡುತ್ತಾನೆ. ಬಸ್ವಪ್ಪಾ, ಹುಲಿಯಪ್ಪ, ಹಾಗೂ ಚಿನ್ನದ ಮಂಡೆಕೂಸು, ಇವರೆಲ್ಲರೂ ಮಾಸಿಕನ ಅರಮನೆಗೆ ಹೋಗಿ, ಅಲ್ಲಿ ಸುಖದಿಂದ ಉಳಿಯುತ್ತಾರೆ. ಕತೆ ಕಾಶಿಗೆ ಹೋಯಿತು, ನಾನು ಮನೆಗೆ ಬಂದೆ.

**

೪೧. ಮದುವೆ ಪಣ

ಒಂದು ಊರಿನಲ್ಲಿ ಒಬ್ಬ ಗಂಡ–ಹೆಂಡತಿ ಇದ್ದರು. ದಿನವಹಿ ಬೆಳಗಿನಲ್ಲಿ ಮುಂಚೆ ಎದ್ದು ಹೆಂಡತಿ ಅಂಗಳದ ಕಸ ತೆಗೆಯಬೇಕಾದರೆ ಅವನು ತನ್ನ ಹೆಂಡತಿಯನ್ನು ಕರೆದು– 'ಅಲ್ಲೇ ನಿಂತುಕೋ' ಎಂದು ಹೇಳುವುದು, ಅವನ ಹೆಂಡತಿಯ ಮೂಗುತಿಯೊಳಗೆ ದಾಟುವ ಹಾಗೆ ಗುರಿಯಿಟ್ಟು ಬಾಣ ಹೊಡೆಯುವದು–ಅವಳ ಮೂಗುತಿ ಜಾಲದೀರ ಹೆಂಗಸರ ಮೂಗುತಿಯ ಹಾಗೆಯೇ ಸೊಂಡಿಲ ಮೂಗುತಿ. ಅವಳಿಗೆ ಏನೂ ಗಾಯ ಮಾಡದೆ ಬಾಣ ಅವಳ ಮೂಗುತಿಯೊಳಗಿಂದ ಆರುಪಾರಾಗಿ ಹೋದ ಕೂಡಲೆ, 'ನನ್ನಷ್ಟು ಪರಾಕ್ರಮಿ ಈ ಊರಲ್ಲಿ ಯಾರಿದ್ದಾರೆ?' ಎಂದು ಕೇಳುವುದು. ದಿನದಿನವೂ ಹೀಗೆಯೇ ನಡೆಯುತ್ತಿತ್ತು. ಅವನ ಪ್ರಶ್ನೆಗೆ ಅವನ ಹೆಂಡತಿ ಏನು ಹೇಳುತ್ತಾಳೆ? ಏನೂ ಹೇಳದೆ ಸುಮ್ಮನೆ ಸಹಿಸುತ್ತಾಳೆ.

ಆದರೆ, 'ಮೂಗುತಿಯೊಳಗೆ ಅಂಬನ್ನು ಹೊಡೆದಾಗ ಅದು ಮುಖಕ್ಕೆ ತಾಕಿದರೆ ತಾನು ಉಳಿಯುವದು ಹೌದೋ? ದಿನಾ ಇದೇ ನಮೂನಿ ಪೀಡೆ ನನಗೆ' ಎಂದು ದಿನ ದಿನವೂ ಇದೇ ವ್ಯಥೆಯಿಂದ ಅವಳು ಜೀರಾಗಿ[೧] ಹೋದಳು. ಆದರೂ ಅವಳ ಗಂಡನಿಗೆ ಅದರ ಬಗ್ಗೆ ಲಕ್ಷ್ಯವೇ ಇಲ್ಲ. ಬಾಣ ಹೊಡೆದ ಮೇಲೆ ಊರಲ್ಲಿ ತಿರುಗಾಟಕ್ಕೆ ನಡೆದು ಬಿಡುವುದು ಅವನ ಹವ್ಯಾಸ.

ಒಂದಿಲ್ಲೊಂದು ದಿವಸ ಅವಳ ಅಣ್ಣ ಬಂದನಂತೆ. ಬಂದವನು–'ತಂಗೀ, ನೀನು ಏಕೆ ಜೀರಾಗಿರುವೆ? ಬಡವಾಗಿ ಹೋಗಿದ್ದೀ' ಎಂದು ತಂಗಿಯ ಹತ್ತಿರ ಕೇಳಿದನು– ಅವಳು ಅಣ್ಣನ ಹತ್ತಿರ ಹೇಳಿದಳು–'ನಾನು ಪ್ರತಿದಿನವೂ ಅಂಗಳದ ಕಸ ತೆಗೆಯುವಾಗ ನನ್ನ ಮೂಗಿನ ಮೂಗುತಿಯೊಳಗೆ ಬಿಲ್ಲಿನಿಂದ ಅಂಬನ್ನು ಹೊಡೆಯುತ್ತಾರೆ. ಹೊಡೆದು ಕೊಂಡು–'ನನ್ನಷ್ಟು ಪರಾಕ್ರಮಿ ಯಾರಿದ್ದಾನೆ?' ಅಂತ ಕೇಳುತ್ತಾರೆ. ಅದೇ ವ್ಯಥೆ ನನಗೆ' ಆಗ ಅವಳ ಅಣ್ಣ ಹೇಳಿದನು–'ಊರಲ್ಲಿ ನಿನಗಿಂತ ಹೆಚ್ಚಿನ ಪರಾಕ್ರಮಿ ಇರಬಹುದು' ಎಂದು ಹೇಳು. ಹೀಗೆ ಹೇಳಿಕೊಟ್ಟು ಅಣ್ಣನು ಹೋದನು.

ಮರುದಿವಸ ಬೆಳಗಾಯಿತು. ಮತ್ತೆ ಆ ದಿವಸ ಬೆಳಗುಮುಂಚೆ ಅವಳನ್ನು ಕರೆದು ನಿಲ್ಲಿಸಿಕೊಂಡು ಅವಳ ಮೂಗುತಿಯ ಒಳ ಮೇಲಿನಿಂದ ಬಿಲ್ಲಿನಿಂದ ಅಂಬನ್ನು ಹೊಡೆದನು.

---

೧. ದುರ್ಬಲಳಾಗಿ

'ನನ್ನಂಥಾ ಪರಾಕ್ರಮಿ ಯಾರು?' ಎಂದು ಹೆಂಡತಿಯನ್ನು ಕೇಳಿದನು. ಆಗ ಅವಳು ಹೇಳಿದಳು—'ಊರಲ್ಲಿ ನಿನಗಿಂತ ಹೆಚ್ಚಿನ ಪರಾಕ್ರಮಿ ಇರಬಹುದು.'

'ಹಾಂ[೧] ಇರಬಹುದೂ?' ಎಂದವನು ಮನೆಯ ಹೊರಬಿದ್ದು ನಡೆದುಬಿಟ್ಟನು. ಹೊರಬಿದ್ದು ಹೋಗುವುದರೊಳಗೆ ಅವನಿಗೆ ಒಬ್ಬನು ಸಿಕ್ಕನು. 'ನೀನು ಎಲ್ಲಿಗೆ ಹೋಗುವವನು?' ಎಂದು ಅವನ ಹತ್ತಿರ ಕೇಳಿದನು. ಅವನು—'ನಾನು ತಾಸಿಗೆ ಅರವತ್ತು ಗಾವುದ ನಡೆಯುವವನು. ನನಗಿಂತ ವೇಗವಾಗಿ ನಡೆಯುವವನು ಲೋಕದಲ್ಲಿ ಇದ್ದಾನೆಯೇ?' ಎಂದು ನೋಡಲಿಕ್ಕಾಗಿ ಹೊರಟಿದ್ದೇನೆ ಎಂದನು.

'ನಾನು ನನಗಿಂತಲೂ ಹೆಚ್ಚು ಗುರಿಯನ್ನು ಹೊಡೆಯುವವರು ಇದ್ದಾರೆಯೇ ಎಂದು ನೋಡಲಿಕ್ಕೆ ಹೊರಟಿದ್ದೇನೆ. ನಾವಿಬ್ಬರೂ ಒಟ್ಟಾಗಿ ಹೋಗೋಣ' ಎಂದು ಹೇಳಿದ, ಅಂಬುಬಿಲ್ಲಿನವ—ಇಬ್ಬರೂ ಒಟ್ಟಾಗಿ ಮುಂದೆ ಹೋದರು.

ಅವರಿಗೆ ದಾರಿಯಲ್ಲಿ ಮತ್ತೊಬ್ಬನು ಸಿಕ್ಕನು. ಅವನು—'ನೀವು ಎಲ್ಲಿಗೆ ಹೋಗುವವರು?' ಎಂದು ಕೇಳಿದನು. 'ನಾನು ಹೀಗೇ ದೇಶಗಳನ್ನು ನೋಡಲಿಕ್ಕೆ ಹೊರಟವನು' ಎಂದು ಹೇಳಿದನು. ಅಂಬುಬಿಲ್ಲಿನವ—'ನಾನೂ ನಿಮ್ಮ ಸಂಗಡ ಬರುತ್ತೇನೆ' 'ನಿನ್ನ ಕಸುಬೇನು? ನೀನು ಯಾರು?' 'ನನ್ನ ಕಸುಬೆಂದರೆ ಜಗತ್ತಿನಲ್ಲಿ ಎಲ್ಲಿ ಏನು ನಡೆದರೂ ಎಲ್ಲ ಆಗುಹೋಗುಗಳನ್ನು ದುರ್ಬೀನಿನಲ್ಲಿ ನೋಡಿ ಅದನ್ನು ಹೇಳುತ್ತೇನೆ.' 'ಹಾಗಾದರೆ ನಾವು ಮೂರು ಜನರೂ ಒಟ್ಟಾಗಿ ಹೋಗೋಣ' ಎಂದು ಹೇಳಿಕೊಂಡು ಮೂರು ಜನರೂ ಒಟ್ಟಾಗಿ ಹೋದರು.

ಅಲ್ಲಿ ಒಂದು ಊರಿನಲ್ಲಿ ಒಬ್ಬ ಅರಸನ ಹುಡುಗಿ ಪಣ ಇಟ್ಟುಕೊಂಡು ಒಂದು ಬೋರ್ಡನ್ನು ಹಚ್ಚಿ ಇಟ್ಟಿದ್ದಳು. 'ಕೆಂದಾಳಿ ಹೂವನ್ನು ತಂದು ಕೊಟ್ಟವನನ್ನೇ ನಾನು ಮದುವೆಯಾಗುತ್ತೇನೆ' ಅಂತ. ಇವರು ಆ ಬೋರ್ಡನ್ನು ನೋಡಿದರು. ದುರ್ಬೀನಿನವನು ದುರ್ಬಿಯನ್ನು ಹಚ್ಚಿ ನೋಡಿದನು. ಆಗ ಅವನಿಗೆ ಒಂದು ಕೆಂದಾಳಿ ಹೂವು ಕಾಣಿಸಿತು. ಆಗ—'ಈ ಕೆಂದಾಳಿ ಹೂವು ಇಂಥಾಕಡೆ ಉಂಟು' ಎಂದು ಹೇಳಿದನು. ತಾಸಿಗೆ ಅರವತ್ತು ಗಾವುದ ನಡೆವವನ ಹತ್ತಿರ ಹೇಳಿದನು. ಅವನು ದಾಪುಗಾಲು ಹಾಕಿಕೊಂಡು ಹೂವನ್ನು ತರಲಿಕ್ಕೆ ಹೋದನು. ಅದನ್ನು ತೆಗೆದುಕೊಂಡು ತಿರುಗಿ ಬಂದವನು ಬಿಸಿಲಿನಲ್ಲಿ ಬಂದವನಾದ್ದರಿಂದ ಬಹಳ ದಣಿದು ಕಟ್ಟೆಯ ಮೇಲೆ ಹೋಗಿ ಮಲಗಿದನು. ಅವನಿಗೆ ಬಹಳ ಸಾಕಾಗಿದ್ದರಿಂದ ಅಲ್ಲೇ ನಿದ್ರೆ ಬಿದ್ದು ಹೋಯಿತು. ಆಗ, 'ಅವನು ಎದ್ದ ಕೂಡಲೆ ಹೊಡೆಯಬೇಕು' ಎಂದು ಎಪ್ಪತ್ತು ಹೆಡೆಗಳ ಮಹಾಶೇಷನು ಹೆಡೆಯನ್ನು ಬಿಡಿಸಿಕೊಂಡು ನಿಂತಿತ್ತು. ಆಗ ಅದನ್ನು ದುರ್ಬೀನಿನವನು ಕಂಡನು. ಅಂಬೂಬಿಲ್ಲಿನವನ ಹತ್ತಿರ ಹೇಳಿದನು—'ಓ ಇಷ್ಟು ದೂರದಲ್ಲಿ ತಾಸಿಗೆ ಅರವತ್ತು ಗಾವುದ ನಡೆವವ ಮಲಗಿದ್ದಾನೆ. ಅವನನ್ನು

---

೧. ದುರ್ಬಲಳಾಗಿ

ಹೊಡೆಯಲಿಕ್ಕೆ ಎಪ್ಪತ್ತು ಹೆಡೆಗಳ ಮಹಾಶೇಷ ಹೆಡೆಗಳನ್ನು ಬಿಡಿಸಿಕೊಂಡು ನಿಂತಿದೆ. ಅವಕ್ಕೆ ಬಾಣ ಹೊಡೆದು ಅವನನ್ನು ಕೊಲ್ಲು.'

ಅಂಬೂಬಿಲ್ಲಿನವನು ಅದಕ್ಕೆ ಗುರಿಯಿಟ್ಟು ಬಾಣ ಹೊಡೆದನು. ಮಹಾಶೇಷನು ಚೂರಾಗಿ ಅಲ್ಲಿ ರಾಸಿಬಿದ್ದು ಸತ್ತು ಹೋಯಿತು. ಆಗ ಅದು ಬಿದ್ದ ಹೊಡೆತಕ್ಕೆ ಎಚ್ಚರಾಗಿ ಅರವತ್ತುಗಾವುದವನು ಎದ್ದು ನಡೆದು ಹೂವನ್ನು ತೆಗೆದುಕೊಂಡು ಬಂದನು. ಮೂರು ಜನರು ಒಟ್ಟಾಗಿ ಅರಸನ ಮನೆಗೆ ಹೋದರು. ಅರಸನ ಹುಡುಗಿಗೆ ಆ ಹೂವನ್ನು ಕೊಟ್ಟರು. ಅರಸನು ಹುಡುಗಿಯ ಲಗ್ನಕ್ಕೆ ತಯಾರಿಮಾಡಿದನು.

ಆಗ ತಾಸಿಗೆ ಅರವತ್ತು ಗಾವುದ ನಡೆಯುವವನು ಹೂವನ್ನು ತಂದುಕೊಟ್ಟಿದ್ದನಲ್ಲ. ಅರಸನು ಅವನಿಗೆ ತನ್ನ ಹುಡುಗಿಯನ್ನು ಲಗ್ನವಾಗಬೇಕೆಂದು ಹೇಳಿದನು. ಆಗ ಅವನು– 'ಅದು ಹಾಗಾಗಲಾರದು. ನಾನು ದುರ್ಬೀನಿನವನು ನೋಡಿ ನನ್ನನ್ನು ಮಹಾಶೇಷ ಕೊಲ್ಲುವುದರಲ್ಲಿತ್ತು ಎಂದು ಹೇಳಿ ನನ್ನನ್ನು ಪಾರುಮಾಡಲು ಸಹಾಯ ಮಾಡಿದನು. ಅವನಿಲ್ಲವಾದರೆ ಆ ಕೆಂದಾಳಿ ಹೂವು ಎಲ್ಲಿದೆಯೆಂಬುದೇ ನನಗೆ ತಿಳಿಯುತ್ತಿರಲಿಲ್ಲ' ಎಂದನು.

ಆಗ ದುರ್ಬೀನಿನವನು–'ನಾನು ಹೇಗೆ ಲಗ್ನವಾಗಬೇಕು? ಅವನು ತಾಸಿಗೆ ಅರವತ್ತು ಗಾವುದ ನಡೆದುತರಲಿಲ್ಲಾಂದರೆ ನಾನು ಹೇಗೆ ಅದನ್ನು ತರುತ್ತಿದ್ದೆನು? ಅವನೇ ಅವಳನ್ನು ಲಗ್ನವಾಗಬೇಕು' ಎಂದನು. ಅವರವರೊಳಗೆ ತರ್ಕಬತ್ತು. ಅರವತ್ತುಗಾವುದ ಹೋದವನು ಹೇಳಿದನು–'ನಾನು ಕಟ್ಟೆಯ ಮೇಲೆ ನಿದ್ದೆ ಮಾಡುತ್ತಿದ್ದಾಗ ನನ್ನನ್ನು ಕೊಲ್ಲಲಿಕ್ಕೆ ಬಂದಾಗ ಈ ಅಂಬುಬಿಲ್ಲಿನವನು ಬಾಣ ಹೊಡೆದ. ಅದನ್ನು ಕೊಂದನು. ಅವನಿಲ್ಲವಾದರೆ ನಾನು ಸತ್ತುಹೋಗುತ್ತಿದ್ದೆನು' ಎಂದನು.

ಅರಸನು ಅಂಬುಬಿಲ್ಲಿನವನ ಹತ್ತಿರ ಲಗ್ನವಾಗು ಎಂದು ಹೇಳಿದನು. ಅವನು, 'ಹಾಗಾಗುವುದಿಲ್ಲ. ಮಹಾಶೇಷನು ಅವನನ್ನು ಹೊಡೆಯಲಿಕ್ಕೆ ಅನುಕೂಲವಾಗಿ ನಿಂತಿತ್ತಲ್ಲವೊ?' ದುರ್ಬೀನಿನವನು ದುರ್ಬೀನಿನಲ್ಲಿ ಅದನ್ನು ನೋಡಿಕೊಂಡು, 'ಇಂಥ ಕಡೆಯಲ್ಲಿ ಮಹಾಶೇಷನು ಅವನನ್ನು ಹೊಡೆಯಲಿಕ್ಕೆ ಅನುಕೂಲವಾಗಿ ನಿಂತಿದೆ ಅದಕ್ಕೆ ಅಂಬನ್ನು ಹೊಡೆ' ಎಂದು ನನ್ನ ಹತ್ತಿರ ಹೇಳಿದ್ದರಿಂದಲೇ ನಾನು ಮಹಾಶೇಷನನ್ನು ಹೊಡೆದೆನು. ಅದರಿಂದ ದುರ್ಬೀನಿನವನಿಗೇ ಅವಳನ್ನು ಕೊಡಬೇಕು ಎಂದು ಹೇಳಿದನು.

ಆಗ ಅರಸು–'ನಿಮ್ಮ ನಿಮ್ಮೊಳಗೆ ಇದೇನು ತರ್ಕ? ನೀವು ಯಾಕೆ ಮದುವೆಯಾಗುವುದಿಲ್ಲವೆಂದು ಹೇಳುತ್ತೀರಿ? ಮೊದಲು ನಿಮ್ಮ ಹರೀಕತೆ ಏನಾಯಿತು? ಒಬ್ಬರೂ 'ನನಗೆ ಬೇಡ; ತನಗೆ ಬೇಡ' ಎಂದು ಹೇಳಲಿಕ್ಕೆ ಕಾರಣವೇನು?' ಎಂದು ಕೇಳಿದನು. ಆಗ ಇವರು ಹೇಳಿದರು–ಈ ಅಂಬುಬಿಲ್ಲಿನವನು ಪ್ರತಿದಿನವೂ ನಾನು ನನ್ನ ಹೆಂಡತಿಯ ಮೂಗಿನ ಮೂಗುತಿಯೊಳಗೇ ಅಂಬನ್ನು ಹೊಡೆಯುತ್ತಿದ್ದೆನು. ಹಾಗೆ ಹೊಡೆದುಕೊಂಡು, 'ನನಗಿಂತ ಪರಾಕ್ರಮಿ ಯಾರು?' ಎಂದು ಹೇಳುತ್ತಿದ್ದೆನು. ಆಗ ಅವಳು ಇದೇ ಹೆದರಿಕೆಯ

ವ್ಯಥೆಯಲ್ಲಿ ಸಾಯಲಿಕ್ಕಾದಳು. ಅವಳ ಅಣ್ಣನು ಒಂದು ದಿನ ನಮ್ಮ ಮನೆಗೆ ಬಂದಿದ್ದನು. ಆಗ ತಂಗಿಯ ಹತ್ತಿರ ಹೇಳಿದನು–'ನೀನು ಯಾಕೆ ಜೀರಾದೆ!' ಅವಳು ಆಕೆಯ ಕತೆಯನ್ನು ಹೇಳಿದಳು. ಅವನು–'ನಿನಗಿಂತಲೂ ಹೆಚ್ಚಿನವರು ಇರಬಹುದು ಎಂದು ಹೇಳು' ಎಂದು ಹೇಳಿಕೊಟ್ಟು ಹೋದನು. ಮರುದಿನ ಅವಳು ನಾನು ಕೇಳಿದ್ದಕ್ಕೆ ಅಣ್ಣ ಹೇಳಿಕೊಟ್ಟ ಹಾಗೆಯೇ ಹೇಳಿದಳು. ಆಗ ನಾನು ನನಗಿಂತ ಹೆಚ್ಚಿನವರು ಇದ್ದಾರೆಯೋ ಎಂದು ನೋಡಲಿಕ್ಕಾಗಿ ಹೊರಟು ಬಂದೆನು. ಇವರು ಇಬ್ಬರೂ ದಾರಿಯಲ್ಲಿ ನನಗೆ ಸಿಕ್ಕರು. 'ನಾವು ಮೂರು ಜನರೂ ಸೇರಿಕೊಂಡಿದ್ದರಿಂದಲೇ ಆ ಹೂವನ್ನು ತೆಗೆದುಕೊಂಡು ಬಂದದ್ದು' ಎಂದು ಹೇಳಿದನು.

ಅರಸನು–'ನೀವು ಮೂರು ಮಂದಿಯಲ್ಲಿ ಯಾರನ್ನೂ ಅವಳು ಲಗ್ನವಾಗುವುದಿಲ್ಲ. ಅಂಬುಬಿಲ್ಲಿನವನ ಭಾವನಿಗೇ ಅವಳನ್ನು ಲಗ್ನ ಮಾಡಿ ಕೊಡುತ್ತೇನೆ' ಎಂದು ಹೇಳಿ ಅವನ ಭಾವನನ್ನು ಕರೆಸಿ ಅವನಿಗೆ ತನ್ನ ಮಗಳನ್ನು ಲಗ್ನಮಾಡಿಕೊಟ್ಟನು.

(ಅರಸನು ಇಂಥವನಿಗೆ ತನ್ನ ಮಗಳನ್ನು ಲಗ್ನಮಾಡಿ ಕೊಟ್ಟನೆಂಬುದನ್ನು ಹೇಳದೆ ಕಥೆ ಹೇಳಿದ ಹೆಗಡೆ ಊರಿನ ಶ್ರೀರಾಮನಾಯ್ಕರು ಈ ಸಂಗ್ರಾಹಕನಿಗೆ 'ಲಗ್ನ ಮಾಡುವದು ಯಾರಿಗೆ? ಎಂದು ಹೇಳಿ' ಎಂದು ಪ್ರಶ್ನೆಯನ್ನಿಟ್ಟರು. ಅದನ್ನು ಹೇಳಲು ಸಾಧ್ಯವಾಗದಿದ್ದಾಗ ಹಿಂದಿನ ಘಟನೆಯನ್ನು ಹೀಗೆ ಹೇಳಿದರು:

ಹೆಗಡೆ ಊರಿನ ಗೇರಕ್ವಾಮನೆಯ ಬೈರನಾಯ್ಕ ಎಂಬುವರು ಶ್ರೀರಾಮನಾಯ್ಕರಿಗೆ ಕಥೆಯನ್ನು ಹೇಳಿದ್ದರು. ಅವರು ಈ ಕಥೆಯಲ್ಲಿ ಯಾರಿಗೆ ಲಗ್ನವಾಗುವುದೆಂಬ ಕುರಿತು ಪಣವನ್ನು ಇಟ್ಟರು. ಸರಿಯಾದ ಉತ್ತರ ಹೇಳಿದವರಿಗೆ ಐದಾರು ತೆಂಗಿನಕಾಯಿಗಳನ್ನು ತಾನು ಕೊಡುತ್ತೇನೆ ಎಂದೂ, ಹೇಳಲಾಗದವರು ತನಗೆ ಒಬ್ಬೊಬ್ಬರೂ ಅಷ್ಟೇ ತೆಂಗಿನ ಕಾಯಿಗಳನ್ನು ಕೊಡಬೇಕೆಂದೂ ಪಣವನ್ನು ಕಟ್ಟಿದರು. ಮೂವತ್ತು, ನಲವತ್ತು ಜನರ ಹತ್ತಿರ ಸಹ ಉತ್ತರವನ್ನು ಹೇಳಲಿಕ್ಕೆ ಆಗಲಿಲ್ಲ. ಅವರು ಮಾಡಿದ ಕರಾರಿನಂತೆ ಅವರಿಗೆ ತೆಂಗಿನಕಾಯಿಗಳನ್ನು ಕೊಟ್ಟರು.

ಅದರ ಉತ್ತರವನ್ನು ದಿ. ಬೈರನಾಯ್ಕರು ಶ್ರೀರಾಮನಾಯಕರಿಗೆ ಮಾತ್ರ ಹೇಳಿದ್ದರು. ಅರಸನು 'ಅಂಬುಬಿಲ್ಲಿನವನ ಭಾವನಿಗೆ ಲಗ್ನ ಮಾಡಿಕೊಡುತ್ತೇನೆ' ಎಂದು ಹೇಳಿ ಅವನಿಗೇ ಹುಡುಗಿಯನ್ನು ಲಗ್ನಮಾಡುಕೊಟ್ಟನ್ನು ಎಂದು ತಿಳಿಸಿದ್ದರು.

ಈ ಸಮಸ್ಯಾತ್ಮಕ ಕಥೆಯ ವಿವರಣೆ ಏನು?

ಈ ಸಂಗ್ರಾಹಕನ ತರ್ಕ ಹೀಗಿದೆ:

ಅಂಬುಬಿಲ್ಲಿನವನ ಹೆಂಡತಿಯ ಅಣ್ಣನು ಬಂದು ಅವಳಿಗೆ–'ನಿನಗಿಂತ ಹೆಚ್ಚಿನವರಿರ ಬಹುದು' ಎಂದು ಹೇಳಲಿಕ್ಕೆ ಹೇಳಿಕೊಟ್ಟಿದ್ದರಿಂದ ಅವನು ತನಗಿಂತ ಹೆಚ್ಚಿನವರನ್ನು ಶೋಧಿಸಲಿಕ್ಕಾಗಿ ದೇಶ ಸಂಚಾರವನ್ನು ಕೈಕೊಂಡನು. ಆಗ ಅವನಿಗೆ ಉಳಿದಿಬ್ಬರು ಭೆಟ್ಟಿ

ಯಾದರು. ಅವನು ಹೊರಟು ಮತ್ತಿಬ್ಬರನ್ನು ಸೇರಿಕೊಂಡು ಹೊರಟ್ಟಿದ್ದರಿಂದಲೇ ಆ ರಾಜಕುಮಾರಿಯ ಪಣವನ್ನು ಗೆಲ್ಲಲು ಸಾಧ್ಯವಾಯಿತು. ಇದಕ್ಕೆಲ್ಲ ಮೂಲಕಾರಣ ಅಂಬುಬಿಲ್ಲಿನವನ ಭಾವನ ಬುದ್ಧಿವಂತಿಕೆ. ಆದ್ದರಿಂದಲೇ ಕೆಂದಾಳಿಹೂವನ್ನು ತಂದ ಶ್ರೇಯಸ್ಸು ಅವನಿಗೆ ಸಲ್ಲುವದಾಯಿತು. ಆದ್ದರಿಂದ ಅರಸನು ಮಗಳನ್ನು ಅವನಿಗೇ ಮದುವೆ ಮಾಡಿಕೊಟ್ಟನು.)

**

೪೨. ಕೋಮನ ಮರಿ

ಒಂದು ಊರಿನಲ್ಲಿ ಒಬ್ಬ ಅರಸನಿದ್ದನು. ಅವನ ಮನೆಯ ಸಮೀಪದಲ್ಲಿಯೇ ಒಬ್ಬ ಗೌಡ, ಹಾಗೂ ಗೌಡ್ತಿ ಮನೆಮಾಡಿಕೊಂಡಿದ್ದರು. ಬಹಳ ವರ್ಷಗಳವರೆಗೆ ಅವರಿಗೆ ಮಕ್ಕಳೇ ಆಗಲಿಲ್ಲ. ಮುಪ್ಪಿನಕಾಲಕ್ಕೆ ಗೌಡ್ತಿಯು ಹುತ್ನಲುಳಿದಳು[೧] ಒಂಬತ್ತು ತಿಂಗಳಾದಮೇಲೆ ಅವಳು ಕೊಟ್ಟೆ[೨] ಮಾಡಿಕೊಂಡಳು. ಗೌಡನು ಬಿಜಗ್ತಿಯನ್ನು[೩] ತರುತ್ತಾನೆ. ಅವಳು ಗೌಡ್ತಿಗೆ ಉಪಚಾರ ಮಾಡುತ್ತಾಳೆ. ಕೊನೆಯಲ್ಲಿ ಗೌಡ್ತಿ ಒಂದು ಕೋಮನ[೪] ಮರಿಯನ್ನು ಹೆತ್ತಳು. ಹುಟ್ಟಿದ ಕೂಡಲೇ ಕೋಮನ ಮರಿಯು ಓಡಿಬಂದು ತೊಳಕಲು ಮಡಿಕೆಯಲ್ಲಿ ಅವಿತುಕೊಂಡಿತು. ಕೋಮನ ಮರಿಯನ್ನು ಕಂಡ ಗೌಡ ಹಾಗೂ ಗೌಡ್ತಿಗೆ ತುಂಬಾ ವ್ಯಥೆಯಾಯಿತು. 'ಅಯ್ಯೋ ದೇವರೇ ನಮಗೆ ಮಕ್ಕಳಾಗದಿದ್ದರೂ ಆಗುತ್ತಿತ್ತು. ಈ ಕೋಮನ ಮರಿಯು ನಮಗೆ ಯಾಕೆ ಹುಟ್ಟಿತೋ ಏನೋ' ಎಂದು ಹೇಳಿ ಜಿಳ್ಳನೆ ಕಣ್ಣೀರು ಬಿಡುತ್ತಾರೆ.

ಒಂದು ದಿನ ಊರ ಗೌಡರೆಲ್ಲ ತಮ್ಮ ತಮ್ಮ ಮಕ್ಕಳನ್ನು ಕರೆದುಕೊಂಡು ಕುಂಬ್ರಿ ಬಿತ್ತಲಿಕ್ಕೆ ಹೋಗುತ್ತಾರೆ. ಅವರನ್ನು ನೋಡಿ ಗೌಡನು—'ನನಗೊಬ್ಬನಿಗೇ ಮಗನಿಲ್ಲದೇ ಹೋದನಲ್ಲಾ. ಈ ಕೋಮನ ಮರಿಯನ್ನು ನನ್ನ ಸಂಗಡ ಕರೆದುಕೊಂಡು ಹೋಗಿ ನಾನು ಏನುಮಾಡಲಿ?' ಎಂದು ತೀಡುತ್ತಾ[೫] ಮಲಗಿಕೊಳ್ಳುವನು. ತಂದೆ ಚಿಂತೆ ಮಾಡುವುದನ್ನು ನೋಡಿದ ಕೋಮನ ಮರಿಯು ಅವನೆಡೆಗೆ ಬರುತ್ತದೆ. 'ಅಪ್ಪಾ ನೀನೇಕೆ ತೀಡುವೆ?' ಎಂದು ಕೇಳುತ್ತದೆ. ಅದಕ್ಕೆ ಗೌಡನು, 'ಎಲ್ಲರೂ ತಮ್ಮ ಮಕ್ಕಳ ಜೊತೆಯಲ್ಲಿ ಕುಂಬ್ರಿಗೆ ಹೋಗಿ ರಾಗಿ ಬಿತ್ತಿ ಬರುತ್ತಾರೆ. ನಮಗೆ ತಂದುಹಾಕುವ ಮಕ್ಕಳೇ ಇಲ್ಲ. ನೀನೇ ಗಂಡುಮಗನಾದ್ರೆ ನಮಗೆ ಈ ಚಿಂತೆಯಿರುತ್ತಿತ್ತೆ?' ಎಂದನು. ಈ ಮಾತು ಕೇಳಿ ಕೋಮನ ಮರಿಯು—'ಅಪ್ಪಾ ನೀನು ಬೇಸರಮಾಡಬೇಡ. ಈ ಕೂಡಲೇ ನೀನು ಆಚಾರಿ ಶಾಲೆಗೆ

---

೧. ಗರ್ಭಿಣಿಯಾದಳು

೨. ಪ್ರಸೂತಿಯ ಕಾಲದ ಬೇನೆ

೩. ಶೂಲಗಿತ್ತಿ

೪. ಆಮೆಯಮರಿ

೫. ಅಳುತ್ತಾ

ಹೋಗಿ ನನಗೊಂದು ಸಣ್ಣ ಕತ್ತಿ ಮತ್ತೊಂದು ಪರ್ಸಗುಡ್ಲಿ ಮಾಡಿಸಿಕೊಂಡು ಬಾ' ಎಂದು ಹೇಳಿತು.

ಮಗನ ಮಾತಿನಂತೆಯೆ ಗೌಡನು ಆಚಾರಿ ಶಾಲೆಗೆ ಹೋಗಿ, ಕತ್ತಿ ಹಾಗೂ ಪರ್ಸಗುಡ್ಲಿ ಮಾಡಿಸಿಕೊಂಡು ಬಂದು ಮಗನ ಮುಂದಿಟ್ಟನು. ಆಗ ಕೋಮನ ಮರಿಯು ತನ್ನ ಕುತ್ತಿಗೆಯನ್ನು ಹೊರದೆಗೆದು, ಕತ್ತಿ ಹಾಗೂ ಕೊಡಲಿಯನ್ನು ತಂದೆಯ ಕೈಯಿಂದ ತನ್ನ ಕುತ್ತಿಗೆಗೆ ಬಿಗಿಸಿಕೊಂಡಿತು. ನೆಟ್ಟಗೆ ಕುಂಬ್ರಿ ಕಡಿಯಲಿಕ್ಕೆ ಹೊರಟಿತು. ಹೋಗುವಾಗ ರಸ್ತೆಯಲ್ಲಿ ತನ್ನನ್ನು ಕಂಡವರು ಹಿಡಿದುಕೊಂಡು ತಿನ್ನುವರೆಂದು ಅಡಗಿಕೊಂಡೇ ಹೋಯಿತು. ದೂರ ದೂರಕ್ಕೆ ಹೋದಮೇಲೆ ಒಂದು ಬೆಟ್ಟದಲ್ಲಿ ದೊಡ್ಡ ಮಾವಿನ ಮರವು ಒಂದು ಎಕರೆ ಜಾಗವನ್ನು ಆವರಿಸಿ ಪಲ್ಲೈಸಿ ಬೆಳೆದಿತ್ತು. ಆ ಮರವು ದೇವರು ಕುಳಿತುಕೊಳ್ಳುವ ಜಾಗವಾಗಿತ್ತು. ಕೋಮನ ಮರಿಯು ಮರದ ಬುಡಕ್ಕೆ ಹೋಗಿ ಒಟ್ಟ[೬] ಹೊಡೆಯಿತು. ಆ ಸಮಯದಲ್ಲಿ ಮರಾನೇ ಅಲ್ಲಾಡಲಿಕ್ಕೆ ಹತ್ತಿತು. ಮರವು ಅಲ್ಲಾಡುವಾಗ ದೇವರು ಕೆಳಗಿಳಿದು ಬಂದು ಮರದ ಬುಡಕ್ಕೆ ಬಟ್ಟೆ ತೋಡುವ ಕೋಮನ ಮರಿಯನ್ನು ನೋಡಿ–'ಯಾವ ಪುಣ್ಯಾತ್ಮನಪ್ಪ ನೀನು? ಈ ಮರದ ಬೇರು ಕಡಿದು, ಒಟ್ಟಾಹೊಡೆದು ಮರನನ್ನು ಕೆಡವಿ ನಮಗೆ ತೊಂದರೆ ಕೊಡಬೇಡಾ. ನಿಮಗೆ ಬೇಕಾದ ವರವನ್ನು ಕೊಡುತ್ತೇನೆ. ಹೊರಗೆ ಬಾ' ಎಂದಿತು. ಆಗ ಕೋಮನ ಮರಿಯು ಹೊರಗೆ ಬಂದು ದೇವರಿಗೆ ಕೈಮುಗಿದು, 'ನಮ್ಮ ತಂದೆ ತಾಯಿ ಕೆಲಸಮಾಡಲಾಗದ ಮುದುಕರು ನಾನು ಈ ಮರವನ್ನು ಕಡಿದು ರಾಗಿಯನ್ನು ಬಿತ್ತಿ ಬೆಳೆದು ಅವರನ್ನು ಸಾಕಬೇಕಾಗಿದೆ' ಎಂದು ಹೇಳಿಕೊಂಡಿತು. ಆಗ ದೇವರು–'ನೀನು ಈ ಮರವನ್ನು ಕಡಿಯಬೇಡ ನಿನಗೆ ಮೂರು ಹಳ್ಳುಗಳನ್ನು ಮಂತ್ರಿಸಿ ಕೊಡುತ್ತೇನೆ. ಒಂದು ಹಳ್ಳನ್ನು ಮಂತ್ರಿಸಿ ಹೊಡೆದ ಕೂಡಲೇ ಏಳು ಉಪ್ಪರಗಿ ಮನೆಯಾಗುತ್ತದೆ. ಎರಡನೆಯ ಹರಳನ್ನು ಮಂತ್ರಿಸಿ ಹೊಡೆದ ಕೂಡಲೆ ಮನೆ ತುಂಬಾ ದವಸ ಧಾನ್ಯಗಳಾಗುತ್ತವೆ. ಮೂರನೆಯ ಹಳ್ಳನ್ನು ಮಂತ್ರಿಸಿ ಹೊಡೆದ ಕೂಡಲೇ ನಿನ್ನ ಕೋಮನ ರೂಪ ಹೋಗಿ, ನೀನು ಇಪ್ಪತ್ತೊಂದು ವರ್ಷದ ತರುಣ ಮತ್ತು ಸತ್ವಶಾಲಿಯಾಗುವೆ' ಎಂದು ಹೇಳಿ ಅವನಿಗೆ ಮೂರು ಹಳ್ಳುಗಳನ್ನು ಮಂತ್ರಿಸಿಕೊಟ್ಟು ಮಾಯವಾಯಿತು.

ಆ ಹಳ್ಳುಗಳನ್ನು ತೆಗೆದುಕೊಂಡು ಕೋಮನ ಮರಿಯು ಮನೆಗೆ ಬಂದು, ತಂದೆಯ ಹತ್ತಿರ ಎರಡು ಹಳ್ಳುಗಳನ್ನು ಕೊಟ್ಟು, ಒಂದು ಹಳ್ಳನ್ನು ಮಂತ್ರಿಸಿ ಹೊಡೆಯಲು ಹೇಳಿತು. ಗೌಡನು ಹಾಗೆಯೇ ಮಂತ್ರಿಸಿ ಹೊಡಯಲಾಗಿ ಏಳು ಉಪ್ಪರಗಿ ಮನೆ, ಹಿತ್ತಿಲು, ಬಾವಿ ಎಲ್ಲಾ ಆಯ್ತು. ಇದನ್ನು ನೋಡಿದ ಗೌಡನಿಗೆ ಅತ್ಯಾಶ್ಚರ್ಯವಾಯಿತು. ಎರಡನೆಯ ಹರಳನ್ನು ಮಂತ್ರಿಸಿ ಹೊಡೆದನು. ಆಗ ಅವನ ಮನೆಯಲ್ಲಿ ಅವನು ಜೀವಿಸಿರುವಲ್ಲಿಯವರೆಗೆ ತಿಂದು ತೇಗುವಷ್ಟು ದವಸ ಧಾನ್ಯಗಳು ತುಂಬಿದವು. ಇದನ್ನು ನೋಡಿದ ಗೌಡನು ಅತ್ಯಾನಂದದಿಂದ ತುಂಡುಗುಪ್ಪಿ ಹೊಡೆದನು. ಒಂದು ಬಗೆಯ ಕುಣಿತವಾದ ದೀಗಣ

---

೬. ಒಟ್ಟೆ

ಕುಣಿತ ಕುಣಿದನು. ಗೌಡ್ತಿಯು ಒಂದು ಬಗೆಯ ಹೆಂಗಸರ ಕುಣಿತವಾದ ಪುಗಡಿಯ ಕುಣಿತ ಹಾಕಲಿಕ್ಕೆ ಹತ್ತಿದಳು.

ಗೌಡನ ಮನೆಯ ಸಂಪತ್ತನ್ನು ಕಂಡು ಊರ ರಾಜನು ಹೊಟ್ಟೆಕಿಚ್ಚು ಪಡಹತ್ತಿದನು. ಹೇಗಾದರೂ ಮಾಡಿ ಗೌಡನ ತಲೆ ತೆಗೆಯುವ ಯೋಚನೆಯನ್ನು ಮಾಡಿದ. ಗೌಡನನ್ನು ತನ್ನ ಅರಮನೆಗೆ ಕರೆಸಿಕೊಂಡನು. ಗೌಡನನ್ನು ಕುರಿತು, 'ನೀನು ಇಂದಿಗೆ ಎಂಟು ದಿವಸಗಳು ಅವಧಿಯಲ್ಲಿ ನಗೆಯಾಡುವ ಮಾವಿನಹಣ್ಣನ್ನು ಕರೆಯುವ ಕೂಗುಹಾಕುವ ನೀರನ್ನು ತಂದುಕೊಡಬೇಕು. ಇಲ್ಲದೇ ಇದ್ದರೆ ನಿನ್ನ ಹಾಗೂ ನಿನ್ನ ಹೆಂಡತಿಯ ತಲೆಯನ್ನು ಕಡಿಯಿಸುತ್ತೇನೆ' ಎಂದನು. ಈ ಮಾತನ್ನು ಕೇಳಿ ಗೌಡನಿಗೆ ಅಳುವುಕ್ಕಿ ಬರುತ್ತದೆ. ಮನೆಗೆ ಬಂದು ದುಃಖದಿಂದ ಎಲ್ಲ ಸಂಗತಿಯನ್ನೂ ತನ್ನ ಹೆಂಡತಿಯ ಹತ್ತಿರ ಹೇಳಿ, 'ನಮಗೆ ಈ ದೊಡ್ಡಸ್ತಿಕೆ ಬೇಡವಾಗಿತ್ತು. ಈ ಶ್ರೀಮಂತಿಕೆಯಿಂದಲೇ ನಮ್ಮ ತಲೆಹೋಗುವ ಪರಿಸ್ಥಿತಿ ಬಂದಿದೆ. ನಾನೆಲ್ಲಿಂದ ನಗೆಯಾಡುವ ಮಾವಿನಹಣ್ಣು, ಹಾಗೂ ಕೂಯ್ ಹಾಕುವ ನೀರನ್ನು ತೆಗೆದುಕೊಂಡು ಬರಲಿ?' ಎಂದು ಒಂದೇ ಸಮನೆ ತೀಡುತ್ತಾ ಮಲಗಿಕೊಳ್ಳುತ್ತಾನೆ. ಗೌಡನ ಹೆಂಡತಿಯ ಕಣ್ಣಿನಲ್ಲೂ ನೀರು ತುಂಬುತ್ತದೆ. ಆವಾಗ ತೊಳಕಲ ಮಡಿಕೆಯಲ್ಲಿಂದ ಕೋಮನಮರಿ ತಂದೆಯೆಡೆ ಬಂದು, ಅಳುವಿನ ಕಾರಣವನ್ನು ಕೇಳುತ್ತದೆ. ಆಗ ಗೌಡನು, 'ನಮ್ಮ ತಲೆಹೋಗುವ ಪ್ರಸಂಗ ಬಂದಿದೆ. ನಮ್ಮೂರ ರಾಜನಿಗೆ ನಗೆಯಾಡುವ ಮಾವಿನಹಣ್ಣು ಹಾಗೂ ಕೂಯ್ ಹಾಕುವ ನೀರು ತಂದು ಕೊಡದೇಯಿದ್ದರೆ ಅವನು ನಮ್ಮ ತಲೆಯನ್ನು ಕಡಿಯುತ್ತಾನೆ' ಎಂದು ಕಣ್ಣೀರು ಸುರಿಸುತ್ತಾನೆ. ಈ ಮಾತನ್ನು ಕೇಳಿ ಕೋಮನ ಮರಿಯು– 'ಇಷ್ಟು ಸಣ್ಣ ಕೆಲಸಕ್ಕೆ ನೀವು ವ್ಯಥೆಪಡುವುದೇಕೆ? ಅವನ್ನು ನಾನು ತಂದುಕೊಡುತ್ತೇನೆ. ರಾಜನ ಮನೆಗೆ ಹೋಗಿ, ಈ ಕೆಲಸಕ್ಕಾಗಿ ಒಂದು ಸಾವಿರ ರೂಪಾಯಿ ಹಾಗೂ ಒಂದು ತಿಂಗಳ ಅವಧಿಯನ್ನು ತೆಗೆದುಕೊಂಡು ಬಾ'–ಎಂದು ಹೇಳಿತು. ಗೌಡನು ರಾಜನ ಮನೆಗೆ ಹೋಗಿ ಒಂದು ಸಾವಿರ ರೂಪಾಯಿ ಹಾಗೂ ಒಂದು ತಿಂಗಳು ಅವಧಿಯನ್ನು ತೆಗೆದುಕೊಂಡು ಬಂದನು.

ಕೋಮನ ಮರಿಯು ಒಂದು ಸಾವಿರ ರೂಪಾಯಿಯನ್ನು ಮನೆಯಲ್ಲೆ ಇಟ್ಟು, ನಗೆಯಾಡುವ ಮಾವಿನಹಣ್ಣು ಮತ್ತು ಕೂಯ್ ಹಾಕುವ ನೀರನ್ನು ತರಲು ಘೋರ ಬೆಟ್ಟದ ದಾರಿ ಹಿಡಿದು ನಡೆಯಿತು. ಹೋಗುವಾಗ ಅದು ದೇವರು ಮಂತ್ರಿಸಿಕೊಟ್ಟ ಮೂರನೆಯ ಹಳ್ಳನ್ನು ತನ್ನ ಜೊತೆಯಲ್ಲಿಯೇ ತೆಗೆದುಕೊಂಡು ಹೋಗಿತ್ತು. ಬಹಳಷ್ಟು ದೂರ ಹೋದಮೇಲೆ ಅದಕ್ಕೆ ಒಂದು ಕೆರೆ ಸಿಕ್ಕಿತು. ಆ ಕೆರೆಯಲ್ಲಿ ಮಿಂದು ಕೋಮನ ಮರಿಯು ದೇವರು ಕೊಟ್ಟ ಮೂರನೆಯ ಹಳ್ಳನ್ನು ಮಂತ್ರಿಸಿ ಹೊಡೆಯಿತು. ಆಗ ಕೋಮನ ಮರಿಯು ಇಪ್ಪತ್ತೊಂದು ವರ್ಷದ ಹೊಂತಗಾರಿಯಾಗಿ ಸೂರ್ಯ ಚಂದ್ರರಂತೆ ಹೊಳೆಯಲಿಕ್ಕೆ ಹತ್ತಿದನು. ಅವನು ಹೋದಲ್ಲಿ ಬೆಳಕು ಮೂಡಿ ಬರುತ್ತಿತ್ತು. ಅವನು ಮುಂದೆ ಮುಂದೆ ನಡೆಯುತ್ತ ಹಲವು ರಾಯನ ಪಟ್ಟಣಕ್ಕೆ ಎಲವುರಾಯನ ಮಗಳು ಏಳುಪ್ಪರಿಗೆಯ ಮೇಲಿನ ತೂಗು ಮಂಚದ ಮೇಲೆ ಕುಳಿತುಕೊಂಡಿದ್ದಳು. ದೂರದಲ್ಲಿ

ಚಕಚಕನೇ ಹೊಳೆಯುವ ಹೊಂತಗಾರಿ ಬರುವುದನ್ನು ನೋಡಿ, ಅವನಿಗೆ ಮನಸೋತಳು. ಅವನನ್ನು ಕರೆಯಲು ತನ್ನ ಸೇವಕರನ್ನು ಕಳಿಸಿಕೊಟ್ಟಳು. ಆಳು ಅವನನ್ನು ಕರೆದುಕೊಂಡು ಬಂದ ತಕ್ಷಣದಲ್ಲಿ ಅವನ ಕೊರಳಿಗೆ ರಾಜಕುಮಾರಿ ಮಾಲೆ ಹಾಕಿಬಿಟ್ಟಳು. ಆಗ ಆ ಹೊಂತಗಾರಿಯೂ ತಾನು ಬಂದ ಉದ್ದೇಶವನ್ನು ಎಲವುರಾಯನ ಮಗಳಿಗೆ ತಿಳಿಸಿ, ಅವಳಿಗೆ ಒಂದು ತುಲಸಿಗಿಡವನ್ನು ನೆಟ್ಟುಕೊಟ್ಟು—'ನಾನು ನಗೆಯಾಡುವ ಮಾವಿನಹಣ್ಣು, ಕೂಯ್ ಹಾಕುವ ನೀರನ್ನು ತರಲು ಹೋಗುತ್ತೇನೆ. ನಾನು ಅಲ್ಲೇ ಸತ್ತರೆ, ಈ ತುಲಸಿಯ ಗಿಡವು ಬಾಡುತ್ತದೆ. ಬದುಕುಳಿದರೆ, ಈ ಗಿಡ ಬಾಡುವುದಿಲ್ಲ. ಗಿಡ ಬಾಡಿದರೆ, ನೀನು ನಾನು ಹತ್ತಿಕೊಂಡು ಹೋದ ಕುದುರೆಯ ಹೆಜ್ಜೆಯ ಗುರುತನ್ನು ಹಿಡಿದು ಅಲ್ಲಿಗೆ ಬಾ' ಎನ್ನುತ್ತಾನೆ.

ಅದೇ ಹೊಂತಗಾರಿಯ ರೂಪದಲ್ಲೇ ಕೋಮನ ಮರಿಯು ಮುಂದಕ್ಕೆ ಹೋಗುತ್ತದೆ. ಮುಂದೆ ಅದಕ್ಕೆ ಚರ್ಮರಾಯನ ಪಟ್ಟಣ ಸಿಗುತ್ತದೆ. ಅಲ್ಲಿ ಚರ್ಮರಾಯನ ಮಗಳು ಏಳುಪ್ಪರಿಗೆಯ ಮಾಳಿಗೆಯ ಮೇಲೆ, ನವಿಲಿಗೆ ಕುಣಿಯಲು ಕೋಗಿಲೆಗೆ ಹಾಡಲು ಗಿಳಿಗೆ ಮಾತಾಡಲೂ ಕಲಿಸುತ್ತ ಉಯ್ಯಾಲೆಯ ಮೇಲೆ ಕುಳಿತುಕೊಂಡಿದ್ದಳು. ಅವಳೂ ಮಿಂಚಿನ ಮರಿಯಂತಿದ್ದ ಈ ಹೊಂತಗಾರಿಯನ್ನು ನೋಡಿ ಕಾಮಪರವಶಳಾದಳು. ಆಳನ್ನು ಅವನೆಡೆಗೆ ಕಳಿಸಿಕೊಟ್ಟು ಅವನನ್ನು ತನ್ನ ಮನೆಗೆ ಕರೆಯಿಸಿ ಅವನ ಕುತ್ತಿಗೆಗೆ ಮಾಲೆ ಹಾಕಿದಳು. ಅವಳ ಹತ್ತಿರವೂ ಈ ಹೊಂತಗಾರಿ ತಾನು ಬಂದ ಉದ್ದೇಶವನ್ನು ತಿಳಿಸಿ, ಆಯ್ದು ಮಲ್ಲಿಗೆಯ ಮೊಗ್ಗೆಗಳನ್ನು ತಂದು ಒಂದು ಕರಡಿಗೆಯಲ್ಲಿ ಹಾಕಿ—'ಈ ಮೊಗ್ಗೆ ನಾನು ಸತ್ತರೆ ಬಾಡುತ್ತದೆ. ಬದುಕುಳಿದರೆ ಅರಳಿ ಹೂವಾಗುತ್ತದೆ. ನಾನು ಸತ್ತರೆ ನನ್ನ ಕುದುರೆಯ ಹೆಜ್ಜೆಯ ಗುರುತಿನ ಆಧಾರದ ಮೇಲೆ ಅಲ್ಲಿಗೆ ಬಾ' ಎಂದು ಹೊರಡುತ್ತಾನೆ.

ಹೊಂತಗಾರಿ ಮುಂದಕ್ಕೆ ನಡೆಯುತ್ತಾ ನಡೆಯುತ್ತಾ ಜೀವರಾಯನ ರಾಜ್ಯಕ್ಕೆ ಹೋಗಿ ಮುಟ್ಟುತ್ತಾನೆ. ಅಲ್ಲಿ ಏಳುಪ್ಪರಿಗೆಯ ಮೇಲೆ ಪಗಡೆಯಾಡುವ ಜೀವರಾಯನ ಮಗಳು ತಿಂಗಳ ದೇವರಂತಿರುವ ಯುವಕನನ್ನು ನೋಡಿ, ಅವನಿಗಾಗಿ ಮೋಹಗೊಂಡು ಅವನನ್ನು ಅರಮನೆಗೆ ಕರೆಸಿ, ಅವನ ಕೊರಳಲ್ಲಿ ಮಾಲೆ ಹಾಕಿದಳು. ಅವಳ ಹತ್ತಿರವೂ ಹೊಂತಗಾರಿ ತಾನು ಬಂದ ಕಾರಣವನ್ನು ತಿಳಿಸಿ ಹೇಳಿ, 'ನಾನು ಹೋದಲ್ಲೇ ಸತ್ತು ಹೋದರೆ, ನಿನ್ನ ಬಲಮೊಲೆಯಲ್ಲಿ ರಕ್ತಬರುವುದು. ರಕ್ತ ಬಂದರೆ ನನ್ನ ಕುದುರೆಯ ಹೆಜ್ಜೆಯ ಗುರುತು ಹಿಡಿದು ನಾನಿದ್ದೆಡೆಗೆ ಬಂದುಬಿಡು' ಎಂದು ಹೇಳಿ ಮುಂದಕ್ಕೆ ನಡೆಯುತ್ತಾನೆ.

ಊರು, ಹಳ್ಳಿ, ಪಟ್ಟಣಗಳನ್ನು ದಾಟಿ ಅವನು ಒಂದು ಗೊಂಡಾರಣ್ಯಕ್ಕೆ ನಡೆದನು. ಆ ಅರಣ್ಯದ ಹಳ್ಳದ ನೀರು ಕೂಯ್ ಹಾಕುವುದನ್ನು ಅವನು ಕೇಳುತ್ತಾನೆ. ಆಗ ಆತನು ಒಂದು ಚಿದ್ರಂಡೆಯನ್ನು ತೆಗೆದುಕೊಂಡು, ಅಲ್ಲಿಯ ಕೂಯ್ ಹಾಕುವ ನೀರನ್ನು ತುಂಬಿ ಒಂದು ಬಿದಿರಿನ ಹಿಂಡಿಗೆ ಆ ಚಿದ್ರಂಡೆಯನ್ನು ತೂಗುಹಾಕುತ್ತಾನೆ. ಅಲ್ಲಿಂದ ಸ್ವಲ್ಪ ಮುಂದಕ್ಕೆ ಹೋದಕೂಡಲೇ ಅವನು ಒಂದು ಮಾವಿನ ಮರಕ್ಕೆ ಒಂದೇ ಹಣ್ಣಾದುದನ್ನು ನೋಡುತ್ತಾನೆ. ಆ ಹಣ್ಣು ಇವನನ್ನು ನೋಡಿದ ಕೂಡಲೇ ಒಂದೇ ಸವನೆ ನಗೆಯಾಡಲಿಕ್ಕೆ

ಹತ್ತುತ್ತದೆ. ಅದನ್ನು ನೋಡಿದ ಹೊಂತಗಾರಿ ಒಳ್ಳೇ ಸಂತೋಷದಿಂದ ಹಣ್ಣು ಕೊಯ್ಯಲು ಮರವನ್ನು ಏರಿದನು. ಆದರೆ ಅವನು ಮರವನ್ನು ಏರಿದಷ್ಟೇ ಮೇಲಕ್ಕೆ ಆ ಹಣ್ಣೂ ಹೋಯಿತು. ಅವನು ಮತ್ತೂ ಮತ್ತೂ ಮರವನ್ನು ಏರಿದಂತೆ ಹಣ್ಣೂ ಕೂಡ ಮತ್ತೂ ಮತ್ತೂ ಮೇಲೆ ಏರಿತು. ಇವನು ಕೆಳಗೆ ಇಳಿಯಲಿಕ್ಕೆ ಹತ್ತಿದ; ಹಣ್ಣೂ ಕೂಡ ಕೆಳಗೆ ಇಳಿಯಲಿಕ್ಕೆ ಹತ್ತಿತು. ಇವನಿಗೆ ಹಣ್ಣು ಕೊಯ್ಯಲು ಮೇಲಕ್ಕೆ ಕೆಳಕ್ಕೆ ಹತ್ತಿ ಇಳಿದು ಸಾಕಾಯ್ತು. ತುತ್ತ ತುದಿಗೆ ಅವನು ಹಣ್ಣನು ಹಿಡಿಯಲಿಕ್ಕೆ ಮರದಿಂದ ಮೇಲ್ಕೆ ಹಾಕಿಬಿಟ್ಟನು. ಹಾರಿ ಹಣ್ಣು ಕೊಯ್ದನು; ಆದರೆ ಮರದಿಂದ ಕೆಳಕ್ಕೆ ಬಿದ್ದು ಸತ್ತೇಹೋದನು. ಅವನ ಎಲುಬು ಮೂಳೆಗಳೆಲ್ಲ ಚೂರು ಚೂರಾಗಿ ಹೋಗುತ್ತವೆ.

ಈ ಕಡೆಯಲ್ಲಿ ಎಲವುರಾಯನ ಮಗಳ ತುಲಸಿಗಿಡ ಬಾಡುತ್ತದೆ. ಚರ್ಮರಾಯನ ಕುಮಾರಿಯ ಮಲ್ಲಿಗೆ ಮೊಗ್ಗೆ ಬಾಡಿಹೋಗುತ್ತದೆ. ಜೀವರಾಯನ ಮಗಳ ಬಲಮೊಲೆಯಲ್ಲಿ ರಕ್ತ ಸುರಿಯುತ್ತದೆ. ಅವರೆಲ್ಲರೂ ತಮ್ಮ ಗಂಡ ಸತ್ತನೆಂದು ಕಣ್ಣೀರನ್ನು ಬಿಡುತ್ತ ಗಂಡನ ಕುದುರೆಯ ಹೆಜ್ಜೆಯ ಜಾಡನ್ನು ಹಿಡಿದು ಗಂಡನು ಸತ್ತು ಬಿದ್ದ ಸ್ಥಳಕ್ಕೆ ಬಂದು ಮುಟ್ಟುತ್ತಾರೆ. ಗಂಡನ ಪುಡಿಪುಡಿಯಾದ ಎಲುಬುಗಳನ್ನು ಎಲವುರಾಯನ ಮಗಳು ಸರಿಯಾಗಿ ಕೂಡಿಸುತ್ತಾಳೆ ಚರ್ಮರಾಯನ ಮಗಳು ಹರಿದುಹೋದ ಚರ್ಮಗಳನ್ನು ಸರಿಪಡಿಸುತ್ತಾಳೆ. ಜೀವರಾಯನ ಮಗಳು ಹೋದ ಜೀವವು ಪುನಃ ಬರುವಂತೆ ಮಾಡುತ್ತಾಳೆ. ಜೀವಪಡೆದ ಹೊಂತಗಾರಿ ಕೂಯ್ ಹಾಕುವ ನೀರು ನಗೆಯಾಡುವ ಮಾವಿನ ಹಣ್ಣು, ಎರಡನ್ನೂ ತೆಗೆದುಕೊಂಡು ತನ್ನ ಮೂರು ಮಂದಿ ಹೆಂಡಂದಿರನ್ನು ಕರೆದುಕೊಂಡು ತನ್ನೂರೆಡೆಗೆ ನಡೆದನು. ಹೋಗುವಾಗ ಮೊದಲು ಜೀವರಾಯನ ರಾಜ್ಯಕ್ಕೆ ನಡೆಯುತ್ತಾನೆ. ಮಾವನಾದ ಜೀವರಾಯ ತನ್ನ ಮಗಳನ್ನು ಇವನಿಗೆ ಧಾರೆಯೆರೆದು ಕೊಟ್ಟದ್ದಲ್ಲದೆ, ಮುತ್ತುರತ್ನಾದಿಗಳನ್ನೂ ಕೊಡುತ್ತಾನೆ. ಮುಂದೆ ಹೊಂತಗಾರಿಯು ಚರ್ಮರಾಯ ಹಾಗೂ ಎಲುವರಾಯರ ಪಟ್ಟಣಕ್ಕೂ ನಡೆದು, ಚರ್ಮರಾಯ, ಎಲವುರಾಯರ ಮಕ್ಕಳನ್ನೂ ಧಾರೆಯೆರೆಸಿಕೊಂಡು, ವಸ್ತು, ಒಡವೆ, ನವರತ್ನಾದಿಗಳನ್ನು ಪಡೆದು, ತನ್ನ ಮನೆಗೆ ಬರುತ್ತಾನೆ. ಮಿಂಚಿನ ಗೊಂಚಲಂತೆ ಕಾಂತಿ ಬೀರುತ್ತ ಬರುವ ಹೊಂತಗಾರಿ, ಹಾಗೂ ಅವನ ಹೆಂಡಂದಿರನ್ನು ನೋಡಿದ ಗೌಡ ಗೌಡತಿಯರಿಗೆ ದಿಗಿಲು. ಕೊನೆಗೆ ಹೊಂತಗಾರಿ, 'ನಾನು ನಿಮ್ಮ ಮಗ ಕೋಮನ ಮರಿಯು. ಇವರು ನನ್ನ ಹೆಂಡಂದಿರು ಕೂಯ್ ಹಾಕುವ ನೀರು, ನಗೆಯಾಡುವ ಮಾವಿನಹಣ್ಣು ತಂದಿದ್ದೇನೆ ತೆಗೆದುಕೋ' ಎಂದನು. ಗೌಡ ಗೌಡತಿಯರಿಗೆ ಮುಗಿಲು ಮುಟ್ಟಲು ಮೂರೇ ಗೇಣು. ಅವರ ಸಂತೋಷ ಕುಣಿತಗಳಿಗೆ ಪಾರವೇ ಇರಲಿಲ್ಲ. ಗೌಡನು ನಗೆಯಾಡುವ ಮಾವಿನಹಣ್ಣು ಕೂಯ್ ಹಾಕುವ ನೀರನ್ನು ತೆಗೆದುಕೊಂಡು ಹೋಗಿ, ರಾಜನಿಗೆ ಕೊಟ್ಟ ತಕ್ಷಣ, ರಾಜನು ಗೌಡನ ಮಗನ ಪೌರುಷಕ್ಕೆ ಮೆಚ್ಚಿ, ಅವನನ್ನು ತನ್ನೆಡೆಗೆ ಕರೆಯಿಸಿಕೊಂಡು ಅವನಿಗೆ ತನ್ನ ಮಗಳನ್ನು ಧಾರೆಯೆರೆದುಕೊಡುವನು.

**

೪೩. ಮಾತ್ನಾಡುವ ಅಡಿಕೆ ನೆಗಾಡುವ ಎಲೆ

ಒಂದಾನೊಂದೂರಲ್ಲಿ ಒಬ್ಬ ರಾಜ ಇದ್ನಂತೆ. ಆ ರಾಜ್ನೀಗೆ ಒಬ್ಬ ಮಗ. ಅವನು ಚಿಕ್ಕ ಪ್ರಾಯದವ. ಹೊರಗಡೆ ಬೆಳಕೀಗೆ ಬಂದಿರಲಿಲ್ಲ; ಹಾಗೇ ವಯಸೀಗೆ ಬಂದ. ಅವನ್ನು ಪಟ್ಟುಕ್ಕೆ ಕೂರ್ಸಬೇಕಾಗಿ ಬಂತು. ಹುಟ್ಟಿದ ಮಗನಿಗೆ ಅಲ್ಲೀವರಿಗೂ ಚೌರ ಮಾಡ್ಸಿರಲಿಲ್ಲ. ಚೌರ ಮಾಡುಸ್ಟಕು ಅಂತ ಒಬ್ಬ ಹಜಾಮನನ್ನು ಕರಿಸಿದ್ರು.

ಚೌರದವನು ಬಂದ. ರಾಜನ ಮಗನ್ನೂ ಚೌರದವನನ್ನೂ ಒಂದು ಕೋಣೆಗೆ ಕೂಡಿದ್ರು. ಚೌರದವನು ರಾಜನ ಮಗನ ತಲಿಗೆ ಸುತ್ತಿದ್ದ ಪೇಟ ಎಲ್ಲ ಬಿಚ್ಚಿದ. ಪೇಟ ಬಿಚ್ಚಿ ನೋಡ್ಬೇಕಾದ್ರೆ ರಾಜನಮಗನ ಕಿವಿ ಕತ್ತೇದು. ಆವಾಗ ಚೌರದಂವ—'ಅಯ್ಯೊ ಕತ್ತೆ ಕಿವಿ' ಅಂದ. ಆಗ ರಾಜನ ಮಗ—'ನೋಡು ಎಚ್ಚರಿಕೆಯಿಂದಿರು. ಈ ವಿಸಯಾನ ಯಾರಿಗೂ ಹೇಳ್ಬೇಡ. ಎಲ್ಲಾದ್ರೂ ಯಾರಿಗಾದ್ರೂ ಹೇಳುದ್ರೆ ನಿನ್ನ ಹೊಟ್ಟೆ ಡೊಳ್ಳು ಬಂದು ನೀ ಸಾಯ್ತೀಯ' ಅಂತ ಸಾಪಕೊಡ್ತಾನೆ.

ಹಾಗೇ ಎಷ್ಟೋ ದಿವಸ ಆದ ಕೂಡ್ಲೆ ಚೌರದವನಿಗೆ ವಿಕಲ್ಪ ಆಯ್ತು, ಮಂಕಾಗಿಬಿಟ್ಟ. 'ರಾಜನ ಮಗನಿಗೆ ಹಂಗೆ ಹೇಳಿಬಿಟ್ನೆಲ್ಲಾ' ಅಂತ ಚಿಂತೆ ಹಿಡೀತು. ಅವ್ನೀಗೆ ಆ ಊರಾಗೆ ಇರಾಕೆ ಮನ್ಸಾಗ್ಲಿಲ್ಲ—'ಎಲ್ಲಾರು ಪಕ್ಕುನೆ ಯಾರಿಗಾದ್ರು ಹೇಳಿ ಬಿಡ್ತೀನೇನೊ, ಸತ್ತುಬಿಡ್ತೀನೇನೊ' ಅಂತ ಭ್ರಮೆಯಾಗಿಬಿಡ್ತು.

ಮಾರನೇ ದಿವಸ ರಾಜನ ಮಗನ ಹತ್ರ ಹೋಗ್ತಾನೆ. ಹೋಗಿ—'ನಾ ಇವತ್ತು ಊರು ಬಿಟ್ಟು ಹೋಗ್ತೀನಿ. ನಿಮ್ಮ ವಿಸಯಾನ ಪಕ್ಕುನ ಯಾರ ಜತೀಲಾದ್ರು ಹೇಳಿಬಿಟ್ರೆ ನಾ ಸಾಯ್ತೀನಿ. ಅದ್ಕೆ ಊರ್ನೇ ಬಿಟ್ರೆ ನಿಮ್ಮುನ್ನ ಮರ್ತು ಬಿಡ್ತೀನಿ' ಅಂತ ಹೇಳಿ ಅಲ್ಲಿಂದ ಹೊರಟುಬಿಡ್ತಾನೆ.

ಆ ದಿವಸ ರಾತ್ರಿ ಮಲಗಿದ್ದಾಗ ಈ ಹಜಾಮನಿಗೆ ಒಂದು ಕನಸು ಬಿತ್ತು: 'ನೀನು ಹೋಗೋದಂತು ಹೋಗ್ತೀಯ, ಮುಂದಾದ್ರು ನೀನು ಹ್ಯಾಗಾರು ಸಾಯಾಂವ, ಅದಕ್ಕುಂದು ಆರಡಿ ಗುದ್ದು ಹೊಡ್ದು ಆ ಗುದ್ದಿನೊಳಗೆ, 'ರಾಜನ ಕಿವಿ ಕತ್ತೆಕಿವಿ' ಅಂತ ಎಲ್ಡು ಮೂರು ಸಲ ಹೇಳಿ ಒಂದು ಗಿಡ ನೆಟ್ಟು ಹೋಗು' ಅಂತ. ಮಾರ್ನೆ ದಿನ ಅದೇ ರೀತಿ ಮಾಡಿ ಬೇರೆ ಸ್ತಳುಕ್ಕೆ ಹೊಲ್ಟು ಹೋಗಿಬಿಡ್ತಾನೆ.

ಹೀಗೇ ಎಷ್ಟೋ ಸಮಯ ಕಳೀತಾ ಇರುವಾಗ ರಾಜನ ಮಗನಿಗೆ ಒಂದು ಕನಸು ಬೀಳ್ತದೆ: 'ಮಾತಾಡ ಅಡಿಕೆ ನೆಗಾಡುವ ಎಲೆ, ಎನ್ನುವ ಕನ್ನೇರು ಎಲ್ಲುಜನ ಹುಟ್ಟೀದಾರೆ. ಮದ್ವೆಯಾದ್ರೆ ಅವ್ರುನ್ನೇ ಆಗ್ಬೇಕು' ಅಂತ. ಆವಾಗ ಇಬ್ರು ಮಂತ್ರಿಗಳಿಗೆ ಕರ್ದು ಆಜ್ಞೆ ಮಾಡ್ತಾನೆ—'ಮಾತಾಡುವ ಅಡಿಕೆ ನೆಗಾಡುವ ಎಲೆ ಎಂಬ ಹುಡಿಗೀರು ಎಲ್ಲಿದಾರೆ ಅವ್ರುನ್ನ ಹುಡ್ಕಿ ತರ್ಬಕು' ಅಂತ ಹೇಳಿ ಜನ ಬಿಡ್ತಾನೆ, ರಾಜನ ಮಗ.

ಈ ಮಂತ್ರಿಗಳು ರಾಜನ ಮಗ ಕೊಟ್ಟಿದ್ದಂತ ಪೋಟೋಗಳನ್ನು ಇಟ್ಗುಂಡು ಪೂರಾ ದೇಸ ಎಲ್ಲ ತಿರುಗಿದ್ರು. ಎಲ್ಲ ದೇಸ ತಿರುಗಿ ಅಂತ್ಯಮಾಡಿ ಆ ಕೆನ್ನೇರ್ನ ತಲಾಸು ಮಾಡಾಕೆ ಆಗ್ದೆ ರಾಜನ ಮಗನಿಗೆ ಪೋಟೋನ ಹಿಂದುಕ್ಕೆ ತಂದುಕೊಡ್ತಾರೆ. ಎಲ್ಲೆಲ್ಲಿ ಎಷ್ಟು ರಾಜ್ಯ ತಿರುಗಿ ಬಂದಿದೀವಿ ಅನ್ನಾದ್ಕೆ ನಕಾಸೆ ಎಲ್ಲ ದಾಖಲೆ ಒಪ್ಪುಸ್ತಾರೆ. 'ಎಲ್ಲೂ ಕಂಡಿಲ್ಲ, ಈ ಹೆಣ್ಣು ಮಕ್ಕಳು ಹುಟ್ಟೇ ಇಲ್ಲ' ಅಂತ ಇಬ್ರೂ ವಾದುಸ್ತಾರೆ. ಆವಾಗ ರಾಜನ ಮಗ—'ನೀವು ಇಲ್ಲ ಅಂತ ಹೇಳುದ್ರೆ ನಾ ಒಪ್ಪಾದಿಲ್ಲ. ಇದ್ದೇ ಇದಾರೆ' ಅಂತ ಹೇಳಿ ಅವ್ರುನ್ನ ದಿಕ್ಕರಿಸ್ತಾನೆ.

ಈ ಹಜಾಮ, ಊರು ಬಿಟ್ಟು ಹೋದಾಂವ ಗುಡ್ಡ ಬೆಟ್ಟ ಹತ್ತಿ ದೇಸ ತಿರುಗ್ತಾ ಇರ್ತಾನೆ. ಹೀಗೇ ಅಡಿವ್ಯಾರಣ್ಯದಲ್ಲಿ ಹೋಗ್ತಿರುವಾಗ ಅಡಿವೀಲಿ ವಜ್ರ ಮಾಣಿಕ್ಯ ತೇಲಿ ಬರ್ತಾ ಇದಾವೆ, ಈ ಚೌರದಂವ ಅದನ್ನ ನೋಡಿಬಿಟ್ಟು—'ಆ ನದಿ ಎಲ್ಲಿ ಹುಟ್ಟಿ ಬರ್ತದೆ ನೋಡ್ಬಕು' ಅಂತ ಹೇಳಿ ನೀರಲ್ಲೇ ಇಳ್ಕುಂಡು ನೋಡ್ತಾ ಹೋಗ್ತಾನೆ. ಆ ವಜ್ರ ಮಾಣಿಕ್ಯಾನ ಹೆರ್ಕಿ. ತಗುಣಾಕೆ ಅವ್ನಿಗೆ ಮನ್ಸಾಗಲ್ಲ. ಹಂಗೇ ಹೋಗ್ತಿರ್ತಾನೆ. ಹೋಗ್ತಿರಬೇಕಾರ್ನೆ ಆ ನದಿ ದಡದಲ್ಲಿ ಒಂದು ಹುಡುಗೀನ ಕಡ್ದು ಮರುಕ್ಕೆ ನೇತು ಹಾಕಿರಾದು ಕಾಣ್ತದೆ. ಆ ರಕ್ತ ಹುಂಡು ಹುಂಡಾಗಿ ಬಿದ್ದು ನೀರಲ್ಲೆ ವಜ್ರಾಗಿ ತೇಲಿ ಹೋಗ್ತಾ ಇತ್ತು. ಇದೇನಿದು ನೋಡ್ಬಕು ಅಂತ ಹೇಳಿ ಅಲ್ಲೆ ಒಂದು ಕಡೆ ಮುಚ್ಚಿ ಕೂರ್ತಾನೆ. 'ಯಾರು ಕಡ್ದಿರಾದು? ಇದು ಕಾರಣ ಏನು? ಇದು ಮುಂದೇನಾಗುತ್ತೆ? ಎಲ್ಲ ನೋಡ್ಬಕು ಅಂತ ಹೇಳಿ ಅಲ್ಲೇ ಅಡವೀಲಿ ಕಾದು ಕೂರ್ತಾನೆ. ಸಾಮಾನ್ಯ ಮಧ್ಯರಾತ್ರಿ ಮೇಲ್ಪಟ್ಟು ಅಲ್ಲಿಗೆ ಒಬ್ಬ ರಾಕ್ಷಸ ಬರ್ತಾನೆ. ಬಂದು ಕೋಲನ್ನು ಹುಡುಗಿ ಕುತ್ತಿಗೆ ಮೇಲೆ ಎಳೀತಾನೆ. ಹುಡುಗಿ ಕುತ್ಗಿ ಜೈಂಟ್ ಆಗಿ ಬಿಡ್ತದೆ. ಇಬ್ರೂ ರಾತ್ರಿ ಇಡಿ ಸಂತೋಸದಿಂದ ಅಲ್ಲಿರ್ತಾರೆ. ಈ ಚೌರದಂವ ಎಲ್ಲದ್ನೂ ಕಾದು ನೋಡ್ತಿರ್ತಾನೆ. ಬೆಳಗೀನ ಜಾಮದ ಹೊತ್ತಿಗೆ ಆ ರಾಕ್ಷಸ ಯಥಾ ಪರಿಕ್ಯಾರ ಹುಡುಗಿ ಕುತ್ಗಿ ಕಡ್ದು ಮರುಕ್ಕೆ ನೇತು ಹಾಕಿ ಹೋಗಿಬಿಡ್ತಾನೆ.'

ಆ ರಾಕ್ಷಸ ಹೊಲ್ಟು ಹೋದಕೂಡ್ಲೆ ಈ ಚೌರದಂವ ಅಲ್ಲಿಗೆ ಹೋಗಿ ರಾಕ್ಷಸನ ಕೋಲು ತೆಗೆದು ಹುಡುಗಿಯ ಮೈಮೇಲೆ ಎಳೀತಾನೆ. ಹುಡಿಗೆ ಕುತಿಗಿ ಜೈಂಟ್ ಆಗ್ತದೆ. ಆವಾಗ ಹುಡುಗೀನ ಏನು ಯಾರು ಎತ್ತ ಏನು ಕಾರಣ ಯಾರು ಮಕ್ಕಳು? ಏನು ವಿಸಯ? ಅಂತ ಎಲ್ಲವ ಕೇಳ್ತಾನೆ. ಆವಾಗ ಆ ಹುಡುಗಿ—'ನಾವು ಭೂದೇವಿ ಮಕ್ಳು. ನನ್ನ ಅಕ್ಕ ಒಬ್ಳು ಐದಾಳೆ. ನನ್ನ ಕೊಲ್ಲ ರಾಕ್ಷಸನ ತಮ್ಮನ ಕೈಯೊಳಗೆ ಅವಳಿದಾಳೆ. ಈ ರಾಕ್ಷಸನ ಕೈಯೊಳಗೆ ನಾನ್ಯೆದೀನಿ' ಅಂತ ಎಲ್ಲ ಹೇಳ್ತಾಳೆ. ಆವಾಗ ಚೌರದಂವ 'ಹಾಗಾದ್ರೆ

ಆ ರಾಕ್ಷಸುರ್ನ ಕೊಂದು ನಿಮ್ಮುನ್ನ ಉಳಿಸಾಕೆ ನನ್ನಿಂದ ಆಗುತ್ತ್ಯೆ?' ಅಂತ ಕೇಳ್ದ. 'ಇಲ್ಲ, ನಿನ್ನಿಂದ ಸಾದ್ಯಿಲ್ಲ. ಏಳು ಸಮುದ್ರುದಾಚೆಗೆ ಕೀಳು ಸಮುದ್ರ ಅಂತ ಐತೆ. ಅದರ ಮಧ್ಯದಲ್ಲಿ ಒಂದು ಗಿಣಿ ಐತೆ, ಆ ಗಿಣಿ ಕೊಲೆಯಾದ ಕೂಡ್ಲೆ ಈ ರಾಕ್ಷಸ ಸಾಯ್ತಾನೆ. ಇಲ್ದೆ ಹೋದ್ರೆ ಅವ್ನ ಕೊಲೆಮಾಡ್ಲಿಕ್ಕೆ ಸಾಧ್ಯವೇ ಇಲ್ಲ' ಅಂತ ಹೇಳ್ತಾಳೆ. ಅಷ್ಟೆಲ್ಲಾ ವಿಸಯ ತಿಳಿದಾದ್ಮೇಲೆ ಆ ಹುಡುಗೀನ ಮತ್ತೆ ಅದೇ ರೀತಿ ಕಡ್ದು ಮರುಕ್ಕೆ ನೇತುಹಾಕಿ ಮುಂದೆ ಹೋಗಿ ಬಿಡ್ತಾನೆ.

ಹೀಗೇ ಮುಂದೆ ಹೋಗ್ತಿರಬೇಕಾರ್ನೆ ಆ ಹೊಳೇಲಿ ಮಾಣಿಕ್ಯ ತೇಲಿ ಬರ್ತಾ ಇರ್ತದೆ. ಅದು ಎಲ್ಲಿ ಯಾವ ಸ್ಥಳದಲ್ಲಿದೆ ಹುಡುಕ್ಬೇಕು ಅಂತ ಹೋಗ್ತಾನೆ. ಅಲ್ಲಿ ಹೋಗಿ ನೋಡ್ಬೇಕಾರೆ ಅಲ್ಲೂ ಅದೇ ರೀತಿ ಹಿಂದೆ ಆದ ರೀತೀನೆ ಐತೆ. ಆ ಹುಡುಗೀದ್ನೂ ಎಲ್ಲ ಕಾದು ಕುಂತು ನೋಡ್ತಾನೆ. ಆ ರಾಕ್ಷಸನೂ ಅದೇ ರೀತಿ ಹುಡುಗೀನ ಜೀವಮಾಡಿ ರಾತ್ರಿ ಸುಖಪಟ್ಟು ಬೆಳಗಿನ ಜಾಮ ಕಡ್ದು ನೇತುಹಾಕಿ ಹೋಗಿಬಿಡ್ತಾನೆ. ಈ ಚೌರದಂವ ಆ ಹುಡುಗೀನ್ನು ಜೀವ ಬರ್ಸಿಕೀಡು ಎಲ್ಲ ವಿಸಯಾನು ಕೇಳಿ ತಿಳ್ಕುತಾನೆ. ಆ ರಾಕ್ಷಸುನ್ನ ಕೊಲ್ಲ ಮಾರ್ಗ ಯಾವ್ದು? ಅವ್ನ ಜೀವ ಎಲ್ಲಿದೆ ಅಂತ ಎಲ್ಲ ಕೇಳಿ ತಿಳ್ಕುತಾನೆ. 'ಆ ಇಬ್ರು ರಕ್ಕಸರ ಜೀವಾನು ಒಂದೇ ಗಿಳೀಲಿ ಐತೆ, ಆ ಗಿಳಿ ಕೊಂದ ಹೊರ್ತು ಅವ್ರು ಸಾಯಲ್ಲ. ಅವರ ಜೀವ ಇರಾದೆ ಗಿಳೀಲಿ. ಹರಿ ಬರ್ಮನಿಂದಲೂ ಅವರ್ನ ಸಾಯ್ಸಾಕೆ ಆಗಲ್ಲ' ಅಂತ ಎಲ್ಲ ಆ ಹುಡುಗಿ ಹೇಳ್ತಾಳೆ. ಎಲ್ಲ ತಿಳ್ದಾದ ಮೇಲೆ ಆ ಹುಡುಗೀನ್ನು ಮೊದಲಿನಂತೆ ಕಡ್ದು ಮರಕ್ಕೆ ನೇತ್ಹಾಕಿಬಿಟ್ಟು ಗಿಳಿ ಹುಡುಕ್ತಾ ಹೊರಡ್ತಾನೆ. 'ಗಿಳಿ ಹಿಡ್ದು ಕೊಲ್ಲಬೇಕು' ಅಂತ ಹೀಗೇ ಹೋಗ್ತಿರ್ತಾನೆ. ಈ ಚೌರದಂವ ಹೋಗ್ತಾ ಹೋಗ್ತಾ ಏಳನೇ ಸಮುದ್ರ ಮೆಟ್ತಾನೆ. ಏಳನೆ ಸಮುದ್ರ ಮೆಟ್ಟಿದ ಕೂಡ್ಲೆ ಈ ರಕ್ಕಸರಿಗೆ ಜೀವಸಂಕಟ ಸುರು ಆಗ್ತದೆ. ಯಾಕೆ ಹೀಗೆ ಅಂತ ಮನ್ಸಿನೊಳಗೆ ಒಂತರಾ ಆಗ್ತದೆ, ಅವರಿಗೆ. ಈ ಚೌರದಂವ ಏಳು ಸಮುದ್ರ ದಾಟಿ ಕೀಳುಸಮುದ್ರಕ್ಕೆ ಹೋಗಿ ಆ ಗಿಳಿ ಹಿಡ್ಕುಬಿಡ್ತಾನೆ. ಇಲ್ಲಿ ಇವ್ನು ಗಿಳಿ ಹಿಡ್ಕೊಂಡ ತಕ್ಷಣ ಆ ರಕ್ಕಸರು ನಮ್ಮ ಜೀವ ತಗಿಯಾಕೆ ಯಾವನೋ ಒಬ್ಬ ಹೋಗೇದಾನೆ ಅಂತ ತಿಳಿದು ಓಡಿ ಬರ್ತಾರೆ. ಅವರು ಮೂರು ಸಮುದ್ರ ದಾಟಿ ನಾಲ್ಕನೆ ಸಮುದ್ರಕ್ಕೆ ಹಾರೋ ಹೊತ್ತಿಗೆ ಈ ಚೌರದಂವ ಆ ಗಿಳಿಯ ಒಂದು ರೆಕ್ಕೇನ ಕತ್ತರ್ಸಿ ಬಿಡ್ತಾನೆ. ಆವಾಗ ಇವರಿಬ್ರೂದ್ದೂ ಒಂದೊಂದು ಕಾಲು ಮುರ್ದು ಹೋಗ್ತಾದೆ. ಅವ್ರು ಹೆಂಗೆಂಗೊ ಮಾಡಿ ನಾಲ್ಕು ಸಮುದ್ರ ದಾಟುದ್ಮೇಲೆ ಗಿಳಿಯ ಇನ್ನೊಂದು ಕಾಲ್ನೂ ಮುರ್ದು ಹಾಕ್ದ, ಚೌರದಂವ. ಅವ್ರ ಮತ್ತೊಂದೊಂದು ಕಾಲು ಮುರ್ದು ಹೋಗ್ತಾವೆ. ಅವ್ರು ಹತ್ತತ್ರ ಬಂದಕೂಡ್ಲೆ ಗಿಳಿಯ ಎರಡು ರೆಕ್ಕೇನ ಕಡ್ದು ಕುತ್ತಿಗೀನ ಕಟ್ ಮಾಡಿಬಿಡ್ತಾನೆ. ಆವಾಗ ಆ ರಕ್ಕಸರು ಇಬ್ರೂ ಸತ್ತು ಬಿಡ್ತಾರೆ.

ಚೌರದಂವ ವಾಪಾಸು ಆ ಹುಡಿಗೇರು ಇರಲ್ಲಿಗೆ ಬರ್ತಾನೆ. ಬಂದು ಇಬ್ರುನ್ನೂ ಜೀವ ಬರುಸ್ತಾನೆ. ಜೀವ ಮಾಡ್ಬಿಟ್ಟು ಊರಿಗೆ ಕರ್ಕುಂಡು ಬರ್ತಾನೆ.

ಇಲ್ಲಿ ಈ ರಾಜನ ಮಗ 'ಮಾತಾಡ ಅಡಿಕೆ ನೆಗಾಡ ಎಲೆ ಎಂಬ ಹೆಣ್ಣುಗಳು ನನಗೆ ದಕ್ಕಲಿಲ್ಲವಲ್ಲಾ' ಅಂತ ಕೊರುಗ್ತಿರ್‍ತಾನೆ. ಹೀಗೇ ಕೊರುಗ್ತಿರುವಾಗ ಈ ಹಜಾಮನ ಮನೇಲಿರಾ ಆ ಹುಡುಗೇರ್‍ನ ನೋಡ್ದಾರು ಯಾರೋ ರಾಜನ ಮಗನ ಹತ್ರ ಹೋಗಿ–'ಸಾಮಿ, ಹಜಾಮನ ಮನೇಲಿ ಇಬ್ರು ಹುಡಿಗೇರು ಅದಾರೆ. ಇಂತಾ ಹುಡಿಗೇರ್‍ನ ಪ್ರಪಂಚದಲ್ಲಿ ಎಲ್ಲೂ ನೋಡಿಲ್ಲ. ಅಂತವರ್‍ನ ಚೌರದವನು ಕರ್‍ಕುಂಡು ಬಂದು ಮನೇಲಿಟ್ಕುಂಡಿದಾನೆ' ಅಂತ ದೂರು ಹೇಳ್ತಾರೆ. ಆವಾಗ ರಾಜನ ಮಗ ಹೌದೊ ಅಲ್ಲೊ ನೋಡ್ಬಕು ಅಂತ ಜನ ಬಿಡ್ತಾನೆ, ತಿಳಿಯಾಕೆ. ಆ ಜನ ಈ ಚೌರದವನು ಇಲ್ಲದೆ ಇದ್ದ ಟೇಮಿಗೆ ಸರಿಯಾಗಿ ಬರ್‍ತಾರೆ. ಈ ಹುಡಿಗೇರು ಒಬ್ರು ನೆಗಾಡದು ಇನ್ನೊಬ್ಳು ಮಾತಾಡಾದು ಮಾಡ್ತಿದ್ವು. ಬರೀ ಶಬ್ದ ಮಾತ್ರ ಕೇಳ್ತದೆ ಹೊರ್‍ತು ಅವರು ಕಣ್ಣಿಗೆ ಕಾಣಿಸ್ಕುಣಾದಿಲ್ಲ. ಆವಾಗ ಅವರು ರಾಜನ ಮಗನ ಹತ್ರ ಬಂದು–'ಚೌರದವನ ಮನೇಲಿ ಮಾತೂ ಕೇಳ್ತದೆ, ನೆಗಾಡದೂ ಕೇಳ್ತದೆ; ಮನುಷ್ಯರು ಮಾತ್ರ ಯಾರೂ ಕಾಣಲ್ಲ' ಅಂತ ಹೇಳ್ತಾರೆ.

ಅದೇನು ನೋಡ್ಬಕು ಅಂತ್ಹೇಳಿ ರಾಜುನ ಮಗ ಒಂದು ದಿನ ವಿಶೇಷ ಮಾಡುಸ್ತಾನೆ. ವಿಶೇಷ ಕಾರ್ಯ ಮಾಡುಸ್ದಾಗ ವಾದ್ಯಸೆಟ್ ಬೇಕಲ್ಲ ಆ ಉದ್ದೇಶುಕ್ಕೆ ಚೌರದವನಿಗೆ ಬರು ಹೇಳ್ತಾರೆ. ಆವಾಗ ಈ ಚೌರದವರು ವಾದ್ಯ ಹುಡ್ಕಿ ನೋಡಾಗ ವಾದ್ಯ ಎಲ್ಲ ಹಾಳಾಗಿರ್‍ತದೆ ಎಲ್ಲ ಮೂಲೆಗೆ ಬಿದ್ದು. ಆವಾಗ ಅವ್ರು 'ಏನು ಮಾಡ್ತಾರೆ? ಈ ಚೌರದವನು ನಟ್ಟಿದ್ನಲ್ಲಾ ಆ ತೊಗಟೆ ಮರಾನ ಕಡ್ದು ಒಂದು ತಬಲ ತಯಾರು ಮಾಡ್ತಾರೆ. ಎಲ್ಲ ರೆಡಿ ಮಾಡಿಬಿಟ್ಟು ಅಲ್ಲಿಗೆ ಆ ದಿವಸ ಬರ್‍ತಾರೆ.

ಊರಿನವರಿಗೆ ಆ ದಿಸವ ಕಾರ್ಯ ಇದೆ ಅಂತ ಎಲ್ಲ ತಿಳಿವಳಿಕೆ ಪಡಿಸಿರ್‍ತಾರೆ. ಕೋಟ್ಯಂತರ ಜನ ಬರ್‍ತಾರೆ. ಆವಾಗ ಈ ಚೌರದವನು ವಾದ್ಯ ಸೆಟ್ ಬಡಿಯಾಕೆ ಸುರು ಮಾಡ್ತಾರೆ. ಆ ವಾದ್ಯಾನ ಬಡ್ದಂಗೂ ಅದು–'ರಾಜುನ ಮಗನ ಕಿವಿ ಕತ್ತೆ ಕಿವಿ, ರಾಜುನ ಮಗನ ಕಿವಿ ಕತ್ತೆ ಕಿವಿ' ಅಂತ ಶಬ್ದ ಮಾಡ್ತದೆ. ಆವಾಗ ರಾಜನ ಮಗ 'ವಾದ್ಯಸೆಟ್ ನಿಲುಸ್ರಪ್ಪಾ' ಅಂತ ಹೇಳಿ ವಾದ್ಯ ನಿಲ್ಸಿಬಿಡ್ತಾನೆ. ಈ ಚೌರದಂವರ್‍ನ ಕರ್‍ಸಿ 'ಯಾಕೆ ಹಿಂಗಾಯ್ತು' ಅಂತ ಎಲ್ಲ ಕೇಳ್ತಾನೆ. ಅವರಿಗೆ ಏನು ಅಂತ ಗೊತ್ತಾಗಲ್ಲ.

ಇಲ್ಲಿ ಈ ಚೌರದವನಿಗೆ ಏನಾಗಿರ್‍ತದೆ? ಆ ವಾದ್ಯ–'ರಾಜನ ಮಗನ ಕಿವಿ ಕತ್ತೆ ಕಿವಿ, ರಾಜನ ಮಗನ ಕಿವಿ ಕತ್ತೆ ಕಿವಿ' ಅಂತ ಶಬ್ದ ಮಾಡ್ದಂಗೂ ಇವನ ಹೊಟ್ಟೆ ಡೊಳ್ಳು ಬರ್‍ತದೆ. ವಿಷಯ ತಿಳಿದು ರಾಜನ ಮಗ ಚೌರದಂವನ್ನ ಕರುಸ್ತಾನೆ. 'ನಿನಗೆ ಏನಂತ ವರ ಕೊಟ್ಟಿದ್ದೆ? ಜನಗಳಿಗೆ ಹೇಳಬೇಡ ಅಂತ ಆವಾಗ ನಿನಗೆ ನಾನು ಹೇಳಿದ್ದೆ. ಎಂತಾ ಕೆಲ್ಸ ಮಾಡೀದೀಯ ಈ ರೀತಿ ಎಲ್ಲಾ ಆಗಿದಿಯಲ್ಲಾ?' ಅಂತ ರಾಜನ ಮಗ ಚೌರದವನಿಗೆ ಕೇಳ್ತಾನೆ. ಆವಾಗ ಚೌರದವನು–'ನನಗೆ ಒಂದು ಕನಸು ಬಿದ್ದು ಗುದ್ದು ತೋಡಿ, ಗುದ್ದಿನ ಒಳಗೆ ರಾಜನ ಮಗನ ಕಿವಿ ಕತ್ತೆ ಕಿವಿ, ರಾಜನ ಮಗನ ಕಿವಿ ಕತ್ತೆ ಕಿವಿ ಅಂತ ಮೂರು ಸಾರಿ ಹೇಳಿ ಒಂದು ತೊಗಟೆ ಗಿಡ ನೆಡಬೇಕು ಅಂತಾಗಿತ್ತು. ನಾನು ಹಂಗೇ ಎಲ್ಲ ಮಾಡಿ ದೇಸಾಂತರ ಹೋಗಿದ್ದೆ. ಇವತ್ತು ಈ ವಾದ್ಯದವರು ಆ ತೊಗಟೆಮರ ಕಡ್ದು ತಬಲ

ಮಾಡ್ಕಿ ಬಂದಿದಾರೆ. ಹಾಗಿದ್ದರಿಂದ ನಿಮ್ಮ ಸುದ್ದಿ ತಬಲದಿಂದ ಪ್ರಚಾರಕ್ಕೆ ಬಂದಿದೆ. ಅದಂತೂ ಹಾಗಿರಲಿ. ನನ್ನ ಹೊಟ್ಟೆ ಬೇರೆ ಡೊಳ್ಳು ಬಂದದೆ. ನಾ ಸಾಯಾದಂತೂ ನಿಶ್ಚಯ. ನನ್ನ ಹತ್ರ ಇಬ್ರು ಹುಡಿಗೀರು ಇದಾರೆ. ಅವ್ರು ಇಬ್ರುನ್ನೂ ನೀವೇ 'ಮದ್ವೆ ಆಗ್ತೀನಿ' ಅಂತ ಭಾಸೆ ಕೊಟ್ರೆ ಮಾತ್ರ ಭಾಸೆ ತಗೊಳ್ತೀನಿ' ಅಂತ ಹೇಳ್ದ. ಆವಾಗ ರಾಜನ ಮಗ–'ಆಗಬಹುದು' ಅಂತ ಒಪ್ಕಿಂಡು ಹುಡಿಗಿಯರ್ನ ಕರ್ಸಾಕೆ ಹೇಳ್ತಾನೆ. ಚೌರದಂವ ಎಲ್ಡು ಹುಡಿಗೇರ್ನು ಕರುಸ್ತಾನೆ. ಹಂಗೇನೆ ನಡ್ದಂತ ವಿಷಯಾನೆಲ್ಲ ಹೇಳಿ ಆ ಹೆಣ್ಣು ಮಕ್ಕಳ್ನ ತಂದ ರೀತಿ ತಿಳಿಸಿ ಅವರಿಬ್ರುನ್ನೂ ರಾಜನ ಕಡಿಗೆ ಒಪ್ಪಿಸ್ತಾನೆ. ಅಷ್ಟೊತ್ತಿಗೆಲ್ಲಾ ಚೌರದವನ ಹೊಟ್ಟೆ ಡೊಳ್ಳು ಬಂದಿರ್ತದೆ. ಸತ್ತೂ ಹೋಗಿ ಬಿಡ್ತಾನೆ.

ರಾಜನ ಮಗ ಆ ಹೆಣ್ಣು ಮಕ್ಕಳ್ನ ನೀವು ಯಾರು? ಏನು ಹೆಂಗೆ ಬಂದ್ರಿ? ಅಂತ ಮತ್ತೆ ಎಲ್ಲ ಕೇಳ್ತಾನೆ. 'ನಾವು ಭೂದೇವಿ ಮಕ್ಳು.' 'ನಾನು ಅಡಿಕೆ ನಾನು ಎಲೆ' ಅಂತ ಹೇಳ್ತಾರೆ. 'ನಾನು ಹಿಂದೆ ಬೇಕು ಅಂತ ಹೇಳಿದ ಹುಡಿಗೇರು ಇವ್ರೆ' ಅಂತ ತಿಳ್ಕಂಡು–
–'ಮಾತಾಡ ಅಡಿಕೆ ನೆಗಾಡ ಎಲೆ ಹೇಗೆ ಅನ್ನಾದ್ನ ತೋರ್ಸಿ ಕೊಟ್ರೆ ಮಾತ್ರ ನಾನು ಒಪ್ಕಿಣಾದು' ಅಂತ ಹೇಳ್ತಾನೆ, ರಾಜನಮಗ. ಆವಾಗ ಇವ್ರು 'ನಾವು ಮದಿವೆ ಆದ್ಮೇಲೆ ಹೇಳ್ತೀವೇ ಹೊರತು ಈಗ ಹೇಳಾಕಾಗಲ್ಲ' ಅಂತ ಹೇಳ್ತಾರೆ. ಆವಾಗ ರಾಜ ಅದುನ್ನ ಒಪ್ಕಿಂಬಿಟ್ಟು ಊರಿನವರನ್ನೆಲ್ಲಾ ಸೇರಿಸಿಬಿಟ್ಟು ಆ ಹುಡಿಗೇರ್ನ ಮದಿವೆ ಆಗಿ ಬಿಡ್ತಾನೆ.

ಮದಿವೆ ಎಲ್ಲ ಆಗಿ ಊರ್ನವರಿಗೆಲ್ಲಾ ತಿಳಿದ ಮೇಲೆ–'ನಿಮ್ಮ ವರ್ಣಿ ತೋರಿಸಿ ಕೊಡಿ' ಅಂತ ಕೇಳ್ತಾನೆ; ರಾಜನ ಮಗ. 'ಆಗಬಹುದು' ಅಂತಾರೆ ಇಬ್ರೂ. ಆವಾಗ ಸಾರ್ವಜನಿಕರ ಮದ್ಯದಲ್ಲಿ ಎಲ್ಡು ತಟ್ಟೆ ತಂದು ಇಡ್ತಾರೆ. ಇಬ್ರೂ ಒಂದೊಂದು ತಟ್ಟೆ ಒಳಗೆ ನಿಲ್ತಾರೆ. ನಿತ್ತ ತಕ್ಷಣ ಒಬ್ಳು ಅಡಿಕೆ, ಒಬ್ಳು ಎಲೆ ಆಗಿಬಿಡ್ತಾರೆ. ಸರಿ ಅಡಿಕೆ ಮಾತಾಡೋದು; ಎಲೆ ನೆಗಾಡಕೆ–ಸುರು ಮಾಡಿಬಿಟ್ವು. ಆವಾಗ ಸೇರಿದಾರೆಲ್ಲರಿಗೂ ಆಶ್ಚರ್ಯ ಆಗಿಬಿಡ್ತು. ರಾಜನ ಮಗನಿಗೆ ಅದು ನಿಜಾಂಶ ಅನ್ನಾದು ಗೊತ್ತಾತು ಆವಾಗ ಹಿಂದೆ ಹುಡ್ಕಾಕೆ ಅಂತ ಕಳಿಸಿದ್ನಲ್ಲಾ ಆ ಮಂತ್ರಿಗಳ್ನ ಕರುಸ್ತಾನೆ. 'ನೀವು ಎಲ್ಲಿ ಹುಡುಕಿದ್ರಿ ಏನು' ಅಂತ ಎಲ್ಲ ಮತ್ತೆ ಕೇಳ್ತಾನೆ. ಅವ್ರು 'ಸಾಮಿ ನಾವು ನಮ್ಮ ಕೈಲಾದಷ್ಟು ಹುಡ್ಕಿದ್ವು ಆದ್ರೆ ನಮುಗೆಸಿಗ್ಲಿಲ್ಲ. ಅದ್ಕೆ ನಾವು ಏನು ಮಾಡಾದು' ಅಂತ ಕೇಳ್ತಾರೆ. ಆಗ ರಾಜನ ಮಗ ಪೆಚ್ಚಾಗಿ ಅವರಿಬ್ರುನ್ನೂ ತನ್ನ ದೇಶದಿಂದ ಹೊರಟುಹೋಗಿ ಅಂತ ಹೇಳಿ ದಿಕ್ಕರಿಸಿಬಿಡ್ತಾನೆ.

ಈ ಮಾತಾಡ ಅಡಿಕೆ ನೆಗಾಡ ಎಲೆ ಜೊತೆಗೆ ಈ ರಾಜನ ಮಗ ಇವತ್ತಿಗೂ ಸುಖದಿಂದಿದಾನೆ ಅಂತ ಕೇಳಿದ್ದೆ ನೋಡು.

**

೪೪. ಶಾಪದ ಫಲ

ಒಂದು ಊರಲ್ಲಿ ಒಬ್ಬ ರಾಜ. ಆ ರಾಜನಿಗೆ ಬೇಟೆಯಾಡಾದು ಅಂದ್ರೆ ಬಾರೀ ಹುಚ್ಚು. ಒಂದೊಂದು ಸಾರಿ ಕಾಡಿಗೆ ಹೋದ್ರೆ ನೂರಾರು ಪ್ರಾಣಿಗಳನ್ನು ಕೊಂದು ಬಿಡ್ತಿದ್ನಂತೆ.

ಆ ಕಾಡಿನಲ್ಲಿ ಮಾಗುಡ್ಡ-ಮರಿಗುಡ್ಡ ಅಂತ್ಹೇಳಿ ಇದ್ವಂತೆ. ಆ ಮಾಗುಡ್ಡದಲ್ಲೇ ಆಗ್ಲಿ ಮರಿಗುಡ್ಡದಲ್ಲೇ ಆಗ್ಲಿ ಜಿಂಕೆಗಳ ಗುಂಪು ಕಂಡಾಬಟ್ಟೆ ಇರಾವಂತೆ. ಅಲ್ಲಿಗೆ ತನ್ನ ಪರಿವಾರ ದವರನ್ನೆಲ್ಲಾ ಕರ್ಕೊಂಡು ಹೋಗಾದು, ಜಿಂಕೆಗಳನ್ನು ಹೊಡ್ದು ಕೊನ್ನಾದು ಮಾಡ್ತಿದ್ನಂತೆ. ಈ ಗೋಳಿನ ಕಾಟ ತಾಳುನಾರ್ದೆ ಸಂಕಟದಿಂದ ಒಂದು ಜಿಂಕೆ ರಾಜನಿಗೆ ಶಾಪ ಕೊಡ್ತಂತೆ. ಅಷ್ಟಾದ್ರೂ ಇವ್ನು ಹುಚ್ಚಾಟ ಬಿಡ್ಲಿಲ್ಲ. ಆವಾಗ ಆ ಮಾಗುಡ್ಡ-ಮರಿಗುಡ್ಡದ ರಾಜಜಿಂಕಿಗಳು ಎಲ್ಲೂ ಹೋಗಿಬಿಟ್ಟು ರಾಜನಲ್ಲಿ ಬೇಡ್ಕಿತಾವಂತೆ. ಏನಂತ?—'ರಾಜಾ ನೀ ಯಾವಾಗ್ಲು ಬಂದು ಈ ರೀತಿ ನಮ್ಮ ಜಿಂಕೆ ವಂಶಾನ ಸರ್ವನಾಶ ಮಾಡ್ತಾ ಇದೀಯ. ಇದನ್ನ ಬಿಟ್ಟುಬಿಟ್ಟು ನಮ್ಮ ಮಾಂಸ ತಿಂದು ಜೀವನ ಮಾಡು. ಬೇಕಾದ್ರೆ ಸರದಿಪ್ರಕಾರ ದಿನುಕ್ಕೊಂದು ಜಿಂಕೇನ ನಾವೇ ಕಳ್ಸಿಕೊಡ್ತೀವಿ' ಅಂತ ಬೇಡಿಕುಂಡ್ವಂತೆ. ಆವಾಗ ರಾಜನಿಗೆ ಒಂದು ತರಾ ಬೇಸರವಾಗಿ ಶಿಕಾರಿ ಮಾಡಾದ್ನೆ ಬಿಟ್ಟು ಬಿಡ್ತಾನಂತೆ.

ರಾಜನಿಗೆ ತಿಳಿಸೀದ ರೀತೀಲಿ ಸರದಿಪ್ರಕಾರ ದಿನಕ್ಕೊಂದು ಜಿಂಕೇನ ಮಾಗುಡ್ಡ-ಮರಿಗುಡ್ಡದ ರಾಜಜಿಂಕೆಗಳು ಕಳುಸ್ತಾ ಇರ್ತಾವಂತೆ. ಒಂದು ದಿನ ಮಾಗುಡ್ಡದ ಜಿಂಕೆ ಕಳಿಸಿದ್ರೆ ಇನ್ನುಂದಿನ ಮರಿಗುಡ್ಡದ ಜಿಂಕೆ ಕಳುಸ್ಬಕು ಅಂತ ಈ ರಾಜಜಿಂಕೆಗಳೊಳಗೇ ಮಾತಾಗಿರ್ತದೆ. ಅದೇ ರೀತಿ ನಡಿತಾ ಇರ್ತದೆ.

ಒಂದಾನೊಂದು ದಿವಸ ಮಾಗುಡ್ಡದ ಜಿಂಕೆ ಒಂದರ ಸರದಿ ಬಂತಂತೆ. ಸರದಿ ಪ್ರಕಾರ ಹೋಗಬೇಕಾದ ಜಿಂಕೆ ಗಬ್ಬುದ್ದಂತೆ. ಆ ಗಬ್ಬುದ ಜಿಂಕೆ ಮಾಗುಡ್ಡದ ರಾಜಜಿಂಕೆ ಹತ್ರ ಬಂದು—'ಮರಿ ಹುಟ್ಟಿದ್ಮೇಲೆ ನನ್ನ ಕಳ್ಸಿ ಅಂತ ಬೇಡಿಕೊಳ್ತಂತೆ. ಆದ್ರೆ ಯಜಮಾನ ಜಿಂಕೆ ಒಪ್ಪಲಿಲ್ಲಂತೆ: ನಿನಗೆ ಬಂದ ಸರದೀನ ಬೇರೆಯವರಿಗೆ ಕೋಡೋದಕ್ಕೆ ಆಗಲ್ಲ' ಅಂತ ಹೇಳ್ತಂತೆ. ಆವಾಗ ರಾತ್ರಾ ರಾತ್ರೀನೆ ಆ ಗಬ್ಬುದ ಜಿಂಕೆ ಮರಿಗುಡ್ಡದ ಯಜಮಾನ ಜಿಂಕೆ ಹತ್ರ ಬಂದು ಯಜಮಾನ ಜಿಂಕೆ ಕಾಲು ಹಿಡ್ದು ಬೇಡ್ಕೀತಂತೆ: 'ಇವತ್ತು ನನ್ನ ಸರದಿ. ನನ್ನ ಬದ್ಲೀಗೆ ನಿಮ್ಮ ಗುಡ್ಡುದಿಂದ ಯಾವ ಜಿಂಕೆನಾದ್ರೂ ಕಳಿಸಿ. ನಂಗೆ ಮರಿ ಹುಟ್ಟಿದ್ಮೇಲೆ ನಾನು ಹೋತೀನಿ' ಅಂತ ಕೇಳ್ಕೀತಂತೆ. ಆವಾಗ ರಾಜಜಿಂಕೆ ಯಾವ ಜಿಂಕೇನ ಕಳ್ಸಾಕಾಗುತ್ತೆ? ಆ ಗುಡ್ಡದ ಜಿಂಕೆ ಬದಲಿಗೆ ಈ ಗುಡ್ಡದ ಜಿಂಕೇಲಿ ಯಾವ

ಜಿಂಕೆ ಹೋಗಾಕೆ ಒಪ್ತಾದೆ? ಕೇಳಂಗೂ ಇಲ್ಲ; ಕಳ್ಸಂಗೂ ಇಲ್ಲ. ಆವಾಗ ಏನ್ಮಾಡಾದು ಹೆಂಗಾರೂ ಈ ಗೋಳು ತಪ್ಪುಸಬೇಕಲ್ಲಾ ಎಂದು—'ನೀ ಮನಿಗೆ ಹೋಗು, ನಾ ಬೇರೆ ಯಾರನಾದ್ರೂ ಕಳುಸ್ತೀನಿ' ಅಂತ ಹೇಳ್ತು, ರಾಜಜಿಂಕೆ. ಆ ಗಬ್ಬದ ಜಿಂಕೆ ಸಂತೋಷದಿಂದ ತನ್ನ ಗುಡ್ಡಕ್ಕೆ ವಾಪಾಸು ಬಂತು. ಬೇರೆ ದಾರಿ ಇಲ್ದೆ ಆ ಗಬ್ಬದ ಜಿಂಕೆ ಬದ್ಲೀಗೆ ಈ ಯಜುಮಾನ ಜಿಂಕೇನೆ ಹೋಗ್ತದೆ. ದಿನನಿತ್ಯ ಜಿಂಕೆಗಳು ಕೊಲೆ ಆಗೋ ಜಾಗಕ್ಕೆ ಹೋಗಿ ಆ ಸ್ಥಳುದಲ್ಲಿ ತಲೆ ಹೇರ್ಕಿಡು ಮಲಗಿಬಿಡ್ತು, ರಾಜಜಿಂಕೆ. ರಾಜನ ಕಡೆ ದೂತರು ಬಂದು ನೋಡಿ ರಾಜನಿಗೆ—'ಮಾಗುಡ್ಡದ ಜಿಂಕೆಯ ಸರದಿಯ ಬದಲಿಗೆ ಮರಿಗುಡ್ಡುದ ಯಜುಮಾನನೇ ಬಂದು ಮಲಗಿದೆ' ಅಂತ ದೂರು ಕೊಟ್ರು. ಆವಾಗ ರಾಜನೇ ಅಲ್ಲಿಗೆ ಬಂದು ಆ ಮರಿಗುಡ್ಡದ ರಾಜಜಿಂಕೆ ಹತ್ರ ವಿಷಯ ಎಲ್ಲ ಕೇಳ್ತಾನೆ. ಆಗ ಮರಿಗುಡ್ಡದ ಯಜಮಾನ ಜಿಂಕೆ—'ಹೌದು ನಾನು ಮಾಗುಡ್ಡದ ಗಬ್ಬದ ಜಿಂಕೆ ಬದಲೀಗೆ ಬಂದಿದೀನಿ. ಅದರ ಯಜಮಾನ ಬೇರೆ ಜಿಂಕೆ ಕಳ್ಸಾಕೆ ಒಪ್ಪಲಿಲ್ಲವಂತೆ ನನಗೆ ಬಂದು ದೂರು ಕೊಡ್ತು. ನನ್ನ ಗುಂಪಿನ ಜಿಂಕೆಗಳ ಸರದಿ ಇಲ್ಲದೇನೆ ಹ್ಯಾಗೆ ಸರದೀಗೆ ಕಳಿಸೋದು ಅಂತ ನಾನೇ ಬಂದೀದೀನಿ' ಅಂತ ಹೇಳ್ತು. ಆ ವಿಷಯ ಕೇಳಿ ರಾಜನಿಗೆ ತುಂಬ ಬೇಜಾರಾಗ್ತದೆ. 'ಇಂದಿನಿಂದ ನೀವು ನನ್ನಲ್ಲಿಗೆ ಯಾವ ಸರದಿಯನ್ನು ಕಳಿಸಬೇಡಿ. ಇನ್ನು ನಾನು ಪ್ರಾಣಿಹಿಂಸೆ ಮಾಡೋಲ್ಲ. ನೀವೆಲ್ಲ ಸುಖವಾಗಿರಿ' ಅಂತ ಹೇಳ್ತಾನೆ. ಆಮೇಲೆ ಈ ಜಿಂಕೆಗಳೆಲ್ಲಾ ಸುಖವಾಗಿ ಇರ್ತಾವೆ.

ಈ ರಾಜ ರಾಜಾಸ್ತಾನಕ್ಕೆ ಬರ್ತಾನೆ, ಇವನೀಗೆ ಏನಾಗಿದೆ? ಮಕ್ಕಳಿಲ್ಲದೆ ಬಾಳಾ ವರ್ಸಾಗಿತ್ತು—'ಏನೆಲ್ಲ ಮಾಡ್ದೆ ನಾನು. ಆದ್ರೂ ನಂಗೆ ಸಂತಾನಿಲ್ಲವಲ್ಲಾ' ಎಂದು ತಪಸ್ಸಿಗೆ ಹೊಲ್ಟುಬಿಡ್ತಾನೆ. ಎಷ್ಟೋ ವರ್ಷಗಳವರೆಗೆ ತಪ್ಪಸ್ಸು ಮಾಡಿದ ನಂತರದಲ್ಲಿ ಇಂದ್ರ ಪ್ರತ್ಯಕ್ಷನಾಗ್ತಾನೆ. ಆವಾಗ ಇವ್ನಿಗೆ ಮೂರು ಜನ ಮಕ್ಕಳು ಹುಟ್ತಾರೆ. ಆ ಮಕ್ಳು ಹುಟ್ಟುದ್ರೆ ಏನು? ಅಲ್ಪಾಯುಷ್ಯದವು. ಆಗ ಪುನಃ ತಪಸ್ಸಿಗೆ ಕೂರ್ತಾನೆ. ಆವಾಗ ಇಂದ್ರ—'ನೀನು ಬ್ರಹ್ಮನನ್ನು ಸೃಷ್ಟಿಸಿಕೊಂಡು ಅವರ ಆಯುಷ್ಯವನ್ನು ಕಾಪಾಡಿಕೊ' ಅಂತ ಹೇಳಿ ಹೊಲ್ಟು ಹೋಗಿ ಬಿಡ್ತಾನೆ. ಆವಾಗ ರಾಜ ಬ್ರಹ್ಮನನ್ನು ಕುರಿತು ತಪಸ್ಸು ಮಾಡ್ತಾನೆ. ಹಾಗೇ ಎಷ್ಟೋ ವರ್ಷಗಳ ಮೇಲೆ ಬ್ರಹ್ಮ ಪ್ರತ್ಯಕ್ಷನಾಗ್ತಾನೆ. 'ನಿನ್ನ ಭಕ್ತಿಗೆ ನಾನು ಮೆಚ್ಚಿ ಬಂದಿದೀನಿ. ನನ್ನನ್ನು ಕುರಿತು ತಪಸ್ಸು ಮಾಡೋದಕ್ಕೆ ಕಾರಣ ಏನು? ಅಂತ ಕೇಳ್ತಾನೆ. ಹಾಗೆ ಕೇಳಿದ ತಕ್ಷಣ ಇವನು 'ನನಗೆ ಮಕ್ಕಳಿರ್ಲಿಲ್ಲ ಎಷ್ಟೋ ವರ್ಷ ಇಂದ್ರನ ಕುರಿತು ತಪಸ್ಸು ಮಾಡ್ದೆ. ದೇವೇಂದ್ರ ಮೂವರು ಮಕ್ಳುನ್ನ ಕೊಟ್ಟ. ಕೊಟ್ರೆ ಏನಾಗೇದೆ? ಅವು ಅಲ್ಪಾಯುಷ್ಯದವು. ದರಿದ್ರದವರಾಗಿಯೂ ಹುಟ್ಟಿದ್ದಾರೆ. ಅದ್ಕೆ ನಿನ್ನ ಕುರಿತು ತಪಸ್ಸು ಮಾಡ್ದೆ' ಎಂದ. ಆಗ ಬ್ರಹ್ಮ—'ಸರಿ ನಿನಗೆ ಏನು ವರಬೇಕೊ ಕೇಳಿಕೊ' ಎಂದ. 'ನನ್ನ ಮಕ್ಳು ದೀರ್ಘಾಯುಷ್ಯಂದರಾಗಲಿ; ಅತೀ ವಿದ್ಯಾವಂತರಾಗಿ ಐಶ್ವರ್ಯವಂತರಾಗಿ ಬೇಕಾದ ವಿಜೃಂಭಣೇಲಿ ಬಾಳಲಿ' ಅಂತ ವರ ಕೇಳ್ತಾನೆ. ಬ್ರಹ್ಮ 'ಆಗಲಿ' ಅಂತ ಹೇಳಿ ವರಕೊಟ್ಟು ಹೋಗಿಬಿಡ್ತಾನೆ.

ಅವನು ಮನಿಗೆ ಬಂದು ಎಷ್ಟೋ ವರ್ಷಗಳಾದ ಮೇಲೆ ಮೂವರು ಮಕ್ಕಳು ಅಷ್ಟು ಇಷ್ಟು ಬೆಳೀತ ಇರ್ತಾವೆ. ಈ ಮಧ್ಯೆ ವಿಧಿ ಏನ್ಮಾಡ್ತಾನೆ? ಬ್ರಹ್ಮ ಬರೆದಿದ್ದನ್ನೆಲ್ಲಾ ಅಳಿಸಿಬಿಟ್ಟು ಸಂಡಾಟ ಬಂಡಾಟದಲ್ಲಿ ದರಿದ್ರತನದಲ್ಲಿ ಬದುಕೋ ಹಂಗೆ ಬರೆದು ಹೋದ್ಲು ಬ್ರಹ್ಮನ ಮಗಳು ವಿಧಿ.

ಈ ಮಕ್ಕಳು ದರಿದ್ರುದಲ್ಲೇ ಬಂಡಾಟ ಜೀವನ ನಡುಸ್ತಿರುತ್ತಾರೆ. ಈ ರಾಜ ಏನು ತಿಳ್ಕುಂಡಿರ್ತಾನೆ? 'ನಾನ್ಹೆಂಗೂ ತಪಸ್ಸು ಮಾಡಿ ನನ್ನ ಮಕ್ಳಿಗೆ ಬೇಕಾದ್ದ ವರ ಬೇಡ್ಕೊಂಡು ಬಂದಿದೀನಿ. ಇನ್ನೇನು ಐಶ್ವರ್ಯವಂತರಾಗ್ತಾರೆ' ಅಂತ ಎಲ್ಲ ಆಸೆ ಇಟ್ಕುಂಡಿದ್ದ. ಆದರೆ ಮಕ್ಕಳ ಬಂಡಾಟಿಕೆ ಜೀವನ ನೋಡಿದ ಕೆಲವೇ ಕಾಲ್ದಲ್ಲಿ ರಾಜನ ಜೀವಮಾನ ಅಂತೆ ಆಗ್ತಾದೆ.

ಈ ಬ್ರಹ್ಮನ ಮಗಳು ವಿಧಿ ಬಂದು ಈ ಮಕ್ಕಳ ಹಣೆ ಮೇಲೆ ಏನು ಬರೆದಿರ್ತದೆ ಅಂದ್ರೆ, ಒಬ್ಬ ಗಂಡುಮಗನಿಗೆ—ವರ್ಷವೊಂದಕ್ಕೆ ಆದಾಯ ಒಂದು ಕಂಡುಗ ಬತ್ತ, ಮತ್ತೊಬ್ಬ ಮಗನಿಗೆ—ವರ್ಷಕ್ಕೆ ಒಂದು ಕೃಷ್ಣಮೃಗ ಬೇಟೆಯಾಡಾದು, ಮಗಳಿಗೆ ದಿವಸಕ್ಕೆ ಒಬ್ಬ ನತ್ರ ಸೂಳುಗಾರಿಕೆ ಅಂತ ಬರೆದಿರ್ತಾಳೆ.

ಈ ಮಕ್ಕಳು ಪ್ರಬಲಕ್ಕೆ ಬಂದ್ರು. ಮುಂದೆ ಏನು ಮಾಡ್ಬಕು ಅನ್ನಾದು ಅವರೀಗೆ ತಲೆ ಹರೀತಿರ್ಲಿಲ್ಲ. ಬಂದಿರತಕ್ಕಂತಹ ಆದಾಯದಲ್ಲಿ ಊಟ ಉಪಚಾರ ಆಗ್ತಿತ್ತು. ಹಾಗೇ ಕಾಲ ಹಾಕ್ತಿರುವಾಗ ಏನೇನೂ ಆದಾಯ ಇಲ್ದೆ ಹೋಯ್ತು. ಆ ತಂಗಿ ದುಡಿದ ನಾಲ್ಕಾಣೀನ ಹಾಗೇನೆ ಇಟ್ಕುಂಡು ಉಪಾಸ ಇದ್ದುಬಿಡ್ತಾರೆ. ಇವರ ಗೋಳು ನೋಡಲಾರ್ದೆ ನಾರದರು ಬಂದರಂತೆ. ಬಂದುಬಿಟ್ಟು—'ಯಾಕ್ರಪ್ಪಾ ಹೀಗೆ ಕುಂತಿದೀರಿ' ಅಂತ ಎಲ್ಲ ಕೇಳ್ತಾರಂತೆ. ಅವರು 'ನಮಗೆ ಏನೇನೂ ಆದಾಯ ಇಲ್ಲದಾಗಿದೆ. ಅದ್ಕೆ ಉಪಾಸ ಇದೀವಿ' ಅಂದ್ರು. ಆವಾಗ ನಾರದರು, ಮೊದಲನೆಯವನಿಗೆ—'ನೋಡು ನಿನ್ನ ಬತ್ತದ ಉತ್ಪತ್ತಿಯಲ್ಲಿ ಒಂದು ಕಾಳ್ನೂ ಇಡಬೇಡ, ಚನ್ನಾಗಿ ಖರ್ಚುಮಾಡಿ ಮಜಾ ಮಾಡು, ಮತ್ತೊಬ್ಬನಿಗೆ—'ನೀನು ಶಿಕಾರಿ ಮಾಡಿದ ಕೃಷ್ಣಮೃಗದ ಚಕ್ಕಳ ಮಾರು. ಮಾಂಸ ಉಪಯೋಗಿಸು. ಅಂತೂ ಖುಲ್ಲಾ ಮಾಡು ಕೃಷ್ಣಮೃಗದ್ದು ಅಂತ ವುಂಚೂರು ಇಟ್ಕುಬಡ' ಅಂತ ಹೇಳಿಕೊಟ್ರು. ಅವರ ತಂಗಿಗೆ 'ಎಷ್ಟು ಜನ ಬೇಕಾದ್ರು ಬಂದುಹೋಗ್ಲಿ. ಅವರು ಕೊಟ್ಟಿರತಕ್ಕಂತಹ ದುಡ್ಡನ್ನು ಸ್ವಲ್ಪನೂ ಇಟ್ಕುಬಡ ಅದ್ರಲ್ಲೇ ಜೀವ್ನಮಾಡು' ಅಂತ ಹೇಳಿ ನಾರದರು ಹೊರಟು ಹೋದ್ರಂತೆ.

ಆವಾಗ ಈಶ್ವರ ಪ್ರತಿದಿನ ಸಾಯಂಕಾಲದೊಳಗೆ ಪಡಿ ತಂದು ಕೊಡಾಕೆ ಸುರು ಮಾಡ್ದ. ಬೆಳ್ಗೆ ಖರ್ಚಾಗಿದ್ರೆ ಬೆಳಿಗೇನೆ ತರಾದು. ಸಾಯಂಕಾಲ ಆದ್ರೆ ಸಾಯಂಕಾಲಾನೆ ತರಾಕೆ ಹತ್ತಿದ. ಹಾಗೇ ಒಂದು ದಿನ ಈಶ್ವರನಿಗೂ ನಾರದರಿಗೂ ಬೇಟಿಯಾಯಿತು. ನಾರದರು—'ಇದೇನು ಈಶ್ವರ ನಿನ್ನ ಪಾಡು?' ಅಂತ ಕೇಳುದ್ರು. ಆವಾಗ ಈಶ್ವರ—'ಇದೆಲ್ಲ ನಿಮ್ಮ ಕುತಂತ್ರ' ಅಂದ. 'ಇದರಲ್ಲಿ ನನ್ನ ಕುತಂತ್ರ ಏನೂ ಇಲ್ಲ. ಮುಂದಿನ

ಜೀವನ ಮಾರ್ಗ ತೋರ್ಸಿದೀನಿ ಅಷ್ಟೆ' ಅಂತ ಹೇಳುದ್ರು. ನಾರದರು ಅಷ್ಟು ಹೇಳಿ ಹೋಗಿಬಿಡ್ತಾರೆ.

ಹಾಗೇ ಎಷ್ಟೋ ವರ್ಷಗಳು ಕಳದ್ಮೇಲೆ ಇವ್ರು ಮೂರು ಜನುವೂ ಕೂತ್ಕುಂಡು ಯೋಚ್ನೆ ಮಾಡ್ತಾರೆ. ಯೋಚನೆ ಮಾಡಿ 'ಮುಂದೆ ನಮ್ಮ ಪರಿಣಾಮ ಏನಾಗ್ತದೆ—ನೋಡ್ಬಕು, ತಿಳೀಬಕು; ದೇವರನ್ನೇ ಪ್ರತ್ಯಕ್ಷ ಕಾಣಬೇಕು' ಅಂತ ಹೇಳಿ ಮೂವರೂ ದೊಡ್ಡ ಕಾಡಿಗೆ ತಪಸ್ಸಿಗೆ ಹೋಗ್ತಾರೆ. ಈಶ್ವರನ ಕುರಿತು ತಪಸ್ಸು ಮಾಡ್ತಾರೆ. ಈಶ್ವರ ಪ್ರತ್ಯಕ್ಷನಾಗ್ತಾನೆ 'ಏನು ನನ್ನನ್ನು ತಪಸ್ಸು ಮಾಡಿ ಉಂಟು ಮಾಡಿಕೊಂಡಿದೀರಿ?' ಅಂತ ಈಶ್ವರ ಕೇಳ್ತಾನೆ. ಆವಾಗ ಇವರು—'ನಮಗೆ ಈ ಸ್ಥಿತಿ ಬರಾಕೆ ಕಾರಣ ಏನು?' ಅಂತ ಕೇಳ್ತಾರೆ. ಆಗ ಈಶ್ವರ—'ನೋಡಿ ನಿಮ್ಮ ತಂದೆ ರಾಜನಾಗಿದ್ದಾಗ ಕಾಡಿನ ಜಿಂಕೆಗಳನ್ನೆಲ್ಲಾ ಕೊಂದು ನಾಶಮಾಡ್ತಿದ್ದ. ಅದರಲ್ಲಿ ಒಂದು ಜಿಂಕೆ ನಿಮ್ಮ ತಂದೆಗೆ ಈತರ ಶಾಪ ಹಾಕಿರಾದು. ಆದ್ದರಿಂದ ನೀವು ನಿಮ್ಮ ಜೀವಮಾನ ಅಂತ್ಯ ಆಗೋವರಿಗೂ ಇದನ್ನ ಅನುಭವಿಸಿ ಪೂರೇಸ್ಬಕು. ಕೊಟ್ಟಿರ ತಕ್ಕಂತಹ ಶಾಸನವನ್ನು ತೆಗೀಲಿಕ್ಕೆ ಆಗಲ್ಲ' ಅಂತ ಹೇಳಿ ಹೊಲ್ಟುಹೋಗಿಬಿಡ್ತಾನೆ. ಈ ಮೂವರೂ—'ಇನ್ನೇನು ಮಾಡಾದು' ಅಂತ ಹೇಳಿ ಮೊದಲು ಹ್ಯಾಗೆ ದರಿದ್ರುದಲ್ಲಿ ಜೀವನ ಮಾಡ್ತಿದ್ರೊ ಹಾಗೇ ಜೀವಮಾನ ಮುಗಿಯಲ್ಲಿವರಿಗೂ ಜೀವನ ನಡೆಸಿಕೊಂಡು ಹೋಗ್ತಾರೆ.

**

೪೫. ದನಕಾಯುವ ಸಣ್ಣಣ್ಣ ಪುಗುಸಾಟೆ ಬಸಣ್ಣ

ಒಂದೂರಲ್ಲಿ ದನಕಾಯ ಸಣ್ಣಣ್ಣ ಪುಕ್ಸಾಟೆ ಬಸಣ್ಣ ಅಂತ ಇಬ್ರು ಇದ್ರು. ಆ ಪುಗುಸಾಟೆ ಬಸಣ್ಣ ದೇಸ ಸಂಚಾರ ಮಾಡಿ ಬಿಕ್ಷೆ ಮಾಡಿ ಜೀವನ ಮಾಡ್ತಿದ್ದ. ಈ ದನಕಾಯ ಸಣ್ಣಣ್ಣುಗೆ ದನಕಾವಲು ಕೆಲಸ.

ವುಂದಾನೊಂದು ದಿವಸದಲ್ಲಿ ಪುಗುಸಾಟೆ ಬಸಣ್ಣ ತಲೆಗೆ ಒಂದು ರುಮಾಲು ಕಟ್ಕೊಂಡು, ವುಂದು ಸಣ್ಣುಗಂಬುಳೀನ ಹೆಗಲಮ್ಯಾಲೆ ಹಾಕಿಂಡು ಕೈಯಾಗುಂದು ದೊಣ್ಣೆ ಹಿಡ್ಕುಂಡು ಮಾಳೂರು ಪ್ಯಾಟೀಗೆ ಬಿಗ್ಸೀಗೆ ಬಂದ. ಬಿಕ್ಸೆ ಮಾಡ್ಕಿಂಡು ಮನಿಗೋಗಾನ ಅಂತ ಹೇಳಿ ಸುಮಾರು ಮೂರು ಗಂಟೆ ಕಾಲ್ದಲ್ಲಿ ಪ್ಯಾಟೇಲಿ ಬರ್ತಾ ಇದ್ದ. ಹಾಗೇ ಬರ್ತಾ ಬರ್ತಾ ವುಂದು ಸೂಳೆಮನೆ ಬಾಗಿಲಿಗೆ ಬಂದ. 'ವುಂದು ಎಲೆಡ್ಕೆ ಹಾಕಿಂಡು ಹೋಗಾನ' ಅಂತ ಹೇಳಿ ಸೂಳೆಮನೆ ಬಡ್ಡೇಲಿ ಕೂತು ಎಲೆಡ್ಕೆ ಹಾಕ್ದ. ಎಲೆಡ್ಕೆ ಜಗಿದಾದ್ಮೇಲೆ– 'ಎಂಜಲು ಉಗಿದು ಬರಾನ' ಅಂತ ಹೇಳಿ ಹೊರಗೆ ಎದ್ದು ಹೋದ. ಆವಾಗ ಆ ಸೂಳೆ ಬಸಣ್ಣನ ಸಣ್ಣುಗಂಬುಳೀನ ಮುಚ್ಚಿಟ್ಕುಂಡುಬಿಡ್ತು. ಬಂದು ನೋಡಾಗ ಕಂಬ್ಳಿ ಇರ್ಲ. 'ನನ್ನ ಕಂಬುಳಿ ತಗುಂಡಿಯಾನು?' ಅಂತ ಸೂಳೆ ಕೇಳ್ದ. 'ತಗುಲಿಲ್ಲ' ಅಂದ್ಲು. 'ನೀ ತಗುಲ್ಲ ಅಂದ್ರೆ ಮತ್ಯಾರು ತಗುಂಡಿರ್ತಾರೆ? ಕೊಡು ಕೊಡು ನನ್ನ ಕಂಬುಳೀಯ' ಅಂದ, ಬಸಣ್ಣ. ಆವಾಗ ಸೂಳೆ–'ಕಂಬಳಿ ಹೆಸರು ಹೇಳುದ್ರೆ ನಿನ್ನ ಕಂಬಳಿ ಕೊಡ್ತೀನಿ' ಎಂದ್ಲು. ಕರೇ ಕಂಬ್ಳಿ ಹಂಡುಗಂಬ್ಳಿ ಅಂದ. ಮುಂಡುಗಂಬಳಿ ಅಂದ ಜಾಡಿಗಂಬಳಿ, ಜಮಖಾನ ಕಂಬಳಿ ಅಂತ ಎಲ್ಲಾ ಕಂಬಳಿ ಹೆಸರು ಹೇಳುದ್ರೂನು ಸೂಳೆ ಬಸಣ್ಣುಗೆ ಕಂಬಳಿ ಕೊಡ್ಲೇ ಇಲ್ಲ. ಬಲು ಬೇಜಾರಿನಿಂದ ಮಕಾ ಇಳಾ ಹಾಕಿಂಡು ದಾರೀಲಿ ಬರ್ತಾ ಇದ್ದ. ಈ ದನಕಾಯ ಸಣ್ಣಣ್ಣ ದಾರಿ ಬದೀಲಿ ದನ ಬಿಟ್ಕುಂಡು ದನಕಾಯ್ತಾ ಇದ್ದ. ಆವಾಗ ಇವ್ನನ್ನು ನೋಡಿ–'ಏನಪ್ಪ ಪುಕ್ಸಾಟಿ ಬಸಣ್ಣ ಬಾಳ ಅತ್ಕುಂಡು ಹೋಗ್ತಿದ್ದೀಯಲ್ಲಾ ಏನು ಕಷ್ಟ?' ಅಂತ ಕೇಳ್ತಾನೆ. ಆವಾಗ ಬಸಣ್ಣ–'ಏನಿಲ್ಲ ಸಣ್ಣಣ್ಣ ಬಿಗ್ಸೆ ಮಾಡ್ಕಿ ಬಂದು ಈ ಸೂಳೆ ಮನೆ ಬಾಗ್ಲಲ್ಲಿ ಕೂತು ಎಲೆಡ್ಕೆ ಹಾಕಿ ಎಂಜಲು ತುಪ್ಪಾಕೆ ಹೋಗಿದ್ದಾಗ ನನ್ನ ಸಣ್ಣಗಂಬಳೀನ ಸೂಳೆ ಮುಚ್ಚಿಟ್ಟುಬಿಟ್ಟಾಳೆ. ಎಂಜಲು ಉಗುದು ಬಂದು ನೋಡಾಗ ನನ್ನ ಕಂಬ್ಳಿ ಇರ್ಲ. ನನ್ನ ಕಂಬಳಿ ಕೊಡು ಅಂತ ಕೇಳುದ್ರೆ ನಿನ್ನ ಕಂಬುಳಿ ಹೆಸರು ಹೇಳು ಅಂತಾಳೆ' ಅಂದ. 'ನೀನೇನು ಹೇಳಿದೆ?' ಅಂತ ಸಣ್ಣಣ್ಣ ಕೇಳಿದ. 'ನಾನು ಕರೆಕಂಬ್ಳಿ ಅಂದೆ. ಹಂಡುಗಂಬ್ಳಿ ಅಂದೆ. ಮುಂಡುಗಂಬುಳಿ, ಜಾಡಿಗಂಬಳಿ, ಜಮುಖಾನಗಂಬಳಿ

ಇನ್ನೂ ಕಂಬಳೀಗೆ ಏನೇನು ಹೆಸರು ಅದಿಯೋ ಅದ್ನೆಲ್ಲ ಹೇಳ್ದೆ ನೋಡು. ಕೊಡಾದೆ ಇಲ್ಲ. ಏನ್ಮಾಡಾದು?' ಅಂತ ಕೇಳ್ದ ಬಸಣ್ಣ. 'ಹಾಗೆಲ್ಲ ಹೇಳುದ್ರೆ ಕೊಡಲ್ಲ ಈತರ ಹೇಳಿದ್ರೆ ಕೊಡ್ತಿತ್ತು' ಅಂತ ಹೇಳ್ದ ಸಣ್ಣಣ್ಣ. 'ಯಾತರ?' ಅಂತ ಮತ್ತೆ ಕೇಳ್ದ ಬಸಣ್ಣ. 'ಮಾಗಿಗೆ ಮಿಂಡ ಮಳಿಗಾಲುಕ್ಕೆ ಗಂಡ ದುಗುಳಿಗೆ ಪರಚಂಡ ಕೊಡು ನನ್ನ ಕಂಬುಳಿ ತುಂಡ' ಅಂತ ಹೇಳಿದ್ರೆ ನಿನ್ನ ಕಂಬ್ಳೀನ ತಗ್ದು ಒಗೀತಿರ್ಲನು? 'ನೀನ್ಯಾಕೆ ಹಂಗೆ ಸುಮ್ಮನೆ ಬಂದೆ?' ಅಂತ ಕೇಳ್ದ ಸಣ್ಣಣ್ಣ. 'ನಾ ದಡ್ಡ ನಂಗೆ ಗೊತ್ತಾಗ್ಲಿಲ್ಲ' ಅಂದ ಬಸಣ್ಣ.

ಹಂಗೆ ಸೀದ ಸೂಳೆಮನೆಗೆ ವಾಪಾಸು ಬಂದ ಬಸಣ್ಣ. ಸೂಳೆಮನೆ ತಾಕೆ ಬಂದು–'ನನ್ನ ಕಂಬ್ಳೀನ ಒಳ್ಳೆ ಮಾತೀಲಿ ಕೊಡ್ತೀಯೋ ಇಲ್ಲೋ' ಅಂತ ಸೂಳೇನ ಗಜ್ಜುರಿಸಿ ಕೇಳ್ತಾನೆ. ಅವಳು ಮತ್ತೆ–'ನಿನ್ನ ಕಂಬುಳಿ ಹೆಸರು ಹೇಳುದ್ರೆ ಕೊಡ್ತೀನಿ' ಅಂತ ಹೇಳುದ್ಲು. ಆವಾಗ ಬಸಣ್ಣ–'ಹೇಳಬಕಾ ಹೇಳ್ತೀನಿ: ಮಾಗಿಗೆ ಮಿಂಡ ಮಳಿಗಾಲುಕ್ಕೆ ಗಂಡ ದುಗುಳಿಗೆ ಪರಚಂಡ ಕೊಡು ನನ್ನ ಕಂಬಳಿ ತುಂಡ' ಅಂತ ಕೇಳ್ತಾನೆ. ಆವಾಗ ಬಸಣ್ಣನ ಕಂಬಳೀನ ತಗ್ದು ಒಗೀತಾಳೆ. 'ಈ ತರ ಹೇಳ್ಬಕು ಅಂತ ಇದ್ಯಾರು ನಿಂಗೆ ಹೇಳಿಕೊಟ್ಟಿದ್ದು?' ಅಂತ ಕೇಳ್ತಾಳೆ. ಅಂವ–'ದನಕಾಯಾ ಸಣ್ಣಣ್ಣ ಹೇಳಿಕೊಟ್ಟಿದ್ದು' ಅಂತ ಹೇಳ್ತಾನೆ. ಆವಾಗ ಸೂಳೆ–'ಅವ್ನಿಗೆ ಬೆಂಕ್ಟಿ ಮೇಲೆ ಬಂದು ಹೋಗಾಕೆ ಹೇಳು' ಅಂತ ಹೇಳುಕಳುಸ್ತಾಳೆ.

ಆವಾಗ ಇವನು ಪುಗುಸಾಟೆ ಬಸಣ್ಣ ದನಕಾಯ ಸಣ್ಣುಣ್ಣುಗೆ ಬಂದ ಹೇಳ್ದ. ಏನಂತ? 'ಸೂಳೆ ಬೆಂಕ್ಟಿ ಮೇಲೆ ಬಂದು ಹೋಗಲಿ ಅಂದಾಳೆ' ಅಂತ. ಆಗ ದನಕಾಯಾ ಸಣ್ಣಣ್ಣ ಏನು ಮಾಡ್ದ? ದನಕಾಯಾರ ಮನೇಲಿ ದರಗೆಲೆ, ಚಪ್ಪೆಸುಣ್ಣ, ಬುರ್ನಾಸು ಹೊಗೆಸೊಪ್ಪು, ಮುಗುಳುಗೋಟ್ನೆಲ್ಲಾ ಇಸ್ಕುಂಡು ಬಂದ. ಅದುನ್ನೆಲ್ಲಾ ಜೇಬಿಗೆ ತುಂಬ್ಕಿಂಡು ಸೂಳೆಮನೆ ಬಾಗ್ಲಿಗೆ ಬಂದ. ಬಂದು ಅಲ್ಲಿ ಹತ್ತಿ ಆಚೆ ಮನಿಯಿಂದ ಈಚೆ ಮನಿಗೆ ಹಾರ್ದ. ಬೆಂಕ್ಟಿ ಮ್ಯಾಲಿಂದ ಇಳ್ದ. 'ಏನವ್ವ ಕಾರಣ ನನ್ನ ಬರಾಕೆ ಹೇಳಿದ್ದು?' ಅಂತ ಕೇಂಡ. 'ಇಲ್ಲೊಬ್ಬ ಬಿಕ್ಸುಗಾರ್ನ ತಾವ ಹೇಳಿದ್ಯಂತಲ್ಲ ಬೆಂಕ್ಟಿ ಮೇಲಿಂದ ಬಂದು ಹೋಗ್ಲಿ ಅಂತ ಏನು ಸಮಾಚಾರ?' ಅಂತ ಕೇಳ್ದ ಸೂಳೇನ. ಆಗವ ಸೂಳೆ–'ಅದೆಲ್ಲಾ ಹೋಗ್ಲಿ ಬಿಡು. ನೋಡಾನ. ಎಲೆಡ್ಕೆ ತಾಂಬೂಲ ಹಾಕಾನಿ. ಎಲೆಡ್ಕೆ ತಾಂಬೂಲ ತಗಿಯಪ್ಪ' ಅಂತಾಳೆ. ಇಂವ ಜೋಬಿಗೆ ತುಂಬ್ಕಿ ಬಂದಿದ್ನಲ್ಲ ಬುರ್ನಾಸು ಹೊಗೆಸೊಪ್ಪು ದರುಗೆಲೆ ಮುಗುಳು ಗೋಟ್ನೆಲ್ಲಾ ಪೂರಾ ತಗ್ದು ಇಡ್ತಾನೆ ಅದರ ಮುಂದೆ. ಆಗಾವ ಇದು–'ಯಾತುಕೆ ಮಾರಾಯ ಅತ್ಲಾಗೆ ಸುಟ್ಟು ಸೂರಾಗೆ ಹೆಟ್ಟು' ಅಂದ್ಲು. ಆವಾಗ ಇಂವ ಸಣ್ಣಣ್ಣ ಏನು ಮಾಡ್ದ? ಜೇಬಲಿದ್ದಿದ್ದು ಪೂರಾನು ಸುಟ್ಟು ಸೂಳೆ ಮನೆ ಸೂರಾಗೆ ಹೆಟ್ಟು ಬಿಟ್ಟ. ಸೂಳೆ ಮನೆ ಸುಟ್ಟು ಬೂದಿಯಾತು. ಆವಾಗ ಸೂಳೆ ದನಕಾಯಾ ಸಣ್ಣಣ್ಣುನ ಮ್ಯಾಲೆ 'ಮನೆ ಸುಟ್ಟು ಹಾಕ್ಯಾನೆ' ಅಂತ ಹೇಳಿ ಪಿರ್ಯಾದಿ ಕೊಟ್ಲು. ಆವಾಗ ದಪೇದಾರ್ರು ಸಬ್ಬಿನುಸ್ಪಟ್ರು ಎಲ್ಲ ಬಂದು ಸಣ್ಣಣ್ಣುನ ತನಿಖೆ ಮಾಡುದ್ರು. 'ಯಾಕೆ ಸುಟ್ಟೆ' ಅಂತ ಕೇಂಡ್ರು. ಆವಾಗ ಸಣ್ಣಣ್ಣ ಹೇಳ್ದ–'ಅಲ್ಲ ಸಾಮಿ, ನಾನು ದನಕಾಯಾವ. ನಮ್ಮೂರಲ್ಲಿ ಒಬ್ಬ ಪುಗುಸಾಟಿ ಬಸಣ್ಣ ಅಂತ ಇದಾನೆ. ಅವ್ನು ಬಿಕ್ಸಿಗಾಗಿ ಹೋಗಿದ್ದ. ಎಲ್ಲೆಲ್ಲಾ ಬಿಕ್ಸೆ ಮಾಡ್ಕಿ ಬಂದು

ಎಲೆಹಾಕಾನ ಅಂತ ಹೇಳಿ ಸೂಳೆಮನೆ ಬಾಗ್ಲಲ್ಲಿ ಕುಂತು ಎಲೆ ಹಾಕುದ್ನಂತೆ. ಎಂಜಲ ಉಗಿದು ಬರಾನ ಅಂತ ಹೇಳಿ ಹೊರಗೆ ಎದ್ದು ಹೋದ್ನಂತೆ. ಆಗಾವ ಈ ಸೂಳೆ ಅವನ ಸಣ್ಣಗಂಬುಳೀನ ಮುಚ್ಚಿಟ್ಕುಂಡ್ಲಂತೆ. ಆವಾಗ ನನ್ನ ಕಂಬುಳಿ ಕೊಡು ಅಂತ ಕೇಂಡ್ನಂತೆ. ಕಂಬುಳಿ ಹೆಸ್ರು ಹೇಳುದ್ರೆ ಕೊಡ್ತೀನಿ ಅಂದ್ಲಂತೆ. ಇಂವ ಕಂಬುಳಿ ಹೆಸುರೆಲ್ಲಾ ಹೇಳುದ್ರೂನು ಕೊಡ್ಲಂತೆ. ಕಂಬಳಿ ಕೊಡ್ಲ ಅಂತ್ಹೇಳಿ ಅತ್ಕುತ ಬರ್ತಿದ್ದ. ನಾ ಕೇಳ್ದೆ. ನನ್ನತ್ರ ಕಂಬಳಿ ಹೆಸರು ಏನು ಹೇಳಾದು ಅಂತ ಕೇಂಡ. ಆಗವ ನಾ ಹೇಳೆ ಕೊಟ್ಟೆ, 'ಮಾಗಿಗೆ ಮಿಂಡ ಮಳಿಗಾಲುಕ್ಕೆ ಗಂಡ ದುಗುಳಿಗೆ ಪರಚಂಡ; ಕೊಡು ನನ್ನ ಕಂಬಳಿ ತುಂಡ' ಅಂತ ಹೇಳಿಕೊಟ್ಟೆ. ಅಂವ ಹಂಗೇ ಹೇಳಿ ಕಂಬುಳಿ ತಗುಂಡ. ಸೂಳೆ—'ನಿಂಗೆ ಹಿಂಗೆ ಹೇಳಾಕೆ ಯಾರು ಹೇಳ್ದಾರು?' ಅಂತ ಕೇಳುದ್ಲಂತೆ. ನಾನು ಅಂತ ಹೇಳ್ದಾಗ ಅವ್ನಿಗೆ ಬೆಂಕ್ಕಿ ಮೇಲೆ ಬಂದು ಹೋಗಲಿ ಅಂದ್ಲಂತೆ. ಅದ್ಕೆ ನಾನು ಬೆಂಕ್ಕಿ ಮೇಲೆ ಹೋಗಿದ್ದೆ. ಹೋದಾಗ ಎಲೆಡ್ಕೆ ತಾಂಬೂಲ ಕೇಳುದ್ಲು. ಕೊಟ್ಟೆ. 'ತಗಿತಗಿ ಅತ್ಲಾಗೆ ಸುಟು ಸೂರಾಗೆ ಹೆಟ್ಟು ಅಂದ್ಲು. ನಾನು ಆ ಎಲೆಡ್ಕೆ ತಾಂಬೂಲಾನ ಸುಟ್ಟು ಸೂರಾಗೆ ಹೆಟ್ದೆ. ಅವಳ ಮನೆ ಸುಟ್ಹೋತು. ನಂದು ತಪ್ಪೊ ಅವುಳ್ದು ತಪ್ಪೊ?' ಅಂತ ದಪೇದಾರ್ರುನ್ನೇ ಕೇಂಡ ಈ ಸಣ್ಣಣ್ಣ.

ಆವಾಗ ದಪೇದಾರ್ರು—'ಸೂಳೇದೆ ತಪ್ಪು' ಅಂತ ಹೇಳಿ ಸೂಳಿಗೆ ಸಮಾ ನಾಕೇಟ ಕೊಟ್ರು. ಈ ಸಣ್ಣಣ್ಣ ವಾಪಾಸು ಮನಿಗೆ ಬರ್ತಾನೆ.

ಈ ಸಣ್ಣಣ್ಣ ದಾರಿ ಒಳಗೆ ಬರ್ತಾ ಇದ್ದ. ಬರ್ತಾ ಇರಾಗ ಒಬ್ಬ ಕಡ್ಲೆ ಯಾಪಾರ ಮಾಡಾಂವ ಸಿಕ್ದ. 'ಕಡ್ಲಿಗೇನು?' ಅಂತ ಕೇಂಡ. 'ಒಂದು ದುಡ್ಡು' ಅಂದ ಯಾಪಾರುದಂವ. ಮತ್ತೆ ಕೇಳ್ದ 'ಕಡ್ಲಿಗೇನು?' ಅಂದ. 'ಮತ್ತೂ ಕೇಳ್ತೀಯಲ್ಲ' ಅಂತಾನೆ. ಮತ್ತೆ ವಾಪಾಸು 'ಕಡ್ಲಿಗೇನು?' ಅಂತಾನೆ. 'ಹಾಗೆ ಕಾಣಯ್ಯ' ಅಂದ ಯಾಪಾರುದಂವ. ಹಾಗೆ ಅಂದ ಕೂಡ್ಲೆ ವುಂದು ಮುಷ್ಟಿ ತಕ್ಕುಂಡು ತಿಂದುಬಿಟ್ಟ. ಆವಾಗ ಆ ಯಾಪಾರಸ್ತ್ರ ಪಿರ್‍ಯಾದಿ ಕೊಡ್ತಾರೆ. ಸಬ್ಬಿನುಸ್ಪಟ್ರು ಸಣ್ಣಣ್ಣನ್ನ ಕರಿಸಿ ಕೇಂಡ್ರು. 'ಏನು ಸಮಾಚಾರ ಯಾಕೆ?' ಅಂತ. ಆವಾಗ ಸಣ್ಣಣ್ಣ—'ಏನಿಲ್ಲ ಸಾಮಿ 'ಕಡ್ಲಿಗೇನು?' ಅಂತ ಕೇಂಡೆ. ಅಂಗುಡಿ ಅಂದಾಗ ಚರ್ಚೆ ಇರ್ತಾದಲ್ಲ ಹಂಗೇನೆ ಕೇಳ್ದೆ. ಹಂಗೆ ಕಾಣಯ್ಯ ಅಂದ. 'ಹಾಗೇನೆ ವುಂದು ಮುಷ್ಟಿ ಬರ್ಕಿ ತಿಂದೆ ಸಾಮಿ' ಅಂದ. 'ನಿಂದೆ ತಪ್ಪಲ್ಲಾನು?' ಅಂತ ಹೇಳಿ ನಾಕೇಟ ಕೊಟ್ರು.

ಹಾಗೇ ದಾರಿ ಕೂಡ್ಕಿಂಡು ಬರ್ತಾ ಇದ್ದ. ಕಡ್ಲೆ ಬರ್ಕಿ ತಿಂದಿದ್ನಲ್ಲಾ ಹೊಟ್ಟೆ ಲಡ್ದಾಗಿ ಹೊರಕಡಿಗೆ ಹೋಗಿ ಕುತ್ಕುಂಡಿದ್ದ. ಹೊರಕಡಿಗೆ ಕೂತಿದ್ದಾಗ ಜೋರು ಹೋಗ್ತಿತ್ತು. ವುಂದು ಹೆಂಗ್ಸು ದಾರಿ ಒಳುಗೆ ಹೋಗ್ತಾ ಇದ್ಲು. ಅಂವ ಗಾಳಿ ಬಿಡಾದು ಕೇಳಿ, 'ಅಯ್ಯ ಯ್ಯಪ್ಪಾ ಯಾ ಪುಣ್ಯಾತ್ಮನಪ್ಪಾ ಅಡ್ಡೊಂದು ಮಳವುದ್ದುಂದು ಮಳಹರೀಬಾರ್ದನಪ್ಪ?' ಅಂತ ಹೇಳುದ್ಲು. ಇಂವ ಹೆರಕಡಿಗೆ ಕೂತಿದ್ದಾಂವ ಎದ್ದುಹೋಗಿ ಅವಳ ಸೀರೇನ ಅಡ್ಡುಂದು ಮಳ ಉದ್ದುಂದು ಮಳ ಹರ್ದುಬಿಟ್ಟ. ಆವಾಗ ಆ ಹೆಂಗುಸು ಕೋಲ್ಟಿಗೆ ಕೇಸ್ ತಗುಂಡು ಹೋದ್ಲು. ಆವಾಗ ಅಲ್ಲಿ ಕೋಲ್ಟಿನೋರು—'ಏನಪ್ಪಾ ಏನಿಷ್ಟು ದಾಂಧ್ಲಿ ಮಾಡ್ತಾ ಅದಿ?' ಅಂತ ಕೇಂಡ್ರು. ಆವಾಗ ಇಂವ—'ಇಲ್ಲ ಸಾಮಿ ನಾನು ಕಡ್ಲೆ ತಿಂದು ಹೊಟ್ಟೆ

ಲಡ್ಡಾಗಿತ್ತು. ಹೆರಕಡಿಗೆ ಕೂತಿದ್ದೆ. ಬರ್ ಬರ್ ಬರ್ ಅಂತ ಗಾಳಿ ಹೋತಿತ್ತು. ಈ ಹೆಂಗಸು—'ಅಡ್ಡುಂದು ಮಳ ಉದ್ದುಂದು ಮಳ ಹರೀಬಾರ್ದನು?' ಅಂತ ಕೇಣ್ತು. ನಾನು ಅದ್ಕೆ ಹರ್ದುಬಿಟ್ಟೆ' ಅಂದ. 'ಏಯ್ ಗಾಂಚೆಲ್ಲಿ ಅವತ್ತು ಏನು ಅಂದಿದ್ಯಲೆ? ಮುನ್ನೂರು ರೂಪಾಯಿ ಕೊಡ್ತೀನಿ ಅಂದಿದ್ಯಲ್ಲೊ?' ಅಂದ್ರು. 'ಇಲ್ಲ ಸಾಮಿ ನಿಮ್ಮ ಮಾನ ಕಾಣ್ತಾ ಇತ್ತು. ಮುಚ್ಕಿಲಿ ಅಂತ ಹೇಳಿ ಮೂರು ಬೆಟ್ಟು ತೋರ್ದೆ' ಅಂತ ಹೇಳ್ದ. ಆವಾಗ 'ಸಾಬಾಸ್ ನೀನು ಗಟ್ಟಿಗ' ಅಂತ ಹೇಳಿ, ಕೇಸ್ ಕುಲಾಸ್ ಮಾಡಿ ಕೈಬಿಟ್ರು ಆಮೇಲೆ ಸುಖವಾಗಿದ್ದ.

**

೪೬. ಜಾಣಪೆದ್ದ

ಒಂದೂರಲ್ಲಿ ಒಬ್ಬ ಬಡವನಿದ್ದ, ಅವನ ಹೆಸರು ಪೆದ್ದ. ಅವನಲ್ಲಿ ಒಂದು ಎಮ್ಮೆ ಮಾತ್ರ ಇತ್ತು. ಅವನ ಆಸ್ತಿಯಲ್ಲಾ ಅದೊಂದೇ. ಆ ಊರಿನಲ್ಲಿ ಒಬ್ಬ ಸಾವುಕಾರ ಇದ್ದ. ಅವನಿಗೆ ಬಾಳಾ ಜಮೀನಿತ್ತು. ಪೆದ್ದನ ಎಮ್ಮೆ ದಿನಾವೂ ಆ ಸಾವುಕಾರನ ಪೈರನ್ನು ತಿನ್‌ತಿತ್ತು. ಅದನ್ನ ಯಾರೋ ನೋಡಿ, ಸಾವುಕಾರನಿಗೆ ಹೇಳಿಕೊಟ್ಟರು. ಸಾಹುಕಾರ ಪೆದ್ದನಿಗೆ ಜೋರಾಗಿ ಹೆದರಿಸಿದ. ಆವಾಗ ಆ ಪೆದ್ದ ಅವನ ಎಮ್ಮೇನ ಹೊತ್ತುಕೊಂಡು ರಾತ್ರೀಲಿ ಹೋಗಿ, ಪೈರನ್ನ ತಿನ್ನಸ್‌ಕೊಂಡು ಮತ್ತೆ ಅದನ್ನ ಹೊತ್ತುಕೊಂಡು ಬಂದ ಕಟ್ಟುತಿದ್ದ.

ಹೀಗಿರುವಾಗ ಒಂದು ದಿನ ಸಾವುಕಾರ ಬೆಳಿಗ್ಗೆ ಹೋಗಿ ನೋಡುವಾಗ ಪೈರನ್ ಏನೋ ತಿಂದಿತ್ತು. ಇದು ಏನು ಎಂದು ಕಂಡುಹಿಡಿಯಲು ಒಬ್ಬ ಜನನ ಕಾವಲಿಗೆ ಯಾರಿಗೂ ತಿಳಿದಾಂಗೆ ಬಿಟ್ಟಿದ್ದ. ಹಿಂದಿನಂತೆ, ಅವತ್ತೂ ಪೆದ್ದ ಎಮ್ಮೆ ಹೊತ್ತುಕೊಂಡುಬಂದು ಪೈರನ್ ತಿನ್ನಿಸಿ ಹೊತ್ತುಕೊಂಡು ಹೋದದ್ದನ್ನು ಕಂಡು, ಆ ಜನ ಬಂದು ಸಾವುಕಾರನಿಗೆ ತಿಳಿಸಿದ. ಇದಕ್ಕೆ ಏನು ಉಪಾಯ ಮಾಡಬೇಕು? ಅಂತ ಕೇಳಿದ. ಆವಾಗ ಆ ಜನ ಒಂದು ಉಪಾಯ ಹೇಳುತ್ತಾನೆ. ಅದರಂತೆ ಮಾಡಿದರೆ ಅವನು ಸಿಕಾಕೆತಾನೆ. ಅದೇನು ಅಂದರೆ, ಅವನು ಬರುವಾಗ ಜಮೀನು ಬದಿಯಲ್ಲಿ ಬೆಂಕಿ ಹತ್ತಿಸಿಟ್ಟರೆ, ಅವನು ಎಮ್ಮೇನ ಹೊತ್ತುಕೊಂಡು ಹೋದವನು ಬೆಂಕಿ ನೋಡಿದ ಕೂಡ್ಲೆ ಬೆಂಕಿಕಾಯಿಸ್ತಾನೆ. ಅವನ ಮೈ ಬೂದಿ ಆತದೆ, ಅವನಿಗೆ ನಡೆಯಕ್ಕೆ ಕಷ್ಟ ಆತದೆ. ಆಗ ಎಮ್ಮೇನ ನಡಿಸಿಕೊಂಡು ಬತ್ತಾನೆ. ಆವಾಗ ನೀವು ಏನುಬೇಕಾದರೂ ಮಾಡಬೈದು. ಅದರಂತೆ ಸಾವುಕಾರ ಮಾಡ್ದ.

ಇತ್ಲಾಗೆ ಪೆದ್ದ ದಿನಾ ಮಡ್ದಂಗೆ ಎಮ್ಮೆ ಹೊತ್ತುಕೊಂಡು ಹೋಗಿ ಪೈರನ್ನ ತಿನ್ನಸ್ತಿರುವಾಗ ಉರಿಹಾಕಿದ್ದ ಕಂಡ. ಓ! ಒಳ್ಳೆದಾತು ಅಂತ ಹೇಳಿ, ಅವನು ಚೆನ್ನಾಗಿ ಬೆಂಕಿ ಕಾಸಿದ. ಕೊನೆಗೆ ಅವನಿಗೆ ಎಮ್ಮೆ ಹೊರಕ್ಕೇ ಆಗ್ಲಿಲ್ಲ. ನಡಿಸಿಕೊಂಡೇ ಮನೆಗೆ ಬಂದ.

ಬೆಳಿಗ್ಗೆ ಸಾವುಕಾರ ನೋಡುವಾಗ ಎಮ್ಮೆ ಪೈರ ತಿಂದಿತ್ತು. ಪೆದ್ದನ ಮನೆತಂಕ ಎಮ್ಮೆ ಹೆಜ್ಜೆನ ನೋಡ್ದ. ಪೆದ್ದನ ಮನೆಗೆ ಬಂದು ಅವನ್ನ ಕೇಳತಾನೆ, ಆವಾಗ ಪೆದ್ದ, ಸ್ವಾಮಿ, ಏನುಬೇಕಾದರೂ ಮಾಡಿ ಯಲ್ಲಾ ಒಡೆಯರ ಚಿತ್ತ ಅಂದ. ಹಂಗೆ ಅಂದಿದ್ದೇ ತಡ ಸಾವುಕಾರ ಎಮ್ಮೆನ ಕಡ್ದಾಕ್‌ದ. ಪೆದ್ದ ಅಳ್‌ತ, ಎಮ್ಮೆ ಚರ್ಮ ಸುಲಿದು, ಅದನ್ನ ಚೆನ್ನಾಗಿ ಒಣಗಿಸಿಕೊಂಡು ಮಾರ್ಬೇಕಂತ ಹೊತ್ತುಕೊಂಡು ಚಿಕ್ಕಮಂಗಳೂರ ಕಡೆ ಹೋದ.

ಪೆದ್ದನ ಅದೃಷ್ಟಕ್ಕೊ ಏನೋ, ಅವನು ಸ್ವಲ್ಪ ದೂರ ಹೋಗಕೂ ಕತ್ಲಾಗಾಕು ಸರಿ ಆತು. ಅಲ್ಲಿ ಒಂದು ದೊಡ್ಡ ಆಲದ ಮರ ಇತ್ತು. ಅದರ ಮೇಲ್ಲತ್ತಿ ಒಂದು ದೊಡ್ಡ ಹರೆ ಮೇಲೆ ಮಲಗಿದ. ಮಧ್ಯರಾತ್ರಿ ಹೊತ್ತಿಗೆ ಆ ಮರದಡಿಗೆ ಕಳ್ಳರು ಬಂದು ನಾಣ್ಯ, ಮುತ್ತು ರತ್ನನ ಪಾಲ್ಹಾಕತಿದ್ದರು. ಆವಗೇನಾತಪ್ಪ ಅಂದರೆ, ಪೆದ್ದ ನೋಡಿ ಹೆದರದೆ, ಮತ್ತೆ ನಡುಗಾಕೆ ಸುರುಮಾಡ್ದ. ಅವನು ಹಿಡುಕೊಂಡಿದ್ದ ಎಮ್ಮೆ ಚರ್ಮ ಕೆಳಗೆ ಬಿತ್ತು. ಬೀಳು ವಾಗ ಬಡಬಡ ಸಬ್ದ ಆತು. ಆ ಸಬ್ದನ ಕಳ್ಳರು ಕೇಳಿ ಯಾರೋ ನಮ್ಮ ಕಂಡುಹಿಡಿಯಕ್ ಬಂದಾರೆ ಅಂತ ಹೇಳಿ, ಹೆದಿರಿಕಂಡು ತಂದಿದ್ದ ನಾಣ್ಯ ಅಷ್ಟುನೂ ಬಿಟ್ಟು ಓಡಿಹೋತಾರೆ. ಆಮೇಲೆ ಬೆಳಗಾತು, ಪೆದ್ದ ಎದ್ದು ನೋಡ್ತಾನೆ, ಯಂತ ನೋಡದು, ನಾಣ್ಯದ ರಾಸಿನೇ ಬಿದ್ದಿತ್ತು. ಅದನ್ನೆಲ್ಲಾ ಮೂಟೆಕಟ್ಟಿ ಹೊತ್ತುಕೊಂಡು ಮನೆಗೆ ಬಂದ. ಬಂದವನೇ ಸಾವುಕಾರನ ಮನೆಗೆ ಸೇರ ತಗುಂಬಾ ಅಂತ ಹೆಂಡತಿನ ಕಳಿಸಿದ. ಸಾವುಕಾರನ ಹೆಂಡತಿ ಸೇರ ಕೊಡ ಬೇಕಾದರೆ ಸ್ವಲ್ಪ ನುಸರಿಮೇಣನ ಅಂಟಿಸಿದ್ಲು. ಪೆದ್ದ ಅಳದು, ಮತ್ತೆ ಕೊಟ್ಟು ಕಳಿಸಿದ. ಪೆದ್ದನ ಹೆಂಡತಿ ತಂದುಕೊಟ್ಟಾಗ ಸಾವುಕಾರನ ಹೆಂಡತಿ ನೋಡ್ತಾಳೆ, ಅದರಲ್ಲಿ ಒಂದು ನಾಣ್ಯ ಅಂಟ್ಗಂಡಿತ್ತು. ಅವಳಿಗೆ ತುಂಬಾ ಹೊಟ್ಟೆಕಿಚ್ಚು ಬಂತು.

ಅವಳ ಗಂಡ ಬಂದು ಕೂಡ್ಲೆ ಸಾವುಕಾರನ ಜೋರಾಗಿ ನೋಡಿ, ನಿಮ್ಮ ಹತ್ತರ ಎಷ್ಟು ಹಣ ಇದ್ದರೇನು ಪ್ರಯೋಜನ? ಆ ಪೆದ್ದನ ಎಮ್ಮೆ ಕಡ್ದರೇನು? ಅವನು ಹಾಳಾದ್ನ ನೋಡಿ, ಹಣ ಲೆಕ್ಕ ಮಾಡಕ್ಕಾಗದೆ ಸೇರಲ್ಲಿ ಅಳದಿದ್ದಾನೆ ನೋಡಿ ಅಂತ ಹೇಳ್‌ತಾಳೆ.

ಅದನ್ನ ಕೇಳಿ ಸಾವುಕಾರ ಪೆದ್ದನ ಮನೆಗೆ ಹೋಗಿ—ಏ ಪೆದ್ದ ಇಲ್ಲಿಬಾ ಅಂತ ಕರಿತಾನೆ. ಮತ್ತೆ ಈ ಹಣ ನಿನಗೆ ಎಲ್ಲಿಂದ ಬಂತು? ಅಂತ ಹೆದರ್ಸ್ತನೆ. ಅದಕ್ಕೆ ಪೆದ್ದ ಹೆದುರುತ್ತ, ಸ್ವಾಮಿ ನೀವು ಎಮ್ಮೆ ಕಡ್ದ್ರಲ, ಅದರ ಚರ್ಮ ಮಾರ್‍ದೆ, ಅದರಲ್ಲಿ ಬಂದ ದುಡ್ಡು ಇದು ಅಂದ. ಏನು ಸ್ವಾಮಿ ನೀವು ಕಡಿಯದ ಕಡ್ದಿರಿ, ಇನ್ನೂ ಒಂದೆರಡು ಜಾಸ್ತಿ ಕಡಿಬಾಡ್ದಿತ್ತೆ ಅಂದ. ಅದನ್ನ ಕೇಳ್ದ ಕೂಡಲೆ ಸಾವುಕಾರನಿಗೆ ಒಂತರ ಆತು. ಮಾರಾಯ ಹಂಗಾದರೆ ನನ್ನ ಹತ್ತಿರ ಎಂಟೆಮ್ಮೆ ಅದವೆ, ಅವನೆಲ್ಲ ನೀನು ಕಡಿ, ನಾನು ಚರ್ಮನೆಲ್ಲ ಸುಲಿದು, ಒಣಗಿಸಿ ಅದನ್ನ ಮಾರಿ ನೀ ತಂದಿದರ ಎಂಟರಷ್ಟು ತರುತೇನೆ ಅಂದ. ಪೆದ್ದ ಎಂಟೆಮ್ಮೆನೂ ಕಡ್ದಾಕ್ಕದ. ಸಾವುಕಾರ ಎಮ್ಮೆ ಚರ್ಮನೆಲ್ಲ ಸುಲಿದು ಒಣಗಿಸಿದ. ಗಾಡಿ ಮೇಲಾಕೊಂಡು ಚಿಕ್ಕಮಂಗಳೂರಿಗೆ ಹೋದ. ಅಲ್ಲಿ ಚರ್ಮಬೇಕೆ ಅಂತ ಒಂದು ಐದಸಲ ಕೂಗ್‌ದ, ಯಾರು ಕೇಳ್‌ಲಿಲ್ಲ. ಕೊನೆಗೆ ಮೆಟ್ಟು ಹೊಲೆಯನು ಐದುರೂಪಾಯಿಗೆ ನಾಲ್ಕು ಚರ್ಮ ತಗಂಡ. ಸಾವುಕಾರನಿಗೆ ಬಾಳಾ ಬೇಜಾರಾತು. ಊರಿಗೆ ಬಂದ ಬಂದನೇ, ಪೆದ್ದನ ಕರೆದು ನೀನು ನನಗೆ ಮೋಸಮಾಡಿಯೆ, ನಿನಗೆ ಹಾಗೆ ಬಿಡಲ್ಲ ಅಂತ ಹೇಳಿ, ಅವನ ಮನೆಗೆ ಬೆಂಕಿ ಹತ್ತಿಸಿದ. ಪೆದ್ದ ತುಂಬಾ ಅತ್ತ. ಅತ್ತರೇನು ಬಂತು ಅಂತ ಮನೆ ಬೂದಿನೆಲ್ಲಾ ರಾಸಿಮಾಡಿ, ಮೂಟೆಕಟ್ಟಿ ಗಾಡಿಗೆ ಹಾಕ್ದ, ಹಂಗೇ ಹೊರಟ.

ಹಿಂಗೇ ಹೋಗಬೇಕಾದರೆ ತರಿಕೆರೆ ಅಂತ ಒಂದೂರಿಗೆ ಬಂದ. ಅದೇ ದಾರೀಲಿ ಒಬ್ಬ ಭಾರಿ ವ್ಯಾಪಾರಿ ಗೋವದಿಂದ ಮುತ್ತುಗಳನ್ನು ಮೂಟೆಕಟ್ಟಿಕೊಂಡ ಬತ್ತಾ ಇದ್ದ. ಇಬ್ರು

ಸೇರಿ ಮುಂದೆ ಹೊರಟರು. ಸ್ವಲ್ಪ ಹೊತ್ತಿಗೆ ಕತ್ಲಾತು. ಇಬ್ಬರು ಸೇರಿ ಅಡಿಗೆ ಮಾಡಿ ಊಟಮಾಡ್ದ್ರು. ಹಂಗೆ ಇಬ್ಬರೂ ಮಾತಾಡಕೆ ಸುರು ಮಾಡ್ದ್ರು. ವ್ಯಾಪಾರಿ ಪೆದ್ದನ್ನ ಕೇಳಿದ–ನಿಮ್ಮ ಊರು ಯಾದು ಅಂತ? ಅದಕ್ಕೆ ಪೆದ್ದ ನನ್ನ ಊರು ಚಿಕ್ಕಮಂಗಳೂರ ಹತ್ತಿರ ಅಂದ. ಮತ್ತೆ ನನ್ನ ಗಾಡಿಲಿ ವಜ್ರ ಐತೆ ಅಂದ. ಪೆದ್ದ ವ್ಯಾಪಾರಿನ ಕೇಳಿದ, ನಿಮ್ಮದು ಯತ್ಲಾಗಾತು ಅಂತ. ಅದಕ್ಕೌನು ನಂದು ಗೋವ, ನನ್ನ ಗಾಡಿಲಿ ಮುತ್ತು ತುಂಬಿದೆ ಅಂದ. ಅದಕ್ಕೆ ಪೆದ್ದ ನನ್ನ ವಜ್ರನ ನಿಮಗೆ ಕೊಡುತೇನೆ, ನಿಮ್ಮ ಮುತ್ತನ ನಂಗೆ ಕೊಡಿ ಅಂದ. ವ್ಯಾಪಾರಿ ಹೂ ಅಂದ. ಪೆದ್ದ ತನ್ನ ಗಾಡಿದ್ನ ವ್ಯಾಪಾರಿ ಗಾಡಿಗೆ ತುಂಬ್ದ, ವ್ಯಾಪಾರಿ ಗಾಡಿದ್ನ ತನ್ನ ಗಾಡಿಗೆ ತುಂಬುಕೊಂಡ. ಇಬ್ಬರೂ ಹೊರಟ್ರು.

ಪೆದ್ದ ಮನೆಗೆ ಬಂದ. ಬಂದಬಂದನೇ ಸಾವುಕಾರನ ಮನೆ ಸೇರ, ಇಸುಗು ಬಂದ. ಸಾವುಕಾರನ ಹೆಂಡತಿ ಮೊದಲು ಮಾಡ್ದಂಗೆ ಮಾಡಿದ್ಲು. ಸೇರಲ್ಲಿ ಅಳದನೇ ಕೊಟ್ಟು ಬಂದ. ಈ ಸಲ ಮುತ್ತು ಅಂಟ್ಗಂಡಿತ್ತು. ಸಾವುಕಾರನ ಹೆಂಡತಿ ಗಂಡುಗೆ ಹೇಳ್‌ತಾಳೆ. ಸಾವುಕಾರ ಪೆದ್ದನ ಮನೆಗೆ ಬಂದು ಜೋರು ಮಾಡ್‌ತಾನೆ. ಅದಕ್ಕೆ ಸ್ವಾಮಿ ನೀವು ಸುಟ್ಟಾಕಿದ್ದೆ ಒಂದು ಮನೆ, ನನಗೆ ಇನ್ನು ನಾಲ್ಕು ಮನೆ ಇದ್ದಿದ್ರೆ ೧೦ ಗಾಡಿ ಮುತ್ತು ತರಬೈದಿತ್ತು ಏನು ಮಾಡಲಿ, ಈಗ ಒಂದೇ ಗಾಡಿನ ತಂದೀನಂದ. ಅದಕ್ಕೆ ಸಾವುಕಾರ ಮಾರಾಯ ನನ್ನ ಅರಮನೆನ ಸುಟ್ಟಾಕ ಅಂದ. ಪೆದ್ದ ಹಾಗೆ ಮಾಡಿದ.

ಸಾವುಕಾರ ಬೂದಿನೆಲ್ಲ ರಾಸಿ ಮಾಡಿ, ಮೂಟೆ ಕಟ್ಟಿ ೨೦ ಗಾಡಿ ಮೇಲೆ ಹಾಕ್ಕೊಂಡು ಚಿಕ್ಕಮಂಗಳೂರಿಗೆ ಹೋಗಿ ಬೂದಿ ಬೇಕೆ ಬೂದಿ ಬೇಕೆ ಅಂದ. ಯಾರೂ ತಗಳಲ್ಲ. ಆಗ ಸಾವುಕಾರ ಸಿಟ್ಟಿಗೆ ಬೂದಿನ ಒಂದು ಕಡೆ ಸುರಿತಾನೆ. ಊರಿಗೆ ಬಂದಬಂದನೇ ಪೆದ್ದನ ಹಿಡುಕೊಂಡು ಅವನ್ನ ಒಂದು ದೊಡ್ಡ ಪೆಟ್ಟಿಗೆಗೆ ತುಂಬುಕೊಂಡು ನಿನ್ನ ಹೊಳೆಗೆ ಹಾಕ್ತಿನಿ ಸೂಳೆಮಗನೆ ಅಂತ ಹೊಳಗೆ ತಗಂಡು ಹೊಕ್ತಿರ್ತಾನೆ.

ಪೆದ್ದ, ಸ್ವಾಮಿ, ನೀವು ಹೊಳೆಗೆ ಹಾಕುವುದೇನೋ ಖಂಡಿತ, ನೀವು ಒಂದು ತುಳ್ಸಿ ಕುಡಿನ ತಗುಬಂದು ಈ ಪೆಟ್ಟಿಗೆಗೆ ಹಾಕಿ ಮಾರಾಯರ, ಅದನ್ನ ನೋಡಾರು ಸಾಯುತೇನೆ ಅಂದ. ಅದಕ್ಕೆ ಸಾವುಕಾರ ತೂ ನಾಯಿ ಸೂಳೆಮಗನೆ ಅಂತ ಹೇಳಿ ಪೆಟ್ಟಿಗೆನ ಹೊಳೆ ಬದಿಲಿಟ್ಟು ತುಳಿಸಿ ಕುಡಿ ತರಾಕೆ ಹೋದ.

ಅದೇ ಹೊತ್ತಿಗೆ ಸರಿಯಾಗಿ ಹರಿಹರಿ ಅಂತ ಆ ಹೊಳೆ ಬದಿಲಿ ಒಬ್ಬ ಕುರುಬ ಕುರಿ ಹಿಂಡ ಹೊಡ್ಕಂಡು ಬತ್ತನೆ. ಪೆದ್ದ ಅವನ್ನ ಪೆಟ್ಟಿಗೆಯಿಂದ ನೋಡಿ, ಜೋರಾಗಿ ಅಯ್ಯೋ ನನ್ನ ಮದುವೆ ಮಾಡಕ್ಕೆ ಕರ್ಕ್ಕಂಡು ಹೋತಾರೆ, ನಂಗೆ ಮದ್ವೆ ಬೇಡಾ ಅಂತ ಅಳ್ತಾನೆ. ಕುರುಬ ಆ ಮಾತ ಕೇಳಿ ಹಂಗಾರೆ ನಾನು ಪೆಟ್ಟಿಗೇಲಿ ಕೂತುಗೊತೀನಿ, ನೀನು ಈ ಕುರಿಕಾಯಿ ಮಾರಾಯ, ಇದ್ಯಾರಿಗೆ ಬೇಕು ಈ ಕುರಿಕಾಯ ಕೆಲಸ, ಮಜವಾಗಿ ರಾಜರ ಮಗಳನ್ನ ಮದುವೆ ಮಾಡಿಕೊಂಡು ಇರುತೀನಿ ಅಂದ. ಆವಾಗ ಪೆದ್ದ–ಮಾರಾಯ ಈ ಪೆಟ್ಟಿಗೆನ ತಗಿ ಹಂಗಾರೆ ಅಂದ. ಕುರಿ ಕಾಯನು ತಗದ ಕೂಡ್ಲೆ ಅವನ್ನ ಅದರೊಳಗೆ

ಕೂರುಸ್ತಾನೆ. ಮತ್ತೆ ಬೀಗ ಹಾಕಿ ಕುರಿನ ಹೊಡ್ಕುಂಡು ಪೆದ್ದ ಊರಿಗೆ ಹೋತಾನೆ. ಸಾವುಕಾರ ಬಂದು ಆ ಕುಡಿನ ಪೆಟ್ಟಿಗೆಗೆ ಹಾಕಿ ಹೊಳೆಗೆ ತಗುಂಡು ಹೋಗಿ ಒಂದು ಗುಂಡಿಗೆ ಹಾಕ್ತನೆ.

ಮಾರನೆ ದಿನ ಬೆಳಿಗ್ಗೆ ಸಾವುಕಾರ ನೋಡ್ತಾನೆ, ಪೆದ್ದ ಅಲ್ಲೇ ಐದಾನೆ. ಅವನು ಪೆದ್ದನ ಹತ್ತಿರ ಹೋಗಿ ನೋಡ್ತಾನೆ, ಏನ್ ನೋಡದು, ಕುರಿಹಿಂಡನ್ನ ಬಿಟ್ಟುಕೊಂಡು ಪೆದ್ದ ಮಲಗ್ಯಾನೆ. ಆವಗ ಸಾವುಕಾರ ಪೆದ್ದನ ಕೇಳ್‌ತಾನೆ, ನೀನು ಹೆಂಗೆ ಬಂದೆ ಅಂತ. ಅದಕ್ಕೆ ಪೆದ್ದ, ಸ್ವಾಮಿ, ನೀವು ಮೋಸಮಾಡಿದಿರಿ, ಪೆಟ್ಟಿಗೆಗೆ ಇನ್ನೂ ದೊಡ್ಡ ಕಲ್ಲ ಕಟ್ಟಿಬಿಟ್ಟಿದ್ರೆ, ನಾನು ಇನ್ನೊಂದಷ್ಟು ಕುರಿ ತರುಬೈದಾಗಿತ್ತು. ಆದರೆ, ನೀವು ನನ್ನ ಸಣ್ಣ ಗುಂಡಿಲಿ ಮುಳುಗಿಸಿದಿರಿ, ಅದಕ್ಕೆ ನಂಗೆ ನನ್ನ ಅಪ್ಪ ಮತ್ತು ಅವ್ವ ಮಾತ್ರ ಸಿಕ್ಕುದ್ರು. ಅವರು ಈ ಕುರಿ ಮಾತ್ರ ಕೊಟ್ಟರು. ಅಜ್ಜ ಅಜ್ಜಿ ಸಿಗಲಿಲ್ಲ, ಅವರು ಬಹಾಳದಲ್ಲಿದ್ದಾರಂತೆ. ನನ್ನ ಅಪ್ಪ ಅವ್ವ ಹೇಳಿದ್ರು ನಿಮ್ಮ ತಂದೆ ತಾಯಿ ಸಿಕ್ಕಿದ್ರಂತೆ, ಅವರು ನಿಮ್ಮನ್ನೂ ಬರಕ್ಕೆ ಹೇಳಿದ್ರಂತೆ. ಅವರು ಇನ್ನು ಹೆಚ್ಚಿಗೆ ಇಟ್ಟುಕೊಂಡರಂತೆ ಅಂದ. ಆ ಮಾತ ಕೇಳಿ ಸಾವುಕಾರ ನಿನಗೆ ಉಪಕಾರ ಆತದೆ ನನ್ನ ಒಂದು ಪೆಟ್ಟಿಗೇಲಿ ತುಂಬಿ ಒಂದು ತುಳಿಸಿ ಕುಡಿನ ಅದರಲ್ಲಿ ಹಾಕಿ ದೊಡ್ಡ ಕಲ್ಲ ಕಟ್ಟಿ, ದೊಡ್ಡ ಗುಂಡಿಗೆ ಹಾಕು ಅಂತನೆ. ಪೆದ್ದ ಹಂಗೇ ಮಾಡ್‌ತಾನೆ.

ಬೆಳಿಗ್ಗೆ ಸಾವುಕಾರನ ಹೆಂಡತಿ ಬಂದು ಪೆದ್ದನ ಕೇಳ್‌ತಾಳೆ, ನಮ್ಮ ಯಜಮಾನರು ಎಲ್ಲಿ ಅಂತ. ಅದಕ್ಕೆ ಪೆದ್ದ, ಅವರು ನಿಮ್ಮ ಅಜ್ಜ ಅಜ್ಜಿ ಹತ್ತಿರ ಹೋಗ್ಯಾರೆ, ನಿಮ್ಮನ ಬರಕೆ ಹೇಳಾರೆ ಅಂದ ಇವಳು ನಿಜ ಅಂತ ಹೋಗಿ ಹೊಳೆಗೆ ಬಿದ್ದು ಸಾಯ್‌ತಾಳೆ.

ಇತ್ಲಾಗೆ ಪೆದ್ದ ಸಾವುಕಾರರ ಜಮೀನು ಮತ್ತೆ ಕುರಿಗಳನ್ನ ಇಟ್ಟುಗೊಂಡು ದೊಡ್ಡ ಸಾವುಕಾರನಾಗಿ ಊರಿನ ಜನರಿಗೆ ಸಹಾಯಮಾಡ್ತ ಸುಖವಾಗಿರ್ತಾನೆ.

**

೪೭. ಮಿನುಕು ಶೇಖರರಾಯ

ಒಂದೂರಲ್ಲಿ ಅಣ್ಣ–ತಮ್ಮ ಇದ್ರು. ಹೀಗಿರ್‍ತಾ ಅಣ್ಣಗೆ ಮದುವೆ ಆಯ್ತು. ಅಣ್ಣ ಅತ್ಗೆ ಮೈದ್ನ ಮೂವರು ಬಿಕ್ಷೆ ಬೇಡಿ ಮೂರು ಪಾವಕ್ಕಿ ತರ್‍ತಾ ಇದ್ರು. ಒಂದ್ಸಾರಿ ತಮ್ಮಿಗೆ ಕಾಯ್ಲೆ ಆತು. ಅಣ್ಣನ ಹೆಂಡ್ತಿ ಗಂಡಗೆ ಚಾಡಿ ಹೇಳುದ್ಲು. ತಮ್ಮನ ಬಿಟ್ಟು ಅಣ್ಣ–ಅಣ್ಣನ ಹೆಂಡ್ತಿ ಇಬ್ರೆ ಬಿಕ್ಷೆ ಬೇಡಿ ಬ್ಯಾರೆ ಮನೇಲಿ ಇರಾಕ್ಕೆ ಸುರು ಮಾಡಿದ್ರು. ತಮ್ಮಗೆ ಕಾಯ್ಲೆ ಜಾಸ್ತಿಯಾಗಿ ಹೆಂಗೊ ಬದ್ಕೊಂಡ. ಅವ್ನು ತಾನೇ ಸ್ವಂತ ಜೇವ್ನ ಮಾಡಕ್ಕೆ ಹೊಳೀಗೆ ಹೋಗಿ ದಿನಾ ಗಾಣ ಆಡಕ್ಕೆ ಸುರು ಮಾಡ್ದ. ಒಂದಿನ ಗಾಣಕ್ಕೆ ದೊಡ್ಡೊಂದು ಮೀನು ಸಿಕ್ಬಿತ್ತು. ಇಷ್ಟು ದೊಡ್ಡ ಮೀನು ಇಟ್ಕೊಂಡು ಏನ್ಮಾಡದಂತ ಯೋಚಿಸ್ದ. ಕಡೀಗೊಂದು ಉಪಾಯ ಹೊಳೀತು. ಅಲ್ಲೇ ಒಂದು ರಾಜನ ದೋಣಿ ಹೊಳೆಯಾಚೆಗೆ ಹೋಗಕ್ಕೆ ಸಿದ್ದ ಆಗಿ ನಿಂತಿತ್ತು. ಹೊಳೆಯಾಚೆ ರಾಜಗೆ ಈ ಮೀನನ್ನ ಬಹುಮಾನವಾಗಿ ಕಳ್ಸಿಕೊಟ್ಟ. ದೋಣಿ ಯೋರು ರಾಜನ್ಗೆ ತಲುಪಿಸ್ದ್ರು.

ರಾಜ ಮೀನ್ನೋಡಿ ಬಾಳಾ ಸಂತೋಷ್ಪಟ್ಟ. ಅರ್‍ಮನೆ ಮುದ್ಕೀರಿಂದ ಕುಯಿಸ್ತಾ ಇದ್ದಾಗ ಮೀನಿನ ಹೊಟ್ಟೇಲಿ ಮುತ್ತು ರತ್ನ ಕಾಣಿಸ್ದುವ್ವ. ರಾಜಗೆ ತುಂಬಾ ಆಶ್ಚರ್ಯ ಆತು. ಮಿನುಕ್ ಶೇಖರ ರಾಯ್ಗೆ ಏನ್ ಮೆಚ್ಗೆ ಕಳ್ಸೋದು ಅಂತ ಚಿಂತೆ ಮಾಡ್ತಿದ್ದ. ಏಳು ಮಲ್ಗೆ ಹೂವಿನ ತೂಕ್ದ ರಾಜನ ಮಗಳು ಅಪ್ಪನ ಚಿಂತಿಗೆ ಉಪಾಯ ಹೇಳಿದ್ಲು. ಅದ್ರಂತೆ ರಾಜ ಮಗಳ್ನ ಒಂದು ವೈನಾದ ಮರದ ಪೆಟ್ಗೇಲಿ ಕೂರ್‍ಸಿ ಬೇಕಾದಷ್ಟು ವಜ್ರ ವೈಡೂರ್ಯ ತುಂಬಿ ಹೊಳೇಲಿ ತೇಲಿ ಬಿಟ್ಟ. ಮರ್‍ದ ಪೆಟ್ಗೆ ಬರಬರ್‍ತಾ ಗಾಣ ಆಡ್ತಿದ್ದ ಮಿನುಕು ಶೇಖರರಾಯ್ನಿಗೆ ಸಿಕ್ತು. ಅವ್ನು ಯಂತದೋ ಪೆಟ್ಗೆ ಎಂದು ದಡದ ಮ್ಯಾಲೆ ಎತ್ತಿ ಹಾಕ್ದ. ಒಂದಿನ ಕಳೀತು. ಚಳಿಕಾಯ್ಸಕ್ಕೆಂದು ಬೆಂಕಿ ಮಾಡ್ದ. ಎಲ್ಲೂ ಕಟ್ಗಿ ಇರಲಿಲ್ಲ ಬೆಂಕಿ ಉರಿಸ್ಲಿಕ್ಕೆ, ಅದಕ್ಕಾಗಿ ಮರ್‍ದ ಪೆಟ್ಗಿ ಒಡದ. ನೋಡ್ತಾನೆ ರಾಜಕುಮಾರಿ ಒಡ್ವೆ, ವೈಡೂರ್ಯ ಎಲ್ಲಾ ಕಾಣುಸ್ತು. ರಾಜನ ಸಾಯ ಅಂತ ತಿಳ್ಕೊಂಡ. ರಾಜಕುಮಾರೀನ ಇಚಾರಸ್ದ. ಆಕೆಯಿಂದ ಎಲ್ಲಾ ರಹಸ್ಯ ಗೊತ್ತಾಯ್ತು. ರಾಜಕುಮಾರಿ ಮದ್ವೆ ಮಾಡ್ಕಬೇಕು ಅಂತ ಕೇಳುದ್ಲು. ಆಗ್ನಿ ಅಂತ ಮದ್ವೆಮಾಡಿಕೊಂಡು ಅರಮನೇಲಿ ಸುಖ್ವಾಗಿದ್ರು.

ರಾಜಕುಮಾರಿ ಜೊತೀಗೆ ಮಿನುಕ್ ಶೇಖರರಾಯ ಸುಖ್ವಾಗಿರೋದು ನೋಡಿ ಆ ಊರಿನ ರಾಜಗೆ ಹೊಟ್ಟೆ ಉರಿ ಸುರುವಾಯ್ತು. ಇವನನ್ನ ಹೆಂಗಾದ್ರುಮಾಡಿ ಕೊಲ್ಬೇಕು ಅಂತ ಏಚ್ನೆ ಮಾಡ್ದ. ರಾಜ ಒಂದಿನ ಮಿನುಕ್ ಶೇಖರರಾಯ್ನ ಅರ್‍ಮನೆಗೆ ಬರಲಿಕ್ಕೆ

ಹೇಳ್ಕಳ್ಸಿದ, ಬರೋಕು ರಾಜ ತನ್ಗೆ ಭಾರಿ ಹೊಟ್ನೋವು, ಅದ್ಕೆ ಹುಲಿ ಹಾಲು ಔಷಧೀಗೆ ಬೇಕಂತ ರಾಜವೈದ್ಯರು ಹೇಳ್ಯಾರೆ ನೀನು ಹೆಂಗಾದ್ರು ಮಾಡಿ ಹುಲಿ ಹಾಲು ತಂದ್ಕೊಡ್ಬೇಕು ಅಂತ ಕೇಳ್ದ. ಮಿನುಕ್ ಶೇಖರರಾಯ್ಗೆ ರಾಜಂದು ಮೋಸ ಅಂತ ಗೊತ್ತಾಯ್ತು; ಹೆಂಡ್ತಿ ಹತ್ರ ಹೇಳ್ದ. ಆಕೆ ಮೂರು ಕಲ್ಲು ಮಂತ್ರಿಸಿ ಕೊಟ್ಳು. ಅದ್ನ ತಗೊಂಡು ಕಾಡಿಗೇ ಹೋಗಿ ಹೆಂಡ್ತಿ ಹೇಳ್ದಂತೆ ಮೂರ್ ಕಲ್ನ ಮೂರ್ ದಿಕ್ಕೀಗೆ ಎಸ್ದ. ಕಾಡೀನ ಜೀವರಾಶಿಯೆಲ್ಲಾ ಬಂದ್ವು. ಮಿನುಕ್ ಶೇಖರರಾಯ ಮುಂದೆ ಕಾಡಿನ ಜೀವರಾಶಿ ಎಲ್ಲಾ ಹಿಂದೆ ಬಂದ್ವು. ಅವ್ನೆಲ್ಲಾ ಕರ್ಕೊಂಡು ಬಂದು ರಾಜನ ಮುಂದೆ ನಿಲ್ಸಿ ಹುಲಿ ಹಾಲು ಕರ್ಕೊ ಅಂತ ಹೇಳ್ದ. ರಾಜ ಹೆದ್ರಿ ಮಿನುಕು ಶೇಖರರಾಯ್ನ ಮರೆಹೊಕ್ಕ.

ರಾಜ ಇಷ್ಟ್ಮಾಡುದ್ರು ಪ್ರಯೋಜ್ನ ಆಗ್ಲಿಲ್ಲ ಅಂತ ಬೇಕಾದಷ್ಟು ತಿಂಡಿ–ತೀರ್ಥ ಮಾಡ್ಸಿ ದೇವಲೋಕದ ತನ್ನ ತಂದೆ–ತಾಯಂದ್ರಿಗೆ ಕೊಟ್ಟು ಬರಬೇಕೆಂದು ಕಳ್ಸೋದು. ಅದರಂತೆ ಮಿನುಕ್ ಶೇಖರರಾಯ್ಗೆ ರಾಜನ ಉಪಾಯ ಗೊತ್ತಾಯ್ತು. ತನ್ನ ಹೆಂಡ್ತೀಗ್ಹೇಳಿ ಉಪಾಯ ತಿಳ್ಕೊಂಡ. ಒಂದಿಷ್ಟು ಹೊಸತಿಂಡಿ ಮಾಡ್ಕೊಂಡು ರಾಜನಲ್ಲಿಗೆ ಬಂದ. ದೇವಲೋಕದಲ್ಲಿ ನಿನ್ ತಾಯಿ–ತಂದೇರೆಲ್ಲಾ ಸೌಖ್ಯವಾಗಿದಾರೆ, ತಿಂಡಿ ಕಳ್ಸ್ಯಾರೆ ಅಂತ ಹೇಳ್ದ. ರಾಜಂಗೆ ಆಶ್ಚರ್ಯ ಆಯ್ತು. ನಾನೂ ಹೋಗ್ಬರ್ತೀನಿ ನಿನ್ಹ್ಯಾಗೆ ಹೋಗ್ಬಂದೆ ಹೇಳು ಅಂದ. ಹ್ಞೂ! ಅಂದ. ಮೂರು ಕಲ್ಲು ಮಂತ್ರಿಸಿ ಕೊಟ್ಟು ಅಗ್ನಿ ಕುಂಡದಲ್ಲಿ ಬಿದ್ರೆ ಸೀದ ದೇವಲೋಕಕ್ಕೆ ಹೋಗ್ಬೌದು ಅಂತ ಹೇಳ್ದ. ರಾಜ ನಿಜ ಅಂತ ನಂಬಿ ಹಂಗೆ ಮಾಡ್ದ. ಹಿಂಗೇ ಸುಮಾರು ದಿವ್ಸ ಕಳ್ದುಹೋತು. ರಾಜ ತಿರ್ಗಿ ಬರ್ಲಿಲ್ಲ ಅಂತ ಮಂತ್ರಿನೂ ಕರ್ಕೊಂಡು ಬರ್ತೀನಿ ಅಂತ ಅಗ್ನಿ ಕುಂಡ್ದಲ್ಲಿ ಬಿದ್ದ. ಮಿನುಕ್ ಶೇಖರರಾಯ ಎಲ್ಲರ್ನು ಸೆರೆಮನ್ಗೆ ಹಾಕಿಸ್ದ. ಎಲ್ಲಾ ದೇಶಕ್ಕು ರಾಜ್ನಾಗಿ ಸುಖವಾಗಿದ್ದ.

**

೪೪. ಮುತ್ತಿನ ಗೊಂಚಲು, ಕೋಳಿರತ್ನ, ಬೆಳ್ಳಿಬುಡ

ಒಂದೂರಲ್ಲೊಬ್ಬ ರಾಜ. ಅವನ್ಗೆ ಇಬ್ರು ಹೆಂಡ್ರು. ಹಿರೀ ಹೆಂಡ್ತಿಗೆ ಒಬ್ನೇ ಮಗ. ಕಿರಿ ಹೆಂಡ್ತಿಗೆ ಆರ್ಜನ ಗಂಡ್ಮಕ್ಳು. ಹಿರೀ ಹೆಂಡ್ತಿ ಕಂಡ್ರೆ ರಾಜ್ಗೆ ಆಗ್ತಿರಲಿಲ್ಲ. ಅದ್ಕೆ ಅವಳ ದೂರ್ದ ಗುಡಿಸ್ಲಲ್ಲಿ ಇಟ್ಟಿದ್ದ. ಕಿರೀ ಹೆಂಡ್ತಿ ಮತ್ತೆ ಆರ್ಜನ ಮಕ್ಳು ರಾಜ್ನೊಟ್ಟಿಗೆ ಸುಖವಾಗಿದ್ರು. ಒಂದಿವ್ಸ ರಾಜ್ಗೆ ಸ್ವಪ್ನದಲ್ಲಿ ಮುತ್ತಿನ ಗೊಂಚಲು, ಕೋಳಿರತ್ನ, ಬೆಳ್ಳಿಬುಡ ಕಾಣಿಸ್ತು. ಬೆಳ್ಗೆ ಆರ್ಜನ ಮಕ್ಳನ್ನ ಕರೆಸಿ ಅವು ಎಲ್ಲಿದ್ರೂ ತಂದ್ಕೊಡಬೇಕಂತ ಹೇಳ್ದ. ಅವರ್ಗೆ ಬುತ್ತಿ ಕಟ್ಟಿಸಿ ಕುದುರೆ ಕೊಟ್ ಕಳಿಸ್ದ. ಆರ್ಜನ ಮಕ್ಳು ಹಿರೀ ಹಂಡ್ತಿ ಮನೆ ಮುಂದೆ ಹೋದ್ರು. ಹಿರೀ ಹೆಂಡ್ತಿ ಮಗ ಇವರ್ನೋಡಿ ಎಲ್ಲಿಗೆ ಅಂತ ಕೇಳ್ದ. ನಿನಗ್ಯಾಕೆ ಎಂದ್ರು ಅವ್ರು. ತಾಯಿ ಹತ್ರ ಹೋಗಿ ನಾನೂ ಹೋಗ್ತೀನಿ ಎಂದ. ತಾಯಿ ದಾಯ್ದ್ರ ಸಾವಾಸ ಬ್ಯಾಡ ಅಂದ್ಲು. ಎಷ್ಟು ಹೇಳ್ದ್ರು ಕೇಳ್ದೆ ತಾಯ್ನ ಒಪ್ಪಿಸಿ ಮೂರು ಬುತ್ತಿ ಕಟ್ಕೊಂಡು ಹೊರ್ಟ. ಊರ ಹೊರ್ಗೆ ಅರಳಿ ಮರ್ದ ಕೆಳ್ಗೆ ಕೂತ ತಮ್ಮಂದ್ರ ಸೇರ್ಕೊಂಡ. ಅವರು ಇವ್ನ ಬಿಟ್ಟು ಕುದುರೆ ಏರ್ಕೊಂಡು ಹೋದ್ರು. ದಾರೀಲಿ ಬರಬರ್ತಾ ಹಿರೀ ಹೆಂಡ್ತಿ ಮಗ್ನಿಗೆ ಬಾಯಾರ್ಕೆ ಆಯ್ತು. ಒಂದು ಕಳ್ಳನ ಮನೀಗೆ ಹೋದ. ಕಳ್ಳನ ಹೆಂಡ್ತಿ ಹತ್ರ ಎಲ್ಲಾ ವಿಚಾರ ಹೇಳ್ದ. ಅವ್ಳು ನಿನ್ಕಾರ್ಯ ಮಾಡ್ಸಿ ಕೊಡ್ತೀನಿ ಅಂತ ಭಾಷೆಕೊಟ್ಲೂ. ರಾಜ್ನ ಮಗ್ನ ಒಂದು ಕೋಳಿ ಜಲ್ಲೇಲಿ ಮುಚ್ಚಿ ಹಾಕಿದ್ಲು. ಗಂಡ ಬಂದ್ಮೇಲೆ ಅವ್ನ ಕಾಲ್ಗೆ ಎಣ್ಣೆ ತಿಕ್ತ ರಾಜ್ನ ಮಗ್ನ ವಿಷಯ ಹೇಳುದ್ಲು. ಅವ್ನ ಕೆಲ್ಸ ಮಾಡ್ಕೊಡ್ತೀನಿ ಅಂತ ಭಾಷೆ ಕೊಟ್ಟ.

ರಾಜಕುಮಾರ ಮುತ್ತಿನಗೊಂಚಲು, ಕೋಳಿರತ್ನ, ಬೆಳ್ಳಿ ಬುಡ ಇರೋ ಜಾಗ ಕೇಳ್ದ. ಅದ್ಕೆ ಕಳ್ಳ ಮದ್ಯ ಕಾಡಲ್ಲಿ ಎತ್ರದ ಅರಳಿಮರ ಇದೆ. ಅಲ್ಲೊಂದು ಬಾವಿ, ಬಾವೀಲಿ ಏಳ್ಹಡೆ ಶೇಷ ಅದೆ. ಅದ್ರ ತಲೆಮ್ಯಾಲೇಳು ಮಣಿಗಳಿರ್ತವೆ. ಅವನ್ನ ಕದ್ಕೊಂಡು ಹಾವನ್ನ ಕೊಂದು ಅದ್ರ ಮಾಂಸಾನ್ನ ಕಟ್ಕೊಂಡು ಬರಬೇಕು. ಹಾವ್ನ ಕೊಂದ ಕೂಡ್ಲೆ ಏಳ್‌ಜನ ನಾಗಕನ್ನೇರು ಆಗ್ತಾರೆ ಅವರನ್ನು ಮದುವೆಯಾಗಬೇಕು. ಆಮ್ಯಾಕೆ ಆ ಏಳು ರಾಜಕನ್ನೆಯರನ್ನ ಕಡಿದು ಕೊಲೆ ಮಾಡದ್ರೆ ಏಳು ಸ್ವಪ್ನದ ಮರಗಳಾಗ್ತವೆ, ಆ ಏಳು ಸ್ವಪ್ನದ ಮರಗಳನ್ನ ಕಡಿದ್ರೆ ಏಳು ಗುಂಗೆಗಳಾಗುತ್ತವೆ ಮತ್ತು ಬೆಳ್ಳಿಬುಡ, ಕೋಳಿರತ್ನ ದೊರಿತ್ತವೆ. ಅವನ್ನ ಪೆಟ್ಟಿಗೆ ತುಂಬಿಕೊಂಡು ಬರಬೇಕು ಅಂತ ಕಳ್ಳ ಹೇಳ್ದ. ಕಳ್ಳನ ಮಾತಂತೆ ರಾಜಕುಮಾರ ಕಾಡಿಗೆ ಹೋಗಿ ಅವ ಹೇಳ್ದಂತೆ ಮಾಡ್ಕೊಂಡು ಬಂದ.

ಆಮ್ಯಾಲೆ ರಾಜಕುಮಾರ ಕಳ್ನಿಗೆ ಏಳು ಗುಂಗೆಗಳನ್ನು ತೋರಿಸಿ ಅವನ್ನ ಕೊಂದಾಗ ಏಳು ಜನ ಕನ್ನೆಯರಾಗ್ತಾರೆ. ಅವರ್ನ ಕಡಿದಾಗ ಏಳು ಮರಗಳಾಗ್ತಾರೆ. ನಿಮ್ತಂದೆ

ರಾಜನಿಗೊಪ್ಪಿಸು ಅಂತ ಹೇಳಿ ಮದ್ಯ ದಾರಿವರಿಗೆ ಬಂದು ಕಳ್ಳ ಕಳಿಸಿ ಹೋದ. ಬರ ಬರುತ್ತಾ ನಡು ಕಾಡ್ನಲ್ಲಿ ಒಬ್ಬ ಸಂನ್ಯಾಸಿ ಭಂಗಿ ಸೇದುತ್ತಾ ಕೂತಿದ್ದ. ರಾಜಕುಮಾರ್ನಿಗೂ ಭಂಗಿ ಸೇದಿಸ್ದ. ಭಂಗಿ ತಲೆಗೇರಿದ ಮ್ಯಾಲೆ ಸಂನ್ಯಾಸಿ ರಾಜಕುಮಾರನ ಪೆಟ್ಟಿಗೆ ಅಪಹರಿಸ್ದ. ಬಾಳ ಹೊತ್ತಾದ ಮ್ಯಾಲೆ ಎಚ್ಚರಾತು ಮತ್ತೆ ಪೆಟ್ಟಿಗೆ ಕಳ್ದುಹೋದುದನ್ನು ಹೇಳಲು ಕಳ್ಳ ನಲ್ಲಿಗೆ ಬಂದ. ಕಳ್ಳ ಸಂನ್ಯಾಸಿಯನ್ನು ಮತ್ತೆ ಹಿಡಿದು ಪೆಟ್ಟಿಗೆ ವಾಪಸ್ಸು ಕೊಡಿಸಿದ.

ಊರಿಗೆ ಬಂದು ನೋಡ್ದ. ತಮ್ಮಂದ್ರಿಗೆ ಮುತ್ತಿನ ಗೊಂಚಲು, ಕೋಳಿರತ್ನ, ಬೆಳ್ಳಿಬುಡ ತರಲಾಗ್ದೆ ರಾಜ್ಯ ಕಳ್ಕೊಂಡು ಕೂತಿದ್ರು. ಹಿರೀ ಹೆಂಡ್ತಿ ಮಗ ರಾಜ ಕೇಳ್ದಾಗ ನಾ ತಂದಿದ್ದೀನಿ ಅಂದ. ತಮ್ಮಂದ್ರಿಗೆ ಹೊಟ್ಟೆ ಕಿಚ್ಚಾಯ್ತು. ಅಣ್ಣನನ್ನ ರಾತ್ರಿ ನಿದ್ದೆ ಮಾಡ್ತಿದ್ದಾಗ ಹಾಳುಬಾವಿಗೆ ಹಾಕಿ ಪೆಟ್ಟಿಗೆ ಅಪಹರಿಸಿದ್ರು. ಅದ್ನ ಕ್ವಾಣೆ ಒಳಗೆ ಹಾಕಿ ರಾಜ ಕರೆಯದ್ನೆ ಕಾಯ್ತಾ ಇದ್ರು. ಇತ್ಲಕಡೆ ಬಾವಿಗೆ ಬಿದ್ದ ರಾಜಕುಮಾರ್ನ ಒಡ್ಡರು ನೋಡಿ ಹಗ್ಗ ಬಿಟ್ಟು ಮ್ಯಾಲೆ ತೆಗಿದ್ರು. ಆರ್ಜನ ರಾಜಕುಮಾರರು ಕೋಣೆಯಲ್ಲಿಟ್ಟ ಪೆಟ್ಟಿಗೆ ವಾಪಸ್ಸು ಬಂತು. ರಾಜಕುಮಾರ ಬಿಕ್ಷುಕ ವೇಷ ಹಾಕ್ಕೊಂಡು ಹೊರಟ.

ಈ ಕಡೆ ರಾಜಸ್ಥಾನದಲ್ಲಿ ರಾಜಕುಮಾರರು ತಂದ ವಸ್ತುಗಳನ್ನು ತೋರಿಸಬೇಕೆಂದು ರಾಜ ಡಂಗುರ ಸಾರಸ್ತಾನೆ. ಬಿಕ್ಷುಕನಾದ ರಾಜಕುಮಾರ ಊರಿಗೆ ಬರ್ತಾನೆ. ಆರ್ಜನ ರಾಜಕುಮಾರರು ಪೆಟ್ಟಿಗೆಯನ್ನು ತರಲು ಕೋಣೆಗೆ ಹೋಗಿ ನೋಡ್ತಾರೆ ಪೆಟ್ಟಿಗೆ ಮಾಯ ಆಗಿತ್ತು. ಪೆಟ್ಟಿಗೆ ತರದಿದ್ರೆ ಕುದ್ರೆ ಕಾಲ್ಗೆ ಕಟ್ಟಿ ಎಳಿಸುತ್ತೇನೆಂದು ರಾಜ ಆಜ್ಞೆ ಮಾಡ್ದ. ರಾಜಕುಮಾರ್ರು ಅಣ್ಣ ಅಪಹರಿಸ್ದ ಅಂತ ಚಾಡಿ ಹೇಳ್ದ್ರು. ರಾಜನ ಮುಂದೆ ವಿಚಾರ ನಡೀತು. ಹಿರೀ ಹೆಂಡ್ತಿ ಮಗ ನೀವೇ ತಂದಿದ್ರೆ ಮುತ್ತಿನ ಗೊಂಚಲು, ಕೋಳಿರತ್ನ, ಬೆಳ್ಳಿ ಬುಡ ಮಾಡಿ ಎಂದು ಪೆಟ್ಗೆ ಬಾಯಿ ತೆಗ್ದ. ಅವರ್ಗೆ ಮಾಡಕಾಗ್ಲಿಲ್ಲ. ಆಮ್ಯಾಲೆ ರಾಜಕುಮಾರ ಪೆಟ್ಗೆ ಒಳಗಿನ ಏಳು ಗುಂಗೆಗಳನ್ನು ಕೊಂದ. ಆಗ ರಾಜ ಸ್ವಪ್ನದಲ್ಲಿ ಕಂಡ ಮುತ್ತಿನ ಗೊಂಚಲು, ಕೋಳಿರತ್ನ, ಬೆಳ್ಳಿಬುಡ ಎಲ್ಲಾ ಆದ್ವು. ಕಿರೀ ಹೆಂಡ್ತಿಯ ಆರ್ಜನ ಮಕ್ಳನ್ನ ಕಡ್ದು ತೋರಣ ಹಾಕಿಸ್ದ. ಹಿರಿ ಮಗನ್ಗೆ ಪಟ್ಟ ಕಟ್ಟಿ ಹಿರಿ ಹೆಂಡ್ತಿಯೊಂದಿಗೆ ಸುಖವಾಗಿದ್ದ.

**

೪೯. ಅಡಕರಾಜನ ಮಗಳು ಅರಮಜ್ಯೋತಿ

ಒಂದು ಊರಾಗೆ ಮೂವರು ಅಣ್ಣ ತಮ್ಮರು ಇದ್ರು. ಮೂವರು ಇದ್ರೆ ಅದರಾಗೆ ಇಬ್ಬರದು ಮದುವ್ಯಾಗಿತ್ತಂತೆ. ಕಿರಿಯಾನು ವಸಂತಂದು ಮದುವ್ಯಾಗಿದ್ದಿಲ್ಲ. ಅಣ್ಣಂದಿರ ಹೆಂಡ್ರಿಬ್ರು, ಅಕ್ಕತಂಗೇರು ನೀರಿಗೊಂಟ್ರು. ನೀರಿಗೊಂಟಾಗ ವಸಂತ ಹಿಂದ್ಲಿಂದ ಕುದುರೆ ಹತ್ತಿಕೊಂಡು ಹೋಗ್ತಾ ಇದ್ದ. ಹೋಗ್ತಾ ಇದ್ದಾಗ, ಅವರಿಬ್ರು ಏನಂತ ಮಾತಾಡ್ತಿದ್ರಂದ್ರೆ ನಮ್ಮ ವಸಂತಂಗೆ ಎಂಥ ಹೆಣ್ಣು ಚೆಂದಾಗುತ್ತೆಂದ್ರೆ ಅಡಕರಾಜನ ಮಗಳು ಅರಮಜ್ಯೋತಿ ಜೊತೆಯಾಗೋದು. ಇವರಿಬ್ರು ಮಾತಾಡ್ತಿರುವಾಗ ವಸಂತ ಹಿಂದ್ಕೆ ಬಂದ. ಅಕ್ಕತಂಗೇರು ನೀರೆಳಕೊಂಡು ಮನೀಗೆ ಬಂದ್ರು. ವಸಂತ ಮನೆಯಾಗೆ ಬಂದು ಮಕ್ಕಾಡೆ ಮಕ್ಕಂಡಿದ್ದ. ಅತ್ತಿಗೇರು ಅವನನ್ನು ಉಣ್ಣಾಕೆ ಎಬ್ಬಿಸಿದ್ರು. ಆವಾಗ ವಸಂತ ಅತ್ತಿಗೇರಿಗೆ ಕೇಳ್ತಾನೆ: ಅತ್ತಿಗೆ, ನೀವು ನೀರಿಗೋಗುತ್ತಿರುವಾಗ ಮಾತಾಡ್ತಿದ್ರಲ್ಲಾ ಏನದು? ಹೇಳ್ರಿ ಅಂದ. ಅಯ್ಯೋ, ಅದೇ ಮಾತಿಗೆ ಮಕ್ಕಂದಿಯಾ, ಹೇಳ್ತಿವಿ ಏಳಪ್ಪಾ ಅಂದ್ರು ಅತ್ತಿಗೇರು. ಹು, ಹು, ನಾನೇಳಲ್ಲ ಉಣ್ಣಲ್ಲ. ಏನು ಮೊದಲು ಹೇಳ್ರಿ ಅಂಥ ಪಟ್ಟಿಡುಕೊಂಡುಬಿಟ್ಟ. ಆಗ ಹಿರೇ ಅಣ್ಣನ ಹೇಣ್ತಿ ಆ ವಿಷಯ ತಿಳಿಸ್ತಾಳೆ. ಅದ್ಕೆ ವಸಂತ ಮತ್ತೆ ಅತ್ತಿಗೇರ್ನ ಕಾಡಾಕಿಡಿದುಬಿಟ್ಟ. ಅಡಕರಾಜನ ಮಗಳು ಅರಮಜ್ಯೋತಿ ಎಲ್ಲಿದ್ರೂ ತಂದೇ ತರ್ತೀನಿ, ಎಲ್ಲಿದ್ದಾಳೆ ಹೇಳಿ ಅಂತಾ ಕೇಳ್ತಾನೆ. ಈ ಹೆಣ್ಣನ್ನು ತರಬೇಕಾದ್ರೆ ಒಂದು ಸೇರು ಅಕ್ಕಿ ಕಟ್ಟಿಕೋ. ಹೋಗೊಂದೆ ಹೋಗೊಂದು ಹೋಗು. ಅಲ್ಲಿ ಋಷಿ ತಪಸ್ ಮಾಡ್ತಿರ್ತಾನೆ. ಅವನ ಮುಂದೆ ಸ್ವಲ್ಪ ದೂರದಲ್ಲಿ ಕುಂತುಕೊಂಡು ಎಲ್ಡು ಕಲ್ಲಿಡು ಅದರ ಮೇಲೆ ಪಾತ್ರೆ ಇಡು. ಬುಡಕ್ಕನೆ ಉಲ್ಡತಿತಿ. ಆಗ ಋಷಿಗೆ ಎಚ್ಚರಾಕತೆ. ಹಂಗೆ ಹತ್ತಾರು ಸಾರಿ ನೀನು ಮಾಡೋದನ್ ಕಂಡು ಋಷಿ ಏನಂತಾ ಹೇಳ್ತಾನಂದ್ರೆ, ಹಂಗಲ್ಲ ಮಗನೆ ಮೂರು ಕಲ್ಲು ಇಟ್ಟು ಪಾತ್ರೆ ಇಡು ನಿಲ್‌ತತೆ ಆಗ ಅನ್ನಮಾಡಬಹುದು ಅಂತಾನೆ. ಆವಾಗ ನೀನು ಋಷಿಗೆ, ಸ್ವಾಮಿ ನನಗೆ ಅನ್ನ ಬೇಕಿಲ್ಲ ಉಣ್ಣೋದು ಬೇಕಿಲ್ಲ. ಅಡಕರಾಜನ ಮಗಳು ಬೇಕು ಅಂತ ಕೇಳು. ನಿನ್ನ ಕೈಲಿ ತರೋದಾಗಲ್ಲ ಹಿಂದ್ಕೋಗು ಅಂತಾನೆ ಋಷಿ. ಇಲ್ಲಾ ನಾ ತಂದೇ ತರ್ತೀನಿ ಅಂತ ಪಟ್ಟಿಡಿ. ಆಗ ಅವನು ಅದಕ್ಕೆ ಮಾರ್ಗ ತೋರಿಸ್ತಾನೆ ಅಂತೇಳಿ ಕಳಿಸ್ತಾರೆ.

ಇವನು ಹೋಗೊಂದ್ ಹೋಗೊಂದ್ ಹೋದ, ಅಲ್ಲೊಂದು ಹಳ್ಳ ಬಂತು ಋಷಿ ಕಂಡ. ಅಲ್ಲೆ ಎಲ್ಡು ಕಲ್ಲಿಟ್ಟ ಪಾತ್ರೆ ಇಡಕೋಗ್ತಾನೆ ಅದು ಬುಡಕ್ಕನೆ ಉಲ್ಡತಲೇ ಐತೆ. ಆವಾಗ ಋಷಿ ಹಂಗಲ್ಲಪ್ಪ ಮೂರು ಕಲ್ಲಿಟ್ಟು ಅಡಿಗೆ ಮಾಡು ಅಂತ ಹೇಳಿದ. ಋಷಿ ಹಂಗೇಳಿದ್ದೆ ತಡ, ಸ್ವಾಮಿ ನನಗಿದೇನೂ ಬೇಕಿಲ್ಲ ಅಡಕರಾಜನ ಮಗಳು ಅರಮಜ್ಯೋತಿ

ಬೇಕು ಎಲ್ಲಿದ್ದಾಳೆ ಹೇಳು ಅಂತಾನೆ ಇಲ್ಲಿಲ್ಲಪ್ಪ ಅವಳು ರಾಕ್ಷಸಿ ಕೈಯಾಗವಳೆ ನಿನ್ನ ಕೈಲಿ ತರೋದಾಗಲ್ಲ ವಾಪಸ್ಸು ಮನಿಗೆ ಹೋಗು ಅಂತಾನೆ. ಇಲ್ಲಾ ಸ್ವಾಮಿ ನಾ ತರ್ಲೇಬೇಕು ಏನಾದ್ರು ಮಾಡಿ ಅಂತ ಕುಂತೇಬಿಟ್ಟಾನೆ. ಆವಾಗ ಋಷಿ ಕಲ್ಲುಗಳು ಮಂತ್ರಿಸಿ ಕೊಟ್ಟ, ನೋಡು ಹಿಂಗೇ ಸ್ವಲ್ಪ ದೂರ ಹೋಗು, ಇರಿಬೆ ಹಿಂಡು ಸಿಗ್ತದೆ. ಅಲ್ಲೊಂದು ಕಲ್ಲೊಗಿ. ಅವು ಮಾಯವಾಗ್ತವೆ. ಅಲ್ಲಿಂದ ಮುಂದೋಗು ಹಾವಿನ ಹಿಂಡು ಬರ್ತವೆ. ಅಲ್ಲೊಂದೊಗಿ. ಅವೂ ದೂರಾಗ್ತವೆ. ಮುಂದೋದ್ರೆ ಹೊಳೆ ಅಡ್ಡ ಬರ್ತದೆ. ಅಲ್ಲೊಂದೊಗಿ, ಅದು ಅರಗಾಗ್ತದೆ. ಅಲ್ಲಿಂದ ಮುಂದೋದ್ರೆ ಅಡಿಕೆ ಮರಗಳು ಸಿಗ್ತಾವೆ. ಮೂರಡಿಕೆ ಮೂರೆಲೆ ಹರ್ಕಂಡು ಬಕ್ಕಣದಾಗೆ ಇಟ್ಕೊ. ಮತ್ತೆ ಮೂರೆಲೆ ಮೂರಡಿಕೆ ಹಾಕ್ಕೊಂಡು ನಾಕ್ಮೂಲಿಗು ಪಿಚಿ ಪಿಚಿ ಉಗುಳಿ ಹಿಂದ್ಕೆ ನೋಡ್ದಂಗೆ ಬಾ ಅಂತೇಳಿ ಕಳಿಸಿದ ಋಷಿ.

ಇಪ್ಪಟಿ ವಸಂತ ಋಷಿ ಹೇಳ್ದಂಗೆ ಎಲ್ಲಾ ನೆನಪಿಟ್ಟುಕೊಂಡು ಮಾಡ್ತಾ ಹೋದ. ಕೊನೆಯಲ್ಲಿ ಎಲೆಅಡಿಕೆ ಹಾಕ್ಕೊಂಡು ನಾಕ್ಮೂಲಿಗು ಉಗುಳಿ ಓಡಿ ಬರಾಕರೆ ಹಿಂದಕ್ಕೆ ತಿರುಗಿ ನೋಡಿದ. ಆಗ್ಲೆ ಅವನು ಅಲ್ಲೆ ಕಲ್ಲಾದ. ಋಷಿ, ಹೋದ ಮಗ ಬರ್ಲಿಲ್ಲಾಂತ ಅಲ್ಲಿಗೇ ಹೋದ. ಕಲ್ಲಾಗಿ ನಿಂತಿದ್ ಕಂಡು, ಸಂಜೀವಿನಿ ಕಡ್ಡಿಯಿಂದ ಕಲ್ಲಿಗೆ ಮುಟ್ಟಿ ಜೀವ ಬರಂಗೆ ಮಾಡಿ, ಬೇಡಪ್ಪಾ ನಿನ್ನ ಕೈಲಿ ತರೋದಾಗಲ್ಲ ಹಿಂದ್ಕೋಗು ಅಂದ. ಇವನು ಮತ್ತು ತರ್ಲೇಬೇಕಂತ ಹಠ ಹಿಡಿದ. ಋಷಿಗೆ ಏನೂ ತೋಚದಂತಾಗಿ ಮತ್ತೆ ಕಲ್ಲು ಮಂತ್ರಿಸಿಕೊಟ್ಟು ಅಲ್ಲೇ ನಿಂತ್ಕೊಂಡ. ವಸಂತ ಎಲೆ ಅಡಿಕೆ ಹಾಕ್ಕೊಂಡು ನಾಕ್ ಮೂಲಿಗೂ ಪಿಚಿ ಪಿಚಿ ಉಗುಳಿ ಓಡಿ ಬರಾಕರೆ ರಾಕ್ಷಸಿಗಳು ಬೆನ್ನ ಹತ್ತಿದ್ರು. ಋಷಿ ಬೆಕ್ಕು ಮಾಡಿ ಬಗಲಾಗೆ ಎತ್ಕೊಂಡ ಅವನನ್ನು ಓಡೋಡಿ ಬಂದ್ನಲ್ಲಾ ಇಲ್ಲೊಬ್ಬ ಎಲ್ಲಿಗೋದ ಅಂತ ರಾಕ್ಷಸಿಗಳು ಚೀರಾಡಕ ಹತ್ತಿದ್ರು. ಏನೋ ಕಣ್ರಪ್ಪ ನಂಗೊತ್ತಿಲ್ಲ ಅಂದ ಋಷಿ. ಅವರು ಅತ್ಲಾಗೆ ಹೋದ್ರು. ಋಷಿ ತನ್ನ ಸ್ಥಾನಕ್ಕೆ ಬಂದು ಬೆಕ್ಕಾಗಿದ್ದನ್ನ ಮನುಷ್ಯನಾಗಿ ಮಾಡಿ, ಮಗನೇ ನೀ ತಂದಕ್ಕಿ ಅನ್ನಮಾಡು. ಅನ್ನಮಾಡಿ ಬುತ್ತಿ ಉಂಡೆ ಕಟ್ಟು. ನೀ ತ್ವಾಟಕ್ಕೆ ಹೋಗತ್ತಿಗೆ ಅದು ಮೂರು ಭಾಗಕತಿ. ಹಾದಿಗೊಂದಿಡು, ಬಾವಿಗೊಂದಾಕು, ನೀನೊಂದು ತಿನ್ನು. ನೀ ಒಯ್ದು ಎಲೆಅಡಿಕೆ ತಲೆದಿಂಬಿನಾಗೆ ಇಟ್ಕೊ. ನಿದ್ದೆ ಹತ್ತಿದಾಗ ಅವಳು ಬಂದು ತಲೆದಿಂಬಿನಾಗೆ ಕುತ್ಕತಾಳೆ ಅಂದು ಹೇಳಿ ಕಳಿಸಿದ. ಇವನು ಅದೇ ರೀತಿ ಹೋಗ್ತಾನೆ. ತ್ವಾಟಕೆ ಹೋಗತ್ತಿಗೆ ಬುತ್ತಿ ಮೂರು ಭಾಗ ಆಗ್ತತಿ. ಹಾದಿಗೊಂದು, ಬಾವಿಗೊಂದು ಹಾಕಿದ. ಅವನೊಂದು ತಿಂದ. ತಲೆದಿಂಬಿನಾಗೆ ಎಲೆಅಡ್ಕೆ ಇಟ್ಕೊಂಡು ಮನಗಿದ. ಆವಾಗ ಅಡಕರಾಜನ ಮಗಳು ಅರಮಜ್ಯೋತಿ ಬಂದು ತಲೆದಿಂಬಿನಾಗೆ ಕುತ್ಕಂಡಿರ್ತಾಳೆ. ಅಷ್ಟೊತ್ತಿಗೆ ಏನಪ್ಪಾ ಆಯ್ತು ಅಂದ್ರೆ, ಅವರೂರಾಗೆ ಒಬ್ಬು ಕುಲ್ಡಕುಂಬಾರ್ತಿ ಅಂಥ ಇದ್ಲು. ಅಡಕರಾಜನ ಮಗಳು ನೋಡಿ ಬಂದು, ಇವನ್ಯಾರಿವನು, ಯಾಕಿಲ್ಲಿ ಕುಂತಿದಿ ನೀನು, ಏನಾಗಬೇಕು ಅಂಥ ಕೇಳಿದಳು. ನನ್ನ ಮದುವೆ ಆಗುಕ್ಕೋಸ್ಕರ ಬಹಳ ದೂರದಿಂದ ಬಂದವನೆ. ನಾನು ಅವನನ್ನ ಪ್ರೀತಿಸಿ ಮದುವೆಯಾಗ್ತೀನಿ ಅಂದ್ಲು. ಮೊದ್ಲೇ ಕುಲ್ಡಕುಂಬಾರ್ತಿ, 'ಕುಂಟಗೆ ಎಂಟು ಚಾಷ್ಟೆ ಕುಲ್ಡಗೆ ನಾನಾ ಚಾಷ್ಟೆ ಅನ್ನಂಗೆ,' ಕುಂತಿದ್ದಂಗಲೆ ಒಂದು ಉಪಾಯ ಮಾಡಿದಳು. ಬಾಯಿಲ್ಲಿ ಬಾವಿಯೊಳಗೆ ಒಂದು ದೊಡ್ಡ ಮೀನು ಹೆಂಗೆ

ಒದ್ದಾಡ್ತೈತಿ ನೋಡು ಬಾ ಅಂಥ ಕರದ್ಲು. ನಿನ್ ದಾಗಿಣಿ ನನಗೆ ಚೆಂದಾಕತನೊ ನೋಡಾನ ಕೊಡು ಎಂದು ಇಸ್ಕೊಂಡ್ಲು. ಈಗ ನೋಡಾನ ಯಾರು ಚಂದಾಕಾಣ್ತಾರೊ ಎಂದು ಇಬ್ಬರೂ ಬಾವಿ ನೀರ್ನಾಗೆ ಬಗ್ಗಿ ನೋಡಕಂತಿದ್ದರು. ಆಗ ಕುಲ್ಡಕುಂಬಾರ್ತಿ ಏನು ಮಾಡಿದಳು ಗೊತ್ತೆ, ಅಡಕರಾಜನ ಮಗಳು ಬಗ್ಗಿ ನೋಡ್ತಿರಬೇಕಾದರೆ ಬಾವಿಗೆ ನೂಕಿದ್ಲು. ಹೋಗಿ ಕುಂಬಾರ್ತಿ ವಸಂತನ ತಲೆದಿಂಬಿನಾಗೆ ಕುಂತ್ಲು. ಎಚ್ಚರಾಯ್ತು. ವಸಂತನ್ನ ಕುಂಬಾರ್ತಿ ನೋಡಿ ನಾನೇ ಅಡಕರಾಜನ ಮಗಳು, ಹೋಗಾನ್ನ ನಡಿ ಊರಿಗೆ ಅಂದು ಉಬ್ಬಿಸಿ ಮೆಚ್ಚಿಸಿ ಕರಕಂಡುಬಂದ್ಲು. ವಸಂತ ಮನೆಗೆ ಬಂದನೇ ಅತ್ತಿಗೆರನ್ನ ಕರೆದು, ಅಡಕರಾಜನ ಮಗಳು ತಂದಿವ್ನಿ ದಂಡು ದರಬಾರು ಕರ್ಕೊಂಡು ಬರ್ರಿ ಅಂತ ಹೇಳಿ ಕಳ್ಸಿದ. ದಂಡು ದರಬಾರೆಲ್ಲಾ ಕರ್ಕೊಂಡು ಬಂದ್ರು. ಅಣ್ಣನ ಹೆಂಡ್ರು, ಅಯ್ಯೋ ನಮ್ಮ ಮೈದ್ನ ಕೈಲಿ ಅಡಕರಾಜನ ಮಗಳು ತರಕಾಗ್ಲಿಲ್ಲ, ಅದ್ಕೆ ಕುಲ್ಡ ಕುಂಬಾರ್ತಿ ಕರಕೊಂಡು ಬಂದವ್ನೆ ಬಿಡ್ರೆ ಅಂತ ಆಡುಕೊಳ್ತಿದ್ದರು. ಆ ಕಡೆ ವಸಂತನದು ಮದುವೆಯಾಗಿ ಮನಿಗೆ ಕರಕೊಂಡುಬಂದ್ರು. ಮದುವೆ ಆಗಿನ್ನು ಮೂರು ದಿವ್ಸ ಆಗಿಲ್ಲ ವಸಂತ ಆಗ ಸಾಯ್ತಾನೊ ಈಗ ಸಾಯ್ತಾನೊ ಅನ್ನೊಂಗಾದ. ಅಣ್ಣಂದಿರೆಲ್ಲಾ, ಅಯ್ಯೊ ನಾವು ನಮ್ಮ ತಂದಿಗೆ ಮೂವರು ಮಕ್ಕಳಿದ್ವಿ, ಆದ್ರೆ ಈಗ ಇಬ್ರೆ ಆಕ್ತಿವೇನೊ ಏನಾದರೂ ಮಾಡಿ ಇವನನ್ನು ಉಳ್ಸಿಕೊಬೇಕು ಅಂತ ಅಂದು ಅವನ್ನ ತ್ವಾಟಕ್ಕೆ ಕರ್ಕೊಂಡು ಹೋದ್ರು. ಹೋಗಿ ಅಲ್ಲಿ ಕುಂದ್ರಿಸಿ ಬಾವಿ ಕಡೆಗೆ ನೋಡ್ತಾರೆ. ಕಮಲದ ಹೂವು ಮಲಮಲ ಅಂತಿತ್ತು. ಏಯ್ ಈ ಹೂವ್ನ ನನ್ನ ತಮ್ಗೆ ಹರ್ಕಂಡೋಗಿ ಕೊಟ್ರೆ, ನೋಡ್ತಾ ಕುಂತ್ಕಂತಾನೆ ಅಂದು ಕಷ್ಟಪಟ್ಟು ಬಾವ್ಯಾಗೆ ಇಳ್ದು ತಂದುಕೊಟ್ರು. ಹೂವು ನೋಡ್ತಾ ನೋಡ್ತಾ ತಮ್ಮ ಪಾಡಾದ. ಆವಾಗ ಒಂದು ದಿವಸ ಕುಲ್ಡ ಕುಂಬಾರ್ತಿ ಗಂಡನ ತಾಕೆ ಬಂದ್ಲು. ಗಂಡನ ಕೈಯಾಗಿನ ಹೂವು ನೋಡಿ ಮನಿ ಗೋದ್ಲು. 'ಮಾವ ನನಗೆ ತಲೆನೋವು ಅದ್ಕೆ ನಿನ್ನ ತಮ್ಮನ ಕೈಯಾಗಿನ ಹೂವು ತಂದು ರಸ ಮಾಡಿ ಹಣೆಗೆ ಹಚ್ಚಿದ್ರೆ ಪಾಡಾಕತಿ' ಅಂದ್ಲು. ಮಾವ ಹಂಗೆ ಮಾಡ್ದ. ರಸ ಹಿಂಡಿ, ಹಿತ್ಲಕಡೆ ಬಿಸಾಕಿದ. ಹೂವು ಒಂದು ಒಳ್ಳೆ ಶ್ರೀಗಂಧದ ಮರವಾಗಿ ಬೆಳಿತು. ಮತ್ತೆ ವಸಂತನಿಗೆ ಖಾಯಿಲೆ ಜೋರಾಗಕತ್ತಿತು. ಎಲಾ ಹಿಂಗಾತಲಾ ಏನು ಮಾಡಾದು ಅಂತೇಳಿ ಹಿತ್ಲಾಗಿನ ಗಂಧದ ಮರದಡಿ ತಂದು ಕೂರಿಸಿದ್ರು, ಆ ಗಾಳಿ ಕುಡಿತಾ ಕುಡಿತಾ ಪಾಡಾಗಕತ್ತಿದ. ಕುಲ್ಡ ಕುಂಬಾರ್ತಿಗೆ ಈ ಮರದ ಮೇಲೆ ಕಣ್ಣುಬಿತ್ತು. ಮತ್ತೆ 'ತಲೆನೋವು, ಮೈಕೈನೋವು' ಅಂತ ಮಂಕಡ್ಲು. ಮಾವ ಏನಾಗಬೇಕು ಅಂತ ಕೇಳ್ದ. ಹಿತ್ಲಾಗೆ ಗಂಧದ ಮರ ಐತಲ್ಲಾ ಅದ್ನ ನೀರೊಲಿಗೆ ಹೆಟ್ಟಿ ನೀರಕಾಸಿ ಹೊಯ್ದ್ರೆ ನನಗೆ ಪಾಡಾಕತಿ ಅಂದ್ಲು. ಮಾವ ರಾತ್ರಿನಾಗೆ ಬಡಿಗಿ ಮನಿಗೆ ಹೋಗಿ, ಬಡಿಗೆರಪ್ಪ ನಮ್ಮ ಹಿತ್ಲಕಡೆ ಇರೋ ಗಂಧದ ಮರನ ಗರಗಸದಿಂದ ಕತ್ತರಿಸಿಕೊಡು ಅಂತಾ ಕೇಳ್ದ. ಬಡಿಗೆರಪ್ಪ ಆಗ್ಲಪ್ಪಾಂದ. ರಾತ್ರಿನಾಗೆ ಅಡಕ ರಾಜನ ಮಗಳು ಬಡಿಗೆರಪ್ಪನ ಕನಸಿನಾಗ ಬಂದು ಏನ್ ಹೇಳ್ತಾಳೆಂದ್ರೆ ನೀ ನನ್ ಕಡಿಯಾಕರೆ, ಒಂದು ಚಕ್ಕೆ ಹಾರ್ತತಿ, ಆವಾಗ ನಿನ್ ಮಗ ನಿನ್ನ ಉಣ್ಣಾಕೆ ಕರಿಯಾಕೆ ಬರ್ತಾನೆ. ಆ ಚಕ್ಕೆ ತೆಗೆದು ನೀನಿಟ್ಟುಕೊಂಡು ಮರ ಕಡ್ತಿದ್ದ ಅವರಿಗೆ ಕೊಟ್ಟುಹೋಗು ಅಂತಾಳೆ. ಬಡಿಗೆರಪ್ಪ ಬೆಳಿಗ್ಗೆ ಬಂದಾ ಮರಕಡ್ದ, ಚಕ್ಕೆ ತಗೊಂಡು ಮನಿಗೋದ.

ಕುಲ್ಡಕುಂಬಾರ್ತಿಗೆ ಆ ಮರದಿಂದ ನೀರು ಕಾಯ್ಸಿ ಹೊಯ್ದ್ರು. ಬಡಿಗೆರಪ್ಪನ ಮನೆ ಬೆಳಕರಿಯದ್ರಾಗೆ ದೊಡ್ಡ ಅರಮನಿಯಾಯ್ತು. ಅಡಕರಾಜನ ಮಗಳು ಅವನ ಮನಿಗೆ ಬಂದ್ಲು. ಎಲಾಎಲಾ ಇಂಥಾ ದೊಡ್ಡ ಮನಿ ಇವನಿಗ್ಯಾರು ಕಟ್ಟಿಸಿಕೊಟ್ರು ಅಂಥ ಎಲ್ಲಾರು ನೋಡಾಕೆ ಬಂದ್ರು. ಕುಲ್ಡ ಕುಂಬಾರ್ತಿನೂ ಬಂದ್ಲು. ಮನಿಯಾಗಿದ್ದ ಅಪರಂಜಿಯಂಥ ಅರಮಜ್ಯೋತಿ ಕಂಡು ಅವಾಕ್ಕಾದ್ಲು. ಮನಿಗೆ ಬಂದು 'ಅಯ್ಯಯ್ಯೊ ಮಾವ ಬಡಿಗೇರ ಮನಿ ದೆವ್ವ ನನಿಗೆ ಹಿಡ್ದುಬಿಟ್ಟೈತೆ' ಏನಾದ್ರು ಮಾಡಿ ಅವಳ್ನ ಕಡ್ಸಿ ರಕ್ತ ತಂದು ನನ್ನ ಹಣಿಗೆ ಹಚ್ಚಿದ್ರೆ ಪಾಡಾಕತಿ ಅಂದ್ಲು. ಮಾವ, ಕಟುಕರ್ನ ಕರಕೊಂಡು ಬಡಿಗೇರಪ್ಪನ ಮನಿಗೆ ಹೋಗಿ ಆ ಹುಡ್ಗಿ ತಂದು ಕಡ್ಸಿ ರಕ್ತ ತಂದು ಹಚ್ಚಿದ್ರು. ಪಾರ್ವತಿ ಪರಮೇಶ್ವರರು ಆಕಾಶದಲ್ಲಿ ಹೋಗ್ತಿದ್ದರು: 'ಅಯ್ಯಯ್ಯೋ ಅಡಕರಾಜನ ಮಗಳ್ನ ಯಾರಿಂಗೆ ಮಾಡ್ದರು ಅಂತೇಳಿ ಅವಳಿಗೆ ಜೀವಕೊಟ್ಟು ಅಲ್ಲೊಂದು ಮನೆ ಕಟ್ಟಿ, ಆಕೆ ಕೈಹಿಡಿದಂತಹ ಪುರುಷ ಬಂದು ಮುಟ್ಟಿದ್ರೆ ಮಾತ್ರ ಕದಾ ತೆಗೆಲಿ' ಅಂತಾ ಶಾಪಕೊಟ್ಟು, ಆ ಹುಡ್ಗಿನ ಆ ಮನೆಯೊಳಗಿಟ್ಟು ಬೇಕಾದ್ದನೆಲ್ಲಾ ಅಲ್ಲಿಟ್ಟು ಹೊರಟೋದ್ರು. ಇತ್ಲಾಗೆ ವಸಂತಗೆ ತೀರಾ ಬಾರಾ ಜೋರಾಯ್ತು, ಅಣ್ಣಂದಿರಗೆ ಯೋಚನೆ ಹತ್ತತು. ಯಾರದೋ ಒಂದು ಹೊಸಮನಿಯಾಗಿತಿ ಅಲ್ಲೆಲ್ಲಾ ಅಡ್ಡಾಡಿಸಿ ಕಂಡು ಬರಾನ ಅಂತಂದು ಕರಕೊಂಡು ಹೋದ್ರು. ಇವನನ್ನು ಆ ಬಾಗಿಲಹತ್ರ ಕುಂಡ್ರಿಸಿ ಅಣ್ಣಾರು ಹಳ್ಳದಕಡೆ ಹೋದ್ರು. ಬಾಗಿಲಹತ್ರ ಕುಂತಿದ್ನಲ್ಲಾ ವಸಂತ, ಬಾಗಿಲಮೇಲೆ ಕೈಯಿಟ್ಟ ಬಾಗಿಲು ಸರಾಗವಾಗಿ ತೆರಿತು. ಇವನು ಒಳಿಕ್ಕೆ ಹೋದಕೂಟ್ಲೆ ಮತ್ತೆ ಬಾಗಲ ಹಾಕ್ಕಂಬಿಡ್ತು. ಅಲ್ಲಿ ನಾಗಾನಕ್ಕಿ ಜೋಗಾನಕ್ಕಿ ಇದ್ದುವು. ನೀ ಒಂದು ಕತೆ ಹೇಳು, ನೀ ಒಂದು ಕಥೆ ಹೇಳು ಅಂತಾ ಅವರಿಬ್ರು ವಾದಾ ಮಾಡ್ತಾ ಇದ್ದವು. ಇಷ್ಟೊತ್ತಿಗೆ ಇಲ್ಲೇನಾಗಿದೆ ಹಳ್ಳದ ಕಡೆ ಹೋಗಿದ್ದ ಅಣ್ಣಾರು ಬಂದು ನೋಡ್ತಾರೆ, ತಮ್ಮ ಇಲ್ಲ. ಕದ ತೆಗಿಯಾಕೆ ಹೋಗ್ತಾರೆ ಬರಲ್ಲ. ಅಯ್ಯೊ ನನ್ನ ತಮ್ಮ ಸತ್ತೋಗಿಬಿಟ್ಟ ಅಂತೇಳಿ ಮನಿಗೆ ಬಂದು ಬಿಟ್ರು. ಇಲ್ಲಿ ಒಳಗೆ ನಾಗಾನಕ್ಕಿ, ಕತೆ ಹೇಳಾಕೆ ಶುರುಮಾಡ್ತು. ಏನು ಹೇಳ್ತಿತೆ, ಈ ವಸಂತನದೇ ಕಥೆ. ಕುಲ್ಡ ಕುಂಬಾರ್ತಿ ಅಡಕರಾಜನ ಮಗಳಿಗೆ ಹೆಂಗೆ ಮೋಸ ಮಾಡಿದ್ಲು, ಅಡಕರಾಜನ ಮಗಳ್ನ, ಪಾರ್ವತಿ ಪರಮೇಶ್ವರರು ಕಾಪಾಡಿ ಈ ಮನೆಯೊಳಗೆ ಇಟ್ಟಿರತಂಕಾ ಹೇಳ್ತು, ವಸಂತನಿಗೆ ಬಹಳ ದಿಗಿಲಾಯ್ತು. ಮನೆಯೊಳಗೆಲ್ಲಾ ಸುತ್ತುತಾ ಸುತ್ತುತಾ ಬಂದ. ಒಂದು ಮೂಲೆಯಲ್ಲಿ ಅಡಕರಾಜನ ಮಗಳು ಕಣ್ಣೀರಾಕ್ತ ಕುಂತಿದ್ಲು. ವಸಂತ ಹೋದಾನೆ ಅವಳ್ನ ಬಾಚಿ ತಬ್ಬಿಕೊಂಡು ಮುದ್ದಾಡಿ, ಕಣ್ಣೀರೊರಿಸಿ, ಮನಿಗೆ ಕರ್‍ಕೊಂಡು ಬಂದ. ಅಣ್ಣ ಅಣ್ಣನ ಹೆಂಡ್ರು ಎಲ್ಲಾರ್‍ನು ಕರ್‍ಸಿ ಅಡಕರಾಜನ ಮಗಳು ಅಂದ್ರ ಇವಳೇನಾ ಅಂತ ತೋರ್‍ಸಿದ. ಆವಾಗ ಅತ್ತಿಗೆರೆಲ್ಲಾ ಸಂತೋಷಪಟ್ಟು, ಓಕಳಿ ಮಾಡಿ, ನೀವಳಿಸಿ ಹಾಕಿ ಒಳಗೆ ಕರಕಂಡ್ರು. ಹಾದಿಗೆ ಹಂದ್ರೆ ಹಾಕ್ಸಿ ಬೀದಿಗೆ ಚಳೆ ಕೊಟ್ಟು ಮದುವೆಮಾಡಿದ್ರು. ಕುಲ್ಡ ಕುಂಬಾರ್ತಿನ ವಸಂತನೇ ಕೈಯ್ಯಾರೇ ಚಿಗಿದು ಅಕ್ಸೆಬಾಗ್ಲಿಗೆ ತೋರಣ ಕಟ್ಟಿದ. ವಸಂತ, ಅಡಕರಾಜನ ಮಗಳು, ಅತ್ತಿಗೇರು ಎಲ್ಲಾ ಸುಖವಾಗಿ ಜೀವನ ಮಾಡ್ತಿದ್ದರಂತೆ. ನಾವಿಲ್ಲಿ ಹಿಂಗಿದ್ದೀವಿ.

**

೫೦. ಸೋಲಿಸಿದವರಿಗೆ ಸಾವಿರ

ಒಂದು ದೇಶದಲ್ಲಿ ಒಬ್ಬ ರಾಜ. ಅವನಿಗೆ ಎಲ್ಲಾ ವಿದ್ಯೆನೂ ಬರ್ತಿತ್ತು. ಅವನೊಂದು ಸಾರಿ ಏನು ಮಾಡ್ದ 'ನನ್ನನ್ನು 'ಹೂ' ಅನ್ನಿಸಿ ಯಾರು ಸಾಕು ಮಾಡ್ತಾರೊ ಅವರಿಗೆ ಒಂದು ಸಾವಿರ ರೂಪಾಯಿ ಬಹುಮಾನ ಕೊಡ್ತೀನಿ' ಅಂತ ಸಾರಿಸ್ತಾನೆ. ನೂರಾರು ಕಡೆಯಿಂದ ಕಥೆ ಹೇಳೊ ಪಂಡಿತರು ಬಂದು ಕಥೆ ಹೇಳಿ ಹೇಳಿ ಸಾಕಾಗಿ ವಾಪಸ್ಸು ಹೋಗ್ತಾರೆ. ಎಂಥೆಂಥ ಇಂಪಾದ ಕಥೆಗಳ ಹೇಳಿದ್ರೂ 'ಹೂ' ಅಂತಲೇ ಇರ್ತಾನೆ. ಹಿಂಗೇ ನಡೆತಿರುವಾಗ ಉತ್ತರದ ಕಡೆಯಿಂದ ಒಬ್ಬ ಪಂಡಿತ ಬಂದ. ಭಾರಿ ಭಾರಿ ಕಥೆ ಹೇಳ್ದ. ಏನೇಳಿದ್ರು ರಾಜನೇನು ಸಾಕಾಗ್ಲಿಲ್ಲ. ಇವನಿಗೆ ನಾಚಿಕೆಯಾಗಿ ಸಪ್ಪು ಮುಖಹಾಕೊಂಡು, ಬಂದ ದಾರಿಕುಟಿನೇ ಹೋಗ್ತಿದ್ದ. ಹಿಂಗೇ ಬರ್ತಿರಬೇಕಾದ್ರೆ ದಾರಿ ಒಳಗೆ ಒಬ್ಬ ಹಳೇ ಸ್ನೇಹಿತ ಸಿಕ್ಕಿದ. ಯಾಕಪ್ಪಾ ಗೆಳಿಯ ಸಪ್ಪಗಿದಿಯಲ್ಲೋ ಏನಾಗಿತಿ? ಹೇಳಪ್ಪಾಂದ. ಆಗ ಅವನು ನಡೆದ ಕಥೆಯಲ್ಲಾ ಹೇಳ್ದ, ಅಯ್ಯೋ ಅದಕ್ಯಾಕೆ ಇಷ್ಟು ಸಂಕಟಪಡ್ತಿಯಾ ಬಾ ನನ್ನಿಂದುಕುಟೆ ನಾನು ಅವನನ್ನು ಸೋಲಿಸ್ತೀನಿ ಅಂದ. ಇವನು ಏನೇನೋ ಹೇಳ್ದ. ಗೆಳಿಯ ಏನು ಮಾಡ್ದ್ರು ಒಪ್ಪದೆ ಬಾ ನನ್ನಿಂದುಕುಟೆ ಸುಮ್ನೇ ಅಂದು ರಾಜಾಸ್ಥಾನಕ್ಕೆ ಕರಕೊಂಡು ಬಂದ. ರಾಜನಿಗೆ ನಮಸ್ಕಾರ ಮಾಡಿ ಕುಂತುಕೊಂಡು ಕಥೆ ಹೇಳಕ್ಕೆ ಶುರುಮಾಡ್ದ. ಒಂದು ಊರಾಗೆ ಒಬ್ಬ ರಾಜ. ಆ ಊರಿನ ಹತ್ತಿರ ಒಂದು ದೊಡ್ಡ ಹಳ್ಳ. ಹಳ್ಳದ ದಂಡೆ ಮೇಲೆ ಒಂದು ದೊಡ್ಡ ಆಲದಮರ. ಆ ಆಲದ ಮರದ ಕೆಳಗೆ ಒಬ್ಬ ರೈತ ಕಣಮಾಡಿ, ರಾಗಿ ಒಕ್ಕಲುಮಾಡಿ ಕಣಜ ತುಂಬಿ ತುಂಬಿ ನಿಲ್ಲಿಸಿದ್ದನಂತೆ. ಆ ಮರದ ಮ್ಯಾಲೆ ಸಾವಿರಾರು ಗುಬ್ಬಿಗಳು ವಾಸವಾಗಿದ್ದವು. ಒಂದೊಂದು ಗುಬ್ಬಿನೂ ಒಂದು ರಾಗಿ ಕಾಳು ತಿನ್ನದು, ಒಂದು ಗುಟುಕು ನೀರು ಕುಡಿಯದು, ಮರದ ಮೇಲೋಗಿ ಕುಂತಕಣದು ಹಿಂಗೇ ಮಾಡ್ತಿದ್ದವಂತೆ. ಒಂದೊಂದು ಗುಬ್ಬಿನೂ ಹಿಂಗೇ ಮಾಡವಂತೆ. ಒಂದೊಂದೇ ಕಾಳು ತಿನ್ನವಂತೆ ರಾಗಿ ಕಾಳು ಸಯ್ಯ ಆಗುವರೆಗೂ ಹಿಂಗೇ ಹೇಳ್ತಿದ್ದ. ರಾಗಿ ಕಣಜ ಎಷ್ಟಿದ್ದವಪ್ಪಾ ಅಂದ್ರೆ, ಭಾರೀ ಭಾರೀ ಕಣಜಗಳು ಇಪ್ಪತ್ತು. ಈಗ ಗುಬ್ಬಿಗಳು ದಿನಾನು ಹಾರಿ ಬರೋದು ತಿನ್ನೋದು ಇಷ್ಟೇ. ರಾಜ 'ಹೂ' 'ಹೂ' ಅಂದು ಬೇಜಾರಾಯ್ತು. ದಿನಾನು ಇದೇ ಹೇಳ್ತಿದ್ದ. ಜಪಾತಪ ಮುಗಿಸಿಕೊಂಡು ಊಟತಿಂಡಿ ಮುಗಿಸಿಕೊಂಡು ಬಂದು ಕುಂತಕಂಡ್ರೂ 'ರಾಗಿಕಾಳು ಸಯ್ಯಿ ಆಗಲೇ ಇಲ್ಲ. ಗುಬ್ಬಿಗಳು ತಿನ್ತಲೇ ಇವೆ' ಅವೂ ಏನ್ ಮಾಡ್ತಿವೆ. ಒಂದೊಂದೇ ಕಾಳು ತಿನ್ನದು ಒಂದು ಗುಟುಕು ನೀರು ಕುಡಿಯೋದು. ಮತ್ತೆ ಬಂದು ಮರದ ಮೇಲೆ ಕುಂತಕೊಳ್ಳೋದು. ರಾಜನಿಗೆ ಬಹಳ

ಬೇಜಾರಾಯ್ತು. ಥೂ ಇವನು ಇದನ್ನೇ ತಿರುತಿರುಗಿ ಹೇಳ್ತನಲ್ಲಾ, ಏನು 'ಹೂ' ಅನ್ನೋದು ಅನ್ನಿಸಿಬಿಡ್ತು. ಆಗ ರಾಜ ಕೇಳ್ತಾನೆ. ಏನಪ್ಪಾ ಇಷ್ಟು ದಿವ್ಸಗಳಿಂದ ಕಥೆ ಹೇಳ್ತಾ ಇದ್ದಿಯಲ್ಲಾ ಎಷ್ಟು ಕಣಜಗಳು ಬರೇವಾದವು ಹೇಳಪ್ಪಾ ಅಂತಾನೆ. ಅಯ್ಯೋ ಸ್ವಾಮಿ ಇಷ್ಟು ದಿವ್ಸ ಹೇಳಿರೋ ಕಥೆಗಳಲ್ಲಿ ನೀವು ಕೇಳಿರೋದು ಒಂದು ಕಣಜದಲ್ಲಿ ಒಂದು ಖಂಡುಗ ಕಾಳು ಆಗಿಲ್ಲ ಇನ್ನೂ ಭಾರಿ ಐತೆ ಅಂದ. ಆಗ ರಾಜನಿಗೆ ಹೆದರಿಕೆ ಆಗಿಬಿಡ್ತು. ಅಯ್ಯೋ ಅಯ್ಯೋ ಇನ್ನು ಹತ್ತೊಂಬತ್ತು ಕಣಜಗಳು ಬರೀದಾಗದು ಯಾವಾಗ ನಾನು ಹಿಂಗೆ 'ಹೂ' ಅನ್ನುತ್ತಲೇ ಇರ್ಬೇಕು ಅಂದು ಹೆದರಿ 'ಒಂದು ಸಾವಿರ ರೂಪಾಯಿ ಬಹುಮಾನ ಕೊಟ್ಟು' ಸರಿಕಪ್ಪಾ ಮಾರಾಯ ನಿನ್ನ ಕಥೆ ಹೇಳಿ ನನಗೆ ತಲೆನೋವು ತಂದ್ಬಿಟ್ಟೆ ಹೋಗಪ್ಪಾ, ಏನೋ ಇದುವರೆಗೂ ಬಂದು ಪಂಡಿತರೆಲ್ಲಾ ಒಳ್ಳೊಳ್ಳೆ ಮನಮೆಚ್ಚುವಂಥ, ತಲೆದೂಗುವಂಥ ಕಥೆ ಹೇಳ್ತಿದ್ದರು. ನೀನೂ ಭಾರಿ ಪಂಡಿತ ಇದ್ದೀಯಾ ಹೋಗಪ್ಪಾ ಸಾಕು ಅಂದು ಹೇಳಿ ಕಳ್ಸಿದ. ಇವರಿಬ್ರು ಗೆಳೆಯರು ಭಾರಿ ಸಂತೋಷದಿಂದ ಮೂರ್ಖ ರಾಜನಿಗೆ ಬುದ್ಧಿ ಕಲಿಸಿದೆವು ಇನ್ನು ಯಾವ ಪಂಡಿತರನು ಗೋಳೋಯ್ಯಕಬಾರ್ದು ಹಂಗೆ ಮಾಡ್ದೆವಂತ ಖುಷಿಯಾಗಿ ತಮ್ಮ ತಮ್ಮ ಊರಿಗೆ ಹೋಗಿ ಸುಖವಾಗಿರ್ತಾರೆ.

**

೫೧. ಕಳ್ಳಿಂಗೇಗೌಡ

ಒಂದೂರಲ್ಲಿ ಒಬ್ಬ ಗೌಡ. ಆ ಗೌಡನಿಗೆ ನಾಲ್ಕು ಜನ ಗಂಡು ಮಕ್ಕಳು. ಒಬ್ಬನು ಆರಂಬಗಾರ, ಒಬ್ಬನು ಓದ್ಗಾರಿಕೆಯವನು. ಒಬ್ಬನು ಮನೆ ಯಜಮಾನ. ಎಲ್ಲರಿಗಿಂತಲೂ ಕಿರಿಯವನು ಕಳ್ಳಿಂಗೇಗೌಡ. ಆತನಿಗೆ ಏನ್ ಕಸಬು ಅಂದ್ರೆ 'ಕಳ್ಳತನವೇ ಕಸುಬು.' ಹಗಲೆಲ್ಲಾ ನೋಡಿಕೊಂಡು ಬರೋದು, ರಾತ್ರಿಯೆಲ್ಲಾ ಕಳವು ಮಾಡೋದು. ಹೀಗೆ ಮಾಡಿಕೊಂಡಿದ್ದ. ಈ ಸುತ್ತಳ್ಳಿಯೆಲ್ಲಾ ಮುಗಿದೋಯ್ತು ಕಳ್ಳತನಮಾಡಿ. 'ಈವಾಗ ಎಲ್ಲ ಮುಗಿದೋಯ್ತಲ್ಲ ಏನಪ್ಪ ಮಾಡೋದು...' ಮಹಾರಾಜರ ಅರಮನೆಗೆ ಕನ್ನ ಆಕಿಬಿಟ್ರೆ ಸಾಯಗಂಟ ಉಣ್ಣೋಪದವಿ ಸಿಕ್ಕುತ್ತೆ. ಇಲ್ಲ ಜನ್ಮ ಸಜಾ ಆಗುತ್ತೆ. ಅಷ್ಟಕ್ಕೆ ಏರ್ಪಾಡು ಮಾಡಿಕೊಂಡು ಹೆಂಡತಿ ಕರೆದು 'ಏನೇ ಇಲ್ಲೆಲ್ಲ ಪೂರೈಸಿತು, ಮುಂದೆ ಏನು ಮಾಡೋದು?...' ಅಂತ ಕೇಳಿದ.

'ನನಗೊತ್ತಿಲ್ಲವಲ್ಲ' ಅಂತಾಳೆ ಅವಳು.

'ಅಲ್ಲ ನನ್ನ ಮನಸ್ಸು ಏನಂದ್ರೆ, ಮಹಾರಾಜರ ಅರಮನೆಗೆ ಕನ್ನ ಹಾಕೋಣ ಅಂತಿದೆ. ಆದ್ರೆ ಅಲ್ಲಾಕಿದರೆ ಇಲ್ಲಿ ನಿನ್ನ ಪುಣ್ಯ ಹೆಂಗೈತೋ ಅಥವಾ ಸಾಯಗಂಟ ಉಣ್ಣೋ ಪದವಿ ಸಿಗುತ್ತೋ ಅಥವಾ ಜನ್ಮ ಸಜ ಆಗುತ್ತೋ? ನಿನ್ನ ಅದೃಷ್ಟಫಲ ಹ್ಯಾಗಿದೆಯೋ. ನಾನು ಜೈಲಿಗೆ ಹೋದರೂನೂ ನೀನು ಮಾತ್ರ ದಿಗಿಲು ಪಡಬೇಡ. ಸಂತೋಷವಾಗಿ ಊಟಮಾಡಿಕೊಂಡು ನಾನು ಅರಮನೆಗೆ ಹೋಗ್ತೀನಿ...' ಅಂತ ಅಂದ.

ಅಡಿಗೆ ಊಟ ಆಯ್ತು. ಕಾಫಿ ಆಯ್ತು. ಆರೋಗ್ಯವಾಗಿ ಮಲಗಿ ನಿದ್ರೆ ಮಾಡಿದ. ಐದು ಗಂಟೆ ಆಯ್ತು. ನಂತರ ಹೊರಡಲಿಕ್ಕೆ ಅಣಿಯಾದ.

'ಸರಿ, ಬರ್ತೀನಿ ಕಣಮ್ಮೀ...' ಎಂದು ಅಲ್ಲಿಂದ ಹೊರಟ. ಕೋಟೆಯಿಂದ ಅರಮನೆಗೆ ಬಂದ. ಇನ್ನೂ ಮುಚ್ಚಂಜ್ಗಂಟ ಅಲ್ಲಿ ಇಲ್ಲಿ ಗಿಡ-ಗೆಂಟೆ ನೋಡುತ್ತ ಕಾಲ ಕಳೀತ ಕುಳಿತುಕೊಂಡ. ಏಳು ಗಂಟೆ ಆಯ್ತು. ಅಲ್ಲೊಂದು ಮರೆಯಾಗಿರೋ ದೊಡ್ಡ ಗಿಡದತ್ರ ಮಲಗಿದ. ಸರಿ, ರಾತ್ರಿ ಒಂದೂಒಂದೂವರೆ ಆಯ್ತು. ಆವಾಗ ಎದ್ದು ಒಂದು ಸುತ್ತು ತಿರುಗಾಡ್ಕಂಡು ಬಂದ. 'ಈವಾಗ ಸರಿಯಾದ ಹೊತ್ತು' ಅಂತ ಅಂದ್ಕಂಡು ಮಹಾರಾಜರು ಮಲಗುವ ಮಂಚದ ಮನೆಗೆ ಗುರಿ ಇಟ್ಟು ಕನ್ನ ಕೊರೆದ.

ಮಹಾರಾಜರು ಮಲಗಿದ್ದವರಿಗೆ ಸ್ವಪ್ನ ಬೀಳ್ತು. 'ತತ್' ಬೇಜಾರಾಗುತ್ತೆ. ಬೇರೆ ಮನೆಗೆ ಹೋಗೋಣ ಅಂತ ಬೇರೆ ಮಲ್ಗೋ ಕೋಣೆಗೆ ಹೋದ್ರು. ಹೋದ್ರೂ ಕೂಡ ಬುದ್ಧಿ ಚಂಚಲ ಆಯ್ತು. 'ತಡಿ ಇದು ಸಮಾಧಾನ ಆಗಬೇಕಾದರೆ ಒಂದು ಸುತ್ತು ತಿರ್ಗಾಡ್ಕಂಡು ಬರೋಣ' ಅಂತ ಒಂದು ಅರಗುಂಡಿ ನಿಕ್ಕರ್, ಒಂದು ಬನೀನು, ಒಂದು ಒಂಟಿ ಚೌಕ ಹೆಗಲಮೇಲೆ ಇಟ್ಕೊಂಡು ತಿರ್ಗಾಡ್ತಾ ಬಂದ್ರು ರಾಜ್ರು. ಇವ್ರು ಬರ್ತ್ವಷ್ಟರಲ್ಲಿ ಕಳ್ಳಿಂಗೇಗೌಡ ಏನು ಮಾಡ್ತಿದ್ನಪ್ಪಾ ಅಂದ್ರೆ–ಬೀಡಿ ಸೇತ್ತ ಕೂತಿದ್ದ. ಅವರ ಮುಖ ಕಂಡು ಬೀಡಿ ಕೆಡಿಸಿಬಿಟ್ಟ. ಅಷ್ಟರಲ್ಲಿ ಏನು ಯೋಚ್ನೆ ಮಾಡ್ತಿದ್ನಪ್ಪಾ ಅಂದ್ರೆ,

'ನಾನೇನೋ ಕನ್ನ ಕೊರೆದ್ನಷ್ಟೆ; ನಾನು ಒಳಗೆ ಹೋದ್ರೆ, ಹೊರಗಡೆ ಉಸ್ತುವಾರಿ ಯಾರು?'

ಅಷ್ಟ್ಯೋಚ್ನೆ ಮಾಡೋದ್ರಲ್ಲಿ ಮಹಾರಾಜರು ಅಲ್ಲಿಗೆ ಬಂದ್ರು.

'ಯಾರದು?'

'ನೀವ್ಯಾರು?'

'ನೀವ್ಯಾರಪ್ಪ?' ಮಹಾರಾಜರು ಕೇಳಿದರು.

'ನೀವ್ಯಾರು ಸ್ವಾಮಿ?' ಎಂದ ಕಳ್ಳಿಂಗೇಗೌಡ.

ಅಲ್ಲಿಗೆ ಮಹಾರಾಜರು 'ನಾನೊಬ್ಬ ಕಳ್ಳನಪ್ಪ. ತಾವ್ಯಾರು?'

'ನಾನು ಕಳ್ಳಿಂಗೇಗೌಡ, ಆದ್ರೆ, ನಮ್ಮ ಗುಂಪಿನವರು ಅರಮನೆಗೆ ಕನ್ನ ಹಾಕಬೇಕು ಅಂತ ಮಾತನಾಡಿಕೊಂಡಿದ್ದೊ. ನಾನು ತುಂಬ ಬಡವ. ನಮ್ಮನೆಯಲ್ಲಿ ಅಡಿಗೆ ಮಾಡೋದು ನಿಧಾನವಾಯ್ತು. ಅಷ್ರಲ್ಲಿ ಅವರೆಲ್ಲೋ ಮುಂದೆ ಹೊರಟುಹೋಗಿ ಬಿಟ್ಟವರೆ. ಇಲ್ಲಿಗೆ ಬಂದವರೆ ಅಂತೇಳಿ ನಾನೂ ಬಂದೆ' ಅಂತ ಮಹಾರಾಜರಿಗೆ ಕಳ್ಳಿಂಗೇಗೌಡ ಹೇಳ್ದ.

ಮಹಾರಾಜರ‍್ರೂ ಕೂಡ 'ಆದ್ರೆ ನಾನು ಮಕ್ಕಳೊಂದಿಗ, ಅಂತು ತುಂಬ ಬಡವ. ನನ್ನ ಗುಂಪಿನೋರು ಕೂಡಾ ಮುಂದೆ ಹೊರಟುಹೋಗಿದ್ದಾರೆ, ನಾನು ಹೊಸಬ. ನನಗೆ ಈ ವಿಚಾರ ಗೊತ್ತಿಲ್ಲ. ನನ್ನನ್ನು ಅವರ ಜೊತೇಲಿ ಸೇರಿಸಿಕೊಂಡು ಹೊಸಬ ಅಂತೇಳಿ ಅಷ್ಟೋ ಇಷ್ಟೋ ಕೊಡ್ತಾ ಇದ್ರು. ಈವಾಗ ಅವರು ಹೊರಟು ಹೋಗಿದ್ದಾರೆ. ನಾಳೆ ನನ್ನ ಮಕ್ಕಳಿಗೆ ಏನು ಗತಿ...?' ಅಂತೇಳಿ ಕಳ್ಳಿಂಗೇಗೌಡನತ್ರ ಹೇಳಿಕೊಂಡ್ರು.

'ಆದ್ರೆ ನಂದೂ ಅಷ್ಟೇ ಕಣಪ್ಪ. ನಾವು ಅಂಗೆ ಮಾತಾಡಿಕೊಂಡ್ವು. ನನ್ನ ಕಡೆಯವರೂ ಎಲ್ಲೋ ಹೊರಟುಹೋಗಿದ್ದಾರೆ. ಅಡಿಗೆ–ಊಟ ಆಗೋದು ನಿಧಾನವಾಯ್ತು. ಆದ್ರೂ ಪರವಾಗಿಲ್ಲ. ಹೆದರಬೇಡಪ್ಪ...! ಇದೋ ನೋಡು ಈ ರೂಮಿಗೆ ಕನ್ನ ಕೊರೆದಿದೀನಿ. ನೀನು ಒಳಗಡೆ ಹೋಗ್ತೀಯಾ ಅಥವಾ ನಾನು ಹೋಗ್ಲೋ...?' ಅಂತ ಕೇಳ್ದ ಕಳ್ಳಿಂಗೇಗೌಡ.

'ಆದ್ರೆ ನನಗೆ ಅಷ್ಟು ಗೊತ್ತಾಗೋಲ್ಲ ನೀನೇ ಹೋಗು ನಾನು ಹೊರಗಡೆ ಉಸ್ತುವಾರಿ ನೋಡಿಕೊಳ್ತೀನಿ' ಅಂದ ರಾಜ–

'ಸರಿ, ಅಂಗಾದರೆ ನೋಡಿಕೊಳ್ಳಪ್ಪ...' ಅಂತ ಕಳ್ಳಿಂಗೇಗೌಡ ಒಳಗಡೆ ಹೋದ. ಅಲ್ಲಿ ಏನೂ ಇಲ್ಲ. ಹಾಲಿ ಒಂದು ಮಂಚ ಇದೆ. ಸ್ವಾಮಿಯವರು ಮಲಕ್ಕೊಳ್ಳೋ ಮಂಚ! ಆದ್ರೆ ಸ್ವಾಮಿಯವರು ಹಾಲಿ ಇಲ್ಲ, ಬರೀ ಖಾಲಿ ಮಂಚ. ಮಂಚದಲ್ಲಿ ಏನಪ್ಪಾ ಇದೆ ಅಂದ್ರೆ—ನಾಲ್ಕು ಮೂಲೆಯಲ್ಲಿ ವಜ್ರದ ನಾಲ್ಕು ಹರಳು ಇದೆ. ಇವು ನಾಲಕ್ಕೂ ತಂಕ್ಕೊಂಡ್ರೆ ಸ್ವಾಮಿಯವರಿಗೆ ವಂಚನೆಮಾಡಿದಂತಾಗುತ್ತೆ. ಆದ್ರೆ ಇದರಲ್ಲಿ ಎರಡು ಬಿಟ್ಟು ಎರಡು ತಕ್ಕೊಂಡ್ರೆ, ನನಗೊಂದು ನನ್ನ ಸ್ನೇಹಿತನಿಗೊಂದು. ಇವೆರಡು ಬಿಟ್ರೆ, ರಾಜನಿಗೊಂದು ಮಂತ್ರಿಗೊಂದು ಆಯ್ತು ಅಂತ ಹೇಳಿ ತಕ್ಕೊಂಡು ಹೊರಗಡೆ ಬಂದ.

'ಏನಪ್ಪ ನಾನು ನಿನಗೆ ವಂಚನೆ ಮಾಡೋದಿಲ್ಲ. ಮೊದಲೇ ನಾನು ಬಡವ ಅಂತ ಹೇಳಿಕೊಂಡೆ ತಾನೆ. ಇವಾಗ ನಾನು ಕನ್ನ ಹಾಕಿರುವುದು ಎಲ್ಲಿಗಪ್ಪ ಅಂದ್ರೆ—ಮಹಾರಾಜರು ಮಲಿಕ್ಕೊಳೋ ಜಾಗಕ್ಕೆ. ಅಲ್ಲಿ ಏನೂ ಇಲ್ಲ. ಸ್ವಾಮಿಯವರು ಮಲಿಕ್ಕೊಳ್ಳೋ ಮಂಚ ಒಂದಿದೆ. ಸ್ವಾಮಿಯವರು ಮಂಚದ ಮೇಲೆ ಇಲ್ಲ. ಖಾಲಿ ಮಂಚ. ಆದ್ರೆ ನಾಲ್ಕು ಮೂಲೆಯಲ್ಲಿ ನಾಲ್ಕು ವಜ್ರದ ಹರಳು ಇತ್ತು. ನಾಲಕ್ಕನ್ನೂ ತಕ್ಕೊಂಡ್ರೆ ಸ್ವಾಮಿಯವರಿಗೆ ವಂಚನೆ ಮಾಡಿದಂತಾಗುತ್ತೆ. ಅದರಲ್ಲಿ ಎರಡು ಬಿಟ್ಟಿದ್ದೀನಿ, ಎರಡು ತಂದಿದೀನಿ. ನನಗೊಂದು ನಿನಗೊಂದು. ಮಹಾರಾಜರಿಗೊಂದು, ಮಂತ್ರಿಯವರಿಗೊಂದು, ಅವೆರಡು ಅವರ್ಗೆ. ಇವೆರಡು ನಮ್ಗೆ. ಆದ್ರೆ ತಕ್ಕೊಪ್ಪ. ಯಾವುದು ಬೇಕೋ ತಕ್ಕೊ. ಇನ್ನು ಮಾತ್ರ ನನ್ನಲ್ಲಿ ಏನೂ ಇಲ್ಲ. ನಿನಗೆ ನಾನು ವಂಚನೆ ಮಾಡೋಲ್ಲ...' ಅಂತೇಳಿ ಕೊಟ್ಟ. ಇಬ್ರೂ ಒಂದೊಂದು ತಕ್ಕೊಂಡ್ರು. ಆದ್ರೆ ಮಹಾರಾಜರು ಏನಂದ್ರಪ್ಪ ಅಂದ್ರೆ—

'ಏನಪ್ಪಾ ನಾಳೆ ನಮ್ಮ ಕಡೆಯವರು ಸೇರಿಸ್ದೆ ಹೋದರೆ ನಾನು ನಿಮ್ಮತ್ರ ಬರಬೇಕಾದರೆ ನಿಮ್ಮ ಮನೆ ಗುರ್ತು ಏನು? ನಿಮ್ಮ ಊರು ಯಾವುದು? ನಿಮ್ಮ ಮನೆ ಎಷ್ನೇ ಬೀದಿ?' ಅಂತ ರಾಜ ಕೇಳ್ಕಂಡ.

'ನಾನು ಹಾಲಿ ಹಗಲೊತ್ತೆ ಮನೆಯಲ್ಲಿರೋದು. ಆದ್ರೆ ತಾವು ಬಂದ್ರೆ ನಾನು ನಿದ್ರೆ ಒಳಗೆ ಇರ್ತಿನೇನೋ, ಕಳ್ಳಿಂಗೇಗೌಡ ಅಂತ ಮನೆ ಮುಂದ್ಗಡೆ ಬರ್ವಣ್ಗೆ ಬರ್ದದೆ. ಯಾರು ಕೇಳಿದರೂ ಹೇಳ್ತಾರೆ. ಅಲ್ಲಿ ಬಂದ್ರೆ, ಬಾಗ್ಲಲ್ಲಿ ನಿಂತ್ಕೊಂಡು ಕೂಗಿದರೆ ನಾನು ಬರ್ತೀನಿ. ಬರಬಹುದು...' ಅಂತ ಎಲ್ಲಾನೂ ಹೇಳ್ದ. ಅಲ್ಲಿ ಅಷ್ಟಾಯ್ತು.

ಇಲ್ಲಿ ಮಹಾರಾಜರು ಹರಳು ಇಸ್ಕೊಂಡು ಆ ಮಂಚದ ಮನೆಗೆ ಹೋಗ್ಲಿಲ್ಲ. ಸಿಪಾಯ್ಗಳ್ನ ಕರೆದು, ಅರಮನೆಗೆ ಕನ್ನ ಕೊರ್ದಿದೆ. ಒಬ್ಬರ್ನೂ ಒಳಗಡೆ ಬಿಡಬೇಡಿ. ಉಸ್ತುವಾರಿಯಾಗಿ ನೋಡ್ಕಳ್ಳಿ ಅಂತ ಹೇಳಿ ಬೇರೆ ಮನ್ಗೆ ಹೋಗಿ ಮಲಿಕ್ಕೊಂಡ್ರು. ಬೆಳ್ಗಾಯ್ತು ಸರಿ, ಅರಮನೆಗೆ ಕನ್ನ ಕೊರ್ದಿದೆ ಅಂತ ಜನ ತುಂಬಿಕೊಂಡ್ರಲ್ಲ. ಒಳಗಡೆ ಒಬ್ರೂ ಹೋಗಬೇಡಿ ಅಂತೇಳಿ ಮೂರು ಜನ ಸಿಪಾಯ್ಗಳ್ನ ಕರೆದು—

'ಕಳ್ಳಿಂಗೇಗೌಡ್ನ ಮನೆ ಹತ್ರ ಹೋಗಿ ಮರ್ಯಾದೇಲಿ ಕರ್ಕಂಬನ್ನಿ...' ಅಂತ ಹೇಳಿ ಕಳಿಸ್ದಾ.

ಇವರು ಕರಕೊಂಡು ಬರುವಷ್ಟರಲ್ಲಿ ಇಲ್ಲಿ ಏನಾಗದೆ ಅಂದ್ರೆ ಮಂತ್ರಿ–ಮಹಾರಾಜರು ಕೂಡಿ ಮಾತಾಡೋ ಅಷ್ಟ್ರಲ್ಲಿ ರಾಜ ಕೊನ್ಗೆ ಏನೇಳ್ದಾ ಅಂದ್ರೆ–

'ಮಂತ್ರಿಯೇ ಒಳಗಡೆ ಏನು ಹೋಗಿದೆ ಅಂಥ ತಳಾಯಿಸಿ...' ಅಂದಾಗ ಮಂತ್ರಿ ಒಳಗಡೆ ಹೋಗಿ ಏನು ಯೋಚನೆ ಮಾಡಿದರು...? ಕಳ್ಳನೇನೋ ನುಗ್ಗಿ ಬಿಟ್ಟವನೆ. ಅಲ್ಲಿ ಏನೂ ಸಿಕ್ಕಲಿಲ್ಲ. ಮಂಚದಲ್ಲಿ ನಾಲ್ಕು ಹರಳು ತಾನೇ ಇದ್ದದ್ದು... ಎರಡು ಬಿಟ್ಟು ಎರಡು ತಕ್ಕಂಡೋದಾನೋ ಅವನು...ನಾಲ್ಕೂ ತಕ್ಕೊಂಡು ಹೋಗವನೆ ಅಂತ ಹೇಳಿಬಿಡೋದು ಅಂತೇಳಿ ಇವೆರಡು ಹರಳನ್ನು ಮಂತ್ರಿ ತಕ್ಕೊಂಡು ತನ್ನ ಬಾಯೊಳಿಗೆ ಇಟ್ಕಂಡ.

ಸರಿ, ಮಹಾರಾಜರ ಹತ್ತಿರಕ್ಕೆ ಬಂದ್ರು ಮಂತ್ರಿ.

'ಅಲ್ಲಿ ಏನೂ ಸಿಕ್ಕಲಿಲ್ಲ ಅವನಿಗೆ... ಮಂಚದಲ್ಲಿ ಇದ್ದ ನಾಲ್ಕು ಹರಳೂ ಬಿಚ್ಚಿಕೊಂಡು ಹೋಗಿಬಿಟ್ಟಿದ್ದಾನೆ...' ಅಂದ.

'ಅಷ್ಟೇನಪ್ಪ, ಒಳ್ಳೆಯದು...ಬಾ ಕುಳಿತುಕೋ...' ತಮ್ಮ ಬಳಿ ಕುರ್ಚಿಯಲ್ಲಿ ಕೂರಿಸಿಕೊಂಡ್ರು. ಅಷ್ಟ್ರಲ್ಲಿ ಕಳ್ಳಿಂಗೇಗೌಡರನ್ನ ಕರ್ಕೊಂಡು ಬಂದ್ರು. ಸರಿ, ಕಳ್ಳಿಂಗೇಗೌಡ ಬಂದ. ದೀರ್ಘಂಡ ನಮಸ್ಕಾರ ಮಾಡಿ ಸ್ವಾಮಿಯವರ ಎದುರು ನಿಂತುಕೊಂಡ.

'ಯಾರಪ್ಪ?' ರಾಜ ಕೇಳಿದ.

'ನಾನು ಕಳ್ಳಿಂಗೇಗೌಡ ಸ್ವಾಮಿ'

'ಬಾಪ್ಪ... ಇಲ್ಲಿ ಕೂತ್ಗೊ...'

'ನಿನ್ನ ಹೆಸರು ಕಳ್ಳಿಂಗೇಗೌಡ್ನ?'

'ಹೌದು'

'ರಾತ್ರಿ ಎಲ್ಗೋಗಿದ್ದಪ್ಪ?' ರಾಜ ಕೇಳಿದ

'ರಾತ್ರಿ ತಮ್ಮ ಅರಮನೆಗೇ ಕನ್ನ ಹಾಕಿದ್ದೆ'

'ಅಲ್ಲಿ ಏನು ಸಿಕ್ಕದಂಗಾಯ್ತಪ್ಪ?'

'ಅಲ್ಲಿ ಏನೂ ಸಿಕ್ಕಲಿಲ್ಲ. ಆದ್ರೆ, ಮಂಚದ ಮೇಲೆ ತಾವು ಇರಲಿಲ್ಲ. ಮಂಚದಲ್ಲಿ ನಾಲ್ಕು ಹರಳಿದ್ದವಷ್ಟೆ? ಅವೆರಡ ನಾನು ತಗೊಂಡಿದೀನಿ. ಇನ್ನೆರಡು ತಮಗೊಂದು, ಮಂತ್ರಿಯವರಿಗೆ ಒಂದು ಬಿಟ್ಟಿದ್ದೆ.' ಅಂತ ಹೇಳಿದ.

'ನೀನು ತಂದಿದೀಯಪ್ಪ?'

'ತಂದಿದೀನಿ ಸ್ವಾಮಿ' ಅದನ್ನು ಇಸ್ಗೊಂಡ್ರು, ತಮ್ಮತ್ರ ಇದ್ದುದನ್ನು ತಕ್ಕೊಂಡು, 'ಸರಿ ಕಳ್ಳಿಂಗೇಗೌಡ. ಈ ಮಂತ್ರಿ ಅತ್ರ ಶೋಧನೆಮಾಡಪ್ಪ' ಅಂದ್ರು. ಸರಿ, ಮಂತ್ರೀನ ಆ ಕಡೆ ಕರಕೊಂಡೋಗಿ 'ಆ ಅನ್ನಪ್ಪ' ಅಂತ ಕಳ್ಳಿಂಗೇಗೌಡ ಹೇಳ್ದ. ಆಗ ಮಂತ್ರಪ್ಪ 'ಆ ಅಂದ,' ಹರಳು ಬಾಯಲ್ಲಿ 'ಫಳಾರ್' ಅಂದ್ವು. 'ಅಯ್ಯೋ! ನಿನ್ನ ಮನೆ ಹಾಳಾಗ ಉಗಿ' ಅಂತ

ಕೈಗೆ ಹರಳನ್ನು ಉಗಿಸಿಕೊಂಡು ಅದನ್ನು ಚೌಳ್ನ ಮಣ್ಣಲ್ಲಿ ತೊಳೆದ. ಅದನ್ನು ತಂದು ಸ್ವಾಮಿಯವರ ಅತ್ರಕೊಟ್ಟ.

ಸರಿ ಅವರೇನಂದ್ರು—'ಕಳ್ಳಿಂಗೇಗೌಡ ಈ ನಾಲ್ಕು ಹರಳು ಸಮನಾಗುತ್ತಾ ನೋಡು?'

'ಸರಿಯಾಗುತ್ತೆ ಸ್ವಾಮಿ' ಅಂದ.

'ಕಳ್ಳಿಂಗೇಗೌಡ, ಈತನನ್ನ ಮೂಗ ಹಿಡಿದು ಮೂರೇಟು ಹೊಡೆದು ಕ್ವಾಟೆಯಿಂದ ಆಚೆ ನೂಕುಬಿಡು. ಇಲ್ಲಿಂದೀಚೆಗೆ ಈ ಮಂತ್ರೀತನ ನೀನು ವಹಿಸ್ಕೋ...' ಅಂತೇಳಿ ಮಂತ್ರಿತ್ವ ಅವನಿಗೆ ಕೊಟ್ಟು ಅವರು ಸುಖವಾಗಿ ರಾಜ್ಯಭಾರ ಮಾಡುತಿದ್ರು.

**

ಅನುಬಂಧಗಳು

೧. ಶಬ್ದಕೋಶ

ಅ

ಅಚ್ಚೇರು : ಅರ್ಧಸೇರು

ಅಡಗೋಲಜ್ಜಿ : ಅಡಗೂಳಜ್ಜಿ, ದಾರಿಹೋಕರಿಗೆ ಅನ್ನಮಾಡಿ ಬಡಿಸುತ್ತಿದ್ದ ಅಜ್ಜಿ.

ಅಟ್ಗಿಯ : ಒಡನೆಯೆ

ಅಡ್ಡೆ : ನೀರು ಹೊರುವ ಬಿದಿರಿನ ಸಾಧನ

ಅಮಿಸ್ತಿ : ಔಷಧಿ

ಆ

ಆಡೊಂದಡವಿ : ಅರಣ್ಯ–ಅಡವಿ, ಕಾಡು

ಇ

ಇಪ್ಪಟಿ : ಇನ್ಮೇಲೆ

ಇಗಳೆ : ಇದೋ ನೋಡೇ!

ಉ

ಉಗುಳು ಮೀರದಂಗೆ : ಮೀರಿ ನಡೆಯದೆ

ಉತ್ರಾಸ : ಬಾಗಿಲ ಚೌಕಟ್ಟಿನ ಮೇಲುಭಾಗ

ಎ

ಎಸರು : ಕುದಿಯಲಿಟ್ಟ ನೀರು, ಸಾರು

ಒ

ಒನೆಮಾಡಿ : ಉಪಾಯಮಾಡಿ

ಒಪ್ಪಮಾಡಿಸು : ಸಂಸ್ಕಾರಮಾಡು

ಓ

ಓಲೆಕಾರ : ತೋಟ ತಳವಾರ ಮೊದಲಾದ ಗ್ರಾಮ ನೌಕರರು

ಕ

ಕಸಬರ್ಲು : ಪೊರಕೆ

ಕಸ್ಕೊ : ಕಸಿದುಕೊ

ಕಾಳ್ಳಹುಡುಗು : ಕಾಣೆಲ ಹುಡುಗ

ಕಾಗಡಿ : ಮರದ ತೊಟ್ಟಿಲು

ಕ್ವಾ : ತೆಗೆದುಕೊ

ಕೆಡಕೊಂಡೊ : ಮಲಗಿಕೊಂಡೊ

ಕೇಂಡ : ಕೇಳಿದ

ಕೊಟ್ಟೆ : ಕೋಟಲೆ, ಬೇನೆ

ಕೊನ್ನಾರು : ಕೊಲ್ಲುವುದು

ಕೋಮನ ಮರಿ : ಆಮೆಯ ಮರಿ

ಕೋರಿ : ಕುವರಿ, ಕನ್ಯೆ.

ಗ

ಗಂಡುಗತ್ತರಿ : ಕುತ್ತಿಗೆಯನ್ನು ಹರಿದುಕೊಳ್ಳುವ ಕಬ್ಬಿಣದ ಸಾಧನ

ಗಬುಕ್ಕನೆ : ಗಕ್ಕನೆ, ತಟ್ಟನೆ

ಗಳಿಗೆ : ಕೊಮ್ಮೆ

ಗುಡಾಣ : ದೊಡ್ಡ ಮಡಕೆ

ಗುಪ್ಪೆ ಕಟ್ಟಿ : ರಾಶಿಹಾಕಿ

ಗುಂಗೆ : ಗುಂಗಿ, ದೊಡ್ಡ ದುಂಬಿಯಾಕಾರದ ಕರಿಯ ಹುಳು

ಗೆಣಿಕಾರ : ಗೆಳೆಯ

ಗೋಗರೆ : ಹಲುಬು, ಬೇಡಿಕೊ

ಗೋಲು : ಸುತ್ತುಹೊಡೆ

ಚ

ಚಕ್ಕಳ : ಚರ್ಮ

ಚೌರ : ಕ್ಷೌರ

ಛ

ಛತ್ರಿವಂಶ : ಕ್ಷತ್ರಿಯ ವಂಶ

ಜ

ಜೀರಾಗು : ದುರ್ಬಲವಾಗು

ತ

ತತ್ತಾ : ತಾ, ಕೊಡು, ತೆಗೆದುಕೊಂಡು ಬಾ

ತಾಸು : ಒಂದು ಗಂಟೆ.
ತಿರುಪದ ಕುದುರೆ : ಕೀಲುಕುದುರೆ
ತೀಡುತ್ತಾ : ಅಳುತ್ತಾ.

ದ

ದಾಗಿಣಿ : ಆಭರಣವಿಶೇಷ
ದಟ್ಟ : ಶರೀರ
ದಂಡಕೆ : ಹತ್ತಿರಕ್ಕೆ
ದುಡ್ಡು : ನಾಲ್ಕು ಕಾಸು.

ನ

ನಗನಾಡು : ನಗು
ನಿಗ : ಗಮನ, ಎಚ್ಚರಿಕೆ
ನಿಸೂರು : ನೆಮ್ಮದಿ, ವಾಸಿ
ನಿಲೆಹಾಕು : ನಿಲ್ಲಿಸು, ಒರಗಿಸು
ನೆಟ್ಟಗಾಗು : ಸರಿಯಾಗು, ಸಾಯು
ನೆರೆ : ಋತುಮತಿಯಾಗು
ನೀರುಮನೆ : ಬಚ್ಚಲುಮನೆ
ನೀರುಹುಯ್ಕೊ : ಸ್ನಾನಮಾಡು

ಪ

ಪಡ್ಡೆ ಹುಡುಗ : ಯುವಕ, ತರುಣ
ಪಾಡಾಗೈತೆ : ಸರಿಯಾಗಿದೆ, ಚೆನ್ನಾಗಿದೆ
ಪಾಳುಹೊಡೆದು : ಸೀಳಿ, ತುಂಡುಮಾಡಿ
ಪಿಚಂಡಿ : ಕೈಗಳನ್ನು ಹಿಂದಕ್ಕೆ ಸೇರಿಸಿ ಕಟ್ಟುವುದು
ಪಾರ : ಪಹರೆ, ಕಾವಲು
ಪಿಂಡಿ : ಕಟ್ಟು
ಪಿನಾಸಿ : ಮೂಗಿನ ಕಾಹಿಲೆ
ಪೆಟಾರಿ : ಪೆಟ್ಟಿಗೆ

ಬ

ಬಕಣ : ಜೇಬು
ಬದುಕು : ಕೆಲಸ, ಕಾರ್ಯ
ಬರಗುಳ : ಬರೆಹಾಕುವ ಗುಳ
ಬಾವಣಿಸಿ : ಪ್ರೀತಿಯಿಂದ ಕಾಣು
ಬಿಜಗ್ತಿ : ಸೂಲಗಿತ್ತಿ
ಬುಡ್ಡುಹುಡುಗಿ : ಕುಳ್ಳುಹುಡುಗಿ
ಬುರ್ನಾಸು : ಕಳಪೆ
ಬೆರಸ್ಲೆ : ಜೊತೆಯಲ್ಲೆ
ಬೆಂಕ್ಟಿ : ಛಾವಣಿಗೆ ಆಧಾರವಾದ ಅಡ್ಡತೊಲೆ

ಮ

ಮಠ : ಶಾಲೆ
ಮಡಗಿಕ್ಕು : ಸಂಗ್ರಹಿಸಿ ಇಟ್ಟು ಉಪಚರಿಸು
ಮುಕ್ಕುರಕೊಂಡು : ಕಷ್ಟಪಟ್ಟು, ಶ್ರಮದಿಂದ
ಮುಗುಳುಗೋಟು : ಕಳಪೆ ಅಡಕೆ
ಮುಳುಗಾಯಿ : ಬದನೆಕಾಯಿ
ಮೂಡುಮಕ : ಪೂರ್ವಾಭಿಮುಖವಾಗಿ

ವ

ವರಾತುಮಾಡು : ಓಲೈಸು
ವಾಜ : ಉಪಾಧ್ಯಾಯ
ವಿಭರ್ತಿ : ವಿಭೂತಿ

ಶ

ಶ್ಯಾಲೆ : ಸೀರೆ

ಸ

ಸ್ಯಾರೆ : ಅರ್ಧಬೊಗಸೆ
ಸ್ವಾರೆ : ಪಾತ್ರೆ
ಸಿದಿಗೆ : ಚಿತೆ, ಚೊಟ್ಟ
ಸಿಲ್ವಾರ : ಅಲ್ಯೂಮಿನಿಯಂ ಲೋಹ
ಸಿಂಬಿಸು : ಚುಮುಕಿಸು
ಸೀಯು : ಸುಡು
ಸೀರಣಿಗೆ : ಹೇನಿನ ಮೊಟ್ಟೆಯನ್ನು ಬಾಚಿ ತೆಗೆಯುವ ಸಾಧನ.
ಸುಮಾನಗಾರ : ರಸಿಕ, ಹಾಸ್ಯಪ್ರಿಯ, ತುಂಟ

ಹ

ಹರಿದಾರಿ : ಸುಮಾರು ಮೂರು ಮೈಲಿಗಳ ಒಂದು ಅಳತೆ
ಹೆಬ್ಬಾಲ : ದೊಡ್ಡ ಆಲ
ಹುಗ್ಗಿ : ಪಾಯಸ
ಹೊತ್ತು : ಸೂರ್ಯ

೨. ಕಥಾವರ್ಗಗಳು*

---

* ಮೊದಲ ಸಂಖ್ಯೆ ಕಥೆಯ ಕ್ರಮಸಂಖ್ಯೆಯನ್ನು ಎರಡನೆಯ ಸಂಖ್ಯೆ ಕಥೆಯ ಪುಟ ಸಂಖ್ಯೆಯನ್ನೂ ಸೂಚಿಸುತ್ತವೆ.

ಇ. ವಕ್ತೃ ವಿವರ

೧೧. ಪಣ	:	ಸಂ. ನೋ.ಸಂ.ತಿಮ್ಮೇಗೌಡ ; ಕತೆಗಾರ್ತಿ : ಎಲ್ಲಮ್ಮ, ೪೨ ವರ್ಷ, ಗುಂಗುರು ಮೆಳೆ, ತಿಪಟೂರು ತಾ ಸಂ.ವ.೧೯೭೨
೧೨. ಕುಂಟನ ಕತೆ	:	ಸಂ. ಡಾ.ಡಿ.ಕೆ.ರಾಜೇಂದ್ರ ; ಕತೆಗಾರ್ತಿ : ಪಾರ್ವತಮ್ಮ, ೫೦ ವರ್ಷ, ಒಕ್ಕಲಿಗರು, ದಂಡಿನಶಿವಿರ, ತುರುವೇಕೆರೆ ತಾ. ಸಂ.ವ.೧೯೭೨
೧೩. ಗೋವ್‌ರಾಜ-ಹುಲಿರಾಜ	:	ಸಂ. ಡಾ.ಡಿ.ಕೆ. ರಾಜೇಂದ್ರ ; ಕತೆಗಾರ : ಸಿದ್ದಪ್ಪ, ೫೦ ವರ್ಷ, ಹರಿಜನ, ಕೋರಮಂಗಲ, ಹಾಸನ ತಾ. ೧೯೭೨
೧೪. ದಡ್ಡಮಗ	:	೧೫, ಋಣ ತೀರಿಸಿದ ಮಗು ೧೬. ಕಾಳಮ್ಮನ ವರದಲ್ಲಿ ಹುಟ್ಟಿದ ಮಕ್ಕಳು : ಸಂ. ತ.ಚಿ.ಚಲುವೇಗೌಡ ; ಕತೆಗಾರ್ತಿ : ಪಾರ್ವತಮ್ಮ ಪುಟ್ಟಸ್ವಾಮಾಚಾರಿ, ೫೮ ವರ್ಷ, ಚಿನ್ನಗಿರಿ ಕೊಪ್ಪಲು ಮೈಸೂರು ೧೯೭೨
೧೭. ಕೊಳಕಿಯ ಕತೆ	:	೧೮. ಜಾಣ ಹುಡುಗಿಯ ಕತೆ : ಸಂ.ಸರಸ್ವತೀ ವಿಜಯಕುಮಾರ್, ಕತೆಗಾರ್ತಿ : ಚಂದ್ರಮತಿ, ೫೦ ವರ್ಷ, ಜೈನರು, ಮಳಲಿ, ಹೆಗ್ಗಡದೇವನ ಕೋಟೆ ತಾ. ಸಂ.ವ.೧೯೭೨
೧೯. ಜಯ-ವಿಜಯ	:	ಸಂ. ಹ.ಕ.ರಾಜೇಗೌಡ ; ಕತೆಗಾರ : ಚನ್ನೇಗೌಡ, ೫೦ ವರ್ಷ, ಕೆಂಗೇರಿ, ಬೆಂಗಳೂರು ದಕ್ಷಿಣ ತಾ. ಸಂ.ವ.೧೯೭೨
೨೦. ಚಿನ್ನದ ಗಿಂಡಿ-ಬೆಳ್ಳಿಗಿಂಡಿ	:	ಸಂ. ಸದಾಶಿವ ಎಣ್ಣೆಹೊಳೆ ; ಕತೆಗಾರ : ಮರೀಗೌಡ, ೪೦ ವರ್ಷ, ಒಕ್ಕಲಿಗರು, ಎಣ್ಣೆಹೊಳೆ ಕೊಪ್ಪಲು ಸಂ.ವ.೧೯೭೨
೨೧. ಅಲ್ಲಿ ಹಾಗೆ ಇಲ್ಲಿ ಹೀಗೆ	:	ಸಂ. ಹೊರೆಯಾಲ ದೊರೆಸ್ವಾಮಿ ; ಕತೆಗಾರ್ತಿ : ಸಿದ್ದಮ್ಮ, ೭೦ ವರ್ಷ (ಈಗ ತೀರಿಕೊಂಡಿದ್ದಾರೆ) ರಾಜಪರಿವಾರದವರು, ಎಡವನಹಳ್ಳಿ, ಗುಂಡ್ಲು ಪೇಟೆ ತಾ. ಮೈಸೂರು ಜಿಲ್ಲೆ ಸಂ.ವ.೧೯೭೧
೨೨. ರತ್ನಾಜಿ	:	ಸಂ. ಟಿ.ಎಸ್.ರಾಜಪ್ಪ ; ಕತೆಗಾರ್ತಿ : ದೇವೀರಮ್ಮ, ೬೫ ವರ್ಷ, ವೀರಶೈವರು, ತಗಡೂರು, ನಂಜನಗೂಡು ತಾ. ಮೈಸೂರು ಜಿಲ್ಲೆ ಸಂ.ವ.೧೯೭೧
೨೩. ಪಿಟ್ಟೇಕಾಟ	:	ಸಂ. ಡಾ.ಜೀ.ಶಂ.ಪರಮಶಿವಯ್ಯ ; ಕತೆಗಾರ್ತಿ : ಪುಟ್ಟಮ್ಮ, ೨೦ ವರ್ಷ, ಒಕ್ಕಲಿಗರು ಬೊಮ್ಮೇನಹಳ್ಳಿ, ನಾಗಮಂಗಲ ತಾ. ಮಂಡ್ಯ ಜಿಲ್ಲೆ ೧೯೭೪
೨೪. ಪೂಜಾರಿ ಪುಟ್ಟಕ್ಕ	:	ಸಂ. ಡಾ.ಜೀ.ಶಂ.ಪರಮಶಿವಯ್ಯ ; ಕತೆಗಾರ : ಕರಪಾಲದ ಸಿದ್ದಯ್ಯ, ೭೦ ವರ್ಷ, ವೀರಶೈವರು, ಕೊನೇಹಳ್ಳಿ, ತಿಪಟೂರು ತಾ. ತುಮಕರು ಜಿಲ್ಲೆ ಸಂ.ವ.೧೯೬೫
೨೫. ಶೃಂಗಾರವನ	:	ಸಂ. ಎಂ.ಎ.ಜಯಚಂದ್ರ ; ಕತೆಗಾರ್ತಿ : ಶಾರದಮ್ಮ, ೫೫ ವರ್ಷ, ಜೈನರು, ಮಂಡಿಕಲ್ಲು, ಚಿಕ್ಕಬಳ್ಳಾಪುರ ತಾ. ಕೋಲಾರಜಿಲ್ಲೆ ಸಂ.ವ.೧೯೭೪
೨೬. ಸನ್ಯಾಸಿ ಕತೆ	:	ಸಂ. ಹ.ಕ.ರಾಜೇಗೌಡ; ಕತೆಗಾರ್ತಿ: ಪುಟ್ಟಬಸಮ್ಮ, ೮೦ ವರ್ಷ ಹರಿಜನರು, ಬಲ್ಲೇನಹಳ್ಳಿ ಪಾಂಡವಪುರ ತಾ. ಮಂಡ್ಯಜಿಲ್ಲೆ ಸಂ.ವ.೧೯೭೪

೨೭. **ವಧುವಿನ ತೀರ್ಪು**	:	ಸಂ. ಎಂ.ಎ.ಜಯಚಂದ್ರ ; ಕತೆಗಾರ್ತಿ : ಗಂಗಮ್ಮ, ೬೦ ವರ್ಷ, ತೆಲುಗು ಮಾತನಾಡಬಲ್ಲರು, ಹೂಕಟ್ಟುವ ಕಸುಬು, ಮಂಡಿಕಲ್ಲು, ಚಿಕ್ಕಬಳ್ಳಾಪುರ ತಾ. ಕೋಲಾರಜಿಲ್ಲೆ ೧೯೭೪
೨೮. **ಕದರೆ ರಾಜನ ಕಥೆ**	:	ಸಂ. ಚಂದ್ರು ಕಾಳೇನಹಳ್ಳಿ ; ಕತೆಗಾರ್ತಿ : ಮಾಯಮ್ಮ, ೭೫ ವರ್ಷ, ಹರಿಜನರು, ದೇವಸ್ಥಾನದ ಕಾಳೇನಹಳ್ಳಿ, ಚೆನ್ನರಾಯಪಟ್ಟಣ ತಾ. ಹಾಸನ ಜಿಲ್ಲೆ ಸಂ.ವ.೧೯೭೬
೨೯. **ಉಪಾಯಗಾರ್ತಿ ಸೊಸೆ**	:	೩೦, ಚಿಕ್ಕನಾಗೇಂದ್ರ : ಸಂ. ಎಂ.ಜಿ.ಈಶ್ವರಪ್ಪ, ಕತೆಗಾರ : ಇಟ್ಟಿಗೆ ಹಳ್ಳಿ ಬಸವರಾಜ, ೨೮ ವರ್ಷ, ವೀರಶೈವರು, ಹಾಡೋನಹಳ್ಳಿ, ಶಿವಮೊಗ್ಗ ತಾ. ೧೯೭೩
೩೧. **ದಡ್ಡಮಗ**	:	ಸಂ. ಎಂ.ಜಿ.ಈಶ್ವರಪ್ಪ ; ಕತೆಗಾರ : ಪರಿಣ್ಣಾರ ಮಲ್ಲಪ್ಪ, ೬೫ ವರ್ಷ, ವೀರಶೈವರು, ಹಾಡೋನಹಳ್ಳಿ, ಶಿವಮೊಗ್ಗ ತಾ. ೧೯೭೨
೩೨. **ವಜ್ರಕಿರೀಟ ಕಥೆ**	:	ಸಂ. ಕೋಣಂದೂರು ವೆಂಕಪ್ಪಗೌಡ ; ಕತೆಗಾರ : ದೊಡ್ಡಮನೆ ಸುಬ್ಬಯ್ಯಗೌಡ, ೬೦ ವರ್ಷ, ನಾಮಧಾರಿ ಒಕ್ಕಲಿಗ, ಕೋಣಂದೂರು, ತೀರ್ಥಹಳ್ಳಿ ತಾ. ಶಿವಮೊಗ್ಗ ಜಿಲ್ಲೆ ಸಂ.ವ.೧೯೭೨
೩೩. **ಹಣ ಇದ್ರೆ ಏನೂ ಮಾಡಬೋದು**	:	ಸಂ. ಜಿ.ಕೆ.ರಮೇಶ್ ; ಕತೆಗಾರ್ತಿ : ಸೂರಮ್ಮ ಶೆಟ್ಟತಿ, ಜಾಮಾನೆ, ತೀರ್ಥಹಳ್ಳಿ ತಾ. ಶಿವಮೊಗ್ಗೆ ಜಿಲ್ಲೆ.
೩೪. **ನೊಣಮುತ್ತನ ಕಥೆ**	:	ಸಂ. ಪಿ.ಕೆ.ರಾಜಶೇಖರ ; ನಿಂಗಮ್ಮ, ೬೦ ವರ್ಷ, ಒಕ್ಕಲಿಗರು ಪಿರಯಾಪಟ್ಟಣ, ಮೈಸೂರು ಜಿಲ್ಲೆ ಸಂ.ವ.೧೯೭೨
೩೫. **ಬಸವೇಶ್ವರ–ಸಿದ್ದೇಶ್ವರ**	:	ಸಂ. ಪಿ.ಕೆ.ರಾಜಶೇಖರ ; ಕತೆಗಾರ : ಕೆ.ಬಿ.ಸಣ್ಣೇಗೌಡ, ೨೫ ವರ್ಷ, ಒಕ್ಕಲಿಗರು ಕೂಡಿಗೆ, ಕೊಡಗು ಜಿಲ್ಲೆ. ಸಂ.ವ.೧೯೭೨
೩೬. **ಸೇಡಿಗೆ ಸೇಡು**	:	ಸಂ. ಪಿ.ಆರ್.ತಿಪ್ಪೇಸ್ವಾಮಿ ; ಕತೆಗಾರ : ವೀರಭದ್ರ ನಾಯಕ, ೬೬ ವರ್ಷ, ಚಪ್ಪೆಗಾರರು, ಉಡುಪಿ, ದ.ಕ.ಜಿಲ್ಲೆ ಸಂ.ವ.೧೯೭೨
೩೭. **ಕಿವಿ ಇಲ್ಲದ ಹೆಣ್ಣಿಗೆ ಕೈಯಿಲ್ಲದ ಗಂಡು,*** ೩೮. ನಾಲ್ವರು ಕಳ್ಳರು	:	ಸಂ. ಪಿ.ಆರ್.ತಿಪ್ಪೇಸ್ವಾಮಿ; ಕತೆಗಾರ : ಬಸಜ್ಜ ಈರಣ್ಣ, ೬೦ ವರ್ಷ, ಕುರುಬರು, ಹರ್ತಿಕೋಟೆ, ಹಿರಿಯೂರು ತಾ. ಚಿತ್ರದುರ್ಗ ಜಿಲ್ಲೆ ಸಂ.ವ.೧೯೭೨.
೩೯. **ಯಾರು ಹೆಚ್ಚು**	:	ಸಂ. ಪಿ.ಆರ್.ತಿಪ್ಪೇಸ್ವಾಮಿ ; ಕತೆಗಾರ : (ತುಳುಮೂಲ) ಬಟ್ಟೆ ದೂರುನ್ಹಾಳ ಸಾಂತಪ್ಪ ಶೆಟ್ಟಿ, ೫೩ ವರ್ಷ, ಪರಿವಾರ ಬಂಟರು, ಕಲಿಯಗ್ರಾಮ, ಬೆಳ್ತಂಗಡಿ ತಾ. ದ.ಕ.ಜಿಲ್ಲೆ. ಕನ್ನಡದಲ್ಲಿ ಹೇಳಿದವರು : ಮಹಾಬಲ ಶೆಟ್ಟಿ, ಕಲಿಯಗ್ರಾಮ

---

*೩೭, ೩೮, ಹಾಗೂ ೫೧ನೆಯ ಕತೆಗಳು ಕಣ್ತಪ್ಪಿನಿಂದ ಪಠ್ಯಭಾಗದಲ್ಲಿ ಮಲೆನಾಡಿನ ಕಥೆಗಳ ಗುಂಪಿಗೆ ಸೇರಿವೆ. ಬಯಲುಸೀಮೆಯ ಕಥೆಗಳ ಸಾಲಿನಲ್ಲಿ ಇವುಗಳನ್ನು ಸೇರಿಸಿಕೊಳ್ಳಬೇಕು.

೪೦. **ಚಿನ್ನದ ಮಂಡೆಕೂಸು** : ಸಂ. ಡಾ.ಎನ್.ಆರ್.ನಾಯಕ್ ; ಕತೆಗಾರ್ತಿ : ದೇವಮ್ಮ ಗೋವಿಂದರಾಯ ನಾಯಕ, ಬಾಸಗೋಡ, ಅಂಕೋಲಾ ತಾಲ್ಲೂಕು; ಉ.ಕ.ಜಿಲ್ಲೆ ಸಂ.ವ.೧೯೭೧

೪೧. **ಮದುವೆಯ ಪಣ** : ಸಂ. ಡಾ.ಎಲ್.ಆರ್.ಹೆಗಡೆ ; ಕತೆಗಾರ್ತಿ : ಸಾವಿತ್ರಿ ರಾಮನಾಯಕ, ೪೨ ವರ್ಷ, ನಾಮಧಾರಿ ಅಥವಾ ಈಡಿಗರು, ಹೆಗಡೆ, ಕುಮಟಾ, ತಾ. ಉ.ಕ.ಜಿಲ್ಲೆ, ಸಂ.ವ.೧೯೭೧

೪೨. **ಕೋಮನ ಮರಿ** : ಸಂ. ಡಾ.ಎನ್.ಆರ್.ನಾಯಕ ; ಕತೆಗಾರ್ತಿ : ಕತೆ ೪೦ರ ವಿವರಗಳು.

೪೩. **ಮಾತ್ನಾಡುವ ಅಡಿಕೆ ನೆಗಾಡುವ ಎಲೆ** : ಸಂ. ಅಂಬಳಿಕೆ ಹಿರಿಯಣ್ಣ ; ಕತೆಗಾರ : ಪುಟ್ಟಯ್ಯ, ೪೫ ವರ್ಷ, ಒಕ್ಕಲಿಗರು, ಅಂಬಳಿಕೆ, ತೀರ್ಥಹಳ್ಳಿ ತಾ. ಶಿವಿಮೊಗ್ಗ ಜಿಲ್ಲೆ ಸಂ.ವ.೧೯೭೫

೪೪. **ಶಾಪದ ಫಲ** : ಸಂ. ಅಂಬಳಿಕೆ ಹಿರಿಯಣ್ಣ ; ಕತೆಗಾರ : ಕತೆ ೪೩ರ ವಿವರಗಳು

೪೫. **ದನಕಾಯುವ ಸಣ್ಣಣ್ಣ ಪುಗಸಾಟೆ ಬಸಣ್ಣ** : ಸಂ. ಅಂಬಳಿಕೆ ಹಿರಿಯಣ್ಣ ; ಕತೆಗಾರ : ಬರ್ಮಪ್ಪ, ೪೦ ವರ್ಷ, ಹರಿಜನರು, ಮಹಿಷಿ, ತೀಥಹಳ್ಳಿ ತಾ. ಶಿವಮೊಗ್ಗ ಜಿಲ್ಲೆ, ಸಂ.ವ.೧೯೭೫

೪೬. **ಜಾಣಪೆದ್ದ** : ಸಂ. ಯು.ಎಸ್.ರಾಮಣ್ಣ ; ಕತೆಗಾರ : ನಾರಾಯಣಗೌಡ, ೩೮ ವರ್ಷ ಒಕ್ಕಲಿಗರು, ಚಿಕ್ಕಮಗಳೂರು, ಸಂ.ವ.೧೯೭೫

೪೭. **ಮಿನುಕು ಶೇಖರರಾಯ**: ಸಂ. ಶ್ರೀಕಂಠ ಕೂಡಿಗೆ ; ಕತೆಗಾರರು : ಮಂಜಯ್ಯಗೌಡ, ೬೦ ವರ್ಷ, ಒಕ್ಕಲಿಗರು, ಕೂಡಿಗೆ, ತೀರ್ಥಹಳ್ಳಿ ತಾಲ್ಲೂಕು, ಶಿವಮೊಗ್ಗ ಜಿಲ್ಲೆ ಸಂ.ವ.೧೯೭೩

೪೮. **ಮುತ್ತಿನ ಗೊಂಚಲು, ಕೋಳಿರತ್ನ, ಬೆಳ್ಳಿಬುಡ** : ಸಂ. ಶ್ರೀಕಂಠಕೂಡಿಗೆ ; ಕತೆಗಾರರು : ಶಿವಣ್ಣ, ೪೦ ವರ್ಷ, ಬೋವಿಯವರು, ಕೂಡಿಗೆ, ತೀರ್ಥಹಳ್ಳಿ ತಾ. ಶಿವಮೊಗ್ಗ ಜಿಲ್ಲೆ.

೪೯. **ಅಡಕರಾಜನ ಮಗಳು ಅರಮಜ್ಯೋತಿ** : ಸಂ. ಬಸವರಾಜ ನೆಲ್ಲೀಸರ ; ಕತೆಗಾರರು : ಲಕ್ಕಜ್ಜಿ, ೬೦ ವರ್ಷ, ವೀರಶೈವವರು, ನೆಲ್ಲೀಸರ, ಶಿವಮೊಗ್ಗ ಜಿಲ್ಲೆ ಸಂ.ವ.೧೯೭೫

೫೦. **ಸೋಲಿಸಿದವರಿಗೆ ಸಾವಿರ** : ಸಂ. ಬಸವರಾಜ ನೆಲ್ಲೀಸರ ; ಕತೆಗಾರ್ತಿ : ಕತೆ ೪೯ ರ ವಿವರಗಳು

೫೧. **ಕಳ್ಳಿಂಗೇಗೌಡ** : ಸಂ. ಪಿ.ಆರ್.ತಿಪ್ಪೇಸ್ವಾಮಿ ; ಕತೆ ೧೪ರ ವಿವರಗಳು.

೪. ಸಂಗ್ರಹಕರು

ಪ್ರಕೃತ ಸಂಕಲನಕ್ಕಾಗಿ ಕತೆಗಳನ್ನು ಸಂಗ್ರಹಿಸಿಕೊಟ್ಟ ವಿದ್ವಾಂಸರ ಪರಿಚಯದಲ್ಲಿ ಅವರ ಮುಖ್ಯ ಜಾನಪದ ಕೃತಿಗಳನ್ನು ಮಾತ್ರ ಹೆಸರಿಸಲಾಗಿದೆ. ಎಲ್ಲಾ ಸಂಗ್ರಹಕರ ಸಹಕಾರಕ್ಕಾಗಿ ನಮ್ಮ ಕೃತಜ್ಞತೆಗಳು ಸಲ್ಲುತ್ತವೆ.

೧. **ಅಂಬಳಿಕೆ ಹಿರಿಯಣ್ಣ** : ಶಿವಮೊಗ್ಗ ಜಿಲ್ಲೆ ತೀರ್ಥಹಳ್ಳಿ ತಾಲ್ಲೂಕಿನ ಅಂಬಳಿಕೆಯವರು, ಮೈಸೂರು ವಿ.ವಿ.ಕನ್ನಡ ಅಧ್ಯಯನ ಸಂಸ್ಥೆಯಲ್ಲಿ ಜಾನಪದ ಅಧ್ಯಾಪಕರು, 'ಶಿವಮೊಗ್ಗ ಜಿಲ್ಲೆಯ ಜನಪದ ಕಥೆಗಳು', 'ಕಾಡುಗೊಲ್ಲರ ಜನಪದ ಗೀತೆಗಳು', 'ಕಿನ್ನರಿ ಸಂಪ್ರದಾಯದ ಕಾವ್ಯಗಳು'—ಮುಂತಾಗಿ ಅನೇಕ ಜಾನಪದ ಸಂಕಲನಗಳನ್ನು ಹೊರತಂದವರು. ಈ ಸಂಗ್ರಹದಲ್ಲಿ ಇವರ ಕತೆಗಳು : ೪೩, ೪೪, ೪೫.

೨ **ಈರೇಗೌಡ ಡಿ.ಕೆ.** : ಹಾಸನ ಜಿಲ್ಲೆ ಮೊಸಳೆ ಹೊಸಹಳ್ಳಿಯವರು, ಮೈಸೂರು ವಿ.ವಿ.ಪ್ರಸಾರಾಂಗದ ಸಂಪದನಾ ಸಹಾಯಕರು, 'ಕೋಲಾಟದ ಪದಗಳು', 'ನೂರೊಂದು ಗಿಳಿ ಮತ್ತು ಇತರ ಕಥೆಗಳು', 'ಕುದುರೆ ಮೊಟ್ಟೆ' ಮೊದಲಾದ ಜಾನಪದ ಸಂಕಲನಗಳನ್ನು ಹೊರತಂದವರು. ಈ ಸಂಗ್ರಹದಲ್ಲಿ ಇವರ ಕತೆಗಳು: ೩,೪,೫.

೩. **ಈಶ್ವರಪ್ಪ ಎಂ.ಜಿ.** : ಶಿವಮೊಗ್ಗ ಜಿಲ್ಲೆ ಶಿಕಾರಿಪುರ ತಾಲ್ಲೂಕಿನವರು, ದಾವಣಗೆರೆಯ ಡಿ.ಆರ್.ಎಂ.ಕಾಲೇಜಿನಲ್ಲಿ ಕನ್ನಡ ಅಧ್ಯಾಪಕರು. ಈ ಸಂಗ್ರಹದಲ್ಲಿ ಇವರ ಕತೆಗಳು : ೨೯,೩೦,೩೧.

೪. **ಕೋಣಂದೂರು ವೆಂಕಪ್ಪಗೌಡ** : ಶಿವಮೊಗ್ಗ ಜಿಲ್ಲೆ ತೀರ್ಥಹಳ್ಳಿ ತಾಲ್ಲೂಕಿನ ಕೋಣಂದೂರಿನವರು : ಬೆಂಗಳೂರು ಜಿಲ್ಲೆ ಚನ್ನಪಟ್ಟಣದ ಕುವೆಂಪು ಮಹಾ ವಿದ್ಯಾಲಯದಲ್ಲಿ ಕನ್ನಡ ಅಧ್ಯಾಪಕರು, ಈ ಸಂಗ್ರಹದಲ್ಲಿ ಇವರ ಕತೆ : ೩೨.

೫. **ಗೊರೂರು ರಾಮಸ್ವಾಮಿ ಅಯ್ಯಂಗಾರ್** : ಹಾಸನ ಜಿಲ್ಲೆ ಗೊರೂರಿನವರು. 'ಹಳ್ಳಿಯ ಹಾಡುಗಳು', 'ಹಳ್ಳಿಯ ಬಾಳು', 'ಜನಪದ ಜೀವನ ಮತ್ತು ದರ್ಶನ' ಮೊದಲಾದ ಜಾನಪದ ಕೃತಿಗಳನ್ನು ಪ್ರಕಟಿಸಿದವರು. ಈ ಸಂಗ್ರಹದಲ್ಲಿ ಇವರ ಕತೆ : ೨.

೬. **ಚಲುವೇಗೌಡ ತ.ಚಿ.** : ಮಂಡ್ಯ ಜಿಲ್ಲೆ ಮಳವಳ್ಳಿ ತಾಲ್ಲೂಕು ತಲಗವಾಡಿಯವರು. ಮೈಸೂರು ವಿ.ವಿ.ಕನ್ನಡ ಅಧ್ಯಯನ ಸಂಸ್ಥೆಯಲ್ಲಿ ಕೆಲಸಮಾಡುತ್ತಿದ್ದಾರೆ. 'ಕೆಲವು ಜನಪದ ಸಂಪ್ರದಾಯಗಳು' ಎಂಬ ಕೃತಿಯನ್ನು ಪ್ರಕಟಿಸಿದ್ದಾರೆ. ಈ ಸಂಗ್ರಹದಲ್ಲಿ ಇವರ ಕತೆಗಳು : ೧೪,೧೫,೧೬.

೭. **ಚಂದ್ರು ಕಾಳೇನಹಳ್ಳಿ** : ಹಾಸನ ಜಿಲ್ಲೆ ಚನ್ನರಾಯಪಟ್ಟಣ ತಾ. ದೇವಸ್ಥಾನದ ಕಾಳೇನಹಳ್ಳಿ ಯವರು. ಚನ್ನರಾಯಪಟ್ಟಣದ ಶ್ರೀ ಆದಿಚುಂಚನಗಿರಿ ಪ್ರಥಮ ದರ್ಜೆ ಕಾಲೇಜಿನಲ್ಲಿ ಕನ್ನಡ ಅಧ್ಯಾಪಕರು. 'ಜಾನಪದ ಪ್ರವೇಶ', 'ನಗರ ಜಾನಪದ', 'ತಂಬೂರಿ ಕಾವ್ಯಗಳು' ಮೊದಲಾದ ಕೃತಿಗಳನ್ನು ಪ್ರಕಟಿಸಿದ್ದಾರೆ. ಈ ಸಂಗ್ರಹದಲ್ಲಿ ಇವರ ಕತೆ : ೨೮.

೮. **ಜಯಚಂದ್ರ ಎಂ.ಎ.**
('ಧವಳಶ್ರೀ') : ಮಂಡ್ಯದವರು. ಶಿವಮೊಗ್ಗ ಸಹ್ಯಾದ್ರಿ ಕಾಲೇಜಿನಲ್ಲಿ ಕನ್ನಡ ಅಧ್ಯಾಪಕರು. 'ಜಾನಪದ ಕಥಾಮೃತ ೧-೨', 'ಜಾನಪದ ಕಿರುಗತೆಗಳು' ಮೊದಲಾದ ಕೃತಿಗಳನ್ನು ಪ್ರಕಟಿಸಿದ್ದಾರೆ. ಈ ಸಂಗ್ರಹದಲ್ಲಿ ಇವರ ಕತೆಗಳು : ೨೫,೨೭.

೯. **ತಿಪ್ಪೇಸ್ವಾಮಿ ಪಿ.ಆರ್.** : ಚಿತ್ರದುರ್ಗ ಜಿಲ್ಲೆ ಹಿರಿಯೂರು ತಾ. ಹರ್ತಿಕೋಟೆಯವರು. ಮೈಸೂರು ವಿ.ವಿ.ಕನ್ನಡ ಅಧ್ಯಯನ ಸಂಸ್ಥೆಯ ಜಾನಪದ ವಸ್ತು ಸಂಗ್ರಹಾಲಯದ ಕ್ಯುರೇಟರ್. 'ರಸಯಾತ್ರೆ' ಕ್ಷೇತ್ರಕಾರ್ಯಕ್ಕೆ ಸಂಬಂಧಿಸಿದ ಕೃತಿ. ಜಾನಪದ ಕ್ಷೇತ್ರಾನುಭವ ಹಾಗೂ ಜಾನಪದ ವಸ್ತುಗಳ ಕುರಿತ ಅನೇಕ ಲೇಖನಗಳನ್ನು ಪ್ರಕಟಿಸಿದ್ದಾರೆ. ಇವರು ಸಂಗ್ರಹಿಸಿರುವ ಸಹಸ್ರ ಪುಟಗಳ ಶ್ರೀಮಹದೇಶ್ವರ ಜಾನಪದ ಕಾವ್ಯ ಅಚ್ಚಿಗೆ ಸಿದ್ಧವಾಗಿದೆ. ಈ ಸಂಗ್ರಹದಲ್ಲಿ ಇವರ ಕತೆಗಳು : ೩೬,೩೭,೩೮,೩೯,೫೧.

೧೦. **ತಿಮ್ಮೇಗೌಡ ಸೋ.ನಂ.** : ತುಮಕೂರು ಜಿಲ್ಲೆ ತಿಪಟೂರು ತಾಲ್ಲೂಕ್ ನೊಣವಿನ ಕೆರೆಯವರು. ಶಿವಮೊಗ್ಗ ಸಹ್ಯಾದ್ರಿ ಕಾಲೇಜಿನಲ್ಲಿ ಕನ್ನಡ ಅಧ್ಯಾಪಕರು. ಈ ಸಂಗ್ರಹದಲ್ಲಿ ಇವರ ಕತೆ : ೧೧.

೧೧. **ನಾಯಕ್ ಎನ್.ಆರ್.(ಡಾ):** ಉತ್ತರ ಕನ್ನಡ ಜಿಲ್ಲೆ ಅಂಕೋಲ ತಾ. ಬಾವಿಕೆರೆಯವರು. ಉತ್ತರ ಕನ್ನಡ ಜಿಲ್ಲೆಯ ಹೊನ್ನಾವರ ಪ್ರಥಮದರ್ಜೆ ಕಾಲೇಜಿನಲ್ಲಿ ಕನ್ನಡ ಅಧ್ಯಾಪಕರಾಗಿದ್ದಾರೆ. 'ಉತ್ತರ ಕನ್ನಡ ಜಿಲ್ಲೆಯ ಜನಪದ ಕಥೆಗಳು' ಎಂಬ ಇವರ ಸಂಶೋಧನಾ ಪ್ರಬಂಧಕ್ಕೆ ಪಿಎಚ್.ಡಿ. ಪದವಿ ದೊರೆತಿದೆ. 'ಪಡು ಕೋಗಿಲೆ', 'ಜೇಂಗೊಡ' ಮೊದಲಾದ ಸಂಕಲನಗಳನ್ನು ಪ್ರಕಟಿಸಿದ್ದಾರೆ. ಈ ಸಂಗ್ರಹದಲ್ಲಿ ಇವರ ಕತೆಗಳು: ೪೦,೪೨.

೧೨. ಪರಮಶಿವಯ್ಯ ಜೀ.ಶಂ.(ಡಾ): ಮಂಡ್ಯ ಜಿಲ್ಲೆ ನಾಗಮಂಗಲ ತಾಲ್ಲೂಕು ಅಂಬಲ ಜೀರಹಳ್ಳಿಯವರು. ಮೈಸೂರು ವಿಶ್ವವಿದ್ಯಾನಿಲಯದ ಕನ್ನಡ ಅಧ್ಯಯನ ಸಂಸ್ಥೆಯ ಜಾನಪದ ಪ್ರಾಧ್ಯಾಪಕರು 'ದಕ್ಷಿಣ ಕರ್ನಾಟಕ ಜನಪದ ಕಾವ್ಯ ಪ್ರಕಾರಗಳು' ಎಂಬ ಮಹಾಪ್ರಬಂಧಕ್ಕೆ ಪಿಎಚ್.ಡಿ ದೊರೆತಿದೆ. 'ಜಾನಪದ ಸಾಹಿತ್ಯ ಸಮೀಕ್ಷೆ', 'ಜಾನಪದ : ಕೆಲವು ಮುಖಗಳು', 'ಜಾನಪದ', 'ಜಾನಪದ ಸಂಗಮ ಮುಂತಾದ ಕೃತಿಗಳನ್ನು ರಚಿಸಿದವರು ೨೫ಕ್ಕೂ ಹೆಚ್ಚು ಸಂಕಲನಗಳನ್ನು ಹೊರತಂದವರು. ಈ ಸಂಗ್ರಹದಲ್ಲಿ ಇವರ ಕತೆಗಳು : ೨೩,೨೪.

೧೩. ಬಸವರಾಜ್ ನೆಲ್ಲಿಸರ : ಶಿವಮೊಗ್ಗ ಜಿಲ್ಲೆಯ ಭದ್ರಾವತಿ ತಾಲ್ಲೂಕಿನ ನೆಲ್ಲಿಸರ ಗ್ರಾಮದವರು. ಕನ್ನಡ ಅಧ್ಯಯನ ಸಂಸ್ಥೆಯಲ್ಲಿ ಸಂಶೋಧಕರು. ಲಂಬಾಣಿಗಳು ಮತ್ತು 'ಖಿಗ್ಗರು', 'ಡೊಳ್ಳಿನ ಹಾಡು', 'ಜಾನಪದ ಸಂಕಲನ', 'ಜಾನಪದ ಜಿಜ್ಞಾಸೆ' ಮುಂತಾದ ಕೃತಿಗಳನ್ನು ರಚಿಸಿದವರು. ಈ ಸಂಗ್ರಹದಲ್ಲಿ ಇವರ ಕತೆಗಳು : ४೯,೫೦

೧೪. ರಮೇಶ್ ಜಿ.ಕೆ. : ಶಿವಮೊಗ್ಗ ಜಿಲ್ಲೆ ತೀರ್ಥಹಳ್ಳಿ ತಾಲ್ಲೂಕಿನವರು. ತೀರ್ಥಹಳ್ಳಿಯ ಪ್ರಥಮ ದರ್ಜೆ ಕಾಲೇಜಿನಲ್ಲಿ ಕನ್ನಡ ಅಧ್ಯಾಪಕರು. ಈ ಸಂಗ್ರಹದಲ್ಲಿ ಇವರ ಕತೆ : ೩೩.

೧೫. ರಾಜಪ್ಪ ಟಿ.ಎಸ್. : ಮೈಸೂರು ಜಿಲ್ಲೆ ನಂಜನಗೂಡು ತಾಲ್ಲೂಕು ತಗಡೂರಿನವರು. ಮೈಸೂರು ವಿಶ್ವವಿದ್ಯಾನಿಲಯದ ಕನ್ನಡ ಅಧ್ಯಯನ ಸಂಸ್ಥೆಯ ಜಾನಪದ ವಿಭಾಗದಲ್ಲಿ ಸಂಶೋಧನ ಸಹಾಯಕರು. 'ದಾಳಿಂಬೆ ರಾಣಿ ಮತ್ತು ಇತರ ಕಥೆಗಳು', 'ಬೆಳಗಾಂ ಜಿಲ್ಲೆಯ ಜನಪದ ಕಥೆಗಳು', 'ರಾಯಚೂರು ಜಿಲ್ಲೆಯ ಜನಪದ ಕಥೆಗಳು', 'ಧಾರವಾಡ ಜಿಲ್ಲೆಯ ಲಾವಣಿಗಳು' ಮುಂತಾದ ಸಂಕಲನಗಳನ್ನು ಹೊರ ತಂದವರು. ಈ ಸಂಗ್ರಹದಲ್ಲಿ ಇವರ ಕತೆ : ೨೨.

೧೬. ರಾಜೇಗೌಡ ಹ.ಕ. : ಮಂಡ್ಯ ಜಿಲ್ಲೆಯ ನಾಗಮಂಗಲ ತಾಲ್ಲೂಕಿನ ಹನುಮನ ಹಳ್ಳಿಯವರು. ಮೈಸೂರು ವಿಶ್ವವಿದ್ಯಾನಿಲಯ ಕನ್ನಡ ಅಧ್ಯಯನ ಸಂಸ್ಥೆಯ ಸಂಪಾದನಾ ವಿಭಾಗದಲ್ಲಿ ಸಂಶೋಧಕರು. 'ಜಗತ್ತಿನ ಜನಪದ ಕಥೆಗಳು' ಇವರ ಅನುವಾದಿತ ಕೃತಿ. ಅನೇಕ ಜಾನಪದ ಸಂಶೋಧನಾತ್ಮಕ ಲೇಖನಗಳನ್ನು ಪ್ರಕಟಿಸಿದ್ದಾರೆ. ಈ ಸಂಗ್ರಹದಲ್ಲಿ ಇವರ ಕತೆಗಳು : ೧೯,೨೬.

೧೭. ರಾಜೇಂದ್ರ ಡಿ.ಕೆ.(ಡಾ.) : ತುಮಕೂರು ಜಿಲ್ಲೆ ದಂಡಿನಶಿವಿರದವರು. ಮೈಸೂರು ವಿಶ್ವವಿದ್ಯಾನಿಲಯದ ಕನ್ನಡ ಅಧ್ಯಯನ ಸಂಸ್ಥೆಯಲ್ಲಿ ಕನ್ನಡ ಅಧ್ಯಾಪಕರು. 'ದಕ್ಷಿಣ ಕರ್ನಾಟಕದ ಜನಪದ ರಂಗಭೂಮಿ' ಎಂಬ ಮಹಾ

ಪ್ರಬಂಧಕ್ಕೆ ಪಿಎಚ್.ಡಿ. ಪದವಿ ದೊರೆತಿದೆ. 'ಜಾನಪದ ಸಂಚಯ', 'ನಮ್ಮ ಜನಪದ ನಂಬಿಕೆಗಳು', 'ಕರಪಾಲ ಮೇಳ', 'ಜಾನಪದ ಸಮೀಕ್ಷೆ' ಮೊದಲಾದ ಕೃತಿಗಳನ್ನು ರಚಿಸಿದ್ದಾರೆ. ಈ ಸಂಗ್ರಹದಲ್ಲಿ ಇವರ ಕತೆಗಳು : ೧೨,೧೩.

೧೮. ರಾಮಚಂದ್ರಗೌಡ ಎಚ್.ಎಸ್.: ಹಾಸನ ಜಿಲ್ಲೆ ಹಿರಿಸೇವೆಯವರು. ಮೈಸೂರು ವಿಶ್ವವಿದ್ಯಾನಿಲಯ ಕನ್ನಡ ಅಧ್ಯಯನ ಸಂಸ್ಥೆಯಲ್ಲಿ ಜಾನಪದ ಅಧ್ಯಾಪಕರು. 'ಕಥಕ್ಕಳಿ', 'ಕೇರಳ ಜಾನಪದ' ಮೊದಲಾದ ಕೃತಿಗಳನ್ನು ರಚಿಸಿದ್ದಾರೆ. ಈ ಸಂಗ್ರಹದಲ್ಲಿ ಇವರ ಕತೆಗಳು : ೬,೭,೮,೯.

೧೯. ರಾಮಣ್ಣ ಯು.ಎಸ್. : ಶಿವಮೊಗ್ಗ ಜಿಲ್ಲೆ ತೀರ್ಥಹಳ್ಳಿ ತಾಲ್ಲೂಕಿನ ಉಬ್ಬೂರಿನವರು. ಮೈಸೂರು ವಿ.ವಿ.ಕನ್ನಡ ಅಧ್ಯಯನ ಸಂಸ್ಥೆಯ ಜಾನಪದ ವಸ್ತು ಸಂಗ್ರಹಾಲಯದಲ್ಲಿ ಕ್ಷೇತ್ರ ಸಹಾಯಕರಾಗಿದ್ದಾರೆ. ಮಕ್ಕಳ 'ಜಾಣನರಿ' ಎಂಬ ಕೃತಿಯನ್ನು ರಚಿಸಿದ್ದಾರೆ. ಈ ಸಂಗ್ರಹದಲ್ಲಿ ಇವರ ಕತೆ : ೪೬.

೨೦. ರಾಜಶೇಖರ ಪಿ.ಕೆ. : ಮೈಸೂರು ಜಿಲ್ಲೆಯ ಪಿರಿಯಾಪಟ್ಟಣದವರು. ಮೈಸೂರು ವಿಶ್ವವಿದ್ಯಾನಿಲಯದ ಮಹಾರಾಜ ಕಾಲೇಜಿನಲ್ಲಿ ಕನ್ನಡ ಅಧ್ಯಾಪಕರಾಗಿದ್ದಾರೆ. 'ಮಲೆಯ ಮಾದೇಶ್ವರ', 'ಬೆಟ್ಟದ ಚಾಮುಂಡಿ', 'ಜನಪದ ರಾಮಾಯಣ' ಮೊದಲಾದ ಸಂಕಲನಗಳನ್ನು ಹೊರತಂದಿದ್ದಾರೆ. ಈ ಸಂಗ್ರಹದಲ್ಲಿ ಇವರ ಕತೆಗಳು : ೩೪,೩೫.

೨೧. ಶಂಕರನಾರಾಯಣ ತೀ.ನಂ.(ಡಾ) : ತುಮಕೂರು ಜಿಲ್ಲೆ ಚಿಕ್ಕನಾಯಕನಹಳ್ಳಿ ತಾಲ್ಲೂಕು ತೀರ್ಥಪುರದವರು. ಮೈಸೂರು ವಿ.ವಿ. ಶಿವಮೊಗ್ಗ ಸ್ನಾತಕೋತ್ತರ ಕೇಂದ್ರದಲ್ಲಿ ಕನ್ನಡ ಅಧ್ಯಾಪಕರು. 'ಕಾಡುಗೊಲ್ಲರ ಸಂಪ್ರದಾಯಗಳು' ಎಂಬ ವಿಷಯದ ಮೇಲೆ ಮಹಾಪ್ರಬಂಧ ರಚಿಸಿ ಪಿಎಚ್.ಡಿ. ಪದವಿ ಪಡೆದವರು. 'ಜಾನಪದ ಮೈಲಿಗಲ್ಲುಗಳು', 'ಸಂಕೀರ್ಣ ಜನಪದ ಕಥೆಗಳು', 'ಜಾನಪದ ವಿಚಾರ' ಮೊದಲಾದ ಜಾನಪದ ಕೃತಿಗಳನ್ನು ರಚಿಸಿದವರು. ಈ ಸಂಗ್ರಹದಲ್ಲಿ ಇವರ ಕತೆ : ೧೦.

೨೨. ಶ್ರೀಕಂಠ ಕೂಡಿಗೆ : ಶಿವಮೊಗ್ಗ ಜಿಲ್ಲೆ ತೀರ್ಥಹಳ್ಳಿ ತಾಲ್ಲೂಕಿನ ಕೂಡಿಗಿಯವರು. ಮೈಸೂರು ವಿ.ವಿ. ಶಿವಮೊಗ್ಗ ಸ್ನಾತಕೋತ್ತರ ಕೇಂದ್ರದಲ್ಲಿ ಕನ್ನಡ ಅಧ್ಯಾಪಕರು. 'ಅಂಟಿಕೆ ಪಂಟಿಕೆ ಪದಗಳು' ಮೊದಲಾದ ಜಾನಪದ ಕೃತಿಗಳನ್ನು ರಚಿಸಿದವರು. ಈ ಸಂಗ್ರಹದಲ್ಲಿ ಇವರ ಕತೆಗಳು : ೪೭, ೪೮

೨೩. ಸದಾಶಿವ ಎಣ್ಣೆಹೊಳೆ : ಮಂಡ್ಯ ಜಿಲ್ಲೆಯ ಪಾಂಡವಪುರ ತಾಲ್ಲೂಕು ಎಣ್ಣೆಹೊಳೆಯವರು. ಮೈಸೂರು ವಿಶ್ವವಿದ್ಯಾನಿಲಯ ಪ್ರಸಾರಾಂಗದಲ್ಲಿ ಸಹಾಯಕ

ಸಂಶೋಧಕರಾಗಿ ಕೆಲಸ ಮಾಡುತ್ತಿದ್ದಾರೆ. ಪಾಂಡವಪುರ ಸುತ್ತಿನಲ್ಲಿ ಜಾನಪದ ಸಂಗ್ರಹ ನಡೆಸಿದ್ದಾರೆ. 'ನಳ್ಳಿ ಕತೆ' ಇವರ ಜಾನಪದ ಸಂಕಲನ. ಈ ಸಂಗ್ರಹದಲ್ಲಿ ಇವರ ಕತೆ : ೨೦.

೨೪. ಸರಸ್ವತೀ ವಿಜಯಕುಮಾರ್: ಮೈಸೂರು ಜಿಲ್ಲೆ ಸಾಲಿಗ್ರಾಮದವರು. ಆ ಸುತ್ತಿನಲ್ಲಿ ಅಪಾರ ಜನಪದ ಸಾಹಿತ್ಯವನ್ನು ಸಂಗ್ರಹಿಸಿದ್ದಾರೆ. ಮೈಸೂರಿನ ರೀಜನಲ್ ಡೆಮಾನ್‌ಸ್ಟ್ರೇಷನ್ ಶಾಲೆಯಲ್ಲಿ ಕನ್ನಡ ಅಧ್ಯಾಪಕಿಯಾಗಿದ್ದಾರೆ. ಈ ಸಂಗ್ರಹದಲ್ಲಿ ಇವರ ಕತೆಗಳು : ೧೭, ೧೮.

೨೫. ಸುಧಾಕರ : ಬೆಂಗಳೂರು ಜಿಲ್ಲೆ ಮಾಗಡಿ ತಾ. ಎಣ್ಣೆಗೆರೆಯವರು. ಮೈಸೂರು ವಿಶ್ವವಿದ್ಯಾನಿಲಯ ಶಿವಮೊಗ್ಗ ಸ್ನಾತಕೋತ್ತರ ಕೇಂದ್ರದಲ್ಲಿ ಕನ್ನಡ ರೀಡರ್ ಆಗಿದ್ದಾರೆ. ಜನಪದ 'ಬೆಡಗಿನ ವಚನಗಳು' 'ನಮ್ಮ ಸುತ್ತಿನ ಗಾದೆಗಳು' ಮೊದಲಾದ ಜಾನಪದ ಕೃತಿಗಳನ್ನು ಪ್ರಕಟಿಸಿದ್ದಾರೆ. ಈ ಸಂಗ್ರಹದಲ್ಲಿ ಇವರ ಕತೆ : ೧.

೨೬. ಹೆಗಡೆಎಲ್.ಆರ್.(ಡಾ.) : ಉತ್ತರ ಕನ್ನಡ ಜಿಲ್ಲೆ ಹೆಗಡೆ ಗ್ರಾಮದವರು. ಕುಮಟಾ ವಿ.ವಿ. ಬಾಳಿಗಾ ಕಾಲೇಜಿನ ಕನ್ನಡ ಪ್ರಾಧ್ಯಾಪಕರಾಗಿ ಸೇವೆ ಸಲ್ಲಿಸಿ ನಿವೃತ್ತರಾಗಿದ್ದಾರೆ. 'ತಿಮ್ಮಕ್ಕನ ಪದಗಳು', 'ನಮ್ಮ ಜನಪದ ಕಥೆಗಳು', 'ಗುಮಟೆಯ ಪದಗಳು', 'ಜನಪದ ಸಾಹಿತ್ಯ' ಮೊದಲಾದ ಅನೇಕ ಜಾನಪದ ಕೃತಿಗಳನ್ನು ಪ್ರಕಟಿಸಿದವರು. ಈ ಸಂಗ್ರಹದಲ್ಲಿ ಇವರ ಕತೆ : ೪೧.

೨೭. ಹೊರೆಯಾಲ ದೊರೆಸ್ವಾಮಿ: ಮೈಸೂರು ಜಿಲ್ಲೆ ಗುಂಡ್ಲುಪೇಟೆ ತಾಲ್ಲೂಕು ಹೊರೆಯಾಲದವರು. ಮೈಸೂರು ವಿಶ್ವವಿದ್ಯಾನಿಲಯ ಕನ್ನಡ ಅಧ್ಯಯನ ಸಂಸ್ಥೆಯ ದಾಸ ಸಾಹಿತ್ಯ ವಿಭಾಗದಲ್ಲಿ ಸಹಾಯಕ ಸಂಶೋಧಕರಾಗಿ ಕೆಲಸ ಮಾಡುತ್ತಿದ್ದಾರೆ. 'ನಾಲಗ್ಗೆ ಅಕ್ಷರವ ಒದಗವ್ವ' ಎಂಬ ಜಾನಪದ ಕೃತಿಯನ್ನು ಪ್ರಕಟಿಸಿದ್ದಾರೆ. ಈ ಸಂಗ್ರಹದಲ್ಲಿ ಇವರ ಕತೆ : ೨೧.

***